கிறித்தவக் காப்பியங்கள்

முனைவர் யோ. ஞானசந்திர ஜாண்சன்
மேனாள் தலைவர் – தமிழ்த்துறை
சென்னைக் கிறித்தவக் கல்லூரி
தாம்பரம், சென்னை- 600 059

நியூ செஞ்சுரி புக் ஹவுஸ் (பி) லிட்.,
41-பி, சிட்கோ இண்டஸ்டிரியல் எஸ்டேட்,
அம்பத்தூர், சென்னை - 600 050.
☎ : 044 - 26251968, 26258410, 48601884

Language: Tamil

Christhava Kappiyangal

Author: **Dr. Y. Gnana Chandra Johnson**

First Edition: March, 2024

Copyright: Author

No.of Pages: 600

Publisher:

New Century Book House Pvt. Ltd.,
41-B, SIDCO Industrial Estate,
Ambattur, Chennai - 600 050.
Tamilnadu State, India.
Email: info@ncbh.in
Online: www.ncbhpublisher.in

ISBN. 978-81-2344-611-0

Code No. A4987

₹ 500/-

Branches

Ambattur 044 - 26359906 **Spenzer Plaza (Chennai)** 044-28490027
Trichy 0431-2700885 **Pudukkottai** 04322-227773 **Thanjavur** 04362-231371
Tirunelveli 0462-4210990, 2323990 **Madurai** 0452 2344106, 4374106
Dindigul 0451-2432172 **Coimbatore** 0422-2380554 **Erode** 0424-2256667
Salem 0427-2450817 **Hosur** 04344-245726 **Krishnagiri** 04343-234387
Ooty 0423 - 2441743 **Vellore** 0416-2234495 **Villupuram** 04146-227800
Pondicherry 0413-2280101 **Nagercoil** 04652 - 234990

கிறித்தவக் காப்பியங்கள்

ஆசிரியர்: முனைவர் யோ. ஞான சந்திர ஜாண்சன்

முதல் பதிப்பு: மார்ச், 2024

அச்சிட்டோர்: **பாவை பிரிண்டர்ஸ் (பி) லிட்.,**
16 (142), ஜானி ஜான் கான் சாலை, இராயப்பேட்டை, சென்னை - 14
☎: 044-28482441

All rights reserved. No part of this book may be reprinted or reproduced or utilised in any form or by any electronic, mechanical, or other means, now known or hereafter invented, including photocopying and recording, or in any information storage or retrieval system, without permission in writing from the publishers.

INSTITUTE OF ASIAN STUDIES

முனைவர் ஜி. ஜான் சாமுவேல்
நிறுவனர் மற்றும் இயக்குநர்
ஆசியவியல் நிறுவனம்
செம்மஞ்சேரி, சென்னை- 600 119

அணிந்துரை

உலக இலக்கிய வடிவங்களை ஒப்பிட்டு நோக்கும்போது தன்னுணர்ச்சிப் பாடல்கள், காப்பியப் பாடல்கள், நாடகப் பாடல்கள் ஆகிய மூன்று கவிதை வடிவங்களும் மிகத் தொன்மையான அனைத்து மொழிக்குழுவினரின் படைப்புகளிலும் காணக்கிடைப்பதை அறிய முடிகின்றது. இவை மூன்றையும் உலகப் பொதுமை தழுவிய தொல் இலக்கிய வகைகள் அல்லது வடிவங்கள் என்று அழைப்பது மிகவும் பொருந்தும். எந்த விதமான பிற மொழிகளின் கலைப் பண்பாட்டுத் தாக்கங்களும் இல்லாமல், இந்த மூன்று வடிவங்களும் தனித்தனியாக ஒவ்வொரு மொழிக் குழுவினர் மத்தியிலும் அவர்தம் சமூக, பண்பாட்டு அமைப்புகளின் இயல்புகளுக்கு ஏற்ப, பல்வேறு தனித்தன்மைகளைப் பெற்று அவை காலந்தோறும் தோன்றி வளர்ந்துள்ளன. இவை என்று, எப்போது, எங்கே தோன்றின என்றெல்லாம் ஆராய்வது தரவுகளற்ற அடித்தளமில்லாத கற்பனை கலந்த ஊகங்களுக்கே நம்மை இட்டுச் செல்லும். பிற மொழி இலக்கியத் தாக்கமின்றியே ஒரு மொழியில் ஒரே மாதிரியான இலக்கிய வடிவங்கள் பிறக்க முடியும் என்பதற்கு இவற்றின் தோற்றம் ஒரு வலுவான சான்றாக அமைகிறது.

இலக்கிய ஒப்பாய்வாளர்கள் இந்த மூன்று வகையான வடிவங்களின் தோற்றத்திற்கு அடித்தளமாக அமைவது, அந்தந்தக் குழுவின் அல்லது குழுக்களின் கலையுணர்வு வெளிப்பாட்டின் மூன்று வேறுபட்ட உணர்ச்சி அல்லது அனுபவ வெளியீட்டின் மூன்று வகைப்பட்ட பரிமாணங்களே (Modes of expression) என்பர். உணர்ச்சியை நேரடியாக இசையோடு அல்லது இசைக்கருவியின் (Lyre) துணையோடு வெளிப்படுத்தும்போது அது தன்னுணர்ச்சிப் பாடலாகவும் (lyrical poetry), கதை சொல்பவனாக (Narrator) தன்னைப் பாவித்துக் கொண்டு மற்றவர்களுக்கு எடுத்துக்கூறுவதாக அமைக்கும் போது காப்பியமாகவும் (epic poetry), கதை மாந்தர்களைப் படைத்து அவர்களின் மூலமாக உணர்ச்சிகளைப் பல்வேறுபட்ட

கோணங்களில் அமைத்து அவற்றை உரையாடல் மூலமாக வெளிப் படுத்தும்போது அது நாடகக் கவிதையாகவும் (dramatic poetry) மலர்வதாக விளக்கிச் செல்வர்.

இம்மூவகை இலக்கிய வெளிப்பாடுகளும் தனித்தனி இலக்கிய வடிவங்களாக தொன்மையான உலக மொழிகள் அனைத்திலும் அவற்றின் சமுதாய, இலக்கிய, பண்பாட்டுப் போக்குகளுக்கு ஏற்ப வளர்ந்தன. இவற்றுள் காப்பியம், நாடகம் ஆகியவற்றை உலகச் செம்மொழிகள் அனைத்தும் மிக உயரிய இலக்கிய வடிவங்களாக ஏற்றுப் போற்றின. பழைய கிரேக்க சமுதாயம் காப்பியத்தை விடவும் நாடகமே உயரிய வடிவமாகக் கருதியது. வேறு சில சமுதாயங்கள் காப்பியத்தை மிக உயர்ந்த வடிவமாக ஏற்றுப் போற்றின. காப்பியங்களுக்கு இலக்கணம் கூறிய கிரேக்க நாட்டு அறிஞர் அரிஸ்டாட்டில், நாடகத்தின் மீது காப்பியக் கதைப் பின்னல் கட்டியெழுப்பப்பட வேண்டும் என்றும், நாடகக் கூறுகள் காப்பியத்தில் அமைய வேண்டுமென்றும், அப்படிக் கட்டியெழுப்பப்பட்டால் மட்டுமே காப்பியம் சிறக்கும் என்றும் கருதினார். அரிஸ்டாட்டிலின் இந்தக் கோட்பாடு நாடகமும் காப்பியமும் இணைந்த நிலையில் நாடகக்காப்பியம் என்று புதிய ஓர் இலக்கிய வடிவத்தின் தோற்றத்திற்கு வழியமைத்தது.

இந்நிலையில் மேலைநாட்டுக்காப்பிய மரபும், கீழைநாட்டுக் காப்பிய மரபும் அவற்றின் சமுதாய, சமய, அரசியல், இலக்கியப் பின்புலங்களுக்கேற்பப் பல்வேறு தனித்தனி இயல்புகளையும் ஒரு சில பொதுமைப் பண்புகளையும் பெற்று வளரத் தொடங்கின. கதைப் பின்னலின் இடையில் ஒரு குறிப்பிட்ட நிகழ்ச்சியிலிருந்து கதையைத் தொடங்கி, முற்பகுதியை பின்விளக்க உத்தியின் (flash back) மூலம் இணைத்துக் கதையைத் தொடர்வது (*In medias res*) மேலைநாட்டுக் காப்பிய மரபாகவும், கதைத்தலைவனின் பிறப்பிலிருந்து அல்லது அவனின் முன்னோரின் பிறப்பிலிருந்து கதையைத் தொடங்கித் தொடர்வது (chronological narration) கீழைத் தேச மரபாகவும் மலர்ந்தன. இவ்விரு மரபுகளையும் தமிழ்க் காப்பியங்களில் காணமுடிகின்றது.

காப்பியத் தொடக்கத்தைப் போன்று காப்பியப் போராட்டம் (epic conflict), காப்பியத் தலைவன் (Protagonist), எதிர்த்தலைவன் (Antagonist), எதிர்த்தலைவனின் வீழ்ச்சி, காப்பியத் தலைவனின் வெற்றி ஆகியன காப்பியப் பின்னலின் இன்றியமையாத பகுதிகளாக மிகச் சிறப்பாக அமைந்தால் மட்டுமே காப்பியம் சிறக்கும் என்பதை மேலைநாட்டுக்

காப்பிய மரபுகளும் கீழைநாட்டுக் காப்பியக் கோட்பாடுகளும் ஒருங்கே வற்புறுத்தின.

காலப்போக்கில் வீரகாப்பிய (Heroic epic) மரபு வீழ்ச்சியடைந்து சமயக் காப்பியங்களும், வாழ்க்கை வரலாற்றுக் காப்பியங்களும் (Hagiography), பின்னர் குறுங்காப்பியங்களும் சமுதாய மாற்றங்களுக்கு ஏற்ப தோன்றியபோது, இறுக்கமான பழைய செந்நெறிக் காப்பியக் கட்டுக்கோப்புகள் எல்லா மொழிகளிலும் நலிவடைந்தன. எல்லா மரபுகளும் நெகிழ்ச்சியடைந்த நிலையில் கதை சொல்பவனும் (Narrator), கதையும் இருந்தால் மட்டும் போதுமானது என்று கருதும் மனப்போக்கு மலர்ந்தது. இவற்றின் தொடர்ச்சியாக பழைய காப்பிய மரபு, புதிய கதைப் பாடல் (Ballad or Narrative poem) மரபுகளோடு இணைந்து ஐக்கியமானது. காலப் போக்கில் உரைநடை இலக்கியமான நாவலின் வருகை காப்பியத்திற்கு முற்றுப்புள்ளி வைத்தது. நாவல் இலக்கியம் தோன்றியபோது, அது உரைநடைக் காப்பியம் (epic poem in prose) என்றே பல மொழிக் குழுவினராலும் விளக்கப்பட்டது குறிப்பிடத்தக்கது. உரைநடையின் காலமான தற்காலத்திலும் காலாவதியாகிப் போன காப்பிய மரபைப் பாதுகாக்கும் எண்ணத்தோடு மறைந்து போன காப்பிய வடிவில் எழுதுவோர் இன்றும் நம்மிடையே உள்ளனர்.

இந்தப் பின்னணியில் தமிழில் தோன்றிய கிறித்தவக் காப்பியங்களைத் தொகுத்து, இந்த நூலில் விரிவாக ஆராய்ந்துள்ளார் பேராசிரியர் முனைவர் யோ. ஞான சந்திர ஜாண்சன் அவர்கள். கிறித்தவத் தமிழ்க் கீர்த்தனைகளை மூன்று தொகுதிகளாகத் தொகுத்து வழங்கி, கிறித்தவத் தமிழிலக்கிய ஆய்வில் இதுவரை யாரும் கண்டிராத உச்சத்தைத் தொட்ட இவரின் அரிய உழைப்பால், கிறித்தவ தமிழ்க் காப்பியங்கள் என்னும் இந்நூல் உருவாகி இருப்பது பெரு மகிழ்ச்சி தருகின்றது.

கிறித்தவச் சிற்றிலக்கியங்கள் பலவற்றைத் தமிழுக்கு வழங்கிய இத்தாலிய நாட்டு அருட்தந்தை வீரமா முனிவர், தமிழ் நாட்டுக் கிறித்தவர்க்கு நல்லதோர் காப்பியம் இல்லாத குறையைத் தீர்க்க அரிதின் முயன்று தேம்பாவணி என்னும் இறைநெறிக் காப்பியத்தை அன்று வழங்கினார். ஒரு கிறித்தவக் காப்பியத்திற்கு ஏங்கித் தவங்கிடந்த இந்நாட்டில், இன்று 48 காப்பியங்கள் கிறித்தவ இலக்கிய வரிசையில் எழுந்துள்ளன. தமிழுக்கும் கிறித்தவத்திற்கும் எவ்வளவு ஆழமான, அழகான, அழுத்தமான பரந்துபட்ட உறவாடல் இருந்துள்ளது என்பதை நன்றாகவே இக்காப்பியங்கள் நமக்கு வெளிச்சம் போட்டுக் காட்டுகின்றன.

இந்த 48 ஐத் தவிர்த்து இன்னும் பல காப்பியங்கள் தம் கண்ணில் தட்டுப்படாமல் இருக்க வாய்ப்புள்ளதாக இந்நூலாசிரியர் குறிப்பிடுவது நம்மை மேலும் வியப்பில் ஆழ்த்துகின்றது.

மரபு வழிப்பட்ட செந்நெறிக் காப்பிய வடிவ வரையறைக்குள், இந்த 48 படைப்புகளும் முழுமையாக உட்படவில்லை என்பதில் ஐயமில்லை. எனினும் இவற்றுள் பல நல்ல இறைநெறிக் காப்பியங்களாக மலர்ந்து, கிறித்தவ வீரத்தையும் (Christian Heroism), அதற்கு எதிரிடையான விழுமியங்களையும் தம் காப்பியப் பின்னணியில் அமைத்து, உயர் தனிப் படைப்புகளாக ஏற்றம் பெற்றுள்ளன என்பதை நம்மால் மறுக்க முடியவில்லை.

காப்பியங்களாகவும், கதை பொதி பாடல்களாகவும், தொடர்நிலைச் செய்யுட்களாகவும், குறுங்காப்பியங்களாகவும், வாழ்க்கை வரலாற்றுக் காப்பியங்களாகவும், காப்பியத் துணுக்குகளாகவும், மொழி பெயர்ப்புக் காப்பியங்களாகவும் கதை சொல்லும் போக்கில் (Narratives) அமைந்துள்ள 48 அரிய கிறித்தவத் தமிழ்க் காப்பியங்களைத் தொகுத்து ஆய்ந்து தமிழ்க் கிறித்தவ இலக்கிய ஆய்வில் துணிச்சல் மிக்க, தன்னிகரற்ற அடிப்படையான ஓர் ஆவணப்படுத்தும் பணியையும், அரிய ஆய்வுப் பணியினையும் ஒருங்கே இணைத்து நிறைவேற்றியுள்ள முனைவர் யோ. ஞான சந்திர ஜாண்சன் அவர்களுக்கு தமிழ்க் கிறித்தவ இலக்கிய ஆய்வு அறிஞர்களும், தமிழ்க் கிறித்தவர்களும் என்றும் கடமைப்பட்டுள்ளனர். அனைத்துத் தமிழ்க் கிறித்தவப் படைப்புகளையும் ஒன்று கூட விடுபட்டுப் போகாமல் ஆவணப்படுத்த வேண்டும் என்பதை உயரிய இலட்சியமாகக் கொண்டு, அந்த இலட்சியத்தைத் திட்டமிட்டு திறம்படச் செயல்படுத்தும் இந்தச் செயல் வீரரின் முயற்சிகளுக்கு வலுசேர்க்கும் கடமை நம் அனைவருக்கும் உண்டு என்பதை நாம் உணர வேண்டும்.

செம்மஞ்சேரி
24-07-2023

ஜி. ஜான் சாமுவேல்

முனைவர் யோ. ஞான சந்திர ஜாண்சன்
மேனாள் தலைவர் - தமிழ்த்துறை
சென்னைக் கிறித்தவக் கல்லூரி (தன்னாட்சி)
தாம்பரம், சென்னை - 600 059

என்னுரை

கிறித்தவத் தமிழ் இலக்கிய வரிசையில் காப்பியங்கள் தனித்தன்மை உடையன. இக்கிறித்தவக் காப்பியங்கள் குறித்த முழுமையான நூலோ, ஆய்வோ இதுவரை வெளிவரவில்லை. இன்று ஆய்வாளர்கள் ஒருசில கிறித்தவக் காப்பியங்களை மட்டுமே எடுத்துக் கொண்டு ஆய்வு செய்கின்றனர். கிடைக்காத கிறித்தவக் காப்பியங்களைத் தேடிக் கண்டு பிடித்து ஆய்வு மேற்கொள்ள வேண்டும் என்னும் குறிக்கோள் ஆய்வாளர்களிடம் இல்லை என்பது வருத்தத்திற்குரியது. இன்றைய நிலையில் கிறித்தவக் காப்பியங்கள் குறித்த விழிப்புணர்வு குறைவாகவே உள்ளது. கிறித்தவக் காப்பியங்கள் என்றவுடன் தேம்பாவணி, இரட்சணிய யாத்திரிகம், இயேசு காவியம் எனக் குறிப்பிடுவதுடன் முடித்து விடுகின்றனர். இதனால் பிற கிறித்தவக் காப்பியங்கள் குறித்து ஒருவரும் அறியமுடியாமல் போய் விடுகிறது. இந்த அவலநிலை மாறி, கிறித்தவக் காப்பியங்கள் குறித்து அனைவரும் அறிந்து கொள்ள வேண்டும் என்னும் நோக்கிலேயே இந்நூல் எழுதப்பட்டுள்ளது.

கிறித்தவக் காப்பியங்கள் என்னும் இந்நூல் எழுதுவதற்குத் தேவையான மூல நூல்களைத் தேடிக் கண்டுபிடிப்பது மிகக் கடினமான பணியாக இருந்தது. இயேசு பெருமானின் அருளும் ஆசியும் இருந்ததாலேயே பல மூல நூல்கள் பலரது உதவியுடன் கிடைத்தன. இவ்வளவு நூல்கள் கிடைத்தது மிகவும் வியக்கத்தக்கது. இம்முயற்சியில் இறைவன் என்னை வழிநடத்தினார்.

கிறித்தவக் கீர்த்தனைக் கவிஞர்கள் என்னும் நூலை ஓரளவு முழுமையாக எழுதிய நிறைவின் பின்னர், கிறித்தவக் காப்பியங்கள் குறித்தும் முழுமையாக எழுத வேண்டும் என்னும் எண்ணம் என் மனதில் தோன்றியது. இது கடினமான வேலை. பல்வேறுப் பணிகளுக்கிடையே கிடைக்காத, மறைந்து கிடக்கும் பல காப்பியங்களைத் தேடிக் கண்டு பிடித்து, அவற்றை அறிமுகப்படுத்தி நூலாக எழுதுவது என்பது கடினமான செயல். எனினும் இறைவனின் வழிநடத்துதல் இப்பணியில் முழுமையாக இருந்ததை நான் அடிக்கடி உணர்ந்தேன். எதிர்ப்புகளையும்

போராட்டங்களையும் இறைவன் முறியடித்தார். கிறித்தவர்களே கிறித்தவத் தமிழ் இலக்கிய ஆய்வுகளுக்கு முன்னுரிமையும் ஆதரவும் அளிக்காத இக்காலக் கட்டத்தில், எதிர்நீச்சல் போட்டுத்தான் இப்பணியைச் செய்ய வேண்டும் என்ற நிலை வருந்தத்தக்கது.

கிறித்தவக் காப்பியங்கள் எனக்குக் கிடைப்பதற்கு உதவிய நல்நெஞ்சங்கள் பலர். நான் முதுகலை படித்துக் கொண்டிருக்கும்போது எனக்கு இரட்சணிய யாத்திரிகத்தின் முதல் பாகம் கிடைத்தது என்பது மகிழ்ச்சியான நிகழ்வு. 1927 ஆம் ஆண்டு இரண்டாம் பதிப்பாக வெளிவந்த இரட்சணிய யாத்திரிகத்தின் முதல் பாகத்தினை, சுமார் 40 ஆண்டுகளுக்கு முன்னர் எனக்குத் தந்துதவியதுடன், இலக்கணம் பயிற்றுவித்தும், தொடக்க காலத்தில் நான் எழுதிய கட்டுரைகளைத் திருத்தி ஆலோசனைகள் வழங்கியும் ஊக்கமளித்த, மயிலாடியில் வாழ்ந்துவந்த, எனது மாமாவும் தொல்லியல் ஆய்வாளருமான காலஞ்சென்ற வித்வான் அ. வரிசைமணி ஆசிரியர் அவர்களுக்கு எனது நன்றியினைக் காணிக்கையாக்குகிறேன். இலங்கையிலிருந்து கிறித்தவ இலக்கியம் தொடர்பான நூல்கள் கிடைப்பதற்குப் பெருந்துணை புரிந்து ஆதரவும் ஊக்கமும் அளித்த யாழ்ப்பாணத்துத் திருச்சபையின் மேனாள் பேராயரும் மருதனாமடம் இறையியற் கல்லூரியின் அதிபருமான பேரருள்திரு. முனைவர் எஸ். ஜெபநேசன் அவர்களுக்கும், அவர்களது தூண்டுதலின்பேரில் திருச்செல்வர் காவியம், ஞானாதிக்கராயர் காப்பியம், கிறிஸ்து காவியம் என்னும் மூன்று கிறித்தவக் காப்பியங்களையும் தேவ அருள் வேத புராணம் பற்றிய குறிப்புகளையும் அனுப்பித் தந்துதவிய யாழ்ப்பாணத்திலுள்ள சண்டிலிப்பாய் இந்துக் கல்லூரியின் தமிழ் ஆசிரியர் திரு. ந. குகபரன் அவர்களுக்கும் நன்றியினைத் தெரிவித்துக் கொள்கிறேன்.

சுமார் முப்பது ஆண்டுகளுக்கு முன்னர் திருவாக்குப் புராணம், கிறிஸ்து மான்மியம் என்னும் இரண்டு காப்பியங்களைத் தந்துதவிய காலஞ்சென்ற முதுமுனைவர் சூ. இன்னாசி அவர்களுக்கும், கிறிஸ்தாயனம் காப்பியத்தைத் தந்துதவிய அருள்திரு. எஸ். கிறிஸ்டோபர் விஜயன் அவர்களுக்கும், எஸ்தர் காவியத்தை உதக மண்டலத்திலுள்ள நூலாசிரியரின் உறவினர்களிடமிருந்து பெற்றுத் தந்த கீழ்கோத்தகிரி அரசு மேனிலைப் பள்ளியின் முதுகலைத் தமிழாசிரியரும் சென்னைக் கிறித்தவக் கல்லூரித் தமிழ்த்துறையின் முன்னாள் மாணவருமான திரு. ம. சந்திரன் அவர்களுக்கும், அர்ச். சவேரியார் காவியத்தைத் தந்துதவிய திருச்சியிலுள்ள புனித வளனார் கல்லூரியின் மேனாள் தமிழ்ப் பேராசிரியரும், கிறித்தவ ஆய்வு மையத்தின் இயக்குநருமான அருட்தந்தை சி. மணிவளன் சே.ச. அவர்களுக்கும், அன்னை தெரேசா காவியத்தைப் பாண்டிச்சேரியிலுள்ள நூலாசிரியரிடமிருந்து பெற்று ஒளிநகல் எடுத்து

சிறப்பாகக் கட்டமைப்புச் செய்து அனுப்பித் தந்த புதுவைப் பல்கலைக்கழகத் தமிழ்த்துறையின் மேனாள் தலைவரும் எனது வகுப்புத் தோழருமான முனைவர் அ. திருநாகலிங்கம் அவர்களுக்கும், திருஅவதாரம் என்னும் காப்பியத்தைத் தந்துதவிய சென்னைக் கிறித்தவக் கல்லூரித் தமிழ்த்துறையின் மேனாள் தமிழ்ப் பேராசிரியர் காலஞ்சென்ற திருமதி முனைவர் கிரேஸ் செல்வராஜ் அவர்களுக்கும், மீட்பதிகாரம் என்னும் காப்பியத்தைக் கொடுத்துதவிய இலக்கியப் புதையல் என்னும் நூலின் பதிப்பாசிரியரான திரு. ந. ஜான் ஜெயானந்தம் அவர்களுக்கும், உலகஜோதி என்னும் காப்பியத்தைக் கொடுத்துதவிய நூலாசிரியரின் மகனும் மதுரையிலுள்ள புனித பிரிட்டோ மேனிலைப்பள்ளியின் மேனாள் தமிழாசிரியருமான திரு. ஜே. ஜீவா அவர்களுக்கும், இயேசு புராணம் என்னும் காப்பியத்தைக் கனடாவில் வாழ்ந்து வந்த நூலாசிரியரான ஈழத்துப் பூராடனாரிடமிருந்து பெற்றுத் தந்த இலண்டனில் வசிக்கும் எனது மாணவி பொ. துரைச்செல்வி அவர்களுக்கும், ஆதியாகம காவியத்தை அனுப்பி உதவிய நூலாசிரியர் காலஞ்சென்ற முனைவர் ச. சாமிமுத்து அவர்களுக்கும், அருட் காவியம் நூலைத் தந்துதவிய நூலாசிரியர் திரு. பா. மதலை முத்து அவர்களுக்கும், பவுலடியார் பாவியம் அனுப்பி உதவிய நூலாசிரியர் ம. ஜோயல் டேவிட்சன் சாமுவேல் அவர்களுக்கும், இயேசு அருட்காவியம் தந்துதவிய டாக்டர் வி.ஜி. சந்தோசம் அவர்களுக்கும், எபிரேயப் பேரழகி எசுத்தார் காப்பியம் தந்துதவிய சகோதரி முனைவர் விண்ணரசி அவர்களுக்கும், உலகின் ஒளி, கன்னிமரி காவியம் என்னும் காப்பியங்களைத் தந்துதவிய சென்னைக் கிறித்தவக் கல்லூரித் தமிழ்த்துறையின் முனைவர் பட்ட ஆய்வாளர் திரு. ப. வெங்கடேசன் அவர்களுக்கும், இயேசு நாதர் வெண்பா நூலை அனுப்பித் தந்த நூலாசிரியர் திரு. ஆபிரகாம் கிரி அவர்களுக்கும், சுவர்க்க நீக்கம் நூலைத் தந்துதவிய முனைவர் கோ. உத்திராடம் அவர்களுக்கும், பரவர் புராணம் தந்துதவிய முனைவர் அருட்தந்தை D.அமுதன் அடிகளார் அவர்களுக்கும் நான் நன்றிக் கடன் பட்டவன். இவர்கள் அனைவரும் நூல்கள் கொடுத்துதவியதால்தான் கிறித்தவக் காப்பியங்கள் என்னும் இந்நூலை ஓரளவு முழுமையாக எழுத முடிந்தது என்பது முற்றிலும் உண்மை. என் நெஞ்சிருக்கும் வரை இவர்கள் நினைவிருக்கும்.

இந்நூலை எழுதுவதில் எனக்கு ஊக்கமளித்ததுடன் கருத்துகளைப் பகிர்ந்து கொண்டவர்கள் பலர். குறிப்பாக, சென்னைப் பல்கலைக்கழகக் கிறித்தவ இலக்கிய இருக்கையின் மேனாள் தலைவர் காலஞ்சென்ற முனைவர் வீ. ஞானசிகாமணி அவர்களுக்கும், சென்னைக் கிறித்தவக் கல்லூரித் தமிழ்த்துறையின் மேனாள் தலைவர்கள் முனைவர் மோசஸ் மைக்கேல் பாரடே, முனைவர் சா. பாலுசாமி மற்றும் முனைவர் திருமதி. பாலின் எடிசன் ஆகியோருக்கும், சென்னை கிறித்தவக் கல்லூரித்

தமிழ்த்துறைப் போராசிரியர்கள் முனைவர் ஏ. பால்பிரபு சாந்தராஜ் மற்றும் முனைவர் திருமதி ஜெ. சுடர்விழி ஆகியோருக்கும், மகளிர் கிறித்தவக் கல்லூரித் தமிழ்த்துறையின் மேனாள் தலைவர் முனைவர் திருமதி ம. பிளாரன்ஸ் அவர்களுக்கும், செல்லம்மாள் மகளிர் கல்லூரியின் தமிழ்ப் பேராசிரியர் முனைவர் திருமதி தா.ஏ. சிரிஷா அவர்களுக்கும், மதுரையிலுள்ள தமிழ்நாடு இறையியல் கல்லூரிப் பேராசிரியர் முனைவர் அருட்பணி. இரா. செ. டென்சன் எக்டர் அவர்களுக்கும் என் நன்றியினைத் தெரிவித்துக் கொள்கிறேன்.

உலக அளவில் புகழ் பெற்ற ஆசியவியல் நிறுவனத்தின் மூலம் இரட்சணிய யாத்திரிகம், கிறிஸ்தாயனம், விடிவெள்ளி மகராசன் வேதமாணிக்கம் காவியம் என்னும் மூன்று கிறித்தவக் காப்பியங்கள் வெளியிடப்பட்டுள்ளன. இவற்றுள் முதலிரண்டு காப்பியங்களும் இரு முறை வெளிவந்துள்ளன. ஆசியவியல் நிறுவனத்தின் நிறுவனர் மற்றும் இயக்குநர் முனைவர் ஜி. ஜான் சாமுவேல் அவர்கள் கிறித்தவக் காப்பியங்களை வெளியிட்டதுடன் இந்நூல் வெளிவருவது தொடர்பாகக் கருத்துகள் நல்கியும், நூலுக்கு அணிந்துரை வழங்கியும் ஊக்கம் அளித்துள்ளார்கள். அவர்களுக்கு எனது நன்றியினைத் தெரிவித்துக் கொள்கிறேன். மேலும் இந்நூல் வெளிவருவதில் துணைநின்ற எனது பேராசிரியரும் நாட்டுப்புறவியல் ஆய்வாளருமான முனைவர் அ.கா.பெருமாள் அவர்களுக்கும், மோரியா ஊழியங்கள் திரு. ந. ஜான் ஜெயானந்தம், திரு. P. போஸ் பொன்ராஜ் ஆகியோர்களுக்கும் என் நன்றியினைத் தெரிவித்துக் கொள்கிறேன்.

இந்நூல் வெளிவருவதில் ஊக்கம் கொடுத்து ஆதரவுக்கரம் நீட்டிய நியூ செஞ்சுரி புக் ஹவுஸ் (பி) லிட். நிறுவனத்தின் மேலாண்மை இயக்குநர் தோழர் க. சந்தானம் அவர்களுக்கும், நாகர்கோவில் கிளை மேலாளர் தோழர் இரா. மு. தனசேகரன் அவர்களுக்கும் எனது நன்றியினைத் தெரிவித்துக் கொள்கிறேன். மேலும் கணினி மூலம் வடிவமைத்துக் கொடுத்த திருமதி காஞ்சனாதேவி இராசமாணிக்கம் அவர்களுக்கும், ஜெபத்தின் மூலம் தாங்கிய எனது மனைவி திருமதி ஞா. ஷீபா நேசகுமாரி அவர்களுக்கும் என் நன்றியைத் தெரிவித்துக் கொள்கிறேன். கிறித்தவ இலக்கியப் பணியில் என்னை ஈடுபடுத்தி செயல்பட வைக்கும் எம்பெருமான் இயேசு நாதரின் திருவடிகளை வணங்கி நன்றியினைக் காணிக்கையாகப் படைக்கிறேன்.

கிழக்குத் தாம்பரம்,
11-08-2023

நிறைந்த அன்புடன்,
யோ. ஞான சந்திர ஜாண்சன்

பொருளடக்கம்

I.	முன்னுரை	13
II.	கிறித்தவக் காப்பியங்களின் தோற்றமும் வளர்ச்சியும்	18
III.	திருமறை வரலாற்றுக் காப்பியங்கள்	
	1. திருவாக்குப் புராணம்	39
	2. நசரேய புராணம்	47
	3. அருளவதாரம்	54
	4. இயேசு புராணம்	68
	5. உலக ஜோதி	78
	6. ஆதியாகம காவியம்	94
IV.	கிறிஸ்துவின் வரலாற்றுக் காப்பியங்கள்	
	7. கிறிஸ்தாயனம்	112
	8. ஞானானந்த புராணம்	124
	9. கிறிஸ்து மான்மியம்	126
	10. சுவிசேட புராணம்	131
	11. ஏசுநாதர் சரிதை	139
	12. திருஅவதாரம்	148
	13. இரட்சகராகிய இயேசுநாதர்	157
	14. சுடர்மணி	166
	15. கிறிஸ்து வெண்பா 1000	176
	16. இயேசு காவியம்	184
	17. மீட்பதிகாரம் என்னும் பேரின்பக் காப்பியம்	202
	18. மகிமையின் மைந்தன்	215
	19. உலகின் ஒளி	221
	20. கிறிஸ்து காவியம்	228
	21. இயேசு அருட்காவியம்	236
	22. அருட்காவியம்	244
	23. இதோ மானுடம்	254
	24. அருள் மைந்தன் மாகாதை	265
	25. இயேசுநாதர் வெண்பா	272

V. திருமறை மாந்தர் வரலாற்றுக் காப்பியங்கள்

26.	யோசேப்புப் புராணம்	278
27.	எஸ்தர் காவியம்	284
28.	கன்னிமரி காவியம்	302
29.	அருள்நிறை மரியம்மைக் காவியம்	314
30.	மீட்பரசி	330
31.	எபிரேயப் பேரழகி எசுத்தார்	341
32.	பவுலடியார் பாவியம்	349

VI. திருமறைசாரா மாந்தர் வரலாற்றுக் காப்பியங்கள்

33.	ஞானாதிக்கராயர் காப்பியம்	363
34.	அர்ச். சவேரியார் காவியம்	375
35.	தெய்வ சகாயன் திருச்சரிதை	385
36.	அருள் ஒளி அன்னை தெரேசா காவியம்	396
37.	அன்பு மலர் அன்னை தெரேசா	409
38.	திருத்தொண்டர் காப்பியம்	415
39.	ஞான ஒளி தூய சவேரியார் காவியம்	437
40.	காய பிரான்சிசு காவியம்	446
41.	விடிவெள்ளி மகராசன் வேதமாணிக்கம் காவியம்	456

VII. தழுவல் காப்பியங்கள்

42.	தேம்பாவணி	472
43.	இரட்சணிய யாத்திரிகம்	493
44.	திருச்செல்வர் காவியம்	526
45.	மோட்சப் பயணக் காவியம்	544

VIII. மொழிபெயர்ப்புக் காப்பியங்கள்

46.	பூங்காவனப் பிரளயம்	552
47.	சுவர்க்க நீக்கம்	563

IX. மக்களினக் காப்பியம்

48.	பரவர் புராணம்	573

X. கிறித்தவக் காப்பியங்களின் தனித்தன்மைகள் — 584

XI. துணைநூல் பட்டியல் — 591

ஆசிரியரின் பிற நூல்கள் — 600

I. முன்னுரை

அச்சு ஊடகம் ஆற்றல் மிக்கது என்பதை இந்தியாவுக்கு விளங்க வைத்தவர்கள் கிறித்தவ அருட்பணியாளர்கள். இந்திய மொழிகளில் முதலில் அச்சான மொழி தமிழ்; அச்சிட்டோர் கிறித்தவர்கள். இன்று இந்தியா முழுவதும் ஆயிரக்கணக்கான புத்தகக் கண்காட்சிகள் நடை பெறுகின்றன. ஆனால் முதன் முதலில் புத்தகத்தை இந்தியாவின் கண்களில் காட்டியவர்கள் கிறித்தவர்கள். இந்தியாவின் முதல் அச்சு நூல் தொடங்கி கிறித்தவத் தமிழ் இலக்கியத்தின் வளர்ச்சி, தமிழ் இலக்கிய வரலாற்றில் பரந்துபட்ட ஒன்று. தமிழ் இலக்கிய வரலாற்று வகைமைகளில் தனிப்படுத்திச் சொல்லுமளவிற்குத் தனக்கென்று சிறப்பிடம் பெற்றுத் திகழ்வது கிறித்தவத் தமிழ் இலக்கிய வரலாறு. கிறித்தவத் தமிழ் இலக்கியங்கள் தமிழ்நாட்டுக் கிறித்தவர்களால் மட்டுமின்றி, மேலைநாட்டுக் கிறித்தவர்களாலும், இலங்கைத் தமிழர்களாலும், தமிழ் நாட்டிலுள்ள கிறித்தவர் அல்லாதவர்களாலும் படைக்கப்பட்டுள்ளன. தமிழ் இலக்கிய வளங்களையும் மரபுகளையும் உள்ளடக்கியத் தரமான படைப்புகளாக அவை வெளிவந்தன. அவை மதம் பரப்புவனவாய் இல்லாமல், தூய மனமும் இலக்கிய மணமும் பரப்புவனவாகவே அமைந்துள்ளன.

தொடக்க நூல்கள்

இயேசு சபைத் துறவியான அன்டிரிக் அடிகளார் (Henrique Henriques) (1520-1600) முதன் முதலில் 1578 ஆம் ஆண்டில் கொல்லத்தில் தமிழ் எழுத்துகளை உருவாக்கி, 'தம்பிரான் வணக்கம்' என்னும் மொழிபெயர்ப்பு நூலை அச்சிட்டார். 1579 ஆம் ஆண்டு கொச்சியில் அன்டிரிக் அடிகளாரின் இரண்டாவது நூல், கிறித்தவத்தின் அடிப்படை உண்மைகளை விளக்கும் 'கிரீசித்தியானி வணக்கம்' என்னும் மொழிபெயர்ப்பு நூலாக அச்சிடப் பட்டது. இவ்விரண்டு நூல்களும் தமிழ் நூல்களாயினும் தமிழகத்தில் அச்சிடப்படவில்லை. தமிழகத்தில் முதன் முதலாக 1580 ஆம் ஆண்டு தூத்துக்குடி மாவட்டத்திலுள்ள புன்னைக்காயல் என்னும் இடத்தில் அன்டிரிக் அடிகளார் அச்சகம் அமைத்து, 1580 இல் 'கொம்பெசியொனாயரு'

என்னும் நூலையும் 1586 இல் 'அடியவர் வரலாறு' என்னும் நூலையும் தமிழில் வெளியிட்டார். கோவாவில் உருவாக்கிய தமிழ் உலோக அச்செழுத்துகள் புன்னைக்காயல் அச்சகத்தில் பயன்படுத்தப் பட்டன. இவர் ஏற்படுத்தியிருந்த புன்னைக்காயல், கொல்லம், கொச்சி ஆகிய இடங்களிலுள்ள அச்சகங்கள் அக்காலத்தில் நடைபெற்ற பல்வேறு உள்நாட்டுப் போர்களால் அழிந்துபட்டன. தமிழ் அச்சுக் கலையின் தந்தையாக அன்டிரிக் அடிகளார் போற்றப்படுகிறார்.

அன்டிரிக் அடிகளார் தாம் எழுதிய அடியவர் வரலாற்றிலுள்ள புனித அந்தோனியார் வரலாற்றை அம்மானை வடிவில் இயற்ற, புன்னைக்காயல் புலவர் அந்தோனியிடம் வேண்டினார். அடிகளாரின் வேண்டுகோளை நிறைவேற்றுவதற்காக புலவர் அந்தோனி அவர்கள் அந்தோனியார் அம்மானையை இயற்றினார். இந்நூலின் இயற்பெயர் சந்தந்தோனியார் (சந்த்+அந்தோனியார்) அம்மானை என்பதாகும். சந்த் என்பது போர்ச்சுக்கீசிய மொழிச் சொல்லாகும். இதற்குத் தமிழில் புனிதம் என்பது பொருள். இன்று இந்நூல் புனித அந்தோனியார் அம்மானை என வழங்கப்படுகிறது. இதுவே கிறித்தவ இலக்கியத்தில் இயற்றப்பட்ட முதல் தமிழ் நூலாகும். இந்நூலில் 62 விருத்தங்களும் ஒரு கலித்துறையும் 670 அம்மானைக் கண்ணிகளும் உள்ளன. காப்பு, அவையடக்கம் தவிர 30 சிறு பிரிவுகளால் இவ்வம்மானை பகுக்கப்பட்டுள்ளது. இந்நூல் 1586க்கும் 1600க்கும் இடைப்பட்ட காலத்தில் இயற்றப்பட்டிருக்கலாம். அன்டிரிக் அடிகளாரின் வேண்டுகோளால், அவரது காலத்தில் படைக்கப்பட்ட இந்நூல், அடிகளாரால் அச்சாக்கம் பெறாதது ஏன் என்பது கேள்விக்குறியே. சுமார் 300 ஆண்டுகளாக ஓலைச்சுவடியிலிருந்த இந்நூல், 1892 ஆம் ஆண்டு திரிகோணமலை அ. இன்னாசித்தம்பி அவர்களால் யாழ்ப்பாணத்தில் வெளியிடப்பட்டது. அதன் பின்னர் இந்நூல் பல பதிப்புகளைக் கண்டுள்ளது.

வீரமாமுனிவரும் சீகன்பால்குவும்

புலவர் அந்தோனியைத் தொடர்ந்து சுமார் நூறாண்டு இடைவெளிக்குப் பின்னர், வீரமாமுனிவரால் சிற்றிலக்கியங்களும் காப்பியமும் படைக்கப்பட்டன. புலவர் அந்தோனிக்கும் வீரமா முனிவருக்கும் இடைப்பட்ட காலங்களில் கிறித்தவ இலக்கியங்கள் படைக்கப்பட்டமைக்கு எவ்விதச் சான்றுகளும் இல்லை. கிறித்தவ இலக்கிய வகைமைகளுள் காப்பியம் குறிப்பிடத்தக்கது. தேம்பாவணியை வீரமாமுனிவர் எழுதுவதற்கு சீர்த்திருத்த திருச்சபையைச் சார்ந்த ஜெர்மானிய அருட்பணியாளர் அருள்திரு. பர்த்தலோமேயு சீகன்பால்கு மொழிபெயர்த்த

விவிலியமும் இசுபானிய நாட்டில் எழுதப்பட்ட கடவுளின் நகரம் என்னும் நூலும் துணையாக இருந்தன. சீகன்பால்குவின் உரைநடை, விவிலியம் மற்றும் வழிபாட்டுப் பாடல்களின் மொழிபெயர்ப்புப் பணிகளும் வீரமா முனிவரின் காப்பியம், சிற்றிலக்கியம் மற்றும் உரைநடைப் பணிகளும் கிறித்தவ இலக்கியத்தின் தொடர் வளர்ச்சிக்கு அடிப்படைக் காரணிகள்.

வேதநாயக சாஸ்திரியார்

இவ்விருவரின் பணிகளைத் தொடர்ந்து மேலைநாட்டு அருட்பணியாளர்களும் இலங்கைத் தமிழ்ப் புலவர்களும் நம்நாட்டுத் தமிழ்ப் படைப்பாளர்களும் கிறித்தவ இலக்கியத்தில் பல வகைமைகளைப் படைத்தனர். இப்படைப்புகளால் கிறித்தவத் தமிழ் இலக்கியத்தின் எல்லை பரந்து விரிந்தது; கிறித்தவத் தமிழ் இலக்கியத்தின் சிறப்பு பேசப்பட்டது. இத்தகைய சிறப்பிற்கு வேதநாயக சாஸ்திரியாரின் கிறித்தவத் தமிழ் இலக்கியப் பணியே காரணம். வேதநாயக சாஸ்திரியார் கிறித்தவச் சிற்றிலக்கியங்களும் கிறித்தவக் கீர்த்தனைகளும் படைத்ததின் வாயிலாக கிறித்தவத்தின் பொருண்மையும் மேன்மையும் மக்களிடம் சென்றடைந்தன. இவரால் எழுதப்பட்ட கிறித்தவக் கீர்த்தனைகள் இன்றும் இறைவழிபாடுகளில் உணர்ச்சி பொங்கப் பாடப்பட்டு வருகின்றன. இவரது கீர்த்தனைகளைப் பின்பற்றி தமிழகத்திலும் இலங்கையிலும் சுமார் 200க்கும் மேற்பட்ட கவிஞர்கள் கீர்த்தனைகள் எழுதி இறைவனுக்குப் புகழ் சேர்த்துப் பெருமிதம் அடைந்துள்ளனர். வேதநாயக சாஸ்திரியார் தமது படைப்புகளில் கிறித்தவக் கொள்கைகளை விவரிப்பதுடன் சமூக சிந்தனைகளையும், மக்கள் களைய வேண்டிய மூடநம்பிக்கைகளையும் எடுத்தியம்பினார். இதன் மூலம் கிறித்தவத் தமிழ் இலக்கியம் கிறிஸ்துவைப் பற்றி மட்டும் விவரிக்காமல் சமூக மேன்மைக்காகவும் குரல் கொடுக்கும் நிலையை சாஸ்திரியார் தொடங்கி வைத்தார்.

வேதநாயக சாஸ்திரியாரின் இவ்வணுகுமுறையை, அவருக்குப் பின்னர் வந்த கிறித்தவத் தமிழ் இலக்கியப் படைப்பாளர்களும் பின்பற்றினர். இவர்கள் சிற்றிலக்கியங்கள் மட்டுமன்றி புனைகதை, நாடகம் மற்றும் புதுக்கவிதைகளிலும் கிறித்தவக் கருத்துகளுடன் முற்போக்குச் சிந்தனைகளைக் கலந்து கொடுத்து, பொதுவாக சமூகத்தில், குறிப்பாகக் கிறித்தவச் சமூகத்தில் காணலாகும் சீர்கேடுகளைச் சுட்டிக் காட்டினர். இவ்விலக்கியங்களுள் சில மது குடிப்பதால் வரும் தீமைகளை உணர்த்துகின்றன; சில சாதி வேறுபாட்டால் வரும் சிக்கல்களைத் தெளிவுபடுத்துகின்றன; சில பெயரளவிலுள்ள கிறித்தவர்களைச் சுட்டிச் சாடுகின்றன. கிறித்தவத் தமிழ் இலக்கியங்கள் மக்களுக்கு அறிவுரை பகரும்

இலக்கியங்களாகப் பரிணமித்துள்ளன. இவ்வளர்ச்சி நிலைகள் கிறித்தவத் தமிழ் இலக்கியத்தின் ஏற்றத்திற்கானக் காரணிகள்.

விவிலிய அடிப்படை

கிறித்தவ இலக்கிய வகைமைகளில் முதன்மையானதாகக் கருதப் படும் கிறித்தவக் காப்பியங்கள் இயேசு கிறிஸ்துவை, விவிலியத்தில் இடம் பெற்றுள்ள மாந்தர்களை, இறையடியவர்களை மையமாகக் கொண்டு எழுதப்பட்டுள்ளன. இக்காப்பியங்களுக்கு விவிலியமே அடிப்படைக் களமாகும். சில காப்பியங்கள் விவிலியம் முழுவதையும் அடிப்படையாகக் கொண்டும், சில புதிய ஏற்பாட்டை மையமாகக் கொண்டும், சில விவிலியத்திலுள்ள ஒரு நூலை ஆதாரமாகக் கொண்டும் இயற்றப் பட்டுள்ளன. தேம்பாவணி தொடங்கி விடிவெள்ளி மகராசன் வேதமாணிக்கம் காவியம் வரையில் வெளிவந்துள்ள கிறித்தவக் காப்பியங்கள் அனைத்தும், கிறித்தவ இலக்கியத்தின் தனித்தன்மைகளை எடுத்தியம்புவனவாய் அமைந்துள்ளன. இக்காப்பியங்களில் பல மறைந்தும், மறைக்கப்பட்டும், மறக்கப்பட்டும் போயின. இவற்றை வெளிக்கொணர்வது தமிழறிஞர்களின் தலையாய கடமையாகும். இன்றைய ஆய்வாளர்கள் இத்தகையத் துறைகளில் நாட்டம் செலுத்துபவர்களாக இருப்பது கிறித்தவ இலக்கிய ஆய்வுலகுக்கு நலமும் வளமும் சேர்க்கும் என்பதில் ஐயமில்லை.

எண்ணிக்கையும் வகைப்பாடும்

கிறித்தவக் காப்பியங்கள் என்னும் இந்நூலில் மரபிலக்கணத்தின் அடிப்படையில் எழுதப்பட்ட 48 கிறித்தவக் காப்பியங்கள் அறிமுகப் படுத்தப்படுகின்றன. இந்த 48 காப்பியங்களும் திருமறை வரலாற்றுக் காப்பியங்கள், கிறிஸ்துவின் வரலாற்றுக் காப்பியங்கள், திருமறை மாந்தர் வரலாற்றுக்காப்பியங்கள், திருமறை சாரா மாந்தர் வரலாற்றுக் காப்பியங்கள், தழுவல் காப்பியங்கள், மொழிபெயர்ப்புக் காப்பியங்கள், மக்களினக் காப்பியம் என ஏழு தலைப்புகளில் பாகுபாடு செய்யப்பட்டுள்ளன. திருமறையின் பழைய ஏற்பாடு, புதிய ஏற்பாடு என்னும் இரு பிரிவுகளிலும் கூறப்பட்டுள்ள முழு வரலாற்றையோ அல்லது பழைய ஏற்பாடு பகுதியில் அமைந்துள்ள தொடக்ககால வரலாற்றை மட்டுமோ அல்லது திருமறையின் ஒரு தனி நூலின் வரலாற்றையோ எடுத்துரைக்கும் காப்பியங்கள் முதல் பகுப்பில் அடக்கப்பட்டுள்ளன. முழுத் திருமறைக்கும் நடுநாயகமாக விளங்கும் கிறிஸ்து பெருமானின் வரலாற்றை முழுமையாகவோ பகுதியாகவோ விரித்துரைக்கும் காப்பியங்கள் இரண்டாம் பகுப்பில்

சேர்க்கப்பட்டுள்ளன. திருமறையில் இடம்பெறும் முக்கிய மாந்தர் சிலரது வரலாற்றை விளக்கும் காப்பியங்கள் மூன்றாம் பகுப்பில் தரப்பட்டுள்ளன. திருமறையில் இடம்பெறாத கிறித்தவ அருட் தொண்டர்கள் மற்றும் புனிதர்களது வரலாற்றைக் கூறும் காப்பியங்கள் நான்காம் பகுப்பில் இணைக்கப் பட்டுள்ளன. காப்பியப் பாடுபொருள் எதுவாயினும் பிறநாட்டு, பிறமொழிக் காப்பியங்களைத் தழுவிப் படைக்கப்பட்டுள்ள தமிழ்க் காப்பியங்கள் ஐந்தாவது பகுப்பில் இடம் பெறுகின்றன. மொழி பெயர்ப்புக் காப்பியங்கள் ஆறாவது பகுப்பில் இடம்பெற்றுள்ளன. ஓர் இன மக்களின் தொன்மை வரலாற்றை விவரிக்கும் வகையில் ஏழாவது பகுப்பில் மக்களினக் காப்பியம் இடம் பெற்றுள்ளது. கிறித்தவக் காப்பியங்களைப் பற்றிய பார்வையில் ஒரு தெளிவு அமைந்திட வேண்டும் என்னும் நோக்கிலேயே இவ்வாறு பகுக்கப்பட்டுள்ளது.

ஒலியமைப்பு முறைகள்

நூல் நெடுக கிறிஸ்து பெருமானின் பெயரைக் குறிக்கும் இடங்களில் எல்லாம் 'கிறிஸ்து' என வட எழுத்திட்டும் (ஸ்), கிறித்தவம், கிறித்துநெறி என்பன போல வரும் பிற இடங்களில் வட எழுத்துகளைத் தவிர்த்தும் (கிறித்தவம்) எழுதப்பட்டுள்ளது. இறைமகனின் திருப்பெயரை, மூல கிரேக்கச் சொல்லின் ஒலியமைப்பு குன்றாமலே குறிப்பிடுவது நல்லது என்ற நோக்குடன் இம்முறை இந்நூலில் கையாளப்பட்டுள்ளது.

இந்நூலில் அறிமுகப்படுத்தப்பட்டுள்ள 48 காப்பியங்கள் மட்டுமல்லாமல் இன்னும் சில கிறித்தவக் காப்பியங்கள் இருக்கக்கூடும். நூலாசிரியரின் தேடுதலின் பயனாக, 48 காப்பியங்கள் கிடைக்கப் பெற்றுள்ளன. இக்காப்பியங்கள் மூலம் காலந்தோறும் கிறித்தவக் காப்பியங்களின் வளர்ச்சி எங்ஙனம் இருந்துள்ளது என்பதை அறிந்து கொள்ளலாம். மேலும் கிறித்தவக் காப்பியங்களை மதிப்பீடு செய்வதற்கும் இந்நூல் உதவிகரமாக அமையலாம். இந்நூலில் அறிமுகம் செய்யப் பட்டுள்ள பல காப்பியங்கள் கிறித்தவத் தமிழ் இலக்கிய உலகினரால்கூட அறியப்படாமலிருப்பது வருத்தத்திற்குரியது. இக்காப்பியங்களில் பல, மறுபதிப்புகளாக வெளியிடப்பட்டால், இவற்றின் சிறப்பு தமிழ் இலக்கிய உலகில் நிலைநிற்கும். தமிழன்னையின் இலக்கியப் பேழையில் மறைந்து மங்கிக் கிடக்கும் அம்மணி முத்துகள் மீண்டும் ஒளி வீசிடவும் அஃது வழிவகுக்கும் அல்லவா?

II. கிறித்தவக் காப்பியங்களின் தோற்றமும் வளர்ச்சியும்

கிறித்தவத் தமிழ் இலக்கியம் மேலைநாட்டு அருட்பணியாளர்களால் தோற்றுவிக்கப்பட்டு, நம் நாட்டவர்களால் வளர்ந்து வருகின்றது. காப்பியம், சிற்றிலக்கியம், கீர்த்தனை, உரைநடை, மொழிபெயர்ப்பு, நாடகம், புதுக்கவிதை, நாட்டார் வழக்காற்றியல் எனப் பல்வேறு வடிவங்களில் கிறித்தவத் தமிழ் இலக்கியத்தின் எல்லை பரந்து விரிந்துள்ளது. இதில் கிறித்தவர்களின் பங்குடன் கிறித்தவரல்லாதாரின் பங்கும் உள்ளது. கிறித்தவத் தமிழ் இலக்கியம் இயேசு கிறிஸ்துவை மட்டுமே மையமாகக் கொள்ளாமல், அவரின் சீடர், அவரின் கொள்கைகளைப் பின்பற்றியோர், இன்றைய கிறித்தவச் சமூகம் முதலிய பல்வேறு கருப்பொருள்களையும் மையமாகக் கொண்டுள்ளது.

இயேசு கிறிஸ்துவின் சீடர்களுள் ஒருவரான புனித தோமையரால் தமிழகத்தில் கிறித்தவம் வேரூன்றத் தொடங்கியது. புனித தோமையருக்குப் பின் வாஸ்கோடகாமாவின் வருகைக்கு முன் சுமார் 15 நூற்றாண்டுகளாகக் கிறித்தவம் பண்டைத் தமிழகத்தில் பல்வேறு இடங்களில் பலராலும் வளர்த்தெடுக்கப்பட்டு வந்தது என்பதற்குப் பல சான்றுகள் உள்ளன. கோழிக்கோட்டில் வாஸ்கோடகாமா வந்திறங்கும் போது, அங்கும் கேரளாவின் வேறுபல இடங்களிலும் கிறித்தவத் தேவாலயங்கள் காணப்பட்டன. 1498 ஆம் ஆண்டில் வாஸ்கோடகாமாவின் வருகைக்குப் பின்னர், மேலை நாடுகளிலிருந்து அருட்பணியாளர்கள் தமிழகத்திற்கு வருகை புரிந்து இறைச் செய்தியைப் பரப்பியும், மனிதநேயத் தொண்டுகள் புரிந்தும் வந்தனர். தொடக்க நிலையில் புனித பிரான்சிஸ் சவேரியாரின் பணிகளும் அவரைத் தொடர்ந்து இயேசு சபையினரின் பணிகளும் கிறித்தவ வளர்ச்சிக்குத் துணைநின்றன.

கிறிஸ்ட புராணா (Krista Purana)

தெற்காசிய மொழிகளில் விவிலியத்தை அடிப்படையாகக் கொண்டு முதன் முதலாக வெளிவந்த காப்பிய வடிவிலான நூல் 'கிறிஸ்ட புராணா'

என்பதாகும். இந்நூலை விவிலியத்தின் தொடக்ககால மறுபிரவேசம் எனக் குறிப்பிடுவர். இப்புராணம் 1616 ஆம் ஆண்டு இயேசு சபைப் பாதிரியார் தாமஸ் ஸ்டீபன்ஸ் அவர்களால் இயற்றப் பட்டது. இவர் ஓர் ஆங்கிலேயர். இவர் 1579 ஆம் ஆண்டு கோவாவிற்கு வருகை புரிந்து, 1619 ஆம் ஆண்டு தமது முடிவு வரையிலும் இறைப்பணியாற்றி வந்தார். இப்புராணத்தில் 10962 செய்யுள்கள் இடம்பெற்றுள்ளன. இது புராண பாரம்பரியத்தில் இயற்றப்பட்டுள்ளது. இப்புராணத்தில் இறைவன் உலகத்தையும் மனிதனையும் படைத்தது முதல் இயேசு கிறிஸ்து பரலோகம் சென்றது வரையிலான செய்திகள் எடுத்துரைக்கப் பட்டுள்ளன. இப்புராணம் இரு பகுதிகளாலானது. முதல் பகுதி (பைலெம் புராணா - முதல் புராணம்) விவிலிய பழைய ஏற்பாட்டைக் கொண்டும், இரண்டாம் பகுதி (துசரேம் புராணா - இரண்டாம் புராணம்) புதிய ஏற்பாட்டைக் கொண்டும் அமைந்துள்ளது. இப்புராணம் மராத்தி மொழியில் ரோமானிய எழுத்தில் அச்சிடப்பட்டுள்ளது. இந்நூலாசிரியர் தமது சமகாலத்தவர்களைப் போன்று புராணத்தின் தொடக்கத்தில் மராத்தி மொழிக்கு வாழ்த்துத் தெரிவிக்கின்றார். இப்புராணம் விவிலியத்திற்கு ஒரு தனித்துவமான உள்ளூர் விளக்கத்தை அளிக்கிறது.

சீகன்பால்குவும் வீரமாமுனிவரும்

இயேசு சபையினரைத் தொடர்ந்து 1706 ஆம் ஆண்டு சீர்திருத்தத் திருச்சபையின் அருட்பணியாளர் அருள்திரு. பார்த்தலோமேயு சீகன்பால்கு தரங்கம்பாடியில் வந்து தங்கி, தமிழ் மொழியைக் கற்று விவிலியத்தையும், ஆங்கிலம் மற்றும் செர்மானிய வழிபாட்டுப் பாடல்களையும் தமிழாக்கம் செய்து அச்சிட்டு வெளியிட்டார். இம்மொழிபெயர்ப்பு மற்றும் தமிழ் விவிலிய வெளியீட்டுப் பணி தமிழகத்தில் கிறித்தவத்தின் வளர்ச்சிக்கும், கிறித்தவ மக்களின் வாழ்வியல் முன்னேற்றத்திற்கும், கிறித்தவத் தமிழிலக்கியம் என்னும் இலக்கியப் பிரிவு தமிழில் தோன்றுவதற்கும் அடிப்படையாக அமைந்தது. குறிப்பாக, விவிலியத்தின் தமிழ் மொழி பெயர்ப்பு தமிழ் இலக்கிய வளர்ச்சியிலும், தமிழ் மொழி வரலாற்றிலும் ஒரு மாபெரும் திருப்பு முனையாக அமைந்துள்ளது.

சீகன்பால்குவின் காலத்தில் 1711 ஆம் ஆண்டு தமிழகம் வந்த வீரமாமுனிவர், தமிழ் கற்று சிற்றிலக்கியம், காப்பியம், உரைநடை, கீர்த்தனை ஆகிய பல்வேறு வகையான கிறித்தவ இலக்கியங்களையும் அகராதியையும் படைத்தார். அவற்றுள் குறிப்பிடத்தக்க பெருமை வாய்ந்தது தேம்பாவணி. இதுவே தமிழில் எழுதப்பட்ட முதல் கிறித்தவக் காப்பியம். இக்காப்பியத்தால் கிறித்தவத் தமிழ் இலக்கியம் மட்டுமல்லாது, தமிழும் பெருமை பெற்றது.

கிறித்தவக் காப்பியங்கள்

இலக்கிய வகைகளுள் காப்பியம் உயர்வான ஒரு வகை. தமிழில் முதலில் தோன்றிய சிலப்பதிகாரம் முதல், இன்றைய விடிவெள்ளி மகராசன் வேதமாணிக்கம் காவியம் வரை காப்பியம் வளர்ச்சி யடைந்துள்ளது. கிறித்தவ இலக்கியம் தோன்றிய காலச்சூழலிலேயே கிறித்தவக் காப்பியமும் தோன்றியது கிறித்தவ இலக்கியத்திற்குக் கிடைத்த பெருமை. கிறித்தவ இலக்கியத்தின் முதல் காப்பியமான தேம்பாவணியைத் தொடர்ந்து பல விதமான பா வடிவில், மரபிலக்கணத்தில் பல காப்பியங்கள் தோன்றியுள்ளன. இவற்றில் சில இயேசு கிறிஸ்துவின் வாழ்க்கை வரலாற்றை மட்டும் நற்செய்தி நூல்களின் அடிப்படையில் விவரிப்பதாகவும், சில காப்பியங்கள் இயேசு கிறிஸ்துவின் தாயாகிய மரியாளின் வரலாற்றைப் புலப்படுத்துவதாகவும், சில காப்பியங்கள் விவிலியம் முழுவதிலுமுள்ள செய்திகளைச் சுருக்கமாகச் சொல்வதாகவும், சில காப்பியங்கள் விவிலியத்திலுள்ள மாந்தர்களை மட்டும் (யோசேப்பு, எஸ்தர், யூதித்து, பவுல்) விரித்துரைப்பதாகவும், சில காப்பியங்கள் இயேசு கிறிஸ்துவின் அடியவர்களை (புனித சவேரியார், அன்னை தெரேசா, தேவசகாயம் பிள்ளை, பிரான்சிசு அசிசியார், மகராசன் வேதமாணிக்கம்) விவரிப்பதாகவும் அமைந்துள்ளன. இவற்றுள் மரியாளைக் குறித்து இரண்டு காப்பியங்களும் எஸ்தரைக் குறித்து இரண்டு காப்பியங்களும், சவேரியாரைப் பற்றி இரண்டு காப்பியங்களும் அன்னை தெரேசாவைப் பற்றி இரண்டு காப்பியங்களும் தேவசகாயம் பிள்ளையைக் குறித்து இரண்டு காப்பியங்களும் உள்ளன. கிறித்தவக் காப்பியங்களின் இரு கண்களாகப் போற்றப்பட்டுவரும் தேம்பாவணியும் இரட்சணிய யாத்திரிகமும் தழுவல் காப்பியங்களாகும். மொழிபெயர்ப்புக் காப்பியங் களாகப் பூங்காவனப் பிரளயம், சுவர்க்க நீக்கம் ஆகியவை திகழ்கின்றன. இன்றைக்குக் கிறித்தவக் காப்பியங்களின் எண்ணிக்கையைப் பலரும் பலவிதமாகக் குறிப்பிட்டாலும் கீழ்க் காணப்படும் கிறித்தவக் காப்பியங்கள் குறிப்பிடத்தக்கன:

1. தேம்பாவணி - வீரமாமுனிவர் (1728)
2. யோசேப்புப் புராணம் - கூழங்கைத் தம்பிரான் (1795 க்கு முன்னர்)
3. கிறிஸ்தாயனம் - ஜான்பால்மர் (1865)
4. ஞானாதிக்கராயர் காப்பியம் - சாமிநாதர் (1865)
5. திருவாக்குப் புராணம் - கனகசபைப் புலவர் (1866)
6. ஞானானந்த புராணம் - தொம் பிலிப்பு நாவலர் (1874)
7. அர்ச். சவேரியார் காவியம் - அந்தோனிமுத்து நாயகர் (1882)

8. பூங்காவனப் பிரளயம் - சாமுவேல் வேதநாயகம் தாமஸ் (1887)
9. கிறிஸ்து மான்மியம் - ஸ்தொஷ் ஐயர் (1891)
10. இரட்சணிய யாத்திரிகம் - எச்.ஏ. கிருஷ்ணபிள்ளை (1894)
11. சுவர்க்க நீக்கம் - வெ.ப. சுப்பிரமணிய முதலியார் (1895)
12. சுவிசேட புராணம் - சுகாத்தியர் (1896)
13. திருச்செல்வர் காவியம் - பூலோகசிங்க அருளப்ப நாவலர் (1896)
14. பரவர் புராணம் - த. அருளப்ப முதலியார் (1909)
15. ஏசுநாதர் சரிதை - சுத்தானந்த பாரதியார் (1926)
16. திருஅவதாரம் - மாணிக்கவாசகம் ஆசீர்வாதம் (1946)
17. இரட்சகராகிய இயேசு நாதர் - ஞானாபரணம் (1950)
18. நசரேய புராணம் - ஜே.எஸ். ஆழ்வார் பிள்ளை (1950 களில்)
19. சுடர்மணி - ஆரோக்கியசாமி (1976)
20. கிறிஸ்து வெண்பா 1000 - கி.மு.ம. மரியந்தோனி (1979)
21. இயேசு காவியம் - கண்ணதாசன் (1981)
22. அருளவதாரம் - வி. மரிய அந்தோனி (1983)
23. மீட்பதிகாரம் என்னும் பேரின்பக் காவியம் - பவுல் இராமகிருட்டிணன் (1986)
24. இயேசு புராணம் - ஈழத்துப் பூராடனார் (1986)
25. எஸ்தர் காவியம் - இராபின்சன் குரூசோ (1986)
26. மகிமையின் மைந்தன் - அன்பம்மாள் ஏசுதாஸ் (1986)
27. கன்னிமரி காவியம் - த. பத்திநாதன் (1987)
28. மோட்சப் பயணக் காவியம் - ஏ.த. ஜோதிநாயகம் (1991)
29. தெய்வ சகாயன் திருச்சரிதை - சு. தாமஸ் (1993)
30. அருள் ஒளி அன்னை தெரேசா காவியம் - துரை. மாலிறையன் (1994)
31. உலகின் ஒளி - இரா. பார்த்தசாரதி (1995)
32. கிறிஸ்து காவியம் - வாகரைவாணன் (1995)
33. அருள்நிறை மரியம்மைக் காவியம் - துரை. மாலிறையன் (1996)
34. இயேசு அருட்காவியம் - வி.ஜி. சந்தோசம் (1997)
35. அருட்காவியம் - மதலை முத்து (1999)
36. இதோ மானுடம் - ம. அருள்சாமி (2001)
37. மீட்பரசி - லோட்டஸ் எடிசன் (2002)
38. எபிரேயப் பேரழகி எசுத்தார் - இரா. தாவீது (2002)

39. அருள் மைந்தன் மாகாதை - பொன். தினகரன் (2002)
40. பவுலடியார் பாவியம் - ம. யோவேல் (2003)
41. உலகஜோதி - இறையரசன் (2005)
42. அன்பு மலர் அன்னை தெரேசா - ம. அருள்சாமி (2006)
43. திருத்தொண்டர் காப்பியம் - சூ. இன்னாசி (2007)
44. ஆதியாகம காவியம் - சா. சாமிமுத்து (2008)
45. ஞானஒளி தூய சவேரியார் காவியம் - நாஞ்சில் நாரண. தொல்காப்பியன் (2013)
46. இயேசுநாதர் வெண்பா - ஆபிரகாம் கிரி (2016)
47. காய பிரான்சிசு காவியம் - ஜாண் பேட்ரிக் (2016)
48. விடிவெள்ளி மகராசன் வேதமாணிக்கம் காவியம் - நாஞ்சில் நாரண. தொல்காப்பியன் (2020)

இவை புராணம், காப்பியம், காவியம், பாவியம் எனப் பல பெயர்களைப் பெற்றுள்ளன.

18 ஆம் நூற்றாண்டுக் கிறித்தவக் காப்பியங்கள்

வீரமாமுனிவர் 1728 ஆம் ஆண்டு தழுவல் முறையில் தேம்பாவணி என்னும் காப்பியத்தைப் படைத்தருளினார். இவர் திருக்குறள், சிலப்பதிகாரம், சீவகசிந்தாமணி, கம்பராமாயணம் முதலிய தமிழ் இலக்கியங்களில் தோய்ந்தமையால் தேம்பாவணியைக் காப்பியமாகப் பாட முடிந்தது. தேம்பாவணி வீரமாமுனிவர் காலத்தில் நூலாக வெளியிடப் படாவிடினும், தேம்பாவணி பற்றிய செய்தி தமிழகம் மட்டுமன்றி இலங்கைக்கும் சென்று பரவியது. தேம்பாவணி 1851 இல் நூலாக வெளிவந்தது. கிறித்தவக் காப்பியங்கள் படைப்பவர்களுக்குத் தமிழ்க் காப்பியங்கள் மட்டுமன்றி தேம்பாவணியும் அடிப்படையாக அமைந்தது. தேம்பாவணியைத் தொடர்ந்து இலங்கையில் கூழங்கைத் தம்பிரான் என்பவர் யோசேப்புப் புராணம் என்னும் நூலை இயற்றினார். இப்புராணம் முழுமையாகக் கிடைக்கவில்லை. இப்புராணம் 1795 ஆம் ஆண்டிற்கு முன் எழுதப்பட்டது.

19 ஆம் நூற்றாண்டுக் கிறித்தவக் காப்பியங்கள்

1865 ஆம் ஆண்டு கன்னியாகுமரி மாவட்டத்திலுள்ள மயிலாடி என்னும் ஊரைச் சார்ந்த ஜான் பால்மர் என்னும் கீர்த்தனைக் கவிஞர், கிறிஸ்தாயனம் என்னும் காப்பியத்தை இயற்றினார். இக்காப்பியம் தமிழ்

நாட்டைச் சார்ந்த ஒருவரால் எழுதப்பட்ட முதல் கிறித்தவக் காப்பியம். இக்காப்பியம் மத்தேயு, மாற்கு, லூக்கா, யோவான் என்னும் நான்கு நற்செய்தி நூல்களை அடிப்படையாகக் கொண்டது. இதனைத் தொடர்ந்து 1865 ஆம் ஆண்டிலேயே புதுச்சேரியைச் சார்ந்த சாமிநாதர் என்பவர் ஞானாதிக்கராயர் காப்பியத்தை இயற்றினார். இக்காப்பியம் ஞானாதிக்கராயரின் வாழ்க்கையைப் பாடுவதாக அமைந்தாலும், காப்பியத்தின் சில காதைகளில் விவிலியச் செய்திகள் இடம் பெற்றுள்ளன. 1866 ஆம் ஆண்டு இலங்கையைச் சார்ந்த கனகசபைப் புலவர் திருவாக்குப் புராணம் என்னும் காப்பியத்தை எழுதினார். இக்காப்பியத்தின் முதல் பாகம் மட்டுமே வெளிவந்துள்ளது. இரண்டாம் பாகம் வெளிவரும் என முதல் பாகத்தின் முடிவில் குறிப்பிட்டுள்ளார். ஆனால் இரண்டாம் பாகம் வெளிவரவில்லை. எனவே இது ஒரு முற்றுப் பெறாத காப்பியம் எனலாம். இதனைத் தொடர்ந்து இலங்கையிலுள்ள தெல்லிப்பழையைச் சார்ந்த தொம் பிலிப்பு நாவலர் 1874 இல் ஞானானந்த புராணம் என்னும் காப்பியத்தை இயற்றினார். இக்காப்பியம் கிறித்தவ சமயத்தின் விளக்க நூல். இக்காப்பியத்திற்கு விசுவாச விளக்கம் என்னும் பிறிதொரு பெயரும் உண்டு.

கேரளாவிலுள்ள பாலக்காடு மாவட்டத்திலுள்ள அந்தோனிமுத்து நாயகர் 1882 ஆம் ஆண்டு அர்ச். சவேரியார் காவியத்தைப் படைத்தார். இக்காப்பியம் இந்தியாவிற்கு வந்து கோவா மற்றும் கன்னியாகுமரிப் பகுதிகளில் இறைத்தொண்டும் சமூகத் தொண்டும் புரிந்த புனித சவேரியாரின் பணிகளை விளக்கும் வகையில் அமைந்துள்ளது. ஜான் மில்டனின் Paradise Lost என்னும் ஆங்கிலக் காப்பியத்தின் முதலிரு பகுதிகளையும் 1887 ஆம் ஆண்டு பூங்காவனப் பிரளயம் என்னும் பெயரில் சாமுவேல் வேதநாயகம் தாமஸ் மொழிபெயர்த்து வெளியிட்டார். பத்தொன்பதாம் நூற்றாண்டில் கிறித்தவ இறைத் தொண்டர்கள் பலர் தமிழகத்தில் இறைப்பணியும் சமூகப் பணியும் கல்விப்பணியும் ஒருங்கேயாற்றினர். குறிப்பாக, தரங்கம்பாடியில் செர்மன் நாட்டைச் சேர்ந்த இறைத் தொண்டர்கள் பணியாற்றினர். அவர்களுள் குறிப்பிடத்தக்கவர் அருள்திரு. ஸ்தொஷ் என்பவர். இவர் கிறிஸ்து மான்மியம் என்னும் காப்பியத்தை 1891 ஆம் ஆண்டு இயற்றினார். இக்காப்பியம் நான்கு நற்செய்தி நூல்களை அடிப்படையாகக் கொண்டது.

கிறித்தவக் கம்பன் என்று அழைக்கப்படும் பாளையங் கோட்டையைச் சேர்ந்த எச்.ஏ. கிருஷ்ணபிள்ளை, 1894 ஆம் ஆண்டு இரட்சணிய யாத்திரிகம் என்னும் முற்றுருவகக் காப்பியத்தைப் படைத்தார். இக்காப்பியம் ஜான்

பனியனின் பில்கிரிம்ஸ் புராகிரஸ் என்னும் நூலைத் தழுவி இயற்றப் பட்டது. ஜான் மில்டனின் Paradise Lost நூலின் முதல் பகுதியை மட்டும் சுவர்க்க நீக்கம் என்னும் பெயரில் மொழிபெயர்த்து, கிறித்தவரல்லாதவரான வெ.ப. சுப்பிரமணிய முதலியார் 1895 ஆம் ஆண்டு வெளியிட்டார். மதுரையில் இறைத்தொண்டு புரிந்து வந்த அமெரிக்க அருட்பணியாளர் அருள்திரு. ஸ்காட் என்னும் பெயரையுடைய சுகாத்தியர் 1896 ஆம் ஆண்டு சுவிசேட புராணம் என்னும் காப்பியத்தை எழுதினார். இக்காப்பியம் நான்கு நற்செய்தி நூல்களின் அடிப்படையில் எழுதப்பட்டுள்ளது. மேலை நாட்டவர்கள் மூவர் (வீரமாமுனிவர், ஸ்தொஷ், சுகாத்தியர்) தமிழில் கிறித்தவக் காப்பியங்கள் படைத்துள்ளமை கிறித்தவக் காப்பிய வரலாற்றில் போற்றத்தக்கது. யாழ்ப்பாணத்திலுள்ள தெல்லிப் பழையைச் சார்ந்த பூலோகசிங்க அருளப்ப நாவலர் 1896 ஆம் ஆண்டு திருச்செல்வர் காவியத்தைப் படைத்தார். இது ஒரு தழுவல் காப்பியம். இக்காப்பியத்தின் சில படலங்களில் இயேசு கிறிஸ்துவின் பிறப்பு, அவரது அருளுரை, அவர் செய்த அற்புதங்கள், பாடு, மரணம், உயிர்த்தெழுதல் ஆகிய செய்திகள் விரிவாக விளக்கப்பட்டுள்ளன. திருச்செல்வரின் கதையைக் கூறினாலும் விவிலியச் செய்திகள் கிளைக்கதைகளாக இடம் பெற்றுள்ளன.

இருபதாம் நூற்றாண்டுக் கிறித்தவக் காப்பியங்கள்

இருபதாம் நூற்றாண்டின் முற்பகுதியில் கிறித்தவக் காப்பியங்கள் அதிகமாக வெளிவரவில்லை. 1909 ஆம் ஆண்டு த. அருளப்ப முதலியார் பரவர் இனத்தை மையமாக வைத்து பரவர் புராணத்தை இயற்றி யுள்ளார். பரவர் வரலாற்றுடன் ஆதியாகமத்திலுள்ள செய்திகளும், புனித பிரான்சிஸ் சவேரியாரின் வாழ்வும் இறைப்பணிகளும் எடுத்தியம்பப்பட்டுள்ளன. 1926 ஆம் ஆண்டு சுவாமி சுத்தானந்த பாரதியார், ஏசுநாதர் சரிதை என்னும் காப்பியத்தைப் படைத்துள்ளார். கிறித்தவரல்லாதவரால் இயற்றப்பட்ட இக்காப்பியத்திற்கு அருள்திரு. எச்.ஏ. பாப்லி முன்னுரை எழுதியுள்ளார். 1944 ஆம் ஆண்டு திருநெல்வேலி மாவட்டத்திலுள்ள டோனாவூர் அருகிலுள்ள சூரங்குடியைச் சார்ந்த மாணிக்கவாசகம் ஆசீர்வாதம் அவர்கள் திருஅவதாரம் என்னும் காப்பியத்தையும் 1950 ஆம் ஆண்டு கன்னியாகுமரி மாவட்டத்தைச் சார்ந்த ஞானாபரணம் பண்டிதர் இரட்சகராகிய இயேசுநாதர் என்னும் காப்பியத்தையும் படைத்துள்ளனர். இலங்கையிலுள்ள ஜே.எஸ். ஆழ்வார் பிள்ளை 1950களில் நசரேய புராணம் என்னும் காப்பியத்தைப் படைத்துள்ளார். இவரது நூலில் காப்பியம் எழுதப்பட்ட ஆண்டு குறிப்பிடப்படவில்லை. எனினும் அவரது வாழ்க்கை வரலாற்றை

ஆதாரமாகக் கொண்டு 1950 களில் இக்காப்பியத்தை எழுதியிருக்கலாம் என ஊகிக்க முடிகிறது. 1976 ஆம் ஆண்டு விழுப்புரத்தைச் சார்ந்த ஆரோக்கியசாமி என்பவர் சுடர்மணி என்னும் காப்பியத்தையும், 1979 ஆம் ஆண்டு வடக்கன்குளத்தைச் சேர்ந்த கி.மு.ம. மரியந்தோனி அவர்கள் கிறிஸ்து வெண்பா 1000 என்னும் காப்பியத்தையும், 1981 ஆம் ஆண்டு கவிஞர் கண்ணதாசன் இயேசு காவியம் என்னும் காப்பியத்தையும் எழுதினர். விவிலியம் முழுவதையும் கன்னியாகுமரி மாவட்டத்தைச் சார்ந்த பேராசிரியர் வி. மரிய அந்தோனி அவர்கள் அருளவதாரம் என்னும் பெயரில் 1983 ஆம் ஆண்டு காப்பியமாகப் படைத்துள்ளார். இக்காப்பியம் 2006 ஆம் ஆண்டு நூல் வடிவில் வெளிவந்துள்ளது. இந்த நான்கு காப்பியங்களும் கத்தோலிக்கத் திருச்சபையினர் பயன்படுத்தும் விவிலியத்தை அடிப்படையாகக் கொண்டவை.

1986 ஆம் ஆண்டு பேராசிரியர் மு. பவுல் இராமகிருட்டிணன் மீட்பதிகாரம் என்னும் பேரின்பக் காப்பியத்தைப் படைத்துள்ளார். இக்காப்பியம் 2016 ஆம் ஆண்டில் மோரியா ஊழியங்கள் மூலம் நூலாக வெளிவந்துள்ளது. இலங்கையிலுள்ள ஈழத்துப் பூராடனார் என்னும் கவிஞர் விவிலியம் முழுவதையும் அடிப்படையாகக் கொண்டு இயேசு புராணம் என்னும் காப்பியத்தை 1986 ஆம் ஆண்டு வெளியிட்டுள்ளார். இக்காப்பியம் ‘விவிலியத்தின் பாகு’ எனச் சிறப்பிக்கப்பட்டுள்ளது. விவிலியத்தின் பழைய ஏற்பாட்டிலுள்ள எஸ்தர் என்னும் பெண்மணியைக் காப்பியத் தலைவியாகக் கொண்டு 1986 ஆம் ஆண்டு எஸ்தர் காவியம் உதகமண்டலத்தைச் சார்ந்த இராபின்சன் குரூசோவால் படைக்கப்பட்டது. 1986 ஆம் ஆண்டு திருமதி அன்பம்மாள் ஏசுதாஸ் அம்மையார் மகிமையின் மைந்தன் என்னும் காப்பியத்தைப் படைத்துள்ளார். பெண் ஒருவரால் படைக்கப்பட்ட ஒரே காப்பியம் இதுவாகும். 1987 ஆம் ஆண்டு பத்திநாதன் என்பவர் கன்னிமரி காவியம் படைத்துள்ளார். எச்.ஏ. கிருஷ்ணபிள்ளை ஜான்பனியனின் நூலை ஆதாரமாகக் கொண்டு இரட்சணிய யாத்திரிகத்தைப் படைத்தது போன்று, மோட்சப் பயணக் காவியம் நூலை, கன்னியாகுமரி மாவட்டத்தைச் சார்ந்த ஏ.த. சோதி நாயகம் 1991 இல் எழுதினார். 1993 ஆம் ஆண்டு சு. தாமஸ், தமது 19 படைப்புகளைத் தொகுத்து, ஏசுவின் அன்னைக்கு ஏற்றிய தீபங்கள் என்னும் தொகுப்பு நூலை வெளியிட்டார். அதில் தெய்வசகாயன் திருச்சரிதை என்னும் காப்பியம் இடம் பெற்றுள்ளது. இக்காப்பியம் இன்றைய கன்னியாகுமரி மாவட்டத்தில் இரத்த சாட்சியாக மரித்த தேவசகாயம் பிள்ளையைப் பற்றியது. இதைத் தொடர்ந்து பாண்டிச்சேரியைச் சார்ந்த துரை. மாலிறையன்

1994 ஆம் ஆண்டில் அருள் ஒளி அன்னை தெரேசா காவியத்தை வெளியிட்டார். இக்காவியம் விரிவாக்கம் செய்யப்பட்டு 2012 ஆம் ஆண்டு திருத்திய பதிப்பாக வெளியிடப்பட்டது. 1995 ஆம் ஆண்டு திருநெல்வேலியைச் சார்ந்த கிறித்தவரல்லாத இரா. பார்த்தசாரதி அவர்கள் உலகின் ஒளி என்னும் காப்பியத்தைப் படைத்தார். இலங்கை நாட்டினரான வாகரைவாணன் 1995 ஆம் ஆண்டு கிறிஸ்து காவியம் இயற்றியுள்ளார். மேலும் துரை.மாலிறையன் 1996 ஆம் ஆண்டில் அருள்நிறை மரியம்மைக் காவியத்தையும் படைத்துள்ளார். 1997 ஆம் ஆண்டில் வி.ஜி. சந்தோசம் அவர்கள் இயேசு அருட்காவியம் என்னும் நூலை நற்செய்தி நூல்களின் அடிப்படையில் படைத்துள்ளார். 1999 ஆம் ஆண்டு பா. மதலை முத்து என்பவர் அருட் காவியத்தை இயற்றியுள்ளார். அருட் காவியம் நற்செய்தி நூல்களை ஆதாரமாகக் கொண்டதாகும்.

இருபத்தோராம் நூற்றாண்டுக் கிறித்தவக் காப்பியங்கள்

மரபிலக்கண அடிப்படையில் இருபத்தியோராம் நூற்றாண்டிலும் கிறித்தவக் காப்பியங்கள் வெளிவந்துள்ளன. இருபத்தோராம் நூற்றாண்டில் வெளிவந்த காப்பியங்களான புலவர் ம. அருள்சாமி இயற்றிய இதோ மானுடம் (2001), லோட்டஸ் எடிசன் அவர்களால் எழுதப்பட்ட மீட்பரசி (2002), இரா. தாவீது அவர்களால் எழுதப்பட்ட எபிரேயப் பேரழகி எசுத்தார் (2002), பேராசிரியர் பொன். தினகரன் அவர்களால் எழுதப்பட்ட அருள்மைந்தன் மாகாதை (2002), ம. யோவேல் அவர்களால் எழுதப்பட்ட பவுலடியார் பாவியம் (2003), பேராசிரியர் இறையரசன் அவர்களால் எழுதப்பட்ட உலக ஜோதி (2005), புலவர் ம. அருள்சாமி அவர்களால் எழுதப்பட்ட அன்புமலர் அன்னை தெரேசா (2006), முதுமுனைவர் சூ. இன்னாசி அவர்களால் எழுதப்பட்ட திருத்தொண்டர் காப்பியம் (2007), முனைவர் ச. சாமிமுத்து அவர்களால் எழுதப்பட்ட ஆதியாகம காவியம் (2008), புலவர் நாஞ்சில் நாரண. தொல்காப்பியன் அவர்களால் இயற்றப்பட்ட ஞான ஒளி தூய சவேரியார் காவியம் (2013), ஆபிரகாம் கிரி அவர்களால் இயற்றப்பட்ட இயேசுநாதர் வெண்பா (2016), அருட்பணி. ஜாண் பேட்ரிக் அவர்களால் இயற்றப்பட்ட காய பிரான்சிசு காவியம் (2016), புலவர் நாஞ்சில் நாரண. தொல்காப்பியன் அவர்களால் இயற்றப்பட்ட விடிவெள்ளி மகராசன் வேதமாணிக்கம் காவியம் (2020) ஆகிய பதிமூன்றும் சிறப்புமிக்கன. இந்தப் பதிமூன்று காப்பியங்களும் வெவ்வேறு தன்மையின, கருப்பொருளின. இதோ மானுடம் என்னும் காப்பியம் நான்கு நற்செய்தி நூல்களின் அடிப்படையில் படைக்கப்பட்டுள்ளது. இக்காப்பியத்தில் கவிக்கூற்று சற்று அதிகமாகவே இடம்பெற்றுள்ளது. புரட்சிப் பெண்ணாக

விளங்கிய யூதித்துவின் வரலாற்றை மீட்பரசி என்னும் காப்பியம் எடுத்துரைக்கின்றது. பழைய ஏற்பாட்டிலுள்ள எஸ்தரின் வரலாறு, பின்னோக்கு உத்தியின் மூலம் எபிரேயப் பேரழகி எசுத்தார் என்னும் பெயரில் படைக்கப்பட்டுள்ளது. வெண்பா வடிவில் நான்கு நற்செய்தி நூல்களிலுள்ள செய்திகள் அருள் மைந்தன் மாகாதை, இயேசுநாதர் வெண்பா எனப் படைக்கப்பட்டுள்ளன. இயேசு கிறிஸ்துவின் அடியவரான பவுலின் முழு வரலாற்றையும் பவுலடியார் பாவியம் விவரிக்கிறது. விவிலியத்திலுள்ள பழைய, புதிய ஏற்பாட்டுச் செய்திகளை உலக ஜோதி விளக்குகின்றது.

அன்னை தெரேசாவின் வாழ்க்கை வரலாறு வெண்பா வடிவில் அன்புமலர் அன்னை தெரேசா எனக் காப்பியமாக்கப்பட்டுள்ளது. கன்னியாகுமரி மாவட்டத்தில் பதினெட்டாம் நூற்றாண்டில் இயேசு கிறிஸ்துவை ஏற்றுக் கொண்டதால் பாடுகள் பலபட்டு, சுட்டுக் கொல்லப்பட்ட நீலகண்ட பிள்ளை என்னும் தேவசகாயம் பிள்ளையின் வரலாற்றைக் கூறுவதாகத் திருத்தொண்டர் காப்பியம் அமைந்துள்ளது. இவரது வரலாறு மக்களிடம் கதை வடிவிலும் கும்மி, சிந்து, அம்மானை, வாசகப்பா, தெருக்கூத்து என்னும் நாட்டுப்புறப் பாடல் மற்றும் கலை வடிவங்களிலும் காணப்பட்டு, இறுதியில் காப்பிய வடிவினைப் பெற்றுள்ளது. நாட்டுப்புறப் பாடலாக இருந்த கோவலன் கண்ணகி கதை, சிலப்பதிகாரம் என்னும் காப்பியமாக மாறியதை இதற்குச் சான்றாகக் கொள்ளலாம். விவிலியச் செய்திகள் இக்காப்பியத்தில் கிளைக் கதைகளாக இடம்பெற்றுள்ளன. விவிலியத்திலுள்ள முதல் நூலான ஆதியாகமத்தை மட்டும் அடிப்படையாகக் கொண்டு விரிவாக எழுதப்பட்டது ஆதியாகம காவியமாகும். தூய சவேரியாரின் வாழ்வும் இறைத்தொண்டும் ஞானஒளி தூய சவேரியார் என்னும் காவியமாக்கப்பட்டுள்ளது. இத்தாலி நாட்டிலுள்ள பிரான்சிசு அசிசியாரின் உண்மைத் தொண்டினையும் இறைப்பற்றினையும் விவரிக்கும் வகையில் காய பிரான்சிசு காவியம் படைக்கப்பட்டுள்ளது. தென்திருவிதாங்கூரின் முதல் சீர்த்திருத்த திருச்சபைக் கிறித்தவரான மகராசன் வேதமாணிக்கம் அவர்களின் வரலாறு, விடிவெள்ளி மகராசன் வேதமாணிக்கம் காவியம் என்பதாகப் படைக்கப்பட்டுள்ளது. இவர்தான் ஜெர்மனி நாட்டு அருட்பணியாளர் அருட்திரு. ரிங்கல்தெளபே போதகரைத் தரங்கம் பாடியிலிருந்து மயிலாடிக்கு அழைத்து வந்த பெருமைக்குரியவர்.

இந்நூலில் விவரிக்கப்பட்டுள்ள 48 காப்பியங்களின் பெயர்கள் பலதிறப்பட்டன. 23 காப்பியங்களின் பெயர்கள் பொதுவானவை.

இவற்றுடன் காப்பியம் என்றோ அல்லது புராணம் என்றோ இணைக்கப்பட வில்லை. மேலும் காவியம் என்னும் பெயரில் 15 நூல்களும் காப்பியம் என்னும் பெயரில் இரண்டு நூல்களும் பாவியம் என்னும் பெயரில் ஒரு நூலும் புராணம் என்னும் பெயரில் ஏழு நூல்களும் வெளிவந்துள்ளன. இவற்றுள் இலங்கையிலிருந்து வெளிவந்த காப்பியங்களின் எண்ணிக்கை ஏழு ஆகும். இதில் ஐந்து நூல்களுக்குப் புராணம் என்றும் இரண்டு நூல்களுக்குக் காவியம் என்றும் பெயரிடப்பட்டுள்ளன.

தேவஅருள் வேத புராணம் - காப்பியமா?

இலங்கையில் வெளிவந்த கிறித்தவ இலக்கியமான தேவஅருள் வேத புராணம், 17 ஆம் நூற்றாண்டைச் சார்ந்த சாங்கோபாங்கர் கொன்சால்வஸ் சுவாமிகளால் (1676-1742) இயற்றப்பட்டது. இவரது இன்னொரு பெயர் யாக்கோமே கொன்சால்வஸ் சுவாமிகள் என்பதாகும். இவர் 1676 ஆம் ஆண்டு ஆனி மாதம் எட்டாம் நாள் இந்தியாவிலுள்ள கோவா மாநிலத்தில் திவாரி என்னும் ஊரில் கொங்கணி மொழி பேசும் பிராமணக் குடும்பத்தில் பிறந்தார். இவர் பிறப்பிலேயே கத்தோலிக்கக் கிறித்தவர். கோவாவில் இறையியல் பட்டம் பெற்ற பின்னர் அழைப்பின் பேரில், இலங்கைக்கு இறைப்பணியாற்றச் சென்றார். இவர் தமிழ் மொழியைக் கற்று கிறித்தவ நூல்கள் பல படைத்து இலங்கையில் 27 ஆண்டு காலம் இறைப் பணியாற்றினார். இவர் 'வியத்தகு விண்மீன்' எனப் புகழப் பெற்றவர்.

சாங்கோபாங்கர் கொன்சால்வஸ் சுவாமிகளின் படைப்புகள் இலங்கையிலுள்ள கத்தோலிக்கக் கிறித்தவத்தை அடிப்படையாகக் கொண்டவை. இவர் சுவிசேஷ விரித்துரைகள், சுகிர்த குறள், அற்புத வரலாறு, வியாகுலப் பிரசங்கம், தேவஅருள் வேத புராணம், தர்ம உத்தியானம், ஞான உணர்த்துதல் எனத் தமிழிலும் சிங்களத்திலுமாக சுமார் 35 நூல்களை எழுதியுள்ளார். மேலும் இவர் தமிழ்-சிங்கள அகராதியும், போர்த்துக்கீஸ் - சிங்கள அகராதியும் தொகுத்துள்ளார். கொன்சால்வஸ் சுவாமிகள் எழுதிய பழைய, புதிய ஏற்பாட்டுச் சரித்திரம் என்னும் நூலே தேவஅருள் வேத புராணம் என அழைக்கப்படுகிறது. இந்நூல் 1725 ஆம் ஆண்டு எழுதப்பட்டதாகத் தெரிகிறது.

தேவ அருள் வேத புராணம் இரண்டு காண்டங்களாகப் பகுக்கப் பட்டுள்ளது. அவை புராந்திம காண்டம், பச்சிம காண்டம் என்பன வாகும். புராந்திம காண்டம் ஏழு யுகங்களாகப் பிரிக்கப்பட்டுள்ளது. அவை அனாதி யுகம், ஆதாமின் யுகம், நோவேயின் யுகம், ஆபிரகாமின் யுகம், மோயீசனின்

யுகம், சாலமோனின் யுகம், திவ்ய சிருஷ்டிகரின் யுகம் என்பனவாகும். இப்புராணம் சருவேஸ்வராய நம எனத் தொடங்குகிறது. ஆதியும் அந்தமும் இல்லாத கடவுளின் மகிமையை அறிவிப்பதுடன் கடவுள் ஒருவரே எனவும் நிரூபிக்கின்றது. இரண்டாம் அதிகாரம் கடவுளின் ஆறு இலட்சணங்களை விவரிக்கின்றது. அந்த அதிகாரத்தின் முடிவில் அது ஸ்தோத்திர விண்ணப்பமாக அமைந்துள்ளது.

கொன்சால்வஸ் சுவாமிகள் தமிழில் எழுதிய இப்புராணத்தை சிங்கள மொழியில் தேவ வேத புராணய என்னும் பெயரில் எழுதியுள்ளார். வீரமாமுனிவர் தேம்பாவணியை எழுதி முடிப்பதற்கும் ஓர் ஆண்டிற்கு முன்னர் தேவஅருள் வேத புராணத்தை அடிகளார் எழுதியுள்ளார். சிலர் தேவஅருள் வேத புராணத்தைக் காப்பியமாகக் கூறுகின்றனர். ஆனால் இப்புராணம் உரைநடையில் எழுதப்பட்டதாக இலங்கையிலுள்ள தமிழ் அறிஞர்கள் குறிப்பிடுகின்றனர். மட்டுமன்றி இலங்கையிலிருந்து படைக்கப்பட்டுள்ள கிறித்தவ இலக்கியம் தொடர்பான நூல்கள் தேவஅருள் வேத புராணத்தைக் காப்பியமாகவோ, செய்யுள் நடையில் எழுதப்பட்ட ஒன்றாகவோ குறிப்பிடவில்லை. மேலும் முதுமுனைவர் சூ. இன்னாசி அவர்கள் தமது கிறித்தவத் தமிழ்க் கொடை என்னும் நூலின் முதல் பாகத்தில் (ப. 77, 143) தேவஅருள் வேத புராணம் உரைநடையில் உள்ளது எனக் குறிப்பிட்டுள்ளார். மேலும் ராம்போலா மாஸ்கரேனஸ் அவர்களும் தமது கிறித்தவத் தமிழ்த் தொண்டர்கள் என்னும் நூலில் தேவ அருள் வேத புராணத்தை வசன நடையிலுள்ள நூலாகவே குறிப்பிடுகிறார் (ப.78). எனவே, தேவஅருள் வேத புராணத்தைக் காப்பியமாகக் கொள்ள இயலாது.

காப்பிய இலக்கணம் முழுமையின்மை

பெரும்பாலான கிறித்தவக் காப்பியங்களில் காப்பிய இலக்கணம் முழுமையாகப் பின்பற்றப்படவில்லை என்பது ஏற்றுக்கொள்ள வேண்டியது. கிறித்தவக் காப்பியங்கள் படைத்த அனைவருக்கும் காப்பியங்கள் பற்றிய இலக்கணம் தெரிந்திருந்தும், பெரும்பாலானோர் காப்பிய இலக்கணத்தை முழுமையாகப் பின்பற்றவில்லை. தேம்பாவணி, ஞானாதிக்கராயர் காப்பியம், அர்ச். சவேரியார் காவியம், இரட்சணிய யாத்திரிகம், திருத்தொண்டர் காப்பியம் ஆகிய காப்பியங்கள் காப்பிய இலக்கணத்தைப் பின்பற்றி படைக்கப்பட்டுள்ளன.

தமிழ்ப் பேரகராதி, காப்பியம் என்பதற்கு ‘நால்வகை உறுதிப் பொருளையும் கூறுவதாய்க் கதை பற்றி வரும் தொடர்நிலைச் செய்யுள்‘ என

விளக்கம் தருகிறது. நாற்பொருள் என்பது அறம், பொருள், இன்பம், வீடு என்பனவாகும். அதாவது நாற்பொருள் பயக்கும் நடைநெறி உடையதாக இருத்தல் வேண்டும். இவற்றுள் ஒன்றோ பலவோ குறைந்தால் அது சிறு காப்பியம் ஆகும் என்பது தண்டியலங்காரம் குறிப்பிடும் காப்பிய இலக்கணம். கிறித்தவக் காப்பியங்களில் வீடுபேறு அடைதலே அடிப்படையான நோக்கம். அறம், பொருள் என்னும் இரண்டும் இயல்பாகவே இக்காப்பியங்களில் அமைந்துள்ளன. இன்பம் என்னும் பொருளினைப் பேரின்பப் பொருளாகவே காப்பியங்களில் காண முடிகின்றது. காப்பியக் கவிஞனின் நோக்கம் பேரின்பமாகிய வீடுபேற்றினைக் காப்பியத்தின் மூலம் அடைதலாகும்.

காப்பியத்திற்குரிய இலக்கண முறைமைகளை முழுமையாகப் பின்பற்றாமல், இயேசு கிறிஸ்துவின் வாழ்க்கை வரலாற்றை விவிலியப் பின்னணியில் கவிநயம்படக் காப்பிய வடிவில் பாடியுள்ளனர். இலக்கியத்திற்காக அழகியல் கூறுகளை வலிந்து உருவாக்காமல் விவிலியத்தின் போக்கில் இயேசு கிறிஸ்துவின் வரலாற்றையும், அதன் ஊடாக நற்செய்தியைக் கூறுவதும் காப்பிய ஆசிரியர்களின் முதன்மை நோக்கம். கவிதையின் அழகுக்காகக் கவிஞர்கள் பயன்படுத்தும் அணி, உவமை, உருவகம், காப்பியப் பின்னணியாகிய நாடு, நகர், மலை, ஆறு, ஞாயிறு, திங்கள் ஆகியவற்றின் வருணனைகளை ஆன்ம ஈடேற்றங் கருதி பல ஆசிரியர்கள் படைக்கவில்லை. விவிலியத்தை மையப்படுத்தி, திருமறைச் செய்திகளின் பின்னணியில் எளிமையான மரபுக் கவிதைகளில் காப்பியங்கள் படைத்துள்ளனர்.

காப்பியம்-காவியம்-புராணம்-பாவியம்

காப்பியம், காவியம் என்னும் இரு சொற்களும் கதை தழுவிய இலக்கிய வகைமைக்குப் பெயராக வழங்குகின்றன. இவற்றுள் காவியம் என்னும் சொல் காவிய என்னும் வடமொழிச் சொல்லின் தமிழ் வடிவம் என்பர். வடமொழியில் இலக்கியம் என்னும் பொதுப்பொருளில் ஆளப்படும் இச்சொல், தமிழில் இலக்கிய வகைமை ஒன்றிற்கு மட்டும் உரியதாக வழங்குகின்றது.

காப்பியம் என்னும் சொல் தொடக்கத்தில் இனக்குழு ஒன்றின் பெயராக இருந்ததைச் சங்க இலக்கியங்கள் சுட்டுகின்றன. காப்பியம் என்னும் சொல் சிலப்பதிகாரத்தில் 'காப்பியத் தொல்குடி கவின்பெற வளர்ந்து' *(30:83)* எனவும், மணிமேகலையில் 'நாடகக் காப்பிய நன்னூ னுனிப்போர்' *(19:80)*

எனவும், பெருங்கதையில் 'காப்பியக் கோசமுங் கட்டிலும் பள்ளியும்' (1-38; 167), எனவும், 'காப்பிய வாசனை கலந்தவை சொல்லி' (4-3:42) எனவும் இடம்பெற்றுள்ளது. காப்பியக்குடி என வழங்கிய அக்குடி சார்ந்த பிறப்பினர் காப்பியஞ்சேந்தனார், காப்பியாற்றுக் காப்பியனார், தொல்காப்பியர் எனப்பெயர் வழங்கப் பெற்றனர். தொல்காப்பியர் இயற்றிய இலக்கண நூல் தொல்காப்பியம் எனப் பெயர் பெற்ற பின்னர், அச்சொல் இலக்கிய நூல்களுக்கும் உரியதாகத் தமிழில் வளர்ந்து வந்த மரபை அறிய முடிகிறது.

காவியம் என்னும் சொல் வடமொழிச் செல்வாக்குப் பெற்றுத் தமிழில் பெருமளவு சேர்ந்த காலத்திலேயே, இலக்கிய வகைமைக்குத் தமிழில் ஆகி வந்திருத்தல் வேண்டும். ஏனெனில் சங்கம் மருவிய காலப்பகுதியில் தொடர்நிலைச் செய்யுள், பாட்டுடைச் செய்யுள் ஆகிய வழக்குகளே கதை தழுவிய இலக்கிய வகைமைக்குப் பெரிதும் வழங்கியதை சிலம்பு, மேகலை ஆகிய நூல்கள் காட்டுகின்றன.

வடமொழியிலுள்ள காவ்யதர்சத்தின் தமிழாக்கமாகக் கருதப்படும் தண்டியலங்காரமே காப்பியக் கூறுகளை முதலில் வரையறுத்துக் கூறியது. தண்டியின் அணியிலக்கண நூல் தமிழில் பெருவழக்குற்ற பின்னரே, இவ்வகை இலக்கியப் படைப்பிற்குக் கட்டமைப்பு முறை உருப்பெற்று இடைக்காலக் காப்பியங்கள் உருவாயின. பெரியபுராணம் இவ்வமைதிக்குள் இல்லாத நிலையாலேயே அது காவியமா? என்பது குறித்த மாறுபட்ட கருத்துகளும் எழுந்துள்ளன.

பல்லவர் காலத்திற்குப் பின்னர் காப்பியத்திற்கான கட்டமைப்பு கூறப்படுகிறது. இலக்கணத்தைத் தழுவி காப்பியங்கள் ஐம்பெருங் காப்பியங்கள் என்றும் ஐஞ்சிறு காப்பியங்கள் என்றும் பகுக்கப் படுகின்றன. நாற்பொருளில் ஏதாவது ஒன்று குறைவுபட்டால் சிறுகாப்பியம் என்கின்றனர். மேலும் அளவில் சிறியதையும் சிறுகாப்பியம் என்கின்றனர். புராணம் என்பதற்குப் பழைய, தொன்மையான என்பன பொருளாகும். அதாவது விரிவான கதை என்பதாகும். திருத்தொண்டர் புராணம் எனச் சேக்கிழார் பெயர் சூட்டினார். இப்புராணத்தில் சுந்தரர் காப்பியத் தலைவர். அவர் கதையைச் சொல்லி பிறருடைய கதையையும் சொல்வதால் பெரியபுராணத்தைக் காப்பியம் என்பர். காவியம் தமிழ்ச் சொல் அல்ல என்பதால் பாவியம் எனக் காப்பியத்தைக் குறித்தனர். பாவியம் என்பது தமிழ்ப் பெயர்; பாவால் அதாவது செய்யுளால் இயம்பப்படும் கதை பாவியம் எனப்படும்.

ஆக, காப்பியம் என்ற தமிழ்ச் சொல் தொடக்கத்தில் குடியின் பெயராக விளங்கி, இலக்கிய வகைமைக்குப் பெயராய் பிற்காலத்தில் ஆயிற்று என்பதையும், வடமொழிச் சொல்லான காவியம் தமிழில் ஒரு குறிப்பிட்ட வடிவத்திற்கு மட்டும் ஆகி வந்துள்ளது என்பதையும் அறிய முடிகிறது.

காப்பியம் என்னும் தமிழ்ச்சொல், காவ்யம் என்னும் வடமொழிச் சொல், காப்பியம் எனப் பொருள் தரும் Epic என்னும் ஆங்கிலச் சொல் ஆகியன ஒரே பொருளைக் குறிப்பனவாகும். காப்பியம் என்பது தூய தமிழ்ச் சொல். தொடர்நிலைச் செய்யுள் வடிவத்தில் ஒரு வரலாற்றை முழுமையாகக் கூறுவனவற்றைக் காப்பியம் அல்லது காவியம் அல்லது புராணம் அல்லது பாவியம் எனக் குறிப்பிடுகின்றனர். காப்பியம், காவியம், புராணம், பாவியம் ஆகிய அனைத்தும் ஒரே தன்மையின. ஆனால் பெயர்கள் வேறு வேறாக உள்ளன. இவற்றைத் தற்காலத்தில் ஒன்றாகவே கருதுகின்றனர்.

முதுமுனைவர் இன்னாசி தமது கிறித்தவத் தமிழ்க் கொடை என்னும் நூலில் (பக். 109, 133, 140, 144) காப்பியம் என்பதற்கு இலக்கணக் கட்டுக் கோப்புடைய கதைக்கரு கொண்ட தொடர்நிலைச் செய்யுள் என்றும், காவியம் என்பதற்கு ஒரு கதையைச் செய்யுள் வடிவில் கூறுவது என்றும், புராணம் என்பதற்குச் சமயம் தொடர்பான வரலாறுகளைச் செய்யுளில் விரித்துக் கூறுவது என்றும், பாவியம் என்பதற்கு வாழ்வியலைக் கூறும் செய்யுள் நூல் என்றும் விளக்கம் அளிக்கிறார். இவ்விளக்கங்களை ஒருங்கிணைத்துப் பார்க்கும்போது தொடர்நிலைச் செய்யுளின் அடிப்படையில் விவரிக்கப்படும் கதைகளைக் காப்பியம் அல்லது காவியம் அல்லது புராணம் அல்லது பாவியம் எனலாம். கிறித்தவத் தமிழ்க் காப்பியங்கள் காவியம், காப்பியம், புராணம், பாவியம் என்னும் பெயர்களுடனும் இப்பெயர்கள் இல்லாமலும் படைக்கப்பட்டுள்ளன.

குறுங்காப்பியங்கள்

கிறித்தவ இலக்கியத்தில் மரபிலக்கணத்தில் இயற்றப்பட்ட பல குறுங்காப்பியங்களும் உள்ளன. இக்குறுங்காப்பியங்களும் விவிலியத்தை அடிப்படையாகக் கொண்டே படைக்கப்பட்டுள்ளன. எனினும் பாடல்களின் எண்ணிக்கை மற்றும் காப்பிய அமைப்பினை அடிப்படையாகக் கொண்டு குறுங்காப்பியம் என்னும் வகையினை ஏற்படுத்தியுள்ளனர். சான்றாகச் சில கிறித்தவக் குறுங்காப்பியங்களை இங்கே சுட்டலாம். 1883 ஆம் ஆண்டில் சீவானந்தம் பிள்ளை அவர்கள் யோசேப்பின் சரிதை என்னும் குறுங்காப்பியத்தைச் சென்னையில் வெளியிட்டுள்ளார். இந்நூல் யோசேப்பின் (புனித சூசையப்பர்) வரலாற்றை

285 பாடல்களில் விவரிக்கிறது. 1937 ஆம் ஆண்டு அருள்திரு. மோ. சாலமோன் அவர்கள் வேதசிந்தாமணி என்னும் குறுங்காப்பியத்தைப் படைத்துள்ளார். முப்பத்து மூன்று பக்கங்களை உடைய இந்நூல், புதிய ஏற்பாட்டுச் செய்திகளை 270 விருத்தப்பாக்களில் தருகின்றது. எஸ். மோட்சக்கண் அவர்கள் இயேசு கிறிஸ்துவின் வாழ்க்கையைச் சிலுவைநாதர் திருச்சரிதம் என்னும் நூலில் விவரித்துள்ளார்.

1976 ஆம் ஆண்டு வை. அ. பொன்னையா அவர்கள் யோபுவின் வரலாற்றை விவரிக்கும் சூறாவளி நடுவே என்னும் குறுங் காப்பியத்தைப் படைத்துள்ளார். சென்னை ஐக்கிய ஆலய வெளியீடாக வெளிவந்த இந்நூல், ஐந்து பகுதிகளையும் 42 உட்தலைப்புகளையும் உடையது. அருள்திரு. முனைவர் தி. தயானந்தன் பிரான்சிஸ் 1981 ஆம் ஆண்டு, யோவான் எழுதிய நற்செய்தி நூலை ஆதாரமாகக் கொண்டு வாழ்வளிக்கும் வள்ளல் என்னும் குறுங்காப்பியத்தைப் படைத்துள்ளார். இந்நூல் சென்னைப் பூக்கூடைப் பதிப்பகத்தின் மூலம் வெளிவந்தது. 1983 ஆம் ஆண்டு அ. ஜெபமணி அவர்கள் புரட்சித் துறவி மார்ட்டின் லூத்தர் என்னும் குறுங்காப்பியத்தைப் படைத்துள்ளார். இந்நூல் மார்ட்டின் லூத்தரின் வாழ்வியலை ஆறு பகுதிகளில் விளக்குகிறது. இந்நூல் ஆற்காடு லூத்தரன் திருச்சபைத் தொடர்பு மையத்தின் மூலம் வெளியிடப்பட்டது. 1985 ஆம் ஆண்டு கவிஞர் கார்முகில் என்பவர் சிலுவையின் கண்ணீர் என்னும் குறுங்காப்பியத்தைப் பண்ணுருட்டியிலுள்ள முத்தமிழ்ப் பதிப்பகத்தின் மூலம் வெளியிட்டுள்ளார். 1991 ஆம் ஆண்டு பேராசிரியர் அ. இயேசுராஜா அவர்களால் 112 பாடல்களைக் கொண்ட கல்வாரிக் காவியம் இயற்றப்பட்டது. இந்நூல் இயேசு கிறிஸ்துவின் சிலுவைப் பாதையைப் பாடுவதனை முக்கிய நோக்கமாகக் கொண்டிருப்பினும், அறிமுக நோக்கில் பல இடங்களில் இயேசு கிறிஸ்துவின் வாழ்வையும் எடுத்தியம்புகின்றது. 1997 ஆம் ஆண்டு எம்மார். அடைக்கலசாமி, இயேசு தரிசனம் என்னும் குறுங்காப்பியத்தை இயற்றியுள்ளார். இக்குறுங்காப்பியம் மூன்று பிரிவுகளையும் 23 உட்தலைப்புகளையும் கொண்டது.

ச. து. சுப்பிரமணிய யோகி என்பவர் மேரிமக்தலேனா என்னும் குறுங்காப்பியத்தைப் படைத்துள்ளார். விவிலியத்தில் இடம்பெற்றுள்ள மகதலேனா மரியாளின் வாழ்க்கை நிகழ்வுகளை இக்குறுங்காப்பியம் விளக்குகிறது. இந்நூல் காட்சிப் படலம், வருகைப் படலம் என்னும் இரு படலங்களாலானது. காட்சிப் படலத்தில் 58 பாடல்களும் வருகைப் படலத்தில் 54 பாடல்களுமாக மொத்தம் 112 பாடல்களைக் கொண்டது. இக்குறுங்காப்பியம் இடம்பெற்ற 'தமிழ்க்குமரி பாடல்கள்' என்னும் நூல்

மணிவாசகர் பதிப்பகத்தின் மூலம் 1999 ஆம் ஆண்டு வெளிவந்துள்ளது. இது போன்று இன்னும் ஏராளமான குறுங்காப்பியங்கள் உள்ளன. அவற்றினைப் பற்றிக் கூற முயன்றால் பட்டியல் நீண்டு கொண்டே செல்லும்.

புதுக்கவிதைக் காப்பியங்கள்

புதியன புகுதல் கிறித்தவ இலக்கியத்திலும் இடம்பெற்றுள்ளது. தற்கால இலக்கியத்தில் புதுக்கவிதைகள் பல்வேறு உத்திகளைக் கொண்டு, படிப்பதற்கு எளிமையாகப் படைக்கப்பட்டு வருகின்றன. கிறித்தவ இலக்கியத்தில் பல புதுக்கவிதைக் காப்பியங்கள் உள்ளன. இக்காப்பியங்கள் இயேசு கிறிஸ்துவின் வாழ்வை விவரிப்பதுடன் சிலுவையின் சிறப்பு மற்றும் கிறித்தவச் சமுதாயத்தில் காணலாகும் சீர்கேடுகளைப் படம் பிடித்துக் காட்டுவதில் முனைப்புடன் திகழ்கின்றன. புதுக்கவிதை வடிவத்தில் கிறித்தவக் காப்பியங்கள் என்று சொல்லும் வகையில் அன்னபூரண மேரியின் விவிலியக் கவிதைகள், நிர்மலா சுரேஷின் இயேசு மாகாவியம், அருட்தந்தை வின்செண்ட் சின்னதுரையின் புதிய சாசனம், சேவியரின் இயேசுவின் கதை போன்ற நூல்களைக் குறிப்பிடலாம்.

1993 ஆம் ஆண்டு அன்ன பூரண மேரியால் எழுதப்பட்டு விண்ணேற்ற ஆண்டவர் ஆலய வெளியீடாக வெளிவந்துள்ள காப்பியம் விவிலியக் கவிதைகள் என்பதாகும். இந்நூல் பழைய ஏற்பாடு, புதிய ஏற்பாடு என்னும் இரு பகுதிகளை உடையது. பழைய ஏற்பாடு என்னும் பகுதியில் 46 உட்தலைப்புகளில் பழைய ஏற்பாட்டுச் செய்திகளையும் புதிய ஏற்பாடு என்னும் பகுதியில் எட்டு உட்தலைப்புகளில் புதிய ஏற்பாட்டுச் செய்திகளையும் இக்காப்பியம் விவரிக்கிறது. 2000 ஆம் ஆண்டில் இராச. அருளானந்தம் அவர்கள் நற்செய்திக் காவியம் என்னும் நூலைப் படைத்துள்ளார். இந்நூல் 43 பகுதிகளை உடையது. இயேசு மாகாவியம் சென்னையிலுள்ள இதயம் பதிப்பகத்தின் மூலம் 2001 ஆம் ஆண்டு வெளியிடப்பட்டுள்ளது. இயேசு கிறிஸ்துவின் வரலாற்றையும் அவரது ஊழியங்களையும் 144 தலைப்புகளில் நிர்மலா சுரேஷ் பாடியுள்ளார். புதிய சாசனம் 2002 ஆம் ஆண்டில் வெளியானது. இந்நூலின் ஆசிரியர் அருட்தந்தை வின்செண்ட் சின்னதுரை. இந்நூலில் பத்து இயல்களும் 122 பாடல்களும் இடம்பெற்றுள்ளன. இந்நூலில் செக்கரியாவுக்கு வானதூதர் வாக்களித்தது முதல் இயேசு கிறிஸ்து பரலோகம் சென்றது வரையிலான செய்திகள் இடம்பெற்றுள்ளன. 2005 ஆம் ஆண்டு யாளி பதிவு வெளியீட்டின் மூலம் வெளிவந்த இயேசுவின் கதை என்னும் காவியம்

கிறித்தவக் காப்பியங்கள்

முந்நூற்று ஐம்பத்திரண்டு பக்கங்களில் புதுக்கவிதை வடிவில் இயேசு கிறிஸ்துவின் வாழ்க்கை வரலாற்றை எடுத்தியம்புகின்றது. இந்நூலின் ஆசிரியர் சேவியர். இந்நூல் இளமை, போதனைகள், புதுமைகள், இறைமகனின் விளக்கங்கள், உவமைகள், சில நிகழ்வுகள், இறுதி நாளுக்கான எச்சரிக்கைகள், வேதனை காலம், உன்னதரின் உயிர்ப்பு, துவக்கத்தின் முடிவுரை என்னும் பத்துத் தலைப்புகளில் பகுக்கப் பட்டுள்ளது. ஒவ்வொரு பிரிவும் பல உட்பிரிவுகளைக் கொண்டுள்ளது. இயேசு கிறிஸ்து யார் என்பதை அறியாத மக்களுக்காக அவரை எளிமையாக, அழுத்தமாக அறிய வைக்க வேண்டும் என்னும் நோக்கில் இந்நூல் படைக்கப்பட்டுள்ளது. 2019 ஆம் ஆண்டு அமல்ராஜ் அவர்களால் எழுதப்பட்டு, திருச்சியிலுள்ள கலைக்காவேரி மூலம் வெளிவந்த நூல் மீட்பின் காவியம் என்பதாகும். 300 பக்கங்களைக் கொண்ட இக்காவியம், விவிலியத்திலுள்ள பழைய ஏற்பாட்டை மட்டும் புதுக்கவிதை வடிவில் தருகின்றது.

புதுக்கவிதைக் குறுங்காப்பியங்கள்

புதுக்கவிதை வடிவில் காப்பியங்களைக் காட்டிலும் குறுங்காப்பியங்களே அதிக அளவில் வெளிவந்துள்ளன. அவற்றில் சில நூல்கள் இங்கு சான்றுகளாகத் தரப்படுகின்றன. 1996 ஆம் ஆண்டு வெளிவந்த குறுங்காப்பியம் மண்ணில் இருக்குது மோட்சம் என்பதாகும். இந்நூல் விவிலியம் முழுவதையும் உள்ளடக்கி, படைப்புத் தொடக்கமாக இயேசு கிறிஸ்துவின் உயிர்த்தெழுதல் வரையிலான செய்திகளைத் தருகிறது. 1998 ஆம் ஆண்டு அரக்கோணம் ஜெயக்கொடி பதிப்பகத்தின் மூலம் கண்ணாடிச் சிதறல்கள் என்னும் குறுங்காப்பியம் வெளிவந்தது. 123 பக்கங்களையும் 37 பிரிவுகளையும் கொண்ட இக்குறுங்காப்பியம், விவிலியத்தில் காணலாகும் யோபுவின் வரலாற்றை விவரிக்கிறது. 2001 ஆம் ஆண்டு வெளிவந்த குறுங்காவியம் ஒரு சிங்கம் கர்ஜிக்கிறது என்பதாகும். இந்நூல் சகரியா - எலிசபெத் தம்பதியினருக்குப் பிறந்த யோவானைப் பற்றி விவரிக்கிறது. இம்மூன்று குறுங்காப்பியங்களும் தே. சுவாமிநாதன் அவர்களால் படைக்கப்பட்டவை. 2009 ஆம் ஆண்டு கவிஞர் ஜோரா எழுதி வெளியிட்ட புனித பவுல் புதுக்காவியம் 16 தலைப்புகளில் புனித பவுலின் வாழ்வைத் தருகிறது. மலேசியா நாட்டில் 2011 ஆம் ஆண்டு ஏ.எஸ். பிரான்சிஸ் அவர்கள் விடியல் விண்மீன்-ரூத், மனதில் விழுந்த மழைத்துளி-எஸ்தர் என்னும் இரண்டு புதுக்கவிதைக் காப்பியங்களைப் படைத்துள்ளார். சென்னைக் கிறித்தவக் கல்லூரித் தமிழ்த்துறைப் பேராசிரியர் முனைவர் ஏ. பால்பிரபு சாந்தராஜ் அவர்கள் விவிலியத்தில்

யாத்திராகமம், லேவியராகமம், எண்ணாகமம், உபாகமம் என்னும் நான்கு நூல்களில் விவரிக்கப்பட்டுள்ள மோசேயின் வரலாற்றை 44 உட்தலைப்புகளில் தியாகத் தலைவன் மோசே என்னும் புதுக்காப்பியமாக 2022 ஆம் ஆண்டு படைத்து வெளியிட்டுள்ளார்.

காப்பிய வளர்ச்சிக்கு இலங்கைக் கிறித்தவர்களின் பங்களிப்பு

கிறித்தவ இலக்கிய வளர்ச்சியில் இலங்கைக் கிறித்தவர்களின் பங்களிப்பு குறிப்பிடத்தக்கது. காப்பியம், சிற்றிலக்கியம், கீர்த்தனை, நாடகம், புனைகதை, மொழிபெயர்ப்பு என அவர்களது இலக்கியப்பணி விரிவானது. வீரமாமுனிவர் தேம்பாவணி எழுதியதைத் தொடர்ந்து இலங்கையினர் கிறித்தவக் காப்பியங்கள் இயற்றத் தொடங்கினர். இலங்கையினரால் எழுதப்பட்ட கிறித்தவக் காப்பியங்களின் எண்ணிக்கை ஏழு ஆகும். இவற்றில் யோசேப்புப் புராணம் கிடைக்கவில்லை என்னும் செய்தி வருத்தத்திற்குரியது. திருவாக்குப் புராணம் முழுமையடையாத கிறித்தவக் காப்பியம். திருச்செல்வர் காவியம், ஞானானந்த புராணம் ஆகிய காப்பியங்களில் திருச்செல்வர், ஞானானந்தன் ஆகியோரது வாழ்வினைக் கூறுமிடத்து, விவிலியச் செய்திகள் கிளைக்கதைகளாக இடம்பெற்றுள்ளன. நசரேய புராணம் பழைய, புதிய ஏற்பாட்டிலுள்ள செய்திகளைச் சுருங்கச் சொல்லுகிறது. கிறிஸ்து காவியம் புதிய ஏற்பாட்டிலுள்ள மத்தேயு, மாற்கு, லூக்கா, யோவான் ஆகிய நற்செய்தி நூல்களின் அடிப்படையில் படைக்கப் பட்டுள்ளது. இலங்கையிலிருந்து வெளிவந்த கிறித்தவக் காப்பியங்களுள் சிறப்பானது இயேசு புராணம் என்பதாகும். இக்காப்பியம் விவிலியம் முழுவதையும் காப்பிய வடிவில் விரிவாகத் தருகிறது. எனவே இக்காப்பியத்தை ‘விவிலியத்தின் பாகு‘ எனக் குறிப்பிடுகின்றனர்.

வரலாற்றுக் காப்பியங்கள் (Hagiography)

கிறித்தவக் காப்பியங்களில் திருமறை சாரா மாந்தர் வரலாற்றை அடிப்படையாகக் கொண்ட காப்பியங்கள் வரலாற்றுக் காப்பியங்கள் எனப்படும். இதனை ‘ஹாகியோகிராபி‘ (Hagiography) என ஆங்கிலத்தில் குறிப்பிடுவர். வரலாற்றுக் காப்பியங்கள் புனிதர்கள், இரத்தசாட்சியாக மரித்தவர்கள், இறைத்தொண்டர்கள் போன்றோரின் வாழ்க்கையை விவரிக்கும் வகையில் அமைந்துள்ளன. இவர்கள் விவிலியத்தில் இடம்பெறாதவர்கள். இந்த நூலில் 9 வரலாற்றுக் காப்பியங்கள் இடம் பெற்றுள்ளன. வரலாற்றுக் காப்பியத்தின் மாந்தர்களாக ஞானாதிக்கராயர், புனித பிரான்சிஸ் அசிசியார், புனித சவேரியார், அன்னை தெரேசா,

தேவசகாயம் நீலகண்ட பிள்ளை, மகராசன் வேதமாணிக்கம் ஆகியோர் இடம்பெற்றுள்ளனர்.

கிறித்தவக் காப்பியங்களின் மையப்பொருள்

கிறித்தவக் காப்பியங்கள் கடவுளின் வல்லமையையும் இறைமகனின் மேன்மையினையும் எடுத்தியம்புகின்றன. விவிலியம் தமிழில் மொழி பெயர்க்கப்பட்டு நூலாக மக்களின் கைகளில் கிடைத்த சூழலில் வீரமாமுனிவர் பலவகையான கிறித்தவ இலக்கியங்களைப் படைத்தார். சீகன்பால்கு மொழிபெயர்ப்பில் அதிக கவனம் செலுத்தியதால் அவரால் கிறித்தவ இலக்கியங்களைப் படைக்க முடியவில்லை எனலாம். தேம்பாவணியைத் தொடர்ந்து காப்பியம் படைத்தவர்களில் பெரும்பாலானோர் இயேசு கிறிஸ்துவை மையமாகக் கொண்டு காப்பியங்கள் படைத்ததால் காப்பிய இலக்கணங்களை முழுமையாகப் பின்பற்றவில்லை. எனினும் இதை ஒரு குறையாகச் சுட்டமுடியாது. இதற்குக் காரணம் வருணனை, உவமை போன்றவற்றைப் பயன்படுத்தும் போது ஆசிரியரின் நோக்கம் சிதைய வாய்ப்புள்ளது. மேலும் காப்பியத்தின் மையப்பொருள் இரண்டாம் நிலைக்குத் தள்ளப்படலாம். எனவே பெரும்பாலான கிறித்தவக் காப்பியங்களின் மையப்பொருள் இயேசு கிறிஸ்து. அவரே காப்பியத் தலைவருமாவார். இயேசு கிறிஸ்துவைக் காப்பியத் தலைவராகக் கொண்டிராத சில காப்பியங்களில் கிளைக்கதையாக இயேசு கிறிஸ்துவின் வாழ்க்கை விவரிக்கப்பட்டுள்ளது.

கிறித்தவக் காப்பியங்கள் எவை?

கிறித்தவக் காப்பியங்களின் பட்டியல் நீளமாக இருக்க வேண்டும் என்னும் நோக்கில் கிறித்தவ இலக்கிய நூல்கள் பலவற்றை இதில் சேர்க்க இயலாது. மேலும் நூல்களைப் பார்க்காமலே கிறித்தவக் காப்பியங்கள் எனப் பட்டியலில் சேர்க்கவும் முடியாது. இப்பட்டியலில் சேர்க்க வேண்டுமெனின் காப்பியம் என்கிற இலக்கண வரையறைக்குள் ஓரளவு பொருந்தும் வகையில் அமைந்திருக்க வேண்டும். உதாரணமாக இலங்கையில் படைக்கப்பட்ட தேவ அருள் வேத புராணம் உரைநடையில் எழுதப் பட்டது. அதைப்போன்று கிறித்தவ இலக்கிய சங்கத்தால் வெளிவந்த திலகவதி பால் எழுதிய அறநெறிபாடிய வீரகாவியம் என்னும் நூல் உரைநடையில் எழுதப்பட்டது. காவியம் எனப் பெயர் இருப்பதால் அது காவியமாகாது. ஆங்கிலக் கவிஞர் ஜான் மில்டன் எழுதிய Paradise Lost, Paradise Regained என்னும் நூல்களைத் தழுவி, அருள்திரு. வேதக்கண்

என்பவர் ஆதிநந்தாவனப் பிரளயம், ஆதிநந்தாவன மீட்சி என்னும் கீர்த்தனை நாடகங்களாகத் தமிழில் எழுதியுள்ளார். இவ்விரண்டு நூல்களும் காப்பியமாகா. எனவே தேவ அருள் வேதபுராணம், அறநெறிபாடிய வீர காவியம், ஆதிநந்தாவனப் பிரளயம், ஆதிநந்தாவன மீட்சி ஆகியனவற்றைக் கிறித்தவக் காப்பியங்களாக ஏற்றுக் கொள்ளவியலாது. இத்தகு பிழையான வகைப்பாடுகள், அண்மைக் காலத்தில் வெளிவந்துள்ள சில நூல்களில் இடம் பெற்றுள்ளதைத் தெளிவுக்காக இங்குக் குறிப்பிடுவது பொருந்தும்.

பதினெட்டாம் நூற்றாண்டில் எழுதத் தொடங்கிய கிறித்தவக் காப்பியங்கள் இருபத்தியோராம் நூற்றாண்டிலும் வளர்ந்து வருவது கிறித்தவப் படைப்பாளர்களின் புலமைக்கும் இறைப்பற்றுக்கும் அருட்பணிக்கும் சிறந்த சான்றுகள். காணக்கிடைக்காத பழைய கிறித்தவக் காப்பியங்களைப் பதிப்பித்தல் கிறித்தவ இலக்கிய வளர்ச்சிக்கு உறுதுணையாக அமையும். தேம்பாவணி, இரட்சணிய யாத்திரிகம் என்னும் இரண்டு காப்பியங்களும் பல அறிஞர்களின் உரையுடன் வெளிவந்துள்ளன. திருச்செல்வர் காவியம் இலங்கையில் இரண்டாம் பதிப்பாக வெளி வந்துள்ளது. அதுபோன்று இரட்சணிய யாத்திரிகம், கிறிஸ்தாயனம், விடிவெள்ளி மகராசன் வேதமாணிக்கம் காவியம் ஆகியன சென்னையிலுள்ள ஆசியவியல் நிறுவனத்தின் மூலம் வெளிவந்துள்ளன. அருள் மைந்தன் மாகாதை, பரவர் புராணம் ஆகிய காப்பியங்கள் ஆசிரியரின் உரையுடன் பதிப்பிக்கப்பட்டுள்ளன. கிறித்தவக் காப்பியங்கள் உரையுடன் வெளிவந்தால் காப்பியத்தின் நுட்பத்தினைப் படிப்பவர்களால் அறிந்து கொள்ள முடியும். தேம்பாவணி தொடங்கி விடிவெள்ளி மகராசன் வேதமாணிக்கம் காவியம் வரை வளர்ந்துள்ள கிறித்தவக் காப்பிய வரலாறு, தமிழ் இலக்கிய வரலாற்றுடனும் வளர்ச்சியுடனும் இணைத்து நோக்கப்பட வேண்டும்.

III. திருமறை வரலாற்றுக் காப்பியங்கள்
1. திருவாக்குப் புராணம்

இலங்கை மக்களின் கிறித்தவ இலக்கியப்பணி புராணம், சிற்றிலக்கியம், கீர்த்தனை, மொழிபெயர்ப்பு, நாவல் என்னும் பன்முகப் பரிமாணங்களை உடையது. காப்பியம் என்னும் வடிவில் இலங்கையில் இதுவரை ஏழு நூல்கள் வெளிவந்துள்ளன. வீரமாமுனிவர் எழுதிய தேம்பாவணியைத் தொடர்ந்து வெளிவந்த கிறித்தவத் தமிழ்க் காப்பியம் கனகசபைப் பிள்ளையால் எழுதப்பட்ட திருவாக்குப் புராணமாகும். இக்காப்பியம் 1866 ஆம் ஆண்டு யாழ்ப்பாணத்தில் வெளியிடப்பட்டது.

ஆசிரியர் வரலாறு

கனகசபைப் பிள்ளை இலங்கையிலுள்ள அளவெட்டி என்னும் ஊரில் வேலுப்பிள்ளைத் தம்பதிகளின் மகனாக 1815 ஆம் ஆண்டு மாசி மாதம் 12ஆம் நாள் பிறந்தார். இவரது முழுமையான பெயர் ஜெர்மையா எவாட்ஸ் கனகசபைப் பிள்ளை. இவரது பெற்றோரும் முன்னோரும் சைவ சமயத்தவர்கள். பின்னர் இவர்கள் சீர்திருத்தத் திருச்சபைக் கிறித்தவர்களாக மாறினர்.

கனகசபைப் பிள்ளை வட்டுக்கோட்டை இறையியல் பள்ளியில் படித்தார். தமிழிலும் ஆங்கிலத்திலும் பெரும் புலமை மிக்கவராக விளங்கினார். வட்டுக்கோட்டையில் வாழ்ந்த டாக்டர் வார்டு என்பவரிடம் ஆங்கில மருத்துவத்தை மிக்க விருப்பத்துடன் கற்றார். எனினும் தமிழ் மருத்துவமே கனகசபைப் பிள்ளைக்குப் புகழ் சேர்ப்பதாக அமைந்தது. கனகசபைப் பிள்ளைக்குத் தமிழ்ப் புலமை இயல்பாகவே அமைந்திருந்தது. எனவே இவரது படைப்புகள் அனைத்தும் பழந்தமிழ்ப் புலவர்களின் மரபு சார்ந்தவையாய் உள்ளன. இவர் திருவாக்குப் புராணம் மட்டுமின்றி பல தனிப்பாடல்களையும், ஒரு நிகண்டு நூலையும், அழகர்சாமி மடலையும் படைத்துள்ளார்.

சென்னையில் அமெரிக்க அருட்பணியாளர்களின் தலைமையில் தமிழ் அகராதிப் பணியில் சில ஆண்டுகள் ஈடுபட்டார். இவருடன் விநோதரச மஞ்சரியளித்த வீராசாமிச் செட்டியாரும் அகராதிப் பணியில் பணிபுரிந்தார். பின்னர் மானிப்பாயில் உள்ள அமெரிக்கன் மிஷன் அச்சு இயந்திர சாலையில் மேற்பார்வையாளராகவும், கோப்பாயிலுள்ள தமிழ்ப் பள்ளியில் ஆசிரியராகவும் பணிபுரிந்தார். இதனுடன் தமிழ் முறையிலான மருத்துவத் தொழிலையும் செய்து வந்தார்.

இலங்கையிலுள்ள கண்டி அரசரின் பேரரான அழகர்சாமி தமிழகத்திலுள்ள வேலூரில் வாழ்ந்து வந்தார். இவரிடம் கனகசபைப் புலவர் நெருங்கிய நட்புடையவராகக் காணப்பட்டார். மன்னர் மரபில் வந்த அழகர்சாமி மீது 'அழகர்சாமி மடல்' என்னும் பிரபந்தம் பாடி, சீட்டுக்கவியும் எழுதி, அரசர் அழகர் சாமிக்கு அனுப்பி வைத்தார். இச்செயலால் மகிழ்ச்சியடைந்த அழகர்சாமி, கனகசபைப் பிள்ளை தம்மீது எழுதிய நூலை, தம் முன்னிலையிலேயே அரங்கேற்றி இன்புற்றார். அது மட்டுமன்றி, கனகசபைப் புலவருக்கு வேண்டிய பொன்னும் பொருளும் கொடுத்து மகிழ்ந்தார். கனகசபைப் பிள்ளை பழந்தமிழ் இலக்கியத்தில் கொண்ட புலமையையும், கவிபாடும் திறனையும் வெளிக்காட்ட இச்சீட்டுக்கவி போதுமான சான்று. கனகசபைப் புலவர் வியாக்கிரபாத முனிவர் புராணத்தைப் பாடிய வைத்தியநாதத் தம்பிரான் வழியிலே வந்தவர் என்பது இச்சீட்டுக்கவியின் மூலம் புலனாகிறது.

கனகசபைப் பிள்ளைக்கு இரு புதல்வர்கள். ஒருவர் மருத்துவராகவும், மற்றொருவர் இலங்கையில் உள்ள சுண்டிக்குளிப் பாடசாலையில் தலைமை ஆசிரியராகவும் பணியாற்றினர். கனகசபைப் பிள்ளை, தமது மருத்துவத் தொழில் காரணமாகப் பூநகரிப் பகுதிக்குச் சென்றிருந்தபோது இரத்த அழுத்த நோயினால் மயங்கி விழுந்தார். சில நாட்களில் நோய் அதிகமாகி 1879 ஆம் ஆண்டு தை மாதம் 9 ஆம் நாள் காலமானார். இவரது மறைவு குறித்து உதயதாரகை என்னும் பத்திரிகை இரங்கல் செய்தியை வெளியிட்டிருந்தது.

நூலின் நோக்கம்

'இஃது கிறிஸ்து சமய வித்தியாசாலை மாணாக்கரும் பிறரும் சத்திய வேத நூலைக் கற்றுக் கொள்வதற்கு உபயோகமாக மெக்காதர் ஐயரால் புராண நடையாகச் செய்விக்கப்பட்டது' என்று இந்நூலின் முதல் பக்கத்தில் குறிப்பிடப்பட்டுள்ளது. கிறித்தவர்கள் இக்காப்பியத்தைப் படித்து மனனம் செய்ய வேண்டும் என்னும் நோக்குடன் இந்நூல் இயற்றப்பட்டது.

பெயர்க் காரணம்

கனகசபைப் பிள்ளை தமது காப்பியத்திற்குத் திருவாக்குப் புராணம் எனப் பெயர் சூட்டியுள்ளமை சிறப்புமிக்கது. 'ஆதியிலே வார்த்தை இருந்தது. அந்த வார்த்தை தேவனிடத்திலிருந்தது, அந்த வார்த்தை தேவனாயிருந்தது' (யோவான் 1-1) என்பது வேதவாக்கு. வார்த்தை என்பதன் சிறப்பினை உணர்ந்த ஆசிரியர் வார்த்தையாம் கடவுளைக் குறித்துப் பாடியதால் திரு என்னும் அடைமொழியுடன் திருவாக்குப் புராணம் எனப் பெயர் சூட்டியுள்ளார்.

அனைத்துலகுந் திருவாக்கால் அளித்தகில சராசரமும் அருட்சித் தத்தே
நினைந்துளவப் படியமைத்துக் காத்தழிக்குந் தனிமுதலாம் நிகரிலாதான்
றனைத்துதிசெய் தெண்ணுகின்ற தகுங்கருமஞ் சித்திபெறத் தருகவென்ற
இனைத்தெனவொப் போதரிய இணைமலர்த்தாள்சிரந்தேத்தி இறைஞ்சுவாமே

(உற்பத்திப் படலம், பா.1)

என்னும் செய்யுள், வாக்கை அடிப்படையாகக் கொண்டு அமைந்துள்ளது.

காப்பிய அமைப்பு

திருவாக்குப் புராணம் இருநூறு பக்கங்களையும், இரண்டு பாகங்களையும் கொண்டது. முதற்பாகம் ஜநந காண்டம், யாத்திரை காண்டம் என்னும் இரண்டு காண்டங்களை உடையது. இக்காண்டங்கள் விவிலியத்தின் பழைய ஏற்பாட்டிலுள்ள முதல் இரண்டு நூல்களான ஆதியாகமத்தையும், யாத்திராகமத்தையும் அடிப்படையாகக் கொண்டன. திருவாக்குப் புராணம் 1751 விருத்தப்பாக்களால் ஆனது.

முதற் பாகம்

முதல் பாகத்திலுள்ள ஜநந காண்டமானது உற்பத்திப் படலம், வினைசூழ் படலம், மகப்பேற்றுப் படலம், குலமுறையுரைத்தப் படலம், சலப்பிரளய படலம், நோவாவின் வமிசப் படலம், தேவன் ஆபிரகாமை அழைத்த படலம், ஈசாக்குப் படலம், யாக்கோபுப் படலம், யோசேப்புப் படலம் என்னும் பத்துப் படலங்களைக் கொண்டது. இரண்டாவது காண்டமான யாத்திரை காண்டம் சிறைபுரி படலம், மோசே அவதரித்த படலம், மோசே காட்சி பெற்ற படலம், மோசே தூது சென்ற படலம், பஸ்காவிரதப் படலம், மீட்சிப் படலம், வனம்புகு படலம், பத்துக் கற்பனைப் படலம் என்னும் எட்டுப் படலங்களை உடையது. பத்துக் கற்பனைகளை விவரிப்பதுடன் காப்பியத்தின் முதல் பாகம் நிறைவுறுகிறது.

கடவுள் வாழ்த்து

நூலின் தொடக்கம் தமிழ்க் காப்பிய அமைப்பு முறைக்கேற்ப கடவுள் வாழ்த்து, அவையடக்கம், பதிகம் ஆகியவற்றைக் கொண்டது. கடவுள் வாழ்த்து என்னும் பகுதியில் பிதாவுக்குத் துதி, குமாரனுக்குத் துதி, பரிசுத் தாவிக்குத் துதி, திரியேக மூர்த்திக்குத் துதி என்னும் பிரிவுகள் உள்ளன.

பதிகம்

திருவாக்குப் புராணத்திலுள்ள பதிகம் 111 விருத்தப்பாக்களை உடையது. ஆசிரியர் தாம் பாடக் கருதிய வேதச் செய்திகளையெல்லாம் தொகுத்து இதில் இனிமையாகப் பாடியுள்ளார். இந்நூலின் செய்யுட்கள் பரஞ்சோதி முனிவரின் திருவிளையாடல் புராணச் செய்யுட்களைப் போன்று எளிமையாகவும் இனிமையாகவும் அமைந்துள்ளன. சான்றாக,

அன்னகரில் யோசேப்பை யறியா வேந்தன்
அரசுபுரிந் தீசிரவேல் மரபி னோருக்
கின்னல்புரிந் தாண்குழவி பிறக்குங் காறு
மெறிதிரைநீ ரிடைபுதைப்பித் திட்ட நாளில்
தன்னிகரில் மோசேயாந் தநயன் றோன்றத்
தாயவனை மூன்று திங்கள் மறைத்துக் காத்துப்
பின்னரசன் றனதாணைக் கஞ்சி நாணற்
பேழையில்வைத் தாற்றினிடை பேணி யுய்த்தே (பதிகம், பா. 10)

பன்னிரண்டாம் வயதாகிப் பஸ்காவை யாசரிக்க யெருசலேமில்
அன்னைதந்தை யுடனணுகி யறிஞர்குழாத் திருப்பவவ றறியார்போய்மீண்
டின்னலுறத் தேடியுற்ற போதிசைத்த வாசகமு மெலிசபேத்தாம்
மின்னிடையாள் வயின்றோன்றி விமலனுக்கு முற்றூத னாகிமேய
(பதிகம், பா.58)

பாடுபட்ட நாள்முதலா நாற்பதுநாட் பரலோகத் தியல்பை யுள்ளத்
தூடுபட்டு மகிழ்சிறப்பத் தொண்டர்களுக் கோதியதி சயங்கள்காட்டி
ஈடுபட்ட சுவிசேட முலகிலெங்கும் போதியுமென் றியம்பியெங்கோன்
பீடுபட்ட சீடர்களுக் காவியருள் பெருவாக்குக் கொடுத்துப் பின்னர்
(பதிகம், பா. 102)

ஆங்கிவர்கள் கண்காண அந்தரத்தில் மேகத்தில் மறைந்தோ னாகி
நீங்கியது மற்றதனை நின்றுற்றுப் பார்க்குமந்த நெறியா ளர்க்குப்
பாங்கினில்வெள் ளுடையிருவர் படர்ந்துகலி லையரேநீர் பார்த்த வண்ணம்
ஓங்கியமே லவன்மீண்டு முலகத்தில் வருவனென வுரைத்தவாறும்
(பாயிரம், பா. 103)

என்னும் செய்யுட்களைச் சுட்டலாம். திருவாக்குப் புராணத்தில் பதிகம் சிறப்புடைய ஒரு பகுதியாக விளங்குகிறது.

விரிவுச் செய்யுட்கள்

மூலக் கருத்தைக் கொள்ளுதலாக இருப்பது கொளு எனப்படும். கொளு செய்யுளை விரி செய்யுளாக எழுதும் முறையும் உள்ளது. புறப்பொருள் வெண்பாமாலை கொளு, விரி பற்றிய விளக்கம் தருகிறது. கொளு செய்யுளை விரிவாக விளக்கும் செய்யுள் விரி செய்யுள் அல்லது விரிவுச் செய்யுள் எனப்படும். இந்நூலாசிரியர் தமிழ்க்காப்பிய நடைக்கேற்ப 15 இடங்களில் விரிவாகப் பல செய்யுட்களைப் பாடியுள்ளார். அச்செய்யுட்கள் அடிக்குறிப்பின் துணையுடன் அப்பக்கங்களின் கீழே கொடுக்கப் பட்டுள்ளன. அவ்விரிவுச் செய்யுட்கள் காப்பிய ஓட்டத்திற்கு எவ்விதத் தடையும் அளிக்கக் கூடாது எனக் கருதி இம்முறையைப் பின்பற்றியுள்ளார் எனத் தெரிகிறது. எடுத்துக்காட்டாக, கடவுள் கனி கொடுக்கும் மரங்களைப் படைத்து அதன் நடுவில் நன்மை தீமை உணர்த்தும் மரத்தையும் படைத்தார் என்பதை ஆசிரியர்,

காண்பதற்கினிய கனிகளு மதுரங் கனிந்தபூங் கனிகளு நிறைந்த
மாண்புறுதருக்கள் அனைத்தையுமன்றி வயங்கெழின் மலர் குடைந்தளிர்கள்
பாண்செயுந் துடவை நடுவணிற்சீவ விருக்கமும் படைத்ததனுடனே
எண்பெறு நன்மை தீமைகளுணர்த்தும் மரத்தையு மியற்றினனன்றே

(ஜநந காண்டம், பா. 21)

எனக் கொளு வடிவில் பாடுகிறார். இச்செய்யுளை அடிப்படையாகக் கொண்டு ஐந்து செய்யுட்கள் விரிவுச் செய்யுட்களாக அமைந்துள்ளன. அச்செய்யுட்கள் பின்வருமாறு:

1. *கோளரைத் தூண நிரைநிரை போக்கிக் கொழுங்கவ டுத்திரம் பரப்பி*
நீனருஞ் சினைப்பாச் சிட்டுமே லாக நெடுங்கிளைச் சலாகைக ணிரைத்துக்
காளமா நிறஞ்சேர் வல்லிகள் விசித்துக் கவினிலைத் தகட்டினால் வேய்ந்து
தாளடல் நரனுக் கிறையவன் மாடஞ் சமைத்தென விளங்குமத் தடங்கா.

2. *பத்தியின் வழிபாட் டிணையடி போற்றிப் பரவிய மானவற் கிறைவன்*
மெத்திய சுகஞ்சேர் பேரின்ப போகம் விழைவுட னருத்துதற் காக
முத்தியந் தலத்தை அவனியி லமைத்து முன்னுறத் தானும்வீற் றிருக்கச்
சித்திரப்படத்தாற் சமைத்தபா ளயம்போற் சிறந்ததப் பூந்துணர்ச் சினைக்கா.

3. *மருவிழி யந்தண் மலர்ப்பசுஞ் சினைகள் வானுறப் பரப்புமப் பூங்கா*
ஒருவிழி வெனினு மின்றிமிக் குயர்ந்த ஒப்பிலான் படைப்பினின் வீக்கம்
இருவிழி கொண்டு பார்ப்பதற் கமையா தெனத்தலை எண்ணில பரப்பித்
திருவிழி அனர்தங் கோண்டுமே னிமிர்ந்து திசைதொறும் பார்ப்பதொத்துளதே.

4. *செய்யபன் னிறஞ்சேர் மதுமலர்த் தொகுதி சினைதொறு மணிபெறத் திகழ*
பையணி நிறஞ்சா விலைக்குழாம் பற்பல் கிளைதொறும் பரந்துகார் காலத்
துய்யபன் னிறமீன் இனமுதற் சுடர்கள் துலங்கமைம் முகிற்குழாந் தொகுத்து
வையமும் வானங் காட்டிய தென்ன வயங்குமம் மட்டவிழ் மலர்க்கா.

5. *வீழுமின் மலர்த்தேன் மகரயாழ் நரம்பு விரிசிறைத் தும்பிதை வந்தே*
ஏழிசை தெரிக்கக் குயிலினம் நறும்பா இசைதர இசைதர நவிற்றக்
கேழுறும் பசிய தோகையஞ் சூட்டுக் கேகய நடஞ்செயச் செவ்வி
சூழுமச் சோலை தூயவன் றொல்சீர் பாடியா டரங்கமொத் துளதே.

(ப. 20)

இச்செய்யுட்களைப் படிக்கும் போது ‘காண்பதற்கினிய‘ என்னும் அடிப்படைச் செய்யுளான கொளு செய்யுளின் சிறப்பினையும் இலக்கிய இன்பத்தையும் எளிதாக நுகர முடிகின்றது.

விவிலியச் செய்திகள்

திருவாக்குப் புராணம் ஆதியாகமத்திலிருந்து தொடங்குவதால் ஆதாம் ஏவாள் பற்றிய நிகழ்வுகள் இடம்பெற்றுள்ளன. ‘சர்ப்பம் ஸ்திரியை நோக்கி: நீங்கள் தோட்டத்திலுள்ள சகல விருட்சங்களின் கனியையும் புசிக்க வேண்டாம் என்று தேவன் சொன்னது உண்டோ என்றது. ஸ்திரி சர்ப்பத்தைப் பார்த்து: நாங்கள் தோட்டத்திலுள்ள விருட்சங்களின் கனிகளைப் புசிக்கலாம். ஆனாலும், தோட்டத்தின் நடுவில் இருக்கிற விருட்சத்தின் கனியைக் குறித்து, தேவன்: நீங்கள் சாகாதபடிக்கு அதைப் புசிக்கவும் அதைத் தொடவும் வேண்டாம் என்று சொன்னார் என்றாள். அப்பொழுது சர்ப்பம் ஸ்திரியை நோக்கி: நீங்கள் சாகவே சாவதில்லை; நீங்கள் இதைப் புசிக்கும் நாளிலே உங்கள் கண்கள் திறக்கப்படும் என்றும், நீங்கள் நன்மை தீமை அறிந்து தேவர்களைப் போல் இருப்பீர்கள் என்றும் தேவன் அறிவார் என்றது’ (ஆதியாகமம் 3:1-5) என்னும் வசனங்களை ஆதாரமாகக் கொண்டு,

நண்ணிமாய சர்ப்பமிந்த நந்தனப் பயன்கணீர்
உண்ணலீர்க ளென்றுதே வுரைத்ததுண்மை கொல்லெனப்
பெண்ணியா முணற்கெலாம் பெரிதுவந்து தந்தனன்
கண்ணிலாவு சோலைநாப்ப ணின்றதாரு காட்டியே.

வீவொழிந்து நீவிருய்ய வேண்டுமென்னி வித்தரு
மேவுகின்ற கனியுணல் விழைந்துதீண்ட லொழிதிரென்
றோவிலா விலக்கெமக் குரைத்தனன் பிரானெனத்
தூவிமஞ்ஞை யெனவிளங்கு தோகைசொல்லி னாளரோ.

□ கிறித்தவக் காப்பியங்கள் □ 45

என்றபோது சர்ப்பமாதை நோக்கிமாய்வ தில்லைநீர்
தின்றபோது நுமதுகண் டிறந்துநன்மை தீமைதேர்
கின்றபோத மெய்திநீவிர் தன்னையொத்தல் கேடிலா
நின்றபோத னெஞ்சிலோர்வ னெனநிகழ்த்த லுற்றதே.

(வினைசூழ் படலம், பா, 3-5)

எனப் பாடியுள்ளார். கவிஞரின் கவிப் புலமைக்கு இச்செய்யுட்கள் சான்று களாக அமைகின்றன. இவ்வாறு விவிலியப் புலமையினால் வசனங்களைக் கவிதையாக்கம் செய்யும் திறன் படைத்தவர் கனகசபைப் புலவர்.

இரண்டாம் பாகம்

திருவாக்குப் புராணத்தின் முதல் பாகத்தின் இறுதியில் பின்னிணைப்பாக இரண்டாம் பாகம் விரைவில் வெளிவரும் (will shortly be published - Specimen pages) என்னும் செய்தியுடன் சான்றுக்காக சுவிசேடக் காண்டத்தில் உள்ள சுவிசேட வரலாற்றுப் படலத்திலிருந்து 24 செய்யுட்களும், யோவானுற் பவித்தப் படலத்திலிருந்து 43 செய்யுட்களும் கொடுக்கப்பட்டுள்ளன. புதிய ஏற்பாட்டை அடிப்படை யாகக் கொண்ட இரண்டாம் பாகம் முழுமையாக வெளிவந்ததாகத் தெரியவில்லை. சுவிசேட வரலாற்றுப் படலத்தில் மத்தேயு, மாற்கு, லூக்கா, யோவான் என்போர் நான்கு நற்செய்தி நூல்களை எழுதியதைப் பற்றி,

இத்தகு சுவிசேடத்தை யெம்பிரானருள் பெற்றுய்ந்த
உத்தமரெனு மத்தேயு வொடுமார்க்கு லூக்கா மிக்க
வித்தக யோவானென்போர் வீற்றுவீற்றிட வாழ்வுற்றோர்
புத்தகங்களிலே தீட்டிப் பூதலத்து தவினாரே

(சுவிசேட வரலாற்றுப் படலம், பா.21)

எனக் குறிப்பிடுகின்றார். ஆதியிலே வார்த்தை இருந்தது, அந்த வார்த்தை தேவனிடத்திலிருந்தது, அந்த வார்த்தை தேவனாயிருந்தது. அவர் ஆதியிலே தேவனோடிருந்தார். சகலமும் அவர் மூலமாய் உண்டாயிற்று; உண்டானதொன்றும் அவராலேயல்லாமல் உண்டாகவில்லை (யோவான் 1: 1,2,3) என்னும் வசனங்களை,

ஆதியில் வார்த்தைவைகிற் றவ்வார்த்தை தேவன்பாலில்
மேதக விருந்ததந்த மேம்படு வாக்குத்தானே
கோதில் மெய்ப்பகவனாகுங் குறித்திடுமது மேனாளிற்
றீதிலானந்த ஞானத் தேவின் மாட்டுற்றதன்றே

(யோவானுற்பவித்த படலம், பா.2)

எனப் பாடுகிறார். மரியாள் இருந்த வீட்டில் தேவதூதன் பிரவேசித்து: கிருபை பெற்றவளே வாழ்க, கர்த்தர் உன்னுடனே இருக்கிறார், ஸ்திரிகளுக்குள்ளே நீ ஆசீர்வதிக்கப்பட்டவள் என்றான். அவளோ அவனைக் கண்டு, அவன் வார்த்தையினால் கலங்கி, இந்த வாழ்த்துதல் எப்படிப்பட்டதோ என்று சிந்தித்துக் கொண்டிருந்தாள் (லூக்கா *1: 28, 29*) என்னும் வசனங்களை,

கடவுளங் கனுப்பவந்த கபிரியே லென்னுந் தூதன்
மடமயி லனையசாயல் மங்கையை யினிது நோக்கிப்
படர்பரி பூரணச்செங் கிருபைகொள் பாவாய்வாழி
அடர்தரு மகிமைசாலு மமலனுன் னுடனுற் றானே.

மங்கையர் தமக்குளாசீர் வதிக்கப்பட்டவணீ யென்றான்
அங்கவ ளவனைக்கண்டவ் வவன்சொலாற் கலங்கியிந்தப்
பங்கமி றேவதூதன் பாங்கினின் றென்னை நோக்கி
இங்கருள் வாழியென்ன தகைத்ததோ வெனச்சிந் தித்தான்

(யோவானுற்பவித்த படலம், பா.23, 24)

எனப் பாடுகிறார். இதன்மூலம் பின்னிணைப்பின் வாயிலாக திருவாக்குப் புராணத்தின் இரண்டாவது பாகம் குறித்து ஓரளவு அறிந்து கொள்ள முடிகின்றது.

முழுமையுறாக் காப்பியம்

திருவாக்குப் புராணத்தின் முதலாம் பாகம் ஆதியாகமம் மற்றும் யாத்திராகமம் என்னும் நூல்களிலுள்ள செய்திகளையும் பத்துக் கற்பனைகளையும் விவரிப்பதுடன் முடிவுறுகிறது. நூலின் பின்னிணைப்பில் இரண்டாம் பாகம் விரைவில் வெளிவரும் எனவும் இரண்டாம் பாகத்தில் இடம்பெறப்போகும் படலங்களிலிருந்து சில செய்யுட்களையும் ஆசிரியர் கொடுத்துள்ளார். புதிய ஏற்பாட்டுச் செய்திகளை அடிப்படையாகக் கொண்ட இரண்டாம் பாகம் வெளிவந்ததாகத் தெரியவில்லை. மேலும் முதல் பாகத்தின் இறுதியிலுள்ள பத்துக் கற்பனைகளுக்குப் பின்னர் இரண்டாம் பாகம் புதிய ஏற்பாட்டை அடிப்படையாகக் கொண்டு தொடங்குகிறது. முதல் பாகத்தில் ஆதியாகமத்தையும், யாத்திராகமத்தையும் அடிப்படையாகக் கொண்டு பாடிய ஆசிரியர் இரண்டாம் பாகம் புதிய ஏற்பாட்டை மட்டும் விளக்குவதாக இருந்தால் போதும் என எண்ணியிருக்கலாம். எனினும் இரண்டாம் பாகத்தை ஆசிரியர் முழுமையாகப் படைத்ததற்கான சான்றுகள் கிடைக்கவில்லை. எனவே இக்காப்பியத்தை முழுமையான காப்பியம் எனக் கூற இயலவில்லை.

2. நசரேய புராணம்

கிறித்தவ இலக்கியங்களுக்கு இலங்கை நாட்டவர்களின் பங்களிப்புகள் பலதிறப்பட்டன. கிறித்தவக் காப்பியங்கள் என்னும் வகையில் இலங்கையில் புராணம் என்னும் சொல்லைக் கொண்டனவாக ஐந்து காப்பியங்கள் உள்ளன. அவற்றுள் ஒன்று நசரேய புராணம்.

ஆசிரியர் அறிமுகம்

ஜே. எஸ். ஆழ்வார் பிள்ளை யாழ்ப்பாணத்திலுள்ள கட்டைவேலி என்னும் ஊரில் 1891 ஆம் ஆண்டு மார்ச் மாதம் 7 ஆம் நாள் பிறந்தார். இவர் கட்டைவேலியிலுள்ள மெதடிஸ்ட் மிஷன் பாடசாலையிலும் கிறித்தவப் பள்ளியிலும் கல்வி பயின்றார். இளமைப் பருவத்தில் தமது தந்தையாரிடமிருந்து இராகம், தாளம், இசை, கோலாட்டம் ஆகியனவற்றைக் கற்றார். தமது பதிமூன்றாவது வயதிலேயே கவிபாடும் ஆற்றல் உடையவராக விளங்கினார். வைணவ பக்தராகவும் சைவ சமய தீட்சை பெற்றவராகவும் விளங்கிய இவர், தமது பதிமூன்றாம் வயதில் கிறிஸ்து பெருமானால் ஆட்கொள்ளப்பட்டு, ஜேம்ஸ் என்னும் கிறித்தவப் பெயரை ஏற்று 1904 ஆம் ஆண்டு கட்டைவேலி ஆலயத்தில் ஞானஸ்நானம் பெற்றுக் கிறித்தவராக மாறினார். 1910 ஆம் ஆண்டு யாழ்ப்பாணத்திலுள்ள ஆசிரியர் பயிற்சிப் பள்ளியில் சேர்ந்தார். அப்பயிற்சி முடித்த பின்னர் அதே பள்ளியில் ஆசிரியராகப் பணியாற்றினார். 1915 ஆம் ஆண்டில் யாழ்ப்பாணம் மத்திய கல்லூரியில் தமிழ் விரிவுரையாளராகப் பொறுப்பேற்றார்.

அதுமட்டுமன்றி, யாழ்ப்பாணத்திற்கு வருகை தரும் மேலைநாட்டு மிஷனெரிமார்களுக்குத் தமிழ் கற்பிக்கும் பணியையும் மேற்கொண்டார். அவரது 23 ஆம் வயதில் பருத்தித்துறையிலுள்ள ஹாட்லி என்னும் பிரபல மெதடிஸ்ட் கல்லூரிக்குத் தமிழ் - ஆங்கில விரிவுரையாளராகப் பணிமாற்றம் செய்யப்பட்டார். சில காலம் கழித்து கண்டி என்னுமிடத்திலுள்ள மத்திய கல்லூரியில் தலைமை ஆசிரியராகப் பொறுப்பேற்றார்.

ஆழ்வார் பிள்ளை 1914 ஆம் ஆண்டு ஜூலை மாதம் 25 ஆம் நாள் எலின் இலக்குமி அம்மையாரைத் திருமணம் செய்தார். இக்காலக் கட்டத்தில் சட்டக் கல்வி கற்று, நோட்டரி பப்ளிக் ஆகவும் கடமையாற்றினார். இவர் இசுலாமியரிடம் நெருங்கிய தொடர்பு கொண்டிருந்தார். இதனால் இசுலாம் தொடர்பான நூல்களையும் படைத்துள்ளார். சிங்கள மொழியைப் புத்த பிக்குமாரிடம் கற்று, சிங்கள மொழிப் பேச்சாளராகவும் ஆங்கில, சிங்கள மொழி உரைகளைத் தமிழில் மொழிபெயர்க்கும் ஆற்றல் மிக்கவராகவும் விளங்கினார். இவர் ஒரு சிறந்த நிர்வாகியாகத் திகழ்ந்தமையால் அரசாங்கம் இவரை கிழக்கு மாகாணப் பகுதிக்கு வித்தியாதிகாரியாக நியமித்தது.

ஆழ்வார் பிள்ளை பல கிறித்தவ நாடகங்களை மேடையேற்றியுள்ளார். ஆலயங்களில் அருளுரையாற்றுவதில் திறமை மிக்கவர். இவர் தேசத் தொண்டன் என்னும் இதழைத் தொடங்கி, அதன் மூலம் சமுதாயக் கருத்துகளை மக்களிடம் பரப்பி, தாழ்த்தப்பட்ட மக்களைத் தலைநிமிரச் செய்தார். பதிமூன்று வயதிலேயே கவிபாடும் ஞானம் பெற்ற இவர், சித்திரக் கவிகள், அக்கரச் சதகம், எழுத்து வருத்தினம், சுழிகுளம், நான்கரைச் சக்கரம், கரந்துறை பாட்டு, தேர் வெண்பா, மாத்திரைச் சருக்கம், மாத்திரை வருத்தனம் போன்ற சிறந்த கவிகள் பல பாடியுள்ளார்.

ஆழ்வார் பிள்ளை கிறித்தவ இலக்கியத்திற்குச் செய்த பணியைப் பாராட்டி, யாழ்ப்பாணக் கிறித்தவத் தமிழ்ச் சங்கம் இவருக்கு முத்தமிழ்ப் புலவர் என்னும் பட்டத்தை வழங்கிச் சிறப்பித்தது. இவர் 1968 ஆம் ஆண்டு டிசம்பர் மாதம் 17 ஆம் நாள் தமது 77 ஆவது வயதில் இறைவனடி சேர்ந்தார். இவர் இறந்து 13 ஆண்டுகளுக்குப் பின்னர், 1981 ஆம் ஆண்டு திருச்சியில் நடைபெற்ற உலகக் கிறித்தவத் தமிழ்ப் பேரவையின் முதல் மாநாட்டில் இவருடைய கிறித்தவ இலக்கியப் பணிகளைப் பாராட்டி 'தமிழ் மாமணி' என்னும் பட்டம் வழங்கப்பட்டது.

படைப்புகள்

ஆழ்வார் பிள்ளையின் படைப்புகள் பல வகைமையன. இவர் சத்தியவேத அம்மானை, நசரேயப் பாமாலை, நசரேயப் பத்து, நசரேய இரட்டை மணிமாலை, நசரேய மும்மணிக் கோவை, நசரேய புராணம், நசரேய அந்தாதி, நசரேய நெஞ்சுவிடு தூது, சுவிசேஷக் கும்மி, கிறித்தவ பஞ்சாமிர்தம், கிறித்தவ அருட் பாக்கள் என்னும் கிறித்தவ நூல்களையும் இஸ்லாமிய நீதிநெறி, இஸ்லாமிய கதாமாலை, இஸ்லாமிய வினா விடை, நாயக புராணம் என்னும் இசுலாமிய நூல்களையும் படைத்துள்ளார். சுகாதாரத்தை மையமாக வைத்து உணவும் குணமும் என்னும் நூலையும் தமிழ் மொழி மூலம் சிங்கள மொழியைக் கற்றுக் கொள்வதற்காக சிங்கள

ஆசான் என்னும் நூலையும் எழுதியுள்ளார். இந்நூல் மக்களிடம் அதிக வரவேற்பைப் பெற்றதால் பல பதிப்புகளைக் கண்டது. இவருடைய கவிதைகள் தேசத் தொண்டன், உதய தாரகை, கிறித்தவ தீபிகை, சத்திய வேத பாதுகாவலன் போன்ற இதழ்களில் வெளிவந்துள்ளன. சமூக சீர்திருத்தத்தை அடிப்படையாகக் கொண்டு சாடிக்கு மூடி, காலத்தின் கோலம், உலகம் பலவிதம், கால பேதம், உய்புந்தி, கலிகால மாயம் போன்ற சுமார் அறுபது நூல்களை எழுதி வெளியிட்டுள்ளார். கிறித்தவ இலக்கியப் பணி குறித்து அவர் எழுதிய செய்யுள் பின்வருமாறு:

நாவினாலுனது நாமம் நவற்றிட வைத்தாய் போற்றி
பாவினாலுனைத் துதிக்கப் பக்குவமளித்தாய் போற்றி
ஆவியின் வரப்ரசாத மளித்தெனை வழிநடத்திச்
சாவிலும் துதிக்க வைப்பாய் தற்பரா போற்றி போற்றி

கீர்த்தனைகள்

கிறித்தவ நூல்கள் எழுதியது மட்டுமன்றி ஆலய வழிபாடுகளில் பயன்படுத்தப்படும் கிறித்தவக் கீர்த்தனைகளையும் இயற்றியுள்ளார். யாழ்ப்பாணத்துத் திருச்சபைப் பாட்டுப் புத்தகத்தில் இவரது இரண்டு கீர்த்தனைகள் இடம்பெற்றுள்ளன. அவை,

1. கண்டேனுன தன்புக்கொரு கரையோ எங்குமிலையே
2. நம்பினரை யன்றுமின்றுங் கை விடாத

என்பனவாகும்.

நசரேய புராணம்

நசரேயராகிய இயேசு கிறிஸ்துவின் வாழ்க்கையை விவரிப்பதால் இந்நூலிற்கு நசரேய புராணம் எனப் பெயரிட்டுள்ளார். எச்.ஏ. கிருஷ்ணபிள்ளை தம்முடைய படைப்புகளுக்கு இரட்சணிய என்னும் சொல்லைப் பயன்படுத்தியதைப் போன்று, ஆழ்வார் பிள்ளை தம்முடைய பெரும்பாலான படைப்புகளுக்கு நசரேய என்னும் சொல்லைப் பயன்படுத்தியுள்ளார்.

பகுப்பு முறை

நசரேய புராணத்தில் காண்டம் என்னும் பகுப்பு முறை இல்லை. இக்காப்பியம் இருபத்தி ஐந்து படலங்களாக அமைந்துள்ளது. அவை சிருஷ்டிப்புப் படலம், பூங்காவனப் படலம், வேதாளன் சதிப் படலம், இரட்சணிய வாக்குப் படலம், திரித்துவ ஆலோசனைப் படலம், திருஅவதாரப் படலம், நாசரேத்துப் படலம், ஞன தீட்சைப் படலம்,

உபவாசப் படலம், அற்புதப் படலம், ஆலய சுத்திகரிப்புப் படலம், திருவிருந்துப் படலம், பிடிபட்ட படலம், விசாரணைப் படலம், கேவலா வதைப் படலம், கல்வாரிப் படலம், உயிர்த்தெழுந்த படலம், தரிசனப் படலம், ஆரோகணப் படலம், ஆவி இறங்கு படலம், அப்போஸ்தல ஊழியப் படலம், துன்புறுத்து படலம், திருச்சபைப் படலம் என்பனவாகும்.

யாப்பு

இக்காப்பியத்தின் பாடல்கள் அறுசீர் ஆசிரிய விருத்தம், எண்சீராசிரிய விருத்தம், நிலைமண்டில ஆசிரியப்பா, கலித்துறை, கட்டளைக் கலிப்பா, கலிவிருத்தம், வஞ்சி விருத்தம் என்னும் யாப்பிலக்கண அமைப்பில் இயற்றப்பட்டுள்ளன.

முழுமையான படைப்பு

பெரும்பாலான கிறித்தவக் காப்பியங்களுக்கு விவிலியத்தின் புதிய ஏற்பாட்டுப் பகுதியிலுள்ள மத்தேயு, மாற்கு, லூக்கா, யோவான் என்னும் நான்கு நற்செய்தி நூல்களிலுள்ள செய்திகள் மட்டுமே ஆதாரம். ஆனால் நசரேய புராணம் விவிலியத்தின் முதல் நூலான ஆதியாகமம் தொடங்கி அப்போஸ்தல நடபடிகள் வரையுள்ள செய்திகளை மிகவும் சுருக்கமாகத் தருகிறது.

கற்பனை நயம்

ஆழ்வார் பிள்ளை இரண்டாவது படலமான பூங்காவனப் படலத்தில் ஏதேன் தோட்டத்தின் தன்மையை மிக அழகான கற்பனை நயத்துடன் கீழ்க்கண்டவாறு பாடுகிறார்:

யானையு மடிக்கவில்லை யெறும்புமோ கடிக்கவில்லைப்
பூனையு முறுமவில்லைப் புலியுமோ பிடிக்கவில்லை
யானையோ டெறும்பு பூனை யிடர்ப்புலி யாவுஞ்சேர்ந்து
சேனையாய்ப் பூங்காதன்னிற் சேவித்து நின்றவம்மா   (ப.37)

இச்செய்யுளில் யானைகள் எதையும் அடிக்கவில்லை; எறும்புகள் எதனையும் கடிக்கவில்லை; பூனைகள் பகை கொண்டு உறுமவில்லை; புலிகள் பாய்ந்து எதையும் பிடிக்கவில்லை; யானை, எறும்பு, பூனை, புலி என்னும் அனைத்தும் அப்பூங்காவில் ஒன்றாகத் திரண்டு நின்று வணங்கி நின்றன என்கிறார். எல்லாவிதமான ஜீவ ராசிகளும் அங்குக் கூடி வாழ்ந்ததைக் கற்பனை நயத்துடன் தருகிற தன்மை சிறப்பாக உள்ளது.

பட்டினத்தார் பாடலின் தாக்கம்

ஆழ்வார் பிள்ளை தமிழ் இலக்கியங்களில் குறிப்பாக, பட்டினத்தார் பாடல்களில் ஆழ்ந்த புலமை உடையவர். சான்றாக,

> அத்தியே முதலெறும்பீறா கியவனைத் தினுக்கும்
> நத்தியே வேறுவேறாய் நாமங்கள் சூட்டியாங்கு
> சித்தியா யெல்லாங் கண்டு சிந்தையி லுவகை பூத்தே
> யுத்தியா யேழாநாளி லோய்ந்திருந்திட் டானென்ப (ப.36)

என்னும் சிருஷ்டிப்புப் படலத்திலுள்ள செய்யுளில் பட்டினத்தாரின்,

> அத்திமுதல் எறும்பீ றானவுயிர் அத்தனைக்கும்
> சித்தமகிழ்ந் தளிக்கும் தேசிகா! - மெத்தப்
> பசிக்குதையா! பாவியேன் பாழ்வயிற்றைப்பற்றி
> இசிக்குதையா! காரோணரே

(சித்தர் பாடல்கள், திருப்பாடல்கள் திரட்டு, ப.74)

என்னும் செய்யுளின் தாக்கம் அமைந்துள்ளது.

யாழ்ப்பாண வட்டார வழக்குச் சொற்கள்

காப்பிய ஆசிரியர்கள் தங்களது படைப்புகளில் வட்டாரமொழிச் சொற்களையும் பயன்படுத்துவது வழக்கம். கிறிஸ்தாயனம் என்னும் கிறித்தவக் காப்பியத்தில் அதன் ஆசிரியரான ஜான் பால்மர் சில வட்டாரமொழிச் சொற்களைப் பயன்படுத்தியுள்ளார். இதைப்போன்று ஆழ்வார் பிள்ளையும் சில சொற்களைக் கையாண்டுள்ளார். சான்றாக சோலி (பக்.56), யாவாரம் (பக்.62), லேஞ்சி (பக்.69) என்பவற்றைக் குறிப்பிடலாம். வட்டார மொழியில் வேலை என்பதை சோலி எனவும், வியாபாரத்தை யாவாரம் என்றும், கைக்குட்டையை லேஞ்சி எனவும் பயன்படுத்துவது வழக்கம்.

இலக்கிய நயங்கள்

நசரேய புராணத்தில் இலக்கிய நயங்கள் நிறைந்துள்ளன. ஆசிரியர் இக்காப்பியத்தில் பல உவமைகளைப் பயன்படுத்தியுள்ளார். இவ்வுவமைகள், சொல்லும் கருத்துகளை நுட்பமாக விளக்கும் வகையில் உள்ளன. இரட்சணிய வாக்குப் படலத்திலுள்ள ஒரு செய்யுளில் மக்களிடம் அதிகமாக வழக்கிலுள்ள பழமொழியைப் பயன்படுத்தியுள்ளார். அப்பழமொழி இடம் பெற்றுள்ள செய்யுள் பின்வருமாறு:

பெற்றமனம் பித்தெனவும் பிள்ளைமனங் கல்லெனவும் பேசுமாப்போன்
அற்றசலாக்கி யத்தினரைத் துரத்துண்டு வீணிலழியாத வண்ணம்
முற்றமுடியக் காத்துப் பவந்துடைத்து மோட்சகதி முகிக்கவாங்கே
யுற்றபெருந் திட்டமொன்றைப் பரமேசன் வகுத்திட்டா னுறுதிகொண்டே

(ப. 41)

மேலும், எளிமையாக, இரத்தினச் சுருக்கமாக, நயத்துடன் பாடுவதில் வல்லவரான இவரது செய்யுட்களில் எதுகை, மோனை மிகுதியாக உள்ளன. எதுகை, மோனை என்னும் இலக்கணக் கூறுகள் செய்யுளின் சிறப்பிற்கும் ஓசை நயத்திற்கும் துணையாக அமைகின்றன. சான்றாக,

பாவியை மீட்கவந்த பரமசற் குருவாம்யேசு
பாவியைத் தேடியென்றும் பாவியி னுடனேகூடி
பாவியின் வீட்டிலுண்டு பாவிக்குப் புத்திகூறிப்
பாவியைத் திருத்தி நின்றார் பாக்கியஞ் சொல்லொணாதே (ப.53)

என்னும் செய்யுளைச் சுட்டலாம்.

பழைய ஏற்பாட்டுச் செய்திகள்

நசரேய புராணத்தின் முதல் ஐந்து படலங்களும் பழைய ஏற்பாட்டை அடிப்படையாகக் கொண்டவையாகும். இறைவன் ஆதாமை மண்ணிலிருந்து படைத்ததை,

பொருந்திய தரையின் மண்ணாற் புத்துருவொன்றைச் செய்து
திருந்திய வுறுப்பனைத்துஞ் சீர்பெறவமைத்துத் தம்போ
லரும்பெருஞ் சீவஸ்வாச மதனைநா சினியிலூதி
வரும்பெரு மகனுக்காதா மெனப்பெயர் வழங்கினானே (ப.35)

என்னும் செய்யுளாக வடிக்கின்றார். ஆதாமும் ஏவாளும் சாத்தானால் வஞ்சிக்கப்படுவதற்கு முன்னர் இருந்த நிலையை,

பஞ்சமு மறியார் பொல்லாப் பட்டினியறியார் நாட்டு
வஞ்சக மறியார்சூது வாதுகளறியார் வம்பு
கொஞ்சமு மறியார்நீசக் கொலைகள வறியாரங்கே
நெஞ்சகத் தாயராகி நிலவியே யிருந்தாரம்மா (ப.37)

எனப் பாடுகின்றார்.

புதிய ஏற்பாட்டுச் செய்திகள்

நசரேய புராணத்தின் ஆறுமுதல் இருபத்தைந்தாம் படலம் வரையிலுள்ள செய்திகள் புதிய ஏற்பாட்டை ஆதாரமாகக் கொண்டவையாகும். திருஅவதாரப் படலத்திலிருந்து தொடங்கும் இப்பகுதியில் இயேசு கிறிஸ்துவின் மலைப் பிரசங்கம் சிறப்பான செய்யுட்களைக் கொண்டுள்ளது. சான்றாக,

ஏழையென் றுன்னைக்கிட்டி யிரப்பவர்க் கிலையென்னாதே
வாழ்வதிற் பொருளேதேனும் வைத்துக்கொண் டிலையெண்ணாதே
வீழ்வதிற் கடன்கேட்போர்க்கு விழலதில் முகங்கோணாதே
ஆழிசூழ் புவியையாளு மப்பனின் வசனமீதே (ப.57)

என்னும் செய்யுளைச் சுட்டலாம். துன்புறுத்துப் படலத்தில் பேதுருவைக் கொலை செய்ததை,

பேதுருவைப் பொல்லாங்கர் பிடித்து றோமையினிறுத்தித்
தீதுறத் தலைகீழாகச் சிலுவையி லறைந்து கொன்றார்
ஏதுமே குற்றஞ்செய்யா விவனும் யேசுவுக்காய் ரத்தம்
போதும்போ துமெனச்சிந்திப் புகழுடம் பெய்தினானே (ப.85)

எனப் பாடுகின்றார். இயேசு பெருமானை வேதநாயக சாஸ்திரியார் பல்வேறு பெயர்களில் குறிப்பிடுவார். அதே போன்று ஆழ்வார் பிள்ளையும் தமது காப்பியத்தில் இயேசு பெருமானை குருமூர்த்தி (ப.50), திருவாசகப் பெருமான் (ப.56), நாவரசன் (ப.50) என்னும் பல்வேறு பெயர்களால் சுட்டுகிறார்.

இலங்கையிலிருந்து வெளிவந்துள்ள காப்பியங்களுள் மிகவும் எளிய முறையில் அமைந்துள்ள காப்பியம் நசரேய புராணமாகும். பழைய, புதிய ஏற்பாட்டுச் செய்திகளைத் தெளிவான முறையில் அமைத்துக் கொடுத்திருக்கும் பாங்கு பாராட்டத்தக்கது.

3. அருளவதாரம்

கிறித்தவக் காப்பியங்களில் ஈழத்துப் பூராடனாரின் இயேசு புராணம், மரிய அந்தோனியின் அருளவதாரம் ஆகிய காப்பியங்கள் விவிலியத்திலுள்ள பழைய மற்றும் புதிய ஏற்பாடு என்னும் இரு நூல்களையும் ஆதாரமாகக் கொண்டு முழுமையாகவும் விரிவாகவும் படைக்கப்பட்டுள்ளன. உலக ஜோதி, நசரேய புராணம் என்னும் இரு காப்பியங்களும் பழைய, புதிய ஏற்பாடுகளை ஆதாரமாகக் கொண்டு படைக்கப்பட்டாலும் பழைய ஏற்பாடு மிகவும் சுருக்கமாகவே கொடுக்கப்பட்டுள்ளது. இயேசு புராணம் 1602 பாடல்களை மட்டுமே கொண்டது. ஆனால் அருளவதாரம் அதைவிட பன்மடங்கு பெரியது. இக்காப்பியத்தைப் படித்தால் விவிலியம் முழுவதையும் படித்தது போன்ற உணர்வு ஏற்படுகிறது. எனவே, கிறித்தவக் காப்பியங்களிலே தனித்தன்மை பெற்ற, முழுமை நிலையில் அமைந்த காப்பியமாக அருளவதாரம் திகழ்கிறது. முனைவர் பா. வளன் அரசு அவர்களின் முயற்சியால் இக்காப்பியம் 2006 ஆம் ஆண்டு பதிப்பிக்கப்பட்டது.

ஆசிரியர் வாழ்வும் படைப்பும்

அருளவதாரம் என்னும் காப்பியம் பேராசிரியர் வி. மரிய அந்தோனி அவர்களால் 1983 ஆம் ஆண்டு எழுதிமுடிக்கப்பட்டது. இந்நூலாசிரியர் கன்னியாகுமரி மாவட்டத்திலுள்ள நாகர்கோவிலின் அருகிலுள்ள மறவன் குடியிருப்பு என்னும் ஊரில் 1915 ஆம் ஆண்டு அக்டோபர் மாதம் 23 ஆம் நாள் பிறந்தார். இவர் பாளையங்கோட்டை தூய சவேரியார் கல்லூரிப் பள்ளியில் 1939 முதல் 1949 வரையிலும், திருச்சிராப்பள்ளி தூய வளனார் கல்லூரியில் 1949 முதல் 1951 வரையிலும், விருதுநகர் செந்தில் குமார நாடார் கல்லூரியில் 1951 முதல் 1970 வரையிலும், திருச்செந்தூர் ஆதித்தனார் கல்லூரியில் 1970 முதல் 1976 வரையிலும் என முப்பத்தாறு ஆண்டுகள் ஆசிரியராகப் பணியாற்றி ஓய்வு பெற்றவர்.

பேராசிரியர் வி. மரிய அந்தோனி அவர்கள் மாரியும் உண்டு, இலக்கிய உலகம், அமர காவியம், பாடுகளின் கீதம் என்னும் நூல்களை எழுதியுள்ளார். இவற்றுள் நேருவின் வாழ்வியலை அமர காவியமும் (1968), இயேசு கிறிஸ்துவின் மீட்புச் செய்தியைப் பாடுகளின் கீதமும் விவரிக்கின்றன. இவர் ஊசிக்கோபுரம், சரோஜா, மணிமலைத் துறவி, யார் மகள்? என்னும் புதினங்களையும் படைத்துள்ளார். மேலும், மனோன்மணியம், தேம்பாவணி ஆகிய நூல்களுக்கு ஆய்வு விளக்க வுரையும் எழுதியுள்ளார். ஜூலியஸ் சீசர் என்னும் ஆங்கில நாடகத்தினை 'வராத வளவன்' என மொழிபெயர்த்து வெளியிட்டுள்ளார். இவர் பதினைந்து ஆண்டுகளாக (1968-1983) உழைத்து ஒப்பற்ற காப்பியமான அருளவதாரத்தைப் படைத்துள்ளார். இவர் 1986 ஆம் ஆண்டு ஆகஸ்டு மாதம் 25 ஆம் நாள் காலமானார். இவர் மறைந்து 20 ஆண்டுகளுக்குப் பின்னர் இக்காப்பியம் வெளிவந்துள்ளது.

பெயர்க்காரணம்

இயேசு கிறிஸ்துவின் அவதாரச் செய்தியைக் கூறுவதால் இந்நூலுக்கு ஆசிரியர் அருளவதாரம் எனப் பெயரிட்டுள்ளார். அருளவதாரம் என்னும் பெயருக்கான காரணத்தை நூலாசிரியர் பின்வருமாறு குறிப்பிடுகிறார்:

> **அருள் வடிவாக விளங்கும் இயேசுவின் அவதாரச் செய்தியையே, பவள மணிகள் கோத்த மாலையின் ஊடு இழை போல், தொடர்ச்சியாய்க் காட்டி நிற்றலின், அருளவதாரம் என்பது நூலுக்குப் பெயராயிற்று; இயேசுவுக்கும் ஒரு பெயராயிற்று**
>
> *(முன்னுரை, ப.vii)*

காப்பியத்தின் அமைப்பு

விவிலியத்தின் முதல் நூலான ஆதியாகமம் தொடங்கி இறுதி நூலான வெளிப்படுத்தல் நூல் வரையுள்ள செய்திகளை முழுமையாக அள்ளித் தரும் காப்பியம் அருளவதாரம். கத்தோலிக்கக் கிறித்தவர்களின் விவிலியத்தை ஆதாரமாகக் கொண்டு இக்காப்பியம் படைக்கப் பட்டுள்ளது. இக்காப்பியம் ஆதிக்காண்டம், அலைச்சல் காண்டம், அதிபர் காண்டம், அரசர் காண்டம், அறிவர் காண்டம், அடிமைக் காண்டம், அவதாரக் காண்டம், அருளல் காண்டம் என எட்டு பெரும் பகுப்புகளை உடையது. இந்த 8 காண்டங்கள், 77 காதைகளைக் கொண்டு 8686 பாக்களால் ஆன ஈடு இணையற்ற முழுமையான காப்பியமாக அருளவதாரம் திகழ்கின்றது. இறுதியிலுள்ள அவதாரக் காண்டமும் அருளல் காண்டமும் புதிய ஏற்பாட்டை அடிப்படையாகக் கொண்டவையாகும். மொத்தமுள்ள 8686 செய்யுட்களில் புதிய ஏற்பாட்டை அடிப்படையாகக் கொண்ட

இறுதியிலுள்ள இரண்டு காண்டங்களிலும் 2437 செய்யுட்கள் உள்ளன. இக்காப்பியம் மூன்று தொகுதிகளாக வெளிவந்துள்ளது. முதல் இரண்டு தொகுதிகளும் பழைய ஏற்பாட்டையும், மூன்றாம் தொகுதி புதிய ஏற்பாட்டையும் அடிப்படையாகக் கொண்டது.

1. ஆதிக் காண்டம்

முதலாவதான ஆதிக் காண்டம் வாழ்த்துப் பாடல், படைப்புக் காதை, வீழ்ச்சிக் காதை, வினைவிளை காதை, ஆபேல் காதை, துயரக் காதை, நோவன் காதை, குழப்பக் காதை, ஆபிரகாம் காதை, ஈசாக்கு காதை, யாக்கோபு காதை, யோசேப்பு காதை, வாழ்த்துக் காதை என்னும் 13 காதைகளை உடையது. முதல் காண்டத்தில் இடம்பெற்றுள்ள செய்யுட்களின் எண்ணிக்கை 1055 ஆகும்.

2. அலைச்சல் காண்டம்

இரண்டாவது காண்டமான அலைச்சல் காண்டமானது அல்லற் காதை, வாதனைக் காதை, பெயர்ச்சிக் காதை, கட்டளைக் காதை, வழிபாட்டுக் காதை, தொகை தொழிற் காதை, தண்டனைக் காதை, புகுமுகக் காதை, முடிபெறு காதை என்னும் 9 காதைகளைக் கொண்டது. அலைச்சல் காண்டத்தில் இடம்பெற்றுள்ள செய்யுட்களின் எண்ணிக்கை 1007 ஆகும்.

3. அதிபர் காண்டம்

மூன்றாவதான அதிபர் காண்டத்தில் யோசுவன் காதை, மூவர் காதை, கீதையோன் காதை, எபுத்தன் காதை, சஞ்சோன் காதை, ஏலி காதை, சாமுவேல் காதை என்னும் ஏழு காதைகள் இடம் பெற்றுள்ளன. இக்காண்டத்தில் 887 செய்யுட்கள் உள்ளன.

4. அரசர் காண்டம்

நான்காவதான அரசர் காண்டத்தில் சவுல் காதை, தாவீது காதை, அபுசலோம் காதை, யாழ் வரி, சாலமோன் காதை, ஞானக் குறள், இரேகோபொவாமன் காதை, ஆசான் காதை என்னும் எட்டு காதைகள் உள்ளன. இக்காண்டத்தில் 1168 செய்யுட்கள் இடம் பெற்றுள்ளன.

5. அறிவர் காண்டம்

ஐந்தாவதான அறிவர் காண்டத்தில் ஏலியன் காதை, எலீசன் காதை, யோனான் காதை, ஆமோசன் காதை, ஓசேயன் காதை, ஈசையன் காதை, மீட்பு வரி, தொபித்தன் காதை, எரேமியன் காதை, புலம்பல் வரி என்னும் பத்து காதைகள் உள்ளன. இக்காண்டத்தில் 1018 செய்யுட்கள் இடம் பெற்றுள்ளன.

6. அடிமைக் காண்டம்

ஆறாவதான அடிமைக் காண்டத்தில் பரூக்கன் காதை, எசேக்கியல் காதை, யூதித்தாள் காதை, தானியேல் காதை, எசுத்தேராள் காதை, யோபு காதை, எசுரன் காதை, நெகேமியன் காதை, ஓனியன் காதை, மத்தாத்தியன் காதை, யூதவன் காதை, யோனத்தன் காதை, சிமெயோன் காதை என்னும் 13 காதைகள் இடம் பெற்றுள்ளன. ஆறாவது காண்டத்தில் 1114 செய்யுட்கள் உள்ளன.

7. அவதாரக் காண்டம்

ஏழாவதான அவதாரக் காண்டத்தில் முன்னுரைப் பதிகம், அறிமுகக் காதை, அறிவிப்புக் காதை, வெளிப்படு காதை, கலிலேயக் காதை, பகைதொடர் காதை, நற்செய்திக் காதை, பகைமுதிர் காதை, அணுக்கக் காதை என்னும் ஒன்பது காதைகள் உள்ளன. இக்காண்டத்தில் 1342 செய்யுட்கள் உள்ளன.

8. அருளல் காண்டம்

எட்டாவதான அருளல் காண்டத்தில் அருளுரைக் காதை, அன்புரைக் காதை, பாடுகளின் காதை, உயிர்ப்புக் காதை, ஆவியார் காதை, அடியவர் காதை, திருமுகக் காதை, திருவெளிப்பாட்டுக் காதை என்னும் எட்டு காதைகள் இடம் பெற்றுள்ளன. இக்காண்டத்தில் இடம் பெற்றுள்ள செய்யுட்களின் எண்ணிக்கை 1095 ஆகும்.

பின்னிணைப்பு

காப்பியத்தில் பின்னிணைப்பாக அருளவதாரச் சொற்பொருள்- பெயர் விளக்க அகராதி 139 பக்கங்களில் கொடுக்கப்பட்டுள்ளது. இக்காப்பியத்தைப் படிப்பவர்களுக்கு இவ்வகராதி மிகவும் பயனுள்ளதாக அமைந்துள்ளது. இம்முறை பிற காப்பியங்களிலிருந்து வேறுபட்டு புதிய முறையில் உள்ளது.

யாப்பு

ஆசிரியர் இலக்கணப் புலமை உடையவராதலால் வெண்பா, ஆசிரியப்பா, கலிப்பா, வஞ்சிப்பா என்னும் பாக்களிலும் தாழிசை, துறை, விருத்தமென நின்ற அவற்றின் பாவினங்களுமாகிய வரன்முறைக் கவிதைகளையும் பயன்படுத்தியுள்ளார். இவரது எளிய ஆற்றொழுக்கான நடையிலுள்ள பாடல்கள் எதுகை, மோனை அமைப்பில் உள்ளன.

கவிதையாக்கம்

பழைய ஏற்பாட்டின் முதல் நூலான ஆதியாகமத்திலுள்ள 'ஸ்திரி சர்ப்பத்தைப் பார்த்து: நாங்கள் தோட்டத்திலுள்ள விருட்சங்களின் கனிகளைப் புசிக்கலாம்; ஆனாலும், தோட்டத்தின் நடுவில் இருக்கிற விருட்சத்தின் கனியைக் குறித்து, தேவன்: நீங்கள் சாகாதபடிக்கு அதைப் புசிக்கவும் அதைத் தொடவும் வேண்டாம் என்று சொன்னார் என்றார்' *(ஆதியாகமம் 3:2,3)* என்னும் வசனங்களை,

> இவ்வனத்தே வளர்மரத்தின் எக்கனியும் யாம்எடுத்துச்
> செவ்வெனவே அருந்திடலாம்: சேர்ந்தநடு மரக்கனியை
> எவ்விதமும் அருந்தாதீர்; இறந்திடுவீர்; இறப்புவந்து
> கவ்வமரம் பொருந்தாதீர் - கடவுள்உரை இது என்றாள்

(வீழ்ச்சிக் காதை, பா. 32)

எனச் செய்யுளாக்கம் செய்துள்ளார். பவுலாய் மாறிய சவுல் என்னும் பகுதியில் இடம்பெற்றுள்ள செய்யுட்கள் சவுல் எவ்வாறு பவுலாக மாறினார் என்பதை விவரிக்கின்றன. 'அதற்கு அவன்: ஆண்டவரே, நீர் யார், என்றான். அதற்குக் கர்த்தர்: நீ துன்பப்படுத்துகிற இயேசு நானே; முள்ளில் உதைக்கிறது உனக்குக் கடினமாம் என்றார். அவன் நடுங்கித் திகைத்து: ஆண்டவரே, நான் என்ன செய்யச் சித்தமாயிருக்கிறீர் என்றான். அதற்குக் கர்த்தர்: நீ எழுந்து பட்டணத்துக்குள்ளே போ, நீ செய்ய வேண்டியது அங்கே உனக்குச் சொல்லப்படும் என்றார்' *(அப்போஸ்தலர் 9:5,6)* என்னும் வசனங்களை ஆதாரமாகக் கொண்டு,

> ஒருகுரல், சவுல், சவூல்! ஏன்எனைத்
> துன்புறுத் துவைநீ? என்ன,
> தருகுரல், ஆண்டவ ரேநீவிர்
> யார்? எனச் சவுல்கேட் டான்.நீ
> பெருகுதுன் புறுத்தும்ஓர் இயேசுவே
> நான்.இனி, பெயர்ந்து நீபோ
> அருகுஉள நகர்:செயக் கடவதுஅங்கு
> அறிவை என்று அவரே சொன்னார்

(அடியவர் காதை, பா. 47)

எனப் பாடியுள்ளார். விவிலியத்தின் இறுதியில் அமைந்துள்ள வெளிப்படுத்தின விசேஷம் என்னும் நூலிலுள்ள கருத்துகள், அருளவதாரம் காப்பியத்தின் இறுதியில் அமைந்துள்ள திருவெளிப் பாட்டுக் காதையில் இடம் பெற்றுள்ளன. இக்காதை படிப்பதற்குச் சுவையுடனும் நேர்த்தியுடனும் அமைந்திருப்பது எண்ணுதற்குரியது.

பிற நூல்களின் தாக்கம்

காப்பியம் படைப்பவர்கள் திருக்குறள், சிலப்பதிகாரம் தொடங்கி சீவகசிந்தாமணி, கம்பராமாயணம் முதலிய இலக்கியங்களைக் கற்ற பண்டிதர்களாக விளங்குவர். கிறித்தவப் படைப்பாளர்கள் விவிலியப் புலமையுடன் சைவ, வைணவ இலக்கியங்களைக் கற்றுத் தேர்ந்தவர்களாக இருந்ததால், தமிழ் மரபிலிருந்து மாறாமல் பல கிறித்தவ இலக்கியங்களைப் படைக்க முடிந்தது. அருளவதாரம் காப்பியத்தில் ஆசிரியர் மரிய அந்தோனியின் பன்னூல் புலமை வெளிப்படுகிறது.

1. சிலப்பதிகாரத் தாக்கம்

சிலப்பதிகாரத்தின் புகார்க் காண்டத்தின் முதல் காதையாக மங்கல வாழ்த்து தொடங்குவதைப் போன்று அருளவதாரத்தின் முதல் காண்டமான ஆதிக்காண்டத்தின் முதல்காதையாக வாழ்த்துப் பாடல் பின்வருமாறு தொடங்குகிறது:

தந்தையைப் போற்றுவோம், தந்தையைப் போற்றுவோம்,
முந்தை உலகம்ஒரு மூன்றும் படைத்துஅளிக்கும்
நம்தந்தை தான்ஆத லால்.

மைந்தனைப் போற்றுவோம், மைந்தனைப் போற்றுவோம்,
நந்தம் வினைஅகல நானிலத்து வந்து, உயிரைத்
தந்து தலையளித்த லால்.

ஆவியைப் போற்றுவோம், ஆவியைப் போற்றுவோம்,
ஓவிலாது உண்மை ஒளிதந்து உயர்கதிநாம்
மேவிடத் தான் அருள லால் *(வாழ்த்துப்பாடல், பா. 1-3)*

பிதா, குமாரன், பரிசுத்த ஆவி என்னும் மூவொரு கடவுளை முதல் மூன்று செய்யுட்களில் வாழ்த்தி நூலைத் தொடங்குகிறார். இளங்கோவடிகள் நூலின் முதல் காதைக்கு, காதை என்னும் சொல் வராமல் மங்கலவாழ்த்து எனப் பெயரிட்டதைப் போன்று, மரிய அந்தோனியும் தமது காப்பியத்தின் முதல் காதைக்கு, வாழ்த்துப்பாடல் எனப் பெயரிட்டுள்ளார். மேலும் இளங்கோவடிகள் கானல் வரி எனக் காதைக்குப் பெயரிட்டிருப்பதை அடிப்படையாகக் கொண்டு நான்காவது காண்டமான அரசர் காண்டத்தில் யாழ் வரி என்றும், ஐந்தாவது காண்டமான அறிவர் காண்டத்தில் மீட்பு வரி, புலம்பல் வரி என்றும் பெயர்களைச் சூட்டியுள்ளார்.

2. பெரியபுராணத் தாக்கம்

பெரியபுராணத்தில் கண்ணப்பநாயனார் தனது ஒரு கண்ணைப் பெயர்த்து எடுத்து, குருதி வழிந்து கொண்டிருந்த சிவபெருமானின் கண்ணில் வைத்தவுடன் குருதி வழிவது நின்றது. இதைப் பார்த்தவுடன் கண்ணப்ப நாயனார் மகிழ்ச்சியில் ஆனந்தக் கூத்தாடினார். இந்நிகழ்ச்சியைச் சேக்கிழார்,

நின்ற செங்குருதி கண்டார் நிலத்தின் றேறப்பாய்ந்தார்
குன்றென வளர்ந்த தோள்கள் கொட்டினார் கூத்தும்ஆடி
நன்று நான்செய்த இந்தமதியென நகையும் தோன்ற
ஒன்றிய களிப்பினாலே உன்மத்தர்போல மிக்கார்

(பெரியபுராணம், பா. 823)

எனப் பாடுகின்றார். சேக்கிழாரின் இவ்வடிகளை மனதில் கொண்டு,

ஆடுவார்; திளைத்திடுவார்; அன்புஉருகி நின்றிடுவார்;
அனைத்துக் கொள்வார்.
பாடுவார்; பதம்பெயர்வார்; பாங்குஅமர்ந்து பேசிடுவார்.
பழுதற்று அன்பாற்
கூடுவார்; களித்திடுவார்; கொள்ளையின்பங் கண்டிடுவார்.
குவல யத்தில்
நாடுவார் கடவுள்அருள்; எய்தி, மன மொழிமெய்யில்
நலமே காண்பார் *(வீழ்ச்சிக் காதை, பா.5)*

என ஆதாமும் ஏவாளும் சாத்தானால் வஞ்சிக்கப்படுவதற்கு முன்னர் மகிழ்ச்சியாக இருந்ததை அருளவதாரத்தில் மரிய அந்தோனி பாடுகிறார்.

3. கம்பராமாயணத் தாக்கம்

அருளவதாரம் காப்பியத்தின் பல இடங்களில் இரட்சணிய யாத்திரிகத்தின் சாயலும், கம்பராமாயணத்தின் தாக்கமும் உள்ளன. கம்பராமாயணத்திலுள்ள,

தண்டலை மயில்கள் ஆட, தாமரை விளக்கம் தாங்க,
கொண்டல்கள் முழவின் ஏங்க, குவளை கண் விழித்து நோக்க,
தெண் திரை எழினி காட்ட, தேம் பிழி மகர யாழின்
வண்டுகள் இனிது பாட, மருதம் வீற்றிருக்கும் மாதோ

(நாட்டுப் படலம், பா. 4)

என்னும் செய்யுளை மனதில் கொண்டு, மரிய அந்தோனி தமது காப்பியத்தில்,

> முல்லைமலர் முறுவலித்து வரவேற்க, குவளைக்கண்
> முகமே நோக்க,
> பல்வகைய இன்கனிகள் கிளைக்கரங்கள் வளைத்துஎதிரே
> பணிந்து நல்க,
> கொடிமலர்கள் தேன்பிலிற்றிச் சிரமசைத்து
> மெதுவாய்த் தூவ,
> எல்லையிலாப் பரம்பொருளை இதயங்கொண்டு எங்கெங்கும்
> இனிதே சூழ்வார்
>
> (வீழ்ச்சிக் காதை, பா. 7)

எனப் பாடியுள்ளார். இச்செய்யுளில் நறுமண மிக்க முல்லை மலர் முறுவலுடன் வரவேற்றது; கண் போன்ற குவளை மலர் இதழ் திறந்து முகத்தை நோக்கியது; பல்வகையான மரங்கள் தம் கிளைக் கரங்களை வளைத்து இனிய கனிகளைப் பணிவுடன் தந்தன; கொடிகள் தேனைச் சிந்தி தலையசைத்து மெதுவாய் பூக்களைத் தூவின; எல்லையில்லாத பரம் பொருளைத் தங்கள் இதயத்தில் கொண்டவர்களாய் அங்கே மகிழ்வுடன் சுற்றித் திரிந்தனர் எனக் கம்பராமாயணச் சாயலில் ஆசிரியர் வருணித்துள்ளார்.

4. பாரதியாரின் தாக்கம்

பாரதியாரின் பாஞ்சாலி சபதத்திலுள்ள,

> மனமாரச் சொன்னாயோ? வீமா! என்ன
> வார்த்தை சொன்னாய்? எங்கு சொன்னாய்? யாவர் முன்னே?
> கனமாருந் துருபதனார் மகளைச் சூதுக்
> களியிலே இழந்திடுதல் குற்றமென்றாய்
> சினமான தீயறிவைப் புகைத்தலாலே
> திரிலோக நாயகனைச் சினந்து சொன்னாய்
>
> (பாஞ்சாலி சபதம், அடிமைச் சருக்கம், பா. 78)

என்னும் பாடலை மனதில் கொண்டு,

> 'என்னநீ சொன்னாய், அண்ணா?
> யாரைநீ கடிந்து கொண்டாய்?
> சின்னவன் குழிவீழ்த் துற்றுச்
> செறிபசிக்கு இரையாய்ப் போகச்
> சொன்னவன் நீ:அன்னானைச்
> சுகத்தொடும் உயிர்வாழ் வித்த
> என்னையோ கொடியன் என்றாய்?'
> எனச்சினந்து யூதா ஆர்த்தான்.
>
> (யோசேபு காதை, பா. 44)

என்னும் செய்யுளை இயற்றியுள்ளார். இன்னும் பல நூல்களின் தாக்கத்தை இக்காப்பியத்தில் காணமுடிகின்றது.

ஞானக் குறள்

நான்காவதான அரசர் காண்டத்திலுள்ள ஆறாவது காதை ஞானக் குறள் என்பதாகும். இப்பகுதி சாலமோன் அரசரின் கருத்துகளை விவரிக்கிறது. இக்காதை முழுவதும் குறள் வெண்பாக்களால் ஆனது. இக்காதை கடவுள் வழிபாடு, கடவுள் இயல்பு, அறிவின் பெருமை, ஒழுக்கக்கேடு, மனையாள் மாண்பு, புதல்வன் தன்மை, சொல்லின் சிறப்பு, ஆட்சிப் பொறுப்பு, தாழ்மைத் தகைமை, சினத்தின் இழிவு, நட்பின் தன்மை, தீயோர் இயல்பு, உழைப்பின் உயர்வு, ஈகைப் பண்பு, வாழ்க்கை முடிவு என்னும் 15 தலைப்புகளில் 184 குறட்பாக்களை உடையது. இக்காதையின் மூலமாக ஆசிரியரின் திருக்குறள் பற்றும், புலமையும் நுட்பமாக வெளிப்பட்டுள்ளது. சில குறள்கள் சான்றாகக் கீழே தரப்படுகின்றன:

1. அன்புக் கடவுள்பால் அச்சங்கொள்: ஞானத்தின்
இன்பத் தொடக்கம் இது. (பா. 2)

2. உலகப் பொருள்ஆய்ந் துணரும் அறிவின்
இலகுவார் இஃதுணரா தென்? (பா. 18)

3. ஞானமே வீடு; நிலைக்கதவோ உள்ளுணர்வு;
தானமாய்ச் சேர்வது அறிவு. (பா. 29)

4. அகந்தை அழிவிற்கு அடையாளம் வீம்பின்
இகந்தது செய்தல் இழிவு. (பா. 69)

5. நன்மனையாள் கண்டான் நலங்கண்டான்; கண்டதன்
பின்பெறுவான் தெய்வநற் பேறு. (பா. 82)

6. சான்றோன் மகனெனல் தந்தைக்கின் பம்தன்னை
ஈன்றாட்கு இருபங்கு இனிது (பா.88)

7. அகக்கவலை ஆளை ஒடுக்கும் அவன்நோய்
முகத்தொருசொல் தீர்க்கும் முடித்து (பா.100)

8. எளியார்க்கு நீதி இயற்றும் அரசே
ஒளிவீசி நிற்கும் உயர்ந்து (பா.117)

9. தாழ்மை முதலாத் தரும்மேன்மை முன்நின்று
கீழ்மை தரும்இறு மாப்பு (பா. 132)

10. சினம்சண்டை மூட்டும், சினவாது அமைந்த
மனம்மற் றதுதீர்க்கு மாறு. (பா. 137)

11. மன்னிப்பு நட்பின் மரபு மறித்துந்தீங்கு
உன்னிச்செய் யின்போம் உறவு (பா.141)

12. அயலார்க்குத் தீங்குசெய்து அன்னார் விழக்கண்
துயிலாமை தீயோர் தொழில் (பா. 151)

கடிதங்கள்

அருளவதாரம் காப்பியத்தின் இறுதிக் காண்டமான அருளல் காண்டத்தில் ஏழாவதாக அமைந்துள்ளது திருமுகக் காதை. இக்காதை விவிலியத்தின் புதிய ஏற்பாட்டுப் பகுதியிலுள்ள கடிதங்களை அடிப்படையாகக் கொண்டது. கடிதத்தைத் திருமுகம் எனக் குறிப்பிட்டு அதன் பெயராலேயே இக்காதைக்குத் திருமுகக் காதை எனப் பெயரிட்டுள்ளார். பேதுரு, யாக்கோபு, யோவான், பவுலடியார் ஆகியோர் எழுதிய கடிதங்களை ஆசிரியர் இக்காதையில் உட்படுத்தியுள்ளார். இக்கடிதங்கள் வாழ்க்கை ஒழுங்கு, செயல் தழுவிய நம்பகம், பாவ விளக்கம், அன்புக் கட்டளை, இயேசுவே மெசியா, கேட்டது கிடைக்கும், நம்பகத்தின் சிறப்பு, மீட்புத் திட்டம், அருள் வாழ்வு, ஒழுக்க நெறிகள், மெய்ஞ்ஞானம், மண உறவு, ஆண்-பெண், திருவிருந்து, ஆவியார் வரங்கள், இயேசுவின் மறையுடல், அன்பின் சிறப்பு, உயிர்த்தெழுதல் உண்டு, துன்பப் பயன், சட்டமா நம்பகமா?, புதுவாழ்வு, சமுதாய உறவு, இயேசுவின் பணிவு, மெசியாவின் மேன்மை, இரண்டாம் வருகை, திருச்சபை ஆட்சி, திருந்திய வாழ்க்கை, தலைமைக்குரு, புதிய உடன்பாடு, இயேசுவின் பலி, நம்பக வாழ்க்கை, வானக எருசலேம் என்னும் முப்பத்து இரண்டு தலைப்புகளில் அமைந்துள்ளன.

புதிய ஏற்பாட்டிலுள்ள இத்தகைய கடிதப் பகுதிகளைக் காப்பியத்தில் அமைத்துப் பாடிய பெருமை மரிய அந்தோனி அவர்களையே சாரும். வேறு எந்தக் கிறித்தவக் காப்பியத்திலும் இத்தகைய பகுதிகள் இடம்பெறவில்லை.

திருவெளிப்பாட்டுக் காதை

அருளவதாரம் காப்பியத்தின் இறுதிக் காண்டத்தில் இடம் பெற்றுள்ள இறுதிக்காதை திருவெளிப்பாட்டுக் காதை. இக்காதை விவிலியத்தில் இடம்பெற்றுள்ள இறுதி நூலான வெளிப்படுத்தின விசேஷம் என்னும் நூலினை அடிப்படையாகக் கொண்டது. இந்நூல் யோவானுக்கு இறைவன் வெளிப்படுத்திய செய்திகளை எடுத்தியம்புகிறது.

உவமைகள்

அருளவதாரம் காப்பியத்தில் ஆங்காங்கே உவமைகள் பல நிறைந்துள்ளன. ஒரே செய்யுளில் மூன்று உவமைகள் அடுக்கடுக்காக இடம்பெற்றுள்ளன.

> உள்ளன எல்லாம் உடைதவிர்த்து ஒருவன்
> ஒருங்கிழந்து உழல்வது போல,
> வெள்ளநீர் உறுமீன் வெறுந்தரை விழுந்து
> விறைத்துஉயிர் துடித்திடல் போல,
> கள்அவிழ் மலரைக் கொய்துசெங் கதிரோன்
> கடுவெயி லிடையிடல் போல,
> உள்ளமும் உடலும் உரையொடு தளர
> உயர்வனம் இருவர்விட் டகன்றார்

(வினைவிளை காதை, பா.1)

என்னும் இச்செய்யுளில், ஆதாமும் ஏவாளும் உடை தவிர அனைத்தையும் இழந்து தவிக்கும் ஒருவனைப் போலவும், வெறுந்தரையில் துள்ளி விழுந்து விட்ட மீன் உயிருக்குத் துடிப்பதைப் போலவும், தேன் பொருந்திய மலரைக் கொய்து கொடிய கதிரவனின் கடுமையான வெயிலில் இட்டதைப் போலவும் உள்ளமும் உடலும் உரையும் (பேச்சு) தளர்ந்து இறைவன் படைத்த உயர்வனத்தை விட்டு (சொர்க்கம்) துயரத்தோடு வெளியேறினார்கள் என ஆசிரியர் ஒரே பாடலில் மூன்று உவமைகளின் மூலம் விவரிக்கும் பாங்கு அவரின் தமிழ்ப் புலமைக்கும் கற்பனைத் திறத்திற்கும் சான்று பகருகின்றது.

வருணனை

கிறித்தவக் காப்பியங்கள் சிலவற்றில் சிறப்பான வருணனைகளைக் காணமுடிகின்றது. வருணனைகள் காப்பியச் சுவைக்கு மிகவும் உறுதுணையாக விளங்குகின்றன. அருளவதாரம் காப்பியத்தில் வருணனைகள் மிகக்குறைவாகவே உள்ளன. ஆசிரியர் விவிலியத்திலுள்ள அனைத்துச் செய்திகளும் காப்பியத்தில் வர வேண்டும் என்னும் நோக்கம் உடையவராகக் காணப்பட்டதால் கற்பனை, வருணனை போன்றவற்றிற்கு அதிக முக்கியத்துவம் தரவில்லை. முதலாவதான ஆதிக்காண்டத்திலுள்ள வீழ்ச்சிக்காதையில் ஆசிரியர் வருணனைகளைப் பயன்படுத்தியுள்ளார். இறைவன் உலகையும், மனிதனையும் படைத்தபோது விலங்குகளும் பறவைகளும் மட்டுமல்லாமல் ஆதாமும் ஏவாளும் மிக்க மகிழ்ச்சியுடன் காணப்பட்டனர். ஏதேன் தோட்டத்தின் இச்சூழலை ஆசிரியர்

வருணனைகளின் மூலம் விவரிக்கும்போது அவரது கற்பனையாற்றலை உணரமுடிகிறது. சான்றாக,

தாரகைகள் கண்சி மிட்டிக் கடவுள்அரு ளொளிபரப்பும்
தகவே காண்பார்.
சீரமைகூன் பிறைஓடம் வான்கடலில் மிதந்துதிகழ்
சிறப்பும் காண்பார்.
ஓரமுற அலையெறிந்து கரைபுரண்டு கடல்மீளும்
உவகை யோடு
பாருலகம் இருள்மூடிப் பல்லுயிரும் துயில்மூழ்கும்
பயனும் துய்ப்பார்.

காலையிளம் பரிதியெழக் கண்விழிப்பார்; புதுவுலகங்
கண்டு நிற்பார்.
சோலைஒளி வெள்ளத்தில் மிதக்க அதன் புதுப்பொலிவிற்
சொக்கி நிற்பார்,
மாலைவரப் பால்நிலவு குளிர்தென்றல் தரும்இன்பம்
மாந்தி, அந்த
மேலையுல கத்தினைஇப் பாலையுலகிற்கண்டு
மெய்சி லிர்ப்பார்

(வீழ்ச்சிக் காதை, பா. 8, 9)

என்னும் செய்யுட்களைச் சுட்டலாம். இச்செய்யுட்களில் விண்மீன்கள் தம் கண்களைச் சிமிட்டி கடவுளின் அருள் ஒளியைப் பரப்புகின்ற தன்மையினைக் காண்பார்கள்; செப்பமாக வளைவோடு அமைந்த இளம் பிறையாகிய ஓடம் வானமாகிய கடலில் மிதந்து செல்லுகின்ற சிறப்பையும் காண்பார்கள்; கடலில் அலைகள் எழுந்து கரையில் புரண்டு விளையாடும் காட்சியையும் மகிழ்ச்சியோடு காண்பார்கள்; உலகம் இருள் மூடி உயிர்கள் அனைத்தும் துயில் கொள்ளும் நிலை கண்டு தாங்களும் துயின்று இரவின் பயன் கொள்வார்கள். அதிகாலையில் இளம்பருதி எழும்பும்போது கண் விழிப்பார்கள்; கதிரவன் ஒளியில் உலகம் புதிதாகத் திகழ்வதைக் கண்டு மகிழ்வார்கள்; கதிரவனின் ஒளி வெள்ளத்தில் சோலைகள் எல்லாம் புதுப்பொலிவுடன் விளங்குவதைக் கண்டு மெய்மறந்து நிற்பார்கள்; மாலையில் பால் நிலவும் குளிர்த் தென்றலும் தரும் இன்பத்தை நுகர்ந்து பரமண்டலத்தினை இப்பாலை உலகில் கண்டு மெய்சிலிர்த்து நிற்பார்கள் என வருணிக்கிறார்.

ஆதாமும் ஏவாளும் கடவுளின் கட்டளைகளை மீறியதனால் உலகில் பெரிய மாற்றங்கள் ஏற்பட்டன. அவற்றை விவரிக்கும் போது ஆசிரியர் வருணனையைப் பயன்படுத்துகின்றார்.

தண்ணொளி இரவின் தனியர சாளன்
தயங்கினன் வெளிவரல் ஒழிந்தான்,
பெண்பழி பெரிதோ பெரிது! என உடுக்கள்
கண்சிமிட் டினமுகில் மறைந்த
விண்ணென, விரிந்த மண்ணென எதுவும்
விதவிதம் அறிவகை இலதாய்,
துண்ணென நினைவார் எண்ணமும் துடிக்கத்
துதைந்துஇருள் கவிந்தது புவியே!

(வினைவிளை காதை, பா. 3)

என்னும் செய்யுளில், இரவில் ஒளியைக் கொடுக்கும் சந்திரன் வெளியே காணவில்லை. மேகக் கூட்டத்தினுள் நட்சத்திரங்கள் மறைந்து கொண்டன. இதனால் உலகம் இருளாகக் காணப்பட்டது என அந்த இரவை ஆசிரியர் வருணிக்கிறார்.

கவிதைநயம்

காப்பியப் புலவர்களின் ஆற்றல் அவர்களது கவிதையில் வெளிப்படும். விவிலியம் முழுமையையும் ஆழமாக உள்வாங்கிக் கொண்டு, அதிலுள்ள செய்திகளை வாசகர்கள் விரும்பும் வகையில் கொடுக்கும் போதுதான் அவ்விலக்கியம் மக்கள் மனதில் நிலைக்கும். எனவே காப்பிய ஆசிரியர்கள் கவிதைப் படைப்பில் தங்கள் முழுக் கவனத்தையும் செலுத்துவர். அருளவதாரம் ஆசிரியரின் கவிதைநயம் அவரது காப்பியம் முழுவதும் பரந்து காணப்படுகின்றது.

சிங்கங்கள் சுமந்துவர, சிறந்தபசு அணைந்துபால்
சுரந்தே ஊட்ட,
அங்கங்கு மயிலாடக் குயில்கூவ அரவுதலை
அசைத்துப் போற்ற,
பொங்குங்கண் சினப்புலியும் புள்ளிமா னொடுதுள்ளிப்
புடைசூழ்ந்து எய்த,
எங்கெங்கும் பகைகாணார்: நல்லுறவே பொருந்தக்கண்டு
இன்பம் துய்ப்பார்

(வீழ்ச்சிக்காதை, பா. 6)

என்னும் இச்செய்யுளில், சிங்கங்களினுடைய பசியினைப் பசுக்கள் பால் சுரந்து ஊட்டி ஆற்றின; ஆங்காங்கே மயில்கள் ஆடின, குயில்கள் கூவின;

அந்த இசையையும் நடனத்தையும் கண்டு படமெடுத்த பாம்புகள் தலையசைத்துப் போற்றின. சினம் பொங்கும் விழிகளைக் கொண்ட புலிகள் புள்ளி மான்களோடு துள்ளி மகிழ்ந்திருந்தன. இவ்வாறு பகை என்பது எங்கும் இல்லாத காட்சியைக் கண்டு அனைத்தும் அன்பால் பிணைந்திருப்பதைக் கண்டு இன்பம் துய்த்தன. ஏதேன் தோட்டத்து நிகழ்வுகளை விவரிக்கும் இச்செய்யுள், ஆசிரியரின் கவித்துவ மனதை வெளிப்படுத்துகின்றது.

தற்குறிப்பேற்றம்

அருளவதாரம் காப்பிய ஆசிரியர் இலக்கணப் புலமை நிறைந்தவர். அவர் உவமைகள், வருணனைகள், அணிநயம் ஆகியனவற்றை உள்ளடக்கியதாக இக்காப்பியத்தைப் படைத்துள்ளார். தற்குறிப்பேற்ற அணியில் அமைந்த பல செய்யுட்கள் காப்பியத்திற்குச் சிறப்பையும் அழகையும் கூட்டியுள்ளன. சான்றாக,

பெண்வழிச் சென்று பெரும்பிழை செய்த
  பெருந்தகை ஆண்மகன் முகத்தே
கண்விழித் திடவும் நாணின னாகிக்
  கதிரவன் கடலிடை விழுந்தான்.
மண்மகள் தனது குலப்பழி நாணி
  மறைவிடம் காண்கிலள் கரிய
திண்ணிய போர்வை பொதிந்துஉடல் மூடித்
  திணறிய படியில் ஆழ்ந்தாள்

(வினைவிளை காதை, பா. 2)

என்னும் செய்யுளைச் சுட்டலாம். சூரியன் கடலில் மறைவதும், பூமி இரவில் இருளைப் போர்த்துவதும் இயல்பாக நடக்கும் இயற்கையின் நிகழ்வுகள். அதில் ஆதாம் தவறு செய்ததை அறிந்து சூரியன் வெறுப்படைந்து கடலில் விழுந்ததாகவும், ஏவாள் பாவம் செய்தமையால் மண்மகளான பூமி இருளால் சூழ்ந்ததாகவும் கவிஞர் தன்னுடைய குறிப்புகளை ஏற்றிச் சொல்லியுள்ளார்.

கிறித்தவக் காப்பியங்களில் விவிலியத்தை முழுமையாகத் தரும் காப்பியம் அருளவதாரம். காப்பியத்தைப் படிக்கும்போது விவிலியத்தைப் படித்தது போன்ற உணர்வு பெறும் வகையில் காப்பியம் படைக்கப்பட்டுள்ளது. ஆசிரியரின் விவிலியப் புலமையும் கவிதைத் திறனும் ஒருசேர இக்காப்பியத்தில் மிளிர்கின்றன.

4. இயேசு புராணம்

இலங்கையில் படைக்கப்பட்ட கிறித்தவக் காப்பியங்களுள் செய்யுட்களின் எண்ணிக்கையில் அதிகமானதும், விவிலியத்தை முழுமையாக எடுத்துரைப்பதும், பகுப்பு முறைகளுடன் செய்திகளைத் தருவதுமான காப்பியம் இயேசு புராணம் ஆகும். இக்காப்பியத்தின் சிறப்பு கருதி இதனை, 'பரிசுத்த வேதாகமத்தின் பாகு' எனவும் 'சின்ன வேதாகமம்' எனவும் குறிப்பிடுவர்.

ஆசிரியர் வரலாறு

இயேசு புராணம் என்னும் காப்பியத்தை இயற்றியவரின் இயற்பெயர் தாவீது செல்வராசகோபால்; புனைபெயர் ஈழத்துப் பூராடனார். இவர் நாகமுத்து கதிர்காமத் தம்பி - சீனித் தம்பி வள்ளியம்மை தம்பதியருக்கு 1928 டிசம்பர் 13 ஆம் நாள் இலங்கையிலுள்ள செட்டிப்பாளையம் என்னுமிடத்தில் பிறந்தார். இவர் குருக்கள் மடத்திலுள்ள மெதடிஸ்ட் பாடசாலையிலும் மாத்தரையிலுள்ள புனித மேரிஸ் கல்லூரியிலும் மட்டக்களப்பு ஆசிரியப் பயிற்சிக் கல்லூரியிலும் மருதானையிலுள்ள தொழில்நுட்பக் கல்லூரியிலும் கல்வி பயின்றார்.

ஈழத்துப் பூராடனார் திக்வல்லை அரசினர் முஸ்லீம் பாட சாலையிலும், சம்மாந்துறை மெதடிஸ்டு மிஷன் பாடசாலையிலும், குறுமன்வெளி மெதடிஸ்டு மிஷன் பாடசாலையிலும், கிரான்குளம் அரசினர் பாடசாலையிலும், தேற்றாத்தீவு அரசினர் பாடசாலையிலும், கொழும்பு நில்வீதி ஸ்ரான்லி கல்லூரியிலும் ஆசிரியராகப் பணியாற்றினார். மேலும் மெதடிஸ்டு சபையின் சகல நிலைகளிலும் பணியாற்றியுள்ளார். இவர் ஆதிகிரேக்க இலக்கியங்களை முழுமையாக ஆசிய மொழிகளில் தமிழாக்கம் செய்தமைக்காக அமெரிக்க கிரேக்க இலக்கிய மன்றத்தின் விருதினைப் பெற்றார். இவர் 1952 ஆம் ஆண்டு பிப்ரவரி முதலாம் நாள் வியற்றிஸ் பசுபதி என்னும் அம்மையாரைத் திருமணம் செய்தார்.

ஈழத்துப் பூராடனார் உலகத் தமிழ்ப் பண்பாட்டியக்கப் பிரதித் தலைவராகி மொரிசியசிலும் சிட்னியிலும் மாநாடுகளை நடத்தினார். மேலும் இவ்வியக்கத்தைக் கனடாவில் நிறுவி அதன் காப்பாளராகச் செயல்பட்டு வந்தார். இலங்கையில் மனோகரா அச்சகத்தை நிறுவி அதன் இணை நிறுவனமாக ஜீவா பதிப்பகத்தைத் தொடங்கி பல நூல்களை வெளியிட்டுள்ளார். கனடாவில் புலம் பெயர்ந்த போதும், அதே நிறுவனங்களைக் கனடாவிலும் நிறுவி பல நூல்களை வெளியிட்டார். 2010 ஆம் ஆண்டு டிசம்பர் மாதம் 21 ஆம் நாள் கனடாவில் காலமானார்.

படைப்புகள்

ஈழத்துப் பூராடனார் ஓலைச்சுவடிகளிலிருந்து பல நூல்களைப் பதிப்பித்துள்ளார். இவர் இயல், இசை, நாடகம் என்னும் முப்பிரிவுகளிலும் பல நூல்களை எழுதியுள்ளார். உரைநடை, செய்யுள், நாடகம், மொழிபெயர்ப்பு, வரலாற்று நூல்கள் என சுமார் 70க்கும் மேற்பட்ட நூல்களை வெளியிட்டுள்ளார். இவர் இயேசு புராணம், பெத்லகேம் கலம்பகம், இயேசு இரட்சகர் இரட்டை மணிமாலை, இயேசு கீதை, கிறிஸ்தவ முக்கனிகள் என்னும் செய்யுள் நூல்களை இயற்றியுள்ளார். இவருடைய உரைநடை நூல்களுள் தஞ்சை வேதநாயக சாஸ்திரியாரின் பிரபந்தங்கள், கிறிஸ்தவ நாற்படை, வேதாகமத்தில் தாவரங்கள், வேதாகமத்தில் உலோகங்கள், வேதாகமத்தில் பிராணிகள், வேதாகமத்தில் பறவைகள் ஆகியவை சிறப்பிற்குரியன.

வேதநாயக சாஸ்திரியாரின் பெத்லகேம் குறவஞ்சிக்கு உரையும், கிருஷ்ணபிள்ளையின் இரட்சணிய மனோகரத்தை உரைநடையிலும்; 32 நாடகங்கள் அடங்கிய கிறிஸ்துவின் அருள்வரங்களும் தெய்வீக வெளிப்பாடுகளும், முப்பது வெள்ளிக்காசுகள் ஆகிய நாடக நூல்களையும் எழுதியுள்ளார். இவர் ஆதிகிரேக்க 48 நாடகங்களையும் ஹோமரின் இலியட், ஒடிசி என்னும் இரு காவியங்களையும் ஐந்து கிரேக்க நாடகங்களையும் தமிழில் மொழிபெயர்த்துள்ளார். ஹோமரின் இலியட் காவியம் 2400 வெண்பாக்களாலும், ஒடிசி காவியம் 2400 வெண்பாக்களாலும் மொழிபெயர்க்கப்பட்டுள்ளன. இவரால் மொழி பெயர்க்கப்பட்ட நாடகங்களுள் சொபிக்கொலசின் நாடகங்கள், அயிலசியசின் நாடகங்கள் என்பனவும் இலக்கிய நூல்களுள் தமிழ்த்தாய் பள்ளியெழுச்சி, புதிய அகப்பொருள் நூற்றி ஒன்று, புதிய புறப்பொருள் நூறு, ஐந்திணை ஐந்நூறு, புறப்பொருள் விருத்தம், ஈழத்துப் பறவைகளும் இலக்கியச் சிந்தனைகளும் என்பனவும் குறிப்பிட்டுச் சொல்லப்படுவன.

நூலின் அமைப்பு

இயேசு புராணம் 1602 செய்யுள்களைக் கொண்டது. இந்நூல் பரமபிதாப் பருவம், பரமசுதன் பருவம், பரிசுத்தாவிப் பருவம் என்னும் மூன்று பருவங்களை உடையது. பிதா, குமாரன், பரிசுத்த ஆவி என்னும் திரியேகரின் பெயர்களைக் கொண்டு நூலின் முக்கிய பிரிவுகளுக்குப் பெயர் அமைத்துள்ளார். ஒவ்வொரு பருவமும் மூன்று சுருக்கங்களையும், ஒவ்வொரு சுருக்கமும் ஐந்து படலங்களையும், ஒவ்வொரு படலமும் ஐந்து அடங்கன்களையும் கொண்டது. பரமபிதாப் பருவம் பழைய ஏற்பாட்டையும் பரமசுதன் பருவம், பரிசுத்தாவிப் பருவம் என்னும் இரண்டு பருவங்களும் புதிய ஏற்பாட்டையும் ஆதாரமாகக் கொண்டன.

1. பரமபிதாப் பருவம்

முதல் பருவமான பரமபிதாப் பருவம் உலகோற்பத்திச் சுருக்கம், பரம ஈவுச் சுருக்கம், பரம தேர்வுச் சுருக்கம் என்னும் மூன்று பகுதிகளால் பகுக்கப்பட்டுள்ளது. உலகோற்பத்திச் சுருக்கமானது பரமபிதா இலக்கணப் படலம், உலக உற்பத்திப் படலம், பவ உற்பத்திப் படலம், பவபெருக்கப் படலம், பரமபிதா நொந்துறு படலம் என்னும் ஐந்து படலங்களாலானது. ஒவ்வொரு படலமும் ஐந்து அடங்கன்களாகப் பகுக்கப்பட்டுள்ளது. பரமஈவுச் சுருக்கமானது புத்துலகு செய்யுஞ் சிந்தனைப் படலம், அடியாரைக் காக்க வருள்சொரி படலம், பிரளயப் படலம், உடன்படிக்கைப் படலம், உடன்படிக்கை மீறற் படலம் என்னும் படலங்களாலும்; பரமதேர்வுச் சுருக்கமானது ஆபிரகாமைத் தேர்ந்தெடுத்த படலம், யாக்கோபின் வம்சவிருத்திப் படலம், யோசேப்பின் சிறையனுபவப் படலம், இசுரவேலினப் படலம், இயேசு வம்ச வரலாற்றுப் படலம் என்னும் படலங்களாலும் அமைந்துள்ளது.

2. பரம சுதன் பருவம்

இரண்டாவது பருவமான பரமசுதன் பருவமானது கன்னிமகன் சுருக்கம், தூதுப்பணிச் சுருக்கம், அற்புதப் பணிச் சுருக்கம் என்னும் மூன்று சுருக்கங்களாலானது. கன்னி மகன் சுருக்கமானது கன்னிமேரிப் படலம், யோசேப்புப் படலம், அவதாரப் படலம், காணிக்கைப் படலம், மனுவாழ்வுப் படலம் என்னும் ஐந்து படலங்களாலும்; தூதுப் பணிச் சுருக்கமானது திருமுழுக்குப் படலம், குருத்துவப் படலம், சீடத்துவப் படலம், கற்பனைகளைத் தப்பார்த்தம் செய்த படலம், அருளுரை கேட்டோர் படலம் என்னும் ஐந்து படலங்களாலும்; அற்புதப் பணிச் சுருக்கமானது

உவமைப் படலம், அருள் வருகை ஆயத்தப் படலம், போதனைப் புரட்சிப் படலம், அற்புதப் படலம், வஞ்சனைப் படலம் என்னும் ஐந்து படலங்களாலும் அமைந்துள்ளது.

3. பரிசுத்தாவிப் பருவம்

மூன்றாவதான பரிசுத்தாவிப் பருவமானது பலியாகி உயிரீந்த சுருக்கம், உயிர்த்தெழுந்த சுருக்கம், கிறித்தவ நம்பிக்கைச் சுருக்கம் என்னும் மூன்று சுருக்கங்களாலானது. பலியாகி உயிரீந்த சுருக்கமானது காட்டிக் கொடுத்த படலம், குற்றச் சாட்டுப் படலம், குற்ற நிருபணப் படலம், தீர்ப்புப் படலம், சிலுவைப் படலம் என்னும் ஐந்து படலங்களையும்; உயிர்த்தெழுந்த சுருக்கமானது திருவடக்கப் படலம், யூதாசுக் காரியோத்தன் படலம், அவலமுறு படலம், கல்லறைப் படலம், தரிசனந் தந்த படலம் என்னும் ஐந்து படலங்களையும்; கிறித்தவ நம்பிக்கைச் சுருக்கமானது தூதுப்பணி ஆரம்பப் படலம், இரத்தச் சாட்சிப் படலம், சவுலைப் பவுலாக்கியப் படலம், திருமறைப் படலம், கிறித்தவப் பண்புப் படலம் என்னும் ஐந்து படலங்களையும் உடையது.

நூல் எழுதப்பட்டதன் நோக்கம்

இயேசு புராணம் எழுதப்பட்டதற்கான நோக்கத்தைத் தொகுப்பாசிரியர் பின்வருமாறு குறிப்பிட்டுள்ளார்:

கிறித்தவர்கள் எத்தகைய வாழ்க்கையை அமைப்பதால் கிறித்தவர்களாகலாம் என்பதற்கும், கிறித்தவர்கள் அல்லாத தமிழ் அறிந்தவர்கள் கிறித்தவன் என்பவன் யார்? அவனது சமய நோக்கு எது? அவனது வாழ்க்கை நெறி எத்தகைய அமைப்புடையது என்பதை அறிந்து கொள்ளவும், அச்சமயத்தின் பின்னணிகளை விளங்கிக் கொள்ளவும் தக்கதாக இயேசு புராணம் இயற்றப்பட்டது.

வேதாகமத்தின் பாகு

ஈழத்துப் பூராடனாரின் இயேசு புராணம் விவிலியத்தின் (வேதாகமம்) தொடக்கம் முதல் முடிவு வரையிலான செய்திகளைச் சுருக்கமாகப் பிழிந்து தந்துள்ளது. இயேசு புராணம் 'பரிசுத்த வேதாகமத்தின் பாகு' எனவும், எல்லோருக்கும் பயன்படத்தக்க வகையில் ஆக்கப்பட்ட இது ஒரு 'சின்ன வேதாகமம்' எனல் பொருந்தும் எனவும் தொகுப்பாசிரியர் நூலின் தொடக்கப் பகுதியில் குறிப்பிட்டுள்ளார்.

பரமபிதா பருவம் என்னும் முதல் பருவம் முழுதும் (582 செய்யுள்) பழைய ஏற்பாட்டை அடிப்படையாகக் கொண்டது. அதுபோன்று மூன்றாம்

பருவத்திலுள்ள கிறித்தவ நம்பிக்கைச் சுருக்கம் என்னும் பகுதியிலுள்ள தூதுப் பணி ஆரம்பப் படலம், இரத்த சாட்சிப் படலம், சவுலைப் பவுலாக்கியப் படலம், திருமுறைப் படலம், கிறித்தவப் பண்புப் படலம் என்னும் ஐந்து படலங்களும் இயேசு கிறிஸ்து உயிர்த்தெழுந்தபின் உள்ள செய்திகளை அடிப்படையாகக் கொண்டவை. மேல் குறிப்பிட்ட இத்தகைய பகுதிகளைக் கொண்டு முழுமையான நிலையில் இயேசு புராணம் எழுதப்பட்டுள்ளது.

கிறித்தவர்களின் பண்புகள்

பிற கிறித்தவக் காப்பியங்களில் இல்லாத தனித்தன்மை நிறைந்த பகுதியாக கிறித்தவப் பண்புப் படலம் அமைந்துள்ளது. கிறித்தவர்கள் பெற்றிருக்க வேண்டிய பண்புகளை இப்படலத்தில் ஆசிரியர் எளிமையாக ஐந்து செய்யுட்களில் பாடுகின்றார். சான்றாக,

மற்றோரில் மனமிரங்கி மாற்றா ரென்ற
    மனதற்று தம்மிலொரு மனுவாய்க் கொள்வார்
பற்றுந்துணை பரனல்லாற் பாரில்வேறு
    பராமரிப்புப் பரிவுள்ள பாதை தேரார்
முற்றும் முறைவழியே முனைந்து செல்வார்
    முழுமனதா யிறைவன்மேல் விசுவா சிப்பார்
உற்றதுன்ப வேளையிலும் உண்மைக் காக
    உயிரீந்து விசுவாசம் உலகிற் காப்பார்

(கிறித்தவப் பண்புப் படலம், பா. 375)

என்னும் செய்யுளில் கிறித்தவர் என்பவர் பிறருக்காக மனம் இரங்குபவர்; மாற்றார் என்று ஒரு சிறிதும் கருதாமல் தம்மில் ஒருவராக நினைத்து எண்ணுபவர்; இவ்வுலகில் பற்றிக் கொள்ளக்கூடிய துணை இறைவன் ஒருவனே என்று கருதுபவர்; தம் வாழ்வுக்காக இவ்வுலகில் வேறு பாதை எதனையும் தேர்ந்தெடுக்க மாட்டார்; எது இறைவன் வகுத்த முறையோ அதன் வழியே தொடர்ந்து செல்வர்; முழுமனதோடு இறைவன் மீது விசுவாசம் கொள்வர்; எவ்வளவு துன்பமுற்ற நிலையிலும் உண்மைக்காகத் தன் உயிரையே தந்தும் உலகில் இறை விசுவாசத்தைக் காப்பர் என கிறித்தவர்களின் பண்புகளைப் பட்டியலிடுகிறார்.

வருணனை

புராணத்தில் வருணனை இடம் பெற்றிருப்பது கதையோட்டத்திற்குப் பெரிதும் துணைபுரிவதுடன் ஆசிரியரின் கற்பனைப் புலமையையும்

வெளிப்படுத்துகின்றது. அவதாரப் படலத்தின் பெத்தல்சேர் அடங்கன் பகுதியிலுள்ள 16 செய்யுட்களுள் 15 செய்யுட்கள் மார்கழி மாதக் குளிரை வருணிக்கும் வகையில் அமைந்துள்ளன. சான்றாக,

காரெனுங் காலமங்கை களிநடம் புரிந்து வந்தாள்
மார்கழி என்னும் மால மயக்கிடு குளிரைத் தந்தாள்
நீர்கழி கொள்ள நெஞ்சில் நிறைவுறு ஈரமீந்தாள்
பார்களி கொள்ளப் பசுந்தாட் பாயலை விரித்துச் சென்றாள்

(அவதாரப் படலம், பா.167)

என்னும் செய்யுளைச் சுட்டலாம். இச்செய்யுளில், கார்காலம் என்னும் காலமாகிய மங்கை மகிழ்ச்சி நடனம் புரிந்து வந்தாள்; மார்கழி என்கின்ற மயக்குகின்ற குளிரைத் தந்தாள்; நீர்ச்சுழி ஏற்பட, நெஞ்சம் நிறைவுறும் வண்ணம் ஈரத்தைத் தந்தாள்; இவ்வுலகம் மகிழ்வடைய பசிய புல்லாகிய படுக்கையை விரித்துச் சென்றாள் என்னும் ஆசிரியரின் வருணனை பாராட்டத்தக்கது. இயேசு கிறிஸ்து உயிர்த்தெழுந்த காலைப் பொழுதைப் பற்றி வருணிக்கும் போது,

குளிரடர்ந்த பனிநிலத்திற் குறுகிநின்ற லில்லி
குமுறியெழுந் துடற்பெருக்கிக் குவலயத்திற் துள்ளித்
தளிரெழமுன் தண்டெழுந்து தாங்கிவந்து முகையை
தரைபிழந்து தாவிமணற் தாழ்சிதற வோங்கி
அளிமுரல மலர்ந்துமிசை ஆடுதென்றற் காற்றில்
அசைவாடி மணம்பரப்பி அழகதனைப் பெருக்கி
களித்தும்புங் கள்ளேந்திக் கருவண்டை அழைக்குங்
கரந்திருந்த தெங்கேயெனக் காண்போர்கள் வியப்பர்

(உயிர்த்தெழுந்த வசந்த அடங்கன், பா.203)

எனப்பாடுகிறார். பனி பொழிவதால் குளிர்ச்சியடைந்திருந்த நிலத்தில் மிகச் சிறிதாகக் குறுகி நின்ற லில்லிச் செடி மிகுந்த விரைவுடன் எழுந்து தன் உடலைப் பெரிதாக்கி, உலகில் துள்ளி எழுந்து தளிர் தோன்றுமுன் தண்டினைப் படைத்து, மொட்டினைத் தாங்கி தரையைப் பிளந்து, மணல் தாழ்களைச் சிதறச் செய்து, வண்டுகள் முரல (ரீங்காரம் செய்ய) மலரை மலர்வித்து, அழகினைப் பெருக்கி மகிழ்வுதரும் தேனினை ஏந்தி கருவண்டை அழைத்து நிற்கும். அதனைக் கண்டோர்கள் இதுவரையில் இச்செடி மறைந்திருந்தது எங்கே என வியப்பர் எனக் காட்சிப்படுத்துகிறார். இவ்வாறு புராணத்திற்குரிய வருணனைப் பகுதிகள் ஆங்காங்கே இடம்பெற்று இயேசு புராணத்திற்குச் சுவையைக் கூட்டுகின்றன.

விவிலியச் செய்திகளைக் கவிதைகளாக்கும் திறம்

விவிலிய வசனங்களைச் செய்யுட்களாக எளிதில் புரியும் வகையில் மாற்றியுள்ளது இவரது படைப்பின் தனித்தன்மைக்குச் சான்றாகும். 'உள்ளவனெவனோ அவனுக்குக் கொடுக்கப்படும், பரிபூரணமும் அடைவான். இல்லாதவனிடத்திலிருந்து உள்ளதும் எடுத்துக் கொள்ளப்படும்' (மத்தேயு 25:29) என்னும் இறைவாக்கை,

உள்ளவன் தனக்கே மேலும் உயர்வுற ஈய லாகும்
எள்ளள விருப்போன் மேலும் ஏற்பவை ஏற்கா னானால்
உள்ளதும் பறிக்கப்பட்டு உழன்றிடும் நிறையே காண்பான்
தெள்ளிய தேவ வார்த்தை தேறலு மிதுபோ லென்றார்

(தாலந்து அடங்கன், பா. 56)

எனச் செய்யுளாக மாற்றியுள்ளார். ஒருவன் இயேசு கிறிஸ்துவைப் பார்த்து எனக்குப் பிறன் யார்? எனக் கேட்டான். அதற்கு அவர் நல்ல சமாரியன் கதையைக் கூறினார். ஒருவன் எருசலேமிலிருந்து எரிகோவுக்குச் செல்லும் வழியில் திருடர்களிடம் அகப்பட்டு குற்றுயிராகக் கிடந்தான். அந்த வழியாகச் சென்ற ஓர் ஆசாரியன் உயிருக்குப் போராடிக் கொண்டிருந்த இவனைப் பார்த்து தூர விலகிச் சென்றான். இதுபோன்று வந்த லேவியனும் வழி விலகிச் சென்றான். ஆனால் சமாரியன் ஒருவன், அவனுக்கு வேண்டிய உதவிகள் செய்து, சத்திரத்தில் கொண்டு சேர்த்து, சத்திரக்காரனிடம் அவனுக்கு வேண்டிய உதவிகளைச் செய்யச் சொல்லி விட்டுச் சென்றான். விவிலியத்தில் லூக்கா எழுதின நற்செய்தி நூலில் காணலாகும் இப்பகுதியை ஈழத்துப் பூராடனார்,

வழிபறி திருடர் கையால் வலியற்று வீழ்ந்தோன் தீண்டல்
இழிவெனக் குருவே சென்றார் இடரென யூதன் போனான்
விழிகொள் சமாரி நாட்டான் விட்டிடா தவனைத் தூக்கி
அழிவுறா தணைத்துச் சேர்த்த அன்பனே யயலா னென்றார்

(வேதப்பொருள் அடங்கன், பா. 429)

என்னும் செய்யுளில் இரத்தினச் சுருக்கமாகத் தந்திருப்பது அவரின் புலமைக்குத் தக்க சான்றாக அமைந்துள்ளது.

தமிழ்ப்பற்று

ஈழத்துப் பூராடனார் தமிழ்ப்பற்று மிக்கவர். தமிழ்க் கவிஞர்களிடம் அவர் கொண்டிருந்த பற்றை அவரது பாடல் மூலம் அறியமுடிகிறது. நோவா

கிறித்தவக் காப்பியங்கள் □ 75

இறைவனின் ஆணையை ஏற்று கப்பலுக்குள் சென்று பூட்டிய பின்னர் மழை பெய்தது. இக்காட்சியை,

> பாரதியின் பாட்டுப்போல் வேட்கை மிக்குப்
> பட்டினத்தார் பாப்போல பற்றை விட்டுப்
> பாரதியின் தாசன்பாப் பயனை யூட்டிப்
> பண்புற்ற திராவிடமாய்ப் பற்றுப் பொங்கித்
> தாரதிர மன்னர்முடித் தரையைக் கவ்வத்
> தண்ணீரிறை படைதாங்கா தவிக்கும் மண்ணிற்
> தேரதிரக் கண்ணதாசன் தென்னகச் செய்யுட்
> தேன்போலப் பெருகிற்றுத் திரண்ட மாரி
>
> (நோவா ஆயத்த அடங்கன், பா.196)

எனப் பாடுகிறார். பாரதியார், பட்டினத்தார், பாரதிதாசன், கண்ணதாசன் என்னும் கவிஞர்களின் கவித்திறமையை ஒரே பாடலுக்குள் கொண்டு வந்து இறைவன், தமிழ், இயற்கை ஆகிய மூன்றையும் கலந்து காப்பியத்திற்கு அழகூட்டுகிறார். இச்செய்யுளின் முந்தைய செய்யுளில், 'சொல்நயத்துக் கம்பன்வாய்க் கவிபோல் மாரி' எனக் கம்பரைக் குறிப்பிடுகின்றார்.

நடை

எளிமையும் இனிமையும் கலந்த நடையில் இவரது படைப்பு அமைந்துள்ளது. ஆசிரிய விருத்தம், ஆசிரியப்பா, கலி விருத்தம் என்னும் பல்முறையான யாப்பு வகைகளில் இந்நூலிலுள்ள செய்யுள்கள் இயற்றப்பட்டுள்ளன. அனைத்துச் செய்யுள்களும் எதுகை மோனையுடன் கற்பார் நெஞ்சைக் கவருகின்றன.

உவமைகள்

இயேசு புராணத்தில் ஆசிரியர் பல உவமைகளைப் பயன் படுத்தியுள்ளார். சான்றாக,

1. வருமழை பெருகி யோடி வயல்வளஞ் செய்தல் போல
2. பெருவிரிவுச் சமுத்திரத்திற் பெய்த நீர்போல்
3. சொல்நயத்துக் கம்பன்வாய்க் கவிபோல்
4. அடைக்கலங்கள் நீயே என்று அலறிடும் ஆத்மா போலே
5. வாதையுற வலைவீசிப் பறவைபோலே
6. மக்கள் தம்மை மாயஞ்செய் சாத்தானிடந் தருதல்போலே
7. தாகமதைத் தீர்த்தளிக்கும் தமிழைப்போலே

8. அகரத்தை யறியாதார் அகராதி பார்ப்பதுபோல்
9. தொலைத்திடு மணியைக் கண்ட துயர்கெடு மனத்தைப் போல
10. நிலாவிடையே விண்மீன்கள் நிரவல் போல
11. வெந்தணலில் வேகாதவெண் தமிழைப்போல
12. ஆகாரம் படைத்தளித்து அருந்தல் போல
13. ஈயத்தை உருக்கி செவியிட்டார் போல
14. தமிழின் தகையைத் தடைசெய் யாரியத் தறுகணர்போல்
15. தினந்தோறும் புதுச்செய்தி தெரிக்குந்தினத் தாள்போற்

என்பனவற்றைக் குறிப்பிடலாம். இவ்வுவமைகள் நூலின் சிறப்புக்குத் துணை நிற்கின்றன.

கிறித்தவப் பண்புப் படலம்

பொதுவாகக் கிறித்தவப் படைப்புகளின் இறுதிப்பகுதி இயேசு கிறிஸ்துவின் உயிர்த்தெழுதலுடன் முடிவுறும். சில படைப்புகளின் இறுதிப்பகுதி பவுலின் ஊழியங்களைப் பற்றிக் குறிப்பிட்டு நிறைவுறும். ஆனால் ஈழத்துப் பூராடனாரின் இயேசு புராணத்திலுள்ள கிறித்தவப் பண்புப் படலம் என்னும் பகுதியானது பிற படைப்புகளிலிருந்து வேறுபட்டுள்ளது. இப்படலம் கிறித்தவ இலட்சண அடங்கன், கிறித்தவப் போதனைச் சுருக்க அடங்கன், கிறித்தவ வணக்க அடங்கன், விசேட தின அடங்கன், நிறைவு அடங்கன் என்னும் ஐந்து அடங்கன்களை உடையது.

கிறித்தவ இலட்சண அடங்கன் என்னும் பகுதியில் உண்மைக் கிறித்தவனின் இலட்சணங்களைப் பட்டியலிடுகிறார். உண்மையான கிறித்தவர் தங்கள் கண்போன போக்கெல்லாம் சென்று செயல்பட மாட்டார்கள். எப்பொழுதும் கடவுளைத் தொழுது கடமையைச் செய்வார்கள். மண், பெண், பொன் ஆகியவற்றைப் பெற்றிருக்கிறோம் என்பதில் மமதை கொள்ள மாட்டார்கள். உலகத்தில் அடங்கி ஒடுங்கி வாழ்வார்கள். பண்பற்ற உலக இன்பம் தம்மைப் பாழாய்ச் செய்யும் என்பதை உணர்ந்து, அது தன்னை ஆட்சி செய்ய அனுமதிக்க மாட்டார்கள். தங்கள் வாழ்க்கைக்கு வழியாக இயேசுபிரானின் மலைப்பொழிவைக் கொள்வார்கள். எல்லாம் விதியென்று பயனற்ற செயல்களைச் செய்ய மாட்டார்கள் என இச்செய்யுளில் விவரிக்கிறார்.

கிறித்தவ வணக்க அடங்கன் என்னும் பகுதியில் கிறித்தவன் இறைவழிபாடு (ஜெபம்) செய்ய வேண்டிய முறையை நான்கு செய்யுட்களின் மூலம் விவரிக்கிறார்.

தனித்திருந்துங் குடும்பமாயுந் தந்தை தன்னைத்
தாழ்பணிந்து தந்தநன்மை தருகின்ற வெல்லா
கனிவான நன்மைகட்குங் கருணை யிற்கும்
கண்ணீரால் நன்றிசொல்லிக் காலை மாலை
இனிவருகும் வேளைக்காய் இதயம் விட்டு
இறைவன்தாள் பணிந்துநாளை இன்றும் நேற்றும்
இருந்தெமக்கு ஈவுதரும் இனிமை பாடி
மறைவசனந் தானோதி மலருஞ் சிந்தை
மதியறியச் சிந்தித்து மகிழல் தானே

(*கிறித்தவ வணக்க அடங்கன், பா. 384*)

என்னும் இச்செய்யுளில் தனித்திருந்தும் குடும்பமாகவும் ஜெபம் பண்ண வேண்டிய முறைகளைக் கூறுகிறார். விசேட தின அடங்கன் என்னும் பகுதியில் கிறித்தவர்களின் விசேட தினங்களான கிறிஸ்து பிறப்பு, சாம்பற்புதன், புனித வெள்ளி, உயிர்த்தெழுதல், பெந்தகொஸ்தே நாள் போன்றவற்றைக் குறிப்பிட்டு நிறைவாக,

தீண்டியெம்மைத் தீயபவத் தீயி னின்று
தீர்த்தெடுத்த பெம்மானைத் தினமும் நாங்கள்
வேண்டிடலே பெருவிழாவாம் வேறு நல்ல
விழாவெதற்கு வேதனருள் விழைவோருக்கே

(*விசேட தின அடங்கன், பா. 395*)

என முடிக்கிறார். இச்செய்யுளில் நம்மைப் பல்வேறு சோதனைகளிலிருந்து காத்த இறைவனிடம் தினமும் வேண்டி வழிபடுவதே பெருவிழா எனச் சுட்டுகிறார். இறுதிப் பகுதியான நிறைவு அடங்கனில் ஓய்வுநாள் வழிபாடு தொடங்கி பல உறுதிமொழிகளையும் முன் வைக்கிறார். ஆக, கிறித்தவப் பண்புப் படலம் ஒரு புதிய முயற்சியாக ஆசிரியரால் படைக்கப்பட்டுள்ளது.

புராணம் என்னும் பெயர் பூண்டு, முழு விவிலியத்தின் செய்திகளையும் பைந்தமிழ்ப் பாக்களில் பாகு போல் பிழிந்து தரும் பெருமையாலும், ஈழத்தில் தோன்றிய இனிய கிறித்தவ இலக்கியம் என்னும் சிறப்பாலும், கணினி வழி அச்சிட்டு வெளியிடப்பட்ட முதல் கிறித்தவ நூல் என்னும் தனித்தன்மையாலும், பல்வேறு கிறித்தவ நன்னூல்கள் படைத்ததொரு நல்லாசிரியரின் மணிமுடிப் படைப்பு என்னும் மாண்பாலும் தமிழ்க் கிறித்தவ இலக்கியப் பேழையில் தரமுயர்ந்து தலை நிமிர்ந்து நிற்கிறது இயேசு புராணம் என்னும் இந்த இன்றமிழ்க் காப்பியம்.

5. உலக ஜோதி

கிறித்தவக் காப்பியங்களில் தனிச்சிறப்புப் பெற்ற காப்பியம் உலகஜோதி. உலகத்தின் ஜோதியாக விளங்கும் இயேசு பெருமானின் வரலாற்றை எடுத்தியம்பும் பொருட்டு இக்காப்பியம் படைக்கப் பட்டுள்ளது. உலகஜோதி என்னும் இக்காப்பியம் பழைய ஏற்பாட்டுப் பகுதியைச் சுருக்கமாகவும் புதிய ஏற்பாட்டுப் பகுதியை விரிவாகவும் எடுத்துரைக்கின்றது.

ஆசிரியர் வரலாறு

காப்பிய ஆசிரியர் இறையரசன் அவர்களின் இயற்பெயர் மகாராஜா என்பதாகும். இவர் பேச்சிமுத்து - குருவம்மாள் தம்பதியினருக்கு 1928 ஆம் ஆண்டு டிசம்பர் மாதம் 20 ஆம் நாள் தூத்துக்குடியில் பிறந்தார். இவர் பிறப்பால் இந்து சமயத்தைச் சார்ந்தவர். இவர் தமது பத்தாம் வயதில் அன்றைய தூத்துக்குடி ஆயர் மேதகு ரோச் ஆண்டகை அவர்களால் கத்தோலிக்கத் திருச்சபைக்கு மாறினார். 1938 ஆம் ஆண்டு கூட்டப்பாடு என்ற பெரியசாமிபுரத்தில் ஜேசுராஜா எனத் தம் பெயரைத் திருமுழுக்குப் பெற்று மாற்றிக் கொண்டார். 1939 ஆம் ஆண்டு ஐந்தாம் வகுப்பு படிக்கும்போது, தூத்துக்குடி அனாதைகள் இல்லத்தில் சேர்க்கப்பட்டார். ஆறாம் வகுப்பு முதல் எட்டாம் வகுப்பு வரை அடைக்கலாபுரம் அனாதைகள் இல்லத்தில் தங்கிப் படித்தார். வடக்கன்குளத்திலுள்ள சிறுமலர் மடத்தில் தங்கி ஒன்பது மற்றும் பத்தாம் வகுப்புகள் படித்தார். சென்னைப் பல்கலைக்கழகத்தில் தமிழிலக்கியத்தில் முதுகலைப் பட்டத்தையும், ஆசிரியர் பயிற்சிப் பட்டம் மற்றும் வித்துவான் பட்டத்தையும் பெற்றார்.

1953 ஆம் ஆண்டு முதல் 1996 ஆம் ஆண்டு வரை பல்வேறு இடங்களில் ஆசிரியராகப் பணியாற்றினார். ஆர்.சி. நடுநிலைப் பள்ளியில் பத்தாண்டு காலம் தலைமை ஆசிரியராகவும், சாத்தூர் ஆசிரியர் பயிற்சிப் பள்ளியில்

கிறித்தவக் காப்பியங்கள்

ஆறாண்டு காலம் தமிழாசிரியராகவும், புனித பிரிட்டோ மேனிலைப் பள்ளியில் ஓராண்டு காலம் தமிழாசிரியராகவும், அமெரிக்கன் கல்லூரியில் பதினெட்டு ஆண்டுகளாகத் தமிழ்ப் பேராசிரியராகவும் பணியாற்றினார். இவர் மணிஒலி, தந்தை அருளானந்தர் வெள்ளி விழா, தங்கத் தமிழ் இலக்கணம், எழுத்தும் சொல்லும், அறிஞர் போற்றும் ஆண்டவர், புத்தர், காந்தி, தாகூர், சி.வி. இராமன், இலக்கிய ஆய்வுகள், கருணை காட்டிய காவலர்கள், சிலையாக நிற்கின்ற செந்தமிழ்ச் செல்வர்கள், ஏன் இந்த சிலைகள், கத்தோலிக்கப் பொதுநிலையினரின் கடமைகளும் உரிமைகளும், உலகஜோதி ஆகிய நூல்களைப் படைத்துள்ளார். இவரது படைப்புகள் கத்தோலிக்கச் சேவை, நம் வாழ்வு போன்ற சமய இதழ்களில் வெளிவந்துள்ளன. இறையரசன் 1953 ஆம் ஆண்டு அருளம்மாள் என்னும் அம்மையாரைத் திருமணம் புரிந்தார். இத்தம்பதியினருக்கு ஐந்து மகன்களும் ஒரு மகளும் குழந்தைச் செல்வங்களாவர்.

சென்னை உலகத் தமிழ்க் கவிஞர் பேரவை இவருக்குக் கிறித்தவ அருட் கவிஞர் என்னும் பட்டத்தை வழங்கிச் சிறப்பித்தது. இவர் 1991 ஆம் ஆண்டு மரபு இலக்கிய வித்தகர் என்னும் விருதினைப் பெற்றார். இவர் கிறித்தவ ஐக்கியப் பேரவை, சிறுபான்மையினர் ஒருங்கிணைப்பு, திருவருட் பேரவை, கத்தோலிக்கச் சங்கம், தமிழக ஆயர் பேரவைக் கூட்டமைப்பு என்னும் அமைப்புகளில் ஆலோசகராக இருந்துள்ளார். மேலும் இந்திய கிறித்தவ ஜனநாயக முன்னணியில் நிறுவனத் தலைவராகவும், கிறித்தவ முன்னேற்றக் கழகத்தின் பொதுச் செயலராகவும் பணியாற்றியுள்ளார். கல்விப்பணி, இலக்கியப்பணி, சமுதாயப்பணி என்னும் பலவிதப் பணிகளைச் செய்து வந்த இறையரசன் 2005 ஆம் ஆண்டு நவம்பர் மாதம் 30 ஆம் நாள் இறைவனடி சேர்ந்தார். அவருடைய மறைவிற்குப் பின்னர் 2005 ஆம் ஆண்டு டிசம்பர் மாதம் 30 ஆம் நாள் உலகஜோதி காப்பியம் வெளியிடப்பட்டது.

உலகஜோதி - பெயர்க்காரணம்

உலகஜோதி என்னும் பெயரானது உலகை அறியாமை என்னும் இருளிலிருந்து மீட்க வந்த ஒளி என்னும் பொருளில் ஆசிரியரால் பயன்படுத்தப்பட்டுள்ளது. நான் உலகிற்கு ஒளியாக வந்தேன் என்னும் இயேசு கிறிஸ்துவின் வாக்கை மனதில் கொண்டு பாயிரத்தில் ஆசிரியர்,

> காந்தியை இந்திய ஜோதி - என்றே
> ஏந்தல் பலரும் இயம்பிச் சென்றார்
> ஆசிய ஜோதி புத்தர் என்று
> தேசிய விநாயக மன்றே சொன்னார்
> அலகையை வென்றிவ் வுலகினை மீட்ட
> ஆண்டவர் ஏசுவோ உலக ஜோதி
> மாண்டவன் உயிர்த்தான் மறந்திட வேண்டாம்
>
> (பாயிரம், பா.6)

என இயேசு கிறிஸ்துவை உலகஜோதியாகக் குறிப்பிடுகிறார்.

பாயிரம்

உலகஜோதி என்னும் காப்பியத்தின் பாயிரப் பகுதி இறையடி சரணம், காப்பு, கடவுள் வாழ்த்து, தூய ஆவியிடம் வேண்டல், வாழ்த்து, உலக ஜோதி, பயன், போற்றுதல் பத்து, காரணம், அவையடக்கம் என்னும் பத்துப் பகுதிகளாலானது.

காப்பிய அமைப்பு

இக்காப்பியம் தந்தை, மகன், பரிசுத்த ஆவியார் என்னும் மூவொரு கடவுளின் நினைவாக அகவாழ்வுக் காண்டம், புறவாழ்வுக் காண்டம், புது வாழ்வுக் காண்டம் என்னும் மூன்று காண்டங்களாலும் 33 படலங்களாலும் பகுக்கப்பட்டுள்ளது. இயேசு கிறிஸ்து இவ்வுலகில் வாழ்ந்த 33 ஆண்டுகளின் நினைவாக 33 படலங்கள் அமைக்கப்பட்டுள்ளன. இக்காப்பியத்தில் இடம்பெற்றுள்ள செய்யுட்களின் எண்ணிக்கை 1530 ஆகும்.

1. அகவாழ்வுக் காண்டம்

முதலாவதான அகவாழ்வுக் காண்டம் கடவுள் உலகத்தைப் படைத்தது முதல் இயேசு கிறிஸ்துவின் பிறப்பு மற்றும் இயேசு கிறிஸ்துவின் தந்தை சூசையப்பரின் மறைவு வரையிலான செய்திகளை உள்ளடக்கியது. இக்காண்டம் படைப்புப் படலம், பழங்கதைப் படலம், பிறப்புப் படலம், இடையர்காண் படலம், அறிஞர்காண் படலம், எகிப்து சென்ற படலம், குழந்தைகள் கொலைப் படலம், காணிக்கைப் படலம், பிள்ளைப் பருவப் படலம், கர்த்தரைக் கண்டு கொண்ட படலம் என்னும் பதினொரு படலங்களை உடையது.

2. புறவாழ்வுக் காண்டம்

இரண்டாவதான புறவாழ்வுக் காண்டம் இயேசு கிறிஸ்துவின் திருமுழுக்கு முதல் இயேசு கிறிஸ்து சிலுவையில் அறையுண்டு மரித்து அடக்கம் செய்யப்பட்டு மூன்றாம் நாள் உயிர்த்தெழுந்தது வரையிலான செய்திகளை விவரிக்கின்றது. இக்காண்டமானது விடுதலை வேட்கைப் படலம், திருமுழுக்குப் படலம், திருத்தவப் படலம், தேவ அழைப்புப் படலம், புதுமைப் படலம், போதனைப் படலம், சிறுகதைப் படலம், புரட்சிப் படலம், சாபமிட்ட படலம், சந்திப்புப் படலம், தன்னை வெளிப்படுத்திய படலம், திருவிருந்துப் படலம், இறுதி மன்றாட்டுப் படலம், ஒலிவமலைப் படலம், விசாரணைப் படலம், சித்ரவதைப் படலம், சிலுவைப்பாதைப் படலம், திருப்பலிப் படலம், காட்டிக் கொடுத்தவர் கதிப் படலம் என்னும் 19 படலங்களாலானது.

3. புதுவாழ்வுக் காண்டம்

மூன்றாவதான புதுவாழ்வுக் காண்டம் இயேசு கிறிஸ்துவின் உயிர்த்தெழுதல் முதல் அன்னை மரி விண்ணகம் சென்றது வரையிலான செய்திகளைத் தருகிறது. இக்காண்டம் உயிர்ப்புப் படலம், திருச்சபைப் படலம், இறையரசுப் படலம் என்னும் மூன்று படலங்களைக் கொண்டது.

யாப்பமைப்பு

இறையரசன் இலக்கணப் புலமையும் விவிலியப் புலமையும் உடையவர். இவர் உலகஜோதியில் நேரிசை வெண்பா, கலிவிருத்தம், ஆசிரிய விருத்தம், அறுசீர்க் கழிநெடிலடி ஆசிரிய விருத்தம், எண்சீர் கழிநெடிலடி ஆசிரிய விருத்தம், பன்னிருசீர் கழிநெடிலடி ஆசிரிய விருத்தம், கலிப்பா, ஆசிரியப்பா, நிலை மண்டில ஆசிரியப்பா போன்ற யாப்பு வகைகளைக் கையாண்டுள்ளார். கவிமணி, கண்ணதாசன் ஆகியோரது நடையைப் பின்பற்றி காப்பியத்தைப் படைத்துள்ளார்.

விவிலியச் செய்திகள்

விவிலியத்தில் ஆதியாகமம் தொடங்கி இறுதி வரையுள்ள நிகழ்வுகளை இறையரசன் காப்பியமாகப் புனைந்துள்ளார். ஆதியாக மத்தின் தொடக்கத்தில் இறைவன் உலகத்தையும் மனிதனையும் படைத்த வரலாறு எடுத்தியம்பப்படுகிறது. இறைவன் ஆதாமையும் ஏவாளையும் படைத்த பின்னர் அவர்களிடம் பல அறிவுரைகளைக் கூறினார். 'நீங்கள் பலுகிப் பெருகி, பூமியை நிரப்பி, அதைக் கீழ்ப்படுத்தி, சமுத்திரத்தின்

மச்சங்களையும் ஆகாயத்துப் பறவைகளையும், பூமியில் நடமாடுகிற சகல ஜீவஜந்துக்களையும் ஆண்டுகொள்ளுங்கள் என்று சொல்லி, தேவன் அவர்களை ஆசீர்வதித்தார்' (ஆதியாகமம் 1: 28) என்னும் வசனத்தையும், 'ஆனாலும் நன்மை தீமை அறியத்தக்க விருட்சத்தின் கனியைப் புசிக்க வேண்டாம்; அதை நீ புசிக்கும் நாளில் சாகவே சாவாய் என்று கட்டளை யிட்டார்' (ஆதியாகமம் 2: 17) என்னும் வசனத்தையும் அடிப்படையாகக் கொண்டு,

> உலகில் உள்ளன யாவையும்
> உங்களுக் காகவே படைத்திட்டேன்
> பலுகிப் பெருகி வாழுவீர்
> பாரை நீங்கள் ஆளுவீர்
> ஆனால் ஒன்று சொல்லுவேன்
> அப்படி வாழ்ந்தால் உமக்குளே
> வானோர் இன்பம் தங்கிடும்
> வாரிசு களுக்கும் வந்திடும்
>
> இன்ப வனத்தின் கனிகளை
> எல்லாம் உண்க விருப்புடன்
> துன்ப நடுமரம் தருமொரு
> துயரக் கனியை விலக்குவீர்
> விலக்கப்பட்ட கனியினை
> உண்டால் இழப்பீர் அருளினை
> அலகை உம்மால் ஆண்டிடும்
> அடிமை ஆவீர் உலகுக்கு (பா. 35, 36)

என்னும் செய்யுட்களை இயற்றியுள்ளார். புதிய ஏற்பாட்டிலுள்ள செய்திகள் இக்காப்பியத்தில் அதிக அளவில் இடம்பெற்றுள்ளன. இயேசு கிறிஸ்துவை சாத்தான் மூன்று விதமான முறைகளில் சோதிக்கிறான். அவற்றில் ஒன்று இயேசு கிறிஸ்துவிடம் கற்களை அப்பமாக மாற்றி உண்ணும் எனக் கூறுவதாகும். இச்செய்தி மத்தேயு நான்காம் அதிகாரத்திலும் லூக்கா நான்காம் அதிகாரத்திலும் இடம்பெற்றுள்ளது. 'அப்பொழுது பிசாசு அவரை நோக்கி: நீர் தேவனுடைய குமாரனேயானால் இந்தக் கல் அப்பமாகும்படி சொல்லும் என்றான். அவர் பிரதியுத்திரமாக: மனுஷன் அப்பத்தினாலே மாத்திரமல்ல, தேவனுடைய ஒவ்வொரு வார்த்தையினாலும் பிழைப்பான் என்று எழுதியிருக்கிறதே என்றார்' (லூக்கா 4: 3,4). இந்நிகழ்வை,

கடவுளின் மகனார் நீரானால்
 கற்களை அப்ப மாக்கியுண்ணும்
திடமுடன் அலகை இதுகூற
 தேவன் தந்த பதிலிதுதான்

உணவினால் மட்டும் ஒரு மனிதன்
 உயிர்வாழ் கின்றான் என்பதில்லை
மனத்துள் இறைவன் பேசுகின்ற
 மறைமொழி யாலும் வாழ்கின்றான் (பா. 534, 535)

எனப் பாடுகிறார். மேற்குறிப்பிட்ட செய்யுட்கள் விவிலியச் செய்திகளை மாற்றியுள்ள முறைமைக்குச் சில உதாரணங்கள்.

பிள்ளைத்தமிழ் தாக்கம்

காப்பியத்தில் பிள்ளைத் தமிழ் என்னும் சிற்றிலக்கிய மரபைப் புகுத்தி புதிய உத்தியைக் கையாண்டுள்ளார். அகவாழ்வுக் காண்டத்திலுள்ள பிள்ளைப் பருவப் படலமானது இயேசு கிறிஸ்து குழந்தையாக இருந்ததை விவரிக்கும் பகுதியாக உள்ளது. குழந்தையைப் பாடும் ஆசிரியர் இப்பகுதியைப் பிள்ளைத் தமிழாகவே பாடுகிறார். இப்படலத்திலுள்ள பத்துப் பாடல்களும் காப்புப் பருவம், செங்கீரைப் பருவம், தாலப் பருவம், சப்பாணிப் பருவம், முத்தப் பருவம், வருகைப் பருவம், அம்புலிப் பருவம், சிற்றில் பருவம், சிறுபறைப் பருவம், பெருந்தேர் பருவம் என்னும் தலைப்புகளில் அமைந்துள்ளன. சிற்றிலக்கியங்களில் காணலாகும் சிறுதேர் பருவத்தைப் பெருந்தேர் பருவம் என மாற்றியமைத்துள்ளார். இவர் திருச்சபையைப் பெருந்தேர் எனக் குறிப்பிடுகிறார். சிறுதேர் பருவத்தைப் பெருந்தேர் பருவம் என்பதும், காப்பியத்திற்குள் சிற்றிலக்கியம் அமையும்படிப் பாடுவதும் புதுமையாக உள்ளது.

பரணி இலக்கியப் பின்புலம்

பரணி இலக்கியத்தின் தன்மையையும் உலகஜோதி காப்பியத்தில் சில இடங்களில் காண முடிகிறது. இரண்டு வயதுக்கு உட்பட்ட ஆண் குழந்தைகள் அனைத்தையும் கொலை செய்துவிட அரசன் ஏரோது ஆணையிட்டான். அரசனின் கட்டளையை ஏற்ற வீரர்கள், குழந்தைகளை வெட்டிக் கொலை செய்கின்றனர். குழந்தைகள் பிணமாகக் கிடப்பதை ஆசிரியர் கவிதை நயத்தில் படைத்திருப்பது கலிங்கத்துப் பரணியின் போர்க்களக் காட்சிகளை நினைவுக்குக் கொண்டு வருகின்றது.

திருவாசகத் தாக்கம்

இறையரசன் தமிழ்ப் பேராசிரியராகப் பணியாற்றியமையால் தமிழ் இலக்கியங்களில் ஆழங்கால் பட்டவராக விளங்கினார். இவரது பன்னூல் புலமையினை உலக ஜோதி காப்பியத்தில் காணமுடிகிறது. மாணிக்கவாசகர் திருவாசகத்தில் இறைவனை,

வானாகி மண்ணாகி வளியாகி யொளியாகி
யூனாகி யுயிராகி யுண்மையுமா யின்மையுமாய்க்
கோனாகி யானெனதென் றவரவரைக் கூத்தாட்டு
வானாகி நின்றாயை யென்சொல்லி வாழ்த்துவனே!

(திருச்சதகம், பா. 15)

எனப் பாடுகிறார். இதை ஆதாரமாகக் கொண்டு உலக ஜோதி காப்பியத்தின் பாயிரத்திலுள்ள கடவுள் வாழ்த்துப் பகுதியில்,

வானானான் ஒளியானான்
வானிறைவன் மகனானான்
கோனானான் குடியானான்
குருவானான் பசியானான்
ஊனானான் உயிரானான்
உயிரனைத்தும் மீட்டுயிர்த்து
வானானான் திருநாமம்
வாணாளெலாம் வாழ்த்துவனே

(பாயிரம், பா. 3)

எனப் பாடுகிறார்.

சிலப்பதிகாரத் தாக்கம்

சிலப்பதிகாரத்தின் முதல் காதையான மங்கல வாழ்த்துப் பாடலில்,

திங்களைப் போற்றுதுந் திங்களைப் போற்றுதும்
கொங்கலர்தார்ச் சென்னி குளிர்வெண் குடைபோன் றிவ்
வங்கண் உலகளித்த லான்.

ஞாயிறு போற்றுதும் ஞாயிறு போற்றுதும்
காவிரி நாடன் திகிரிபோற் பொற்கோட்டு
மேரு வலந்திரித லான்.

மாமழை போற்றுதும் மாமழை போற்றுதும்
நாமநீர் வேலி யுலகிற் கவனளிபோல்
மேல்நின்று தான் சுரத்த லான்

(மங்கல வாழ்த்துப் பாடல், அடி. 1-9)

என இளங்கோவடிகள் பாடுகிறார். இளங்கோவடிகள் திங்கள், ஞாயிறு, மாமழை என்னும் இயற்கையின் மூன்று அம்சங்களைப் போற்றிப் புகழ்ந்து நூலைத் தொடங்குகிறார். அதே போன்று இறையரசன் பாயிரப் பகுதியில் போற்றுதல் பத்து என்னும் தலைப்பில் போற்றுகின்றார்.

> இறைவனைப் போற்றுதும் இறைவனைப் போற்றுதும்
> குறையுடை மனிதரை நிறைவுறச் செய்வதால்
>
> மனிதனைப் போற்றுதும் மனிதனைப் போற்றுதும்
> மனிதனாய் மாபரன் மண்ணில் பிறந்ததால்
>
> சிலுவையைப் போற்றுதும் சிலுவையைப் போற்றுதும்
> சிலுவையே ஏசுவின் சின்னமா யிருப்பதால்
>
> தாய்மரி போற்றுதும் தாய்மரி போற்றுதும்
> தாய்மரி இறைவனைத் தாங்கி வளர்த்தலால்   (பாயிரம், பா. 8)

என்னும் இச்செய்யுளில் இறைவன், மனிதன், சிலுவை, தாய்மரி, புனிதர், ஆயர், குருக்கள், கன்னியர், பெண்ணினம், அன்பு என்னும் பத்து பொருளில் போற்றுகின்றார்.

ஆசிய ஜோதியின் தாக்கம்

கவிமணியின் ஆசிய ஜோதி நூலின் தாக்கம் உலக ஜோதியில் அதிகமாக உள்ளது. நூலின் பெயரே இதற்கு முதன்மையான சான்று. மேலும், ஆசிய ஜோதியில் புத்தரும் ஏழைச் சிறுவனும் என்னும் பகுதியும் உலக ஜோதியில் புரட்சிப் படலத்திலுள்ள 'தாழ்த்தப்பட்ட பெண்ணுடன் உரையாடினார்' என்னும் பகுதியும் ஒன்றையொன்று சார்ந்துள்ளன. புத்தரும் ஏழைச் சிறுவனும் என்னும் பகுதியில் அரண்மனையிலிருந்து வெளிப்பட்டுச் சென்ற புத்தர், வழி நடந்த களைப்பால் சோர்ந்து கிடந்தார். அவரைக் கண்ட ஓர் இடையர் குலச் சிறுவன், தான் தாழ்ந்த குலத்தைச் சார்ந்தவனானதால் பால் கறந்து புத்தருக்குக் கொடுக்கத் தயங்கினான். பிறப்பினால் உயர்வு தாழ்வுகள் பாராட்டலாகாது என்று புத்தர் அவனுக்குப் போதித்த செய்தி அப்பகுதியில் இடம் பெற்றுள்ளது.

> நிலத்திற் கிடந்த ஐயன் - மெல்ல
> நிமிர்ந்து தலை தூக்கிக்
> 'கலத்தினி லேகொஞ்சம் - பாலைக்
> கறந்து தருவாய்' என்றான்

> 'ஐயையோ ஆகாது' என்றான் - சிறுவன்
> 'அண்ணலே! யானும் உனைக்
> கையினால் தீண்டவொண்ணா - இடையன்ஓர்
> காட்டு மனிதன்' என்றான்
>
> (புத்தரும் ஏழைச் சிறுவனும், பா. 10)

என்னும் பகுதியைப் போன்று இறையரசன் சமாரியப் பெண்ணிடம் இயேசு கிறிஸ்து உரையாடியதைத் தம் உலக ஜோதியில் கொணர்கிறார்.

> எமக்கும் யூத மக்களுக்கும்
> ஏற்றத் தாழ்வு மிகஅதிகம்
> உமக்குத் தண்ணீர் நான்தந்தால்
> ஊரார் என்னை ஒதுக்கிடுவர்   (பா. 869)

என சமாரியப்பெண் இயேசு கிறிஸ்துவைப் பார்த்துக் கூறினாள். அதற்கு இயேசு கிறிஸ்து அவளைப் பார்த்து,

> தீண்டத் தகாத மனிதரெனத்
> தேவன் யாரையும் படைக்கவில்லை
> ஆண்டவன் மக்கள் அனைவருமே
> அவனியில் சரிசமம் அறிந்திடுவாய்   (பா. 870)

எனக் கூறினார். அதற்கு அவள் இயேசு கிறிஸ்துவைப் பார்த்து,

> என்னவோ சாமி நானறியேன்
> எங்களை யாருமே மதிப்பதில்லை
> பன்னெடுங் கால மாகயிந்தப்
> பழக்கம் உள்ளது புவியினிலே   (பா. 871)

எனக் கூறினாள். இதுபோன்று பல பகுதிகளைச் சான்றாகச் சுட்டலாம்.

பாம்பாட்டிச் சித்தர் பாடல்களின் தாக்கம்

இறையரசன் சித்தர் பாடல்களிலும் அதிக ஈடுபாடு உள்ளவர் என்பதனை அவரது காப்பியத்தின் வாயிலாக அறிய முடிகிறது.

> நாதர்முடி மேல் இருக்கும் நாகப் பாம்மே!
> நச்சுப் பையை வைத்திருக்கும் நல்லபாம்பே!
> பாதலத்திற் குடிபுகும் பைகொள் பாம்பே!
> பாடிப்பாடி நின்று விளையாடு பாம்பே!

கிறித்தவக் காப்பியங்கள்

வளைபுகும் போதேதலை வாங்கும் பாம்பே!
மண்டல மிட்டுடல் வளை வண்ணப் பாம்பே!
தளைக்கஞ்சி நின்றிடும் சத்தியப் பாம்பே!
தலையெடுத்தே நீ விளையாடு பாம்பே

மண்டலத்தைத் தாங்குமிக வல்லமை கொண்டாய்!
மாயனுக்குப் படுக்கைக்கு வண்ணப் பாயானாய்!
கண்டபடை நடுங்கிடக் காட்சியும் பெற்றாய்;
கண்ணே செவியாகக் கொண்டாய் ஆடுபாம்பே!

(பாம்பாட்டிச்சித்தர் பாடல்கள், பா. 20, 21, 24)

என்னும் செய்யுள் பகுதி பாம்பாட்டிச் சித்தரால் பாடப்பட்டுள்ளது. இச்செய்யுட்களை மனதில் கொண்டு,

ஓடு பாம்பே - உடன் ஓடு பாம்பே
உலகத்தை விட்டுவிரைந் தோடு பாம்பே!

நச்சுமர மேலிருந்த நாகப் பாம்பே - உன்
நாசவேலை போதுமடா மோகப் பாம்பே
எச்சரிக்கை .....ஓடிடுக எச்சிப் பாம்பே - உன்
எரிநரகு சென்றுவிடு ஏழ்மைப்பாம்பே!

ஏவாளை வஞ்சித்த ஆசைப் பாம்பே - எம்மை
ஏமாற்ற விடமாட்டோம் மோசப் பாம்பே!
சாவாத இறைமக்கள் நாங்கள்பாம்பே - உன்னைச்
சவக்குழியில் தள்ளிடுவோம் ஓடுபாம்பே!

(பா. 63-65)

என்னும் செய்யுட்களைப் பாடியுள்ளார். பழங்கதைப் படலம் என்னும் இரண்டாம் படலத்தில் சாத்தானை விரட்டல் என்னும் பகுதியில் ஆசிரியர் எட்டு செய்யுட்களைப் பாடியுள்ளார். மனிதன் பாவமில்லாதவனாகத்தான் படைக்கப்பட்டான். அவனுக்குப் பாவத்தைக் கொண்டு வந்தது பாம்பு வடிவில் இருந்த சாத்தான். மனிதனிடம் காணலாகும் தகாத பண்புகள் அனைத்தையும் பாம்புகளாக உருவகப்படுத்துகிறார். மோகப் பாம்பு, எச்சிப் பாம்பு, ஏழ்மைப் பாம்பு, ஆசைப் பாம்பு, மோசப் பாம்பு, வேசப் பாம்பு, மூதிப் பாம்பு, கொடிய பாம்பு, நாசப் பாம்பு, வலிமைப் பாம்பு, மோகினிப் பாம்பு, பொறாமைப் பாம்பு, மூர்க்கப் பாம்பு, கட்சிப் பாம்பு, சூழ்ச்சிப் பாம்பு என இத்தனை விஷமிப் பாம்புகள் மனிதனிடம் காணப்படுகின்றன எனப் பட்டியலிடுகிறார். ஏவாள் ஏதேன் தோட்டத்தில் தனியாயிருந்தபோது, சாத்தான் பாம்பு வடிவில் வந்து ஏவாளை ஏமாற்றினான். இச்செய்தியைச்

சொல்ல வந்த காப்பியக் கவிஞர், இந்த சமுதாயத்தில் இத்தனை வகை பாம்புகளாகிய சாத்தான்கள் உள்ளன எனக் குறிப்பிட்டுள்ளார்.

திருவருட்பாவின் தாக்கம்

உலகஜோதி காப்பியத்தில் திருவருட்பாவிலுள்ள பாடல்களின் தாக்கம் அதிகமாக உள்ளதால், இறையரசன் திருவருட்பாவையும் ஊன்றிப் படித்துள்ளார் என்பதனை அறிய முடிகிறது. திருவருட்பாவில் வள்ளலார் பயன்படுத்தியுள்ள பாங்கியர்க்கு அறிவுறுத்தல் என்னும் தலைப்பையே இறையரசனும் உலக ஜோதியில் பயன்படுத்தியுள்ளார். அதுபோன்று இப்பகுதியிலுள்ள கண்ணிகள் என்னும் செய்யுள் அமைப்பை, தம் காப்பியத்திலும் பின்பற்றியுள்ளார். சான்றாக,

அம்பலத்தில் ஆடுகின்றார் பாங்கிமா ரே! - அவர்
ஆட்டங்கண்டு நாட்டங்கொண்டேன் பாங்கிமா ரே!

ஆடுகின்ற சேவடிமேற் பாங்கிமா ரே - மிக
ஆசைகொண்டு வாடுகின்றேன் பாங்கிமா ரே!

இன்படி வாய்ச்சபையிற் பாங்கிமா ரே - நடம்
இட்டவர்மே லிட்டம் வைத்தேன் பாங்கிமா ரே!

ஈனவுடற் கிச்சைவையேன் பாங்கிமா ரே - நட
னேசர்தமை எய்தும் வண்ணம் பாங்கிமா ரே!

(திருவருட்பா, தொகுதி.7, ஐந்தாம் திருமுறை, பா. 2820-2823)

என்ற திருவருட்பாவின் செய்யுளடிகளை அடிப்படையாகக் கொண்டு,

உலகிலேயே நாகரிகம் பாங்கிமாரே - முதலில்
உதித்ததுவாம் திராவிடத்தில் பாங்கிமாரே.

எண்ணங்களை வளர்ப்பதற்குப் பாங்கிமாரே - இங்குச்
சிறப்புறவே அமைந்துள்ளன பாங்கிமாரே.

சிற்பங்களும் சித்திரமும் பாங்கிமாரே - இங்குச்
சிறப்புறவேஅமைந்துள்ளன பாங்கிமாரே.

உலகில் அதிசயங்கள் ஒன்பதுண்டு பாங்கிமாரே - அந்த
ஒன்பதிலே பிரமிடொன்று பாங்கிமாரே *(பா. 325-328)*

எனப் பாடியுள்ளார். இப்பகுதியில் ஆசிரியர் பாங்கியர்களுக்கு உரைப்பது போன்று உலகியல் தொடர்பான பல செய்திகளைக் கூறுகிறார்.

தமிழ் மரபு சார்ந்த வருணனைகள்

உலகஜோதி காப்பியத்தில் வருணனைகள் குறைவாகவே இடம் பெற்றுள்ளன. பிறப்புப் படலத்தில் பாலஸ்தீன நாட்டின் வளம் வருணிக்கப் படுகிறது. பாலஸ்தீன நாடானது ஓங்கி வளர்ந்த தென்னையிலிருந்து முற்றிய தேங்காய்கள் வீழ்ந்து கிடக்கவும் உயர்ந்த கமுகு மரத்தில் குலைகள் தாழ்ந்து கிடக்கவும் தேன் போலும் இனிக்கின்ற பலாக் கனிகள் வெடித்துச் சுளைகள் உதிரவும் தமிழின் இனிமையைப் போன்ற தேன், அதன் அடைகளிலிருந்து வழிந்து ஓடவும் மாமரத்தில் முதிர் கனிகளும் பழுத்த வாழைக் கனிகளும் வீழ்ந்து தேனாகி ஆறு போல் பெருகி ஓடும் வளம் பொங்கும் நாடாகும்; அங்கே வேங்கைகளும் ஆடு மாடுகளும், கீரி பாம்புகளும் தம்முள் பகை மறந்து நட்புடனே பழகி நிற்கும் என நாட்டின் வளத்தினை,

ஓங்கிவளர் தென்னைமரப் பழங்கள் வீழ
　　ஒன்றியவளர் பாக்குமரக் குலைகள் தாழ
தேங்கனியாம் பலாவுங்கீழ் உதிரத் தமிழின்
　　தீஞ்சுவைபோல் அடைத் தேனும் இழிய
மாங்கனிகள் வீழக்கனி வாழை வீழ
　　மதுவெல்லாம் ஆறாகப் பெருகி ஓட
வேங்கையோடு ஆடுமாடு கீரி பாம்பு
　　விகர்ப்பமற நின்றுமது பருகும் நாடாம் (பா. 168)

என்னும் செய்யுளின் மூலம் மரங்களும் கனிகளும் சூழ்ந்த நாட்டைத் தன் வருணனை மூலம் காட்சிப்படுத்துகிறார். கடுமையான வெப்பத்தைக் கொட்டி, கொடிய ஆட்சி செய்கின்ற சூரியனால் மண்ணுலக மக்கள் கடுந்துயரடைவதைக் கண்டு, தன் மனம் கொதிக்கின்ற மேகமெனும் பெண் விண்ணில் உயர்ந்து மழையாக உருவெடுத்து சுண்ணாம்புக் கல்மலைகள் அனைத்தையும் தாக்கி, சுற்றிக் கிடக்கும் அசுத்தங்கள் அனைத்தையும் நீக்கி, வெற்றிப் பெருமிதத்தோடு இசை கொண்டு நடக்கின்ற படை போல மிகுந்த வேகத்தோடு பெத்தபரா நகரின் அருகில் யோர்தான் ஆறு பாய்ந்து வந்தாள் என்னும் வருணனையில் (பாடல் 472, 473) ஆற்றின் நடையைப் போன்றே செய்யுள் நடையும் அமைந்துள்ளது.

உவமைகள்

காப்பியத்திற்குக் கூடுதல் சிறப்பையும் அழகையும் தரக் கூடியன உவமைகள். உலகஜோதி காப்பியத்தில் ஆசிரியரால் கையாளப்பட்டுள்ள உவமைகள் பொருத்தமாகவும் ஆசிரியரின் கற்பனைத் திறனுக்குச் சான்றாகவும் அமைந்துள்ளன. உலகஜோதியில் ஒரே செய்யுளில் பல எளிய உவமைகளைப் பயன்படுத்தி கருத்தினை விளக்குவது இவர் படைப்பின்

தனிச் சிறப்பு. சான்றாக, அறிவியல் உண்மையின் அடிப்படையில், யோர்தான் நதியிலுள்ள தண்ணீர் வெப்பத்தினால் ஆவியாக மாறி பின்னர் மேகமாகக் கருக்கொண்டு, மீண்டும் யோர்தான் ஆற்றில் மழையாகப் பொழிகிறது என்னும் செய்தியைக் கூறுவதில் பல உவமைகளைக் கையாளுகிறார்.

> ஆதவன் வெம்மை தாங்கும்
> ஆற்றலே யின்றித் தண்ணீர்
> காதலர் கனவு போல
> கலந்துமேல் சென்று பரவி
> யாதவர் பசுக்கூட் டம்போல்
> ஒருங்கிணைந் திறுகித் தீய
> காதலர் உள்ளம் போலக்
> கறுத்தது மேக மாக   (பா. 469)

என்னும் இச்செய்யுளில் மேகம் உருவாவதின் இருவேறு நிலைகளுக்கும் இருவேறு காதலர்களின் உள்ளத்தை உவமையாகக் கூறும் நயம் பாராட்டத் தக்கது. உவமைகளின் மூலம் கருத்துகளை விவரிக்கும் ஆசிரியரின் ஆற்றலுக்கு மேலும் ஓர் உதாரணத்தை எடுத்துரைக்கலாம். இயேசு கிறிஸ்துவின் உயிர்த்தெழுதலைக் குறிப்பிடும்போது அனைவரும் வியக்கத்தக்க உவமையைக் கையாளுகிறார்.

> புழுவாய்க் கூட்டுக்குள் புதைந்து கிடந்துவிட்டு
> பூச்சிப் பறப்பதைப்போல் - பட்டுப்
> பூச்சிப் பறப்பதைப்போல்
> கழுவாய் தேடியபின் கர்த்தர் ஒளிவடிவாய்
> கல்லறை விட்டெழுந்தார் - பாவக்
> கல்லறை விட்டெழுந்தார்   (பா. 1274)

என்னும் செய்யுளில் கூட்டுக்குள் இருக்கும் புழுவானது பூச்சியாக மாறி வெளியே பறந்து செல்வதைப் போன்று கல்லறைக்குள் சென்ற இயேசு கிறிஸ்து உயிர்த்தெழுந்து வெளியே வருகிறார். இதில் புழுவாய்க் கூட்டுக்குள் புதைந்து கிடந்துவிட்டு எனக்குறிப்பிடுகிறார். புழுவை யாரும் புதைப்பதில்லை; அதுவே தன்னைக் கூட்டுக்குள் புதைத்துக் கொள்கிறது. பின்னர் உருமாற்றம் அடைந்து வெளியே வருகிறது. இதைப்போன்றே இயேசு கிறிஸ்துவை யாரும் புதைக்க முடியாது; அவரே தன்னைப் புதைக்கக் கொடுத்தார். பின்னர் புதிய வளர்ச்சியோடு பரிசுத்த ஆவியாய் உயிர்த்தெழுந்தார். இக்கருத்தை விளக்குவதற்கு மிகப் பொருத்தமான

உவமையைக் கையாண்டுள்ள ஆசிரியரின் படைப்பாற்றல் இப்பகுதி மட்டுமல்லாது, காப்பியம் முழுவதும் சிறந்து நிற்கிறது.

தமிழ்ப்பற்று

அருட்கவிஞர் இறையரசன் தமிழ்ப்பற்று மிக்கவர். யோர்தான் ஆற்றுக்கு அருகிலுள்ள நிலம் வளமுடன் காணப்பட்டது என்பதைக் குறிப்பிடும் போது,

பெய்தவ மழையால் குறிஞ்சி
பெருமைசேர் முல்லை மருதம்
நெய்தலும் வளமை பெற்று
நீர்வளம் நிலவளம் ஆக
வெய்துறும் பாலை கூட
வளமுறு சோலை ஆதல்
மெய்யென நம்பு மாறு
மேதினி விளங்கிற் றம்மா (பா. 471)

என ஐவகை நிலத்தையும் குறிப்பிடுவது இவரது தமிழுணர்வை வெளிப்படுத்துகின்றது.

அறிவுரைக் கருத்துகள்

காப்பியங்களில் அறிவுரைக் கருத்துகளை ஆசிரியர்கள் கவிக்கூற்றின் வாயிலாகக் கூறுவர். இக்கவிக்கூற்று பெரும்பாலான கிறித்தவக் காப்பியங் களில் இல்லை எனத் துணியலாம். உலகஜோதி காப்பியத்தின் ஆசிரியர் கவிக்கூற்று என்னும் தலைப்பின்றி கதையோட்டத்துடன் பல இடங்களில் மக்களுக்கு அறிவுரையாகப் பல கருத்துகளை எடுத்தியம்புகிறார். சான்றாக,

பதவி ஆசை பண்பழிக்கும்
பணத்தில் ஆசை பாழ்படுத்தும்
மதுவில் ஆசை மதிகெடுத்து
மனைவி மக்களைச் சீரழிக்கும்
உடலே தீமைக் கிருப்பிடமாம்
உணர்ச்சி களுக்கு விளைநிலமாம்
உடலை வருத்திச் சீர்செய்தால்
உண்மை மனிதன் புலப்படுவான் (பா. 530)

என்னும் செய்யுளைச் சுட்டலாம். இச்செய்யுளில் ஒருமனிதனுக்கு பதவி ஆசை பிடித்தால் அது அவனது பண்பை முற்றிலுமாக அழித்துவிடும்;

பணத்தின் மீது ஆசை கொண்டால் அது அவனைப் பாழாக்கிவிடும்; மதுவில் மயங்கினால் அது அவனது குடும்பத்தையே சீரழிக்கும். ஆதலால் எல்லாவிதமான தீமைகளுக்கும் உடல் இருப்பிடமாகவும் உணர்ச்சிகளுக்கு விளைநிலமாகவும் உள்ளது. ஒரு மனிதன் உடலை வருத்தி உழைக்கும் போது, உண்மையான மனிதன் அதில் தெரிவான் என அறிவுரை கூறுகிறார்.

இயேசு கிறிஸ்துவின் பட்டாபிஷேகம்

இயேசு கிறிஸ்து பரலோகத்திற்குச் சென்றவுடன் வானகத்தின் தந்தை, இயேசு பெருமானை வரவேற்கிறார். அங்கு உடனடியாக இயேசு கிறிஸ்துவுக்குப் பட்டாபிஷேகம் நடைபெறுகிறது. இயேசு கிறிஸ்து செங்கோலைப் பிடித்து ஆட்சிப் பொறுப்பை ஏற்கின்றார் எனப் புதுமையாகக் கூறியுள்ளார்.

பரலோகம் சென்ற பின்னர் உள்ள நிகழ்வுகள்

பெரும்பாலான கிறித்தவக் காப்பியங்கள் இயேசு கிறிஸ்து பரலோகம் சென்றதுடன் முடிவடைந்து விடுகின்றன. ஆனால் உலக ஜோதி என்னும் இக்காப்பியம் இயேசு கிறிஸ்து பரலோகம் சென்ற பின்னர் நடைபெற்ற நிகழ்வுகளையும் கூறுகிறது. அதிலும் குறிப்பாக தோமையரின் இந்திய வருகை மற்றும் மரியாளின் உயிர்த்தெழுதல் ஆகியன குறிப்பிடத்தக்கன. இயேசு கிறிஸ்துவின் கொள்கைகளைச் சீடர்கள் பல இடங்களுக்கும் சென்று எடுத்துரைக்கின்றனர். மூன்றாவது காண்டத்திலுள்ள திருச்சபைப் படலம், இறையரசுப் படலம் என்னும் இரண்டு படலங்களும் இயேசு கிறிஸ்து பரலோகம் சென்ற பின்னர் நடந்த நிகழ்வுகளை விவரிக்கின்றன. குறிப்பாக ஆதித் திருச்சபையின் நடவடிக்கைகள், பவுலின் ஊழியம், முதல் இரத்த சாட்சி, பேதுரு மற்றும் அப்பொலோவின் அரும்பணிகள், சீடர்கள் எழுதிய கடிதங்கள் போன்ற செய்திகளை இக்காப்பியம் விவரிப்பதால் பிற காப்பியங்களிலிருந்து முற்றிலும் வேறுபடுகிறது.

தோமையரின் வருகை

இயேசு கிறிஸ்துவின் சீடர்களுள் ஒருவரான புனித தோமையர் இந்தியாவின் தென்பகுதியான அன்றைய சேர நாட்டில் வந்து ஏழரை ஆலயங்களைக் கட்டினார். பின்னர் சென்னையிலுள்ள மயிலாப்பூரில் தங்கி இறைப்பணியாற்றினார். இன்றைய புனித தோமையர் மலையில் இறைவனிடம் ஜெபம் செய்து கொண்டிருக்கும் போது ஈட்டியால் ஒருவன் அவரைக் குத்திக் கொன்றான். புனித தோமையர் இந்தியாவில் இரத்த சாட்சியாக இறந்தார். அவரது உடல் மயிலாப்பூரில் அடக்கம்

பண்ணப்பட்டது. இவ்வரலாற்று உண்மையை இறையரசன் தமது காப்பியத்தில் விவரித்துள்ளார். இப்பகுதி காப்பியத்தின் சிறப்புக்குச் சான்றாக உள்ள ஒரு பகுதி.

மரியாளின் உயிர்த்தெழுதல்

இயேசு கிறிஸ்து சிலுவையில் உயிர் விட்ட பின்னர் அவரை அடக்கம் செய்தனர். அவர் மூன்றாம் நாள் உயிருடன் எழுந்தார் என்பது உலகறிந்த செய்தி. அன்னை மரியாளும் அவ்வாறே உயிர்த்தெழுந்தார் என்கிற செய்தியினை இறையியல் அறிஞர்களுடைய கருத்தின் அடிப்படையில் காப்பியத்தின் இறுதியில் ஆசிரியர் குறிப்பிடுகிறார்.

> மாதா மரித்த செய்தி அறிந்து
> மாநில மெங்கும் இறைப்பணி புரிந்த
> சீடர் அனைவரும் துயரத் தோடு
> யோவான் இல்லம் விரைந்து வந்தனர்
> கல்லறை நோக்கிக் கடிது சென்றனர்
> கன்னித் தாயின் கல்லறை யங்கே
> காலி யாக இருந்ததைக் கண்டு
> துயர்மிக் குற்றுத் தேடிப் பார்த்தனர்
> அன்னையின் உடலோ அங்கே இல்லை
> கடவுள் ஏசுவை எழுப்பிய தைப்போல்
> உடலுடன் தாயை அழைத்திருப் பாரென
> உள்ளத்தில் உறுதி செய்தவ ராக
> தம்தம் பணிமேற் சென்றா ரென்ற
> செவிவழிச் செய்தி செப்பி னேன் ஈண்டே!

(திருச்சபைப் படலம், பா.1478)

என்னும் இச்செய்தி, சில கிறித்தவ இலக்கியங்களில் மட்டுமே இடம் பெற்றுள்ளது.

உலகஜோதி என்னும் கிறித்தவக் காப்பியம் பிற காப்பியங்களிலிருந்து முற்றிலும் மாறுபட்ட நிலையில் அமைந்துள்ளது. இயேசு கிறிஸ்துவை உலகஜோதியாக ஆசிரியர் மக்களுக்கு வெளிப்படுத்துகிறார். விவிலியச் செய்திகளுக்கு எவ்விதக் குறைபாடும் வராதவாறு கவிதை மற்றும் கற்பனை நயத்துடன் பொருத்தமான உவமைகளுடன் மரபிலிருந்து மாறாமல் உலகஜோதியைப் படைத்துள்ளார். கவிமணி மற்றும் கண்ணதாசனின் நடையைப் பின்பற்றிய இக்காப்பியத்தில் தமிழ் இலக்கிய நூல்களின் தாக்கம் அதிகமாக இருப்பதை உணரமுடிகிறது.

6. ஆதியாகம காவியம்

விவிலியத்திலுள்ள பழைய ஏற்பாட்டுப் பகுதியின் முதல் நூல் ஆதியாகமம். ஐம்பது அதிகாரங்களை உடைய இந்நூல் இறைவன் உலகத்தையும், அதில் வாழ ஆதாம், ஏவாளையும் படைத்ததிலிருந்து தொடங்குகிறது. இந்நூலிலுள்ள நிகழ்ச்சிகளையும் செய்திகளையும் இலக்கிய நயத்துடன் பேராசிரியர் முனைவர் ச. சாமிமுத்து காப்பியமாகப் படைத்துள்ளார். இக்காப்பியம் 2008 ஆம் ஆண்டு வெளியிடப்பட்டது.

ஆசிரியர் வரலாறு

முத்தமிழ் மாமணி, தளபதி எனப் போற்றப்படும் ச. சாமிமுத்து அவர்கள் சவரிமுத்து-மங்களம் என்னும் தம்பதியருக்கு திண்டுக்கல் மாவட்டத்திலுள்ள அ.வெள்ளோடு என்னும் ஊரில் 1931 ஆம் ஆண்டு பிறந்தார். இவர் 1959 ஆம் ஆண்டு கிளாரா மேரி என்னும் அம்மையாரைத் திருமணம் செய்தார். இத்தம்பதியினருக்கு ஐந்து ஆண்களும் ஒரு பெண்ணும் குழந்தைச் செல்வங்கள்.

இவர் 1952 ஆம் ஆண்டு திண்டுக்கல் தூய மரியன்னை பள்ளியின் இறுதித் தேர்வில் முதல் மாணவராக வெற்றி பெற்றார். பின்னர் 1956 ஆம் ஆண்டு சென்னைப் பல்கலைக்கழகத்தில் இளங்கலைப் (பொருளியல்) பட்டமும், 1958 ஆம் ஆண்டு கேரளப் பல்கலைக்கழகத்தில் தமிழில் முதுகலைப் பட்டமும், 1985 இல் சென்னைப் பல்கலைக்கழகத்தில் பிஎச்.டி. பட்டமும் பெற்றார். முதுகலைப் பட்டத் தேர்வில் முதல் மாணவராகத் தேர்ந்தெடுக்கப்பட்டு தங்கப்பதக்கம் பெற்றார். தேசிய மாணவர் படையின் அதிகாரியாக 1960 முதல் 1978 வரை சிறப்பாகச் செயல்பட்டார். 1958 ஆம் ஆண்டு முதல் 1990 ஆம் ஆண்டு வரை திருச்சி தூய வளனார் தன்னாட்சிக் கல்லூரியில் தமிழ்ப் பேராசிரியர், துறைத் தலைவர், துணைமுதல்வர் என்னும் பல்வேறு பதவிகளை வகித்தவர். இவரது பணியினைப் பாராட்டி 1989 ஆம் ஆண்டு தமிழக அரசு இவருக்கு நல்லாசிரியர் விருதும் பொற்கிழியும் வழங்கிச் சிறப்பித்தது. 1990 ஆம் ஆண்டு தவத்திரு

குன்றக்குடி அடிகளார் இவருக்கு முத்தமிழ் மாமணி என்னும் விருதினை வழங்கிப் பாராட்டினார். இவர் சிறந்த மேடைப் பேச்சாளர். இவர் 2021 ஆம் ஆண்டு காலமானார்.

காப்பியச் சுருக்கம்

கடவுள் முதல் நாளில் பகலையும் இரவையும், இரண்டாம் நாளில் வானத்தையும் தண்ணீரையும், மூன்றாம் நாளில் புல் பூண்டு மரம் செடி கொடி வகைகளையும், நான்காம் நாளில் ஞாயிறு நிலா விண்மீன்களையும், ஐந்தாம் நாளில் பறவைகள் நீர்வாழ்வன ஊர்வன ஆகியவற்றையும், ஆறாம் நாளில் கால்நடை ஊர்வன காட்டு விலங்குகளையும், மண்ணைப் பிசைந்து ஆதாமையும், ஆதாமுக்கு அயர்ந்த உறக்கத்தை வரச்செய்து ஆதாமின் விலா எலும்பினின்று ஏவாள் என்கின்ற பெண்ணையும் படைத்து ஏழாவது நாள் ஓய்ந்திருந்தார்.

ஏதேன் தோட்டத்தைப் படைத்த கடவுள், அதில் ஆதாமையும் ஏவாளையும் குடியமர்த்தினார். கடவுள் மனிதரிடம் அந்தத் தோட்டத்தின் நடுவிலுள்ள மரத்தின் கனியைத் தவிர, பிற மரங்களின் கனிகளைப் பறித்து உண்ணலாம் என்று உரிமையளித்தார். கடவுளுக்கு எதிரான ஆற்றலானது பாம்பின் உருவில் வந்து, கடவுள் உண்ணக்கூடாது என்ற மரத்தின் கனிகளைச் சாப்பிட்டால் அறிவொளி பிறக்கும் என்று கூற இருவரும் உண்டனர், அறிவு பெற்றனர், ஆடையின்றி இருப்பதை உணர்ந்தனர், இலைகளினால் ஆடை செய்து அணிந்தனர். அன்று மாலை தோட்டத்துக்கு வந்த கடவுள், தன் கட்டளையை மீறியதைக் கண்டார். கடவுள் தோலினாலான உடையைச் செய்து அணிவித்து தோட்டத்திலிருந்து அவர்களை வெளியேற்றினார்.

ஆதாமுக்கும் ஏவாளுக்கும் காயீன், ஆபேல் என்கின்ற மைந்தர் இருவர் பிறக்கின்றனர். காயீன் வேளாண் தொழிலில் ஈடுபட, ஆபேல் ஆடுகள் மேய்ப்பவராகின்றார். ஒரு நாள் இருவரும் கடவுளுக்கு காணிக்கைகளைக் கொண்டு வந்து படைக்கின்றனர். காயீன் கொண்டு வந்த காணிக்கையைக் கடவுள் ஏற்கவில்லை. ஆபேல் கொண்டுவந்த காணிக்கையை ஏற்கின்றார். இதனால் பொறாமை கொண்ட காயீன், ஆபேலைக் கொன்று விடுகின்றார். அதற்காக காயீனுக்குத் தண்டனை வழங்கிய கடவுள், காயீன் முறையீட்டைக் கேட்டு அதனை மாற்றி அமைக்கின்றார்.

அக்காலத்தில் நோவா என்னும் நேர்மையான மனிதர் இருந்தார். அவர் கடவுளுக்கு அஞ்சி நடப்பவர். இவரைத் தவிர அக்காலத்தில் வாழ்ந்த மக்கள் இறையச்சமற்றவராக வாழ்ந்தனர். எனவே பழையவற்றை அகற்றி

புதியவற்றை உருவாக்கிட கடவுள் விரும்புகிறார். நோவாவிடம் அளவுகள் அனைத்தும் தந்து கப்பல் ஒன்றைக் கட்டச் சொல்லுகின்றார். கப்பல் கட்டி முடித்ததும், கடவுள் நோவாவிடம் அவர் மனைவி, மைந்தர், அவர்தம் மனைவியர் ஆகியோரையும் உலகிலுள்ள அனைத்து விலங்குகள் பறவைகள் ஊர்வன ஆகியனவற்றில் ஒவ்வோரிணையையும் அந்தக் கப்பலுக்குள் கொண்டு சேர்க்குமாறு கட்டளையிடுகின்றார். நோவாவும் கடவுளின் கட்டளையை அப்படியே நிறைவேற்றுகின்றார். நாற்பது நாட்களுக்கு ஓயாத பெரும் மழை பெய்தது. வெள்ளம் வடிந்த பின் கடவுள் கப்பலில் ஏற்றப் பெற்ற நோவா மற்றும் குடும்பத்தினருடன் உடன்படிக்கை செய்து கொள்கிறார். உடன்படிக்கைக்கு அடையாளமாக வானவில்லை வைத்தார்.

அக்காலத்தில் உலகமெங்கும் ஒரே மொழி பேசப்பட்டது. மனிதனுக்கே உரிய இயல்பின்படி கடவுளுக்கு ஒப்பாக வேண்டும் என்கின்ற மனநிலையோடு மிகப்பெரிய பாபேல் என்னும் கோபுரம் ஒன்றை மக்கள் கட்டினர். இந்தக் கோபுரத்தைக் கட்டும் முயற்சியில் ஈடுபட்ட மனிதரின் எண்ணங்கள் கடவுள் எதிர்பார்த்தபடி இராததால், ஒருவர் பேசுவது மற்றவருக்குப் புரியாத வகையில், பல மொழிகள் உருவாகுமாறு செய்தார்.

ஊர் என்னும் இடத்தில் வாழ்ந்து வந்த ஆபிரகாமை கடவுள் அழைத்து தம் திட்டத்தைச் செயல் படுத்திட எண்ணினார். ஆபிரகாமும் முழுமனத்துடன் இணங்கினார். ஆபிரகாம் ஊரை விட்டும், உற்றார் உறவினரை விட்டும் விலகி நாடோடி வாழ்க்கையை மேற்கொண்ட பயணத்தின் போது, தமக்குத் துணையாக தம் மனைவியையும் தம் உறவினர் லோத்து என்பவரையும் அழைத்துக் கொண்டார். காலங்கள் உருண்டோடின. லோத்தின் கால்நடைகளும் ஆபிரகாமின் கால்நடைகளும் எண்ணிக்கையில் பெருகின. மேய்ச்சல் நிலங்களும் தண்ணீரும் தேவைப் பட்டன. எனவே இருவரும் மனமுவந்து ஒருவரை விட்டு மற்றவர் எதிரெதிர் திசையில் செல்வதற்கு முடிவெடுத்தனர். ஆபிரகாம் பசுமையான ஒரு பகுதியைத் தெரிந்து கொண்டு செல்கிறார். லோத்து எதிரான பகுதியிலே தன் பயணத்தைத் தொடர்கின்றார். சிறிது காலத்தில் அங்கே இருந்த குறுநில மன்னர் சிலர் லோத்தின் உடைமைகளைச் சூறையாடிச் சென்றதைக் கேள்விப்பட்டு ஆபிரகாம் தம் பணிவிடையாளர்களுடன் சென்று லோத்தையும் அவர் உடைமைகளையும் மீட்கிறார்.

ஆபிரகாமின் மனைவி சாராவுக்குக் குழந்தை இல்லை. அன்றைய வழக்கப்படி தம் பணிப்பெண் ஆகாரை ஆபிரகாம் தம் இரண்டாவது

மனைவியாக்கிக் கொள்கின்றார். இதனால் சாராவுக்குப் பொறாமை ஏற்பட வீட்டை விட்டு வெளியேறுகிறார். ஆபிரகாம் கடவுளின் ஆணைப்படி அவரை மீண்டும் வீட்டுக்குள் சேர்த்துக் கொள்கின்றார். கடவுளின் திட்டத்தை மீறி நடந்து கொண்ட ஒரு சமுதாயம் சோதோம், கொமோரா என்கின்ற இடத்தில் வாழ்ந்து வந்தனர். இம் மக்களை அழிக்க கடவுள் முடிவு செய்கின்றார். ஆனால் மக்களை அழிக்க வேண்டாமென்று ஆபிரகாம் பரிந்து மன்றாடுகின்றார். ஆனாலும் அங்கு ஒருவரும் அறவாழ்வு வாழாததால் கடவுள் அம்மக்களை அழிக்கின்றார். அப்படி அழிக்கின்ற போது லோத்துவுக்குச் சிறப்பிடம் கொடுத்து, லோத்துவும் அவர் குடும்பத்தவரும் அங்கிருந்து வேறு ஊருக்குச் சென்று விடுவதற்குக் கடவுள் கட்டளையிடுகின்றார். அவர்கள் வெளியே வருகின்ற பொழுது அந்த நகரின் மீது நெருப்பு மழை பொழிகின்றது. லோத்துவின் மனைவி அந்த இடத்தைத் திரும்பிப் பார்க்கின்றாள். அதனால் உப்புத் தூணாகிறாள். ஆபிரகாமுக்கு மகன் பிறப்பான் என்று கடவுள் முன் அறிவித்தது போல, சாரா முதிர் வயதில் கருவுறுகின்றார். அம்மகனுக்கு ஈசாக்கு என்று பெயரிடுகின்றனர். தமக்கென்று மகன் பிறந்தவுடன் சாரா, ஆகாரையும் குழந்தையாயிருந்த அவர் மகன் இஸ்மவேலையும் வீட்டை விட்டு வெளியேற்றுகின்றார். பாலைவனத்தில் செல்லும்போது, குழந்தை தாகத்தால் தவிக்கிறான். கடவுள் நீரூற்றைத் தோன்றச் செய்து அக்குழந்தையைக் காப்பாற்றுகின்றார்.

ஈசாக்கு வளர்ந்துவரும் சூழலில் ஆபிரகாமின் முன் தோன்றிய கடவுள், ஈசாக்கை தமக்குப் பலியிடப் பணிக்கின்றார். ஆபிரகாம் மகனைப் பலியிட ஆயத்தமாகும் நிலையில், கடவுள் ஆபிரகாமைத் தடுத்தாட்கொண்டு, கடவுள் தம் ஆசிகளை வழங்குகின்றார். ஈசாக்குக்கு மணம் முடிக்க விரும்பிய ஆபிரகாம், தாம் எந்த இடத்திலிருந்து புறப்பட்டாரோ அந்த இடத்துக்கே தம் தலைமைப் பணியாளர் எலியேசரை அனுப்பி மணமகள் கண்டுவரச் சொல்கின்றார். இளம் பெண் ஒருவர் எலியேசருக்கும் உடன் சென்றோருக்கும் ஒட்டகங்களுக்கும் தண்ணீர் இறைத்துக் கொடுத்து அவர்களின் தாகத்தைத் தீர்க்கின்றார். இவரே தம் தலைவரின் மகனுக்கு ஏற்ற மணமகள் என்று முடிவெடுத்து, அவர் வீட்டுக்குச் சென்று தங்குகிறார். பின்னர் ரெபேக்கா என்கின்ற அந்தப் பெண்ணின் பெற்றோரோடும் உடன்பிறந்தோரோடும் பேசி, தம்மோடு அவரை அனுப்பி வைக்க வேண்டுகிறார். அவர்களும் சில நாள் எலியேசரைத் தம்முடன் தங்கச் செய்து விருந்தோம்பி ரெபேக்காவை உடன் அனுப்பி வைக்கின்றனர்.

ஈசாக்குக்கும் ரெபேக்காவுக்கும் ஏசா, யாக்கோபு என்கின்ற இரு மைந்தர் பிறக்கின்றனர். ஏசா மூத்தவர், யாக்கோபு இளையவர். மூத்தவர் வேட்டையிலும் இளையவர் ஆடுகளை மேய்ப்பதிலும் வல்லவராகின்றனர். ஒருநாள் ஏசா, வேட்டையாடி மிகுந்த களைப்போடும் தாகத்தோடும் வந்த பொழுது, யாக்கோபு அங்கே கூழ் காய்ச்சிக் கொண்டிருந்தார். மிகுந்த தாகத்தினால் வாடிய ஏசா, யாக்கோபிடம் எனக்கு ஏதாவது குடிக்கக் கொடு என்று கேட்க, இந்த நேரத்தைப் பயன்படுத்திக் கொண்ட யாக்கோபு உன் தலைமகன் பேற்றினை எனக்குக் கொடுத்து விடு, நான் உனக்குக் குடிக்கக் கூழ் தருகிறேன் என்று சொல்ல, ஏசா அதற்கு ஒத்துக் கொள்கின்றார். ஈசாக்குக்கு முதிர் வயதில் கண் பார்வை மங்கி விடுகின்றது. தம் வாழ்த்தினை மூத்த மகனுக்குக் கொடுக்க விரும்பி, ஏசாவை அழைத்து காட்டுக்குச் சென்று வேட்டையாடி சமைத்துக் கொண்டுவா என்று சொல்கின்றார். இதைக் கேட்டுக் கொண்டிருந்த ரெபேக்கா, தம் அன்புக்குரிய மகன் யாக்கோபுக்கு அந்த வாழ்த்து வரவேண்டும் என்று விரும்புகிறார். மந்தையிலிருந்து ஆடு ஒன்றினைப் பிடித்துச் சமைத்து யாக்கோபிடம் கொடுத்து, தந்தை ஈசாக்கிடம் கொடுக்கத் தருகின்றார். ஏசாவின் உடம்பில் மிகுந்த முடி இருக்கும் என்பதால் ஆட்டின் தோல் போர்த்தி, யாக்கோபின் உள்ளங்கைகளில் மூடி விடுகின்றார். ஈசாக்கு அந்த உணவைச் சாப்பிட்டு ஐயம் இருந்தபோதும், ஏசாவுக்கு வழங்க வேண்டிய வாழ்த்தினை யாக்கோபுக்கு வழங்கி விடுகிறார்.

காட்டிலிருந்து வேட்டையாடி சமைத்துக் கொண்டு வந்த ஏசா, நடந்ததை அறிந்து மீண்டும் தான் ஏமாந்ததை உணர்ந்து கடுஞ்சினம் கொள்கிறார். இதுகண்டு ரெபேக்கா தம் அன்புக்குரிய மகன் யாக்கோபை தொலைவான இடத்தில் வாழ்ந்த உறவினரிடத்துக்கு அனுப்பி வைக்கிறார். அந்த உறவினரின் பெயர் லாபான். இவருக்கு இரு பெண் பிள்ளைகள்; மூத்தவள் பெயர் லேயா, இளையவள் பெயர் ராகேல். அங்கே சென்ற யாக்கோபு இளையவள் மீது விருப்பம் கொண்டு மணமுடித்துக் கொடுக்கக் கேட்கின்றார். பெண்ணின் தந்தையோ தம் மகளை மணமுடிக்க வேண்டுமென்றால், பதினான்காண்டுகள் ஆடுகளை மேய்க்க வேண்டுமென்று கேட்டுக் கொண்டார். அதற்கு யாக்கோபு இசைந்தார். பதினான்காண்டுகள் நிறைவு பெற்றதும், அவ்வூர் வழக்கப்படி இரவில் நடந்த திருமணத்தில் மூத்த மகளை யாக்கோபுக்கு மணமுடித்து விடுகிறார். அடுத்தநாள் அது தெரிய வருகின்றது. இரண்டாவது மகளைத் தமக்குத் திருமணம் செய்து வைக்க மீண்டும் வேண்டுகிறார். இரண்டாவது மகளுக்காக மீண்டும் பதினான்காண்டுகள் உழைக்க வேண்டும் என்று

லாபான் கூற, அவரும் ஒத்துக் கொண்டு உழைக்கின்றார். இதற்கிடையில் லாபானின் ஆடுகளை மேய்த்து வந்த யாக்கோபு, சில முறைமைகளைப் பின்பற்றி தம்முடைய கூலியாகப் பேசப் பெற்ற ஆடுகளின் எண்ணிக்கையைப் பெருக்கிக் கொள்ளுகிறார்.

ஒருநாள் லாபானுக்குத் தெரியாமல் தம்மிரு மனைவியருடனும் மந்தையுடனும் பணியாளருடனும் அந்த இடத்தைவிட்டுப் பயண மாகிறார். பின்னாலேயே துரத்தி வந்த லாபான் அவர்களைப் பிடித்து கடிந்து கொள்கின்றார். உரிமை சொத்தைக் களவாடி வந்து விட்டதாகக் கூறுகிறார். தேடிப் பார்க்கின்றார் ஒன்றும் கிடைக்கவில்லை. தம் ஊருக்குத் திரும்பி விடுகின்றார். யாக்கோபு தம் பயணத்தைத் தொடர்கிறார். யாப்போக்கு என்ற ஆற்றின் அருகில் வந்த பொழுது இரவுப்பொழுதில் ஆற்றின் நடுவிலே யாக்கோபுடன் தெய்வத் தூதுவர் ஒருவர் விடிய விடிய மற்போரிடுகிறார். கடைசியில் அந்தத் தெய்வத் தூதர் யாக்கோபின் தொடையைத் தொட அது சுளுக்குகின்றது. அப்போதுதான் யாக்கோபு அவர் தூதரென்று அறிகின்றார். அங்கே யாக்கோபின் பெயர் இசரயேல் என மாற்றம் பெறுகின்றது. இந்த நிகழ்ச்சிக்குப் பின் யாக்கோபின் பயணம் தொடர்கின்றது. பல ஆண்டுகளுக்கு முன் எங்கிருந்து தம் பயணத்தைத் தொடங்கினாரோ, அந்த இடத்தினருகில் வந்தபோது, தம் அண்ணனை முகமுகமாய் சந்திப்பதற்கு அஞ்சுகிறார். ஆனால் அவர் அண்ணனோ அங்கு வந்து யாக்கோபை மிகுந்த அன்போடு அரவணைத்துக் கொள்கின்றார். மீண்டும் பயணத்தைத் தொடர்கிறார். அந்த நாளின் இரவுப் பொழுதில் தங்கும் இடத்தில் கனவு காண்கிறார். அந்தக் கனவு விண்ணுக்கும் மண்ணுக்கும் தெய்வதூதர் ஏணி வைத்து ஏறி இறங்குவது போலிருந்தது. இதே இடத்திற்குத் தாம் மீண்டும் திரும்பி வந்தால், இங்கே பலிபீடம் கட்டிப் பலியிடுவேன் என ஆண்டவரிடம் பொருத்தனை செய்கின்றார். இப்போது அதே இடத்துக்கு அவர் வந்து நின்று அந்தப் பொருத்தனையை நினைவுகூர்ந்து, அந்த இடத்தில் ஆண்டவருக்கு நன்றி செலுத்துகிறார். அந்த இடத்தின் பெயர் பெத்தேல் என்பதாகும். முதிர் வயதில் ஈசாக்கு இறந்து விடுகிறார்.

யாக்கோபுக்கும் அவர் துணைவியர் லேயா, ராகேல் இருவருக்கும் பன்னிரு மைந்தர் பிறக்கின்றனர். அவர்களுள் ஒருவர் யோசேப்பு. இவர் சிறு பருவம் தொட்டே கனவுகளுக்குப் பொருள் விளக்கம் சொல்லும் ஆற்றலைப் பெற்றிருந்தார். அதன்படி சிறு வயதிலே கண்ட ஒரு கனவின் விளக்கத்தை அவர் கூற, உடன் பிறந்தோர் பொறாமை கொள்கின்றனர். அந்தக் கனவின்படி யோசேப்பைப் பின்னொரு நாளில் உடன் பிறப்புகளும்

பெற்றோரும் தொழுது நிற்பர் என்பது அதன் பொருள். ஒருநாள் யோசேப்பு ஆடுகளை மேய்த்துக் கொண்டிருந்த தம் உடன்பிறப்பினருக்கு உணவு கொண்டு வந்தார். இந்த நேரத்தைப் பயன்படுத்திக் கொண்ட உடன் பிறப்பினர் அவரைக் கொன்றுவிட முயல்கின்றனர். ஆனால் உடன் பிறப்பினருள் ஒருவரின் அறிவுரைப்படி அங்கு வந்த வணிகரிடம் விற்று விடுகின்றனர். காட்டு விலங்கொன்று அவரைக் கொன்று விட்டதாக ஆட்டின் உதிரத்தில் அவருடைய உடையை நனைத்து தந்தையிடம் சொல்லி அந்த நிலைமையைச் சரிக் கட்டுகின்றனர்.

காலங்கள் உருண்டோடுகின்றன. யோசேப்பை விலை கொடுத்து வாங்கிச் சென்ற வணிகர் எகிப்தில் செல்வந்தர் ஒருவரிடம் விற்று விடுகின்றார். அச்செல்வந்தர் தமது வளமிக்க வீட்டில் மிகப் பெரிய பொறுப்பில் யோசேப்பை அமர்த்துகிறார். யோசேப்பின் மீது மையல் கொண்ட அந்தப் பெரும் செல்வந்தரின் மனைவி ஒருநாள் தம்முடன் உறவு கொள்ள அழைக்கிறார். ஆனால் அதை மறுத்து வெளியில் ஓடிய யோசேப்பின் மேலாடையைப் பிடித்திழுத்து விடுகிறாள். அந்தப் பெண் பிற பணியாளர்களை அழைத்து, யோசேப்பு தம்முடன் தவறாக நடந்து கொள்வதற்கு முயன்றார் என்று பழி சுமத்துகின்றார். இதனால் யோசேப்பு சிறையில் அடைக்கப்படுகின்றார். அரண்மனையில் பணி செய்தோர் ஒருவர் கண்ட கனவுக்கு விளக்கம் தந்து, யோசேப்பு அவர் தூக்கிலிடப் படுவார் என்று கூறினார், அவ்வாறே நடந்தது. மற்றொருவர் கண்ட கனவுக்கு விளக்கம் தரும்போது அவர் அரண்மனையில் மிகச் சிறந்த இடத்தைப் பெறுவார் என்று கூறினார். அவருக்கும் அவ்வாறே நடைபெற்றது.

இன்னும் ஆண்டுகள் பல சென்றன. எகிப்திய மன்னர் கனவொன்று காண்கின்றார். அதன்படி அந்தக் கனவுக்கான விளக்கத்தைக் கூறிட எகிப்திலிருக்கும் அறிஞர் யாவரையும் அழைக்கின்றார். ஒருவராலும் அதற்கு விளக்கம் தர முடியவில்லை. இந்த நேரத்தில் அரண்மனையில் உயர் பொறுப்பில் இருந்த அந்த மனிதருக்கு யாக்கோபின் நினைவுவர, யாக்கோபை அரசவைக்கு அழைக்கின்றார். அரசர் கண்ட கனவுக்குத் தெளிவான விளக்கத்தைத் தருகின்றார். அதன்படி எகிப்தில் பெரும் பஞ்சமொன்று ஏற்பட உள்ளது என்றும், அந்தப் பஞ்சத்தை எதிர் கொள்வதற்கு அதற்கு முன்பு வரும் ஆண்டுகளில் சரியான திட்டங்களைத் தீட்டி தானியங்களைச் சேர்த்து வைத்துக் கொள்ள வேண்டும் என்றும் விளக்கினார். இது கேட்ட அரசர் மகிழ்ந்து நாட்டிலேயே மிகப் பெரிய

பொறுப்பை யோசேப்புக்கு வழங்கினார். அதன்படி யோசேப்பு திட்டமிட்டுக் களஞ்சியங்களைக் கட்டி தானியங்களைச் சேகரித்து வைத்தார்.

அருகிலிருந்த நாடுகளிலும் பஞ்சம் தன் ஆதிக்கத்தைச் செலுத்தியது. இதனால் யோசேப்பின் உடன்பிறப்பினரும் அருகிருந்த நாட்டினரும் பஞ்சத்தின் கொடுமையை உணர்ந்தனர். எனவே தந்தையின் அறிவுரையின்படி தானியம் பெற்றுச் செல்ல எகிப்துக்கு வந்தனர். தானியங்கள் பகிர்ந்தளிக்கப் பெறுவதை மேற்பார்வை பார்த்து வந்த யோசேப்பு, தம் உடன் பிறப்பினரை அடையாளம் கண்டு கொண்டார். ஆனால் வந்த உடன் பிறப்பினரோ யோசேப்பை அடையாளம் காணவில்லை. யோசேப்பு அவர்களிடம் சென்று அவர்கள் யார் என்றும், குடும்பப் பின்னணி இன்னதென்றும் கேட்டறிந்தார். ஆனால் அவர்கள் சொன்ன செய்தியைத் தான் நம்பவில்லை என்றும் அவர்களை ஒற்றரென்றே கருதுவதாகவும் கூறி, அடுத்த முறை பென்யமீனைத் தம்மிடம் அழைத்து வரும் வரை சிமியோனைப் பிணையாக விட்டுச் செல்லக் கூறினார். அப்படியே செய்து பயணத்தைத் தொடங்கினர்.

தந்தையிடம் நடந்த எல்லாவற்றையும் எடுத்துக்கூறி, பென்யமீனைத் தங்களோடு அனுப்பி வைக்குமாறு வேண்டினர். தந்தை வேறு வழியின்றி பென்யமீனை அனுப்பி வைத்தார். அவர்கள் எகிப்துக்குச் சென்று தானியம் வாங்கித் திரும்பிச் சென்றனர். இப்போதும் யோசேப்பு படை வீரரைப் பின்தொடரச் செய்தார். பயணத்தில் வழி மறித்து கோணியைத் திறந்து பார்த்த பொழுது மற்ற கோணிகளில் பணமும் பென்யமீன் கோணியில் வெள்ளிக் கிண்ணமும் இருப்பதைக் கண்டு திகைத்து நின்றனர். படைவீரர்கள் அவர்களை யோசேப்பிடம் அழைத்து வந்தனர். யோசேப்பு தான் யார் என்பதை வெளிப்படுத்தி, அச்சம் கொள்ள வேண்டாம் என்று கூறி விருந்தளித்து, தந்தையாரோடு இங்கே வந்து தங்க வேண்டினார். அரசரிடமும் இசைவு பெற்றார். யோசேப்பின் குடும்பத்தார் எகிப்திற்கு வந்து குடியேறினர்.

காப்பிய அமைப்பு

கிறித்தவக் காப்பியமான ஆதியாகம காவியம் ஆறு பாகங்களாகவும் ஒவ்வொரு பாகமும் படலங்களாகவும் பிரிக்கப்பட்டுள்ளது. பாகங்களுக்கும், அதன் உட்பிரிவாகிய படலங்களுக்கும் பெயர் குறிப்பிடாமல் முதல் பாகம், முதல் படலம் என்றவாறே காப்பியம்

முழுவதும் ஆசிரியர் பின்பற்றியுள்ளார். காப்பியத்தின் தொடக்கத்தில் பாயிரம் இடம்பெற்றுள்ளது. இக்காப்பியத்தில் இடம்பெற்றுள்ள செய்யுட்களின் மொத்த எண்ணிக்கை 1444 ஆகும்.

பாயிரம்

பாயிரம் என்னும் பகுதியில் 37 செய்யுட்கள் இடம்பெற்றுள்ளன. ஆதியாகம காவியத்திலுள்ள பாயிரம் பிற காப்பியங்களிலிருந்து சற்று வேறுபட்டுள்ளது. பாயிரத்திலுள்ள இரண்டாம் செய்யுள் அவையடக்கச் செய்யுளாகும். இச் செய்யுளில் தான் பூச்சி போன்றவன் என்றும், தன் அறிவு சிறிய அறிவு என்றும், விவிலியத்தை அறிந்திடாத அறிவிலி என்றும் தம்மைப் பலவாறாகத் தாழ்த்திக் கூறுகிறார். மேலும், இறைவனின் தன்மைகளை ஆசிரியர் பாயிரப் பகுதியில் தானாய் இருப்பவன், தொடக்கமும் முடிவும் இல்லாதவன், உருவில்லாதவன், அளவிலா நன்மைகளுடையவன், எங்கும் நிறைந்திருப்பவன், எல்லாவற்றிற்கும் காரணமானவன் என்றெல்லாம் புகழுகின்றார். மேலும் பழைய ஏற்பாட்டில் உள்ள இறைவெளிப்பாட்டையும், புதிய ஏற்பாட்டில் உள்ள இறைவெளிப் பாட்டையும் விளக்கி இறுதியில் விவிலியம் வெளிப்பாட்டின் களஞ்சியம் என்கிறார். இறுதியில் நூல் வந்த வழியினைக் குறிப்பிட்டு, நூலாசான் வரலாற்றுடன் பாயிரத்தை முடிக்கிறார். மூவொரு கடவுளான தந்தை, மகன், தூய ஆவியானவர் ஆகியோரின் தன்மைகளைப்பாடி மூவரும் ஒரு கடவுளே எனப் பாடுகிறார். பாயிரத்தில் ஆசிரியர் இறைவனின் சிறப்புகளைப் பாடியதுடன் இறைவன் ஆபிரகாமைத் தேர்ந்தெடுத்து அழைத்ததைப் பற்றியும் சுட்டுகிறார். மேலும் இறைவனை மூலப்பரம்பொருள் என்றும், ஆபிரகாமை முதுபெருந் தந்தை என்றும் குறிப்பிட்டு, ஆபிரகாமின் சந்ததி ஒரு பெரிய இனமாக வளர்ந்தது என எடுத்தியம்புகிறார்.

1. முதல் பாகம்

ஆதியாகம காவியத்தின் முதல் பாகத்தில் ஐந்து படலங்களும், இப்படலங்களில் 214 செய்யுட்களும் உள்ளன. முதல் பாகத்தில் இறைவன் உலகையும் ஆதாம் ஏவாளையும் படைத்தது; ஏதேன் தோட்டத்தில் ஆதாம் ஏவாளின் வாழ்க்கை; ஆதாம் ஏவாள் இறைவனின் சொல்லுக்குக் கீழ்ப்படியாமல் சாத்தானின் சூழ்ச்சியால் பாவம் செய்தமையும் அதனால் அருள் வாழ்வை இழந்தமையும்; ஆதாம் ஏவாள் அடைந்த துன்பங்களும் இறைவனின் அரவணைப்பும்; அதிதூதர் தூய மிக்கேலின் இறை ஊழியம் ஆகிய செய்திகள் இடம் பெற்றுள்ளன.

2. இரண்டாம் பாகம்

இரண்டாம் பாகம் மூன்று படலங்களையும் 197 செய்யுட்களையும் உடையது. இப்பாகத்தில் ஆதாம் ஏவாளுக்கு காயீன், ஆபேல் என்னும் குழந்தைகள் பிறந்தன; காயீன் தன் தம்பி ஆபேலைக் கொலை செய்தமை; ஆதாம் ஏவாளின் துயரம்; மனிதர்களின் பாவ வாழ்க்கை; இறைவனின் கட்டளைப்படி நோவா கப்பல் கட்டியமை; இறைவன் மழையால் உலகை அழித்தமை; பாபேல் கோபுரம் கட்டத் தொடங்கியமை; இறைவன் அவர்களிடம் பல மொழிகளைப் பேசவைத்து திட்டத்தை முறியடித்தமை ஆகிய செய்திகள் உள்ளன.

3. மூன்றாம் பாகம்

மூன்றாம் பாகம் ஆறு படலங்களையும் 221 செய்யுட்களையும் உடையது. இப்பாகத்தில் ஆபிரகாமின் வரலாறு; ஆபிரகாமுடன் கடவுளின் உடன்படிக்கை; ஆபிரகாமும் அங்கிருந்த ஆண்கள் அனைவரும் விருத்தசேதனம் செய்தல்; சோதோம், கொமோராவின் அழிவு; ஈசாக்கின் பிறப்பு; இசுமவேலின் வளர்ச்சி; ஈசாக்கைப் பலியிடச் சென்றதும் இறைவன் தடுத்து நல்லாசிகள் வழங்கியதும்; ஆபிரகாமின் மனைவி சாராவின் மரணம் ஆகிய செய்திகள் விவரிக்கப்பட்டுள்ளன.

4. நான்காம் பாகம்

நான்காம் பாகம் ஏழு படலங்களையும் 292 செய்யுட்களையும் உடையது. இப்பாகத்தில் ஈசாக்கு -இரெபேக்கா திருமணம்; ஆபிரகாமின் இறுதி நாட்கள்; ஈசாக்கின் இல்லற வாழ்வு; ஏசா, யாக்கோபு பிறந்தது; யாக்கோபு தன் தந்தையிடம் ஏசா எனக் கூறி ஆசீர்வாதம் பெற்றுக் கொண்டது; ஏசா யாக்கோபைக் கொல்லத் திட்டமிடலும் தன்னைப் பாதுகாக்க யாக்கோபு தன் மாமன் லாபானைச் சென்றடைதலும்; யாக்கோபு இலேயா மற்றும் இராகேலை மணத்தல்; யாக்கோபு-ஏசா சந்திப்பில் உடன்பிறப்பு புதுப்பொலிவு பெறல்; செக்கேமில் யாக்கோபின் மகள் தீனாவுக்கு ஏற்பட்ட அவமானம்; பெத்தேலில் இறைவன் யாக்கோபுக்கு ஆசி வழங்கல் ஆகிய செய்திகள் விளக்கப்பட்டுள்ளன.

5. ஐந்தாம் பாகம்

ஐந்தாம் பாகம் நான்கு படலங்களையும் 194 செய்யுட்களையும் உடையது. இப்பாகத்தில் யோசேப்பின் சகோதரர் அவரை விலைபேசி மிதியான் நாட்டு வணிகரிடம் 20 வெள்ளிக்காசுக்கு விற்றதும் வணிகர்

யோசேப்பை போத்திபாரிடம் விற்றதும்; யூதாவும் தாமாரும்; போத்திபாரும் யோசேப்பும்; பார்வோனின் கனவுகளும் யோசேப்பின் விளக்கங்களும்; எகிப்தின் ஆளுநரான யோசேப்பின் செயல்பாடுகள் ஆகிய செய்திகள் இடம் பெற்றுள்ளன.

6. ஆறாம் பாகம்

ஆறாம் பாகம் எட்டுப் படலங்களையும் 289 செய்யுட்களையும் கொண்டது. இப்பாகத்தில் யோசேப்பின் சகோதரர் தானியம் வாங்க எகிப்துக்குச் சென்றது; இரண்டாம் முறை யோசேப்பின் சகோதரர் பென்யமினோடு எகிப்துக்குச் சென்றதும் அங்கு நிகழ்ந்த நிகழ்வுகளும்; யோசேப்பு தான் யார் என்பதைச் சகோதரர்களுக்குத் தெரியப்படுத்தி பார்வோன் கட்டளைப்படி ஏராளமான பொருட்களைச் சகோதரர்களுக்குக் கொடுத்து அனுப்புதல்; யாக்கோபு தம் குடும்பத்தாருடன் சென்று யோசேப்பைச் சந்தித்து பார்வோன் அரசனுடன் உரையாடியது; யோசேப்பின் குழந்தைகளான எப்ராயீம், மனாசேக்கு யாக்கோபு ஆசி வழங்கி யோசேப்பின் வழிமரபைப் போற்றியமை; யாக்கோபு தமது பன்னிரெண்டு மக்களுக்கு உரைத்த இறுதி உரையும் ஆசியும் அவருடைய மரணமும்; யாக்கோபு கானான் நாட்டில் அடக்கம் செய்யப்பட்ட பின்னர் யோசேப்பு தம் சகோதரருடன் எகிப்துக்குத் திரும்பி, சகோதரரை அங்குத் தங்கி வாழச் செய்து தமது 110 ஆம் வயதில் மரணமடைந்தது; ஆண்டவரின் பேரன்பைப் போற்றி வணங்குதல் ஆகிய செய்திகள் விளக்கப்பட்டுள்ளன.

காவிய மாந்தர்கள்

விவிலியத்தின் ஆதியாகமம் என்னும் நூலிலுள்ள முக்கிய வரலாற்று மாந்தர்களான ஆதாம், ஏவாள், காயீன், ஆபேல், நோவா, ஆபிரகாம், ஈசாக்கு, இசுமவேல், சாராள், இரெபேக்கா, ஏசா, யாக்கோபு, இலாபான், யோசேப்பு, போத்திபார், பார்வோன், யோசேப்பின் சகோதரர்கள், எப்ராயீம், மனாசே ஆகியோர் ஆதியாகம காவியத்தில் குறிப்பிடத்தக்க மாந்தர்களாக இடம் பெற்றுள்ளனர்.

திருக்குறள் கருத்துகள்

பெரும்பாலான கிறித்தவக் காப்பியங்களில் திருக்குறள் கருத்துகள் இடம்பெற்றுள்ளமை இயல்பானது. காப்பிய ஆசிரியர் சாமிமுத்து, தமது காப்பியத்தில் பல இடங்களில் திருக்குறள் கருத்துகளைக் கையாண்டுள்ளார். ஐந்தாம் படலத்தில் ஆதாமின் கூற்றாக வரும்,

இருள்சேர் இருவினை சேரா மேலவன்
மருள்நீக்(கி) எமைமுற் றாட்கொள அழைத்தனம்!
பிறவியின் பெருங்கடல் நீந்திட வென்றே
அறக்கடல் அந்தணன் அருட்கடல் மூழ்கினோம்!
ஏவாள் எழுந்திடு! இறைவனைத் தொழுதிடு!
மூவா முதல்வனை முழுமுதல் தலைவனை
விட்டினிப் பிரியா வேட்கையில் பொழுதெலாம்
கூட்டிநம் உயிரினில் கலந்திட மகிழ்வோம்
என்றனன் ஆதாம் எழுஞா யிறானான்!
பொன்றிடத் தீமையும் புதுமையும் புலர்ந்ததே!

(ஐந்தாம் படலம், பா. 13)

என்னும் பாடலில்,

இருள்சேர் இருவினையும் சேரா இறைவன்
பொருள்சேர் புகழ்புரிந்தார் மாட்டு *(குறள், 6)*

பிறவிப் பெருங்கடல் நீந்துவர் நீந்தார்
இறைவன் அடிசேராதார் *(குறள், 10)*

அறவாழி அந்தணன் தாள்சேர்ந்தார்க்கு அல்லால்
பிறவாழி நீந்தல் அரிது *(குறள், 8)*

என்னும் மூன்று திருக்குறள் கருத்துகள் இடம்பெற்றுள்ளன. ஒரே செய்யுளில் மூன்று திருக்குறள் கருத்துகளையும் எடுத்தாண்டிருப்பது, ஆசிரியரின் திருக்குறள் ஈடுபாட்டை உணர்த்துகிறது. மேலும் நோவாவின் இறை ஈடுபாட்டினைக் குறிப்பிடும்,

மகன்தந்தைக் காற்றுகின்ற உதவி தன்னை
மதிப்பிட்ட வள்ளுவனார் வார்த்த கூற்று
தகவார்ந்த இவன்தந்தை நோற்ற தென்னோ
தனயனிவன் சான்றோனாய் விளங்கல் நன்றே!

(ஏழாம் படலம், பா.9, அடி. 1-4)

என்னும் செய்யுள் பகுதியில்,

மகன்தந்தைக்கு ஆற்றும் உதவி இவன்தந்தை
என்நோற்றான் கொல்எனுஞ் சொல் *(குறள், 70)*

என்னும் குறள் பிரதிபலிக்கிறது. ஆதியாகம காவியத்தில் இதுபோன்று ஏராளமான திருக்குறள் கருத்துகள் விரவிக் காணப்படுகின்றன.

சங்க இலக்கியத்தின் தாக்கம்

ஆதியாகம காவிய ஆசிரியர் தமிழ் இலக்கியங்களில் ஆழங்கால் பட்டவர். ஆதலால் அவரது படைப்பில் பல்வேறு இலக்கியங்களின் தாக்கம் நிறைந்துள்ளது. தமது காப்பியத்தில் பிள்ளைப் பேறு குறித்து,

பொன்னாய் மணியாய் பூண்ணி பரிசாய்
புகலரும் செல்வச் சீராய் சிறப்பாய்
மன்னா வுலகில் மன்னுதல் எண்ணி
மாமருந் தாக மகப்பே றேற்றல்
உன்னார் யாரே உலகென் றொன்றும்
ஒழியா திருப்பதும் கான்முளை வராவால்
அன்னை தந்தை என்பார் எவரால்
அரும்பெறல் புதல்வர் அவரால் அன்றோ

(பதிமூன்றாம் படலம், பா. 26)

எனப் பாடுகிறார். இச்செய்யுளில் ,

மன்னா வுலகில் மன்னுதல் குறித்தோர்
தம்பெயர் நிறுஉவி தாம்மாய்ந் தனரோ (புறநானூறு, 165)

என்னும் புறநானூற்றுச் செய்யுளின் அடி அப்படியே எடுத்தாளப் பட்டுள்ளது. இதுபோன்று சிலப்பதிகாரம், மணிமேகலை, நற்றிணை, திருவாசகம், திருவருட்பா, கம்பராமாயணம், பாரதியார் பாடல்கள், பாரதிதாசன் பாடல்கள் ஆகியவற்றின் தாக்கம் காப்பியம் முழுவதிலும் பரந்து காணப்படுகிறது.

கம்பராமாயணத் தாக்கம்

ஆதாமும் ஏவாளும் இறைவனின் கட்டளையை மீறி நடந்ததால் ஏதேன் தோட்டத்தை விட்டு வெளியேறினர். அவர்கள் இருவரும் நடந்து செல்லும் போது வழியில் மிகுந்த துன்பங்களை அனுபவித்தனர். அப்போது கால்களில் முட்கள் குத்தி இரத்தம் வழிந்தது, பாதங்கள் சூரியனின் வெப்பத்தால் துன்பமுற்றன. இந்நிகழ்வை,

கூரிய முட்கள் குத்த குருதியோ கொப்ப ளிக்க
நேரிய பாதை இல்லா நெடுஞ்சுரம் நடந்த போது
சூரியன் கொதித்த லார்ந்து சுட்டெரி வெப்பம் கக்கி
வேரிய கமல பாத வேல்விழி நோக வைத்தான்

(நான்காம் படலம், பா. 11)

என ஆசிரியர் பாடுகிறார். இச்செய்யுள் கம்பராமாயணத்திலுள்ள,

கிறித்தவக் காப்பியங்கள்

> வல் அரக்கரின் மால் வரை போய் விழுந்து
> அல் அரக்கின் உருக்கு அழல் காட்டு அதர்க்
> கல் அரக்கும் கடுமைய அல்ல நின்
> சில் அரக்குண்ட சேவடிப் போது என்றான்
>
> *(நகர்நீங்கு படலம், பா.221)*

என்னும் செய்யுளைப் போன்று அமைந்துள்ளது. இதுபோன்ற பல செய்யுட்கள் கம்பராமாயணச் செய்யுட்களின் தன்மையைக் கொண்டுள்ளன.

சித்தர் பாடல்களின் தாக்கம்

காப்பிய ஆசிரியர் சாமிமுத்து, சித்தர் பாடல்களிலும் அதிக ஈடுபாடு நிறைந்தவர் என்பதை ஆதியாகம காவியத்தைப் படிக்கும்போது அறிந்து கொள்ள முடிகிறது. சித்தர் பாடலான,

> நந்த வனத்திலோ ராண்டி - அவன்
> நாலாறு மாதமாய்க் குயவனை வேண்டிக்
> கொண்டு வந் தானொரு தோண்டி - மெத்தக்
> கூத்தாடிக் கூத்தாடிப் போட்டுடைத்தாண்டி
>
> *(கடுவெளிச் சித்தர், பா.4)*

என்னும் கடுவெளிச் சித்தரின் பாடல் கருத்தை,

> நந்தவன ஆண்டிகளாய்க் கடவுள் தந்த
> நற்பேற்றுக் குடம்போட்டு உடைத்தே விட்டோம்!
>
> *(இரண்டாம் படலம், பா. 45)*

என ஆதாம் ஏவாள் செய்த பாவத்தால் மனிதர்கள் துன்புறுவதைப் பாடும் இடத்தில் மிகப் பொருத்தமாகப் பயன்படுத்தியுள்ளார்.

உவமைகள்

காப்பியங்களில் உவமைகள் இடம்பெற்று அதன் சிறப்பை வலுப்படுத்துகின்றன. இவ்வுவமைகள் சொல்லும் செய்திகளுக்கு வலுவைக் கொடுத்து வாசகர்கள் மனதில் ஈர்ப்பை ஏற்படுத்துகின்றன. உலகில் மக்கள் பாவ வாழ்க்கையில் மூழ்கிக் கிடந்தனர். அவர்களுடைய எண்ணிக்கையும் பல்லாயிரக்கணக்கில் காணப்பட்டது. அம்மக்கள் பாவ வாழ்வில் வீழ்ந்திருந்தமையை,

பெடைவிலகிக் கொக்கரிக்கும் கோழிச் சேவல்
பிய்ந்திருக்கும் கூரையிலே ஏறிக் கொண்டு
நடையளந்து வேறுபெடை தேடல் போன்றே
நாலுமிலா மனிதரவர் மாறாய் நின்றார்!

(ஏழாம் படலம், பா. 6)

என்று உவமித்துள்ளார். அங்குள்ள மக்களின் செயல்பாடுகளைச் சேவல் கோழியின் செயல்களுக்கு உவமையாகக் கூறியுள்ளமை நோக்கத்தக்கது. மேலும் பல எளிய உவமைகளைப் பயன்படுத்தி, விளக்க முற்படும் செய்திகளை நுட்பமாக உணர வைக்கிறார் ஆசிரியர்.

வருணனை

காப்பியத்திற்கான கூறுகளுள் வருணனையும் ஒன்று. காப்பிய ஆசிரியரின் கவித்திறனுக்குத் தக்கவாறு வருணனைகள் அமையும். இரண்டாம் படலத்தில் ஏதேன் தோட்டத்தைப் பற்றியும் அங்குள்ள சூழலைப் பற்றியும் குறிப்பிடும்போது வருணனையைப் பயன் படுத்துகிறார். ஏதேனின் சிறப்பினை,

புண்ணியத்தின் பொன்கருக்கள் தோன்றி வந்தே
பூத்தெழுந்த தோட்டந்தான் அந்தத் தோட்டம்
கண்விரித்தே காணற்கோ அழகின் கூட்டம்
கவர்ந்தீர்க்கும் படிவளர்ந்த மரங்கள் ஈட்டம்
மண்மகளின் மென்மேனி தவழு கின்ற
மாசறியாக் குழந்தைகளாய் மொட்ட விழ்ந்தே
உண்டுவக்கும் தேன்துளிர்க்கக் கண்ட தென்றல்
ஓடிவந்தே அள்ளிமணம் தூவும் எங்கும்!

(இரண்டாம் படலம், பா. 6)

மணமணக்கும் சுவைகுலவு பழங்கள் எல்லாம்
மகிழ்ந்துலவும் பறவையினம் கவர்ந்தி ழுக்கும்
குணமளிக்கும் செடிகொடிகள் படர்ந்த டர்ந்தே
குளிர்நிழலில் உறவுடனே படுத்து றங்கும்
இணரவிழ்ந்தே நாறுகின்ற மலர்கள் எல்லாம்
எழிலணிந்த கோலத்தால் இசைந்தே யாடும்
உணர்வடர்ந்த உயிர்களெல்லாம் படைத்தோன் உள்ளி
ஒருங்கிணைந்தே புகழ்போற்றி உவந்தே பாடும்!

(இரண்டாம் படலம், பா. 7)

என்னும் செய்யுட்களின் வாயிலாக வருணிக்கிறார். அதாவது புண்ணியத்தின் பொன் கருக்கள் விதையாய் விழுந்து பூக்களோடு மலர்ந்திருக்கின்ற தோட்டமே ஏதேன் தோட்டமாகும். அழகெல்லாம் ஒருங்கு கூடிய அது, விழிகள் விரிய காணவேண்டிய எழில் மிக்கதாகும். அங்கே நிறைந்து செழித்திருக்கின்ற மரங்கள் மனதைக் கவர்ந்திழுக்கும்படி வளர்ந்திருக்கும். தரையெங்கும் மண்மகளின் மென்மையான மேனியைக் குற்றமற்ற குழந்தைகள் போல, கொடிகள் தழுவிக் கிடக்கும். அவற்றில் பூத்திருக்கும் பூக்களில் தேனையும் மணத்தையும் கண்ட தென்றல் ஓடிவந்து அவற்றிலுள்ள நறுமணத்தை அள்ளி எங்கெங்கும் தூவும். மணமும் சுவையும் மிக்க பழங்கள் மகிழ்ந்து பறந்து திரிகின்ற பறவைக் கூட்டங்களைக் கவர்ந்து இழுக்கும். மரங்களின் நிழலில் செடி கொடிகள் அடர்ந்து படர்ந்து ஒன்றோடு ஒன்று உறவு கொண்டு படுத்து உறங்குவது போலக் காட்சிதரும். கொத்தாக மலர்ந்த மலர்கள் நறுமணத்தோடு எழிற்கோலம் காட்டி இசைந்து தென்றலில் ஆடும். உணர்வு மிக்க உயிர்கள் எல்லாம் இறைவனை மனதுள் எண்ணி ஒன்றிணைந்து புகழினைப் போற்றிப் பாடும் என அமைந்துள்ள வருணனைப் பகுதி கவிநயம் மிக்கது.

நிலையாமைக் கருத்துகள்

ஆதியாகம காவியத்தின் பல இடங்களில் ஆசிரியர் நிலையாமைக் கருத்துகளைக் குறிப்பிட்டுள்ளார். பதினான்காம் படலத்தில் மனிதனின் இளமைக் காலம், முதுமையின் அவலம், மனிதனின் இறுதி நாட்கள் ஆகிய கருத்துகளில் பல செய்யுட்கள் இடம்பெற்றுள்ளன. மேலும், பிறப்பு உண்டு என்றால் இறப்பும் இருக்கும் என்னும் உண்மையை அறியாமல் வாழ்கின்ற மக்கள், இறக்கின்ற நேரம் நெருங்கும்போது அது வராமல் தடுப்பதற்குத் துடிதுடிக்கின்றார்கள். மடியிலிருந்து கறந்த பால் மீண்டும் காம்பில் சென்று புகுதல் இல்லை. அப்படி ஒரு முயற்சி செய்தால் அது பயனளிக்குமா சொல்லுங்கள். நிறம் கூட மாறக் கூடும், ஆனால் இவ்வுலகில் இறப்பு உண்டு என்பது மாறாத உண்மையாகும். இக்கருத்தமைந்த செய்யுளில் உலகினில் இறப்பு என்பது உறுதியானது என விளக்கம் தருகிறார்.

புதிய ஏற்பாட்டுச் செய்திகள்

பழைய ஏற்பாடான ஆதியாகமத்தை மட்டும் ஆதாரமாகக் கொண்டு படைக்கப்பட்டுள்ள காப்பியமான ஆதியாகம காவியத்தில், புதிய ஏற்பாட்டிலுள்ள யோவான் மற்றும் ரோமர் ஆகிய நூல்களில் காணலாகும் ஆபிரகாம் பற்றிய செய்திகளையும் ஆசிரியர் எடுத்தாண்டுள்ளார். பதினாறாம் படலம் ஆபிரகாமின் இறுதி நாட்களைப் பற்றி விவரிக்கிறது.

யோவான் எழுதிய நற்செய்தி நூலில் எட்டாம் அதிகாரம் 31 ஆம் வசனத்திலிருந்து 59 ஆம் வசனம் வரையிலான செய்திகளை ஆதாரமாகக் கொண்டு மூன்று செய்யுட்களும், ரோமர் 4 ஆம் அதிகாரம் முதலாம் வசனத்திலிருந்து 14 ஆம் வசனம் வரையிலான செய்திகளை அடிப்படையாகக் கொண்டு இரண்டு செய்யுட்களும் இடம்பெற்றுள்ளன.

ஆதாம் முதல் யோசேப்பு வரையிலான வரலாற்றுக் களஞ்சியம்

ஆதாம் தொடங்கி யோசேப்பு வரையிலான வரலாற்றினை விவரிக்கும் வரலாற்றுக் களஞ்சியமாக இக்காப்பியம் திகழ்கிறது. விவிலியத்தின் ஆதியாகம நூல் முதன்மையானது மட்டுமன்றி தொன்மையான நிகழ்வுகளை அடக்கிய நூல். உலகம் படைக்கப்பட்ட வரலாறு மற்றும் மனிதன் படைக்கப்பட்ட வரலாறு தொடங்கி, மனிதனின் வரலாற்று நிகழ்வுகள் ஆண்டு வரிசைப்படி விரிவாக எடுத்தோதப்பட்டுள்ளன. ஆதியாகமத்தில் நோவாவின் மூலம் கடவுள் மனித இனத்தை மீண்டும் முறைப்படுத்திய நிகழ்வுகள் சிறப்புடையன.

கவித்திறம்

காப்பிய ஆசிரியர் சாமிமுத்து அவர்களின் கவித்திறனுக்குத் தக்க சான்றாக இக்காப்பியம் அமைந்துள்ளது.

கார்மேகம் இல்லாமல் மழையும் உண்டா?
கரும்விழிகள் இல்லாமல் பார்வை உண்டா?
ஏர்பூட்டல் இல்லாமல் விளைவும் உண்டா?
ஈரந்தான் இல்லாமல் முளையும் உண்டா?
மார்தட்டி நிற்கின்ற பொல்லார் எல்லாம்
மாபரனின் இசைவின்றி இயங்கல் உண்டா?
கூர்கெட்டுப் போய்விட்ட அம்மைப் போலே
கோள்கெட்டுப் போனார்கள் இறைவன் விட்டே!

(எட்டாம் படலம், பா. 29)

என்னும் செய்யுளில் இறைவனை மக்கள் மறந்து, பாபேல் கோபுரம் கட்ட எண்ணியதை ஆசிரியர் தம் கவித்துவத்தில் எடுத்தியம்புகிறார்.

பிற்சேர்க்கை

ஆதியாகம காவியத்தில் ஆசிரியர் பிற்சேர்க்கை என்னும் பகுதியின் மூலமாக உரைநடை வடிவில் ஆதாம், காயீன், நோவா, நாகோர் ஆபிரகாம், இஸ்மயேல், ஏசா ஆகியோரின் வழி மரபுகளைப் பட்டியலிடுகிறார். சான்றாக ஆதாமின் வழிமரபினரைப் பின்வருமாறு சுட்டுகிறார்:

> காயீன், ஆபேலைப் பெற்ற ஆதாம் தன் மனைவியுடன் கூடி வாழ, அவளும் மகன் ஒருவனைப் பெற்று அவனுக்குச் சேத்து என்று பெயரிட்டாள். 'காயீன் ஆபேலைக் கொன்றதால் அவனுடைய இடத்தில் இன்னொருவனைக் கடவுள் வைத்தருளினார்' என்றாள். சேத்து பிறந்தபின் ஆதாம் எண்ணூறு ஆண்டுகள் வாழ்ந்தான். ஆதாமுக்கு மேலும் புதல்வரும், புதல்வியரும் பிறந்தனர். மொத்தம் தொள்ளாயிரத்து முப்பது ஆண்டுகள் வாழ்ந்தபின் ஆதாம் இறந்தான்.
>
> சேத்துக்கு ஏனோசு பிறந்தான். ஏனோசுக்குக் கேனான் பிறந்தான். கேனானுக்கு மகலலேல் பிறந்தான். மகலலேலுக்கு எரேது பிறந்தான். எரேதுக்கு ஏனோக்குப் பிறந்தான். ஏனோக்குக்கு மெத்துசேலா பிறந்தான். மெத்துசேலாவுக்கு இலாமேக்கு பிறந்தான். இலாமேக்கிற்கு நோவா பிறந்தான். நோவாவிற்குச் சேம், காம், எப்பேத்து ஆகியோர் பிறந்தனர். அப்போது நோவாவுக்கு ஐந்நூறு வயது. *(ப. 416)*

இப்பகுதியின் மூலம் காப்பியத்தில் இடம்பெற்றுள்ள வரலாறுகளை விரிவாக அறிந்து கொள்ள முடிகிறது. காப்பியத்தைப் படிக்கும் வாசகர்களுக்கு இந்த பிற்சேர்க்கை மிகவும் உதவியாக அமைந்துள்ளது.

ஆதியாகம காவியம் விவிலியத்திலுள்ள ஆதியாகமம் என்னும் முதல் நூலை மட்டும் ஆதாரமாக வைத்து எழுதியதால், ஆசிரியர் தாம் சொல்ல வேண்டிய செய்திகளை விரிவாகவும் சிறப்பாகவும் வெளிப்படுத்தியுள்ளார். ஆசிரியரின் கவித்திறனுக்குச் சான்று பகரும் விதத்தில் இக்காப்பியம் அமைந்துள்ளது.

> ஆதியாகமக் காவியத்தின் பக்திச் சுவையே இதன் இதயத் துடிப்பாகும். இறைப்பற்றும் மனித நேயமும் இதன் உயிரோட்டமாகும். தமிழ் மொழிக்கும் கிறித்தவ சமயத்திற்கும் இக்காவியம் ஒரு புத்தணியாகும்; தமிழ் இலக்கிய உலகிற்கு ஒரு புதிய வரவாகும்; மொழிக் கலப்பில்லாத செம்மொழிக்கு வளங்கூட்டும் பேரிலக்கியப் படைப்பாகும் *(ப.xiv)*

என்னும் ஆசிரியரின் கூற்றே இக்காப்பியத்தின் சிறப்பையும் பெருமையையும் தெளிவாகப் புலப்படுத்துகிறது.

IV. கிறிஸ்துவின் வரலாற்றுக் காப்பியங்கள்
7. கிறிஸ்தாயனம்

தமிழ் நாட்டுக் கிறித்தவரால் எழுதப்பட்ட முதல் கிறித்தவக் காப்பியம் என்னும் பெருமையை உடையது கிறிஸ்தாயனம். இதன் ஆசிரியர் கிறித்தவக் கீர்த்தனைகள் எழுதிப் புகழ் பெற்ற ஜான் பால்மர் ஆவார். 1865 ஆம் ஆண்டு நாகர்கோவிலில் முதலில் பதிப்பிக்கப்பட்ட இக்காப்பியம், சென்னையிலுள்ள ஆசியவியல் நிறுவனத்தின் மூலம் 2008 ஆம் ஆண்டு இரண்டாம் பதிப்பாகவும் 2020 ஆம் ஆண்டு மூன்றாம் பதிப்பாகவும் வெளிவந்துள்ளது.

ஆசிரியர் வரலாறு

கன்னியாகுமரி மாவட்டக் கீர்த்தனைக் கவிஞர்களுள் முதன்மை யானவர் ஜான் பால்மர். இவர் நாகர்கோவிலிலிருந்து பத்து கிலோ மீட்டர் தொலைவிலுள்ள மயிலாடி என்னும் ஊரில் 1812 ஆம் ஆண்டு நவம்பர் மாதம் 15 ஆம் நாள் பிறந்தார். இவ்வூரில் தான், தென் திருவிதாங்கூரின் முதல் சீர்திருத்த ஆலயம் 1809 ஆம் ஆண்டு கட்டப்பட்டது. இச்சபை கன்னியாகுமரி, தென்கேரளம், கொல்லம், கொட்டாரக்கரா ஆகிய மூன்று பேராயங்களுக்குத் தாய்ச்சபையாக விளங்குகிறது.

கல்வியும் இறைப்பணியும்

தமிழிலக்கியத்தில் தேர்ச்சி பெறத் தமிழ்ப் பண்டிதர் திருவம்பலத் திண்ணமுத்தம் பிள்ளையிடம் தொடக்கக் கல்வியும் தொடர்ந்து நாகர்கோவில் இறையியல் பள்ளியில் திருமறைக் கல்வியும் பயின்றார். ஜான் பால்மர் இறையியலில் அதிக நாட்டம் கொண்டு விளங்கியதால், அவர் தந்தை உயர் கல்விக்காகச் சென்னைக்கும் பின்னர் யாழ்ப்பாணத்திலிருந்த வேதசாஸ்திரக் கல்லூரிக்கும் அனுப்பி வைத்தார். உயர் கல்வியை முடித்து மயிலாடிக்குத் திரும்பிய ஜான் பால்மரை மிஷனெரி அருள்திரு. மால்ட் தமக்கு எழுத்தராக நியமித்தார். தொடர்ந்து நாகர்கோவிலில்

புதிதாக நிறுவப்பட்ட அச்சுக்கூடத்தின் பணிகளைக் கவனிக்கும் பொறுப்பாளராகவும் நியமனம் செய்யப்பட்டார்.

ஜான் பால்மர் 1830 ஆம் ஆண்டு ஜூலை ஐந்தாம் நாள் பேரின்பம் அம்மாளை வாழ்க்கைத் துணைவியாக்கினார். இத்தம்பதியர்க்கு இரண்டு ஆண் பிள்ளைகள் பிறந்தனர். நாகர்கோவிலில் மிஷனெரியாகப் பணி செய்து வந்த அருள்திரு. மால்ட்டுக்கு ஊழியத்தில் துணை செய்யும் பொருட்டு அருள்திரு. ஆடிஸ் அனுப்பப்பட்டபோது, அவருக்குத் தமிழ் கற்றுக் கொடுக்கும் பணியில் ஜான் பால்மர் அமர்த்தப்பட்டார். பின்னர் அருள்திரு. ஆடிஸ் கோயம்புத்தூர் பகுதியில் நற்செய்தி ஊழியத்தைத் தொடங்குவதற்காக அனுப்பப்பட்ட போது தம் குடும்பத்தினருடன் ஜான் பால்மரும் சென்றார். கோயம்புத்தூரின் காலநிலை திருமதி. பேரின்பம் அம்மாளுக்கு ஒத்துக் கொள்ளாததால் நோய்வாய்ப்பட்டார். எனவே ஓராண்டு நற்செய்தி ஊழியத்திற்குப் பின் குடும்பத்துடன் நாகர்கோவிலுக்குத் திரும்பினார்.

அருள்திரு. மால்ட், ஜான் பால்மர் குடும்பத்தை அன்புடன் ஏற்று, சுதேசி துணை உதவியாளராகப் பணியில் சேர்த்தார். பிற பணிகளுடன் அச்சுக்கூடத்தில் மொழிபெயர்ப்பு, மெய்ப்புகளைத் திருத்தும்பணி, கிறித்தவ நற்செய்திகளைத் துண்டுத்தாள்களில் அச்சிட்டு விநியோகம் செய்யும் பணி ஆகியவற்றையும் அருள்திரு. மால்ட்டுடன் மேற்கொண்டார். அருள்திரு.மால்ட் ஊழியத்தினின்று ஓய்வுபெற்று இங்கிலாந்துக்குச் சென்ற பின்பு, ஜான் பால்மருக்கும் மிஷன் பொறுப்பில் இருந்தவர்களுக்குமிடையே ஏற்பட்ட கருத்து வேறுபாட்டால் திருவனந்தபுரத்திலிருந்த அருள்திரு. மீட்டிடம் அடைக்கலம் புகுந்தார்.

படைப்புகள்

ஜான் பால்மர் எழுதிய 61 கீர்த்தனைகள் இன்று கிடைக்கின்றன. இவர் கீர்த்தனைகள் மட்டுமின்றி வேறுபல நூல்களையும் படைத்துள்ளார். அவை,

1. ஞானப்பதக் கீர்த்தனம் (Christian Lyrics)
2. கிறிஸ்தாயனம் (Life of Christ)
3. மேசியா விலாசம் (Life of Christ in Lyrics)
4. சத்திய வேத சரித்திரக் கீர்த்தனை (Bible History in Lyrics)
5. பேரானந்தக் கும்மி (Heavenly delight)
6. நல்லறிவின் சார்க்கவி

என்பனவாகும்.

இத்தகைய இனிய படைப்புகளைக் கிறித்தவத் தமிழ் உலகிற்குப் படைத்துத் தந்த ஜான் பால்மரின் முன்னோர்கள் பக்தி வைராக்கியம் மிகுந்த இந்துக்களாய் வாழ்ந்தவர்கள். சோதிடம், மருத்துவம், இலக்கியம் போன்ற கலைகளில் ஆழ்ந்த அறிவும் ஈடுபாடும் உடையவர்கள். இவர்கள் தொன்மை வாய்ந்த ஒடுக்கப்பட்ட சமுதாயத்தைச் சேர்ந்தவர்கள். பல தலைமுறைகளுக்கு முன்னரே காவிரி பாயும் தஞ்சை பகுதியிலிருந்து திருநெல்வேலி மாவட்டத்திலுள்ள வல்ல நாட்டுப் பகுதியில் சென்று குடியேறியவர்கள். பின்னர் அங்கிருந்து நாஞ்சில் நாட்டுப் பகுதியான மயிலாடிக்குக் குடிபெயர்ந்தனர். வைதீக இந்துக் குடும்பத்தில் பிறந்த ஜான் பால்மரை மகத்துவம் மிக்கக் கீர்த்தனைக் கவிஞராக, காப்பியப் புலவராக மாற்றியது மயிலாடி மண்.

ஜான் பால்மரின் துணைவியார் பேரின்பம் அம்மாள் நோய் வாய்ப்பட்டு 1859 பெப்ரவரி ஒன்பதாம் நாள் காலமானார். கவிஞர் ஜான் பால்மர் 1883 ஆம் ஆண்டு ஏப்ரல் திங்கள் 2 ஆம் நாள் தன்னுடைய 71 ஆவது வயதில் இறைவனடி சேர்ந்தார். ஜான் பால்மருடைய உடல் திருவனந்தபுரத்திலுள்ள கிறிஸ்துநாதர் ஆலயத்தின் கல்லறைத் தோட்டத்தில் அடக்கம் செய்யப்பட்டது.

கிறிஸ்தாயனம்

இயேசு கிறிஸ்துவின் வாழ்வை விவரிக்கும் முதல் கிறித்தவக் காப்பியம் கிறிஸ்தாயனம். இராமபிரானின் வரலாற்றை விவரிக்கும் காப்பியத்திற்கு இராமாயணம் எனப் பெயர் சூட்டியது போன்று, இயேசு கிறிஸ்துவின் வாழ்க்கை வரலாற்றை விளக்குவதால் இந்நூலிற்கு கிறிஸ்தாயனம் (Life of Christ) எனப் பெயரிட்டுள்ளார். இக்காப்பியம் கிறித்தவ கலாவிருத்திச் சங்கத்தாருக்காக நாகர்கோவில் இலண்டன் மிஷன் அச்சகத்தில் அச்சடிக்கப்பட்டது. தமிழ் நாட்டைச் சேர்ந்த ஒருவரால் எழுதப்பட்டு வெளிவந்த முதல் காப்பியம் கிறிஸ்தாயனம் என்பதால், அக்காலத்தில் இக்காப்பியத்திற்கு மிகுந்த வரவேற்பு இருந்தது. மேலும், ஜான் பால்மர் ஏராளமான கிறித்தவக் கீர்த்தனைகளையும், கிறித்தவச் சிற்றிலக்கியங் களையும் படைத்திருந்ததன் மூலம் இந்நூல் மிகுந்த வரவேற்பைப் பெற்றது.

காப்பிய அமைப்பு

கிறிஸ்தாயனம் பாயிரம், தெய்வ வணக்கம், நூல் வரலாறு என்னும் பகுதிகளுடன் தொடங்குகிறது. இக்காப்பியம் பால காண்டம், கிரியா

காண்டம், அவஸ்தா காண்டம், ஆரோகண காண்டம் என்னும் நான்கு காண்டங்களைக் கொண்டு 842 விருத்தப்பாக்களால் ஆனது. ஒவ்வொரு காண்டமும் பல்வேறு உட் தலைப்புகளைக் கொண்டது.

தெய்வ வணக்கம்

தெய்வ வணக்கம் பகுதியில் பிதா, சுதன், பரிசுத்த ஆவி என்னும் திரியேகக் கடவுளைத் தனித்தனிச் செய்யுட்களின் மூலம் வணங்குகிறார். பிதாவை,

விண்ணதோடு பூவெலாம் விண்டுருப்படுத்தியே
அண்ணலாய்அ ரூபியாய் ஐம்புலன்கடந்து நின்
றெண்ணவும்வி ளம்பவும் எட்டொணாமலெங்கணும்
திண்ணமாய்நி றைந்த மா திவ்யதாதை காப்பதாம்

(காப்பு, பா.1)

என தெய்வ வணக்கத்தில் பாடுகிறார்.

நூல் வரலாறு

தெய்வ வணக்கம் என்னும் பகுதியின் இறுதியில் நூல்வரலாறு இடம் பெற்றுள்ளது. இதிலுள்ள இரண்டு செய்யுட்களும் நூல் எழுதுவதற்கான காரணத்தையும், நூலில் இடம் பெற்றுள்ள செய்திகளையும் தெரிவிக்கின்றன. அச்செய்யுட்கள் பின்வருமாறு:

பண்டிறைவன் விதித்தளித்த பழவேற்பாடதில் குறியாய்
விண்டுரைத்த தேவசுதன் விடுத்தாந்த மதுவிரிவாய்க்
கொண்ட சுவிசேஷமதைக் கூர்ந்தாராய்ந் தெளிதுணரத்
தண்டமிழால் இங்கமைத்துத் தமியேனு ரைக்கலுற்றேன்

ஆண்டவனிங் கேமனுவாய் அவதரித்த வாறதுவும்
ஈண்டிரட்சிப் பின்கிரியை இயற்றிவந்த வாறதவும்
மாண்டுயிர்த்தெ ழுந்ததற்பின் வானடைந்த வாறுமவன்
மீண்டுவந்து நடுத்தீர்க்கும் மேரையையும் கூறலுற்றேன்

(நூல் வரலாறு, பா.5, 6)

1. பால காண்டம்

கிறிஸ்தாயனத்தின் முதல் காண்டமான பால காண்டம், இயேசு கிறிஸ்துவின் பிறப்பு முதல் அவரது பன்னிரண்டு வயது வரையுள்ள செய்திகளைத் தருகிறது. கம்பராமாயணத்தைப் பின்பற்றி இயேசு கிறிஸ்துவின் இளமைப் பருவத்தை விவரிக்கும் முதல் காண்டத்திற்குப் பால காண்டம் எனப் பெயரிட்டுள்ளார். பால காண்டம் 55 செய்யுட்களைக்

கொண்டுள்ளது. இச்செய்யுட்கள் ஒன்பது தலைப்புகளில் உள்ளன. இயேசு கிறிஸ்துவின் சிறப்பை திருக்குமாரன் மாட்சிமை என்னும் பகுதியில் கீழ்வருமாறு பாடுகிறார்:

> ஆதியும் அந்தமும் அகன்ற நித்தியன்
> சோதியிலணு கொணாத் துலங்கு சோபிதன்
> கோதிலாதியலுசற் குணதயாபரன்
> நீதியின் சூரியன் நிமல நாதனே *(பால காண்டம், பா. 7)*

2. கிரியா காண்டம்

இயேசு கிறிஸ்து செய்த அற்புதங்களை விளக்குவதால் இரண்டாம் பகுதிக்குக் கிரியா காண்டம் எனப் பெயரிட்டுள்ளார். இயேசு கிறிஸ்து தன் சீடர்களைத் தெரிந்து கொண்டது முதல், பத்து ராத்தல் திரவியம் பெற்ற ஊழியக்காரரைக் குறித்து சொன்ன உவமை வரையிலான செய்திகள் இதில் இடம் பெற்றுள்ளன. கிரியா காண்டம் 50 உட்தலைப்புகளைக் கொண்டது. இக்காண்டத்திலுள்ள மொத்த செய்யுட்களின் எண்ணிக்கை 426 ஆகும். கடல் கொந்தளிப்பமர்த்தல் என்னும் உட்தலைப்பில், இடம்பெற்றுள்ள மூன்று செய்யுட்களும் வருமாறு:

> ஜேசொரு நாள் படகேறிச் சீஷரோடு
> பாசமொடு செலும்வேளை பள்ளி கொள்ள
> மாசுழல் காற் றெழும்பியந்த மரக்கலத்தை
> மோசமுறத் தக்கதாய் மோதிற்றன்றே

> அங்கதிர்ச்சியால் சீஷர் ஐயரே யாம்
> இங்கழிந்து போகிறோ மென்றெழுப்ப
> உங்கள் விசுவாசமெங்கன் றுரைத்து ஜேசு
> பொங்கு கடல் காற்றுடனே பொறு நீ என்றார்.

> அவரதட்டக் கடல் காற்றும் அமர்ந்துபோக
> நவமலவோ இதுவென்று நடுங்கிச் சீஷர்
> தவமகத்வர் தாமிவரே சலதி காற்றும்
> இவருரைகேட் கின்றனவே யென வியந்தார்.

(கிரியா காண்டம், பா. 210-212)

3. அவஸ்தா காண்டம்

இயேசு கிறிஸ்து பட்ட பாடுகளை விவரிப்பதால் இதற்கு அவஸ்தா காண்டம் (அவஸ்தை-துன்பம்) எனப் பெயரிட்டுள்ளார். அவஸ்தா

காண்டத்தில் மரியாள் இயேசு நாதருக்குப் பரிமளத் தைலம் பூசுவதிலிருந்து அவர் சிலுவையில் அறையுண்டு மரித்து அடக்கம் பண்ணப்பட்டது வரையுள்ள செய்திகள் விவரிக்கப்பட்டுள்ளன. அவஸ்தா காண்டம் 24 உட்தலைப்புகளைக் கொண்டது. இக்காண்டத்திலுள்ள மொத்தச் செய்யுட்களின் எண்ணிக்கை 249 ஆகும்.

அவஸ்தா காண்டம் ஏழு வாரங்களாகப் பகுக்கப்பட்டுள்ளது. ஆதித்த வாரம் 10 பாடல்களும், சோம வாரம் 3 பாடல்களும், குச வாரம் 50 பாடல்களும், புத வாரம் 4 பாடல்களும், குரு வாரம் 86 பாடல்களும், சுக்கிர வாரம் 82 பாடல்களும், மந்த வாரம் 10 பாடல்களும் உடையன. ஜான் பால்மர் கிழமை என்பதற்கு வாரம் என்னும் வடமொழிச் சொல்லைக் கையாண்டுள்ளார். (ஆதித்த வாரம் - ஞாயிற்றுக் கிழமை; சோம வாரம் - திங்கள் கிழமை; குச வாரம் - செவ்வாய் கிழமை; புத வாரம் - புதன் கிழமை; குரு வாரம் - வியாழக் கிழமை; சுக்கிர வாரம் - வெள்ளிக் கிழமை; மந்த வாரம் - சனிக் கிழமை). பேதுரு ஆண்டவரை மறுதலித்தல் என்னும் தலைப்பில் பதினொரு செய்யுட்கள் உள்ளன. அவற்றில் இறுதி மூன்று செய்யுட்கள் இங்கு சான்றாகத் தரப்படுகின்றன:

அப்பொழுது பேதுருதான் அதிகபய முற்று நீர்
செப்பியஅந் நரனாரோ தெரியாதெ னக்கெனவே
இப்படி மறுதலித்தவ் இகலாரின் கையினின்று
தப்ப உன்னிச் சாபமிட்டுச் சத்தியமும் பண்ணின்னே.

கோழியிரண் டாந்தரமும் கூவிடத்தன் சென்னியது
தாழவிடாதே சபித்துச் சத்தியமும் பண்ணி அங்கே
சூழநிற்கும் மாந்தரின்முன் துணிவுகொண்ட பேதுருவை
வீழவிடா தேகருத்தர் விழிநோக்கிப் பார்த்தனரே.

மீண்டிருகால் கோழி கூவிடுமுன் நீ முக்காலும்
மூண்டறியே னென்றெனைத்தான் முழுதுமறுப் பாய் எனவே
ஆண்டவர்உ ரைத்த வாக் கதையவன் அப் போதுணர்ந்து
தாண்டி வெளி சென்று மிகு தாபமுட னேஅழுதான்.

(அவஸ்தா காண்டம், பா. 155-157)

4. ஆரோகண காண்டம்

இசைப்பாட்டின் ஏறுமுகக் குறிப்பினை நினைவில் நிறுத்தி, இயேசு கிறிஸ்து வானுலகம் சென்ற செய்திகளை விவரிக்கும் பகுதிக்கு ஆரோகண காண்டம் எனப் பெயர் சூட்டியுள்ளார். ஆரோகண காண்டத்தில் இயேசு

பெருமான் உயிர்த்தெழுந்தது முதல் அவரது இரண்டாம் வருகை வரையுள்ள செய்திகள் இடம் பெற்றுள்ளன. ஆரோகண காண்டம் 11 உட்தலைப்புகளைக் கொண்டது. இக்காண்டத்திலுள்ள மொத்த செய்யுட் களின் எண்ணிக்கை 106 ஆகும். பரிசுத்த ஆவியானவர் சீஷர்கள் மேல் இறங்கினது என்னும் தலைப்பிலுள்ள இரண்டு செய்யுட்கள் வருமாறு:

மேவிய சீஷர் ஜேசு விண்ணெழுந்தீரைந்தாம் நாள்
தாவிலோர் வீட்டில் தங்க சடுதியாய்ப் பரிசுத்தாவி
மாவதிர் முழக்கத்தோடே வகிர்ந்த அக் கினிக் கொழுந்து
நாவுகட்கிணையாய் அன்னோர் நடுவினில் தோன்றினாரே.

அந்தவாறாவி சீஷர்க் களித்திடப்படவே அந்த
பெந்தெகோஸ்தெனும் விழாவில் பெயர்ந்தெலாத் திசை யினின்றும்
வந்தவர் பலரும் சீஷர் மறுபல பாஷை தன்னில்
விந்தையாய்ப் பேசக்கேட்டு மிகவும் ஆச்சரியமுற்றார்.

(ஆரோகண காண்டம், பா. 72, 73)

காப்பியத் தலைவர்

பெருங்காப்பியம் 'தன்னேரில்லாத் தலைவனை உடைத்தாய்' அமைதல் வேண்டும் எனத் தண்டியலங்காரம் குறிப்பிடுகின்றது. தேம்பாவணியில் சூசையப்பர் காப்பியத் தலைவராகவும், இரட்சணிய யாத்திரிகத்தில் கிறித்தவனாகிய யாத்திரிகன் காப்பியத் தலைவராகவும், பவுலடியார் பாவியத்தில் பவுல் காப்பியத் தலைவராகவும், திருத்தொண்டர் புராணத்தில் தேவசகாயம் பிள்ளை காப்பியத் தலைவராகவும் படைக்கப் பட்டுள்ளனர். கிறிஸ்தாயனம் விவிலியத்திலுள்ள மத்தேயு, மாற்கு, லூக்கா, யோவான் என்னும் நால்வர் எழுதிய நற்செய்தி நூல்களை அடிப்படையாகக் கொண்டு எழுதப்பட்டுள்ளதால் இக்காப்பியத்தின் தலைவர் இயேசு கிறிஸ்து. காப்பியத்தின் தலைமை மாந்தரை அடிப்படையாகக் கொண்டு கடவுள் காப்பியம், அடியவர் காப்பியம், அரச காப்பியம், மக்கள் காப்பியம் எனக் காப்பியங்களைப் பகுக்கலாம் என்பர். அவ்வகையில் இது கடவுள் காப்பியம் என வகைப்படுத்தத் தகுதி உடையதாகும்.

கவிதையாக்கம்

விவிலியத்திலுள்ள நிகழ்வுகளை எளிமையான கவிதைகளாக மாற்றுவதில் வல்லவராக ஜான் பால்மர் விளங்கியுள்ளார். கிறித்தவக் கீர்த்தனைகளை இயற்றியுள்ள பயிற்சியின் மூலம், விவிலியத்திலுள்ள

கிறித்தவக் காப்பியங்கள்

செய்திகளை நேரடியாக, தெளிவாக, எளிமையாக, சுருக்கமாகக் காப்பிய வடிவில் அமைத்துள்ளார். பாயிரத்தில் இது குறித்த செய்தியை,

> கற்றவரன்றியுங் கல்லாதவரு
> முற்றெளிதாய்க்கண் டுணருதற்கிடனா
> யதியரும்பதங்க ளகல மிக்காறும்
> பொதுநிகழுரைகள் புலப்பட வமைத்து

(பாயிரம், அடி. 13-16)

என நுட்பமாக வெளிப்படுத்தியுள்ளார். இவரது கவிதையாக்கத்தின் மூலம் இவருக்குக் கம்பராமாயணத்தில் இருந்த புலமையையும், பிற பக்தி இலக்கியங்களில் இருந்த பயிற்சியையும், இலக்கண அறிவையும் விவிலியப் புலமையையும் அறிந்து கொள்ள முடிகிறது. பல்வேறு இலக்கியங்களைப் படித்து அவற்றை உள்வாங்கி அவற்றின் அடிப்படையில் இயேசு கிறிஸ்துவின் வரலாற்றைப் பாடியுள்ளார். இயேசு கிறிஸ்துவின் வாழ்க்கை வரலாற்றை எளிமையாக எவ்வித வர்ணமும் இன்றி செய்யுள் நடையில் கொடுப்பதே இவரது இலக்கியக் கொள்கையாகும். திருமறையில் இல்லாத எக்கருத்தையும் ஆசிரியர் எவ்விடத்திலும் கூறவில்லை. கிறிஸ்தாயனத்தில் ஆசிரியரின் தடையற்ற கவிதை ஓட்டத்தைக் காணமுடிகிறது. சான்றாகச் சில:

'எந்த மனுஷனும் முன்பு நல்ல திராட்ச ரசத்தைக் கொடுத்து, ஜனங்கள் திருப்தியடைந்த பின்பு, ருசி குறைந்ததைக் கொடுப்பான், நீரோ நல்ல ரசத்தை இதுவரைக்கும் வைத்திருந்தீரே என்றான்' *(யோவான் 2:10)* என்னும் வசனத்தை,

> ஏற்றவ்விருந்ததிபன் ரசமினிதாய் ருசிகொண்டே
> மாற்றந்தகை யோராதவன் மணவாளனோடெவனும்
> ஈற்றில் ருசிதாழ்வானதை இடுவா னிதுவரை நீர்
> ஊற்றாது நல்ரசமானதை ஒளித்தீரென உரைத்தான்

(கிரியா காண்டம், பா.38)

எனப் பாடுகின்றார். இயேசு கிறிஸ்துவின் மலைப் பிரசங்கத்தைச் சிறப்பாகக் கவிதையாக்கியுள்ளார். சான்றாக,

> அகத்துளா துலர் அங்கடை வார்கதி
> சுகத்துளாவர் துயர்படுவோர் பொறை
> தொகுத்த சாந்தர்சு தந்தரிப்பார் புவி
> திகைத் திடாரவர் சீருறு செல்வரே

நீதிவாஞ்சையி னோர்நிறை வாகுவர்
மாதயையுளர் மன்னிடுவார் தயை
தீதில் தூய்நெஞ்சர் தேவனைக் காண்பரே
ஆதலால் வரும்மிகு செல்வரே

சாந்தி செய்பவர் தற்பரன் மக்களே
ஆர்ந்திதம் புரிந்தல்லுற் றோர்பரம்
சேர்ந்திருப்பர்ஜெ யத்துட னாகையின்
கூர்ந்தன்னோ ரனுகூலநற் செல்வரே

(கிரியா காண்டம், பா. 122-124)

என்னும் செய்யுட்கள் அமைந்துள்ளன. ‘ஒருவன் உன்னை ஒரு மைல் தூரம் வரப் பலவந்தம் பண்ணினால், அவனோடு இரண்டு மைல் தூரம் போ’ *(மத்தேயு 5:11)* என்னும் விவிலிய வாக்கினை,

ஒருவன் தன்னுடன் உன்னையொர் காதமே
வரமிகப்பல வந்தமியற்றிடில்
மருவி நீயிரு காதவரையுமே
உருவச் செல்லவ னோடிடை யாமலே

(கிரியா காண்டம், பா. 136)

என்னும் எளிமையான செய்யுளாக மாற்றியுள்ளார். ‘விதைக்கிறவன் ஒருவன் விதையை விதைக்கப் புறப்பட்டான்; அவன் விதைக்கையில் சில விதை வழியருகே விழுந்து மிதியுண்டது, ஆகாயத்துப் பறவைகள் வந்து அதைப் பட்சித்துப் போட்டது. சில விதை கற்பாறையின் மேல் விழுந்தது; அது முளைத்தபின் அதற்கு ஈரமில்லாததினால் உலர்ந்து போயிற்று. சில விதை முள்ளுள்ள இடங்களில் விழுந்தது; முள் கூட வளர்ந்து, அதை நெருக்கிப் போட்டது. சில விதை நல்ல நிலத்தில் விழுந்தது, அது முளைத்து, ஒன்று நூறாகப் பலன் கொடுத்தது என்றார். இவைகளைச் சொல்லி, கேட்கிறதற்குக் காதுள்ளவன் கேட்கக் கடவன் என்று சத்தமிட்டுக் கூறினார்’ *(லூக்கா 8: 5-8)* என்னும் விவிலிய வசனங்கள் ஜான் பால்மரின் கவிதை நடையில் பின்வருமாறு சிறப்பாக மிளிர்கின்றன:

விதைத்தானோ ருழவனங்கு விதைத்த வித்தில்
சிதைப்பாக வித்துசில தெருக்கண் வீழ
மிதிப்பார்தாள் பட்டுழல மீது புட்கள்
கதிப்பாய்வந் தருந்தினவே கண்ணுற்றன்றே

வேறு சில விதை பாறை மீதில் வீழ
கூறுபெற முளைத்ததற்பின் குளிர்மை யற்று
மீறியெழு பரிதியதின் வெப்பத்தாலே
ஊறுபட அதுசால உலர்ந்த தன்றே

மற்று சில வித்து முட்கள் மத்தி வீழ
உற்றவையு முளைத்தெழும்ப ஊறாய் முட்கள்
சுற்றியுற எழும்பியவை சோர்ந்து போக
முற்று நெருக்கின அவற்றை முரிக்கத் தானே

சேதமுறா நன்னிலத்தில் சிலவித் துக்கள்
பேதமற விழமுழைத்துப் பெருகி ஓங்க
ஓது பலவாறு பலன் உண்டாயிற்று
காதுளவன் இதைக்கேட்கக் கடவன் என்றார்.

(கிரியா காண்டம், பா.200-203)

ஜான் பால்மர் விவிலியச் செய்திகளை எளிமையாக, இலக்கணமுறைப்படி கவிதைகளாக மாற்றியுள்ளமைக்கு மேற்குறிப்பிட்டவை சில சான்றுகள்.

யாப்பு

ஜான் பால்மர் செவ்வியல் நெறிப்பட்ட யாப்பு வடிவங்களைப் பயன்படுத்தியுள்ளார். காப்பியத்தில் எளிமையான கவிதை வடிவத்தைப் (சிந்து போன்ற வடிவம்) பயன்படுத்தவில்லை. அறுசீர்க் கழிநெடிலடி ஆசிரிய விருத்தம், எழுசீர்க் கழிநெடிலடி ஆசிரிய விருத்தம், எண்சீர்க் கழிநெடிலடி ஆசிரிய விருத்தம், எழுசீரடி ஆசிரிய விருத்தம், கலிவிருத்தம், கலிநிலைத்துறை, விருத்தக் கலித்துறை, சந்தவிருத்தம், கலிசந்தவிருத்தம், வெளிவிருத்தம், வஞ்சி விருத்தம் முதலிய இலக்கண வடிவங்களைப் பயன்படுத்தியுள்ளார். ஜான் பால்மர் தமது காப்பியத்தின் அனைத்துச் செய்யுட்களிலும் இயல்பாக எதுகை, மோனையைப் பயன்படுத்தியிருப்பது அவருடைய கவித்திறனுக்குச் சான்றாக அமைகின்றது. ஒரு பாடலின் இறுதிச் சொல்லோ, சீரோ (அந்தம்) அடுத்த பாடலின் தொடக்கத்தில் (ஆதி) வருவதை அந்தாதி என்பர். இக்காப்பியத்தின் பல இடங்களில் அந்தாதி முறையிலும் செய்யுட்களை இயற்றியுள்ளார் .

வடமொழிச் சொற்கள்

ஜான் பால்மர் தமது காப்பியத்தில் சில இடங்களில் வடமொழிச் சொற்களைப் பயன்படுத்தியுள்ளார். ஜலம், ரசம், ஜெனனம், சம்பாஷனை, ஸ்திரி, புத்திரி, சிரசு, அவஸ்தா (அவஸ்தை) முதலிய வட சொற்களைத் தன்கால நிலைக்கேற்பத் தடையின்றி எடுத்தாண்டுள்ளார். சமயக் கலைச் சொற்களே மிகுதியாக இவ்வாறு கையாளப்பட்டுள்ளன.

வட்டார வழக்குச் சொற்கள்

அன்றைய தென்திருவிதாங்கூரின் ஒரு பகுதியான இன்றைய கன்னியாகுமரி மாவட்டத்தில் வழக்கிலிருக்கும் வட்டாரச் சொற்களை

ஜான் பால்மர் தமது காப்பியத்தில் இயல்பாகவே பயன்படுத்தியுள்ளார். சான்றாக, சூம்பின கையனைச் 'சொத்துக் கையன்' (கிரியா காண்டம், பா. 172) என்றும், ஆலயங்களில் விருந்து கொடுப்பதை 'அசனம்' (கிரியா காண்டம், பா. 182) என்றும், ஒரு மனிதரை அழைப்பதை 'ஓய்' (கிரியா காண்டம், பா.185) என்றும், திக்கித் திக்கிப் பேசுவதைக் 'கொன்னைவாய்' (கிரியா காண்டம், பா. 288) என்றும், சுகவீனத்தைத் 'தீனம்' (கிரியா காண்டம், பா. 389) என்றும், சந்தேகப்படுவதைச் 'சமுசயம்' (அவஸ்தா காண்டம், பா. 13), என்றும், நாட்களை 'திவசம்' (கிரியா காண்டம், பா. 43) என்றும், சிறிய கூர்மையான துரும்பை 'சிரா' (கிரியா காண்டம், பா.153) என்றும் தம் காப்பியத்தில் குறிப்பிட்டுள்ளார்.

மேலும் தமது காப்பியத்தில் சில இடங்களில் இயேசு என்றும், பெரும்பாலான இடங்களில் ஜேசு என்றும் பயன்படுத்தியுள்ளார். ஜான் பால்மர் இறைத்தொண்டர்களுடன் திருவனந்தபுரத்தில் பலகாலம் தங்கி யிருந்ததால் மலையாள மொழியின் தாக்கம் இவரிடம் இயல்பாகவே இருந்திருக்க அதிக வாய்ப்பு உள்ளது. மலையாள மொழி பேசுவோர் இயேசுவை 'ஜேசு' எனச் சொல்வர். ஆதலால், ஜேசு என்னும் பெயர்ச் சொல்லைப் பல இடங்களில் பயன்படுத்தியுள்ளார். சான்றாக,

ஜெருசலை நகர்சுற் றிடங்களிற் சென்று ஜேசு போதித்ததுமன்றி

(கிரியா காண்டம், பா.61)

நாசரேத்தூரன் ஜேசுவைத் தேடி நாங்கள் வந்தோமென

(அவஸ்தா காண்டம், பா. 124)

என்னும் செய்யுளடிகளைச் சுட்டலாம். வேறு எந்தக் கிறித்தவ இலக்கியங்களிலும் ஜேசு என்னும் சொல் பயன்படுத்தப்படவில்லை. ஆனால் கத்தோலிக்கக் கிறித்தவர்கள் இயேசுவை, சேசு எனக்கூறுவர். இச்சொல்லை சில கத்தோலிக்கர்களும் தங்கள் இலக்கியத்தில் பயன் படுத்துகின்றனர். சான்றாக, சுடர்மணி காப்பியத்தின் ஆசிரியர் ஆரோக்கியசாமி, காப்பியம் முழுவதிலும் சேசு எனச் சுட்டியுள்ளார்.

சில மாறுபாடுகள்

ஜான் பால்மர் சில பெயர்களை உட்தலைப்புகளில் பயன்படுத்தும் போது மொழிமுதல் எழுத்துகளை மனதில் கொண்டு எழுதுகிறார். யோவான் என்னும் பெயரை உட்தலைப்பில் பயன்படுத்தும்போது இயோவான் எனவும், லேவி என்னும் பெயரை இலேவி எனவும், சகேயு என்னும் பெயரை சக்கேயு எனவும் குறிப்பிட்டுள்ளார்.

கிறிஸ்துவின் இரண்டாம் வருகை

இயேசு கிறிஸ்துவின் வரலாற்றை விளக்கும் காப்பியங்கள், இயேசு கிறிஸ்து விண்ணகம் சென்றதோடு முடிவடைந்து விடுகின்றன. ஆனால் இயேசு கிறிஸ்துவின் வரலாற்றுடன் அவரது இரண்டாம் வருகையைக் குறித்த செய்திகளையும் சொல்வதில்தான் ஒரு முழுமை நிலையினை உணரமுடிகிறது. இயேசு கிறிஸ்துவின் இரண்டாம் வருகையைக் குறித்து கிறிஸ்தாயனத்தில் பதினொரு செய்யுட்கள் இடம்பெற்றிருப்பது இக்காப்பியத்தின் சிறப்பினை உணர்த்தவல்லது.

மேலுலகில் எழுந்து சென்ற விதமே ஜேசு
மீண்டும் இங்கு வருவரென விண்ணோர் சொன்னாற்
போலவர்மே கத்தெழுந்து சேனைதூதர்
புடைசூழ்ந்து வர வதிக மகிமையோடே
தாலமதில் ஆதிமுதல் இறந்தோர் உய்வோர்
சகலமனுக் குலத்தோர்க்கும் நியாயந்தீர்க்க
சால வொளிர் சோதிமயமாய் இறங்கிச்
சகமெலாம் கிடுகிடுங்கத் தோன்றுவாரே

(ஆரோகண காண்டம், பா. 94)

சோரன் வரும் தன்மையதாய் நினையாவேளை
தோன்றிடுவர் சாமமோ காலையோ அந்
நேரமதை யாரும் அறியார் அவர்க்கு
நேர் புனிதராய்த் தெளிந்து நிற்பதற்கு
பாருலகில் பிழைத்திருக்கும் போதே உங்கள்
பாவமதை உணர்ந் தறிக்கையிட் டு நல்ல
சீரடைந்தப் பரன்பாதம் சேர்ந்து கொள்ளும்
சிதைவிலா வாழ்வடைதல் திண்ணந்தானே

(ஆரோகண காண்டம், பா. 103)

என்னும் செய்யுட்களைச் சான்றாகச் சுட்டலாம். இவ்வகையில் இக்காப்பியம் பிற கிறித்தவக் காப்பியங்களிலிருந்து மாறுபட்டு முழுமையுடன் விளங்குகிறது.

கிறிஸ்தாயனம் எளிமை நோக்குடன் எழுதப்பட்ட கிறித்தவக் காப்பியம், அனைவரும் படித்தறிய வேண்டும் என்னும் ஆசிரியரின் நோக்கம் பாராட்டிற்குரியதாகும். இக்காப்பியம் இரண்டாம் மற்றும் மூன்றாம் பதிப்புகளின் மூலம் அண்மைக் காலங்களில் வெளிவந்ததால் மக்களிடம் அறியப்படாமல் இருந்த இக்காப்பியம் இன்று பேசப்பட்டும் ஆய்வு செய்யப்பட்டும் வருகின்றது.

8. ஞானானந்த புராணம்

இலங்கைத் தமிழர்களின் கிறித்தவ இலக்கியப்பணியானது, கிறித்தவ இலக்கிய வரலாற்றில் தனிச்சிறப்பு பெற்றுள்ளது. இலங்கையிலிருந்து வெளிவந்த கிறித்தவக் காப்பியங்களுள் திருச்செல்வர் காவியம், கிறிஸ்து காவியம் தவிர எஞ்சிய அனைத்தும் புராணம் என்னும் பெயரிலேயே அமைந்துள்ளன.

ஆசிரியர் அறிமுகம்

ஞானானந்த புராணம் நூலின் ஆசிரியர் இலங்கையிலுள்ள தெல்லிப் பழையைச் சேர்ந்த தொம் பிலிப்பு நாவலர் ஆவார். கத்தோலிக்கக் கிறித்தவரான இவர், இலக்கண இலக்கியங்களிலும், வேத நூல்களிலும் மிக்க புலமை பெற்றவர்.

புராணம் இயற்றப்பட்ட வரலாறு

ஞானானந்த புராணத்தைத் தொம் தியோகு என்பவரின் வேண்டு கோளிற்கு இணங்க தொம் பிலிப்பு நாவலர் இயற்றியுள்ளார். ஞானானந்த புராணத்தைப் பாடினோர், பாடுவித்தோர்களைப் பற்றிய வரலாற்றைப் பின்வரும் செய்யுள் தெளிவுறுத்துகிறது:

அல்லலுறு மஞ்ஞானத் திமிரந்தேய
 வருள்ஞான விசுவாச விளக்கமுந்நூற்
புல்லிய சொற்சிறிதெடுத்து விருத்தப்பாவாய்ப்
 போந்தவு ரோமாபுரியின் சங்கத்தோராற்
தொல்லுலகிலுயர்ந்த குருகுலத்து மன்னன்
 றோந்தியோகெனு முதலிமுயற்சியாலே
தெல்லிநகர் வேளான் தொம்பிலிப்புச்
 செந்தமிழிற் காப்பியமாய்ச் செய்தான் மன்னோ

காப்பிய அமைப்பு

ஞானானந்த புராணம் உற்பத்தி காண்டம், உபத்திரவ காண்டம், உத்தான காண்டம் என்னும் மூன்று காண்டங்களால் ஆனது. காண்டங்கள் சருக்கங்களால் பகுக்கப்பட்டுள்ளன. பாயிரச் சருக்கத்தைத் தவிர்த்து, பிரதம ஆரம்பச் சருக்கம், பரிசுத்த மாதாவின் திருஅவதாரச் சருக்கம், வழிப்படு புலம்பற் சருக்கம் என்னும் இருபத்து மூன்று சருக்கங்களால் இப்புராணம் அமைந்துள்ளது. ஞானானந்த புராணம் 1104 விருத்தச் செய்யுட்களைக் கொண்டது. ஞானானந்த புராணத்திற்கு விசுவாச விளக்கம் என்னும் பெயரும் உண்டு.

நூலின் பதிப்பு வரலாறு

ஞானானந்த புராணத்தை 1874 ஆம் ஆண்டு சென்னையை அடுத்த இராயபுரம் அ. சவரியப்ப முதலியாரின் மகனாகிய ச. ஜெகராவு முதலியார் பதிப்பித்துள்ளார். இக்காப்பியத்திற்கு தி. விசாகப் பெருமாள் ஐயர் மற்றும் பல புலவர்கள் சாத்துக்கவி பாடியுள்ளனர். தொம் தியோகு 1825 ஆம் ஆண்டு காலமானதால், இக்காப்பியம் 1825 ஆம் ஆண்டிற்கு முன்னர் இயற்றப் பட்டிருக்கலாம் என ஆய்வாளர்கள் கருதுகின்றனர்.

நூலிலிருந்து ஒரு பாடல்

ஞானானந்த புராணம் நூலிலிருந்து கிடைக்கப்பெற்ற ஒரு செய்யுள் பின்வருமாறு:

என்றினைய நிகழ்ந்தவண்ண மருளப்ப
    னன்னைதன்பா லிசைப்ப வெய்தி
பொன்னுடலம் வெயர்பொடிப்பப் பொருமியுள்ளம்
    பறையடிப்பப் புலன்வாய் விம்ம
நின்றனன்மெய் தள்ளாடி நெடுந்தாரை
    கண்பனிப்ப நிலத்தில் வீழ்ந்து
துன்றுமல ரடியிறைஞ்சித் தோன்றல்படுந்
    துயரமெலாஞ் சொல்ல லுற்றான்.

(வழிப்படு புலம்பல் சருக்கம், பா.1)

ஞானானந்த புராணம் பற்றி பல்வேறு நூல்களிலிருந்தும் கிடைத்த செய்திகள் மிகக் குறைவானதேயாகும். நூல் கிடைத்திருப்பின் செய்திகளை முழுமையாக அறிந்திருக்கலாம்.

❀

9. கிறிஸ்து மான்மியம்

சீர்திருத்தத் திருச்சபையைச் சார்ந்த மேலைநாட்டுக் கிறித்தவ அருட்பணியாளர்கள் இருவர் தமிழில் கிறித்தவக் காப்பியங்கள் படைத்துள்ளனர். இக்காப்பியங்களின் சிறப்பைச் சீர்தூக்கிப் பார்ப்பதைக் காட்டிலும் அவர்களது முயற்சியைப் பாராட்டுவது இன்றியமையாதது. கிறிஸ்து மான்மியம் என்னும் கிறித்தவக் காப்பியம் ஜெர்மன் நாட்டு அருட்பணியாளர் அருள்திரு. ஸ்தொஷ் (Rev. Stosch) முயற்சியால் வெளிவந்தது.

ஆசிரியர் வரலாறு

அருள்திரு. ஸ்தொஷ் 1851 ஆம் ஆண்டு செப்டம்பர் இரண்டாம் நாள் பான்சென் என்னும் ஊரில் பிறந்தார். இறையியல் கல்விக்குப் பின்னர் 1876 ஆம் ஆண்டு அக்டோபர் பத்தாம் நாள் குருப் பட்டம் பெற்றார். 1888 ஆம் ஆண்டு அக்டோபர் பன்னிரண்டாம் நாள் அருட்பணியாளராக இந்தியாவிற்கு அனுப்பப்பட்டார். இவர் தரங்கம்பாடியிலிருந்த அச்சகத்தின் மேலாளராகப் பணிபுரிந்தார். தமிழகத்தில் ஐந்து ஆண்டுகள் தங்கியிருந்து இறைப்பணி செய்தார். இவர் தரங்கம்பாடி லுத்தரன் மிஷன் அச்சகத்தின் மூலம் 1891 ஆம் ஆண்டு கிறிஸ்து மான்மியம் என்னும் கிறித்தவக் காப்பியத்தை வெளியிட்டார்.

நூல் பகுப்பு

கிறிஸ்து மான்மியம் என்னும் காப்பியம் காண்டங்கள் என்னும் பெரும் பகுப்பு இல்லாமல் சருக்கம் என்னும் வகையிலான சிறு பகுப்புகளை மட்டுமே கொண்டுள்ளது. இக்காப்பியத்தில் தேவதூதன் கன்னி மரியாளிடம் வந்த சருக்கம் முதல் பரமண்டலமேறிய சருக்கம் ஈறாக 39 சருக்கங்கள் உள்ளன. இயேசு கிறிஸ்துவின் வாழ்க்கை வரலாற்றினை விவரிக்கும் இந்நூல் 583 விருத்தப்பாக்களினால் ஆனது. இயேசு கிறிஸ்து உயிர்த்தெழுந்தபின் மகதலேனா மரியாளுக்குக் காட்சி கொடுத்ததையும்

எம்மாவூரில் இருவருக்குக் காட்சி கொடுத்ததையும் சீடர்களுக்கும் தோமாவுக்கும் காட்சி கொடுத்ததையும் தீபேரியாக் கடற்கரையில் காட்சி கொடுத்ததையும் ஆசிரியர் தனித்தனிச் சருக்கங்களாக அமைத்து, இறுதியில் பரமண்டலமேறிய சருக்கத்துடன் நூலை முடித்துள்ளார். இந்நூலில் எவ்வித வருணனைகளும் உவமை நயங்களும் இடம்பெறவில்லை.

சருக்கங்கள்

கிறிஸ்து மான்மியம் 39 சருக்கங்களால் பகுக்கப்பட்டுள்ளது. அச்சருக்கங்கள் தேவதூதன் கன்னிமரியாளிடம் வந்த சருக்கம், கிறிஸ்து திருவவதாரச் சருக்கம், விருத்தசேதனச் சருக்கம், சாஸ்திரிகள் வந்த சருக்கம், பன்னிரண்டாவது வயதில் தேவாலயம் சென்ற சருக்கம், ஞானஸ்நானச் சருக்கம், பிசாசு சோதனைச் சருக்கம், நிக்கோதேமுச் சருக்கம், தண்ணீரை திராட்சை ரசமாக்கிய சருக்கம், சமாரியப் பெண் சருக்கம், காற்றையு கடலையு மடக்கிய சருக்கம், திமிர்வாதந் தீர்ந்த சருக்கம், யவீரு மகளை யெழுப்பிய சருக்கம், விதவை மகனையுயிர்ப்பித்த சருக்கம், அய்யாயிரருக் குணவளித்த சருக்கம், அறிவுணர்த்திய சருக்கம், பிறவிக் குருடன் கண் பெற்ற சருக்கம், சமாரியன் சருக்கம், கெட்டுத் தேறினவன் சருக்கம், இலாசரு சருக்கம், குஷ்டரோகர் குணப்பட்ட சருக்கம், வேற்றுருவடைந்த சருக்கம், எருசலேஞ் சென்ற சருக்கம், அடக்கப்பட்ட விலாசரு வெழுந்த சருக்கம், கடைசி நாளில் கிறிஸ்து வருவாரென்ற சருக்கம், மரணத்தோடு போர் செய்த சருக்கம், காட்டிவிட்ட சருக்கம், ஆசாரியன் முன்னே பாடுபட்ட சருக்கம், பிலாத்துக்கு மெரோதேயுக்குமுன் பாடுபட்ட சருக்கம், ஆக்கினைத் தீர்ப்புச் சருக்கம், சிலுவையிலறையுண்ட சருக்கம், மரணமடைந்த சருக்கம், அடக்கப்பட்ட சருக்கம், உயிரோடெழுந்த சருக்கம், மக்தலாவூர் மரியாள் கண்ட சருக்கம், எம்மவிலிருவர் கண்ட சருக்கம், சீடர்களுந் தோமாவுங் கண்ட சருக்கம், தீபேரியாக் கடற்கரையில் கண்ட சருக்கம், பரமண்டல மேறிய சருக்கம் என்பவைகளாகும். இச்சருக்கங்கள் குறைந்தது ஏழு செய்யுட்களையும் அதிகமாக 32 செய்யுட்களையும் கொண்டுள்ளன.

பிறவிக் குருடன் கண்பெற்ற சருக்கம்

பிறவிக் குருடன் கண்பெற்ற சருக்கம் என்னும் பதினெட்டாவது சருக்கம் 32 செய்யுட்களை உடையது. பிறவிக் குருடனின் கண்களில் உமிழ் நீர் கலந்த மண்ணை இயேசு கிறிஸ்து பூசியபின் அவரது சொற்படி அவன் சீலோவாம் குளத்தில் சென்று கண்களைக் கழுவிப் பார்வை பெற்று மகிழ்ச்சியடைந்ததைக் கீழ்க்காணும் செய்யுட்களின் மூலம் ஆசிரியர் வெளிப்படுத்துகிறார்:

வாயினுமிழ்நீரை யொரு மண்டரை யுமிழ்ந்தா
ராயவதனாலளறு செய்ததை யெடுத்தார்
தூயபிறவிக் குருடனோக்கிடை துமித்தார்
போயி சிலொவாங் குளம்புகுந்து கழுவென்றார்.

பெற்றவர்கண் மற்றவர்கள் பெற்றவிரு கண்ணா
வுற்றவர்களாற் புவியிலுள்ள வைகளோர் வான்
பற்றுமொரு கோல் கைகொடுபார் மிசைநடப்பான்
சற்றுமதியாமலே சரேரென வெழுந்தான்.

மண்ணதனை வாரியிரு கண்ணினிடையிட்ட
வண்ணலது சொற்படியடைந்து கழுவுங்கால்
விண்ணுலகு மண்ணுலகு மேன்மைசெய் கிறிஸ்தைப்
பெண்ணொருவள் பெற்றுபெறு பேருவகை பெற்றான்.

(பிறவிக் குருடன் கண்பெற்ற சருக்கம், பா. 7-9)

எளிமையான செய்யுள் அடிகளுக்குத் தக்க சான்றாக இப்பகுதி அமைந்துள்ளது.

கவிதையாக்கம்

விவிலியத்திலுள்ள மத்தேயு, மாற்கு, லூக்கா, யோவான் என்னும் நான்கு நற்செய்தி நூல்களை அடிப்படையாகக் கொண்டு எழுதப்பட்ட இக்காப்பியம் இந்நூல்களிலுள்ள செய்திகளைச் சுருக்கமாகத் தருகிறது. லூக்கா எழுதிய நற்செய்தி நூலிலுள்ள 'தேவதூதன் அவளை நோக்கி: மரியாளே, பயப்படாதே; நீ தேவனிடத்தில் கிருபை பெற்றாய். இதோ, நீ கர்ப்பவதியாகி ஒரு குமாரனைப் பெறுவாய், அவருக்கு இயேசு என்று பெயரிடுவாயாக. அவர் பெரியவராயிருப்பார், உன்னதமானவருடைய குமாரன் என்னப்படுவார்; கர்த்தராகிய தேவன் அவருடைய பிதாவாகிய தாவீதின் சிங்காசனத்தை அவருக்குக் கொடுப்பார்' (லூக்கா *1:30-32*) என்னும் வசனங்களை,

அத்தருணத்தவன் மரியாளே நீ யஞ்சாதே
கர்த்தர் கிருபை பெற்றாயிதோ நீ கர்ப்பங் கொண்டோர்
புத்திரனைப் பெற்றேசுவெனப் பேர் புகல்வாயவ்
வுத்தமராய வருன்னத மானவரோர் சேயே

என்னப்படுவார் பரம பிதாவே யேசுப்பே
ரன்னவருக்குத் தாவிதிராசாசன மீவார்
மன்னவராயவர் யாகோபின் குலவழியாள்
முன்னவ ராசாங்கத்துக்கோர் முடிவிலை யென்றான்

(தேவதூதன் கன்னிமரியாளிடம் வந்த சருக்கம், பா. 7, 8)

எனச் செய்யுட்களாக மாற்றம் செய்கிறார். 'மறுபடியும், பிசாசு அவரை மிகவும் உயர்ந்த மலையின்மேல் கொண்டுபோய், உலகத்தின் சகல ராஜ்யங்களையும் அவைகளின் மகிமையையும் அவருக்குக் காண்பித்து, நீர் சாஷ்டாங்கமாய் விழுந்து, என்னைப் பணிந்து கொண்டால், இவைகளையெல்லாம் உமக்குத் தருவேன் என்று சொன்னான். அப்பொழுது இயேசு: அப்பாலே போ சாத்தானே; உன் தேவனாகிய கர்த்தரைப் பணிந்து கொண்டு, அவர் ஒருவருக்கே ஆராதனை செய்வாயாக என்று எழுதியிருக்கிறதே என்றார்' (மத்தேயு 5:8-10) என்னும் வசனங்களை,

மற்றுமப் பசாசவரை மாவுயர்ந்தவரை யின்மே
லுற்றிடச் செய்வித்து லோகவாழ் விராச்சியங்களை
முற்று மான்மியங்களை மொழிந்துகாட்டி யிவைகணீ
பெற்றிடக் கொடுப்பனென்னைப் பிரியமாப் பணிந்தியேல்

என்று சொன்ன தப்பொதே யியேசு போ போ சாத்தனே
நன்றிசெய் பராபரனையே பணிந்தெந்நாளுமே
யொன் றவற்காராதனை செய் யென்றெழுத் துளதென்றா
ரன்றொழிந்த தவர் பணிக டேவ தாதராற்றினார்

(பிசாசு சோதனைச் சருக்கம், பா.6,7)

என்றும் செய்யுட்களாக்கியுள்ளார். 'ஒரு மனுஷனுக்கு நூறு ஆடுகளிருக்க, அவைகளில் ஒன்று சிதறிப்போனால், அவன் மற்ற தொண்ணூற்றொன்பது ஆடுகளையும் மலைகளில் விட்டுப்போய்ச் சிதறிப்போனதைத் தேடாமலிருப்பானோ? அவன் அதைக் கண்டுபிடித்தால், சிதறிப்போகாத தொண்ணூற்றொன்பது ஆடுகளைக் குறித்துச் சந்தோஷப்படுகிறதைப் பார்க்கிலும், அதைக் குறித்து அதிகமாய்ச் சந்தோஷப்படுவான் என்று, மெய்யாகவே உங்களுக்குச் சொல்லுகிறேன். இவ்விதமாக, இந்தச் சிறியரில் ஒருவனாகிலும் கெட்டுப் போவது பரலோகத்திலிருக்கிற உங்கள் பிதாவின் சித்தமல்ல' (மத்தேயு, 18: 12-14) என்னும் வசனங்களை,

உங்களிலோர் மனிதனூ றாடுகளை யுடையானேற்
றங்கவைகட மினொன்றுதான் காணாதோடி விட்டா
லங்கவை தொண்ணூற் றொன்ப தாட்டை வனாந்தரம் விட்டே
யெங்கணிலு மோராட்டைக் காணளவு மேகானோ

கண்டுபிடித்த தன்பின்பு களிப்புடனே தன்றோண்மேற்
கொண்டு வீடெய்திச் சினேக ரயலகத்த ரைக்கூய்ப்
பண்டுகாணா வென்றனாட்டை யான்பற்றி வந்தே
னண்டிய நீரென்போ லானந்திப்பீ ரென்கானோ

ஈதுபோலொ ருபாவியினைத் தேடியிவனுக்குச்
சேதமிகப் படர்பாசியொ துக்கி நீர்தேறுவன்போற்
போதமறி யறிவுவரப் புரிந்தளவிலா மகிமை
நீதிகொள் பராபரனை நேசிக்கும்படிச் செய்தல்

(கெட்டுத் தேறினவன் சருக்கம், பா. 2-4)

எனப்பாடுகிறார். இயேசு கிறிஸ்து சிலுவையில் தொங்கிக் கொண்டிருக்கும் போது சொல்லிய ஏழு வார்த்தைகளுள் இறுதி வார்த்தையை லூக்கா என்னும் நற்செய்தி நூல் 'இயேசு: பிதாவே, உம்முடைய கைகளில் என் ஆவியை ஒப்புவிக்கிறேன் என்று மகா சத்தமாய்க் கூப்பிட்டுச் சொன்னார்; இப்படிச் சொல்லி, ஜீவனை விட்டார்' (லூக்கா 23: 46) எனக் குறிப்பிடுகின்றது. இவ்வசனத்தை ஸ்தொஷ் போதகர்,

ஓ ஓவென்றே பிதாவே யுங்கையிலென்
னாவியை யொப்பிக்கின்றே னென்றார்த் தென்றுஞ்
சாவிலா வேசுவுந் தலையைச் சாய்த்துத்தஞ்
சீவனை விட்டனர் திரும்ப வல்லவர்

(மரணமடைந்த சருக்கம், பா. 18)

என்னும் செய்யுளாக மாற்றுகிறார்.

கிறிஸ்து மான்மியம் என்னும் நூலை ஸ்தொஷ் போதகர் எழுதவில்லை என்றும் இயேசு கிறிஸ்துவைப் பற்றி தமிழ்ப் புலவர் ஒருவரிடம் சொல்லி எழுத வைக்கப்பட்டிருக்கலாம் என்றும் நூலில் பிறமதத்தைச் சார்ந்த அப்புலவரின் பெயரைப் போடாமல் நூல் எழுதக் காரணமான ஸ்தொஷ் போதகரின் பெயரை நூலில் அச்சிட்டிருக்கலாம் என்றும் ஒரு கருத்து நிலவுகிறது. இக்கருத்து எவ்வளவு உண்மை எனத் தெரியவில்லை. எனினும், கிறிஸ்து மான்மியம் என்னும் கிறித்தவக் காப்பியம் தமிழ் இலக்கியத்திற்குக் கிடைத்தது பாராட்டுதலுக்குரியது.

10. சுவிசேட புராணம்

மேலை நாட்டைச் சேர்ந்த கத்தோலிக்கத் திருச்சபையினரான வீரமாமுனிவர் உட்பட மூவரால் தமிழில் கிறித்தவக் காப்பியங்கள் படைக்கப்பட்டுள்ளன. அவைகளில் ஒன்று சுவிசேட புராணமாகும். இக்காப்பியத்தின் ஆசிரியர் ஸ்காட் (Scott).

ஆசிரியர் வரலாறு

ஸ்காட் மதுரை மாவட்டத்தில் அரசாங்கப் பணி செய்து வந்த ஓர் ஆங்கிலேயர். இவர் தமது பெயரைத் தமிழ் நடைக்கேற்ப சுகாத்தியர் என மாற்றியிருப்பதன் மூலம் இவரது தமிழ்ப் பற்றினை உணர்ந்து கொள்ள முடிகிறது. மேற்கு மதுரையில் இவரது நினைவாக ஸ்காட் சாலை இன்றும் உள்ளது. 1931 இல் இந்த சாலையில் தலைமைத் தபால் நிலையம் அமைக்கப்பட்டது.

சுகாத்தியர் முழுவதும் வித்தியாசமான முறையில் திருக்குறளைத் திருத்த முயன்றார். இவர் திருக்குறளின் முதல் அடியும் இரண்டாம் அடியும் தொடக்கத்தில் இசைநயத்துடன் சரியாக அமைந்திருக்க வேண்டும் என்னும் எண்ணத்தில் திருத்தங்களை மேற்கொண்டார். இத்திருத்தத்தை ஒருவரும் ஆதரிக்கவில்லை. திருக்குறளிலுள்ள சொற்களை மாற்றியதால் பொருளும் மாறின. இத்திருத்த நூல் 1889 இல் 500 பிரதிகளில் அச்சாகியது. முதலில் ஒன்றிரண்டு நூல்கள் விற்பனையானது. இந்நூலினைப் பற்றி கேள்விப்பட்ட இராமநாதபுரம் சேதுபதி உடனடியாக சுகாத்தியர் வெளியிட்ட நூல்கள் அனைத்தையும் வாங்கித் தீயிட்டுக் கொளுத்தினார். (கா. மீனாட்சி சுந்தரம், ஐரோப்பியர் தமிழ்ப்பணி, பக். 111, 112) முதலில் விற்பனையான சில நூல்களின் மூலம் திருக்குறளை மாற்றிய முறையினை அறிந்துகொள்ள முடிகிறது.

யான்நோக்கும் காலை நிலன்நோக்கும் நோக்காக்கால்
தான்நோக்கி மெல்ல நகும் *(குறள், 1094)*

என்னும் குறளை சுகாத்தியர்,

நே நோக்குங்காலை நிலநோக்கு நோக்காக்கான்
மே னோக்கி மெல்ல நகும்

என மாற்றினார். இதனால் பொருள் மாறுபடுகிறது. அதாவது நேயமாகப் பார்க்கும்போது நிலத்தைப் பார்க்கும்; பார்க்காத போது மேலே பார்த்து மெல்ல நகும் என்பது சுகாத்தியர் மாற்றியமைத்தப் பாடலின் பொருளாகும். அதுபோல,

மனத்துக்கண் மாசிலன் ஆதல் அனைத்தறன்
ஆகுல நீர பிற (குறள், 34)

என்னும் குறளை,

ஆகுல மாசினாதல னய்த் தறன்
பேகுல நீர பிற

என மாற்றினார். இப்பாடலில் சீர்களை எதுகைக்காக மாற்றியிருக்கிறார். இம்மாற்றங்கள் நகைப்புக்கு உரியனவாக உள்ளன.

சுவிசேட புராணம் - பெயர்க்காரணம்

சுவிசேடம் என்பதன் பொருள் நற்செய்தி என்பதாகும். விவிலியத் திலுள்ள புதிய ஏற்பாட்டில் மத்தேயு, மாற்கு, லூக்கா, யோவான் என்னும் நான்கு நற்செய்தி நூல்கள் உள்ளன. இந்நான்கு நூல்களையும் சுவிசேட நூல்கள் அல்லது நற்செய்தி நூல்கள் என்பர். இந்நான்கு நூல்களிலுமுள்ள நிகழ்வுகளை அடிப்படையாகக் கொண்டு இக்காப்பியம் எழுதப்பட்டதால் இந்நூலுக்கு சுவிசேட புராணம் என ஆசிரியர் பெயரிட்டுள்ளார். எனினும் இந்த நான்கு நூல்கள் மட்டுமல்லாமல் புதிய ஏற்பாட்டிலுள்ள பிற நூல்களையும் ஆதாரமாகக் கொண்டு இந்நூலைப் படைத்துள்ளார். சுவிசேட புராணத்தின் ஐந்தாவதான அப்போஸ்தல காண்டம் விவிலியத்திலுள்ள அப்போஸ்தலர், முதலாம் தீமோத்தேயு, இரண்டாம் தீமோத்தேயு, தீத்து, வெளிப்படுத்தல் ஆகிய நூல்களை அடிப்படையாகக் கொண்டது. இயேசு கிறிஸ்துவின் வரலாறு விருத்தப்பாவினால் பாடப்பட்டுள்ளது. இது குறித்து சுகாத்தியர் இந்நூலின் முன்னுரையில்,

> தமிழில் வசனரூபமாகச் செய்திருக்கிற நமது வேதமானது மனனஞ் செய்தற்கும் பொருள் சொல்லுதற்கும் எல்லோருடைய மனங்களையுங் கவர்ந்து கொள்ளும்படி போதித்தற்கு மெதுவாக இந்நாட்டிற்குப் பொருந்துமாறு புதிய வேற்பாட்டை விருத்தங்களிற்பாடிச் சுவிசேட புராணமெனப் பெயரிட்டனம்

என எழுதியுள்ளார்.

நூலின் அமைப்பு

சுவிசேட புராணம் 1891 ஆம் ஆண்டு மதுரை கிளக்ஹார்ன் அச்சாபீஸ் மூலம் வெளியிடப்பட்டது. இந்நூல் 420 பக்கங்களையும் பின்னிணைப்புப் பகுதி 24 பக்கங்களையும் கொண்டது. இந்நூல் மத்தைய காண்டம், மாற்க காண்டம், லூக்க காண்டம், யோவா காண்டம், அப்போஸ்தல காண்டம் என்னும் ஐந்து காண்டங்களைக் கொண்டது. ஒவ்வொரு காண்டமும் பன்னிரண்டு மூர்த்திகளையும் (பகுதிகளை), ஒவ்வொரு மூர்த்தியும் ஏழு படலங்களையும் ஒவ்வொரு படலமும் எட்டு செய்யுட்களையும் உடையது. ஆக, ஐந்து காண்டங்களை உடைய இந்நூல் அறுபது மூர்த்திகளையும் 420 படலங்களையும் 3360 செய்யுட்களையும் கொண்டுள்ளது. இதனால் நாள் ஒன்றுக்கு ஒரு படலமாகப் படித்து வந்தால், ஓர் ஆண்டில் இந்நூல் முழுவதையும் படித்து விடலாம் என்பது ஆசிரியரின் கருத்தாகும். புராணத்தில் செய்யுட்கள் அமைத்துள்ளதைப் பற்றி சுகாத்தியர் தம் முன்னுரையில்,

> **ஒவ்வொரு படலத்தினு முதற்பாட்டின் முதலடியானது எவ்வெச் சீரினாலெவ்விடத்து மோனைப் பெற்றதோ அப்படியே அடிகளெல்லாம் அவ்வச் சீரினாலவ்விடத்து மோனைப் பெறவமைத்து குறில் நெடில் குறிலிணை யென்னுந் தொடர்களுடன் முதற் பாட்டின் முதலடியெந்தத் தொடரோ வந்தத்தொடரே படல முழுவதும்வரப் பாடினோமாதலிற் சில விடங்களிற் குறுக்கன் முதலிய விகார விலக்கணங்களைக் கொள்ள வேண்டியதாயிற்று**

எனக் குறிப்பிட்டுள்ளார். ஒவ்வொரு பக்கத்தின் கீழ்ப்பகுதியிலும் அப்பக்கத்திலுள்ள பாடல்களின் செய்திகள் இடம்பெற்றுள்ள விவிலியப் பகுதிகள் இடம்பெற்றுள்ளன. இம்முறையானது படிப்பவர்களுக்குப் பெரிதும் துணையாக உள்ளது. அவ்வாறு நூல்களின் பெயர்களைக் குறிப்பிடும்போது, பேதுரு என்பதைப் பேதர் எனவும் கொரிந்தியர் என்பதைக் குரிந்தியர் எனவும் ரோமர் என்பதை ரூமர் எனவும் யோவான் என்பதை சனகன் எனவும் குறிப்பிட்டுள்ளார். இதைப்போன்று காண்டங்களின் பெயர்களிலும் சில மாற்றங்களைச் செய்துள்ளார். மத்தேயு எழுதின நற்செய்தி நூலை அடிப்படையாகக் கொண்ட காண்டத்திற்கு மத்தைய காண்டம் எனவும், அதைப்போல பிற நற்செய்தி நூல்களை அடிப்படையாகக் கொண்ட காண்டங்களில் முறையே மாற்க, லூக்க, யோவா எனச் சுருக்கிப் பெயர்களை அமைத்துள்ளார்.

இயேசு கிறிஸ்துவைக் குறித்த பெயர்கள்

புதிய ஏற்பாட்டை அடிப்படையாகக் கொண்டு படைக்கப்பட்டுள்ள இக்காப்பியத்தில் ஐந்து காண்டங்களும் 60 பகுதிகளாகப் பகுக்கப்

பட்டுள்ளன. இப்பகுதிகள் பொதுவாக மூர்த்தி எனக் குறிக்கப்பட்டுள்ளன. ஒவ்வொரு பகுதியிலும் கூறப்பட்டுள்ள கருத்துகளை அடிப்படையாகக் கொண்டு காண்பருள் மூர்த்தி, மாண்பருள் மூர்த்தி எனப் பெயர் அமைத்துள்ளார். ஆனால் இறுதிக் காண்டத்திலுள்ள பகுதிகள் அரசர் என்னும் பொருளில் வேந்து என அமைக்கப்பட்டுள்ளன. இத்தகைய பகுப்பு பிற நூல்களிலிருந்து மிகவும் மாறுபட்டதாக அமைந்துள்ளது. அறுபது படலங்களின் பெயர்களும் பின்வருமாறு :

1. காண்பருண் மூர்த்தி, 2. மாண்பருண் மூர்த்தி, 3. ஆற்றருண் மூர்த்தி, 4. சேர்பருண் மூர்த்தி, 5. ஊக்கருண் மூர்த்தி, 6. பேறருண்மூர்த்தி, 7. ஆய்வருண் மூர்த்தி, 8. ஓம்பருண் மூர்த்தி, 9. ஆர்வருண் மூர்த்தி, 10. போப்பருண் மூர்த்தி, 11. பாங்கருண் மூர்த்தி, 12. ஊனருண் மூர்த்தி, 13. தேர்வருண் மூர்த்தி, 14. சீரருண்மூர்த்தி, 15. சேரருண் மூர்த்தி, 16.சூழ்வருண் மூர்த்தி, 17.மீட்பருண்மூர்த்தி, 18. ஓர்வருண் மூர்த்தி, 19.பாடருண்மூர்த்தி, 20. கேழுருண் மூர்த்தி, 21. சாற்றருண் மூர்த்தி, 22. மாடருண் மூர்த்தி, 23.ஏமருண் மூர்த்தி, 24. பீடருண் மூர்த்தி, 25. ஓதருண் மூர்த்தி, 26.ஞாட்பருண் மூர்த்தி, 27. கோளருண் மூர்த்தி, 28. ஈர்ப்பருண் மூர்த்தி, 29.ஆள்பருண்மூர்த்தி, 30. சார்பருண் மூர்த்தி 31. நீர்ப்பருண் மூர்த்தி, 32.போற்றருண் மூர்த்தி, 33. எல்வருண் மூர்த்தி, 34. நேர்வருண் மூர்த்தி, 35. ஏணருண் மூர்த்தி, 36.ஏரருண் மூர்த்தி, 37. பூப்பருண் மூர்த்தி, 38.ஊரருண் மூர்த்தி, 39.தாளருண் மூர்த்தி, 40.ஊற்றருண் மூர்த்தி, 41.வாழ்வருண் மூர்த்தி, 42.வாய்ப்பருண் மூர்த்தி, 43.தீர்வருண் மூர்த்தி, 44.காப்பருண் மூர்த்தி, 45. வீடருண் மூர்த்தி, 46. சால்பருண் மூர்த்தி, 47.ஓய்வருண் மூர்த்தி, 48. மேவருள் வேந்து, 49. ஈடருள் வேந்து, 50.சாந்தருள் வேந்து, 51.கோளருள் வேந்து, 52. ஊங்கருள் வேந்து, 53.வாக்கருள் வேந்து, 54.ஏந்தருள் வேந்து, 55. பேணருள் வேந்து, 56.நோன்பருள் வேந்து, 57.ஆடருள் வேந்து, 58.சான்றருள் வேந்து, 59.தூய்தருள் வேந்து, 60.வேந்தருள் வேந்து.

ஆசிரியரின் தமிழ்நடை

சேக்கிழார் தமது பெரிய புராணத்தில் 63 தொண்டர்களைக் குறிப்பிடுவதைப் போன்று, சுகாத்தியரும் மூர்த்தி எனவும் வேந்து எனவும் குறிப்பிட்டிருக்கலாம். சுவிசேட புராணத்தின் பின்பகுதியில் சற்பதி மூர்த்திகளின் திருமுறை என்னும் தலைப்பில் பின்வரும் செய்திகளைக் குறிப்பிடுகிறார் :

வேதத்தின் முதலிற் பரனொருவர் முற்பதியாக விளங்கிய காரணத்தாற் சுலோகத்தொண்டர் அவரைத் தொழுது வந்தனர். இவ்வாறு நரருற்பவமுதல் யூதருக்கரசனாகிய தாவிதுடைய காலத்தளவுமந்த முற்பதியே அறுபது மூர்த்தியாகத் தம்மைத் தோற்றியருளினர்.

வேதத்தினிடயிலப் பரனே சிற்பதியாக விளங்கிய காரணத்தாற் சாமீபத்தொண்டர் அவரைத் தொழுது வந்தனர். இவ்வாறு தாவிதுடைய குமாரன் சாலோமோன் காலமுதல் மாலக்கி தீர்க்கதரிசி காலத்தளவு மந்தச் சிற்பதியே அறுபது மூர்த்தியாகத் தம்மைத் தோற்றியருளினர்.

வேதத்தின் கடயிலப்பரனே சற்பதியாக விளங்கிய காரணத்தாற் சாரூபத்தொண்டர் தொழுது வருகின்றனர். இவ்வாறு சனக முற்றூதனுடைய சத்வோற்பவகாலமுதற் சனக நற்றூதன் கண்ட வேதாந்த தரிசன காலத்தளவுமந்தச் சற்பதியே அறுபது மூர்த்தியாகத் தம்மைத் தேற்றியருளினர்.

அம்முப்பதிகளுடைய தரிசன மூர்த்தங்கள் திசைக்கொன்றாக நான்கு முகமாகவும் உலகப்பிரசித்தமாக ஒரே முகமாகவும் ஒவ்வொரு முகத்தினும் பன்னிரு மூர்த்திகளாய் மெய்ஞ்ஞான வுபதேசம் விளங்கவருளினர்.

அவ்வாறாக ஆதியிலுண்டான திருச்சபை நான்கினுள் யூதசபை சற்பதியுடய நன்மையும் கிரேக்குசபை சற்பதி யுடைய உண்மயும் ரூமசபை சற்பதியுடய மேன்மையும் ஆசியசபை சற்பதியுடைய ஒண்மையும் தற்சிறப்புத் தன்மயாகவும் அதற்குரிய மூர்த்தங்கள் பன்னிரண்டிற்கும் பொதுவான குணமாகவுங் கொண்டிருந்தன.

இத்தேசத்தும் பபிலோன் சிகரிச்சிதைவின் மூலமாக முற் பதியினுடைய மூர்த்தி விசேசங்களும் சாலோமோனிறைவன் ஞானப்பிரசித்த முயற்சியினாலும் யூதசாதியார் சிறைப்பட்ட சிதைவினாலுஞ் சிற்பதியினுடைய மூர்த்தி விசேசங்களுங் கிறிஸ்து நாதருடைய பன்னிரு சீடரிற் றொம்மயார் இத்தேசத்திற் கெழுந்தருளி உபதேசித்தமாயாலுங் கிறிஸ்து மார்க்க முரோம ராச்சியமெங்கும் பரவியதாலும் சற்பதி மூர்த்தியினுடைய விசேடங்களும் விளக்கமுற்று எவ்வகை மதஸ்தரும்பரனைச் சச்சிதானந்தராகவும் கிறிஸ்தவர் பிதா சுதன் பிரான் என்னு மும்மூர்த்திகளாகவும் தொழுது வருகின்றனர்.

இந்நூல் முறையே ஐந்து வகையாகச் சற்பதியின் அறுபான் மூர்த்திகளையும் ஒவ்வொரு மூர்த்தியின் விசேசங்களையுந் தினந்தோறும் வேதத்தில் வாசித்துணர்ந்து பயன்படும் பொருட்டியற்றலாயிற்று

என்னும் இப்பகுதியின் மூலம் ஆசிரியரின் புலமையையும் தமிழ் நடையையும் அறிந்து கொள்ள முடிகின்றது.

விவிலியச் செய்திகள்

சுகாத்தியர் விவிலியச் செய்திகளை எவ்வித மெருகும் இன்றி அவ்வாறே விருத்தப்பாவில் வடித்துள்ளார். இந்நூலிலுள்ள பாடல்களில் கற்பனை நயம், உவமை நயம் என ஏதும் இல்லை. முதலாவது காண்டத்தில் பிணியர்க்கருளி மணமுறை கூறிச் சிறுவரையேற்றுத் துறவுணர்த்திய படலத்தில் ''சிறு பிள்ளைகள் என்னிடத்தில் வருகிறதற்கு இடங்கொடுங்கள்; அவர்களைத் தடை பண்ணாதிருங்கள்; பரலோக ராஜ்யம் அப்படிப்பட்டவர்களுடையது'' (மத்தேயு 19 : 14) என்னும் வசனத்தை,

பாலரைப் பரிசித்தோம்பப் பலர்கொடங்குற லுஞ்சீட
ரேலுறாத்தட்ட நாதரிடங் கொடுமிவர்க் கின்னார்க்கே
மேலுலகுரிய தென்றுமிளிர் கரமவர் மேல்வைத்து
ஞாலமதகன்று சென்றார் நடந்திடுபொழு தோர்மாந்தன் (ப. 36)

எனச் செய்யுளாக வடிக்கிறார். கானாவூர் மண்வீட்டில் தண்ணீரைத் திராட்சை இரசமாக்கிய படலத்தில் இடம் பெற்றுள்ள,

நிறைமின் சாடியினீரெனவாட்களத்
துறையின் முற்றினர் தூயவர் மொண்டிதைப்
பறையும் பந்தியன் பாற்கொடு போமென
முறையி னாங்கவர் மொண்டுகொண் டேகினார்

எவணின்றிம்மது வெய்திய தென்றுநீ
ரவிட மொண்டவர்க்கல்லது பந்தியிற்
கவினு மேலவன் காண்கிலனா னுகர்ந்
தவண மன்றலுக் காதிபற கூவியே

எனைய மாந்தனு மின்ரச முன்படைத்
தனைவரும் மகிழ்வார்ந்தபின் பல்கிய
வினிய தீகுவனித் துனையும் நீவிர்
மனியநல் ரசம்வைத் துளீரென்றான் (ப. 258)

என்னும் செய்யுட்களில் இயேசு பெருமானின் முதல் அற்புதத்தை விவிலிய வசனங்களின் அடிப்படையில் அமைத்துத் தந்துள்ளார். மூன்றாவது காண்டத்தில் இடம்பெற்றுள்ள தந்தையுவமையாற் பிதாவினருளாட்சி யுணர்த்திய படலத்தில், லூக்கா 15: 11-32 இல் இடம்பெற்றுள்ள கெட்ட குமாரன் கதையை ஆசிரியர் செய்யுட்களாக்கியுள்ளார். சான்றாகச் சில செய்யுட்கள் வருமாறு:

□ கிறித்தவக் காப்பியங்கள் □ 137

அனையன் முள்மகன் வயலிருந்தகப் புறமணைகா
லினிய வாத்திய நடக்களிப்பெலாந் தெரிந்தழைத்தோர்
வினையற் கேட்பவும் பிதாவயின் விளிபினோனடைந்தா
னனையன் மீடலாற் கொழித்தகன்றடித்த தென்றுரைத்தான்.

அவண் சினந்தகம் புகாதுறவய னணீப்புருவா
னவிலலூங் கவன் சமையலாநணிப் பணிபுரிந்தே
னுவல மீறிலேனுற வொடுநுகர வோர்மறியு
முவணளிக்கிலீர் பரத்தையர்க் குமதுபொன் னழித்தோன்.

வரக்கன்றுரட் டினீரெனப் பிதாவயி னுறமகனீ
தரித்தியா லெனக்குள வெலாந்தகு முனக்கிவனோ
மரித்து மீளவுமுயிர்த்தனன் மறைந்த னன்றெரிந்த
திரத்தினான் மகிழ்குதுமெனத் தெளித்தனென் றிசைத்தார். *(ப.205)*

நான்காவது காண்டமான யோவா காண்டத்திலுள்ள வாழ்வருண் மூர்த்தி என்னும் பகுதியிலுள்ள பிறவிக்குருடனுக்கு உமிழ்நீர் சேற்றால் பார்வையருளிய படலத்திலிருந்து சான்றாகச் சில செய்யுட்கள் பின்வருமாறு:

புண்ணிய ரிவன்புரி புரையன் றீன்றவர்
பண்ணிய தலவிறை படைப்புத் தோன்றுவா
னண்ணி னன்பகல் வரைநணி யிங்குய்த்தவ
ரெண்ணு றுவினைக ணானியற்ற வேண்டுமே.

செய்ய வற்றிடுமி ராச்செறிவ தாமியான்
வையகத் தொளியென வதிந்து ளேனெனா
வொய்யெ னப்புவியினி லுமிழ்ந்து சேறுசெய்
தையவந்த கன்கணி லதனைப் பூசிநீ

சென்று சீலவாங் குளந்திகழ மண்ணுதி
யென்றன ரனுப்பினோ னெனும்பொ ருட்டதா
மன்றவா றணிக்கு ளமதனின் பிண்ணியே
நன்றுறு விழியொடு நடந்து வந்தனன்.

அப்பொழு தயலகத் தவரு மந்தனா
யெப்பொழு தினுமய மெடுத்து வைகிய
வெப்பறிந் தவர்களும் விளங்கி டும்மிவ
னிப்படி யிரந்தன னினைய னல்லனோ

என்றனர் சிலரவனி வனென் றார்சில
ரொன்னிடு மனையவ னுருவம் போன்றுளான்
மன்றவு மெனவெதிர் வழுத்த வாங்கவன்
துன்றுநா னவனெனத் துலங்கக் கூறினான். *(ப. 281)*

ஐந்தாவது காண்டத்திலுள்ள பவுல், முன் கொண்டிருந்த வைராக்கியமும் பின் குணப்பட்டது முரைத்த படலத்தில்,

உடனிருந்தவர் தெரிந்தன ரொளியினயறைந்த
படியறிந்திலர வணியான் பரமவென் புரிவ
தடியனே னெனவெழுந் துநீயடை தமஸ்குவயப்
புடயியற்றலா நியமனம் புகலுமென் றுரைத்தார்.

விழியிழந்து மாணொழியினால் விரவினோர் கரத்தால்
வழிநடந்து நான்றமஸ்குவை மருவினேன் மறயிற்
கெழுவுமன் பின்னவண்குடிக் கிளயுதரெவரு
மொழியுஞ் சான்றுள வொழுக்கினன் முயலனனியவாம்

ஒருவனென்னிடமணைந் தெனக்குறு சவுல்விழிநீ
தெரிவயென்றலும் விழித்தனன் றெளிந்தவன் முதியோர்
பரமனுள்ள நீயறியவும் பரிந்து கண்ணுறவு
முரைவினாவ வுமவருன யுணர்ந்தனர் முனமே

நயனங்கண்டன செவிகளான ணியனகுறித்து
வியனிலத் தருக்கெதிர் கரிவிளம்பு வயிவணீ
பயணந் தாழ்ப்பதெனமூ தொழுபரன் பெயர்சிதநீர்
கயினடைந் துனதவமறக் கழுவுகென்று ரைத்தான் (ப. 374)

என சவுல் பவுலாக மாறியதைப் பாடுகின்றார்.

புதுமைக் காப்பியம்

சுவிசேட புராணம் தமிழ்மொழியின் மீது ஆர்வமும் பற்றும் கொண்ட ஓர் ஆங்கிலேயரால் பாடப்பட்ட காப்பியம். அவர் தனது பெயரை சுகாத்தியர் என மாற்றிக் கொண்டது அவரது தமிழ்ப் பற்றுக்குச் சிறந்த சான்று. படலத்திற்குப் பெயரிட்டமுறை பிற கிறித்தவக் காப்பியங்களிலிருந்து முற்றிலும் மாறுபட்டதாகவும் புதுமையதாகவும் உள்ளது. ஒரு காப்பியத்திற்குரிய தன்மைகளை முழுமையாக சுவிசேட புராணம் பெற்றிருக்கவில்லை என்றாலும், கிறித்தவ இலக்கிய உலகில் சுவிசேட புராணம் ஒரு காப்பியமாகவே மிளிர்கிறது. எனினும், சுகாத்தியரின் கடினமான மொழிநடையே இக்காப்பியம் மக்களிடம் அதிகமாகப் பரவாமைக்குரிய காரணம் எனலாம்.

11. ஏசுநாதர் சரிதை

கிறித்தவரல்லாதோர் படைத்துள்ள கிறித்தவக் காப்பியங்களுள் ஒன்று ஏசுநாதர் சரிதை என்பதாகும். இதன் ஆசிரியர் சுவாமி சுத்தானந்த பாரதியார் ஆவார். ஒரு சமய மூலவரின் வாழ்வை, அச்சமயம் சாராப் பிற சமயப் புலவரொருவர் காவியக் கதையாக்குவது, சமயப் பொதுமை பேணுவார்க்குக் கிடைத்த சஞ்சீவி மருந்தெனலாம். இத்தகு பொதுமை இலக்கியங்கள் கிறிஸ்து பெருமானைப் பற்றி, மகாகவி பாரதியார், தமிழ்த் தென்றல் திரு.வி.க., நாமக்கல் கவிஞர் இராமலிங்கனார், அண்மைக் காலத்தில் வாழ்ந்து மறைந்த கவியரசர் கண்ணதாசன் முதலிய கிறித்தவரல்லாப் பெருமக்களால் புனையப்பட்டுள்ளன. அந்த அணிவகுப்புக்கு அழகு சேர்ப்பது சுத்தானந்த பாரதியாரின் இந்நூலாகும். இக்காவியம் 1926 ஆம் ஆண்டு முதல் பதிப்பாக வெளிவந்தது. முதல் பதிப்பில் அருள்திரு. எச்.ஏ. பாப்லி என்னும் இறைத்தொண்டர் முன்னுரை எழுதியுள்ளார். இக்காவியத்தின் இரண்டாம் பதிப்பு 1963 ஆம் ஆண்டு கிறித்தவ இலக்கியச் சங்கத்தின் மூலம் வெளிவந்துள்ளது.

ஆசிரியர் வரலாறு

சுவாமி சுத்தானந்த பாரதியார் சிவகங்கையில் 1897 ஆம் ஆண்டு மே மாதம் 11 ஆம் நாள் பிறந்தார். இவரது இயற்பெயர் வேங்கட சுப்பிரமணியம் என்பதாகும். புதுச்சேரி அரவிந்தர் ஆசிரமத்தில் இருபது ஆண்டுகள் தொடர்ந்து மோனத்தவம் புரிந்து சாதனை படைத்தார். காட்டுப்புத்தூரிலும் தேவகோட்டையிலும் பள்ளி ஆசிரியராகப் பணியாற்றினார். காந்தியடிகள் கைது செய்யப்பட்டபோது, பள்ளிக் கூடத்தைவிட சிறைக்கூடமே மேலானது எனக்கூறி தமது ஆசிரியப் பணியைத் துறந்தார். காந்தியடிகளின் அறிவுரைப்படி கிராமப்பணி, கதர்ப் பணிகளையும் மதுவிலக்கு, தீண்டாமை ஒழிப்பு, உயிர்ப்பலி தடுத்தல் போன்ற சீர்திருத்தப் பணிகளையும் மேற்கொண்டார்.

தமிழ், வடமொழி, இந்தி, தெலுங்கு, ஆங்கிலம், பிரெஞ்சு உட்பட பல மொழிகளில் நூற்றுக்கணக்கான நூல்கள் படைத்துள்ளார். தமது நூல்களில் சுத்தானந்தர் பெரிதும் போற்றியவை பாரத சக்தி மகா காவியம் மற்றும் யோகசித்தி என்னும் நூல்களாகும். அனைத்து சமய நூல்களையும் கற்று, அவை காட்டிய நெறிகளைக் கடைபிடித்தார். திருக்குறளை அதே ஈரடிகளில் அதே நடை, சந்தத்தில் ஆங்கிலத்தில் மொழிபெயர்த்தார். இந்த நூல் 1968 ஆம் ஆண்டு நடந்த உலகத்தமிழ் மாநாட்டில் வெளியிடப்பட்டது. 1977 ஆம் ஆண்டு சிவகங்கையில் சுத்தானந்த யோக சமாஜம் என்னும் அமைப்பையும் 1979 இல் சோழபுரத்தில் சுத்தானந்த பாரத தேசிய வித்யாலயம் உயர்நிலைப் பள்ளியையும் நிறுவினார். 1984 ஆம் ஆண்டு, தமிழக அரசும் தஞ்சைப் பல்கலைக்கழகமும் நிறுவிய மாமன்னன் ராஜ ராஜன் விருதினைப் பெற்றார். தமிழிசையில் மிகச்சிறந்து விளங்கிய சுத்தானந்த பாரதியார், ஆயிரத்துக்கும் மேற்பட்ட தமிழிசைப் பாடல்களை இயற்றியுள்ளார். தமிழர்கள் மதமாகவும் சாதியாகவும் பிளவுபடாமல், தமிழராய் ஒன்றிணைய வேண்டும் என்பதில் நாட்டம் கொண்டவராக விளங்கினார். சோழபுரத்தில் தவக்குடில் அமைத்துக் கொண்டு, தமது இறுதிக் காலம் வரை அனைவரிடமும் அன்பு காட்டி வாழ்ந்த சுவாமி சுத்தானந்த பாரதியார் 1990 மார்ச் மாதம் 7 ஆம் நாள் தமது 92 ஆம் வயதில் காலமானார்.

எச்.ஏ. பாப்லி அவர்கள் எழுதிய முன்னுரை

1926 ஆம் ஆண்டு முதல் பதிப்பாக வெளிவந்த இக்காவியத்திற்கு எச்.ஏ. பாப்லி அவர்கள் எழுதிய முன்னுரை பின்வருமாறு:

என் நண்பர் சுவாமி சுத்தானந்த பாரதியார் எழுதிய 'ஏசுநாதர் சரிதை' என்னும் நூலை நான் கண்ணுற்று அகமகிழ்ந்தேன். பாரதியாரவர்களின் குணாதிசயங்களை நான் நன்கு மதிக்கிறேன். அவர்கள் நூலிற் காணப்படும் பொருள் மிகச் சிறந்தது. என் ஆண்டவர் இயேசு பெருமானது மேன்மையை மற்றுள்ளோர் அறிந்து கொள்வது எப்பொழுதும் மகிழ்வுறுத்தும் காரணமாயிருக்கிறது. ஸ்ரீ பாரதியார் எல்லாவற்றுள்ளும் மேம்பாடான பொருளைக் குறித்து இன்பக் கவிகளை இயற்றித் தமிழ் மொழியில் இயேசு பெருமானது மேன்மையைச் சிறப்பித்துக் காண்பித்தனர். பொருள் மாண்பும், சொற்சுவையும், கவிநயமும், இலக்கணத் திறமையும் வாய்ந்த இந்நூலானது யாவரும் நன்கு மதித்து ஆனந்தப் பரவசத்துடன் வாசிக்கத்தக்கது. இச்சிறிய புத்தகத்தில் ஸ்ரீ பாரதியார் இனிய நடையுடன் மேம்பாடான பொருளை யாவரும் அறியும் வண்ணம் விளக்கியுள்ளார். இயேசு பெருமானது அரிய போதனையும் பெரிய சோதனையும் இதிலே இனிய மொழியும் பேரழகுமுள்ள பாக்களினாலே விளங்கப் பண்ணினார்.

எச்சமயத்தாராயினும் இந்நூலை வாசிக்கும்போது பக்தி மூண்டெழுந்து கடவுளின் திருவருளைப் பெறவேண்டு மென்னும் அவாவைக் கொண்டு, நன்னெறி வளர்ச்சி யுடையவர்களாக முயலுவார்கள் என்பது திண்ணம். தமிழ் நாட்டிற்கேற்ற முறையில் லோகரட்சகனது திருச்சரிதையை ஆக்கியோன் எழுதி வெளியிட்டதைப் பற்றி பக்தர் யாவரும் களித்து, மிக்க கரிசனையுடன் இச்சிறு நூலை வாசித்திருப்பர் என்பது எனது துணிபு. இப்பாடல்களைப் பாடிய பாரதியார் இயேசு பெருமானது சரிதையை மிக்க தெளிவுடன் விளக்கிக் காட்டினர் என்று கண்டு அவருடைய திறமையையும் சமரச பக்தியையும் அதிக மெச்சிக் கொண்டு மகிழுகிறேன். இதை வாசிப்பார் எல்லாரும் இயேசு பெருமானது மாண்பைக் கண்டு அவரது போதனையினால் பக்திவிருத்தியடைவார் என்பதற்கு ஐயமின்று.

இந்நூலானது இந்துக்களுக்கும் கிறித்தவர்களுக்கும் ஆத்மீகார்த்தத்திலே அதிக நன்மை பயக்கும் என்று சந்தேகமின்றியே சாதிக்கின்றேன். ஆகையால் அநேகர் இதை வாங்கி வாசிப்பார் என்று நம்பி இந்நூலை என் நண்பர் யாவருக்கும் முழுமனதுடன் புகழ்ந்து காண்பிக்கிறேன்.

நூல் அமைப்பு

ஏசுநாதர் சரிதை என்னும் இக்காவியம் விவிலியத்திலுள்ள மத்தேயு, மாற்கு, லூக்கா, யோவான் ஆகிய நான்கு நற்செய்தி நூல்களின் அடிப்படையில் இயற்றப்பட்டுள்ளது. இக்காவியம் காப்புச் செய்யுளுடன் 151 செய்யுள்களை உடையது. இக்காவியம் வணக்கம், ஏசுநாதர் பெருமை, மரியாள் மாண்பு, ஏசுநாதர் பிறப்பு, முனிவர் மூவர், கொடிய ஏரோது, யோசேப்பு நாசரேத்திற்கு வருதல், யோவான், அருட்பணிச் சுடர், சாத்தானை வெல்லல், பணிதொடங்கல், மலை மீது உபதேசமும் விவிலிய விளக்கும், திருமொழித் திறம், ஏசுநாதர் எருசலமேகல், நல்லோரும் வஞ்சகரும் நாதனைப் பற்றிப் பேசல், பொந்தியூ பிலாத்து வினவல், இறுதி யுண்டி, இறுதித் தோத்திரமும் இகலவர் பிடித்தலும், ஏசுநாதரின் தேசுறு மொழிகள், காபாமுன், விசாரணை, பழிச் செயல், சிலுவையிடல், ஆவியாதல், அன்பர் போற்றல் என்னும் 25 உட்தலைப்புகளைக் கொண்டது.

காப்பும் வணக்கமும்

உலக மீட்பராம் இயேசு பெருமானின் உன்னத வாழ்வைப் பாவலரேறு பாரதியார் பாடப் புகுந்தாலும், அக்காவியத்தின் காப்புச் செய்யுளிலும் வணக்கப் பாக்களிலும் தாம் உள்ளத்தில் வழிபடும் சக்தி அன்னையின் அருளையும் ஆசியையுமே வேண்டித் தொடங்குகிறார். தான் பாடும் பாவெல்லாம் சக்தி அன்னையின் பாவே எனப் பிரகடனம் செய்கிறார். ஏசுநாதர் சரிதை என்னும் காவியத்தில் இடம்பெற்றுள்ள,

பூவெ லாம் புனி தம்பெறப் பூத்தருள்
மேவி, யன்பு மிளிர்ந்து, நுகர்ந்தவர்
நாவெலாஞ் சுவை நல்கிடுஞ் சோதிமேற்
பாவெலாஞ் சக்தி யன்னையின் பாவரோ (பா.1)

என்னும் காப்புச் செய்யுளில், உலகம் எல்லாம் தூய்மை பெறுவதற்காகப் பிறந்து, அருள் சுரந்து, அன்பை வெளிப்படுத்தி, பெருமையை உணர்ந்தவர்களின் உள்ளத்தில் இனிமையான உணர்வைத்தரும் ஒளிச் சுடரான அவரை, போற்றிப் பாடுபவர்களுக்கு ஆற்றல் தரும் அன்னையாக விளங்குகிறார் எனப் பாடுகிறார்.

ஏசுநாதர் பெருமை

விரிவான ஏசுவின் வரலாற்றைப் பேசப் புகுமின், அவரது பெருமைகளை முகவுரையாகப் பொது நிலையில் பாடிப் பரவுகிறார். அடுத்த பகுதியில் பொறுமையின் எல்லையாக - அன்பின் ஆளுநனாக - தருமமுய்யத் தன்னையே தந்தவனாக - ஞானவேதமாக விளங்கும் ஏசுபிரான், மாந்தர்க்கு அமர வாழ்வு நல்க வந்தவன் என வருணிக்கிறார். இப்படிப்பட்ட பெருமானின் வரலாற்றைச் சொல்லக் கேளுங்கள் என வாசகரை விளித்துத் தொடங்குகிறார். அச்செய்யுள் வருமாறு:

அன்புனை யுருவாய்க்காட்டி, அமைதியிற் பழுத்தசெஞ்சொல்
மன்பதைக் கறத்தையூட்ட, மற்றதன் வழியே வந்த
துன்பதைத் துணையாய்க் கொண்டே தொல்புவிவாழத்தெய்வ
வன்பணிக் காவியீந்த மாதவன் சரிதை கேளீர் (பா. 11)

ஏசுவின் பிறப்பு வரலாறு

இதனைத் தொடர்ந்து வருகின்ற ஐந்து சிறு தலைப்புகளிட்ட பத்திகளில் அமைந்த பாக்களில், விவிலியத்தின் நான்கு நற்செய்தி நூல்களில் இடம்பெறும் ஏசுவின் பிறப்பு தொடர்பான வரலாறு சார்ந்த நிகழ்வுகளை இன்றமிழ்க் கவிதைகளாக்குகிறார். முதலில் 'மரியாளின் மாண்பு' என்ற தலைப்பில் இறைமகனைப் பெற்றெடுத்த அன்னை மரியின் அருங்குணநலங்களை அடுக்கடுக்காக விவரிக்கிறார். தமிழிலக்கிய மரபுத் தொடர்களைப் பயன்படுத்தி, கன்னித் தாயை அவர் கவி பாடுவது வியப்பூட்டுகிறது. அன்னை மரியை 'கோசலை வாழி' என வாழ்த்துகிறார். இயேசுவாம் 'வீரக் குரிசிலை ஈன்றவள்' என ஏத்துகிறார். இயேசுவையே புத்தனாக்கி, 'புத்தனையளித்த மின்னாள்' என அழைப்பது இன்னொரு சுவையான தொடர். 'கன்னியர் திலகம்' என்றும் 'அழகிய அன்னம்' என்றும்

அவர் மரியன்னையைப் போற்றுகின்றார். தொடர்ந்து மரியாளை ஏசுவின் வளர்ப்புத் தந்தையாம் யோசேப்பு மணம் கொண்ட செய்தியைப் பாடுகிறார். இதில் யோசேப்பு மூதாதையாம் ஆபிரகாம் மரபில் பூத்தவன் என விவிலிய வரலாற்றைச் சுட்டும் கவிஞர், அவர் தோற்றம் 'உருவிலி' போன்றதாய் - அதாவது மன்மதன் போன்றதாய் வடிவுறத் திகழ்ந்ததாகத் தமிழிலக்கிய மரபிலும் பாடுகிறார். விவிலிய வரலாற்றுப் புலமையும் தமிழ் மரபுகளில் ஊற்றமும் சுத்தானந்த பாரதியாருக்கு ஒரு சேர வாய்த்திருந்ததையே இது வெளிப்படுத்துகிறது. யோசேப்பு, கனவில் கிட்டிய இறையாணைப்படி, பிறக்கப் போகும் தெய்வ பாலகனுக்கு 'ஏசு கிறிஸ்து' எனப் பெயர் சூட்ட வேண்டும் எனத் தெளிவு பெற்றதை மறவாது குறிப்பிடுகிறார்.

அடுத்த பகுதியில், தெய்வக் குழந்தையைத் தன் கருவில் சுமக்கும் தாயும், தந்தையும் நாசரேத்திலிருந்து ஏரோது அரசன் கட்டளைப்படி, குடிக்கணக்கு எழுத சொந்த ஊரான பெத்லகேமுக்குச் சென்று, அங்கே தங்குதற்கோர் இடமின்றி, மாட்டுத் தொழுவத்தில் ஒண்டிக் கொண்டதை உருக்கமாகப் பாடி, பின்னர் அருள் மகன் அவதரித்ததையும் சொல்லி, அந்த தெய்வப் பாலகனின் தேசொளிர் வனப்பை அடுக்கடுக்காக வருணிக்கிறார். அச்செய்யுள் பின்வருமாறு:

கரத்தினில் மதியோ! பொன்னிற் கதிர்விடு வைரவைப்போ!
பரத்துடைப் பெரிய வின்பம் பாரினிற் பிறந்ததேயோ!
சிரித்தலர் கமலம்பூத்த திருவுடன் பொலியு மேசு
கிருத்துவக் கனியே பூவின் தவத்தினாற் கிடைத்ததம்மா! (பா.20)

இச்செய்யுளில் ஆசிரியரின் பாவண்ணம் பளிச்சிடுகின்றது. அடுத்த பகுதியில், தெய்வக் குழந்தை ஒன்று பிறக்கப் போவதை வானியல் ஆய்வு வழியாகவும் மறைநூல் ஆய்வு வழியாகவும் அறிந்து, அப்பாலகன் பிறப்பிடம் தேடிவந்த ஞானியர் (சாஸ்திரிகள்) என விவிலியம் விவரிக்கும் முனிவர் மூவர், ஏரோது அரசனின் அரண்மனைக்கு வருவதையும் அவர்கள் தனக்குப் போட்டியாக இன்னொரு அரசன் பிறந்துள்ளானோ என்ற அழுக்காற்றுக் கனலால் எரிந்து, முனிவர் மூவரிடம் கபட நாடகம் ஆடும் கொடிய ஏரோது அரசனின் பொய்மைப் பித்தலாட்டங்களையும், கடவுள் ஞானியர்க்கு அவர்தம் கனவில் அதனை அம்பலப்படுத்தி, அவர்களை வேறு வழியில் திரும்பிட வைப்பதையும் தெளிவுபடுத்துகிறார்.

அடுத்து வரும் பாக்களில் இவ்வரலாற்றில் இடம்பெறும் இதயத்தைப் பிளக்கும் ஏரோது மன்னனின் வன்செயல் பற்றியும் அவர் விவரிக்கத் தயங்கவில்லை. அதாவது பொறாமைத் தீயில் பொங்கி, அச்சக்

கவலையில் அகம் துடித்து, அதன் விளைவாக, அவ்வூரெங்கும் பிறந்த ஈராண்டுக்குட்பட்ட இளந்தளிர்களை அவன் வெட்டிச் சாய்த்த வெங்கொடுமையைப் பாடுகிறார். எனினும் இறைவனின் குறுக்கீட்டால், ஏரோது என்னும் மமதை கொண்ட மணிமுடி தாங்கிய மன்னனின் அழிவையும் அவர் உணர்ச்சி பொங்க விவரிக்கிறார். தொடர்ந்து, இறைக்கட்டளையால் எகிப்துக்கு ஓடிச் சென்ற இறைமகன் பெற்றோர், நாசரேத்துக்குத் திரும்பி வந்து இல்லறமாம் நல்லறம் தொடங்கி வாழ்வதைப் பாடுகிறார். பெற்றவர்க்கடங்கி, பெருமை தரும் பிள்ளையாய்த் தொழிலும் பயின்று, தோழமை காட்டும் இளமகன் ஏசுவை இப்பகுதியில் அழகுற விவரிக்கிறார்.

யோவான் முழுக்கு

அடுத்து வரும் 'யோவான்' எனப் பெயரிட்ட பகுதியில், ஏசுவின் முன் தூதராக வந்த முழுக்கு முனிவர் யோவானின் திருப்பணிகள் பற்றியும் நெருப்புரைகள் பற்றியும் தெளிவுறுத்துகிறார்.

வருந்துமின் பிழை! வழியினைத் துலக்குமின்! அறிவைப்
பொருந்துமின்! புனலாடுமின்! புனிதமேயாமின்!
பெருந்திறத்தோடு வருகுனன் பின்னரே! பூமி
வருந்து தீமைகளொழிந்திட வருந்திடு மைந்தன்! (பா.37)

என்னும் செய்யுள் மூலம் அவர் முழக்கத்தை எதிரொலிக்கிறார். தமக்குப் பின் வரும் தேவமகனை அவர் அடையாளம் காட்டுவதையும் அவரது கரத்தால் அத்தேவமகன் திருமுழுக்குப் பெறுவதையும் கூறுகிறார்.

அருட்பணி வரலாறு

அடுத்து 'அருட்பணிச் சுடர்' என்ற தலைப்பு தொடங்கி வரும் ஐந்து பகுதிகளில் இயேசுபிரான் இவ்வுலகில் நிகழ்த்திய அரும்பணிகளையும் அருளுரைகளையும் அதற்குமுன் ஆயத்தமாக பாலை நிலத்துக்கு ஏகி, பழி வளர்க்கும் சாத்தானோடு நிகழ்த்திய கடும் போரினையும் சம்வாதத்தையும் சுவைபட உரையாடல் வடிவில் விளக்குகிறார். அதற்குப் பிறகு தொடங்கும் ஏசு நாதரின் அரும்பணிகளில், அவர் நிகழ்த்திய அற்புதச் செயல்களைவிட, அவர் ஆற்றிய அருளுரைகளுக்கும் நவின்ற நற்போதனைகளுக்கும் சுத்தானந்த பாரதியார் முதன்மை தருவதை உணர முடிகின்றது.

பகைவருக் கன்பே பரிந்து காட்டுமின்!
மிகவுமைத் திருடின் மிகமிகத் தருமின்!

நண்பருக் கேயோர் நலஞ்செயல் வாணிபம்
துன்ப முழல்வோர் துணையே யாகுமின்!

வலதுகை யீதல் இடதறியாது,
உளத்தில் தூயராய் ஊக்கறஞ் செய்மின்!
மறைவில் உதவினும் மாண்பே புலனாம்
இரவிலுஞ் சர்க்கரை ஈயும் இனிப்பே *(பா. 67, 68)*

என்னும் அடிகள் இதயத்தை ஈர்ப்பன. இப்படி ஏசு மலை மீது பொழிந்த அறவுரை அமுதங்களை மனம் கவர் பாக்களாய் வழங்குகிறார் கவிஞர். ஏசுவின் மலைப்பொழிவைப் பாவில் வடிக்கும்போது, நம் தமிழ்ச் சமய மரபுத் தொடர்களில் பாரதியார் பாடுவது சுவை பயக்கிறது. சான்றுக்கு,

வாழியுள் தூயர் வரதனைக் காண்பார்!
வாழிசா துக்கள் கடவுள் மைந்தர்!
மனிதரின் கோளும் வசையும் அஞ்சேல்!
மனதழுக் குற்றுமை மற்றோர் ஏசுழி *(பா.70)*

என்னும் செய்யுளைச் சுட்டலாம்.

பெருமானின் மானிட வாழ்வின் இறுதி நிகழ்வுகள்

இதனைத் தொடர்ந்து வரும் சுமார் ஏழு பகுதிகளில் ஏசு பெருமானின் மண்ணக வாழ்வின் இறுதிக் காட்சிகள் ஒன்றன் பின் ஒன்றாகத் தொடர்ந்து வருவதை, தீந்தமிழ்க் கவிதைகளால் வரிசையாக வடித்துச் செல்கிறார்.

முதல் பகுதியில் ஏசுநாதர், தம் மாணாக்கரோடு தலைநகராம் எருசலேம் ஏகுவதைப் பாடுகிறார். அடுத்த பகுதியில் பெருமானை ஏற்றும் இகழ்ந்தும் பலபட பேசுவோர் கூற்றுகளைத் தொகுத்தளிக்கிறார். அடுத்த பகுதியில் அவரது மாணாக்கருள் ஒருவனாம் யூதாசே அவரை முப்பது வெள்ளிக் காசிற்காக விலைக்கு விற்கத் துணியும் விபரீதத்தைப் பாடுகிறார். அடுத்த பகுதியில் தம் மாணாக்கரோடு இறுதி உணவு விருந்துண்ணுவதையும் அப்போது அவர் வாய் மலர்ந்தருளிய இனிய மொழிகளையும் விவரிக்கிறார்.

இதனைத் தொடர்ந்து உரோமை அரசின் காவலர் அவரைக் கைது செய்வதையும் அவர் விசாரணைக்காக முதலில் தலைமைக் குரு காபா முன்னரும் பின்னர் ரோம ஆளுநன் பிலாத்து முன்னரும் நிறுத்தப் படுவதையும் விவரிக்கிறார். இடையிடையே ஏசு மொழியும் தேசுறு வாசகங்களைத் தீட்டுகிறார். அதிலோர் அழகிய பகுதி,

சாவினிற் பயமில்லை சட்டை மாற்றமே
சோவினில் துயரில்லை தூய ருக்கரோ
பூவெலா மீயினும் பொன்றி டாததாம்
ஆவியை விற்றலு மாண்மை யாகுமோ? *(பா.110)*

என்பதாகும். ஏசுநாதரை அப்பொல்லாத போர்ச்சேவகர்கள் செய்த கொடுமைகளைக் கவிஞர் விவரிப்பதைப் படிக்கும் கண்கள் கசிந்து விடுகின்றன. சான்றுக்கு,

துப்பினர் திருமுகம்; தூய மேனியில்
தப்பினர் பிரம்பினால், தளரக் கைகளே
அப்பமாய் வீங்கிய தையன் மேனியே
அப்படு பாவிகள் அகந்தை வீங்கிற்றே

ஆர்த்தனர் அகத்தினில் அந்த காரமே
போர்த்தவர்; ஐயன்மேற் புண் படுத்தியே
சாத்தினர் சிலுவையை; கொல்கத் தாவினைப்
பார்த்தனர் பாதகர் பழியு மஞ்சவே! *(பா. 130, 131)*

என்னும் செய்யுட்களைச் சுட்டலாம்.

சிலுவைப்பாடும் உயிருற்றெழலும்

தொடர்ந்து வரும் பகுதிகளில் ஏசுபிரான் சிலுவையில் அறையப் படுதலையும் சிலுவையில் தம் பரம தந்தையிடம் தம் ஆருயிரை ஒப்படைத்தலையும் சுருக்கமாகவும் உருக்கமாகவும் தருகிறார். ஏசுவின் சிலுவைத் திருமொழி ஏழனுள், ஐந்து இப்பகுதியில் இடம்பிடித்து விடுகின்றன.

அன்பர் போற்றலும் காவிய நிறைவும்

ஏசுபிரான் உயிர்ப்பைப் பாடும் கவிஞர் ஏனோ அவரது விண்ணேற்பை விரிவாகப் பாடவில்லை. எனினும் உயிர்த்த மீட்பரை உவகை பொங்கப் பாடும் அவரது அடியார்களின் ஆனந்தப் பேரொலியை அவர் பாடத் தவறவில்லை.

மரணத்தை வென்றவனே!
மன்னவனே! அன்புருவே!
தரணியுய்யப் பிறந்தவனே!
தாவீ தரசன் குலக் கொழுந்தே,

கருணையுட னவதரித்தாய்!
காத்திடவே மெய்யறத்தை
அரணெமக்குன் திருவருளே
அறிவெல்லா மமர்ந்தவனே! (பா.143)

என்பது அவர்தம் ஆனந்தக் களி. இப்படிப் பற்பல போற்றிகள் பாடித் தொழும் அன்பரோடு, பாவலர் பாரதியார் தாமும் சேர்ந்து கொண்டு, ஏசுபிரானைப் போற்றியும் வாழ்த்தியும் கவி மொழிகள் சொல்லிக் களிப்புறுகிறார். நிறைவாக, ஏசு கிறிஸ்துவின் வாழ்வின் சாரத்தை, ஓர் உருவகத் தத்துவமாகவும் உரைத்து, காவியத்தை நிறைவுறச் செய்வது, நமது கவனத்தைக் கவர்கிறது.

உலகமே சிலுவை; ஆன்மா உயர்பெரும் ஏசுநாதன்;
கொலை மனப் பாரகர்தாம் குவலய மாயை மைந்தர்;
கலகஞ்செய் சாத்தானுக்குக் கருத்தினை விற்றோர் செய்த
அளவிலாக் கொடுமை தாங்கி அமரவாழ் வெய்தினானே

(பா.150)

என்பது அச்செய்யுளாகும்.

தூய துறவு நெறிப்பட்ட தகைசான்ற தமிழ்ப் பெரியாராகவும், பாவன்மை - பல்துறை அறிவு - பல் சமயப் புலமை - நாட்டு வளமும் உலக நலமும் நாடும் பேருள்ளம் - சமரசச் சன்மார்க்கம் பேணும் சத்திய நாட்டம் முதலிய உயர் பண்புகளின் உறைவிடமாகவும் வாழ்ந்த சுத்தானந்த பாரதியார் இயற்றி அருளிய ஏசுநாதர் சரிதை, தமிழுக்கு வாய்த்த தலைசிறந்த ஓர் இறை இலக்கியச் செல்வமாகும். ஏசுநாதர் சரிதை, தமிழின் இலக்கியப் பேழைக்கு இனிமை சேர்க்கும் ஓர் இணையற்ற முத்தமிழ் முத்துச் சரம் எனில் அது மிகையன்று.

12. திருஅவதாரம்

திருஅவதாரம் விரிவாகவும் எளிமையாகவும் இயற்றப்பட்ட கிறித்தவக் காப்பியம். இறைவன் மனிதராக அவதாரம் எடுத்து இம்மண்ணுலகில் மக்களுக்காக வந்தார். இதை அடிப்படையாகக் கொண்டு நூலுக்குப் பெயர் அமைத்துக் காப்பியத்தை முழுமையாகப் படைத்தளித்துள்ளார். இந்நூலின் மூலம் ஆசிரியரின் இலக்கிய, இலக்கண, இறையியல் புலமை வெளிப்படுகின்றது. ஆசிரியருக்குப் புலமை இருந்த போதிலும் நூலை மக்கள் படித்துப் புரிந்து கொள்ள வேண்டும் என்னும் நோக்கில் எளிமையாகப் படைத்திருப்பது ஆசிரியரின் அடிப்படை நோக்கத்தைப் புலப்படுத்துகிறது.

ஆசிரியர் வரலாறு

திருஅவதாரம் என்னும் கிறித்தவக் காப்பியம் அருள்திரு. மாணிக்கவாசகம் ஆசீர்வாதம் அவர்களால் எழுதப்பட்டது. இவருடைய முன்னோர்கள் திருநெல்வேலி மாவட்டத்திலுள்ள டோனாவூருக்கு அருகிலுள்ள சூரங்குடி என்னும் சிற்றூரில் வாழ்ந்தவர்கள். அக்குடும்பத்தில் ஆசீர்வாதத்தின் பாட்டனார் சுவாமிநாதபிள்ளை முதன் முதலாக இயேசு கிறிஸ்துவை ஏற்றுக் கொண்டு, அவர் நாம மகிமைக்காக வாழ்ந்தவர். சூரங்குடியில் பல இன்னல்கள் ஏற்பட்டமையால் அவ்விடத்தை விட்டு வெளியேறி நல்லூரில் சென்று குடியேறினார்கள். நல்லூர் அவர்களின் வாழ்க்கைச் சூழலுக்கு உகந்ததாக இருந்தமையால், அவ்விடத்திலேயே நிரந்தரமாகத் தங்கினர். இக்குடும்பத்தில் மாணிக்க வாசகம் பிள்ளை - முத்துநாயகம் அம்மையாருக்கு 1865 ஆம் ஆண்டு ஜூலை மாதம் முதலாம் நாள் ஆசீர்வாதம் பிறந்தார். இவர் சுவாமிநாத பிள்ளையின் மகன் வழிப் பேரன்.

சிறுவயதிலேயே ஆசீர்வாதத்தை அருட்பணியாற்ற வேண்டும் என்கிற சிந்தனையுடனே பெற்றோர் வளர்த்து வந்தனர். இவர் திருநெல்வேலி

யிலுள்ள சி.எம்.எஸ். கல்லூரியில் உயர் கல்வி கற்றார். இவர் கல்வியில் மட்டுமன்றி உடற்பயிற்சியிலும் இறையியற் பயிற்சியிலும் ஆர்வம் காட்டினார். கல்விக்குப்பின் வருவாய்த்துறையில் ஓராண்டு பணியாற்றினார். பெற்றோரின் விருப்பத்தினை மனதில் கொண்டு வருவாய்த் துறையிலுள்ள பணியினை விட்டுவிட்டு அருட்பணிக்குத் தம்மை முற்றிலும் அர்ப்பணித்தார். 1899 ஆம் ஆண்டு குருப்பட்டம் பெற்று அருட்தொண்டராகப் பொறுப்பேற்ற இவர், சேரன்மாதேவி, பண்ணை விளை, திருவில்லிபுத்தூர், பாளையங்கோட்டை, நல்லூர் ஆகிய ஊர்களிலும்; ஓய்வு பெற்ற பின்னர், சில ஆண்டுகள் உக்கிரமன் கோட்டை, பார்வதியாபுரம் என்னும் சேகரங்களிலும் அருட்பணியாற்றினார். இவருடைய துணைவியார் பெயர் மேரி ஞானம்.

திருச்சபை ஐக்கியம் என்னும் பொருள் பற்றி, ஓர் ஆங்கிலேயத் திருச்சபைக்குரு என்னும் அடிப்படையில் ஆழ்ந்த கருத்துகளைத் தெளிவாக எழுதி வந்தார். இக்கருத்துகள் அக்காலத்திலுள்ள இதழ்களான தீபிகை, நற்போதகம் என்னும் இதழ்களில் வெளிவந்தன. விவிலியத்திலுள்ள நான்கு நற்செய்தி நூல்களின் அடிப்படையில் இயேசு கிறிஸ்துவின் வாழ்க்கை வரலாற்றை 1936 இல் எழுதத் தொடங்கி 1946 இல் முடித்தார். திருஅவதாரத்திலுள்ள சில பகுதிகள் 1936 பெப்ரவரி முதல் ஆகஸ்டு முடிய ஏழு மாதங்களாக நற்போதகம் இதழில் வெளிவந்தன. இதற்கு வாசகர்களிடம் அதிக வரவேற்பு காணப்பட்டதால், இயேசு கிறிஸ்துவின் வரலாற்றை நூல் வடிவில் முழுமையாக எழுதத் தொடங்கியிருக்கலாம். இவர் ஒரு தமிழ் இலக்கிய வித்தகராக மட்டுமன்றி, இறையியல் வல்லுநராகவும் திகழ்ந்தார். இவரது சீரிய தொண்டினை மதித்து அன்றைய ஆங்கில அரசாங்கம் இவருக்கு 'இராவ் சாகிப்' பட்டத்தை வழங்கிச் சிறப்பித்தது. பாளையங்கோட்டையிலுள்ள சமாதானபுரம் கிறிஸ்து ஆலயத்திற்கு ஆசீர்வாதம் அவர்கள் கால்கோள்விழா எடுத்துச் சிறப்பித்தார். இத்தகைய இலக்கியப் பணியும் இறைப்பணியும் ஒருங்கே ஆற்றி வந்த அருள்திரு. மாணிக்கவாசகம் ஆசீர்வாதம் 1948 ஆம் ஆண்டு ஜுலை 13 ஆம் நாள் காலமானார். இவரது இளைய மகன் ஜே. ஆர்தர் ஆசீர்வாதம் அவர்களின் முயற்சியால் 1979 ஆம் ஆண்டு திருஅவதாரம் நூல் வடிவில் வெளியிடப்பட்டது.

ஆசிரியரின் நோக்கம்

ஆசிரியர் இக்காப்பியத்தை எளிமையாக, இனிமையாக அனைவரும் எளிதில் படித்துப் புரிந்து கொள்ள வேண்டும் என்னும் நோக்கில்

படைத்துள்ளார். கவிதையின் அழகுக்காகக் கவிஞர்கள் பயன்படுத்தும் உவமைகள், வருணனைகள் போன்றவற்றை ஆன்ம ஈடேற்றங் கருதி எழுதிய தம் நூலில் ஆசிரியர் எடுத்தாளவில்லை. ஒரு சில செய்யுட்களில் மட்டும் அணிகள் இடம்பெற்றுள்ளன. நற்செய்தி நூல்களிலுள்ள செய்திகளைக் கோர்வைப்படுத்தி, திருமறை வாக்குகளின் அடிப்படையில் எளிமையான கவிதைகளாக்கி ஆசிரியர் இக்காப்பியத்தைப் படைத்துள்ளார்.

நூலின் அமைப்பு

திருஅவதாரம் கடவுள் வாழ்த்து, பாயிரம் நீங்கலாக 2294 விருத்தப்பாக்களால் ஆனது. இக்காப்பியம் பால காண்டம், உத்தியோக காண்டம், ஜெயகாண்டம், ஆரோகண காண்டம் என்னும் நான்கு காண்டங்களை உடையது. ஒவ்வொரு காண்டமும் பல்வேறு பர்வங்களாகப் பகுக்கப்பட்டுள்ளது. ஒவ்வொரு பர்வத்தினுள்ளேயும் உட்தலைப்பு களுடன் நிகழ்ச்சி தொடர்பான செய்யுட்கள் அமைந்துள்ளன. படிப்பவர்களுக்குத் துணைபுரியும் வகையில் உட்தலைப்புகளோடு விவிலியத் தொடர்புடைய நற்செய்தி நூல் குறிப்புகளும் தரப்பட்டுள்ளன.

இயேசு கிறிஸ்துவின் இளம் பருவ நிகழ்வுகளைப் பாலகாண்டமும், அவரது ஊழியம், அற்புதங்கள், அருட்பொழிவுகள் போன்ற பணிகளை உத்தியோக காண்டமும், சாத்தானையும் மரணத்தையும் வென்ற நிகழ்வுகளை ஜெயகாண்டமும், இசைப்பாட்டின் ஏறுமுகக் குறிப்பினை நினைவில் நிறுத்தி அவர் வானுலகம் சென்ற செய்திகளை ஆரோகண காண்டமும் விவரித்துச் சொல்கின்றன.

1. பால காண்டம்

இறைமைந்தன் பிறப்பை திருஅவதாரம் என்ற உட்தலைப்பால் நூலைத் தொடங்குகின்ற ஆசிரியர், அவர் பிறந்த ஊரை திருஷேத்திரம் எனக் குறிக்கின்றார். முன்னறிவித்தல் தொடங்கி தேவாலயத்தில் திருமைந்தன் பிரதிஷ்டை செய்யப்படுதல், ஏரோதுவின் பாதகத்தால் எகிப்து சென்று மீண்டு நாசரேத்தூர் செல்வது ஆகிய செய்திகளைப் பாலகாண்டத்தில் செய்யுளாக்கியுள்ளார். இக்காண்டத்தில் 143 செய்யுட்கள் உள்ளன.

2. உத்தியோக காண்டம்

இரண்டாவது காண்டமான உத்தியோக காண்டம் 1756 செய்யுட்களைக் கொண்டு பிறகாண்டங்களைவிட அளவில் மிகப் பெரியதாக அமைந்துள்ளது. இக்காண்டம் இரண்டு பகுதிகளாகப் பகுக்கப்பட்டுள்ளது. இதன் முதற்பகுதி உத்தியோகப் பிரவேசப் பர்வம், உத்தியோக ஆரம்பப்

கிறித்தவக் காப்பியங்கள்

பர்வம், கலிலேயா ஊழிய பர்வம் என்னும் மூன்று உட்பிரிவுகளாகவும், இரண்டாம் பகுதி எருசலேம் யூதேயா ஊழிய பர்வம், கடைசிப் பட்கா வார பர்வம், பன்னிருவருக்கும் பிரிவுரைப் பர்வம் என்னும் மூன்று உட்பிரிவுகளாகவும் பிரிக்கப்பட்டுள்ளது. இக்காண்டத்தில் சகரியா முன் தூதன் தோன்றுவது முதல் முன் தூதனின் ஊழியம், இறைமைந்தன் திருமுழுக்குப் பெற்றது, இறைமைந்தனின் அற்புதங்கள், பன்னிரு சீடரைத் தெரிந்தெடுத்தல், இறைமைந்தனின் ஊழியம், சீடனின் கடமை, இயேசுவின் பவனி, நியாயத்தீர்ப்பு, திருவிருந்து நியமனம், சீடர் இடறல், இறுதி உரையாடல், சீடரைப் பிரிதல் முதலான செய்திகளையெல்லாம் சுட்டிச் செல்கிறார்.

3. ஜெயகாண்டம்

சாத்தானை வென்ற பர்வம், மரணம் வென்ற பர்வம் என்னும் இரண்டு பர்வங்களை உடையதான ஜெயகாண்டத்தில் யூதாஸ் காட்டிக் கொடுத்தது, பேதுருவின் மறுப்பு, விசாரணை, சிலுவைப்பாதை, பாடுகளின் முடிவு, உயிர்த்தெழுந்த இறைமகன் காட்சி கொடுத்தல் ஆகிய நிகழ்வுகளைக் கூறியுள்ளார். ஜெயகாண்டத்தில் 350 செய்யுட்கள் உள்ளன.

4. ஆரோகண காண்டம்

இறுதிக் காண்டமான ஆரோகண காண்டம் இயேசு கிறிஸ்து உயிர்த்தெழுந்தபின் நாற்பது நாட்களில் நடந்த நிகழ்வுகளையும், அவர் பரமேறிச் சென்றதனையும் விளக்குகின்றது. இக்காண்டத்தில் பர்வம் என்னும் பகுப்பு இல்லை. இக்காண்டத்தில் 45 செய்யுட்கள் உள்ளன.

கவிதையாக்கம்

'ஆதியிலே வார்த்தை இருந்தது, அந்த வார்த்தை தேவனிடத்தி லிருந்தது, அந்த வார்த்தை தேவனாயிருந்தது' (யோவான் 1:1) என்னும் இறைவாக்கினை,

> காலமேதோன் றாமுனுள வார்த்தையதே
> காலமாதி யந்தமிலா வார்த்தையதே
> மூலதெய்வ மோடிருந்த வார்த்தையதே
> மூலதெய்வ மாயிருந்த வார்த்தையதே
> ஞாலமாமெல் லாந்தனது வன்மையினால்
> ஞானமாய்ப் படைத்ததோரே வார்த்தையதே
> காலமாக ரூபமாகி மானுடனாய்க்
> காசினியிற் தோன்றிய தாம் வார்த்தையதே

(பால காண்டம், பா.1)

எனக் காப்பியத்தின் முதல் செய்யுளாகப் படைத்துள்ளார். இது போன்று விவிலிய வசனங்களைச் செய்யுட்களாக மாற்றி, காப்பியமாகப் படைப்பதற்கு இவரது இலக்கண, இலக்கிய அறிவும், விவிலியப் புலமையும், போதகராகப் பணியாற்றிய அனுபவமுமே அடிப்படைக் காரணங்களாகும்.

அற்புதங்கள்

இயேசு கிறிஸ்துவின் அற்புதங்களுள் முதலாவது அற்புதம் கானாவூர் திருமணத்தின்போது ஆறு கற்சாடிகளிலிருந்த தண்ணீரைத் திராட்சை இரசமாக்கியது. விவிலியத்திலுள்ள யோவான் எழுதிய நற்செய்தி நூலின் இரண்டாம் அதிகாரத்தின் முதல் பன்னிரண்டு வசனங்களும் முதல் அற்புதம் குறித்து தெரிவிக்கிறது. திருஅவதாரம் ஆசிரியர் இவ்வற்புதத்தை பதினொரு செய்யுட்களில் படம் பிடித்துக் காட்டுகிறார். இப்பகுதியிலிருந்து சான்றாக ஒரு செய்யுள்:

வெறுஞ்ஜலமே நல்லரச மாகவேசெய் விந்தைமுத லற்புதமா மீதுசெய்தோர்
வெறுமனுட னேயலப ரத்திருந்தே யிங்குவந்த விண்ணவரே யென்றெவரும்
பெரும்வியப்ப டைவதற்கே தம்முடைய பேர்மகிமை வல்லமைவி ளக்கினரே
பெரும்வியப்ப டைந்தனரே சீடருமே கொண்டனர்பேர் விஸ்வசமே யண்ணலார்மேல்

(உத்தியோக ஆரம்பப் பர்வம், பா. 9)

இச்செய்யுளில் ஆசிரியர் தண்ணீரை ஜலம் என்னும் வடமொழிச் சொல்லால் குறிப்பிடுகிறார். பன்னிரெண்டு ஆண்டுகளாக நோயினால் கடுமையாகத் துன்பமடைந்து கொண்டிருந்த ஒரு பெண், இயேசு கிறிஸ்துவின் ஆடையின் விளிம்பை விசுவாசத்துடன் தொட்டாள். அவள் தொட்டவுடன் இறைவனின் வல்லமையினால் குணமானாள். இதை,

தொட்டா லவருட ஆடையைச் சுகமடை வேனென விசுவசித்தே
திட்டமா யவர்பின் வந்தனளே திரண்டுநெ ருங்கிய மக்களுளே
தொட்டன ளுடையின் தொங்கலையே சுகமடைந் தனளே சணமதிலே
பட்டவோ ரவதியும் நீங்கியேதன் பிணியுமே பறந்தே சுகமடைந்தாள்

(கலிலேயா ஊழிய பர்வம், பா.348)

எனப் பாடுகிறார். இயேசு கிறிஸ்து நாயீன் என்னும் ஊருக்குச் செல்கையில் இறந்த ஒருவனை அடக்கம் பண்ணக் கொண்டு சென்றனர். இறந்தவன், விதவையான தாய்க்கு ஒரே மகன். இயேசு கிறிஸ்து பாடையில் கிடத்தப் பட்டிருந்த அவனைப் பார்த்து, வாலிபனே எழுந்திரு என்று உனக்குச் சொல்லுகிறேன் என்றார். உடனே அவன் எழுந்திருந்து அவர்களிடம் பேசத்

தொடங்கினான். அங்கிருந்த அனைவரும் தேவனை மகிமைப் படுத்தினார்கள். இவ்வற்புதத்தை,

யுவனே யெழும்பு உரைக்கிறே னுனக்கே யெனவுரைக் கவேமரித் தவனாம்
அவனெழுந் தனனே யமர்ந்துபா டையினில் அமைதலா யுரையா டினனே
எவர்துயர் வருத்தம் எதுமகற் றுபவர் அவனனை யிடமொப் புவித்தார்
அவரது வலமை யருளையு மறிந்தோர் அனைவரு மருண்டதி சயித்தார்.

(கலிலோயா ஊழிய பர்வம், பா.256)

எனப் பாடுகிறார். இயேசு கிறிஸ்து செய்த அற்புதங்களை ஆசீர்வாதம் அவர்கள் செய்யுளாக்கியிருப்பது மிக அருமை.

மலைப்பொழிவு

இயேசு கிறிஸ்து மலைப்பொழிவின்போது மொழிந்த 'இருதயத்தில் சுத்தமுள்ளவர்கள் பாக்கியவான்கள்; அவர்கள் தேவனைத் தரிசிப்பார்கள். சமாதானம் பண்ணுகிறவர்கள் பாக்கியவான்கள்; அவர்கள் தேவனுடைய புத்திரர் என்னப்படுவார்கள்' (மத்தேயு 5: 8, 9) என்னும் வசனங்களை,

இருதய சுத்தம் உள்ளோர் என்றுமே பாக்ய ராவார்
ஒருவருங் காணக் கூடா உனதரைத் தர்சிப்பாரே
இருசமா தானஞ் செய்வோர் இன்புறும் பாக்ய ராவார்
அருணிறை தெய்வந் தம்மின் அன்புறும் புத்ரர் ஆவார்

(உத்தியோக காண்டம், பா.144)

எனச் செய்யுளாக்கியுள்ளார்.

உவமைகளின் வழி போதனை

இயேசு கிறிஸ்து மக்களுக்கு உவமைகளின் மூலம் பல போதனைகளை நிகழ்த்தினார். விதைப்பவன் விதையை எடுத்துக் கொண்டு செல்லும்போது சில விதைகள் வழியில் விழுந்தன. மிதிபட்ட அவற்றைப் பறவைகள் உண்டன. சில விதைகள் பாறை நிலத்தில் விழுந்தன. அவை மண் அதிகம் இல்லாததால் முளைத்தவுடன் காய்ந்து விட்டன. சில விதைகள் முள்ளுள்ள இடங்களில் விழுந்தன. முள் வளர்ந்ததனால் செடியை வளர விடாமல் நெருக்கிப் போட்டது. நல்ல நிலத்தில் விழுந்த விதை முளைத்து சிலது நூறாகவும், சிலது அறுபதாகவும், சிலது முப்பதாகவும் பலனைக் கொடுத்தது. இந்த உவமையின் மூலம் காதுள்ளவன் கேட்கக்கடவன் என்னும் கருத்தை விளக்கினார். இப்போதனையை,

விதைப்பவ னொருமக னெழுந்தன்னே விதைக்கவே தனதுட நிலத்தினிலே
விதைசில விழுந்தன வழியருகே வெளியிலே கிடந்தவை மிதிபடவே
அதனையே பொறுக்கியே விழுங்கினவே யநேகமாம் பறவைகள் பல்வகையே.
விதைசில விழுந்தன பாறைநிலம் அதிலுள மண்ணோ மிகக்குறைவே.

விதைமுளைத் தனவெகு சீக்கிரமே மேல்மணோ சிறிதுமேயாழமிலை
விதைமுளை யுலர்ந்தன வேரிலையே மேல்மண் ணீரமே காய்ந்ததினால்
விதைசில விழுந்தன முள்நிலமே வித்துமே முளைத்தே முட்களுளே
அதைநெருக் கினதே முள்வளர்ந்தே யானதா லதன்பலன் ஒனுமிலையே.

சிலவிதை வீழ்ந்தன நல்நிலமே முளைத்தவை செழித்தே வளர்ந்தனவே
சிலபயிர் தந்தன நூறுபலன் சிலபயிர் கொடுத்தன அறுபதாயே
சிலபயிர் தந்தன முப்பதுமே சிறந்தநற் பலனே நிலம் நலமே
நலமொடு கேட்கவே காதுளோனோ நலம்பெறச் செவிகொடுத் திடுகவென்றார்

(கலிலோயா ஊழிய பர்வம், பா.281-283)

என்னும் செய்யுட்களில் விவரிக்கிறார். ஆசிரியரின் புலமைக்கு இச்செய்யுட்கள் சான்றுகளாக அமைகின்றன.

உயிர்த்தெழுதல்

இயேசு கிறிஸ்துவின் பாடு மரணங்கள் ஜெய காண்டத்தில் சிறப்பாக எடுத்தியம்பப்பட்டுள்ளன. இப்பகுதி கிறித்தவ இலக்கியங்கள் அனைத்திலும் உயிர்நாடியான பகுதியாகும். கிறித்தவத்தின் விசுவாசம் இப்பகுதியில் நிலைத்திருக்கிறது. உயிர்த்தெழுதல் குறித்து,

சிங்கமா முமதுட திருமகனார் சென்றுமே ஜெனித்தனர் புவியினிலே
துங்கனா மனுமகன் ஜேசுபரன் துர்மனப் பேயொடு பொருதனரே
பங்கமே செய்தன ரலகையையே பாரினிற் ஜெயித்தார் சிலுவையிலே
மங்கா மகிமையோ டெழுந்தனரே மாரண மிருந்தே யிதுதினமே.

(மரணம் வென்ற பர்வம், பா. 4)

எனப் பாடுகின்றார். கிறித்தவக் கீர்த்தனைக் கவிஞர் ஒருவர் 'யூத ராஜ சிங்கம் உயிர்த்தெழுந்தார்' என உயிர்த்தெழுதல் குறித்துப் பாடுகிறார். ஆசிரியரின் கவித்திறனுக்கு இச்செய்யுளும் ஒரு சான்றாகும்.

ஒரு விதவையின் காணிக்கை

ஒரு விதவை போட்ட இரண்டு காசுகளைக் குறித்து ஆசிரியர் எழுதியுள்ள இரண்டு செய்யுட்கள் சிறப்புடையவை. அவை பின் வருமாறு:

காணிக்கை போடுமிடம் வந்தனரே காணிக்கைப் பெட்டியெதி ரேயமர்ந்தார்
காணிக்கைப் பெட்டியுளே பற்பலபேர் காணிக்கைகள் போடுவதைப் பார்த்திருந்தார்
காணிக்கை போட்டனரே ஐசுவரியர் காணமிக வேயதிகங் காசுகளே
காணிக்கை போட்டனளே யோர்விதவை கட்டமொடே சேர்த்தஇரு காசுகளே

கண்டனரே காணிக்கை போடுவதை சீடரைய ழைத்தவர்க்கே மாகனிவாய்
விண்டனரே யிவ்வசனம் இவ்விதவை மற்றவர்க்கு மேலதிகம் போட்டனளே
பண்டமேது மற்றவளே யேழையிவள் பண்பொடுமி ருந்தவெல்லாம் போட்டனளே
பண்டநிறை ஐசுவரிய ராமிவர்தம் பரிபூரணத் தேயிருந்தே போட்டவரே

(கடைசி பட்காவார பர்வம், பா. 159, 160)

இவை போன்று அனைத்துச் செய்யுட்களிலும் வேதவசனங்களைக் கவிதையாக்கிய வளமை மெச்சத்தக்கது.

உணர்ச்சி வெளிப்பாடு

இயேசு கிறிஸ்துவின் பிறப்புப் பற்றிய செய்யுளை ஆசிரியர் எழுதும்போது உணர்ச்சியில் மூழ்கிப் பாடுகிறார். இயேசு கிறிஸ்துவின் பிறப்பு உலக மக்களுக்கே ஓர் அதிசயமான, மகிழ்ச்சியான செய்தியாகும். பின்வரும் பாடலில் மகிழ்ச்சி வெள்ளத்தில் உணர்ச்சியைக் கொட்டி,

என்னோஇவ் வற்புதம்பார் ஈசனிங்கே வந்தார்புவில்
என்னோஇவ் வற்புதம்பார் எம்முருவங் கொண்டாரன்றோ
என்னோஇவ் வற்புதம்பார் இந்நிலைமை யேயானாரே
என்னோஇவ் வற்புதத்தை எப்படிமறப் பாய்பாவி

(பாலகாண்டம், பா. 55)

என எழுதுகிறார். மேலும் இறைவன் மண்ணுலகில் வந்து, உயிர் துறந்து, உயிர்த்தெழுந்து, பரலோகத்திற்கு எழுந்த முப்பத்து மூன்று ஆண்டுகால வரலாற்றை நான்கு அடிகளில் உணர்ச்சி பூர்வமாக,

பாவியே யுனக்காய் பரனுல குதித்தார்
பாவியே யுனக்காய் பரனுயிர் துறந்தார்
பாவியே யுனக்காய் பரனுயிர்த் தெழுந்தார்
பாவியே யுனக்காய் பரன்பர மெழுந்தார்

(ஆரோகண காண்டம், பா. 31)

என இரத்தினச் சுருக்கமாகப் பாடுகின்றார்.

கற்பனைத் திறன்

கவிஞர்களுக்குக் கற்பனைத் திறன் இயல்பாகவே அமைந்துவிடும். திருஅவதாரம் ஆசிரியரும் அதற்கு விதிவிலக்கல்லர். இயேசு கிறிஸ்து உயிர்த்தெழுந்த போது வானவர்கள் கொண்டாடியதை,

மண்ணிதில் மனுமக னுயிர்த்தெழவே மரணமு மலகையும் வென்றவராய்
விண்ணிலே யமரரா மனைவருமே வியந்தன ரெழுந்தேயார்த் தனரேமிக
பண்ணினுக் கிசைவாய் நடித்தனரே பலவித மாய்மகிழ் கொண்டனரே
பண்ணொடு துதித்தனர் பரமனையே புகழ்ந்தன பரவச மாயினரே

(மரணம் வென்ற பர்வம், பா. 2)

எனக் கற்பனை நயத்துடன் பாடுகிறார். மண்ணுலகத்தில் மரணத்தையும் பேயினையும் வென்று மனுமகன் உயிர்த்தெழுந்தார். அதனைக் கண்டு விண்ணில் இருந்த தேவர்கள் அனைவரும் வியந்தனர்; எழுந்து ஆர்த்தனர்; இசைக்குப் பொருந்த ஆடினர்; பலவிதமாய் மகிழ்ந்து கொண்டாடினர்; மேலோனாகிய இறைவனை இசையோடு பாடித் துதித்து புகழ்ந்து பரவசமுற்றனர் என்னும் கற்பனை நயம் சிறப்புமிக்கது.

இலக்கிய நயம்

இறைமகனின் வாழ்வைக் காப்பிய வடிவில் விவரிப்பதே காப்பியக் கவிஞரின் பேராவல். எனவே அணிநயங்களை அதிக அளவில் ஆசிரியர் கையாளவில்லை. ஒரு சில செய்யுட்களில் சொற்பொருள் பின்வரு நிலையணியைக் கையாண்டுள்ளார். சான்றாக,

தன்னையே பகைத்தே தன்னுளே பிரிந்த நாடாம் பாழாய் விழுமே
தன்னையே பகைத்தே தன்னுளே பிரிந்த பட்டணம் நிற்பதெப் படியாம்
தன்னையே பகைத்தே தன்னுளே பிரிந்த வீடுமி டிந்துமே யழியும்
தன்னையே பகைத்தே தன்னுளே பிரிந்தால் சாத்தான் ராசியம் நிலையா

(கலிலோயா ஊழிய பர்வம், பா.226)

என்னும் செய்யுளைச் சுட்டலாம். இச்செய்யுளில் ஒரு சொல்லே பல இடங்களில் ஒரே பொருளைத் தந்து கவிதை இன்பத்தை நமக்குத் தருகின்றது.

நற்செய்திக் நூற்குறிப்புகளோடு உட்தலைப்புகள் அமைத்திருக்கும் முறை, திருமறை வாக்குகளின் அடிப்படையிலான எளிய கவிதைகள், செய்திகளை நேரடியாகச் சொல்லும் திறம் முதலியவை இக்காப்பியத்தின் சிறப்புக்குக் காரணமாகின்றன.

13. இரட்சகராகிய இயேசு நாதர்

கிறித்தவக் காப்பியங்களுள் பல மிகவும் எளிமைத் தன்மையில் மக்கள் இலக்கியமாகப் படைக்கப்பட்டுள்ளன. அவற்றுள் தே.அ. ஞானாபரணம் பண்டிதர் இயற்றிய இரட்சகராகிய இயேசுநாதர் காப்பியமும் ஒன்று.

ஆசிரியர் வரலாறு

தே. அ. ஞானாபரணம் பண்டிதர் அவர்கள், கன்னியாகுமரி மாவட்டத்திலுள்ள சேனம்விளை என்னும் ஊரில் 1885 ஆம் ஆண்டு பிறந்தார். இவரது தந்தையார் தேவவரம் அருமைநாயகம். இவரது முன்னோர்கள் கன்னியாகுமரி மாவட்டத்திலுள்ள நெய்யூரில் அருட் பணியாற்றி வந்த பேலீஸ் ஐயரின் காலத்தில் கிறித்தவர்களாக மாறியவர்கள்.

இளம் வயதில் ஞானாபரணம் நாகர்கோவிலிலுள்ள பள்ளிக் கூடத்தில் கல்வி பயின்றார். வித்வான் தேர்வில் வெற்றி பெற்ற இவர், தான் படித்த பள்ளியிலேயே ஆசிரியராக நியமிக்கப்பட்டார். பின்னர் பெண்கள் பள்ளி, நாகர்கோவிலிலுள்ள கிறித்தவக் கல்லூரி, பாளையங்கோட்டையிலுள்ள சாராள் தக்கர் கல்லூரி ஆகியவற்றில் தமிழ் ஆசிரியராகப் பணியாற்றினார். இச்சூழலில் நீரிழிவு நோயினால் மிகவும் துன்பப்பட்டார். எனவே தமது 36 ஆவது வயதில் ஆசிரியப் பணியிலிருந்து விலகி, நாகர்கோவிலில் ஞானாயி தெருவிலுள்ள ஞானவிலாசம் காம்பவுண்டில் தங்கியிருந்து, நூல்களை எழுதியும் அருட்பணியாற்றியும் இலண்டன் மிஷன், லுத்தரன் மிஷன், இரட்சணிய சேனை ஆகிய பிரிவுகளிலுள்ள மிஷனெரிமார்களுக்குத் தமிழ் கற்றுக் கொடுத்தும் வந்தார்.

ஞானாபரணத்தின் மனைவியின் பெயர் ஞானம்மாள். இத்தம்பதி யினருக்குக் குழந்தைகள் இல்லை. வேதாகமத்தைத் திருத்தியமைப்ப தற்காக வேதாகமச் சங்கத்தாரால் ஏற்படுத்தப்பட்ட குழுவில்

அங்கத்தினராக ஞானாபரணம் செயல்பட்டார். கீர்த்தனை நூலின் புதிய திருத்திய பதிப்பை உருவாக்கக் கிறித்தவ இலக்கிய சங்கம் 1947 இல் ஒரு குழுவை நியமித்தது. அக்குழுவில் ஞானாபரணமும் ஒருவர். இருபத்தி ஐந்து ஆண்டுகள் சேனம்விளை சபையின் செயலராகத் தொண்டாற்றினார். பேராயத்திலுள்ள பல்வேறு குழுக்களில் உறுப்பினராக இருந்தார். தென்சேகரத்துக் கவுன்சிலில் 25 ஆண்டுகள் உறுப்பினராக இருந்து பல ஆலோசனைகளைக் கூறிவந்தார். இவர் 1955 மார்ச் மாதம் 28 ஆம் நாள் தமது 70 ஆவது வயதில் காலமானார். அவருடைய உடல் சொந்த ஊரான சேனம்விளையில் நல்லடக்கம் பண்ணப்பட்டது.

படைப்புகள்

கீர்த்தனைகள் பல எழுதி அவற்றை "இரட்சணியப் பாமாலை" என்னும் நூலாக வெளியிட்டார். நூற்றுக்கும் மேற்பட்ட திருமணப் பாடல்களை எழுதியுள்ளார். குடிவெறியின் கெடுதி, அமிழ்தினும் இனிய தமிழ்மொழி, குணபதி-தளபதி என்னும் உரைநடை நூல்களையும் 'ஆகாத மகன் அப்சலோமின் வரலாறு' என்னும் நாடக நூலையும் படைத்துள்ளார்.

இரட்சகராகிய இயேசுநாதர்

இயேசு கிறிஸ்துவின் வாழ்க்கை வரலாற்றை அனைவரும் எளிதாகப் படித்துப் பயனுறும் வகையில் இரட்சகராகிய இயேசுநாதர் காப்பியம் எழுதப்பட்டுள்ளது. இந்நூலை மூன்று பாகங்களாக எழுதி ஞானாபரணம் வெளியிட்டார். முதல் பாகமான இளமைப் பருவமும், இரண்டாம் பாகமான சேவைப்பருவமும் இரண்டாம் பதிப்பாக 1950 இலும், மூன்றாம் பாகமான சிலுவைப் பருவம் இரண்டாம் பதிப்பாக 1951 இலும் வெளியானது. இந்நூல் நாகர்கோவிலுள்ள இலண்டன் மிசன் அச்சகத்தில் அச்சடிக்கப்பட்டது. இந்நூலின் முன்னுரையில்,

> சத்தியவேத புத்தகமே இயேசு பெருமான் சரித்திரத்திற்கு உத்தம ஆதாரம். விசேசமாக நான்கு சுவிசேச ஆகமங்களும், அவர் வாழ்க்கை வரலாற்றை நன்கு விளக்குகின்றன. அவற்றை ஆதாரமாக வைத்து அன்று முதல் இன்று வரை அநேக நூல்கள் அவரைப் பற்றி எழுதப்பட்டிருக்கின்றன. நன்மொழியெனும் எம்மொழியிலும் இந்நூல்கள் ஏராளம் உண்டு. அமிழ்தினும் இனிய நம் தமிழ் மொழியிலும் அவற்றிற்குக் குறைவில்லை. சரித்திர நூல்களுக்கிசைய வெவ்வேறு பருவமாக வகுத்துத் தொகுத்த தொடர்ச்சியான ஒரு சுருக்க வரலாறு எழுத்தறிவு பெற்ற யாவருக்கும், மிக விளங்கிப் பயன்படும் எனக் கருதி நான் இதை

எழுதலானேன். நுட்பமான ஆராய்ச்சித்துறை ஒன்றினும் நான் புகுந்திலேன்; வேத சாஸ்திர நுணுக்கங்களொன்றினும் நான் நுழைந்திலேன்; புனைந்துரை புகழுரை யாதும் நினைந்திலேன். எளிய செய்யுள்நடை தமிழர் மனதை நன்கு கவரும் என்பதை எண்ணித் தெள்ளத் தெளிந்த விருத்தப் பாவில் இயேசுநாதரின் சரித்திரத்தை அமைத்துள்ளேன்

என ஆசிரியர் குறிப்பிடுகிறார். கவிமணி தேசிகவிநாயகம் பிள்ளை இந்நூலின் கையெழுத்துப் பிரதிகள் முழுவதையும் மிக்க ஆர்வத்துடன் படித்துப் பல திருத்தங்கள் செய்துள்ளார். இந்நூலைப் பாராட்டிக் கவிமணி பாடிய வெண்பா பின்வருமாறு :

    பாவ இருளகற்றும் பானுவாய் வந்துதித்த
    தேவகுமாரன் திருக்கதையை - ஆவலொடு
    ஞானாபரணம் நவின்றான் அழகாகத்
    தேனார் தமிழில் தெரிந்து.

1949 ஆம் ஆண்டு வெளிவந்த 'சத்தியசாட்சி' என்னும் மாத இதழ், இந்நூல் குறித்துப் பின்வருமாறு குறிப்பிடுகிறது :

இயேசு பெருமானின் சரித்திரத்தைப் பண்டிதரும் பாமரரும் போற்றும் வகையில் எளிய செய்யுள் நடையில் இயற்றித் தமிழ் இலக்கியத்திற்கும் இந்தியத் தமிழ்க் கிறித்தவர்களுக்கும் அருந்தொண்டாற்றியுள்ளார் பண்டிதர் தே. அ. ஞானாபரணம் அவர்கள். இந்நூலில் காணலாகும் செய்யுட்களில் பல சொல்லோவியமாய் விளங்குகின்றன. இப்பாடல்கள் மனப்பாடஞ் செய்து பாடுவதற்கு எளிமையும் இனிமையுமாய் உள்ளன.

நூல் பகுப்பு

'இரட்சகராகிய இயேசுநாதர்' என்னும் இக்காப்பியம் குருபூஜையுடன் தொடங்குகிறது. இக்காப்பியத்தில் குருபூஜை என்னும் பகுதி 14 செய்யுட்களையும், இளமைப் பருவம் 107 செய்யுட்களையும், சேவைப் பருவம் 164 செய்யுட்களையும், சிலுவைப் பருவம் 131 செய்யுட்களையும் கொண்டு இந்நூலில் மொத்தம் 416 செய்யுட்கள் உள்ளன.

குரு பூஜை

நூலின் தொடக்கத்தில் கடவுள் வாழ்த்து என்பதற்குப் பதிலாக குரு பூஜை எனத் தலைப்பிட்டு இயேசு கிறிஸ்துவை வணங்குகிறார். குரு பூஜையிலுள்ள பெரும்பாலான செய்யுட்கள் 'உம்மைக் கும்பிட்டேன் இயேசு நாதா' என முடிவுறுகின்றன. குரு பூஜை கீழ்க்கண்ட செய்யுளுடன் தொடங்குகிறது:

ஆதியில் வானம் பூமி அனைத்தையும் படைத்த நாதா!
மேதினி மீட்பரான மேசியா கிறிஸ்து நாதா!
நீதியின் கதிரோன் என்னும் நிர்மல தூயநாதா!
கோதிலாக்குருவே! உம்மைக் கும்பிட்டேன் இயேசு நாதா!

(குருபூஜை, பா.1)

இப்பகுதியிலுள்ள பதினான்கு செய்யுட்களும் இயேசு கிறிஸ்துவின் சிறப்புகளை எடுத்தியம்புகின்றன. இப்பதினான்கு செய்யுட்களும் சுவை மிகுந்த, கருத்துச் செறிவு மிக்கனவாக உள்ளன.

1. இளமைப் பருவம்

முதல் பாகமாகிய இளமைப் பருவம் பெத்லகேம் படலம், நாசரேத்துப் படலம், யோர்தான் நதிப்படலம் என்னும் மூன்று படலங்களை உடையது. இப்பாகத்தில் அகஸ்துராயன் கட்டளை பிறப்பித்ததிலிருந்து சாத்தானின் சோதனைகளை வென்றது வரையிலான செய்திகள் இடம் பெற்றுள்ளன.

2. சேவைப் பருவம்

இரண்டாம் பாகமாகிய சேவைப் பருவம் கலிலேயாப் படலம், யூதேயாப் படலம், சமாரியாப் படலம், உபதேசப் படலம் என்னும் நான்கு படலங்களைக் கொண்டது. இப்பாகத்தில் இயேசு கிறிஸ்து சீடர்களைத் தெரிந்தெடுத்து தமது சேவையைத் தொடங்கியது முதல் இயேசு கிறிஸ்துவைக் கொலை செய்யத் திட்டம் தீட்டுவது வரையிலான செய்திகள் இடம் பெற்றுள்ளன.

3. சிலுவைப் பருவம்

மூன்றாம் பாகமாகிய சிலுவைப் பருவம் பெத்தானியாப் படலம், கெத்சமனே படலம், எருசலேம் படலம், கொல்கதாப் படலம், உயிர்த்தெழுதல் படலம் என்னும் ஐந்து படலங்களை உடையது. இப்பாகத்தில் இயேசு கிறிஸ்து பெத்தானியா ஊருக்குச் சென்றது முதல் உயிர்த்தெழுந்து பரலோகம் சென்றது வரையிலான செய்திகள் இடம் பெற்றுள்ளன.

நாட்டு, நகர வருணனை

காப்பியங்களில் வருணனை காப்பிய வளர்ச்சிக்கும் காப்பியத் தன்மைக்கும் உறுதுணையாக அமைகின்றது. கிறித்தவக் காப்பியங்களில் நாட்டு, நகர வருணனைகள் நூலிற்கு ஊட்டம் அளிக்கும் வகையில் அமைந்துள்ளன. பெத்லகேம் ஊரின் வளமையை,

காடெல்லாம் கழனி யங்கே! கரையெலாம் பயிர்கள் அங்கே!
நாடெல்லாம் உழவர் அங்கே! நடையெலாம் தழைகள் அங்கே!
மேடெல்லாம் மரங்கள் அங்கே! விளையெலாம் பழங்கள் அங்கே!
வீடெலாம் கறவை அங்கே! வெளியெலாம் பறவை அங்கே!

(இளமைப் பருவம், பா. 20)

எனப் பாடுகின்றார். பெத்லகேம் ஊரில் காடுகள் எல்லாம் வயல்களாகக் காட்சி தரும்; கரைகளில் எல்லாம் பயிர்கள் இருக்கும்; நாட்டில் உள்ள மக்கள் அனைவரும் உழவர்கள் ஆவர்; பாதைகளில் எல்லாம் தழைகள் மலிந்திருக்கும்; தோப்புகளில் எல்லாம் பழங்கள் நிறைந்திருக்கும்; வீடுகளில் எல்லாம் கறவைகள் நிறைந்திருக்கும்; வான் வெளிகளில் எல்லாம் பறவைகள் மலிந்திருக்கும் என பெத்லகேமை வருணிக்கிறார். மேலும் நாசரேத்தூரை,

குலைகுலையாய்த் திராட்சைக் கொடிகளில் பழங்கள் தொங்கும்;
மலைஎனக் குவித்திருக்கும் மாதுளம் பழத்தை எங்கும்;
இலைகனி சுமந்தே அத்தி எனும் மரம் நனிவருந்தும்;
தலமதைப் பழவூர் என்று சாற்றினும் மிகப் பொருந்தும்

(இளமைப் பருவம், பா. 48)

என்னும் செய்யுள் மூலம் வருணனை செய்துள்ளார். திராட்சைக் கொடிகளில் குலைகுலையாகப் பழங்கள் தொங்கும்; மாதுளம் பழங்கள் மலை மலையாகக் குவிந்திருக்கும்; அத்தி என்னும் மரம் இலைகளும் கனிகளும் மிகுந்து தாங்க முடியாமல் வருந்தி நிற்கும்; ஆகவே எங்கும் பழங்கள் நிறைந்த அந்த ஊரைப் பழவூர் என்று சொன்னாலும் பொருத்த முடையதே ஆகும். தமிழகத்தை மனதில் கொண்டு படைக்கப்பட்ட இவ்வருணனைகள், கவிஞரின் கற்பனையாற்றலுக்குச் சான்றாக அமைகின்றன.

தமிழ் மரபு சார்ந்த வருணனை

கம்பர், வீரமாமுனிவர், உமறுப்புலவர் ஆகியோர் இலக்கியங்களைப் படைக்கும் போது அதிலுள்ள நிகழ்வுகள் தமிழகத்தில் நடந்தது போன்ற உணர்வுடன், பின்னணியுடன் தருகின்றனர். அவற்றைப் போன்று, பாலஸ்தீன நாட்டில் நடந்த நிகழ்வுகளைக் குறிப்பிடும்போது, தமிழகத்தில் நடந்தது போன்ற உணர்வினை ஆசிரியர் கொணர்வது, அவரது இலக்கியப் படைப்பின் சிறப்பினை எடுத்துக் காட்டுகிறது. யோசேப்பு, மரியாள், பன்னிரண்டு வயது நிரம்பிய இயேசு ஆகியோர் நாசரேத்திலிருந்து எருசலேம் நகருக்குச் செல்கின்றனர். அவ்வழியின் இயல்புகளைத் தமிழக

கிராமங்களுக்கு இடையே காணப்படும் வழியின் இயல்புகளாக ஆசிரியர் படைத்திருப்பது மிக அருமை. சான்றுகள் பின்வருமாறு:

ஏருழும் உழவர் ஓசை எங்குமே நனி முழங்கும்
பாருறும் பறவை எல்லாம் பாடி நன்றாய் முழங்கும்
ஊரடை சோலை வண்டும் ஓய்விலாதே முழங்கும்
நேர்மலை அருவி எங்கும் நிறைந்து கல்லென முழங்கும்

(இளமைப் பருவம், பா.47)

கோபுரங் குளங்களாறு குன்றுகள் மேடுபள்ளம்
நேர்பட வளர்விருட்சம் நிறைந்த பூஞ்சோலைக்காடு
ஊர்தொறும் ஆடுமாடு உற்றநல் வயல் நிலங்கள்
சோர்பினை அகற்றுங்காட்சிப் பொருளென நேர்ந்ததங்கே.

(இளமைப் பருவம், பா.59)

பயிர் நிலந்தன்னைப் பார்க்க பச்சையாய்த் திகழ்ந்தது தோன்றும்
அயர் வினையகற்றியோட்டும் அழகுறும் பறவைக் கூட்டம்
உயர்மலை விலங்கு தூரத்தோடுவதுதப்பை யூட்டும்
குயில் மயில் குறுக்கிட்டோடிக் குதூகலந்தனை விளைக்கும்

(இளமைப் பருவம், பா.60)

ஏர் கொண்டு உழவர்கள் நிலத்தை உழுகின்ற ஓசை எங்கும் மிகுதியாக முழங்கியிருக்கும்; பாடும் பறவைகளின் ஒலியும் நன்றாகக் கேட்டிருக்கும்; சோலை மலர்களில் தேனருந்திய வண்டுகள் ஓயாமல் ரீங்காரம் செய்யும்; மலையிலிருந்து நிறைந்து வீழ்கின்ற அருவி கல் என முழங்கும்; கோபுரங்கள், குளங்கள், ஆறுகள், குன்றுகள், மிக உயர்ந்து வளருகின்ற மரங்கள் நிறைந்த பூஞ்சோலைக் காடு, ஊர் தோறும் ஆடு மாடுகள் நிறைந்திருக்கின்ற வயல் நிலங்கள் காண்பவர் சோர்வினை அகற்றி இனிதாகக் காட்சி தரும்; பயிர் வளர்ந்திருக்கின்ற நிலங்கள் பார்ப்பதற்குப் பச்சையாய்த் தோன்றும்; அழகிய பறவைக் கூட்டம் காண்போர் சோர்வினை அகற்றும்; உயர்ந்த மலையில் ஓடுகின்ற விலங்குகள் மகிழ்ச்சியை ஊட்டும்; குயில்களும் மயில்களும் குறுக்கே பறந்து மிகுந்த மகிழ்ச்சியினை வழங்கும் என தமிழ்நாட்டை வருணிப்பது போன்று பாடுகிறார்.

சுருங்கச் சொல்லல் உத்தி

சுருங்கச் சொல்லி புரிய வைப்பது ஞானாபரணம் பண்டிதரிடம் இயல்பாகவே அமைந்துள்ளது. இயேசுநாதர் செய்த அற்புதங்களை நான்கு அடிகளில் மிக எளிமையாகக் கீழ்க்கண்டவாறு விளக்குகிறார்:

குருடர்கள் பார்க்கச் செய்தார்; குஷ்டநோய் பறக்கச் செய்தார்;
செவிடர்கள் கேட்கச் செய்தார்; செத்தவர் பிழைக்கச் செய்தார்;
கபடரை அகலச் செய்தார்; கறைபவம் விலகச் செய்தார்;
இருடனை ஓடச் செய்தார்; இலகொளி கூடச் செய்தார்

(சேவைப் பருவம், பா. 21)

இதைப்போன்று இயேசு நாதர் கற்பித்துக் கொடுத்த பரமண்டல ஜெபத்தையும் இரண்டு செய்யுட்களில் படைத்திருப்பது மிகச் சிறப்பு.

விவிலியச் செய்திகள்

ஞானாபரணம் பண்டிதர் விவிலியச் செய்திகளை எளிமையாகப் புரிந்து கொள்ளும் வகையில் செய்யுட்களாக மாற்றியுள்ளார். இயேசு கிறிஸ்து கானாவூர் கலியாண வீட்டில் தண்ணீரைத் திராட்சை இரசமாக மாற்றிய முதல் அற்புதத்தை,

மேவுமவ் வீட்டார் மிக்க விசனமுற்றேயச் செய்தி
யாவுமே அவர்க்குச் சொல்ல இருமூன்று ஜாடி நீரைத்
தாழ்விலா ரசமே ஆக்கித் தந்து தம் தன்மை காட்டித்
தேவகுமாரனாகத் திகழ்ந்தனர் இயேசுநாதர்

(சேவைப்பருவம், பா.5)

என அற்புதமாகப் பாடுகின்றார். 'நீ உன் கண்ணிலிருக்கிற உத்திரத்தை உணராமல், உன் சகோதரன் கண்ணிலிருக்கிற துரும்பைப் பார்க்கிறதென்ன? இதோ, உன் கண்ணில் உத்திரம் இருக்கையில் உன் சகோதரனை நோக்கி, நான் உன் கண்ணிலிருக்கும் துரும்பை எடுத்துப் போடட்டும் என்று நீ சொல்வதெப்படி? மாயக்காரனே! முன்பு உன் கண்ணிலிருக்கிற உத்திரத்தை எடுத்துப்போடு. பின்பு உன் சகோதரன் கண்ணிலிருக்கிற துரும்பை எடுத்துப்போட வகைபார்ப்பாய்' (மத்தேயு 7: 3,4,5) என்னும் வசனங்களை,

மற்றவன் கண்ணிற்குள்ளே மறைதுரும்பினையும் காண்பாய்!
உற்றுன் கண்ணிலேயோ உத்திரம் உள்ளதோராய்!
குற்றம் நீஅகற்றி மற்றோர் குறைகளை நீக்கச்சென்றால்
சற்றுமே கபடம் வேண்டாம்; சத்தியம்வேண்டு மென்றார்

(சேவைப்பருவம், பா.76)

என்னும் செய்யுளாக வடித்துள்ளார். 'கேளுங்கள் அப்பொழுது உங்களுக்குக் கொடுக்கப்படும்; தேடுங்கள் அப்பொழுது கண்டடைவீர்கள்; தட்டுங்கள்

அப்பொழுது உங்களுக்குத் திறக்கப்படும். ஏனென்றால், கேட்கிறவன் எவனும் பெற்றுக் கொள்கிறான்; தேடுகிறவன் கண்டடைகிறான்; தட்டு கிறவனுக்குத் திறக்கப்படும்' (மத்தேயு 7: 7,8) என்னும் வசனங்களை ஆதாரமாகக் கொண்டு,

தேடுவோர் கண்டடைவர்; திறந்திடும் தட்டுவோர்க்கே;
நாடுவோர் பெற்றுக்கொள்வார்; நல்ல நம்பரம தந்தை
வாடுதன் மக்களைத்தான் வறியராய் விடுவாரோ? ஓர்
கேடுமே செய்யாரே? நீ கேட்டதைத் தருவார் என்றார்

(சேவைப்பருவம், பா. 77)

எனப் பாடியுள்ளார். யோவான் எழுதிய நற்செய்தி நூல் 12 ஆம் அதிகாரம் 12 முதல் 19 வரையிலான வசனங்களில் இயேசு கிறிஸ்து கழுதைக் குட்டியின் மீது அமர்ந்து பவனி சென்றமை விவரிக்கப்பட்டுள்ளது. இந்நிகழ்வை ஞானாபரணம் பண்டிதர்,

வருகிறார் அரசரென்று வாழ்த்தினார் ஜனங்கள் சென்றே
உரியவர் உமக்கோசன்னா, ஓசன்னா என்று பாடி;
மர இலைதழை பறித்தே வழியெலாம் விரித்துத் தொண்டர்
பரம சந்தோஷங் கொண்டார்; பாக்கியரானோம் என்றார்

(சேவைப் பருவம், பா. 161)

என்னும் செய்யுளாக வடித்தெடுக்கிறார். மேலும், யோவான் எழுதிய நற்செய்தி நூல் 20 ஆம் அதிகாரம் 26 முதல் 29 வரையிலான வசனங்களில் இயேசு கிறிஸ்து தோமாவிற்குக் காட்சி கொடுத்து அவிசுவாசியாக இராதே எனக் கூறியதை,

அறைதனைப் பூட்டியுள்ளே அனைவரும் தோமாவும் சேர்ந்
திறைவனைக் குறித்துப்பேசி இருதயம் மகிழும் வேளை
குறைவிலாதுறுதி கொள்வாய் குருவிடம் நீ தோமாவே!
திறமிது என்று சொல்லித் திருச்சுதன் காட்சிதந்தார்

(சிலுவைப் பருவம், பா. 126)

என அழகாகவும் எளிமையாகவும் பாடுகிறார். விபச்சாரத்தில் ஈடுபட்ட பெண்ணை இயேசு கிறிஸ்துவிடம் கொண்டு சென்ற போது உங்களில் பாவம் செய்யாதவன் இவள் மீது கல்லெறியட்டும் என்றும், அவர்கள் இவளை விட்டுச் சென்றபோது இனிமேல் பாவம் செய்யாதே என்றும் கூறியவற்றை (யோவான் 8; 3-11) ஆசிரியர்,

ஊரினிலிருந்து வேசியொருத்தியைப் பிடித்துவந்தே
சீரிலா இவளுக்கென்ன சிட்சை யென்றவர்கள் கேட்க,
பாருமே பழியொன்றில்லாப் பரிசுத்தர் இருப்பீராயின்
காரிகையிவளைக் கொல்லும் கல்லெறிந்தெனப் பகர்ந்தார்.

நன்றிது என்று சொல்லி நழுவிவிட்டார் எல்லோரும்
அன்றவள் தனைச் சிட்சிக்க அவர்களில் ஒருவனில்லை;
கன்றினுக்கிரங்கும் தாய்போல் கர்த்தரும் மனமிரங்கி
என்றுமே பாவஞ்செய்யாய்! இனியிதோ பெண்ணே! என்றார்

(சேவைப் பருவம், பா. 137, 138)

எனச் செய்யுட்களாகப் பாடியுள்ளார். இவ்வாறு ஞானாபரணம் பண்டிதர் விவிலியத்திலுள்ள செய்திகளை மிக அருமையாக எளிமையான செய்யுள்களாகப் பாடியுள்ளமை அவரது கவித்திறனுக்குச் சான்று பகர்வனவாக அமைந்துள்ளன.

தாலாட்டுப் பாடல்

கிறித்தவக் காப்பியங்கள் சிலவற்றில் மட்டுமே குழந்தையாகிய இயேசு கிறிஸ்துவைத் தாலாட்டுவதாகச் செய்யுள்கள் உள்ளன.

கண்ணினுள் மணியே! சோலைக் கரும்பே! அமிர்தே! தேனே!
விண்ணுறும்சுடரே! பொன்னே! விழையும் நற்கனியே! வேந்தே!
எண்ணுறும் நிதியே! பூவே! இளந்தளிர் எனுங்குருந்தே!
அண்ணலே உறங்குறங்கென்றன்னை தாராட்டினாளே!

(இளமைப்பருவம், பா.29)

என்னும் இச்செய்யுள் மட்டுமே தாலாட்டுப் பாடலாக இக்காப்பியத்தில் இடம் பெற்றுள்ளது.

இயேசு கிறிஸ்துவின் பிறப்பிலிருந்து பரலோகம் செல்வது வரையிலான செய்திகள் இக்காப்பியத்தில் எளிமையாகப் படைக்கப் பட்டுள்ளன. ஆரவாரமின்றி, இயல்பாக, எளிமையாக, அனைவரும் படிக்க வேண்டும் என்னும் நோக்கில் இக்காப்பியம் படைக்கப்பட்டுள்ளது. விவிலிய வசனங்களைச் சுருக்கி ஒரே பாடலில் சுவை குன்றாமல் தருதலில் வல்லவராக ஞானாபரணம் விளங்குகிறார்.

14. சுடர்மணி

இருபதாம் நூற்றாண்டில் தோன்றிய கிறித்தவக் காப்பியங்களுள் சுடர்மணி சிறந்த காப்பியம். இக்காப்பியம் உரோமன் கத்தோலிக்கர்கள் பயன்படுத்தும் விவிலியத்தை அடிப்படையாகக் கொண்டு காண்டம், படலம் என்னும் பகுப்பு முறையில் படைக்கப்பட்டுள்ளது. இக்காப்பியம் 1976 ஆம் ஆண்டு மார்ச் மாதம் முதல் பதிப்பாகவும், 1987 ஆம் ஆண்டு செப்டம்பர் மாதம் இரண்டாம் பதிப்பாகவும் வெளிவந்தது.

ஆசிரியர் வரலாறு

சுடர்மணி என்னும் கிறித்தவக் காப்பியத்தின் ஆசிரியர் எஸ். ஆரோக்கியசாமி (1912-1985). இவர் விழுப்புரத்திற்கு அருகிலுள்ள கோலியனூரில் சவரியப்பன் - குழந்தையம்மாள் தம்பதியருக்கு 1912 ஆம் ஆண்டு செப்டம்பர் எட்டாம் நாள் மகனாகப் பிறந்தார். திண்டிவனத்திலுள்ள உரோமன் கத்தோலிக்க ஆசிரியர் பயிற்சிப் பள்ளியில் எட்டாம் வகுப்பு வரை படித்தார். 1929 முதல் 1931 வரை அதே பள்ளியில் ஆசிரியர் பயிற்சி பெற்று, ஓவியம் வரைவதில் வல்லவராக விளங்கியதால் அப்பள்ளியிலேயே ஓவிய ஆசிரியராக நியமனம் செய்யப்பட்டார்.

தமது தமிழாசிரியர் சுந்தரேச ஐயரிடம் தமிழ் இலக்கண இலக்கியங்களைக் கற்று வெண்பா, விருத்தம் ஆகியவற்றை இயற்றும் நுட்பங்களைத் தெரிந்து கொண்டார். 1931 ஆம் ஆண்டு முதல் 1934 வரை தேனீர் என்ற ஊரில் பணியாற்றியபோது அருகிலுள்ள கிராமங்களிலிருந்து பள்ளிக்கூடத்திற்கு வரும் ஏழை மாணவர்களுக்கு மதிய உணவாகக் கேழ்வரகுக் கூழ் வழங்கி, அவர்களைத் தவறாது வந்து படிக்க ஆவன செய்தார். தென்னாற்காடு மாவட்டத்தைச் சேர்ந்த நாட்டாண்மைக் கழகப் பள்ளிகளில் 37 ஆண்டுகள் பணிபுரிந்து தலைமை ஆசிரியர் பதவியிலிருந்து ஓய்வு பெற்றார்.

1937 இல் 'பால சுந்தரம்' என்னும் நாடகத்தை அரங்கேற்றி கொல்லாமை என்னும் அறத்தை மக்களிடம் பரப்பினார். மாணவர்களுக்குக் கணிதத்தை

விளையாட்டாகவும் வேடிக்கையாகவும் கற்பிக்கும் முறைகளை இவருடைய 'கணித ஜாலம்' (1951) என்னும் நூல் விவரிக்கிறது. தமிழையும் கணிதத்தையும் ஒன்றாக இணைத்துக் கற்றுக் கொடுக்கும் முறையை உருவாக்கியதன் மூலம் இரண்டு பாடங்களையும் ஒரே பாடமாகக் கற்பிக்க முடியும் என்பதை நிறுவினார். இவரது 'இளந்தமிழ் வாசகம்' என்னும் நூல் படங்கள் மூலம் மொழியைக் கற்பிக்கிறது. இது முதல் வகுப்பு நூலாக இருந்தது. முதியவர்கள் அறுபது நாட்களில் தமிழை எழுதவும் படிக்கவும் தகுந்த புதிய முறையில் 'பைந்தமிழ் வாசகம்' என்னும் நூலை எழுதினார். 'ரகர றகர வேற்றுமை விளக்கம்' என்னும் நூல் அனைவரும் படித்துப் புரிந்து கொள்ளும் வகையில் எழுதப்பட்டது. இந்நூல் நான்கு பகுதிகளாக அமைந்து, சிறு அகராதி போல் விளங்குகிறது.

ஆசிரியப் பணியிலிருந்து ஓய்வு பெற்ற பின்னர் இயேசு நாதருடைய வரலாற்றைச் 'சுடர்மணி' என்னும் பெயரில் காப்பியமாக இயற்றினார். மேலும், சிலுவைப் பாதை, ஜெபமாலை, அர்ச்.வேளாங்கண்ணி மாதா சரித்திரம் முதலிய சிறு நூல்களையும் வெளியிட்டுள்ளார். இவர் எழுதிய பல நூல்கள் அச்சில் வராமல் உள்ளன. அவற்றுள் ஒரு நூல், எண்பது புனிதர்களின் வரலாற்றைக் கூறும் 'மறைத்தொண்டர் புராணம்' என்பதாகும்.

1956 இல் இவர் பணியாற்றி வந்த தூக்கணாம்பாக்கம் ஊர் மக்கள் இவரது ஆசிரியப் பணியின் வெள்ளிவிழாவைக் கொண்டாடினர். 1962 இல் தமிழக அரசின் நல்லாசிரியர் விருதினைப் பெற்றார். சென்னை யுனெஸ்கோ மன்றம் கல்வித் துறையில் சிறப்பாகப் பணியாற்றிய இவருக்கு 1970 ஆம் ஆண்டில் 'Roll of Honour' என்னும் பட்டத்தை வழங்கியது. கணித ஜால ஆசிரியர் என்றும் ஆசுகவி என்றும் தமிழக மக்களுக்கு அறிமுகமாயிருந்த எஸ். ஆரோக்கியசாமி அவர்கள் 1985 ஆம் ஆண்டு ஏப்ரல் மாதம் முதல் நாள் மாரடைப்பால் காலமானார்.

காப்பியக் கட்டமைப்பு

விவிலியத்தில் காணப்படும் மத்தேயு, மாற்கு, லூக்கா, யோவான் என்னும் நான்கு நற்செய்தி நூல்களின் அடிப்படையில் சுடர்மணி எழுதப்பட்டுள்ளது. இந்நூல் இனிய தமிழில் எளிய நடையில் அமைந்துள்ளது. வெண்முத்துக்களில் கதிரவன் ஒளியைக் காண்பது போல் சுடர்மணியில் இயேசு கிறிஸ்துவின் வாழ்க்கை ஒளியைக் காணமுடிகிறது. இந்நூல் விருத்தப்பாவினால் அமைந்துள்ளது. இந்நூல் பாயிரத்தைத் தொடர்ந்து பாலகாண்டம், உபதேச காண்டம், மீட்புக் காண்டம்,

உத்தான காண்டம் என்னும் நான்கு காண்டங்களையும் 1201 செய்யுட்களையும் உடையது. ஒவ்வொரு காண்டமும் படலங்களால் பகுக்கப்பட்டுள்ளது. நூலின் பாயிரம் மூன்று செய்யுட்களால் ஆனது.

1. பால காண்டம்

முதலாம் காண்டமான பால காண்டம் 141 செய்யுட்களைக் கொண்டது. இக்காண்டம் தூதுப் படலம், அவதாரப் படலம், காட்சிப் படலம், நசரைப் படலம் என்னும் நான்கு படலங்களை உடையது. தூதுப் படலத்தின் தொடக்கத்தில் உலகப்படைப்பு குறித்தும் ஆதாம், ஏவாள் பாவியாக மாறியது குறித்தும் விளக்கி, அதைத் தொடர்ந்து புதிய ஏற்பாட்டுச் செய்திகளும் விவரிக்கப்பட்டுள்ளன. இப்படலத்தில் மரியாள் எலிசபெத்தைச் சந்தித்தது வரையிலான செய்திகள் இடம்பெற்றுள்ளன. அவதாரப்படலம் இயேசு கிறிஸ்துவின் பிறப்பையும், காட்சிப் படலம் சிமியோனின் வருகை முதல் திருக்குடும்பத்தினர் எகிப்துவுக்குச் செல்வது வரையிலான செய்திகளையும் தருகிறது. இதைத் தொடர்ந்து வரும் நசரைப் படலம் சூசையப்பர் இறந்தது வரையிலான செய்திகளைத் தருகிறது.

2. உபதேச காண்டம்

இரண்டாம் காண்டமான உபதேச காண்டமானது திருமுழுக் காட்டுப் படலம், சோதனைப் படலம், சீடரைச் சேர்த்த படலம், திருமணப் படலம், ஆலயப் படலம், நிக்கோதேமுப் படலம், சமாரியப் படலம், கலிலேயாப் படலம், வினை விலக்குப் படலம், திருமலைப் படலம், அற்புதப் படலம், உவமப் படலம், பொய்கைப் படலம், சயீர்ப் படலம், தூதுவிடு படலம், சீவ அப்பப் படலம், மரபு கண்டனப் படலம், தரிசனப் படலம், பண்டிகைப் படலம், கோவிற் படலம், ஆயற் படலம், நல்லுரைப் படலம், வாதுப் படலம், விருந்துப் படலம், கருணைப் படலம், செல்வப் படலம், உயிர் மீட்ட படலம், செபப் படலம், இல்லறப் படலம், எரிக்கோ படலம் என்னும் 30 படலங்களால் ஆனது. இக்காண்டத்தில் 703 செய்யுட்கள் இடம் பெற்றுள்ளன.

3. மீட்புக் காண்டம்

மூன்றாவது காண்டமான மீட்புக் காண்டம் ஊர்வலப் படலம், திங்கள் படலம், கண்டனப் படலம், ஊழிப் படலம், பாஸ்காப் படலம், நற்கருணைப் படலம், சிறையேற்ற படலம், விசாரணைப் படலம், சிலுவைப் படலம், சமாதிப் படலம் என்னும் பத்துப் படலங்களையும் 437 செய்யுட்களையும் உடையது.

4. உத்தான காண்டம்

நான்காவது காண்டமான உத்தான காண்டமானது எருசலைப் படலம், திபேரியாப் படலம், ஆரோகணப் படலம் என்னும் மூன்று படலங்களைக் கொண்டது. இக்காண்டத்தில் 60 செய்யுட்கள் உள்ளன.

சுடர்மணி - பெயர்க்காரணம்

இயேசு கிறிஸ்துவின் வாழ்வும் வரலாறும் மக்கள் வாழ்க்கைக்கு என்றும் குன்றாத சுடராக விளங்குகின்றன. 'நீங்கள் உலகத்திற்கு வெளிச்சமாயிருக்கிறீர்கள்' என்று தன்னுடைய ஒளியை மக்களுக்கு அளித்து அவர்களையும் ஒளியாக மாற்றிய இயேசுநாதர் வரலாற்றைக் கூறுவதால் சுடர்மணி எனப் பெயர் பெறுவதாயிற்று.

கவிதையாக்கம்

ஆரோக்கியசாமி விவிலியச் செய்திகளுக்குச் செய்யுள் வடிவம் கொடுப்பதில் வல்லவர். 'அங்கே சூம்பின கையையுடைய மனுஷன் ஒருவன் இருந்தான். அப்பொழுது, அவர் மேல் குற்றஞ்சாட்டும்படிக்கு ஓய்வுநாளில் சொஸ்தமாக்குகிறது நியாயமா என்று கேட்டார்கள். அதற்கு அவர் உங்களில் எந்த மனுஷனுக்காகிலும் ஒரு ஆடு இருந்து, அது ஓய்வு நாளில் குழியிலே விழுந்தால், அதைப் பிடித்துத் தூக்கிவிட மாட்டானோ? ஆட்டைப் பார்க்கிலும் மனுஷனானவன் எவ்வளவோ விசேஷித் திருக்கிறான்! ஆதலால், ஓய்வுநாளிலே நன்மை செய்வது நியாயந்தான் என்று சொன்னார். பின்பு அந்த மனுஷனை நோக்கி: உன் கையை நீட்டு என்றார். அவன் நீட்டினான். அது மறுகையைப்போல் சொஸ்தமாயிற்று' (மத்தேயு 12: 10-13) என்னும் வசனங்களை,

பின்னவர் செபக்கூ டத்தில்
பேசிட, முன்இ ருந்தோன்
'எந்தையே! ஓய்வு நாளில்
இதஞ்செயத் தகுமோ?' என்ன,
'நன்றுன(து) ஆட்டில் ஒன்று
நடுக்குழி நீரில் வீழ்ந்தால்
அன்றுநம் ஓய்வை யெண்ணி
அமர்ந்திருப் பாயோ?' என்றார்.

கூட்டத்தில் கைம்மெ லிந்து
குறுகிய ஒருவன் தன்னை

'நீட்டிடு கரத்தை' என்ன,
நீண்டஅக் கரத்தைக் காட்டி,
'ஆட்டினும் மனிதன் மேலோன்
அவன்பிணி ஓய்வு நாளில்
ஓட்டுதல் நன்றே அன்றோ?'
உன்னுங்கள் இதனை' என்றார் (பா. 338-339)

எனக் கவிதையாக்கம் செய்கிறார்.

வருணனை

சுடர்மணி காப்பியத்தில் இயற்கை வருணனை சிறப்பாக அமைந்துள்ளது. இலக்கண நூலார் மலை, கடல், நாடு, நகர், பெரும் பொழுது, சிறுபொழுது, ஞாயிறு, திங்கள் தோற்றம் ஆகியவற்றின் வருணனைகளும் காப்பியத்தில் அமைதல் வேண்டும் என்பர். காப்பியத் தேவைக்கும் போக்கிற்கும் ஏற்ப, சுடர்மணியில் வருணனைகள் இடம்பெற்றுள்ளன. பாலகாண்டத்தில் ஏதேன் தோட்டத்தின் அமைப்பை,

தேனலர் மலர்கள் மல்கித்
தென்றலால் வாசம் ஊட்டும்
மீனினம் மகிழ்ந்து துள்ளி
மின்னியே ஓடும் நீரில்
மானினம் மயில்க ளோடு
மட்டிலா நடனம் ஆடும்
வானிடைப் புள்ளி னங்கள்
வணங்கிப்பல் வாழ்த்து கூறும் (பா.5)

என வருணிக்கிறார். தேனோடு மலர்ந்த மலர்களில் உள்ள மணத்தினைத் தென்றல் எடுத்துச் சென்று பரப்புவதால் எங்கும் நறுமணம் கமழ்ந்திருக்கும்; ஓடும் நீரில் மீன்கள் துள்ளி விளையாடியிருக்கும்; மான்கள் மயில்களோடு சேர்ந்து மகிழ்வோடு நடனமாடும்; வானத்துப் பறவைகள் வாழ்த்துக் கூறும் என வருணனை அமைந்துள்ளது. மேலும் காப்பியத்தில் ஞாயிறு, திங்கள் ஆகியவற்றின் தோற்றத்தை,

பகலவன் நாளும் வந்து
பணிந்துபின் மேற்கே செல்வன்
உகந்திடு மதியும் அல்லில்
உறவொடு தோன்றி மீழ்வன்

மிகுந்திடும் வெயிலில் மேகம்
மேனி ன்று நிழலை ஈவன்
சுகமதை அருளக் காற்றும்
சுழன்றெங்கும் சூழ்ந்து நிற்பன் (பா.7)

என்னும் செய்யுள் மூலம் வருணித்துள்ளார். பகலவன் தினமும் வந்து பணிந்து மாலையில் மேற்றிசை செல்வான்; இரவில் மகிழ்ச்சியோடு தோன்றி சந்திரனும் மீண்டு செல்வான்; வெயில் மிகும்போது மேலிருந்து மேகம் நிழலைச் செய்யும்; இன்பத்தை வழங்குவதற்காகக் காற்று சுழன்று செல்லும். இவ்வருணனைகள் காப்பியச் சிறப்புக்குச் சான்றாக அமைகின்றன.

உவமைச் சிறப்பு

கவிதைக்கு அணிகள் அழகு சேர்க்கின்றன. பாயிரத்திலுள்ள அவையடக்கம் என்னும் பகுதியில் நூல் எழுத முனைந்ததைக் கூறுமிடத்து மூன்று உவமைகளை ஒரே செய்யுளில் தருகிறார். அச்செய்யுள் பின்வருமாறு:

வளர்மதி யொளியில் மின்னும்
மின்மினி போலும் வானில்
விளங்கிடும் பரிதி முன்னே
விளக்கொளி தருதல் போலும்
குளமலர்க் கமலம் முன்னே
கொட்டியும் மலர்தல் போலும்
அளவிலான் வாழ்க்கை நூலை
அடியனும் எழுத லுற்றேன் (பாயிரம், பா. 3)

இச்செய்யுளில், நித்தம் வளருகின்ற நிறைந்த நிலவொளியின் முன்னால் மின்னும் மின்மினி போலவும் விண்ணில் விளங்கிடும் சூரியன் ஒளி முன்னால் சிறு விளக்கொளி போலவும் அழகுற குளத்தில் மலர்ந்திருக்கின்ற தாமரையின் முன்னால் மிகச்சிறிய கொட்டி மலர் மலர்தல் போலவும் எல்லையற்றவனாகிய இறைக்குமாரனின் வாழ்க்கை நூலை சிறியவனாகிய நான் எழுதலுற்றேன் என உவமைகளின் மூலம் அவையடக்கச் செய்தியினைக் கூறுகிறார். காட்சிப் படலத்தில் ஏரோது அரசனின் ஆணைப்படி இளங்குழந்தைகளைக் கொல்லப் புறப்பட்ட கொலைகாரர்களுக்கு சிங்கக் கூட்டத்தையும் நீர்த்தேக்கத்தையும் பின்வரும் பாடலில் உவமையாகக் காட்டுகிறார்:

அரையனின் ஆணை கேட்டே
அங்குள கொலைஞர் எல்லாம்
இரையதைத் தேடி யோடும்
இளமரிக் கூட்டம் போலும்
கரையதை உடைத்துப் பாயும்
கனத்தநீர்த் தேக்கம் போலும்
புரையிலார் உயிர்க்கு டிக்கப்
புகுந்தனர் ஊரில் என்னே (பா. 103)

அரசனின் ஆணையைக் கேட்டு அங்கே கூடியிருந்த கொலைகாரர்கள் எல்லாம் இரையைத் தாக்கப் பாய்ந்து செல்லும் இளம் சிங்கக் கூட்டம் போலவும் கரையை உடைத்துப் பாயும் தேங்கியிருந்த வெள்ளம் போலவும் குற்றமற்ற குழந்தைகளின் உயிரைக் குடிக்க ஊரில் புகுந்த கொடுமையை என்ன சொல்வேன் என உவமைகளின் வாயிலாக எடுத்தியம்புகிறார்.

உருவகச் சிறப்பு

உவமையையே பொருளாகக் கூறுவது உருவகமாகும். சிலுவைத் துன்பத்தைச் சந்திக்க முற்படும் இயேசு கிறிஸ்துவின் அவல நிலைக்கு உருகி ஆற்றாது கடல், மரம், குன்று, மண், பறவைகள் என இயற்கையெல்லாம் தவித்ததை உருவகமாகப் பல செய்யுட்களில் பாடுகிறார். இயேசு கிறிஸ்துவைக் காட்டிக் கொடுப்பதற்காக யூதர்களிடம் யூதாஸ் பணம் கேட்ட போது அவர்கள் முப்பது காசு கொடுப்பதாக உரைத்த நிகழ்வை விளக்கும்போது,

ஓடியே வந்த சீடன்
உறுதியை ஆய்ந்த யூதர்
கூடியே மூன்று பத்துக்
காசதைக் கொடுப்ப தாக
நாடியே சொன்ன போது
வஞ்சக நரியும் ஒப்பிக்
கூடியே குழிப றிக்கக்
குறிவைத்(து) அலைந்த(து) ஆங்கே (பா.956)

என்று குறிப்பிட்டு யூதாசை வஞ்சக நரியாக உருவகப்படுத்துகிறார்.

தற்குறிப்பேற்றம்

இயற்கையின் வழக்கமான செயல்பாடுகளின் மேல் தன் குறிப்பை ஏற்றிப் பாடப்படும் தற்குறிப்பேற்ற அணியிலமைந்த பல செய்யுட்கள் சுடர்மணியில் உள்ளன.

இவர்க்கு நன் னிழலை ஈய
எண்ணிடு மரங்கள் எல்லாம்
இவரொடு செல்லும் பேறிங்(கு)
இல்லையே என்று சோரும்
அவரவர் தலையின் மீதங்(கு)
அயர்வின்றிப் பறந்து செல்லும்
தவறிலாப் பறவைக் கூட்டந்
தம்நிழல் சிறிதென் றேங்கும் (பா. 60)

என்னும் இச்செய்யுளில் மரியன்னைக்கு நிழல் கொடுக்க மரங்களிடையே போட்டி நிலவியதாகப் பாடும் திறம் பாராட்டத்தக்கது. மரியன்னைக்கு நல்லதொரு நிழலை வழங்க எண்ணிய மரங்கள் எல்லாம் நம்மால் அவரோடு நடந்து செல்லும் பேறு இல்லையே என்று எண்ணி மனச்சோர்வு அடைந்தன. தலை மீது பறந்து சென்று நிழல் தரலாம் என்று எண்ணுகின்ற பறவைகள் நம் நிழல்கள் சிறிதாக உள்ளனவே என்று வருந்தி ஏங்கும் என ஆசிரியர் தன் குறிப்பை ஏற்றிப் பாடியுள்ளார். மீட்பரின் சிலுவைச் சுமையால் ஆழ்கடல் ஆட்டம் கொண்டு தன் அலைகளை எழுப்பி அழுது ஏங்கியதாகப் பின்வரும் செய்யுள் மூலம் விவரிக்கிறார்:

மீட்பர் சிலுவை யின்சுமையால்
மெலிந்தே வீழும் நிலைகண்டு
ஆட்டங் கொண்ட ஆழ்கடலும்
அலையை எழுப்பி அழுதேங்க
ஓட்டங் கொண்ட உயிரினங்கள்
உலகை விட்டே மடியாமல்
நாட்டார் தம்மைப் பழிதீர்க்க
நாடி யாங்காங் கோடினவே. (பா. 109)

கடலில் அலைகள் ஆர்ப்பரிப்பது இயற்கை. ஆனால் சிலுவையில் அறையப்பட்ட துயர் கண்டு அலைகளை உயர எழுப்பி கடல் ஓலமிட்டு அழுதது என்று கவிஞர் தன் குறிப்பை ஏற்றியுள்ளதால் அது தற்குறிப்பேற்றமாகும். தற்குறிப்பேற்ற அணியிலமைந்துள்ள செய்யுட்கள் காப்பியத்திற்குச் சிறந்த அணிகலன்களாக விளங்குகின்றன.

திருக்குறள் கருத்து

சுடர்மணி காப்பியத்தில் ஆசிரியர் திருக்குறள் கருத்தைக் கையாண்டுள்ளார். சான்றாக,

உடுக்கை இழந்தவன் கைபோல ஆங்கே
இடுக்கண் களைவதாம் நட்பு (குறள். 788)

என்னும் குறளை அடிப்படையாகக் கொண்டு,

உடுக்கையை இழந்த வேளை
    உதவிடுங் கையைப் போல
இடுக்கணை வலியச் சென்று
    களைந்திடும் இயல்பை மக்கள்
அடுத்துள வாழ்வில் கொள்ள
    அருந்தமிழ்ப் புலவன் சொன்ன
எடுப்பினை முன்பே சேசு
    எடுத்திதன் மூலம் ஈந்தார்   (பா. 390)

என்னும் செய்யுளைப் பாடியுள்ளார். இச்செய்யுளில் அருந்தமிழ்ப் புலவன் என்று திருவள்ளுவரையே ஆசிரியர் குறிப்பிடுகிறார்.

சொல்லாட்சி

ஆசுகவி என்னும் சிறப்புப் பட்டம் பெற்ற ஆரோக்கியசாமி, செய்யுட்கள் இயற்றுவதில் வல்லவர். அவரது செய்யுட்கள் சொல்லாட்சி நயத்துடன் அமைந்துள்ளன. கீழ்க்காணும்,

வலைதனை விட்டுச் சீமோன்
    வரபில வேந்தி ரன்தன்
வலைதனை வீசி அண்ணன்
    வழிவர மேலுஞ் சேசு
வலைதனைப் பழுது பார்க்கும்
    வேறிரு வலைஞர் தம்மை
வலைதனை விட்டென் பின்னே
    வாருங்கள் என்று அழைத்தார்   (பா.288)

என்னும் செய்யுளில், சீமோன் தன் வலையினை விட்டு வந்தான்; பிலவேந்திரனும் தன் வலையினை வீசி எறிந்து விட்டு அண்ணன் வழியில் தொடர்ந்து வந்தான்; மேலும் வலைகளைப் பழுது பார்த்துக் கொண்டிருந்த இரு வலைஞர்களை நோக்கி 'வலையினை விட்டு விட்டு என் பின்னே வாருங்கள்' என இயேசு பெருமான் அழைத்தார் என்னும் கருத்து இடம் பெற்றுள்ளது. இச்செய்யுள் சொல்லாட்சியுடன் சந்தச் சிறப்பு மிக்கதாய் நயமுடன் ஆசிரியரால் பாடப்பட்டுள்ளது.

கவிக்கூற்று

காப்பியக் கவிஞன் தன் மன உணர்வுகளை வெளியிடும் பகுதியைக் கவிக்கூற்று என்பர். சுடர்மணிக் காப்பியத்தில் 52 செய்யுட்கள் கவிக் கூற்றாக

அமைந்துள்ளன. கவிக்கூற்று என்னும் உத்தியை அடிப்படையாகக் கொண்டு மக்களுக்கு அறிவுரையும் வழங்குகிறார். சான்றாக,

பாம்பினைப் போலே வந்து
பசப்பிப்பல் வினைகள் மூட்டி
வீம்பொடு செல்லும் வீணர்
உலகிடை யுள்ளார் என்றும்
நாம்பிறர் மொழியை ஆய்ந்து
நடந்திடல் வேண்டும் என்றும்
பாம்பினால் கெட்ட முன்னோர்
படிப்பினை யூட்டும் அல்லோ! (பா. 18)

என்னும் செய்யுளைச் சுட்டலாம். இச்செய்யுளில் பாம்பினைப்போல வந்து பசப்பு மொழிகளைக்கூறி பல தீவினைகளை மூட்டி வீம்பொடு சொல்லுகின்ற வீணர்கள் உலகத்தில் உள்ளார்கள் என்றும் எப்பொழுதும் பிறர் கூறுவதை ஆராய்ந்தே நடந்திட வேண்டும் என்றும் பாம்பினால் கேடடைந்த நம் முன்னோர்களின் வாழ்க்கை படிப்பினையாக அமைகிறது என்றும் கூறுகிறார். மேலும் சிலுவைப் படலத்தில் மக்கள் அழுகையுடன் மேகமும் மழையாக அழுதது என்பதைத் தனது கூற்றால் பின்வருமாறு விவரிக்கிறார்:

கழுமரம் மீதில் தொங்கும்
கர்த்தரைக் கண்ட மேகம்
பழுதின்றி நிலைத்து நின்ற
பான்மையை விடுத்தே ஓடி
அழும்மக்க ளோடு சேர்ந்தே
அழுததை இன்றும் எண்ணி
அழுவதே மழையாம் என்றிங்(கு)
அறிந்தவர் உண்டோ அம்மா! (பா. 1106)

இச்செய்யுளில் சிலுவை மரத்தில் தொங்குகின்ற கர்த்தரைக் கண்ட மேகம் அங்கே நின்று கொண்டிருந்த தன்மையை மாற்றி ஓடி, அழுது நின்ற மக்களோடு சேர்ந்து அழுதது. அவ்வாறு அன்று தான் அழுததை இன்றும் எண்ணி அழுவதே மழையாகும் என்பதை அறிந்தவர்கள் இங்கு இருக்கிறார்களா? எனக்கேட்கிறார்.

இயேசு கிறிஸ்துவின் வாழ்க்கை வரலாற்றைத் தமிழ்ப் பண்பாட்டின் அடிப்படையில் புதுமைப் பொலிவுடன் மக்களுக்கு அறிவித்தலே இவருடைய காப்பியக் கொள்கையாக விளங்குகிறது. பழமைக் காப்பிய மரபுகளைப் போற்றியும், புதிய மரபுகளை வகுத்துக் கொண்டும் சுடர்மணியைச் சிறந்த காப்பியமாகப் படைத்துள்ளார்.

15. கிறிஸ்து வெண்பா 1000

இயேசு கிறிஸ்துவின் வரலாற்றை வெண்பா வடிவில் தருவது கிறிஸ்து வெண்பா 1000 என்னும் காவியம். இயேசு கிறிஸ்துவின் வரலாற்றுடன் இந்தியாவிற்கு வந்த புனித தோமையார், புனித பிரான்சிஸ் சவேரியார் குறித்தும் இக்காவியம் விவரிக்கிறது. வெண்பா என்னும் சொல் நூலின் தலைப்பில் இடம்பெறுவதற்காக ஆசிரியர் காப்பியம் என்னும் சொல்லைத் தலைப்பில் பயன்படுத்தவில்லை. இக்காப்பியத்தின் ஆசிரியர் வடவைப் புகழேந்தி கி.மு.ம. மரியந்தோனி. இந்நூல் 1979 ஆம் ஆண்டு முதல் பதிப்பாகவும் 2000 ஆம் ஆண்டு இரண்டாம் பதிப்பாகவும் பூம்புகார் பதிப்பகத்தின் மூலம் வெளிவந்தது.

நூலாசிரியர் வரலாறு

வடவைப் புகழேந்தி கி.மு.ம. மரியந்தோனி திருநெல்வேலி மாவட்டத்திலுள்ள வடக்கன்குளத்தைச் சார்ந்தவர். வடவை என்பது வடக்கன்குளம் என்னும் ஊரைக் குறிக்கும். வடவை மலையப்ப நாடார் என்னும் நாட்டாண்மை கொண்ட தலைவர் மரபில் தோன்றிய மதுரேந்திர நாடாரின் மகன் மரியந்தோனி. மறைந்த தமது துணைவியின் ஆத்தும சாந்திக்காகவும், தம் மகள் மவுன மடம் புகுந்து 25 ஆம் ஆண்டு நிறைவு பெறுவதை நினைந்தும் ஆண்டவருக்குத் தம் அன்புக் காணிக்கையாக இந்நூலைச் சமர்ப்பிப்பதாக முன்னுரையில் ஆசிரியர் குறிப்பிட்டுள்ளார்.

நூலின் அமைப்பு

காப்பியத்தின் தொடக்கத்தில் சிறப்புப் பாயிரம் அமைந்துள்ளது. இதனைத் தொடர்ந்து நூல் தொடங்குகிறது. நூலின் தொடக்கத்தில் பாயிரம் இடம்பெற்றுள்ளது. பாயிரத்தில் அவையடக்கம், நூற்பயன், காணிக்கை என்னும் தலைப்புகளில் ஐந்து வெண்பாக்கள் இடம் பெற்றுள்ளன. இதனைத் தொடர்ந்து புனித கன்னிமரி, கிறிஸ்து பிறந்தார், புதுமைகள்,

கிறித்தவக் காப்பியங்கள்

அருள்மொழிகள், நற்கருணை, கைகழுவாத் தீர்ப்பு, சிலுவைப் பலி, ஆராதனைப் புகழ்ச்சி, உயிர்த்தார் கிறிஸ்து, திருச்சபை, இந்திய அப்போஸ்தலர், இந்திய அப்போஸ்தலர் புறச் சான்று, ஞானப்பாட்டு என்னும் 13 தலைப்புகளில் காப்பியம் அமைந்துள்ளது. தொடக்கத்திலுள்ள பாயிரச் செய்யுட்கள் மற்றும் இறுதியில் இடம்பெற்றுள்ள வாழ்த்துச் செய்யுள் நீங்கலாக 1000 வெண்பாக்கள் இடம்பெற்றுள்ளன. ஒவ்வொரு வெண்பாவிற்கும் அதிலுள்ள கருத்து தலைப்பாக இடம்பெற்றுள்ளமை, பிற காப்பியங்களிலிருந்து சற்று மாறுபட்டதாக அமைந்துள்ளது.

சிறப்புப் பாயிரம்

வடக்கன்குளம் பரிசுத்த திருக்குடும்ப ஆலயப் பங்குத் தந்தை சிரேஷ்டர் அதிசங். மரிய ஞானம் அடிகளாரின் சிறப்புப் பாயிரம் நூலின் தொடக்கத்தில் இடம்பெற்றுள்ளது. சிறப்புப் பாயிரம் பின்வருமாறு:

> நுண்பொருளை நற்சொல்லால் நற்சுவை நல்விருந்தாய்
> பண்ணமைத்துப் பாடுகின்ற பாவலர்க்குத் - தென்படும்
> திண்ணறிவை நல்லீவு தெய்வத் திருமகனார்
> வண்ணம் அளித்தல்மா பேறு.

> இப்பேறு பெற்ற திருமரி யந்தோணி
> தப்பாது நன்றியுடன் தான் வழுத்தும் - ஒப்பில்லா
> நற்கருணை நாதரை நண்ணிக் கிறிஸ்துவெண்பா
> நற்செய்தி பாடியளித் தார்.

இதனைத் தொடர்ந்து பங்குக் குருக்கள், கல்லூரி முதல்வர்கள், பேராசிரியர்கள், தமிழாசிரியர்கள் போன்ற 22 பேர் இந்நூலைப் பாராட்டி இயற்றியுள்ள வெண்பாக்கள் இடம்பெற்றுள்ளன.

கிறிஸ்து பற்றிய ஆசிரியரின் விளக்கம்

காப்பியத்தின் தலைப்பில் கிறிஸ்து என்னும் சொல் இடம் பெற்றுள்ளமையால் ஆசிரியர் கிறிஸ்து என்னும் சொல்லுக்கு நூலின் தொடக்கத்தில் அடிக்குறிப்பின் மூலம் விளக்கம் கொடுக்கிறார். அவ்விளக்கம் பின்வருமாறு:

> கிறிஸ்து எனுஞ்சொல் கிரேக்க மொழி அதாவது மேல் நாட்டுச் சொல். அது அபிசேகம் செய்யப்பட்டவர், அவதாரப் புருடன், மெசியா, இரட்சகர் எனப் பொருள் பெறும். இந்நிலையில் நம் தமிழ்ப் பெரும் புலவர்கள் எல்லாம், எல்லாமே சுத்தத் தமிழ் மயமாக்கப்பட வேண்டும் என்று கட்டுப்பாடு செய்துள்ளார்கள் போலும்.

இதையொட்டியே "கிறிஸ்து" என்ற சொல்லைக் கிறித்து, கிறுத்து, கிருத்து எனவும் கத்தோலிக்க எழுத்தாளர்களுங்கூட பத்திரிகைகளில் எழுதி வருகிறார்கள். ஆனால் "கிறிஸ்து" என்ற சொல்லிலுள்ள பொருள், கிறித்து, கிறுத்து, கிருத்து என்ற சொற்களில் உண்டா? இல்லையேல், அதற்கு எதிர்ப்பதங்கள் கொடுத்து நம் ஆண்டவருடைய திருநாமத்துக்கே நாம் களங்கம் கற்பித்தவர்களாவோம்! (ப.17)

கிறிஸ்துவின் அவதாரம் அன்பின் அடையாளம்

கிறிஸ்துவின் பிறப்பு முற்றிலும் அற்புதமானது. மனுமக்களை மீட்டு இரட்சிக்கவே கிறிஸ்து உலகினில் பிறந்தார். அதிசய வால்வெள்ளி ஒன்று வானில் தோன்றி ஆண்டவருக்குச் சான்று பகர்ந்தது. மூன்று சாஸ்திரிகள் கீழ்த்திசையிலிருந்து வந்து அவரைப் பணிந்து கொண்டனர். கிறிஸ்துவின் அவதாரத்தால் வானுலகிலும் மண்ணுலகிலும் மகிழ்ச்சி ஏற்பட்டது. கிறிஸ்துவின் அவதாரம் அன்பின் அடையாளம் என்பதனை,

> வானினின்று மண்ணகத்து வந்துதித்த தேவசுதன்
> ஈனமனுவுருவாய் இன்னுயிரைத் - தானமிட்டு
> மன்னுயிரை மீட்டு மறுவாழ்வு வீடுதந்தார்
> அன்பின் அடிப்படையே ஆம் (பா. 94)

என்னும் வெண்பாவின் வாயிலாக ஆசிரியர் எடுத்துரைக்கிறார்.

அற்புதங்கள்

இயேசு கிறிஸ்து செய்த அற்புதங்கள் இக்காப்பியத்தில் புதுமைகள் என்னும் தலைப்பில் 31 வெண்பாக்களில் இடம்பெற்றுள்ளன. இயேசு கிறிஸ்துவின் முதல் அற்புதம் பின்வருமாறு பாடப்பட்டுள்ளது:

> கானாவூர் மன்றல் விருந்தில் கிறிஸ்துபிரான்
> தேனார் இரசமீந்தார் தித்திக்க - மீனாரும்
> கன்னிமரித் தாயின் கருணைப் பரிவாக
> உன்னும் புதுமை (பா. 104)

மேலும் குஷ்டரோகியைத் தொட்டு சுகமாக்கியது, திமிர்வாதக்காரனை சுகமாக்கியது, 38 ஆண்டுகளாகப் படுத்திருந்தவளைச் சுகப்படுத்தியது, விதவையின் இறந்தமகனைப் பாடையைத் தொட்டு சுகப்படுத்தியது, பன்னிரெண்டு ஆண்டுகளாகப் பெரும்பாடுள்ள பெண்மணியைச் சுகப்படுத்தியது, மரித்து அடக்கம் செய்யப்பட்ட லாசருவை உயிரோடு எழுப்பியது போன்ற அற்புதங்களை வெண்பாவில் வடித்திருக்கும் நயம் சிறப்புடையது.

அருள்மொழிகள்

அருள்மொழிகள் என்னும் பகுதியில் இடம்பெற்றுள்ள வெண்பாக்கள் 131. இவற்றில் இயேசு கிறிஸ்து எடுத்துரைத்த அருள்மொழிகளை ஆசிரியர் விரிவாக எடுத்தியம்பியுள்ளார். கிறிஸ்துவைப் போல் அதிகாரமுடையவர்களாய் போதித்தவர்கள் உலகில் எவருமில்லை என்பதனை மெய்ப்பிக்கின்றார். மனிதர் முகத்தாட்சணியத்துக்காகவும் பெருமைக்காகவும் கொடுப்பது தருமம் ஆகாது. ஆனால் தருமம் செய்தல் நற்பயன் அளிக்கும் என்பதனை,

> தருமம் தனைக்காக்கும் தண்டனை மீட்கும்
> கருமத்தின் பாவம் கரைக்கும் - தருமம்
> இடுவதால் தேவ இரக்கம் பெறுவர்
> நடுவதாம் தேவாசீர் நட்பு (பா.144)

எனப் பாடுகிறார். வருத்தப்பட்டுப் பாரஞ்சுமக்கிறவர்களே நீங்கள் எல்லாரும் என்னிடம் வாருங்கள், நான் உங்களுக்கு இளைப்பாறுதல் தருவேன் என்று இயேசு கிறிஸ்து உரைத்ததை,

> வருந்திச் சுமைசுமந்து வாட்டமுறும் மக்காள்
> திருந்தியே வந்தெமைச் சேர்வீர் - நிரந்தரமாய்
> உம்குறை போக்கி உயர்வீடு தானளிப்போம்
> எம்நுகத்துப் பாகம் இனிது (பா. 189)

என்னும் வெண்பாவாகப் பாடியுள்ளார். தாழ்ச்சியுள்ளோரின் மன்றாட்டு கேட்கப்படும், பதிலுக்குப் பதில் செய்வது பாவ வழி, பிறர் நமக்குச் செய்ய வேண்டும் என்று விரும்புவதை நாமும் பிறருக்குச் செய்ய வேண்டும், மனிதனின் உள்ளம் தூய்மையானதாக இருக்க வேண்டும், ஏழையைக் கண்டு இரங்காத வசதிபடைத்தவன் மோட்ச உலகத்திற்குச் செல்ல முடியாது, உலக இன்பங்களை விட மோட்ச இன்பமே மேலானது போன்ற கிறிஸ்துவின் போதனைகள் வெண்பா வடிவில் தரப்பட்டுள்ளன.

நற்கருணை

நற்கருணை என்னும் ஐந்தாவது பகுதியில் ஆண்டவர் இவ்வுலகில் தம் உடலை மக்களின் பாவப்பசி தீர்க்கின்ற அருமருந்தாக்கியதை உருக்கமுடன் விவரிக்கிறார். பிதாவின் சித்தத்தை நிறைவேற்றுவதற்காக இயேசுநாதர் தம் உடலை மீட்பின் சின்னமாக்கினார். வானின்று இறங்கிய வாழ்வு தரும் அப்பமே தம் உடல் என்று கூறிய இயேசு, அதை என் நினைவாய் உண்ணுங்கள் என்று கூறி ஆசீர்வதித்துக் கொடுத்தார். இதனை,

உன்னதத்தின் மன்னாவாம் உங்களுக்கு யானளிக்கும்
என் சதையாம் அப்பம் இதுவாகும் - மன்பதையீர்
நன்னிலையில் வாங்கி நலம்பெற வேபுசிப்பீர்
என்னினைவாய்ச் செய்வீர் இது (பா. 273)

எனப் பாடியுள்ளார்.

சிலுவைப்பலி

ஏழாவதாக இடம்பெற்றுள்ள தலைப்பு சிலுவைப் பலி. இப்பகுதியில் 55 வெண்பாக்கள் இடம்பெற்றுள்ளன. உலகின் பாவங்களுக்காக ஆண்டவர் சிலுவையில் பலியானதை இப்பகுதி விவரிக்கின்றது. யூதர்கள் வரவிருக்கும் மேசியா தங்களுக்கு அரசுரிமையைத் தருவார் என்று எண்ணியிருந்தனர். கிறிஸ்து தம்மை தேவசுதன் என்றும் மேசியா என்றும் சொன்னதால் அவரைச் சிலுவையில் அறைந்து கொன்றனர். மனிதர்கள் செய்த பாவங்கள் அனைத்தையும் அவரே சுமந்தார். இதனை,

அன்பே உருவாய் அவதரித்த தேவசுதன்
அன்பின் அடிப்படை ஆசனத்தில் - மன்பதையின்
துன்பம் துடைக்கத் துயர்துடைக்க நம்பாவம்
தம்மேல் சுமந்துநின்றார் தாழ்ந்து (பா. 336)

என்னும் வெண்பாவில் உணர்த்தியுள்ளார். சிலுவையில் தொங்கி கொடிய வேதனை அனுபவித்துக் கொண்டிருக்கையில் யூதர்கள் அவரைப் பரிகாசம் செய்தனர். சிலுவையில் தொங்கிக் கொண்டிருக்கும் கிறிஸ்து மனிதர்களின் பாவங்களை மன்னிக்க வேண்டியதை,

என்பிதாவே என்பலியை ஏற்று எமக்காக
அன்புகூர்ந்து மன்னித் தருள்புரிவீர் - தம்பாவம்
செய்வ தறியாது செய்கின்றார் மானிடர்
மெய்வழி உய்வழி யற்று (பா. 353)

என ஆசிரியர் கவிதையாக்கியுள்ளார். இயேசு கிறிஸ்து சிலுவையில் உயிர்விட்ட விதத்தையும் கண்ட நூற்றுக்கதிபதியான செந்தூரியன் தன் கீழ் அதிகாரியிடம் தன் வேலையின் பொறுப்பைக் கொடுத்துவிட்டு மனந் திரும்பி கிறித்தவனான செய்தியை இப்பகுதியில் ஆசிரியர் விவரித்துள்ளார்.

உயிர்த்தார் கிறிஸ்து

உயிர்த்தார் கிறிஸ்து என்னும் ஒன்பதாவது தலைப்பில் 54 வெண்பாக்கள் இடம்பெற்றுள்ளன. இப்பகுதியில் இயேசு கிறிஸ்து உயிர்த்தெழுந்தது

விளக்கப்பட்டுள்ளது. இயேசு மனிதராக அவதாரம் எடுத்ததால் மனிதனாகவே மரித்து உயிர்த்தார். இதனை,

மாட்டுத் தொழுவில் மனிதனா கப்பிறந்து
வாட்டுஞ் சிலுவைப் பலியேற்று - மீட்டும்
உயிர்த்தார் மனுக்குலத்தை உய்விக்கச் சாவை
செயித்தார் சிலுவை யிறை (பா.488)

என ஒரே வெண்பாவில் இரத்தினச் சுருக்கமாகப் பாடியுள்ளார்.

திருச்சபை

பத்தாவது பகுதியான திருச்சபை என்னும் பிரிவில் 58 வெண்பாக்கள் உள்ளன. இதில் இயேசு கிறிஸ்து பரலோகம் சென்ற பின்னர் உருவான திருச்சபை பற்றிய செய்திகளை ஆசிரியர் தந்துள்ளார். இதில் ஆண்டவர் பரலோகம் சென்ற பத்தாம் நாள் நிகழ்ச்சி, இராயப்பரின் முதல் அருளுரை, யூதர்கள் சிலர் மனந்திரும்புதல், யூதர்களுக்குள்ளே ஏற்பட்ட பிளவு, முதல் முதலாக கி.பி. 42 இல் அந்தியோகியாவில் இராயப்பர் திருச்சபையை நிறுவுதல் போன்ற நிகழ்வுகள் இடம்பெற்றுள்ளன.

இந்திய அப்போஸ்தலர் 1

பதினொன்றாவது பகுதியான இந்திய அப்போஸ்தலர் 1 என்னும் பகுதியில் 284 வெண்பாக்கள் உள்ளன. இப்பகுதியில் இந்தியாவிற்கு வந்த இயேசு கிறிஸ்துவின் பன்னிரு சீடர்களுள் ஒருவரான புனித தோமையரின் இறைப்பணிகளும் அவர் செய்த அற்புதங்களும் விவரிக்கப்பட்டுள்ளன. புனித தோமாவின் இறைப்பணியால் கராச்சி அரசனும் மருமகனும் உட்படப் பலர் ஞானதீட்சை பெற்றனர். புனித தோமா மரணமடைந்தோரை உயிர் பெறச் செய்தார், பச்சிளங்குழந்தையைப் பேசச் செய்தார், பேய்களை ஓட்டினார், பார்வை இழந்தவர்களுக்குப் பார்வை கொடுத்தார், தொழுநோயாளியைக் குணப்படுத்தினார். கிராங்கனூர் அரசன் கேரள பெருமாள் முதலில் தோமாவை வெறுத்தான். பின்னர் தோமாவின் இறைநம்பிக்கையைப் புரிந்து கொண்டு, தமது அரண்மனையில் தனி இருக்கை கொடுத்தான். அதுமட்டுமன்றி தோமையர் பல இடங்களில் ஆலயங்கள் கட்டுவதற்கும் உதவினான். இதனை,

அரசன் உதவியால் ஆன்ம விழிப்பால்
கிராங்கனூர், பாலையூர், கொல்லம் - பரூரொடு
சாயலே நீராணம் சீர்கொக்க மங்கலம்
தூயகோவில் கட்டிமுடித் தார் (பா.618)

என்னும் பாடல்வழி தெரிவிக்கிறார். புனித தோமையர் மக்களுக்குப் பல அருள்மொழிகளைக் கூறி வந்தார். அவற்றுள் ஒரு கருத்து வருமாறு:

ஆண்டவரை நம்புங்கள் ஆன்ம அருளாளர்
ஈண்டாள் பவரும் அவர்தாமே - ஈண்டுநம்
பாவம் நிமித்தம் பலியாகி இரட்சணிய
காவியமும் ஆனார் கதிக்கு (பா. 766)

இறுதியில் பெரிய மலையில் புனித தோமையர் ஜெபம் செய்து கொண்டிருக்கும்போது, முதுகில் ஈட்டியால் குத்தப்பட்டு கொலை செய்யப் பட்டார். இறுதியில் இதற்குக் காரணமான மன்னனும் மனந்திரும்பினான்.

இந்திய அப்போஸ்தலர் 2

இப்பகுதியில் 78 வெண்பாக்கள் இடம்பெற்றுள்ளன. இரண்டாம் அப்போஸ்தலராக அறியப்பட்டவர் புனித பிரான்சிசு சவேரியார். ஸ்பெயின் நாட்டில் பிறந்த இவர், 1542 இல் கோவா வந்தார். பின்னர் இந்தியாவின் தென்பகுதிக்கு வந்து இறைப்பணியாற்றினார். புனித சவேரியார் பல அற்புதங்களைச் செய்தார். ஏராளமான மக்களைக் கிறித்தவர்களாக மாற்றினார். பாம்பு கடித்து இறந்த பாலனை உயிருடன் எழுப்பினார். நடு இரவில் கருநாகம் கடித்து இறந்த அந்தோ என்பவனை உயிருடன் எழுப்பினார். முட்டம் என்னும் ஊரில் நோயினால் இறந்த ஒருவரை உயிர்பெறச் செய்தார். கொல்லத்தில் இறந்து அடக்கம் செய்யப்பட்ட ஒருவனைப் புதை குழியினின்று தோண்டி எடுத்து உயிர் கொடுத்தார். புனித சவேரியார் தென்னிந்தியாவில் இறைத் தொண்டாற்றிய பின்னர் மலாக்கா சென்றார். ஒரு நாள் புனிதரின் கைக்குருசுகடலில் தவறி விழுந்தது. அக்குருசை ஒரு நண்டு எடுத்துவந்து கொடுத்தது. சிங்கப்பூரிலிருந்து சான்சியன் தீவு செல்லும் வழியில் கடலில் மாலுமியின் மகன் ஐந்து வயது சிறுவன் கடலில் மூழ்கினான். புனிதரின் இறைவேண்டலால் சிறுவன் உயிருடன் மீட்கப்பட்டான். 1552 ஆம் ஆண்டு சான்சியன் தீவில் இறந்த புனிதரின் உடல் கோவாவில் இன்றும் மக்கள் பார்க்கும் வகையில் உள்ளது.

புறச்சான்று

பன்னிரெண்டாவதாக அமைந்துள்ள பகுதி புறச்சான்று. இயேசு கிறிஸ்து வாழ்ந்த காலத்தில் சேசார் மன்னனின் தேசாதிபதியாக, பிலாத்துவுக்கு இரண்டு ஆண்டுகளுக்கு முன் யூதேயா கவர்னராக இருந்த பொப்ளியசுலண்சு எழுதிய கடிதத்தைப் புறச்சான்று என்னும் பெயரில் தருகிறார். இக்கடிதத்தில் இயேசு கிறிஸ்துவை அவரது சீடர்கள் கடவுள்

என்றும் கடவுளின் அவதாரம் என்றும் கூறுவது, அவர் செய்யும் அற்புதங்கள், அவரது கம்பீரத் தோற்றமும் அழகும், அவர் அணிந்திருந்த உடையின் தோற்றம், அங்குள்ள சகல சாதியினரும் மதத்தினரும் அவரைத் தெய்வ அம்சம் பொருந்தியவர் எனக் கூறுவது போன்ற செய்திகள் இடம்பெற்றுள்ளன.

ஞானப்பாட்டு

இறுதியில் ஞானப்பாட்டு என்னும் பதிமூன்றாவது பகுதி இடம் பெற்றுள்ளது. இப்பகுதியில் உலகம் முழுவதும் கிறிஸ்துவையே வணங்க வேண்டும், யாவரும் கிறிஸ்து மறை சேர வேண்டும், ஆண்டவரின் மீட்பில் பங்குபெற வேண்டும், தெய்வ ஞானம் பெற வேண்டும், சுயநலம் பேணாதிருக்க வேண்டும், இயேசுவே இரட்சியும் என்ற அபயக்குரல் எழுப்ப வேண்டும், பாவ வழி விலகி ஞான வழி திரும்ப வேண்டும், கிறிஸ்துவைப் பெற வேண்டும் போன்ற கருத்துகள் இப்பகுதியில் இடம்பெற்றுள்ளன.

புனைந்துரைகள் இல்லாக் காவியம்

வெண்பாவால் இயற்றப்பட்ட இக்காவியத்தில் கற்பனைகள், வருணனைகள், உவமைகள், பழமொழிகள், அணிகள், பிறநூல்களின் தாக்கம் போன்றவை இடம்பெறவில்லை. இயேசு கிறிஸ்துவைக் குறித்தும்; அவரின் அருள்மொழிகளையும் அற்புதங்களையும் பரப்புவதற்காக இந்தியாவிற்கு வந்த புனித தோமையர், புனித பிரான்சிஸ் சவேரியார் ஆகியோரின் இறைப்பணிகளைக் குறித்தும் எளிமையாக விளக்கும் நோக்கில் ஆசிரியர் புனைந்துரைகளைக் கையாளவில்லை எனலாம்.

புதுமைக் காப்பியம்

கிறிஸ்து வெண்பா 1000 என்னும் காப்பியம் பிற காப்பியங்களிலிருந்து வேறுபட்டுள்ளது. இக்காப்பியத்தில் காண்டம், படலம் போன்ற பகுப்புகள் இல்லை. புதிய ஏற்பாட்டை அடிப்படையாகக் கொண்டு இயற்றப்பட்டுள்ள காப்பியங்கள் இயேசு கிறிஸ்து பரலோகம் சென்ற நிகழ்வுகளுடன் முடிந்துவிடும். ஆனால் இக்காப்பியம் அதனைத் தொடர்ந்து அவரின் சீடர் இந்தியா வந்தது, புனித பிரான்சிசு சவேரியார் இந்தியா வந்தது போன்ற நிகழ்வுகளைக் காப்பிய வடிவில் தந்திருப்பது புதுமை. புனித தோமையர் பற்றி இக்காப்பியத்தில் விரிவான செய்திகள் இடம்பெற்றுள்ளன. எனவே பிற காப்பியங்களைப் போன்றில்லாமல் வித்தியாசமாக இக்காப்பியம் அமைந்துள்ளமையால் இதனைப் புதுமைக் காப்பியம் எனலாம்.

16. இயேசு காவியம்

இருபதாம் நூற்றாண்டின் இணையற்ற கவிஞர்களாகப் பாரதியார், பாரதிதாசன், கண்ணதாசன் ஆகியோர் திகழ்ந்தனர். ஆயிரக்கணக்கான திரையிசைப் பாடல்களை இயற்றி தமிழ் மக்களின் மனதில் நிலையான இடத்தைக் கண்ணதாசன் பெற்றிருந்தாலும், அமர காவியமாக இயேசு காவியத்தைப் படைத்துத் தமிழ் இலக்கிய உலகில் காவியக் கவிஞராக நிலைத்த புகழ் தேடிக்கொண்டுள்ளார். தேம்பாவணி, இரட்சணிய யாத்திரிகம் போன்ற கிறித்தவக் காப்பியங்களின் வரிசையில் இடம் பெறும் இருபதாம் நூற்றாண்டுப் பெரும் படைப்பாக இயேசு காவியம் திகழ்கிறது.

'பல சமயங்களில், பலர் என்னை இறவாக் காவியம் ஒன்று எழுதுங்கள் என்று வற்புறுத்தியதுண்டு. அந்த இறவாக் காவியம் 'இயேசு காவியம்' தான் என்று நான் உறுதியாகக் கூறமுடியும்' என்று கவியரசு கண்ணதாசன் கூறியதிலிருந்தே, இயேசு காவியத்தின் சிறப்பினை உணர்ந்து கொள்ள முடிகின்றது. கத்தோலிக்கர்கள் பயன்படுத்தும் விவிலியத்திலுள்ள மத்தேயு, மாற்கு, லூக்கா, யோவான் என்னும் நான்கு நற்செய்தி நூல்களின் அடிப்படையில் எழுதப்பட்ட இந்நூல், திருச்சியிலுள்ள கலைக்காவிரியின் மூலம் 1982 ஆம் ஆண்டு முதலாம் பதிப்பாக வெளியிடப்பட்டது.

ஆசிரியர் வரலாறு

கவிஞர் கண்ணதாசன் சிறுகூடல் பட்டி என்னும் ஊரில் 1927 ஆம் ஆண்டு சூன் மாதம் 24 ஆம் நாள் சாத்தப்பன் - விசாலாட்சி தம்பதியினருக்கு மகனாகப் பிறந்தார். இவருக்கு காரைமுத்துப் புலவர், வணங்காமுடி, கமகப் பிரியா, பார்வதி நாதன், ஆரோக்கிய சாமி என்னும் புனைபெயர்கள் உண்டு. இவர் சண்ட மாருதம், திருமகள், திரைஒலி, மேதாவி, தென்றல், தென்றல் திரை, முல்லை, கண்ணதாசன் ஆகிய இதழ்களின் ஆசிரியராக இருந்தவர். இவர் நாலாயிரத்துக்கும் மேற்பட்ட கவிதைகளையும், ஐந்தாயிரத்துக்கும் மேற்பட்ட திரைப்படப் பாடல்களையும் எழுதியுள்ளார். மேலும், நாவல்கள், வாழ்க்கை சரிதம், கட்டுரைகள், நாடகங்கள் போன்றவற்றைப்

படைத்ததுடன் பகவத்கீதைக்கு உரையும் அபிராமிப் பட்டரின் அபிராமி அந்தாதிக்கு விளக்கவுரையும் எழுதியுள்ளார். 1980 ஆம் ஆண்டு இவர் எழுதிய சேரமான் காதலிக்காக சாகித்திய அகாடமி பரிசினைப் பெற்றார். தமிழக அரசவைக் கவிஞராக இருந்தவர். உடல்நலம் இன்மையால் 1981 ஆம் ஆண்டு அக்டோபர் மாதம் 17 ஆம் நாள் அமெரிக்காவில் வைத்து காலமானார்.

அமைப்பும் பகுப்பும்

பாயிரத்துடன் தொடங்கும் இயேசு காவியம் ஐந்து பாகங்களைக் கொண்டது. 'பிறப்பு' என்னும் முதல் பகுதியில் இயேசு கிறிஸ்துவின் பிறப்பு, அவருடைய வளர்ச்சி பற்றிய செய்திகள் இடம்பெறுகின்றன. இரண்டாம் பாகம் 'தயாரிப்பு' என்பதாகும். அருளப்பர் இயேசு கிறிஸ்துவிடம் ஞானஸ்நானம் பெறுதல், மற்றும் சாத்தானால் சோதிக்கப் படுதல் முதலிய செய்திகள் இடம்பெறுகின்றன. மூன்றாம் பாகமான 'பொதுவாழ்வு' என்னும் பகுதியில் இயேசு கிறிஸ்துவின் சீடர்கள் பன்னிருவர் உருவாதல், இயேசு கிறிஸ்துவின் போதனைகள் ஆகியன இடம்பெற்றுள்ளன. நான்காவது பாகம் 'பாடுகள்' என்பதாகும். பாடுகளைப் பற்றி இயேசு கிறிஸ்து அறிவித்தல், நம் பாவங்களுக்காக இயேசு கிறிஸ்து பட்ட பாடுகள், இயேசு கிறிஸ்து உயிர் நீத்தல் முதலிய செய்திகள் கவிநயத்துடன் கூறப்படுகின்றன. இறுதியாக ஐந்தாம் பாகம் மகிமை என்னும் தலைப்பினைக் கொண்டு அமைந்துள்ளது. இயேசு கிறிஸ்து மூன்றாம் நாளில் உயிர்த்தெழுகின்ற மகிமை நிகழ்ச்சி கூறப்படுகின்றது. முடிவில் மங்களம் பாடி, 'மண்ணிடை இயேசு கிறிஸ்து மறுபடி வருவார் என்பது சத்தியமே!' என்று காவியம் முற்றுப் பெற்றுள்ளது.

தன்னேரில்லாத் தலைமகன்

தண்டியலங்காரம் கூறும் பெருங்காப்பிய இலக்கணங்களுள் முதன்மையானது தன்னேரில்லாத் தலைமகன் ஆகும். கண்ணதாசனின் இயேசு காவியம் தன்னேரில்லாத் தலைமகனாக இயேசு கிறிஸ்துவைக் கொண்டுள்ளது. இயேசு கிறிஸ்துவைப் பற்பல பெயர்களால் கண்ணதாசன் சிறப்பிப்பது இக்காப்பியத்தின் தனிச் சிறப்புகளில் ஒன்று.

இயேசு கிறிஸ்துவைக் குறிக்கும் பெயர்கள்

இயேசு கிறிஸ்துவைக் குறிக்க தம் காவியத்தில் பல விதமான சொற்களைக் கவிஞர் பயன்படுத்துகிறார். அப்பெயர்கள் அவரின்

பண்புகளை விளக்குவதாகவும் தோற்றச் சிறப்பைக் கூறுவதாகவும் அமைந்துள்ளன. சான்றாக 'இளங்கதிரோன்', அன்பின் மைந்தன், தேவ குமாரன், 'திருமகன்', 'தகைசால் மைந்தன்', 'ஆற்றல் சால் மைந்தன்', 'அருந்திறல் மைந்தன்', 'தனிப்பெரும் மைந்தன்', 'தானென்ற அகந்தை இல்லாதவன்', 'கருணையர்', 'மாமன்னன்', 'தூயவன்', 'ஞானி', 'நித்திய மைந்தன்', 'உலகநாதன்', 'ஐயன்', 'தேவநேயன்', 'மோகன மன்னன்' எனப் பல பெயர்களிட்டு அழைக்கிறார் கவிஞர். இதே போல இயேசுவின் தாய் மரியாளைக் குறிப்பிடும் போது 'சுடர் விளக்கனைய கன்னி', 'மாதருள் மணி', 'மெய்யருள் மகள்', 'திருமாதா' என்றும், சூசையப்பரை 'பொன்னிகர்' சூசையப்பர் என்றும் அழகாகப் பெயர்களிட்டிருக்கிறார்.

தேவகுமாரன்

இயேசு காவியத்தில் தன்னேரில்லாத் தலைமகனாய் இயேசு கிறிஸ்து பாடப்பட்டுள்ளார். இயேசு கிறிஸ்துவை விவிலியம் குறிப்பிடும் தேவகுமாரன் என்ற திருப்பெயரால் கண்ணதாசன் சிறப்பித்துள்ளார். கடவுளின் மகன் எனப் பொருள்படும் இப்பெயர், புதிய ஏற்பாட்டில் இயேசு கிறிஸ்துவைக் குறிப்பதற்காக நூறுமுறை பயன்படுத்தப்பட்டுள்ளது. இயேசு கிறிஸ்துவின் தனித்தன்மையையும், தெய்வீகத்தையும் குறிப்புணர்த்தும் தேவகுமாரன் என்னும் சொல்லைக் காவியத்தில் விரும்பி கண்ணதாசன் பயன்படுத்தியுள்ளமையிலிருந்து, விவிலியத்தில் அவருக்கிருந்த புலமையை அறியமுடிகின்றது.

    பரிசுத்த ஆவி உன்மேல்
     பரிவுடன் இறங்கி நிற்பார்
    ஒருபத்து மாதம் சென்று
    உன்மகன் பிறப்பான் அந்தத்
    திருமுத்து விளக்கம் நாட்டில்
    தேவகு மாரன் என்னும்
    மருவற்ற பேரைப் பெற்று
    வளம் பெறும் என்றான் ஆங்கே!   (ப. 12)

என்னும் இச்செய்யுள் வழியே, விவிலியத்தில் தேவகுமாரன் என்ற உயர்தனிப் பெயர் சித்திரிக்கப்பட்டுள்ள முறைமையை உள்வாங்கியே கண்ணதாசன் இயேசு கிறிஸ்துவைப் பாடியுள்ளார். தேவகுமாரன் என்னும் பெயருடன் இயேசு என்கிற பெயரையும், அதற்குள்ள கிறித்தவ மதிப்புடன் கண்ணதாசன் பாடியுள்ளமையைப் பின்வரும் செய்யுளால் அறியலாம்:

☐ கிறித்தவக் காப்பியங்கள் ☐ 187

மேலும்அத் தூதன் சொன்னான்
　　மெய்யருள் மகளே, வாழ்க!
ஏலுமோர் பிள்ளைக் கேநீ
　　இயேசுஎன் கின்ற பேரைப்
பாலுடன் ஊட்டிச் சூட்டிப்
　　பாவிகள் பாவம் தீர்க்கச்
சீலமிக் கோனாய் என்றும்
　　வளர்த்துவா சிறக்கக் காண்பாய்! (ப. 13)

இயேசு என்னும் சொல் எபிரேய மொழியில் யோசுவா என வழங்கப் படுகிறது. யோசுவா என்பதற்குக் கடவுளின் மீட்பு என்பது பொருள். இந்த உட்பொருளைத் தெளிவாக உணர்ந்தே இயேசு என்னும் பெயரைத் தம் காவியத்தில் பல இடங்களில் பொருளாழத்துடன் கண்ணதாசன் பயன்படுத்தியுள்ளார் எனலாம்.

ஆண்டவர்

தேவகுமாரன், இயேசு என்னும் பெயர்களைப் பயன்படுத்துவது போலவே, ஆண்டவர் என்னும் பெயரையும் தம் காவியத்தில் கண்ணதாசன் நுட்பமாகப் பயன்படுத்தியுள்ளார். இயேசுவைப் பெற்றெடுத்த அன்னை மரியம்மையே, ஆண்டவர் என்று இயேசுவை விளித்துப் பேசுவதாகக் கண்ணதாசன் காட்டுகிறார். இந்த உலகில் தாயைக் காட்டிலும் மேலான உறவு வேறு ஒன்றும் இல்லை. அத்தகைய தாயே வணங்கிப் போற்றும் பெருமை கடவுளைத் தவிர வேறு யாருக்கும் கிடையாது. இத்தகைய புரிதலுடன்தான் அன்னை மரியே தன் மகனை ஆண்டவர் என்று அழைக்கும்படி கவிஞர் படைத்துள்ளார்.

என்கண்கள் அவர்உருவை வியந்து பார்க்கும்
　　என்கைகள் அவர்உருவை வணங்கி நிற்கும்
என்றென்றும் தலைமுறைக்கு அவரே நின்று
　　இரக்கத்தை அருளுகிறார் மறக்க மாட்டேன்!
நன்மைசெயும் ஆண்டவரே போற்றி! போற்றி!
　　நமைமீட்க வந்தவரே, போற்றி! போற்றி!
இன்றெனவே எந்நாளும் நினைப்பேன் உம்மை
　　இறவாத புகழ்தந்தாய் நீயே என்றாள்! (ப. 15)

என்னும் மேற்சுட்டிய செய்யுள்வழி, நன்மை செய்பவர் ஆண்டவர், ஏழைகளைக் காப்பவர் ஆண்டவர், இரக்கத்தின் உருவம் ஆண்டவர், பாவிகளான மனிதர்களை மீட்க வந்தவர் ஆண்டவர், புனிதமான பெயர்

ஆண்டவர் என்னும் கருத்துகளைக் கண்ணதாசன் குறிப்புணர்த்துவது அறியத்தக்கதாகும்.

மனிதகுல மருத்துவன்

நல்லவர் உள்ளம்போல நலம்பெறப் பிறந்த செல்வனாகவும், ஆற்றல்சால் மைந்தனாகவும், விளக்கெனப் புன்னகைக்கும் வெளிச்ச மாகவும், இல்லை என்று கூறாமல் இருகரம் விரித்து நின்ற வள்ளலாகவும், தூளியில்லாதபோதும் தூங்கிய பாலனாகவும், சோதிமணிப் பெட்டக மாகவும், சுடர் ஒளியாகவும், யூதருக்கு ஆதி மகனாகப் பிறந்த அருந்தவமாகவும், ஏழைத் தொழுவில் வந்த இறைமகனாகவும், பேரொளியை ஏற்ற வந்த திருமகனாகவும் இயேசுவைப் பலவாறு போற்றிப் பரவும் கண்ணதாசன், இத்தகைய அடைமொழிகளுக்கெல்லாம் சிகரமாக,

> *வானளந்த திருக்குமரா! மனிதகுல*
> *மருத்துவனே!*
> *தேனமுதத் திருவாயில் சித்திரங்கள்*
> *தீட்டவந்தாய்!*
>
> *பல்லாண்டு பல்லாண்டு பாலைவனம்*
> *போலிருந்து*
> *எல்லாமும் இழந்துவரும் இஸ்ரேலை*
> *வாழவைப்பாய்!* (ப. 25)

என மனித உயிர்களைப் பாவங்களிலிருந்து மீட்க வந்த இறைவனாக, வானளந்த திருக்குமாரனாக, மனிதகுல மருத்துவனாகப் போற்றித் தாலாட்டுப் பாடுவது போற்றத்தக்கது.

உலகை மீட்கும் உத்தமச் செல்வன்

உலகை மீட்கும் உத்தமச் செல்வன் என்னும் பெயரால் இயேசு கிறிஸ்துவைச் சிமியோன் போற்றுவதாகக் கண்ணதாசன் காட்டுகிறார். விவிலியத்தில் இச்சிமியோன் என்னும் பெயர் கடவுள் கேட்டார் என்னும் பொருள் கொண்ட பெயராகக் கூறப்பட்டுள்ளது. இஸ்ரவேல் நாட்டுக்கு இறைவனின் மைந்தன் வருவதைப் பார்த்த பின்னரே மடிவேன் என்னும் மனவுறுதியுடன் வாழ்ந்து வந்த சிமியோனைக் கொள்கையில் குன்றாதவராகக் கண்ணதாசன் படைத்துக் காட்டுகிறார். இச்சிமியோன்,

> *கன்னியின் குழந்தையைக் கையினில் ஏந்தி*
> *இறைவா, உனக்கு என்றும் நன்றி!*
> *நன்மொழி உரைத்தாய் நடந்தது இன்று!*
> *அடியேன் என்னை அமைதியாய்ச் செலவிடு*

உலகை மீட்கும் உத்தமச் செல்வனைக்
கண்ணாற் கண்டதே கழிபேர் உவகையே!
நன்னாள் இதுவே நம்கடன் முடிந்தது
என்றார் மகனை இருகரம் வைத்து! *(பக். 32-33)*

எனக் குழந்தை இயேசுவைக் கரத்தினில் ஏந்தி உலகை மீட்கும் உத்தமச் செல்வன் எனப் போற்றி மகிழ்வதாகக் கண்ணதாசன் விவரிக்கிறார். இஸ்ரவேல் மக்கள் அனைவருக்கும் விடுதலை வழங்கப் பிறந்த நாயகனாக இயேசு கிறிஸ்து திகழ்வதால் சிமியோன் வழங்கும் 'உலகை மீட்கும் உத்தமச் செல்வன்' என்ற அடைமொழி இயேசு நாதருக்கு முழுவதும் பொருந்துவதாகிறது.

ஒளியாய் வந்த விண்ணவன்

விண்ணில் வாழும் ஆண்டவரின் ஆணையால் விண்ணை விட்டு இறங்கி மண்ணுக்கு தெய்வ மகன் வருகிறார். மண்ணில் அவரை உணர்வோர் மட்டுமே மரணம் தடுத்து வாழ்தல் இயலும் என்கிறார் கண்ணதாசன். இத்தேவமகன் உலகோர் அறிய பெருமையாக உயர்த்தப் பட்டால்தான் உலகோர்க்கு உயர்வும் நன்மையும் உண்டு என்றும் ஆசிரியர் வலியுறுத்துகிறார். கடவுள் தம் ஒரே மகனை இம்மண்ணுக்கு அனுப்பியது என்பது அவரது அன்பு வழியின் வெளிப்பாடாகும். உலக வாழ்வில் சிக்கி அல்லலுற்றுக் கலங்கும் மண்ணுலக மக்களை மீட்பதிலே கடவுள் செய்த தியாகம் என்று இயேசு கிறிஸ்துவின் பிறப்பைக் கண்ணதாசன் கொண்டாடுகிறார். கருணையின் மூல ஊற்றாகத் திகழும் இயேசுவின் பிறப்பை உடனே அறியும் மானிடருக்கு ஒவ்வொரு நாளும் நலமுண்டு என்பது கண்ணதாசனின் மனத் துணிவாகும்.

மேலே இருந்து வருபவனே
  மேலா னவனாய் இருக்கின்றான்!
ஞாலந் தனிலே பிறந்தவனோ
  லௌகீ கம்தான் பேசுகிறான்!
சாலும் அந்த விண்ணவனோ
  தந்தை யிடத்துக் கண்டவற்றைக்
காலும் தலையும் வைக்காமல்
  கச்சித மாகச் சொல்லுகிறான்! *(ப. 73)*

என்னும் செய்யுளில் இருண்டு கிடக்கும் இந்த உலகுக்குக் கடவுள் வழங்கிய ஒளியாக, மேலேயிருந்து வந்த விண்ணவனாக அதாவது ஒளியாய் வந்த விண்ணவனாகக் கண்ணதாசன் இயேசு கிறிஸ்துவைக் கண்டு போற்றுவது கருதத்தக்கது.

கிறிஸ்து - மீட்பர்

கிறிஸ்து என்னும் பெயருக்கு அபிஷேகம் பண்ணப்பட்டவர், யூதர்கள் எதிர்பார்த்திருந்த மேசியா என விவிலியம் பொருளுரைக்கின்றது. இயேசு காவியத்தில் சமாரியப் பெண்ணின் வாய்மொழி வாயிலாக கிறிஸ்து என்ற பெயரைக் கண்ணதாசன் வெளிப்படுத்துகிறார். தாம் பிறந்த யூதேயா நாட்டை விட்டு விலகித் தங்கி வாழ்வதற்காகக் கலிலேயா நாட்டை நோக்கி இயேசு செல்கிறார். அப்போது வழிப்பாதையில் குறுக்கிடும் சமாரியா நாட்டுக்குள் சீகார் என்னும் சிற்றூரில், யாக்கோபுவின் தோட்டத்தில் சமாரியப் பெண் எதிர்ப்படுகிறார். அவளிடம் தாகத்திற்குத் தண்ணீர் கேட்கிறார். யூதருக்கு, நான் தண்ணீர் தரலாமா? பாவமில்லையா? எனச் சமாரியப்பெண் வினவுகிறாள். அதற்கு இயேசு கிறிஸ்து பாவமில்லை, கடவுள் தந்த பயன் என பதிலுரைக்கிறார். அப்போது அப்பெண்ணுக்கும் இயேசு கிறிஸ்துவுக்கும் இடையில் பின்வருமாறு உரையாடல் நிகழ்கிறது:

பேசவொணாக் கிறிஸ்துஇங்கு வருகின் றராம்
பிறர்சொல்லிக் கேட்டறிவோம் நாங்கள் அந்தப்
பாசமகன் வரும்போது அனைத்தும் சொல்வார்
பாவங்கள் தீர்ப்பார்நாம் பார்ப்போம்! என்றாள்.
பேசுகின்ற நானேஅப் பெயரில் உள்ளேன்
பெண்ணேநீ அறிவாயா? என்றார் இயேசு
ஆசையுடன் அவள்பார்த்தாள் சீடர் வந்தார்
அன்புமகன் பெண்ணோடு பேசக் கண்டார்! *(ப. 78)*

சமாரியப் பெண்ணின் கூற்றுவழி பாவங்கள் தீர்க்கும் பாசமகன் இயேசு கிறிஸ்து என்பதையும் நெடுங்காலமாக உலக மக்கள் எதிர்பார்த்துக் காத்துக் கொண்டிருந்த மேசியா கிறிஸ்து என்பதையும் அறியமுடிகிறது. சமாரியப் பெண் கூறிய சொற்களால் மட்டும் கிறிஸ்துவை மீட்பராக ஊரார் ஏற்றுக் கொள்ளவில்லை. அவரவர் சொந்த கண்களால் கண்ட பின்னரே கிறிஸ்துவை மீட்பராக ஊரார் ஏற்றுக் கொண்டதாகக் கண்ணதாசன் பாடுகிறார்.

பரமபிதாவின் மைந்தர்

கிறிஸ்து என்பவர் கேள்வியைக் கடந்தவர் என்றும், மெசையா என்னும் மீட்பர் இயேசு என்றும், பரமண்டலத்து பரமபிதாவின் மைந்தர் கர்த்தர் என்றும் இயேசு கிறிஸ்துவின் சீடர்களுள் ஒருவரான இராயப்பர் கூறுவதாகக் கண்ணதாசன் பதிவு செய்கிறார்.

கிறிஸ்து என்பவர் கேள்வியைக் கடந்தவர்
மெசையா என்னும் மீட்பர் நீரே!
பர மண்டலத்துப் பரமபிதாவின் மைந்தர் என்றார் *(ப. 177)*

எனக் கூறும் இராயப்பர், இயேசு கிறிஸ்துவின் விசுவாசத்திற்குரிய முதன்மைச் சீடராவார். இராயப்பரின் பெயர் கிரேக்க மொழியில் பேத்ரோஸ் என்றும், ஆங்கிலத்தில் பீற்றர் என்றும், இலத்தீனில் பெத்ரூஸ் என்றும் வழங்கப்படுகிறது. இச்சொற்களுக்குப் பாறை அல்லது கல் என்பது பொருளாகும். பாறையைக் குறிக்கும் தெலுங்குச் சொல்லாகிய இராய் என்பதை வைத்து இவரை இராயப்பர் என வழங்குவர். இப்பெயரையே இயேசு காவியத்தில் கண்ணதாசன் பயன்படுத்தியுள்ளார். இராயப்பர், உயிருள்ள கடவுளின் மகனாக இயேசு கிறிஸ்துவைக் கண்டு, பரமண்டலத்துப் பரமபிதாவின் மைந்தர் என இயேசு கிறிஸ்துவைப் போற்றுகிறார்.

நல்ல ஆயன்

இந்த உலகில் வாழும் உயிர்களை ஆடுகளாகவும், அந்த ஆடுகளை மேய்க்கும் நல்ல ஆயனாகத் தன்னையும் இயேசு உருவகப் படுத்துகிறார். விவிலியத்தில் மிகவும் புகழ் வாய்ந்த கிறித்தவ சமயச் சொல்லாடலான இந்த நல்ல ஆயன் என்ற கருத்தாக்கம், பின்வரும் இயேசு காவியப் பாடல்களில் மிகவும் சிறப்பாகக் கண்ணதாசனால் பாடப் பட்டுள்ளது:

ஆய னாக நானிருக் கின்றதால்
மேயும் ஆடு யாவும்என் பின்வரும்
தூய ஆயன் குரலொலி என்றுமே
மேய நாயகன் விண்ணொலி அல்லவோ?

ஆடு அந்த ஆயனை அறிவதும்
தேடும் ஆயன் ஆட்டினை அறிவதும்
நாடு முற்றும் நடப்பவை அல்லவோ!
ஆடு கூலி யாள்தனை அறியுமோ?

....

நல்ல ஆயன் உயிரையும் கொடுக்கிறான்
சொல்லொ ணாப்பிற இனத்தையும் சேர்க்கிறான்
வல்ல தான மந்தையைக் காண்கிறான்
இல்லை வேறு ஆயனென் றாகிறான்!

மந்தை ஒன்று ஆயனும் ஒன்றுகாண்
விந்தை யல்ல வியப்பிதே அன்றுகாண்
எந்த ஆடும் என்னிடம் சேருமே
அந்த மேய்ப்பன் என்வடி வாகுமே (பக். 240-241)

என்னும் செய்யுட்களின் மூலம் உலக உயிர்கள் செய்த பாவங்களை எல்லாம் தன் மீது ஏற்றுக் கொண்டு, உயிர்களின் பாவங்களுக்காகத் தான் சிலுவை சுமந்த இரட்சகரான இயேசு கிறிஸ்துவின் பெருமையை நல்ல ஆயன் என்ற அடைமொழி கொண்டு கண்ணதாசன் போற்றுவதன் மூலம் தேவகுமாரனின் அருட்குணத்தை விவரிக்கின்றார்.

அருளாளர் இயேசுபிரான்

தம் சீடர்களிடம் நற்கருணை செய்யும் அருளாளராக இயேசுபிரான் திகழ்கிறார். தன் உடலுக்கு அடையாளமாக அப்பத்தையும், தன் இரத்தத்திற்கு அடையாளமாகத் திராட்சை ரசத்தையும் சீடர்களுக்குத் தருகிறார். பரமபிதாவிற்கு அர்ப்பணிக்க வேண்டிய தம் உடலையும் இரத்தத்தையும் சீடர்களுக்கு வழங்கிப் பாவத்தை மன்னிக்கும் உடன் படிக்கையைச் செய்து கொள்கிறார். இவ்வாறு சீடர்களிடம் நற்கருணையை இயேசுநாதர் நிறுவுகிற காரணத்தால் தான், தேவகுமாரனை அருளாளர் இயேசு எனக் கண்ணதாசன் போற்றிக் கொண்டாடுகிறார்.

தன்கையால் அப்பத்தை எடுத்துத் தந்தை
  தனைத்தொழுது கூறாகப் பிட்டு வைத்து
என்கையில் உள்ளதுஎன் உடலம் தந்தேன்
  எல்லோரும் உண்ணுங்கள் என்று ரைத்தார்!
தன்கையில் சீடரெல்லாம் வாங்கிக் கொள்ள
  திராட்சைரசக் கிண்ணத்தைத் தந்த இயேசு
என்கையில் உள்ளதுஎன் இரத்தம் என்றார்
  எல்லோரும் பருகுங்கள் என்று ரைத்தார்! (ப. 314)

தேவகுமாரனாக மண்ணுக்கு வந்த இயேசு, தம்மை இங்கு அனுப்பிய பரமபிதாவிடம் தாம் திரும்பிச் செல்ல வேண்டிய தருணம் நெருங்கி விட்டதாக உணர்ந்து, தமக்குப் பிறகும் இவ்வுலகில் நெடுங்காலம் வாழ்ந்து, தாம் அறிவுறுத்திய நெறிகளை உலக மக்களிடம் பரப்பப் போகும் தம் சீடர்களுக்காக அப்பமாகவும், திராட்சை இரசமாகவும் அளிக்கும் கருணையைப் போற்றி, அருளாளர் இயேசு எனக் கண்ணதாசன் கொண்டாடுவது கருதத்தக்கது.

தருமத்தின் தேவன்

எங்கும் எதிலும் எவரிடமும் எத்தகைய வேறுபாடும் கருதாமல் ஒழுகும் பெருநெறியைத் தருமம், நீதி, அறம், சால்பு, மேன்மை எனப் பெரியோர் வழங்குவர். இத்தகைய தரும தேவனாக, உலக உயிர்கள் அனைத்துக்கும் நியாயம் செய்கிற அறத்தின் நாயகனாகக் கண்ணதாசன் இயேசுவைக் காண்கிறார். பரமபிதாவிடம் பன்னிரு சீடர்களின் நல்வாழ்வுக்காகப் பின்வருமாறு இயேசு கிறிஸ்து வேண்டுவதாகக் கண்ணதாசன் காட்டுகிறார்:

> பரிசுத்த தந்தை யேநீர்
> பரிசாக எமக்க ளித்த
> வரிசையாம் நண்பர்க் காக
> வணங்கியே உம்மைக் கேட்பேன்
> தரித்துநாம் ஒன்றாய் நிற்கும்
> தன்மைபோல் அவர்க ளுக்குள்
> பிரித்திட இயலா ராகப்
> பெருமன்பு செலுத்தல் வேண்டும்! (ப. 320)

தமக்காக ஒருநாளும் வாழாதவர் இயேசு கிறிஸ்து. உலக உயிர்களின் அமைதிக்காகவும், நிறைவுக்காகவுமே தம் வாழ்வை அர்ப்பணித்தவர் அவர். அனைவருக்கும் மகிழ்ச்சி நல்கும் வழியைக் காட்டி அருளுமாறு பரமபிதாவிடம் நாளும் வேண்டியவர் இயேசு கிறிஸ்து. தமக்குப் பின்பும் நீடித்த புகழோடும் நிலைத்த பெருமையோடும் மண்ணுலகில் தம் சீடர்கள் வாழ்ந்து தம் நெறியைப் பரப்ப வேண்டும் என்பது அவரது விழைவாகும். பரமபிதாவும் தாமும் போலத் தம் சீடர்களும் அவர்களுக்குள் பிரிவற்றவர்களாக, பேரன்பு கொண்டவர்களாகத் திகழ வேண்டும் என இயேசு கிறிஸ்து விரும்பியதாகக் கண்ணதாசன் காட்டுகிறார். தம் சீடர்களைச் சதிகாரர் வலைகளுக்கு ஆட்படாமல் காத்தருள வேண்டும் எனப் பரமபிதாவிடம் இயேசு கிறிஸ்து வேண்டுவதிலிருந்து, தனியறம் கூறிய தருமத்தின் தேவனாக இயேசு கிறிஸ்து திகழ்வதை அறியலாம்.

இரட்சகர் இயேசு கிறிஸ்து

ஐந்து பாகங்களைக் கொண்ட இயேசு காவியத்தின் இறுதிப் பாடலாக இடம்பெறும் மங்களம் என்ற பாடலில், இயேசு பிறந்தமையால் இந்த உலகில் தத்துவ ஞானம் புத்துயிர் பெற்றதாகவும், சத்திய வேதம் நின்று நிலைத்ததாகவும் கண்ணதாசன் அறிவிக்கிறார். மங்களம் பாடி முடித்தல்

என்ற தமிழ் மரபுக்கேற்ப இடம் பெற்றுள்ள இந்த இறுதிப் பாடலில், இயேசு காவியத்தைப் படிப்பவருக்கெல்லாம் பரமனின் வீடு கிடைக்கும் என்றும், நன்மைகள் கோடி தேடிவரும் என்றும் கண்ணதாசன் பயனுரைக்கின்றார். இதன் முடிவாக இயேசு கிறிஸ்துவை இரட்சகர் எனக் கண்ணதாசன் போற்றுவதைப் பின்வரும் பாடலால் அறியலாம்:

வாழிய சூசை வாழிய மரியாள்
வாழிய இயேசுபிரான்!
ஆழியும் வானும் உள்ள வரைக்கும்
வாழிய தேவபிரான்!
ஏழைகள் பாவிகள் இரட்சக ராக
எங்கும் நிறைந்தபிரான்!
ஆழ்தமி ழாலே அவர்புகழ் சொன்னேன்
துன்பங்கள் சேரவிடான்! (ப.399)

மண்ணிடை இயேசு மறுபடி வருவார்
என்பது சத்தியமே!
புண்கள் இருக்கும் வரையில் மருந்து
தேவை நித்தியமே!
விண்ணர சமையும் உலகம் முழுதும்
இதுதான் தத்துவமே!
எண்ணும் எழுத்தும் எல்லாம் அவரே
இயேசுவை நம்புவமே! (ப. 399)

இயேசு கிறிஸ்து பெரும் செல்வந்தராகப் பிறக்கவில்லை. ஏழைத் தச்சனின் மகனாகத்தான் பிறந்தார். மாபெரும் மாளிகையில் தேவகுமாரனின் பிறப்பு நிகழவில்லை; மாட்டுக் கொட்டிலுக்குத்தான் பாக்கியம் கிடைத்தது. வறியோர், எளியோர், ஆதரவற்றோர், ஒடுக்கப் பட்டோர், துன்பப்படுவோர், தீராத நோயுற்றோர் போன்ற போராடும் மக்களுக்கு நம்பிக்கை அளிக்கும் இரட்சகராக இயேசு கிறிஸ்து வாழ்ந்து முடித்தமையை, இரட்சகராக எங்கும் நிறைந்த பிரான் எனப் பெருமைமிகு அடைமொழி கொடுத்து கண்ணதாசன் போற்றுகிறார். விண்ணரசு அமையும் உலகம் முழுவதும் என்ற கிறித்தவத் தத்துவத்தை இம்மண்ணில் நினைவூட்டி, நிலைநாட்டிட அவதரித்த இரட்சகராக இயேசு கிறிஸ்துவைக் கண்ணதாசன் காட்டுகிறார்.

பகைவனுக்கு அருளும் தன்மை

இன்றைய வாழ்க்கையில் மனிதர்கள் பிறர் தமக்குச் செய்கின்ற தீங்குகளுக்குப் பழிக்குப் பழி வாங்குகின்ற நிலையுடன் இருக்கின்றனர். ஆனால் இயேசு காவியம் துன்பம் செய்தவர்களுக்கும் நன்மையே செய்ய வேண்டும் என்பதை,

உன்னொரு கன்னத்தில் இட்டால் - நீ
ஓங்கி அடித்து விடாதே!
இன்னொரு கன்னத்தைக் காட்டு - இது
என்றென்றும் ஞானத்தின் பாட்டு (பா. 101)

எனக் கூறி விட்டு அதற்கான காரணத்தையும் அழகாகத் தன் கவிதையில் விளக்கியுள்ளார்.

அன்பு செய்தாருக்கு அன்பு - என்றால்
ஆனந்தம் அதிலென்ன உண்டு
அன்பற்ற பேருக்கு அன்பு - செய்தால்
அதுவன்றோ மானிடப் பண்பு (பா. 102)

என்று மனிதன் பிறரிடம் அன்பு செலுத்த வேண்டிய காரணத்தைக் கூறுகிறார். ஒரு தவறும் செய்யாத தேவமைந்தனுக்கே துன்பம் வழங்கியதை,

முள்ளில் மகுடத்தைச் சூட்டினர் - ஒரு
மூங்கில் தடியையும் நாட்டினர் - அவர்
எள்ளி நகைத்தனர் சூழ்ந்தனர் - காறி
எச்சிலைத் துப்பினர் பாய்ந்தனர் - தம(து)
உள்ளங்க டுத்தவர் மண்டியில் - நின்று
யூதரின் ராஜனே என்றனர் - இயேசு
பிள்ளைமு கத்தினில் குத்தினர் - கொச்சைப்
பேச்சுக்க ளாயிரம் பேசினர்! (ப.351)

என்கிறார். இந்த அளவு துன்பத்தைக் கொடுத்தபோதும் இவர்கள் அறியாது செய்கிறார்கள் என்று கூறுகிறார். எனவே நாமும் பிறரிடம் அதாவது துன்பம் தருபவர்களுக்குக் கூட அருள் செய்ய வேண்டும் என்ற இயேசுவின் கொள்கையை இக்காவியம் கூறுகிறது என்கிறார்.

இறைவனை வழிபடும் முறை

பழங்காலந் தொட்டே மனிதர்கள் அவரவர்கள் தேவைக்காக இறைவனிடம் வேண்டிக் கொண்டு நோன்பிருக்கும் வழக்கம்

காணப்படுகிறது. ஆனால் எவ்வாறு நோன்பிருக்க வேண்டும் என்று இயேசு கூறியதை கவிஞர் அவர்கள்,

> நோன்பிருக் குங்கால் நோயாளி போல
> வேட மணிந்து வேதனை காட்டிப்
> போலித் தனத்தில் புகழ்பெற வேண்டாம்!
> முகத்தைக் கழுவி முடியினைச் சீவி
> அகத்துத் தூய்மையை முகத்தினில் காட்டி
> அடுத்தவர் நோன்பை அறியா வண்ணம்
> ஆண்டவர் மட்டுமே அறியும் வண்ணம்
> இருந்தால் அதுதான் இகத்திலும் பரத்திலும்
> சுகத்தைத் தரும்நான் சொன்னது உண்மை   (பா. 106)

எனக் குறிப்பிடுகிறார். நோன்பிருக்கும் போது நோயாளிகள் போல வேடமிடுவதைத் தவிர்க்க வேண்டும். அதுவே விண்ணிலும் மண்ணிலும் இன்பத்தைத் தரக் கூடியது என்கிறார். மேலும் இறைவனிடம் நாம் கொண்ட பக்தியை வெளிப்படுத்துவதற்காக ஆயிரம் பேரை அழைத்து வழிபடுவது சிறந்தது அல்ல. மாறாக இறைவனை எவ்வாறு வழிபட வேண்டும் என்பதை,

> தாழிட்ட வீட்டினில் நின்று - பூசை
> தந்தைக்குச் செய்வதே நன்று
> நாளில் மறைந்துநிற் கின்ற - தந்தை
> நன்மையே செய்குவன் அன்று   (பா. 103)

என்று பாடுகிறார். இறைவனை வழிபடும் முறையிலும், நோன்பிருக்கும் முறையிலும் எத்தகைய ஆடம்பரமும் இல்லாத அமைதியான வாழ்க்கையை வாழ வேண்டும் என்று கண்ணதாசன் தன் கவிதையின் வாயிலாகக் கூறுகிறார்.

நிலையான செல்வம்

பற்றும் பாசமும் நிறைந்த இவ்வுலக வாழ்க்கை நிலையற்றது என்பதை மனிதன் உணர மறுக்கின்றான். மறந்து விட்டு நிலையில்லாத செல்வத்தைத் தேடி அல்லும் பகலும் அலைகிறான். அச்செல்வம் நிலையற்றது என்பதை,

> மண்ணில் சேர்க்கும் மாபெரும் பொருளை
> எண்ணரும் பூச்சிகள் எளிதில் அரிக்கலாம்

கள்வர் திருடிக் கரைந்தும் போகலாம்
செல்வம் அழிந்தும் சிதைந்தும் போகலாம் (பா.107)

என்னும் செய்யுள் அடிகளால் பாடுகிறார். இப்படிப்பட்ட நிலையில்லாத செல்வத்தை விரும்புவதை விட்டு விண்ணில் செல்வத்தைச் சேருங்கள். ஏனென்றால் அந்த வியப்பிற்குரிய செல்வம்தான் குறையாது பெருகும். அச்செல்வம் எதுவென்றால் அன்பு நிறைந்த வாழ்க்கை, போலியான ஆடம்பரமற்ற தன்மை, சிறந்த பண்புகளுடன் கூடிய வாழ்வு. இது போன்ற இயேசு கிறிஸ்துவின் போதனைகளைக் கடைப்பிடித்து வாழ்கின்ற மனிதனே விண்ணில் செல்வம் சேர்த்து வைப்பவன் என்று இயேசு காவியம் கூறுகிறது.

கவிதையாக்கம்

விவிலியச் செய்திகளை எளிமையான செய்யுட்களால் மக்கள் மனதில் இடம்பிடிக்கச் செய்து விடுகிறார். சான்றாக,

விண்ணரசின் செய்தியினை உணரா தானே
வீதியிலே விதைக்கின்ற விதைபோல் ஆவான்!
கண்ணிறைந்த அவர் மொழியை ஏற்றும் ஏலான்
கல்லினிலே விதைக்கின்ற விதைபோல் ஆவான்!
எண்ணத்தில் இவைஇருந்தும் மாயை மிக்கோன்
எப்போதும் முள்விழுந்த விதைபோல் ஆவான்!
நண்ணுமிதை முற்றிலுமே பற்றிச் செல்வோன்
நல்லநிலம் தனில்விதைத்த விதையே ஆவான்! (ப. 136)

என்னும் செய்யுளைச் சுட்டலாம். கெட்ட குமாரன் கதையை, ஊதாரிப் பிள்ளை என்னும் தலைப்பில் நயத்துடன்,

ஒருதந்தை இருமக்கள் ஊர்முழுதும்
சொத்து
ஒருபிள்ளை அவர்களிலே மணியான
முத்து!
சிறுபையன் ஊதாரி தேறாத
நெத்து
தீராத மழையினிலே கரையேறும்
வித்து! (ப. 209)

எனத் தொடங்குகிறார். நிகழ்வுகள் எளியவர் மனதிலும் பதியும் வண்ணம் பாங்குறச் செய்யுட்களைப் பாடியிருப்பது நம்மை வியக்கச் செய்கிறது. மனிதர்கள் அனைவரும் தத்தம் பண்புகளில் சில குறைகள்

உடையவர்களாகத் தான் இருக்கிறார்கள். இருந்தாலும் பிறருடைய குறைகளைப் பெரிதாக நினைக்கிறார்கள். அவற்றைப் பற்றிப் புறம் கூறுகிறார்கள். அவ்வாறு வாழ்வதைக் கைவிட வேண்டும் என்று இயேசு கிறிஸ்து கூறியதை அழகாகத் தம் கவிதை நடையில்,

உமது கண்ணில் உத்தரம் கிடக்க
சோதரன் கண்ணில் துரும்பைப் பார்ப்பதா?
சொந்தக் கண்ணைத் துடைப்பீர் முன்னே
அந்தக் கண்ணை அப்புறம் பார்க்கலாம். (ப. 109)

எனக் கூறியுள்ளார். எனவே மனிதர்கள் பிறர் குறைகளைக் காணும் தன்மையைக் கைவிட வேண்டும்.

தாலாட்டு, கையறுநிலைப் பாடல்கள்

உலகத்தை மீட்க மீட்பர் பிறந்தவுடன் அழகான தாலாட்டுப் பாடலாக,

சோதிமணிப் பெட்டகமே சுடரொளியே
யூதருக்கு
ஆதி மகனாய்ப் பிறந்த அருந்தவமே
தாலேலோ (ப. 25)

என்று பாடுகிறார். மேலும் இயேசு கிறிஸ்துவை மருத்துவனே, அனைவரையும் வாழ வைக்க வந்தவனே என்றெல்லாம் பாடுகிறார். பழைய ஏற்பாட்டில் இறைமகனின் வருகை குறித்த செய்திகளை தொடர்புபடுத்திப் பாடியிருக்கிறார்.

அந்நாளில் நூலோர்கள் ஆன்றோர்கள்
பெரியோர்கள்
சொன்னபடி மீட்பதற்கு தோன்றி வந்தாய்
தாலேலோ (ப. 25)

என்றும்,

இன்னின்ன காலமெல்லாம் இவ்வாறு
நடக்குமென
சொன்ன இறைவாக்கினர்க்குத் தொடர்பான
உதாரணமே (ப. 26)

என்றும் பாடுகிறார். மேலும் இயேசு கிறிஸ்துவைப் பற்றிய தாலாட்டுப் பாடலில் தன்னை ஏழையாகவும் இயேசு கிறிஸ்துவைச் செல்வனாகவும் கூறுகிறார். இத்தாலாட்டுப் பாடல் நாட்டுப்புறப் பாடல் சாயலில் அமைந்து நம்மை மகிழ வைக்கிறது. இவ்வளவு அழகாகத் தாலாட்டுப் பாடியவர் அவலத்தையும் அழகாக வெளிப்படுத்துகிறார். ‘கையறு நிலை’ என்றால்

☐ கிறித்தவக் காப்பியங்கள் ☐ 199

'செயலற்ற நிலை' என்பார்கள். யூதாசு இயேசுவைக் காட்டிக் கொடுத்த பிறகு, செயலற்ற நிலையில் நிற்கிறான். தன்னைத் தானே நொந்து கொள்வதை,

தாய் வயிற்றில் பிறந்த உடல் முழக்கயிற்றில் போகட்டும்
சாவே வாராய்!
நாய் வயிற்றை வளர்ப்பது போல் நான் வளர்க்க நினைப்பதெல்லாம்
நான்று கொள்வேன்!
பேய்களென வாழ்வோர்க்குப் பாடமென ஆனேன் நான்
பின்னால் என்னை
ஓய்வுடைய நேரமெல்லாம் வசை பாடி மகிழட்டும்
உலகந் தானே! (ப. 355)

என்று பாடுகிறார். இயேசு கிறிஸ்து தன் ஆவியை இறைவனிடம் ஒப்படைத்த நிமிடங்கள் இயற்கையும் செயலற்று நின்ற கோலத்தைக் காட்சிப்படுத்துகிறார்.

நீலவானில் இடியெழுந்து சூரியன்ம றைந்தது
நேரில்நின்ற பாறையோடு பூமியும்வெ டித்தது
கோலமிக்க கல்லறைகள் கூவியேபி ளந்தன
கோவிலில்இ ருந்தசீலை பாதியாய்க்கி ழிந்தது

பூவிருந்த பொன்மரங்கள் போய்விழுந்து பட்டன
பூமிதன்னை வானகத்து மீனினங்கள் தொட்டன
காவலர்கள் மெய்சிலிர்த்துக் கைநடுங்கி நின்றனர்
தேவமைந்தன் என்றசேதி உண்மையென்று கண்டனர் (ப. 37)

என்று இயற்கையின் நிலையைப் பாடியதோடு, தேவ அன்னை தன் மகனின் நிலையைப் பார்த்துச் செயலற்று இருப்பதை,

தாயிருக்கப் பிள்ளை சாகும் சங்கடங்கள் கொஞ்சமோ
சாட்டையாலே வேட்டையாடி சாவதென்றால் தாங்குமோ?
வாயிருந்தும் தேவ அன்னை மௌனமாக நின்றனள்
வாழ்வு தாழ்வை தெய்வம் பார்க்கும் என்பதை அறிந்தனர் (ப. 371)

எனவும் பாடுகிறார். இவ்வாறு துன்ப உணர்வையும் திறம்பட பாடி, காப்பியத்திற்குச் சுவை கூட்டியுள்ளார்.

வருணனைகள்

இயேசு காவியத்தைப் படிக்கும்போது சங்க இலக்கியங்களைப் படிப்பது போன்ற உணர்வு ஏற்படுகிறது. சங்க இலக்கியச் சாயல் ஆங்காங்கே வருணனைகளில் காணப்படுகின்றது. மரியம்மையை அழகின் தெய்வம் என்று கூறி,

நிலவெனும் வதனம் நெற்றி
  நெடுமழை அனைய கூந்தல்
மலரெனும் கண்கள் கைகள்
  மரியம்மை அழகின் தெய்வம் (ப. 10)

என வருணிக்கிறார். இயேசுவின் முதல் புதுமை கானாவூர் திருமணத்தில் நடந்தது. அந்தத் திருமண வீட்டில் இருந்த பெண்களை,

முன்னலங் காரம் என்ன
  முகப்பலங் காரம் என்ன
பின்னலங் காரம் என்ன
  பெருகிய மாதர் யாரும்
தன்னலங் காரம் காட்டும்
  தனியலங் காரம் என்ன (ப. 63)

என்று அழகாக வருணிக்கும் இச்செய்யுள் இயைபுத் தொடையில் அமைந்துள்ளது.

இலக்கிய நயம்

கண்ணதாசன் எழுதிய இக்காவியத்தில் நயங்கள் பல நிறைந்துள்ளன. எதுகை, மோனை, இயைபு என்னும் மூன்றும் ஒருங்கே அமைந்து காவியம் முழுவதும் பரவிக் கிடக்கின்றன. இசையுடன் பாடுவதற்கு ஏற்றபடி பற்பல இடங்கள் இக்காவியத்தில் சந்தநயத்துடன் கவிஞர் அமைத்திருக்கிறார் என்றே கூறலாம். இயேசு கிறிஸ்து சொற்பொழிவு செய்ததை,

ஊனுருக உயிருருக உள்ளமெல்லாம்
  நெக்குருக
வானுருகும் சொற்பொழிவை வள்ளலார்
  செய்தாரே!
வானுருகும் சொற்பொழிவை வள்ளலவர்
  செய்கையிலே
தானுருகி அங்கேயே தாய்வந்து
  நின்றாளே
தானுருகி அங்கேயே தாய்வந்து
  நிற்கையிலே
தம்பியென சிலபேரும் தான் வந்து
  நின்றனரே (ப. 135)

என சந்த நயத்துடன் பாடியிருக்கிறார். ஊதாரிப் பிள்ளை என்ற தலைப்பில் தந்தையின் அன்பைப் புரிந்து கொள்ளாத மைந்தன் படுகின்ற துன்பத்தை அழகாக நயத்துடன் பின்வரும் கவிதை அடிகளில் விளக்கியுள்ளார்:

பன்றிக்குத் தருகின்ற உணவேதான்
உணவு
பாவிக்கு நாளெல்லாம் தந்தையவன்
கனவு
அந்நேரம் தெளிந்ததுகாண் அவனுடைய
அறிவு
அப்பாவின் கால்களிலே விழுகின்ற
நினைவு (ப. 210)

இவ்வாறு இலக்கிய நயம் நிறைந்த பல செய்யுட்கள் பல இக்காவியத்தில் இடம்பெற்றுள்ளன.

போலி ஆடம்பரங்கள்

மனிதன் தன் வாழ்க்கையையே போலியாக வாழ்கிறான். தன்னுடைய ஒவ்வொரு செயலிலும் ஆடம்பரத்தை வெளிக் காட்டுகிறான். இவ்வுலகில் மனிதர்கள் பிறருக்குச் செய்கின்ற உதவியை விளம்பரப்படுத்துகிறார்கள். அதன் மூலமாகத் தனக்குப் புகழ் வர வேண்டும் என்ற எண்ணம் கொண்டவர்கள் செய்கின்ற உதவியினால் எப்போதும் பயனில்லை என்று கூறுகிறார்.

ஊரில் மதிப்புற வேண்டி - சில
உதவிகள் செய்பவன் ஆண்டி
வாரிஎதைக் கொடுத் தாலும் - அதை
மறைத்துக் கொடுப்பவன் மன்னன்! (பா. 102)

என்னும் செய்யுளில் புகழை விரும்பாமல், வலக்கை செய்வது இடக்கைக்குத் தெரியாது இருக்கட்டும் என்ற இயேசு கிறிஸ்துவின் பொன்மொழிக்கு இணங்க மனிதன் வாழ்ந்தால் அவன் மன்னன் போன்றவன் என்று கண்ணதாசன் கூறுகிறார்.

இறவாக் காவியம் படைத்த கண்ணதாசன் தன் கவிச்சிறப்பால் இக்காவியத்தின் மூலம் இறவாத கவிஞராகவும் இருக்கிறார். நற்செய்தியை அடிப்படையாகக் கொண்டு இயேசுவின் போதனைகளை அழகாக விளக்கியுள்ளார். எதுகை, மோனை, இயைபு, சந்த நயம் இவையெல்லாம் இடையிடையே கலந்து காணப்படும் கதம்பமாக இவ்விலக்கியம் திகழ்கிறது. நீதிக்கருத்துக்கள் அதாவது மனித வாழ்வில் பின்பற்ற வேண்டிய ஒவ்வொரு நீதியும் அழகாகத் தன் கவித்திறமையால் சிறப்பாக வெளிப்படுத்தியுள்ளார்.

17. மீட்பதிகாரம் என்னும் பேரின்பக் காப்பியம்

இறைவன் மனுக்குல மக்களை மீட்பதற்காக விண்ணுலகிலிருந்து மண்ணுலகிற்கு வந்தார். அவரது வருகை மனுக்குல மக்களுக்கு ஒரு பேரின்பமாக விளங்கியது. இதை அடிப்படையாகக் கொண்டு படைக்கப்பட்டுள்ள காப்பியத்திற்கு மீட்பதிகாரம் என்னும் பேரின்பக் காப்பியம் என ஆசிரியர் பெயர் சூட்டியுள்ளார். இக்காப்பியம் பேராசிரியர் மு. பவுல் இராமகிருட்டிணன் அவர்களால் படைக்கப்பட்டுள்ளது. 1986 ஆம் ஆண்டு இக்காப்பியம் ஆசிரியரால் இயற்றப்பட்டாலும், முப்பது ஆண்டுகளுக்குப் பின்னர் 2016 ஆம் ஆண்டில் மோரியா ஊழியங்கள் மூலம் நூலாக வெளியிடப்பட்டது.

ஆசிரியர் வரலாறு

பேராசிரியர் மு. பவுல் இராமகிருட்டிணன் அவர்கள் மதுரை மாநகரிலுள்ள கீரைத்துறை என்னும் ஊரில் 1916 ஆம் ஆண்டு செப்டம்பர் மாதம் 26 ஆம் நாள் முத்துக்கருப்ப பிள்ளை - மீனாட்சியம்மை தம்பதியினருக்கு மகனாகப் பிறந்தார். இவரது பெற்றோர் வைணவ சமயத்தைச் சார்ந்தவர்கள். இவர் தமது இளமைக் கல்வியை மதுரை மாநகரிலுள்ள கீழவாசலில் அமைந்துள்ள கத்தோலிக்கக் கிறித்தவப் பள்ளியில் பெற்றார். பவுல் இராமகிருட்டிணன் ஓவியம் வரைவதிலும் இசைக்கருவிகளை வாசிப்பதிலும் நகைச் சுவையாகப் பேசுவதிலும் இனிய பாடல்கள் இயற்றுவதிலும் வல்லவர். 1941 ஆம் ஆண்டு மனோன்மணி அம்மையாரைத் திருமணம் புரிந்தார். இத்தம்பதியினருக்கு ஏழு குழந்தைகள்.

இவர் அமெரிக்கன் கல்லூரியில் வரலாற்றுப் பிரிவில் இளங்கலைப் பட்டம் பெற்றார். அதனைத் தொடர்ந்து ஆசிரியப் பயிற்சிப் பட்டத்தைப் பெற்றார். இவர் காவல்துறை, திரைப்படத்துறை, கூட்டுறவுத்துறை

ஆகியவற்றில் பணியாற்றினார். இதனைத் தொடர்ந்து மதுரையிலுள்ள சௌராஷ்டிரா உயர்நிலைப் பள்ளியிலும் பாத்திமா பெண்கள் பள்ளியிலும் தமிழாசிரியராகவும் மதுரையிலுள்ள தியாகராஜர் உயர்நிலைப் பள்ளியிலும், இராஜபாளையத்திலுள்ள அன்னப்ப ராஜா நினைவு உயர்நிலைப் பள்ளியிலும், மதுரையிலுள்ள பிள்ளைமார் சங்க உயர்நிலைப் பள்ளியிலும் தலைமை ஆசிரியராகவும் பணியாற்றினார். இவர் ஆசிரியப் பணியில் சேர்ந்த பின்னர் தமிழ் இலக்கியத்தில் முதுகலைப் பட்டம் பெற்றார். 1965 ஆம் ஆண்டு முதல் 1976 வரை வாணியம்பாடியிலுள்ள இசுலாமியர் கல்லூரியிலும், கோயம்புத்தூரிலுள்ள சுவாமி விவேகானந்தர் கல்லூரியிலும் தரங்கம்பாடிக்கு அருகிலுள்ள பொறையாறில் அமைந்துள்ள தமிழ் நற்செய்தி லுத்தரன் கல்லூரியிலும் தமிழ்ப் பேராசிரியராகப் பணியாற்றி ஓய்வு பெற்றார்.

இளைஞனாக இருக்கும்போது பெரியார் இயக்கத்தில் இணைந்து தீவிரமாகச் செயல்பட்டார். பின்பு இசுலாமிய நூல்களை வாசித்து, உலகத்தைப் படைத்த ஓர் இறைவன் உண்டு என்னும் நம்பிக்கைக்கு வந்தார். இசுலாமிய நூல்களைக் கற்றதன் மூலம் இசுலாமியர்களால் ஈசாநபி என்று அழைக்கப்படும் இயேசு கிறிஸ்துவைப் பற்றியும் விவிலியத்தைப் பற்றியும் அறிந்தார். இதன் விளைவாக 1972 ஆம் ஆண்டு தமது 56 ஆவது வயதில் இயேசு கிறிஸ்துவைத் தமது சொந்த இரட்சகராக ஏற்றுக் கொண்டு, பவுல் இராமகிருட்டிணன் என்னும் பெயரால் திருமுழுக்குப் பெற்றார். இவர் 1987 ஆம் ஆண்டு டிசம்பர் மாதம் ஆறாம் நாள் காலமானார்.

பேராசிரியர் பவுல் இராமகிருட்டிணனால் படைக்கப்பட்ட பாடல்கள் திருவடிமாலை என்னும் தொகுப்பு நூலாக 1977 ஆம் ஆண்டு மதுரையிலுள்ள பவுல் பதிப்பகத்தின் மூலம் வெளிவந்துள்ளது. இவர் சாலமோன் திருவருட் கோவை என்னும் தெய்வத்திருமுல்லை என்னும் நூலை 1977 ஆம் ஆண்டு எழுதி முடித்தார். இந்நூல் விவிலியத்தின் பழைய ஏற்பாட்டிலுள்ள சாலமோன் எழுதிய உன்னதப்பாட்டு என்னும் நூலை அடிப்படையாகக் கொண்டது. இந்நூல் முனைவர் வீ. ஞானசிகாமணி அவர்களால் வேதாகம மாணவர் பதிப்பகத்தின் மூலம் 1982 ஆம் ஆண்டு வெளியானது.

காப்பியக் கதை

இயேசு கிறிஸ்துவின் பிறப்பு முதல் உயிர்த்தெழுந்து சீடர்களுக்குக் காட்சி கொடுத்து, பரலோகம் சென்றது வரையிலான புதிய ஏற்பாட்டு

நிகழ்வுகளை ஆசிரியர் காப்பியக் கதையாகப் பயன்படுத்தியுள்ளார். ஒரு காதையில் மட்டும் பழைய ஏற்பாட்டுச் செய்திகளைக் குறிப்பிட்டுள்ளார்.

காப்பிய அமைப்பு

மீட்பதிகாரம் என்னும் பேரின்பக் காப்பியம் காண்டம், காதை என்னும் பகுப்பு முறையினில் அமைந்தது. இக்காப்பியம் பிறப்பியற் காண்டம், திருப்பணியுவந்த காண்டம், அறிவுரைக் காண்டம், அருட்புலக் காண்டம், பகைபுலக் காண்டம், வேள்விக் காண்டம், மாட்சிமைக் காண்டம் என்னும் ஏழு காண்டங்களையும் ஒவ்வொரு காண்டமும் ஏழு காதைகளையும் உடையது. இக்காப்பியத்தில் இடம் பெற்றுள்ள அடிகளின் எண்ணிக்கை 8499 ஆகும்.

1. பிறப்பியற் காண்டம்

பிறப்பியற் காண்டமானது வாய்மொழி வாழ்த்துப் பாடல், கருவுறு காதை, கருவுயிர்த்த காதை, வழிபடு காதை, கரந்துறை காதை, காவுகோட் காதை, கடந்துசெல் விழாக் காதை என்னும் ஏழு காதைகளை உடையது.

2. திருப்பணியுவந்த காண்டம்

திருப்பணியுவந்த காண்டமானது திருமுழுக்கேற்ற காதை, கனிச்சாறருளிய காதை, இறை வெளிப்பாட்டுக் காதை, உயிர்ப்பு நீரூட்டிய காதை, விழாக்காண் காதை, நாசரத்தில் நவின்ற காதை, நோய் நீக்கு காதை என்னும் ஏழு காதைகளைக் கொண்டது.

3. அறிவுரைக் காண்டம்

அறிவுரைக் காண்டத்தில் அறமுரைத்த காதை, எளியோர்க் கருளிய காதை, இறையரசறிவித்த காதை, கடலையடக்கிய காதை, பன்னிருவரைப் பணித்தருள் காதை, அருள்முனிவர் குருதிச்சான்றளித்த காதை, பசிப்பிணி மருத்துவரின் பரிசுரைத்த காதை என்னும் ஏழு காதைகள் இடம் பெற்றுள்ளன.

4. அருட்புலக் காண்டம்

அருட்புலக் காண்டத்தில் வான் வருமப்பத்தின் வளமுரைத்த காதை, அகந்தூய்மை அறிவுறுத்திய காதை, மூவணியாடிய முதல்வர்

பூட்கையுரைத்த காதை, பாடுநிலை சுட்டிய காதை, கூடாரவிழாக் காதை, விடுதலை நெறிபகர்ந்த காதை, காணாற்குக் கண்ணளித்த காதை என்னும் ஏழு காதைகள் உள்ளன.

5. பகைபுலக் காண்டம்

பகைபுலக் காண்டத்தில் நல்ல மேய்ப்பர் நலமுரைத்த காதை, மன்றாட்டுக் கற்பித்த காதை, கூடாவொழுக்கத்தின் கேடுரைத்த காதை, உய்த்துணர்த்திய காதை, உவமையுரைத்த காதை, உற்ற நண்பனை உயிர்த்தெழுப்பிய காதை, காணாமற் போனதைக் கண்டுபிடித்த காதை என்னும் ஏழு காதைகள் இடம்பெற்றுள்ளன.

6. வேள்விக் காண்டம்

வேள்விக் காண்டத்தில் உலாவரு காதை, வரும்பொருளுரைத்த காதை, திருவிருந்தளித்த காதை, நச்சுக்கலன் நயந்தருள் காதை, பழிசுமத்திய காதை, பாடேற்ற காதை, உயிர்நீத்த காதை என்னும் ஏழு காதைகள் உள்ளன.

7. மாட்சிமைக் காண்டம்

இறுதிக் காண்டமான மாட்சிமைக் காண்டத்தில் உயிர்த்தெழுந்த காதை, அழற் கொழுந்தூட்டிய காதை, மேலறைக் காட்சிக் காதை, கடற் காட்சிக் காதை, வானிவர்ந்த காதை, தெரிந்துகோட் காதை, திருமன்றம் தோற்றிய காதை என்னும் ஏழு காதைகள் இடம்பெற்றுள்ளன.

யாப்பமைதி

சிலப்பதிகாரம், மணிமேகலை, பெருங்கதை போன்ற பண்டைத் தமிழ்க் காப்பிய இலக்கியங்கள், கதை கூறும் முறைக்கு உகந்த ஆசிரியப்பாவையும் அதன் வகைமைகளையும் கொண்டது போன்று இந்நூல் ஆசிரியப்பா யாப்பு கொண்டு இயற்றப்பட்டுள்ளது. பேரின்பக் காப்பியத்தில் மயங்கிசைக் கொச்சகக் கலிப்பா, நேரிசை ஆசிரியப்பா, வஞ்சி நிலைத்துறை, நிலைமண்டில ஆசிரியப்பா, கலித்தாழிசை, கலிவிருத்தம், வெண்கலிப்பா, அறுசீர்க்கழிநெடிலடி ஆசிரிய விருத்தம், அடி நிமிர்ந்தோடிய அயன் மயங்கிசைக் கொச்சகம், ஆறடிநாற்சீர் ஒருவிகற்பக் கொச்சகக் கலிப்பா, கலிவெண்பாட்டு, அறுசீர் ஆசிரிய விருத்தம், தரவு கொச்சகக் கலிப்பா, எழுசீராசிரிய விருத்தம், எண்சீர்க் கழிநெடிலடி ஆசிரிய விருத்தம், தாழிசை, மயங்கிசைக் கொச்சகக் கலிப்பா, எட்டடித்தரவு கொச்சகக் கலிப்பா, தனிச்சொல், நாற்சீர் ஈரடித் தாழிசை ஆகிய யாப்பு வகைகளை ஆசிரியர் பயன்படுத்தியுள்ளார்.

திருக்குறளின் தாக்கம்

கிறித்தவ இலக்கியப் படைப்பாளிகள் பன்னூல் புலமை உடையவர்களாக விளங்குவது அவர்களது படைப்பின் வாயிலாகத் தெரிவது கண்கூடு. குறிப்பாக, திருக்குறள் கருத்துகளைப் பயன்படுத்தாத கிறித்தவ இலக்கியப் படைப்பாளிகள் இல்லை எனக் கூறும் அளவிற்கு கிறித்தவ இலக்கியங்களில் திருக்குறளின் தாக்கம் அதிக அளவில் உள்ளது. பவுல் இராமகிருட்டிணன் அவர்களும் தமது காப்பியத்தில் ஏராளமான திருக்குறள் கருத்துகளைப் பயன்படுத்தியுள்ளார். சான்றாக,

> மங்கலம் என்ப மனைமாட்சி மற்றுஅதன்
> நன்கலம் நன்மக்கட் பேறு   (குறள். 60)

என்னும் குறளை ஆதாரமாகக் கொண்டு,

> மங்கல மெனுந்தன் மனைமாட்சி யதற்கொரு
> நன்கல மாகும் நன்மக்கட் பேறின்றி

(கருவுறு காதை, அடி. 50, 51)

என்னும் அடிகளை அமைத்துள்ளார். புற உடலின் தூய்மை நீராலே ஏற்படும்; உள்ளத்தின் தூய்மையானது, ஒருவன் வாய்திறந்து சொல்லும் அவனது வாய்மையாலே அடையப்படும் என்னும் பொருளமைந்த,

> புறந்தூய்மை நீரான் அமையும் அகந்தூய்மை
> வாய்மையால் காணப் படும்   (குறள், 298)

என்னும் குறளை ஆதாரமாகக் கொண்டு,

> அகந்தூய்மை வாய்மையாற் காணுதற் பேணார்
> புறந்தூய்மை நீரா லமைதலே சாலுமென்

(அகந்தூய்மை அறிவுறுத்திய காதை, அடி. 55, 56)

என்னும் அடிகளை அமைத்துள்ளார். இயேசு கிறிஸ்து நீரின் மேல் நடந்து வருவதைப் பார்த்த சீடர்கள் அச்சமடைந்து செய்வதறியாது திகைத்தனர். அதைப் பார்த்த இயேசுவானவரின் மனதில் மணற்கேணியில் நீர் சுரப்பதைப் போன்று அருள் சுரந்து அவர்களைப் பார்த்து அஞ்சாதீர்கள் எனக் கூறுகிறார். இதை,

> தொடுமணற் கேணியிற் சுரந்தருள் பொங்க

(பசிப்பிணிமருத்துவரின் பரிசுரைத்த காதை, அடி. 87)

எனக் குறிப்பிடுகிறார். இதற்கு,

> தொட்டனைத்து ஊறும் மணற்கேணி மாந்தர்க்குக்
> கற்றனைத்து ஊறும் அறிவு *(குறள், 396)*

என்னும் குறள் அடிப்படையாக அமைந்துள்ளது. இன்னும் இது போன்ற பல திருக்குறள் கருத்துகள் நூல் முழுவதும் ஆங்காங்கே விரவி காணப்படுகின்றன. திருக்குறள் கருத்துகளின் செல்வாக்கு காப்பியத்தின் சிறப்புக்குத் துணையாக அமைகின்றது.

சிலப்பதிகாரத் தாக்கம்

பேராசிரியர் பவுல் இராமகிருட்டிணன் சிலப்பதிகாரத்தில் ஈடுபாடு உள்ளவர். சிலம்பை அடிப்படையாகக் கொண்டு இயற்றப்பட்ட காப்பியத்திற்கு சிலப்பதிகாரம் எனப் பெயர் சூட்டியது போன்று, மனுக் குலத்தை மீட்ப்பதற்காக வந்த இறைமைந்தனைப் பற்றி விவரிப்பதற்கு மீட்பதிகாரம் எனப் பெயர் சூட்டியுள்ளார். சிலப்பதிகாரத்தைப் போன்று காதை என்னும் பகுப்பு முறையைப் பின்பற்றியுள்ளார். சிலப்பதிகாரத்தை அடியொற்றி முதல் காதைக்கு வாய்மொழி வாழ்த்துப் பாடல் எனப் பெயரிட்டுள்ளார். சிலப்பதிகாரத்தின் முதல் காதையான மங்கல வாழ்த்துப் பாடலில்,

> திங்களைப் போற்றுதுந் திங்களைப் போற்றுதும்
> கொங்கலர்தார்ச் சென்னி குளிர்வெண் குடைபோன் றிவ்
> வங்கண் உலகளித்த லான்.
>
> ஞாயிறு போற்றுதும் ஞாயிறு போற்றுதும்
> காவிரி நாடன் திகிரிபோற் பொற்கோட்டு
> மேரு வலந்திரித லான்.
>
> மாமழை போற்றுதும் மாமழை போற்றுதும்
> நாமநீர் வேலி யுலகிற் கவனளிபோல்
> மேல்நின்று தான் சுரத்த லான்
>
> *(மங்கல வாழ்த்துப் பாடல், அடி. 1-9)*

என இளங்கோவடிகள் திங்கள், ஞாயிறு, மாமழை என்னும் இயற்கையின் மூன்று அம்சங்களைப் போற்றிப் புகழ்ந்து நூலைத் தொடங்குகிறார். அதேபோன்று பவுல் இராமகிருட்டிணன் முதல் காதையான வாய்மொழி வாழ்த்துப் பாடலில் தந்தை, மைந்தர், தூய ஆவி என்னும் மூவொரு கடவுளை வாழ்த்தி நூலினைத் தொடங்குகிறார். அப்பகுதி பின்வருமாறு:

தந்தையைப் போற்றுதுந் தந்தையைப் போற்றுதும்
மைந்தரைத் தந்தருளி மாந்தரைக் காத்தற்கு
முந்தவே யோர்ந்தருள லான்.

மைந்தரைப் போற்றுதும் மைந்தரைப் போற்றுதும்
நைந்துட லாணியில் ஞான்றுயிர் நீப்பினும்
முந்த னுயிர்த்தெழுத லான்.

தூயாவி போற்றுதுந் தூயாவி போற்றுதும்
நேயமாய் மன்றத்தில் நேர்ந்துயிர் காப்பாராய்
வாய்மை வழிநடத்த லான்

(வாய்மொழி வாழ்த்துப் பாடல், அடி. 1-9)

கம்பராமாயணத் தாக்கம்

கம்பருக்குப் பின்னர் வந்த காப்பியப் படைப்பாளர்களின் படைப்புகளில் கம்பராமாயணத்தின் தாக்கம் இயல்பாகவே அமைந்துள்ளது. கம்பராமாயணத்தின் முதல் பாடலான,

உலகம் யாவையும் தாம் உளவாக்கலும்,
நிலைபெறுத்தலும், நீக்கலும், நீங்கலா
அலகு இலா விளையாட்டு உடையார் - அவர்
தலைவர்; அன்னவர்க்கே சரண் நாங்களே (பாயிரம், பா.1)

என்னும் செய்யுளை மனதில் கொண்டு பவுல் இராமகிருட்டிணன் தமது மீட்பதிகாரம் என்னும் காப்பியத்தின் இரண்டாவது காதையில்,

உலகம் யாவையுந் தாமுள வாக்கியவ்
வுலகினிற் றோன்று மொவ்வொரு மகற்கும்
இலகொளி காட்டும் இறையரு ளாகி
மலர்தலை யுலகத்து மன்னிய வொருவரை
அலகையி னிருளா லறிந்தில துலகு

(கருவுறு காதை, அடி. 23-27)

எனப் படைத்துள்ளார். இப்பகுதியில் கம்பராமாயணச் செய்யுளின் ஓர் அடியை அவ்வாறே பயன்படுத்தியுள்ளார்.

நாலாயிர திவ்ய பிரபந்தத்தின் தாக்கம்

மீட்பதிகாரம் காப்பிய ஆசிரியர் நாலாயிர திவ்ய பிரபந்தத்தில் நன்கு புலமையுடையவர். குழந்தையாகிய இயேசு கிறிஸ்துவைத் தொட்டிலிலிட்டுத் தாலாட்டும் போது,

> அன்பினாற் கட்டி யருளு மிடைகட்டிப்
> பைம்பொனால் யாத்தமெய்ப் பற்றுறுதித் தொட்டில்
> நம்பிக்கை யாளர்தாம் நன்றியின் நல்கினார்
> எம்பெரு மானே தாலேலோ!
> எம்முன் வருவாயே தாலேலோ!
>
> (கருவுயிர்த்த காதை, பா. 22)

என மரியாள் தாலாட்டுகிறார். இத்தாலாட்டுப் பாடல் நாலாயிர திவ்ய பிரபந்தத்தில் குலசேகர ஆழ்வாரின் பாடலான,

> மாணிக்கம் கட்டி வயிரம் இடைகட்டி
> ஆணிப்பொன்னால் செய்த வண்ணச் சிறுத்தொட்டில்
> பேணிஉனக்குப் பிரமன் விடுதந்தான்
> மாணிக்குறளனே தாலேலோ!
> வையம் அழந்தானே தாலேலோ!
>
> (நாலாயிர திவ்ய பிரபந்தம், பா.44)

என்னும் செய்யுளை அடிப்படையாகக் கொண்டு இயற்றப்பட்டுள்ளது. இதைப் போன்று, நாலாயிர திவ்ய பிரபந்தத்தில் பெரியாழ்வார் இயற்றியுள்ள,

> சீதக் கடலுள் அமுது அன்ன தேவகி
> கோதைக் குழலாள் அசோதைக்குப் போத்தந்த
> பேதைக் குழவி பிடித்துச் சுவைத்து உண்ணும்
> பாதக் கமலங்கள் காணீரே!
> பவள வாயீர்! வந்து காணீரே!
>
> (நாலாயிர திவ்ய பிரபந்தம், பா.23)

என்னும் செய்யுள் கண்ணனின் திருமேனி அழகினை விவரிப்பதாக அமைந்துள்ளது. இச்செய்யுளைத் தழுவி பவுல் இராம கிருட்டிணன், இயேசு பாலகனின் மேனியழகினைக் கண்டு இன்புறுமாறு,

> பெத்தலை நல்லூரிற் பிறங்குமாக் கொட்டிலில்
> நெய்த்தலை நாயகன் நேர்ந்து பிறந்தனன்
> எத்தலை நோக்கினு மீடில்லாப் பெம்மானைக்
> கைத்தலை யாடலே காணீரே!
> கார்குழ லீர்வந்து காணீரே!
>
> (கருவுயிர்த்த காதை, பா. 1)

என அழைக்கிறார். இவ்வழைப்புப் பகுதியில் 21 செய்யுட்கள் உள்ளன. பெரியாழ்வார்,

பல்லாண்டு பல்லாண்டு பல்லாயிரத் தாண்டு
பலகோடி நூறாயிரம்
மல்லாண்ட திண்தோள் மணிவண்ணா! உன்
சேவடி செவ்வி திருக்காப்பு

(நாலாயிர திவ்ய பிரபந்தம், காப்புச் செய்யுள்)

எனக் காப்புச் செய்யுள் பாடியுள்ளார். இச்செய்யுளை அடிப்படையாகக் கொண்டு இயேசு கிறிஸ்து பல்லாண்டு வாழ்கவென வாழ்த்தும் பகுதியின் காப்புச் செய்யுளாக,

பல்லாண்டு பல்லாண்டு பல்லாயிரத் தாண்டு
பலகோடி நூறாயிரம்
சொல்லாண்ட வாய்மைத் திருமகனேநின்
சேவடித் திருத்தாமங் காப்பு

(மீட்பதிகாரம், காப்புச் செய்யுள்)

என்னும் செய்யுளைப் பாடியுள்ளார். இத்திருப்பல்லாண்டுப் பகுதியில் பத்து செய்யுட்கள் இடம்பெற்றுள்ளன. இத்தகைய செய்யுட்கள் நாலாயிர திவ்ய பிரபந்தத்தின் மீதுள்ள ஆசிரியரின் புலமையினைத் தெளிவாகப் புலப்படுத்துகின்றன.

திருவாசகத் தாக்கம்

இறைவன் ஐம்பொருளாக இருக்கிறான் என்பது சைவ, வைணவத் தத்துவங்கள் ஆகும். இதை அடிப்படையாகக் கொண்டு மாணிக்கவாசகர் திருவாசகத்தில்,

வானாகி மண்ணாகி வளியாகி யொளியாகி
யூனாகி யுயிராகி யுண்மையுமா யின்மையுமாய்க்
கோனாகி யானெனதென் றவரவரைக் கூத்தாட்டு
வானாகி நின்றாயை யென்சொல்லி வாழ்த்துவனே!

(திருச்சதகம், பா. 15)

எனப் பாடுகிறார். மீட்பதிகாரக் காப்பிய ஆசிரியர் இச்செய்யுளின் தாக்கத்தால் கிறித்தவ மெய்யியலின்படி,

வானாக்கி மண்ணாக்கி வளியாக்கித் தீயாக்கி
நீராக்கி யுயிர்காக்கும் ஒளியானார்க் கரிதேதென்

(கூடாவொழுக்கத்தின் கேடுரைத்த காதை, அடி. 102-103)

எனப் பாடியுள்ளார். இப்பாடலில் இறைவன் வானத்தைப் படைத்தார்; பூமியைப் படைத்தார்; காற்றைப் படைத்தார்; தீயைப் படைத்தார்;

தண்ணீரைப் படைத்தார் என இறைவனின் படைப்பினைப் போற்றிப் புகழுகிறார். திருவாசகப் பாடலின் தாக்கமாக இப்பாடல் இருப்பினும் கிறித்தவக் கொள்கையிலிருந்து மாறுபடவில்லை.

வருணனைகள்

மீட்பதிகாரம் காப்பியத்தின் ஆசிரியர் விவிலியக் கருத்துகளை காப்பிய அமைப்பில் எளிமையாகச் சொல்லவேண்டும் என்னும் நோக்கம் உடையவர் என்பதால் அதிகமாக வருணனைகள் போன்றவற்றைக் கையாளவில்லை. கிறித்தவக் காப்பிய ஆசிரியர்கள் பலரின் நோக்கமும் இதுவாகவே இருந்துள்ளது என்பதை அவர்களது படைப்புகளின் மூலம் அறிய முடிகிறது. மீட்பதிகாரத்தின் கருவுறு காதையில் ஆசிரியர் வருணனையைப் பயன்படுத்தியுள்ளார். யோசேப்பும் மரியாளும் சகரியா வாழும் ஊரை நோக்கிச் செல்லும் போது வழியிலுள்ள நிகழ்வுகளை ஆசிரியர் வருணனை மூலம் விளக்குகிறார். புறநகரைக் கூட அறியாதவளாகிய அழகுடைய மரியாள், அறம் திகழும் தன் நெஞ்சில் தூதன் சொல்லிய மந்திர மொழி விளங்க, பஞ்சினைப் போன்ற மெல்லிய அடிகளை உடைய அவள், கூர்மை பொருந்திய பரற் கற்களை உடைய வழியில் கொடுமையான மலைப்பாதையில் சென்றாள்; பாறைகளும் மலைகளும் அடுத்தடுத்து வரச் சென்றாள்; காடும் வேலி சூழ்ந்த தோட்டமும் கொடுமையான துன்பத்தைத் தரும் என அஞ்சாமல் அந்த வழி சென்றாள். யூதர்களின் சிங்கமாகிய இயேசு பெருமானைத் தன்வயிற்றில் தாங்கிய மாதாவைக் காண்பதற்கு அஞ்சி, சிங்கங்கள் குகைக்குள் சென்று முடங்கின. மேலும் அவை பிற விலங்குகளுடன் வேறுபாடு நீங்கிக் கலந்து மகிழ்ந்து நின்றன. மேகங்கள் சூழ்ந்த மலையில் மரப் பொந்துகளில் வசித்த வலிமை மிக்க வரிகளையும் புள்ளிகளையும் உடைய புலிகள் மரியாளைக் கண்டதும் வேங்கை மரத்தின் பின்னால் சென்று ஒளிந்தன. கள்ளிப் புதரிலிருந்து புள்ளிகளை உடைய பாம்பு தலையை உயர்த்தியதும் வெள்ளை நிறக் கழுத்தினை உடைய சிவந்த பருந்து பாய்ந்து சென்று அவற்றை அடித்தன. இத்தகைய காட்டு வழியைக் கடந்து சென்று இறைவனை வாழ்த்திய வண்ணம் வண்ணமலர் நிறைந்த குளிர்ந்த சோலையில் வாதுமை மரங்களிலும் கோதுமைக் கழனியிலும் தேனுண்ணும் வண்டுகளும் புறாக்களும் எங்கும் திரிந்து கொண்டிருக்க, பூங்குயில்கள் பாடும் நீர்ச்சுனைகள் நிறைந்த மலைப் பகுதியில் சகரியா வாழும் ஊரைச் சென்றடைந்தனர். இத்தகைய வழியின் இயல்பினை,

யூதாவின் சீயத்தை யுதரத்துத் தாங்கிய
மாமாவைக் காணவு மடங்கலு மஞ்சி
முழைஞ்சினுப் புக்கது முரணில தாகி
வளைதா ளெண்கு வண்பறழ் கவ்வி
கலைமான் பிணையொடு கவலாது நிற்ப
மழைதாழ் வரையின் மரப்புழை வதிந்தது
வரியும் புள்ளியும் வயங்கிய வயப்புலி
இரியிப் பாயா வேங்கையின் மறைந்தது
கள்ளிப் புதரிடைக் கட்செவி யெழுந்து
புள்ளிப் படத்தைப் பொருக்கென வுயர்த்தவும்
வெள்ளிய கழுத்தின் செவ்விய பருந்து
பொள்ளெனப் பாய்ந்து புடைத்தது புயங்கத்தை
இன்னன கடந்துசென் றிறைவரை வாழ்த்தி
வண்ண மலர்நிறை தண்ணிய காவில்
வாதுமை மரங்களிற் கோதுமைக் கழனியில்
தாதுணும் வண்டரும் தூதுணம் புறவும்
யாங்கணுந் திரிதரப் பூங்குயி லிசைக்கும்
சோங்குஞ் சுனையுஞ் சூழ்தரு குறிஞ்சியில்

(கருவுறு காதை, 187-203)

எனப் பாடுகிறார். தீமை ஏற்படாமல் இயற்கை பாதுகாக்கின்றது; தீய விலங்குகளை நல்ல விலங்குகள் தடுத்து நிறுத்தின; பகை கொண்ட விலங்குகள் பகையை மறந்தன என ஆசிரியர் வருணிக்கும் திறம் போற்றத்தக்கது.

விவிலியச் செய்திகள்

சிலப்பதிகாரத்தை மனதில் வைத்து இக்காப்பியத்தை வடிவமைத் துள்ளமையும் விவிலியத்திலுள்ள நான்கு நற்செய்தி நூல்களிலுள்ள செய்திகளைக் காப்பிய வடிவில் விவரித்துள்ளமையும் சிறப்பாக அமைந்துள்ளது. சான்றாகச் சில பகுதிகளைச் சுட்டலாம். ஜெப ஆலயத்தில் சூம்பின கையையுடைய ஒருவன் இருந்தான். அப்போது பரிசேயர்கள் இயேசு கிறிஸ்துவைப் பார்த்து ஓய்வு நாளில் ஒருவனைக் குணமாக்குவது நியாயமா எனக் கேட்டனர். அதற்கு இயேசு கிறிஸ்து உங்களுடைய ஆடு ஒன்று ஓய்வு நாளன்று குழியில் விழுந்தால் தூக்கிவிடுவீர்கள்தானே? ஆட்டைவிட மனிதன் உயர்ந்தவனல்லவா எனக் கூறி, சூம்பின கையைக் குணப்படுத்தினார். இதனால் பரிசேயர்கள் இயேசு கிறிஸ்துவைக் கொலை செய்ய ஆலோசனை செய்தனர். மத்தேயு நற்செய்தி நூலில் இடம்பெற்றுள்ள இந்நிகழ்வை,

குழியி லாடொன் றோய்வு நாளில்
வழிதப்பி வீழின் விழியுடை யீரே
தூக்கி யெடுத்துத் துயர்துடைப் பீரன்றோ
ஆக்கம் யாதென வறிந்துகொள் வீரென்று
குறையுடைக் கையனை நீட்டுக வென்றார்
மறுகை போலது மாறிற்று நீட்டவும்
வல்லவ ரியேசுவைக் கொல்லவே யூதர்
பொல்லா வெரோதியர் தம்முடன் சூழ்ந்தார்

(நோய் நீக்கு காதை, அடி. 234-241)

என ஆசிரியர் பாடியுள்ளார். இயேசு கிறிஸ்துவின் சீடர்களுள் ஒருவரான தோமா இயேசு கிறிஸ்துவின் விலாவிலுள்ள காயத்தைத் தொட்டுப் பார்த்தால்தான் அவர் உயிர்த்தெழுந்ததை நம்புவேன் என்றார். சீடர்கள் இருந்த அறையில் இயேசு கிறிஸ்து வந்து, தோமாவைப் பார்த்து, என்னுடைய காயங்களைத் தொட்டுப் பார் என்றார். அதற்கு தோமா, என் ஆண்டவரே, என் தேவனே என்றார். இயேசு கிறிஸ்து தோமாவைப் பார்த்து நீ என்னைக் கண்டதினாலே விசுவாசித்தாய், காணாதிருந்தும் விசுவாசிக்கிறவர்கள் பாக்கியவான்கள் என்றார். இந்நிகழ்வை,

ஆண்டவர் தோம னேயென் அங்கையில் விரலை யிட்டும்
நீண்டவுன் கையா லென்றன் விலாவினைத் தொட்டுப் பார்த்தும்
தீண்டிய பின் றோனும் தெருமரல் நீங்க நம்பென்(று)
ஈண்டிய வன்பி னாலே யேன்றருள் செய்தா ரன்றே.

தீற்றிய தேற லுண்டு திமிரத்தின் நீங்கித் தோமன்
ஆற்றிய வன்பின் மேலோய் ஆண்டவர் நீரே யென்றான்
போற்றரு மிறைவர் நீரே பொறுத்தருள் கென்று வேண்டி
சாற்றினன் எங்கும் சான்று சார்ந்தனன் இயேசு நற்றாள்.

கண்டுநீ நம்பு கின்றாய் காணாமல் நம்பு வோனே
தொண்டருள் பேறு பெற்றான் தோமனே என்றார் கோமான்
பண்டு போல் என்று முள்ளார் தொண்டர்க்கு மறைந்து சென்றார்
அண்டர்தம் நாய கர்தாள் அனைவரும் போற்றி நின்றார்.

(மேலறைக் காட்சிக் காதை, பா. 17-19)

எனக் காப்பிய ஆசிரியர் படைத்துள்ளார். விவிலியச் செய்திகளைக் கவிதையாக்குவதில் தலைசிறந்தவராக பவுல் இராமகிருட்டிணன் விளங்குகிறார் என்பதற்கு மேலே உள்ளவை சில சான்றுகளாகும்.

காவுகோட் காதையின் சிறப்பு

பிறப்பியற் காண்டத்தில் ஆறாவது காதையான காவுகோட் காதையில் பழைய ஏற்பாட்டிலுள்ள யாத்திராகமம் நூலின் 7 ஆம் அதிகாரம் முதல் 14 ஆம் அதிகாரத்திலுள்ள நிகழ்வுகள் 180 அடிகளில் சுருக்கமாகக் கூறப்பட்டுள்ளன. இக்காப்பியத்தில் இப்பகுதி மட்டுமே பழைய ஏற்பாட்டை ஆதாரமாகக் கொண்டுள்ளது. பழைய ஏற்பாட்டுச் செய்திகள் புதிய ஏற்பாட்டுக்குள் அடங்கியிருப்பதை வெளிப்படுத்திச் சொல்கிறார். இரண்டு ஏற்பாடுகளை ஒருங்கிணைத்து, அவற்றிலுள்ள சிறப்புகளை, ஒன்றில் ஒன்று நிறைவடைவதை இப்பகுதி தெளிவாக்குகிறது. புனித அகஸ்டின் என்பவர், The Old Testament is New Testament concealed and the New Testament is Old Testament revealed எனக் குறிப்பிடுவார். அதாவது பழைய ஏற்பாடு புதிய ஏற்பாட்டின் மறைவிடம்; புதிய ஏற்பாடு பழைய ஏற்பாட்டின் வெளிப்பாடு என்பது இதன் கருத்தாகும். இதன் அடிப்படையிலேயே புதிய ஏற்பாடு நிகழ்வை விவரிக்கும் போது பழைய ஏற்பாட்டுச் செய்திகளை எடுத்துரைக்கிறார்.

இயேசு பாலகனை எடுத்துக் கொண்டு யோசேப்பும் மரியாளும் கலிலேயா நாட்டிலுள்ள தங்கள் சொந்த ஊரான நாசரேத்துக்கு வந்தனர். எருசலேம் தேவாலயத்தில் பஸ்கா பண்டிகையைக் கொண்டாட மூவரும் சென்றனர். இவ்விரண்டு நிகழ்வுகளுக்கும் நடுவில் பழைய ஏற்பாட்டு நிகழ்வுகளை எடுத்தியம்புகிறார். கர்த்தர் இஸ்ரவேல் மக்களை எகிப்தின் அடிமைத்தனத்திலிருந்து மோசேயின் மூலம் மீட்ட நிகழ்வுகளைக் காவுகோட் காதையில் தெளிவுபடுத்துகிறார். இதனைத் தொடர்ந்து வரும் காதையான கடந்துசெல் விழாக் காதையில் இத்தகைய மோசேயின் வழியில் வந்த சாலமோன் அரசனால் கட்டப்பட்ட எருசலேம் தேவாலயத்தில் அம்மூவரும் சென்றனர் என்கிறார். இப்பகுதியிலிருந்து மீண்டும் புதிய ஏற்பாட்டு நிகழ்வுகள் தொடருகின்றன.

ஆக்கியோன் சான்றுரை

மீட்பதிகாரத்தின் ஆசிரியரான பேராசிரியர் மு. பவுல் இராம கிருட்டிணன் நூலின் தொடக்கத்தில் ஆக்கியோன் சான்றுரை என்னும் பகுதியில் 216 அடிகளில் தன் வரலாற்றை முழுமையாக உரைத்துள்ளார். இப்பகுதியின் இறுதியில் இடம்பெற்றுள்ள மறுபிறப்பு என்னும் தலைப்பின் கீழ் 34 அடிகளில் தான் கிறித்தவராக மாறி, இறைவனின் அருளைப் பெற்றதைப் பாடியுள்ளார்.

சிலப்பதிகாரத்தை மனதில் வைத்து அதன் அடிப்படையில் விவிலிய நற்செய்தி நூல்களிலுள்ள செய்திகளை ஒன்று சேர்த்து காப்பியமாக வடிவமைத்திருப்பது கிறித்தவக் காப்பிய வரலாற்றில் ஒரு மைல் கல் ஆகும்.

18. மகிமையின் மைந்தன்

கிறித்தவ இலக்கியப் படைப்பில் பெண்களின் பங்கு மிகவும் குறைவாகவே உள்ளது. கிறித்தவக் காப்பியம் படைத்த முதல் பெண்மணி என்னும் பெருமையினைப் பெற்றுள்ள திருமதி அன்பம்மாள் ஏசுதாஸ் அவர்கள் மகிமையின் மைந்தன் என்னும் காப்பியத்தைப் படைத்துள்ளார். இக்காப்பியம் மனிதனின் வீழ்ச்சியையும் அவனது மீட்சிக்காக இயேசு கிறிஸ்து மனிதனாகப் பிறந்து, வளர்ந்து, பாடுகள் அனுபவித்து, உயிர்த்தெழுந்து, பரலோகம் சென்ற வரலாற்றினையும் விவரிக்கின்றது. 1986 ஆம் ஆண்டு சென்னையில் நடைபெற்ற உலகக் கிறித்தவ மூன்றாவதுத் தமிழ் மாநாட்டில் இக்காப்பியம் வெளியிடப்பட்டது. வேதநாயக சாஸ்திரியார், கிருஷ்ணபிள்ளை போன்று அன்பம்மாள் ஏசுதாஸ் அவர்களும் இயேசு கிறிஸ்துவை அனுபவித்து, அவர் அன்பில் தோய்ந்து இக்காப்பியத்தைப் படைத்துள்ளார்.

ஆசிரியர் வரலாறு

மகிமையின் மைந்தன் ஆசிரியர் திருமதி அன்பம்மாள் ஏசுதாஸ், கன்னியாகுமரி மாவட்டத்திலுள்ள தக்கலையின் அருகாமையிலுள்ள கொற்றிகோடு என்னும் ஊரில் 1927 ஆம் ஆண்டு நவம்பர் மாதம் 11 ஆம் நாள் பிறந்தார். இவரது தந்தையார் பெயர் யா. அருமைநாயகம்; தாயார் பெயர் சந்தோஷமுத்து என்பதாகும். அன்பம்மாள் தமது தொடக்கக் கல்வியைக் கொற்றிகோட்டிலும் பின்னர் பள்ளிக் கல்வியை கடமலைக்குன்று எல்.எம்.எஸ். உயர்நிலைப் பள்ளியிலும் திருவனந்தபுரத்திலுள்ள மகாராஜாஸ் பெண்கள் உயர்நிலைப் பள்ளியிலும் நாகர்கோவிலுள்ள டதி உயர்நிலைப் பள்ளியிலும் பயின்றார். இவரிடம் கையில் கிடைக்கும் நூல்கள் அனைத்தையும் வாசிக்கும் வழக்கம் நிறைந்திருந்தது.

இவரது கணவர் திரு. பெஞ்சமின் ஏசுதாஸ், நெய்யாற்றங்கரையின் அருகிலுள்ள காஞ்சிரம்குளம் என்னும் ஊரைச் சார்ந்தவர். இவர் கேரள அரசாங்கத்தின் சுகாதாரத்துறையில் உயர் அதிகாரியாகப்

பணியாற்றியவர். இத்தம்பதியினருக்கு முனைவர் எஸ்தர் ஜெயந்தி, பெஞ்சமின் ஏசுதாஸ், சஜீவ் ஏசுதாஸ் என்னும் மூன்று குழந்தைகள். பெஞ்சமின் ஏசுதாஸ் 1977 இல் காலமானார். அதன் பின்னர் அன்பம்மாள் ஏசுதாஸ் நூல்கள் எழுதுவதில் அதிகக் கவனம் செலுத்தினார். இவர் மகிமையின் மைந்தன், முற்பிதாக்கள் மூவர் என்னும் இரண்டு நூல்களை எழுதியுள்ளார். இவர் திருவனந்தபுரத்திலுள்ள வஞ்சியூரில் பிள்ளைகளுடன் வாழ்ந்து வருகிறார்.

காப்பியப் பகுப்பு

மகிமையின் மைந்தன் காப்பியம், இரண்டு பாகங்களாக 179 பக்கங்களில் அமைந்துள்ளது. இக்காப்பியம் பல வகையான யாப்பினால் கட்டமைக்கப்பட்டுள்ளது. காப்பியத்தின் முதல் பாகம் உலகத்தின் படைப்பையும் வீழ்ச்சியையும் இயேசு கிறிஸ்துவின் வருகையையும் அவருடைய பிறப்பு முதல் பன்னிரெண்டாண்டு வாழ்வையும் சீரிய முறையில் எடுத்தியம்புகிறது. இரண்டாவது பாகம் இயேசு கிறிஸ்துவின் பதினெட்டாவது வயது முதல், அவர் பிதாவின் வலப்பக்கத்திற்கு உயர்த்தப்பட்டமை வரைக்கும் உள்ள நிகழ்வுகளை நெஞ்சை ஈர்க்கும் வகையில் விவரிக்கின்றது. ஆசிரியர் தமிழிலக்கியங்களை ஆழமாகக் கற்றுத் தெளிந்தவர் என்பது காப்பியத்தின் தொடக்கம் முதல் இறுதி வரையிலும் வெளிப்படுகிறது.

விவிலியத்தில் வெளிப்படையாகக் கூறப்படாத இயேசு கிறிஸ்துவின் பன்னிரெண்டு ஆண்டு கால வாழ்வினை ஆசிரியர் சிறப்புறப் பாடியுள்ளார். யாப்பு, அணி, சொல், பொருள், சந்த நயங்களுடன் இவர் பாடியுள்ள இக்காப்பியம், இயேசு கிறிஸ்துவின் அனுப வாழ்வியலுக்கு நம்மை அழைத்துச் செல்கின்றது. விவிலியச் செய்திகளை ஆதாரமாகக் கொண்டு காப்பியம் படைக்கப்பட்டாலும் கவிஞரின் கவித்திறத்தால் தனித்துவம் பெற்றுத் திகழ்கின்றது.

இலக்கிய நயம்

மகிமையின் மைந்தன் என்னும் காப்பியம் பல்வேறு இலக்கிய நயங்களைப் பெற்றுள்ளது. ஒரு காப்பியத்தைக் கவின்மிகு படைப்பாக மாற்றுவதில் உவமைக்குப் பெரும் பங்கு உண்டு. இதை உணர்ந்ததாலேயே கவிஞர் அன்பம்மாள், மிகப் பொருத்தமான உவமைகளைக் காப்பியம் முழுவதிலும் பரவலாகப் பயன்படுத்தியுள்ளார். இறைமகன் இயேசு கிறிஸ்துவின் பிறப்பினை அறிந்து அவரைக் காண்பதற்காக வானவர்கள் வருகை தருகிறார்கள். அவர்கள் வரும் பாதையானது எவ்வித ஆடம்பரமும்

☐ கிறித்தவக் காப்பியங்கள் ☐ 217

அலங்காரமும் இன்றி வறிதே கிடந்த நிலையை ஆசிரியர் மிக அழகான உவமைகளால் நம் கண்முன் காட்சிப் படுத்தியுள்ளார்.

> மக்கள் இல்லா மனையது போலும்
> பூக்கள் இல்லா பொய்கை போலும்
> கொற்றவனில்லாக் கொற்றவை போலும்
> முத்திலாச் செப்புகள் போலும் கிடக்க   (ப.40)

என்று அடுக்கடுக்கான உவமைகளை நிரல்படுத்தியுள்ளார். உவமைகளைப் போன்றே உருவகத்தையும் ஆசிரியர் மிகச் சிறப்பாக தம் காப்பியத்தில் கையாண்டுள்ளார். சான்றாக குவளை விழிகள் (ப.24), தாமரைப் பதம் (ப.25), பங்கய விழிகள் (ப.26), பங்கஜ மேனி (ப.33), அருட் கடல் (ப.37), மலர்க் கண் (ப.55), பாத பங்கயம் (ப.79), தளிர் பதம் (ப.80) போன்ற உருவகங்கள் கள்ளம் கபடமற்ற இயேசு கிறிஸ்துவின் அழகை வருணிக்கும் இடங்களில் பயன்படுத்தப்பட்டுள்ளன.

உரைநடையினின்று கவிதையை வேறுபடுத்திக் காட்டுவதிலும் கவிதைக்கு ஓசை நயம் தருவதிலும் முக்கியப் பங்கு வகிப்பது எதுகை மோனை. மகிமையின் மைந்தன் காப்பியத் தொடக்க முதல் இறுதி வரை எதுகை மோனைகள் வலிந்து எழுதப்படாமல் மிக இயல்பாக எழுதப்பட்டுள்ளன.

> கோடிக் கோடி கோளம் படைத்துப்பரி பாலிக்கும்
> ஈடிலாத் தேவனின் இணையில் லாதமைந்தன்
> நாடிநமைத் தேடிவந்தான் தொழுவிலே துயில்கின்றான்
> மாடிவிட் டிறங்கிவந்து மலர்ப்பதம் பணிந்திடுவாம்   (ப.54)

என்னும் செய்யுள் ஒரு பானைச் சோற்றுக்கு ஒரு சோறு பதம் என்பதற் கிணங்க அவரது காப்பிய முழுமைக்கும் சான்றாக அமைகின்றது. இயற்கையாக நடக்கும் நிகழ்வின் மேல் கவிஞர் தன் கற்பனையை ஏற்றிக் கூறும் தற்குறிப்பேற்ற அணியை ஆசிரியர் மிகப் பொருத்தமாகக் கையாண்டு காப்பியத்தைச் சுவை மிக்கதாகப் படைத்துள்ளார்.

> பார்மன்னர் பிறப்பைப் பாருளோர் அறியத்
> தார்பறை அறையும் தகைமையைப் போல
> பார்மிசை எழுந்த பரமன் மைந்தனைப்
> பாருளோர் அறியப் பசுவும் கன்றும்
> பொங்கிய உவகை புறத்தே வழிய
> வன்குரல் எடுத்து வந்தனை செய்தன   (ப.42)

என்னும் செய்யுளில் அரசக் குடும்பத்தில் ஒரு குழந்தை பிறந்துவிட்டால் பறை அறைந்து நாட்டு மக்களுக்குத் தெரிவிப்பது வழக்கம். ஆனால் உலகினுக்கே மன்னனாம் இயேசு கிறிஸ்து மாட்டுத் தொழுவத்தில் பிறந்த போது அச்செய்தியைப் பறை அறைந்து அறிவிக்க யாருமில்லை; அக்குறையைப் போக்க அத்தொழுவத்தில் உள்ள மாடுகளும் கன்றுகளும் தம் குரலெடுத்து கத்தி, இறைமகன் பிறப்பை உலகுக்கு உணர்த்திற்று என்று இயல்பாக தொழுவத்தில் மாடுகள் கத்துகின்ற நிகழ்வின் மீது ஆசிரியர் தம் கற்பனையை ஏற்றிக் கூறியுள்ளார்.

செய்யுளில் ஒரு சொல் ஒரே பொருளில் மீண்டும் மீண்டும் பயின்று வருவது சொற்பொருள் பின்வரு நிலையணி. காப்பியத்திற்கு அணிசேர்க்கும் இவ்வணியையும் ஆசிரியர் சிறப்பாகப் பயன்படுத்தி யுள்ளார்.

மரணதாகம் ஆத்ம தாகம்
இரண்டும் மிகவே எம்மவர் தாகம்
யாவும் தீர்க்கும் தீர்த்தம் உடையான்
தாக மாயிருக்கின் றேன் எனலும் (ப.154)

என்ற செய்யுளில் தாகம் என்னும் சொல் ஒரே பொருளில் பல முறை பயின்று வந்துள்ளது. உவமை, உருவகம், தற்குறிப்பேற்றம், சொற்பொருள் பின்வருநிலை எனப் பலவித அணிகளால் தம் காப்பியத்தை மெருகேற்றியிருக்கும் கவிஞர் அன்பம்மாள், சிலேடை அணியையும் மிக நுட்பமாக எடுத்தாண்டுள்ளார்.

சிலப்பதிகாரத் தாக்கம்

தமிழின் முதல் காப்பியமான சிலப்பதிகாரம், பிற்காலத்தில் காப்பியம் படைப்போருக்கான சிறந்த வழிகாட்டி நூல். சிலம்பின் இறுதிக் காதையான வரம்தரு காதையில், இளங்கோவடிகள் அறிவுரை கூறுகின்ற செய்யுட்கள் இடம்பெற்றுள்ளன. இம்மரபைப் பின்பற்றி,

பாவம் தவிர்மின் பரனடி சேர்மின்
மனந்தி ரும்புமின் மாசற் றொழுகுமின்
ஆணவந் தவிர்மின் அகந்தை ஒழிமின்
நற்கனி கொடுமின் நற்பலன் அளிமின்
பிறகனி தவிர்மின் பிறகனி தவிர்மின் (ப.92)

என்று யோவான் அறிவுரை கூறுவதாகத் தம் காப்பியத்தை அமைத்துள்ளார்.

திருக்குறளின் தாக்கம்

விவிலியத்தில் இடம்பெற்றுள்ள ஏராளமான நீதிக் கருத்துகள் திருக்குறளில் இடம்பெற்றுள்ளன. திருக்குறளின் தாக்கம் அதற்குப் பின் எழுந்த பெரும்பாலான இலக்கியங்களில் நிறைந்துள்ளது. மகிமையின் மைந்தன் காப்பியமும் இதற்கு விதிவிலக்கல்ல. சான்றாக பற்றற்றான் (ப.63), அறவாழி அந்தணன் (ப.101), செந்தண்மை பூண்டொழுகும் (ப.56), ஐந்தவிப்பான் (ப.56) போன்ற சொற்கள் திருக்குறளில் உள்ளவாறே இக்காப்பியத்திலும் எடுத்தாளப்பட்டுள்ளன.

பிற இலக்கியத் தாக்கம்

சிலப்பதிகாரம், திருக்குறள் மட்டுமன்றி பிற இலக்கியங்களிலும் ஆசிரியர் ஆழங்கால் பட்டவராக விளங்கியுள்ளார்.

ஆலயம் தொழுவது சாலவும் நன்று (ப.7)
நீராருங்கடல் நிலத்துக் கதிபன் (ப.178)
திக்குத் தெரியா காட்டிலுழல் வோர்க்கு (ப. 61)

என்னும் இப்பாடலடிகளில் கொன்றை வேந்தன், மனோன்மணியம், பாரதியார் கவிதைகள் போன்றவற்றிலுள்ள இலக்கியச் சொல்லாட்சிகளை ஆசிரியர் அவ்வாறே கையாண்டுள்ளமை அவரது பன்னூல் புலமையை வெளிப்படுத்துகின்றது.

தமிழ் மரபு சார்ந்த வருணனை

காப்பியத்தின் பாடுபொருள் பிற மண்ணில் நிகழ்ந்தனவாக இருந்தபோதும், தமிழில் எழுதப்படும்போது தமிழ் மண்ணில் அந்நிகழ்வுகள் நிகழ்ந்தன போன்று எழுதுவதே சிறந்த காப்பிய ஆசிரியருக்கான இலக்கணமாகக் கூறப்படும். கவிஞர் அன்பம்மாளும் இவ்விலக்கணப்படி பாலஸ்தீன நாட்டில் நடந்த நிகழ்வுகளையும் தமிழ் மண்ணில் நிகழ்ந்தது போன்று தமிழ்ப் பின்புலத்துடன் எழுதியுள்ளார். பெத்தலையில் பிறந்த இயேசு பாலகனைக் காண பாங்கியரை அழைக்கும் கவிஞர் சத்தமின்றி வந்து காணுமாறு கூறுகிறார்.

கூற்றினை வெல்வனென்று கும்மியடித் தாடாதீர் (ப.53)
மெட்டிகள் ஒலிக்காமல் மெல்ல வந்து பணியுங்கள் (ப.55)
சிலம்பொலி செய்திடாது சீராய் நடந்து வாரீர் (ப.55)

என்னும் இவ்வடிகளில் தமிழ் மண்ணுக்கேயுரிய கும்மி, மெட்டி ஒலி, சிலம்பொலி போன்ற சொற்கள், இயேசு பாலகனைக் காணச் சென்ற பெண்கள் தமிழ்ப் பெண்கள் என்னும் உணர்வைத் தருகின்றன.

தாலாட்டும் ஒப்பாரியும்

இயேசு கிறிஸ்துவின் பிறப்பு முதல் உயிர்த்தெழுந்து பரலோகம் செல்வது வரையிலான நிகழ்வுகள் இக்காப்பியத்துள் முழுமையாகக் கூறப்பட்டுள்ளமையால், இயேசு கிறிஸ்து பிறந்தபோது தாலாட்டுப் பாடலும், மரித்தபோது ஒப்பாரிப் பாடலும் தமிழ் மண்ணுக்குரிய வகையில் எழுதப்பட்டுள்ளன.

> உன்னதன் அருளே ஒப்பிலா மைந்தா
> மன்னவர் ஞானியர் மாதவ ரைவிடுத்
> தென்னை மகிழ்வித் திடவிங்கு வந்த
> கண்ணே மணியே! கண்ணுறங்காயோ!
>
> எல்லா உலகும் ஆளும் இறைக்குப்
> பொல்லா உலகில் புகலிடம் இலையோ?
> நல்லாய் ஏனிந்தக் கோலம் எடுத்தாய்
> சொல்லா யோவென் மகனேதாலோ! (பக். 47,48)

என்று இயேசு பாலகனைத் தூங்க வைக்கும் நீண்ட தாலாட்டுப் பாடலும்,

> அன்பின் உருவினனே
> ஆற்றொண்ணாத் துயரத்திலே
> நின்னடி யார்தவிக்க
> நீள்துயில் கொண்டனையோ?
>
> அகமோ டுடல் நடுங்கி
> ஐயோவென் றலறினரே
> ஆளப் பிறந்தவன்நீ
> அமுதவாய் திறந்திலையே (ப.168)

என்னும் ஒப்பாரிப் பாடலும் காப்பியத்திற்கு உணர்வூட்டும் வகையில் அமைந்துள்ளன.

கிறித்தவக் காப்பியங்களுள் குறிப்பிட்டுச் சொல்லப்படக்கூடிய 'மகிமையின் மைந்தன்' பெண் படைப்பாளர் ஒருவரால் இயற்றப்பட்டது என்னும் பெருமையுடன் உவமை, உருவகம், அணி, எதுகை, மோனை, பிற இலக்கியத் தாக்கம் என்னும் பல்வேறு சிறப்புக் கூறுகளையும் பெற்றுத் திகழ்கின்றது. அழிந்துவிடும் நிலையிலுள்ள இக்காப்பியத்திற்கு மறுபதிப்பு தேவை.

19. உலகின் ஒளி

கிறித்தவரல்லாதோரின் கிறித்தவப் படைப்புகள் குறிப்பிட்டுச் சொல்லும் அளவில் உள்ளன. இக்காப்பியத்தின் ஆசிரியர் திருநெல்வேலியைச் சேர்ந்த இரா. பார்த்தசாரதி அவர்கள். இக்காப்பியத்திற்குப் பாளையங்கோட்டைக் கத்தோலிக்க ஆயர் அருட்தந்தை எஸ். இருதயராஜ் ஆசியுரை வழங்கியுள்ளார். இவ்வுரையில் 'கிறித்தவரல்லாத ஒருவர் இயேசு கிறிஸ்துவின் வாழ்வை எடுத்தியம்பும்போது, சொந்த வாழ்க்கை அனுபவத்தின் அழுத்தத்தையும் சாட்சியத்தையும் சுவைக்க முடியும்' என்று குறிப்பிட்டுள்ளார். கண்ணதாசனின் இயேசு காவியத்திற்குப் பின்னர் கிறித்தவரல்லாதார் ஒருவரால் படைக்கப்பட்ட கிறித்தவக் காப்பியம் உலகின் ஒளி என்னும் காப்பியமாகும். இருநூறு பக்கங்கள் கொண்ட இந்நூல் 1995 ஆம் ஆண்டு பாளையங்கோட்டையில் வெளியிடப்பட்டது. இந்நூல் பாயிரம் தொடங்கி ஐந்து பாகங்களாகப் பகுக்கப்பட்டுள்ளது.

முதல் பாகம் - பிறப்பு

பிறப்பு என்னும் முதல் பாகத்தில் ஆதியில் அவர் பெயர் வாக்கு, கர்த்தரின் முன்னோடி, மங்கள வாக்கு, மரியாள்-எலிசபெத் சந்திப்பு, சூசையப்பர் குழப்பமும் தெளிவும், மறை மொழிந்த முதல்வன், மேய்ப்பருக்கு அருளுதல், அதிசய விண்மீன், திருநாமம் சூட்டுதல், எகிப்து பயணம், முதல் சாட்சிகள், நசரேயன் இயேசு, ஞானக் குழந்தை என்னும் பதினான்கு தலைப்புகளில் செய்திகள் விவரிக்கப்பட்டுள்ளன.

இரண்டாம் பாகம் - தயாரிப்பு

தயாரிப்பு என்னும் இரண்டாம் பாகத்தில் தேவ ஆட்டுக்குட்டி, இதோ என் அன்பு மைந்தன், புடமிடப்பட்ட பொன் என்னும் மூன்று தலைப்புகள் இடம்பெற்றுள்ளன. இயேசு கிறிஸ்து பிதாவின் திருவுளச் சித்தப்படி இறைப்பணியாற்றத் தொடங்கும் முன்னர், அவரது தயாரிப்பிற்கான

சோதனை, கட்டளைக்குக் கீழ்ப்படிதல் போன்றவை எடுத்துரைக்கப் பட்டுள்ளன.

மூன்றாம் பாகம் - பொது வாழ்வு

மூன்றாம் பாகம் பொது வாழ்வு என்பதாகும். இப்பாகத்தில் சாதனையும் போதனையும், எருசலேமை நோக்கி, எருசலேமிற்குள் என்னும் தலைப்பில் செய்திகள் இடம்பெற்றுள்ளன. சாதனையும் போதனையும் என்னும் தலைப்பில் வாருங்கள் என் பிள்ளைகளே, காணா அற்புதம், இது என் செபவீடு, இரவில் நிக்கோதேமு, சமாரியப் பெண், பேயை ஓட்டிய பேராசான், படுக்கையை எடுத்து நட, உத்தமரும் பாவியரும், மலைப்பொழிவு, சொல்லும் செயலும், அர்த்தமுள்ள காணிக்கை, விபச்சாரம் செய்யாதே, அனைத்தும் அவனே, மெய்யும் பொய்யும், பகைவர்க்கும் நன்மை செய்தல், பிறருக்கு உதவி, நண்பனும் பகைவனும், புண்ணியனும் பாவியும், தர்மம் செய்தல், இறை வணக்கம், அழியாச் செல்வம், விழியே உடலின் விளக்கு, எஜமானர் இருவர்-ஊழியன் ஒருவன், இறையடி சரணம், பசுத்தோல் புலிகள், பிறன் குற்றம், ஜீவனுக்கு வழி, நன்மரம், கன்மலை வீடு, வார்த்தை ஒன்று போதும், விசுவாசம் மீட்டது, என்னடி தொடர, பன்னிருவருக்குப் போதனை, எதிர்நோக்கும் எலியா, ஊன உள்ளம், உவமைவழி உண்மை, விசுவாசம் காத்தது, நாசரேத்தில் இயேசு, ஓய்வுநாளில் குணமாக்கினார், அருளப்பரின் முடிவு, அப்பங்கள் ஐந்து, திடங்கொள் நானே, மனிதனை மாசுபடுத்துவது எது, சிந்திய உணவு, புளித்த மாவு, ஜீவனுள்ள தேவ மைந்தன் என்னும் உட்தலைப்புகளில் செய்திகள் இடம்பெற்றுள்ளன.

மேலும் இதே மூன்றாம் பாகத்தில் எருசலேமை நோக்கி என்னும் தலைப்பில் உருமாறிக் காட்சி தந்தார், கடுகளவு விசுவாசம் போதும், விண்ணரசில் பெரியவன் யார்?, யார் அந்நியன்?, கேளுங்கள் கொடுக்கப்படும், ஏழெழுபது முறைகள், நல்ல சமாரியன், நல்ல மேய்ப்பன், விபச்சாரம் செய்தாளிவள், ஊசியின் காதில் ஒட்டகம், பற்றற்றவனுக்குப் பரிசு, அடையாளம் காணப்பட்டவர் சிலர் என பன்னிரண்டு உட்தலைப்புகளில் செய்திகள் தரப்பட்டுள்ளன. மேலும் இதே மூன்றாம் பாகத்தில் எருசலேமிற்குள் என்னும் தலைப்பின் கீழ் ஓசன்னா, அத்தி மரம், இளையவனுக்கு ஒப்ப, குத்தகைக்காரர், செசாருக்கு செலுத்தும் வரி, எழுவர் மனைவி, வேடதாரிகள், எருசலேமைக் கண்டித்தல், உலகின் முடிவு, பத்துக் கன்னியர், உள்ளவனும் இல்லாதவனும், பொதுத்தீர்வை என்னும் பன்னிரண்டு உட்தலைப்புகளில் செய்திகள் தொகுத்துக் கூறப்பட்டுள்ளன.

நான்காம் பாகம் – பாடுகள்

இக்காப்பியத்தின் நான்காம் பாகம் பாடுகள் என்பதாகும். இப்பாகம் நேரம் நெருங்குகிறது, பாடுகளின் பாதை என்னும் இரண்டு தலைப்புகளைக் கொண்டுள்ளது. நேரம் நெருங்குகிறது என்னும் தலைப்பில் பன்னிருவரில் பச்சோந்தி, பரிமளத் தைலம், சோதனையின் ஆரம்பம், மந்தை சிதறும் என்னும் நான்கு உட்தலைப்புகளில் பாடுகளுக்கான தொடக்கநிலை கூறப்பட்டுள்ளது. இதே நான்காம் பாகத்தில் பாடுகளின் பாதை என்னும் தலைப்பின் கீழ் ஆத்தும சோதனை, வாளெடுப்போன் வாளால் மடிவான், மீட்பர் நீயோ?, சேவல் கூவியது, பிலாத்துவின் முன் விசாரணை, இயேசுவா? பரபாசா?, முள்முடி, யூதாசின் முடிவு, பாரச் சிலுவை, தாயும் சேயும், கசிந்த நெஞ்சம், மேனியைத் துளைத்த ஆணிகள், எல்லாம் முடிந்தது, இயற்கையின் குமுறல், அன்னை மடியில் என்னும் பதினைந்து தலைப்புகளில் இயேசு கிறிஸ்துவின் சிலுவைப் பாடுகள் முழுமையாக விவரிக்கப்பட்டுள்ளன.

ஐந்தாம் பாகம் – மகிமை

ஐந்தாம் பாகம் மகிமை என்னும் தலைப்பில் அமைந்துள்ளது. இதில் உயிர்த்தெழுந்தார், ஆண்டவரைக் கண்டேன், நெருப்பில் எரிந்த இதயம், என் ஆண்டவரே என் கடவுளே, சென்று போதியுங்கள், விண்ணேற்றம், மங்களம் என்னும் தலைப்புகள் இடம்பெற்றுள்ளன. இறுதியாக உள்ள மங்களம் என்னும் தலைப்பில் ஆசிரியர் இயேசு கிறிஸ்துவின் வாழ்வின் பாதை கண்டு அவரைப் பற்றிய தமது எண்ணங்களையும் விருப்பங்களையும் மொழிந்துள்ளார். இயேசு கிறிஸ்து மானிடராக வந்து எனக்கு வழி காட்டியவர், அவரது வருகைவரை அவரது வழியில் தப்பாது நடப்போம் எனக் காப்பியத்தை நிறைவு செய்கிறார்.

பாயிரம்

இக்காப்பியத்தில் இடம்பெற்றுள்ள பாயிரம் பின்வருமாறு:

> கர்த்தரின் மகிமையத்தனையும் கூற
> காணுமோ வார்த்தைகள் என் கற்பனையுலகில்?
> அர்த்த ராத்திரியில் ஆகாயம் பார்த்துக்
> கணக்கிடத்துணிந்தேனோ கண்ணில் படும் மீன்களை
> முத்தெடுக்க மூழ்கினேன் ஆழ்கடலில் ஓர்நாள்
> அத்தனையும் முத்துக்கள், எதை நான் எடுக்க?
> உள்ளங்கைகொள்ள நான் அள்ளி வந்தேன்

உள்ளதை விட்டுவர உள்ளமின்றி
அள்ளியுமக்களிக்க ஆசை மிகக் கொண்டேன்
எள்ளி நகையாடாதீர் என்பேராசை யெண்ணி
அடியேன் நானளித்தேன் அள்ளி வந்தத்தனையும்
அன்புடன் ஏற்றெனை ஆதரிப்பீர். (ப.xi)

இப்பாயிரத்தின் இறுதியில் என்னுடைய பேராசையை நினைத்து ஏளனம் செய்யாதீர் என ஆசிரியர் அவையடக்கமாகத் தெரிவிக்கிறார்.

காப்பியத் தொடக்கம்

காப்பியங்களை மங்கலச் சொல்லால் தொடங்குவது மரபு. இக்காப்பியம் நற்செய்தி நூல்களுள் ஒன்றான யோவான் எழுதிய நற்செய்தி நூலின் முதல் வசனமான ‘ஆதியிலே வார்த்தை இருந்தது, அந்த வார்த்தை தேவனிடத்திலிருந்தது, அந்த வார்த்தை தேவனாயிருந்தது’ என்னும் வசனத்தை அடிப்படையாகக் கொண்டு,

ஆதியில் அவர் இருந்தார்
அவர் பெயர் வாக்கு
ஆண்டவருடனே அவர் இருந்தார்
ஆண்டவராய் அவர்தாம் இருந்தார் (ப.1)

எனக் காப்பியத்தைத் தொடங்குகின்றார்.

கவிஞரின் தனித்துவம்

கவிஞர் பார்த்தசாரதி இக்காப்பியத்தில் சொல்லாடலிலும் கருத்தாடலிலும் தமது தனித்துவத்தை வெளிப்படுத்தியுள்ளார். கவிஞர் கிறித்தவரல்லாதவராக இருந்தபோதிலும், கிறிஸ்துவின் வாழ்வின் சரிதை அவருள் சில புதுக் கருத்துகளைத் தோற்றுவித்தது. இறைமகனை ஈன்றெடுத்த மரியாள், தனக்குள்ளே எந்தவொரு பெருமையுமின்றி இருந்ததாகக் குறிப்பிடும் பொழுது,

தினைத் துணை யேனும் இல்லை செருக்கு
தெய்வ மகனைத் தான் ஈன்றதர்க்கு (ப.18)

என்று பாடுகிறார். இயேசுவின் சரித்திரம் கூறும் விவிலிய நற்செய்தி நூலில் உரையாடல்கள் இடம்பெறுவது உண்டு. சில இடங்களில் நிகழ்ச்சி மட்டுமே இடம்பெறுகின்றது. சான்றாக, கானாவூர் திருமண நிகழ்வில் திராட்சை ரசம் குறைவுபட்ட போது, இயேசுவின் தாயாகிய மரியாள்,

அவரை நோக்கி, அவர்களுக்குத் திராட்சை ரசம் இல்லை என்றாள். இந்நிகழ்வைக் கவிஞர் தம் கவிதையில்,

> உள்ளது மதுகொஞ்சம் உதவிடும் உன்நெஞ்சம் (ப.43)

என்று எழுதுகிறார். இவ்வடிகளில் கவிஞரின் கவித்திறன் வெளிப்படுகிறது.

உவமைச் சிறப்பு

கவிஞரின் நடையில் பல இடங்களில் உவம உருபுகள் எடுத்தாளப் பட்டுள்ளன. மரியாள் எலிசபெத்தை வாழ்த்துகின்ற பொழுது, 'கன்றெனத் துள்ளி வந்தாள்' (ப.9) என்றும், எலிசபெத்தைக் கண்டதும், 'மதியென முகம் மலர்ந்தாள்' என்றும், இறைமகனின் கரத்தை, 'அல்லித் தண்டெனத் தளிர்க்கரம்' (ப.21) என்றும், 'சுடரொளியன்ன சுந்தர மைந்தன்' (ப.21) என்றும் வருணிக்கிறார். கவிஞரின் அடிகளில் உவமைத் தொடர்கள் எடுத்தாளப்பட்டுள்ளன. இயேசுவின் பெற்றோர் பஸ்கா பண்டிகை முடிந்து திரும்பும் வழியில், பிள்ளையைக் காணாது தவித்து மீண்டும் எருசலேம் தேவாலயத்தில் கண்டபோது,

> வாடிய பயிர் வான் மழை கண்டது போல்
> கொடிய பாலையில் குளிர் நீரெனக்
> கண்டனர் பிள்ளையை (ப.28)

எனவும், தேவாலயத்தில் வேதபண்டிதர்கள் நடுவில் அவர் அமர்ந்திருந்த காட்சியை,

> இறையில்லம் தன்னில் வேதியர் மத்தியில்
> நிறைமதியென இயேசு நின்றிருந்தார் (ப.28)

எனவும் ஆசிரியர் பாடுகிறார். அருளப்பர் பரிசேயரைப் பார்த்து,

> கர்த்தரின் கோபம் கனன்றிடும் அனலாய்
> அனலிடைச் சருகென நீவிர் அழிவது உறுதி (ப.32)

என்று கூறுவதிலும் இறைமகன் சோதனை நாட்களில் அலகையை வென்றமையை,

> புடமிட்ட பொன்னாக சுட்டவெண் சங்காக
> அரைத்த நறும் சந்தனமாய் நின்ற ஆண்டவரை (ப.37)

எனக் கூறுவதிலும் உவமைத் தொடர்களைக் கவிஞர் கையாண்டுள்ளமை வெளிப்படுகின்றது.

உருவகங்கள்

கவிஞர் தம் காப்பியத்தின் பல இடங்களில் உருவகங்களைப் பயன்படுத்தியுள்ளார். இறைமகன் மண்ணுலகில் உதித்த செய்தியை,

அந்தி வானில் மறைந்த ஆதவன்
முந்தி வந்து முன்னணையில் உதித்ததோ? (ப.16)

என்றும்,

முழு மதியே மண்ணில் வந்து
முன்னணையில் துயின்றதோ? (ப.16)

என்றும் உருவகப்படுத்துகிறார். விசுவாசத்துடன் இயேசு கிறிஸ்துவின் ஆடையின் ஓரத்தைத் தொட்டதனால் சுகம் பெற்றதனை,

பட்டதுயர் யாவும் பகலவன் முன் பனியானது (ப.97)

எனக் குறிப்பிடுகிறார். ஆசிரியர் தளிர்க்கரம், முழுமதி, ஆதவன் என இறைமகனின் அழகினை உருவகிக்கிறார்.

பழமொழிகள்

கவிஞர் சூழ்நிலைகளை விளக்குவதற்கு பழமொழிகளையும் மரபுத்தொடர்களையும் காப்பியத்தில் கையாண்டுள்ளார். சான்றாக,

1. *காற்றுள்ள போதே தூற்றிக்கொள்ள* (ப.45)
2. *செவிடன் காதில் ஊதிய சங்கானது அது* (ப.87)
3. *வெறும் வாய்க்கு அவல் கிடைத்தாற் போல* (ப.101)
4. *தந்தையும் தாயும் முன்னறி தெய்வம்* (ப.106)
5. *அடுத்தது காட்டும் பளிங்கென* (ப.109)
6. *தனக்கொரு நீதி பிறர்க்கொரு நீதி* (ப.119)

போன்ற அடிகளைச் சுட்டலாம்.

திருக்குறளின் தாக்கம்

கவிஞர் தம் கவிதையாக்கத்தில் திருக்குறளின் அடிகளைப் பல இடங்களில் பயன்படுத்தியுள்ளார். சான்றாக,

வாயினின்று வெளிவரும் வார்த்தைகள் யாவும்
தீயினின்று தோன்றிச் சுடும் நாவாகும் (ப.107)

என்னும் அடிகளைச் சுட்டலாம். இவ்வடிகள் திருவள்ளுவரின்,

> தீயினால் சுட்டபுண் உள்ளாறும் ஆறாதே
> நாவினால் சுட்ட வடு (குறள், 129)

என்னும் குறளை அடிப்படையாகக் கொண்டது. மேலும்,

> என்பையும் பிறர்க்கீந்த இறைவன் தாள்களில் (ப.176)

என்னும் அடியில்,

> அன்பிலார் எல்லாம் தமக்குரியர் அன்புடையார்
> என்பும் உரியர் பிறர்க்கு (குறள், 72)

என்னும் குறளின் தாக்கம் காணப்படுகின்றது.

முடிவுகள்

கிறித்தவரல்லாத பார்த்தசாரதி, கிறிஸ்துவின் வாழ்க்கை வரலாற்றை திருமறையின் அடிப்படையில் எழுதியிருப்பது வியக்கத்தக்கது. நான்கு சுவிசேட நூல்களையும் நன்கு கற்று, அதின் வழி வெளிப்படும் கிறிஸ்துவின் வாழ்வின் மெய்யொளியை 'உலகின் ஒளி' எனப் பெயரிட்டு, அவ்வுலகின் ஒளியைப் பின்பற்றினால் கிடைக்கும் நித்திய வாழ்வையும் எடுத்துக் கூறி தமது நூலை முழுமையடையச் செய்துள்ளார். திருமறைச் செய்திகளையும் இறைக்கோட்பாடுகளையும் கவிதையாக்கம் செய்யும்போது பொருள் சிறிதும் மாறாமல், திரியாமல் வடித்திருப்பது சிறப்பிற்குரியது. காப்பிய மரபைப் பின்பற்றுவதிலும் இலக்கிய உத்திகளைக் கையாள்வதிலும் யாப்பிலக்கண மரபுடன் கவிதை படைத்தலிலும் கவிஞரின் பங்கு பாராட்டிற்குரியது. கவிஞர் தமது நூலின் இறுதி அத்தியாயத்தில் இடம்பெற்றுள்ள மங்களம் என்னும் பகுதியில்,

> பாவியருக்கும் புண்ணியருக்கும் பரமன் அவனே
> ஏழைகட்கும் எளியவர்க்கும் இறைவன் அவனே
> பிள்ளை போலும் உள்ளமுடன் போற்றுவோம் அவனை (ப.200)

எனக் குறிப்பிடும் இவ்வடிகள், இந்நூலை முழுமை பெறச் செய்துள்ளன.

20. கிறிஸ்து காவியம்

கவிஞர் கண்ணதாசன் இயேசு காவியம் என்னும் பெயரில் கிறித்தவக் காப்பியத்தைப் படைத்துள்ளதைப் போன்று இலங்கைக் கவிஞர் வாகரைவாணன் கிறிஸ்து காவியம் என்னும் பெயரில் காப்பியம் படைத்துள்ளார். இக்காவியம் 276 பக்கங்களைக் கொண்டது. கிறிஸ்து காவியம் 1995 ஆம் ஆண்டு திருமறைக் கலாமன்றத்தின் மூலம் யாழ்ப்பாணத்தில் வெளியிடப்பட்டது.

ஆசிரியர் வரலாறு

இலங்கையின் கிழக்கே மட்டக்களப்பு என்னும் மாவட்டத்திலுள்ள வாகரை என்னும் ஊரில் 1944 ஆம் ஆண்டு டிசம்பர் மாதம் 22 ஆம் நாள் கவிஞர் வாகரைவாணன் பிறந்தார். இவரது இயற்பெயர் ச. அரியரத்தினம். இவர் தொடக்க மற்றும் உயர் கல்விகளை மட்டக்களப்பு புனித மேரீஸ் கல்லூரியில் பயின்றார். சென்னைப் பல்கலைக்கழகத்தில் வித்துவான் பட்டம் பெற்று தாயகம் திரும்பிய அரியரத்தினம், தன்னுடைய ஆளுமைகளை இலக்கியம் சார்ந்து வெளிப்படுத்தினார். அதேபோன்று இவர் சுதந்திரன் பத்திரிகையின் உதவி ஆசிரியராகவும் (1978) உதயசூரியன் பத்திரிகையின் ஆசிரியராகவும் போது என்னும் சிற்றிதழின் ஆசிரியராகவும் (1998) பணியாற்றினார். இவர் யாழ்ப்பாணத்திலுள்ள புனித பத்திரிசியார் கல்லூரியில் ஆசிரியராகப் பணியாற்றி ஓய்வு பெற்றார்.

வாகரை என்னும் தன்னுடைய ஊரின் பெயரை இணைத்து வாகரைவாணன் எனப் பெயரிட்டுக் கொண்ட இவர், பல்வேறு இலக்கியங்களைப் படைத்துள்ளார். சுட்டபொன் (1970), பயணம் (1972), துரோணர் வதம் (1972), எண்ணத்தில் நீந்துகிறேன் (1973), தமிழ்ப்பாவை (1980), கடற்கரைப் பூக்கள் (1983), இனிக்கும் தமிழ் (1989), கிறிஸ்தவ தத்துவம் (1991), விபுலானந்தம் (1992), ஆசிரியர் ஓர் அட்சய பாத்திரம் (1992), அருள் அந்தோனியார் (1993), ஒரு பூ மலர்கிறது (1993), பாலர் தமிழ்ப்பாட்டு (1993), சின்னச்சின்னக் கவிதைகள் (1996), சின்னச் சின்னப் பூக்கள் (1997),

சிறுகதை விமர்சனம் (1997), கிறிஸ்து காவியம் (1998), புதுக்கவிதை புத்தகம் (1998), அரசி உலக நாச்சியார் (1998), நீ வா நிலாவே (1998), இன்டர்நெட் தமிழ் (1999) போன்ற இலக்கியங்களைப் படைத்து, ஈழத்துத் தமிழ் இலக்கிய வரலாற்றில் தடம் பதித்தவர். மேலும் கிழக்கில் ஒரு கிராமம், நந்திக்கொடி, பழந்தமிழ் இலக்கியத்தில் மட்டக்களப்புத் தமிழ், வாகரை ஒரு வரலாற்றுப்பார்வை போன்றனவும் இவரது படைப்புகளாகும்.

இவரின் எழுத்தாற்றலையும் இலக்கியப் பணியினையும் போற்றும் வகையில் இலங்கை அரசின் இலக்கியத்திற்கான சாகித்திய விருதும் யாழ்ப்பாண இலக்கிய வட்டத்தின் இலக்கியப் பேரவைப் பரிசும் இவருக்கு வழங்கப்பட்டுள்ளன. இவ்வாறு இடைவிடாது எழுத்துத் துறையில் இயங்கிவரும் வாகரைவாணன் என்கின்ற அரியரத்தினம், ஈழத்து எழுத்தாளர்களில் சிறப்பிடம் பெறுபவராக விளங்குகின்றார்.

நூல் அமைப்பு

கிறிஸ்து காவியம் நான்கு பாகங்களாகப் பகுக்கப்பட்டுள்ளது. அவை வானம் இறங்கி வருகின்றது, வாழ்வு தரும் வார்த்தை, பாடும் பயணமும், மரணம் வெல்லப்படுகின்றது என்பனவாகும். முதல் பாகத்தின் முன்னர் இறை வணக்கம், அன்னை மரி வணக்கம், தமிழ் வணக்கம் என்னும் மூன்று தலைப்புகளில் கடவுள் வணக்கம் அமைந்துள்ளது. கிறிஸ்து காவியத்தில் எண்சீர் விருத்தம், அறுசீர் விருத்தம், சிந்து வடிவம், எழுசீர்க் கழிநெடிலடி ஆசிரிய விருத்தம், எண்சீர்க் கழிநெடிலடி ஆசிரிய விருத்தம், பன்னிரு சீர் கழிநெடிலடி ஆசிரிய விருத்தம், ஆசிரியப்பா போன்ற பல்வேறு யாப்பு வடிவங்களைப் பயன்படுத்தியுள்ளார். பெரும்பாலும் ஆசிரியப்பா மற்றும் அதன் வகைமைகளைப் பயன்படுத்தியுள்ளார்.

விவிலியச் செய்திகள்

இயேசு கிறிஸ்துவின் பிறப்பு முதல் அவர் பரலோகத்திற்குச் சென்றது வரையிலான நிகழ்வுகள் எளிய முறையில் காப்பிய வடிவில், தமிழ் மரபிலிருந்து மாறாமல் வருணனைகள், உவமைகள் ஆகிய சிறப்புகளுடன் இக்காவியத்தில் இடம்பெற்றுள்ளன. இயேசு கிறிஸ்துவின் நற்செய்திகள், அற்புதங்கள், சிலுவையில் அறையப்படுதல், உயிர்த்தெழுதல், பரலோகத்திற்குச் செல்லுதல் ஆகிய நிகழ்வுகள் எளிமையாக இக்காவியத்தில் இயம்பப்படுகின்றன. விவிலியச் செய்திகளைக் கவிதையாக மாற்றுவதில் கண்ணதாசனைப் போன்று எளிய முறையைப் பின்பற்றியுள்ளார். உதாரணமாக 'ஒருவனும் கோடித்

துண்டைப் பழைய வஸ்திரத்தோடு இணைக்க மாட்டான். இணைத்தால் அதினோடே இணைத்த புதிய துண்டு பழையதை அதிகமாய்க் கிழிக்கும். பீறலும் அதிகமாகும். ஒருவனும் புதுத் திராட்சை ரசத்தைப் பழந்துருத்திகளில் வார்த்து வைக்க மாட்டான். வார்த்து வைத்தால் புது ரசம் துருத்திகளைக் கிழித்துப் போடும், இரசமும் சிந்திப்போம், துருத்திகளும் கெட்டுப்போம், புது ரசத்தைப் புதுத் துருத்திகளில் வார்த்து வைக்க வேண்டும் என்றார்' (மாற்கு 2.21,22) என்னும் வசனங்களை,

    புதியதோர் துணியைப் பழைய தோடிணைத்துப்
    பொருத்துவார் யாருமில்லை
    விதம் அது செய்தால் இரண்டுமே வீணாம்
    விளங்கிட வேண்டும்
    புது ரசந்தன்னைப் புரியாது பழைய
    போத்தலில் வார்த்தாலோ
    மது அது சித்தையைக் கிழித்துமே போடும்
    மனத்தினிற் கொள்வீரே   (ப.200)

என எளிமையாக வாகரைவாணன் பாடுகிறார். இது போன்று விவிலியத்திலுள்ள நற்செய்தி நூல்களின் பகுதிகள் ஆசிரியரின் கைவண்ணத்தால் செய்யுட்களாக்கப்பட்டுள்ளன.

தொன்மப் பயன்பாடு

    தலைமுறை தலைமுறையாக மக்களின் ஆழ்மனது வரை சென்று பதிந்திருக்கும் மண்ணின் தொன்மக் கூறுகளை இலக்கியத்தில் பயன்படுத்துவது அவ்விலக்கியத்தை உயிரோட்டம் மிக்கதாக மாற்றுகிறது என்பது தொன்மவியலாளர் கருத்தாகும். அவ்வடிப்படையில் இந்திய மனங்களில் ஆழ்ந்திருக்கும் பாரதக் கதை மாந்தனான துச்சாதனன் என்னும் தொன்மத்தைத் தம் நூலில் பயன்படுத்தியுள்ளார். இயேசு கிறிஸ்துவைச் சிலுவையில் அறைந்த நண்பகல் நேரம் கடுமையான வெயில் எரித்துக் கொண்டிருந்தது. குளம் மற்றும் பொய்கைகள் வறண்டு போய் மண் கூடப் பொரிந்து போகும் வெப்பமாக இருந்தது. அவ்வேளையில் அவ்வெறியர்கள் உலகைக் காக்க வந்த இரட்சகரின் துகிலினை உரிந்தனர். உடலெல்லாம் பற்றி எரிய அவர் துன்பத்தின் எல்லையைக் கண்டார். இப்பகுதியை ஆசிரியர் 'துகில் உரியும் துச்சாதனர்கள்' என்னும் உட்தலைப்பிட்டுப் பின் வரும் பாடலைப் பாடியுள்ளார்:

நடுப்பகல் நேரம்
  நாற்புறமும் சூழ்ந்த
நெடுமரம் செடிகள்
  நிர்வாணமாகும்

கடு வெயிற் காலம்
  கனல் போல எரியும்
மடு குளம் வாவி
  மண்ணெல்லாம் பொரியும்

பொரியும் அவ் வெயிலில்
  பூபாலன் துகிலை
உரியும் அக் கூட்டம்
  உடம்பெல்லாம் பற்றி

எரியும் அதனோடு
  இரத்தமது வழியும்
விரியும் அவர் துன்பம்
  வெறியர் செயலாலே! (ப.247)

கானாவூர் திருமண வருணனை

ஒரு பொருளையோ ஒரு நிகழ்வையோ உணர்ந்து அதனை அழகியல் தோன்ற உவமைகளாலும் உருவகங்களாலும் புனைவது வருணனை. கானாவூரில் நடந்த திருமணம் குறித்த வருணனை இக்காவியத்தில் சிறப்புற அமைந்துள்ளது. கலி என்னும் சொல்லுக்கு ஏற்ப அவ்வீடு கலகலப்பு மிக்கதாகவும் விதவிதமான அலங்காரம் செய்யப்பட்டதாகவும் இருந்தது. மணிகளால் அமைந்த தோரணங்கள் ஆயிரக்கணக்கில் தொங்கவிடப்பட்டிருந்தன. நட்சத்திரங்களால் மிளிரும் வானம் போல பந்தல் அமைக்கப்பட்டிருந்தது. வண்ண நிலவு போல விளக்குகள் அமைந்திருந்தன. பல வகையான தின்பண்டங்களும் குடிப்பதற்கான குடிமங்களும் திராட்சைச் சாறு பிழிந்த குடங்களும் வைக்கப்பட்டிருந்தன. கூன் விழுந்த கிழவன் பருகினும் குன்று போல் நிமிர்ந்து குதித்தாடுவான் என்றும் பண்டங்கள் மலை போலக் குவிந்திருந்தன என்பதனை,

கானா ஊரில் ஒரு கல்யாணம்
  கல்யாண வீடெங்கும் கலகலப்பு
ஆன விதமெல்லாம் அலங்காரம்
  அணி மணிகள் தோரணம் ஆயிரம்

> வான வெளி போலப் பெரும் பந்தல்
> வண்ண நிலாப் போல விளக்கங்கள்
> காணும் விழியெல்லாம் பரவசமே
> காட்சியது போலும் வேறுண்டோ?
>
> நானா விதப் பண்டம்; நறுமணம்
> நடந்து வரும் காற்று நவின்றிடும்
> பானக் குடவரிசை; திராட்சைப்
> பழந்தன்னைப் பிழிந்த தேன் சாறு
> கூனக் கிழந் தானும் பருகினால்
> குன்று என நிமிர்வான் குதித்திடுவான்
> தேனா இல்லையது அமுதமே
> திக்கெட்டும் புகழ் இது சொல்லுமே (ப.63)

என்னும் செய்யுட்கள் மூலம் வருணித்துள்ளார்.

கலிலேயாக் கடற்கரையின் வருணனை

கலிலேயாக் கடலோர அழகினை, புன்னை மரங்கள் நறும் பூக்களை உதிர்க்கும்; பூமியெல்லாம் பொன் போல மின்னும்; எங்கும் எழும் இசையால் செவி குளிரும்; தேன் போல இனிக்கும்; காற்று மென்மையாகக் கன்னிப் பெண் போல நடை பயிலும்; தாழை மலர் நறுமணம் கமழும்; அது தங்கம் போலப் பளபளக்கும்; அந்நறுமணத்தை முகர்வோர் தம் சுயநினைவையே இழப்பர் என ஆசிரியர் மிகச் சிறப்பாக வருணித்துள்ளார். மேலும்,

> மலையளவு மண்குவியல்
> மண்ணளவு சங்கினங்கள்
> வளையளவு நண்டினங்கள்
> வரும் மீன்கள் எதிர் பார்த்துத்
> தலையளவு நீண்டிருக்கும்
> தபஞ் செய்யுங் கொக்கினங்கள்
> வலையளவு மிஞ்ச வரும்
> வள்ளமெலாம் மீன் இனங்கள் (ப.82)

என்னும் செய்யுள் மூலம், மலையளவிற்கு மணல் குவியல்கள் காணப்படும்; சங்கினங்களும் வண்டினங்களும் ஓடித் திரிந்திருக்கும்; மீன்களை எதிர்பார்த்துக் கொக்குகள் தவமிருக்கும்; வீசிய வலையினை மிஞ்சி மீன்கள் கிடைக்கும்; அதனால் வள்ளம்(படகுகள்) நிறையும் என நெய்தல் நிலத்தினை அழகு மிளிர வருணிக்கிறார்.

மாலை நேர வருணனை

வாகரைவாணன் கலிலேயாக் கடற்கரையின் மாலை நேரத்தை வருணனை செய்யும் முறை இயல்பாக அமைந்துள்ளது.

இளமாலை சிரிக்கின்ற இதமான நேரம்
எழில் வானம் சித்திரங்கள் எழுதுகிறநேரம்
பழமாகக் கனிந்திட்ட பகலவனும் கடலுள்
பாரத்தால் வீழ்ந்து போம்! பறவையினம் புலம்பும்!
நிழல் போலத் தொடர்கின்ற நீளிரவு நேரம்
நினை வெல்லாம் சுகமாக நின்றெங்கள் தேவன்
குழலான சிந்தனையும் குலைய வெளி வருவான்
குளிர்வானில் நிலவு பொற் குடம் போலத்தோன்றும் (ப.82)

என மாலை நேரத்தை வருணிக்கிறார். இச்செய்யுளில் இளமாலை என்பது மனதிற்கு இதமான நேரம், செவ்வான் மேற்குத் திசையில் ஓவியங்களை வரைகின்ற நேரம், பழுத்தப் பழம் போல கனிந்த கதிரவன் கடலில் விழுகின்ற நேரம், கூடு திரும்புகின்ற பறவைகள் ஒலிக்கின்ற நேரம், நீண்ட இரவு நேரம் மாலைப் பொழுதைத் தொடர்ந்து நிழல் போல வருகின்ற நேரம், அப்பொழுது குளிர்ந்த வானத்தில் நிலவு பொற்குடம் போலக் காட்சி நல்கும் எனப் பல நிலைகளில் வருணிக்கிறார்.

உலகம் அழியும் முறை

உலகம் அழிகின்ற முறை குறித்து இயேசு கிறிஸ்து குறிப்பிட்டதை ஆசிரியர் விரிவாக வருணித்துள்ளார். ஊரோடு ஊர் பகை கொண்டு மோதும்; உறவுகள் அனைத்தும் உட்பகை கொள்ளும்; வேரோடு மரம் சாய்வதைப் போல குடும்பங்கள் அனைத்தும் வெவ்வேறாகப் பிரிந்து விடும்; நீரோடு நீர் மோதும்; நிலத்தோடு நிலம் மோதும்; மகனே தன் தாயை நீ யார் எனக் கேட்பான்; பெற்ற தாய் மகனைச் சபிப்பாள்; வானத்தில் ஏற்படும் விந்தையான அடையாளங்கள் மக்களுக்குக் கலக்கத்தை ஊட்டும்; கருவுற்றப் பெண்களுக்கு காலம் தீயதாக அமையும்; பெரு நோய்கள் ஊரெல்லாம் பரவும்; ஒரு கோடி துன்பங்கள் ஏற்படும்; கண்ணீரே வாழ்வாகும்; மலர் பூத்தச் சோலைகள் அனைத்தும் தீயில் பாழாகும்; எங்கும் பஞ்சம் மிகும்; உலகம் அழகு குன்றும்; போர்க்களம் போலக் காட்சி தரும்; சிரிக்கின்ற முகம் ஒன்று கூட இருக்காது; உலகம் பல கூறுகளாய்ப் பிரியும்; போர் மேகம் சூழ்ந்திருக்கும்; தென்றல் புயலாக மாறும்; திரை கடல் பொங்கி வரும் என்று உலகம் அழியும் முறை வருணிக்கப்படுகிறது.

தமிழ் மரபு

இயேசு பெருமானின் வாழ்வு பாலஸ்தீனம், இஸ்ரவேல் ஆகிய பகுதிகளில் நடைபெற்ற ஒன்று. எனினும் அந்நிகழ்வு மொழியப்படும் போது எந்தப் பண்பாட்டுச் சூழலில் வாழுகின்ற மக்களுக்காகச் சொல்லப்படுகின்றதோ அந்தச் சூழலில் அவ்வரலாற்றை இணைத்துப் பேசுவது இலக்கியத்திற்கு உயிரோட்டத்தை நல்குவதாகும். பாலை நிலப் பகுதியில் நிகழ்ந்த அவர்தம் வரலாற்றைப் பாடும் போதும் குறிஞ்சி, முல்லை, மருதம், நெய்தல் ஆகிய நிலங்களின் முதற் பொருள், கருப்பொருள்களைத் தமிழ் மரபின்படி இணைத்துப் படைப்பதை வீரமாமுனிவர், உமறுப்புலவர் போன்ற பல்வேறு கவிஞர்களும் கையாண்டுள்ளனர். இதைப் போன்று வாகரைவாணனும் கலிலேயாக் கடற்கரையினை வருணிக்கும் போது, தமிழ் நாட்டின் நெய்தல் நிலக் கருப்பொருள்களாகிய புன்னை மரம், தாழை ஆகியனவற்றைக் கொண்டு வருணித்துள்ளார்.

உவமைகள்

காப்பிய ஆசிரியன் கவிதையின் வளத்திற்கு உவமைகளைப் பயன்படுத்துவது இயல்பு. தேம்பாவணி, திருத்தொண்டர் காப்பியம் போன்ற காப்பியங்களில் ஏராளமான உவமைகளை அதன் ஆசிரியர்கள் பயன்படுத்தியுள்ளனர். இந்த உவமைகள் காப்பிய ஓட்டத்திற்கு வலிமை சேர்க்கும் விதத்தில் அமைந்துள்ளன. வாகரைவாணனும் தம் காப்பியத்தில் ஆங்காங்கே எளிமையான உவமைகளைப் பயன் படுத்தியுள்ளார். சான்றாக,

1. நிலமகள் நெஞ்சின் மீது
   நெடியதோர் ஆரம் போல (14)
2. விண்ணினைப் பிளந்தவாறே
   விரைந்திடும் கலத்தைப் போல (15)
3. பாய்ந்திடும் குதிரைப் போல (ப.62)
4. ஏட்டிலுள்ள கவி இன்பம் தருதல் போல (ப. 156)
5. பருக் கொண்ட முகம் போல (169)
6. ஆர்த்தெழும் கடலைப்போல (221)
7. புலம்பலே கேட்கும் காதில்
   புகுந்திடும் நெருப்பைப் போல (256)

என்னும் உவமைகளைச் சுட்டலாம். மேலும் ஆசிரியர் ஒரே செய்யுளில் பல உவமைகளையும் பயன்படுத்தியுள்ளார்.

> தாரகையின் நடுவே
>   தண்மதியம் போல
> ஆரணியிற் பதித்த
>   அழகு மணி போல
> நீர் மேவும் பொய்கை
>   நிறைந்த மலர் போல
> ஊரிடையே தோன்றும்
>   ஒளியதனைப் போல
>
> (ப.49)

என்னும் செய்யுளில் இயேசு கிறிஸ்து எருசலேம் தேவாலயத்தில் நின்றிருந்ததைப் பல உவமைகளின் வாயிலாக ஆசிரியர் வெளிப்படுத்துகின்றார். ஒரு நிகழ்வைப் பல்வேறு உவமைகளால் அடுக்கிச் சொல்வது சிறப்பு. தேவாலயத்தில் குழுமியிருந்த அறிஞர்கள் மற்றும் பொது மக்களிடையே குழந்தை இயேசு நின்றதை விண்மீன்களின் நடுவே குளிர் நிலா இருப்பதைப் போலவும் அழகிய அணிகலனில் பதித்த மணி போலவும் நீர் நிறைந்த பொய்கையின் நடுவே மலர்ந்து நிற்கின்ற மலர் போலவும் ஊருக்கு நடுவில் தோன்றுகின்ற ஒளியைப் போலவும் இருந்தது எனப் பல்வேறு உவமைகளால் விவரிக்கிறார்.

காப்பியக் கவிஞருடைய களம் விரிவானது. அதனால் கதை, களம், காட்சிகள் முதலியவை விரிவான தகவல்களுக்கும் வருணனைகளுக்கும் இடம் அளிப்பனவாகும். ஈழத்துக் கவிஞரான வாகரை வாணன் இயல்பான கவிஞராகவும் சுருக்கமும் தெளிவும் அழகும் மிக்க மொழியைக் கையாளுகிறவராகவும் திகழ்கின்றார். மரபில் ஊறித் திளைத்தவராகையால் தமிழ் மரபின் நேர்மையோடு காப்பியப் பகுதிகளை நடத்திச் சென்றுள்ளார். உணர்வோட்டம் மிக்க அவருடைய நடை வாசகனுக்கு ஈடுபாட்டையும் ஆர்வத்தையும் தருகிறது. விவிலியச் செய்திகளை அனைவரும் அறிந்து கொள்ளும் வகையில் எளிமையாகவும் அழகாகவும் தந்துள்ள முயற்சியை இந்நூல் முழுவதும் காணமுடிகிறது.

21. இயேசு அருட்காவியம்

வி.ஜி.பி. நிறுவனங்களின் தலைவரும் தொழிலதிபருமான கவிச்சக்ரவர்த்தி டாக்டர் வி.ஜி. சந்தோசம் அவர்கள் இயற்றிய 'இயேசு அருட்காவியம்' என்னும் நூல், அமெரிக்காவின் வாஷிங்டன் தலைநகரில் 1997 ஆம் ஆண்டு ஆகஸ்டு 15 ஆம் நாள் வெளியிடப்பட்டது. விவிலியத்திலுள்ள நான்கு நற்செய்தி நூல்களின் அடிப்படையில் இயற்றப் பட்ட இக்காப்பியம் எளிய நடையில் அமைந்துள்ளது. நூலின் சிறப்பு கருதி இக்காவியம் எளிமையான ஆங்கிலத்திலும் மொழி பெயர்க்கப்பட்டுள்ளது. உழைப்பால் உயர்ந்த பெரியார் என அனைவராலும் அன்பாக அழைக்கப்படும் வி.ஜி. சந்தோசம் அவர்கள் தமது காப்பிய முன்னுரையில்,

> கர்த்தர் எனக்காக யாவையும் செய்து
> முடிப்பார் என்றதோர் முற்றிய நம்பிக்கையில்
> அர்த்தமுள் ளடக்கியே ஆண்டவர் பெருமையை
> அடியேன் எழுதியோர் காவியம் படைத்தேன்

(பா.2)

எனக் குறிப்பிட்டுள்ளார். இச்செய்யுள் நூலின் அவையடக்கச் செய்யுட்களுள் ஒன்றாக அமைந்துள்ளது.

ஆசிரியர் வரலாறு

வி. ஜி. சந்தோசம் அவர்கள் கன்னியாகுமரி மாவட்டத்திலுள்ள மயிலாடி என்னும் ஊருக்கு அருகிலுள்ள அழகப்பபுரம் என்னும் கிராமத்தில் 1936 ஆம் ஆண்டு ஆகஸ்டு மாதம் 15 ஆம் நாள் வீரபத்திர ஞான திரவியம் நாடார் - சந்தனம்மாள் தம்பதியினருக்கு மூன்றாவது குழந்தையாகப் பிறந்தார். இவருடைய சகோதரர் வி.ஜி. பன்னீர்தாஸ்; சகோதரி மரியம்மாள் என்பவராவர்.

இவரது தந்தையார் தொழில் காரணமாக மலேசியா சென்றதால், அழகப்பபுரத்தில் தாயின் கடுமையான உழைப்பில் வளர்ந்து வந்தார்.

வறுமையின் காரணமாக அவருடைய கல்வி தடைபட்டது. இவரது சகோதரர் பன்னீர்தாஸ் சென்னை சென்று ஒரு மளிகைக் கடையில் வேலைக்குச் சேர்ந்தார். கிராமத்திலிருந்து தாயாரும் உடன் பிறந்தவர்களும் வரவே, அனைவரும் ஒன்றாகச் சேர்ந்து சென்னையில் வாழ்ந்து வரலாயினர். அச்சூழலில் தந்தை ஞான திரவியமும் மலேசியாவிலிருந்து அழைத்து வந்த அவரது மகன் செல்வராஜூம் வரவே அனைவரும் ஒன்றாக இணைந்தனர். அனைவரும் தேனீர் கடை தொடங்கி கடுமையாக உழைத்தார்கள். சந்தோசம் காலையில் வீடுகளுக்குச் சென்று செய்தித்தாள் போடுவார். பின்னர் தம் சகோதரருடன் தேனீர் கடையில் உதவியாக இருப்பார்.

அதனைத் தொடர்ந்து மக்களிடம் இரண்டு ரூபாய் வாரச் சீட்டு நடத்தியும், அதில் சேருபவர்களுக்குச் சீட்டுத் தொகைக்குப் பதிலாக, பொருட்கள் வழங்கியும் வெற்றி கண்டனர். அதன் அடுத்த கட்ட வளர்ச்சியாக, மாதத் தவணை முறையில் பொருட்கள் வழங்கும் முறையை அறிமுகம் செய்தனர். 'எல்லோரும் எல்லாமும் பெற வேண்டும்' என்ற கொள்கையைத் தாரக மந்திரமாகக் கொண்டு செயல்பட்டார்கள். வி.ஜி.பி. ஷோரூம் அமைத்து மர்பி டிரான்சிஸ்டர் ரேடியோக்களைத் தவணை முறையில் வழங்கினர். நாளடைவில் படிப்படியாக வளர்ந்து, சென்னையில் வி.ஜி.பி. கிளை நிறுவனங்களை உருவாக்கினர். கிழக்குக் கடற்கரைச் சாலையில் தங்கக் கடற்கரையை (Golden Beach) அமைத்தனர்.

தமிழ் மீது பற்று கொண்ட சந்தோசம், சந்தனம்மாள் அறக்கட்டளையின் சார்பாக, விஜிபி உலகத் தமிழ்ச் சங்கம் என்னும் அமைப்பினை ஏற்படுத்தி தமிழ்ப்பணியாற்றி வருகிறார். இவ்வறக்கட்டளையின் மூலமாக, கவிஞர், எழுத்தாளர், பத்திரிகையாளர் எனப் பல்வேறு துறைகளைச் சார்ந்தவர்களில் சிறந்தவர்களுக்கு விஜிபி விருது மற்றும் ரொக்கப் பரிசும் வழங்கப்பட்டு வருகிறது.

இளம் வயது முதலே எழுத்து மீது ஆர்வம் கொண்டிருந்த சந்தோசம், பல்வேறு தலைப்புகளில் 100 க்கும் மேற்பட்ட நூல்களை எழுதி வெளியிட்டுள்ளார். சுய சரிதை, பன்னாட்டுப் பயணங்கள், ஆன்மிகம், சமுதாயம், தொழில்கள், தத்துவங்கள், மனித முன்னேற்றத்துக்கு வழி வகுத்துக் கொடுக்கும் பாதைகள் எனப் பல வகைமைகளில் இவரது நூல்கள் உள்ளன. இவர் எழுதிய முதல் நூல் 'வியாபாரத்தின் சாதனைகள்' என்பதாகும். இவர் இயற்றிய 'இயேசு அருட்காவியம்' என்னும் நூல்

கிறித்தவக் காப்பியங்களுள் ஒன்றாகத் திகழ்கிறது. கவிதை இயற்றும் ஆற்றலுடைய இவர், ஒரு இலட்சம் கவிதைகள் இயற்றி ஆறு பல்கலைக்கழக துணைவேந்தர்களால் கவிச்சக்கரவர்த்தி என்ற பட்டமும் பெற்றார். இவருடைய வாழ்க்கை வரலாற்றை, 'கலை பேசும் சந்தோசம்' என்னும் பெயரில் மு.ஞா.செ. இன்பா அவர்கள் 2017 ஆம் ஆண்டு நூலாக வெளியிட்டுள்ளார்.

இவருடைய சமுதாயத் தொண்டினையும் தமிழ்த் தொண்டினையும் அங்கீகரிக்கும் வகையில் தமிழ்நாடு அரசு 2006 ஆம் ஆண்டில் கலைமாமணி விருதும் 2016 ஆம் ஆண்டில் திருவள்ளுவர் விருதும் வழங்கிச் சிறப்பு செய்தது. மேலும் இவர் நூற்றுக்கும் மேற்பட்ட விருதுகளையும் பெற்றுள்ளார். இந்தியாவிலும் உலகமெங்கிலும் திருக்குறள் கொள்கை பரப்பும் கருவியாக, திருவள்ளுவர் சிலைகளை அமைத்து திருக்குறள் மாநாடுகள் நடத்தி வருகிறார். தமது சகோதரரின் அரவணைப்பால் ஆளாக்கப்பட்டு, உழைப்பால் உயர்ந்து, இன்று வி.ஜி.பி. நிறுவனங்களின் தலைவராகத் திகழ்ந்துவரும் இவருடைய வாழ்க்கை வரலாறு, படிப்பவர்களுக்கு விந்தையூட்டும்; பலருக்கு வழிகாட்டும்; சிலருக்கு ஒளியூட்டும்; இளைஞர்களுக்கு எழுச்சியூட்டும். உலக வரலாற்றில் ஒரு மனிதரை அடையாளப்படுத்துவது, அம்மனிதர் தம் விடா முயற்சியால், மென்மேலும் முன்னேறி உச்சத்தைத் தொட்ட வெற்றிச் சிகரமாகும். மேலும் அவர் கால் பதித்த வியர்வைச் சுவடுகளும், கடமை மாறாத உழைப்பின் தடங்களும் காலத்தே சாதித்த சாதனைச் சரித்திரமாகும். சந்தோசம், உழைப்பு என்னும் ஆலமரத்தின் ஆணிவேர்.

காவிய அமைப்பு

இயேசு அருட்காவியம் காண்டம், காதை என்னும் பகுப்புகளின்றி, 117 அத்தியாயங்களைக் கொண்டுள்ளது. இந்நூலின் தொடக்கத்தில் ஆசிரியர் முன்னுரையைப் பாயிர அமைப்பில் செய்யுள் வடிவில் அமைத்துள்ளார். இம்முன்னுரையில் 30 செய்யுட்கள் இடம் பெற்றுள்ளன. நூலின் தொடக்கத்தில் சந்தனத்தாயே என்னும் தலைப்பில் நான்கு செய்யுட்களில் தாயின் அருளை வேண்டுகிறார். அதனைத் தொடர்ந்து யூதர்களின் எதிர்பார்ப்பு என்னும் அத்தியாயத்துடன் நூல் தொடங்குகிறது. ஒவ்வொரு அத்தியாயத்தின் தொடக்கத்திலும் அந்த அத்தியாயத்தின் செய்திகள் இடம்பெற்றுள்ள விவிலியப் பகுதிகள் கொடுக்கப்பட்டுள்ளன. சில அத்தியாயங்கள் ஒரு உட்தலைப்பையும் சில அத்தியாயங்கள் பல உட்தலைப்புகளையும் உடையன.

ஆசிரியப்பா அமைப்பினையுடைய செய்யுட்களாலான இக்காவியம், இயேசு கிறிஸ்துவின் பிறப்பு முதல் விண்ணகம் சென்றது வரையிலான நிகழ்வுகளை எளிய நடையில் எடுத்தியம்புகிறது. இந்நூலின் சிறப்பே நிகழ்வுகளை விரிவாக விளக்குவது எனலாம். இயேசு கிறிஸ்துவைப் பற்றிய செய்திகள் அனைத்தையும் சொல்ல வேண்டும் என்பது ஆசிரியரின் அவா. ஒவ்வொரு அத்தியாயத்திற்கும் ஆசிரியர் கொடுத்துள்ள தலைப்பு தனித்துவம் வாய்ந்ததாக உள்ளது. 117 அத்தியாயத் தலைப்புகளைப் படிக்கும்போதே, நூலில் ஆசிரியர் எடுத்தியம்புவதனை எளிதாகப் புரிந்து கொள்ள முடிகின்றது. நூலின் அமைப்புமுறை ஆசிரியரின் விவிலியப் புலமையினைத் தெள்ளிதின் எடுத்துக்காட்டுகிறது. இக்காவியம் 1350 செய்யுட்களாலானது.

நூற்பயன்

இயேசு அருட்காவியத்தின் இறுதிச் செய்யுளில் இந்நூலின் பயனையும், செய்யுள்களின் எண்ணிக்கையையும் ஆசிரியர் குறிப்பிட்டுள்ளார். இக்காவியத்திலுள்ள செய்யுட்கள் அனைத்தும் இயேசு கிறிஸ்துவின் புகழை நிலைநாட்டும் என்பதனை,

> பாயிரம் தன்னுடன் படைத்தே அளித்திட்ட
> ஆயிரத்து முந்நூற்று ஐம்பது கவிதைகளும்
> தாயினும் மேலாயத் தனிப்பெருங் கருணை
> ஈயும் இயேசுவின் புகழ்நிலை நாட்டுமே

என்னும் செய்யுள் மூலம் விவரிக்கிறார்.

பழமொழிகளும் உவமைகளும்

காப்பியங்களில் பழமொழிகளும் உவமைகளும் இடம்பெறுவது இயல்பு. இக்காப்பியத்தில் இரண்டு பழமொழிகள் காப்பியத்தின் தொடக்கப் பகுதிகளில் அமைந்துள்ளன. அவை,

1. பாம்புக்குப் பிறந்தது பழுதையாய் ஆகுமோ? (ப.28)
2. அப்பனுக்குப் பிள்ளை தப்பாது பிறந்தவன் (ப.28)

என்பனவாகும். முதலிலுள்ள பழமொழி மக்களால் அதிகம் பயன் படுத்தப்படாத ஒன்று எனலாம். பழுதை என்பதன் பொருள் கயிறு, பாம்பு, வைக்கோற்புரி என்பனவாகும். இரண்டாவது பழமொழி பொதுவானது. உவமை என்பது ஒரு வாக்கியத்தில் வரும் ஒரு கருத்தை மறைமுகமாக

விளக்குவதற்கு உதவுகிறது. இக்காவியத்தில் பழமொழிகளைப் போன்றே உவமைகளும் நூலின் தொடக்கத்தில் மட்டுமே காணப்படுகின்றன. அவை,

1. பிறைநிலவு வளர்ந்தது போல் (ப.12)
2. கன்றினைப் பசுமுன் இழுத்து வெட்டினாற் போல் (ப.26)
3. மூர்த்தி சிறிதெனினும் கீர்த்தி பெரிதென்பது போல் (ப.31)
4. மந்திரங்கள் கேட்டுவிட்டு மயங்கிப்பின் சென்றது போல் (ப.60)

என்பனவாகும்.

பாஞ்சாலி சபதத்தின் தாக்கம்

பாரதியாரின் பாஞ்சாலி சபதத்தில், துரியோதனனின் அரச சபையில், பாஞ்சாலி நீதி கேட்டு அழும்போது,

பேய் அரசு செய்தால் பிணம் தின்னும் சாத்திரங்கள்

எனக் கூறிப் போராடுகின்றாள். இயேசு அருட்காவியத்திலுள்ள 11 ஆம் அத்தியாயத்தில் குழந்தைகள் படுகொலை என்னும் தலைப்பில், இரண்டு வயதுக்கு உட்பட்ட குழந்தைகளைக் கொன்று குவிக்க ஏரோது மன்னன் கட்டளையிடுகின்றான். அக்கட்டளையின்படி, இரண்டு வயதுக்குட்பட்ட குழந்தைகள் கொல்லப்படுகின்றனர். இச்சூழலை விளக்குவதற்கு பாஞ்சாலி சபத அடியினை,

பேய்கள் அரசாண்டால் பிணந்தின்னும் சாத்திரங்கள் (ப.26)

என அப்படியே எடுத்தாண்டுள்ளார்.

விவிலியப் புலமை

சந்தோசம் அவர்கள் விவிலியப் புலமை உடையவர் என்பதனை அவரது படைப்புகள் மூலம் அறிய முடிகின்றது. இவர் 'ஆண்டவரின் அற்புதங்கள்' போன்ற பல கிறித்தவ நூல்களைப் படைத்துள்ளார். நான்கு நற்செய்தி நூல்களிலுமுள்ள செய்திகளை முரண்பாடின்றி கோர்வைப் படுத்தி, முறைப்படுத்தி காவியமாகப் படைத்துள்ளார். காவிய ஓட்டம் இவரது விவிலியப் புலமையை வெளிப்படுத்தும் வகையில் அமைந்துள்ளது.

வசனங்களைச் செய்யுட்களாக்கும் திறமை

இயேசு அருட்காவியத்தின் தொடக்கத்திலிருந்து இறுதி வரையிலும் வசனங்களே செய்யுட்களாக மாற்றம் செய்யப்பட்டுள்ளன என்னும் உணர்வு

ஏற்படுகின்றது. ஆசிரியரின் கருத்துகளோ, விவிலியக் கருத்துகளை விளக்கும் அணிகளோ, வருணனைகளோ இக்காவியத்தில் இடம் பெறவில்லை. சான்றாக விவிலியத்திலுள்ள சில வசனங்களையும் அவ்வசனங்களை அடிப்படையாகக் கொண்டு காவியத்தில் இடம் பெற்றுள்ள செய்யுள்களையும் காணலாம்.

இயேசு கிறிஸ்து தமது மலைப் பிரசங்கத்தின்போது கூறிய, 'நீதியின்மேல் பசிதாகமுள்ளவர்கள் பாக்கியவான்கள், அவர்கள் திருப்தி யடைவார்கள். இரக்கமுள்ளவர்கள் பாக்கியவான்கள், அவர்கள் இரக்கம் பெறுவார்கள்' (மத்தேயு 5:6,7) என்னும் வசனங்களை ஆசிரியர்,

நீதிநிலை நாட்டும் வேட்கை கொண்டோர்
பேறுமிகப் பெற்றோர் ஏனெனில் அவர்கள்
நிறைவே பெறுவர் இரக்கமுளோர் பேறுபெற்றோர்
ஏனெனில் அவர்கள் இரக்கம் பெறுவர் (ப.84)

எனச் செய்யுளாக்கியுள்ளார். இயேசு கிறிஸ்து நடந்து சென்று கொண்டிருக்கும்போது, ஒருவன் நீர் எங்கு சென்றாலும் உம்மைப் பின்பற்றி வருவேன் எனக் கூறினான். 'அதற்கு இயேசு: நரிகளுக்குக் குழிகளும் ஆகாயத்துப் பறவைகளுக்குக் கூடுகளும் உண்டு. மனுஷகுமாரனுக்கோ தலைசாய்க்க இடமில்லை என்றார்' (லூக்கா, 9:58) என்னும் வசனத்தை ஆதாரமாகக் கொண்டு,

பதுங்குதற்குக் குழிகளுண்டு நரிகளுக்கும் வானப்
பறவைகட்கும் கூடுகள் உண்டு ஆனால்
மனுமகன் தலைசாய்க்க இங்கிடமே இல்லை
ஓரிடமும் இல்லையென உரக்கச் சொன்னார் (ப.162)

என்னும் செய்யுளை, இயேசுவைப் பின்பற்ற விரும்பியவர்கள் என்னும் தலைப்பில் அமைத்துள்ளார். இயேசு அருட்காவியத்தின் 77 ஆவது அத்தியாயம் இயேசுவும் சகேயுவும் என்பதாகும். இதில் சகேயுவின் மனமாற்றத்தை ஆசிரியர் எட்டு செய்யுட்களில் விவரிக்கிறார். சகேயு ஒரு குள்ளமானவன். இயேசு கிறிஸ்து அவ்வழியாக வருவதையறிந்து அவரைப் பார்ப்பதற்காகக் காட்டத்தி மரத்தில் ஏறினான். அப்போது அங்கு நடந்ததைப் பின்வருமாறு பாடுகிறார்:

மரத்தினில் ஏறிநின்ற சக்கேயுவைப் பார்த்து
விரைவினில் இறங்கிவாரும் இன்றுயான் உன்றன்வீடே
வரவுளேன் தங்கவும் வேண்டும் என்றிட்டார்
இறங்கியே அவரும்வந்து இயேசுவை வரவேற்றிட்டார் (ப.209)

இச்செய்யுளை விவிலியத்தில் இடம்பெற்றுள்ள 'இயேசு அந்த இடத்தில் வந்தபோது, அண்ணாந்து பார்த்து, அவனைக் கண்டு: சகேயுவே, நீ சீக்கிரமாய் இறங்கி வா, இன்றைக்கு நான் உன் வீட்டிலே தங்க வேண்டும் என்றார். அவன் சீக்கிரமாய் இறங்கி, சந்தோஷத்தோடே அவரை அழைத்துக் கொண்டு போனான்' *(லூக்கா, 19:5,6)* என்னும் வசனங்களை ஆதாரமாகக் கொண்டு படைத்துள்ளார்.

84 ஆவது அத்தியாயம் ஏழைக் கைம்பெண்ணின் காணிக்கை பற்றி விவரிக்கிறது. இதில், ''ஏழையான ஒரு விதவையும் வந்து, ஒரு துட்டுக்குச் சரியான இரண்டு காசைப் போட்டாள். அப்பொழுது அவர் தம்முடைய சீஷரை அழைத்து, காணிக்கைப் பெட்டியில் பணம் போட்ட மற்றெல்லாரைப் பார்க்கிலும் இந்த ஏழை விதவை அதிகமாய்ப் போட்டாள் என்று மெய்யாகவே உங்களுக்குச் சொல்லுகிறேன். அவர்களெல்லாரும் தங்கள் பரிபூரணத்திலிருந்தெடுத்துப் போட்டார்கள்; இவளோ தன் வறுமையிலிருந்து தன் ஜீவனத்துக்கு உண்டாயிருந்த தெல்லாம் போட்டுவிட்டாள் என்றார்'' *(மாற்கு 12:42-44)* என்னும் வசனங்களை,

எருசலேம் கோவிலுக்கு இயேசு சென்றார்
எல்லோரும் செப்புக் காசுகளைக் காணிக்கையாய்
உண்டியலிற் போடுவதை உற்றுக் கவனித்தார்
உள்ளபடி செல்வர்களே அதிகமாய்ப் பணம்போட்டனர்.

ஏழையொரு கைம்பெண் இரண்டுசெப்புக் காசுகளை
காணிக்கைப் பெட்டியிலே போட்டாள் இதைக்கண்டு
சீடர்களை இயேசு அருகழைத்துக் கூறிட்டார்
கைம்பெண் இவள்போட்ட காணிக்கை பெரிதென்றார் *(ப.224)*

என்னும் எளிமையான செய்யுட்களாகப் பெயர்த்துள்ளார். காவியத்தின் இறுதிப் பகுதியில் இடம்பெற்றுள்ள புதிய விண்ணகமும் - புதிய மண்ணகமும் என்னும் தலைப்பில் இறைவன் யோவானுக்கு வெளிப்படுத்திய செய்திகள் இடம்பெற்றுள்ளன. அதிலுள்ள ஒரு செய்யுள் 'யோவானாகிய நான், புதிய எருசலேமாகிய பரிசுத்த நகரத்தை தேவனிடத்தினின்று பரலோகத்தைவிட்டு இறங்கி வரக்கண்டேன். அது தன் புருஷனுக்காக அலங்கரிக்கப்பட்ட மணவாட்டியைப் போல ஆயத்தமாக்கப்பட்டிருந்தது' *(வெளிப்படுத்தின விசேஷம் 21:2)* என்னும் வசனத்தை அடிப்படையாகக் கொண்டது. இவ்வசனத்தை மனதில் கொண்டு ஆசிரியர்,

புதிய எருசலேம் என்னும் திருநகர்
கடவுளிடம் இருந்து விண்ணகம் விட்டே
இறங்கிவரக் கண்டேன் மணமகனுக் காய்த்தனையே
அணிசெய்து கொண்டவோர் மணமகளைப் போலது (ப.295)

என்னும் செய்யுளை இயற்றியுள்ளார். இதுபோன்று எண்ணிறந்த சான்றுகளைத் தரலாம். இக்காவியத்தில் இடம்பெற்றுள்ள செய்யுள்கள் அனைத்தும் விவிலிய வசனங்களை அடிப்படையாகக் கொண்டு இயற்றப்பட்டமையால் செய்யுள்கள் எளிமையாகவும் இனிமையாகவும் பொருளுணர்ந்து படிப்பதற்குத் தெளிவாகவும் உள்ளன. இதன் பின்னணியில் இடம்பெற்றுள்ள அத்தியாயங்களின் தலைப்பு இதற்குப் பக்க பலமாகத் திகழ்கின்றது.

நூலின் இறுதியில்...

இயேசு அருட்காவியத்தின் இறுதியில் அமைந்துள்ள நிறைவு என்னும் பகுதியில் ஆசிரியர் இயேசு பெருமான் உரைத்தனவற்றைக் கடை பிடித்து வாழ்ந்தால், சாதி, இனக்கலவரங்கள் ஏற்படுத்தும் வேறுபாடுகள் அனைத்தும் ஒடுங்கிவிடும் என்றுரைக்கின்றார். விவிலியச் செய்திகள் அனைத்தையும் இந்நூலில் எடுத்துரைக்க முடியாது என்பதனை,

கடலினையோர் மட்குடத்தில் மொண்டிடவா முடியும்?
கங்கையோடு காவிரியோர் குடுவையிலா படியும்?
தொடமுடியாச் சூரியனும் கைக்குள்ளா அடங்கும்?
தொன்மைநிலா குடிலுக்குள் ஓடிவந்தா முடங்கும்?

என்னும் செய்யுள் மூலம் தெளிவுபடுத்துகின்றார். எவராலும் இயேசு பெருமானையும் அவர் உரைத்தவற்றையும் முழுமையாக ஒரு காவியத்தில் படைத்திட முடியாது எனக் குறிப்பிட்டு, இறுதியில் இறைமகன் வந்திடுவார், வரவேற்க வாருங்கள் என அழைக்கின்றார்.

இறைவனால் தெரிந்து கொள்ளப்பட்ட ஒரு மாமனிதராக சந்தோசம் விளங்குகிறார். அவரது தாயின் ஆசியினாலும் இறைவனின் அருளாலும் தான் படித்த விவிலியத்தை ஆதாரமாகக் கொண்டு ஓரளவு முழுமையான நிலையில் நான்கு நற்செய்தி நூல்களை அடிப்படையாகக் கொண்டு இக்காவியத்தைப் படைத்துள்ளார். சந்தோசம் அவர்களைப் போன்று பள்ளிக்கூடத்தில் சில ஆண்டுகள் மட்டும் படித்த சிலரை அருள்நாதர் தெரிந்தெடுத்து, இத்தகையக் காப்பியங்களைப் படைக்க வைத்தார் என்பது நிதர்சனம். மனிதனின் அறிவும் ஆற்றலும் இறைவனால் கொடுக்கப்படுவதே என்பது இதன் மூலம் தெளிவாகின்றது.

22. அருட்காவியம்

கிறித்தவக் காப்பியங்கள் பல எளிமையும் கவிதை மற்றும் இலக்கண நயமும் உடையன. அவ்வரிசையில் அருட்காவியமும் ஒன்று. அருள்நாதராகிய இயேசு கிறிஸ்துவைக் குறித்துப் பாடுவதால் இக்காப்பியத்திற்கு அருட்காவியம் எனப் பெயரிடப்பட்டுள்ளது. இக்காவியத்தின் செய்யுட்கள் அனைத்தும் வெண்பாக்களால் ஆனது.

ஆசிரியர் வரலாறு

சேலம் மாவட்டம் சங்ககிரி வட்டத்திலுள்ள தேவண்ண கவுண்டனூர் என்னும் ஊரில் பாப்பண்ணன் -பெரியநாயகியம்மாள் தம்பதியினருக்கு 1942 ஆம் ஆண்டு ஜூன் மாதம் ஐந்தாம் நாள் மதலைமுத்து எட்டாவது மகனாகப் பிறந்தார். இவர் சேலத்திலுள்ள சிறுமலர் உயர்நிலைப் பள்ளியில் பத்தாம் வகுப்புவரைப் பயின்றார். 1963-65 இல் இடைநிலை ஆசிரியப் பயிற்சியைப் பெற்று 1966 முதல் இடைநிலை ஆசிரியராகப் பணியாற்றினார். தமது நண்பர் காவேரியப்பனின் தூண்டுதலினால் தமிழ் மீது ஆர்வம் கொண்டு எம்.ஏ., எம்.எட்., ஆகிய பட்டங்களைப் பெற்றார். இவர் 1967 ஆம் ஆண்டு ஆரோக்கியமேரி என்னும் அம்மையாரைத் திருமணம் புரிந்தார்.

பா. மதலைமுத்து எளிமையான தோற்றம் உடையவர். பழகுவதற்கு இனிமையானவர். தமிழ் மீது தாளாத ஆசையுடையவர். இவர் தமது பணிக் காலத்தில் வெளிப்படையாகவும் உண்மையாகவும் திகழ்ந்த காரணத்தால், பல்வேறு பள்ளிகளுக்கு இடமாற்றம் செய்யப்பட்டார். இவ்வாறு நேர்மையாகப் பல்வேறு பள்ளிகளில் தமிழ்ப்பணியாற்றி 2000 ஆம் ஆண்டு ஆர்.வி. அரசு மேல்நிலைப் பள்ளியில் பணி ஓய்வு பெற்றார். பிறந்தோம், இறந்தோம் என்றில்லாமல் ஏதாவது சாதிக்க வேண்டும் என்ற ஆர்வம் இவரிடம் இயல்பாகவே இருந்தது. விவிலியத்தை மையப் பொருளாக்கி வெண்பாவில் இலக்கியம் படைத்திட எண்ணம் உடையவராக இருந்தார். இச்சூழலில் திருச்சியிலுள்ள தூய வளனார் கல்லூரித் தமிழ்ப்பேராசிரியர்

முனைவர் ச. சாமிமுத்து அவர்களின் தொடர்பு கிடைக்கப்பெற்று ஊக்கம் பெற்றார்.

அருட்தந்தை எரோணிமுசு அவர்கள் விவிலிய ஆசானாகி, விவிலிய முக்கிய நிகழ்வுகளை விளக்கியதோடு அருட்காவியம் படைத்திட ஏதுவாக விவிலிய விளக்க நூல்களும், சார்பு நூல்களும், துணை நூல்களும் கிடைக்குமாறு செய்து, உன்னால் முடியும் தம்பி என உற்சாகப் படுத்தினார். மேலும் அருட்தந்தை அமுதன் அடிகளின் ஆலோசனையைப் பெற்று, பெரும் கவிஞர்கள் தயக்கம் காட்டும் வெண்பாவை, மரபுக்கவிதைகள் அழிந்து வரும் இக்காலக்கட்டத்தில் மரபுக்கவிதைக்குப் புத்துயிர் கொடுக்கும் வகையில் இறைமகன் இயேசு கிறிஸ்துவின் வரலாற்றை அருட்காவியமாக 1050 இன்னிசை வெண்பாக்களால் பாடியுள்ளார்.

மட்டுமன்றி, கற்றோர் அனைவரும் நல்லோர் இலர் என்ற காரணத்தால் பல்வேறு துறைகளில் வளர்ந்துள்ள ஊழல்களையும், சுரண்டல்களையும் மாணவர்களுக்குச் சுட்டிக்காட்டி, மாணவர்களால் மட்டுமே இவ்வுலகை நேர்நிறுத்தக் கூடுமென எண்ணி, அவர்களை மையப் பொருளாக்கி விடியா வெள்ளி என்னும் நூலைப் படைத்தார். இந்நூல் 2009 ஆம் ஆண்டு வெளியானது. இந்நூலில் ஆசிரியர் 43 பல்வேறு தலைப்புகளில் தம் மன உணர்வுகளை வெளிப்படுத்துகிறார். சான்றாக, வயதான காலத்தில் பெற்றோர்களை முதியோர் இல்லத்தில் கொண்டு சேர்ப்பவர்களைப் பார்த்து,

> முதியோரின் இல்லமதில் பெற்றோரைத் தள்ளி
> கதியிலார் தன்மைபோல் கண்கலங்க வைத்த
> மதியிலா மண்மைந்தா! மண்மகள் தூற்ற
> மதிமயங்கி நிற்பதேனோ சொல்? (பா. 100)

எனப் பாடுகிறார்.

நூல் அமைப்பு

இயேசு கிறிஸ்துவின் வரலாற்றை விளக்கும் அருட்காவியமானது இன்பப் பொழிவுறு காண்டம், புரட்சிப் பொழிவுறு காண்டம், துன்பப் பொழிவுறு காண்டம் என்னும் மூன்று காண்டங்களாகப் பகுக்கப்பட்டு 1050 வெண்பா செய்யுட்களால் படைக்கப்பட்டுள்ளது. ஒவ்வொரு காண்டமும் ஏழு சாரல்களாகவும் (காதை) ஒவ்வொரு சாரலும் ஐந்து உட்தலைப்புகளைக் கொண்டுள்ளதாகவும் அமைந்துள்ளது.

1. இன்பப் பொழிவுறு காண்டம்

முதலாவதான இன்பப் பொழிவுறு காண்டம் 270 வெண்பாக்களால் ஆனது. இக்காண்டம் காட்சியுறு சாரல், அன்புக் கசிவுறு சாரல், தோற்றமுறு சாரல், இன்புறு சாரல், இடருறு சாரல், ஞானமுறு சாரல், சோதனை மீட்புறு சாரல் என்னும் ஏழு பகுப்புகளை உடையது. ஒவ்வொரு சாரலும் ஐந்து உட்தலைப்புகளைக் கொண்டது. காட்சியுறு சாரல் என்னும் பகுதியில் காட்சியுறு சாரல், நகர் வளம், மக்கட்படி நிலையும் படுதுயரும், செக்கரியாவின் இறைக்காட்சி, மாமரியின் இறைக்காட்சி என்னும் உட்தலைப்புகள் இடம்பெற்றுள்ளன. அன்புக் கசிவுறுசாரல் என்னும் பகுதியில் மாமரியும் எலிசபெத்தும், மாமரியின் வாழ்த்துப்பா, மக்களின் மருட்சி, ஊமை நீங்கல், செக்கரியாவின் சான்று ஆகிய உட்தலைப்புகள் உள்ளன. தோற்றமுறு சாரல் என்னும் பகுதியில் யோசேப்பின் கலக்கம், யோசேப்பின் தெளிவு, மக்கட் படுதுயர், மீட்பரின் தோற்றம், மீட்பின் அறிவிப்பு என்னும் உட்தலைப்புகள் இடம் பெற்றுள்ளன. இன்புறு சாரல் என்னும் பகுதியில் அன்னையின் அரவணைப்பு, தாலாட்டு, மாண்புறு ஞானியர், மீட்பர் அர்ப்பணம், இறைவாக்கு என்னும் உட்தலைப்புகள் உள்ளன. இடருறு சாரல் என்னும் பகுதியில் கொடுங்கோவின் கொடுமனம், இறை எச்சரிக்கை, இரத்தக் களரி, ஏரோதின் மறைவு, ஆசானிடர் என்னும் உட்தலைப்புகள் இடம்பெற்றுள்ளன. ஞானமுறு சாரல் என்னும் பகுதியில் அன்னையே ஆசான், வல்லுநரிடை சொற்போர், யோசேப்பின் மறைவு, யோவானின் எரிசினம், கேள்விக்கணை என்னும் உட்தலைப்புகள் உள்ளன. சோதனை மீட்புறு சாரல் என்னும் பகுதி அன்பு யோர்தானில் கரைதல், முப்பெருஞ் சோதனைகள், முக்கிய சீடரின் தெரிவு, கானாவூர் மன்றல், அரிமத்தியா ஊரினன் என்னும் உட்தலைப்புகளைக் கொண்டுள்ளது.

2. புரட்சிப் பொழிவுறு காண்டம்

இரண்டாவதான புரட்சிப் பொழிவுறு காண்டம் 440 வெண்பாக்களால் ஆனது. இக்காண்டம் பெண்ணடிமை தகர்வுறு சாரல், பகிர்வுறு சாரல், மூடப்பழக்கம் முறிபடு சாரல், அன்பதிர்வுறு சாரல், மனமாற்றமுறு சாரல், பற்றுறு சாரல், இறையரசு நிறுவுறு சாரல் என ஏழு பகுதிகளாகப் பகுக்கப்பட்டுள்ளது. ஒவ்வொரு சாரலும் ஐந்து உட்தலைப்புகளாலானது. பெண்ணடிமை தகர்வுறு சாரல் என்னும் பகுதியில் சமாரியப் பெண், இரத்தப்போக்குடைய பெண், விபச்சாரப் பெண், ஊர் சுவைத்த ஊாறி பாவை, மணவிலக்கு என்னும் உட்தலைப்புகள் உள்ளன. பகிர்வுறு சாரல் என்னும் பகுதியில் பணிப் பகிர்வு, யோவானின் துன்பப் பகிர்வு, அப்பப்

பகிர்வு, அரியவழிப் பகிர்வு, விசுவாசப் பகிர்வு என்னும் உட்தலைப்புகள் உள்ளன. மூடப்பழக்கம் முறிபடு சாரல் என்னும் பகுதியில் கதிர் கொய்தல், சூம்பிய கையினன், உண்ணும் முறை, இறந்த மகன், குட்ட நோயாளன் என்னும் உட்தலைப்புகள் உள்ளன. அன்பதிர்வுறு சாரல் என்னும் பகுதியில் ஏசுவின் சகோதரர், பாடுகளின் முன்னறிவிப்பு, மலைப்பொழிவு, நல்லாயன், நல்ல சமாரியன் என்னும் உட்தலைப்புகள் இடம் பெற்றுள்ளன. மனமாற்றமுறு சாரல் என்னும் பகுதியில் ஏரோது, செல்வச் செழிப்புள்ள வாலிபன், சக்கேயு, இலேவியர், ஊதாரி மைந்தன் என்னும் உட்தலைப்புகள் உள்ளன. பற்றுறு சாரல் என்னும் பகுதியில் பேதுரு, யாவீர், பிறவிக் குருடன், நூற்றுவர் தலைவர், கானானியப் பெண் என்னும் உட்தலைப்புகள் உள்ளன. இறையரசு நிறுவுறு சாரல் என்னும் பகுதியில் இறையரசில் யார் பெரியோன்?, இறையரசும் பட்டுச் சிறாரும், இறையரசும் திராட்சைத் தோட்டமும், இறையரசும் நையாண்டியும், இறையரசும் நல்விருந்தும் என்னும் உட்தலைப்புகள் உள்ளன.

3. துன்பப் பொழிவுறு காண்டம்

மூன்றாவதான துன்பப் பொழிவுறு காண்டம் 340 வெண்பாக்கலால் ஆனது. இக்காண்டம் சதியுறு சாரல், விழிப்புணர்வுறு சாரல், பிடிபடு சாரல், வதைபடு சாரல், கொலைபடு சாரல், காவலுறு சாரல், மாண்புறு சாரல் என்னும் ஏழு சாரல்களாகப் பகுக்கப்பட்டுள்ளது. ஒவ்வொரு சாரலும் ஐந்து தலைப்புகளைக் கொண்டுள்ளது. சதியுறு சாரல் என்னும் பகுதியில் ஒளிவிழா, இலாசரின் மாண்பு, சதியாலோசனை, கயபாவின் சூழ்ச்சி, விருந்தேற்பு என்னும் உட்தலைப்புகள் உள்ளன. விழிப்புணர்வுறு சாரல் என்னும் பகுதியில் ஆரவாரப் பவனி, சீசருக்கு வரி, வாக்களித்த இறையரசு, விவேகமிலாத் தோழியர், பாரக வீழ்ச்சி என்னும் உட்தலைப்புகள் உள்ளன. பிடிபடு சாரல் என்னும் பகுதியில் மும்முத்தப் பரிசு, ஈற்றுணவு, மும்முத்தக் காட்சி, பேதுருவின் பேதமை, இரத்த நிலம் என்னும் உட்தலைப்புகள் இடம்பெற்றுள்ளன. வதைபடு சாரல் என்னும் பகுதியில் முன் விசாரணை, ஏரோதின் எள்ளல், பிலாத்துவின் நப்பாசை, கற்றூணில் வதைபடல், முள்முடி என்னும் உட்தலைப்புகள் உள்ளன. கொலைபடு சாரல் என்னும் பகுதியில் கொலைபடு தீர்ப்பு, கொலைக்களப் பயணம், வறுமைக் கோலம், எள்ளலுரை, அன்பருவி என்னும் உட்தலைப்புகள் உள்ளன. காவலுறு சாரல் என்னும் பகுதியில் என்புகள் முறிபடாமை, அஞ்சியோர் அஞ்சாமை, புண்ணுறு புண்முகம், நல்லடக்கம், காவலுறு கல்லறை என்னும் உட்தலைப்புகள் உள்ளன. மாண்புறு சாரல் என்னும் பகுதியில் சாவுக்குச்

சாவுமணி, மாண்புற்ற மதலேன்மரி, வழிப்போக்கரின் மாண்பு, சீடர்களின் மாண்பு, விண்ணேற்பு என்னும் உட்தலைப்புகள் இடம்பெற்றுள்ளன.

நூலின் யாப்பமைதி

அருட்காவியத்தின் மூலம் ஆசிரியரின் இலக்கணப் புலமையை அறிந்துகொள்ள முடிகின்றது. இக்காப்பியத்திலுள்ள வெண்பாக்கள் ஈற்றடி முச்சீராய், ஏனைய அடிகள் நாற்சீராய், இரண்டாம் அடி தனிச்சொல் பெறாமல் வந்த நேரிசை ஆசிரியப்பா வகையினைச் சார்ந்தனவாகும். மேலும் இக்காப்பியச் செய்யுட்கள் அனைத்தும் ஒரு விகற்பத்தால் (நான்கு அடிகளிலும் ஒரே எதுகை) அமைந்துள்ளன.

விளக்கக் குறிப்பு

அருட்காவியத்தில் இடம்பெற்றுள்ள செய்யுட்களில் காணலாகும் சில சொற்கள் தொடர்பான விளக்கங்களை ஆசிரியர் ஒவ்வொரு பக்கத்தின் அடியிலும் தந்துள்ளமை நூலைப் படிப்பவர்களுக்கு மிகுந்த பயனுள்ளது. திருக்குறள், தேம்பாவணி ஆகிய நூல்களில் இடம்பெற்றுள்ள சொற்களைப் பயன்படுத்தும்போது அது பற்றிய குறிப்புகளைத் தருகிறார். மேலும் கடினமான சொற்களுக்குப் பொருள் விளக்கம் தந்துள்ளார். மட்டுமன்றி, சில சொற்களுக்கு விவிலியத்தில் இடம்பெற்றுள்ள பகுதிகளையும் சுட்டிக் காட்டியுள்ளார். இம்முறை நூலிற்குச் சிறந்த அணிகலனாகத் திகழ்கின்றது.

வருணனை

காப்பியங்களில் வருணனை இன்றியமையாத உறுப்பு. ஆனால் எல்லா கிறித்தவக் காப்பியங்களிலும் வருணனை அமையவில்லை என்பது நோக்கத்தக்கது. காரணம் என்னவெனில் விவிலியக் கருத்துகளுக்கு ஆசிரியர் முக்கியத்துவம் அளிப்பதால் வருணனை, அணிநயம், பிற இலக்கியத் தாக்கம் போன்றவற்றில் அதிக கவனம் செலுத்துவதில்லை. அருட் காவியம் ஆசிரியர் தமது காப்பியத்தின் முதல் காண்டத்திலுள்ள நாட்டு வளம், நகர வளம் ஆகிய பகுதிகளில் வருணனைகளைப் பயன்படுத்தியுள்ளார். ஒவ்வொரு பகுதிகளிலும் பத்துப் பத்து செய்யுட்கள் இடம்பெற்றுள்ளன. யோர்தான் ஆற்றின் வளத்தினை,

நலமெலா மீய குளமெலாம் மேவி
சலசல வென்று மதகெலாம் தாவி
நிலவளம் நல்க நிறைபுகழ் யோர்தான்
நிலமெலாம் பாய்ந்த தணைத்து (பா. 6)

என்னும் இச்செய்யுளில் வருணிக்கிறார். நலங்கள் அனைத்தையும் தருவ தற்காகக் குளங்கள் அனைத்தொடும் சேர்ந்து மதகுதொறும் சலசலவென்று தாவி வந்து, நிறைந்த புகழ் மிக்க யோர்தான் ஆறு நிலமெல்லாம் பாய்ந்து சேர்ந்தது என்னும் வருணனை நயமிக்கது. மேலும் பெண்களின் கண்களைக் கயல்மீன்களுக்கு வருணனை செய்வது இயல்பு. ஆனால்,

> கயலார்தம் கூந்தல் சரியக் குனிந்து
> உயர்களையை அன்னோர் களைய விழிகள்
> கயல்களெனத் தோன்ற அயிரை திரளோ
> அயர்ந்தனவே துள்ளிக் குதித்து   (பா. 8)

என்னும் இச்செய்யுளில் தங்கள் கூந்தல் சரிய, மீன் போன்ற கண்களைக் கொண்ட பெண்கள் குனிய, அவர்களுடைய விழிகள் மீன்கள் போலத் தோன்றுவதைக் கண்டு அயிரை மீன் கூட்டம் துள்ளிக் குதித்தது என வருணிக்கும் திறம் போற்றத்தக்கது. இதைப்போன்று எருசலேம் நகரத்தின் வளத்தினை,

> மஞ்சுறங்கும் ஆலயநல் உச்சிதனைச் சொந்தமெனத்
> தஞ்சமான வானரங்கள் மஞ்சுதனைத் தட்டியே
> மஞ்சமாக்கித் துஞ்சுதற்கு மந்திகளைக் கொஞ்சியே
> கெஞ்சுவதைக் கண்ணுயர்த்திக் காண்   (பா.14)

என்னும் செய்யுளில் வருணிக்கிறார். மேகங்கள் உறங்குகின்ற உயர்ந்த ஆலய உச்சியைத் தனது சொந்தமெனக் கொண்டு தஞ்சமடைந்த ஆண் குரங்குகள், மேகத்தைத் தட்டித் தூங்குவதற்குரிய படுக்கையாக அமைத்து, பெண் குரங்குகளை உடன் வந்து தங்கும்படி கொஞ்சி கெஞ்சுவதைக் கண்ணுயர்த்திக் காண்பாயாக என்று வருணனை செய்கிறார்.

உவமை

காப்பிய ஆசிரியரின் புலமைக்குச் சான்றுகளாக உவமைகள் உள்ளன. ஒரு சிறந்த காப்பிய ஆசிரியன் தமது காப்பியத்தில் பல விதமான இலக்கிய உத்திகளையும், சுவைகளையும், நயங்களையும் வெளிப்படுத்துவான். அவ்வகையில் மதலைமுத்து தனது காப்பியத்தில் ஏராளமான உவமைகளைக் காப்பியத்தின் சிறப்புக்காக எடுத்தாண்டுள்ளார். சான்றாகச் சில உவமைகள் பின்வருமாறு:

1. இன்றுள்ள பொல்லா அரசியல் கும்பல்போல்   (பா. 24)
2. ஊரகமோ போற்றிடப் பொங்கிடும் ஊருணிபோல்   (பா.68)

3.	பாழ்நிலத்தில் பைங்கூழைப் பார்த்தாற்போல்	(பா.71)
4.	தொன்னிதியை மண்ணகத்தே பெற்றாற்போல்	(பா.85)
5.	வாவியிலே ஊற்றெடுத்த தெள்ளியநல் ஊருணிபோல்	(பா.144)
6.	வெற்றுளத்தை நல்லாவி பொங்கி நிறைத்தாற்போல்	(பா.225)
7.	பிந்தியோர் முந்தியோடி பந்தயத்தில் முந்தினாற்போல்	(பா.256)
8.	உள்ளங்கை நெல்லிக் கனிபோல்	(பா.280)
9.	செம்மறியை ஓநா யிடையே அனுப்பினாற்போல்	(பா.341)
10.	புள்ளினம்தம் குஞ்சுகளைப் புல்லியே காத்தற்போல்	(பா. 836)
11.	வங்கக் கரையினிலே தங்கமணல் கண்டோர்போல்	(பா.838)
12.	பட்டினியால் வாடலுறு நால்வயிறு ஓநாய்போல்	(பா.923)
13.	சூழ்வளியில் சிக்கியுள ஆழ்கடல் நாவாய்போல்	(பா. 955)

மேற்குறிப்பிட்ட உவமைகள் மட்டுமல்லாது இன்னும் ஏராளமான உவமைகள் காப்பியம் முழுவதும் நிறைந்துள்ளன.

அணிநயம்

இலக்கணப் புலமை பெற்றவர்கள் செய்யுட்கள் இயற்றும்போது உவமைகள், உருவகம், அணிகள், பழமொழிகள் போன்றனவற்றை அதிக அளவில் பயன்படுத்துவது வழக்கம். காப்பிய ஆசிரியர் மதலை முத்து செய்யுட்களில் பல வகையான அணிகளைப் பயன்படுத்தியுள்ளார். சான்றாக,

போற்றிடுமே போற்றிடுமே யென்னான்மா ஆண்டவரைப்
போற்றிடுமே போற்றிடுமே போற்றிடுமே ஆற்றுநரைப்
போற்றிடுமே போற்றிடுமே போற்றிடுமே பேரருளைப்
போற்றிடுமே யேற்றமுற வாழ்ந்து   (பா. 64)

என்னும் செய்யுளில் போற்றிடுமே என்னும் சொல் ஒரே பொருளில் திரும்பத் திரும்ப வந்துள்ளமையால் சொற்பொருள் பின்வருநிலை யணியாக அமைந்துள்ளது. அருட்காவியத்தில் இதுபோன்ற செய்யுட்கள் ஏராளம்.

கையறுநிலை

இயேசு கிறிஸ்துவின் மீது பழி சுமத்தி, துன்புறுத்தி அவரைச் சிலுவையில் அறைவதற்காகக் கொல்கதா மலைக்கு அழைத்துச் செல்கின்றனர். இப்பகுதியிலுள்ள பல செய்யுட்களும் கையறுநிலையில்

உள்ளனவாக அமைந்திருப்பது ஆசிரியரின் கவித்திறனுக்குச் சான்றாக உள்ளன. இயேசு நாதர் கால்கள் தள்ளாட சிலுவையைச் சுமந்து மலை மேல் ஏறிக்கொண்டிருக்கும்போது, அவரைத் துன்புறுத்துவதாக விவரிக்கும் கீழ்க்காணும் செய்யுள் கையறுநிலையாக உள்ளது:

வீழ்ந்திட்ட மாபரனை வீணராம் வீரர்கள்
சூழ்ந்தாங்கு சாட்டையால் சூரர்போல் மாறிமாறி
காழ்ப்புற்றுக் கைநோவக் காட்டமுடன் வாட்டினரே
வீழ்ந்திட்டோர் மீண்டெழா வாறு *(பா. 946)*

இயேசு கிறிஸ்து துன்பப்படுவதை நேரில் பார்த்த அவரின் தாயார் மரியாள் கையறுநிலையில் துன்புறுவதை,

பத்துமாதம் தன்வயிற்றில் பத்திரமாய்த் தான்சுமந்த
நித்தியனாம் நித்தியா நந்தமீயும் புத்திரனைச்
சத்துருக்கள் வாட்டுவதைத் தம்கணால் கண்டயர்ந்து
சத்தமின்றி நைந்தழுதாள் நொந்து *(பா. 948)*

என்னும் செய்யுள் மூலம் விளக்குகிறார். இதுபோன்ற கையறுநிலைச் செய்யுட்களில் ஆசிரியர் சோக உணர்வை, அவலச்சுவையை இயல்பாக வெளிப்படுத்தியுள்ளார்.

விவிலியச் செய்திகள்

கானாவூர் கலியாண வீட்டில் திராட்சை இரசம் தீர்ந்தபோது, இயேசு கிறிஸ்து தண்ணீரைத் திராட்சை இரசமாக மாற்றினார். இதுவே இயேசு கிறிஸ்து செய்த முதல் அற்புதம். இதைக் காப்பிய ஆசிரியர் மதலை முத்து,

வெற்றுளத்தை நல்லாவி பொங்கி நிறைத்தாற்போல்
கற்சாடி மூவிரண்டும் தண்ணீர் கொளச்செய்தே
அற்புதனோ அற்புதமாய் ஊறும் கனிச்சாறாய்த்
தெற்றெனவே மாற்றினார் ஆங்கு *(பா. 255)*

எனப் பாடுகிறார். இயேசு கிறிஸ்துவின் அற்புதங்களுள் ஒன்று ஐந்து அப்பங்களையும் இரண்டு மீன்களையும் ஐயாயிரம் பேருக்குப் பகிர்ந்தளித்ததாகும். இந்நிகழ்வை காப்பிய ஆசிரியர்,

உண்டனரே அத்தனை பேரும் சிதறியநற்
துண்டுகளை முன்னான்கு கூடை நிறைத்தனரே

எண்ணிடவை யாயிரம் ஆண்கள் கணக்கிலையே
பெண்ணினமும் பிஞ்சுகளு மாங்கு (பா. 374)

எனப் பாடுகிறார். இதைப்போன்று இயேசு கிறிஸ்துவின் முன்னால் ஒரு விபச்சாரப் பெண்ணை அழைத்து வந்து, இவளைக் கல்லெறிந்து கொல்ல வேண்டும் என்றனர். அவர்களைப் பார்த்து இயேசு கிறிஸ்து, உங்களில் பாவமில்லாதவன் இவள் மீது கல்லெறியட்டும் என்றார். இதை ஆசிரியர்,

கல்லினை யேந்திய புல்லரை நோக்கியே
சொல்லிய குற்றமிலான் உங்களிடை யுண்டெனில்
கல்லினை வீசென்ன குத்துண்ட நெஞ்சினராய்த்
சொல்லிழந் தேகினரே சோர்ந்து (பா. 306)

எனப் பாடுகிறார். விவிலியச் செய்திகளை எளிமையான வெண்பாக்களில் அமைத்துத் தருவதில் வல்லவராக மதலை முத்து விளங்குகிறார் என்பது மேற்கண்ட சான்றுகளின் மூலம் நிரூபணமாகின்றது.

திருக்குறள் கருத்துகள்

அருட்காவியத்தில் திருக்குறள் கருத்துகள் ஆங்காங்கே இடம்பெற்று காவியத்திற்கு அழகூட்டுவதாகவும், கருத்துச் செறிவிற்கு துணை செய்வதாகவும் அமைந்துள்ளன. சான்றாக,

இன்னாசெய் தாரை ஒறுத்தல் அவர்நாண
நன்னயம் செய்து விடல் (குறள், 314)

என்னும் திருக்குறளை ஆதாரமாகக் கொண்டு,

இன்னலினை யீந்தவர்க்கு இன்னலினை யீந்துநீவிர்
இன்புறுதல் இன்பமோ இன்னலீந்தோர் இன்புற
இன்செயலாம் நற்செயலை இன்பமுற வாற்றிடுக
இன்னலரோ நாணமுற வீங்கு (பா. 453)

என்னும் செய்யுளைப் படைத்துள்ளார். இச்செய்யுளில், நமக்குத் துன்பத்தைத் தந்தவர்க்கு நாம் நற்செயல் புரிந்தால், துன்பத்தைக் கொடுத்தவர் நாணமடைவர் என்னும் கருத்தை வெளிப்படுத்துகிறார். இக்கருத்து திருக்குறளின் கருத்தைப்போல் உள்ளது.

உணர்ச்சி வெளிப்பாடு

மதலை முத்து, காப்பிய மாந்தர்களின் மனஉணர்வுகளைச் செய்யுள்கள் மூலம் வெளிப்படுத்துவதில் வல்லவராக விளங்குகிறார். இயேசு கிறிஸ்து பிறந்த செய்தியைக் கேள்விப்பட்ட ஏரோது மன்னனுக்கு இதுபற்றிய செய்திகள் முழுமையாகக் கிடைக்காமையால் செய்வதறியாது குழப்பத்தில் ஆழ்ந்தான். இதை ஆசிரியர்,

நறநற வென்றே நொறுக்கிய பல்லை
மொறமொற வென்றே முறுக்கெனத் தின்று
பறபற வென்றே பகட்டுடன் மன்னன்
திறம்பட வாய்ந்தான் திரிந்து (பா.155)

என எழுதுகிறார். இச்செய்யுளின் மூலம் ஏரோது மன்னனின் கோப உணர்ச்சி தெளிவாக வெளிப்படுகிறது. இதைப்போன்று, இயேசு கிறிஸ்து சமாரியப் பெண்ணிடம் உரையாடினார். அவ்வுரையாடலின் போது கிறிஸ்து எனப்படும் மேசியா இவர்தான் என்பதை அறிந்தவுடன் அந்நற்செய்தியை ஊராரிடம் சொல்வதற்காக ஓடினாள். அவளது ஆர்வத்தையும் வேகத்தையும்,

ஓடினள் ஓடினள் நீர்க்குடத்தை விட்டவள்
ஓடினள் ஓடினள் ஊரின்கண் ஓடினள்
தேடினள் தேடினள் ஊரவரைத் தேடினள்
தேடியே கண்சுழல விட்டு (பா.288)

என்னும் செய்யுள் மூலம் உணர்ச்சியுடன் வெளிப்படுத்துகிறார். காப்பிய மாந்தர்களின் படைப்பில் அவர்களது மன உணர்வுகளைச் செய்யுள்கள் வாயிலாகப் படம்பிடித்துக் காட்டுவது காப்பிய ஆசிரியரின் ஆளுமை யாகும். இதுபோன்ற ஏராளமான சான்றுகள் காப்பியம் முழுவதும் விரவிக் கிடக்கின்றன.

இலக்கிய உணர்வும் இறை உணர்வும் ஒன்று சேர்ந்த காவியம் அருட்காவியம். விவிலியச் செய்திகளை எளிமையான செய்யுட்களில் படைத்திருப்பது போற்றுதலுக்குரியது. இனிய ஓசையும் இனிய சொற்களும் அமையப்பெற்று நான்கடிகளிலும் ஒரே எதுகை பெற்று செப்பலோசை குன்றாமல் செய்யுட்களை இயற்றியுள்ள காப்பியக் கவிஞரின் இலக்கணப் புலமைக்கும் விவிலியப் புலமைக்கும் இந்நூல் சான்றாக அமைந்துள்ளது.

23. இதோ மானுடம்

இருபத்தியோராம் நூற்றாண்டில் வெளிவந்த கிறித்தவக் காவியங்களுள் தனித்துவம் பெற்ற காவியம் 'இதோ மானுடம்' என்பதாகும். புலவர் ம. அருள்சாமி அவர்களால் எழுதப்பட்ட இக்காவியம், அளவில் பெரியதாகவும் பலவகை யாப்பு வடிவங்களைக் கொண்டதாகவும், இயேசு கிறிஸ்து என்னும் மகத்தான மானுட மகத்துவத்தை மையமாகக் கொண்ட வரலாறாகவும் விளங்குகிறது. இக்காவியம் 2001 ஆம் ஆண்டு முதல் பதிப்பாகவும் 2012 ஆம் ஆண்டு இரண்டாம் பதிப்பாகவும் வெளிவந்துள்ளது. இயேசு கிறிஸ்து பிறப்பின் இரண்டாயிரம் ஆண்டு நிறைவை நினைவில் கொண்ட விழாவின் வெளியீடாக 'இதோ மானுடம்' மலர்ந்துள்ளது.

ஆசிரியர் வரலாறு

'இதோ மானுடம்' காவியத்தின் ஆசிரியர் புலவர் ம. அருள்சாமி 1935 ஆம் ஆண்டு ஏப்ரல் மாதம் 25 ஆம் நாள் தேவகோட்டையிலிருந்து ராமநாதபுரம் செல்லும் வழியில் ராஜசிங்க மங்களம் என்னும் ஊரின் அருகிலுள்ள இருதயபுரம் என்னும் கிராமத்தில் பிறந்தவர். இவர் பள்ளியில் பயின்ற காலத்திலேயே சிறந்த பேச்சாளராகவும் நாடக இயக்குநராகவும் நடிகராகவும் பாராட்டப் பெற்றவர். தமிழிலக்கிய உலகில் தம்மை எழுத்தாளராக நிலைநிறுத்தியவர். தாம் படித்த பள்ளியிலேயே 33 ஆண்டுகள் முதுகலைத் தமிழாசிரியராகவும் உதவித் தலைமையா சிரியராகவும் பணியாற்றி, தமிழக அரசின் நல்லாசிரியர் விருதினை 1992 ஆம் ஆண்டு பெற்றவர். பாரதி தமிழ்ச் சங்கம், தமிழ்நாடு கலை இலக்கியப் பெருமன்றம், இலெனின் நூலகம் போன்ற பல்வேறு இலக்கிய அமைப்புகள், இலக்கிய நிகழ்வுகள், விழாக்கள் போன்றவை தேவகோட்டையில் தோன்றிச் செயல்பட முன்னோடியாய் இருந்து அடித்தளம் அமைத்தவர். இலக்கியப் பயிற்சியும் சமுதாயப் பார்வையும் மானுட மாண்பைப் போற்றுவதும் வாழ்வெனக் கொண்ட படைப்பாளர்.

இவர் சிந்தனைக்கு விருந்தாகும் சிரிப்பு மலர்கள், சிறுவர் நீதிக் கதைகள், நகைச்சுவை நாட்டுப்புறக் கதைகள், பள்ளிக்கேற்ற மேடை நாடகங்கள், ஒரு சிவப்பு ரோஜா மலர்கிறது (முழு நீள நாடகம்), நீங்க மனுஷனாகிட்டீய (நாடகத் தொகுப்பு), இருட்டில் ஒரு விடியல், இனிக்கும் இலக்கணம், சிகரத்தைத் தொடும் சிற்றலைகள் (பயண இலக்கியம்), இதோ மானுடம் (காவியம்), அன்புமலர் அன்னை தெரேசா (காவியம்) போன்ற நூல்களைப் படைத்துள்ளார்.

இதோ மானுடம் - பெயர் விளக்கம்

ஆசிரியர் ம. அருள்சாமி இதோ மானுடம் காவியத்தின் பெயருக்கான விளக்கத்தைத் தமது முன்னுரையில் பின்வருமாறு எடுத்தியம்பியுள்ளார்:

> **ஆளுநன் பிலாத்து, தனது அறங்கூறும் அவையில் இயேசுபிரானின் முகத்தையும் அகத்தையும் மனமொன்றிப் படித்ததாலே, அங்கே இருந்தவர்க்கும் உலகத்தவர்க்கும் அவரைக் காட்டி, 'இதோ மானுடம்' என்று பிரகடனப் படுத்தினான். மனிதகுலம் முழுவதையும் பிரதிபலிப்பது போன்ற அந்த மாபெரும் அறிமுகமே, 'இதோ மானுடம்' என்னும் தலைப்பாகிக் காவியமாகிறது.** *(ப.11)*

காவியம் படைக்கக் காரணம்

இதோ மானுடம் என்னும் காவியத்தைப் படைப்பதற்கான காரணத்தை ஆசிரியர் பின்வருமாறு குறிப்பிடுகிறார்:

> **இயேசு கிறிஸ்துவின் வாழ்க்கை, இன்று வழிபாட்டுக்கு மட்டும் உரியதன்று. அதற்கு மேலும் அவர்தம் வழிதேடிச் சென்று வாழவும் உரியதாகும். இயேசுவின் வாழ்வில் மானுடத்தின் மகத்துவத்தைக் காண்பதும், அந்த மாண்பின் வழி வாழ்ந்து, அவர் போதித்தது போல், மானுடம், இந்த உலகிலேயே இம்மையிலேயே மகிமை பெறுவதும் நன்றாம் என்ற எண்ணம் என்னுள் கனிந்து கனன்று, கிளர்ந்ததின் விளைவே 'இதோ மானுடம்' என்னும் காவியமாகும்.** *(ப.10)*

காவிய அமைப்பு

'இதோ மானுடம்' என்னும் இக்காவியம் பிறந்தார், வளர்ந்தார், வாழ்ந்தார், முழங்கினார், போராடினார், வென்றார் என்னும் ஆறு பெரும் பிரிவுகளைக் கொண்டது. இந்த ஆறு பெரும் பிரிவுகளும் 215 சிறு பிரிவுகளை உடையது. 720 பக்கங்களைக் கொண்ட இக்காவியம், சுமார் 2500க்கும் மேற்பட்ட செய்யுள்களை உடையது. இக்காவியம் எண்சீர்க் கழிநெடிலடி ஆசிரிய விருத்தம், அறுசீர்க் கழிநெடிலடி ஆசிரிய விருத்தம், வஞ்சிப்பா, சிந்துப் பா வடிவம், நாட்டுப்புறச் சந்தம் போன்ற பல்வேறு

வகைப் பாவடிவங்களாலானது. காவியத்தின் தொடக்கத்தில் பெரும்புலவர் இரா. தாசரதி அவர்களால் இயற்றப்பட்ட ஏழு செய்யுள்களாலான காவிய வாழ்த்து இடம்பெற்றுள்ளது.

1. பிறந்தார்

முதல் பெரும் பிரிவான 'பிறந்தார்' என்பதில் 'பாலஸ்தீன் என்றொரு நாடு' தொடங்கி, 'பூக்களாய்ப் பிறந்தோம் நாங்கள்' என்னும் 20 சிறு பிரிவுகள் இடம்பெற்றுள்ளன. இப்பகுதியில் தொடக்கத்தில் பாலஸ்தீன நாட்டைப் பற்றி விளக்கிய ஆசிரியர் தொடர்ந்து மரியாள், வளன் ஆகியோரை அறிமுகம் செய்கிறார். இருவருடைய திருமணத்திற்குப் பின்னர் மரியாள் எலிசபெத்தைக் காண்பது, சூசையும் மரியாளும் பெத்லகேம் நோக்கிச் செல்வது, பெத்லகேமிலுள்ள மாட்டுத் தொழுவத்தில் இயேசு பிறந்தது, இயேசுவின் பிறப்பு ஆயர்களுக்கு அறிவிக்கப்படுவது, குழந்தையைக் காண ஞானிகள் வந்தது, அவர்கள் திரும்பிச் சென்றபோது ஏரோது அரசனைப் பார்க்காமல் சென்றது, கோபமுற்ற அரசன் இரண்டு வயதுக்குட்பட்ட ஆண் குழந்தைகளைக் கொன்று குவித்தது போன்ற செய்திகள் இடம்பெற்றுள்ளன.

2. வளர்ந்தார்

இரண்டாம் பெரும் பிரிவான 'வளர்ந்தார்' என்பதில் 'பாலையின் செல்வர் அருளப்பர்' என்பதிலிருந்து 'கட்டிய தளையெல்லாம் சிதறுக' என்னும் 47 சிறு பிரிவுகள் அமைந்துள்ளன. இப்பகுதியில் அருளப்பரின் பிறப்பு, நாசரேத்தில் இயேசு வளர்ந்தது, அவரது பன்னிரெண்டு வயதில் எருசலேமுக்குப் பஸ்கா பண்டிகைக்குச் சென்றது, இயேசு கலிலேயா சென்றது, இயேசு கிறிஸ்துவின் மலைப்பொழிவு, உவமைகள் மூலம் இயேசுவின் அருளுரைகள், கானாவூர் கல்யாணம், சமாரியா நாட்டுப் பெண்ணுடன் இயேசு உரையாடியது போன்ற செய்திகள் இடம் பெற்றுள்ளன.

3. வாழ்ந்தார்

மூன்றாம் பெரும் பிரிவான 'வாழ்ந்தார்' என்னும் பிரிவில் 'துன்பம் துடைத்த தூயர்' என்பதிலிருந்து 'பூமித்தாய் பொங்கினால்' என்னும் 36 தலைப்புகள் இடம்பெற்றுள்ளன. இப்பிரிவில் இயேசு பெருமான் தொழுநோயாளியை, நூற்றுவர் தலைவனின் ஊழியனை, பேதுருவின் மாமியை, திமிர்வாதக்காரனை, தமது ஆடையைத் தொட்ட பெண்ணை,

பிசாசு பிடித்த ஊமையனைச் சுகமாக்கியது, பிசாசுகளைப் பன்றிக் கூட்டத்தில் அனுப்பியது, தலித்தாகூமி எனக்கூறி இறந்த பெண்ணை எழுப்பியது, இரண்டு குருடர்களுக்குப் பார்வை கொடுத்தது, பன்னிரெண்டு சீடர்களுக்கு வியாதிகளைக் குணமாக்கவும் ஆவிகளைத் துரத்தவும் அதிகாரம் கொடுத்தது, தமது சீடர்களுக்கு அறிவுரை கூறியது, பரலோக ராஜ்யம் கடுகு விதைக்கு ஒப்பாயிருக்கிறது என்பதனை உவமை வாயிலாக விளக்கியது, ஐந்து அப்பங்களையும் இரண்டு மீன்களையும் ஐயாயிரம் பேருக்குப் பகிர்ந்து கொடுத்தது, இயேசு பெருமான் கடல் மீது நடந்தது, இலாசருவை உயிரோடு எழுப்பியது போன்ற செய்திகள் விவரிக்கப் பட்டுள்ளன.

4. முழங்கினார்

நான்காம் பெரும் பிரிவான 'முழங்கினார்' என்பதில் தானாக முளைத்து வளரும் விதை என்பதிலிருந்து மனிதம் மாறும் என்பது வரையிலான 38 தலைப்புகள் இடம்பெற்றுள்ளன. இப்பிரிவில் பாவியாகிய ஒரு பெண்ணை மன்னித்தது, கடன் வாங்கியவனை மன்னித்தது, நல்ல சமாரியன் கதை, உவமைகளின் மூலம் கூறிய பல்வேறு கருத்துரைகள், விதைகள் களைகள் பற்றிய விளக்கங்கள், பரலோக ராஜ்யம் நிலத்தில் புதைத்திருக்கின்ற பொக்கிஷத்துக்கு ஒப்பாயிருக்கிறது, பரலோக ராஜ்யம் நல்ல முத்துகளைத் தேடுகின்ற வியாபாரிக்கு ஒப்பாயிருக்கிறது, கானானியப் பெண்ணின் மகளைப் பிசாசிடமிருந்து காப்பாற்றியது, வலிப்பு நோயினால் துன்பப் பட்டவனைக் குணப்படுத்தியது, ஒருவரின் குற்றத்தை ஏழு தடவையல்ல ஏழெழுபது தடவை மன்னிக்க வேண்டும் எனக் கூறியமை, காணாமல்போன ஆட்டைக் கண்டுபிடித்த மகிழ்ச்சி, ஐசுவரியவான் பரலோக ராஜ்யத்தில் பிரவேசிப்பது அரிது, குழந்தைகளிடம் பாசம் காட்டிய இயேசு, பரலோக ராஜ்யம் வீட்டெஜமானாகிய ஒரு மனுஷனுக்கு ஒப்பாயிருக்கிறது, தன்னைத் தாழ்த்துகிறவன் பரலோக ராஜ்யத்தில் பெரியவனாயிருப்பான் போன்ற செய்திகள் விளக்கப்பட்டுள்ளன.

5. போராடினார்

'போராடினார்' என்னும் ஐந்தாம் பெரும் பிரிவில் காணாமல் போன பணம் என்பதிலிருந்து மாற்றுவோம் என்பது வரையிலான 36 சிறு பிரிவுகள் அமைந்துள்ளன. இப்பிரிவில் காணாமல் போன ஒரு வெள்ளிக் காசைக் கண்டுபிடித்த பெண்ணின் மகிழ்ச்சி, தன்னை உயர்த்துகிறவன் எவனும் தாழ்த்தப்படுவான் தன்னைத் தாழ்த்துகிறவன் உயர்த்தப்படுவான்,

சகேயுவின் வீட்டிற்கு இயேசு சென்றது, ஒரு பெண்ணை மன்னித்து இனிமேல் பாவம் செய்யாதே எனக் கூறி அனுப்பியது, இயேசுவுக்கும் நிக்கொதேமுவுக்கும் நடந்த உரையாடலும் இயேசுவின் கருத்துரையும், தம்மைப் பின்பற்றி வரவேண்டுமாயின் பின்பற்ற வேண்டியதை இயேசு எடுத்துரைத்தது, குருத்தோலை பிடிப்பவர்கள் சூழ இயேசு பவனி சென்றது, எருசலேம் ஆலயத்தில் சென்று அங்கு வியாபாரத்தில் ஈடுபட்டிருந்தவர்களை விரட்டியது, ஒருவனுடைய இரண்டு மகன்கள் குறித்த செயல்பாடுகளை இயேசு விவரித்தது, இயேசு உவமையின் மூலம் கூறிய நிகழ்வு, பரலோக ராஜ்யம் தன் குமாரனுக்குத் திருமணம் செய்த ஒரு ராஜாவுக்கு ஒப்பாயிருக்கிறது என்னும் உவமையின் விளக்கம், இராயனுடையதை இராயனுக்கும் தேவனுடையதை தேவனுக்கும் செலுத்தும்படியாக இயேசு கூறியது, பரலோகத்தில் இருக்கிற ஒருவரே உங்களுக்குப் பிதாவாயிருக்கிறார் என இயேசு சீடர்களுக்கு விளக்க மளித்தது, மாயக்காரராகிய வேத பாரகரையும் பரிசேயரையும் பார்த்து இயேசு கூறியது, இயேசுவுக்கும் இராயப்பருக்கும் (பேதுரு) நடந்த உரையாடல், சீடர்களிடம் இறுதிக்காலம் பற்றிய இயேசுவின் அறிவுரை, நோவாவின் காலத்தில் நடந்தது போன்று மனுஷகுமாரன் வரும் காலத்திலும் நடக்கும் என இயேசு அறிவுறுத்தியது, பரலோக ராஜ்யம் தங்கள் தீவட்டிகளைப் பிடித்துக் கொண்டு மணவாளனுக்கு எதிர் கொண்டு போகப் புறப்பட்ட பத்து கன்னிகைகளுக்கு ஒப்பாயிருக்கிறது என்பதை விவரித்துக் கூறியது, உள்ளவனுக்குக் கொடுக்கப்படும் இல்லாதவனிடத் திலிருந்து உள்ளதும் எடுத்துக் கொள்ளப்படும் என்பதனை உவமைகளின் மூலம் எடுத்துரைத்தது போன்ற செய்திகள் இடம்பெற்றுள்ளன.

6. வென்றார்

ஆறாம் பெரும் பிரிவான 'வென்றார்' என்பதில் பரிமளத்தைலம் பூசுதல் என்பதிலிருந்து கோதுமை மணி என்பது வரையிலான 38 தலைப்புகள் இடம் பெற்றுள்ளன. இப்பிரிவில் இயேசு பெத்தானியாவில் குஷ்ட ரோகியாயிருந்த சீமோன் வீட்டில் இருக்கும் போது ஒரு பெண் விலையேறப்பெற்ற பரிமளத் தைலத்தை இயேசுவின் தலையில் ஊற்றியது, தன்னை அடக்கம் பண்ணுவதற்கு எத்தனமான செய்கை என இயேசு குறிப்பிட்டது, இயேசு தன்னை யூதாஸ் காட்டிக் கொடுப்பான் என்பதை முன்னரே அறிவித்தது, இயேசு பேதுருவை நோக்கி மூன்று முறை என்னை மறுதலிப்பாய் எனக் கூறியது, இயேசு கெத்செமனே தோட்டத்தில் சென்று ஜெபம் செய்தது, இயேசு ஜெபம் செய்து கொண்டிருக்கையில் சீடர்கள் இருக்குமிடம் வந்து நித்திரையில் இருந்த சீடர்களைப் பார்த்து எனக்காக

விழித்திருந்து ஜெபம் பண்ணுங்கள் எனக் கூறியது, இயேசுவை யூதாஸ் முத்தமிட்டுக் காட்டிக் கொடுத்தது, பிரதான ஆசாரியரின் முழக்கமும் இயேசுவை அடித்ததும், அன்னா என்பவன் பிரதான ஆசாரியனாகிய காய்பாவினிடத்திற்கு அவரைக் கட்டுண்டவராக அனுப்பியது, பேதுரு இயேசு முன்னர் கூறியது போன்று மூன்று முறை மறுதலித்தது, முப்பது காசுகளுக்காக இயேசுவைக் காட்டிக் கொடுத்த யூதாசின் முடிவு, பிலாத்துவின் முன்னர் இயேசு விசாரிக்கப்படுதல், ஏரோதுவின் முன்னர் இயேசு, பிலாத்துவின் மனைவி நீதிமானாகிய இயேசுவை ஒன்றும் செய்யக் கூடாது என செய்தியனுப்பியமை, பிலாத்துவிடம் மக்கள் பரபாசை விடுதலை செய்யவும் இயேசுவைக் கொலை செய்யவும் சத்தமிடல், இயேசுவுக்கு முள்முடி சூட்டியது, அவரை சிலுவையில் அறையக் கொண்டு சென்றது, கொல்கதா மலைக்கு இயேசு சிலுவையைச் சுமந்து கொண்டு சென்றது, சிலுவையில் இயேசுவை கள்ளர்கள் நடுவில் அறைந்தது, சிலுவையில் இயேசு உயிர் விட்டது, விலாவில் ஈட்டியால் குத்தியது, இயேசுவை அடக்கம் செய்தது, மூன்றாம் நாள் இயேசு உயிர்த்தெழுந்தது போன்ற செய்திகள் இடம்பெற்றுள்ளன.

உவமைகள்

இக்காவியத்தில் பரவலாக உவமைகளை ஆசிரியர் பயன்படுத்தி யுள்ளார். இவ்வுவமைகள் கூறப்படும் கருத்துகளை வலுப்படுத்தும் வகையில் அமைந்து, காவியப் போக்கிற்குத் துணைபுரிகின்றன. சான்றாக,

1. செங்கமல மலரின் மேலே
   சேதாம்பல் பூத்தாற் போலே (ப.21)
2. இதயத்தை உறுத்துகின்ற பாவம் போலே (ப.36)
3. ஆரமுதை அருந்தமிழில் குழைத்தல் போல (ப.40)
4. ஆலைவாய்க் கரும்பைப் போலே (ப.42)
5. ஒய்வுக்காய் இடமும் தேடி
   கடலுந்தான் அலைந்தாற் போலே (ப.42)
6. அலைமேலே துரும்பைப் போலே (ப.233)
7. ஏழைக்கே இரங்காத இதயம் போலே (ப.360)
8. போதையிலே விழுந்தவனின் நினைவைப் போலே (ப.361)
9. வாடியதோர் பயிரைக் கண்டு
   வாடுகின்ற மனதைப் போல (ப.363)

என்னும் உவமைகளைச் சுட்டலாம். மேலும், ஒரு கருத்தினை வலிமையாகச் சொல்வதற்கும், வாசகர் மனதில் அழுத்தமாகப் பதிவதற்கும், கருத்தின் வன்மையினை உணர்வதற்கும், பாடலின் கருத்தை விளக்குவதற்கும் பல உவமைகளை ஒரே பாடலில் எடுத்தாண்டுள்ளார் காவிய ஆசிரியர். சான்றாக,

> முந்நீர்ப் பௌவம் முழுதாய்
> முத்தொன்று ஈன்றாற் போல,
> தண்ணீர்த் தடாகம் ஒன்றாய்த்
> தாமரையைப் பூத்தாற் போல,
> பன்னீர் மரமும் பெரிதாய்ப்
> பவளமாக மலர்ந்தாற் போல,
> கண்ணீர் மழையில் மேரி
> கனலையே ஈன்று வைத்தாள்
>
> (பக். 45)

என்னும் செய்யுளைச் சுட்டலாம். இச்செய்யுளில் கடல் முத்தை ஈன்றது போன்று, தண்ணீர்த் தடாகத்தில் தாமரைப் பூத்தது போன்று, பன்னீர் மரம் பெரிதாகப் பவளமாக மலர்ந்தது போன்று என மூன்று உவமைகள் மூலம் அன்னை மேரி குழந்தையைப் பெற்றெடுத்ததை ஆசிரியர் விளக்குகிறார். இதைத் தொடர்ந்து வரும் செய்யுளான,

> மலரிலே இருந்த மணந்தான்
> மகிழ்ச்சியில் சிரித்தாற் போலே
> வளரிள ஒளியின் கதிர்தான்
> வண்ணமாய்ச் சிலிர்த்தாற் போலே
> பழமுதிர் சுளையின் சுவைதான்
> பனியதாய் இனித்தாற் போலே
> பலர்புகழ் மகவின் பயன்தான்
> பரவசம் ஆகும் நிலைதான்
>
> (பக்.46)

என்பதில் மலரிலே இருந்த மணம் மகிழ்ச்சியில் சிரித்தது போன்று, ஒளியின் கதிர் வண்ணமாகச் சிரித்தது போன்று, பழச்சுளையின் சுவை இனிப்பதைப் போன்று, பலராலும் புகழப் பெற்ற குழந்தையின் பயன் பரவசமாக்கும் நிலையில் இருந்தது எனக் குழந்தையின் வரவினை மூன்று உவமைகளின் மூலம் விளக்குகிறார்.

கவிக்கூற்று

கவிஞர் தம் காவியக் கதையோட்டத்தில் ஆங்காங்கே தம் கருத்துகளை முன்வைப்பதைக் கவிக்கூற்று எனலாம். இடையிடையே கவிக்கூற்றாகக்

கதைப் போக்கினைத் தெரிவித்து மேலே விவரித்துச் சொல்வது ஒரு மரபு. மட்டுமன்றி, கவிஞர்கள் தாம் பாடி வரும் செய்திகள் முடிந்த நிலையில் அடுத்ததாக இன்ன செய்தியைச் சொல்லத் தொடங்குகிறேன் என்று பாடலில் குறிப்பிடுவதும் கவிக்கூற்று எனப்படும். கவிக்கூற்றில் இடம்பெறுவது கவிஞரது சொந்தக் கருத்து. இது கதையை நடத்திச் செல்லும் ஓர் உத்தி. பொதுவாக, நூலுள் கவி தன்னுடைய கூற்றாகக் கூறும் செய்தி இரண்டு வகைகளில் அமையலாம். ஒன்று கதையோட்டத்துடன் அவற்றைப் பற்றிய கருத்துரைகளாக அமையலாம்; மற்றொன்று கதை யோட்டத்துடன் தொடர்பின்றி, கவிஞரின் மன உணர்வுகளை வெளிப்படுத்தும் வகையிலும் அமையலாம். இவ்விரண்டு தன்மையும் இதோ மானுடம் காவியத்தில் மூன்றுவிதமான கூறுகளில் அமைந்து காவியத்திற்குச் சிறப்பு அளிக்கின்றன.

இதோ மானுடம் என்னும் காவியத்தில் சுமார் 50 தலைப்புகளில் கவிக்கூற்றாக செய்திகளைக் குறிப்பிட்டுள்ளார் ஆசிரியர். இவற்றில் பெரும்பாலானவை புதுக்கவிதை நடையில் அமைந்துள்ளன.

கவிக்கூற்று இடம்பெற்றுள்ள வகைகள்

இதோ மானுடம் காவியத்தில் மூன்று வகையில் கவிக்கூற்றுகள் அமைந்துள்ளன. அவை பின்வருமாறு:

1. கதையோட்டத்துடன் இடம்பெற்றுள்ள கவிக்கூற்றுகள்
2. தனித்தலைப்புகளில் காவியத்துடன் தொடர்புடைய கவிக்கூற்றுகள்
3. தனித்தலைப்புகளில் காவியத்துடன் தொடர்பில்லாக் கவிக்கூற்றுகள்

1. கதையோட்டத்துடன் இடம்பெற்றுள்ள கவிக்கூற்றுகள்

காவிய ஆசிரியர் கதையோட்டத்துடன் தமது எண்ணங்களை கவிக்கூற்றாக வெளிப்படுத்துவார். இம்மரபின் அடிப்படையில், பன்னிருவரை அனுப்பினார் என்னும் தலைப்பின் கீழ் இயேசு கிறிஸ்து தமது சீடர்களான பன்னிருவரை அனுப்பும்போது, பல அறிவுரைகளை அவர்கள் முன் வைத்தார். அவரது அறிவுரைகளில் இன்றியமையாதது இலவசமாய்ப் பெற்றீர்கள், இலவசமாய்க் கொடுங்கள் என்பதாகும். இப்பகுதியில் இயேசு குறிப்பிடும் செய்திகளில் உழைப்பு என்பது பற்றிய குறிப்பு இல்லை. எனினும் காவியத்தில் ஆசிரியர் இடையிடையே காவிய ஓட்டத்துடன் தொடர்புடைய செய்திகளை எளிமையாகத் தருகிறார். சான்றாக,

உழைப்பவர்க்கு உணவு வேண்டும்
உரிமையுள் உயர்ந்த ஒன்றாம்
உழைப்பவர்க்கு உடைகள் சொந்தம்
உறையுள்ளும் வேண்டும் அவர்க்கு
உழைப்பவர்க்கு கல்வி வேலை
உரிமையாம் உடலின் நலனும்
உழைப்பவர்க்கு எல்லாம் சொந்தம்
உழையுங்கள் ஊரே உமக்கு (ப.272)

என்னும் பாடலில் உழைப்பின் சிறப்பினைத் தெளிவாக வரையறை செய்கிறார். உழைப்பவர்க்கு உணவு அளிப்பதுடன், உடுக்க உடை, தங்கு வதற்கு வீடு, கல்வி போன்றவற்றை அளிக்க வேண்டும்; உழைப்பவர்க்கே இந்த உலகம் உரிமையானது என எடுத்துரைக்கின்றார். இச்செய்யுள் ஆசிரியரின் உணர்வுகளை வெளிக்கொணருவதாக அமைந்துள்ளது.

2. தனித்தலைப்புகளில் காவியத்துடன் தொடர்புடைய கவிக் கூற்றுகள்

இதோ மானுடம் காவியத்தில் பல இடங்களில் காவியத்துடன் தொடர்புடைய கவிக்கூற்றுகள் அமைந்துள்ளன. 107 ஆவது தலைப்பான 'வாழ்நிலையில் மாற்றம் உண்டா' என்பது கவிக்கூற்றாக அமைந்துள்ளது. இதன் முந்தைய தலைப்பு கடனை மன்னித்தல் என்பதாகும். அதில் ஒருவனுடைய கடனை மன்னித்ததும் ஒரு பெண்ணை மன்னித்ததும் இடம்பெற்றுள்ளன. அதனைத் தொடர்ந்து வரும் பகுதியில் தமது எண்ணங்களை ஆசிரியர் வெளிப்படுத்துகிறார்.

இருபதாம் நூற்றாண்டில் வாழ்ந்துவரும் நமது வாழ்வு மாற்றம் பெற வில்லை. சமூகத்தில் பொல்லாத வன்கொடுமைகள் நடந்து வருகின்றன. நாம் துன்பங்களில் உழன்று இறைவன் கூறிய செய்திகளை மறந்து விடுகின்றோம். ஆண்டவர் மன்னிக்க வேண்டும் என்றார்; ஆனால் நம்மிடம் மன்னிக்கும் குணம் வரவில்லை. இறைவனின் மொழியைப் பின்பற்றி அவர்வழி வாழ வேண்டும். மன்னித்தல் மூலமாகப் பகைமைகள் ஒழியும் எனக் கூறிய கவிஞர் பின்வருமாறு பாடுகிறார்:

பேச்செல்லாம் மன்னித்தல் பேச்சே ஆகும்
பேருலகில் அமைதிதானும், அதனால் ஆகும்
மூச்செல்லாம் அன்பென்னும் மூச்சே ஆகும்
முன்னேற்றம் மன்பதைக்கு, அதனால் ஆகும்
வீச்செல்லாம் பொறுமைதரு வீச்சே ஆகும்
வீண்கலகம் தவிர்த்தலுமே, அதனால் ஆகும்

நீச்செல்லாம் ஆணவஎதிர் நீச்சே ஆகும்
நீள்பயணம் நெடுஞ்சிலுவை, அதனால் ஆகும் (ப.355)

இச்செய்யுளில் வாழ்நிலையில் மாற்றம் பெறவேண்டுமாயின் மன்னிக்கும் குணம் வேண்டும் என வலியுறுத்துகிறார். மன்னிப்பு என்பது மக்களிடம் காணப்பட்டால், உலகில் அமைதியும் அன்பும் நிறைந்திருக்கும். அதனால் உலகம் முன்னேறும். மேலும் பொறுமை ஏற்படுவதுடன் வீணான சண்டைகள் ஏற்படுவதும் தவிர்க்கப்படும் எனக் குறிப்பிடுகிறார்.

3. தனித்தலைப்புகளில் காவியத்துடன் தொடர்பில்லாக் கவிக் கூற்றுகள்

இக்காவியத்தின் தலைப்புகளுள் பல காவிய ஓட்டத்துடன் தொடர்பில்லாத கவிக்கூற்றுகளாக அமைந்துள்ளன. கவிஞரின் மன உணர்வுகள் வெளிப்படும் வகையில் 'எங்கே சென்றது' என்னும் பகுதி அமைந்துள்ளது. ஆதி மனிதன் தன் உணவுக்காக மோதிக் கொண்டான். மனிதர்கள் மண், பெண், பொன் ஆகியவற்றுக்காக மோதிக் கொண்டனர். மேலும் மனிதர்கள் அறிவின் தாகத்தினாலும் அகந்தை மோகத்தினாலும் மோதிக் கொண்டனர். ஆதி காலத்தில் கற்களை வைத்தும் விலங்குகளின் எலும்பை வைத்தும் மோதி மனிதர்களை வீழ்த்தினர். பின்னர் ஈட்டியினாலும் வாள்களினாலும் மோதல் ஏற்பட்டு அழிந்தனர். காலவளர்ச்சியில் ஏவுகணைகள் பாய்ந்தும் அணுகுண்டுகள் போட்டும் அழிவுகள் ஏற்பட்டன. இதனால் ஜப்பானில் நாகசாகி, ஹிரோசிமா என்னும் நகரங்கள் அழிந்து சாம்பலாயின. ஆண்டுகள் பல சென்றும் இந்த அழிவின் ஓலம் தொடர்ந்து கொண்டேயிருக்கிறது. ஜப்பானில் விழுந்த குண்டின் விளைவால் அங்கு பிறக்கும் குழந்தைகளுக்கு இன்றும் பாதிப்பு உள்ளது. புதிய சோதனைகள் புதிய வேதனைகளையே தருகின்றன. அறிவியல் அழிவுப் பாதைக்கு நேராகச் செல்கிறது. இன்றும் நாம் எண்ணிப் பார்க்கின்றோம். இயேசு சென்ற அன்பின் பாதை பேசு பொருளாக மட்டுமே உள்ளது. இனிமேல் சென்றதும் வென்றதும் போதும். நாம் நல்ல வழியில் செல்ல வேண்டும். இதை இன்றும் என்றும் எண்ணிப் பார்க்க வேண்டும் என்னும் தம் கருத்தினை இப்பகுதியில் ஆசிரியர் வலியுறுத்துகிறார்.

மேலும் ஒரு சான்றினைக் குறிப்பிடலாம். 113 ஆவது தலைப்பு 'பசும்புல் நுனியின் பனித்துளி' என்பதாகும். இத்தலைப்பில் பாலியல் வன்முறைகளைப் பற்றிய தமது எண்ணங்களை வெளிப்படுத்தியுள்ளார். பாலியல் வன்முறை நிகழ்வுகள் பண்பாட்டு அவலமாக உள்ளது. இது வக்கிரத்தின் உக்கிரமாக செயல்படுகின்றது. சமூக அமைப்பு கட்டுப்பாட்டுடன் இருக்க வேண்டும். கட்டுப்பாடு உடையும் போது, சமூக அமைப்பு சாக்கடையாக மாறிவிடுகின்றது. பாலியல் வன்முறை

கொடிதினும் கொடிது எனக் குறிப்பிட்டு தொலைத் தொடர்புகளால் இதன் தாக்கம் அதிகமாகின்றது எனக் குறிப்பிட்டுள்ளார். மேலும்,

> பாலியல் -
> பசும்புல் நுனியின்
> பனித்துளி - அதைச்
> சூரியக் கதிர்கள்
> சூழ்ந்து கொண்டால்
> இன்பமாம் இருவருக்கும்!
> அதுவே -
> மானிடக் கால்பட்டுக்
> கசங்கிச் சிதறினால்,
> பாலியல் பனித்துளி
> சிந்திச் சீரழியும் சேற்றிலே -

என்கிறார். இறுதியாக ஆசிரியர் பாலியல் வன்முறைகளை அகற்றுவதற்கு புதல்விகளை, புதல்வர்களை நன்முறையில் வளர்ப்பதுதான் சிறந்த தீர்வாகும் எனக் கருத்துரைக்கிறார்.

இயேசு பெருமானின் வாழ்வியலை விவிலியப் பின்னணியில் பல்வேறு வகையிலான பாக்களால் படைத்து, கவிக்கூற்று என்னும் உத்தியின் அடிப்படையில் இன்றைய மானுடத்தின் தன்மையினையும் போக்கினையும் விவரித்துள்ளார். மானுடம் என்னும் சொல் மனிதகுலம் முழுவதையும் குறிக்கும் ஒரு பொதுவான சொல்லாகும். மனிதகுலம் முழுவதுக்கும் தலைவரான இயேசு பெருமானைக் குறிக்கும் வகையில் இதோ மானுடம் எனப் பெயரிட்டு அவரது வரலாற்றைக் காவியமாக்கியுள்ளார் ஆசிரியர். விவிலியத்தில் யோவான் எழுதிய நற்செய்தி நூலின் 19 ஆம் அதிகாரம் 5 ஆம் வசனத்தில், 'அப்பொழுது பிலாத்து அவர்களை நோக்கி: இதோ, இந்த மனுஷன் என்றான்' எனக் குறிப்பிடப்பட்டுள்ளது. இச்சொற்கள் பொருள் நிறைந்த சொற்கள் என்பது வெளிப்படை. இதை ஆதாரமாகக் கொண்டே காவியத்திற்குப் பெயர் சூட்டியுள்ளார். ஆசிரியர் இறைச்சிந்தனை மட்டுமல்லாமல் சமூக அக்கறை கொண்டு மானுட மேம்பாட்டிற்கான வித்துக்களையும் இக்காப்பியத்தில் விதைத்துள்ளார். ஆசிரியரின் கவிக்கூற்று வாயிலாக உலகத்தை உலுக்கிய நிகழ்வுகள், வரலாற்றை மாற்றி எழுதிய மாபெரும் சிந்தனைகள், தத்துவங்கள் ஆகியன சீர்தூக்கிப் பார்க்கப்படுகின்றன. கிறித்தவக் காப்பியங்களுள் சற்று மாறுபட்டதெனினும் அதேவேளை, இன்றைய வாழ்வியலுடன் தொடர்புடையக் காவியமாக இதோ மானுடம் திகழ்கிறது.

24. அருள் மைந்தன் மாகாதை

விவிலியத்திலுள்ள நான்கு நற்செய்தி நூல்களின் அடிப்படையில் இயேசு கிறிஸ்துவின் வரலாற்றை வெண்பா வடிவில் எடுத்தியம்பும் காப்பியம் 'அருள்மைந்தன் மாகாதை' என்பதாகும். இக்காப்பியத்தின் ஆசிரியர் பேராசிரியர் பொன். தினகரன். பொதுவாக வெண்பா வடிவில் காப்பியங்கள் படைக்கப்படுவது மிகக் குறைவு. இக்காப்பியம் 2002 ஆம் ஆண்டு வெளியிடப்பட்டது. இந்நூலைத் தமது தந்தையாரான கிறித்தவக் கீர்த்தனைகள் இயற்றிய பொன்னுசாமி போதகர் அவர்களின் பாதங்களுக்கு அஞ்சலியாகப் படைத்துள்ளார்.

ஆசிரியர் குறிப்பு

பேராசிரியர் ல. பொன். தினகரன் 1930 ஆம் ஆண்டு மார்ச் மாதம் 27 ஆம் நாள் அருள்திரு. ல. பொன்னுசாமி - து. அருள்மணி தம்பதியினருக்கு மகனாகப் பிறந்தார். அருள்திரு. ல. பொன்னுசாமி அவர்கள் தென்னிந்திய ஐக்கிய திருச்சபையில் அருட்பொழிவு பெற்ற ஆயர். இவர் கீர்த்தனைக் கவிஞராகவும் திகழ்ந்தவர். ல. பொன். தினகரன் இளம் பருவத்திலேயே இந்தி எதிர்ப்புப் போராட்டத்தில் பங்கு பெற்றவர். இவர் முத்தமிழ் மன்றம் என்னும் பத்திரிகையின் ஆசிரியராகப் பல ஆண்டுகள் பணிபுரிந்தவர். இவர் தமது இளங்கலை ஆனர்ஸ் படிப்பை மதுரையிலுள்ள அமெரிக்கன் கல்லூரியிலும் முதுகலைப் படிப்பை அண்ணாமலைப் பல்கலைக் கழகத்திலும் பயின்றார். பின்னர் அமெரிக்கன் கல்லூரியில் தமிழ்ப் பேராசிரியராகப் பணியாற்றினார்.

அமெரிக்கன் கல்லூரிப் பாடலான 'தமிழ் நிலை பெற்ற மதுரையிலே' என்னும் பாடலை இயற்றிப் பண்ணிசைத்துள்ளார். நல்ல முடிவு என்னும் நாடகத்தை எழுதி கல்லூரியில் மேடையேற்றினார். இசைத் தேன் என்னும் கவிதைத் தொகுப்பு நூலினையும் வெளியிட்டுள்ளார். அமெரிக்கன் கல்லூரியில் முதியோர்கள் தமிழ் பயிலுவதற்கானத் திட்டத்தினை வகுத்துக் கொடுத்தார். பெத்லகேம் குறவஞ்சி என்னும் சிற்றிலக்கியத்தை நாட்டிய

நடனமாக அமைத்து, கல்லூரி மாணவர்களை இதில் பங்குபெறச்செய்து, மதுரையிலுள்ள கல்லூரிகளுக்கு இடையே நடைபெற்றக் கலை நிகழ்ச்சியில் அரங்கேற்றம் செய்தார். இவர் 2001 ஆம் ஆண்டு ஜூன் மாதம் 15 ஆம் நாள் காலமானார்.

நூலின் அமைப்பு

பாயிரத்துடன் தொடங்கும் அருள் மைந்தன் மாகாதை என்னும் காப்பியம் திருப்பிறப்புக் காண்டம், அருட்பணிக் காண்டம், மீட்புக் காண்டம் என்னும் மூன்று காண்டங்களாலானது. இந்நூல் பாயிரத்திலுள்ள செய்யுள்களுடன் (12+333) சேர்த்து மொத்தம் 345 செய்யுள்கள் உடையது. அனைத்து செய்யுள்களும் வெண்பாக்களால் ஆனவை.

பாயிரம்

பாயிரம் என்னும் பகுதியில் கடவுள் வணக்கம், அவையடக்கம், நூலாக்கம் என்னும் மூன்று தலைப்புகளில் 12 செய்யுள்கள் உள்ளன. கடவுள் வணக்கத்தில் திரியேக தெய்வத்தினை மூன்று செய்யுட்களில் வணங்கி, இறைவனின் புகழ் பாட அருள் வேண்டுகிறார். அவையடக்கத்திலுள்ள நான்கு பாடல்களிலும் தம்மைத் தாழ்த்தி இறைவனிடம் வேண்டுகிறார். இயேசு கிறிஸ்துவின் வரலாற்றைப் பாட விழைவது மயில் ஆடுவது கண்டு வான்கோழி தானும் அசைந்தாடுவதற்கு ஒப்பாகும் எனத் தன்னைத் தாழ்த்துகின்றார். இறைவனின் ஒப்பற்ற அன்பு இம்முயற்சியில் தம்மை உந்துகின்றமையால் தமது ஆசை நிறைவேறுவது உறுதி என அவையடக்கத்தில் தம் மன உணர்வை வெளிப்படுத்துகிறார். நூலாக்கம் என்னும் பகுதியில் 5 செய்யுள்கள் உள்ளன. ஆசிரியர் தாம் இந்நூலை வெண்பாவில் இயற்றுவதற்கான காரணங்களைக் குறிப்பிட்டு, இதன் முன்னோடியாக வெண்பாவில் இயற்றப்பட்ட புகழேந்தியின் நளவெண்பா, பாரதிதாசனின் பூவிழியாள் மணிமேகலை என்னும் படைப்புகளைக் குறிப்பிடுவதுடன், வெண்பாவில் சொல்லப்படுகின்ற செய்தி நினைவில் எளிதில் நிலைத்து நிற்கும் எனக் கூறுகிறார்.

1. திருப்பிறப்புக் காண்டம்

அருள்மைந்தன் மாகாதை என்னும் நூலின் முதலில் அமைந்துள்ள திருப்பிறப்புக் காண்டமானது மேய்ப்பருக்குச் செய்தி, விண்மீனும் வேந்தர் பிறப்பும், ஆலயத்தில் திருக்குழந்தை, பன்னிரு வயதில் பரம தந்தை, வழியில் ஏசுபிரான் என்னும் ஐந்து தலைப்புகளில் அமைந்துள்ளது. தூதன்

மரியாளை வாழ்த்திக் கூறிய செய்தியிலிருந்து இயேசு கிறிஸ்து பெற்றோருடன் எருசலேமிற்குப் பஸ்கா பண்டிகை கொண்டாடச் சென்றது, திரும்பும் வழியில் இயேசுவைக் காணாத பெற்றோர் எருசலேமில் சென்று மகனைப் பார்த்தது முதலியன இக்காண்டத்தில் விளக்கப்பட்டுள்ளன.

2. அருட்பணிக் காண்டம்

இரண்டாவது காண்டமான அருட்பணிக் காண்டத்தில் பிசாசின் சோதனைமேல் வெற்றி, திருமுழுக்கன் யோவானும் திருமைந்தனும், கானாவூர் மன்றல், மலைப்பொழிவு, அரசுக்கு வரி செலுத்துதல் முறையாகும், விதைப்பவன் உவமை, ஆலயமா! கள்ளர் குகையா!, சிறியவற்குச் செய்தது எனக்குச் செய்ததாகும், நல்ல சமாரியன், மனிதனுக்கே ஓய்வுநாள், பெரும்பாடு நீங்கப் பெற்ற பெண், இலாசருவை உயிர்ப்பித்தல், அண்ணலும் ஆயங்கொள் சகேயுவும், தொழுநோயாளி குணமடைதல், பிறவிக்குருடன் கண்ணொளி பெறுதல், பொருளாசை இறையரசு எய்தத் தடையாகும், திருந்திய மைந்தன் ஆகிய தலைப்புகளில் செய்திகள் எடுத்தியம்பப்பட்டுள்ளன.

3. மீட்புக் காண்டம்

மூன்றாவது காண்டமான மீட்புக் காண்டத்தில் எருசலையில் இறைமைந்தன் உலா, இறுதி இரவு விருந்து, கெத்சமனே தோட்டத்தில் கிறிஸ்து, விண்மைந்தன் விசாரணைக்கு உட்படல், சீரண்ணல் சிலுவைப் பாடுறல், சிலுவையின் சீர்மொழிகள், அண்ணலின் அடக்கமும் உயிர்த்தெழுதலும், சீடர்க்குக் காட்சிதருதலும் பரமேறுதலும் என்னும் தலைப்புகளில் செய்திகள் இடம்பெற்றுள்ளன.

மாட்டுக் கொட்டிலைத் தேர்ந்தெடுக்கக் காரணம்

இவ்வுலக வாழ்வு நிலையற்றது, வானுலக வாழ்வே நிலையானது என்பதனை உணர்த்தவே சத்திரத்தைப் பிறப்பிடமாக கிறிஸ்து ஏற்றுக் கொண்டார். ஆன்மாவைப் பசு என்றும் ஆண்டவனைப் பதி என்றும் நான்மறைகள் கண்டுணர்த்துதல் உண்மை என உணர்த்துவதற்காக உடம்பின் ஊன் உருகுமாறு அம்மா என்று இடையறாது அழைக்கும் பசுக்கள் தங்கும் தொழுவத்தைத் தேர்ந்தெடுத்தார் எனவும் ஆசிரியர் காரணம் கூறுவது புதுமையானதாக உள்ளது. ஆன்மாக்களைப் பசு என்றும் ஆண்டவனைப் பதி என்றும் சைவசித்தாந்தம் குறிப்பிடுகிறது.

பதிபசு பாசம் எனப்பகர் மூன்றில்
பதியினைப் போற்பசு பாசம் அனாதி
பதியினைச் சென்றணு காபசு பாசம்
பதியணு கிற்பசு பாசம்நில் லாவே *(பத்தாம் திருமுறை, பா.3)*

எனத் திருமூலர் பாடுகிறார்.

திருக்குறளின் தாக்கம்

அருள்மைந்தன் மாகாதையில் 14 இடங்களில் ஆசிரியர் திருக்குறள் கருத்துகளைக் கையாண்டுள்ளார். அருட்பணிக் காண்டத்தில் இடம் பெற்றுள்ள நல்ல சமாரியன் கதையில் திருக்குறள் கருத்தினை ஆசிரியர் எடுத்தாண்டுள்ளார். கள்வர்களின் கையில் அகப்பட்டுத் துன்ப மடைந்தவனைப் பார்த்த யூத ஆசாரியன் போன்றோர் விலகிச் சென்றனர். ஆனால் தாழ்ந்தவனாகக் கருதப்படும் சமாரியன் உதவினான். துன்ப மடைந்தவனுக்கு யார் அடுத்தவன் என்னும் விவாதத்தில் உடுக்கை இழந்தவன் கைபோல இடுக்கண் களைந்த இழிகுலத்தான் எனக் கருதப்பட்ட அச்சமாரியனே அவனுக்கு அடுத்தவன் ஆவான் என்றார் இயேசு கிறிஸ்து. இக்கருத்திற்கு அரண் சேர்க்கும் வகையில் ஆசிரியர்,

உடுக்கை இழந்தவன் கைபோல ஆங்கே
இடுக்கண் களைவதாம் நட்பு *(788)*

என்னும் குறளினைப் பிரதிபலிக்கும் வகையில்,

இடுக்கண் உழந்தான் தனக்கே இவருள்
அடுத்தான் எவனென்(று) அறைமின் - உடுக்கை
இழந்தானின் கைபோல் இடுக்கண் களைந்த
இழிசாதி என்பான்அன் றோ! *(பா.123)*

என்று செய்யுள் இயற்றியுள்ளார். இதனைப் போன்று இன்னும் ஒரு சான்றினை விவரிக்கலாம். இயேசு கிறிஸ்து மலைப்பொழிவில் கூறிய, உம் கண்ணில் இருக்கும் தடியை எடுத்தெறிய முயலாது, பிறர் கண்ணில் இருக்கும் துரும்பை எடுப்போம் என்கின்றீரே, இது எப்படி முறையாகும். அடுத்தவர் குற்றங்களை எவ்வளவு துல்லியமாகப் பார்க்கிறீர்கள்; அதேபோல உங்கள் குற்றங்களையும் பார்க்க முற்பட்டால் இவ்வுலகில் எவ்வுயிர்க்கும் துன்பம் இல்லையாகும் என்னும் செய்தியை ஆசிரியர் தம் காப்பியத்தில்,

◻ கிறித்தவக் காப்பியங்கள்　　　　　　　　　　◻ **269**

> ஏதிலார் குற்றம்போல் தம்குற்றம் காண்கிற்பின்
> தீதில்லை மன்னுயிர்க்(கு) என்றறிக - யாதுநீர்
> நுங்கண் தடியிருப்ப நும்அயலார் கண்துரும்பை
> இங்கண் எடுப்போம் எனல்　　　　　　(பா.88)

எனப் பாடுகிறார். இச்செய்யுள்,

> ஏதிலார் குற்றம்போல் தம்குற்றம் காண்கிற்பின்
> தீதுண்டோ மன்னும் உயிர்க்கு　　　　　(190)

என்னும் திருக்குறளைக் கையாண்டிருப்பதை வெளிப்படுத்துகிறது. இது காப்பியத்தின் சிறப்பையும் ஆசிரியரின் இலக்கியப் புலமையையும் புலப்படுத்துகிறது.

உவமைகள்

ஆசிரியர் வெளிப்படுத்தும் செய்திகளை எளிதில் விளக்குவதற்கு தித்திக்கும் தேனாம் இசைத்தமிழ்போல், செத்தவன் மீண்டும் உயிர் பெற்று வந்ததுபோல், கல்லாக் கயவர்தம் கல்நெஞ்சம் போல், கூடிக்கை கொட்டித் தெருமுனையில் நாள்தோறும் வேடிக்கை பார்க்கும் சிறுவரைப்போல், கன்று கரவை நினைத்து கதறல்போல், உறக்கம் கலைந்தே எழுபவன் போலே போன்ற எளிமையான உவமைகளைக் கையாண்டுள்ளார்.

தமிழ் மரபைப் பின்பற்றல்

இயேசு கிறிஸ்து எருசலேம் நகர வீதிகளில் கழுதைக் குட்டியின் மீது அமர்ந்து பவனி வந்தார். அப்போது அவர் பவனி வரும் சாலை நெடுகிலும் எருசலேம் நகர மக்கள் நின்று ஓசன்னா எனப் பாடி அவரை ஆரவாரத்தோடு வரவேற்றனர். எருசலேம் நகர தெருக்களை மக்கள் அலங்கரித்திருப்பதனை விவரிப்பதில் தமிழ் மணம் வீசுகின்றது. இதனை,

> கோவில் நகராம் எருசலை வீதியெல்லாம்
> மாவிலைத் தோரணங்கள் பூச்சரங்கள் - பாவையர்கள்
> வண்ணமுற இட்டுவைத்த மாக்கோலம் வாசலெங்கும்
> திண்ணைதொறும் வாழை மரம்　　　　　(190)

எனத் தமிழ் மணம் கமழப் பாடுகிறார். கோவில் நகரமாகிய எருசலேமின் வீதிகளிலெல்லாம் மாவிலைத் தோரணங்கள், பூச்சரங்கள், வாசலெங்கும் பாவையர்கள் இட்டு வைத்த வண்ணம் செறிந்த மாக்கோலங்கள், திண்ணைகள் தோறும் வாழை மரங்கள் எல்லாம் இறைவனை வரவேற்றன என்பது பாடலின் கருத்தாகும். இப்பாடலில் குறிப்பிடப்

பட்டுள்ள அனைத்தும் தமிழ் மக்கள் பின்பற்றும் மரபாகும். எருசலேம் நகரில் நடந்த நிகழ்வினை விளக்கும்போது, தமிழ் மண்ணில் நடந்த நிகழ்வு போன்ற சூழலை ஆசிரியர் ஏற்படுத்தியுள்ளார். காப்பிய நிகழ்வு எந்த மண்ணில் நிகழ்ந்திருந்தாலும் அக்காப்பியம் எழுதப்படும் மொழியின் மண்ணுக்கும் பண்பாட்டுக்கும் ஏற்ப, அந்த மண்ணின் மணத்துடன் எழுதிச் செல்வதே காப்பியத்தின் வெற்றி எனலாம். அவ்வகையில் இத்தகைய வருணனைகள் தமிழ் மண்ணிலேயே நடந்தது போன்ற உணர்வினை வாசகருக்கு ஏற்படுத்துகின்றன.

இயேசு கிறிஸ்து சிலுவையைச் சுமந்து கொண்டு தள்ளாடி உடல் சோர்ந்து செல்லும்போது தெருவின் இரு பக்கத்திலும் நின்றிருந்த பெண்கள் அழுது அரற்றியதை,

> பேதை முதலாகப் பேரிளம்பெண் ஈறாக
> மாதர் எருசலை மாநகரின் - வீதி
> இருமருங்கும் ஈண்டி அரற்றும் புலம்பும்
> பெருநதியாக் கண்ணீர் உகுத்து *(260)*

என ஆசிரியர் பாடுகிறார். பேதை முதல் பேரிளம் பெண் வரையான ஏழு பருவத்துப் பெண்டிரும் எருசலை மாநகரத்து வீதிகளின் இரு பக்கத்திலும் கூடி நின்று, ஐயன் அவலம் கண்டு, பெருநதி என்னுமாறு கண்ணீர் வடித்து அழுதார்கள், புலம்பினார்கள் என்பது இப்பாடலின் பொருளாகும். இப்பாடலில் உலா இலக்கிய மரபை ஆசிரியர் புகுத்தியுள்ளார்.

விவிலிய வசனங்களைக் கவிதையாக்கல்

விவிலியத்தில் இடம்பெற்றுள்ள மத்தேயு, மாற்கு, லூக்கா, யோவான் என்னும் நான்கு நற்செய்தி நூல்களை அடிப்படையாகக் கொண்டு இக்காப்பியம் படைக்கப்பட்டிருந்தாலும், வசனங்களைச் செய்யுள்களாக மாற்றும்போது அதில் ஆசிரியரின் படைப்புத் திறன் வெளிப்படுவது இயல்பு. சான்றாக, 'கேளுங்கள், அப்பொழுது உங்களுக்குக் கொடுக்கப்படும்; தேடுங்கள், அப்பொழுது கண்டடைவீர்கள்; தட்டுங்கள், அப்பொழுது உங்களுக்குத் திறக்கப்படும் (மத்தேயு, 7:7) என்னும் வசனத்தை அடிப்படையாகக் கொண்டு,

> கேளுங்கள் நீங்கள் கொடுக்கப் பெறுவீர்கள்
> தேடுங்கள் அப்பொழுது கண்டடைவீர் - தாழாது
> தட்டும் பொழுதில் திறக்கப் படுமென்று
> கட்டுரைத்தார் ஏசு பிரான் *(ப. 82)*

என்னும் செய்யுளைப் படைத்துள்ளார். மேலும், 'ஐசுவரியவான் தேவனுடைய ராஜ்யத்தில் பிரவேசிப்பதைப் பார்க்கிலும், ஒட்டகமானது ஊசியின் காதிலே நுழைவது எளிதாயிருக்கும் என்றார்' (மாற்கு 10:25) என்னும் வேதவாக்கை,

ஒட்டகங்கள் ஊசியின் காதில் புகல்எளிது
பெட்டகத்துள் காசைப் பதுக்கிவைக்கும் - முட்டாப்
பொருட்செல்வர் விண்ணில் புகல்அரி(து) என்பார்
அருட்செல்வர் அன்பர் இடம் (பா. 167)

என்னும் செய்யுளாக வடிவமைத்துள்ளார். ''தேவாலயத்தை இடித்து, மூன்று நாளைக்குள்ளே கட்டுகிறவனே, உன்னை நீயே இரட்சித்துக்கொள்; நீ தேவனுடைய குமாரனானால் சிலுவையிலிருந்து இறங்கி வா என்று அவரை தூஷித்தார்கள்'' (மத்தேயு 27:40) என்னும் வசனத்தை,

ஆலயத்தை முற்றும் அழித்துவிட்டு மூன்றாம்நாள்
சீலமுறக் கட்டுகின்ற சிற்பியே - ஏலுமெனின்
இப்போ(து) இறங்கிவா என்பார்கள் ஈசனுக்கு)
ஒப்பாம் குமாரன் எனில் (பா.275)

எனக் கவிதையாக்கம் செய்துள்ளார். இன்னும் ஒரு சான்றினைச் சுட்டலாம். 'மற்றவர்களை ரட்சித்தான்; தன்னைத்தான் ரட்சித்துக் கொள்ளத் திராணியில்லை; இவன் இஸ்ரவேலின் ராஜாவானால் இப்பொழுது சிலுவையிலிருந்து இறங்கி வரட்டும், அப்பொழுது இவனை விசுவாசிப்போம் (மத்தேயு, 27:42) என்னும் வசனத்தை,

மற்றவரை மீட்டாயே தன்னைத்தான் மீட்பதற்கு
மற்றுன்னால் கூடாமற் போயிற்றோ - முற்றுமுனை
நம்பி வழிபடுவோம் நாளும் சிலுவைநின்(று)
எம்பி இறங்கிவாவென் பார் (பா.280)

என்னும் வெண்பாவாகப் படைத்தளித்துள்ளார் ஆசிரியர். இதுபோன்று ஏராளமான சான்றுகளைச் சுட்டலாம்.

விவிலியத்திலுள்ள புதிய ஏற்பாட்டை அடிப்படையாகக் கொண்ட இக்காப்பியம், எளிதில் படித்துப் புரிந்து கொள்ளும் தன்மையில் இயற்றப் பட்டுள்ளது. மேலும் ஒரு சிறப்பு என்னவெனின், இக்காப்பியத்திற்கு ஆசிரியரே உரையும் எழுதியுள்ளார்.

25. இயேசுநாதர் வெண்பா

இயேசு கிறிஸ்துவின் வரலாற்றை நற்செய்தி நூல்களின் அடிப்படையில் வெண்பா வடிவில் தருவது இயேசுநாதர் வெண்பா. இக்காப்பியம் 2016 ஆம் ஆண்டு வெளியிடப்பட்டது. இக்காப்பியத்தின் ஆசிரியர் ஆபிரகாம் கிரி.

ஆசிரியர் வரலாறு

ஆபிரகாம் கிரி 1974 ஆம் ஆண்டு செப்டம்பர் மாதம் முதலாம் நாள் சென்னையில் வசித்து வந்த சுவாமிநாதன் - சிந்தாமணி தம்பதியினருக்கு பிராமணக் குடும்பத்தில் பிறந்தார். இவர் சென்னை திருவல்லிக்கேணியிலுள்ள இந்து மேனிலைப் பள்ளியில் கல்வி பயின்றார். அதனைத் தொடர்ந்து திருவொற்றியூர் ராமகிருஷ்ணா பாலிடெக்னிக் கல்லூரியில் படித்து டிப்ளமோ பட்டம் பெற்றார். இவர் 1993 ஆம் ஆண்டு இயேசு கிறிஸ்துவை ஏற்றுக் கொண்டு கிறித்தவராக ஞானஸ்நானம் பெற்றார். இவரது மனைவியின் பெயர் பிரியா. இத்தம்பதியினர் திருமணத்திற்குப் பின்னர் பெங்களூருவில் குடியேறினர். இத்தம்பதியினருக்கு ஒரு மகள். சீனியர் மேனேஜராக பெங்களூருவிலுள்ள விப்ரோவில் பணியாற்றி வந்த ஆபிரகாம் கிரி, தனது வேலையை விட்டு விட்டு ஏழு ஆண்டுகளாக இறைப்பணியாற்றி வருகிறார். விவிலியத்தைப் பிறருக்கு முறையாகக் கற்றுக் கொடுக்க வேண்டும் என்னும் சிந்தையே இவருள் எப்போதும் நிலைத்து நிற்கிறது. விவிலியத்தைக் கற்றுக் கொடுக்கும் கல்லூரி தொடங்க வேண்டும் என்பது இவருடைய அவா. இவருடைய இயேசு நாதர் வெண்பா, தேவ இரகசியங்கள் என்னும் இரண்டு படைப்புகளும் நூல் வடிவத்தில் வெளிவந்துள்ளன. இவ்விரண்டு நூல்களுடன் வெண்பா வடிவில் திருப்பாடல்களும் வெண்பா வடிவில் ஆதியாகமத்திலிருந்து 2 சாமுவேல் வரையிலும் இணையத்தில் வெளியிடப்பட்டுள்ளன.

காப்பியத்தின் அமைப்பும் பகுப்பும்

இயேசுநாதர் வெண்பா என்னும் காப்பியம் 1534 வெண்பாக்களை உடையது. இவை தவிர்த்து முன்னுரைப் பகுதியில் 14 வெண்பாக்களும் பின்பகுதியில் ஆசிரியர் குறிப்பு, வெண்பா உருவான விதம் என்னும் தலைப்பில் 21 வெண்பாக்களும் இடம்பெற்றுள்ளன. மொத்தம் இக்காப்பியத்தில் இடம்பெற்றுள்ள வெண்பாக்களின் எண்ணிக்கை 1569. இக்காப்பியத்தின் பெரும்பாலான செய்யுட்கள் நேரிசை வெண்பாவிலும் சில செய்யுட்கள் ஒரு விகற்ப பஃறொடை வெண்பா, ஒரு விகற்ப இன்னிசை வெண்பாவிலும் அமைந்துள்ளன. முன்னுரை பகுதியைத் தொடர்ந்து நூல் பதினொரு படலங்களாகப் பகுக்கப்பட்டுள்ளது. பன்னிரண்டாவது படலமாக இனிவரும் காலங்கள் என்னும் பகுதி அமைந்துள்ளது. இப்பகுதிக்குப் படலம் என்னும் பெயர் சூட்டப்படவில்லை.

முன்னுரை

காப்பியத்தின் முன்னுரை என்னும் பகுதியில் தூய ஆவி என்னைத் தூண்டியதன் காரணமாக இயேசு கிறிஸ்துவின் வாழ்க்கையை வெண்பாவில் எழுதியுள்ளேன் எனப் பின்வருமாறு குறிப்பிடுகிறார்:

> அன்பர் இயேசுவின் ஆழ்சிறப்பை வெண்பாவில்
> அன்பால்நான் இங்கு முயற்சிக்க - அன்போடு
> தூயாவி என்னைத்தான் தூண்ட எழுதிட்டேன்
> தூயேசு வாழ்க்கையின் மாண்பு. (பா.1)

இப்பகுதியிலுள்ள வெண்பாக்களில் காப்பியம் இயற்றுவதற்கான தூண்டுதல்களையும், நான்கு நற்செய்தி நூல்கள் பற்றியும் சுட்டியுள்ளார்.

படலங்கள் தரும் செய்திகள்

இயேசுநாதர் வெண்பா என்னும் காப்பியத்தின் முதல் படலம் பிறப்புப் படலம். இப்படலத்தில் திருமுழுக்கு யோவானின் பிறப்பு, இயேசு கிறிஸ்துவின் பிறப்பு, இயேசு கிறிஸ்துவின் சிறுவயது போன்ற செய்திகள் 81 வெண்பாக்களில் எடுத்தியம்பப்பட்டுள்ளன. இரண்டாவதான திருமுழுக்குப் படலத்தில் திருமுழுக்கு யோவானின் ஊழியமும் இயேசு கிறிஸ்துவின் திருமுழுக்கும் 41 வெண்பாக்களில் கூறப்பட்டுள்ளன. மூன்றாவதான ஊழியப் படலம் இயேசு கிறிஸ்துவின் ஊழியத்தின் தொடக்கம், அற்புதங்கள் செய்தல், உவமைகளால் பேசியது போன்ற செய்திகளை 649 வெண்பாக்களில் விவரிக்கின்றது. இக்காவியத்தில் இப்படலம் அளவில் பெரியது. போதனைப் படலம் என்னும் நான்காவது

படலத்தில் இயேசு கிறிஸ்துவின் போதனைகள், மலைப் பிரசங்கம் போன்றவை இடம்பெற்றுள்ளன. இப்படலத்தில் 233 வெண்பாக்கள் உள்ளன. ஐந்தாவது படலமான நோய்ச்சீர் படலத்தில் இயேசு கிறிஸ்து செய்த நோய்ச்சீர் நிகழ்வுகள் மற்றும் நோய்ச்சீர் செய்த பின்னர் நடந்த நிகழ்வுகள் 168 வெண்பாக்களில் விளக்கப்பட்டுள்ளன. தீர்ப்புப் படலம் என்னும் ஆறாவது படலத்தில் இறுதிக் காலங்கள் வருவதற்கான அடையாளங்கள், நியாயத்தீர்ப்பு குறித்த உவமைகள் 69 வெண்பாக்களில் எடுத்தியம்பப்பட்டுள்ளன.

ஏழாவது படலமான திருவிருந்து படலத்தில் இயேசு கிறிஸ்துவின் கடைசி விருந்து, இயேசு சீடர்களின் கால்களைக் கழுவுதல், மேல்வீட்டறை பசுகா விருந்து, விருந்தில் நடந்த நிகழ்வுகள், விருந்தின் பின்னர் இயேசு பதினொரு சீடர்களுடன் உரையாடல், கெத்சமனே புறப்படுதல் போன்ற செய்திகள் 131 வெண்பாக்களில் தரப்பட்டுள்ளன. கெத்சமனே படலம் என்னும் எட்டாவது படலத்தில் கெத்சமனே தோட்டத்தில் இயேசுவின் வேண்டுதல், யூதாசு முத்தம் கொடுத்து காட்டிக் கொடுத்தல், பேதுரு மல்கூசின் காதை வெட்டுதல், மல்கூசை இயேசு சுகமாக்குதல், ஆசரியர் இயேசுவை ஆசரிய மாளிகை கொண்டு செல்லல் போன்ற செய்திகள் தரப்பட்டுள்ளன. இப்படலத்தில் 21 வெண்பாக்கள் இடம்பெற்றுள்ளன. ஒன்பதாவது படலமான விசாரணைப் படலத்தில் ஆசரியரின் விசாரணை, மரணத்திற்குத் தீர்த்தல், பிலாத்திடம் ஒப்புக் கொடுத்தல், பிலாத்து இயேசுவை ஏரோதிடம் அனுப்புதல், ஏரோது இயேசுவை தண்டனைக்குத் தீர்க்காது மறுபடி பிலாத்துவிடம் அனுப்புதல், இயேசுவை சிலுவையில் அறையுமாறு மக்கள் கூக்குரலிடல், பிலாத்து சிலுவையில் அறைய ஒப்புக் கொடுத்தல், போர் வீரர்கள் இயேசுவைத் துன்பப்படுத்தல் போன்ற செய்திகள் 45 வெண்பாக்களில் இடம்பெற்றுள்ளன.

சிலுவைப் படலம் என்னும் பத்தாவது படலத்தில் இயேசு சிலுவையைச் சுமக்க வீரர்கள் தாக்குதல், சிரனே ஊரான் சீமோனை இயேசுவின் சிலுவையைத் தூக்கிவர வீரர் பலவந்தப்படுத்தல், சிலுவையில் இயேசுவை அறைதல், சிலுவையில் தொங்கும்போது இயேசு கிறிஸ்து கூறிய ஏழு வாக்கியங்கள், உயிர் துறத்தல், ஊனுடல் அடக்கம் முதலிய செய்திகள் 39 வெண்பாக்களில் எடுத்தியம்பப்பட்டுள்ளன. பதினொன்றாவது படலமான உயிர்த்தெழுதல் படலத்தில் இயேசுவின் உயிர்த்தெழுதல், உயிர்த்த இயேசு மகதலேனா மரியாள் முன்வருதல், இரு சீடருடன் உயிர்த்த இயேசு பயணம் செய்தல், பத்து அப்பொசுதலர் முன் வருதல், தோமாவின் நம்பிக்கையின்மை, தோமா இயேசுவைக் காணுதல்,

சீடருடன் உயிர்த்த இயேசு உணவு உட்கொள்ளுதல், மீன்பிடிக்கச் சென்ற பேதுருவும் நண்பர்களும் இயேசுவைக் காணுதல் ஆகிய செய்திகள் 47 வெண்பாக்களில் விளக்கப்பட்டுள்ளன. பன்னிரெண்டாவது தலைப்பு இனிவரும் காலங்கள் என்பதாகும். இதற்குப் படலம் என்னும் பெயரிடப்படவில்லை. இதில் பத்து வெண்பாக்கள் இடம்பெற்றுள்ளன.

வெண்பாக் காப்பியம்

ஆசிரியர் ஆபிரகாம் கிரி அவர்கள் இக்காப்பியத்தை வெண்பாவில் இயற்ற வேண்டும் என்னும் உத்வேகத்துடன் படைத்துள்ளார். வெண்பாவில் காப்பியம் இயற்றுவது கடினமாயினும், அதை சிரமத்துடனும் கவனத்துடனும் அர்ப்பணிப்புடனும் நிறைவேற்றி யுள்ளார். முன்னுரைப் பகுதியில்,

> புலவருக்கு வெண்பாப் புலியென்பர் வல்லோர்ப்
> புலவரில் நானோ கடையே - வலியவந்து
> சுட்டும் பிழைகளை; தட்டாதுக் கற்றிங்கு
> சுட்டும் பிழைக்களைவேன் நான் *(பா. 12)*

எனப் பாடியுள்ளார்.

கவிதையாக்கம்

விவிலியத்தின் நான்கு நற்செய்தி நூல்களிலுள்ள செய்திகளைக் கோர்வைப்படுத்தி, வெண்பா அமைப்பில் ஆசிரியர் காப்பிய வடிவில் தந்துள்ளார். இக்காப்பியத்தில் உவமைகள், பழமொழிகள், வருணனைகள், அணிநயம் போன்ற காப்பியக் கூறுகள் இடம்பெறவில்லை. பல காப்பிய ஆசிரியர்கள் பின்பற்றிய முறையையே இக்காப்பிய ஆசிரியரும் பின்பற்றியுள்ளார். விவிலிய வசனங்களை வெண்பா வடிவில் ஆசிரியர் தந்துள்ளார். ''பரலோக ராஜ்யம் புளித்த மாவுக்கு ஒப்பாயிருக்கிறது; அதை ஒரு ஸ்திரி எடுத்து, முழுவதும் புளிக்கும் வரைக்கும், மூன்று படி மாவிலே அடக்கி வைத்தாள் என்றார்'' (மத்தேயு 13:33) என்னும் வசனத்தை,

> களிவரும் விண்ணாட்சி ஓர்பெண்தன் வீட்டில்
> புளித்ததாய் மாவெடுத்து முப்பங்கு மாவைப்
> புளிக்கவே சேர்த்ததற்கு ஒப்பு, பகன்றார்
> வெளியாய் உவமை இயேசு *(பா. 283)*

என்னும் ஒரு விகற்ப இன்னிசை வெண்பாவாக மாற்றியுள்ளார். இயேசு கிறிஸ்து மனந்திரும்பும் ஒரு பாவியின் நிமித்தம் பரலோகத்தில் களிப்பு

என்பதனை விளக்குவதற்கு, காணாமல் போன ஆட்டைத் தேடிக் கண்டுபிடித்து மகிழ்ந்த நிகழ்வை உவமையாகக் கூறினார். இச்செய்தி லூக்கா 15: 3-6 மற்றும் மத்தேயு 18: 12-13 ஆகிய பகுதிகளில் இடம்பெற்றுள்ளது. உங்களில் ஒரு மனுஷன் நூறு ஆடுகளை உடையவனாயிருந்து, அவைகளில் ஒன்று காணாமற்போனால், தொண்ணூற்றொன்பது ஆடுகளையும் வனாந்தரத்திலே விட்டு, காணாமற்போன ஆட்டைக் கண்டுபிடிக்குமளவும் தேடித்திரியானோ? கண்டுபிடித்த பின்பு, அவன் சந்தோஷத்தோடே அதைத் தன் தோள்களின் மேல் போட்டுக் கொண்டு, வீட்டுக்கு வந்து, சினேகிதரையும் அயலகத்தாரையும் கூட வரவழைத்து, காணாமற்போன என் ஆட்டைக் கண்டுபிடித்தேன், என்னோடுகூடச் சந்தோஷப்படுங்கள் என்பான் அல்லவா? (லூக்கா 15: 3-6) என்னும் வசனங்களை,

மந்தையில் நூறிலே ஒன்று வெளியிலே
மந்தையின் காணாது மேய்ப்பனோ - மந்தையில்
ஆடுகள் விட்டவன் காணாமல் போனஅவ்
ஆடு நிலத்துள்ளே தேடு.

காணாமல் போனதன் ஆடுதனைக் கண்டெடுத்தால்
காணவன் வீடு சென்று நட்டாரை - காணாத
ஆடுதனை நான்கண்டேன் நற்களிப்புக் காணாத
ஆடுதனைக் கண்டதால் இன்று (பா. 593, 594)

எனக் கவிதையாக்கம் செய்துள்ளார். ‘‘உள்ளதை உள்ளதென்றும், இல்லதை இல்லதென்றும் சொல்லுங்கள்; இதற்கு மிஞ்சினது தீமையினால் உண்டாயிருக்கும்’’ (மத்தேயு 6:37) என்னும் வசனத்தை,

உள்ளதை உள்ளதென்றும் இல்லதை இல்லதென்றும்
உள்ளபடிச் சொல்லுவீர் மிஞ்சியே - உள்ளெந்தச்
சொல்லுமே தீமையான் உண்டா யிருக்குமாம்
சொல்லது என்றார் இயேசு (பா.798)

என்னும் நேரிசை வெண்பாவாகப் பாடியுள்ளார். விவிலியத்தில் மத்தேயு, லூக்கா ஆகிய நற்செய்தி நூல்களில் மனுஷகுமாரனுக்குத் தலை சாய்க்க இடமில்லை என்று இயேசு கிறிஸ்து கூறுவதாக உள்ள வசனங்கள் ஒரே மாதிரி இடம்பெற்றுள்ளன. ‘‘அதற்கு இயேசு: நரிகளுக்குக் குழிகளும் ஆகாயத்துப் பறவைகளுக்குக் கூடுகளும் உண்டு; மனுஷகுமாரனுக்கோ தலை சாய்க்க இடமில்லை என்றார்’’ (மத்தேயு 8:20) என்னும் வசனத்தை ஆசிரியர்,

> நரிக்குக் குழியும் பறவைக்குக் கூடும்
> சரியாக உண்டு தலைசாய்க்கத் தானே
> சரியிடமில் இங்கு மனுமைந்தன் தூங்க
> திருமைந்தன் சென்றார்க் கடிந்து   (பா. 900)

என்னும் ஒரு விகற்ப இன்னிசை வெண்பாவாக மாற்றம் செய்துள்ளார். இதனைப் போன்று விவிலிய வசனங்களை ஆசிரியர் ஆபிரகாம் கிரி வெண்பாக்களாக மாற்றியுள்ளார். விவிலியச் செய்திகளை எவ்வித புனைந்துரையும் இல்லாமல் வெண்பா வடிவில் நேரடியாகச் சொல்வதே ஆபிரகாம் கிரியின் இலக்கியக் கொள்கை.

இனிவரும் காலங்கள்

காப்பியத்தின் இறுதியிலமைந்த தலைப்பு இனிவரும் காலங்கள் என்பதாகும். இப்பகுதியில் இயேசு கிறிஸ்துவின் இரண்டாம் வருகையைக் குறித்து சில கருத்துகளைக் குறிப்பிட்டுள்ளார். அவர் நமக்காகப் பாடுகள் பல பட்டார், அவர் தழும்புகளால் குணமடைகின்றோம் என்னும் கருத்தையும் இறைவனின் ஆயிரம் வருடம் நடக்கவுள்ள அரசாட்சியையும் நிலைநிறுத்துகிறார். இவ்வுலகத்தில் தூய்மையாக வாழ்ந்தால் இறைவனிடம் சேரலாம் என்பதை,

> பரனைப்போல் வாழ்ந்திடுவீர் இப்புவியில் தூயர்
> தருவார் அனைவருக்கும் மீட்பு - பரமைந்தன்
> யேசுவின் நற்கழல் பற்றியே வந்திடுவீர்
> நேசரின் நற்நிழலில் தான்

என்னும் செய்யுளில் வலியுறுத்துகிறார். இறைவனின் வருகைக்காகக் காத்திருப்போம் என்னும் கருத்துடன் இப்பகுதியை நிறைவு செய்கின்றார்.

இயேசுநாதர் வெண்பா காப்பியத்தின் ஆசிரியர் ஆபிரகாம் கிரி, விவிலியத்தைப் பிறருக்கு முழுமையாகக் கற்றுக் கொடுக்க வேண்டும் என்னும் வைராக்கியம் உடையவர். இதனைப் போன்று விவிலியத்திலுள்ள செய்திகளை வெண்பா வடிவில்தான் எழுத வேண்டும் என்னும் தீவிரம் உடையவர். வெண்பா வடிவில் காப்பியம் எழுதுவது கடினமான செயலாயினும், தமது இடைவிடாத முயற்சியாலும், கடின உழைப்பாலும், இறைவனின் அருளாலும் இப்பணியை வெற்றிகரமாக நிறைவேற்றி யுள்ளார். இவர், பிறரும் வெண்பா எழுதிப் பயிற்சி செய்யுங்கள் என இக்காப்பியத்தின் மூலம் வேண்டுகோள் விடுக்கிறார்.

V. திருமறை மாந்தர் வரலாற்றுக் காப்பியங்கள்

26. யோசேப்புப் புராணம்

கிறித்தவக் காப்பியங்களுள் முழுமையாகக் கிடைக்காத கிறித்தவக் காப்பியம் யோசேப்புப் புராணம். இலங்கையில் எழுதப்பட்ட கிறித்தவக் காப்பியங்களுள் இது தொன்மையானது. இதன் ஆசிரியர் கூழங்கைத் தம்பிரான்.

ஆசிரியர் வரலாறு

கூழங்கைத் தம்பிரான் தொண்டைமண்டலத்திலுள்ள காஞ்சிபுரத்தில் வேளாளர் குடியில் 1699 ஆம் ஆண்டு பிறந்தார். இவரது இயற்பெயர் தெரியவில்லை. ஆனால் இவரது இயற்பெயர் கனக சபாபதி யோகி என்று இருக்கலாம் எனக் கருதுகின்றனர் (பொ.பூலோக சிங்கம்(ப.ஆ), பாவலர் சரித்திர தீபகம், பகுதி 2, ப.140). தமது இளம் வயதில் காஞ்சிபுரத்தில் கல்வி பயின்ற பின்னர், தஞ்சை சார்ந்த திருவத்தூர் மடத்திலுள்ள தம்பிரானிடம் தத்துவமும் இறையியலும் கற்றார். இவருடைய கல்வித்திறனை அறிந்த தம்பிரான் தம் மடத்தில் உரிய மரியாதையளித்ததோடு, தம்பிரான் பட்டமும் வழங்கிச் சிறப்பித்தார். இதுகண்டு பொறாமை கொண்ட மடத்திலுள்ள சிரேட்ட தம்பிரான் இவர் மீது வீண் பழிகளைச் சுமத்தியதுடன் கண்டிகை ஒன்றைத் திருடினார் என்ற திருட்டுப் பட்டத்தையும் சுமத்தினார். மேலும், இக்குற்றத்தைச் செய்யவில்லை என்றால் பழுக்கக் காய்ச்சிய இரும்பை வலது கையால் பிடித்து குற்றமின்மையை உறுதிப்படுத்த வற்புறுத்தினார். இவர் தன் நேர்மையை நிரூபிக்க, பழுக்கக் காய்ச்சிய இரும்பைத் தம் வலது கையால் பிடிக்க, கை வெந்து கூழங்கை ஆனது. அன்று முதல் இவரது இயற்பெயர் மறைந்து, கூழங்கையார் என்னும் காரணப் பெயர் நிலைத்தது. இவர் திருவாவடுதுறை மடத்தில் தம்பிரானாக இருந்தார் என்றும், திருவாரூர் மடத்தில் தம்பிரானாக இருந்தார் என்றும், திருவத்தூர் மடத்தில் தம்பிரானாக இருந்தார் என்றும் மூன்று விதமான கருத்துகள் நிலவுகின்றன.

பின்னர் பிறந்த நாடு துறந்து, யாழ்ப்பாணம் சென்று, கண்டிக்குழை என்னும் பகுதியில் வாழ்ந்து வந்தார். இவருடைய கல்விச் சிறப்பைக் கேள்வியுற்ற பலரும் இவரிடம் வந்து கல்வி பயின்றனர். யாழ்ப்பாணத்தில் வாழ்ந்து வந்த கோபாலஞ் செட்டியாரும் கூழங்கைத் தம்பிரானும் நெருங்கிய நண்பர்களாயினர். இதனால் கோபாலஞ் செட்டியாரின் மகனான வைத்தியலிங்க செட்டியாருக்கு தம்பிரான் கல்வி கற்றுக் கொடுத்தார். ஆறுமுக நாவலரின் தந்தையான ப. கந்தப்பப் பிள்ளை மற்றும் இருபாலை நெல்லையப்ப முதலியார், மாதகல் மயில்வாகனப் புலவர், இருபாலை சேனாதிராச முதலியார், வைத்தியலிங்கச் செட்டியார் முதலானோர் கூழங்கைத் தம்பிரானின் மாணவர்கள். இவரிடம் பயின்றதால் அருள்திரு. காபிரியேல் பச்சேக்கோ (Rev.Gabriel Pacheco) என்பவர் 'தேவப்பிரசைகளின் திருக்கதை' என்ற நூலை எழுதினார். தம்பிரான் தமிழில் மட்டுமின்றி டச்சு, போர்த்துக்கீசிய மொழிகளிலும் வல்லவராகத் திகழ்ந்தார்.

இலங்கையிலுள்ள நீதிமன்றத்தில் கோவிந்த முதலியார் என்பவர் நீதிபதிக்கு மொழிபெயர்ப்பாளராகச் செயல்பட்டு வந்தார். கோவிந்த முதலியார் தற்செருக்குடன் நடந்து கொள்பவர். கோவிந்த முதலியாரின் செயல்பாடுகள் கூழங்கைத் தம்பிரானுக்குப் பிடிக்காது. கூழங்கைத் தம்பிரான் ஒருநாள் அலுவல் நிமித்தமாக கோவிந்த முதலியார் பணியாற்றும் நீதிமன்றத்திற்குச் சென்றார். அங்கு அமர்வதற்கு இருக்கை இல்லாதபடியால் அங்கு நின்ற ஒருவரிடம் கோவிந்த முதலியாரைத் தேடி ஒருவர் வந்து காத்துக் கொண்டிருக்கிறார் என அவரிடம் கூறுவாயாக எனச் சொன்னார். அதனைக் கேள்விப்பட்டவுடன் கோவிந்த முதலியார் வெளியே வந்தார். ஆனால் அதே நேரத்தில் தம்பிரான் வேறு வழியாகச் சென்று முதலியாருடைய இருக்கையில் அமர்ந்தார். வெளியில் வந்து பார்த்து ஒருவரையும் காணாமல் உள்ளே சென்ற முதலியார், தமது இருக்கையில் தம்பிரான் அமர்ந்திருப்பதைக் கண்டார். அங்கிருந்த ஆங்கிலேயரான நீதிபதி இதைப் பார்த்து மிகுந்த கோபம் கொண்டார். தமிழ் தெரியாததால் நீதி வழங்குவதில் நீதிபதிக்கு முதலியார் உதவியாக இருந்து வந்தார். நீதிபதி கோவிந்த முதலியாரைப் பார்த்து, இந்த கருங்குரங்கு ஏன் உம்முடைய இருக்கையில் அமர்ந்தது? எனக் கேட்டார். தம்பிரான் சற்று கருப்பாக இருந்ததால் அவ்வாறு கேட்டார். நீதிபதியின் கூற்றைக் கேட்ட கூழங்கைத் தம்பிரான் கோபத்துடன் வெள்ளை நாயைக் கண்டமையால் குரங்கு மரத்தில் ஏறிக் கொண்டது என்றார். செல்வாக்குடைய தம்பிரானை நீதிபதியால் ஒன்றும் செய்ய இயலவில்லை (சு.அ. இராமசாமிப் புலவர், தமிழ்ப் புலவர் வரிசை, ப. 76).

கூழங்கைத் தம்பிரானுக்கும் கோவிந்த முதலியாருக்கும் கறவைப்பசு தொடர்பாக ஒரு வழக்கு இருந்தது. கோவிந்த முதலியாருடன் சண்டை யிடுவது நல்லதல்ல எனப் பலரும் கூழங்கையாரிடம் அறிவுறுத்தினர். ஒரு நாள் முதலியார் வீட்டிலிருக்கும்போது தம்பிரான் அக்கறவைப் பசுவை அவிழ்த்து கோவிந்த முதலியாரின் தோட்டத்தில் கொண்டு நிறுத்திவிட்டு, கோவிந்தா! கோவிந்தா!! என உரக்கச் சத்தமிட்டார். இச்சத்தம் கேட்ட உடனேயே வீட்டிலுள்ளவர்களும் பக்கத்திலுள்ளவர்களும் கோவிந்த முதலியாரை இவ்வாறு அவமதிக்கலாமா எனக் கேட்டனர். உடனே அவர்களைப் பார்த்து இதில் என்ன தப்பு இருக்கிறது? கோ என்றால் பசு; இந்தா என்றால் வாங்கிப் போவீராக; அதாவது பசுவை வாங்கிப் போவீராக என்றுதானே கூறினேன் என அவர்களிடம் விளக்கம் செய்தார். இருவருக்கும் இருந்த வழக்கு அன்றோடு தீர்ந்து நட்பு பாராட்டினர். *(சு.அ. இராமசாமிப் புலவர், தமிழ்ப் புலவர் வரிசை, பக். 76-78)*

கூழங்கைத் தம்பிரான் ஒருநாள் வைத்தியலிங்கச் செட்டியார் என்பவரின் வீட்டிற்குச் சென்றார். அங்கு செட்டியாரின் தாயாரான சோழ நாட்டிலுள்ள சங்கந்தி என்னும் ஊரைச் சார்ந்த தையலாச்சி அம்மையார் தம்பிரானை வரவேற்று அவருடைய கால்களில் விழுந்து வணங்கினார். தம்பிரான் அவர்களை வாழ்த்தி,

> சங்கேந்தி தங்கச்சி தையலென்பாரிங்கவளும்
> சங்கேந்தி தங்கச்சி தையலே - அங்கவளைக்
> கோபாலன் றேவியெனக் கூறுவா ரிங்கவளும்
> கோபாலன் றேவியெனக் கூறு

எனப் பாடினார். வைத்தியலிங்கச் செட்டியாரின் தந்தையார் பெயர் கோபாலச் செட்டியார் என்பதாகும்.

யோசேப்புப் புராணம் இயற்றிய கூழங்கைத் தம்பிரான், தமது முதிர் வயதில் 1795 ஆம் ஆண்டு யாழ்ப்பாணத்தில் காலமானார். இலங்கை யிலுள்ள நல்லூர் பங்கைச் சார்ந்த திருநெல்வேலியில் இவரது நல்லுடல், இருக்கையில் இருந்த நிலையிலேயே உப்பில் புதைக்கப்பட்டது. அவர்கள் தொடர்ந்து பிரார்த்தனைப் பண்ணிக் கொண்டிருக்கிறார்கள் எனக் கருதும் வகையில் இவ்வாறு அடக்கம் பண்ணுவது வழக்கம்.

படைப்புகள்

கூழங்கைத் தம்பிரான் அவர்கள் சித்தி விநாயகர் திருவிரட்டை மணிமாலை, நல்லைக் கலி வெண்பா, கூழங்கையர் வண்ணம் ஆகிய

நூல்களை இயற்றியுள்ளார். சித்தி விநாயகர் இரட்டை மணிமாலை என்னும் நூலிலிருந்து சான்றாகச் செய்யுள்:

முரட்டை யடக்கு மணிமூச்சரட்டிற் கோத்தாங்
இரட்டை மணிமாலை யென்னூற் - சரட்டேற்றக்
குக்கடவன் பனைமாக்கூழ்களி பனாட்டுநல்லைக்
கைக்குடவன் பனைமாக் காப்பு.

தனிச்செய்யுள்

ஆசிரிய விருத்தம்

நதியரவ மதியிதழி புரிசடை யவிழ்ந்துநட
நண்ணுமா காசலிங்கம்
நால்வருக்குக் கலானிழலினல்லுபதேசம்
நவிலுற்ற மவுன லிங்கம்
நீதிபதி தனைப் புடைந்தோடினா யீசான
நிலைநின்றவேட லிங்கம்
நிவாதமுறை யிருவர்க் கழற்கம்ப வடிவாகி
நின்றெழுஞ் சோதி லிங்கம்

துதிது திக்கையானையன் பொடும் போற்றிடுஞ்
சுயம்பான வம்பு லிங்கம்
துய்யவுணர் வோரி திய கமலாலியத்திலெழு
சுடற்போற் கொழுந்து லிங்கம்
மதிதவழு மதிலோடு கோபுரந் திகழ்வுறும்
வண்ணையெல்லை யினிறுத்தம்
மாதங்கபுரி தையல்பாகமிசை மீதமரும்
வைத்தீச மாலிங்கமே

மேலே குறிப்பிட்டுள்ள செய்யுட்களை, தமிழ்ப் புலவர் சரித்திரம் என்னும் நூலில் சுன்னாகம் அ. குமாரசுவாமிப் புலவர் குறிப்பிட்டுள்ளார்.

நன்னூலுக்கு முதன் முதலாகக் காண்டிகையுரை கூழங்கைத் தம்பிரானால் எழுதப்பட்டது. அ. தாமோதரன் அவர்கள் மூலம் மறைந்து கிடந்த இவ்வுரையை ஹைடல்பெர்க் பல்கலைக்கழகத் தெற்காசிய நிறுவனத்தின் இந்தியவியல் துறை பதிப்பித்தது. இவ்வுரையில் அகத்தியம், தொல்காப்பியம், அகநானூறு, ஆத்திசூடி, ஐங்குறுநூறு, களவியல், களவியல் நாற்பது, குறுந்தொகை, சிலப்பதிகாரம், சீவக சிந்தாமணி, சூளாமணி, திருக்குறள், தேவாரம், நாலடியார், நான்மணிக் கடிகை, புறப்பொருள் வெண்பாமாலை, பதிற்றுப்பத்து, புறநானூறு,

முத்தொள்ளாயிரம் முதலிய நூல்களிலிருந்து மேற்கோள்கள் இடம் பெற்றுள்ளன. இவரது படைப்புகளில் இன்று முழுமையாகக் கிடைப்பது நன்னூலுக்கு இவர் எழுதிய உரையேயாகும்.

யோசேப்புப் புராணம்

யாழ்ப்பாணத்தில் போதகராக இருந்த அருள்திரு. தெ மெல்லோ (Rev. De Mello) மூலம் கூழங்கைத் தம்பிரான் கிறித்தவராக மாறினார். அதன் பயனாக யோசேப்புப் புராணம் என்னும் காப்பியத்தைப் படைத்தார். இக்காப்பியத்தைத் தான் கிறித்தவராக மாறுவதற்குக் காரணராக இருந்த அருள்திரு. தெ. மெல்லோப் போதகருக்குக் காணிக்கை யாகப் படைத்துள்ளார். இக்காப்பியத்தை, 21 காண்டங்களில் 1023 விருத்தப்பாக்களில் இயற்றியுள்ளார். காண்டங்கள் பல படலங்களாகப் பகுக்கப்பட்டுள்ளன. இப்புராணம் நூலாக வெளி வரவில்லை. யோசேப்புப் புராணத்தின் ஒரு சில பகுதிகளே கிடைத்துள்ளன. அவற்றுள் இரண்டாவது படலமாகிய ஆற்றுப் படலத்திலிருந்து கீழ்க்கண்ட செய்யுட்கள் சான்றாகத் தரப்படுகின்றன:

1. பயம்பு விக்கருள் பயோதர மியாவும்வெண் டிரையால்
பயங்கொள் வேலையில் பரந்துவா ரிதியிடை படிந்து
பயங்க ளானவை பருகியப் பரவையின் வடிவாய்ப்
பயங்கள் கோரகை கொண்டிடப் பரந்ததம் பரமேல்

2. பரவு மால் கரு பங்களோ ரெட்டொடு வானைப்
புரவு வேந்தராள் புவியினைப் போர்த்தென விருண்டு
விரவு கின்றது விண்ணெனும் பந்தரின் கண்ணே
இரவு நேர்கரும் படாத்தினால் விதானஞ்செய் தென்ன

3. திருவு லாங்கலைப் பிலிப்புமே லோன்குருச் சிந்தை
மருவு ஞானநல் லொளியென மின்னிமற் றொன்வாய்ச்
சுருதி யாமெனத் தொனித்துன்னோ னுயிர்க்கரு டொலைமாக்
கருணை யாமெனப் பொழிந்தது காரிருட் புயலே

4. தேவ தேவநம் பராபரன் சீரணி சிறந்த
தாவி லாத்திரு நாமமே தயங்குறுஞ் சுத்த
மேவி டுஞ்சியோன் வரைக்குமஞ் சனம்புரி விதம்போல்
ஓவி லாமழை பெய்தென உலகுளோர் உவப்ப

5. இறும்பி னுச்சியில் பெய்திடும் புனலெலா மிழிந்தே
யெறும்பு சீயம்புல் லிருக்குடா வடியெலா மீர்த்து

> நறும்ப ணைத் தரங்களைக் கொளித்துடன் நடந்து
> வறும்பு னத்திடை உலாயது கடல்புரை வாவி

மண்ணுலகத்திற்குப் பயன் கொடுக்க விரும்பிய மேகங்கள், வெள்ளை நிறமானத் திரைகளைக் கொண்ட கடலில் பரவி, நீர்த் திவலைகளைப் பருகி, உலகம் பயன் கொள்வதற்காகக் கடலின் வடிவமாக மாறி வானத்தில் பரவியது. எட்டுத் திசைகளிலும் பரந்த அரசர்களுடைய படைகள் புவியினைச் சுற்றி வளைத்தது போன்று, மேகமானது இருள் நிறமாக அனைத்து இடங்களிலும் பரவுகிறது. வானமாகிய பந்தலுக்குக் கருந்துணி கட்டியது போன்று மேகமானது வானப் பந்தலில் காட்சியளித்தது. திரு உலாவுகின்ற கலைகள் நிறைந்த பிலிப்பினுடைய சிந்தையின் ஞான மிகுந்த ஒளிபோல வானம் மின்னியது. அவனுடைய கடுமையான வாய்ச்சொல் போல் மேகம் முழங்கியது. அவனுடைய உயிருக்கு அருள் வழங்குவது போல மழைப் பொழிந்தது. உலகத்தவர்கள் மகிழ்ச்சியடைய தேவதேவன் நம் பராபரன் திருநாமத்தால் பொலிகின்ற தூய்மையான சீயோன் மலையை நீராட்டியதுபோல குறைவில்லாத மழை பெய்தது. மலையின் உச்சியில் பெய்த மழையெல்லாம் கீழே வழிந்து எறும்பு, சிங்கம், கரடி எல்லாவற்றையும் அடித்துக் கொண்டு வந்து, மூங்கில்களிலுள்ள முத்துகளையெல்லாம் சேர்த்துக் கொண்டு முல்லை நிலத்திற்குள் புகுந்தது என்பது இச்செய்யுட்களின் கருத்தாகும். இப்பகுதிச் செய்யுட்கள் கம்பராமாயணத்திலுள்ள ஆற்றுப் படலத்திலுள்ள செய்யுட்களைப் போன்று உள்ளது.

யோசேப்பின் வரலாற்றைச் சிறந்த ஒரு காப்பியமாக இலங்கைப் புலவர் தொடக்க காலத்தில் எழுதியிருப்பது போற்றத்தக்கது. இக்காப்பியம் முழுமையாகக் கிடைத்திருப்பின் நேர்த்தியான காப்பியத்தையும், அதன் மொழியழகையும், சுவையையும், பயனையும் துய்த்திருக்கலாம். முழுமையும் கிடைக்காதது துயரமே. எனினும் மேற்கண்ட ஐந்து பாடல்களின் மூலம் காப்பியத்தின் சிறப்பினை ஓரளவு ஊகித்துக் கொள்ள முடிகின்றது.

27. எஸ்தர் காவியம்

கிறித்தவ இலக்கியத்தில் விவிலிய மாந்தர்களை அடிப்படையாகக் கொண்டு பல இலக்கியங்கள் படைக்கப்பட்டுள்ளன. விவிலியத்தில் பழைய ஏற்பாடு என்னும் பகுதியில் இடம்பெற்றுள்ள 39 நூல்களுள், 17 ஆவது நூல் எஸ்தரின் வரலாற்றை பத்து அதிகாரங்களில் விவரிக்கிறது. இந்த நூலை மையமாகக் கொண்டு செ. இராபின்சன் குருசோ என்பவர் 'எஸ்தர் காவியம்' என்னும் இலக்கியத்தைப் படைத்துள்ளார். எஸ்தரைக் காவியத் தலைவியாகக் கொண்டு 'எபிரேயப் பேரழகி எசுத்தார்' என்னும் காவியமும் இரா. தாவீது என்பவரால் படைக்கப்பட்டுள்ளது.

ஆசிரியர் வரலாறு

செ.இராபின்சன் குருசோ அவர்கள் 1938 ஆம் ஆண்டு செப்டம்பர் மாதம் 12 ஆம் நாள் உதகமண்டலத்தில் செ. செபாஸ்டியன் - பாக்கியமேரி தம்பதியினருக்கு மகனாகப் பிறந்தார். இராபின்சன் குருசோ அவர்கள் கல்லட்டி என்னும் ஊரிலுள்ள சி.எஸ்.ஐ. பள்ளியில் தலைமை ஆசிரியராகப் பணிபுரிந்தவர். இவரது மனைவியார் திருமதி பி.ஜி. பிரிஜிட் அவர்கள் லவ்டேலிலுள்ள புனித அந்தோணியார் நடுநிலைப் பள்ளியில் ஆசிரியையாகப் பணியாற்றியவர். இராபின்சன் குருசோ தமிழ் இலக்கியப் பணிகள், ஆசிரியர் இயக்கங்களின் பணிகள், சமூக சேவைகள் ஆகியவற்றில் ஓய்வின்றிப் பணியாற்றியவர். தமிழ்நாடு தொடக்கப் பள்ளி ஆசிரியர் மன்ற நீலகிரி மாவட்டச் செயலராக இருந்தவர். நீலகிரி மாவட்ட ஜாக்டியின் முன்னணித் தலைவர்களில் ஒருவராக இருந்து ஆசிரியர்களின் ஊதியக்குழு ஆணை எரிப்புப் போராட்டத்தில் கலந்து கொண்டு 19 நாள் கோவை மத்தியக் குழுச் சிறையில் இருந்தவர்.

காப்பியக் கதைச் சுருக்கம்

அகாஸ்வேரு என்ற மன்னன் இந்து தேசம் முதல் எத்தியோப்பியா வரையிலான 127 நாடுகளையும் தன்னுடைய கட்டுப்பாட்டின் கீழ் ஆண்ட

பெருமைக்குரியவன். தன்னுடைய ஆட்சியின் சிறப்பை அனைவரும் அறிந்து கொள்ள வேண்டும் என்பதற்காக 180 நாட்கள் நடைபெறும் விழா ஒன்றை ஏற்பாடு செய்தான். அவ்விழாவில் அனைத்து நாடுகளிலிருந்தும் மன்னர்கள் மற்றும் பிரபுக்கள் வரவழைக்கப்பட்டார்கள். அவ்விழாவின் முடிவிலுள்ள ஏழு நாட்களைச் சிறப்பாகக் கொண்டாட முடிவு செய்து, நாட்டிலுள்ள அனைவருக்கும் அரண்மனையிலுள்ள அழகான மண்டபத்தில் விருந்து கொடுத்தான். அகாஸ்வேருவின் மனைவி வஸ்தியும் அரண்மனையில் பெண்களுக்கு விருந்து கொடுத்தாள்.

இறுதி நாளில் தன் மனைவி வஸ்தியின் பேரெழிலை விருந்துக்கு வந்த பிரபுக்கள் மற்றும் பிற மக்கள் காணும்படி, தம் முன்னர் அவளை வரவழைக்க ஆணையிட்டான். ஆனால் வஸ்தி வர மறுத்து விட்டாள். அதனால் அரசன், அமைச்சர்களின் ஆலோசனையைப் பெற்று வஸ்தியை பட்டத்தரசி என்னும் பட்டத்திலிருந்து தள்ளிவிட்டு மற்றொரு அழகிய பெண்ணைத் தேர்ந்தெடுக்க உறுதி பூண்டான். அதன் பின்னர், அரசனுக்கு மறுமணம் செய்துவைக்க பற்பல நாடுகளிலிருந்து அழகிகளை வரவழைத்தனர்.

மொர்தெகாயின் சித்தப்பாவினுடைய மகள் எஸ்தர். இவள் பெர்சிய நாட்டில் வாழ்ந்து வந்தாள். எஸ்தரின் தந்தையும் தாயும் இல்லாததால் தன் தங்கையான எஸ்தரை மகளைப் போன்று மொர்தெகாய் வளர்த்து வந்தான். பேரழகி எஸ்தரும் அரசனைத் திருமணம் செய்ய வந்திருக்கும் அழகிகளுடன் சேர்ந்து ஒப்பனை செய்யப்பட்டாள். அரசன் பல அழகிகளைப் பார்த்த போதும், மனம் எஸ்தரை விரும்பியது. அதன் பின்னர் அரசன் எஸ்தருக்கு மகுடம் அணிவித்துத் திருமணம் செய்து கொண்டான். மொர்தெகாயின் அறிவுரைப்படி தான் யூத இனத்தைச் சேர்ந்தவள் என்பதை வெளிப்படுத்தாமல் நடந்து கொண்டாள். மொர்தெகாய் வாசலில் உட்கார்ந்திருந்தபோது, வாசலில் காவல் காக்கின்ற காவலாளிகளாகிய பித்தானானும் தேரேசும் அரசனின் மீது கொண்ட கோபத்தினால் அவரைக் கொலை செய்யச் சதி செய்தனர். அதனை மொர்தெகாய் எஸ்தருக்குத் தெரியப்படுத்தினான். அதை எஸ்தர் அரசனுக்கு அறிவித்தாள். பித்தானானும் தேரேசும் தூக்கிலிடப்பட்டனர்.

பின்னர் அரசன் ஆமான் என்பவனுக்கு அரசின் மேன்மையான நிலையைக் கொடுத்து அவனை அனைவரும் வணங்கும்படி செய்தார். ஆனால் மொர்தெகாய் ஆமானை வணங்குவது இல்லை. இதனால்

மொர்தெகாய் மீது ஆமான் கடுங்கோபம் கொண்டான். அரசனின் முத்திரை மோதிரத்தைப் பெற்ற ஆமான், யூதகுல மக்களை அழிக்க அரசன்பேரில் உத்தரவு பிறப்பித்தான். யூத மக்களுக்கு அழிவு ஏற்படப்போவதை அறிந்த மொர்தெகாயின் மூலம் செய்தி எஸ்தருக்குச் சென்றது. யூதரினப் படுகொலைக்கு நாள் குறிக்கப்பட்டதை அறிந்த மொர்தெகாய் பொங்கி எழுந்து எஸ்தருக்கு இன உணர்வினை ஊட்டினான். எஸ்தரை யூதரின வெற்றிக்குக் கருவியாகப் பயன்படுத்தினான். எஸ்தர் அரசருக்கும் ஆமானுக்கும் ஒரு விருந்து ஏற்பாடு செய்தாள். ஆனால் அன்றிரவு அரசரின் உத்தரவு பெற்று மொர்தெகாயைத் தூக்கிலிட ஆமான் திட்டம் தீட்டியிருந்தான்.

அரசன் நாளாகமப் புத்தகத்தை எடுத்துப் படிக்கும்போது அதில் மொர்தெகாய் அரசனைக் காப்பாற்றிய வரலாறு எழுதப்பட்டிருந்தது. இதைப் படித்த அரசன் ஆமானிடம் மொர்தெகாய்க்குச் சிறப்பு செய்யக் கட்டளையிட்டான். மொர்தெகாயை அழிக்கத் திட்டம் தீட்டிய ஆமானுக்கு அரசனின் இச்செயலை ஏற்றுக் கொள்ளமுடியவில்லை. அதனால் ஆமான் நிலை கலங்கினான். ஆமானின் சூழ்ச்சியை எடுத்துக்கூறுவதற்காக எஸ்தர், அரசனையும் ஆமானையும் விருந்துக்கு அழைத்தாள். பின்னர் அரசனிடம் எஸ்தர், தன் இனத்தை அழிக்கத் திட்டமிட்டவன் ஆமான் என்பதை எடுத்துக் கூறினாள். இதனைக் கேட்ட அரசன் ஆமான் மீது கோபம் கொண்டான். அரசி எஸ்தரிடம், ஆமான் உயிர்ப் பிச்சைக் கேட்கச் சென்றான். அப்போது ஆமான் நிலைதடுமாறி அரசியின் படுக்கையில் வீழ்ந்தான். இதனைக் கண்ட அரசன், எஸ்தர் அரசியிடம் தவறாக நடந்து கொள்ள முற்பட்டான் என நினைத்து ஆமானைத் தூக்கிலிட ஆணை பிறப்பித்தார். அதன் பின்னர் எஸ்தர் அரசனிடம் யூதரினத்தைக் காப்பாற்ற சட்டமியற்றக் கூறினாள். அதனால் யூதர்கள் காக்கப்பட்டனர்.

நூல் எழுதிய சூழலும் நோக்கமும்

இராபின்சன் குருசோ எஸ்தர் காப்பியத்தைப் படைத்ததற்கான சூழலைத் தமது நூலின் முன்னுரையில்,

> **கவியரசர் கண்ணதாசன் எழுதிய இயேசு காவியத்தை என் அன்புத் தங்கை மேரி லாரன்ஸ் கண்டு அதை என்னிடம் வழங்கி, அண்ணா இதுபோல ஓர் இறவாத காவியத்தை நீங்களும் எழுதக் கூடாதா? என்று என் உள்ளத்தைக் கிளறிச் சென்றாள். எஸ்தர் வரலாறு என்னைத் தட்டி எழுப்பியது. இதுவரை காவியத்தில் எவரும் தொடாத இனமான நூலாக எஸ்தர் காவியத்தைப் படைத்தேன்**
>
> *(என்னுரை, ப. IX)*

எனக் குறிப்பிடுகிறார். மேலும் நூலின் நோக்கத்தை,

> காவியத்தில் காணும் இனஉணர்வை, ஒவ்வொரு தமிழனும் தமிழச்சியும் பெற்று உலகமெங்கும் பரவியுள்ள தமிழன், இனத்தால் மொழியால் ஒன்றாதல் வேண்டும் என்பதே எஸ்தர் காவியத்தில் கூறும் நல்லுரையாகும் *(என்னுரை, ப. IX)*

என விவரிக்கிறார். இக்கருத்தை முன்னுரையில் மட்டுமன்றி நூலின் தொடக்கப் பகுதியான சுத்த வரலாறு சத்திய வேதம் என்னும் தலைப்பில்,

> கற்பனைக் காதைதான் இல்லையீது என்பதால்
> காவியம் செய்திடத் துணிந்தனன் உணர்வால்
> தற்பொழுது வேண்டியது இனமான உணர்வே
> தாகமாய் எழுதினேன் தன்மானம் செழிக்க *(ப.11)*

எனக் கவிதையாக வடிக்கிறார். இன உணர்வைக் காவியத் தலைவி எஸ்தருக்கு ஊட்டியவர் மொர்தெகாய். எஸ்தர் என்னும் பெண்ணின் இன உணர்வினால் யூத இனம் முற்றிலுமாக மீட்கப்பட்டது என்பதை மையப்படுத்துவதே இந்நூலின் நோக்கமாக அமைகிறது.

அமைப்பும் பகுப்பும்

தமிழ்த்தாய் வாழ்த்துடன் தொடங்கும் எஸ்தர் காவியம் ஏழு பாகங்களாகப் பகுக்கப்பட்டுள்ளது. அவை 1. மகத்தான வாழ்வும் மகாராணி வஸ்தியும், 2. மன்னவர் மனமாற்றம், 3. அழிவுப்பாதை நோக்கி ஆமான், 4. இனப்படு கொலையும் இதயம் குமுறிய மொர்தெகாயும், 5. இனமான உணர்வு கொண்ட எஸ்தர் எழுச்சியும் ஆமான் வீழ்ச்சியும், 6. எழுச்சி கொண்ட போர்முரசு, 7. இனத்தின் வெற்றியும் இனிய விழாவும் என்பனவாகும். இக்காப்பியத்திலுள்ள மொத்த செய்யுட்களின் எண்ணிக்கை 860 ஆகும்.

1. முதல் பாகம்

'மகத்தான வாழ்வும் மகாராணி வஸ்தியும்' என்னும் முதல் பாகத்தில் மன்னனின் மகத்துவம், அகாஸ்வேருக்காக எடுக்கப்பட்ட 180 நாள் விழா, சூசான் அரண்மனையின் அலங்காரம், விருந்தின் சிறப்பு, அரசி வஸ்தி மன்னனின் வேண்டுகோளை அவமதித்தது, மன்னனின் சீற்றம், பண்டிதர் மெமுகான் உரைத்த ஆலோசனை, அரசர் வஸ்தியை நீக்குதல், வஸ்தியின் வீழ்ச்சி ஆகிய செய்திகள் விவரிக்கப்பட்டுள்ளன. இப்பாகம் 81 செய்யுட்களை உடையது.

2. இரண்டாம் பாகம்

இரண்டாம் பாகமான 'மன்னவர் மனமாற்றம்' என்னும் பகுதியில் மன்னவர் மனநிலை, மொர்தெகாய் வரலாறு, எஸ்தர் வரலாறு, எஸ்தரின் எழில், கன்னிமாடத்தில் கன்னியரைச் சேர்த்தல், எஸ்தரைக் கன்னி மாடத்தில் சேர்த்தல், காவலர் யேகாயின் கண்களில் எஸ்தர் இரக்கம்பெறல், எஸ்தர் முறையும் மன்னர் நிலையும், மணமும் விருந்தும், மன்னரைக் கொல்லும் சதியை முறித்த மொர்தெகாய் ஆகிய செய்திகள் விளக்கப் பட்டுள்ளன. இரண்டாவது பாகம் 98 செய்யுட்களைக் கொண்டது.

3. மூன்றாம் பாகம்

'அழிவுப்பாதை நோக்கி ஆமான்' என்னும் மூன்றாம் பாகத்தில் அரசன் ஆமானை உயர்த்துதல், ஆமானை வணங்க மொர்தெகாய் மறுத்தல், ஆமானிடம் ஊழியர் புறங்கூறல், யூத இனத்தை அழிக்க ஆமான் நடத்திய சூழ்ச்சி, ஆமானுக்கு மன்னர் அளித்த அதிகாரம், ஆமானின் உரை, சூசான் நகரக் கலக்கம் ஆகிய செய்திகள் விவரிக்கப் பட்டுள்ளன. இம்மூன்றாவது பாகத்தில் 57 செய்யுட்கள் இடம் பெற்றுள்ளன.

4. நான்காம் பாகம்

'இனப்படுகொலையும் இதயம் குமுறிய மொர்தெகாயும்' என்னும் நான்காம் பாகத்தில் இனப்படுகொலைச் செய்தி கேட்ட மொர்தெகாயின் கதறல், யூத இனத்தின் புலம்பல், தாதிகள் எஸ்தருக்குச் செய்தி உரைத்தல், ஊழியர் மொர்தெகாயைக் கண்டு ஆடை வழங்கலும் மொர்தெகாய் மறுத்தலும், ஆத்தாகு மொர்தெகாயைக் காணல், மொர்தெகாய் ஆத்தாகுக்கு கூறிய மறுமொழி, ஆத்தாகு எஸ்தரிடம் உரைத்தல், மறுப்புரை கூறி மீண்டும் ஆத்தாகுவை அனுப்புதல், மொர்தெகாயின் கடுமையான எச்சரிப்பு, மொர்தெகாய் எஸ்தரிடம் சொல்லச் சொன்ன உருக்கமான கூற்று, எஸ்தர் உரைத்தபடி மொர்தெகாய் செய்தல் ஆகிய கருத்துகள் விளக்கப்பட்டுள்ளன. நான்காவது பாகம் 84 செய்யுட்களைக் கொண்டது.

5. ஐந்தாம் பாகம்

'இனமான உணர்வு கொண்ட எஸ்தர் எழுச்சியும், ஆமான் வீழ்ச்சியும்' என்னும் ஐந்தாவது பாகம் வெள்ளையாடை உடுத்தி எஸ்தர் வேந்தனிடம் செல்லுதல், ஐயன் கருணையும் எஸ்தர் பிழைப்பும், அரசன் அன்பும் அவன் வினாவிய பண்பும், எஸ்தர் அழைப்பை அரசன் ஏற்றல், எஸ்தர் மனையில் எழில் பெறும் விருந்து, அரசன் வினாவும் எஸ்தர் விடையும், ஆமான் மகிழ்ச்சியும் அதிர்ச்சியும், ஆமானின் அறைகூவல், ஆமான் தன்

மனைவியாகிய சிரேசாளிடம் கூறல், ஆமான் நண்பர்களுடன் ஆலோசனை நடத்துதல், ஆமானின் தற்புகழ்ச்சி, மனைவியின் சொல்லைத் தட்டாத ஆமான், தூக்கு மரம் நிறுவ ஆணையிடல் ஆகிய செய்திகளைக் கொண்டதாக அமைந்துள்ளது. ஐந்தாவது பாகம் 105 செய்யுட்களை உடையது.

6. ஆறாம் பாகம்

'எழுச்சி கொண்ட யூதரின் போர் முரசு' என்னும் ஆறாம் பாகத்தில் மக்களின் நிலையும் மன்னன் நிலையும், நாட்குறிப்பைப் புரட்டிப் பார்த்தல், மொர்தெகாய் உயர்த்தப்படுதல், நினைத்த காரியம் நிறைவேறா ஆமான், ஆமானின் ஆசைக் கூற்று, ஆமானின் அதிர்ச்சியும் வீழ்ச்சியும், மொர்தெகாயை உலாக் கொணர்தல், ஆமான் மனங்கசந்து கலங்குதல், எஸ்தரின் இனம் மீட்கும் மன்றாட்டு, துரோகி ஆமான், அரசன் பார்வையும் ஆமான் நிலையும், ஆமானின் மறைவு ஆகிய செய்திகள் விவரிக்கப்பட்டுள்ளன. ஆறாவது பாகம் 141 செய்யுட்களை உடையது.

7. ஏழாம் பாகம்

'இனத்தின் வெற்றியும் இனிய விழாவும்' என்னும் இறுதிப் பாகம் ஆமான் அரண்மனையை அரசிக்கு அளித்தல், எஸ்தர் தான் யூதர் இனமென இயம்புதல், ஆமானின் கணையாழியை மொர்தெகாய்க்கு அணிவித்தல், எஸ்தருக்கு மொர்தெகாய் இன உணர்வை மூட்டுதல், அரசன் அவையில் எஸ்தர் முறையீடு, அரசன் கூற்று, எஸ்தர் மன்றாட்டு, எஸ்தர் கண்ணீர் முறையீடு, அரசன் பெயரில் மடல் வரைய உரிமையளித்தல், மூப்பர் களுடன் ஆலோசனை, முத்திரை பதித்த அரசன் மடல், அரச உடையில் மொர்தெகாயின் உணர்ச்சி உலா, யூதர்கள் நிலை, வஞ்சகர் வதைப்படல், யூதரின் போர்க்களப் பாடல், எஸ்தரின் இரண்டாம் மன்றாட்டு, அரசன் கூற்று, பூரீம் விழா, இன உணர்வு வென்றதால் மகிழ்ச்சி, மொர்தெகாயின் கடிதம் கண்ட யூதர்கள் மகிழ்ச்சி, யூதர் இனத்தின் தானைத் தலைவன் மொர்தெகாய், இனமான உணர்வு காத்த இளவரசி எஸ்தர், யூதர் இனப் பெருமை, எஸ்தர் காட்டிய இன உணர்வு, காவியத் தலைவி எஸ்தர் வாழ்த்து ஆகிய செய்திகளைக் கொண்டது. ஏழாவது பாகம் 292 செய்யுட்களைக் கொண்டுள்ளது.

தலைமை மாந்தர் – எஸ்தர்

காவியத்தின் தலைமை மாந்தராக எஸ்தர் படைக்கப்பட்டுள்ளாள். வரலாற்று மாந்தரான எஸ்தரின் வரலாறு விவிலியத்தில் இடம்

பெற்றுள்ளது. எஸ்தர் யூத இனம் வாழ வழிகாட்டியவள். எஸ்தர் அழகு, அன்பு, பண்பு என்னும் அனைத்தையும் ஒருங்கே பெற்றவள். இதை ஆசிரியர்,

சொற்கள் உள்ளத்தை அள்ளும்
சொக்கிடும் புன்னகை துள்ளும்
பற்களே முத்துச் சரங்கள்
பாளைச் சிரிப்பின் முகத்தாள்
கற்கண்டு இனிமை அதரம்
காட்டுத் தேனின் மதுரம்
நற்குணப் பண்பின் சிகரம்
நறுந்தேன் பொற்குடம் எஸ்தர் (ப.46)

எனவும்,

கிளிமொழி பேசும் குரலினாள்
கீர்த்தி பெற்றுள்ள அழகினாள்
கனிமனங் கொள்ளும் எழிலினாள்
கனியா யினிக்கும் சுவையினாள்
விழிகள் இரண்டும் நீலமலர்
வீணை ஒலியின் பேச்சினாள்
குழிகள் விழுந்திடும் கன்னத்தாள்
குமுத மலரெனச் சிரித்திடுவாள் (ப.47)

எனவும் செய்யுட்களாக வடிக்கின்றார். கிளி போல் மொழி பேசும் குரலை உடையவள், உலகப் புகழ் பெற்ற அழகை உடையவள், மனதைக் கனிவிக்கும் எழிலைக் கொண்டு கனிபோல் இனிக்கும் சுவையுடையவள், நீல மலர்கள் போன்ற விழிகள் கொண்ட அவள் வீணைபோல் ஒலிக்கின்ற இனிய பேச்சை உடையவள், குழி விழுந்திடும் கன்னத்தைக் கொண்ட அவள் குவளை மலரெனச் சிரித்திடுவாள் என்றெல்லாம் எஸ்தரை வருணிக்கும் ஆசிரியர்,

மானது மானம் என்பது
மாண்புற அவளிடம் காண்பது
தேனது சுவையின் இனிமையைத்
தேக்கியே வைத்துள பொற்குடம்
வானது நீரிலே பூத்திட்ட
வாடா மலரினள் எஸ்தர்தான்
காணும் அழகினைச் செப்பிடக்
கவிதை வரிகள் போதாவே (ப.47)

என்னும் செய்யுள் வாயிலாக எஸ்தர் கவரிமானினது மானம் போன்ற மாண்பைக் கொண்டவள், தேன் நிறைந்துள்ள பொற்குடம்போல் இனிமை அனைத்தையும் தேக்கி வைத்துள்ளவள், எப்பொழுதும் வாடாத மலரைப் போன்றவள், அவளது மேனியழகினை முழுவதும் சொல்லிடக் கவிதை வரிகளே போதாது என்கிறார். இப்படிப்பட்ட சிறந்த அழகையும், 'மட்டில் குணத்தின் குன்றத்தாள்', 'நற்குணப் பண்பின் சிகரம்' என்று ஆசிரியர் கூறும் அளவிற்கு சிறந்த பண்பையும் கொண்டவளாகத் திகழ்கிறாள். தன்னுடைய சிறிய தந்தையின் மீது மிகுந்த பாசம் நிறைந்தவளாகவும், தன்னுடைய கணவன் அகாஸ்வேருவிடம் மதிப்பும் அன்பும் கொண்டவளாகவும் விளங்குகிறாள். யூத இனத்தைக் காப்பதற்காகத் தன்னுடைய உயிரைப் பெரிதாக மதிக்காதத் தன்மை நிறைந்தவளாக இருக்கின்றாள். அரசனிடம் தனது இனத்தின் நிலைமையைப் பின்வருமாறு விவரிக்கின்றாள்:

நக்கியே இனத்தின் ரத்தத்தை
நரிபோற் குடிக்க மாறினார்
சிக்கியே தவிக்கும் மறிகளாய்
செத்திடும் பிறவிகள் எங்களினம்
மக்கியே மண்ணாவ துறுதிதான்
மானத்தோ டேயுயிர் போகுக
உக்கியே யானும் அழுகின்றேன்
உயர்ந்தநும் சமுகத்தைத் தொழுகின்றேன் (ப.206)

இச்செய்யுளில் நரிகளிடம் அகப்பட்டுக் கொண்ட ஆடுகளைப்போல யூத இனம் அகப்பட்டுக் கொண்டு துன்பம் அனுபவிப்பதை ஆசிரியர் விவரிக்கிறார். எஸ்தர் இரண்டாவது முறையாக அரசனிடம்,

இனத்தை மீட்கும் எண்ணத்தால்
இதயங் குமுறி நின்றேன்
மனத்தின் கவலை நீங்க
மன்ன என்னைத் தாங்கினை
கனத்தில் உயர்ந்துநான் ஓங்கக்
காவல கனிவு காட்டினை
தனத்தைப் பணத்தை வேண்டிலேன்
சனத்தைக் காக்க வேண்டினேன்

என முறையிடுகின்றாள். யூத இனத்தையே காக்கின்ற ஒப்பற்ற ட
எஸ்தர் படைக்கப்பட்டுள்ளாள். எஸ்தர் யூத இனத்தைக் கா
தன்னுடைய உயிரைக் கூட பெரிதாக மதிக்காத தன்மை ெ

எங்கெங்கு மனித இனம் இன்னல்களுக்குள்ளாகி நசுக்கப்படுகிறதோ, அங்கெல்லாம் இனமான உணர்வை ஊட்டுவதற்கு ஏற்ற ஒப்பற்ற மாந்தராக எஸ்தரை அடையாளம் காட்டலாம். ஏனெனில் யூத இன மக்கள் என்பது நேரடியாக யூத இனமாகவும், ஒரு குறியீடாகவும் கொண்டு இனத்தை மீட்டெடுக்கப் பயன்படுத்தலாம்.

எஸ்தர் தன்னுடைய இனம் துன்புறாமல் இருக்க வேண்டும் என்னும் நல்லெண்ணம் உடையவளாக விளங்கினாள். எஸ்தரின் மானுட மேம்பாட்டுச் சிந்தனை இன்றைய நிலையில் குறிப்பிடத்தக்கது. இனமான உணர்வை எஸ்தருக்கு ஊட்டிய மேதை மொர்தெகாய்; இனமான உணர்வு கொண்டு யூத இனத்தை மீட்டவள் இளவரசி எஸ்தர். ஒரு பெண் கொண்ட இனமான உணர்வால் யூத இனம் மீட்கப்பட்டது. யூத இனம் எஸ்தரால் மேம்பாடு அடைந்தது.

மொர்தெகாய்

மொர்தெகாயின் சிறிய தந்தையின் மகள் எஸ்தர். இவர் அன்புடனும் பாசத்துடனும் எஸ்தரை வளர்க்கிறார்.

அண்ணன் முறையான் மொர்தெகாய்
அனைவரையும் இழந்த எஸ்தரைக்
கண்மணி போல கலங்காமல்
காத்தனன் அன்பாய் வளர்த்தனன் (ப.45)

என்னும் இத்தகைய பாசம் நிறைந்த அண்ணனாக இருக்கின்றான். எஸ்தரின்மேல் கொண்ட பாசத்தைப்போல் இன உணர்வின் மீது அவன் கொண்ட பற்றும் அளப்பரியது. அதனை, 'இனமதன் உணர்வுதான் இமயம் போன்று' 'முனகிய வாயினன்' என்கிறார். மேலும் அவருடைய பண்பை விளக்குவதற்கு, 'ஊனுறக்கம் இல்லாத மொர்தெகாயன்' என்றும் 'தர்மம் ஒன்றே தலையெனக் கருதும் மொர்தெகாய்' என்றும் குறிப்பிடுகிறார். யூத இனம் எஸ்தர் மூலம் விடுதலை அடைவதற்குக் காரணமாக இருந்தவன் மொர்தெகாய். இவனுடையத் திட்டங்களின்படி எஸ்தர் செயல்பட்டதால், யூத இனத்திற்கு விடுதலைக் கிடைத்தது. இப்படிப்பட்ட மொர்தெகாயின் இன உணர்வினைப் பாராட்டும் வகையில் குருசோ அவர்கள் 'யூதர் இனத்தின் தானைத் தலைவன் மொர்தெகாய்' என்று காவிய முடிவில் பல செய்யுட்களை எழுதியிருக்கிறார். சான்றாகச் சில செய்யுட்கள் வருமாறு:

வேர்முதலா கச்சாய்க்கும் வெறிபிடித்த இனப்போரில்
போர்முனைக் கவசத்தைப் போலப் படைதடுக்கும்

ஏர்தரும் கேடயத்தை யேய்ப்பவன் யூதர்க்குக்
கூர்மதியாய்த் துணைபுரிந்த கோமகனே மொர்தெகாய் (ப.258)

எத்தனை தாக்குதல் எத்தனை ஏச்சுகள்
எத்தனை இழிமொழி எத்தனை தூற்றுதல்
அத்தனை யும்அம் பாகநெஞ் சுற்றபோது
வித்தக உணர்வினால் வென்றவன் மொர்தெகாய் (ப.259)

வஸ்தி

அகாஸ்வேரு மன்னனின் முதல் மனைவி வஸ்தி சினம் உடையவள், கர்வம் கொண்டவள் என்று ஆசிரியர் அறிமுகம் செய்கிறார். தன்னுடைய இறுமாப்பினால் அரசி என்ற கௌரவத்தை இழந்தாள். வஸ்தியின் பண்பைக் குறிப்பிடும்போது ஆசிரியர்,

நச்சூறு பாம்பின் நாவினை உடையவள்
அச்சமது இல்லா செருக்கின் கடையவள் (ப.27)

என்று குறிப்பிடுகிறார். வஸ்தி என்ற மாந்தர் படைப்பு எதற்காக என்று தன்னுடைய செய்யுள் அடிகள் மூலமே விளக்குகிறார்.

நாக்கு நீண்டிட்ட வஸ்தியோ
நாணி நடுத்தெரு நின்றாள்
தூக்கி யெறியவும் பட்டாள்
துணையும் புகழுமே விட்டாள்
போக்குறும் ஆட்டினைப் போன்றாள்
போகுத லானாள் தனித்து
நாக்கு அடங்காமலே பேசும்
நங்கையர்க்கு அவளொரு பாடம் (ப.33)

என்று வஸ்தியின் மாந்தர் படைப்பைப் பாகம் ஒன்றிலேயே முடித்து விடுகிறார்.

அரசன் அகாஸ்வேரு

அரசன் அகாஸ்வேரு பற்றி ஆசிரியர், 'தன்னிகர் இல்லா அரசன்', 'சால்பும் மேன்மையும் மிக்கான்' என்று கூறுகிறார். மேலும் அரசன் தன் நாட்டு மக்கள், அமைச்சர்கள் ஆகியோரின் சொற்களை மதிக்கும் தன்மை வாய்ந்தவனாக இருக்கிறான். எஸ்தரின் மீது அளவு கடந்த பாசம் கொண்டவனாக விளங்குகிறான். 'நின்றாரும் எனதுயிர் உள்ளது வரையில் நீங்காது நின்மீது வைத்துள பாசம்' என்றும், 'எனதுயிர் வேண்டித் தொடரினும் வழங்குவேன்' என்றும் அவன் எஸ்தரிடம் கூறிய சொற்களே அவனுடைய பாசத்தைப் பிரதிபலிக்கின்றன.

ஆமான்

ஆமான் என்ற மாந்தரையும் மையமாகக் கொண்டே காவியம் இறுதிவரைச் செல்கிறது. மொர்தெகாயின் பண்புகளோடு ஒப்பிட முடியாத முரண்பட்ட பண்புகள் நிறைந்தவனாக ஆமான் காணப்படுகின்றான். அரசனிடமும் ஆமான் உண்மையான, நேர்மையான தன்மை கொண்டவனாக நடக்கவில்லை. இம்மாந்தரின் பண்புகளை விளக்க இதை விட சிறந்த சான்றுகளே தேவையில்லை என்று கூறும் அளவிற்கு, சொல்லாட்சிகளை குருசோ பயன்படுத்தி இருக்கிறார். 'மதியேயில்லா ஆமான்', 'முரண்படு நெஞ்சுடையவன்', 'ரத்தம் பருகும் ஓநாயைப் போன்றவன்', 'கயவன்', 'ஈனன்', 'கோணல் அறிவுடையவன்' 'தொத்துநோய் போன்றவன்', 'கொடுமை கோபுரம்' என்று கூறுகிறார். மொர்தெகாய் தன்னை வணங்கவில்லை என்பதற்காக ஒட்டுமொத்த யூத இனத்தையே அழிக்க சட்டம் வகுத்த கொடும் பாவியாகச் சித்திரிக்கப் படுகிறான். இறுதியில் மொர்தெகாய்க்கு ஏற்படுத்தப்பட்ட கழுமரத்தில் ஆமான் தூக்கிலிடப்பட்டான்.

சிரேசாள்

ஆமானின் மனைவி சிரேசாள். கணவனின் அனைத்து குறுக்குச் சிந்தனைகளுக்கும் துணையாக இருந்தாள் என்பதை,

மனைவியின் மொழியை மறாத ஆமான்
மந்திர மொழியென மதிப்பான் அவள் மொழி
மனைவியைக் கலந்தே மாண்வினை தொடர்வான்
மனத்தி லவள்மொழி மலையென நிற்கும் (ப.134)

என ஆசிரியர் குறிப்பிடுகிறார். இவளுடைய முக்கிய நோக்கமே யூத இனத்தை அழிக்க ஆமானைத் தூண்டி விடுவதாகும். ஆமானுக்கு மொர்தெகாயைக் கொல்ல வழிமுறைகளைக் கூறுகிறாள். இவ்வாறு மனித நேயமற்ற பல தீய சிந்தனைகளை விதைத்து ஆமானை அழிவுப் பாதைக்கு அழைத்துச் சென்ற முக்கியமான பெண்ணாக விளங்குகிறாள்.

இலக்கிய நடை

எஸ்தர் காவியத்தில் ஆசிரியர் இன்ப, துன்ப உணர்வுகளை விளக்கும் அழகான வருணனைகளைப் பயன்படுத்தியுள்ளார். சங்க இலக்கியத் தாக்கத்துடன் சில வருணனைகள் காணப்படுகின்றன. இன உணர்வுச் செய்திகளை பல வருணனைகள் கொண்டு விளக்குகிறார். மேலும் உவமைகள், பழமொழிகள், குறட்கருத்துகள், உலகியல் உண்மைகள் போன்ற பல கருத்துகள் காவியம் முழுதும் ஊடாடி வருகின்றன.

வருணனைகள்

காவியத்தை மேன்மேலும் அழகுபடுத்திக் கூறுவது குருசோவின் வருணனைகள். துன்பத்தை வாசகர் மனதில் ஏற்படுத்தும் திறமையும், இன்பத்தில் திளைக்க வைக்கும் ஆற்றலும் ஒருங்கே வாய்க்கப் பெற்றுள்ளார் குருசோ. சான்றாக, சூசான் நகர் விழாக் கோலம் பூண்டதையும், அந்நகரத்தை அலங்கரித்ததையும் படிக்கும்பொழுது, ஒரு மாபெரும் திருவிழாவிற்குச் சென்று வந்தது போன்ற உணர்வு ஏற்படுகிறது. அரும்பு மீசையை உடைய ஆண்களும், ஆசை மொழிகளைப் பேசும் பெண்டிரும் அவ்வழியே கடந்து செல்கிறார்கள். மேலும்,

ஊதும் குழல்கள் ஏந்தியோர்
ஊதி வருமொடு கூட்டம்
காதுகள் குளிரும் இசைகள்
கானக் குயில்கள் போலும்
மாதுகள் பாடிடும் யாட்டை
மயங்கி ரசிக்கும் கூட்டம்
சாதுக்கள் என்பார்கண் டாலும்
சபலம் கொள்ளும் காட்சி (ப.14)

எனப் பாடுகிறார். இப்படிப்பட்ட ஆடம்பரத்திற்கு இடையில் படைகள் அணி அணியாகச் செல்கின்றன. இதேபோல் நாட்டுக்கு வந்த ஆபத்து போல ஆமானிடம் சூசான் நகரம் படுகின்ற துன்பத்தை,

அற்பக் குணமுள்ளோர் ஆட்சிசெய் இந்நாளில்
அழுது புலம்பிற்றுச் சூசான் நகர் (ப.82)

நத்திப் பிழைக்கும் நரிகள் ஆள் இந்நாளில்
நடுங்கிக் கலக்கிற்றுச் சூசான் நகர் (ப.82)

என வருணிக்கிறார்.

சங்க இலக்கியச் சாயல் கொண்ட வருணனைகள்

எஸ்தர் காவியத்தில் சங்க இலக்கியச் சாயல் கொண்ட வருணனைகள் உள்ளன.

1. வட்ட நிலா வடிவின் முகத்தாள்
2. கிளி மொழி பேசும் குரலினாள்
3. பவள வாய் அழகின் பான்மையளாள்
4. விழிகள் இரண்டும் நீலமலர்

5. அன்னம் நாணும் நடையாள்
6. மெல்ல நடந்தாள் முல்லை மலராள்

என்னும் எஸ்தரைப் பற்றிய வருணனைகளில் சங்க இலக்கியத்தின் தாக்கம் நிறைந்துள்ளது. பல்வேறு பாடல்களிலுள்ள இச்சான்றுகள் எஸ்தர் நிலவினைப் போன்ற வட்டமான முகத்தினை உடையவள், கிளியின் மொழி போன்ற இனிய குரலில் பேசுபவள், பவளத்தின் நிறம் போன்ற அழகிய வாயிதழ்களைக் கொண்டவள், நீல மலர்கள் போன்ற விழிகளைக் கொண்டவள், அன்னமும் நாணுகின்ற அழகிய நடையினை உடையவள், முல்லை மலர் போன்ற அவள் மெல்ல நடந்தாள் என ஆசிரியர் வருணிப்பதை எடுத்தியம்புகின்றன. மேலும், அவளுடைய சிரிப்பைப் பற்றிக் குறிப்பிடும்போது,

அன்றன்று அலர்ந்த தாமரை போலவே
அகன்று மலர்ந்த நகைமுக எஸ்தர் (ப.49)

என்று இராபின்சன் குருசோ குறிப்பிடுகிறார். இது போன்ற பல வருணனைகள் சங்க இலக்கியச் சாயலை உணர்த்துகின்றன.

உவமைகள்

இராபின்சன் குருசோ தன்னுடைய காவியத்தில் உவமைகளை வைத்தே காவியத்தின் கதைப் போக்கைக் கொண்டு சென்றிருக்கிறார். உவமைகளாலே செய்யுட்கள் சில படைக்கப்பட்டுள்ளன.

அகலக் கோவில் கலச மேலோர்
ஆந்தை அமர்ந்தது போல
அகலின் விளக்கடித் திரியில் எரிந்த
அவிந்த சிட்டம் போல
புகழ் சேர் சூசான் நகர நடுவில்
பூதம் நின்றது போல
இகழ்சார் தேக்குத் தூக்கு மரந்தான்
இங்கே நின்ற தெனலாம் (ப.149)

என்னும் செய்யுளிலுள்ள உவமைகளால் ஆமானின் சூழ்ச்சியால் நகரின் நடுவில் நாட்டிய தூக்கு மரத்தினை விவரிக்கிறார். மேலும் விண்ணில் மின்னும் மீன்போல், கூட்டை விட்டலையும் குருவியைப் போலவே, துடுப்புகள் இல்லா மரக்கலம் போலவே, அகலின் விளக்காகத் திரியில் எரிந்த அவிர்ந்த சிட்டம் போல , ஆட்டியும் ஆப்பை அசைத்தும் அலறும்

□ கிறித்தவக் காப்பியங்கள்   □ **297**

குரங்கு போல, வெட்டி வீழ்த்திய மரம் போல, முகில்தான் மூடிய நிலாப்போல், தரிசு நிலம் போல், கள்ளுண் மந்தியைப் போல, எரியும் நெருப்பில் எண்ணெயை எடுத்து வார்த்தது போல, தினையை விதைத்தவன் தானே தினையை அறுப்பான் அதுபோல, மடைவிட்ட வெள்ளம் போல, உருவச் சிதைவுகொள் ஓவியம் போல, நாடித் துடிப்பு நிற்கும் வேளையில் நல்ல மருத்துவர் கிடைத்தாற் போல என்பன போன்ற பல எளிய உவமைகள் காவியத்தினிடையில் நிறைந்துள்ளன.

பழமொழிகளும், திருக்குறள் கருத்துகளும்

இராபின்சன் குருசோ, கதைக்கு வலுவூட்ட பழமொழிகளையும், திருக்குறள் கருத்துகளையும் காவியத்தில் பயன்படுத்தியுள்ளார். 'நுணலும் தன் வாயால் கெடும்' என்ற பழமொழியை 'நுணலும் வாயால் கெட்டால் நொடியில் பாம்பும் விழுங்கும்' என்கிறார். 'கண்கெட்ட பிறகு சூரிய நமஸ்காரம்' என்ற பழமொழியை 'கண்பட்டுப் போயின பின்னர் கதிரவன் காண்பது மடமை' என்று கூறுகிறார்.

குறள்களைப் பொறுத்த வரையில் நேரடியாகவும், மறைமுகமாகவும் பயன்படுத்தி இருக்கிறார். ஆமானுக்குத் துயர் நேர்ந்த போதும் அவனுடைய மனைவி அவனைக் கடிந்தாளே தவிர அவனைத் திருத்தவில்லை. ஆசிரியர் அதனை விளக்க,

>   இடுக்கண்கால் கொன்றிட வீழும் அடுத்தூன்றும்
>   நல்லாள் இலாத குடி   *(குறள், 1030)*

என்னும் குறளைப் பயன்படுத்துகிறார். மேலும் ஆமானின் சூழ்ச்சியை உற்றுநோக்காமல் இருக்கும் மன்னனின் செயலுக்காக,

>   இடிப்பாரை இல்லாத ஏமரா மன்னன்
>   கெடுப்பார் இலானும் கெடும்   *(குறள், 448)*

என்னும் குறளை எடுத்துக் காட்டியுள்ளார். மேலும்,

>   பழுதெண்ணும் மந்திரியின் பக்கத்துள் தெவ்வோர்
>   எழுபது கோடி உறும்   *(குறள், 639)*

போன்ற குறள்களை நேரடியாகவும், உயிரை விட மானத்தைப் பெரிதாகக் கொண்டவள் எஸ்தர் என்றும், அவள் கவரிமானது மானம் கொண்டவள் என்றும் கூறுவதிலிருந்து, மறைமுகமாக,

மயிர்நீப்பின் வாழாக் கவரிமான் அன்னார்
உயிர்நீப்பர் மானம் வரின் (குறள், 969)

என்னும் இக்குறளைப் பயன்படுத்தியுள்ளார்.

உலகியல் உண்மைகள்

குருசோ, மனிதனின் வாழ்க்கையில் காணப்படும் எதார்த்தங்களையும், எக்காலத்திற்கும் பொருந்தும் உண்மைகளைப் பற்றியும் தெளிவாக விவரித்துள்ளார். ஆமானை வணங்க மறுத்த மொர்தெகாய் வரப் போகின்ற துன்பம் உடனிருப்பதை அறியவில்லை என்பதை,

உடன்பிறந் தேநோய்கள் கொல்லுதல் செய்திடல்
உலகினில் உண்டென்ப தோர்கிலன் மொர்தெகாய்
இடங்கிடைத் தாலுடன் பச்சோந்தி யாவதும்
இவ்வுல கினர்செயல் என்பதும் எண்ணிலன் (ப.66)

என்றும்,

படமெடுத்தாடிடும் பாம்புகள் நம்மிடைப்
பாழும் மனிதராம் உண்டென்ற உண்மையைத்
தடம்பிற ழாதவம் மொர்தெகாய் கிஞ்சிற்றும்
தன்னது நெஞ்சினில் எண்ணவே யில்லையால் (ப.66)

என்றும் கூறுகிறார். இன்றும் புகழுக்காக மயங்காத மக்களில்லை என்பதை,

திறங்கூறிப் புகழ்கூறும் போதினில்
திளையாத மக்களும் உள்ளரோ

என்று கூறுகிறார். சாவுகள் இயற்கை என்ற நிலையாமைக் கருத்தை,

சதமில்லா உலகில் சாவுகள் இயற்கை (ப.196)

என்கிறார். இவையனைத்துமே கதையுடனே தொடர்புடையனவாகக் காணப்படினும், ஆசிரியர் எக்காலத்திற்கும் பயன்படக் கூடிய உலகியல் உண்மைகளைத் தான் கூறியிருக்கிறார் எனலாம்.

இன உணர்வுச் செய்திகள்

கதிரவனுடைய ஒளியை எவ்வாறு அதனிடம் இருந்து பிரித்தெடுக்க முடியாதோ அதுபோல குருசோ அவர்கள் இயற்றிய எஸ்தர் காவியத்தையும் இன உணர்வுச் செய்திகளையும் ஒன்றிலிருந்து மற்றொன்று பிரிக்க

முடியாதபடி காவியத்தில் விரவிக் கிடக்கின்றன. ஆமான் யூத இனத்தை அழிக்க நாள் குறித்ததைக் கேட்ட மொர்தெகாய் கொதித்து, எஸ்தரை உடனே சென்று அரசனைப் பார்க்குமாறு கூறுகிறான். அரசன் அழைக்காமல் அரண்மனை செல்வது பெரிய குற்றம் என்பதால் தயங்கிய எஸ்தரிடம் 'இன உணர்வு' என்னும் புரட்சி விதையை,

> ஆமையாய் நாமும் அடங்கி இருந்தால்
> ஆமான் கொண்ட ஆணவம் உயரும்
> ஊமையாய் நீயும் மௌனம் கொண்டால்
> உலகம் தூற்றிச் சரித்திரம் வரையும்   (ப.98)

என அறிவுறுத்துகிறான். மேலும்,

> செத்துநாம் மடியினும் மடிவோம் யானின்று
> செப்பிடும் மொழியினைக் கேளாய் எஸ்தர்!
> எத்தனாம் ஆமான் செய்திடும் புரட்டை
> எடுத்துநீ உரைத்திட அஞ்சுதல் வேண்டா
> தொத்துநோய் ஆவான் நாட்டினுக் கன்னோன்
> தொல்லையை நீக்கிடும் எல்லையைக் காண்பாய்
> புத்துணர் வதுகொண்டு எழுகநீ எஸ்தர்!
> பூமியில் வாழ்வா சாவா பார்ப்போம்   (ப.102)

என வீறுகொண்டு மொர்தெகாய் பேசுகிறான். மேலும் எஸ்தரிடம் யூத இனம் இன்பமாக வாழ்ந்த நாட்களையும் தற்பொழுது அலையில் அகப்பட்ட துரும்பைப் போலவும், யானையின் வாயில் போடப்பட்ட கரும்பைப் போலவும் இருக்கிறது என்று யூதர்களின் அவல நிலையை எடுத்தியம்புகிறான். மொர்தெகாய் தன் நிலையைக் கூறும்போது,

> குலத்திற்கு வந்துற்ற அழிவால்
> குமுறும் எரிமலை ஆகினேன்   (ப.204)

எனக் குறிப்பிடுகிறான். இவ்வாறெல்லாம் கூறி, இதனால் உனக்கு ஏற்பட்ட பயத்தை போக்கிக் கொள் என்று கூறினான். மேலும்,

> திண்ணிய நெஞ்சமும் வேண்டும் அதன்கண்
> தீவிர உணர்வு வேண்டும்   (ப.102)

என்றும்,

> குறைவாய் உன்னையே எண்ணியே விடலாம்
> குலத்தையே காக்கும் கருவி நீ ஆகலாம்

என்றும் பலவிதமாகக் கூறி இன உணர்வினை எஸ்தருக்கு ஊட்டினான். உடனே எஸ்தர் தன் மனதில் துணிவை வரவழைத்துக் கொண்டாள். மேலும் தன் இன உணர்வை உணர்த்தும் வகையில்,

> இனத்தின் உணர்வின் மிகையால்
> இறக்கவுந் துணிந்து விட்டேன்
> மனத்திற் கவலை கொள்ளது
> மன்னவன் மண்டபஞ் செல்லுவேன்
> சினத்திற் செங்கோல் நீட்டாது
> சீறியே மன்ன னிருந்தால்
> இனத்தின் மானங் காத்தாங்கு
> இன்பமாய் இறந்து மடிவேன் (ப.106)

என்று கூறி அரசனிடம் சென்று, அவனுடைய அனுமதியைப் பெற்று யூதரினத்தைப் பாதுகாக்கலாம் என்று நினைத்து துணிவுடன் செல்கிறாள். இறுதியில் எஸ்தரின் நிலையைப் பார்த்து, அரசன் அனைத்தையும் ஆராய்ந்து அறிந்து, தன் முடிவைத் தெரிவிக்கிறான். இறுதியில் அரசன்,

> தொல்லை கண்டவர் யூதரினத்
> துன்பத்தை இன்பமாய் மாற்றுவேன் (ப.208)

என்று கூறி, எஸ்தரின் துன்பத்தை இன்பமாய் மாற்றுகிறான்.

இனமான உணர்வு

இராபின்சன் குருசோ தமது காவியத்தில் இனமான உணர்வு பற்றிய தமது கருத்துகளைப் பல்வேறு இடங்களில் சுட்டிக் காட்டியுள்ளார். இக்கருத்துகளைக் கூறுமிடத்து உணர்வு பொங்கக் கூறியிருப்பதை அப்பாடல்களைப் படிக்கும்போதே அறிந்து கொள்ள முடிகிறது. சான்றாக,

> இனமான உணர்வுகள் என்பன மாந்தரின்
> இரத்தத்திற் கலந்த இயல்பான உணர்வு
> தனதாட்சித் திமிராலே ஒன்றுமற் றொன்றினைத்
> தாக்குதல் இனங்களுக் கழகான தில்லை
> வனவிலங் கல்லவே மக்களின் இனங்கள்
> வதைத்திடல் கொன்றிடல் மறைநெறி யாகுமா
> இனமான மக்களில் யாரையும் மதிப்போம்
> இனங்களில் வேற்றுமை யின்றென விதிப்போம் (ப.266)

என முழங்குகிறார்.

சிறப்புகள்

எஸ்தர் காவியத்தில் இன உணர்வை மையமாகக் கொண்டு அழகான எதுகை மோனையுடன், உவமைகள், பழமொழிகள், குறட் கருத்துகளைப் பயன்படுத்தி உலகியல் உண்மைகளை,

> உண்மை தேரில் வந்தால்
> ஊரில் பொய்ம்மை அழியும்
> நீதிமான் ஆளுகை செய்தால்
> நேர்மை அமைதி நிலவும்   (ப.221)

என எடுத்தியம்புகிறார். இதுபோன்று எக்காலத்திற்கும் பொருந்தக் கூடிய உண்மைகளைக் காவியத்தில் நயத்துடன் ஆசிரியர் கூறியிருக்கிறார். மனித நேயம் வளருவதற்கு எஸ்தர் காவியம்,

> வர்மங் கொள்ளற்க வாழ்வை மறவற்க
> தர்மந் தான் செய்க தானங்கள் பண்ணுக
> சர்வம் மீட்பினைச் சார்ந்தனம் ஆதலால்
> கர்வம் பண்ணற்க காட்டற்க வேற்றுமை   (ப.250)

என உரைக்கிறது. மானுடம் மேம்பாடு அடைவதற்கு,

> உலகில் மக்கள் தம் இனமெல்லாம் ஒன்றே
> உயர்வு தாழ்வு மக்களில் இல்லை
> நலமொடு மக்கள் அனைவரும் கூடி
> நாடெங்கும் வாழ்ந்தால் நிலைக்குமே அமைதி   (ப.266)

என்று தன்னுடைய முடிவை எஸ்தர் காவியம் வழி ஆசிரியர் விளக்குகிறார். இராபின்சன் குருசோவின் கருத்துத் தேர்வும் நடைச்சிறப்பும் எஸ்தர் காவியத்தைக் கிறித்தவக் காப்பியங்களில் தனித்தும் உயர்ந்தும் மின்னும்படி செய்கிறது.

28. கன்னிமரி காவியம்

கிறித்தவத்தின் பெருமையைப் பறைசாற்றும் நோக்கோடும், கிறிஸ்துவின் பணியை உலகினுக்கு எடுத்துரைக்கும் நோக்கோடும் விவிலிய மாந்தர்களை விவரித்துக் காட்டும் நோக்கிலும் கிறித்தவக் காப்பியங்கள் படைக்கப்பட்டுள்ளன. தமிழ்க் காப்பியங்களில் பின்பற்றப் பட்டு வந்த மரபுகளை கிறித்தவக் காப்பியங்களும் பின்பற்றுவதோடு தனித்தன்மை பெற்றும் விளங்குகின்றன. இறைமகன் இயேசு கிறிஸ்துவை உலகினுக்கு ஈந்த புனித கன்னி மரியாளின் வரலாற்றை இயேசு கிறிஸ்துவின் வரலாற்றுடன் எடுத்துரைக்கும் நோக்கோடு இக்காப்பியம் இயற்றப்பட்டுள்ளது. விவிலியத்தில் கூறப்பட்ட செய்திகளில் மரியாளின் பங்கு முக்கியப்படுத்தப்பட்டு எடுத்துரைக்கப் பட்டுள்ளது. இக்காவியத்தில் விவிலியத்தில் கூறப்படாத செய்திகளும் இடம்பெற்றுள்ளன. கன்னிமரி காவியம் 1987 ஆம் ஆண்டு வெளிவந்தது.

ஆசிரியர் வரலாறு

கன்னிமரி காவியத்தின் ஆசிரியர் முனைவர் த. பத்திநாதன் 1929 ஆம் ஆண்டு செப்டம்பர் மாதம் 15 ஆம் நாள் தஞ்சை மாவட்டத்திலுள்ள பெரும்பண்ணையூரில் தமிய...ான் - மங்கள மேரி தம்பதியினருக்கு மகனாகப் பிறந்தார். இவர் 1947 இல் ...பள்ளி இறுதி ஆண்டு பயிலும் போதே, இவரது எழுத்துப் பணி தொடங்கியது. இவரது படைப்புகள் பத்திரிகைகளில் வெளிவந்துள்ளன. 1968 ... மற்றும் 1981 ஆம் ஆண்டுகளில் நடைபெற்ற உலகத் தமிழ் மாநாடு அரங்குகளில் இலக்கியப் பங்காற்றினார். 1986 இல் சென்னையில் நடை...பெற்ற உலகக் கவிஞர் மாநாட்டில் கலந்து கொண்டு, கவியரங்குகளில் ப...ங்கேற்று, கவிதைப் போட்டிகளில் பல பரிசுகளைப் பெற்றார். வணிக...பியல் பட்டதாரியான இவரது மனைவியின் பெயர் மேரி காத்தரின்.

தமிழ்நாடு ... அரசுப்பணியில் சேர்ந்த இவர், தலைமைச் செயலகத்தில் 35 ஆண்டுகள் ப...ல துறைகளில் பணியாற்றினார். குறிப்பாக, 1985 ஆம் ஆண்டு

முதல் அரசு துணைச் செயலாளராய் தமிழ் வளர்ச்சி - பண்பாட்டுத் துறையில் பணியாற்றினார். 1947 ஆம் ஆண்டு முதல் வெளிவந்துள்ள இவரது கவிதைகளை ஆய்வு செய்த அமெரிக்காவிலுள்ள உலகப் பல்கலைக்கழகம், இவருக்கு டாக்டர் பட்டம் அளித்து கௌரவப்படுத்தியது.

காவியத்தின் அமைப்பு

கன்னிமரி காவியம் இறைவணக்கம், முன்னுரை, நாடும் நகரமும், திருமரியின் பிறப்பும் வளர்ப்பும், திருமரியின் திருமணம், வானவன் தூது, சந்திப்பு, பெத்லகேம் பயணம், இறைமகன் பிறப்பு, ஆயரின் வணக்கம், பெயரிடுதல், இறைவனுக்கு ஒப்புக் கொடுத்தல், மூவேந்தர் வணக்கமும் எகிப்திய பயணமும், நாசரேத் நோக்கி, திருமரியும் இளவல் ஏசுவும், ஏன் என்னைத் தேடினீர்கள்?, பிரிவு, கானாவூரில், தாயாரும் சகோதரரும், மீட்புப் பணியில், சிலுவையின் பாதையில், சிலுவையின் அடியில், ஏசுவின் உயிர்ப்பு, திருமரியின் தனிப்பெருமை, தூய ஆவியின் வருகை, திருமரியின் துயில், அருள் மழை பொழியும் விண்ணக அரசி என்னும் 27 அதிகாரங்களை உடையது. இக்காவியத்தில் இணைப்பாக அருள்தரும் ஆரோக்கிய அன்னை, புதுமைகள் பொழியும் லூர்து அன்னை, பாத்திமாவில் புனித அன்னை என்னும் மூன்று தல வரலாறுகள் இடம்பெற்றுள்ளன. இவ்விணைப்பிற்கும் காவியத்திற்கும் எவ்விதத் தொடர்புகளும் இல்லை. மரியாளின் சிறப்பினை மேலும் வெளிப்படுத்த வேண்டும் என்னும் நோக்கத்தினால் மூன்று தல வரலாறுகளைக் காவியத்தின் பிற்பகுதியில் ஆசிரியர் சேர்த்துள்ளார்.

கன்னிமரி காவியத்தில் இயேசு கிறிஸ்துவின் வரலாற்றுடன் மரியாளின் வரலாறும் எடுத்தியம்பப்படுகிறது. இக்காவியத்தில் இயேசு கிறிஸ்துவின் கானாவூர் அற்புதத்திற்குப் பிறகு அவரது சிலுவைப் பாடுகளை ஆசிரியர் விவரிக்கிறார். இடையிலுள்ள நிகழ்வுகள் இக்காவியத்தில் இடம் பெறவில்லை. அன்னை மரியாளுக்கு முக்கியத்துவம் கொடுத்துப் படைக்கப்பட்ட காவியமாகையால் இப்பகுதிகள் இடம்பெறவில்லை எனலாம்.

இறைவணக்கம்

கன்னிமரி காவியத்தின் தொடக்கமான இறைவணக்கம் என்னும் தலைப்பில் மூன்று செய்யுட்கள் இடம்பெற்றுள்ளன. காவிய ஆசிரியர், அன்பினால் உலகினை ஆட்சி செய்துவரும் இறைவன் அருள் நிறைந்தவர்; அவரது பாதங்களை இரு கரங்கள் மூலம் வணங்குகிறேன்; என்னிடம் நிறைந்திருப்பது இறைவனின் அன்பு என்பதால், இறைவனின் அருளை வேண்டுவது அடிமையாகிய எனது கடமையாகும் என்கிறார். மேலும்,

இருளைப் போக்கும் இறைவனின் உயிரை, மக்களின் இதயமாக விளங்கும் ஒளியை, ஒப்பில்லா முதல்வனாகிய இறைவனை, மக்களிடையே இரக்கத்தை உண்டு பண்ண வல்லவரான இறைவனைப் போற்றுகிறோம் எனப் பாடுகிறார். இறுதியில், உலகம் புகழும் மரியாளின் வரலாற்றை, இனிய தமிழ் மொழியில் பாட வேண்டும் என்னும் தனது விருப்பத்தை நிறைவேற்றுவதற்காக அருள் வேண்டி வணங்குகிறார்.

நாட்டு வருணனை

காவியத்தில் தலைவனின் நாடும் நகரமும் வருணிப்பது மரபு. அதற்கேற்ப இக்காவியத்தின் முன்பகுதியில் யூதேயா நாடும் எருசலேம் நகரமும் வருணிக்கப்பட்டுள்ளன. யூதேயா நாட்டின் இயற்கை வளம் இப்பகுதியில் இடம்பெற்று காவியத்திற்கு அழகூட்டுவதாக அமைந்துள்ளது.

> சீரியர் தன்மை சொல்லும்
> செம்மலைக் கூட்டம்! ஓடும்
> ஓரிரு சுனைகள் எல்லாம்
> ஓவெனப் பாடிச் சென்று
> நாரியர் கீதம் போல
> நல்லிசை பெய்யும்! மேலும்
> காரிருள் மேகக் கூட்டம்
> கனமழை வரவைக்காட்டும்
> (ப.4)

என நாட்டின் பசுமைச் செழிப்பினை ஆசிரியர் வருணித்துள்ளார். மேலும் புலவர்கள் பழமாகக் கனிந்து காணப்படும் யூதேயா நாட்டைப் பார்த்தால் அவ்விடத்திலேயே அதன் அழகைக் கவிதையாகப் படைப்பர்; அந்நாட்டில் பலவகையான திராட்சைச் செடிகள் நிறைந்து காணப்படும்; கம்பளம் விரித்ததைப் போன்று புல்தரைகள் காணப்படும்; அத்தரையின் மீது செம்மறி ஆட்டுக் கூட்டங்கள் மேய்ந்து கொண்டிருக்கும்; பறவைகள் மெதுவாகக் குரல் கொடுத்துப் பாடும்; பறவைகள் ஒன்று சேர்ந்து ஒரே நேரத்தில் வானில் பறந்து செல்லும்; பறவைகளின் இன்னிசைக் கேட்டுக் கொண்டிருக்கும் பின்னணியில் ஆறு ஓடும்; அந்த ஆற்றில் மீனவர்கள் வலை வீசி மீன்களைப் பிடித்திடுவர் என வருணித்துள்ளார்.

எருசலேமின் சிறப்புகள்

எருசலேம் நகரினை உலகம் போற்றும் சாலமோன் அரசன் ஆண்ட சரித்திர நகரமாகவும் காவல் மிகுந்த நகரமாகவும் வருணித்துள்ளார். அங்குள்ள சிறப்புகளை,

> இறையவன் ஆலயங்கள்
> எழில் மிகும் மண்டபங்கள்
> நிறைமிகும் பழமை கூறும்
> நெடும் பெரும் மாளிகைகள்
> நிறைந்திடும் நகரமெல்லாம்
> நாடதன் பெருமை சொல்ல
> மறைவளர் முதியோரெல்லாம்
> மாபரன் அருளை வேட்பார்   (ப.6)

என்னும் செய்யுளில் பட்டியலிடுகின்றார். மேலும் எருசலேம் நகரில் வாழ்ந்த நல்லவர்களின் வாழ்வில் ஆடம்பரம் இல்லாமல் தூய்மையான அன்பு நிறைந்திருந்தது என்றும், அந்நகரில் அற உணர்வு பெற்ற மக்கள் வாழ்ந்து வந்தனர் என்றும், இத்தகைய வளம் உடைய ஊரில் தாவீதின் மரபில் வந்த மரியாளின் பெற்றோரான சுவக்கின், அன்னம்மாள் தம்பதியினர் வாழ்ந்து வந்தனர் என்றும், இத்தகைய பெருமை உடைய எருசலேமில் மரியாள் பிறந்தார் என்றும் ஆசிரியர் எடுத்தியம்புகிறார்.

மரியாளின் பெற்றோர்

விவிலியத்தில் மரியாளின் பெற்றோர்கள் குறித்து எவ்விதமான செய்திகளும் இடம்பெறவில்லை. ஆனால் காவியம் என்பதற்காக ஆசிரியர் மரியாளின் பெற்றோர்கள் குறித்த செய்திகளை, இறையியல் வல்லுநர்களின் கருத்துகளை ஆதாரமாகக் கொண்டு செய்யுட்கள் இயற்றியுள்ளார். சுவக்கின்-அன்னம்மாள் தம்பதியினர் இறைவன் மீதும் மக்கள் மீதும் நீங்காத அன்பும் பணிவும் உடையவர்களாக வாழ்ந்து வந்தனர். அன்னம்மாள் தமது முதுமைக் காலத்தில் பெண் குழந்தையைப் பெற்றெடுத்தாள். இறைவனின் அருளை நினைத்து தம்பதியர் மகிழ்ந்தனர். பெற்றோர் அக்குழந்தைக்கு மரி என்னும் பெயரைச் சூட்டி மகிழ்ந்தனர்.

மரியாளின் அறிமுகம்

திருமரியின் திருமணம் என்னும் தலைப்பில் மரியாளின் பண்புகளும் சூசையப்பரின் பண்புகளும் எடுத்தியம்பப்பட்டுள்ளன. மரி என்னும் சொல்லுக்கு, இருளில் கடலில் செல்லும் மரக்கலத்தின் மீது ஒளி வீசும் சுடரை செலுத்தி ஒளியைக் காட்டும் 'வெள்ளி' எனவும் இறைவனின் ஒளியாக நின்று தீமைகளை ஒழித்து மக்களுக்குக் காவலாய் நிற்கும் நல்ல 'கலங்கரை விளக்கம்' எனவும் கூறும் அறிஞர்களின் கருத்துரையை ஆசிரியர் இப்பகுதியில் எடுத்தாண்டுள்ளார். மரியாளின் சிறப்பைக் கவிஞர்,

ஊசியின் முனையில் உள்ள
ஒருசிறு அளவும் கூட
மாசிலாக் குழந்தை யாக
மரியவள் வளர்ந்தாள்! தூய
வாசனை மலராம் லீலி
வெண்மையாய் இருத்தல் போல
மாசறு மணியாய் தூய்மை
மாண்பிலும் வளர்ந்து வந்தாள்! *(ப.11)*

எனப் பாடுகிறார். இச்செய்யுளில் மரியாள் பரிசுத்தமாக வளர்ந்தமையையும் லீலி மலர் வெண்மையாக இருப்பதைப் போன்று தூய்மையாக வளர்ந்தமையையும் ஆசிரியர் குறிப்பிட்டுள்ளார். மேலும், மரியாள் அனைத்து நல்ல இயல்புகளையும் தன்னகத்தே கொண்டவளாகவும் நற்பண்பின் உறைவிடமாகவும் இறைவன் பாதங்களை வணங்கியும் தினையளவுகூட குற்றம் இல்லாதவளாகவும் ஆகமங்கள் அனைத்தையும் கற்று நல்லறிவு உடையவளாகவும் வாழ்ந்து வந்தாள். மேலும் மரியாளின் பண்புகளை,

எவ்விதப் பெருமையையும் எதிர்பா ராமல்
எளியவளாய், இனியவளாய், இறைவன் தாளை
வந்தனையே செய்திருந்தாள்! வாழ்த்தி வந்தாள்!
வல்லவனாம் இறைவன்தன் வன்மை தன்னை
சிந்தனையே செய்தவண்ணம் வாழ்ந் திருந்தாள்!
சுத்தமான கன்னிமையாம் நோன்பு பூண்டு
சந்தனத்து நறுமணமாய், குடத்தில் உள்ள
சத்தியத்தின் ஒளிவிளக்காய் சாந்தம் கொண்டாள்! *(ப.15)*

என ஆசிரியர் பட்டியலிடுகின்றார். மரியாள் இறைவனை,

அன்பென்னும் பெருமலையே! அதனில் தூய
அருவியெனப் பெருக்கெடுக்கும் அருளின் ஊற்றே!
கன்னலென ஓடுகின்ற கருணை ஆறே!
கரைமீதில் பயிர் தழைக்கும் வயலே! இன்பத்
தென்றலினைத் தருகின்ற தருவே! வானே!
தேன்மழையைப் பொழிகின்ற முகிலே! வற்றா
இன்பத்தைத் தருகின்ற கடலே! போற்றி!
என்னுள்ளே இருக்கின்ற இறைவா போற்றி! *(ப.15)*

என வணங்கியதாக ஆசிரியர் கூறுவது, மரியாளின் இறைப்பற்றை புரிந்து கொள்வதற்கு சிறந்த ஓர் உதாரணமாக அமைந்துள்ளது. மரியாள்

பெருமைகளைக் களைந்து, இறைவனைப் பற்றிக் கொண்டு எளிமையும் இனிமையும் உடைய பெண்ணாக வாழ்ந்து வந்தாள் என ஆசிரியர் எடுத்துரைக்கிறார்.

சூசையப்பரின் அறிமுகம்

நாசரேத்தூரில் வாழ்ந்து வந்த சூசை, தாவீதின் வம்சத்தில் வந்தவர். சூசையப்பர் தம் மனதில் குற்றமில்லாமல் நீதிமானாக வாழ்ந்து வந்தார். அவரின் பண்புகளை,

> எருசலேமை எட்டியுள்ள நசரேத் தூரில்
> எளிமையான தொழில் செய்தார் ஏந்தல் சூசை!
> அருளுள்ளம் கொண்டவராம்! அறிவும், பண்பும்
> அடக்கமுமே உள்ளவராம்! அகத்தில் வாய்மை
> பொருந்தியவோர் நீதிமானாம்! தூய்மை நோன்பு
> பூண்டவராம்! கள்ளமில்லாப் புனிதர் என்னும்
> பெருமகனாம் சூசைக்கும் மரியா ளுக்கும்
> திருமணத்தை நடத்திடவே உறுதி செய்தார்!   (ப.17)

என இச்செய்யுளில் குறிப்பிட்டதுடன் இத்தகையப் பண்புகளை உடைய சூசைக்கும் மரியாளுக்கும் திருமணம் நடத்த உறுதி செய்யப்பட்டதையும் ஆசிரியர் தெளிவுபடுத்துகிறார்.

வெண்பாக்கள்

இயேசு பாலகனைக் காணவந்த ஆயர்கள், மகிழ்ச்சியால் ஆடிப் பாடும் நிகழ்வினை ஆசிரியர் ஆறு வெண்பாக்களில் அமைத்துள்ளார். காப்பியத்தில் இப்பகுதியில் மட்டுமே வெண்பாக்கள் இடம் பெற்றுள்ளன. சான்றாக ஒரு வெண்பா பின்வருமாறு:

> மூவுலகை ஆளுகின்ற மூத்தவனே நீயுமிந்தப்
> பூவுலகில் வந்து பிறப்பதற்கே - மேவுமொரு
> ஏழ்மையினை ஏன்கொண்டாய் ஏற்ற பதிலுரைப்பாய்
> வாழ்த்திடுவோம் நாமும் வணங்கி.   (ப.37)

இயேசு பெருமானின் துன்பங்களை நேரில் பார்த்த மரியாள்

இயேசு பெருமான் சிலுவையைத் தோளில் சுமந்து கொண்டு செல்லும் காட்சியைப் பார்த்து அவரின் தாயான மரியாள் சொல்லொணாத் துயரமடைந்தாள். இயேசு கிறிஸ்து சிலுவையைச் சுமந்து சென்ற காட்சியை வாசகர்களின் மனம் உருகும் வகையில் ஆசிரியர் சித்திரித்துள்ளார். இந்த

உலகத்தைப் படைத்த இறைவனின் ஆடை முழுவதும் அழுக்கடைந் திருந்தது. இயேசு கிறிஸ்துவின் நாக்கு தாகத்தால் தவித்தது. அவரது உடலிலுள்ள காயங்களிலிருந்து இரத்தம் வடிந்தும் சதைகள் தொங்கியுமிருந்தன. அவரைச் சாட்டையினால் அடித்ததனால் சொல்லொணாத் துயரமடைந்தார். இயேசு பெருமான் சிலுவையைச் சுமந்து கொண்டு செல்லும்போது அங்கு மரியாள் வந்து தன் மகனின் நிலையைப் பார்த்துக் கதறி நின்றாள். மரியாளின் நிலையை விவரிக்கும் ஆசிரியர்,

நெஞ்சத்தில் பெருங்கனத்தைச் சுமந்த வண்ணம்
நெடும்பாதை குறுக்கிட்டு மரியாள் வந்தாள்
பஞ்சைப்போல் மிருதுவான தூய்மை கொண்ட
பறவையெனும் வெண்புறாவின் பார்ப்பு தன்னை
வஞ்சமன வேடர்கள் வதைத்து மற்றும்
வயதான தாய்ப்பறவை முன்னால் அதைக்
கொஞ்சகொஞ்சமாய்க் குத்திக் கொல்லுகின்ற
கொடுஞ்செயலைத் தாய்மரியாள் கண்டாள்! நின்றாள்! (ப.81)

எனக் குறிப்பிடுகின்றார். மரியாள் தன் மகன் சிலுவை சுமந்து செல்லும்போது அடைந்த துன்பத்தினை நேரில் கண்டு துடிதுடித்தாள். இதனை வயதான தாய்ப் பறவையின் முன்னால் அதன் பார்ப்பினை வேடர்கள் துன்புறுத்தும் செயலுடன் ஆசிரியர் ஒப்பிட்டுச் சொல்கிறார். மேலும்,

உருக்குலைந்த திருமகனை உற்றுப் பாரத்தாள்
உள்ளத்தில் ஊற்றெடுத்த உணர்ச்சி வெள்ளம்
பெருக்கெடுக்க, செயலிழந்தாள் சொல்லி ழந்தாள்
பேசுகின்ற பேச்சிழந்தாள் கண்ணிர ண்டில்
வருகின்ற கண்ணீரும் இழந்தாள் சொல்லால்
வருணிக்க இயலாத நிலையில், அன்னை
திருமகனை உடல்பதறி, உளம் கலங்கி
துயர்நிறைந்த விழிகளாலே பார்த்து நின்றாள் (ப.81)

என்னும் செய்யுளின் மூலம் கையறுநிலையில் மரியாளின் துன்பத்தை வருணிக்கமுடியவில்லை என ஆசிரியர் வெளிப்படுத்தியுள்ளார். தமது மகனின் துயரத்தினைப் பார்த்து அழுதமையால் கண்களில் கண்ணீர் வற்றி விட்டது என்றும், பேச முடியாத நிலையினை மரியாள் அடைந்து விட்டாள் எனவும் ஆசிரியர் குறிப்பிடுகிறார்.

மரியாளின் கையறுநிலை

இயேசு பெருமான் சிலுவையில் அறையுண்டு மரித்ததை நேரில் பார்த்த மரியாளின் கையறுநிலையை ஆசிரியர் பல செய்யுட்களில் 'என்னருமை மகனே நீ என்ன செய்தாய்? என்னும் வினாவுடன் வெளிப்படுத்துகின்றார். இக்கையறுநிலைச் செய்யுட்களில் ஆசிரியர் மரியாளின் துன்பத்தையும் மன உணர்வுகளையும் படம் பிடித்துக் காட்டியுள்ளார். சான்றாக,

> என்னருமை மகனேநீ! என்ன செய்தாய்?
> ஏனிந்த மனிதர்கள் உன்னைக் கொன்றார்!
> எண்ணிறந்த மனிதருக்கு நன்மை செய்தாய்!
> இறந்தோரை உயிர்ப்பித்தாய்! நீயோ இன்று
> கண்மூடி வாய்மூடி கைகால் வீழ்ந்து
> கல்லறைக்குப் போகின்றாய்! உன்னைநான் என்
> கண்ணீரால் கழுவுகின்றேன்! உடம்பில் உள்ள
> கறையெல்லாம் காயமெல்லாம் கழுவு கின்றேன்! (ப.93)

என்னும் செய்யுளில் மரியாள் தம் மகனை நினைத்துப் பலவாறு புலம்புகின்றாள். மேலும் மரியாள் தம் மகனை நினைத்து, உமது கருணையான கண்களை இமைகள் மூடிவிட்டனவே என்றும் வானகத் தந்தையைப் போற்றி இன்னுரைகள் பேசிய இதழ்கள் இறுக்கமாக மூடியுள்ளனவே என்றும் பிறரிடம் பாசம் காட்டிய நெஞ்சம் ஈட்டியால் குத்தப்பட்டதே என்றும் பிறருக்கு வரங்கள் கொடுக்கும் கரங்கள் எங்கே என்றும் கால்கள் எங்கே என்றும் அங்கலாய்க்கிறாள். இயேசு கிறிஸ்து தமது வாழ்நாளில் செய்த அற்புதங்களில் சிலவற்றையும் மக்களுக்கு செய்த உதவிகளையும் மரியாள் குறிப்பிட்டுக் கதறுகின்றாள். மேலும் விண்ணுலகும் மண்ணுலகும் உன்னால் உண்டாக்கப்பட்டன; ஆனால் நீயோ மண்ணுலகில் அந்தரத்தில் சிலுவையில் உயிரை விட்டாயே எனவும் வானுலகில் படைகள் உடைய நீ, இன்று அனாதையாக வஞ்சகர்களால் மரணத்தை அடைந்தாயே எனவும் எத்தனையோ பேர்களுக்கு உயிர் கொடுத்த நீ, இன்று என் முன்னால் உயிரை இழந்தாயே எனவும் கதறுகின்றாள். உலகில் துன்பத்திற்கெல்லாம் துன்பம் யாதெனில், பெற்றோர் இருக்க பிள்ளைகள் மாள்வதாகும். அத்தகையக் கொடுந் துன்பத்தை அன்னை மரியாள் அனுபவிக்கிறாள். அவளுடைய துன்ப உணர்வை இக்காவியத்தின் ஆசிரியர் நம்முள்ளத்தில் எளிதாக மடைமாற்றம் செய்து, மரியாளோடு நம்மையும் கதறுமாறு செய்கிறார்.

இத்தகையக் கதறல்களைத் தொடர்ந்து மரியாளின் கண் முன்னே இயேசு கிறிஸ்து பாலகனாகப் பிறந்தது, சிறு வயது முதல் தொடர்ந்து

வளர்ந்த நிகழ்ச்சிகள் அனைத்தும் ஒன்றன் பின் ஒன்றாகத் தோன்றின. அச்சூழலில் மரியாள் தன் உள்ளத்தில் ஏராளமான வினாக்களைக் கேட்டாள். மரியாள்,

பெத்திலேமின் குடில்களே! நீர் பேசிடுங்கள்!
பெருங்கடலாய் ஓடுகின்ற யோர்தான் என்னும்
உத்தமநீர் நதிக்கரைகாள்! உரைத்தி டுங்கள்!
ஒளியான இறைமகனின் உரைகள் கேட்ட
முத்திரையைக் கொண்டிலங்கும் கப்பர் நாமூர்
கானாவூர் வீதிகளே கூறி டுங்கள்!
எத்திசையும் புகழ்மணத்த எருச லேமின்
எழில்மிகுந்த ஆலயங்காள் இயம்பிடுங்கள்! (ப.96)

என அஃறிணைப் பொருள்களிடம் வினாக்களைத் தொடுத்துப் பலவாறு புலம்புகின்றாள். மேலும் நாசரேத்தின் பழங்கால வீடுகளே, வீட்டில் எரிகின்ற விளக்குகளே, கல்வாரிப் பாறைகளே, இயேசு கிறிஸ்து நடந்து வந்த வழியின் ஓரத்திலுள்ள செடிகளே, வானகத்தின் கிட்டாத ஒளிக்கதிரே, பெருநிலமே, காற்றே, நெருப்பே, இங்கே பார்த்தது போல எங்காவது பெருங்கொலையைப் பார்த்ததுண்டோ என மரியாள் வினவிப் புலம்புகிறாள். இக்கையறுநிலைச் செய்யுட்கள் வாசகர்களின் மனதில் சோகச் சூழலை ஏற்படுத்துகின்றன என்பதில் ஐயமில்லை. இத்தகையக் கையறுநிலைச் செய்யுட்கள் இடம்பெறக் கிறித்தவக் காப்பியங்கள் மிகக் குறைவு. மரியாளை அடிப்படையாகக் கொண்ட காப்பியம் என்பதனால் இப்புலம்பல்களுக்கு ஆசிரியர் முதன்மை அளித்துள்ளார்.

சிலுவைப் பாதையில் மரியாள்

இயேசு கிறிஸ்து பரலோகம் சென்ற பின்னர் மகனை இழந்து வருந்திய மரியாள், அருளப்பரின் இல்லத்தில் வாழ்ந்து வந்தார். அப்போது தம் மகனின் பாடுகள் நினைவுக்கு வரும்போதெல்லாம், மரியாள் பிலாத்துவின் அரண்மனையிலிருந்து கல்வாரி மலை வரையுள்ள சிலுவைப் பாதையில் ஆண்டவரின் பாடுகளை ஆங்காங்கே நின்று தியானித்து வந்தாள். முதன் முதலில் சிலுவைப் பாதைக்கு மரியாள் முக்கியத்துவம் அளித்தாள் என்பதனைக் கீழ்க்கண்ட செய்யுளின் மூலம் ஆசிரியர் விவரிக்கிறார்:

என்றெல்லாம் திருமரியின் இதயந் தன்னில்
ஈடற்ற தன்மைந்தன் தியாகம் பற்றி
எண்ணங்கள் எழுகின்ற போதில், அன்னை
எழுந்திடுவாள் கல்வாரி மலையில் ஏசு

புண்பட்ட கால்களோடு நடந்து சென்ற
புனிதமிகும் சிலுவையதன் பாதை மீதில்
அன்னை யவள்சென்றிட்டாள் தியானம் செய்தாள்
அறவாழ்வின் விளக்காக இலங்கி வந்தாள் (ப.107)

ஒரு தாய் தன் மகனுடன் தொடர்புடைய இடங்களுக்குச் சென்று நினைவு கூர்வது இயற்கையான ஒரு செயலாகும். இதனை மனதில் கொண்டு ஆசிரியர் இக்கருத்தை முன்வைத்துள்ளார். இன்று எருசலேமிற்குப் புனிதப் பயணம் செல்வோர் இந்தச் சிலுவைப் பாதையில் நடந்து இறைவனின் பாடுகளை நினைத்து, தியானித்து, அவரைத் துதித்து வருகின்றனர்.

மரியாளின் மரணம்

இறைமகன் இயேசுபிரான் பரலோகம் சென்ற பின்னர், மரியாள் அவரை நினைத்து, நாளும் தியானித்து அறச்செயல்கள் செய்து வந்தார். எவ்விதமான நோயும் இன்றி வாழ்ந்து வரும் சூழலில், சீடர்கள் சூழ்ந்திருக்கும் ஒரு நாளில் மரியாள் மரணம் அடைந்தார். அவரது ஆன்மா இறைவனைச் சென்றடைந்தது. அவரது திருவுடலை நல்லடக்கம் செய்தனர். மூன்றாம் நாளில் அக்கல்றைக்கு புனித தோமையர் சென்ற போது கல்லறை திறந்திருந்தது. அங்கு மரியாளின் உடல் இல்லை. ஆசிரியர் இக்காப்பியத்தில், 'மரியாளின் திருவுடல் விண்ணகம் புகுந்தது' என்று குறிப்பிடுகிறார். இதற்கு விவிலியத்தில் ஆதாரங்கள் இல்லை. ஆசிரியர் தத்துவவாதிகளின் கருத்தை ஆதாரமாகக் கொண்டு இச்செய்திகளைக் குறிப்பிடுகின்றார். விண்ணகம் சென்ற மரியாள் இறைமகனின் அருகில் அன்னையாய் வீற்றிருக்கின்றார் என எடுத்துரைக்கின்றார்.

தற்குறிப்பேற்ற அணி

இயல்பாக நடக்கும் ஒரு நிகழ்வின்மீது, கவிஞன் தன் குறிப்பை ஏற்றிக் கூறுவது தற்குறிப்பேற்ற அணி. கவிஞர் தம்முடைய கற்பனைத் திறத்தைக் காட்டுவதற்குக் கையாளும் அணிகளில் தற்குறிப்பேற்ற அணியும் ஒன்று. கவிஞர், பாடலில் இயல்பாக நடைபெறும் நிகழ்ச்சிக்குத் தம் கற்பனையாக ஒரு காரணம் மொழிந்து, இதனால் தாம் கூறும் நிகழ்ச்சிக்குப் புதிய சுவையுணர்வைத் தந்து, பாடலைப் படிப்போர் நெஞ்சிலும் இத்தகைய உணர்வைக் கிளர்ந்தெழச் செய்கிறார். கன்னி மரியும் கணவர் வளனும் பெத்லகேமுக்கு மக்கள் தொகைக் கணக்குக் கொடுப்பதற்காகச் செல்லும் வழியில் இரவு நேரம் வருகிறது. அப்போது வானத்திலுள்ள விண்மீன்களைப் பற்றி,

உடுக்கள் வானின் வடுக்களாய் நின்று
மரிவளன் மருவிய பயணம் எதற்கெனப்
புரிந்ததைப் போல புன்னகை செய்தன (ப.31)

எனப் பாடுகின்றார். நிறைமாதக் கர்ப்பிணியாய் மரி செல்கின்றார். விரைவிலே பெத்லகேமில் உலக மீட்பர் பிறக்கப் போகின்றார் என்பதை வானில் உள்ள நட்சத்திரங்கள் புரிந்து கொண்டு மகிழ்ச்சிப் புன்னகை செய்கின்றன. இவ்விடத்தில் கவிஞர் தற்குறிப்பேற்ற அணியை அமைத்து கவிதைக்கு உயிரூட்டியுள்ளார். கன்னிமரியும் வளவனும் பெத்லகேம் செல்வதும் வானத்தில் நட்சத்திரங்கள் கண் சிமிட்டுவதும் உண்மையான நிகழ்வுகள். காவிய ஆசிரியர் இந்த இரு உண்மை நிகழ்வுகளையும் இணைத்து, தன் கற்பனை வளத்தின் மூலம் மரியையும் வளனையும் பார்த்து நட்சத்திரங்கள் புன்னகைப்பதாக அமைத்துள்ளார்.

திருக்குறள் கருத்துகள்

காவிய ஆசிரியர் பத்திநாதன் திருக்குறளில் ஈடுபாடு கொண்டவர் என்பதனைக் காவியத்தில் இடம்பெற்றுள்ள திருக்குறள் கருத்துகள் மூலமும் சொல்லாட்சிகள் மூலமும் அறியமுடிகின்றது. திருக்குறளில் காணலாகும்,

குழல்இனிது யாழ்இனிது என்பதம் மக்கள்
மழலைச்சொல் கேளா தவர் (குறள்,66)

என்னும் குறளினை அடிப்படையாகக் கொண்டு, திருமரியின் பிறப்பும் வளர்ப்பும் என்னும் தலைப்பின் கீழ்,

குழல்தரும் இசையை, யாழின்
  குளிர்தரு தொனியை மிஞ்சும்
குழந்தையின் மழலைச் சொற்கள்
  கொடுத்திடும் இனிமை என்றால்,
அழகிய சுவக்கின் அன்னம்
  ஆண்டுகள் பலவும் ஆக,
மழலையாம் செல்வத் திற்கு
  மாபரன் கருணை தந்தார் (ப.9)

என்னும் செய்யுளை இயற்றியுள்ளார். இச்செய்யுளில் மழலையின் சிறப்பினைக் குறிப்பிட்டு, மரியாளின் தாயான சுவக்கின் அன்னம் என்பாருக்கு இறைவன் குழந்தைச் செல்வத்தைக் கொடுத்தார் என ஆசிரியர் பாடுகிறார். மேலும் ஆசிரியர் தமது காவியத்தில், உழுதுண்டு வாழ்வாரே வாழ்வார் (குறள், 1033), மோப்பக் குழையும் அனிச்சம் முகம்திரிந்து

□ கிறித்தவக் காப்பியங்கள் □ 313

(குறள்,90) என்னும் குறள்களை ஆதாரமாகக் கொண்டு திருமரியும் இளவல் ஏசுவும் என்னும் தலைப்பின் கீழ் ஒரு செய்யுளையும் (ப.52), கானாவூரில் என்னும் தலைப்பின் கீழ் ஒரு செய்யுளையும் (ப.67) இயற்றியுள்ளார். மட்டுமன்றி, ஆசிரியர் 'குணமென்னும் குன்றேறி' (ப.17), 'மனத்துக்கண் மாசிலனாய்' (ப.17), 'அன்புடையார் என்பினையும் பிறருக்(கு) ஈவார்' (ப.88) என்னும் திருக்குறள் தொடர்களையும் தமது காவியத்தில் கையாண்டுள்ளார்.

உவமைகள்

காவிய ஆசிரியர் பத்திநாதன் தமது காவியத்தில் பல இடங்களில் நயம்மிகு உவமைகள் பலவற்றைக் கையாண்டுள்ளார். இவ்வுவமைகள் ஆசிரியர் சொல்லவரும் கருத்துகளுக்குத் தக்க பின்புலமாக நின்று துணை செய்கின்றன.

தல வரலாறு (இணைப்பு)

கன்னிமரி காவியத்தில் பின்னிணைப்பாக நாகப்பட்டினத்திற்கு அடுத்த வேளாங்கண்ணி என்னும் ஊரின் இயற்கை வளங்களும் இத்தலத்தில் மரியாள் தம் குழந்தையாகிய இயேசுவுடன் திருவுருவக் காட்சி அளித்து செய்த அற்புதங்களும் விவரிக்கப்பட்டுள்ளன. வேளாங்கண்ணி என்னும் ஊரிலுள்ள அன்னை வேளாங்கண்ணி கோவில் மற்றும் கோவிலின் அருகிலுள்ள மாதாக் குளம், ஆரோக்கிய மாதாக் குளம், அன்னை வேளாங்கண்ணி கோயில் மற்றும் பிரான்சு நாட்டிலுள்ள லூர்து நகர மசபியேல் குகைக் கோயில் ஆகியவற்றின் தலவரலாறுகள் பின்னிணைப்பில் எடுத்தியம்பப்பட்டுள்ளன. இப்பின்னிணைப்புகள் மரியாளின் இன்றைய மகிமையினை வெளிப்படுத்தும் வகையில் அமைந்துள்ளன.

ஆசிரியரின் ஆழ்ந்த பக்தியும் அரிய கவித்திறனும் இந்தக் காவியத்திற்கு தனிச்சிறப்பு அளிக்கின்றன. அன்னை மரியின் வாழ்வும் இயேசு கிறிஸ்துவின் வாழ்வும் மனித மீட்பின் வரலாற்றில் பிணைந்திருப்பதை கன்னிமரி காவியம் அழகாக எடுத்துக் காட்டுகின்றது. நற்செய்திக் கருத்துகளிலிருந்து மாறுபடாமல் கவிதை உள்ளத்தோடும் மனித உணர்வோடும் பக்திப் பரவசத்துடனும் இயற்றப்பட்ட இக்காவியம் பலரது உள்ளத்தைத் தொடும் என்பதில் ஐயமில்லை. கன்னிமரியின் அன்றைய வரலாற்றையும் காவியத்தின் பின்னிணைப்பாகக் கொடுக்கப் பட்டுள்ள இன்றைய மகிமையையும் துதித்துப் போற்றும் எழில்மிகு காவியமாக இந்நூல் திகழ்கின்றது.

29. அருள்நிறை மரியம்மைக் காவியம்

இயேசு கிறிஸ்துவின் தாய் மரியாளை மையமாக வைத்து இயற்றப்பட்ட அருள்நிறை மரியம்மைக் காவியம், 1996 ஆம் ஆண்டு புதுச்சேரியிலுள்ள மரியம்மை பதிப்பகத்தின் மூலம் வெளியிடப்பட்டது. இதன் ஆசிரியர் துரை. மாலிறையன்.

ஆசிரியர் வரலாறு

துரை. மாலிறையன் 1942 ஆம் ஆண்டு ஆகஸ்டு 29 ஆம் நாள் துரைசாமி - கோவிந்தம்மாள் தம்பதியினருக்கு மகனாகப் புதுச்சேரியில் பிறந்தார். இவருடைய இயற்பெயர் துரை. நாராயணசாமி என்பதாகும். ஆசிரியப் பயிற்சியினை முடித்த பின்னர், புதுச்சேரியிலுள்ள புராணசிங்கு பாளையம் உயர்நிலைப் பள்ளியில் இரண்டாம்நிலை ஆசிரியராகப் பொறுப்பேற்றார். பின்னர் 1965 ஆம் ஆண்டு சென்னைப் பல்கலைக்கழகத்தின் தமிழ் வித்துவான் தேர்வில் தேர்ச்சி பெற்றார். அதே ஆண்டு ஆகஸ்டு மாதம் சூரிய விசய குமாரி என்னும் பெண்ணைத் திருமணம் செய்தார். பல்வேறு பள்ளிகளிலுமாக புதுச்சேரியில் 42 ஆண்டுகள் தமிழாசிரியராகப் பணியாற்றி 2002 ஆம் ஆண்டு பணியிலிருந்து ஓய்வு பெற்றார்.

படைப்புகள்

துரை. மாலிறையன் இருபத்து ஐந்து நூல்கள் எழுதியுள்ளார். இவற்றுள் ஏழு காப்பியங்களாகும். அக்காப்பியங்கள் பின்வருமாறு:

1. குழந்தைகள் விரும்பும் நேரு காவியம்
2. அருள் ஒளி அன்னை தெரேசா காவியம்
3. அருள்நிறை மரியம்மை காவியம்
4. பாவேந்தர் காப்பியம்
5. தீண்டாமையை ஒழித்த அம்பேத்கர் காவியம்
6. கல்வி வள்ளல் காமராசர் காவியம்
7. இறைபேரொளி நபிகள் நாயகம் அருட் காவியம்

சிறப்புகள்

துரை. மாலிறையன் பல நூல்களைப் படைத்ததுடன் தமிழக, புதுவை அரசிடமிருந்து ஏராளமான பரிசுகளையும், விருதுகளையும் பெற்றுள்ளார். குறிப்பாக புதுவை அரசின் சிறந்த தமிழாசிரியர் விருதினையும், நடுவண் அரசின் தேசிய நல்லாசிரியர் விருதினையும், புதுவை அரசின் தமிழ் மாமணி விருதினையும் பெற்றுள்ளார். மேலும் இவர் புதுவைத் தமிழ்ச் சங்கத்தின் ஆட்சி மன்றக்குழு உறுப்பினராகவும், கனடா உலகத் தமிழ்ப் பண்பாட்டியக்கத்தின் புதுவைக் கிளைச் செயலராகவும் செயல்பட்டு வருகின்றார்.

காப்பிய அமைப்பு

அருள்நிறை மரியம்மை காவியம் பாயிரத்தைத் தொடர்ந்து உருக்காட்சிக் காண்டம், திருக்காட்சிக் காண்டம், அருட்காட்சிக் காண்டம் என்னும் மூன்று காண்டங்களை உடையது. இக்காவியம் 4745 விருத்தப் பாக்களாலானது.

பாயிரம்

பாயிரத்தில் 26 செய்யுட்கள் உள்ளன. பாயிரத்திலுள்ள முதல் செய்யுள் மொழி வாழ்த்தாக அமைந்துள்ளது. இப்பகுதியில் மூன்று செய்யுட்களின் மூலமாக பிதா, குமாரன், தூய ஆவி என்னும் மூவொரு (திரியேக) தெய்வத்தை வணங்குகிறார். குமாரனாகிய இயேசு கிறிஸ்துவை,

முற்கண்ட ஏற்பாட் டைஓர் முழுமைக்குக் கொண்டு வந்து
பிற்கண்ட புதுஏற் பாட்டின் பெருமையை உலகம் போற்ற
நற்கொண்ட லாகி வாழ்க்கை நலம்பெற அருள்வி ளைக்கும்
கற்கண்டின் இனிமை சான்ற கழலடி வாழ்த்து வோமே!

(பாயிரம், பா. 3)

என வணங்குகிறார்.

1. உருக்காட்சிக் காண்டம்

முதல் காண்டமான உருக்காட்சிக் காண்டம் மரியன்னையின் பிறப்பு முதல் புனித சூசையின் மறைவு வரை உள்ள வரலாற்றை விவரிக்கிறது. இக்காண்டம் படைப்புப் படலம், இறையாணை மீறிய படலம், உலக மீட்பு உன்னிய படலம், அன்னம்மாள் கருவுற்ற படலம், தூய மரியம்மை பிறப்புப் படலம், மரியா வளர்ச்சிப் படலம், தேவாலயத் திருவாழ்க்கைப் படலம், திருமண ஒப்பந்தப் படலம், திருத்தோற்றம் அறிவிப்புப் படலம், திருவுரு

புக்க படலம், திருத்தோற்றம் அருளிய படலம், பேறு பெற்ற படலம், எகிப்துப் பயணப் படலம், எருசலேத்தில் திருவொளி காட்டிய படலம், சூசைநாதர் மறைவுப் படலம் என்னும் 15 படலங்களையும் 1105 செய்யுட்களையும் கொண்டது.

2. திருக்காட்சிக் காண்டம்

இரண்டாம் காண்டமான திருக்காட்சிக் காண்டம் இயேசு கிறிஸ்து திருமுழுக்குப் பெறுவதிலிருந்து உயிர்த்தெழுதல் வரையுள்ள செய்திகளை விவரிக்கின்றது. இப்பகுதி இறைமகனைச் சோதித்தப் படலம், புதுமை தொடங்கிய படலம், உயிருள்ள நீர்விளக்கிய படலம், மலைப்பொழிவுப் படலம், உவமைகள் உரைத்தப் படலம், விசுவாசத்தின் பெருமை சொன்ன படலம், நல்ல அயலான் யார்? என்ற படலம், வான்வீடு கட்டிய படலம், நானே ஒளி என்ற படலம், நல்ல ஆயன் நானே என்ற படலம், சூழ்ச்சி தொடங்கு படலம், காட்டிக் கொடுத்த படலம், பிலாத்துத் தீர்ப்பு வழங்கிய படலம், திருப்பாடுகள் ஏற்ற படலம், ஏழு கருத்துரைகள் அருளிய படலம், அன்னையின் மாட்சிமை உரைத்த படலம், உயிர்த்தெழுந்த படலம் என்னும் 17 படலங்களையும் 1460 செய்யுட்களையும் கொண்டது.

3. அருட்காட்சிக் காண்டம்

அருட்காட்சிக் காண்டம் என்ற மூன்றாவது பகுதியானது தமிழகம் மற்றும் உலக நாடுகளில் அருள் நிறைந்த மரியன்னை அளித்த மிக முக்கியமான காட்சிகளை மட்டும் மையமாகக் கொண்டு உருவாக்கப் பட்டுள்ளது. அருட்காட்சிக் காண்டமானது தூய ஆவி திருத்தோற்றப் படலம், எருசலேம் திருப்பேரவை வளர்ச்சிப் படலம், தாயாகிக் காத்த படலம், மரியம்மை விண்ணேற்புப் படலம், திருமுடி சூட்டுப் படலம், பெரிய நாயகியம்மை அருட்புகழ்ப் படலம், அடைக்கல அன்னையின் அருட்புகழ்ப் படலம், வேளாங்கண்ணியின் அருட்புகழ்ப் படலம், வினைதீர்க்கும் வில்வநல்லூர் அருட்புகழ்ப் படலம், சேத்துப்பட்டு அன்னையின் அருட்புகழ்ப் படலம், பூண்டி அன்னையின் அருட்புகழ்ப் படலம், உறைபனி அன்னை அருளிய படலம், தூய தோற்றம் அருளிய படலம், லூர்து புதுமை செய் படலம், பாத்திமா அருட் குழந்தைகள் தோற்றம் படலம், பாத்திமா அன்னை திருக்காட்சி அருளிய படலம், சோதனை சாதனையான படலம், சிறுவர்கள் வான்வீடு புக்க படலம், ஆசியப் பேரொளி காட்டிய படலம், அமெரிக்க மண்ணில் அருள்ஒளி காட்டிய படலம், பிரஞ்சு நாட்டில் பேரொளி காட்டிய படலம், இசுபெயின் நாட்டில் எழில் மரியன்னைப் படலம், இத்தாலி நாட்டில் இன்னொளி காட்டிய படலம், நிலைத்த உதவி செய்யும் அன்னைப் படலம், மேலை

நாடுகளில் அருள்ஒளி காட்டிய படலம் என்னும் 25 படலங்களை உடையது. இக்காண்டத்தில் இடம்பெற்றுள்ள செய்யுட்களின் எண்ணிக்கை 2180 ஆகும்.

நூல் படைத்ததன் நோக்கம்

உலகைப் படைத்தவனின் மாண்பைப் போற்றுவதற்காகவும், அவருக்கு நன்றி கூறுவதற்காகவும் இந்நூலைப் படைத்திருப்பதாக ஆசிரியர் குறிப்பிட்டுள்ளார்.

அழிவினை நீக்கிக் காக்க ஆண்டவன் மண்ணில் தோன்றி
இழிவினை எல்லாம் ஏற்க இணங்கிய அன்னை யாகிப்
பழவினை மக்க ளுக்கே படராமல் காத்து நிற்கும்
எழிலினை எண்ணிப் போற்றும் எண்ணத்தைத் தருவ தாக

(பாயிரம், பா.14)

செயலாண்மை மிக்க தந்தை செவ்வண்ணம் ஈந்த வற்றை
இயலாமை காரணத்தால் எண்ணாமல் பழிகள் ஏற்று
முயல்ஆமை போல்வா ழாமல் முன்னேற்றம் பெறும்நோக் கத்தால்
உயர்வாம்இக் காப்பி யத்தை உருவாக்கி வைத்தேன் நன்றே

(பாயிரம், பா.15)

என்று அவர் பாடுவதிலிருந்தே அன்னையைப் போற்றுவதற்காகவே இக்காவியம் படைக்கப்பட்டது என்பது புலனாகிறது. இவ்வுலகத்தில் உள்ள அனைவரும் அன்புடன் பிணைந்து வாழ்வதற்கும், அனைத்து மக்களும் எவ்வித வேறுபாடும் இன்றி மேன்மையுடன் ஒளிர்வதற்கும் வாழ வழி வகை செய்ய இந்நூலைப் படைத்திருப்பதாகக் கூறுகிறார்.

ஆசிரியரின் தன்னடக்கம்

தெரேசாவின் தொண்டுகளை மனதில் கொண்டு அன்னை தெரேசா காவியத்தை அழகாகப் படைத்த கவிஞர், தன்னுடைய செயல் எத்தகையது என்பதைத் தன்னடக்கத்துடன் கூறுகிறார்.

சிறுகொசு புவியைத் தூக்கச் சிந்தித்த தன்மைபோல
வறுங்கையோன் உலகை எல்லாம் வாங்குவேன் என்னல் போல
நறும்புகழ் இயேசு நற்றாய் நனிதவப் பெருமை எல்லாம்
வெறுங்கவி ஒன்றால் யானும் விளம்புதல் வியப்பே அம்மா!

(பாயிரம், பா. 10)

என தன்னைத் தாழ்த்தி, இக்காவியத்தைத் தான் பாடுவது ஆச்சரியமானது என்கிறார். மேலும்,

> பெருங்கடல் முழுதும் மொண்டு பெருநிலம் நனைப்பேன் என்று
> கருங்கையால் சேந்தும் சின்ன கடுவனின் முயற்சிபோல
> அருந்தமிழ்க் கடலின் ஓரம் அணுகவும் அஞ்சி அஞ்சி
> இருந்தவன் துணிந்தே அன்னை எழிற்புகழ் பாட வந்தேன்
>
> (பாயிரம், பா. 11)

என கடலின் தண்ணீரைக் கொண்டு வந்து உலகத்தையே நனைப்பேன் எனக் கூறிய குரங்கின் முயற்சியைப் போன்று கடலின் அருகில் போவதற்கே பயப்படும் நான், அன்னையின் புகழைப் பாட வந்தேன் எனப் பாடுகிறார். மேலும் தான் முயல், ஆமை போல் வாழாமல் முன்னேற்றம் பெறுவதற்காகவும் இம்முயற்சியை எடுத்திருப்பதாகக் கூறுகிறார். மலையளவு திறமையைத் தான் பெற்றிருந்தாலும் தன்னுடைய செயலைக் கடுவனின் முயற்சி என்றும், தமிழின் கரையைக் கண்டிருந்தாலும் ஓரத்தை அணுக அஞ்சுவதாகவும் கூறுவதே அவருடைய தன்னடக்கத்தைப் புலப்படுத்துகின்றன. 'நிறைகுடம் நீர் தளும்பல் இல்' என்பதற்கேற்ப வாழ்கிறார் கவிஞர். தன்னைத் தாழ்த்துபவன் உயர்த்தப்படுவான் என்ற விவிலிய வரிகளுக்கு ஏற்ப, தன்னைத் தாழ்த்தி இக்காவியத்தைப் படைத்திருக்கும் கவிஞர், தன் கவித் திறத்தால் உயர்ந்துள்ளார்.

தமிழ்ப்பற்று

தமிழ் மொழியின் சிறப்பைக் காவியத்தின் பல இடங்களில் குறிப்பிட்டுள்ளார். 'அருந்தமிழ்க் கடலின் ஓரம் அணுகவும் அஞ்சி' என்று தமிழ்மொழி கடல் போன்ற ஆழம் உடையது எனவும்; அன்னை மரியாளின் வளர்ச்சி 'தளர்ச்சியே இன்றி நம் தமிழ் வளர்வதைப்போல' வளர்வதாகவும்; தஞ்சையின் சிறப்பு 'தாய்மரி மாதா தங்கித் தமிழ் கேட்டு மகிழும் தஞ்சை' என்றும்; வில்லியனூரை 'முத்தமிழ் வளர்க்கும் ஊராம்' என்றும் கூறுகிறார். இவ்வாறு கவிஞர் தம் காவியத்தின் பல இடங்களின் தமிழின் சிறப்பைப் பற்றியும், அதன் புகழைப் பற்றியும் பாடியிருக்கிறார். இவை கவிஞரின் தாய்மொழிப் பற்றுக்குச் சிறந்த சான்றுகள்.

சங்க இலக்கியத் தாக்கம்

சங்க இலக்கிய நூல்களை நினைவுபடுத்துவது போன்ற பல வருணனைகள் இக்காப்பியத்தில் இடம்பெற்றுள்ளன. சுவக்கீன், அன்னம்மாள் இருவரும் ஒருவரையொருவர் பார்க்கிறார்கள் என்பதை,

> கண்ணொடும் கண்ணி ணைத்துக் கருத்தினைப் பொருத்தி வைத்தார்
> தண்ணியர் இருவ ரையும் தனிமையில் வரவ ழைத்து

கிறித்தவக் காப்பியங்கள்

> மண்ணிலே அவர்கள் காதல் மலர்ந்திட வழிவ குத்துப்
> புண்ணியம் மண்ணில் பொங்கப் பொழிந்தனர் அருள்நோக் கையே!
>
> *(உலக மீட்பு உன்னிய படலம், பா. 60)*

என்று கூறும் முறை தலைவனும் தலைவியும் முதலில் நோக்கும்போது கண்கள் கலந்தன என்று கூறும் அகவாழ்க்கையை நம் கண் முன் நிறுத்துகின்றது. ஆசிரியர் மரியாளின் தாயாகிய அன்னம்மாளை மானைப் போன்றவள், தேனைப் போல் பேசுபவள், அன்னம் போல் நடப்பவள், வண்ணத்து மயிலைப் போல் வருவாள் என்றெல்லாம் வருணனை செய்கிறார். இப்பகுதியைப் படிக்கும்போது சங்க இலக்கியத்தைப் படிப்பது போன்ற உணர்வு ஏற்படுகிறது. அன்னம்மாளை சுவக்கீன் புகழ்ந்து பேசும்போது,

> அன்னமே! அன்பே என்றன் ஆருயிர்ப் பொன்னே! முற்றல்
> கன்னலே! கனியே இன்பக் கற்கண்டே! சுவையே! எந்த
> மன்னரும் அடைய ஒண்ணா மாமணி முடியே! இந்நாள்
> உன்னாலே இம்மா மண்ணில் உய்ந்தேனே செந்தே னாளே!
>
> *(அன்னம்மாள் கருவுற்ற படலம், பா. 17)*

எனக் கூறுவது சங்க இலக்கியத் தலைவனும் தலைவியும் பேசுவது போன்று இருக்கிறது. மரியம்மையின் பிறப்பின்போது பலரும் புகழ்கிறார்கள். அவளுடைய கண்களைப் பற்றி,

> விண்மீன்கள் கண்க ளாக விழைந்துவந் தனவோ? அன்றி
> மண்மீதில் நீர்வாழ் கெண்டை வாழவந் தனவோ? தண்ணார்
> கண்மீதில் குவளைப் பூக்கள் கலந்துகொண்ட னவோ? என்று
> பண்மீதில் சொல்ல டுக்கிப் பகர்ந்தவர் வியந்து சென்றார்
>
> *(தூய மரியம்மைப் பிறப்புப் படலம், பா. 56)*

எனக் கூறுவதிலிருந்து மூன்று உவமைகளையும் கண்களுக்காக பயன் படுத்தும் இவரது போக்கு சிறந்த வருணனை நிறைந்த இலக்கியத்தைப் படிப்பது போன்று உள்ளது. பாண்டியன் அறிவுடை நம்பி புறநானூற்றில் தன்னுடைய பாடலில் மக்கட்பேற்றின் சிறப்பை,

> மயக்குறு மக்களை இல்லோர்க்குப்
> பயக்குறை இல்லைத் தாம் வாழும் நாளே
>
> *(புறநானூறு, பா. 188)*

என்று கூறியதைப் போல, சேய் இல்லாத வாழ்க்கை பயனற்றது என்பதை,

> கண்ணொளி இல்லா வாழ்வும், கலைஉணர் வில்லா நெஞ்சும்
> பண்ணொளி இல்லாப் பாட்டும், பண்புடன் பழகா நட்பும்
> விண்ணொளி சூழாப் பற்றும், விளங்கிடாக் கல்வி தானும்
> மண்ணில்சேய் இல்லா வாழ்வும், மதிப்பினைச் சேர்த்தி டாவே
>
> (உலக மீட்பு உன்னிய படலம், பா. 75)

என்று ஆசிரியர் நயம்பட எடுத்துரைக்கிறார். இது போன்ற பல பகுதிகள் காவியம் முழுவதும் நிறைந்துள்ளன.

உவமைகள்

காவியத்தில் செய்யுட்களுக்கிடையில் உவமைகள் காணப்பட்டாலும், ஒரு சில செய்யுட்கள் உவமைகளைக் கொண்டே பாடப்பட்டிருக்கின்றன. சான்றாக, ஆதாம், ஏவாளின் அன்புடை வாழ்க்கையை,

> தூசியே படாமல் பூத்த தூய்மலர்த் தாம ரைபோல்
> மாசிலாக் குயில்இ ரண்டு மகிழ்ந்துற வாடு தல்போல்
> ஆசையும் அன்பும் கொண்ட அரசனும் அரசி யும்போல்
> ஈசனும் அடியா ரும்போல் இருவரும் மகிழ்ந்தி ருந்தார்
>
> (இறையாணை மீறிய படலம், பா.8))

என உவமைகளாலேயே விளக்குகிறார். மாசு படாமல் பூத்த தாமரை மலரும் மணமும்போல, குற்றமற்ற குயில்கள் இரண்டு மகிழ்ந்து உறவாடுதல் போல, அன்பும் ஆசையும் கொண்ட அரசன் அரசியைப் போல, இறைவனும் அவரது அடியாரும்போல இருவரும் மகிழ்வுற்று இருந்தனர் என நான்கு உவமைகளால் இச்செய்யுள் அமைந்துள்ளது.

எதுகை மோனையும், சொல்லாட்சிகளும்

கவிஞர் எதுகை மோனையுடன் சிறந்த சொல்லாட்சிகளைக் காவியத்தில் தேர்ந்தெடுத்துப் பயன்படுத்தியுள்ளார். குறிப்பாக, உணர்வு களை வெளிப்படுத்தும் பல நுட்பமான சொல்லாட்சிகள் காவியத்தில் உள்ளன. இறைவனின் செயலை அழிக்க நினைத்த அலகையின் செயலைக் குறிப்பிடும்போது, பரதனின் படையைக் கண்ட குகனின் மனக் கோபத்தை விளக்கும் கம்பரைப் போன்று துரை. மாலிறையனும் விவரிக்கிறார் என்றே கூறலாம்.

அதக்கினான் உதட்டை; நாவால் அரற்றினான் வெப்ப மூச்சால்
வதக்கினான் தழை மரத்தை; வருத்தினான் புள்கு லத்தை
மதத்தினாம் களிறு போல மரங்களை உலுக்கி யாவும்
விதைத்தநல் இறைச்செய் கையை வீழ்த்திடச் சூள்கொண் டானே

(இறையாணை மீறிய படலம், பா. 11)

என்று கூறி தன் சொல்லாட்சியில் மிஞ்சி நிற்கின்றார். இயேசு பிறந்த புனிதமான இரவுப் பொழுதை,

நள்ளிர வென்பார் கற்றோர் நல்லிரவென்பேன் நானே;
ஒல்லிரவு என்பார் கற்றோர் ஒள்ளிர வென்பேன் நானே;
வல்லிரவு என்பார் கற்றோர் வள்ளிரவு என்பேன் நானே;
அல்லிரவு என்பார் கற்றோர் எல்லிரவு என்பேன் நானே;

(திருத்தோற்றம் அருளிய படலம், பா.89)

என்று பாடி தம் சொல்லாட்சித் திறத்தை வெளிப்படுத்துகிறார். இது தவிர 'இருகை, வருகை, தருகை' என்றும் 'ஒளி, வெளி, களி, பளி' என்றும் 'கரு, உரு, பெரு, திரு' என்றும் பல அடுக்கடுக்கான எதுகை மோனைகளைக் காவியம் முழுவதும் பயன்படுத்தியுள்ளார்.

காவியம் கூறும் இன்றைய நிலைகளும் நீதிகளும்

அருள்நிறை மரியம்மை காவியம் இன்றைய மக்களின் சமுதாய நிலையையும், மனிதன் வாழவேண்டிய முறைகளையும் கூறுகின்றது.

இறைவன்மேல் பற்றும் இல்லை இயக்கத்தில் நலமும் இல்லை
மறைவான தீய பண்பால் மகிழ்ச்சியும் பிறக்க வில்லை
நிறைவான உள்ளம் இல்லை; நிழலையும் ஐய முற்றான்
இறைமொழி நலத்தைக் கூட எளியவன் நம்ப வில்லை

(படைப்புப் படலம், பா.7)

என்று பாடுகின்றார். சமுதாயத்தில் வாழ்கின்ற மக்களின் பண்புகளை நடப்பியல் மூலம் மிகுந்த சுவையுடன் வெளிப்படுத்துகிறார். தான் என்ற அகந்தை கொண்டு இருப்பவர்களும், கூன் போன்று வளைந்த மனதைக் கொண்டவர்களும், தீய திருட்டுகள் செய்பவர்களும், அன்பைக் கொன்று கொலைத் தொழில் புரியக் கூடிய பலரும் சமுதாயத்தில் வசிக்கின்றார்கள். எனவே, இறைவனே அருள் செய்ய வேண்டும், தீமைகள் பெருகிவிட்டன என்று மக்களே இறைவனிடம் வேண்டுகிறார்கள். இதன் மூலம் இன்றைய மனிதர்களின் மனநிலையைக் கவிஞர் புலப்படுத்துகின்றார். அது

மட்டுமல்லாது மனிதர்கள் எத்தகைய நீதி நெறிமுறைகளைக் கடைப் பிடித்து வாழ வேண்டும் என்பதையும் கூறுகிறார். இறைவன் கிடைப்ப தற்கரிய மனிதப் பிறப்பை உருவாக்கியதற்குக் காரணம் அனைத்தையும் ஆள வேண்டும், மனிதன் எல்லா உயிர்களைக் காட்டிலும் மேன்மை அடைய வேண்டும் என்பதற்காகவேயாகும். மனிதன் வாழ வேண்டிய முறையை இறைவன் கூறுவதாகத் தன் காவியத்தில்,

அறிவினில் சிறத்தல் வேண்டும் அன்பினில் திளைத்தல் வேண்டும்
செறிவினில் உயரல் வேண்டும் செம்மையில் மிளிர்தல் வேண்டும்
நெறியினில் எல்லாம் உற்ற நேர்மையை வளர்த்தல் வேண்டும்
சிறுமையே சிந்தி யாத சீர்மையன் ஆதல் வேண்டும்

(படைப்புப் படலம், பா.45)

எனக் கூறியுள்ளார். மேலும் மனிதன் மனதினால் உயர்ந்தவனாகவும், சினம் என்பது தன்னை அணுகாமலும், தினை அளவிற்குக் கூட தீய எண்ணம் இல்லாத சிந்தனை உடையவனாகவும் இருக்க வேண்டும் என்கிறார். இன்றைய மனிதர்கள் இப்பண்புகளைப் பின்பற்றி வாழ்ந்தால், நாட்டில் எத்தகையப் பூசல்களும் இல்லாமல் வாழமுடியும் என்பதை மறை முகமாகக் கூறுகின்றார். இயேசு கிறிஸ்துவைத் துயரத்திற்கு உட்படுத் தியவர்கள் அனைவரும் அதற்கேற்ற பலனை அடைந்தார்கள் என்பதனை,

அடிகொடுத் தையன் மேனி அருந்துயர் அடைய வைத்தோர்
இடிகுரல் கேட்ட திர்ந்தே இதயமே வெடித்துச் செத்தார்
முடியில்முள் முடிஅ மைத்தோர் முடிகளைப் பிய்த்துக் கொண்டார்
கொடியதீச் செயல்பு ரிந்தோர் கொடுந்துயர் தாமே கண்டார்

(தூய ஆவி திருத்தோற்றப் படலம், பா.33)

என்று எடுத்தியம்புகிறார். வினை விதைத்தவன் வினை அறுப்பான், தன் வினை தன்னைச் சுடும் என்பதை ஒவ்வொரு மனிதனும் உணர்ந்து வாழ்ந்தாலே வாழ்க்கை வளம் பெறும் என்பதை மறைமுகமாக இச்செய்யுளில் கூறுகிறார்.

விவிலியச் செய்திகளும், கவிநலனும்

அருள்நிறை மரியம்மை காவியத்தில் முதல் இரண்டு காண்டங் களிலும் விவிலியச் செய்திகள் உள்ளன. இறைவன் உலகத்தைப் படைத்தல், ஆதாம் ஏவாளை உருவாக்குதல், லூசிப் பேயின் இயல்பு, தவறு இழைத்ததால் ஆதாமும் ஏவாளும் பாவத்தைச் சுமத்தல், கடவுள் லூசிப் பேயிடம் பெண்ணின் வித்துக்கும் உன் வித்துக்கும் பகை உண்டாகும் என்று கூறுதல், பாவங்கள் பெருகிய உலகத்தை மீட்க வேண்டி அன்னை மரி

தோன்றுதல், அவள் வயிற்றில் இயேசு கிறிஸ்து தோன்றுதல், பிறப்பு, உரைநடையில் போதனைகள், சிறப்பு, உயிர்த்தெழுதல் வரை உள்ள அனைத்து விவிலியக் கருத்துகளையும் தனக்கே உரிய கவிநயத்துடன் படைத்துள்ளார்.

பழைய ஏற்பாட்டின் தொடக்க நூலான ஆதியாகமத்திலுள்ள செய்திகளை அதிலும் இறைவன் செடி, கொடி, மரங்களைப் படைத்ததைப் படைப்புப் படலத்தில் தன் கவிதை அடிகளால் விளக்குகிறார். விவிலியம் 'அப்பொழுது தேவன்: பூமியானது புல்லையும், விதையைப் பிறப்பிக்கும் பூண்டுகளையும், பூமியின்மேல் தங்களில் தங்கள் விதையையுடைய கனிகளைத் தங்கள் தங்கள் ஜாதியின்படியே கொடுக்கும் கனி விருட்சங்களையும் முளைப்பிக்கக் கடவது என்றார்; அது அப்படியே ஆயிற்று (ஆதியாகமம்: *1:11*) எனக் கூறுகிறது. இதையே கவிஞர்,

புல்லினை, விதைஉண் டாக்கும் பூண்டினைப் படைத்தார் மண்ணில்
பல்லினக் கனிகள் ஏந்திப் பழுத்திடும் மரம்ப டைத்தார்
சொல்லின வாறு யாவும் தோன்றிடக் கண்டு மன்னர்
நல்லன என்றார் மண்மேல் நாட்டிய பெருமை யாலே

(படைப்புப் படலம், பா. 27)

எனப் பாடுகிறார். பழங்கள் என்ற ஒரு சொல்லைக் கொண்டு பழ வகைகள் கனிந்தன என்ற தன் கவித்திறனைக் கற்பனையோடு விரிவுபடுத்தி,

கனிந்தது வாழை; தேறல் கசிந்தது பலாவின் தொங்கல்
இனித்தது தேமா; கண்முன் இரைந்தது பழத்தின் கொத்தே
தனித்தசீர் மாதுளையாம் தகும்பல பழங்கள் காய்கள்
நனிசுவை யோடு எங்கு, எங்கும் நலமுறத் தோன்றச் செய்தார்

(படைப்புப் படலம், பா.28)

என்று அழகாகக் கூறுகிறார். இயேசு பாலகனை யோசேப்பும் மரியாளும் விருத்தசேதனம் பண்ணுவதற்காக எருசலேம் தேவாலயத்திற்குக் கொண்டு சென்றனர். அப்பொழுது சிமியோன் என்பவர் குழந்தையைக் கைகளில் வாங்கி தேவனைத் துதித்தார். மேலும் சிமியோன் மரியாளைப் பார்த்து, 'இதோ, அநேகருடைய இருதய சிந்தனைகள் வெளிப்படத்தக்கதாக, இஸ்ரவேலில் அநேகர் விழுகிறதற்கும் எழுந்திருக்கிறதற்கும்,

விரோதமாகப் பேசப்படும் அடையாளமாவதற்கும், இவர் நியமிக்கப் பட்டிருக்கிறார். உன் ஆத்துமாவையும் ஒரு பட்டயம் உருவிப்போகும் என்றான்‘ (லூக்கா,2:34,35) என்னும் வசனங்களை,

இதோ இந்தக் குழந்தை மக்கள் இசுரவேல் தம்வீழ்ச் சிக்கும்
எதிர்வரும் எழுச்சிக் கெல்லாம் ஏற்றதாய்ச் சிறக்கும்; நெஞ்சுள்
புதைந்தவை வெளியாம் உந்தம் புகழ்உள்ளம் தன்னி லேஓர்
வதைத்திடும் வாள்பு குந்து வருமேஊ டுருவி என்றார்

(பேறு பெற்ற படலம், பா. 58)

என்று செய்யுளாக வடித்துள்ளார். புதிய ஏற்பாட்டில் கெத்செமனே தோட்டத்தை வருணிக்கும் போதும் கவிநலனில் மிஞ்சி நிற்கின்றார்.

ஒலிவேத்துக் குன்றின் கீழே ஒளிகொண்ட பசுமைத் தோட்டம்
மலிகின்ற நறும ணங்கள் மாறாத எழில்முன் னேற்றம்
நிலைஆலிவு உயர்ம ரங்கள் நின்றிலை களின்ஆர்ப் பாட்டம்
தலையாட்டி மலர்க்கு லங்கள் தாம்வர வேற்கும் தோட்டம்

(காட்டிக் கொடுத்த படலம், பா. 53)

என்று கூறும் அவரது கவிச்சிறப்பே கெத்செமனே தோட்டத்தை நம் கண் முன் கொண்டு வந்து நிறுத்துகிறது. இயேசு கிறிஸ்துவைச் சிலுவையில் அறைந்த பின்னர் அவர் சிலுவையிலிருந்து ஏழு வார்த்தைகளைக் கூறினார். இவற்றை ஆசிரியர் துயர உணர்வு மிக்கக் கவியாகப் பாடுகிறார். ‘ஒன்பதாம் மணி நேரத்திலே, இயேசு: எலோயி!எலோயி! லாமா சபக்தானி, என்று மிகுந்த சத்தமிட்டுக் கூப்பிட்டார். அதற்கு: என் தேவனே! என் தேவனே! ஏன் என்னைக் கைவிட்டீர் என்று அர்த்தமாம்‘ (மாற்கு, 15:34) என்னும் இவ்வசனத்தை,

என்னருங் கடவு ளாரே! என்னருங் கடவு ளாரே!
என்னைஏன் கைவிட் டீரோ? என்றென்றி ரங்கி ஏங்கி
மன்னினார் ‘ஏலி ஏலி லெமாசபக் தானி‘ என்று
சொன்னவர் தம்மைப் பார்த்துச் சூழ்ந்தவர் எள்ளி னாரே!

(ஏழு கருத்துரைகள் அருளிய படலம், பா.23)

எனப் பாடுகிறார். இவ்வாறு விவிலியம் கூறும் செய்திகளைத் தனக்கே உரிய கவிநயத்துடன் விளக்கியுள்ளார்.

மரியம்மையின் மாண்புகள்

மக்கள் அனைவரும் தீமைகள் பெருகுகின்றதை நினைத்து நிலை கலங்கி இறைவனிடம் வேண்டியதன் காரணமாக, இறைவன் யூதேயா

நாட்டில் உள்ள கலிலேயாவைத் தேர்ந்தெடுத்து, அவ்வூரிலுள்ள அன்னம்மாள் சுவக்கினுக்கு மகளாக மரியம்மையைப் பிறக்க வைத்ததாக ஆசிரியர் கூறுகின்றார். அவ்வாறு பிறந்த அக்குழந்தை தோன்றியதற்கானக் காரணத்தை,

கருவாகி நின்றார்; மக்கள் கலக்கமும் துயரும் போக்க
உருவாகி நின்றார்; தொண்டின் உயர்வதன் பெருமை காய்க்கும்
தருவாகி நின்றார்; வையத் தகைமையைக் காட்டப்போகும்
திருவாகி நின்றார் யாரும் தெளிவாகிச் சிறப்ப தற்கே

(தூய மரியம்மைப் பிறப்புப் படலம், பா. 12)

என்று தெளிவுபடுத்துகிறார். மரியாளின் பிறப்பு முதல் வளர்ச்சி வரை ஆசிரியர் பிள்ளைத்தமிழ் பாடியிருப்பதைப் போலவே தெரிகிறது. மரியாளின் அருள் ஒளியைப் பார்த்து முத்துக்கள், பவளங்கள், நீலமணிகள், பச்சைமணிகள், வைரங்கள், மாணிக்கம் முதலிய அனைத்து மணிகளும் ஒளியிழக்கின்றன என்று கூறுகிறார்.

மரியாள் பணிவுடன் பழகக் கூடிய நல்ல பண்பினை உடையவள், பிறருக்குத் துன்பம் என்றால் துடிப்பவள், பிறருடைய துன்பங்களை எல்லாம் இன்பமாய் அடியாள் ஏற்க அருள்புரிய வேண்டும் என்று இறைவனிடம் வேண்டுபவள். இத்தகையச் சிறந்த பண்புகளைக் கொண்ட மரியாள் தனது வாழ்க்கையில் நான்கு விருப்பங்களை இறைவன் முன் வைத்து வேண்டினாள். அவை, கற்பென்னும் உறுதியால் என் கன்னித் தன்மையைக் காத்திடல் வேண்டும்; ஏழ்மைக்காக மூன்று பொழுதும் முயற்சி செய்ய வேண்டும்; முழுமுதற் பொருளாம் ஆண்டவனுக்கு அடிமையாக இருத்தல் வேண்டும்; நற்புகழ் மிக்க ஆலயத்துள் சென்று நிலைத்திருக்க வேண்டும் என்பனவாகும். இதை,

கற்பென்னும் திண்மை யாலே கன்னிமை காக்க வேண்டும்
முற்படும் ஏழை மைக்கே முப்போதும் முயல வேண்டும்
அற்பம்நான் முழுமு தல்முன் அடிமையாய் இருக்க வேண்டும்
நற்புகழ் ஆல யத்துள் நான்நிலைத் துயிர்க்க வேண்டும்

(மரியா வளர்ச்சிப் படலம், பா. 59)

என அன்னை மரியாளின் விருப்பங்களாக ஆசிரியர் பாடுகிறார். மரியாள் இவ்வுலகத்தில் தம்மைக் காட்டிலும் பேறு பெற்றவர்கள் யாரும் இல்லை என்கிறாள். உலகத்தை மீட்கும் மீட்பர் தன் வயிற்றில் பிறந்ததற்காக மகிழ்ச்சி அடைகிறாள். இயேசு குழந்தையாக இருக்கும்போதே அன்னைக்கு வரம் அளிப்பதாகக் கூறும் கவிஞர்,

கண்டதம் தாயைக் கண்ட கடவுளார் குழந்தை 'தாயே!
வண்டலர் தாம ரைமெய் வழங்கினீர் எனக்கே; யானும்
அண்டும்என் தெய்வத் தன்மை அனைத்தையும் தங்க ளுக்கும்
உண்டென வரம்கொ டுத்தேன் உளத்தினால்' எனச்சி ரித்தார்

(திருத்தோற்றம் அருளிய படலம், பா. 101)

எனப் பாடுகிறார். அவ்வாறு சிறு வயதிலே வரம் கொடுத்த இயேசு கிறிஸ்து, தான் இறந்து உயிர்த்தெழுந்த பின்பு பிதாவிடம்,

திருச்சபை காப்ப தற்குத் தேர்ந்தவர் இவரே; பாவம்
பெருத்தமக் களைப்ப ரிந்து பேசுவோர் இவரே; உள்ளம்
திருத்தநல் இறையன் பாலே தெளிந்தவர் இவரே; தூய்மைக்கு
ஒருத்தராய் மண்ணில் வந்த ஒளியாரும் இவரே ஆவார்;

(உயிர்த்தெழுந்த படலம், பா. 63)

எனக் கூறுகிறார். இச்செய்யுளில் நம் அனைவருக்காகவும் பரிந்து பேசுபவர் அன்னை என்று குறிப்பிடுகிறார். அன்னையின் தோற்றத்தைப் பற்றி ஆசிரியர்,

அன்புதான் அன்னை தோற்றம் அன்புதான் அன்னை வாழ்க்கை
அன்புதான் பெற்ற துன்பம் அன்புதான் பெருகும் ஆற்றல்
அன்புதான் எல்லாம் ஆகி அரியவிண் மேலே ஏக
அன்புதான் அனைத்தி னுக்கும் அடிப்படை ஆன தாங்கே!

(மரியம்மை விண்ணேற்புப் படலம், பா.69)

எனக் குறிப்பிடுகிறார். இவ்வாறு அன்புரு கொண்ட அன்னையின் வாழ்வை, நம் வாழ்வின் முன்மாதிரியாகக் கொள்ள வேண்டும் என்கிறார்.

மரியம்மையின் காட்சிகள்

அன்னையின் காட்சிகள் அனைத்தையும் ஒன்று சேர்த்து, அருட்காட்சிக் காண்டத்தில் ஆசிரியர் விவரிக்கிறார். காட்சி கொடுக்கும் இடங்களை மையமாக வைத்து அன்னைக்குப் பல்வேறு பெயர்கள் சூட்டப்பட்டுள்ளன. சான்றாக வில்லியனூர் அன்னை, சேத்துப்பட்டு அன்னை, பூண்டி அன்னை போன்ற பெயர்கள் உள்ளன. இவை தவிர பெரிய நாயகியம்மை, அடைக்கலத்தாய் வேளாங்கண்ணி, உலூர்து, எழில் மரியன்னை, பாத்திமா அன்னை, உறைபனி மாதா, குளிர்முக அன்னை, சலேத்து அன்னை போன்ற பல பெயர்களிலும் அன்னை காட்சி கொடுத்துள்ளார். வில்லென்னும் புருவம் உடைய பெரியநாயகி அம்மாளைக் கண்டபோதே நம் பாவம்

▢ கிறித்தவக் காப்பியங்கள்

விலகும், அடைக்கலத் தாய் வரம் வழங்குவதற்காகவே இருப்பவள்; அவள் நம்முடைய தரத்தினை உயர்த்துவாள் என்கிறார். அதேபோல் வேளாங்கண்ணித் தாயை,

> சீராக்கும் வேளாங் கண்ணி சிந்திக்கும் மனத்தி னோர்முன்
> கூராக்கும் பகைப்ப டைகள் கூறாமல் விலகிப் போகும்
> நாராக்கும் மலர்மா லைகள் நல்கிடும் தாய்ப்பா தம்சேர்
> ஆர் ஆர்க்கும் அல்லல் நீங்க அளிக்கின்றாள் அருட்கன் னித்தாய்
>
> (வேளாங்கண்ணியின் அருட்புகழ்ப் படலம், பா. 85)

எனப் போற்றிப் பாடுகிறார். வேளாங்கண்ணித் தாயை மனதினால் சிந்தித்தாலே நம்முடைய துன்பம் எல்லாம் தீரும்; வில்லியனூர் மாதா நம்முடைய நோயெல்லாம் போக்குவாள்; பூண்டி மாதா நம்முடைய மனதிற்கு உறுதியைத் தந்து நன்மைகள் பல செய்வாள்; லூர்து அன்னை வாடி நொந்து வருபவர்களுக்கு ஆறுதல் அளிப்பாள் என்று கூறுகிறார். அன்போடும் ஆறுதலோடும் பேசுகின்ற அன்னை, மக்கள் மனம் திரும்ப வேண்டும் என்பதற்காக,

> வெந்தவர் சிவந்தி ருந்தார் வேதனை யோடும் பல்லோர்
> சிந்திடும் குருதியைப் போல் செந்தணல் நிறத்தோர் பல்லோர்
> வெந்துபின் கரியா னார்போல் விதிர்த்தனர் கறுத்தார் பல்லோர்
> வந்திடும் நெருப்பு நாக்கில் வருந்தியே விழுந்தார் பல்லோர்
>
> (பாத்திமா அன்னை திருக்காட்சி அருளிய படலம், பா. 66)

என்னும் செய்யுளில் நரகக் காட்சியைப் புலப்படுத்தி, இக்காட்சியைப் பார்த்து மனிதர்கள் மனம் திரும்ப வேண்டும் என்றும் தகுந்தவராய் வாழாவிட்டால் தண்டனை உறுதி என்றும் கூறுகிறார். இறுதியாக மாதா தன்னுடைய ஆசையாக மக்களிடம் வேண்டுவதை,

> சீர்கோலக் கோயில் வேண்டும் செபமாலை மாதா யாமே
> போர்க்கோல வையம் மாறிப் புகழ்க்கோலம் காணும்; மாயும்
> நீர்க்கோல வாழ்வுக் காக நெடும்பாவம் புரிகின் றார்கள்
> நேர்க்(கு)ஓலம் நீங்கி மக்கள் நெடுமனம் திரும்ப வேண்டும்
>
> (சோதனை சாதனையான படலம், பா. 110)

என ஆசிரியர் பாடுகிறார். இவ்வாறு மாதாவின் விருப்பத்திற்கு ஏற்ப மனிதர்கள் நிலையாமை உணர்வுடன் பாவங்களை விலக்கி, கடமை தவறாது வாழ வேண்டும் என ஆசிரியர் வற்புறுத்துகிறார்.

மரியாளின் புகழ்பாடும் காவியம்

அருள்நிறை மரியம்மை காவியத்தின் மூன்றாம் காண்டம் மரியாளின் புகழைப் பாடுவதாக அமைந்துள்ளது. இக்காண்டத்தில் அன்னை மரியாள் தமிழகத்திலும் மற்றும் உலக நாடுகளிலும் காட்சி கொடுத்து புதுமைகள் ஆற்றியமையை ஆசிரியர் விவரித்துள்ளார். உதாரணமாக போர்த்துக்கல் நாட்டில் மரியாள் ஓர்டிகா அன்னை என அழைக்கப்படுகின்றார். ஒருநாள் வாய் பேசாத, காது கேட்காத பெண் காட்டில் ஆடு மேய்த்துக் கொண்டிருந்தாள். அவளிடம் அன்னை வந்து ஒரு ஆட்டுக் குட்டி கொடுப்பாயா? எனக் கேட்டார். அதுவரை பேசாதிருந்த அக்குழந்தை அப்பாவிடம் கேட்டுக் கொண்டு தருகிறேன் என்றாள். வீட்டிற்கு வந்த அக்குழந்தை நிகழ்ந்தவற்றைத் தந்தையிடம் கூறினாள். தன் மகள் பேசுவதைக் கேட்ட தந்தை மகிழ்ச்சியடைந்து எதைக் கேட்டாலும் கொடு என்றார். அங்குள்ளோர் அனைவரும் நிகழ்ச்சி நடந்த இடத்திற்குச் சென்றனர். அங்கிருந்தப் புதரில் மாதாவின் சிலை ஒன்று காணப்பட்டது. அம்மக்கள் அனைவரும் மண்டியிட்டு மாதாவை வணங்கினர். அவ்விடத்தில் கட்டப்பட்ட கோவிலில் உறைந்துள்ள மாதா ஓர்டிகா அன்னை என அழைக்கப்படுகிறார்.

கவிக்கூற்று

கிறித்தவக் காப்பியங்கள் ஒருசிலவற்றுள் கவிக்கூற்று என்னும் பகுதி இடம்பெற்றுள்ளது. கவிஞர் தன் உள்ளக் கருத்தைக் கூறும் பகுதி கவிக்கூற்று எனப்படும். அருள்நிறை மரியம்மைக் காவியத்தில் பல செய்யுட்கள் கவிக்கூற்றாக இடம்பெற்றுள்ளன. இச்செய்யுட்கள் படலத்தின் தொடக்கத்திலும், இடையேயும், இறுதியிலும் அமைந்துள்ளன. சான்றாக,

அரியநன் மைந்தர் தம்மை அருளிய பரிவுத் தாயின்
விரிஒளி விளக்கச் சீரை விளம்புதல் எவரா லாகும்?
வரிவரி யாய்ஆ கிர்த மரியாபோல் எழுதி வைத்தால்
தெரியாதோர் என்போன் றோர்கள் தெரிவிக்க முயல லாமே!

(திருமுடி சூட்டுப் படலம், பா. 44)

என்னும் செய்யுளைச் சுட்டலாம். இச்செய்யுளில் ஆசிரியர் தேம்பாவணியின் மூலநூலான கடவுளின் நகரம் என்னும் நூலை எழுதிய ஆகிர்த மரியாள் போல பிறரும் எழுதி வைத்தால் என்னைப் போன்றோர்கள் மரியாளைப் பற்றி முழுவதுமாகத் தெரிந்து கொள்ளலாமே எனத் தன் கருத்தை முன் வைக்கிறார்.

வருணனை

காப்பியத்தின் கூறுகளில் வருணனை இன்றியமையாதது. சூரியனின் தோற்றத்தை,

சுட்டிடா நெருப்பைப் போலத் தூயநல் ஆவி கிட்டி
எட்டாத பெருமை எல்லாம் எட்டிய எட்டாம் நாளில்
மொட்டான மலரும் பூத்து முழுமலர் தெரிவ தைப்போல்
வட்டமாய்க் கதிர வன்தான் வாழ்த்துடன் ஒளிர்ந்து வந்தான்

(தாயாகிக் காத்த படலம், பா.1)

என வருணனை செய்கிறார். சுடாத நெருப்பைப் போல, தூய நல் ஆவி பெற்று அடையமுடியாத பெருமைகளை அடைந்த எட்டாம் நாளில் மொட்டான மலர் முழு மலராக மலர்வதைப்போல வட்டமானக் கதிரவன் வாழ்த்துடன் ஒளிவிட்டு வந்தான் என்பது இவ்வருணனையின் கருத்தாகும். இது போன்று பல இடங்களில் ஆசிரியரின் வருணனைத் திறன் நிறைந்து காணப்படுகிறது.

வாழ்த்து

திருமுடி சூட்டுப் படலத்தில் மரியாளை வாழ்த்துவதாகப் பதினேழு செய்யுட்கள் உள்ளன. இச்செய்யுட்களின் அனைத்து அடிகளும் வாழ்க என முடிகின்றன. சான்றாக,

அருள்நிறைந் தவளே வாழ்க! அணிசிறந் தவளே வாழ்க!
பொருள்மிகுந் தவளே வாழ்க! புண்ணியம் வளர்ப்போய் வாழ்க!
இருள்அகல் விப்போய் வாழ்க! இறைவனின் தாயே வாழ்க!
மருள்களை பவளே வாழ்க! மணிஒளி மரியே வாழ்க!

(திருமுடி சூட்டுப் படலம், பா.75)

என்னும் செய்யுளைச் சுட்டலாம். வாழ்த்துப் பாடல்கள் அனைத்தும் மரியாளின் சிறப்புகளை விளக்குவதாக அமைந்துள்ளன.

கவிஞரின் கற்பனைத் திறன், சொல்லாட்சித் திறன், உவமை நயங்கள், இலக்கிய நயங்கள் போன்றவை காவியத்தின் சிறப்புக்கு அணி சேர்க்கின்றன. கவிக்கூற்றாக வரும் பாடல்களில் ஆசிரியரின் கவித்துவம் மிளிர்கிறது. மரியம்மையின் வரலாற்றை முழுவதுமாக விளக்கும் காவியமாக அருள்நிறை மரியம்மைக் காவியம் ஒளிவிடுகிறது.

30. மீட்பரசி

கத்தோலிக்கக் கிறித்தவர்களின் விவிலியத்தில் உள்ள தள்ளுபடி புத்தகத்தில் இடம்பெற்றுள்ளது புரட்சிப் பெண்ணான யூதித்துவின் வரலாறு. தற்போது வெளிவந்துள்ள பொது விவிலியத்தில் யூதித்துவின் வரலாறு இணைத்திருமறை என்னும் பகுதியில் இடம்பெற்றுள்ளது. இஸ்ரவேலர்களுக்கு அசீரிய அரசன் நேபுகாத்நேசனிடமிருந்து (நேபுகாத்நேச்சார்) விடுதலை வாங்கிக் கொடுத்த யூதித்து என்னும் புரட்சிப் பெண்ணின் வரலாறைக் கவிஞர் லோட்டஸ் எடிசன் காப்பியமாகப் புனைந்துள்ளார். இக்காப்பியம் 2002 ஆம் ஆண்டு திரேசா நூல் ஆலயத்தின் மூலம் வெளிவந்துள்ளது.

ஆசிரியர் அறிமுகம்

காப்பிய ஆசிரியர் சா. லோட்டஸ் எடிசன் 1962 பெப்ரவரி 19 ஆம் நாள் கன்னியாகுமரி மாவட்டத்திலுள்ள திக்கணங்கோடு என்னும் ஊரில் சார்லஸ் வைத்தியர் - திரேசம்மாள் தம்பதியினருக்கு மகனாகப் பிறந்தார். இவர் நாகர்கோவிலிலுள்ள ஸ்காட் கிறித்தவக் கல்லூரியில் இளங்கலைத் தமிழிலக்கியம் பயின்றார். இவரது 18 ஆவது வயதில் தமது தந்தையின் தூண்டுதலால், சித்தர்கள் மீது ஆர்வமும் பற்றுதலும் ஏற்பட்டது. இவர் கடந்த 23 ஆண்டுகளாக திருவண்ணாமலை மாவட்டம் போளூர் நகரில் பாரம்பரிய சித்த மருத்துவத் தொழில் செய்து வருகிறார். இவர் மனித ஆலயம், நயமிக்க நங்கை, கிரிவல கீதங்கள், வெள்ளை மனசு, காதலும் கடவுளும், மனோதத்துவ இயல், மனதின் ஓசைகள், சித்தர்களின் அன்பும் கருணையும், தாராஸ் அடிகளும் லூர்து அன்னையும், திருமலை தரிசனம், அதர்ம வனம், பாதை தெரியுது, இரண்டு சக்திகள், கல்வியின் மறுபக்கம் என்னும் நூல்களை எழுதியுள்ளார்.

காப்பியச் சுருக்கம்

இஸ்ரவேலர் அடிமை வாழ்வைக் கடந்து, வளமான வாழ்க்கை வாழ முயன்று கொண்டிருந்தனர். அப்போது நேபுகாத்நேசர் என்னும் மன்னன்

நினிவே மாநகரைத் தலைமையிடமாகக் கொண்டு அசீரியர்களை ஆட்சி புரிந்து வந்தான். அவன் தன் ஆட்சியின் பதினேழாம் ஆண்டில் அர்ப்பகசாது என்னும் அரசனைப் போரில் வென்றான். இந்த வெற்றியை 120 நாட்கள் கொண்டாடி மகிழ்ந்தனர். பின்னர் நேபுகாத்நேசரின் கட்டளைப்படி அவனது படைத்தளபதியான ஒலோபெரின் படைகளைத் திரட்டிக் கொண்டு, யூதேயாவில் வாழ்ந்து வரும் இஸ்ரயேலர்களை அழிக்கப் புறப்பட்டான். ஒலோபெரின் மிகவும் மூர்க்கமானவன்.

இதைக் கேள்விப்பட்ட இஸ்ரயேலர்கள் மிகுந்த துக்கத்திற்குள்ளா யினர். இஸ்ரயேலின் ஆண்கள் கடவுளிடம் வேண்டி நோன்பிருந்தனர். அவர்களும் அவர்களுடைய மனைவியர், மக்கள், உடன் வாழும் அன்னியர்கள், கூலியாட்கள், அடிமைகள் என அனைவரும் சணல் உடை அணிந்து கொண்டனர். எருசலேமில் வாழ்ந்து வந்த ஆண்கள், பெண்கள், குழந்தைகள் அனைவரும் தலையில் சாம்பலைத் தூவிக் கொண்டனர். அவர்கள் அனைவரும் இஸ்ரயேலரின் கடவுளை நோக்கி மன்றாடினர். இறைவன் அவர்களது குரலுக்குச் செவிசாய்த்தார். பெத்தூலியா என்னும் இடத்தில் இருந்த இஸ்ரயேலர் அனைவரும் ஒலோபெரினின் படைகளைக் கண்டு நடுக்கம் கொண்டனர். பலவிதமானத் துன்பங்களை அப்படைகளின் மூலம் அடைந்த பின்னர், இஸ்ரயேலர் அனைவரும் நேபுகாத்நேசர் மன்னனுக்கு அடிமையாகி விடலாம் எனத் திட்டமிட்டனர். ஆனால் அவர்களது தலைவனான ஊசியாவின் ஆணைப்படி பின்வாங்கினர்.

பெத்துலியா நகரில் செல்வச் செழிப்பு மிக்கவளும் மிகுந்த அழகுள்ளவளுமான யூதித்து என்னும் விதவைப் பெண் வாழ்ந்து வந்தாள். அவள் தன் கணவன் மனாசே இறந்த பின்னர் விதவைக் கோலம் பூண்டு கைம்பெண்ணுக்குரிய ஆடைகளை அணிந்து வந்தாள். அவள் இறைவனிடம் விண்ணப்பம் செய்து கொண்டிருக்கும்போது, இஸ்ரயேலரை ஒலோபெரின் என்னும் படைத்தளபதியிடம் இருந்து மீட்பது குறித்து இறை ஏவுதலால் உணர்த்தப்பட்டாள். இவ்விறை உணர்த்துதலை ஊசியாவிடம் கூறி யூதித்து தன் திட்டத்தை வெளிப்படுத்தினாள்.

யூதித்து இளவரசி வேடம் தாங்கி தலைவர்கள், மூப்பர்கள், மக்கள் அனைவரிடமும் ஆசி பெற்று தன் பணிப்பெண் மரியாவுடன் மலைமீது பாசறையில் தங்கியிருந்த படைத்தளபதி ஒலோபெரினைச் சந்திக்கப் புறப்பட்டாள். யூதித்தும் மரியாவும் செல்லும்போது ஒற்றர்கள் நீ எந்த நாட்டைச் சேர்ந்தவள்? எங்கு செல்கிறாய் எனக் கேட்டனர். அதற்கு அவள் நான் ஓர் எபிரெயப் பெண்; ஆனால் எபிரெயர்களிடமிருந்து தப்பி ஓடிக்

கொண்டிருக்கிறேன்; உங்கள் படைத்தலைவர் ஓலோபெரினைப் பார்த்து உண்மை நிலையை எடுத்துரைக்கச் சென்று கொண்டிருக்கிறேன் என்றாள். இதனால் சந்தேகம் அடையாத ஒற்றர்கள் அவளைப் பாசறைக்குள் செல்ல அனுமதித்தனர். யூதித்து ஒலோபெரினின் கால்களில் விழுந்து தன்னைக் காப்பாற்றுமாறு வேண்டினாள். ஒலோபெரின் கொடுத்த உணவை உண்ணாமல், யூதித்து தான் கொண்டு வந்த உணவையே உண்டாள்.

நான்காம் நாள் ஒலோபெரின் தனக்கு வேண்டியவர்களுக்கு விருந்து அளித்தான். அவ்விருந்துக்கு யூதித்தும் அழைக்கப்பட்டிருந்தாள். இவ்விருந்தில் யூதித்தின் மீதுள்ள மயக்கத்தின் காரணமாக அளவுக்கு அதிகமாக ஒலோபெரின் மதுவைக் குடித்தான். விருந்திற்கு வந்தவர்கள் அனைவரும் சென்ற பின்னர் கதவைப் பூட்டி, இறைவனிடம், 'ஆண்டவரே, எல்லாம் வல்ல கடவுளே, எருசலேமின் மேன்மைக்காக இவ்வேளையில் நான் செய்யவிருப்பதைக் கண்ணோக்கும். உமது உரிமைச் சொத்தாகிய இஸ்ரயேலுக்கு துணைபுரியவும், எங்களுக்கு எதிராக எழுந்துள்ள பகைவர்களை அழிக்கும்படி நான் செய்த சூழ்ச்சியைச் செயல் படுத்தவும் இதுவே தக்க நேரம்' என மன்றாடினாள்.

பின்னர் மது மயக்கத்தில் வீழ்ந்து கிடந்த ஒலோபெரினின் தலையை அங்கிருந்த வாளால் கொய்து, கூடாரத்தின் வெளியே நின்று கொண்டிருந்த மரியா வைத்திருந்த உணவுப் பையினுள் வைத்தாள். உடனே இருவரும் இரவோடு இரவாக பெத்தூலியா நகருக்குச் சென்று அங்குள்ளவர்களிடம் ஒலோபெரின் கொலை செய்யப்பட்டதை விவரித்தாள். மக்கள் அனைவரும் இறைவனைப் போற்றினர். ஊசியா யூதித்தை வாழ்த்திப் பாராட்டினான். அசீரியர்களை எதிர்த்துப் போரிட்டு வெல்லும்படி யூதித்து இஸ்ரயேலருக்கு அறைகூவல் விடுத்தாள். ஆற்றல் பெற்ற இஸ்ரயேலர் அசீரியர்களின் பெருங்கோட்டையைக் கைப்பற்றி, அவர்களை அழித்து வாகை சூடினர். யூதித்து தன்னுடைய செல்வங்களை அனைவருக்கும் கொடுத்துவிட்டு துறவுக் கோலம் பூண்டாள்.

காப்பிய அமைப்பு

மீட்பரசி காப்பியம் நான்கு காண்டங்களால் ஆனது. இக்காப்பியத்தில் 625 செய்யுட்கள் உள்ளன. இச்செய்யுட்கள் அறுசீர்க் கழிநெடிலடி ஆசிரிய விருத்தம், எழுசீர்க் கழிநெடிலடி ஆசிரிய விருத்தம், கலி விருத்தம் போன்ற யாப்பமைதியில் அமைந்துள்ளன.

விண்ணகத் தந்தைக்கு வணக்கம்

பாயிரம் என்னும் தலைப்பிற்குப் பதிலாக விண்ணகத் தந்தைக்கு வணக்கம் எனத் தலைப்பிட்டு, ஏழு செய்யுட்களில் இறைவனை வாழ்த்தி காப்பியம் எழுதுவதற்கான வரத்தை இறைவனிடம் வேண்டுகிறார். சான்றாக,

நிலைபெறும் உன்னருள் அன்பினில் ஊறிட
நிலைகுலை யாவரம் தாராய்!
அலையுறும் மனதினை ஒருமையில் அழைத்துநல்
உணர்வினில் எழுதவா தந்தாய்!
உயிர்கலந் திடுவாய் ஊன்கலந் திடுவாய்
ஒழுகுதேன் எழுதிட உதவாய்!
உலுக்கிடும் குவலய நிகழ்வுகள் அழிந்திட
கவிவலி வரம்புரிந் திடுவாய்! (பா.6)

என்னும் செய்யுளைச் சுட்டலாம்.

1. போர் காண்டம்

மீட்பரசி காப்பியத்தின் முதலாவது காண்டமான போர் காண்டத்தில் ஒருங்கிணைந்த இஸ்ராயேலர், நினிவே மாநகர், அசீரிய சர்வாதிகாரி, மேதியரின் கோட்டை, போர்ப் பலிகள், வெற்றியின் ஆணவம், தூது பெற்ற நகரங்கள், தளபதியும் போர்த்திட்டமும், படையெடுப்பின் பேரொலிகள், மரண ஓசைகள், அச்சமுறும் அபலைகள், அடங்காத பசி, பதுங்கிய சிறுத்தை, பாதுகாப்பு ஆயத்தங்கள், நோன்பும் மன்றாட்டும், இஸ்ராயேலரை எதிர்ப்பவன், உணர்த்துகின்ற அக்கியோர், அரசவை முடிவு, மீட்கப்படும் அக்கியோர், அடைக்கலமும் விருந்தும், பெத்தூலியாவின் சோகம், ஆலோசனை பெறும் ஒலோபெரின், சோதனையில் இஸ்ராயேலர், தளர்ச்சியும் தேற்றரவும் என்னும் தலைப்புகளில் செய்திகள் இடம் பெற்றுள்ளன.

2. அறத்துக் காண்டம்

இரண்டாவது காண்டமான அறத்துக் காண்டத்தில் இயற்கையின் எழில்நகர், மங்கையருள் தங்கம், ஈகையின் ஊற்று, மனையற மகிழ்ச்சி, விவேக உரையாடல், தொழிலாளர் சமத்துவம், வயல்காடும் வாலிபப் பெண்ணும், மரியாவின் அடைக்கலம், மூர்ச்சையற்ற மனாசே, யூதித்தின் மன்றாட்டு, மனாசேயின் பிரிவு, தோழியின் தேற்றுதல், உழைப்பாளர்

கண்ணீர், கனவில் வந்தவர், துறவின் தொடக்கம் என்னும் தலைப்புகளில் செய்திகள் உள்ளன.

3. வெற்றிக் காண்டம்

மூன்றாவது காண்டமான வெற்றிக் காண்டத்தில் உணர்த்தப்படும் யூதித்து, அரவணைக்கும் யூதித்து, வாழ்த்தும் கட்டளையும், விண்ணகத் தந்தையும் யூதித்தும், ஒப்பனையின் பேரழகு, மூப்பர்களின் ஆசீர், பயணமாகும் வீராங்கனை, மலைப்பாதையில் இரண்டு பெண்கள், பாசறையை நோக்கி, மயங்கும் ஒலோபெரின், நியாயமான தந்திரம், வைகறையில் தெய்வீகம், பேராசையின் தூது, விருப்பமான உணவு, போதையின் அலைகள், இறைவனின் திட்டம், விடுதலை கொணர்ந்தவள் என்னும் தலைப்புகளில் செய்திகள் விளக்கப்பட்டுள்ளன.

4. விடுதலைக் காண்டம்

நான்காவது காண்டமான விடுதலைக் காண்டத்தில் வீராங்கனையின் போர் விளக்கம், அக்கியோரின் மனமாற்றம், இஸ்ராயேலரின் போர் முழக்கம், ஆற்றல் இழந்த அசீரியர், தோல்வி கண்ட வீரர்கள், அசீரியரின் வீழ்ச்சி, போற்றப்படும் யூதித்து, தொடரும் துறவறம், கனவுக் காட்சி, பொதுவுடைமைப் புனிதை, மங்களப் பாடல் என்னும் தலைப்புகளில் செய்திகள் இடம் பெற்றுள்ளன.

புரட்சிக் காப்பியம்

யூதித்து ஒரு புரட்சிப் பெண்ணாகச் செயல்பட்டு இஸ்ராயேலருக்கு விடுதலை வாங்கிக் கொடுத்தாள். எனவே இதை ஒரு புரட்சிக் காப்பியம் எனலாம். விதவைப் பெண்ணான யூதித்து, பகைவர்களின் பாசறைக்குள் தைரியமாக எவ்வித ஆயுதங்களின்றி, இறைவனை மட்டுமே நம்பிச் செல்கின்றாள். ஒலோபெரின் மதுவுண்டு மயங்கிய நிலையில், அவன் தலையைக் கொய்து, அத்தலையுடன் அங்கிருந்து வெளியேறி இஸ்ராயேலர் இருந்த இடத்திற்கு வெற்றியுடன் வருகிறாள். புரட்சிப் பெண்ணாக யூதித்து காணப்பட்டதால் இஸ்ராயேலருக்கு வெற்றி கிடைத்தது. எனவே இக்காப்பியத்தை ஒரு புரட்சிக் காப்பியம் எனலாம்.

காப்பிய மாந்தர்கள்

மீட்பரசி காப்பியத்தில் யூதித்து தலைமை மாந்தராகவும் ஒலோபெரின் எதிர்நிலை மாந்தராகவும் படைக்கப்பட்டுள்ளனர். துணைமாந்தர்களாக நெபுகாத்நேசன், அக்கியோர், மனாசே, ஊசியா ஆகியோர் படைக்கப் பட்டுள்ளனர்.

யூதித்து

விவிலியத்தில் இடம்பெற்றுள்ள வரலாற்று மாந்தரான யூதித்து ஓர் இஸ்ரேலியப் பெண். இவளது கணவன் மனாசே. வறியவர்களுக்குக் கொடுக்கும் சிறந்த பண்புடையவளாக இக்காப்பியத்தில் யூதித்து படைக்கப்பட்டுள்ளாள். இதை,

அளவு மீறி பெற்ற செல்வம்
    அமைதி குலைக்குமாம் - என்று
சமயம் கூறும் தத்துவத்தைக்
    கற்ற யூதித்து
இளமை வாழ்வில் பொருள் பிறர்க்கு
    பகிர்ந்து நகரின் - மக்கள்
அனை வரது அன்பு தன்னைத்
    திரட்டி சிறந்தாள்! (ப.132)

என ஆசிரியர் குறிப்பிடுகிறார். ஏழை எளியவர்களுக்கு உதவி செய்ததன் மூலம் யூதித்து அனைவரின் அன்பையும் ஆதரவையும் பெற்றவள். யூதித்து உழைக்கும் வர்க்கத்தினரிடம் அன்பாகப் பழகும் தன்மை வாய்ந்தவள்.

அநியா யத்தினை
    அழிப்பது தான்இறைப்
பணியென முழங்கிடும் யூதித்து
    இனிதாய் ஒற்றுமை
தொழிலா ளர்மனம்
    அடைதலே சமத்துவ மென்பாள் (ப. 140)

என்னும் அடிகளின் மூலம் யூதித்துவின் நல்ல மனதை அறிந்து கொள்ள இயலுகிறது. தன் கணவன் மனாசே உடல் நலமின்றி காணப்படும்போது,

பாவிஎன்றன் உயிர்பறித்து
    கணவனுயிர் காத்திடில்
பாரிலுன்றன் ஊழியத்தால்
    ஞானம் உம்மில் தேடுவேன்
ஆவிஎன்னை விட்டுப் பிரியும்
    அவ்வுணர்ச்சிப் போலவே
கணவருடல் வருந்தக் கண்டு
    குருதிபொங்கித் துடிக்கிறேன் (ப.152)

என ஓலமிடுகிறாள். தனது உயிரை எடுத்துக் கொண்டு கணவனின் உயிர் நிலைநிற்க இறைவனிடம் மன்றாடுகிறாள். இத்தகைய நல்ல உள்ளம் கொண்ட யூதித்து தன் கணவனான மனாசே இறந்த பின்னர் உண்மையான

துறவற வாழ்க்கையை வாழ்ந்து வந்தாள். இஸ்ராயேலரை ஒலோபெரின் மற்றும் அவனது படைவீரர்களிடமிருந்து காப்பாற்றுவதற்காக யூதித்து இறைவனிடம்,

ஆயுதங்கள் சேனைகொண்டு
அத்தனையும் வெல்வோமென
கூவிதங்கள் ஆணவத்தை
உம்மிடத்தில் வீசுகின்ற
பேய்உறையும் நெஞ்சுடையார்
தந்தைஉமை உணர்ந்துமீள
வாய்மொழிந்து கதறுகின்ற
என்குரலைக் கேட்டருள்வீர்! (ப. 180)

என வேண்டுகிறாள். ஒலோபெரினை அழிப்பதற்காக யூதித்து விதவைக் கோலத்திலிருந்து அழகான உருவத்திற்கு மாறுகிறாள். அவள் அழகை,

விண்ணுலகின் ஆசனமோ
தேவதைகள் துணையிருப்போ
பொன்னொளியில் மரகதமோ
ஒலோபெரின் பாசறைக்குள்
பட்டுநிறப் புடவைகளோ
பக்கமெலாம் ஒளிருவதோ
கட்டுக்கடங் காதபொன்னின்
ஒளிக்கதிரோ பாசறைக்குள்! (ப.195)

என வியந்து பாடுகிறார். யூதித்து சூழ்ச்சியால் ஒலோபெரினை வீழ்த்தத் திட்டம் தீட்டினாள். அதற்காக இறைவனிடம்,

எல்லாமும் இல்லாமை ஆக்குவோரே! - இன்னும்
இல்லாமை உள்ளதாய் மாற்றுவோரே!
ஒடுக்கப்பட் டோரைதான் மீட்பவரே - உம்
கருவியாய் என்னையே ஆள்பவரே!
பொல்லாப்பு வீழ்த்தியே உரிமையுடன் - உம்
அடியாரை என்றென்றும் மீட்பவரே!
கடுகடுப் புடையோரை வீழ்த்திபுது - வாழ்வு
தந்திடும் சூழ்ச்சியைச் செய்தருள்வீர்! (ப. 213)

என மன்றாடுகிறாள். யூதித்தின் மன்றாட்டை இறைவன் கேட்டு அவளுக்கு உதவுகிறார். யூதித்து தனது உயிரைத் துச்சமாக நினைத்து எதிரியின் பாசறைக்குள் செல்கிறாள். ஒலோபெரின் மது உண்டு மயங்கிக் கிடக்கும்

வேளையில், வாளால் அவனது தலையைக் கொய்கிறாள். யூதித்து தன்நம்பிக்கை உடைய புரட்சிப் பெண்ணாகப் படைக்கப்பட்டுள்ளாள். அவளது துணிவினால் இஸ்ரயேல் மக்கள் வெற்றி அடைந்தனர். யூத மக்களுக்கு எஸ்தர் விடுதலையை வாங்கிக் கொடுத்தாள். அதைப் போன்று யூதித்து இஸ்ரயேல் மக்களுக்கு அசீரிய அரசனிடமிருந்து விடுதலையை வாங்கிக் கொடுக்கிறாள். பெண்களின் பெருமையை மீட்பரசி காப்பியம் யூதித்து என்னும் உண்மை மாந்தர் மூலம் வெளிப்படுத்துகிறது.

ஒலோபெரின்

அசீரிய நாட்டு அரசன் நெபுகத்நேசனின் படைத்தளபதி ஒலோபெரின். இவன் அதிக கர்வமும், செருக்கும், ஆணவமும் நிறைந்தவன். ஒலோபெரினைக் காப்பிய ஆசிரியர்,

யாரென்னச் சொன்னாலும்
எடுத்துள்ளப் போர்ப்பணியை
பார்சூழ்ந்து எதிர்த்தாலும்
பிறவிக்குண வீரத்தால்
மார்குன்றிப் போனாலும்
மரணத்தின் விளிம்பினிலும்
நேர்நின்று வேளேந்தும்
நெஞ்சுடையான் ஒலோபெரின் (ப.46)

என அறிமுகப்படுத்துகிறார். ஒலோபெரின் தனது ஆணவத்தால் தன் படைகளை அனுப்பி பல அப்பாவி நாட்டினரைக் கொள்ளையிட்டும் கொலை செய்தும் பல நாசங்களைச் செய்கிறான். ஒலோபெரினின் கொடுமையைக் கண்டு அச்சமடைந்த பக்கத்து நாட்டிலுள்ள மக்கள் அடிமையாகிவிட நெபுகத்நேசனிடம் தூது பேச வந்தனர். ஆனால் ஒலோபெரின் அவர்களிடம் இரக்கம் காட்டாமல் படைகளால் அவர்களை அடித்துத் துன்புறுத்தி, நெபுகத்நேசனைக் கடவுளாய் வழிபடக் கூறி மீண்டும் போருக்கு ஆயத்தம் செய்கிறான். இதைத் தொடர்ந்து இஸ்ரயேல் மக்களை அழிப்பதற்காகப் படைகளுடன் பாசறையில் முகாமிட்டிருந்தான். இச்சூழலில் தன் பாசறைக்கு வந்த யூதித்தைப் பற்றி முழுமையாகப் புரிந்து கொள்ளாமல் அவளது அழகில் மயங்கினான். யூதித்து இஸ்ராயேலர்களில் ஒருத்தி. ஆனால் ஒலோபெரினிடம் தான் இஸ்ராயேலர் அல்ல, இஸ்ராயேலரை அழிப்பதற்கு வழி கூறுகிறேன் எனக் கூறியதை ஒலோபெரின் நம்பினான். அவளது அழகில் மயங்கி,

உலகமெலாம் தேடியுமே உன்னெழில்போல் ஞானம்போல்
ஒருவருமே இல்லைஇன்பப் பெண்ணே!

ஒருபொருளாய் சூரியனோ வானில்தினம் ஒளிருவதால்
மாட்சிமையோ நிரந்தரமாம் கண்ணே!
கலகமுடை இஸ்ராயேலர் கணப்பொழுதில் அழிந்துபட
ஞானமுடன் சொன்ன எழிற் சுகமே!
உன்மொழியோ நிகழ்ந்துவிடின் நானொருவன் கடவுளாவேன்! (ப.201)

எனப் புகழுகிறான். இதனால் மதுவை அதிகமாக உண்டு, அவளது வாளுக்குப் பலியானான். ஒலோபெரினின் பெண்ணாசை இஸ்ரயேல் மக்களுக்கு விடுதலையை வாங்கிக் கொடுத்தது.

வருணனை

காப்பியங்களில் வருணனை இயல்பான ஒன்று. இவ்வருணனை ஆசிரியரின் புலமைக்குத் தக்கதாக மாறுபடும். வருணனைகளின் மூலம் ஆசிரியரின் கவித்துவத்தை எளிதில் அறிந்து கொள்ளலாம். நினிவே நகரின் வளத்தினை,

சில்லெனும் தேன்காற்றாம் - மனம்
செழிக்கத் தூண்டும் மலையெழிலாம்!
முல்லை நிலமெங்கும் - பசுந்
தேவதை உறைவிடம் போல்உளதாம்!
எல்லையில் லாதபயிர் - நல்
விளைச்சலைப் போல்பிற நகரிலையாம்!
சொல்லரும் மலைமுகடாம் - அவை
நாட்டினைக் காத்திடும் மறஅரணாம்! (ப.26)

என ஆசிரியர் வருணிக்கிறார். இச்செய்யுளில் குறிஞ்சி, முல்லை, மருதம் ஆகிய செழிப்புள்ள மூன்று வகை நிலங்களின் வளமும் ஒருங்கே பெற்றதாக நினிவே நகரினை ஆசிரியர் வருணிக்கும் திறன் பாராட்டத் தக்கது. மேலும்,

நதிமகள் பாதைகளாம் - வான்
புனலூறும் அற்புதப் பொய்கைகளாம்!
அதிசயக் கனிவகையாம் - பிற
அரசுகள் வியந்திடும் தேன்பலவாம்!
வான்மதி ஆதவனும் - இந்த
நினிவேயில் தங்கிட விரும்புவராம்!
சுதியெழும் ராகங்களாம் - அவை
பறவைகள் இசைவிழா பாட்டரங்காம்! (ப. 27)

என வருணிக்கிறார். இச்செய்யுளில் சூரியன் நினிவே நகரிலேயே தங்கி இருப்பதற்கு விரும்புவான் எனச் சுட்டிகிறார். இவ்வருணனைகள் நினிவே நகரின் சிறப்பினையும் பெருமையினையும் புலப்படுத்துவனவாக அமைந்து காப்பியத்திற்குச் சிறப்பு சேர்க்கின்றது. ஒலோபெரினின் பாசறைக்குள் யூதித்து அழைத்துவரப்பட்டாள். அவள் வந்ததால் அவனது பாசறை ஒளிமயமானது என்பதை,

> விண்ணுலகின் ஆசனமோ
> தேவதைகள் துணையிருப்போ
> பொன்னொளியில் மரகதமோ
> ஒலோபெரின் பாசறைக்குள்
> பட்டுநிறப் புடவைகளோ
> பக்கமெலாம் ஒளிருவதோ
> கட்டுக்கடங் காதபொன்னின்
> ஒளிக்கதிரோ பாசறைக்குள் *(ப.195)*

என்னும் செய்யுள் மூலம் வருணிக்கும் ஆசிரியரின் திறம் போற்றத்தக்கது.

உவமைத்திறன்

மீட்பரசி காப்பியத்தில் ஏராளமான உவமைகள் நிறைந்து காப்பியத்திற்கு அணிகலன்களாக அமைந்துள்ளன. மீட்பரசி காப்பியத்தில் ஒரே செய்யுளில் பல உவமைகள் உள்ளன. இவற்றை அடுக்கு உவமைகள் எனலாம். சான்றாக,

> வானகம் வியக்குதற்போல் - இந்
> நினிவேயில் எங்கணும் செழிப்புகளாம்!
> தானமே வழங்குதல்போல் - இந்
> நகரிலே பற்பல பொருள்உளதாம்!
> மானமோ காப்பதுபோல் - இந்
> நகரிலே மாதர்கள் நடையுடையாம்!
> ஞானமோ கொண்டவர்போல் - இந்
> நாட்டினை ஆள்பவர் ஆட்சியதாம்! *(ப.26)*

என்னும் செய்யுளைச் சுட்டலாம். இச்செய்யுளில் நான்கு உவமைகள் பயின்று வந்துள்ளன. மேலும் ,

1. பரிதி உருவம் கிணற்றினுள் தெரிவதைப் போல
2. வருமுன் அறியார் வாழ்க்கை வந்தபின்னால் கெடல்போலே

3. மொக்குகள் தான்தோன்றி மடிவனபோல்
4. ஏழையர் நொய் அரிசிக்கு பசியுடன் முனையுதற் போலே
5. கரியமேகம் அடுக்கடுக்காய் தோன்றும் காட்சிபோல்
6. மணமுடித்து கலவி செய்து கருசு மந்த மங்கைபோல்
7. கூட்டைவிட்டு வேறுகூட்டில் புகுந்த உயிர்போல்
8. பொறுமை மான்கள் சிறுத்தையின்முன் கதறுவனபோல்
9. காட்டுநதிகள் வெறிசுமந்து பாய்ந்து வருதற்போல்
10. தீட்டிய ஓவியம் அழிக்கப்பட படைத்தவன் மனது பதறிடல்போல்

என்பன போன்ற ஏராளமான உவமைகள் காப்பியத்தினுள் நிறைந்துள்ளன. இவ்வுவமைகள் மீட்பரசி காப்பியத்தின் கதைக்கு வலுவூட்டுகின்றன.

விவிலியத்தில் இடம்பெற்றுள்ள யூதித்து என்னும் நூல், செலூக்கியர் ஆட்சியின்போது யூதர்கள் அனுபவித்த துயரத்தின் வரலாற்றையும் மக்கபேயர் வழியாகக் கடவுள் அவர்களுக்கு அளித்த முழுவிடுதலையையும் பின்னணியாகக் கொண்டது. இந்நூல் கி.மு. இரண்டாம் நூற்றாண்டின் இறுதியில் அல்லது முதல் நூற்றாண்டின் இடைப்பகுதியில் எழுதப்பட்டிருக்கலாம். விவிலியத்தில் உள்ள சில நூல்களை ஆதாரமாகக் கொண்டு கிறித்தவக் காப்பியங்கள் பல படைக்கப்பட்டுள்ளன. அவற்றுள் பெண்களை மையமாகக் கொண்டவை எஸ்தர் காவியம், எபிரேயப் பேரழகி எசுத்தார் மற்றும் மீட்பரசி என்பவைகளாகும். யூதித்து என்னும் நூலை அடிப்படையாகக் கொண்டு படைக்கப்பட்ட மீட்பரசி காப்பியத்தின் மையக் கருத்து, ஒருவர் கடவுள் மீது பற்றுறுதி கொண்டு செயல்பட்டால், எத்துணை வலிமை படைத்த உலக ஆற்றல்களையும் வென்றுவிடலாம் என்பதாகும்.

31. எபிரேயப் பேரழகி எசுத்தார்

விவிலியத்தில் இடம்பெற்றுள்ள எஸ்தர் பற்றி இரண்டு காப்பியங்கள் படைக்கப்பட்டுள்ளன. அவற்றுள் ஒன்று எபிரேயப் பேரழகி எசுத்தார் என்பதாகும். இக்காப்பியத்தின் ஆசிரியர் அருட்திரு. புலவர் இரா. தாவீது. இக்காப்பியம் 2002 ஆம் ஆண்டு நாகப்பட்டினத்திலுள்ள சிவசக்தி பதிப்பகத்தின் மூலம் வெளியிடப் பட்டது.

ஆசிரியர் குறிப்பு

காப்பியப் புலவர் இரா. தாவீது கல்வித்துறையில் நெடுங்காலம் பணியாற்றியவர். இவர் நாகப்பட்டினத்தில் உயர்நிலைப் பள்ளித் தமிழாசிரியராக இருந்து, தலைமையாசிரியராகப் பதவி உயர்வு பெற்று அப்பணியிலிருந்து ஓய்வு பெற்றவர். இறையியல் வல்லுநரான இவர், ஆசிரியப் பணியுடன் இறைப்பணியினையும் செய்து வந்தார். இவர் எழுதிய பிற நூல்கள் 1. நற்செய்தி நிகழ்ச்சி மாலை, 2. நலம் பெறுவோம் நாமும் வாரீர் என்பனவாகும்.

காப்பியம் படைக்கக் காரணம்

தீவினையை நினைப்பாரும், நிகழ்த்துவாரும் இறுதியிலே வீழ்வர் என்னும் உண்மையையும், நல்லோர்க்கு வரும் துன்பம் இன்பமாய் மாறும் என்ற உண்மையையும் இந்நூல் மூலம் உலகோர் உணர்வதற்குப் பயன்படும் என்று கருதியே இக்காவியத்தைப் படைத்ததாக ஆசிரியர் தமது உரையில் குறிப்பிட்டுள்ளார்.

காப்பியக் கதை

திருமறை மாந்தர் வரலாற்றுக் காப்பியங்கள் என்னும் பிரிவில் இடம்பெற்றுள்ள எஸ்தர் காவியம் என்னும் தலைப்பிலுள்ள பகுதியில் காப்பியக் கதையான எசுத்தாரின் (எஸ்தர்) வரலாறு கொடுக்கப் பட்டுள்ளது.

நூலின் அமைப்பு

எபிரேயப் பேரழகி எசுத்தார் காப்பியம் 30 உட்தலைப்புகளையும் 274 செய்யுள்களையும் கொண்டது. இக்காப்பியத்திலுள்ள செய்யுள்கள் அறுசீர் விருத்தம், எண்சீர்க் கழிநெடிலடி ஆசிரிய விருத்தம் என்னும் வகைகளை உடையன. பெரும்பாலான செய்யுள்கள் எண்சீர்க் கழிநெடிலடி ஆசிரிய விருத்தத்தால் அமைந்துள்ளன. கடவுள் வாழ்த்து, அவையடக்கம் போன்றவை, நூலின் முதலில் இடம்பெற்றுள்ள பேரருளால் காக்கும் தேவே, ஆவியை அருள்வாய், அருட்பாவை ஏற்பீர், அருட்பாவுக்கருள்வாய், நாயகனே எமக்கருள்வாய், இரங்கிடுவாய் நற்றேனே, உன்பணிக்கே அர்ப்பணித்தேன், திருவடிக்கே படைத்தேன் என்னும் தலைப்புகளில் அமைந்துள்ளன.

பின்னோக்கு உத்தி

'முன்னிகழ்வில் மூழ்கிய மன்னன்' என்னும் தலைப்பிலிருந்து இக்காப்பியம் பின்னோக்கு உத்தியுடன் தொடங்குகிறது. இதில் 8 செய்யுள்கள் இடம் பெற்றுள்ளன. அரசன் அகாஸ்வேரு தமது வாழ்வில் எஸ்தரின் வரவினால் ஏற்பட்ட மேன்மைகளையும் நாட்டில் ஏற்பட்ட மாற்றங்களையும் நினைத்துக் கொண்டு, யூதர்களின் விடுதலை நினைவாகக் கொண்டாடப்பட்டு வரும் பூரிம் என்னும் திருவிழாவினைக் கண்டு களித்துக் கொண்டிருக்கும் போது, அவனது மனக்கண்ணில் பழைய நிகழ்வுகளை நினைத்துப் பார்க்கிறான். இதனை,

அன்றலர்ந்த நறுமலராய்க் கண்முன் தோற்ற
அவன் மனத்தே நாடகமாய் நடந்தேறின
நாடகத்தின் பெயரதுவோ எபிரே யரின்
ஈடில்லாப் பேரழகி எசுத்தர் ஆகும் (பா.20)

என்னும் செய்யுளடிகள் மூலம் தெரிவிக்கிறார். அரசனின் நனவோட்டத்தின் மூலம் ஆசிரியர் இக்காவியத்தைப் படைத்துள்ளார்.

காப்பியத் தொடக்கம்

மன்னனின் சிறப்பும் மாவிருந்தளிப்பும் என்னும் தலைப்பிலிருந்து காப்பியம் தொடங்குகிறது. அரசன் அகாஸ்வேரு பல நாடுகளைத் தமது ஆட்சியின் கீழ் வைத்திருப்பவன். அவன் சூசான் நாட்டு அரண்மனையில் ஆட்சி செய்து வரும்போது, பல நாட்டு மன்னர்களையும் அழைத்துப் பெரிய விருந்து வைத்தான். அவ்விருந்தின்போது அரசன் தன் மனைவியாகிய வஸ்தியை அனைத்து அரசர்களுக்கும் முன்னால் வர

ஆணையிட்டான். ஆனால் வஸ்தியோ வரவில்லை. இதிலிருந்து காப்பியம் வளருகின்றது.

பெண் அடிமைத்தனத்திற்கு எதிர்ப்புக் குரல்

அரசன் வஸ்தியை அழைத்தும் வராதமையால் அவள் மீது கோபமடைந்து அமைச்சர்களின் ஆலோசனைப்படி பேரழகியான எஸ்தரை அரசியாக்கினான். காப்பிய ஆசிரியர் இப்பகுதியில் சுமார் 30 செய்யுட்களில் பெண்ணடிமைத்தனத்தைச் சாடுகிறார். அரசன் வஸ்தியை அரசர்களுக்கு முன்பாக வரச் சொன்னதையும், வராததால் அவளை அரசி என்னும் நிலையிலிருந்து நீக்கியதையும் ஆசிரியர் பெண்ணடிமை எனக் கூறி கொதிக்கிறார். எஸ்தர் பற்றி இயற்றப்பட்ட பிறிதொரு காப்பியத்தில் பெண்ணடிமைத்தனத்திற்கு முக்கியத்துவம் கொடுக்காமல், எஸ்தரால் யூத இனம் பாதுகாக்கப்பட்டது என்பதற்கு முக்கியத்துவம் கொடுக்கப் பட்டுள்ளது. வஸ்தியைப் புறம்பாகத் தள்ளியது பெண்ணடிமைத்தனம் என்பது முற்றிலும் உண்மை. வஸ்தியின் பேரழகைப் பிறரிடம் காட்ட அரசன் ஆசைப்படுகிறான். ஆனால் வஸ்தி அதற்கு உடன்படவில்லை. இதனால் அரசன் கடும் சினத்திற்குள்ளாகிறான். வஸ்தியானவள் தனது நிலையை எண்ணி,

காட்டு விலங்காக ஆடவர் மாறிவிடில்
வீட்டிலுறையும் பெண்ணை யாரோ மீட்டிடுவார்
தேற்றுவாரின்றி தேம்பி அழும் எனக்கு
ஆற்றி அரவணைக்கும் மன்னவரே மாறினாரே (பா.39)

என அரற்றுகின்றாள். இதற்கு முன்னர் மரியாதை செலுத்தியவர்களும் பணியாளர்களும் வஸ்தியைப் பார்க்கும்போது, பாராமுகமாய் செல்கின்றனர். இன்று வஸ்தி சாதாரணப் பெண்ணாகி விட்டாள்.

வேந்தன் வெறுப்புக்கும் வீணாம் பழிச் சொற்கும்
தானாகி விட்டாளே சரித்திரம் மாறியதே
தன்னழகு தன்துணைக்கே தானாகும் என்பாளை
உன்னழகைக் காட்டிடுவாய் உலகுக்கு என்றானை
ஒருபோதும் விரும்பாத உத்தமியாள் வஸ்தி இன்று
விரும்பாத பெண்ணாகி விலையற்றுப் போனாளே (பா.42)

என வஸ்தியின் நிலை புலப்படுத்தப்படுகிறது. ஆணுக்கு ஒரு நீதியும் பெண்ணுக்கொரு நீதியும் அன்று வழங்கப்பட்டது. அரசியாக இருந்தாலும் அவள் பெண் என்பதால் புறக்கணிக்கப்பட்டாள். மகிழ்வுக்கு மட்டுமே மனைவி என எண்ணியதால் இத்தகைய கொடுமைகள் நிகழ்கின்றன.

வஸ்தி தவறு எதுவும் செய்யவில்லை, அவளது சிறந்த குணமும் புகழப்படவில்லை, நூலிலும் எழுதப்பட வில்லை, ஏனென்றால் அன்று நாட்டில் பெண்ணடிமை இருந்தது. அன்று இதைத் தட்டிக் கேட்க ஒருவரும் இல்லை. அரசிக்கு நீதி வழங்க வேண்டிய அரசனே, அநீதிக்குத் தலை வணங்கினான். அரசபைக்குத் தான் வரமுடியாது என்று வஸ்தி கூறியதற்கானக் காரணத்தை அரசன் அவளிடம் கேட்கவில்லை. நாட்டில் அன்று பெண்ணடிமை நிலவி வந்ததால் அரசி தனது பதவியை இழந்தாள். தன் மானத்தையும் தன்னையும் அவள் காத்ததனால் அரசி என்னும் பெயர் இழந்தாள். எனினும், உலக மக்கள் போற்றும் அளவிற்கு அன்று வஸ்தி செயல்பட்டதால், இன்று பெண்ணடிமைத்தனம் அகல்வதற்கு வித்திட்ட வளாக விளங்குகிறாள். இதை,

பெண்ணடிமைக் கன்று பெருவித்து இட்டாளைப்
பெண்ணினமே மறந்து போகாதீர் ஒருநாளும் (பா.58)

என வேண்டுகோள் விடுக்கிறார் ஆசிரியர். உலகம் உள்ளவரை வஸ்தி பெண்ணினத்தின் பெருவிளக்காய் நிற்பாள். வஸ்தி பெண்ணடிமையால் பெயரில்லாமல் போனாலும், பெண்ணினத்தின் உள்ளங்களிலெல்லாம் நிலையான இடத்தைப் பெற்றுள்ளாள். அன்றைய உலகம் பெண்ணினத்தின் பெருமையினை அறியாமையால், அரசி வஸ்தியின் பேச்சு அரச சபையில் கேட்கப்படவில்லை; ஏற்றுக் கொள்ளப்படவில்லை. அவளது அழகு தனது கணவருக்குத்தான் என்னும் அவளது விருப்பத்தை எடுத்துச் சொல்ல முடியாததற்குத் தடையிருந்த காரணத்தால் வஸ்தி பின்னுக்குத் தள்ளப்பட்டாள். பெண்ணடிமைத்தனம் இருந்தமையால் வஸ்திக்கு இரங்குபவர் அன்று ஒருவருமில்லை.

அன்ற வளின் துயர்க்காதை
அவலத் தைத்தந் தாலும்
அவளிட்ட சிறுவி தையே
அகிலத்தை மாற்றி யதாம் (பா.67)

என ஆசிரியர் இப்பகுதியினை முடிக்கிறார்.

எஸ்தரின் வீர உணர்வுகள்

அரசி என்னும் பட்டத்தை வஸ்தி இழந்த பின்னர், அந்த இடத்திற்கு எஸ்தர் வருகின்றாள். எஸ்தரது வருகையின் முக்கிய நோக்கம் யூதர்களை அடிமைத்தனத்திலிருந்து விடுவிக்க வேண்டும் என்னும் நல் எண்ணமாகும். இதற்கு எஸ்தரின் உறவினரான மொர்தெகாய் என்பவரின் நல் ஆலோசனைகளே காரணமாக அமைந்தன. ஆமானின் சதித்திட்டங்கள்

மொர்தெகாயின் ஆலோசனைப்படி எஸ்தரின் துணிச்சலால் முறியடிக்கப் படுகின்றன.

கையும் களவுமாய் கள்ளனாம் ஆமானை
பையவே தோலுரித்துப் பாவைநான் காட்டிடுவேன் (பா.123)

என எஸ்தர் வீரமுழக்கமிடுகின்றாள். எத்தகைய வசதிகள் தனக்கிருந்தாலும், தனது இனத்தாரை மறக்க மாட்டேன் எனவும் ஆமானின் சூழ்ச்சிகளை அரசனுக்குக் காட்டுவேன் எனவும் உலகமே என்னை மறந்து உதவி செய்யாதிருந்தாலும் நன்றி மறந்தவளாக வாழமாட்டேன் எனவும் தன் இனத்தாருக்காக உயிரைக் கொடுப்பதற்கும் தயாராக இருக்கிறேன் எனவும் எஸ்தர் வீர மொழிகளை முழங்குகிறாள். மொர்தெகாயை ஆமான் கொல்ல சதித் திட்டம் தீட்டியதைக் கண்டு எஸ்தர் கொதிப்படைகின்றாள். தன்னை வளர்த்து ஆளாக்கியவரைக் காப்பது தனது கடமை என உணர்கிறாள். இறுதியில்,

எம்மினத்தார் உயிர் வாழ
எனைப் பலியே ஆக்கிடுவேன் (பா.135)

எனக் கூக்குரலிடுகின்றாள். எஸ்தர் போருக்குப் புறப்படும் வீராங் கனையாக யூத மத ஒழுங்கின்படி நோன்பு மேற்கொண்டவளாக, ஆமானை அழிக்க எண்ணி அரசரிடம் உண்மையை விளக்குகிறாள்.

பெண்ணால் பெற்ற விடுதலை

ஆமான் தனது தீய எண்ணத்தால் யூத இனத்திற்கு விடுதலை வாங்கிக் கொடுக்கத் திட்டமிட்டுக் கொண்டிருந்த மொர்தெகாயைக் கொல்வதற்குக் கழுமரத்தைத் தயாராக வைத்திருந்தான். ஆனால் எஸ்தரின் துணிச்சலால், ஆலோசனையால் அந்தக் கழுமரத்தில் ஆமான் தூக்கிலிடப்பட்டான். அரசனின் உத்தரவுப்படி யூத இனம் அடிமைத்தனத்திலிருந்து நாடெங்கும் மீட்கப்பட்டது. எஸ்தர் செய்யும் நன்முயற்சிகளால் கணையாழி முத்திரை பதித்த கடிதம் உரிய காலத்தில் அனுப்பப்பட்டு, யூத இனப் படுகொலை தவிர்க்கப்பட்டது. இவ்வெற்றியை நினைவுகூரும் வகையில் பூரிம் திருவிழா இன்றும் கொண்டாடப்பட்டு வருகின்றது. அத்திருநாளின் சிறப்பை,

துன்புற்றிருந்த நாள் தொல்லை மலிந்த நாள்
அன்பற்றிருந்த நாள் அஞ்சியே மாண்ட நாள்
எல்லாமே இன்றோடு எமைவிட்டு விரைந்தோடி
பூரிப்படைந்து யாம்புகழோடு வாழும் நாள் (பா.241)

எனக் கூறுகிறார் கவிஞர்.

ஔவையார் பாடலின் தாக்கம்

நல்வழி என்னும் நூலில் ஔவையார் எழுதிய,

ஆண்டாண்டு தோறும் அழுது புரண்டாலும்
மாண்டார் வருவரோ மாநிலத்தீர் - வேண்டா!
நமக்கும் அதுவழியே! நாம்போம் அளவும்
எமக்கென்? என்(று) இட்டு, உண்டு, இரும்

என்னும் பாடலின் தாக்கம் இக்காப்பியத்தில் இடம்பெற்றுள்ளது. அதாவது, பல ஆண்டுகள் அழுதாலும் இறந்தவர் திரும்ப இந்த பூமிக்கு வருவதில்லை, பல முயற்சி செய்தாலும் இறப்பைத் தள்ளிப் போடலாமே தவிர தவிர்க்கவோ அல்லது தப்பிக்கவோ முடியாது. இறப்பு உறுதியாக இறுதியில் வரும். ஆதலால் நமக்கு மட்டும் என்று சேர்த்து வைக்காமல் நம்மால் முடிந்த பொருள்களை அடுத்தவருக்குக் கொடுத்து நாம் வாழ வேண்டும் என்பதே ஔவையார் பாடலின் கருத்தாகும். இக்கருத்தை அடிப்படையாகக் கொண்டு,

ஆண்டாண்டு தோறும் அழுது புரண்டாலும்
மாண்டார் ஒருநாளும் வாராரே மாநிலத்தில் *(பா.118)*

என ஆசிரியர் பாடியுள்ளார். ஆமானின் கட்டளையால் துண்டிக்கப்படும் தலைகள் மீண்டும் பெறப்படுமோ என்னும் பகுதியினை விவரிக்கும் போது, ஔவையாரின் கருத்தை ஆசிரியர் எடுத்தாண்டுள்ளார்.

திருக்குறளின் தாக்கம்

ஆசிரியர் தமது காப்பியத்தில் கருத்துகளைச் சிறப்பித்து விளக்குவதற்காகத் திருக்குறளைக் கையாண்டுள்ளார். சான்றாக,

ஒருமையுள் ஆமைபோல் ஐந்தடக்கல் ஆற்றின்
எழுமையும் ஏமாப் புடைத்து *(126)*

என்னும் குறளை அடிப்படையாகக் கொண்டு,

சிறுபான்மை இனத்தை சீரழித்துக் கொல்வதனால்
பெரும்பான்மை இனத்தை பெருமையா வந்தடையும்
அருமையா யீதை அகமகிழ்ந்து செய்தானாம்
ஆமானை வந்துற்ற அழிவை அறிந்திடுவீர்
ஒருமையுள் ஆமைபோல் ஐந்தடக்கல் ஆற்றின்
பொறுமையாயிருக்கும் பூதலத்து மாந்தர்
அழுக்காறு கொண்டு இழுக்கை விளைப்பாரோ
தன்தலைமேல் மண்தூற்றும் களிறனையர் ஆவாரே *(பா.265)*

□ கிறித்தவக் காப்பியங்கள்   □ 347

எனப் பாடுகிறார். உறுப்புகளை ஓர் ஓட்டுக்குள் அடக்கிக் கொள்ளும் ஆமையைப் போல் ஐம்பொறிகளையும் அடக்கியாளும் உறுதி, காலமெல்லாம் வாழ்க்கைக்குக் காவல் அரணாக அமையும் என்னும் திருக்குறளின் கருத்தை அடிப்படையாகக் கொண்டு ஆமையைப் போன்று பொறுமையாக இருக்கும் உலக மாந்தர்கள் பொறாமை கொண்டு தவறு செய்வார்களோ என வினவுகிறார். மேலும்,

> வையத்துள் வாழ்வாங்கு வாழ்பவன் வான்உறையும்
> தெய்வத்துள் வைக்கப் படும்   (50)

என்னும் குறளை அடிப்படையாகக் கொண்டு,

> வையத்துள் வாழ்வாங்கு வாழ்வார்க் கன்று
> வாழ்வளிக்கும் இறைமைந்தின் இனிய கூற்றை
> கைக்கொள்வார் கருணையினைப் பெற வேண்டுமேல்
> கருணையினைக் கூட்டிடுவீர் தீயோருக்கே   (பா.267)

எனப் படைத்துள்ளார்.

விவிலிய வசனம்

விவிலியத்தில் இடம்பெற்றுள்ள, 'வருத்தப்பட்டுப் பாரஞ் சுமக்கிறவர்களே! நீங்கள் எல்லாரும் என்னிடத்தில் வாருங்கள்; நான் உங்களுக்கு இளைப்பாறுதல் தருவேன். நான் சாந்தமும் மனத் தாழ்மையுமாய் இருக்கிறேன்; என் நுகத்தை உங்கள் மேல் ஏற்றுக் கொண்டு, என்னிடத்தில் கற்றுக் கொள்ளுங்கள்; அப்பொழுது, உங்கள் ஆத்துமாக்களுக்கு இளைப்பாறுதல் கிடைக்கும்' (மத்தேயு 11:28,29) என்னும் வசனங்களை அடிப்படையாகக் கொண்டு,

> பெருஞ்சுமை சுமந்து சோர்வோர்
> பேரிடர் நீங்குதற்கு
> ஆறுதல் பெற்றுய்ந்திட
> அன்பன் என்னிடத்தே வாரீர்
> கனிவோடு மனத் தாழ்மையை
> கருத்தோடு கற்றுக் கொள்வீர்
> இனிய தென்நுகத்தை ஏற்று
> இன்பமே பெறுவீர் என்றீர்   (பா.273)

என்னும் பாடலை இயற்றியுள்ளார்.

வருணனை

காப்பியங்களில் வருணனை அமைவது இயல்பு. ஆனால் இக்காப்பியத்தில் நாட்டு, நகர வருணனைகள் இடம்பெறவில்லை. மாறாக எஸ்தர் அரசியின் அழகினை,

கண்ணும் கருவிழியும் கவிஞர்புகழ் நுதலும்
　　மின்னும் இடையும் இணையிலாக் கன்னங்களும்
பொன்போல் உடல்நிறமும் புவிதாழும் கார்குழலும்
　　எண்ணிப் படைத்தானோ இவளுக்குப் பல்வரியை
அன்னமும் இவளிடத்தே பயின்றதோ நன்நடையை
　　பெண்டிரையும் கவரும் பேரழகுப் பெட்டகமோ
அத்சாள் எனும் பெயருக்கேற்றவளாய் எஸ்தர்
　　அரண்மனைக்குட் செல்லுதற்கு ஆயத்த மானாளே　　(பா.74)

என ஆசிரியர் வருணிக்கும் பகுதிகள் இயல்பானதாக அமைந்துள்ளன. இதேபோன்று பல செய்யுட்களில் எஸ்தரின் அழகு வருணிக்கப் பட்டுள்ளது.

விவிலியத்திலுள்ள பழைய ஏற்பாட்டு நூல்கள் 39 இல் பெண்களின் பெயர் பெற்ற நூல்கள் ரூத், எஸ்தர் என்பவை. இவற்றில் ரூத்தைக் குறித்து ரூத்தம்மானை என்னும் சிற்றிலக்கியமும் எஸ்தரைக் குறித்து இரு காப்பியங்களும் படைக்கப்பட்டுள்ளன. பெண்ணடிமைத்தனத்திற்கு எதிரான புரட்சிக்கு வித்தாக வஸ்தி புனையப்பட்டுள்ளாள். எஸ்தரின் வரலாற்றை இறையியல் கருத்துகள் நிறைந்த காப்பியமாக இன்றைய அரசியல், சமூக நிகழ்வுகளுக்கு ஒப்பிட்டுப் படைத்துள்ளார் ஆசிரியர். இக்காப்பியம் பெண் விடுதலைக் காப்பியமாக ஒளிர்கிறது. எஸ்தரின் வீரத்தாலும் விவேகத்தாலும் யூதருடைய பண்டிகையாகப் பூரிம் பண்டிகை புதுமை பெற்றது. இன ஒற்றுமைக்கு வழியமைக்கும் காவியமாக இது திகழ்கின்றது.

32. பவுலடியார் பாவியம்

பாவியம் என்பதை ஒருவருடைய வரலாற்றைக் கூறும் நூல் எனக் கொள்ளலாம். விவிலியத்தில் இடம் பெற்றுள்ள இறையடியவரான பவுல் என்னும் அப்போஸ்தலரைத் தலைமை மாந்தராகக் கொண்டு படைக்கப்பட்ட காப்பியம் பவுலடியார் பாவியம் என்பதாகும். இக்காப்பியம் பவுலடியாரின் காலச் சூழ்நிலைகளையும், வரலாற்றுப் பின்புலத்தையும் தெளிவாகத் தருகின்றது.

ஆசிரியர் வாழ்வும் படைப்பும்

பவுலடியார் பாவியம் 2003 ஆம் ஆண்டு ம. யோவேல் அவர்களால் எழுதி வெளியிடப்பட்டது. இவரது முழுமையான பெயர் ம. ஜோயல் டேவிட்சன் சாமுவேல் என்பதாகும். இவர் மணிமுத்து சாமுவேல் - மேரி பாக்கியம் தம்பதியினருக்கு 1931 ஆம் ஆண்டு ஆகஸ்டு மாதம் 18 ஆம் நாள் திருநெல்வேலி மாவட்டம் தென்காசி தாலுகா பகுதியில் சுரண்டை என்னும் ஊரின் அருகிலுள்ள ஊற்றுமலை என்னும் கிராமத்தில் பிறந்தார். பெற்றோர் இருவரும் ஆசிரியப் பணி புரிந்தவர்கள். யோவேல் அவர்கள் தொடக்கப்பள்ளி ஆசிரியராக நெல்லைப் பேராயத்திலுள்ள செவல் வட்டாரப் பள்ளிகளில் 1951 முதல் 1961 வரை பணியாற்றினார். இவர் 1961 ஆம் ஆண்டு சென்னைப் பல்கலைக்கழகத்தில் வித்துவான் பட்டம் பெற்ற பின்னர் தமிழாசிரியராக 1961 முதல் 1971 வரை புதியம்புத்தூரிலுள்ள யோவான் ஸ்நானகன் உயர்நிலைப் பள்ளியிலும், 1971 முதல் 1982 வரை சாயர்புரத்திலுள்ள போப் நினைவு மேனிலைப் பள்ளியிலும், 1982 முதல் 1990 வரை பாளையங்கோட்டையிலுள்ள தூய யோவான் மேனிலைப் பள்ளியிலும் சிறப்பாகக் கல்விப் பணியாற்றினார். இவர் ஆசிரியராக 39 ஆண்டுகள் பணியாற்றி ஓய்வு பெற்றவர்.

திருஅவதாரப் பாடல்கள் (1961), நன்னெறிக் குறள் (1988), இறைமகன் பிறப்பும் அருள்மகன் சிறப்பும் (1989), கிறிஸ்துவின் அன்பு (2005) முதலியவை ஆசிரியரின் பிற நூல்களாகும். பவுலடியார் பாவியத்தின் முதல் காண்டம் மட்டும் 'இறையருள் தொண்டர் பவுல்' என்னும் தலைப்பில் 1983 ஆம் ஆண்டு வெளியிடப்பட்டது.

பவுலடியாரின் வரலாறு

சிலிசியா நாட்டிலுள்ள தருசு நகரில் பிறந்தவர் சவுல் என்பவர். இவர் தமது இளமைக் காலத்தில் யூத சமயத்தில் தீவிரப் பற்றாளராக இருந்து வந்தார். இயேசு கிறிஸ்து வாழ்ந்த காலத்தில் வாழ்ந்துவந்த இவர், இயேசு கிறிஸ்துவின் புகழ் உலகின் பல்வேறிடங்களுக்குப் பரவுதலை எதிர்த்தார். ஸ்தேவான் என்னும் கிறித்தவரைக் கொல்வதற்கு உடன்பாடு அளித்தவர். கிறித்தவர்களைத் துன்புறுத்தி சிறைக்கு அனுப்பினார். இயேசு கிறிஸ்துவின் புகழை அழிக்க தமஸ்கு நகரத்திற்குச் சிலருடன் பயணமானார். சவுல் தமஸ்கு நகரை நெருங்கும்போது வானிலிருந்து வந்த பேரொளியால் கண் பார்வையை இழந்தார். உடனே பார்வை இழந்த சவுலிடம் இயேசு கிறிஸ்து பேசினார். பின்னர் மூன்றாம் நாள் இயேசு கிறிஸ்து, அனனியா மூலம் சவுலுக்குக் கண்பார்வையைக் கொடுத்தார். வாழ்நாள் முழுவதும் இயேசு கிறிஸ்துவின் விசுவாசியாக இருந்து, பவுல் என்னும் புதிய பெயருடன் அவருடைய நற்செய்தியைப் பல்வேறு துன்பங்களுக்கிடையேயும் பரப்பினார்.

பவுலடியார் தற்கால சீரியா, துருக்கி, யூகோசுலேவியா, அல்பேனியா, கிரீசு, இத்தாலி, பிரான்சின் தென்பகுதி, ஸ்பெயின் முதலிய நாடுகளுக்குச் சென்று இயேசு கிறிஸ்துவின் நற்செய்தியைப் பரப்பினார். ஆங்காங்கே சபைகளை நிறுவி அவற்றிற்கான கண்காணிகளையும், மூப்பர்களையும் ஏற்படுத்தினார். இயேசு கிறிஸ்துவின் நாமத்தினால் பல அற்புதங்களைச் செய்தார். பவுலடியார் முப்பது ஆண்டுகளுக்கும் மேலாக இறைப்பணியாற்றினார். தம் பணிக் காலத்தில் பல முறை சிறை சென்றார். கல்வி, குடிப்பிறப்பு, உரோமக் குடியுரிமை, பன்மொழிப் புலமை முதலான பல்வேறு சிறப்புகளைப் பெற்றிருந்தாலும், இயேசு கிறிஸ்துவை அறிகிற அறிவின் மேன்மைக்காக அவையெல்லா வற்றையும் குப்பை எனக்கொண்டு சிலுவையைக் குறித்தே மேன்மை பாராட்டியவர். ஆதித் திருச்சபைக்கு அறிவுரை கூறும் வகையில் பவுலடியார் பதிமூன்று கடிதங்களை எழுதியுள்ளார். விவிலியத் திருமறையின் புதிய ஏற்பாட்டுப் பிரிவில் பெரும் பகுதியாக அமைவன இக்கடித இலக்கிய நூல்களாகும். இறுதியில் உரோம் நகரத்து மன்னன் நீரோ என்பவனது ஆணைப்படி வாளால் வெட்டப்பட்டு பவுல் இரத்த சாட்சியாக மரித்தார்.

பாவியம் எழுதக் காரணம்

ஒரு நாள் ஆலயவழிபாட்டில் காப்பிய ஆசிரியர் யோவேல் கலந்து கொண்டபோது உள்ளத்தில் எழுந்த ஒலியின் தூண்டுதலை இறைச்சித்தம் என உணர்ந்து கொண்டார். இறைவனின் சித்தத்தை நிறைவேற்றும் வகையில் பவுலடியார் பாவியம் இயற்றப்பட்டுள்ளது.

நூல் அமைப்பு

பவுலடியார் பாவியம் இளமைக் காண்டம், மனமாற்றக் காண்டம், பணிபுரி காண்டம், வெற்றிக் காண்டம் என நான்கு காண்டங்களை உடையது. இந்நான்கு காண்டங்களில் 57 படலங்கள் உள்ளன. இக்காப்பியத்திலுள்ள மொத்தச் செய்யுட்களின் எண்ணிக்கை 2697 ஆகும். ஒவ்வொரு படலத்தின் தொடக்கப் பகுதியிலும் படலத்திலுள்ள செய்திகளை உரைநடையில் கொடுத்திருப்பது வரவேற்கத்தக்கதாகவும் பயனுள்ளதாகவும் அமைந்துள்ளது. செய்யுட்களிலுள்ள கடினமான சொற்களுக்குச் செய்யுளின் அடியில் பொருள் கொடுத்திருப்பது படிப்பவர்களுக்குப் பெருந்துணையாக உள்ளது. இக்காப்பியம் சவுல் என்பவர் பவுலாக மாறிய விதத்தினையும், பவுலின் நற்செய்தி ஊழியத் தினையும், அதில் அவர் பட்ட பாடுகளையும், அவருடைய கடிதங்கள் குறித்தும் தமிழ் உணர்வு ததும்ப விவரிக்கிறது. இக்காப்பியத்தின் மூலம் பவுல் அப்போஸ்தலரின் காலச்சூழலையும், வரலாற்றுப் பின்னணியையும் அறிந்துகொள்ள முடிகிறது. பவுலடியார் பற்றி வெளிவந்துள்ள முதல் கிறித்தவ இலக்கியம் என்னும் சிறப்பினை இந்நூல் பெற்றுள்ளது.

பாயிரம்

நூலின் தொடக்க நிலையிலுள்ள பாயிரத்தில் இறைவேண்டல், அவையடக்கம், தொண்டரின் தோற்றப் பொலிவு, தொண்டர் அருள்வாக்குப் பயன், நம் கடன் என்னும் தலைப்புகளில் 12 செய்யுட்கள் இடம் பெற்றுள்ளன.

1. இளமைக் காண்டம்

பவுலடியார் பாவியத்தின் முதல் காண்டமான இளமைக் காண்டம் தருசுப் படலம், நாடுகாண் படலம், நகரப் படலம், அறிஞர் அடிசேர் படலம், குருதிச் சான்றோன் படலம் என்னும் ஐந்து படலங்களைக் கொண்டது. இக்காண்டத்தில் இடம் பெற்றுள்ள செய்யுட்களின் எண்ணிக்கை 346 ஆகும்.

2. மனமாற்றக் காண்டம்

இரண்டாவது காண்டமான மனமாற்றக் காண்டமானது அவைமலர் படலம், காட்சிப் படலம், புதுநெறியேற்ற படலம் என்னும் மூன்று படலங்களாலானது. இக்காண்டத்தில் 345 செய்யுட்கள் உள்ளன.

3. பணிபுரி காண்டம்

மூன்றாவது காண்டமான பணிபுரி காண்டமானது அருளடியார் ஒருங்குணர்வுப் படலம், சாலமி சென்றடைந்த படலம், மந்திராவாதி

பார்வையிழந்த படலம், பிசிதியன் அந்தியோகு சென்றடைந்த படலம், கல்லெறியுண்ட படலம், நற்செய்தி நகர் மீண்ட படலம், பேரவைப் படலம், அவை தேற்றுப் படலம், தூய ஆவியானவர்க் கடங்கிய படலம், சிறைகண்ட படலம், தெசலோனிக்கே சென்றடைந்த படலம், அத்தனே நகரடைந்த படலம், அறியப்படாத தேவனை அறிவித்த படலம், கொரிந்தியருக்கு நற்செய்தி நவின்ற படலம், எபேசு சென்றடைந்த படலம், மாயவித்தைக்காரர் மனம் மாறிய படலம், கொரிந்தியருக்கு நல்லாறு காட்டிய படலம், தெமேத்திரியு தொல்லை தந்த படலம், அறக்கொடை ஈட்டிய படலம், ஐத்திகு உயிர்த்த படலம், எபேசு மூப்பரைச் சந்தித்த படலம், தீரு நகரத்தார்க்கு விடையளித்த படலம், அகபு இறைவாக்கு கூறிய படலம், எருசலேம் மூப்பரைச் சந்தித்த படலம், ஆசிய யூதர்கலாம் விளைத்த படலம், யூதர்முன் சான்று சொன்ன படலம், அவையோர்முன் சான்று சொன்ன படலம், அடிகளாரைச் செசரியாவிற்கு அனுப்பிய படலம், நாட்டுத் தலைவன்முன் சான்று சொன்ன படலம், வேந்தனுக்கு அபயமிட்ட படலம், மன்னன்முன் சான்று சொன்ன படலம், செந்துறை சேர்ந்த படலம், கப்பல் சேதமுற்ற படலம், மெலித்தாப் படலம், கடற்செலவேற்ற படலம், அன்பர் எதிர்கொண்ட படலம், படைத்தலைவனிடம் ஒப்படைத்த படலம் என்னும் 37 படலங்களைக் கொண்டது. பணிபுரி காண்டத்திலுள்ள செய்யுட்களின் எண்ணிக்கை 1586 ஆகும்.

4. வெற்றிக் காண்டம்

நான்காவது காண்டமான வெற்றிக் காண்டமானது யூதர்க்கு உண்மை விளக்கிய படலம், குடிக்கூலி இல்லில் நற்செய்தி நவின்ற படலம், ஒநேசிமுவை நெறிப்படுத்திய படலம், ஒநேசிமுவை ஊருக்கனுப்பிய படலம், ஊர்களுக்குக் கடிதம் அனுப்பிய படலம், பிலிப்பியருக்கு மடல் அனுப்பிய படலம், விடுதலையடைந்த படலம், பிலிப்பி நகர் சென்றடைந்த படலம், சபைகளைக் கண்டூக்கிய படலம், நீரோ தீங்கிழைத்த படலம், கடுஞ்சிறையுற்ற படலம், வெற்றிப் படலம் என்னும் 12 படலங்களால் ஆனது. இக்காண்டத்தில் 420 செய்யுட்கள் உள்ளன.

வரலாற்றுச் செய்திகள்

விவிலியத்திலுள்ள பவுலடியார் தொடர்பான நிகழ்வுகளை மட்டும் ஆதாரமாகக் கொண்டு பாவியத்தைப் படைக்காமல், அக்கால வரலாற்று நிகழ்வுகளையும், வரலாற்றுப் பின்னணியையும் சேர்த்து முரண்பாடின்றி இப்பாவியத்தைப் படைத்திருப்பது இந்நூலுக்குப் பெருஞ் சிறப்பாகும். ஒவ்வொரு நாடும் நகரமும் உருவான சூழல், மற்றும் அவற்றை

உருவாக்கியவர்கள் தொடர்பான வரலாற்றுச் செய்திகளை விளக்கியிருக்கும் திறம் ஆசிரியரின் வரலாற்று அறிவினையும் விவிலியத் திறனாய்வு நூல்களிலுள்ள புலமையினையும் வெளிப்படுத்துகிறது. சிலிசியா நாட்டை வளப்படுத்தும் 'சைட்னசு' என்னும் ஆற்றைப் பற்றிக் குறிப்பிடும்போது அவ்வாற்றில் கிளியோப்பாத்திரா பொற்படகில் சென்றாள் என்னும் வரலாற்றுண்மையைச் சுட்டுகிறார். நகரங்களைப் பற்றிக் குறிப்பிடும்போது அவற்றின் வரலாற்றுச் சிறப்பினையும், அந்நகர்கள் இன்று எப்பெயரால் அழைக்கப்படுகின்றன என்பது பற்றிய விபரங்களையும் குறிப்பிடுவது ஆசிரியரின் வரலாற்றறிவினைப் புலப்படுத்துகிறது. எருசலேம் நகரைப் பற்றியும், எருசலேம் ஆலயத்தைப் பற்றியும் நகரப்படலத்தில் வரலாற்றுப் பின்னணியில் விவரிக்கப்பட்டுள்ளது. அத்தேனே நகரடைந்த படலத்தில் பெரேயா நகர் தெசலோனிக்கே நகருக்குத் தென்மேற்கே ஐம்பது கல் தொலைவிலிருந்தது என்றும், தற்காலத்தில் இது வெரியா என்றழைக்கப் படுகிறது என்றும் வரலாற்றுக் குறிப்புகளை ஆசிரியர் தருகிறார்.

பணிபுரி காண்டத்தின் முதல் படலத்தில் அந்தியோகியா என்னும் நகரைப் பற்றி விவரிக்கிறார். அந்தியோகியா நகர் உரோமைப் பேரரசின் மூன்றாம் பெருநகராக விளங்கியது என்றும், இந்நகர் செலுக்கஸ் நிக்கேதாரால் கட்டப்பட்டது என்றும், அந்நாளில் புறச்சமய நகரங்களுக்கெல்லாம் அரசியாகத் திகழ்ந்தது என்றும் பல வரலாற்றுச் செய்திகளை ஆசிரியர் தருகிறார். தெமேத்திரியு தொல்லை தந்த படலத்தில் எபேசு நகரில் இருந்த உலகத்தின் ஏழு அதிசயங்களில் ஒன்றாக விளங்கிய தியானாளின்(டயானா) கோவில் பற்றிய செய்திகளை ஆசிரியர் வரலாற்றுப் பின்னணியுடன் எடுத்தியம்புகிறார். இக்கோவிலைச் சுற்றிலும் அமைந்த பளிங்கு பீடங்களில் ஒளி வீசும் நூறு மஞ்சள் வண்ணத்தினாலமைந்த மணித்தூண்கள் நின்றன. ஆலயத்தின் கூரையில் சிவப்பு வண்ணமும் பொன்முலாமும் பூசப்பட்டிருந்தன. மே மாதத்தில் தியானாளுக்குச் சிறந்த விழா எடுக்கப்படும். அந்நாட்களில் தியானாளின் சிலையைத் தெருக்களில் மான்கள் இழுத்துச் செல்லும். இவ்விழாவைக் கண்டு களிக்க பல நாடுகளிலிருந்தும் வருவர். அவர்கள் தங்கள் தகுதிக்குத்தக்க வெள்ளி, மரம் முதலியவற்றால் செய்யப்பட்ட தியானாளின் உருவத்தையும் மாதிரிக் கோவிலையும் விலை கொடுத்து வாங்கிச் செல்வர். இத்தகைய எபேசு நகரில் பவுலடிகளார் இரண்டு ஆண்டுகளுக்கும் மேலாக இறைப்பணியாற்றி வந்தார் என ஆசிரியர் எபேசு நகரின் சிறப்பை விளக்குகிறார்.

பவுலடிகளார் இறைப்பணியாற்றிய பிலிப்பி நகரைப் பற்றி விளக்கும்போது பிலிப்பி நகர் பல நூற்றாண்டுகளுக்கு முன்னர் கிரினைட்ஸ்

என்று அழைக்கப்பட்டது என்றும், கிரினைட்ஸ் என்பதற்கு ஊற்றுகள் என்பது பொருள் எனவும் குறிப்பிடுகிறார். நீரோ மன்னனின் ஆணைப்படி பவுலடியார் மாமர்டின் என்னும் சிறையில் அடைக்கப்பட்டார். இச்சிறையைப் பற்றி ஆசிரியர், உரோமப் பேரரசன் கொடிய குற்றவாளிகளை அடைக்கும் சிறையே மாமர்டின் சிறை; இச்சிறை வசதிக் குறைவானது; இச்சிறை வலிய கற்கள் கொண்டு கட்டப்பட்டுப் பெயர்க்க இயலாதவாறு இரும்புக் கம்பிகளாலே இணைக்கப்பட்டிருந்தது என கடுஞ்சிறையுற்ற படலத்தில் விவரிக்கிறார். பாவியத்தின் இறுதிக் காண்டமான வெற்றிக் காண்டத்தில் உரோமானிய வரலாற்றிலுள்ள நீரோ மன்னனின் வரலாறு விரிவாகக் கூறப்பட்டுள்ளது. இவ்வரலாற்றுச் செய்தியை ஆதாரமாகக் கொண்டு பவுலடியார் வாளால் வெட்டுண்டு இறந்ததைக் கூறுகிறார். பவுலடியார் வாளால் வெட்டுண்டு இறந்த செய்தி விவிலியத்தில் இடம்பெற வில்லை. இதுபோன்று பல விரிவான வரலாற்றுச் செய்திகளுடன் இப்பாவியம் படைக்கப்பட்டிருப்பதன் மூலம் ஆசிரியரின் பரந்துபட்ட அறிவினையும், பவுலடியாரின் இறைப்பணியினுடைய பின்புலத்தை விவரிக்க வரலாற்றுச் செய்திகள் பயன்படும் பாங்கினையும் அறிந்து கொள்ள முடிகின்றது.

புலமைத்திறன்

பவுலடியார் பிறந்த இடம் தருசு என்னும் நகரமாகும். இந்நகரத்தின் சிறப்புகளையும், பெருமைகளையும் ஆசிரியர் நூலின் முதல் படலமான தருசுப் படலத்தில் விவரிக்கிறார். தருசு நகரில் செல்லும் ஆற்றுச் சிறப்பு, நகரச் சிறப்பு, பல்கலைக்கழகத்தின் சிறப்பு, காட்டு வளம், கதிரவன் தோற்றம், கடற்கரை அழகு, மலைக்காட்சி போன்ற பல்வேறு சிறப்புகளை 59 செய்யுட்களில் விவரித்துள்ளார். ஆசிரியர் யோவேலின் புலமைத்திறன் நூல் முழுவதிலும் வெளிப்படுகிறது. இந்நூலிலுள்ள அனைத்துச் செய்யுட்களும் எதுகை, மோனை நயத்தில் அமைந்த செய்யுட்களாகும். பவுலடியார் பாவியத்தில் ஓசை நயமுடையச் செய்யுட்கள் பல உள்ளன. பவுலடியார் பிறந்து வளர்ந்த சிலிசியா நாட்டை வளப்படுத்திய சைட்னசு என்னும் ஆற்றின் வளத்தினை,

விரைதரு குறிஞ்சி தன்னில் விரைவுடன் இளமை காட்டி
நிரைவரு முல்லைக் காட்டில் நினைந்திடு பொருளை ஈட்டித்
தரையுரு மருதங் கண்டு தகவினைப் பெற்று மேன்மேல்
திரைவரும் நெய்தல் நோக்கும் சைட்னசாம் இறைத்தொண்டாளே

(தருசுப் படலம், பா. 1)

எனத் தமிழ்நாட்டின் நிலப் பாகுபாட்டினைப் பின்னணியாக வைத்துப் பாடுகின்றார். இச்செய்யுளில் மணம் மிக்க குறிஞ்சி மலர்கள் மலருகின்ற மலையிலிருந்து இளமை வேகத்துடன் விரைந்து இறங்கி, ஆனிரைகள் மேய்கின்ற முல்லைக் காட்டில் தனக்குத் தேவையான பொருள்களைத் தேடிக் கொண்டு, வயல் சார்ந்த நிலமான மருதம் வந்து, மேலும் நீர் வளம் பெற்று, அலைகளைக் கொண்ட கடலை சைட்னசு ஆறு அடைந்தது எனக் கவி நயத்துடன் பாடுகிறார்.

கதிரவனின் தோற்றம்

கதிரவனின் தோற்றத்தினைத் தற்குறிப்பேற்ற அணியின் மூலமாக விவரிக்கின்றார். சான்றாக,

மலர்தலை யுலகில் மண்டும் மாயிருள் நீக்கத் தன்னின்
பலகதிர் பரப்பி யாண்டும் பாருளோர் வியந்து போற்ற
அலகிலா வெளியில் தோன்றும் அஞ்சுடர்ப் பரிதி யானும்
உலகவர் ஒளியின் கற்றை உயர்மகன் காண வந்தான்

(தருசுப் படலம், பா. 48)

என சொல் நயத்துடன் பாடுகிறார். இச்செய்யுளில் இடம் அகன்ற உலகின் மீது மண்டிக் கிடக்கின்ற பேரிருளை நீக்கிடத் தனது பல்கதிர்களைப் பரப்பி, உலகில் உள்ளோர் வியந்து போற்ற ஒளி செய்து, எல்லையில்லா வான் வெளியில் தோன்றும் அழகிய சுடர் பருதியால் ஒளியின் கற்றை வீசுகின்ற உயர் மகனைக் காணுவதற்காகக் கதிரவன் வந்தான் என நயமுடன் பாடுகிறார். மேலும்,

வறுமையால் வாடி நிற்கும் உளத்தூயர் வாழ்வை எண்ணி
நறுமையாங் கொள்கை கொண்டு நகரெரு சாலையை நண்ண
சிறமைதீர் உதவு ஈகைச் செல்வரின் சார்பு நல்லார்
உறுமுகங் காண வேண்டி உதித்தனன் எல்லோன் வானில்

(எபேசு மூப்பரைச் சந்தித்த படலம், பா.1)

என்னும் இச்செய்யுளில் கொடிய வறுமையால் வாட்டமுற்று நிற்கும் உள்ளத்தில் தூய்மையான நல்லவர்கள் வாழ்வை உணர்த்த வேண்டும் என்று நெஞ்சில் எண்ணி, அவ்வினிய கொள்கையோடு எருசலேம் நகரை அடைய, அந்த ஈகைக் குணம் கொண்ட செல்வந்தரால் நல்லோர்கள் நன்மை பெற்று முகம் மலர்வதைக் காண்பதற்காக கதிரவன் வானத்தில் உதித்தான் என்னும் கருத்தை நிலைநிறுத்துகிறார். இவ்விரண்டு செய்யுட்களிலும் கதிரவன் உதித்து வருவது இயல்பான ஒன்று. ஆனால் இவர்களைப் பார்க்க

வருவது போல ஆசிரியர் தற்குறிப்பேற்ற அணியை மனதில் கொண்டு பாடியுள்ள நயம் பாராட்டத்தக்கது.

வருணனை

பவுலடியார் பாவியத்தில் வருணனைகள் மிகுதி. இது ஆசிரியரின் கவித்திறமைக்குச் சிறந்த சான்றாகும். நாடுகாண் படலத்தில் ஒலிவமலையின் சிறப்பினை,

குருவுறு கொடிவரைக் குடுமிவான் பற்றிட
அருவிநீர்க் கயிறுகொண் டாவலால் ஈர்த்திடும்
உருவெழில் இறைமக னுயரடி தால்குநல்
இருநிலத் தொலிவ்வெற்(பு) இணையிலா(து) ஒளிர்ந்ததே.

(நாடுகாண் படலம், பா. 27)

எனப் பாடுகிறார். குருவாகிய இயேசுபிரான் இருந்த ஒலிவ மலையின் உச்சி, வானைத் தொட்டிருந்தது. அருவி நீர் கயிறுகள்போல் காணப் பட்டிருந்தன. எழில் மிக்க உருவமைந்த இறைமகனின் திருவடியைத் தாங்குவதால் இவ்வுலகில் இணையற்ற ஒளியோடு ஒளிர்ந்தது என்பது இச்செய்யுளின் கருத்தாகும். மேலும்,

உயர்மலையில் வளைந்துவளைந் தோடி விளை யாடும்
அயர்விலாமல் அகந்துள்ளி ஆங்குவிரைந் தோடும்
பெயர்பெற்ற பெருமரமாம் சிந்தூரஞ் சிரிக்க
மயர்விலாமல் வியர்தூவி மனங்களிக்கு மாறே

(சாலமி சென்றடைந்த படலம், பா.6)

என்னும் செய்யுளில் உயர்ந்த மலையில் வளைந்து வளைந்து ஓடி விளையாடும் ஒரு துளியும் அயர்வில்லாமல் மனம் மகிழ்ச்சியோடு அங்கு விரைந்தோடும் புகழ் மிக்க பெருமரமான சிந்தூர மரம் சிரிக்க அயர்வில்லாமல் வியர்வை போன்ற நீர்த்துளிகளை அதன் மீது தூவி மனம் களிக்கும் என ஓராந்தீசு ஆற்றினை வருணிக்கிறார். மட்டுமன்றி,

தன்னைநோக்கித் தலைவணங்கும் தாள்பயிரைப் பார்க்கும்
மன்னனது மனத்தினிலே மகிழ்கொளநீர் வார்க்கும்
இன்னலெதும் எய்திடாமல் இன்வளமே சேர்க்கும்
உன்னிடவே நடமாடும் ஓரந்தே சாறே

(சாலமி சென்றடைந்த படலம், பா.8)

என்னும் செய்யுளில் ஓராந்தீசு ஆறு தன்னால் பயன் பெற்று, நன்றியுணர்ச்சியோடு தன்னை நோக்கித் தலை வணங்கும் பயிர்களைப்

பார்க்கும். மன்னனது மனதில் மகிழ்வு ஏற்பட நீர் வார்க்கும். துன்பம் அணுகாமல் இருக்க நல்வளம் சேர்க்கும். பிறர் தன்னை எப்பொழுதும் எண்ணும்படி மகிழ்ந்து நடமாடிச் செல்லும் என வருணிக்கிறார்.

பவுலடியார் பாவிய ஆசிரியர் கடலையும் மலையையும் வருணிக்கும் திறம் போற்றத்தக்கது. பவுலடியார் எக்னேசியன் சாலை வழியாக அப்பொலோனியா நகருக்குச் செல்லும் வழியில் கடல் மற்றும் மலையைக் காண்கிறார். அதை,

நீலாடை நன்கு டுத்து நேர்அலைக் கரங்கள் நீட்டிப்
பாலாடை கொடுக்கும் பாங்கைப் பார்த்தவர் எதிரே பார்க்க
வாலாடை மேகம் சூட்டி வாழ்த்தினை வானும் நல்கக்
கோலாடைத் தேனும் நல்கும் கொடுமுடி வரையுங் கண்டார்

(தெசலோனிக்கே சென்றடைந்த படலம், பா. 11)

என வருணிக்கிறார். இச்செய்யுளில் நீல நிறமான ஆடையை நன்கு உடுத்த கடல், தனது அலைக்கரங்களை நீட்டி வெண்மையான நுரைகளைப் பாலாடை போலக் கொடுக்கும் பாங்கினைப் பார்த்து மகிழ்ந்தவர், அதற்கு எதிரே ஒளி பொருந்திய மேகத்தினைச் சூடிய வாழ்த்தினை நல்கும் வானத்தையும், உயர்ந்த மரங்களில் பெரிய தேனினை விளைவித்து வழங்கும் உயர்ந்த சிகரங்களை உடைய மலையினையும் கண்டார் என ஆசிரியர் பாடுகிறார். இத்தகைய வருணனைகளின் மூலம் பாவியத்தைக் கொண்டு செல்லும் உத்தி சிறப்பாக உள்ளது.

எருசலேம் நகரச் சிறப்பு

எருசலேம் நகரினை ஆசிரியர் விவரிக்கும் பாங்கு சிறப்பாக அமைந்துள்ளது.

அருட்பெருக்கும் வெறிப்பெருக்கும் உறைந்த ஊராய்
அறப்பெருக்கும் உரைப்பெருக்கும் நிறைந்த ஊராய்
தெருப்பெருக்கும் விருப்பிருக்கும் தகைசால் ஊராய்
தெருட்பெருக்கும் கலிப்பெருக்கும் திதைந்த ஊராய்
பொருட்பெருக்கும் மாப்பெருக்கும் பொருந்து ஊராய்
பலிப்பெருக்கும் படைப்பெருக்கும் படைத்த ஊராய்த்
திருப்பெருக்கும் நிறைந்தவூரில் விழவு மக்கள்
இருப்பெண்ணிப் பொருப்பிருக்க அமைந்த ஊரோ

(எருசலேம் மூப்பரைச் சந்தித்த படலம், பா. 30)

என்னும் செய்யுளில் அருள் பெருக்கம், ஆன்மிக வெறிப் பெருக்கம் உறைந்த ஊராகவும்; அறப்பெருக்கம், அறவுரைப் பெருக்கம் நிறைந்த ஊராகவும்;

தெருப் பெருக்கம், விரும்பி உறைகின்ற தகைமைப் பெருக்கம் உடைய ஊராகவும்; மனத்தெளிவுப் பெருக்கம், மகிழ்ச்சி ஆரவாரப் பெருக்கம் பொதிந்த ஊராகவும்; செல்வப் பெருக்கம், மரங்களின் பெருக்கம் படைத்ததாகவும்; பலிப் பெருக்கம், படைப் பெருக்கம் நிறைந்த ஊராகவும்; எல்லா வகையான வளங்களும் நிறைந்து அமைந்ததாகவும்; எப்பொழுதும் மக்கள் விழாக் கொண்டாடி மகிழ்ந்திருக்கின்ற ஊராகவும் இருந்தது என எருசலேம் நகரினை வருணனை செய்யும் திறம் பாராட்டத்தக்கது.

ஜெபத்தின் சிறப்பு

பவுலடியார் பாவியத்தில் ஜெபத்தின் சிறப்பு ஆசிரியரால் தெளிவுறுத்தப்பட்டுள்ளது. இறைவனுடைய அருள் வேண்டுதல் ஈடு இணையற்ற ஒன்றாகும். ஜெபம் குறைவுகளை முற்றிலும் போக்கும்; கடவுளின் நல் அன்பினை நிறைவாகக் கொண்டு வந்து சேர்க்கும்; நாம் எண்ணியவற்றை வழங்கும்; பகைவர்களை வீழ்த்தி வெற்றியை வழங்கும்; உடலினை வாட்டுகின்ற பெரு நோயை நீக்கும்; அறியாமையிலிருந்து உள்ளம் விடுபட்டு மாண்புறத் திகழும்; வாழ்வு புகழ் ஒளியோடு விளங்கும்; உடலுக்கு அது மூச்சாகவும் உயிருக்கு அது எஃகு போன்ற உறுதியாகவும் அமையும் என விவரிக்கிறார். இதைப் பின்வரும் செய்யுட்கள் உணர்த்துகின்றன:

இறையருள் வேட்டல் இணையற்ற தாகும்
குறை(வு)அறப் போக்கும் கடவுளின்நல் அன்பு
நிறை(வு)உற அருளும் நினைத்தாங்கு கூட்டும்
சிறைப்பகை வீழ்த்தி நிறைவேற்றி யருளும்.

உடல்தனை வாட்டும் உறுநோய் நீக்க
மடம்அற உள்ளம் மாண்புற் றார்க்க
திடம்உறு வாழ்வு தேசுற்(று) ஓங்க
உடற்(கு)அரும் உயிர்ப்பாம் உயிர்க்கோர் எஃகு.

(புதுநெறியேற்ற படலம், பா.625, 626)

போற்றி அகவல்

இறைவனின் பல்வேறு நலங்களையும் குணங்களையும் போற்றிப் புகழுதல் போற்றி அகவலின் சிறப்பாகும். இறைவனை அகரவரிசையில் பாடிப் போற்றியிருப்பது ஆசிரியரின் புலமைக்குத் தக்க சான்றாக உள்ளது. அச்செய்யுள் பின்வருமாறு:

அன்பே அருளே அற்புதா போற்றி
ஆதி முதலே அந்தமே போற்றி
இன்ப இறையே ஈகாய் போற்றி
ஈகைப் பொருளே இயவே போற்றி

உண்மைப் பொருளே உருவே போற்றி
ஊன்று கோலே உறவே போற்றி
என்று முளாயே எழிலே போற்றி
ஏகனே ஏற்பனே ஏற்றமே போற்றி
ஐயனே அறிவே அறமே போற்றி
ஒன்றி யுறைந்த ஒளியே போற்றி
ஓங்க லுரையை உதவினாய் போற்றி
ஔவிய மில்லா அண்டனே போற்றி
இயேசு நாதனின் இணையடி போற்றி.

(சிறைகண்ட படலம், பா. 89)

கவிதையாக்கம்

இயேசு கிறிஸ்து கற்றுக் கொடுத்த 'பரமண்டலங்களில் இருக்கிற எங்கள் பிதாவே உம்முடைய நாமம் பரிசுத்தப்படுவதாக. உம்முடைய ராஜ்யம் வருவதாக; உம்முடைய சித்தம் பரமண்டலத்திலே செய்யப் படுகிறதுபோல, பூமியிலேயும் செய்யப்படுவதாக. எங்களுக்கு வேண்டிய ஆகாரத்தை இன்று எங்களுக்குத் தாரும். எங்கள் கடனாளிகளுக்கு நாங்கள் மன்னிக்கிறதுபோல எங்கள் கடன்களை எங்களுக்கு மன்னியும். எங்களைச் சோதனைக்குட்படப்பண்ணாமல், தீமையினின்று எங்களை இரட்சித்துக் கொள்ளும். ராஜ்யமும் வல்லமையும் மகிமையும் என்றென்றைக்கும் உம்முடையவைகளே ஆமென்' என்னும் மன்றாட்டினை (மத்தேயு *6:9-13*),

மீமிசை மண்டிலம் மேவிடு பிதாவே
சாமிநும் பெயரே தூய்மை யுறுகவே
வருகநும் மரசு திருச்சித்தம் விண்போல்
இருநிலந் தனிலே வினைப்பட லாகுக
எங்கட்கு வேண்டிய இனிதூண் தன்னை
எங்கட் கினிதின் றீந்திடு வீரே
எங்கள் கடனரை யாம்மனிப் பதுபோல்
எங்கள் கடன்களை எங்கட்கு மன்னிப்பீர்
சோதனைக் குள்ளே சேர்ந்திடப் பண்ணாமல்
ஏதத்தி னின்றுநீர் எங்களை மீட்டருள்வீர்
ஆட்சியும் ஆற்றலும் மாட்சியு முமக்கே
நீட்சிகொள் காலம் என்றென்றும் ஆமென்

(சிறைகண்ட படலம், பா. 90)

என நயமிக்கச் செய்யுளாக வடிக்கின்றார்.

அடுக்கு உவமை

ஒரே செய்யுளில் ஒன்றுக்கு மேற்பட்ட உவமைகள் அடுக்கி வருமாயின் அது அடுக்கு உவமை எனப்படும். பவுலடியார் இயேசு கிறிஸ்துவுக்காகத் தம் இன்னுயிரைக் கொடுத்து சாட்சியானதை,

காய்த்தாலும் சுவையில் சற்றும் குறைந்திடா ஆப்பால் போன்றும்
தீய்த்தாலும் மணத்திற் குன்றாச் சந்தனக் கட்டை போன்றும்
மாய்த்தாலும் இயல்பில் மாறாப் பண்பினன் பவுலும் தம்மைச்
சாய்த்தாலும் பகைவன் நாட்டில் சான்றானார் இயேசுவுக்காய்

(வெற்றிப் படலம், பா.12)

என உணர்வுபூர்வமாகப் பாடுகிறார். இச்செய்யுளில் எவ்வளவுதான் காய்ச்சினாலும் தன் சுவையில் குன்றாத பசுவின் பால் போலும், எவ்வளவுதான் தேய்த்தாலும் தன் மணத்தில் குறையாத சந்தனக் கட்டை போலவும், மாய்த்திட முயன்றாலும் தன் பண்பிலிருந்து மாறாத பவுல், பகைவன் நாட்டில் இயேசு கிறிஸ்துவுக்காய் குருதிச் சான்றானார் எனப் பாடுகிறார். கொடியவனான நீரோ மன்னனை ஆசிரியர்,

குளவிக் கொடுக்க னாயும் கொல்புலி நகத்தனாயும்
அளவில் வஞ்சம் மிஞ்சும் அருங்கான் நரிய னாயும்
களவார் காக்க னாயும் கடுவார் பாம்ப னாயும்
உளனாம் நீரோ என்பான் உத்தமர் சிறையி லிட்டான்

(கடுஞ்சிறையுற்ற படலம், பா. 3)

என விவரிக்கிறார். இச்செய்யுளில் குளவியின் கொடுக்கு போலவும் கொல்புலியின் நகத்தைப் போலவும் அளவற்ற வஞ்சம் கொண்ட காட்டில் வாழும் நரியைப் போலவும் திருடனைக் காப்பவனாயும் நஞ்சுடைய பாம்பாகவும் இருக்கின்ற நீரோ என்பவன் உத்தமரைச் சிறையில் அடைத்தான் என விளக்குகிறார். நீரோ மன்னனின் கீழ்மையை விவரிப்பதற்குப் பல்வேறு உயிரினங்களின் தீய இயல்புகளை உவமையாக்கிப் பட்டியலிடும் பாங்கு, கவிஞரின் கற்பனைத் திறத்தை நன்கு எடுத்துக்காட்டுகிறது.

திருக்குறளின் தாக்கம்

பவுலடியார் பாவியத்தில் திருக்குறளின் தாக்கம் சில இடங்களில் காணப்படுகிறது. இப்பகுதிகள் ஆசிரியரின் திருக்குறள் புலமையினைத் தெளிவுபடுத்துகின்றன.

அல்லல்பட்டு ஆற்றாது அழுதகண் ணீர்அன்றே
செல்வத்தைத் தேய்க்கும் படை *(குறள், 555)*

என்னும் திருக்குறளை அடிப்படையாகக் கொண்டு,

அல்லலும் அலைபோல் எய்த ஆற்றிடார் அருவிக் கண்ணீர்
செல்வத்தை அழிக்கு மென்று செருக்குளன் அறியா னானான்
கல்லினும் கடிய நெஞ்சான் கரவுளான் கோல ரங்கில்
கொல்லரி கிறித்தோர் பீறும் கோரங்காண் களிம றத்தான்

(நீரோ தீங்கிழைத்த படலம், பா. 43)

என ரோம் நாட்டு மன்னன் நீரோ என்பவன் இயேசு கிறிஸ்துவைப் பின்பற்றிய மக்களைக் கொடுமைப்படுத்தியதை விவரித்துள்ளார். அல்லலுற்ற அலைகள்போல மேலும் துயர்கள் மோத, ஆற்றிடாதவர்களின் கண்களிலிருந்து அருவிபோல் வழிகின்ற கண்ணீர் செல்வத்தை அழிக்கும் என்று ஆணவம்மிக்க அவன் அறியாதவனாயிருந்தான். மனதில் வஞ்சனையும், கல்லைவிட கொடிய நெஞ்சும் உடைய அவன், அரங்கத்தில் கொலை வெறி மிக்க சிங்கம் கிறித்தவர்களை அடித்து கிழிக்கும் கோரமான காட்சியைக் கண்டு மகிழும் கொடிய நெஞ்சினை உடையவன் என விளக்குகிறார். இதுபோல கம்பராமாயணம், சீவகசிந்தாமணி, தாயுமானவர் பாடல்கள், குற்றாலக் குறவஞ்சி போன்ற நூல்களிலுள்ள ஆசிரியரின் புலமை இந்நூலில் வெளிப்படுகின்றது.

யாப்பமைதி

பவுலடியார் பாவியத்தில் பல வகையான யாப்புகள் பயன்படுத்தப் பட்டுள்ளன. ஆசிரியப்பா, ஆசிரிய விருத்தம், கலிவிருத்தம், கலித்தாழிசை, கண்ணிகள் என இவை பல வகைகளில் அமைந்துள்ளதால் படிப்பதற்குச் சுவையாகவும் விறுவிறுப்பாகவும் இக்காப்பியம் அமைந்துள்ளது. பாவலரின் கவிதைகள் எளிமையாகவும், இனிமையாகவும், ஆழமாகவும் அமைந்துள்ளமை காப்பியத்தின் வெற்றிக்கு உறுதுணையாக அமைந்துள்ளன.

பவுலடியாரின் அறிவுரைகள்

பவுலடியார் பாவியத்தின் இறுதிப் படலமான வெற்றிப் படலத்தில் மக்களின் வெற்றி வாழ்விற்கு வழிகாட்டும் அருளுரைகள், அறிவுரைகள் இடம்பெற்றுள்ளன. அவற்றில் குறிப்பிடத்தக்கவை ஆவியின் வரங்கள், ஆவியின் கனிகள் என்பனவாகும். மேலும் அன்பு, விசுவாசம், மன்னிப்பு, கணவர்க்கு அறிவுரை, மனைவியர்க்கு அறிவுரை, பெற்றோர்க்கு அறிவுரை, பிள்ளைகட்கு அறிவுரை, வேலைக்காரர்க்கு அறிவுரை, முதலாளிகளுக்கு அறிவுரை என்பனவும் இப்பகுதியில் இடம் பெற்றுள்ளன. பவுலடியார் கொரிந்தியருக்கு, 'ஒருவனுக்கு ஆவியினாலே ஞானத்தைப் போதிக்கும் வசனமும், வேறொருவனுக்கு அந்த ஆவியினாலே அறிவை உணர்த்தும்

வசனமும், வேறொருவனுக்கு அந்த ஆவியினாலேயே விசுவாசமும், வேறொருவனுக்கு அந்த ஆவியினாலேயே குணமாக்கும் வரங்களும், வேறொருவனுக்கு அற்புதங்களைச் செய்யும் சக்தியும், வேறொருவனுக்கு ஆவிகளைப் பகுத்தறிதலும், வேறொருவனுக்குப் பற்பல பாஷைகளைப் பேசுதலும், வேறொருவனுக்குப் பாஷைகளை வியாக்கியானம் பண்ணுதலும் அளிக்கப்படுகிறது *(1 கொரிந்தியர் 12: 8-10)* என எழுதுகிறார். இப்பகுதியை ஆசிரியர்,

மெய்யுணர்வு கற்பிக்கும் மேலாம் மொழியும்
உய்ய அறி(வு) உணர்த்தலும் உயர்விசு வாசமும்
அற்புதஞ்செய் ஆற்றலும் ஆவிபகுத் தறிதலும்
முற்காண்(பு) உரைத்தலும் குணமாக்கும் வரங்களும்
பற்பல மொழிகளைப் பாங்குறப் பேசலும்
மொழிகளை விளக்கி மொழிதலு மாமிவை
அழிவிலா ஆவியர் அளிக்கும் வரங்களாம்

(வெற்றிப் படலம், பா. 19)

எனப் பாடுகிறார். மேலும் பவுலடியார் கலாத்தியருக்கு எழுதும் கடிதத்தில், ஆவியின் கனியோ அன்பு, சந்தோஷம், சமாதானம், நீடிய பொறுமை, தயவு, நற்குணம், விசுவாசம், சாந்தம், இச்சையடக்கம்; இப்படிப்பட்டவைகளுக்கு விரோதமான பிரமாணம் ஒன்றுமில்லை *(கலாத்தியர் 5: 22-23)* எனக் குறிப்பிடுகிறார். இக்கருத்தை காப்பிய ஆசிரியர்,

ஆவியின் கனிகள் அமைவுறக் கூறின்
அன்பு மகிழ்ச்சி அமைதி தயவு
இன்புறு விசுவாசம் இச்சைகள் அடக்கம்
நற்குணம் சமாதானம் நீடிய பொறுமை
பொற்புறும் இவைக்கெதிர் பிறிதொன்றும் இல்லை

(வெற்றிப் படலம், பா. 19)

எனச் செய்யுளாக வடிக்கிறார்.

பவுலடியார் பாவியத்தைப் படிக்கும்போது விவிலியத்திலுள்ள அப்போஸ்தலர் நடபடிகள் மற்றும் பவுல் எழுதிய கடிதங்கள் அனைத்தையும் வரலாற்றுப் பின்புலம் மற்றும் இலக்கிய இலக்கணச் சுவைகளுடன் படித்த இறைஇன்பத்தைப் பெறமுடிகிறது. பவுலடியாரின் வாழ்வு காப்பிய வடிவில் பல்வகை நயங்களுடன் படைக்கப்பட்டிருப்பது கிறித்தவ இலக்கிய வரலாற்றில் ஒரு மைல் கல் என்பதோடு முன்னுதாரணமாகவும் திகழ்வது எண்ணுதற்குரியது.

VI. திருமறைசாரா மாந்தர் வரலாற்றுக் காப்பியங்கள்

33. ஞானாதிக்கராயர் காப்பியம்

ஞானாதிக்கராயரின் வாழ்க்கை வரலாற்றை ஞானாதிக்கராயர் காப்பியம் எடுத்தியம்புகின்றது. இக்காப்பியத்தில் விவிலியச் செய்திகள் கிளைக்கதைகளாக திருமந்திரப் படலத்தில் இடம் பெற்றுள்ளன.

நூலாசிரியர் வரலாறு

ஞானாதிக்கராயர் காப்பியத்தின் ஆசிரியர் பாண்டிச்சேரியைச் சார்ந்த சவரிமுத்துவின் மகன் வித்துவான் சாமிநாதப்பிள்ளை என்பவராவார். சாமிநாதப்பிள்ளையின் காலம் 18 ஆம் நூற்றாண்டின் பிற்பகுதியாகும். சாமிநாதப்பிள்ளை தம்வாழ்நாளின் பிற்பகுதியில் சென்னையில் வாழ்ந்து வந்தார். அப்போது சென்னையில் வாழ்ந்து வந்த எல்லீஸ் என்னும் அறிஞருக்குத் தமிழ் கற்றுக் கொடுத்தார். இக்காப்பியத்தின் மாபிவாழ்த்துப் பகுதியிலிருந்து இரண்டு பாடல்களை எல்லீஸ் தமது திருக்குறள் மொழிபெயர்ப்பில் மேற்கோளாக எடுத்தாண்டுள்ளார். சாமிநாதப்பிள்ளை ஞானாதிக்கராயர் காப்பியம் மட்டுமன்றி, நசரைக் கலம்பகம், சேசுநாதர் பிள்ளைத்தமிழ், அர்ச். செபஸ்தியார் அம்மானை ஆகிய இலக்கியங் களையும் படைத்துள்ளார்.

காப்பிய அமைப்பு

ஞானாதிக்கராயர் காப்பியம் பாயிரப் பகுதியுடன் தொடங்குகிறது. இக்காப்பியம் 30 படலங்களால் பகுக்கப்பட்டுள்ளது. அவை நாட்டுப் படலம், நகரப் படலம், கோவியற் படலம், ஞானாதிக்கனுற்பவப் படலம், ஞான மஞ்சனப் படலம், புனல் விளையாட்டுப் படலம், நூற்றேர்ச்சிப் படலம், தரிசனப் படலம், அரசாட்சிப் படலம், அரசன் தூதுப் படலம், மணமணத்த படலம், விரதநிலைப் படலம், நீதிநிறைமாட்சிப் படலம், அயிர்ப்புற்ற படலம், இன்புறு படலம், அபிநவயுத்தப் படலம்,

சமர்செய் படலம், இரோமைசேர் படலம், மாமகுடம் புனைந்த படலம், அருண்மாட்சிப் படலம், முடியப்ப மன்னன் வரவுப் படலம், தர்க்கவாதப் படலம், திருமந்திரப் படலம், இசேலம்மாள் மணவினைப் படலம், சங்கிராமவாகைப் படலம், நகர்நீங்கு படலம், கசினமாமலையடைந்த படலம், பிணிப்படு படலம், திருவுருசேமப் படலம், ஞானாதிக்க நிலைபேறுறுப் படலம் என்பனவாகும். 30 படலங்களிலும் இடம் பெற்றுள்ள செய்யுட்களின் எண்ணிக்கை 2222 ஆகும்.

காப்பியப் பதிப்பு வரலாறு

ஞானாதிக்கராயர் காப்பியம் 1774 ஆம் ஆண்டு ஐப்பசி மாதம் 30 ஆம் நாள் அரங்கேற்றம் செய்யப்பட்டது. ஆனால் நூலாசிரியரின் காலத்திற்குப் பின்னர் அவரது பேரர்களாகிய தி. துரைசாமிப்பிள்ளை, இராயர். முத்துச்சாமிப்பிள்ளை, இராயர். பொன்னுசாமிப்பிள்ளை, அப்பாசாமிப் பிள்ளை, அ. சாமிநாதப்பிள்ளை ஆகியோர்கள் கேட்டுக் கொண்டதன்படி, இக்காப்பியம் வெளிவந்துள்ளது. இக்காப்பியத்தின் கையெழுத்துப் பிரதி சென்னைப் பட்டணத்திலுள்ள கல்லூரியின் மேலாளரான அ.முத்துசாமிப் பிள்ளையிடம் இருந்தது. அப்பிரதியையும் பிற பிரதிகளையும் ஆதாரமாகக் கொண்டு ப.அ. சவரிநாத உபாத்தியாயர் அவர்களின் உதவியினால் ம. சா. இயாகப்பபிள்ளை அவர்களால் பிழையறப் பரிசோதிக்கப்பட்டது. பின்னர் தஞ்சை நகரத்தில் பூங்கொடியிலுள்ள சின்னப் பிள்ளையின் மகன் அப்பாவுப் பிள்ளை அவர்களால் 1865 ஆம் ஆண்டு முத்தியாலு நாயகரது சென்னைப்பட்டணத்திலுள்ள வாணிநிகேதன அச்சுக்கூடத்தில் பதிப்பிக்கப் பட்டது.

சாற்றுகவி

ஞானாதிக்கராயர் காப்பியத்தின் தொடக்கத்தில் சாற்றுகவி இடம் பெற்றுள்ளது. நிலமண்டில ஆசிரியப்பாவால் அமைந்துள்ள சாற்றுகவி, 56 அடிகளை உடையது. சாற்றுகவியில் இடம்பெற்றுள்ள செய்திகள் பின்வருமாறு:

"விண்ணவரும் மண்ணவரும் தொழுது ஏத்துகின்ற இயேசு கிறிஸ்துவை மரியாள் பெற்றெடுத்தபின் 972 ஆம் ஆண்டில் ஞானாதிக்கராயர் பிறந்தருளினார். 1002 ஆம் ஆண்டு சூரியனைப் போன்ற சுடர்முடியைச் சூடினார். இளவரசராக 12 ஆண்டுகள் இருந்தார். பின்னர் நிலைபெற்ற அரசனாக மணிமுடி சூடினார். அவர் 52 ஆண்டுகள் ஆட்சி செய்த பின்னர் மண்ணுலகில் மரணமடைந்து விண்ணுலகம் சென்றார். அவ்வரலாறை 2222 செய்யுட்களால் கருத்தாழத்துடன் தமது முப்பதாவது

வயதில் முப்பது படலங்களாகப் பாடியுள்ளார். புதுவையில் மாட்சிமையுடன் குற்றமற விளங்கும் மரியன்னையின் தேவாலயத்தில் அதிபராக இருந்த அருந்தவத்தைச் செய்த தூய மேற்றிராணி நிக்கோலோ என்பவரும் ஏனைய மறைநூல் அறிஞர்களும் கேட்டுக் கொண்டதன்படி ஞானாதிக்கரின் வரலாற்றைக் காவியமாகப் பாடி முடித்தார். அந்நூலை 1774 ஆம் ஆண்டு ஐப்பசி மாதம் 30 ஆம் நாள் முழுமதி நாளன்று கற்றறிந்த கலை வல்லோர்களும் சிறப்பு மிக்கப் பெரியோர்களும் தருமம் மிகுந்த திருச்சபையோர்களும் கூடியிருந்த சபையில் அரங்கேற்றினார். புகழ்மிக்க வாழ்வை நடத்திய மன்னவனுடைய நிலைபெற்ற வரலாற்றை, சிறப்புறு நற்றமிழ் காப்பியமாக உரைத்தவன் சொல்ல முடியாத சிறப்புகளை உடைய புதுவை நகரில் புகழுற வாழ்ந்திருந்த கங்கை குலத்தைச் சேர்ந்த கவிமலர் மாலையணிந்த வேளாளர் குலத்தைச் சேர்ந்த வணிகராக விளங்கிய சவரிமுத்து பெற்றெடுத்த மகன் சாமிநாதன் செய்த இந்தத் தமிழ் நூல், வேதம் தழைக்க குன்றின்மேல் வைத்த சுடர் விளக்காகக் காலத்தை வென்று நின்று ஓங்கி இலங்கச் செய்தார்.''

பாயிரம்

சாற்றுகவியைத் தொடர்ந்து பாயிரம் இடம்பெற்றுள்ளது. இப்பாயிரம் 21 செய்யுட்களைக் கொண்டது. பாயிரத்தில் காப்பியக் கதை மிகச் சுருக்கமாகத் தரப்பட்டுள்ளது. பாயிரத்தின் முதல் செய்யுள்,

மணிகொண்ட கடலுடுத்த வையகமு மதின்மிக்க
வணிகொண்ட பல்லுயிரு மண்ட லமுந்தீ யனிலமம்புந்
துணிகொண்ட பருதியுடு சோமனிவை விதித்தேவற்
பணிகொண்ட நிறைநீதிப் பரஞ்சுடரின் பதம்பணிவாம்

(பாயிரம், பா.1)

என அமைந்துள்ளது. இச்செய்யுளில் மணிகொண்ட கடலை ஆடையாக உடுத்த உலகமும், அவ்வுலகத்தின் மிகுந்த அழகுள்ள உயிர்களும், ஆகாயம், தீ, காற்று, மேகம், சூரியன், நட்சத்திரங்கள், சந்திரன் என்னும் இவை யாவையும் படைத்த பரம சுடராகிய கடவுளின் திருப்பாதத்தைப் பணிவோம் எனப் பாடுகிறார். பாயிரத்தில் அவையடக்கமாக,

விற்றருங் கிரணமாலி யின்முன்னர் விளக்கொளிநின் றனபோல்
முற்றறிது ணர்ந்துகற் றவர்முன் னான்மொழிவதற் கிசைந்தனத்தன்மை
நற்றகவமுத மட்கலத்திருப்ப நயப்புடன் கொள்ளுவர்போலச்
சொற்றருமென்னாற் குறைகளுண் டெனினுந்துத்த மாஞ்சரிதை கொள்ளுவரால்

(பாயிரம், பா.6)

எனப் பாடுகிறார். ஒரு பெரிய ஞாயிற்றின் ஒளிக்கு முன்னர் சிறிய விளக்கொளி போன்று, முற்றுணர்ந்த கற்றவர்களின் முன்னர் நான் சொல்லத் தலைப்பட்டேன். அமிழ்தமானது மட்கலத்தில் இருந்தாலும் மட்கலத்தில் இருந்ததென்று அமிழ்தத்தை யாரும் வெறுக்க மாட்டார்கள். என்னுடைய மட்கலம் போன்ற கவிதையில் இருந்தாலும் ஞானாதிக்கராயர் கதை அமிழ்தம் போன்றது என்கிறார்.

காப்பியக் கதை

பவாரி நாட்டினை ஆட்சி செய்து வந்த அரசன் தனது மகனுக்குத் திருமணம் செய்து வைத்தார். புதுமணத் தம்பதியரான அவர்கள் மகிழ்வுடன் அரண்மனையில் வாழ்ந்து வந்தனர். இத்தம்பதியினருக்கு ஓர் ஆண் குழந்தை பிறந்தது. ஆண் குழந்தை பிறந்ததனால் அரண்மனையில் நாட்டு மக்களுக்கு ஏராளமாகப் பொருள்களை வாரி வழங்கினான். குழந்தை பிறந்த எட்டாவது நாளில் ஞானாதிக்கராயன் எனப் பெயர்சூட்டி ஞானஸ்நானம் கொடுக்கப்பட்டது. ஞானாதிக்க ராயன் கல்வி கற்கும் பருவம் வந்தவுடன் மேற்றிராணியாரிடம் கல்வி பயின்றான். ஞானாதிக்கராயன் இளம் பருவத்திலிருந்தே கிறித்தவ நெறியில் வளர்ந்து வந்தான். வேத சாஸ்திரம், தர்க்க சாஸ்திரம், தரும சாஸ்திரம் ஆகியவற்றை ஞானாதிக்கராயன் முறைப்படி கற்றான். அனைவரும் போற்றும் வகையில் ஆட்சி செய்து வந்தான். ஞானாதிக்கராயனுக்குத் திருமணம் நடைபெற்றது. கணவனும் மனைவியும் இல்லற வாழ்க்கையில் விரதநிலையைப் பின்பற்றினர். ஞானாதிக்கராயனின் ஆட்சிமுறை சிறப்பாகக் காணப்பட்டது. பின்னர் விரதநிலை முடிவடைந்து மனைவியுடன் இன்பமாக வாழ்ந்து வந்தான்.

ஞானாதிக்கராயன் பகைவர்களை அழிப்பதில் வல்லவன். பல பகைவர் இவனுடன் போரிட்டு மரணம் அடைந்துள்ளனர். குறிப்பாக காந்தன், வாசவன் என்னும் இருவரும் ஞானாதிக்கராயனிடம் தோல்வியடைந்தனர். ஞானாதிக்கராயனின் இறுதிப் போர் இயக்கியன் என்னும் அரசனிடம் நடைபெற்றது. ஞானாதிக்கராயனே வெற்றி பெற்றான். ஞானாதிக்கராயன் முடியப்பன் என்னும் அரசனிடம் இறைவன் மனிதனையும் பல்வேறு உயிரினங்களையும் படைத்தது முதல் இயேசு கிறிஸ்துவின் பிறப்பு, அவர் செய்த அற்புதங்கள், அவர் பட்ட பாடுகள், சிலுவையில் அறையப்பட்ட நிகழ்ச்சி, உயிர்த்தெழுதல் ஆகியவற்றை எடுத்துக் கூறுகிறார். இறுதியில் ஞானாதிக்கராயன் வனவாசம் செல்கிறார். இக்காப்பியத்தில் விவிலிய நிகழ்வுகள் கிளைக்கதைகளாக இடம்பெற்றுள்ளன.

கவித்திறன்

காப்பிய ஆசிரியர் சாமிநாதப் பிள்ளை சிறந்த கவித்திறன் உடையவர் என்பதற்கு அவரது செய்யுட்கள் மிக்க சான்றுகளாக அமைகின்றன. சான்றாக,

> கார்க்கள மல்லது கறையில் லுள்ளமுங்
> கார்க்கள மல்லது கடித லில்லைநெற்
> போர்க்கள மல்லது புகை யெழும்பகைப்
> போர்க்கள மில்லதே பொற்பி னாட்டினே

(நாட்டுப் படலம், பா. 33)

என்னும் செய்யுளைச் சுட்டலாம். இச்செய்யுளில் கார் நெல் அடிக்கின்ற களம் உண்டே தவிர கறை கொண்ட உள்ளம் இல்லை; நெற் போர்க்களம் உண்டே தவிர புகை எழும் பகைப் போர்க்களம் அந்நாட்டில் இல்லை என ஆசிரியர் தம் கவித்திறனை வெளிப்படுத்துகிறார்.

இசைப் புலமை

காப்பிய ஆசிரியர் வித்துவான் சாமிநாதப்பிள்ளை இசைப் புலமை உடையவர். இதற்கு பின்வரும் செய்யுளும் அதற்கு அவர் எழுதிய உரையும் சான்றுகளாக அமைகின்றன:

> எழுநரம்பு வீணையும் பல்லினியாழு மூதுகுழலி யம்புமின்பு
> மெழுதுருவதானமுதற் பல்லியங்கண் முறைமுறையா யிசைக்குமின்பு
> மெழுநரம்பாலெழுத் தசைசீர்தளையடியுந் தொடைப்பாநாவலர்களின்பு
> மெழுசுரசங்கீதர் முறைதவறாமற் பாடுமின்பு மென்றென்றாமே

(நகரப்படலம், பா.41)

இப்பாடலுக்கு ஆசிரியர், 'வீணையின் ஏழு நரம்பு அவையாவன: குரல், துத்தம், கைக்கிளை, உழை, இளி, விளரி, தாரம். இவற்றுள் மிடற்றாற் குரல் நாவினாற்றுத்தம் அண்ணத்தாற் கைக்கிளை சிரத்தாலுழை நெற்றியாலிளி நெஞ்சத்தால் விளரி மூக்காற்றாரந் தனித்தனிப் பிறக்கும். இவற்றிற் கோசையுவமை மயில் இடபம் ஆடு கொக்கு குயில் குதிரை யானை யிவ்வீணையுமன்றிப் பலவினியயாழு மூதுகுழலியம்பு மின்பமும். எழுதாளம் அவையாவன: துருவதாளம், மட்டியதாளம், உருபகதாளம், சம்பைதாளம், திரிபுடைதாளம், அடதாளம், ஏகதாளம். அன்றியும் அரிதாளம் அருபதாளம் சமதாளம் சயதாளம் சித்திரதாளம் நிவர்த்ததாளம் படிமதாளம் விடதாளமுங் கொண்டு பலவாச்சியங்கள், முறைமுறையா யொலிக்கு மின்பமும் விருப்பமுண்டாகி நாவலரெழுத்தசை சீர்தளையடி

தொடைப்பாவாற் பாடுமின்பமு மெழுசுரமாவன -ச-ரி-க-ம-ப-த-நி-யென்னுஞ் சுரத்தோடிராகமுறை தவிராது சங்கீதர் பாடுமின்பமு மென்றென்று முள்ளதாமென்க' என இசைப் புலமையுடன் விளக்கம் எழுதியுள்ளார். இச்சான்றிலிருந்து ஆசிரியரின் இசைப் புலமையை அறிந்து கொள்ள முடிகின்றது.

விவிலியக் கருத்துகள்

ஞானாதிக்கராயர் காப்பியத்தில் விவிலியக் கருத்துகள் கிளைக் கதைகளாக இடம்பெற்றுள்ளன. இக்காப்பியத்தில் காணலாகும் 30 படலங்களுள் திருமந்திரப் படலம் முழுவதும் விவிலியக் கருத்துகளை உள்ளடக்கியது. இப்படலப்பகுதிகள் அனைத்தும் ஞானாதிக்கராயர், முடியப்பன் என்னும் அரசனிடம் திரியேகக் கடவுள் பற்றியும் உலகத்தை, மனிதனை இறைவன் படைத்தது பற்றியும், இயேசு கிறிஸ்துவின் வரலாறு பற்றியும் உரைப்பதாக உள்ளன. ஆதாமின் விலா எலும்பிலிருந்து ஏவாளைப் படைத்தமையை,

அன்றுதித்த மனிதனுக் களித்தவயது முப்பதாய்
நின்றுதிப்பத் துணைவிசெய்ய நித்திரைப் படுத்தியே
நன்றுரத்தின் பக்கமீது நடுவெலும்பு சதையெடுத்
தென்றுரத்த வாவிதன்னை யீயவே யுதித்தனள்

(திருமந்திரப் படலம், பா.31)

எனப் பாடுகிறார். மேலும் முடியப்பன் என்னும் அரசனிடம் ஏவாள் செய்த தவறினால் அவள் குழந்தை பெறும் போது மிகுந்த வேதனையை அடைவாள் என்றும் ஆண் பெண்ணை ஆள்வான் என்னும் கடவுளின் சாபத்தை,

பேதையாமேவைநீ பிள்ளைகள் பெறுங்கான் மிக்க
வாதைதுன்பத்தின் மூழ்கிவருத் தமுற்றிருப்பதன்றிக்
காதலன் சொற்குத் தாழக்கைத் தலத்துன்னை யாள்வான்
சாதமாயுனக்கி யானுந் தந்திடுஞ் சாபமீதே

(திருமந்திரப் படலம், பா. 49)

எனவும் எடுத்துரைக்கிறார். மோசேக்குக் கடவுள் கொடுத்த பத்துக் கற்பனைகளை,

கருத்துறு முதற்கற்பனை யுமக்கினிய கடவுணாநமக்கு முன்பாக
விருத்தமாந் தெய்வமுமக்கு வேறில்லை விளங்கு மெம்மாக்கியந் தன்னைப்
பொருத்தலில்லா வீண்கருமமான தற்காய்ப்பு கலொணாதென்று மென்றீரத்தம்
மிருத்திய நாளையாசரிப்பீரென் றெழுதி வைத்திருந்ததோர் கல்லில்

தந்தைதாய் தமக்குச் சங்கை செய்திருப்பீர் தருக்கொடு கொலைப் பவங்குயிற்றீர்
நிந்தையா மோகவகந்தயைச் செய்யீர் நிதிய மற்றவைகளும் வவ்வீர்
சிந்தையோ டொருபொய் செப்பிடீர் பிறரின் றேவியைக் கவர்ந்திடீர் பலரின்
விந்தையாம் பொருளை விழைவுறீரென்று வேறுகல் லெழுதினதன்றே

(திருமந்திரப் படலம், பா. 64, 65)

எனக் கவிதையாக்குகிறார். இயேசு கிறிஸ்து தேவனுடைய நாமத்தை மகிமைப்படுத்தி செய்த அற்புதங்களை,

விழியற்றார்க் கொளியளித்து மிகப்பெரு கப்பிணிகொண்டோர் வினையைத் தீர்த்து
மொழியற்ற மூங்கையரும் பேசமுட மெழுந்தோட மொய்தாய்தந்தை
வழியற்றார் மனங்களிப்ப மகவீய மாண்டவரு மண்ணிலுள்ள
குழியற்றார்ந் திருந்தவர்க்கு முயிர் கொடுத்த நவங்கோடாகோடியாமே

(திருமந்திரப் படலம், பா. 85)

எனக் கவிஞர் தொகுத்துப் பாடுவது நயமுள்ளதாக அமைகிறது. இயேசு கிறிஸ்துவைக் கொலை பாதகர்கள் பலவிதமாகத் துன்புறுத்தி, சிலுவையில் அறைந்து, இறுதியில் உயிர் இருக்கிறதா என்பதை அறிவதற்காக விலாவின் வலது பக்கத்தில் ஈட்டியால் குத்தினான். இக்கொடிய நிகழ்வினை கவிஞர் ஒரே செய்யுளில் இரத்தினச் சுருக்கமாக,

கலைமுகத்தில் விளங்கு சுதன் வருத்தந்தாங்காக் காறளர்ந்து மெலிந்தூ சலாடிச்சென்று
மலைமுகட்டிலிறக் கவிருகையுங்காலும் வாராணியாலறைந்து மடக்கிமீட்டு
நிலைமுகத்து நாட்டிடவேழ முதவாக்குநிகழ்த்திய பின்ன மக்காக விளிந்தானன்று
கொலைமுகத்துக் கொடியவனோ ரீட்டியாலேகுத்த விலாச்செந்நீராற்குருடு தீர்ந்தான்

(திருமந்திரப் படலம், பா. 101)

எனப் பாடுகிறார். விவிலியச் செய்திகள் முழுவதையும் ஞானாதிக்கராயர் சுருக்கமாக, தெளிவாகக் கூறியதைக் கேட்ட அரசன் முடியப்பன், அவரைப் பார்த்து, அரசே விவிலிய நிகழ்வுகளை எல்லாம் ஏற்றுக் கொள்கிறேன் எனக் கூறி மனம் மாறி கிறித்தவனானான்.

விசுவாசப் பிரமாணம்

அப்போஸ்தலர் விசுவாசப் பிரமாணம் பின்வருமாறு:

வானத்தையும் பூமியையும் படைத்த சர்வ வல்லமையுள்ள பிதாவாகிய தேவனை விசுவாசிக்கிறேன். அவருடைய ஒரே குமாரனாகிய நம்முடைய நாதர் இயேசு கிறிஸ்துவையும் விசுவாசிக்கிறேன். அவர் பரிசுத்த ஆவியினாலே கன்னி மரியாளிடத்தில் உற்பவித்துப் பிறந்தார்; பொந்தியு பிலாத்துவின் காலத்தில் பாடுபட்டு, சிலுவையில் அறை யுண்டு, மரித்து, அடக்கம் பண்ணப்பட்டு, பாதாளத்தில் இறங்கினார்; மூன்றாம் நாள் மரித்தோரிடத்திலிருந்து

எழுந்தருளினார்; பரமண்டலத்துக்கேறி சர்வ வல்லமையுள்ள பிதாவாகிய தேவனுடைய வலது பாரிசத்திலே வீற்றிருக்கிறார்; அவ்விடத்திலிருந்து உயிருள்ளோரையும் மரித்தோரையும் நியாயந் தீர்க்க வருவார். பரிசுத்த ஆவியையும் விசுவாசிக்கிறேன், பொதுவாயிருக்கிற பரிசுத்த சபையும், பரிசுத்தவான்களுடைய ஐக்கியமும், பாவ மன்னிப்பும், சரீர உயிர்த்தெழுதலும், நித்திய ஜீவனும் உண்டென்று விசுவாசிக்கிறேன்.

இந்த அப்போஸ்தலருடைய விசுவாசப் பிரமாணத்தை,

விண்டலமும் பூவுலகும் விதித்த பரனையுஞ் சேசுநாதரென்று
விளங்குமவர் சுதனையு முட்பத்தியுடன் விசுவாசிக்கின்றேன்சேயுந்
தண்டருமிஸ் பிரீத்துவால் மரியுதரந்தனி னின்றுபிறந்தாரென்றுந்
தகமைபிலாத் தாற்பாடுபட்டு மரத்தறையுண்டு மரித்தாரென்றும்
பண்டுறு பாதலத்திருந்து மீண்டெழுந் தும்பிதா வலப்பாலமைந்தா ரென்றும்
பார்மீதினடுக் கேட்கவருவரென்று மிவரையுமிஸ் பிரீத்து சாந்தும்
உண்டென்றுந் திருச்சவையு மர்ச்சியர்கள் சமநலமுமுள்ள பாவ
வோர்ப்பது முத்தானமென்றுஞ் சீவியமும் விசுவாசிக்கின் றேனென்றார்

(திருமந்திரப் படலம், பா. 105)

எனச் செய்யுளாக வடித்துள்ளார். ஆசிரியரின் புலமைக்கு இது ஒரு தக்க சான்றாக அமைந்துள்ளது.

வருணனை

ஞானாதிக்கராயர் காப்பியத்தின் முதல் இரண்டு படலங்களான நாட்டுப் படலம், நகரப் படலத்தில் வருணனைகள் அதிக அளவில் இடம் பெற்றுள்ளன. சான்றாக,

கூந்தலம் பனைகளுங் கொடுங்கை யாகவு
மாந்தியம் மரமிரு வரிசை யாகவுஞ்
சேர்ந்திடுங் குங்குமஞ் செண்ப கங்களு
மார்ந்திட நடுவினி லமைந்த சோலையும்

இலந்தைகன் ணியணி யிருக்குஞ் சோலையும்
பலந்தரும் பனசமே படருஞ் சோலையு
நலந்தருஞ் சந்தன நறுந்தண் சோலையுங்
குலந்தரும் பலமரக் கூட்டச் சோலையும்

கற்றறி வுயரமுங் கனிநிகர்ப் பொருள்
நற்றெருள் வெண்மலர் நறவு கீர்த்திநேர்
சொற்றமிழ் மதுரநேர் துளித்த தேறலுங்
கற்றவர்க் கிணையதாங் காவி னங்களே

(நாட்டுப் படலம், பா.22-24)

என்னும் செய்யுட்களைக் குறிப்பிடலாம். கூந்தல் பனைகள் இரு வரிசைகளாகவும், குங்கும மரங்களும், செண்பக மரங்களும் நடுவில் அமைந்த சோலையும், இலந்தை மரங்கள் அணிஅணியாக நிற்கும் சோலையும், பலா மரச் சோலையும், சந்தன மரங்கள் உடைய சோலையும் சான்றோர்கள் உயர்ந்திருப்பதைப் போன்று உயர்ந்திருந்தன. அவர்கள் இனிய பொருள்களைத் தருவது போன்று அம்மரங்களில் இனிய கனிகள் இருந்தன. மலர்த்தேன்போல, அந்தச் சொற்றமிழ் இனிமைபோல மலர்களில் தேன் துளிர்த்தது. ஆகவே அந்தச் சோலைகள் கற்றவர்களுக்கு இணையாக இருந்தன என சோலைகளை வருணனை செய்கிறார். மேலும்,

கமலமு மாம்பலுங் கமழுங் காவியுஞ்
சுமமுறை குளத்தினிற் றோகை யார்களு
மிமிழுடன் குளித்திட மருண்டங் கீயளி
யமலநன் முகமுதட டக்கி மொய்க்குமே

(நாட்டுப் படலம், பா. 30)

என்னும் செய்யுளில் தாமரை, ஆம்பல் முதலிய மணமிக்க மலர்கள் நிறைந்திருக்கும் குளத்தில் பெண்கள் குளிக்கின்றனர். அங்கு தேன் உண்ண வந்த வண்டு மருண்டு போய், எது முகம் எனத் தெரியாமல் பெண்களின் முகத்திலும் மலரிதழ்களிலும் போய் மொய்க்கும் என வருணிக்கிறார்.

வெண்கொடித் திரளும்வாகை விருதுமுன் னடக்கவெள்ளைத்
தண்குடைத் திரளும்பூப்பச் சாமரையிரட்ட வாங்கு
விண்குடி லத்துமேக விரிவுபோ லிருளு ருப்பக்
கண்கடி மணியுமாரக் கலனொளி யாக்குமாறே

(நகரப் படலம், பா. 28)

என்னும் செய்யுளில் வெண்கொடிக் கூட்டமும் வெற்றிச் சின்னங்களும் முன் நடக்க, குளிர்ச்சி தரும் வெண்கொற்றக் கொடையின் கூட்டங்கள் விரிந்திருக்க, வெண்சாமரைகள் அசைய, இதனால் வானத்தில் மேகம் திரண்டு இருண்டது போல் இருளைச் செய்தன. ஆனால், கண்ணைக் கூசச் செய்யும் நவரத்தினங்களும், அணிகலன்களில் இருந்த மணிகளும் இருளை அகற்றி ஒளியைக் கொடுத்தன என வருணனை செய்கிறார். அரசனும் அரசியும் கசினமாமலைக்குச் செல்லும் போது அவர்கள் வழியில் பலவற்றைக் காண்கின்றனர். இவற்றை ஆசிரியர் வருணனையுடன் கூறியிருப்பது சிறப்பாக உள்ளது.

கும்பிகள் குளத்தில் வீழ்ந்து குழப்பவும்வரி வரால்கள்
கும்பிகணீத்துநீர் மேற்குதித் தெழுந்து யரப்பாய்ந்து
கும்பிகணிறைந்து நீண்ட கொம்பரிற் றங்கமேலார்
கும்பிகள் வாயாற் கவ்விக் கொண்டிடக் கண்டு சென்றார்

(கசினமாமலை யடைந்த படலம், பா. 70)

என்னும் இச்செய்யுளில் யானைகள் குளத்தில் விழுந்து குழப்பவும், சேற்றில் புகுந்திருந்த வரி வரால்கள் நீரின் மேலெழுந்து குதித்துப் பாய்ந்து தேக்கு மரங்கள் நிறைந்த நீண்ட கொம்புகளில் தங்கவும், அவற்றின் மேலுள்ள பெரிய பாம்புகள் அவ்வரால்களை வாயால் கவ்விக் கொள்ளவும் அரசனும் அரசியும் இவைகளை எல்லாம் பார்த்துக் கொண்டு சென்றனர் என்று ஆசிரியர் வழியிலுள்ள நிகழ்வுகளை வருணிக்கிறார். இது போன்று பல வருணனைகள் இக்காப்பியத்தில் இடம்பெற்றுள்ளன.

உவமை நயம்

காப்பியங்களில் உவமைகளைப் பயன்படுத்துவது ஆசிரியர்களின் தனித் திறமை எனலாம். ஞானாதிக்கராயர் காப்பியத்திலும் ஆசிரியர் உவமைகளைக் கையாண்டு காப்பியத்திற்கு அழகைக் கொடுக்கிறார். ஒரே செய்யுளில் ஆசிரியர் பல உவமைகளைக் கையாண்டுள்ளார். சான்றாக,

கரியழித்தன விடியெனபகமிக கெடவழித்தன வுயருவணமுமென
வுரியழித்தன வரியென நவிலருமெரிய ழித்தனவறலெ னவிடமுள
கிரியழித்தன விடியெனபகமிக கெடவழித்தன வுயருவணமுமென
வரியழித்தன கருடனுநிகரவே யமரழித்தெழுமரசி கல்பொருதுவான்

(சங்கிராமவாகைப் படலம், பா. 35)

என்னும் செய்யுளைச் சுட்டலாம். இச்செய்யுளில் மத யானையை அழித்த சிங்கம் போலவும், கடலிலுள்ள மீன்களை அழித்த வீர சுறாப் போலவும், கூட்டமுள்ள நரிகளை அழித்த புலியைப் போலவும், நெருப்பை அழித்த தண்ணீரைப் போலவும், பெரிய மலையை அழித்த இடியைப் போலவும், கொக்குகளை அழித்த விராசாளியைப் போலவும், பாம்பை அழித்த கருடனைப் போலவும் போரை அழித்தெழுந்த ஞானாதிக்கராயன் போரிலிருந்து வெற்றியுடன் திரும்பினான் என்கிறார். இச்செய்யுளில் ஏழு உவமைகள் காணப்படுகின்றன. இதே போன்று,

மேகமெனக் கருநாக முனஞ் செலவு
நரகமெனப் பலவாகிரதஞ் செலவும்
யூகமெனப் பாய்வேகவயஞ் செலவு
மூகமெனத் திரளாகபடர்ச் செலுவார்

(சங்கிராமவாகைப் படலம், பா.7)

□ கிறித்தவக் காப்பியங்கள் □ 373

என்னும் செய்யுளிலும் அடுக்கு உவமை கையாளப்பட்டுள்ளது. இச்செய்யுளில் மேகக் கூட்டம் போலக் கரிய யானைக் கூட்டங்கள் செல்லவும், மலைக் கூட்டம்போல அழகிய தேர்க் கூட்டங்கள் போகவும், குரங்குக் கூட்டம் பாய்வது போல வேகமாய்ப் பாயும் குதிரைக் கூட்டங்கள் போகவும், புலிக் கூட்டம் போலத் திரண்ட வீரரும் போவார்கள் என உவமைகளின் மூலம் கருத்தை விளக்குகிறார். இது போன்ற அடுக்குவமைகள் பல இக்காப்பியத்தில் உள்ளன. இவைகள் காப்பிய ஆசிரியரின் கவித்திறனுக்குத் தக்க சான்றுகளாகக் கொள்ளலாம்.

பரணி இலக்கியக் கூறுகள்

தமிழ் இலக்கியத்தில் போர் பற்றிய விரிவான செய்திகளைக் கூறுவனவாகப் பரணி இலக்கியங்கள் உள்ளன. ஞானாதிக்கராயர் காப்பியத்தில் ஞானாதிக்கராயர் பகை மன்னர்களுடன் போர் செய்வது குறித்த செய்திகள் விரிவாகத் தரப்பட்டுள்ளன. இதனால் பரணி இலக்கியக்கூறுகள் இக்காப்பியத்தில் இயல்பாகவே இடம் பெற்றுள்ளன. ஞானாதிக்கராயர் போர் புரிந்த போர்க்களத்தின் கொடூரத்தை,

துரிகதங்களொடு குரகதங்களட றுனிநடுங்க கனருசியென
வுரகதங்களொடு வளைவுகொண்டு மிகவுழலவந்து படையபையரும்
பரகதங்களொடு சமர்புரிந்துவர பரியினங் கடுடைகுடன்மடி
மரகதங்களொடு மணிபுனைந்த வுளைவடிவுகண்ட மறமடிவன

(சங்கிராமவாகைப் படலம், பா. 19)

எனப் பாடுகிறார். குதிரைகளோடு குதிரைகள் போர்க்களம் நடுங்க மின்னலைப்போல் வளைந்து, தம்வலியுஞ் சினமுமிகக் கொண்டு சுழன்று திரிய அவற்றின் மேலிருக்கும் படைவீரர் தங்களுடைய உள்ளடங்கா சினத்தோடு போர் செய்யும்போது சில குதிரைகள் துடைகளற்றும், சிலது குடலற்றும், சிலது காலற்றும், சிலது பச்சைமணி முதல் நவமணிகளைப் பிடரி மயிர்களில் வைத்துப் பின்னிய வடிவுள்ள கழுத்துகளும் அற்றுவிழ மடிந்துகிடந்தன என்பது இச்செய்யுளின் கருத்தாகும். ஞானாதிக்கராயர் காப்பியத்தில் சமர்செய் படலம், சங்கிராமவாகைப் படலம் என்னும் இரண்டு படலங்களிலும் போர்க்கள வருணனைகள் அதிகம் இடம்பெற்றுள்ளன. இன்னுமொரு செய்யுளைச் சான்றாகக் குறிப்பிடலாம்.

இருபுறஞ்சரிந்து பாயுமிரத்த வெள்ளாற்றின்மீதே
ஒருபுறஞ்சரிந்த கையுமுபையகாற்சென்னிவீழப்
புருபுறஞ்சரிந்து மூளைபுனனுரை போன்மிதப்பச்
செருபுறங்கொண் டொன்னாருந்திகைத் தகமெலிந்திட்டாரே

(சமர்செய் படலம், பா.29)

என்னும் இச்செய்யுளில், இரு புறங்களும் சரிந்துவிழ குருதியானது ஆறு போல் பாய்ந்து ஓடியது; அவ்வெள்ளத்தில் கைகளும் கால்களும் தலைகளும் ஒரு புறம் சரிந்து விழுந்தன; மற்றொரு புறத்தில் சரிந்து விழுந்த மூளைகள் நீரில் நுரை போல் மிதந்து சென்றன; இத்தகையப் போர்க்களத்தைக் கண்டு திகைத்த பகைவர்கள் உள்ள உறுதியை இழந்தனர் என ஆசிரியர் கலிங்கத்துப் பரணியின் போர்க்களக் காட்சிகளை நினைவுபடுத்துகிறார்.

தேம்பாவணியின் தாக்கம்

காப்பிய ஆசிரியர் சாமிநாதப்பிள்ளையின் காலத்தில் தேம்பாவணி நூலாக வெளிவந்துவிட்டது. எனவே தேம்பாவணியின் தாக்கம் ஞானாதிக்கராயர் காப்பியத்தில் இயல்பாகவே அமைந்துள்ளது. சான்றாக,

மருமலிந்த மலரடியை வணங்குமிருவரை நோக்கிக்
குருமலிந்த தவனாசிகொடுத் தெழுமின்னென வெழுந்தார்
திருமலிந்தோ ரேயிருக்குத் தேடியுறுங் கருத்ததனை
யுருமலிந்த மலர்வாயா லுரையுமென வுரைத்தனனால்

(இரோமைசேர் படலம், பா.41)

என்னும் செய்யுள் தேம்பாவணியின் இரண்டாம் காண்டத்திலுள்ள,

மருமலி மலர் நிழலே மறை மலி உயர் பயனே
திருமலி கர முகிலே சிவம் மலி தனி முதலே
இருமலி உலகு உளரே இணரொடு தொழும் அடியே
குருமலி அற நெறியே கொழு மலர் அடி தொழுதேன்

(சோசுவன் வெற்றிப் படலம், பா. 185)

என்னும் செய்யுளின் தாக்கத்தினால் அமைந்துள்ளது எனலாம்.

கிறித்தவக் காப்பியங்களுள் பழமையானக் காப்பியம் ஞானாதிக்கராயர் காப்பியம். இக்காப்பியத்தில் விவிலியச் செய்திகள் கிளைக்கதையாக இடம்பெற்றிருப்பினும், இறைவன் ஆதாம் ஏவாளைப் படைத்தது முதல் இயேசு கிறிஸ்து பரலோகம் சென்றது வரையிலான செய்திகள் இரத்தினச் சுருக்கமாகக் கொடுக்கப்பட்டுள்ளன. மறுபதிப்பில் வராமல் மறைந்து கொண்டிருக்கும் இக்காப்பியம் மீண்டும் வெளிவருவது கிறித்தவ இலக்கியத்திற்குப் பெருமை.

34. அர்ச். சவேரியார் காவியம்

மேலைநாட்டுத் திருத்தொண்டர்கள் தங்கள் வாழ்க்கையைக் கிறிஸ்துவுக்காக அர்ப்பணித்து, தமிழகம் வந்து இறைப்பணி, சமூகப்பணி, கல்விப்பணி ஆகியவற்றை எவ்விதத் தன்னலமுமின்றி செய்தனர். இவர்களுள் முதன்மையானவர் புனித பிரான்சிஸ் சவேரியார் ஆவார். இவரைக் காப்பியத் தலைவராகக் கொண்ட காப்பியம் அர்ச். சவேரியார் காவியம். இதுவரையிலும் பிரான்சிஸ் சவேரியார் குறித்து இரண்டு காப்பியங்கள் வெளிவந்துள்ளன.

ஆசிரியர் வரலாறு

அர்ச். சவேரியார் காவியம், சிலுவை முத்து நாயகர் என்பவரின் புதல்வர் அந்தோனிமுத்து நாயகரால் 1882 ஆம் ஆண்டு வெளியிடப்பட்டது. இவர் கேரள மாநிலத்திலுள்ள பாலக்காடு மாவட்டத்திலுள்ள பள்ளிக் கூடத்தானூர் என்னும் ஊரைச் சேர்ந்தவர். இவர் கொச்சி நகரையடுத்த அத்திக்கோட்டில் வாழ்ந்து வந்த ஆரோக்கிய நாயகரின் தலைசிறந்த மாணாக்கருள் ஒருவர்.

நூலின் பதிப்பு வரலாறு

1877 ஆம் ஆண்டு கார்த்திகை மாதம் 20 ஆம் தேதி இக்காவியம் பாடத் துணிந்ததாகப் பாயிரத்தில் நூலாசிரியர் குறிப்பிட்டுள்ளார். இக்காவியம் 1882 ஆம் ஆண்டு பாப்பான்வெளிக் கதிபதியாகிய பண்டிதர் அ. சவேரிமுத்து நாயகர் அவர்களின் பொருளுதவியால் சென்னையிலுள்ள இந்தியன் அச்சகத்தில் பதிப்பிக்கப்பட்டது. இக்காவியம் கோயம்புத்தூர் மேற்றிராசன ஞானவாளுகையைச் சேர்ந்த அத்திக்கோடு விசாரணைக் குருசுவாமி யாராகிய சங். அருள்மரிநாத சுவாமியார் அவர்களின் அனுமதியுடன் வெளியிடப்பட்டது. இக்காப்பியம் 2014 ஆம் ஆண்டு அருள்தந்தை முனைவர் சி. மணிவளன் அவர்களால் திருச்சியிலுள்ள கிறித்தவ ஆய்வு மையத்தின் மூலம் இரண்டாம் பதிப்பாக வெளியிடப்பட்டது.

நூன்முகம்

அர்ச். சவேரியார் காவியத்தின் நூன்முகம் என்னும் பகுதி சொ. முனிஷி அண்ணாப்பிள்ளை உபாத்தியாயர் அவர்களால் எழுதப் பட்டுள்ளது. இந்நூன்முகத்தில் புனித சவேரியாரைப் பற்றியும், நூலாசிரியர் மற்றும் நூல் பதிப்பு பற்றியும் குறிப்பிடப்பட்டுள்ளது.

சாத்துகவிகள்

அர்ச். சவேரியார் காவியத்தில் சொ. முனிஷி அண்ணாப்பிள்ளை உபாத்தியாயர், கை.பெ. தெரிசன முதலியார், வி.அ. சவேரிமுத்துராய முதலியார், பு.அ. மிக்கேல்சாமி செட்டியார் ஆகியோர் சாத்துகவிகள் படைத்துள்ளனர். பு.அ. மிக்கேல்சாமி செட்டியார் இயற்றிய விருத்தப்பாவில் அமைந்துள்ள சாத்துகவிகள் வருமாறு:

சத்தியமறை தீபத்தை பத்தியுடனேந்தியே வித்தேயமதனிலுற்ற
சகலோர்க்கு போதித்து பகலோனை யொப்பவே தகதகெனவே ஜொலித்த
உத்தமன் சவேரியார் பத்தியுறு சரிதைதனை வித்தனந்தோனி யென்போன்
உலகினோர் வியக்கவே நலமுறும் புராணமாய் விலையுறவியற்றிதந்தான்

இத்தகமையாந் திவ்வியபுத்தகந் தன்னையே கத்தோலிக்கு களியாவரும்
இங்கிதமுடன்கொண்டு சங்கையுடன் பலநாளும் மங்காமல் வாசிப்பதால்
முத்தியின்பேறார்ந்த சத்தியச்சவேரியார் அத்தனைவேண்டி யன்பாய
முப்போது மொத்தாசை தப்பாது புரிகுவார் இப்புவியில் மீதுதானே.

(ப. 4)

காவியத்தின் அமைப்பு

அர்ச். சவேரியார் காவியம் பாயிரம் மற்றும் திருநாட்டுப் படலம், திருநகரப் படலம், உற்பவித்துப் பிறந்த படலம், துறவறத்துரிமை கொண்ட படலம், லிஸ்போநகர்க் கெழுந்தருளி நவப்படலம், சிந்து ராச்சியத்துக்கு சேர்நவப் படலம், பரவ தேசத்துக் கெழுந்தருளி நவப் படலம், திருவான் கோட்டிற் கெழுந்தருளி நவப் படலம், மலாக்கா பட்டணத்துக் கெழுந்தருளி நவப் படலம், சப்போனியா தேசத்துக் கெழுந்தருளி நவப் படலம், யாத்திரைப் படலம், முடிசூட்டுப் படலம் என்னும் 12 படலங்களை உடையது. இக்காவியத்தில் இடம் பெற்றுள்ள செய்யுட்களின் மொத்த எண்ணிக்கை 820 ஆகும்.

யாப்பு

அர்ச். சவேரியார் காவியத்திலுள்ள விருத்தப் பாடல்கள் கலிவிருத்தம், அறுசீரடி ஆசிரிய விருத்தம், எழுசீரடி ஆசிரிய விருத்தம், அளவடி

கலிவிருத்தம், அஞ்சீர் நெடிலடி ஆசிரிய விருத்தம், நாற்சீர் அளவடி விருத்தம், கலிநிலைத்துறை, எண்சீரடி சந்தத்துறை, எழுசீர்க்கழிநெடில் ஆசிரிய விருத்தம், அறுசீர்க் கழிநெடில் ஆசிரிய விருத்தம், சிந்தடி கலிவிருத்தம் என்னும் யாப்பமைதியினை உடையன.

பாயிரம்

அர்ச். சவேரியார் காவியத்திலுள்ள பாயிரம் என்னும் பகுதி 28 செய்யுட்களால் ஆனது. இப்பாயிரப் பகுதி தற்சிறப்புப் பாயிரம், திரித்துவ வணக்கம், சூசையப்பர் வணக்கம், அர்ச்சிஷ்டர் பொது வணக்கம், மிக்கயேல் சம்மனசின் வணக்கம், சரிதை நாயகன் வணக்கம், குரு வணக்கம், ஆசான் வணக்கம், அவையடக்கம் என்னும் தலைப்புகளால் ஆனது. சான்றாக அறுசீரடி ஆசிரிய விருத்தத்தில் அமைந்துள்ள திரித்துவ வணக்கச் செய்யுள்,

சீரான திரிலோக முழுதுமொரு தோற்றமதாற் செய்தஜீவம்
நேரான நிலவொளியா யரூபியதாயுலகமெங்கு நிறைந்தூடாடிப்
பாராலுமடங்காதாய்ப் பரகதியோர்க் கெட்டாதாய்ப் படியின்மீதில்
வீராக வெனதுளத்தில் வீற்றிருக்கும் விமலனிருதாட்கொள்வாமால்

(பாயிரம், பா. 3)

என அமைந்துள்ளது. ஆசான் வணக்கம் என்னும் பகுதியில் தன்னுடைய ஆசிரியர்களைப் பற்றிப் பாடுகிறார்.

காவியக்கதை

அர்ச். சவேரியார் காவியம் புனித பிரான்சிஸ் சவேரியாரின் வாழ்வும் இறைப்பணிகளும் பற்றி விவரிக்கிறது. புனித சவேரியார் ஸ்பெயின் நாட்டிலுள்ள நவார் என்னும் பகுதியிலிருந்த சவேரியார் கோட்டையில் 1506 ஆம் ஆண்டு ஏப்ரல் 7 ஆம் நாள் யுவான் தெயாசு - டோனா மரியா தம்பதியரின் ஐந்தாவது குழந்தையாகப் பிறந்தார். இவரது தந்தை அந்நாட்டின் அரசவையில் நிதியமைச்சராகப் பணியாற்றியவர்; சட்டவியலில் முனைவர் பட்டம் பெற்றவர். தன்னுடைய ஒன்பதாம் வயதில் தந்தையை இழந்த இவர், தாயின் பராமரிப்பிலேயே அதே அரண்மனையில் படித்து வந்தார். புனித சவேரியார் பாரீசிலிருந்த பல்கலைக்கழகத்தில் படித்துப் பட்டம் பெற்று, அங்கேயே பேராசிரியராகப் பணியாற்றினார். அங்கு புனித இலயோலா இஞ்ஞாசியாருடன் பழகி, அவரது இயேசு சபையில் சேர்ந்தார். உரோமை நகருக்குச் சென்று இஞ்ஞாசியாரோடும் ஏனைய துறவிகளோடும் போப்பாண்டவரைச்

சந்தித்தார். 1540 ஆம் ஆண்டு ரோமில் இருந்து புறப்பட்டு லிஸ்பான் சென்றார். அங்கு ஓராண்டு இறைப்பணியைச் செய்த பின்னர், இந்தியாவிற்கு வரும் வழியில் மொசாம்பிக் தீவில் ஆறு மாதங்கள் இறைப்பணியைச் செய்துவிட்டு 1542 மே மாதம் 6 ஆம் நாள் கோவா வந்தடைந்தார். முதல் நான்கு மாதங்கள் கோவாவிலும் பின்னர் தென் இந்தியாவில் குறிப்பாகத் தமிழகக் கடற்கரைக் கிராமங்களில் தனது இறைப்பணியைச் செய்தார்.

முதலில் தூத்துக்குடியை அடுத்துள்ள பழையகாயல் என்னும் இடத்தில் இறைப்பணியாற்றினார். 1543 ஆம் ஆண்டு கன்னியாகுமரி மாவட்டத்தில் தன் இறைப்பணியைத் தொடர்ந்தார். சுமார் பதினைந்து மாதங்கள் இப்பகுதியிலுள்ள கிராமங்கள் தோறும் மணியடித்தபடி சென்று அங்கு ஆட்கள் கூடியதும் அவர்களுக்கு இயேசு கிறிஸ்துவைப் பற்றி கூறியும் நோயாளிகளைச் சந்தித்தும் வந்தார். புனித சவேரியார் குமரி மாவட்டத்திலுள்ள கோட்டாறு என்னும் இடத்தில் ஆலயம் கட்டினார். இதுபோன்று பல இடங்களிலும் ஆலயங்கள் கட்டியது குறிப்பிடத்தக்கது. மேலும் மதுரை மன்னர் 1544 ஆம் ஆண்டு திருவிதாங்கூர் அரசோடு போர் தொடுக்கப் படைகளோடு நெருங்கிய போது, திருவிதாங்கூர் அரசர் புனித சவேரியாரின் உதவியை நாடினார். புனித சவேரியார் அப்படைகளின் முன்பாகத் தன் சிலுவையை காண்பித்தபடியே செல்ல, மதுரை மன்னனின் படைகள் பின்வாங்கி விட்டனவாம். இன்னும் இதுபோன்ற ஏராளமான புதுமைகள் புனித சவேரியாரால் செய்யப்பட்டன.

மணப்பாடு என்னும் இடத்தில் அவர் தங்கியிருந்த குகை, மற்றும் அதற்குள் இருக்கும் சிறிய கிணறு ஆகியன இன்றும் உள்ளன. அந்தக் கிணறு, கடற்கரையில் உள்ளது. ஆனால் அதன் தண்ணீர் உப்பு இல்லாத நல்ல குடிநீராக இன்றும் புதுமையாக இருக்கிறது. கிறித்தவர்களாக மாறிய கிராமத்தைத் தாக்க வந்தவர்களைத் திரும்பிப் போகும்படியாகக் கேட்டும் போகாதபோது, அருகில் காணப்பட்ட ஒருநாளுக்கு முன்னர் கட்டி முடிக்கப்பட்ட கல்லறையை நோக்கி, கிறிஸ்துவே உம்முடைய வார்த்தையை இவர்கள் அங்கீகரிக்கும்படியாக இந்தக் கல்லறையானது திறக்கட்டும் என்றார். உடனே கல்லறையானது திறந்தது. பின்னர் இறந்தவரை எழும்பி வெளியே வரும்படி கூற, அவரும் அவ்வாறே வெளியே வந்தார். இதைப் பார்த்ததும் அங்கிருந்த நூற்றுக்கும் அதிகமானோர் கிறித்தவர்களாக மாறினர். மேலும், கால்கள் புண்களால் பாதிக்கப்பட்டிருந்த ஒரு பிச்சைக்காரரின் கால்களைக் குணமாக்கினார். புனித சவேரியார், கொம்புதுற என்னும் இடத்தில் கிணற்றில் விழுந்து இறந்த ஒரு சிறுவனின் மேல் கையை வைத்து செபிக்க அவன் உயிர் பிழைத்தான். ஜப்பானில்

பார்வை இல்லாத ஒரு வியாபாரியின் தலை மீது சிலுவையை வைத்து செபிக்க அவன் மீண்டும் பார்வை பெற்றான். புனித சவேரியார் கடலில் பயணம் செய்யும் போது சிலுவை கடலில் விழுந்து விடுகிறது. ஆனால் கரையை அடைந்ததும் ஒரு நண்டு அந்த சிலுவையைக் கொண்டுவந்து சேர்த்தது. மலாக்காவில் தவறுதலாக நஞ்சினை உண்டு இறந்த ஓர் இளைஞனை உயிர்ப்பித்தார்.

புனித சவேரியார் சுமார் 38000 மைல்கள் கடல் மற்றும் தரை வழியாகப் பயணம் செய்து இறைப்பணியாற்றினார். காயல்பட்டினம், தூத்துக்குடி, மணப்பாடு, திருவிதாங்கூர் தேசம், கோவளம், யாழ்ப்பாணம், மன்னார், மயிலாப்பூர், மலாக்கா தீவு, ஜப்பான், காங்கோசிமா தீவு, பீரந்தோ நகர், அமங்குஷி நகர், மெய்யாக்கோ நகர், பொங்கோ நகர், சஞ்சியான் தீவு என்னும் பல இடங்களுக்கு, நாடுகளுக்கு, தீவுகளுக்குச் சென்று இறைப்பணி செய்தார். இறுதியாக சஞ்சியான் தீவில் நோயால் பாதிக்கப்பட்டார். புனித சவேரியார் 1552 ஆம் ஆண்டு டிசம்பர் இரண்டாம் நாள் மரணமடைந்தார். புனித சவேரியாரை அந்தோணியோ என்பவர் அத்தீவிலேயே அடக்கம் செய்துவிட்டுச் சென்றார். மீண்டும் சுமார் இரண்டரை மாதங்கள் கழித்து (1553 ஆம் ஆண்டு பெப்ரவரி 17ஆம் நாள்) அத்தீவின் வழியாக வரும்போது அவருடைய கல்லறையைத் திறந்து பார்த்தனர். அப்போது அவரது உடல் எவ்வித பாதிப்பும் இன்றி வைத்தது போலவே காணப்பட்டது. பின்னர் அவரது உடலை சாந்தாக்குரூஸ் என்னும் கப்பல் மூலம் மலாக்கா கொண்டு சென்றனர். அங்கும் அவரது உடல் கெட்டுப் போகாமல் நறுமணம் வீசியுள்ளது. பின்னர் சவேரியாரின் உடல் அங்குள்ள மலைமாதா கோவிலில் நடுப் பீடத்திற்கு முன் வெட்டியிருந்த கல்லறையில் அடக்கம் செய்யப்பட்டது.

ஐந்து மாதங்களுக்குப் பின்னர் தந்தை ஜுவான் தெ பெய்ரா புனித சவேரியாரின் உடலை கோவா கொண்டு செல்ல ஏற்பாடு செய்தார். 1554 ஆம் ஆண்டு மார்ச் 16 ஆம் நாள், சாந்தாக்குரூஸ் கப்பலில் புனிதரின் உடல், கோவா கொண்டு வரப்பட்டது. 'பாம் இயேசு தேவாலயத்தில்' மிகவும் பாதுகாப்புடன், கோவா அரசாங்கத்தின் உதவியுடன் இன்றுவரை சவேரியாரின் உடல் பாதுகாக்கப்பட்டு வருகிறது. சுமார் 460 ஆண்டுகள் கழிந்த பின்னரும் இப்புனிதரின் உடல் இன்றும் மக்கள் பார்க்கும் படியாகவே உள்ளது.

இயற்கை வளம்

அர்ச். சவேரியார் காவியத்திலுள்ள திருநாட்டுப் படலம், திருநகர்ப் படலம் என்னும் முதல் இரு படலங்களிலும் சவேரியார் பிறந்த நாட்டின்

வளங்களைத் தமிழ் நாட்டின் மரபில் ஆசிரியர் பாடுகிறார். இப்படலச் செய்யுட்களின் மூலம் தமிழ் நாட்டு மருத நிலங்களைத்தான் காப்பியக் கவிஞர் வருணிக்கிறார் என்னும் உணர்வு வாசகர்களுக்கு வருவது,

உழுனரோதையு மொழுகிய நீர்தடுப்பவரு
மொழிவிலாவிதைப் பவர்களி னார்ப்பு மொண்ணகரில்
வழுவிலாத் திருநாள் வரும் போதவர் மகிழ்வாய்ச்
செழுமையானதேர் சிறப்பலங்கார நாடெனவாம்

நீசர்தன்மன மெனநிமிர்ப் பயிர்கள்நேர் வளர்ந்து
வேசைமாதர்க டுதடென விளைந்தசெந்நெற்க
ளாசையோடறுத் தவரவர் களத்திடை குமித்தல்
நேசமுன்னவர் பபேலெனுங் கோபுர நிகர்த்தே

(திருநாட்டுப்படலம், பா.9, 10)

என்னும் இச்செய்யுட்கள் மூலம் அறியலாகின்றது. கலப்பையில் ஏர் உழுகின்றவர்களின் ஓசையும், ஓடி வருகின்ற நீரைத் தடுப்பவர் மற்றும் ஓய்வில்லாமல் விதைப்பவர்களின் ஓசையும் கேட்டுக் கொண்டிருந்தன. ஒளி மிக்க அந்நகரில் குற்றமில்லாத திருநாள் வரும் போது அந்நகரத்தார் மகிழ்வாய் சிறப்பான அலங்காரத்தை அந்நாடு முழுவதும் செய்தார்கள். அந்நாட்டில் பயிர்கள் அற்ப நீசர்களின் மனம் எப்பொழுதும் பணியாமல் நேராக நிற்பதுபோல் வளர்ந்து நிற்கும். விலைமாதர்கள் உதடுபோல் சிவந்த செந்நெல்கள் விளைந்தன. அச்செந்நெல்லை அறுத்து வந்து களத்திடை குவித்தபோது அது பாபேல் கோபுரத்தைப் போன்றிருந்தது என விவரிக்கிறார்.

சிலப்பதிகாரத்தின் தாக்கம்

சிலப்பதிகாரத்தில் கோவலன் கண்ணகி மதுரை நோக்கிச் சென்ற போது அங்குப் பறந்த கொடிகள் அவர்கள் மதுரைக்கு வரவேண்டாம் என்று கைகளை அசைப்பதாக,

போருழந் தெடுக்க ஆரெயில் நெடுங்கொடி
வாரலென் பனபோல் மறித்துக்கை காட்ட

(புறஞ்சேரியிறுத்த காதை, அடி. 189-190)

என இளங்கோவடிகள் பாடுகிறார். இதை அடிப்படையாகக் கொண்டு அர்ச். சவேரியார் காவியத்திலும் செய்யுள் புனையப்பட்டுள்ளது. ஆசிரியர் விவிலியச் செய்திகளை விவரிக்கும் இறைத் தொண்டரான புனித சவேரியாரை சுருதிநூற் கலைஞர் என்கிறார். அங்குப் பறக்கும் கொடிகள் தூய சவேரியாரை அழைப்பதை,

எல்லையிலோடும் யோசனையெனச்சே ணிலங்கிய சிகரமேற்கொடிகள்
தொல்லையில்லாமல் ஆடியுலாவிச் சுருதிநூற்கலைஞரை யழைக்கும்
புல்லியசிகரந் தனிலும்பொற்றசும்போ பூருவமனிதருக்கமலன்
சொல்லியும் விலக்குஞ் சீவகவிருட்சத் தூய்கனியென்னலாங் கொல்லோ

(திருநாட்டுப்படலம், பா. 21)

என்று பாடுகின்றார் காவியக் கவிஞர்.

விவிலியச் செய்திகள்

அர்ச். சவேரியார் காவியம் புனித சவேரியாரின் இறைப்பணியை விவரித்தாலும் காவியத்தில் ஆங்காங்கே விவிலியச் செய்திகளை ஆசிரியர் குறிப்பிட்டுள்ளார். குறிப்பாக திருநாட்டுப் படலம், திருநகர்ப் படலம், உற்பவித்துப் பிறந்த படலம், லிஸ்போநகர்க் கெழுந்தருளி நவப் படலம், சிந்துராச்சியத்துக்குச் சேர் நவப்படலம், முடிசூட்டுப் படலம் ஆகிய படலங்களில் விவிலியச் செய்திகள் இடம்பெற்றுள்ளன. உதாரணமாக திருநாட்டுப் படலத்தில் பாபிலோன் கோபுரம் பற்றிய குறிப்பினையும், உற்பவித்துப் பிறந்த படலத்தில் ஏவாள் பழத்தைப் புசித்ததனால் ஏற்பட்ட தீமையினைப் பற்றிய குறிப்பினையும் சொல்லலாம்.

சவேரியார் செய்த அற்புதங்கள்

புனித சவேரியார் இயேசு கிறிஸ்துவின் அருளால் பல அற்புதங்களைச் செய்தார். அவற்றில் குறிப்பிடத்தக்கது இறந்தவர்களை உயிரோடு எழுப்பியதாகும். சவேரியார் கோவளத்தில் இறைப்பணி செய்யும்போது மக்கள் இவரது அருளுரைகளைக் கேட்டாலும் கிறித்தவர்களாக மாற மனமின்றி காணப்பட்டனர். அவர்களுக்குத் தம் அருளுரையின் மீது நம்பிக்கை ஏற்படுத்துவதற்காக சில அற்புதங்களைச் செய்தார். அவற்றில் ஒன்று இறந்தவரை உயிருடன் எழுப்பியது ஆகும். இந்நிகழ்வு நடைபெற்ற இடம் திருவிதாங்கூர் பகுதியாகும். சவேரியார் செய்த அற்புதத்தையும் அதனால் மக்கள் கிறித்தவத்தில் சேர்ந்ததையும்,

சாம்பிணமே சருவேஸ னாமத்தாலே சடலமொடு வுயிர்தோன்றி யெழுந்தேநில்லு
காம்பவர்கண் முன்னாகத் துயிலைநீத்துக் கண்முழித்தாற் போலெழுந்தான் கண்டோரெல்லா
மாம்பல்மல ரடிதொழுதா ரையன்வேத மற்புதமா யிப்புதுமை யார்செய்தார்கள்
தேம்படுஞ்சொல் சத்தியமறை மெய்யாம்வேதஞ் செப்பரிதாங் கிறீஸ்துமறை சேர்ந்தாரெல்லாம்

(திருவான்கோட்டிற் கெழுந்தருளி நவப் படலம், பா. 32)

எனக் காப்பிய ஆசிரியர் பாடுகிறார். மலாக்காவில் ஒரு பெண் இறந்து அடக்கம் பண்ணப்பட்டு மூன்று நாட்கள் ஆகியிருந்தது. அப்பெண்ணுடைய தாயின் வேண்டுதலை ஏற்று கல்லறையிலிருந்து அப்பெண்ணை உயிருடன் எழுப்பினார். இதை,

பிளைத்தாளென்று பேசுரீரையா பெற்றவட்கு
குளத்தாமரைபோல் வாயாற் போதன் கூறுதலை
யிளக்காதேயிச் சேதியைநம்பி யிடங்குழியில்
வளுக்காதோடிப் பாருன்றன்மகளும் வருவளென்றான்

தாயாள் நம்பி சத்தகுழியிற் சார்ந்தவுடன்
சேயாளுயிராய்த் தேகநோயில்லாச் செபம் பண்ணி
வாயாற்சேசு நாதனேயென்று வாய்மலர்ந்து
வோயாதோதி வாரதுகண்டா ழொன்றொடியாள்

(மலாக்காபட்டணத்துக் கெழுந்தருளி நவப் படலம், பா. 19, 20)

எனத் தெளிவுபடுத்துகிறார்.

சிந்து போதகன்

அர்ச். சவேரியார் அன்றைய சிந்து தேசமான இன்றைய இந்தியாவிற்கு வந்தமையால் சிந்து போதகன் எனக் காப்பிய ஆசிரியரால் சுட்டப்படுகிறார்.

சிந்துதேயத்துப் போதகனிங்கண் செய்நவங்கள்
முந்தியறிந்த மலாக்கெனுனாட்டின் மூலையெங்கும்
விந்தையுடனே சத்தியவேத வித்துகளைச்
சிந்தவும்வந்தச் சிந்திறைபோதன் சிறந்தனராம்

(மலாக்கா பட்டணத்துக் கெழுந்தருளி நவப் படலம், பா. 24)

என்னும் மேற்குறிப்பிட்ட செய்யுளிலும், சிந்து ராச்சியத்துக்குச் சேர் நவப்படலத்திலும் (பா. 46) சவேரியார் சிந்து போதகன் என அழைக்கப் படுகிறார். இது அவரது தனித்தன்மைக்குச் சான்றாக விளங்குகிறது.

வருணனைகள்

காப்பிய இலக்கணப்படி காப்பியத்தில் வருணனைகள் இடம் பெற்றிருப்பது இயல்பானது. அர்ச். சவேரியார் காவியத்திலுள்ள முதல் இரு படலங்களான திருநாட்டுப் படலம், திருநகரப் படலத்தில் வருணனைகள் இயல்பாக அமைந்துள்ளன. வண்டுகள் மலரிடைத் தேனெடுத்து பருகி பண்ணிசைத்து இருக்கும்; இளகிய சேற்றில் சங்குகள் படுத்துறங்கும்; வயல்களில் தாமரைகள் விளைந்து முத்துகளை உதிர்க்கும்; செழும் சோலைகள் வளர்ந்து செழித்திருக்கும்; வயல்களிடையே கம்புள் இனங்கள் தங்களுடைய மனைவியாகிய பெண் பறவைகள் மூங்கிலில் விளைந்திடும் முத்து இனங்களை எறிய அதற்கு அஞ்சியிருக்கும்; முத்துகளிலிருந்து விரிகின்ற சுடரால் ஆம்பல் மலர்கள் காலமல்லாத வேளைகளிலும் இதழ் விரிக்கும் என,

வண்டுளானது மலரிடைபடுத்து பண்ணிசைக்கும்
அண்டசங்கிளஞ் சேற்றிடையடுத்துவங் குறங்கும்
புண்டரீகங்கள் செழும்பணை புகுந்துமுத் துறுஞ்சி
கண்டினஞ்செழுஞ் சோலைகணாடிகண் கரிக்கும்

கழனிவாயிடை கம்புளி னினங்கள் தந்தாரம்
கழைகணீன்றிடுங் கதிரின்முத்தினங்களுங் கஞ்சம்
விளைந்தளித்தமுத் தங்களும் விரிகதிர் சுடரால்
திளைத்தவாம்பல்வாய் முகைகதவகற்றிடுஞ் சிறப்பாய்

(திருநாட்டுப் படலம், பா. 6, 7)

என்னும் செய்யுட்களின் மூலம் வருணனை செய்கிறார். மேலும்,

பொன்னினாற்செய்த தண்டிகை யொருபாற் புகரினாற்செய்த போதிகையும்
வன்னிபோற்சிவந்த பவழத் தூணொருபால் வயிரத்தாற்றாங்கியகாலில்
பன்னியதகர முத்துகளிழைத்துப் பயிற்றிய தூணுகளொருபால்
சென்னிவான்சுடர்போ லுலகமெத்திசைக்குந் தீபமாஞ் சவரியார் கோட்டை

(திருநாட்டுப் படலம், பா. 23)

என்னும் செய்யுளில் சவேரியார் பிறந்த சவேரியார் கோட்டையை ஆசிரியர் வருணிக்கும் திறம் வியக்கத்தக்கது. சவேரியார் கோட்டையானது பொன்னால் செய்த தண்டிகைகள் ஒருபுறமும், அழகிய போதிகைகளும், தீப் போலச் சிவந்த பவளத் தூண்களும், உறுதி மிக்க கால்களில் முத்துக்கள் இழைக்கப்பெற்ற தூண்கள் ஒரு பக்கமும் அமைந்து உயர்ந்த வான் சுடர் எல்லா திசையில் உள்ளவர்களாலும் அறியப்படுவதைப் போல உலக மக்கள் அனைவராலும் அறியப்பட்ட சிறப்பினை உடையதாக இருந்தது என வருணிக்கிறார். காப்பிய ஆசிரியரின் வருணனைகள் தமிழ் மரபை ஒட்டியே அமைந்துள்ளன.

குளங்கள்நீர் மாதரீட்டங் கொம்பிருங் குயிலினீட்டம்
இளமைசேரினிப் பெண்கூட்ட மிராசகட் பேரியீட்டம்
வளங்கொளும் புலவரீட்டம் வரையரண் கொடைகணீட்டம்
நளினநாட்டகத்தின் கேண்மை நாவலர் புகழுமாரோ

(திருநாட்டுப் படலம், பா.13)

என்னும் செய்யுளில் நீர் நிறைந்த அழகிய குளங்களும், சோலைகளில் கூவும் குயில்களும், இளமையானப் பெண்களும், முரசின் மங்கல ஒலிகளும், அறிவுசான்ற புலவரும், மலை அரண்களும், பல வகையான அருட்கொடைகளும், கூட்டம் கூட்டமாக நாவன்மை மிக்கப் புலவர்களால் புகழ்ந்துரைக்கும் வண்ணம் அந்நாட்டில் விளங்குகின்றன என வருணிக்கிறார்.

உவமைநயம்

அந்தோனிமுத்து நாயகர் தமது காப்பியத்தில் ஏராளமான உவமைகளைக் கையாண்டுள்ளார். இவ்வுவமைகள் காப்பியத்திற்கு அணிகலன்களாக உள்ளன. சான்றாகச் சில உவமைகள் பின்வருமாறு:

1. நாகமலை வெள்ளியுயர் நற்கிரணக் கூட்டமென
2. புயல்வானுடு நடுவேமிளிர் பொங்கு மதியென
3. மாற்றுறும் பொன்னைத் தீயில் வதைப்பது போல
4. சுயம்பர கதியில்வாழும் அணிபடை மேலோர் போல
5. மதியொளி யதுமுன்னேதான் வருகுமின் மினிப்பூச் சொப்போ
6. மெஞ்ஞானி கண்முன் மூகைககதை சொன்னதென

மேலும் ஒரே செய்யுளில் பல உவமைகளையும் ஆசிரியர் கையாண்டுள்ளார். சவேரியாரிடம் கட்டெறும்புகளைப்போல மக்கள் கூட்டம் கூட்டமாக வந்தனர்; நாரைகள் தலையைத் தூக்கி இரையைத் தேடுவதுபோல மக்கள் சவேரியாரை அணுகினர்; தென்னை மரத்திலுள்ள இளநீரைத் தேரைக் குடிப்பதுபோல மக்கள் புனிதரது போதனைகளை அருந்தினர்; காரைகள் சுவரில் படுவதுபோல மக்கள் கதிவழி நிலைமையில் இருந்தனர் என்னும் கருத்தமைந்த செய்யுளில் பல உவமைகள் தொடர்ந்து வந்துள்ளன. அச்செய்யுள் பின்வருமாறு:

தாரைகள் விடுங்கட் டெரும்புபோற் சனர்கட் தவமுனியிடத்தினிற் சார்ந்து
நாரைகள் தலையை யெடுத்து முன்னிரையை நாடுமொப்பென நலனுரையைத்
தேரை தென்னிளநீர் குடிப்பதொப்பாகச் சென்றனர் சிந்தையிலருந்திக்
காரைகள் சுவரிற் படிவனபோலுங் கதிவழி நிலமையுற்றிருந்தார்

(சப்போனியா தேசத்துக் கெழுந்தருளி நவப்படலம், பா.61)

புனித சவேரியார் இந்திய மக்களுக்காகத் தம் வாழ்க்கையையே அர்ப்பணித்தவர். அவரது இறைப்பணி ஈடு இணையற்றது. மனித நேயம் உடைய அவரது வாழ்வும், பயணங்களும், அனுபவங்களும், அற்புதங்களும், முடிவும் காப்பியமாகத் தமிழில் படைக்கப்பட்டுள்ளது தமிழுக்கும் தமிழ் மக்களுக்கும் கிறித்தவ உலகிற்கும் ஏற்றம் தருவதாகும்.

35. தெய்வ சகாயன் திருச்சரிதை

கன்னியாகுமரி மாவட்டத்தில் இயேசு கிறிஸ்துவுக்காக வாழ்ந்து முதல் இரத்த சாட்சியாக மரித்தவர் தேவசகாயம் பிள்ளை. இவருடைய வரலாறு நாட்டார் மரபை அதிகமாகப் பாதித்தமையால், இந்த வரலாறும் சில நிகழ்ச்சிகளும் ஏலேலக் கும்மியாகவும் அம்மானையாகவும் கதை பிரசங்க வடிவிலும் வந்துள்ளன. தேவசகாயம் பிள்ளையைப் பற்றி சுமார் 40 நூல்கள் வெளிவந்துள்ளன என அறிஞர்கள் குறிப்பிடுகின்றனர். 1950 இல் வெளிவந்த 'தேவசகாயம் பிள்ளை துக்க சிந்து' என்னும் சிறு பிரசுரம் அவரின் இறுதிக்கால நிகழ்ச்சியை மட்டும் விவரிக்கின்றது. தேவசகாயம் பிள்ளையைக் குறித்த நாடகம் கன்னியாகுமரி மாவட்டத்திலுள்ள பெருவிளை, வெள்ளிகோடு, முள்ளிவிளை, ஆசாரிப்பள்ளம், புலியூர்க்குறிச்சி, ஆரல்வாய்மொழி போன்ற இடங்களிலும் திருநெல்வேலி மாவட்டத்தில் பூச்சிமுள்காடு, வடக்கன்குளம் ஆகிய இடங்களிலும் நடிக்கப்பட்டு வருகின்றது. இதனடிப்படையில் தேவசகாயம் பிள்ளையின் வரலாறு காப்பியங்களாகவும் படைக்கப்பட்டுள்ளது. அவற்றில் ஒன்று புலவர் சூ. தாமஸ் அவர்கள் இயற்றிய பிள்ளை வெண்பா என்னும் 'தெய்வசகாயன் திருச்சரிதை' என்பதாகும். தேவசகாயம் என்னும் நீலகண்டனின் சரிதையை தெய்வசகாயன் எனக் குறிப்பிட்டு இக்காப்பியத்திற்கு தெய்வசகாயன் திருச்சரிதை எனப் பெயரிட்டுள்ளார்.

ஆசிரியர் வரலாறு

புலவர் சு. தாமஸ் தஞ்சாவூரிலிருந்து திருச்சிராப்பள்ளி செல்லும் வழியில் உள்ள கோட்டரப்பட்டி என்னும் கோட்டூரில் 1910 ஆம் ஆண்டு ஆகஸ்டு மாதம் 4 ஆம் நாள் சூசை உடையார் - சூசையம்மாள் தம்பதியினருக்கு மகனாகப் பிறந்தவர். இவர் திருக்காட்டுப்பள்ளி சிவசாமி அய்யர் உயர்நிலைப் பள்ளியில் எட்டாம் வகுப்பு வரை பயின்றார். அதன் பின்னர் தமது பெரியப்பா வைத்திருந்த தேம்பாவணி, அரிச்சந்திர புராணம் முதலிய நூல்களைப் படித்ததனால் அவருக்குத் தமிழில் ஆர்வம் ஏற்பட்டது. 1931 ஆம் ஆண்டு அவரது உறவினரும் திருச்சி ரோமன்

கத்தோலிக்கப் பயிற்சிப் பள்ளித் தமிழாசிரியருமான சுயம்பிரகாச உடையார் வீட்டிலிருந்து கொண்டே தமிழ் பயின்று 1932 ஆம் ஆண்டு மதுரைத் தமிழ்ச் சங்கப் பிரவேச பண்டித தேர்வில் வெற்றி பெற்றார். திருவையாறு தமிழ்க் கல்லூரியில் பயின்று 1936 இல் தமிழ் வித்வான் பட்டம் பெற்றார்.

1938 ஆம் ஆண்டில் தூத்துக்குடி தூய சவேரியார் உயர்நிலைப் பள்ளியில் ஓராண்டு தமிழாசிரியராகப் பணியாற்றினார். 1939 ஆம் ஆண்டு முதல் தஞ்சை தூய இருதய மகளிர் உயர்நிலைப் பள்ளியில் இருபத்தியிரண்டு ஆண்டுகள் தமிழாசிரியராகப் பணியாற்றி ஓய்வு பெற்றார். இவர் கிறித்தவச் சமயக் கொள்கைகளில் ஆழ்ந்த நம்பிக்கையும் பற்றும் கொண்டவர். வேளாங்கண்ணித் திருத்தலத்தின் மீதும் அங்கு கோயில் கொண்டுள்ள ஆரோக்கிய மாதா மீதும் மிகுந்த பக்தியும் ஈடுபாடும் கொண்டவர். இவர் படைத்த 13 சிற்றிலக்கியங்கள் அடங்கிய தொகுப்பு நூல் 1977 ஆம் ஆண்டு திருவருள் மாலை என்னும் பெயரில் வெளிவந்தது. அதன் பின்னர் இவரது 19 படைப்புகள் 1993 ஆம் ஆண்டு ஏசுவின் அன்னைக்கு ஏற்றிய தீபங்கள் என்னும் பெயரில் வெளிவந்துள்ளன. இத்தொகுப்பு நூலின் பதிப்பாசிரியர் புலவர் நாகசண்முகம் ஆவார்.

படைப்புகள்

சு. தாமஸ் 18 சிற்றிலக்கியங்களையும் ஒரு காப்பியத்தையும் படைத்துள்ளார். அவரது படைப்புகளின் எண்ணிக்கை 19 ஆகும். அவை வேளைநகர் அன்னையைப் போற்றும் ஆனந்தக்கும்மி, வேளை நவமணிமாலை, வேளை அந்தாதி, மரியன்னை மாலை, வேளை மரியன்னை பிள்ளைத்தமிழ், நற்செய்தி நங்கையர் மாலை, நசராபுரி நாயகி மாலை, நசரை நான்மணிமாலை, மூவர் அம்மானை, திருவெல்லைமாலை, வேளைச் சகாயமாலை, பேரின்பத் தூதுப் பாடல்கள், தெய்வ சகாயன் திருச்சரிதை, தஞ்சை வியாகுல மாதா பதிகம், மனுக்குல வெண்பா, நன்று நாற்பது, சரணாஞ்சலி, கர்த்தர் புகழாரம், கோட்டூர் மரியன்னை பதிகம் என்பனவாகும்.

காப்பியக் கதை

நீலகண்ட பிள்ளை 1712 ஆம் ஆண்டு ஏப்ரல் 23 ஆம் நாள் கன்னியாகுமரி மாவட்டத்திலுள்ள நட்டாலம் என்னும் ஊரில் மருதங்குளங்கரை குடும்பத்தில் வாசுதேவன் நம்பூதிரி - தேவகி தம்பதி யினருக்கு மூத்த மகனாகப் பிறந்தார். நீலகண்ட பிள்ளை மேக்கோடு என்னும் ஊரிலுள்ள நாயர் குடும்பத்தில் பார்கவி அம்மையாரைத் திருமணம் செய்தார். நீலகண்ட பிள்ளையின் அறிவு, திறமை, உண்மை,

கல்வி முதலிய குணங்களைக் கேட்டறிந்த திருவிதாங்கூர் மன்னர், நீலகண்ட பிள்ளைக்குத் தகுந்த அரசு வேலை கொடுத்துப் பெருமைப் படுத்தினார். நீலகண்ட பிள்ளை உதயகிரிக் கோட்டையில் தங்கியிருந்த வீரர்களுக்கு ஊதியம் வழங்கும் பொறுப்பிலிருந்தார். அப்போது அவரது குடும்பத்தில் ஏராளமான இழப்புகள் ஏற்பட்டன. இறுதியில் அவரது வீட்டிலுள்ள உயர்தரமான மாடுகள் திடீரென இறந்துவிட்டன. இச்சூழலில் உதயகிரிக் கோட்டையிலிருந்த டச்சு வீரர் டிலனாயின் தொடர்பு கிடைத்தது. நீலகண்ட பிள்ளையின் முகச்சோர்வைக் கண்டறிந்த டிலனாய், அவரிடம் துயரத்திற்கான காரணங்களைக் கேட்டறிந்து கொண்டார். மனத்துன்பத்திலிருந்த நீலகண்ட பிள்ளைக்கு டிலனாய் விவிலியச் செய்திகளைக் கூறி ஆறுதலளித்தார். குறிப்பாக, விவிலியத்திலுள்ள யோபுவின் சரித்திரத்தைக் கூறி யோபுவைப்போல் இன்பத்தையும் துன்பத்தையும் சமமாக ஏற்றுக் கொள்ளும் மனநிலை வேண்டும் என விளக்கம் கொடுத்தார். இது நீலகண்ட பிள்ளையின் மனதில் மாறுதலையும் ஆறுதலையும் ஏற்படுத்தியது.

டிலனாயிடம் தாம் கிறித்தவ மதத்தில் சேர்வதற்குரிய விருப்பத்தைத் தெரிவித்தார். பின்னர் டிலனாய் வடக்கன்குளத்தில் இறைப்பணியாற்றி வந்த பங்குத்தந்தை பரஞ்சோதிநாதரிடம் நீலகண்ட பிள்ளையை ஒரு கடிதத்துடன் அனுப்பினார். டிலனாயின் கடிதத்தைப் பெற்றுக் கொண்ட பங்குத்தந்தை பரஞ்சோதிநாதர், நீலகண்ட பிள்ளைக்கு தேவசகாயம் என ஞானஸ்நானம் கொடுத்தார். தேவசகாயம் என்னும் பெயருடன் பிள்ளை என்னும் பெயரும் சேர்ந்து தேவசகாயம் பிள்ளை என அழைக்கப்பட்டார். அவர் கிறித்தவராக மாறிய பின்னர், பிறருக்கு கிறிஸ்துவைப் பற்றி அறிவித்து வந்தார். அத்துடன் தமது மனைவிக்கும் விவிலிய உண்மைகளை எடுத்தியம்பினார். தொடக்கத்தில் மறுத்தாலும் பின்னர் கிறிஸ்துவைத் தம் சொந்த இரட்சகராக ஏற்றுக்கொண்டார். இவர் பங்குத்தந்தை பரஞ்சோதி நாதரிடம் ஞானப்பூ என்னும் பெயரால் ஞானஸ்நானம் பெற்றார்.

தேவசகாயம் பிள்ளை கிறித்தவராக மாறிய பின்னர், புலியூர்க் குறிச்சியில் வாழ்ந்து வந்தார். மார்த்தாண்டவர்மா மகாராஜாவின் நம்பிக்கைக்குரிய படைத்தளபதி இராமையன் தளவாய் ஆவார். நீலகண்டப்பிள்ளையின் மதமாற்றத்தைக் கேள்விப்பட்ட தளவாய் ஆத்திரமடைந்தார். தேவசகாயத்திற்குத் தகுந்த பாடம் புகட்டுவதற்கான வாய்ப்பினை எதிர்பார்த்துக் கொண்டிருந்தார். இச்சூழலில் வடக்கன்குளம் பங்குத்தந்தை, 'புதிதாகக் கட்டவிருக்கும் ஆலயத்திற்கு மரங்கள் தேவை எனவும் அரசரின் அனுமதியுடன் வெட்டிட ஆவன செய்ய வேண்டும்'

எனவும் தேவசகாயம்பிள்ளைக்குக் கடிதம் எழுதி அனுப்பினார். தேவசகாயம் இக்கடிதத்தை தளவாயிடம் கொடுத்தார்.

அந்தணர்கள் பலர் ஒன்று சேர்ந்து அரசரை நேரில் பார்த்து தேவசகாயம் தங்களை இழிவுபடுத்திப் பேசுவதாக முறையிட்டனர். அரசர் உடனே இராமையன் தளவாயை அழைத்து உண்மை நிலவரத்தை அறிந்து கொண்டார். தளவாய்க்கு தேவசகாயம்பிள்ளையின் மீதிருந்த காழ்ப்புணர்வினை அரசரிடம் வெளிப்படுத்துவதற்கு இது நல்ல தருணமாக இருந்தது. உடனே அரசர் பத்மநாபபுரத்திலிருந்த தேவசகாயம் பிள்ளையை உடனடியாக அரண்மனைக்கு வரும்படி சேவகர்கள் மூலம் அழைப்பு விடுத்தார். அரண்மனையைச் சென்றடைந்த தேவசகாயத்தின் மீது பல அபாண்டமானக் குற்றச் சாட்டுகள் சுமத்தப்பட்டன. தேவசகாயம் பிள்ளை மேலதிகாரிகளிடம் அனுமதி பெறாமல் வடக்கன்குளத்தில் ஆலயம் கட்ட, கடுக்கரை மலையிலிருந்து தேக்கு மரங்களை வெட்டி ஆரல்வாய்மொழி வழியாக வடக்கன்குளத்திற்கு அனுப்பி வைத்தார் என்பது அவர் மேல் சுமத்தப்பட்ட குற்றங்களுள் ஒன்று. உடனே அரசர் மார்த்தாண்டவர்மா, தேவசகாயத்தைச் சிறையிலடைக்க உத்தரவிட்டார்.

தேவசகாயம் 1749 ஆம் ஆண்டு பெப்ரவரி மாதம் 23 ஆம் நாள் கைது செய்யப்பட்டு, மூன்று ஆண்டுகள் கைதியாகவே வாழ்ந்து வந்தார். திருவிதாங்கூர் அரசர் மார்த்தாண்ட வர்மா தேவசகாயத்தை நேரடியாகவே விசாரணை செய்து மீண்டும் இந்து மதத்திற்கு வர வற்புறுத்தினார். ஆனால் தேவசகாயம் பிள்ளை அதற்கு இணங்க வில்லை. கிறித்தவ சமயக் கொள்கைகளையும் அதன் சிறப்புகளையும் தன்னைச் சார்ந்தவர்களுக்குச் சொல்லி வந்தார். முதல் விசாரணையில் தேவசகாயம் பிள்ளைக்கு மரண தண்டனை வழங்கப்பட்டது. ஆனால் அரசரின் கருணையால் அது சிறைத் தண்டனையாக மாற்றப்பட்டது.

தேவசகாயம் பிள்ளைக்கு ஒவ்வொரு நாளும் கருஞ்சூரை முள்ளினால் 30 கசையடிகள் கொடுக்கப்பட்டன. கசையடியால் ஏற்பட்ட புண்களில் மிளகாய்ப்பொடியைத் தேய்த்தனர். தாகம் ஏற்படும்போது தண்ணீர் கொடுக்காமல் துன்பப்படுத்தினர். இவர் விசாரணைக் கைதியாக இருந்தபோது பல ஊர்களுக்கும் கொண்டு செல்லப்பட்டு துன்புறுத்தப் பட்டார். அவருடைய உடம்பில் கரும்புள்ளியும், செம்புள்ளியும் குத்தப்பட்டு, கைகள் பின்புறமாகக் கட்டப்பட்டு, கழுத்தில் எருக்கம் பூ மாலை அணிவிக்கப்பட்டு, எருமை மாட்டின் மீது பின்னோக்கி அமரவைத்து, அவரைக் கேவலப்படுத்தியும் கிறித்தவத்திற்கு மாறினால்

இத்தகைய நிலை ஏற்படும் என்பதைப் பிறருக்கு அறிவிப்பதற்கும் அவரை ஊர் ஊராக அழைத்துச் சென்றார்கள்.

தேவசகாயத்தைப் பார்க்க வந்த மக்கள் பல்வேறு நன்மைகளைப் பெற்றுக் கொண்டனர். இறுதியில் ஆரல்வாய்மொழிக்குக் கொண்டு செல்லப்பட்டு அங்குள்ள சிறையில் 17 நாட்களுக்கு மேலாக அடைத்து வைக்கப்பட்டிருந்தார். அங்கும் தேவசகாயம் கடும் சித்திரவதைக் குள்ளாக்கப்பட்டார். அவரைப் பார்ப்பதற்காகப் பலரும் அங்கும் சென்று பல நன்மைகளை அடைந்தனர். இதைக் கண்ணுற்ற அந்தணர்கள் அரசரைப் பார்த்து, தேவசகாயத்தைக் கொல்லாவிட்டால் இன்னும் பலர் கிறித்தவர்களாக மாறுவர் என முறையிட்டனர். அந்தணர்களின் விருப்பப்படி அரசர் தேவசகாயம்பிள்ளையைக் காற்றாடி மலையில் வைத்துச் சுட்டுக் கொல்ல ஆணை பிறப்பித்தார். அந்தணர்கள் அரசனை வாழ்த்திப் போற்றினர். 1752 ஆம் ஆண்டு ஜனவரி மாதம் 14 ஆம் நாள் ஆரல்வாய்மொழியிலுள்ள காற்றாடி மலைக்கு தேவசகாயத்தை அழைத்துச் சென்று துப்பாக்கியால் சுட்டுக் கொன்றனர். காற்றாடி மலையில் பல நாட்களாகக் கிடந்த அவரது உடலை காட்டு விலங்குகள் உண்டன. வடக்கன்குளத்திலிருந்து அவ்வழியாக கோட்டாறுக்குச் சென்றவர்கள், தேவசகாயம் பிள்ளை உடலின் எலும்புகளை கோட்டாற்றுக்கு எடுத்துச் சென்று சவேரியார் கோவில் பங்குத் தந்தையிடம் ஒப்படைத்தனர். தேவசகாயம் பிள்ளையின் எலும்புகள் கோட்டாறு சவேரியார் கோவில் வளாகத்தில் நல்லடக்கம் பண்ணப்பட்டன.

காப்பியத்தின் அமைப்பு

தெய்வசகாயன் திருச்சரிதை என்னும் காப்பியம் வெண்பாக்களால் அமைந்துள்ளது. காப்பியத்தின் தொடக்கமாக மூன்று காப்புச் செய்யுட்களும் ஓர் அவையடக்கச் செய்யுளும் இடம்பெற்றுள்ளன. இக்காப்பியம் மறைபெறு காண்டம், சூழ்வினை காண்டம், முடிபெரு காண்டம் என்னும் மூன்று காண்டங்களால் ஆனது. இக்காப்பியத்தில் மொத்தம் 281 செய்யுள்கள் உள்ளன.

மறைபெறு காண்டம்

மறைபெறு காண்டம் நாட்டுச் சிறப்புடன் தொடங்குகிறது. அதனைத் தொடர்ந்து நீலகண்டனின் பிறப்பு, திருமணம், அரசப் பணியில் சேருதல், வீட்டில் ஏற்பட்ட இழப்புகள், டிலனாயிடம் தம் உள்ள உணர்வுகளை வெளிப்படுத்தல், டிலனாய் விவிலிய நிகழ்வுகளை விளக்கி கிறித்தவராக

மாற்றுதல், வடக்கன்குளம் ஆலயத்தில் சென்று தேவசகாயம் என்னும் பெயரில் ஞானஸ்நானம் பெறுதல், மனைவிக்கும் கிறித்தவத்தைப் போதித்து வடக்கன்குளம் ஆலயத்தில் ஞானப்பூ என்னும் பெயரில் ஞானஸ்நானம் பெறுதல் போன்ற செய்திகள் விளக்கப் பெற்றுள்ளன. இப்பகுதியில் விவிலியத்திலுள்ள யோபுவின் வரலாறு, காப்பியத்தில் 42 ஆம் செய்யுள் முதல் 60 ஆம் செய்யுள் வரை கிளைக்கதையாக இடம்பெற்றுள்ளது. இக்காண்டத்தில் 89 செய்யுட்கள் உள்ளன.

சூழ்வினை காண்டம்

இரண்டாவது காண்டமான சூழ்வினை காண்டத்தில் நீலகண்டப் பிள்ளையின் மதமாற்றத்தை அறிந்த தளவாயின் ஆத்திரம், அரசரை அந்தணர்கள் நேரில் பார்த்து தேவசகாயம் பிள்ளை தங்களை இழிவு படுத்தியதைத் தெரிவித்தல், அரசரிடம் தளவாய் தேவசகாயத்தின் மீது பல பழிகளைச் சுமத்தி விவரித்தது, அரசர் தேவசகாயத்தைச் சிறையிலடைக்க உத்தரவிட்டது போன்ற செய்திகள் இடம் பெற்றுள்ளன. இக்காண்டத்தில் 58 செய்யுட்கள் உள்ளன.

முடிபெரு காண்டம்

மூன்றாவது காண்டமான முடிபெரு காண்டம் தேவசகாயம் பிள்ளையைக் கொடுமைப்படுத்தியது, அரசர் சிறைத் தண்டனை வழங்கியது, கசையடி கொடுத்து மிளகாய்ப்பொடியை உடம்பில் பூசி துன்புறுத்தியது, எருக்கம்பூ மாலை அணிவித்து எருமைமாட்டின்மீது அமரச்செய்து ஊர்வலமாக அழைத்துச் சென்றது, ஆரல்வாய் மொழியிலுள்ள சிறையில் 17 நாட்கள் வைத்திருந்தது, இறுதியில் காத்தாடி மலையில் தேவசகாயம் பிள்ளையைத் துப்பாக்கியால் சுட்டுக் கொன்றது போன்ற செய்திகள் விரிவாக இடம்பெற்றுள்ளன. இக்காண்டத்தில் 130 செய்யுட்கள் உள்ளன.

நாட்டுச் சிறப்பு

காப்பியத்தின் தொடக்கமாக மறைபெறு காண்டத்தில் 5 முதல் 14 வரையுள்ள செய்யுள்களில் நாட்டுச் சிறப்பு அமைந்துள்ளது. இக்காவியத்தின் பின்னணியான தென்திருவிதாங்கூர் இயற்கையழகும் வளமும் நிறைந்த இடமாகும். இத்தகைய வளம் நிறைந்த இடத்தில் காப்பியத் தலைவனான நீலகண்டப் பிள்ளை பிறந்தார் என்பதனை ஆசிரியர் நாட்டுச் சிறப்பு என்னும் பகுதியில் விவரித்துள்ளார். நாட்டின் வளத்தை,

நீர்நிலையும் கான்யாறும் நீண்ட மலைத்தொடரும்
கார்தவழும் தேமாக் கதலியுடன் - சேர்பலவும்
தெங்கும் கமழும் திருமா டியற்கையெழில்
தங்குமொரு வாசத் தலம் *(பா. 8)*

எனப் பாடுகிறார். மேற்குத் தொடர்ச்சி மலையின் வளத்தினை ஆசிரியர் இச்செய்யுள் மூலம் தெளிவாக்குகிறார். மேலும்,

தெங்கின் இளநீரும் தீம்பாலும் தேங்கிவழி
பங்கம் படச்சோறு பண்ணாமல் - எங்கும்பொற்
சுண்ணம் தரலாற் சுரருலகம் போலுமே
வண்ண மறுகின் வளம் *(பா. 10)*

என்னும் செய்யுளின் மூலமும்,

பூஞ்சோலை யென்னப் புகன்ற வளமிக்குத்
தீஞ்சோறும் பாலும் தெளிதேனும் - ஈந்துபுகழ்
மேவுங் கொடிமாட மின்னகருக் கேதுவமை
யாவும் அதன்பா லுள *(பா. 14)*

என்னும் செய்யுளின் மூலமும் திருவிதாங்கூர் நாட்டு வளத்தினை எடுத்தியம்பியுள்ளார்.

கிளைக்கதை

காப்பியக் கூறுகளுள் இன்றியமையாதது கிளைக்கதை. காப்பிய மாந்தர்களுடன் இணைந்து வரும் துணைக்கதைகளும், காப்பிய மாந்தரால் சான்றாதாரமாக மொழியப்படும் தனிக்கதைகளும் காப்பிய ஓட்டத்திற்குத் துணையாகின்றன. இக்காப்பியத்தில் டிலனாய், உள்ளச் சோர்வுடன் காணப்பட்ட நீலகண்டனிடம் விவரிக்கும் விவிலியத்தில் இடம் பெற்றுள்ள யோபுவின் சரித்திரம் கிளைக்கதையாக அமைந்து காப்பிய வளர்ச்சிக்குத் துணைபுரிகின்றது. அது பின்வருமாறு:

ஊத்ஸ் என்னும் நாட்டில் யோபு என்றொரு செல்வந்தர் வாழ்ந்து வந்தார். அவருக்கு ஏழு மகன்களும், மூன்று மகள்களும் இருந்தனர். ஆயிரக்கணக்கான ஆடுகள், ஒட்டகங்கள், கழுதைகள், ஏர்மாடுகள் என அவர் மிகவும் வசதியான வாழ்க்கை வாழ்ந்து வந்தார். ஏராளமான வேலைக்காரர்களும் அவரிடம் வேலை செய்து வந்தனர். யோபு கடவுள் மேல் அசைக்க முடியாத நம்பிக்கையும், பற்றுதலும் கொண்டவர். கடவுளும் யோபுவின் பக்தியைக் கண்டு அவருக்குத் தேவையான அனைத்தையும் வழங்கி அவரை வளமாக வைத்திருந்தார்.

ஒருநாள் தம் முன் வந்து நின்ற சாத்தானைப் பார்த்து கடவுள், 'என்னுடைய பக்தன் யோபு என் மேல் எவ்வளவு மரியாதை, பக்தி எல்லாம் கொண்டிருக்கிறான்' என்று சொன்னார். அதற்குச் சாத்தான், 'அவன் கேட்பதையெல்லாம் நீர் அவனுக்குக் கொடுத்துக் கொண்டிருக்கிறீர். அவனுடைய செல்வங்களும் பெருகிக் கொண்டே இருக்கின்றன. அதனால்தான் அவன் உம் மீது பக்தியாய் இருக்கிறான். அவனுடைய சொத்தை அழித்துப் பாரும், அப்போது தெரியும் உம்முடைய பக்தனின் சுயரூபம்' என்று கூறி சிரித்தான்.

இந்நிலையில் யோபுவின் வேலையாள் யோபுவிடம் ஓடி வந்து, நம்முடைய எருதுகளையும், கழுதைகளையும் எதிரிகள் எங்கிருந்தோ திடீரெனப் பாய்ந்து வந்து கொன்று விட்டார்கள். நான் மட்டுமே தப்பினேன் என்றான். இதை அவன் சொல்லி முடிப்பதற்குள், இன்னொருவன் ஓடி வந்து, 'வானத்திலிருந்து நெருப்பு விழுந்து நம்முடைய ஆடுகளை எல்லாம் சுட்டுப் பொசுக்கி விட்டது. மந்தைகளை மேய்த்துக் கொண்டிருந்த நம்முடைய வேலையாட்களில் என்னைத் தவிர எல்லோரும் இறந்து விட்டனர்' என்றான். யோபுவோ, 'கடவுள் கொடுத்தார், கடவுள் எடுத்துக் கொண்டார், அவருடைய பெயர் போற்றப்படட்டும்' என்றார்.

அதற்குள் இன்னொரு வேலையாள் ஓடி வந்து, 'நம்முடைய ஒட்டகங்கள் எல்லாவற்றையும் திருடர்கள் வந்து கவர்ந்து சென்று விட்டனர். நான் மட்டும் உயிரைக் கையில் பிடித்துக் கொண்டு உம்மிடம் தகவல் சொல்ல ஓடி வந்தேன்' என்றான். யோபுவோ, 'கடவுள் கொடுத்தவற்றைக் கடவுளே எடுத்துக் கொண்டார். அவருடைய விருப்பத்துக்குத் தடை போட நான் யார்?' என்றார். உடனே இன்னொரு வேலையாள் ஓடி வந்து, 'உம்முடைய மகன்களும், மகள்களும் மகிழ்ச்சியாக விருந்து சாப்பிட்டுக் கொண்டிருந்தபோது காற்றடித்து வீடு நொறுங்கி அவர்கள் மேல் விழுந்து, அவர்கள் அனைவரும் இறந்து போனார்கள்' என்று கூறிக் கதறினான். யோபு அதிர்ந்து, தம்முடைய ஆடைகளைக் கிழித்துக் கொண்டு கண்ணீர் விட்டார். பின்பு தரையில் விழுந்து வணங்கி, 'நிர்வாணியாய் நான் என் தாயின் கர்ப்பத்திலிருந்து வந்தேன்; நிர்வாணியாய் அவ்விடத்துக்குத் திரும்புவேன். கர்த்தர் கொடுத்தார், கர்த்தர் எடுத்தார்; கர்த்தருடைய நாமத்துக்கு ஸ்தோத்திரம்' என்றார். இத்தனை நடந்த பின்பும் யோபு ஆண்டவரைக் குற்றம் சாட்டவோ, பாவம் செய்யவோ, கடவுள் பக்தியிலிருந்து விலகவோ இல்லை. மீண்டும் சாத்தான் கடவுளிடம் அனுமதி பெற்று யோபுவின் உடல் முழுதும் புண்கள் ஏற்படச் செய்தான்.

திடீரென தன்னுடைய உடல் முழுதும் புண்களால் நிறைந்திருப்பதைக் கண்ட யோபு திடுக்கிட்டார். புண்கள் அரிக்கத் தொடங்கின. யோபுவின் மனைவி இந்த நோய் தனக்கும் வந்து விடும் என எண்ணி, அவரை வீட்டிலிருந்து வெளியே விரட்டி விட்டாள். யோபு வெளியே வந்து தரையில் அமர்ந்து ஓடு ஒன்றை எடுத்து தன்னுடைய புண்களைச் சொறியத் தொடங்கினார்.

யோபு தன்னுடைய சொத்துகளையும், பிள்ளைகளையும் இழந்த செய்தி கேட்டு அவருடைய நண்பர்கள் மூன்று பேர் அவரைக் காண வந்து யோபுவின் முன்னால் நின்றார்கள். யோபுவை அவர்களால் அடையாளம் கண்டுபிடிக்க முடியவில்லை. அவருடைய உடல் அந்த அளவுக்குக் கோரமாய் இருந்தது. வந்தவர்கள் கலங்கி, தங்கள் ஆடைகளைக் கிழித்துக் கொண்டு புழுதியின் மேல் அமர்ந்து அழத் தொடங்கினார்கள். ஏழு நாட்கள் அவர்கள் யோபுவோடு அமர்ந்து துக்கம் அனுசரித்தார்கள். ஆனாலும் அவருடைய வேதனையை நேரடியாய்க் கண்டதால் யாரும் அவருடன் பேசவில்லை.

யோபு தன்னுடைய நிலையை நினைத்து பலவாறாகப் புலம்பி அழுதார். அவர் வருத்தம் மிகுந்தவராய், 'நான் பிறந்த நாளும் ஒரு ஆண் பிள்ளை உற்பத்தியாயிற்றென்று சொல்லப்பட்ட ராத்திரியும் அழிவதாக' என்றார். ஆனாலும் அவர் ஆண்டவரைப் பழித்துப் பேசவில்லை. 'ஆண்டவரே என்னுடைய வாயில் சுரக்கும் உமிழ்நீரை நான் விழுங்குமளவுக்கேனும் வலிமை தாரும். என்னுடைய உடல் என்னுடைய நிழலைப்போல விழுந்து கிடக்கிறதே, என் கல்லறை காத்துக் கிடக்கிறதே' என்றெல்லாம் கடவுளிடம் தன் துன்பத்தைச் சொல்லி அழுதார். நண்பர்கள் அவரைப் பலவாறாகப் பழித்தும், கடவுளை இகழுமாறு வற்புறுத்தியும் அவர் எதையும் கண்டு கொள்ளவில்லை. கடவுள் மேல் இருந்த விசுவாசத்தை யோபு அதிகமாக்கிக் கொண்டார்.

கடவுள் யோபுவின் விசுவாசத்தைக் கண்டு மனம் நெகிழ்ந்து, யோபுவே என்றழைத்து, உலகத்தின் சகலமும் என்னால் தான் நடக்கின்றன. உன்னுடைய விசுவாசத்தைக் கண்டு மிகவும் மகிழ்கிறேன் என்றார். கடவுள் சாத்தானை அழைத்து, 'உன் தோல்வியை ஏற்றுக் கொண்டு பாதாளத்துக்கு ஓடிப் போ, இனிமேல் என் பக்தனை சோதிக்காதே' என்றார். சாத்தான் தோல்வியடைந்து பின்வாங்கினான். சாத்தான் விலகியதும் யோபுவின் நோயும் மறைந்தது. அவருடைய வலிமை அவரிடம் திரும்ப வந்தது. கடவுள் யோபுவிற்கு இருந்த சொத்துகளை எல்லாம் இரண்டு மடங்காகக் கொடுத்தார். அவருக்கு மீண்டும் ஏழு மகன்களும், மூன்று

மகள்களும் பிறந்தனர். யோபுவின் மகள்களைப் போல அழகானவர்கள் இதுவரை பிறந்ததேயில்லை என்று அனைவரும் அவர்களை வெகுவாகப் புகழ்ந்தனர். யோபுவின் உள்ளம் முன்பை விட பலமடங்கு அதிகமாய் கடவுளை நேசித்துக் கொண்டிருந்தது.

விவிலியத் தாக்கம்

தெய்வசகாயன் திருச்சரிதை காப்பியத்தில் 21 செய்யுட்களில் இடம்பெற்றுள்ள டிலனாய் கூறும் யோபுவின் சரித்திரம் மட்டுமே விவிலியத்தில் இடம்பெற்றுள்ளதாகும். பிற செய்யுட்கள் அனைத்தும் தேவசகாயம் பிள்ளையின் வரலாறாகும். இதில், ஐசுவரியவான் தேவனுடைய ராஜ்யத்தில் பிரவேசிப்பதைப் பார்க்கிலும் ஒட்டகமானது ஊசியின் காதிலே நுழைவது எளிதாயிருக்கும் (மாற்கு, 10:25) என்னும் வசனத்தை அடிப்படையாகக் கொண்டு,

> ஊசிப் புழையிலோர் ஒட்டை நுழைந்திடினும்
> ஆசித்த செல்வர்க் கரிதாகும் - பூசித்த
> விண்ணுலக மென்றே விளம்புதுகா ணென்றென்றும்
> மண்ணுலகோர் மெச்சும் மறை   (பா.37)

என்னும் செய்யுள் இயற்றப்பட்டுள்ளது. இச்செய்யுளின் முதலிரு அடிகள் மேற்குறிப்பிட்ட விவிலிய வசனத்தினடிப்படையில் அமைந்துள்ளன. மேலும், 'நிர்வாணியாய் என் தாயின் கர்ப்பத்திலிருந்து வந்தேன்; நிர்வாணியாய் அவ்விடத்துக்குத் திரும்புவேன்; கர்த்தர் கொடுத்தார், கர்த்தர் எடுத்தார்; கர்த்தருடைய நாமத்துக்கு ஸ்தோத்திரம் என்றான்' (யோபு, 1:21) என்னும் வசனத்தை ஆசிரியர்,

> இடையிற் றுகிலொன்றும் இன்றிப் பிறந்தேன்
> கடையிற் றுணையொன்றும் காணேன் - தடையின்றித்
> தந்தா னெடுத்தான் தனதருள்போ லாமென்று
> சிந்தா குலம்விட்டான் தேர்ந்து   (பா. 54)

என்னும் செய்யுளாக மாற்றியுள்ளார்.

வருணனை, உவமை, பழமொழி

தெய்வசகாயன் திருச்சரிதை ஆசிரியர் தமது காப்பியம் சிறப்பாக அமையும் வகையில் உவமைகள், பழமொழிகள், வருணனைகள் ஆகியவற்றைப் பயன்படுத்தியுள்ளார். நேரில் பார்ப்பது போன்ற உணர்வை ஏற்படுத்தும்படி அழகுற விவரித்து உரைத்தல் வருணனை எனப்படும்.

இதனைப் புனைவுரை எனவும் குறிப்பிடலாம். ஒரு பொருளைப் பற்றிய விவரங்களை அழகுபட விளக்கிக் கூறுதல் என்பது இதன் மையக் கருத்தாகும். காப்பியத் தலைவனாகிய நீலகண்ட பிள்ளையை ஆசிரியர்,

பூண்ட மணிமார்பன் பொன்போன்ற மேனியினான்
நீண்ட வரைபோல் நிமிர்தோளான் - ஈண்டுந்
திடந்தான் புகுநெஞ்சிற் றீரன் தனிம
குடந்தான் புனையாத கோ (பா.22)

என வருணிக்கிறார். மேலும் காப்பியத்தில்,

1. பொருதண் கதிர்மயம் போல் (16)
2. பெருவானில் நந்தா பிறை போலும் (21)
3. பொன்னை யுருக்கிப் புடமிடுவார் போல் (29)
4. பேரார் குருநன்றி பேணாரைக் கல்விநலஞ்
சேரா தொழியுஞ் செயலேபோல் (97)

போன்ற உவமைகளும்,

1. தண்டா மரையிணையிற் றங்கி நறவுண்ட
வண்டா னதுமலமேல் வைகுறுமோ (140)
2. ஆதாயம் இல்லாமல் ஆற்றை யிறைப்பாரோ (185)

என்னும் இரு பழமொழிகளும் இடம்பெற்றுள்ளன. கதை நிகழ்வுகளைச் செறிவுபடுத்துவதற்காக ஆசிரியர் இவற்றைப் பயன்படுத்தியுள்ளார். ஆசிரியர் கதையோட்டத்திற்கு முக்கியத்துவம் அளித்தமையால் போதுமான அளவில் உவமைகளையும் பழமொழிகளையும் வருணனை களையும் பயன்படுத்தியுள்ளார்.

தென்திருவிதாங்கூரின் முதல் இரத்தசாட்சியாக மரித்த தேவசகாயம் பிள்ளையின் வரலாறு தெய்வசகாயன் திருச்சரிதை என்னும் பெயரில் வெண்பா வடிவில் சிறப்பாக இயற்றப்பட்டுள்ளது. மூன்று காண்டங்களாகப் பிரிக்கப்பட்ட இந்நூல் கிளைக்கதை, உவமை, பழமொழி, வருணனை ஆகியவற்றால் சிறப்புறுகிறது.

36. அருள் ஒளி அன்னை தெரேசா காவியம்

கிறித்தவக் காப்பியம் என்பது விவிலியத்தை மட்டும் ஆதாரமாகக் கொண்டது என்னும் வரையறையின்றி, கிறித்தவ அடியார்களைப் பற்றி விவரிக்கும் இலக்கிய வகையாகவும் அமைந்துள்ளது. அவ்வகையில் அருள் ஒளி அன்னை தெரேசா காவியம் ஒரு கிறித்தவக் காப்பியம். புதுச்சேரியைச் சேர்ந்த கவிஞர் துரை. மாலிறையன், அன்னை தெரேசாவின் வாழ்க்கையை இக்காவியத்தின் மூலம் எடுத்துரைத்துள்ளார். ஆசிரியரது வரலாறு குறித்த செய்திகள் அருள்நிறை மரியம்மைக் காவியம் என்னும் தலைப்பில் இடம் பெற்றுள்ளன.

திருத்தப்பட்ட இரண்டாம் பதிப்பு

அருள் ஒளி அன்னை தெரேசா காவியம் 1994 ஆம் ஆண்டு முதல் பதிப்பாக வெளிவந்தது. இப்பதிப்பில் மூன்று காண்டங்களும் 843 செய்யுட்களும் இடம்பெற்றிருந்தன. இப்பதிப்பிலுள்ள குறை பாடுகளைக் களைந்து திருத்திய இரண்டாம் பதிப்பு 2012 ஆம் ஆண்டு வெளிவந்துள்ளது. இப்பதிப்பில் ஐந்து காண்டங்களும் 1225 செய்யுட்களும் இடம்பெற்றுள்ளன. இப்பதிப்பில் காண்டங்களுக்குப் பெயர்களும் கொடுக்கப்பட்டுள்ளன.

கதைச் சுருக்கம்

யூகோஸ்லோவியா நாட்டில், அல்பேனியாவிலுள்ள சுகோப்சி என்ற ஊரில் நிக்கோலஸ் பொஜாக்ஸ்-டிரானாபைல் பீமாய் (Nicholas Bojax - Dranafile Bemai) என்னும் தம்பதியினருக்கு அன்னை தெரேசா மகளாகப் பிறந்தார். சிறுவயதிலேயே இயேசு கிறிஸ்துவின் கொள்கைகளைத் தன் வாழ்க்கையில் கடைப்பிடித்தார். பெற்றோர் அவருக்குச் சூட்டிய பெயர் அக்னச்கான் சாபெசாட்சூ. அன்னை இளம் வயதில் பிறருக்குத் தொண்டு புரிய வேண்டும் என்ற உயர்ந்த எண்ணம் கொண்டவராக விளங்கினார். அவர் மனம் சாதாரண உலகியல் இன்பங்களில் செல்லவில்லை. எனவே சோடாலிட்டியில் உறுப்பினராகச் சேர்ந்தார். தமது 15 ஆவது வயதிலே மத

கிறித்தவக் காப்பியங்கள்

ஆசானிடம் பொதுப்பணி புரிய அறிவுரை கேட்டார். அதன் பிறகு இந்தியா வந்து கன்னியர் மடமான லொரேட்டா மடத்தில் சேர்ந்தார். பின்னர், கல்கத்தாவில் ஆசிரியராகப் பணிபுரிந்தார். மடத்தின் எதிரில் உள்ள மோத்திசி என்ற சேரியின் நிலையையும் அங்குள்ள மக்களின் வறுமை, கல்லாமை, சாதி, மதப்பிரச்சினை ஆகியவற்றையும் எண்ணிப் பார்த்துக் கண் கலங்கினார். தாம் பிறந்த நாட்டில் இத்தீமைகளெல்லாம் இல்லை. எனவே இந்திய நாட்டையும் தம் நாட்டைப்போல் மாற்ற வேண்டும் என்ற எண்ணம் அன்னையின் மனதில் குடிகொண்டது.

1937 ஆம் ஆண்டில் எண்டேலி புனித மேரி உயர் பள்ளியில் முதல்வராகப் பொறுப்பேற்றார். அன்பு, கற்பு, பணிவு ஆகிய மூன்றையும் எப்போதும் தவறாமல் தாம் கடைப்பிடிக்க வேண்டிய மூன்று நோன்புகளாக அன்னை மேற்கொண்டார். அன்னையின் தொண்டின் சிறப்பால், சான்றோர் பெருமக்களால் அக்னஸ் 'தெரேசா' என்று புதுப்பெயர் சூட்டப்பட்டுப் போற்றப்பட்டார். அதன் பிறகு தார்சிலிங்கில் உள்ள இறைப்பணிப் பேரவையை அணுகினார். குருவானவேன் என்ற அடிகளாரிடம் தன் பொதுத் தொண்டு ஆர்வத்தைக் கூறினார். இச்சூழலில் மடத்திலிருந்து வெளியே சென்று பொதுத் தொண்டு புரிய அனுமதி இல்லை என்று எண்ணி வருந்தினார். பின்னர் உரோம் நகரில் உள்ள போப்பிடம் அனுமதி பெற்று தன் தொண்டு வாழ்வைத் தொடங்கினார்.

அன்னை மோத்திசி சேரிக்குச் சென்று அங்கு வாழும் சேரிப் பிள்ளைகளின் மேம்பாட்டுக்காகக் கடுமையாக உழைத்தார். அன்னை கேட்காமலேயே அவருடைய தொண்டுகளுக்காகப் பலரும் நன்கொடைகளை வழங்கினர். தூய்மை பேணல், நோய் நீக்கல், நற்பண்புகளை வளர்த்தல், கல்வி அறிவு புகட்டுதல் ஆகியவற்றைக் குழந்தைகளுக்கு அன்னை அளித்தார். அன்னையின் அருட்தொண்டால் கற்க வரும் குழந்தைகளின் எண்ணிக்கைப் பெருகியது. அன்னை பாரத நாட்டின் சிறந்த குடிமகளாகத் தன்னை மாற்றிக் கொண்டார். அவர் செய்து வந்த தொண்டுகள் நாளும் வளர்ந்தன. அன்னையின் இயக்கமானது அறப்பணி இயக்கம் எனப் பெயர் பெற்றது. நிர்மல் இதயம் என்னும் பெயரில் இறப்போர் நல இல்லத்தையும் கோப்பரா தொழுநோயர் இல்லத்தையும் தோற்றுவித்துப் பொறுப்பாக நடத்தினார். அன்னையின் தொண்டுள்ளத்தைப் பல சான்றோர்கள் போற்றி வணங்கினர்.

அன்னை தெரேசா பட்டென்று வெளிப்படும் நகைச்சுவைக் குணத்துடன் கடவுளோடு நெருங்கி இருக்கும் ஜெப வாழ்க்கையும்

தாழ்மையும் உடையவராகத் திகழ்ந்தார். அவர் எப்பொழுதும் தகுந்த நேரத்திற்குள் பணிகளைச் செய்து முடிப்பவராகவும் தன்னல மற்றவராகவும் தியாகம் செய்வதில் அசாதாரணமான ஒரு நபராகவும் விளங்கினார். அன்னை தெரேசாவின் வாழ்க்கையும் அவர் செய்த சேவைகளும் எப்போதுமே ஆச்சரியம் நிறைந்த ஒன்றாகவும் ஒரு சாதாரணப் பெண்ணால் இப்படிப்பட்ட மாபெரும் சேவையை எப்படிச் செய்ய முடிந்தது என்ற வியப்பை ஏற்படுத்துவதுமாகும்.

அன்னைக்கு பத்மஸ்ரீ பட்டத்தை வழங்க பாரதம் முன்வந்தது. ஆனால் அந்தப் பட்டத்தை அவர் விரும்பவில்லை. பின்னர் பேராயரின் அறிவுறுத்தலால் பட்டத்தை ஏற்றுக் கொண்டார். பிலிப்பைன்ஸ் நாட்டின் 'ராமோன் மாக் சேசாய்' பரிசு அன்னைக்கு வழங்கப்பட்டது. அப்பரிசுத் தொகையைக் கொண்டு ஆக்ராவில் கன்னியர் இல்லத்தை அமைத்தார். ஆண் உடன் பிறப்பாளர்களுக்காகத் தொண்டர் அவையை அன்னை அமைத்தார். இதனால் போப்பாண்டவரால் பாராட்டப் பெற்றார். அமெரிக்க மேனாள் அதிபர் ஆபிரகாம் லிங்கன் தனக்கு வழங்கிய மகிழ்வுந்தைப் போப்பாண்டவர் அன்னைக்கு அளித்தார். அன்னை அம்மகிழ்வுந்தை விற்று, தொழுநோயாளர் மருத்துவமனையை அமைத்தார். இந்தியா மட்டுமன்றி வெனிசுலா, இலங்கை, ரோம், ஆஸ்திரேலியா, யோர்தான், காசா, எத்தியோப்பியா, பிரான்ஸ், அமெரிக்கா, பிரேசில், பொலிவியா, கொலம்பியா, லெபனான், பங்களாதேஷ் போன்ற நாடுகளிலும் அன்னை அரும்பணியாற்றினார்.

பத்மஸ்ரீ, நல்ல சமாரியன் பரிசு, ஜான் கென்னடி குடும்பப் பரிசான 'நிர்மல் கென்னடி இதயம் பரிசு', ஜவகர்லால் நேரு பரிசு, தெம்பிள்டன் பரிசு, அசிசி சவேரியார் பரிசு, ஆல்பிரட் சுவைட்சர் பன்னாட்டுப் பரிசு, இங்கிலாந்தின் தலைசிறந்த குடிமகள் என்னும் விருது, பால்சான் அனைத்துலக விருது, நோபல் பரிசு, பாரத ரத்னா விருது, சோவியத் நாடு இதழின் நேரு புகழ்ப் பரிசு, யுனெஸ்கோ அமைதி விருது, இந்தியாவின் தவப்புதல்வி விருது, பாரத சிரோன்மணி விருது, வாஷிங்டன் வழங்கிய மனித நேயத்துக்கான டாக்டர் பட்டம், சாந்தி நிகேதன் விஸ்வபாரதி பல்கலைக்கழகம் வழங்கிய டாக்டர் பட்டம் போன்ற பட்டங்களை அன்னை பெற்றுள்ளார். அன்னை தெரேசா 1997 செப்டம்பர் 5 ஆம் நாள் தன்னுடைய 87 ஆம் வயதில் கொல்கத்தாவிலுள்ள அன்னையின் இல்லத்தில் இறைவனடி சேர்ந்தார். அவரது பிரிவினால் உலகமே கண்கலங்கியது. அன்பும் மனதுருக்கமும் நிறைந்த இந்த மாபெரும் ஆன்மாவின் உடலுக்கு உலகத் தலைவர்கள் அஞ்சலி செலுத்தினர்.

காவியத்தின் அமைப்பு

அருள் ஒளி அன்னை தெரேசா காவியம் 5 காண்டங்களையும் 1225 செய்யுட்களையும் உடையது. இச்செய்யுட்கள் அறுசீர் விருத்தத்தில் அமைந்துள்ளன. காவியத்தின் தொடக்கத்தில் தமிழன்னை வாழ்த்து, பாயிரம், அவையடக்கம் ஆகியன 14 செய்யுட்களில் இடம்பெற்றுள்ளன.

தொடக்கப் பகுதிகள்

காவியத்தின் தொடக்கப் பகுதியான வாழ்த்துப் பகுதியில் தமிழன்னையையும் தமிழையும் வாழ்த்தி வணங்குகிறார். அவையடக்கம் பகுதியில் இக்காவியத்தைப் படைப்பது மலையினைத் தூக்குவதைப் போன்றது எனவும் சிறிய குருவி பலாப்பழத்தைத் தூக்குவது போன்றது எனவும் தன்னைத் தாழ்த்தி உவமைகளின் வாயிலாக வெளிப்படுத்துகிறார். இறைவன் இச்செயலுக்குப் புதிய திறமையைக் கொடுப்பார் என்னும் நம்பிக்கையில் இருளான உள்ளத்தில் ஒளி விளக்கை ஏற்றுவது போன்று அன்னையின் தொண்டை செந்தமிழ்ப் பாட்டில் படைக்கின்றேன் என ஆசிரியர் தம் உள்ள உணர்வைப் புலப்படுத்துகிறார்.

1. பிறப்பும் பெருமையும்

அருள் ஒளி அன்னை தெரேசா காவியத்தின் முதற் காண்டம் பிறப்பும் பெருமையும் என்பதாகும். இக்காண்டத்தில் அன்னையின் பிறப்பு, அவரது வளர்ச்சி, தொண்டில் ஆர்வம், லொரேட்டா கன்னியர் மடத்தில் சேர்தல், கல்கத்தாவில் ஆசிரியப் பணி, அன்னையின் மூன்று நோன்புகள், இயேசு கிறிஸ்துவின் இனிய கொள்கைகள், அவரது பணிகள் போன்றவை விளக்கப் பட்டுள்ளன. இக்காண்டத்தில் 220 செய்யுட்கள் இடம்பெற்றுள்ளன.

2. தொண்டும் தூய்மையும்

தொண்டும் தூய்மையும் என்னும் இரண்டாம் காண்டம் 238 செய்யுட்களைக் கொண்டது. இக்காண்டம் கல்கத்தாவின் சிறப்பு, அங்குள்ள சேரிப் பிள்ளைகளின் நிலை, அன்னை குழந்தைகளுக்குக் கல்வி போதித்தல், இறப்போர் நல இல்லம் தோற்றுவித்தல், மத வேறுபாடு காட்டாமல் தொண்டு செய்தல், கல்கத்தாவில் குழந்தைகள் காப்பகம் தொடங்கப் படுதல், கல்கத்தாவின் சாலையோரக் காட்சிகள், குழந்தைகள் காப்பகத்தில் பல்வேறு பிள்ளைகளும் அவர்களது நிலைகளும், அன்னை செய்த தொண்டின் வளர்ச்சி, அன்னையின் தூய்மையான வாழ்வு போன்றன வற்றை எடுத்துரைக்கின்றது.

3. அருளும் ஆற்றலும்

மூன்றாவது காண்டத்தின் பெயர் அருளும் ஆற்றலும் என்பதாகும். இப்பகுதியில் அன்னையின் சமூகப் பணிகளுக்குக் கொடுத்துதவியோர், மருத்துவர் குப்தாவின் நன்கொடை, திட்டகார் தொழுநோய் இல்லம், பி.சி. ராயின் தொண்டும் உதவியும், தொழு நோயர் இல்லம், அன்னையைத் தேடி வந்த பரிசுகள், ஆண்ட்ரூவின் சிறப்பு, போப்பாண்டவரின் வருகை, அன்னையும் இந்திரா காந்தியும், அன்னையின் தொண்டால் வறுமை நீங்குதல், ஆஸ்திரேலியாவில் அன்னையின் தொண்டு, நிர்மல் கென்னடி இல்லம் அமைத்தல், அமெரிக்கா அளித்த மனித நேயத்திற்கான டாக்டர் பட்டம் போன்ற செய்திகள் இதில் இடம்பெற்றுள்ள 302 செய்யுட்கள் மூலம் எடுத்தியம்பப்பட்டுள்ளன.

4. ஒளியும் ஊக்கமும்

ஒளியும் ஊக்கமும் என்னும் நான்காவது காண்டத்தில் 224 செய்யுட்கள் இடம்பெற்றுள்ளன. இக்காண்டத்தில் தமிழகத்தில் அன்னையின் தொண்டு, எத்தியோப்பியாவில் அன்னை தொண்டு செய்யத் தடை, உலகின் தலைசிறந்த பரிசான நோபல் பரிசு வழங்குதல், பல பரிசுகளையும் விருதுகளையும் அன்னை பெறுதல், அமெரிக்க நாட்டில் அன்னையின் உரை, தமிழகத்தில் நடந்த மகளிர் மாநாட்டில் அன்னை கலந்து கொள்ளல், அன்னையின் எளிமை போன்ற செய்திகள் விவரிக்கப்பட்டுள்ளன.

5. புகழும் புனிதமும்

ஐந்தாவது காண்டமான புகழும் புனிதமும் 237 செய்யுட்களைக் கொண்டது. இக்காண்டத்தில் கல்கத்தாவில் சென்று அன்னையை நூலாசிரியர் துரை. மாலிறையன் சந்தித்தது, மூன்றாம் முறையாக புதுவையில் அன்னை வருகை புரிந்து அருளுரையாற்றியது, அன்னையின் பிரிவு, உலகத் தலைவர்கள் அஞ்சலி செலுத்தியது போன்ற செய்திகள் தரப்பட்டுள்ளன.

நூலின் நோக்கம்

அன்னை தெரேசா காவியத்தை ஆசிரியர் பாடுவதற்கான நோக்கத்தைப் பாயிரத்தில், மண்ணில் வாழ்கின்ற உயிர்களுக்குத் தொண்டு செய்வதில் அன்னை தெரேசாவைப் போல வேறு யாரும் இல்லை என்பதை மக்களுக்கு உணர்த்துவதற்காக இந்நூலைப் படைத்ததாக,

மானுண்டு; மயிலும் உண்டு; மதியுண்டு; வானம் உண்டு;
தேனுண்டு மகிழ்வண் டைப்போல்திளைத்திட எழில்கள் உண்டு;

நானுண்டு தொண்டுண் டென்றே நாளெல்லாம் உழைக்க அன்னை
தானுண்டு புவியில் என்றேதமிழினால் பாட வந்தேன் (பா. 8)

என்னும் செய்யுளின் மூலம் வெளிப்படுத்துகிறார்.

தலைவர்கள், மகான்கள் பற்றிய செய்திகள்

துரை. மாலிறையன் தலைவர்களைப் பற்றியும், மக்களுக்கு முன் மாதிரியாக வாழ்ந்த மகான்களைப் பற்றியும் அன்னை தெரேசா காவியத்தில் கூறுகிறார். வாய்மையைத் தன் பண்பாகக் கொண்டவர் காந்தி என்றும், பன்னரும் பெருமை சான்றவர் காமராசர் என்றும், பேரறிவு உடையவர் அறிஞர் அண்ணா என்றும் குறிப்பிடுகிறார். இது தவிர மக்களை நல்வழிப்படுத்தும் மகான்களான புத்தர், முகமது நபி, வள்ளலார், ராமகிருஷ்ணர் ஆகியவர்களைப் பற்றியும் தம் காவியத்தில் எடுத்துக் காட்டுகின்றார். புத்தரைப் பற்றி,

ஆட்டுக்கும் மனம் திறந்தஜயனாம் புத்தன் போல் (பா. 289)

என்றும்,

புல்லிய செயலைச் செய்துபுகழ்பெற நினைத்தி ருக்கும்
நல்லியல் பில்லா தார்க்கும்நயந்தன்பு காட்டி விட்ட
கல்லினைத் தள்ள வந்தகயவர்க்கும் கை யளித்த
மல்லிகை மனத்தார் ஆனமகமது நபிபோல் ஆனார் (பா. 360)

என்று முகமது நபியின் பண்பையும்,

பெண்மையே தெய்வம் என்னும் பெருமையை உலகம் போற்றும்
உண்மையை உரிமை தன்னை உயர்வினை உளத்தில் ஏந்தித்
தண்மையைத் தாங்கி வந்த தலைமைசேர் சக்தி என்ற
நுண்மையை உணரச் செய்தார் நோற்ற ராம் கிருட்ணர் தாமே!

(பா. 238)

என்று ராமகிருஷ்ணர் பற்றியும்,

வாடிடும் பயிரைக் கண்டால் வாடிடும் உள்ளம் கொண்டு
நீடிடும் பசிநோய் போக்கும் நெடும்பணி புரிந்தார்; அன்பால்
பாடிடும் அருள்உள் ளத்தார்பார்புகழ் இராமலிங்கர்
தேடிடும் அருள்ஒளிக் கண் தெளிந்தவர் அவரே அன்றோ?

(பா. 779)

என்னும் செய்யுள் வாயிலாக வள்ளலார் பற்றியும் தன் காவியத்தில் சிறப்புடன் எடுத்துரைத்துள்ளார்.

பண்புகளும் தொண்டுகளும்

ஒரு மனிதனுக்குத் தாயைக் காட்டிலும் சிறந்த உறவு வேறு இல்லை என்பார்கள். உலக உயிர்களுக்கெல்லாம் தாயாக விளங்கியவர் அன்னை.

புரட்சியே மிகுந்த நெஞ்சும்புகழதே பெருக்கும் மூச்சும்
உரமிகும் செய்கை தாமும்உண்மையே பேசும் நாக்கும்
இரவிலும் பகலும் எந்தஇமைப்பிலும் இயேசு நோக்கும்

(பா. 43)

என்னும் இத்தகைய பண்புகளைத் தனக்குள்ளே கொண்டவர். அன்னையின் தொண்டினை,

அன்பினால் பண்பை ஊட்டிஆர்வத்தால் அறிவை ஊட்டி
மன்பெருந் திறமை யாலேமாணவர்க்கு ஒழுக்கம் ஊட்டி
என்பையும் எளியார்க்கு ஈயும்எண்ணமாம் அன்பை நாட்டிப்
பொன் பொருள் யாவை முன்னும்புகழ் பெறும் கல்வி தந்தார்

(பா. 144)

என்று ஆசிரியர் குறிப்பிடுகிறார். அனாதைக் குழந்தைகளுக்குக் கல்வியைத் தருவதற்காக அவர் அடைந்த இன்னல்களோ மிக அதிகம். மானுடம் சிறப்பதற்காக அன்னை ஊன், உடல், உயிர் பற்றி எவ்விதக் கவலையும் கொள்ளாமல் வாழ்வில் கடுமையாக உழைத்தார். அன்னையின் எளிமையினை,

கஞ்சியே குடிப்பார்; அந்தக்கஞ்சியும் ஏழைக்(கு) ஏதென்(று)
அஞ்சியே குடிப்பார்; மானம்அதுகாக்க வெண் பருத்திப்
பஞ்சினால் ஆடை கூடப்பாராதார் இருக்கும் போது
மிஞ்சிஓர் இழையும்கூட மென்மையாய் அணிந்ததில்லை

(பா. 973)

என்னும் செய்யுளின் மூலம் ஆசிரியர் எடுத்துரைக்கிறார். அன்னை தம் பணியை முதலில் சேரியில் தொடங்கினார். தான் பிறரிடம் சென்று கேட்டதன் மூலமும், பலர் செய்த உதவிகளாலும் குழந்தைகளுக்குக் கல்வி கொடுத்தார். அதனைத் தொடர்ந்து நிர்மல் இதயம் என்ற பெயரில் முதியோர் இல்லத்தையும், கல்கத்தாவில் குழந்தைகள் காப்பகத்தையும், திட்டகாரில் தொழுநோயர் இல்லத்தையும் தொடங்கினார். மத வேறுபாடின்றி மனித நேயத்துடன் மக்களுக்குத் தொண்டாற்றினார். பலவித இன்னல்களுடன் பொருளில்லாமல் தவிக்கின்ற சூழ்நிலையிலும் பல மனித நேயம்

உள்ளவர்கள் அவருக்கு அருளிய உதவியினால் தொடர்ந்து தொண்டு செய்தார். ஆங்காங்கே ஆதரவற்றவர்களுக்கு ஆதரவு கொடுத்த அவருடைய பெருமையையும், தியாகத்தையும் உணர்ந்து பலரும் அன்னைக்கு விருது வழங்கினார்கள். 'தொல்லைக்கும் துன்பத்திற்கும் சோர்வு தோன்றாத அன்புப் பார்வையே அன்னையின் பார்வை' என்று ஆசிரியர் கூறுகிறார்.

மனித நேயம்

இன்றைய உலகில் மனித நேயம் அடிப்படையானதும் மிகவும் தேவையானதுமாகும். அன்னை தெரேசா மனித நேயத்தின் வடிவாகவும், மானுட மேம்பாட்டின் ஆதாரமாகவும் வாழ்ந்தார். பிறருக்கு உதவுவதற்காகவே தன்னுடைய வாழ்வை அர்ப்பணித்தார். மனித நேயத்திற்கு ஒரு முன் உதாரணம் அன்னை தெரேசா. இவர் ஏழை மக்களின் பசியைப் போக்கியது மட்டுமன்றி, அவர்கள் உடலில் காணப்படும் புண்களுக்கு மருந்து போட்டும், காதுகளில் வடியும் சீழைத் துடைத்தும் தாயற்ற குழந்தைகளுக்குத் தாயாக இருந்தும் அவர்களைக் காத்து வந்தார். அன்னையின் மனித நேயத்தை,

புண்மருந் திட்டுக் காத்தும், புதுத்துணிக் கட்டுப் போட்டும்,
கண்மருந் திட்டுக் காத்தும், காதில்சீழ் துடைத்துக் காத்தும்,
உண்மருந் திட்டுத் தீய்க்கும் உறுபசி போக்கிக் காத்தும்
மண்மருந்தாக அன்னை மலர்ந்திங்குத் தொண்டு செய்தார்.   (பா. 364)

தாயற்ற குழந்தை கட்குத்தாயாகிக் காத்த தோடு
பாயற்ற ஏழை கட்கும்பாய்தந்தார்; உணவைத் தந்தார்
வாயற்ற ஏழையோர் தம் வயிறுற்ற பசியைப் போக்கத்
தாயுற்ற தவிப்பை எந்தத் தறிநாடா உற்ற தம்மா?   (பா. 422)

என்னும் செய்யுட்கள் வாயிலாக ஆசிரியர் படம் பிடித்துக் காட்டுகிறார்.

கிருத்தவர் தமக்கே அன்றிக்கேடுற்றார் அனைவருக்கும்
மருத்துவம் மன அமைதிமகிழ்வொடும் கலந்து தந்தார்;
பெருத்தவர் முசுலீம் இந்துபேணிடும் சமணர் புத்தர்
ஒருத்தரும் விட்டி டாமல்ஒருங்குறப் பணிகள் செய்தார்   (பா. 351)

என்னும் செய்யுளில் அன்னை தெரேசாவின் மதங்களைக் கடந்த மனித நேயத்தை அறியமுடிகிறது. கிறித்தவர் என்றில்லாமல் எந்த மதத்தவருக்கும் உதவி செய்பவர் அன்னை தெரேசா. ஆதலால்தான் அவர் அன்னையாக விளங்குகிறார். ஏழை மக்களின் அன்னை என்று சொல்வதிலேயே மனித நேயம் நிறைந்துள்ளது. ஆதரவற்றோருக்கான

சேவை எங்கெல்லாம் மேற்கொள்ளப்படுகிறதோ அங்கெல்லாம் அன்னை தெரேசாவின் தொண்டுகளே முன்மாதிரிகளாகின்றன. தொண்டு என்னும் சொல்லுக்கு அன்னை தெரேசா பெயரை முழுப் பொருளாகக் கொள்ளலாம்.

இலக்கியப் புலமை

அருள் ஒளி அன்னை தெரேசா காவியத்தைப் படிக்கும்போது ஒரு சிறந்த இலக்கியத்தைப் படிப்பது போன்ற உணர்வு வாசகர்களுக்கு ஏற்படுகிறது. இதற்கு ஆசிரியரின் தமிழ் இலக்கியப் புலமையே காரணமாகும். தமிழகத்தின் பெருமையைப் பற்றிக் குறிப்பிடும்போது,

கடைஎழு வள்ளல் வாழ்ந்தகவின்மிகு தமிழகம் *(பா. 775)*

என்று கடையெழு வள்ளல்களைப் பற்றிக் குறிப்பிடுகிறார். மேலும்,

பையவே மலைப் பக்கத்தில் படர்ந்த ஓர் கொடிமுல்லையைக்
கையினால் ஏந்தித் தேர்மேல் கருணையினால் படர விட்டான்
(பா. 776)

என்று வள்ளல் பாரியைப் பற்றியும்,

கார்முகில் பெருக்கம் கண்டு கவின்தோகை விரித்தே ஆடி
நேர் வந்த மயிலுக்குள்ளம் நெகிழ்ந்தவன் பேகன் *(பா. 780)*

என்று பேகனைப் பற்றியும் குறிப்பிடுகிறார். சங்க காலத்தில் வாழ்ந்த வள்ளல்களின் இயல்புகள் பற்றியும், வறியவர், புலவர், பாணர், பொருநர், கூத்தர், செல்வநலம் இல்லாத மனிதர் இவர்களுக்கெல்லாம் கொடுத்து உதவி செய்தவர்களே வள்ளல்கள் என்ற இலக்கியச் செய்தியையும் தன் நூலில் குறிப்பிடுகிறார். மேலும் அமெரிக்காவிற்கும் ஈராக்கிற்கும் போர் தொடங்குவதை அறிந்து அவர்களுக்குக் கடிதம் எழுதுவதாக அமைந்திருக்கும் பகுதியில் சங்க இலக்கிய நிகழ்வுகள் மூலம் சமாதானத்தை வேண்டுகிறார். நெடுங்கிள்ளிக்கும் நலங்கிள்ளிக்கும் நடக்க இருந்த போரை கோவூர்கிழார் தடுத்து நிறுத்தியதையும், தொண்டைமான் திரையனுக்கும் அதியனுக்கும் நடக்கவிருந்த போரை ஔவையார் தமது முயற்சியினால் தடுத்து நிறுத்தியதையும் எடுத்துக்காட்டி, அன்னை தெரேசாவும் அமெரிக்க- ஈராக் போரைத் தடுத்து நிறுத்தியதாக ஆசிரியர் குறிப்பிடுகிறார்.

மேலும், வாடிய பயிரைக் கண்டபோதெல்லாம் வாடினேன் என்னும் வள்ளலாரின் கருத்தையும், மனம் நெகிழ்ந்து ஆருயிர்க்கு அன்பு செய்ய வேண்டும் என்ற சித்தர் கருத்தையும், உலகத்தில் உள்ளவர் அனைவரும்

உறவினர் என்று கூறிய கணியன் பூங்குன்றனார் கருத்தையும் தன்னுடைய காவியத்தில் எடுத்தியம்பியுள்ளார். இவ்வாறு பல்வேறு இலக்கியங்கள் கூறும் செய்திகளை எடுத்தாளும் இலக்கிய அறிவு நிறைந்தவராகக் காப்பிய ஆசிரியர் திகழ்கிறார்.

தமிழ்ப்பற்று

காப்பிய ஆசிரியர் துரை. மாலிறையன் தமிழ்ப்பற்று மிக்க தமிழறிஞர். இவர் தமிழாசிரியர் என்பதால் இயற்கையிலே இவரிடம் தமிழ்ப்பற்றும் புலமையும் அதிகமாக நிறைந்திருந்தது. இவர் தம் தமிழ்ப் பற்றைக் காவியத்தின் பல இடங்களில் தெள்ளத் தெளிவாக வெளிப்படுத்துகிறார். அமிழ்தமாகிய தமிழ் மொழியைப் பற்றிக் குறிப்பிடும்போது, 'வெல்தமிழ்' 'செந்தமிழ்' என்றும், 'தக தக என ஒளிரும் தமிழ்மொழியே' என்றும் சுட்டுகிறார். அன்னை வளர்வதைக் குறித்துக் கூறும்போது,

செந்தமிழ் வளர்தல் போலச்செவ்வணம் வளர்ந்தார்   (பா. 44)

என்று எடுத்துரைக்கிறார். அன்னையின் சொற்களைக் கேட்டவர்க்கு ஆர்வம் பெருகும் என்பதை உணர்த்துவதற்கு ஆசிரியர்,

தாய்த்தமிழ் மொழியே இந்தத்தமிழ்நாட்டை ஆளும் என்னும்
வாய்மொழி கேட்ட போதேமகிழ்ந்தெழும் தமிழ்த் தொண்டர் போல்
   (பா. 273)

எனத் தன்னுடைய காவியத்தில் பாடியுள்ளார். இவ்வடிகள், தமிழ்மொழி மீது இவர் கொண்ட பற்றையும், தமிழ்மொழியே நாட்டை ஆள வேண்டும் என்ற இவரது வேட்கையையும் தெளிவாக உணர்த்துகின்றன.

உவமைச் சிறப்பு

அன்னை தெரேசா காவியத்தில் இலக்கியநயம் நிறைந்த உவமைகள் பல புனையப்பட்டுள்ளன. இந்த உவமைகளின் வழியே தாம் கூற விரும்பும் கருத்தைத் தெளிவாகவும் சிறப்பாகவும் படிப்போர் மனங்களில் பதிய வைப்பதில் கவிஞர் பெருவெற்றி பெற்றுள்ளார். காவிய ஆசிரியர் பொய்யான தொண்டினை ஓர் உவமையின் மூலம் எடுத்துரைக்கிறார்.

தூண்டிலைப் போட்டு மீனைத்தோண்டியில் சேர்ப்பார் போல
வேண்டிய நன்மைக் காக வெளியிலே தொண்டு செய்து
நீண்டவாழ் நாளுக் குற்ற நெடும் பொருள் சேர்த்துக் கொண்டே
ஆண்டவன் தனக்கும் அந்த அழிபொருள் பங்கை ஈவார்
   (பா. 47)

என்னும் செய்யுள் அடிகளில், தூண்டிலைப் போட்டு மீனைப் பிடித்துத் தோண்டியில் நிரப்பும் மனிதர்கள் போல, தமது நன்மைக்காக வெளியில் போலியாகத் தொண்டு செய்து கொண்டே, தமது நீண்ட வாழ்வுக்காகப் பொருள் சேர்க்கின்றனர். இவர்கள்தாம் சேர்த்த பொருளில் ஆண்டவனுக்கும் சிறிது பங்களித்து ஆறுதல் தேடிக் கொள்கின்றனர் எனக் கவிஞர் காட்டுகிறார்.

மீட்டாரைத் துறந்த நம்யாழ் மிகுநலம் இழந்ததைப் போல்
நாட்டார்முன் பாரதம் தான் நலமிழந்திருக்கக் கண்டார்

(பா. 21)

என்ற அடிகளின் மூலம், மீட்டுபவர் இல்லாமல் நலமிழந்த யாழ் போலப் பாரதமும் காப்பவர் இல்லாமல் வளமிழந்ததாகக் கவிஞர் சுட்டுகிறார்.

மணிமாலைத் தொங்கல் போல்வழிந்தோடும் பனிநீர் ஓட்டம்

(பா. 29)

என்று ஆல்ப்ஸ் மலையின் இயற்கைத் தோற்றத்தை உவமை மூலம் வருணிக்கிறார். வெள்ளித் தட்டில் வைத்த வெள்ளி வைரக் கோவை சிதறுதல் போல, ஆல்ப்ஸ் மலையெங்கும் வெள்ளைப் பனி நிறைந்திருப்பதை,

வெள்ளித் தட்டொன்றில் வைத்தவெள்ளி வைரக் கோவை
துள்ளிக் கீழ்ச் சிதறல் போலத் தோன்றிடும் ஆல்ப்சு குன்றம்

(பா. 35)

என்னும் செய்யுளடிகளில் உணர்த்துகிறார். அன்னையின் இயல்பினை உவமைகளின் மூலம்,

அருளெலாம் உருக்கொண்டாற்போல் அன்னையும் உருவெடுத்தார்
இருளெலாம் நீக்கத் தோன்றும் எழிற்கதிர்ச் சூரியன்போல்
பெரும்பணிக் கதிர் பரப்பிப் பேணியே வறுமை போக்கி
ஒருமணி என ஒளிர்ந்தார் உயர்த்திடும் தொண்டினாலே! *(பா. 381)*

என விவரிக்கின்றார். அருள் எல்லாம் ஒன்றாகச் சேர்ந்து உருவம் பெற்றதைப் போன்று அன்னை உருவெடுத்ததாகப் பாடுவது சிறப்புடையது. பின்வரும் செய்யுளில் காணப்படும் அடுக்கு உவமைகள் மூலமும் அன்னையின் பெருமையைக் கவிஞர்,

காட்டுத்தீ பரவும் போதுகடுமழை பெய்தல் போலும்
வீட்டுக்குள் பசித்தீ போக்கவிரைந்தீயும் வள்ளல் போலும்

நாட்டுக்குள் இயற்கை சீறின்நலஞ்செயும் படைஞர் போலும்
கேட்டுக் குள்ளாரைக் காத்துச் சிறந்திடு கென்றே மேலும்

(பா. 62)

எனக் காட்டுகிறார். உலக மக்களைக் காத்து யாவருக்கும் நன்மை செய்து வாழப் போகிறவராகக் குழந்தையாகப் பிறந்த அன்னையைத் தேவர்கள் வாழ்த்திச் சொல்வதாகக் கவிஞர் உவமைப்படுத்துகிறார்.

இக்காவியத்தில் இடம்பெற்றுள்ள கவ்விய இருட்டுள்ளத்தில் கவின் விளக்கேற்றுதல் போல், மணிமாலைத் தொங்கலைப் போல், பாலாவி எழுதல் போல, கூண்டிலே கிளிபோல் சென்று கூடுவார் நூலகத்தில், செவ்வானம் நீங்கிப் பின்னே சீரொளி பரவுதல் போல, இடிக்கிடி தோன்றுகின்ற ஈடிலா மின்னலைப் போல், களத்தினில் நெல்லைக் கண்டு களிப்புறும் உழவன் போல், இருளினைக் கிழித்துக் கொண்டே எழுகின்ற சூரியன் போல், வைக்கோற் போர்க்குள்ளே ஓணான் மறைதல் போல், வானத்தில் வெண்முகில் போல, சூரியன் இருளைப் போக்கச் சுடரொளி பரப்புதல் போல, ஆலையில் கரும்பு போல், பழங்களை நினைக்கும் போது பழச்சுவை உணர்வதைப் போல, வடுவிலாத் திங்கள் அன்ன, தேனிட்ட கூட்டின் மேலே தீப்பந்தம் காட்டுதல் போல், எறும்பு போல் சுறுசுறுப்பே, எருதுபோல் உழைப்பே போன்ற உவமைகளைச் சில சான்றுகளாகச் சுட்டலாம்.

கவிஞர் துரை.மாலிறையன், புதுப்புது உவமைகளைப் பயன்படுத்தி அன்னையின் பெருந்தொண்டைப் படிப்பவர் நெஞ்சில் பரப்புகிறார். கவிஞர் தாம் கூறவரும் கருத்தைத் தெளிவுபடுத்துவதற்கு இந்த உவமைகள் சிறப்பாகப் பயன்பட்டுள்ளன.

வருணனைகள்

ஆசிரியர் தன்னுடைய காவியத்தில் பல இடங்களில் பண்பை விளக்குவதற்காகவும் நிகழ்ச்சிகளைக் கூறுவதற்காகவும் வருணனை களைப் பயன்படுத்தியதோடு, ஆல்ப்சு மலையின் இயற்கைத் தோற்றத்தை மிக அழகுடன் வருணிக்கின்றார்.

வெள்ளியை உருக்கி வார்க்கும்வெளியிது தானோ? அன்றி
ஒள்ளிய மணிக் குப்பையின்ஓங்கலோ? வெயில்மேல் பட்டுத்
துள்ளிய மீன் கூட்டத்தின்தொகுதியோ? என நினைக்க
வெள்ளிய ஆல்ப்சுக் குன்றம்விளங்கிடும் ஐரோப்பாவில்

(பா. 28)

என்னும் இச்செய்யுள், ஐரோப்பாவில் விளங்கும் ஆல்ப்சு மலையானது வெள்ளியை உருக்கி வார்த்தெடுக்கப்பட்டதோ அல்லது ஒளிபொருந்திய நவமணிகளின் கூட்டமே ஒளியாக உள்ளதோ அல்லது வெயில் மேல் பட்டு மின்னித் துள்ளும் மீன் கூட்டமோ என ஐயுறும் வண்ணம் ஒளியோடு திகழ்ந்தது என வருணிக்கின்றது. வெள்ளித் தட்டொன்றில் வைத்த வெள்ளிய வைரக் கோவை போன்ற ஆல்ப்சு மலையின் அழகைக் கண்ட மக்கள், அங்கேயே தங்குவார்கள். ஏனென்றால்,

> ஓடுதல் பனிமேல்; மக்கள் உறங்குதல் பனிமேல்; பிள்ளை
> ஆடுதல் பனிமேல்; வீட்டைஅமைப்பதும் பனிமேல்; ஒன்று
> கூடுதல் பனிமேல்; கல்விக்கூடமும் பனிமேல்; என்றும்
> நீடுதல் பனியே என்றால்நிற்றலும் பனிமேல் தானே!

(பா. 33)

என்று அம்மலையோடு ஒன்றிணைந்து வாழும் மக்களின் வாழ்வை வருணிக்கின்றார். இத்தகைய சிறப்புமிக்க ஆல்ப்சு மலையினை துரை. மாலிறையன் ஒன்பது செய்யுட்களில் வருணிக்கிறார்.

மனித குலத்தில் பெண்ணாகப் பிறந்து, இறைவனுக்குத் தொண்டு செய்யும் வகையில் மக்களுக்குச் சிறந்த தொண்டாற்றிய அழியாத புகழுக்குரிய அன்னை தெரேசாவின் பெருமையைப் பாடும் தனிச்சிறப்புக் குரியது இக்காவியம். காவியத் தலைவியாக அன்னையைத் தெரிந்து கொண்ட கவிஞர், அன்னையின் பொது வாழ்வைப் பாடுவதற்கே காவியத்தில் முதன்மை அளிக்கிறார். இதிலிருந்து சமூகத்தின் பொது நன்மைக்காகவே தனிமனிதனின் வாழ்க்கை அர்ப்பணிக்கப்படல் வேண்டும் என்னும் அடிப்படையான உயரிய கருத்தை இக்காவியம் வலியுறுத்துகின்றது. அன்னையைப் போன்று வாழ்நாள் முழுவதும் பிறருக்கு உதவாவிடினும், ஒரு சில நாட்களாவது பிறருக்கு உதவ வேண்டும் என்ற உந்துதலையும், வாழ்ந்துவிட வேண்டும் என்ற உயிர்த் துடிப்பையும் படிப்போரிடம் ஏற்படுத்துவதில் இக்காவியம் பெரு வெற்றி பெற்றுள்ளது.

37. அன்பு மலர் அன்னை தெரேசா

அன்னை தெரேசா குறித்து இரண்டு காப்பியங்கள் வெளி வந்துள்ளன. அவற்றில் ஒன்று வெண்பா வடிவில் வெளிவந்துள்ள அன்பு மலர் அன்னை தெரேசா என்பதாகும். இக்காவியம் 2006 ஆம் ஆண்டு வெளியிடப்பட்டுள்ளது. இதன் ஆசிரியர் புலவர் ம. அருள்சாமி. இந்நூல் குன்றக்குடி பொன்னம்பல அடிகளாரின் வாழ்த்துரையுடன் வெளி வந்துள்ளது.

ஆசிரியர் வரலாறு

காண்க - ஆசிரியரின் வரலாறு 'இதோ மானுடம்' என்னும் தலைப்பில் இடம்பெற்றுள்ளது.

காப்பிய அமைப்பு

அன்பு மலர் அன்னை தெரேசா காப்பியமானது 506 வெண்பாக்களால் ஆனது. இந்நூல் காப்பு, தோற்றமும் வருகையும், கல்கத்தா மரியன்னை பள்ளி, இரண்டாம் அழைப்பு, அன்புப் பணியாளர் அமைப்பு ஆரம்பம், நிர்மல் ஹிர்தே - இறப்போர் இல்லம், இல்லத்தின் உள்ளம், உள்ளத்தின் உன்னதம், சிசுபவன் சிறுவர் இல்லம், சாந்தி நகர் - தொழுநோய் அகம், அன்புப்பணி - சகோதரர் அரங்கம், அன்னையின் அரும்பணி, விருதுகளும் வெற்றிகளும், பெரியோர்தம் பேரன்பு, தலைமைக்குச் சகோதரி நிர்மலா தேர்வு, அன்பாளர் பணி, அன்னையின் அருள்மொழிகள், அன்னையின் அன்பு அணிகள், அன்னையின் ஆன்ற வாக்கு, அன்னையின் தத்துவ தரிசனம், இணையும் இணைக்கரங்கள், உடனுழைக்கும் ஒப்புரவாளர், அன்னையின் அந்தி நேரம், அன்புமலர் உதிர்ந்தது, தலைவணங்கும் தலைவர்கள், அருளாளர் அன்னை என்னும் 27 தலைப்புகளைக் கொண்டது.

வெண்பாக் காவியம்

வெண்பாக்களில் அமைந்த கிறித்தவக் காப்பியங்கள் ஆறு. அவை அருள்மைந்தன் மாகாதை, அன்புமலர் அன்னை தெரேசா, தெய்வசகாயன்

திருச்சரிதை, அருட்காவியம், கிறிஸ்து வெண்பா 1000, இயேசு நாதர் வெண்பா என்பனவாகும். வெண்பா, ஏனைய பாக்களைவிட வரையறுத்த இலக்கணக் கட்டுக்கோப்பு உடையது. விதிவிலக்குகள் இல்லாதது. தனித்தன்மை உடையது. வெண்பாவுக்கு உரியவையல்லாத சீர்களோ, தளைகளோ வெண்பாவில் இடம்பெற முடியாது. அவை இடம்பெற்றால் அந்தப் பாடலை வெண்பா எனக் குறிப்பிட முடியாது. வெண்பா செப்பலோசை உடையதாகவும் ஈற்றடி முச்சீராகவும் ஏனைய அடிகள் நாற்சீராகவும் அமைந்து, வெண்சீர், இயற்சீர் உடையதாக வெண்டளையுடன் வர வேண்டும். பிற தளைகள் வரக்கூடாது. ஈற்றுச்சீர் நாள், மலர், காசு, பிறப்பு என்னும் வாய்ப்பாட்டால் முடிதல் வேண்டும். 'வெண்பா புலவர்க்குப் புலி' என்று கூறுவர். திருக்குறள், நாலடியார், நளவெண்பா முதலான நூல்கள் வெண்பாக்களால் ஆனவை. அன்பு மலர் அன்னை தெரேசா காவிய ஆசிரியர் வெண்பாவைப் பயன்படுத்துவதற்கான காரணத்தை,

> ஒன்றை அழுத்தப் பதிவாகச் சொல்ல அல்லது ஆணை விதியாகச் சொல்ல தமிழ் இலக்கியத்தில் வெண்பா என்னும் ஒருபா வகையை நமது இலக்கியவாணர்கள் கையாண்டிருக்கிறார்கள். அதன் வழியே நானும் முயன்றிருக்கிறேன் (ப.4)

எனக் குறிப்பிட்டுள்ளார்.

அழகு பூசப்படாத காவியம்

அன்னை தெரேசாவின் வாழ்க்கை வரலாற்றில் உள்ள மிக முக்கியமான செய்திகளை வரலாறாகத் தொகுத்து ஆசிரியர் காப்பிய வடிவில் தந்துள்ளார். இக்காவியம் எவ்விதமான அலங்காரங்களுமின்றி, தெளிந்த நீரோடையைப் போன்று அமைந்துள்ளது. அன்னையின் வரலாற்றுக்கு முதலிடம் கொடுக்கப்பட்டமையால் கற்பனைகள், அணிகள், உவமைகள், பழமொழிகள் ஏதுமின்றி இயல்பாக அமைந்துள்ளது.

காப்புப் பாடல்

இக்காப்பியத்தில் ஒரு வெண்பா மட்டுமே காப்புச் செய்யுளாக இடம்பெற்றுள்ளது. அச்செய்யுள் பின்வருமாறு:

> அன்புமலர் பூத்துவர, அன்னை உருவெடுத்துத்
> துன்பவலர் தீர்த்திங்கே தூயதாய்ப் - புண்ணியமே
> பெண்ணாக வந்துதித்த பேறே, தெரேசாவே,
> கண்ணாக வாழ்தல்தான் காப்பு (ப.31)

அன்னை தெரேசாவை, புண்ணியமே பெண்ணாக வந்துதித்த பேறு பெற்றது என இறைவனிடம் தெண்டனிடுகிறார். அன்பே மலராகப் பூத்து

கிறித்தவக் காப்பியங்கள்

இந்த உலகத்தில் உருவெடுத்து வந்தாய்; துன்பம் தரும் பழிச் சொற்களை நீக்கி, புண்ணியத்தின் வடிவமாக இருக்கும் தாயே, பெண்ணாக வந்துதித்த பாக்கியமே, தெரேசா அம்மாவே நீ கண்ணாக வாழ்ந்து என்னைப் பாதுகாப்பாயாக என ஆசிரியர் வேண்டுகிறார். தெரேசா அம்மையார் தனக்குள் வாழ்வதைத்தான் காப்பு என்கிறார் ஆசிரியர்.

ஒரு செய்யுளுக்கு ஒரு செய்தி

இக்காவியத்தில் செய்யுள்கள் ஒவ்வொன்றிலும் ஒவ்வொரு செய்திகள் இடம்பெற்றிருப்பது இதன் சிறப்பாகும். இந்த நெறியின் அடிப்படையில் தொடர்ச்சியாக 506 செய்திகள் இக்காவியத்தில் இடம்பெற்றுள்ளன. இத்தன்மை காப்பிய ஓட்டத்திற்கு எவ்வித இடையூறும் செய்யவில்லை.

இறப்போர் இல்லம்

காவியத்தின் ஏழாவது தலைப்பில் அன்னை தெரேசா இறப்போர் இல்லத்தைத் தொடங்கியது குறித்தச் செய்திகள் தரப்பட்டுள்ளன. இதில் இடம்பெற்றுள்ள 20 செய்யுள்களில் இறப்போர் இல்லம் தொடங்கப்பட்ட சூழலும் அதன் பணிகள் குறித்தும் விளக்கப்பட்டுள்ளன. ஒரு நாள் அன்னை தெரேசா சாலையில் செல்லும்போது, ஒரு முதியவர் கைவிடப்பட்ட நிலையில் இறந்து கொண்டிருக்கும் அவல நிலையைக் கண்டார். அன்று அவரது மனதில் இறப்போர் இல்லம் தொடங்க வேண்டும் என்னும் எண்ணம் உருவாகியது. அன்பர் ஒருவரால் காளிகாட்டிலுள்ள காளி கோயில் பக்கம் இடம் கிடைக்கப்பெற்று, அதில் நிர்மல் ஹிர்தே என்னும் பெயருடைய இறப்போர் இல்லம் தொடங்கப்பட்டது. அதற்கு பல்வேறு எதிர்ப்புகள் ஏற்பட்டன. இதனை,

> மாற்றுவார் ஏசு மதத்திலே என்றுதான்
> தூற்றுவார் பொல்லாதார் துன்புறினும் - ஆற்றுவார்
> அன்புப் பணியாளர் ஆன்மாவின் அர்ப்பணத்தை
> துன்பம் தொடர்ந்ததாம் தோன்று (பா.113)

என ஆசிரியர் பாடுகிறார். இத்தகைய எதிர்ப்புகளைக் கனிவான அணுகுமுறையால் எதிர்கொண்டு, இறக்கும் நிலையிலுள்ள மக்கள் அமைதியான மரணத்தைத் தழுவும் சூழலை அன்னை ஏற்படுத்தினார்.

சிசுபவன் சிறுவர் இல்லம்

ஒரு நாள் சாலையோரத்திலுள்ள குப்பைத் தொட்டியில் பச்சிளம் குழந்தை கிடப்பதைக் கண்ட அன்னை தெரேசா, அக்குழந்தையை எடுத்து

வந்து காப்பாற்றினார். அன்றே பெற்றோரால் கைவிடப்பட்ட குழந்தை களுக்கென்று ஓர் இல்லம் அமைக்க வேண்டும் என முடிவு செய்தார். அதன்படி நிர்மலா சிசுபவன் என்னும் குழந்தைகள் காப்பகம் தொடங்கப் பட்டது. பெற்றோர் இல்லாத குழந்தைகளை சிசுபவன் இல்லத்தில் சேர்த்து அவர்களுக்குத் தாயன்பை ஊட்டினார். இதனை ஆசிரியர்,

> எல்லாக் குழந்தையும் எம்பிரான் சாயலே
> இல்லை அவருக்கு ஈடேதாம் - இல்லையாம்
> தாயன்பு நேரேதும், தாருங்கள் எம்மிடம்,
> தாயன்பு செய்வோம் தளிர்த்து (பா.166)

எனப் பாடுகின்றார். குழந்தைகளை இயேசு பெருமானுக்கு இணையானவர்கள் என இச்செய்யுளில் குறிப்பிடுகிறார்.

தொழுநோய் அகம்

1957 ஆம் ஆண்டு தொழுநோயாளர்களுக்காக ஓர் இல்லம் தொடங்கப்பட்டது. அது 'சாந்தி நகர் தொழுநோய் இல்லம்' என அழைக்கப்பட்டது. பின்னர் அது 'காந்திஜி பிரேம் நிவாஸ்' என வளர்ச்சி கண்டது. தொழுநோயின் கொடுமையினை,

> தொழுநோய், உலகெல்லாம் அஞ்சி நடுங்கித்
> தொழுநோய், சிதைந்த உடலால் - அழுநோய்,
> உழும்நோய் உடல்புண், உறுப்புகள் எல்லாம்
> விழும்நோய், விழுப்பெலாம் வாழ்ந்து (பா.193)

என ஆசிரியர் பாடுகிறார். தொழுநோயாளர்களின் புண்களைக் கழுவி சுத்தம் செய்து அவர்களுக்கு ஆறுதல் அளித்தவர் அன்னை.

அன்னையின் அருள்மொழிகள்

அன்னையின் உள்ளமாம் கோயிலிலிருந்து வெளிப்படும் சொற்களை மக்கள் ஆர்வமாகக் கேட்டனர். இரண்டு அப்பம் இருந்தால் ஒன்றை உன்னருகில் உள்ளவர்களுக்குக் கொடு; மனிதர்களின் மனதை மாற்றுவேனே தவிர மனிதர்களின் மதத்தை மாற்றம் செய்யமாட்டேன்; மனதில் நல்ல ஒரு இந்துவாகவும் நன்மை செய்வதில் இசுலாமியன் எனச் சொல்லும் வகையிலும் வாழ்வீராக; உண்மை பேசுவதில் புத்தனாகவும் ஓர்மையில் (ஒற்றுமை) ஜெயினாகவும் திண்மையில் கிறித்தவனாகவும் இருக்க வேண்டும்; மென்மையான மனம் வேண்டும்; தீய குணத்தை

மாற்றும் மனம் வேண்டும்; மக்கள் உண்மையான மனம் உடையவர்களாக இருக்க வேண்டும்; மக்கள் மனதில் நல்ல எண்ணங்கள் ஏற்பட்டால் இந்த உலகம் தழைக்கும்; மனிதனின் உள்ளத்தில் இறைவனின் அருள் இடம்பெற வேண்டும் என்பவை அன்னையின் அருள்மொழிகளில் சிலவாகும். இதனை,

உண்மையின் புத்தனாக ஓர்மை ஜெயினாக
திண்மைக் கிறிஸ்துவனாய்த் தேறவே - மென்மை
மனம்வேண்டும் மாறும் குணம்வேண்டும் மெய்மை
மனமேற்றம் செய்வேன் மகிழ்ந்து. *(பா. 324)*

எனப் பாடுகிறார்.

அன்பு மலர் உதிர்ந்தது

கோடிக்கணக்கான மக்கள் குணமடைவதற்காக ஓடியாடிய அன்னை இறந்தார். மக்கள் அழுது புலம்பினர். அன்னை தெரேசாவின் உடலை அரசு மரியாதையுடன் அடக்கம் பண்ணுவதற்காக, உலகமே போற்றும் அன்னையின் உடல் மீது தேசியக் கொடியைப் போர்த்தினர். கல்கத்தா விலுள்ள மக்கள் அனைவரும் கண்ணீர் விட்டுக் கதறி அழுதனர். இதனை,

தேசமே போற்றுமாம் தெய்வத் திருவுடலை
தேசக் கொடிகொண்டு போர்த்தினர் - நேசம்
மிகக்கொண்ட கொல்கத்தா மக்கள்தாம் கண்ணீர்
உகக்கொண்டு விம்மி உயிர்த்து *(465)*

எனப் பாடுகிறார். அன்னையின் உடலைக் காண்பதற்காக மக்கள் வெள்ளம் போல் திரண்டு வந்தனர். இந்தியாவின் ஜனாதிபதி, பிரதமர், அமைச்சர்கள், ஆன்மிகர்கள், அரசியல்வாதிகள் என அனைவரும் வந்து அன்னையின் உடலுக்கு மரியாதை செலுத்தினர். உலகமே அன்னையின் பிரிவை நினைத்து அழுதது. உலகத் தலைவர்களும் மக்களும் வந்து கலந்து கொள்வதற்கு வசதியாக எட்டு நாட்கள் கழித்து இறுதிச் சடங்கு நடைபெற்றது. பீரங்கி வண்டியில் அன்னையின் உடல் வைக்கப்பட்டு, ஊர்வலமாக எடுத்துச் செல்லப்பட்டது. இராணுவக் குண்டுகள் முழங்க அன்னை இல்லத்தின் முற்றத்தில் அன்னையின் புனித உடல் அடக்கம் செய்யப்பட்டது. அன்னையுடன் பணியாற்றிய அன்புச் சகோதரிகள் கண்ணீர் விட்டுக் கதறியழுதனர். கொல்கத்தா பேராயர் அடக்க ஆராதனையை நடத்தினார். அன்னை தெரேசாவின் கல்லறையில் 'நான் உங்களை நேசித்தேன்; அதேபோல நீங்களும் பிறரை நேசியுங்கள்' எனப் பொறிக்கப்பட்டுள்ளது. இதனை,

நேசித்தேன் உங்களை நானும் அதுபோல
நேசியுங்கள் மற்றவரை நீங்களும் - நேசித்த
சொல்லெழுதி அன்னை தெரேசெழுதி நேசத்தைச்
சொல்லிநிற்கும் கல்லறைமேல் கல் (பா. 480)

எனப் பாடுகிறார் ஆசிரியர்.

அருளாளர் அன்னை

இக்காவியத்தின் இறுதித் தலைப்பு அருளாளர் அன்னை என்பதாகும். இத்தலைப்பில் ஆறு செய்யுள்கள் மட்டுமே இடம் பெற்றுள்ளன. 2003 ஆம் ஆண்டு அக்டோபர் மாதம் 19 ஆம் நாள் ஞாயிற்றுக்கிழமை, புனித போப் இரண்டாம் ஜான் பால், அன்னை தெரேசாவிற்கு புனிதர் (அருளாளர்) பட்டம் வழங்கிச் சிறப்பித்தார். அவர் தமது உரையில் அன்னை தெரேசா தன் வாழ்வினை முழுவதுமாக மக்களுக்கு அர்ப்பணித்தவர் எனக் குறிப்பிட்டார். 'அன்பு இதயத்தை மாற்றும்; அதில் இன்ப அமைதியை ஏற்றும் எனவும் வன்முறை வேண்டாம் வதைக்கும் மனுக்குலத்தை' என்னும் அன்னையின் உரையுடன் காவியத்தை முடிக்கிறார் ஆசிரியர். அச்செய்யுட்கள் பின்வருமாறு:

'அன்பு இதயத்தை மாற்றும் அதிலேதான்
இன்ப அமைதியை ஏற்றுமாம்' - அன்னைதான்
சொன்னார் மலர்ந்தாரச் சொல்லையே வாழ்வாக்கி
அன்னையோர் அன்பு மலர்.

'வன்முறை வேண்டாம் வதைக்கும் மனுக்குலத்தை'
நன்முறை நற்றாயாம் நிர்மலா - அன்னையின்
தொண்ணூற்று ஆறாம் பிறந்தநாளின் பொன்னுரை
எண்ணுற்று வாழ்தல் இனிது (பா. 505, 506)

அன்னை தெரேசா அம்மையார் தனக்காக வாழாமல் பிறருக்காக வாழ்ந்து தம்மையே அர்ப்பணித்தவர். இவ்வர்ப்பண வாழ்க்கை நமக்கு முன்னோடியாக உள்ளது. வெண்பாவால் காப்பியம் படைப்பது என்பது எளிதல்ல. எனினும் ஆசிரியர் அருள்சாமி தம் அரிய முயற்சியில் இக்காப்பியத்தைப் படைத்திருப்பது பாராட்டுக்குரியது.

38. திருத்தொண்டர் காப்பியம்

கிறித்தவக் காப்பியங்களுள் இரத்த சாட்சியாக மரித்த நீலகண்ட தேவசகாயம் பிள்ளையைத் தலைமை மாந்தராகக் கொண்ட காப்பியங்கள் இரண்டு. அவை தெய்வசகாயன் திருச்சரிதை, திருத்தொண்டர் காப்பியம் என்பனவாகும். முதுமுனைவர் சூ. இன்னாசி அவர்களால் எழுதப்பட்டு 2008 ஆம் ஆண்டு வெளிவந்த திருத்தொண்டர் காப்பியம், அனைத்து சிறப்பம்சங்களையும் ஒருங்கே உடையதாகவும், கிறித்தவக் காப்பியங்களுக்கு முன்மாதிரியாகவும் விளங்குகிறது. இன்னாசி அவர்களின் அரிய புலமையும் உழைப்பும் இக்காப்பியம் மூலம் வெளிப்படுகிறது. திருத்தக்கத் தேவர், கம்பர், சேக்கிழார் என்னும் காப்பியப் புலவர்களின் மரபில் விருத்தப்பாக்களால் இன்னாசி பாடியிருப்பது அவரது நுண்மாண் நுழைபுலச் சிறப்பைப் புலப்படுத்துகிறது. கன்னியாகுமரி மாவட்டத்தில் இரத்த சாட்சியாக மரித்த தேவசகாயம் நீலகண்ட பிள்ளையின் வரலாற்றைக் காப்பிய வடிவில் ஆசிரியர் வடித்திருக்கும் பாங்கு போற்றத்தக்கது. தேவசகாயம் பிள்ளையின் வரலாறு பல்வேறு வடிவங்களில் வெளி வந்திருந்தாலும் மரபு வழியான காப்பிய இலக்கணத்தைப் பின்பற்றி பெருங்காப்பிய வடிவில் திருத்தொண்டர் காப்பியம் படைக்கப்பட்டுள்ளது.

ஆசிரியர் வரலாறு

சூ. இன்னாசி அவர்கள் புதுக்கோட்டை மாவட்டத்திலுள்ள திருமயம் என்னும் பகுதியின் அருகிலுள்ள வயலோகம் என்னும் ஊரில் சூசையா பிள்ளை-லூர்தம்மாள் தம்பதியினருக்கு 1934 ஆம் ஆண்டு செப்டம்பர் மாதம் 13 ஆம் நாள் பிறந்தார். திருமயத்திலுள்ள ஸ்ரீசத்தியமூர்த்தி செகண்டரி பள்ளியில் தம் கல்வியைத் தொடங்கினார். தேவகோட்டை தே பிரித்தோ உயர்நிலைப் பள்ளியில் 1951 ஆம் ஆண்டு பள்ளி இறுதி வகுப்பில் தேர்ச்சி பெற்றார். 1953 ஆம் ஆண்டு புதுக்கோட்டை அரசு ஆசிரியர் பயிற்சிப் பள்ளியில் சேர்ந்தார். ஊனையூர் திருக் கண்ணண் பாடசாலையில் 1955 ஆம் ஆண்டு சூன் மாதம் 30 ஆம் நாள் ஆசிரியராகப் பொறுப்பேற்றார். பேச்சுக்

கலையினைப் பரப்பும் நல்லெண்ணத்துடன் வள்ளுவர் சொற்பயிற்சி மன்றத்தை ஏற்படுத்தினார். 1959 ஆம் ஆண்டு செப்டம்பர் மாதம் 17 ஆம் நாள் காரைக்குடி பகுதியைச் சேர்ந்த செசிலி மேரி அம்மையாரைத் திருமணம் செய்தார். பின்னர் வித்துவான், இளங்கலைப் பட்டங்களைப் பெற்றார். பின்னர் காரைக்குடி, விராலிமலை ஆகிய இடங்களில் இரண்டாம் நிலைத் தமிழாசிரியராகவும், இலுப்பூர் அரசினர் உயர் நிலைப் பள்ளியில் முதனிலைத் தமிழாசிரியராகவும் பணியாற்றினார். இச்சூழலில் முதுகலைப் பட்டம் பெற்றார். பின்னர் பாளையங்கோட்டையிலுள்ள தூய சவேரியார் கல்லூரியில் தமிழ் விரிவுரையாளராகப் பொறுப்பேற்றார்.

வீரமாமுனிவரின் சதுரகராதியில் ஆய்வு செய்து மதுரை காமராசர் பல்கலைக்கழகத்தின் வாயிலாக முனைவர் பட்டம் பெற்றார். தூய சவேரியார் கல்லூரியில் 1981 முதல் 1983 வரை தமிழ்த்துறைத் தலைவராகப் பணியாற்றினார். இவருக்கு 1981 ஆம் ஆண்டு தேம்பாவணி நாவலர் என்னும் பட்டம் வழங்கப்பட்டது. 1983 ஆம் ஆண்டு அக்டோபர் மாதம் சென்னைப் பல்கலைக்கழகத்தின் கிறித்தவத் தமிழ் இலக்கியத்துறையின் தலைவராகப் பொறுப்பேற்றார். சென்னைப் பல்கலைக்கழகத்தின் வாயிலாக 1994 ஆம் ஆண்டு ஆகஸ்டு மாதம் முதுமுனைவர் பட்டம் பெற்றார். பல தேசிய கருத்தரங்கங்களையும் அறக்கட்டளைச் சொற்பொழிவுகளையும் நிகழ்த்தியுள்ளார். இவரது மேற்பார்வையின் கீழ் பலர் முனைவர் பட்டமும் எம்பில் பட்டமும் பெற்றுள்ளனர். 1994 இல் ஓய்வுபெற வேண்டிய இவர், சென்னைப் பல்கலைக்கழகம் பணி நீட்டிப்பு வழங்கியமையால் 1999 ஆம் ஆண்டு ஓய்வு பெற்றார்.

இவர் திட்டூர் தேசிகரின் இலக்கியங்கள் பலவற்றைப் பதிப்பித்துள்ளார். கிறித்தவ இலக்கியக் களஞ்சியம், திருத்தொண்டர் காப்பியம் ஆகியவை இவரது படைப்புகளில் மிகவும் முதன்மையானவைகள். இலக்கணம், மொழியியல், அகராதி, இலக்கியம், திறனாய்வு, ஒப்பாய்வு, கவிதை, நாடகம், சிறுகதை, வாழ்வியல், பதிப்பியல் போன்ற பல்துறைப் புலமை சான்றவர். கிறித்தவ இலக்கிய ஆய்வுகளில் முழுமையான ஈடுபாடு கொண்டு இறை பக்தி உடையவராகவும், நேர்மையாளராகவும், அன்பான வராகவும் வாழ்ந்து வந்த இன்னாசி அவர்கள் 2010 ஆம் ஆண்டு அக்டோபர் மாதம் 6 ஆம் நாள் தமது 76 ஆவது வயதில் இறைவனடி சேர்ந்தார்.

தொடக்கப் பள்ளி ஆசிரியராக இருந்து, பல்கலைக்கழகப் பேராசிரியராக வளர்ச்சியடைந்து, பல நாடுகளுக்கும் சென்று கிறித்தவ

இலக்கியம் குறித்து விரிவான உரையாற்றி, 70 க்கும் அதிகமான நூல்களைப் படைத்தமைக்கு உண்மை, உழைப்பு, நேரம் தவறாமை ஆகிய மூன்றினையும் தமக்குத் தாமே உருவாக்கிக் கொண்டு, அவற்றின்படி செயல்பட்டதுதான் இவரின் வெற்றிக்குக் காரணம் என்பது முற்றிலும் உண்மை.

காப்பியக் கதை

35 ஆவது தலைப்பிலமைந்த தெய்வசகாயன் திருச்சரிதை என்னும் காப்பியத்தின் அறிமுகத்தில் காப்பியக் கதை இடம்பெற்றுள்ளது.

அமைப்பும் பகுப்பும்

திருத்தொண்டர் காப்பியம் இளமைக் காண்டம், தலைமைக் காண்டம், பொறுமைக் காண்டம், இறைமைக் காண்டம் என்னும் நான்கு காண்டங்களை உடையது. ஒவ்வொரு காண்டமும் பத்துப் பத்துப் படலங்களைக் கொண்டு நாற்பது படலங்களாக அமைந்து 4135 செய்யுட்களைக் கொண்டுள்ளது. திருத்தக்க தேவர், கம்பர், சேக்கிழார் என்னும் தமிழ்க் காப்பியப் பெரும் புலவர் வழியில் விருத்தப்பாக்களையே கொண்ட இக்காப்பியம், முன்னையோரின் காப்பியப் பாதையிலேயே செல்வது ஆசிரியரின் தனித்தன்மையை நிலைநாட்டுகின்றது.

1. இளமைக் காண்டம்

இளமைக் காண்டம் நாட்டுப் படலம், நகரப் படலம், குலமுறைப் படலம், அகநெறிப் படலம், பொழிலுறு படலம், திருமணப் படலம், ஊடலுவகைப் படலம், ஆட்சிப் படலம், பணிசேர் படலம், அறவுரைப் படலம் என்னும் பத்துப் படலங்களை உடையது. இளமைக் காண்டத்தின் முதற் பகுதியில் பாயிரம் அமைந்துள்ளது.

நாட்டுப் படலம் நீலகண்ட பிள்ளையின் சொந்த நாடான கன்னியாகுமரிப் பகுதியை விவரிக்கிறது. நகரப் படலம் நீலகண்ட பிள்ளையின் நகரத்தின் சிறப்பை விரித்துரைக்கிறது. குலமுறைப் படலம் நீலகண்ட பிள்ளையின் குலச் சிறப்பை விவரிக்கிறது. அகநெறிப் படலமானது தமிழும் விவிலியமும் காட்டும் அகப் பொருளின் சிறப்பினை விரித்துரைக்கிறது. ஐந்தாவதான பொழிலுறு படலம் தலைவனும் தலைவியும் களவு மேற்கொண்ட பொழிலுறு காட்சிகளை விரித்துரைக்கின்றது. திருமணப் படலம் நீலகண்ட பிள்ளையின் திருமண

நிகழ்வுகளை விரித்துரைக்கிறது. ஊடலுவகைப் படலம் நீலகண்ட பிள்ளையின் இல்லற வாழ்வில் இன்பத்தைக் கூட்டும் ஊடல் மொழிகளை விளக்கும் பகுதியாகும். எட்டாவதான ஆட்சிப் படலம் அரசனின் ஆட்சிச் சிறப்பை விரித்துரைக்கின்றது. பணிசேர் படலம் நீலகண்ட பிள்ளை அரசனிடம் பணி செய்ய முற்படுவதைத் தெரிவிக்கிறது. அறவுரைப் படலம் நீலகண்டனுக்கு அரசன் கூறும் அறவுரைகளை உள்ளடக்கியதாக அமைந்துள்ளது. இக்காண்டத்தில் இடம்பெற்றுள்ள செய்யுட்களின் மொத்த எண்ணிக்கை 1017 ஆகும்.

2. தலைமைக் காண்டம்

தலைமைக் காண்டம் என்னும் இரண்டாம் காண்டம் ஆள்வினைப் படலம், மனையமை படலம், மனமாறு படலம், கனவு காண் படலம், போர்க்களப் படலம், மதிலெழு படலம், பாராட்டுப் படலம், ஆற்றாமைப் படலம், திருக்குறுக்கைப் படலம், அருள்நீராட்டுப் படலம் என பத்துப் படலங்களைக் கொண்டது. ஆள்வினைப் படலம் அரசன் இட்ட பணிகளை நீலகண்டன் சிறப்பாக செய்த தன்மையினை விரித்துரைக்கிறது. மனையமைப் படலம், மன்னருக்கு புதிய மனை கட்டும் பொறுப்பை நிறைவேற்றிய செய்தியை விவரிக்கிறது. மனமாறு படலம் டிலனாயின் தொடர்பால் நீலகண்டன் விவிலியத்திலுள்ள அருங் கருத்துகளையும் செய்திகளையும் அறிந்து கிறித்தவத்தைப் பற்றிக் கொள்ள மனம் விரும்பும் நிலையை விவரிக்கிறது. கனவுகாண் படலம் விவிலியத்தில் கனவு பற்றி சீராக் ஆகமம் விவரிக்கும் செய்திகளையும் கனவின் பயனைக் கருவாகக் கொண்டு பழைய ஏற்பாட்டில் இடம் பெறும் சூசையின் வரலாற்றையும் விளக்குகிறது. போர்க்களப் படலம் நீலகண்டன் பங்கு பெற்ற போர்க்களச் செய்திகளை விளக்குகிறது. மதிலெழு படலம் மதிலரண் அமைத்ததில் நீலகண்டனின் பணியை விவரிக்கிறது. பாராட்டுப் படலம் நீலகண்டன் ஆற்றிய பணிகளைப் பாராட்டி அரசன் செய்த சிறப்புகளைக் கூறுகிறது. ஆற்றாமைப்படலம் நீலகண்டன் மீது பொறாமை கொண்ட அமைச்சர்களின் செயல்பாடுகளை விவரிப்பதாக அமைந்துள்ளது. திருக்குறுக்கைப் படலம் டிலனாயின் மூலம் இயேசு கிறிஸ்து பட்ட பாடுகளையும் உயிர்த்தெழுந்த நிகழ்வினையும் நீலகண்டன் அறிந்து கொண்டதை எடுத்துரைக்கிறது. அருள் நீராட்டுப் படலம் நீலகண்டனுக்கு அருள் நீராட்டுப் பெற வேண்டும் என்னும் ஆசையைத் தூண்டும் பகுதியாக அமைந்துள்ளது. இக்காண்டத்தில் இடம் பெற்றுள்ள செய்யுட்களின் எண்ணிக்கை 1095 ஆகும்.

3. பொறுமைக் காண்டம்

மூன்றாம் காண்டமான பொறுமைக் காண்டமானது ஊர்சூழ் படலம், பழிதீர் படலம், முறையீடு படலம், குறையறி படலம், வழக்குரை படலம், எருமையூர் படலம், மறையுணர் படலம், ஞானப்பூ படலம், நீரூற்றுப் படலம், சிறைப்படு படலம் என்னும் பத்துப் படலங்களைக் கொண்டது. ஊர்சூழ் படலம் நீலகண்டன் கிறித்தவ மதத்திற்கு மாறியதால் ஊர் மக்கள் கூடி அரசனிடம் தெரிவிக்கத் திட்டமிடும் செய்திகளைக் கொண்டது. பழிதீர் படலம் மக்கள் அரசனிடம் தேவசகாயமாக மாறிய நீலகண்டன் மீது பழிகள் பல கூறி தங்கள் சினத்தைத் தீர்த்துக் கொள்ள முயலும் விவரங்களைத் தருகிறது. முறையீடு படலம் அரசவையில் உள்ளோருக்கு மக்கள் தேவசகாயம் பற்றி முறையிடுவது குறித்த செய்திகளை விவரிக்கிறது. குறையறி படலம் அரசன் தேவசகாயம் பிள்ளையைப் பற்றி சொன்ன குறைகளை உணர்கின்ற செய்தியைக் கூறுகிறது. வழக்குரை படலம் கிறித்தவராக மாறியது தொடர்பாக அரசனிடம் தேவசகாயம் பிள்ளை கூறிய செய்திகளை விவரிப்பதாக அமைந்துள்ளது. எருமையூர் படலம் தேவசகாயம் பிள்ளை கிறித்தவராக மாறியமைக்குத் தண்டனையாக எருமை மீது ஏற்றி சுற்றி வரச் செய்த நிகழ்வினைக் கூறுகிறது. மறையுணர் படலம் தேவசகாயம் பிள்ளை பட்ட அவமானத்தை நினைத்துத் துன்பப்பட்ட அவரது மனைவி பார்க்கவி சிறிது சிறிதாக இறைத் தொண்டர்கள் மூலம் கிறித்தவ சமயம் பற்றி அறிவதை விவரிக்கிறது. ஞானப்பூ படலம் தேவசகாயத்தின் மனைவி பார்க்கவி வடக்கன்குளத்தில் ஞானஸ்நானம் பெற்று ஞானப்பூ என்னும் பெயர் பெற்றதைக் கூறுகிறது. நீரூற்றுப் படலமானது தேவசகாயம் பிள்ளை எருமையில் வலம் வந்த போது நீர் வேட்கையால் ஏற்பட்ட களைப்பால் ஒரு பாறையின் மேல் விழ, அவரது கை முட்டு ஊன்றிய இடத்தில் நீர் ஊற்றாகத் தோன்றியதைக் கூறுகிறது. சிறைப்படு படலம் எருமையின் மீது வலம் வந்ததன் முடிவில் தேவசகாயம் பிள்ளை ஆரல்வாய்மொழியிலுள்ள சிறையில் வைக்கப்படும் செய்திகளை எடுத்துரைக்கிறது. இக்காண்டத்தில் இடம்பெற்றுள்ள செய்யுட்களின் எண்ணிக்கை 1018 ஆகும்.

4. இறைமைக் காண்டம்

இறைமைக் காண்டமானது பொறைகொள் படலம், இறைமொழிப் படலம், பரிசேயர் படலம், கதைபொதி படலம், சூழ்ச்சிப் படலம், கொலைக்களப் படலம், இறையடிப் படலம், புகழூடற் படலம், நினைவிடப் படலம், முடிபுனைப் படலம் என்னும் பத்துப் படலங்களை

உடையது. பொறைகொள் படலம் காப்பியத் தலைவரான தேவசகாயம் பிள்ளை சிறையில் பட்ட துன்பங்களைப் பொறுமையாக ஏற்றுக் கொண்டதை விவரிக்கிறது. இறைமொழிப் படலம் தேவசகாயம் பிள்ளை சிறையில் உள்ளவர்களுக்கு இயேசு பெருமான் அருளிய திருமொழிகளை விவரித்ததை எடுத்துக் கூறுகிறது. பரிசேயர் படலம் சமுதாயத்தில் தம்மை உயர்ந்தோராகக் கருதிக் கொண்டிருந்த பரிசேயர்களிடம் இயேசு பெருமான் அறிவுறுத்திய செய்திகளை விரித்துரைக்கிறது. கதைபொதி படலம் இயேசு பெருமான் கதைகளின் வாயிலாக மக்கள் பின்பற்ற வேண்டிய நெறிகளாகக் கூறியவற்றை விளக்குகிறது. சூழ்ச்சிப் படலம் அமைச்சர்கள் அரசனுக்குத் தெரியாமல் தேவசகாயம் பிள்ளையைக் கொலை செய்ய சூழ்ச்சி செய்வதைக் கூறுகின்றது. கொலைக்களப் படலம் தேவசகாயம் பிள்ளை ஆரல்வாய் மொழியிலுள்ள காற்றாடி மலை மேல் துப்பாக்கியால் சுடப்பட்டு இறப்பது பற்றி விவரிக்கிறது. இறையடிப் படலம் தேவசகாயம் பிள்ளை இறந்ததும் காணப்பட்ட குறிப்புகளைக் கொண்டு இறையடி சேர்ந்து விட்டார் என எல்லோரும் நம்புவதை விரித்துரைக்கின்றது. புகழுடற் படலம் கொலை செய்யப்பட்ட தேவசகாயம் பிள்ளையின் உடற் பகுதிகளை வடக்கன்குளத்திலுள்ள மக்கள் கண்டு, அவற்றை எடுத்து, கோட்டாற்றிலுள்ள புனித சவேரியார் ஆலயத்திற்குக் கொண்டு சென்றதை விவரிக்கிறது. நினைவிடப் படலம் தேவசகாயம் பிள்ளையின் நினைவுப் பொருட்கள், அவர் தொடர்புடைய இடங்கள் பற்றி எடுத்துரைக்கின்றது. முடிபுனைப் படலம் தேவசகாயம் பிள்ளை பாப்பரசரால் புனிதராக அறிவிக்கப்பட்டதன் அறிகுறியாகக் கொண்டாடிய முடிசூட்டும் விழாவினை விவரிக்கிறது. நான்காவது காண்டத்தில் 1005 செய்யுட்கள் உள்ளன.

சிறப்புக் கூறுகள்

திருத்தொண்டர் காப்பியத்தில் தமிழரின் அறநெறிக் கூறுகளான களவியல், கற்பியல், ஊடல், கூடல் போன்ற அகச்செய்திகள் தேவசகாயம் பிள்ளையின் வாழ்வையொட்டி அமைந்துள்ளன. 2022 ஆம் ஆண்டு தேவசகாயம் பிள்ளைக்குத் தூயர் (புனிதர்) பட்டம் வழங்கப்பட்டது. ஆனால் அதற்கு முன்னரே அப்பட்டம் கிடைக்கும் என்ற நம்பிக்கையுடன் முடிபுனை படலத்தோடு காப்பியத்தை (2008) முடித்துள்ளார். இது பிற காப்பியங்களிலிருந்து வேறுபட்டும், புதுமையாகவும் காணப்படுகின்றது. மேலும், இக்காப்பியத்தில் இயற்கை வருணனைகள், கிளைக் கதைகள், அணிநலன்கள், உவமைகள், பழமொழிகள், மரபுத் தொடர்கள், திருக்குறள்

கருத்துகள், பல்வேறு இலக்கியங்களின் தாக்கம் முதலியவை அதிக அளவில் நிறைந்துள்ளன.

இக்காப்பியத்தில் ஏறத்தாழ இரண்டாயிரத்திற்கும் மேற்பட்ட உவமைகள் பயன்படுத்தப்பட்டுள்ளன. மேலும், இரு நூற்றைம்பதிற்கும் மேற்பட்ட இடங்களில் பழமொழிகளும், மரபுத் தொடர்களும் பயின்று வந்துள்ளன. ஆசிரியரின் தமிழ்ப்பற்று ஏறத்தாழ தொண்ணூற்றுக்கும் அதிகமான இடங்களில் வெளிப்படுகின்றது. திருக்குறளின் கருத்துகளும், தொடர்களும் தொண்ணூற்றைந்து இடங்களுக்கு மேல் பயன்படுத்தப்பட்டுள்ளன. நூற்று இருபத்தைந்து இடங்களுக்கு மேல் பல்வேறு இலக்கியங்களின் தாக்கம் காணப்படுகின்றது. நூலின் இறுதியில் செய்யுள் தொடக்க அகராதியும், தேவசகாயத்தின் வாழ்வியலோடு தொடர்புடைய ஆங்கிலப் பெயர்களுக்கு இணையான தமிழ்ப் பெயர்களும் இடம் பெற்றுள்ளன.

மேலும், விவிலியத்தின் பழைய ஏற்பாட்டில் உள்ள கதைகள், புதிய ஏற்பாட்டில் இயேசு கிறிஸ்து கூறிய அருளுரைக் கதைகள் ஆகியவை காப்பியத்தில் இடம் பெறும் கிளைக்கதைகளாகும். தமிழ் காப்பிய இலக்கணக் கோட்பாடுகளையும் தமிழ் இலக்கிய மரபுகளையும் பின்பற்றி தமிழ் இலக்கியத்திற்கும் குறிப்பாக, கிறித்தவத் தமிழ் இலக்கியத்திற்கு சிறப்பளிக்கும் வகையில் திருத்தொண்டர் காப்பியத்தை ஆசிரியர் படைத்து, காப்பியப் புலவர்கள் வரிசையில் உயரிடத்தைப் பெற்றுள்ளார்.

காப்பிய இலக்கணம்

கிறித்தவக் காப்பியங்களின் இரு கண்களாகப் போற்றப்படும் தேம்பாவணி, இரட்சணிய யாத்திரிகம் என்னும் காப்பியங்களில் பெருங்காப்பியத்திற்கான நெறிகள் முழுமையாக இடம்பெறவில்லை எனலாம். அதற்குக் காரணம் தேம்பாவணியில் அகச் செய்திகள் இல்லை. இதற்கு வீரமாமுனிவர் ஒரு துறவி, இது ஒரு தழுவல் காப்பியம், தேம்பாவணி கதையமைப்பில் அகச் செய்திகள் சொல்ல வாய்ப்பில்லை என்னும் மூன்று கருத்துகளைக் காரணமாகக் குறிப்பிடலாம். இரட்சணிய யாத்திரிகமும் ஒரு தழுவல் காப்பியம்; ஒரு பயணியின் பிரயாணத்தை விவரிப்பதாக அமைந்துள்ளது.

தமிழ்ப்பேரகராதி, காப்பியம் என்பதற்கு 'நால்வகை உறுதிப் பொருளையும் கூறுவதாய் கதைப்பற்றி வரும் தொடர்நிலைச் செய்யுள்' என

விளக்கம் தருகிறது. நாற்பொருள்கள் என்பன அறம், பொருள், இன்பம், வீடு என்பனவாகும்.

> 'தன்னிகரில்லாத் தலைவனையுடைத்தாய்'
> 'நாற்பொருட் பயக்கு நடைநெறித் தாகி'

என்னும் விதிமுறைகளைத் தழுவியே திருத்தொண்டர் காப்பியம் இயற்றப்பட்டுள்ளது. நூன்முகமாக வாழ்த்து, வணக்கம், வருபொருள் என மூன்று கூறுகள் தண்டியில் தரப்படுகின்றன. வருபொருள் எனக் குறிப்பிடாமல் பாடுநெறி எனப் பிரபந்த மரபியல் குறிப்பிடுகின்றது. மாறனலங்காரம் தண்டி கூறும் மூன்றனுடன் அவையடக்கத்தையும் சேர்த்துக்கொள்கின்றது. இதன் அடிப்படையில், காப்பியத்தின் பொதுவான இயல்புக்குரிய வகையில் வாழ்த்து, வள்ளல், அவையடக்கம், பாடுபொருள், வரலாறு ஆகியவற்றைக் கொண்ட பாயிரத்துடன் திருத்தொண்டர் காப்பியம் தொடங்குகின்றது. உரைநடையில், சிற்றிலக்கிய வடிவில் விளங்கிய வரலாற்றினுக்கு மரபுக் கவிதை நடையில் பெருங்காப்பிய அமைப்பை அளித்தது மூதறிஞர் இன்னாசி அவர்களின் தனித்திறமை. காப்பியத் தலைவன் தன்னிகரில்லாத் தலைவனாக இருக்க வேண்டும் எனத் தண்டியலங்காரம் கூறுகிறது. திருத்தொண்டர் காப்பியத்தின் தலைவன் தேவசகாயம் பிள்ளை. இவர் கிறித்தவராக மதம் மாறியதால் அரசாங்கத்தினரால் பல விதங்களில் துன்புறுத்தப்பட்டு இறுதியில் சுட்டுக் கொல்லப்பட்டு வீடு பேறு அடைந்த தன்னிகரில்லாத் தலைவனாகவே காப்பியத்தில் படைக்கப்பட்டுள்ளார்.

காப்பியத்தின் தேவைக்கேற்ப பல இடங்களில் வருணனைகள் சிறப்பாக அமைக்கப்பட்டுள்ளன. அவற்றுள் காப்பியப் பின்னணியாகிய நாடு, நகர், மலை, ஆறு, கடல், ஞாயிறு, திங்கள் ஆகியவற்றின் வருணனைகள் குறிப்பிடத்தக்கன. காப்பியப் பொதுப்பண்பின் ஒரு கூறாகிய கிளைக்கதைகள் திருத்தொண்டர் காப்பியத்தில் இடம் பெற்றுள்ளது காப்பியத்தின் சிறப்பிற்கு மற்றொரு காரணம். காப்பியத்தின் தேவைக்கேற்ப கிளைக்கதைகள் இடம் பெற்றிருப்பதும், காப்பிய மைய ஓட்டத்திலிருந்து விலகிச் செல்லாமையும் தனித்தன்மைகளாம். தேவசகாயம் பிள்ளையின் இல்லற வாழ்வினை அக நெறி மரபுப்படி விவரித்துள்ளார். தேவசகாயம் பிள்ளை திருமணமானபின் கிறித்தவராக மாறியவர். இதனால் அவருடைய வாழ்க்கையில் அகச் செய்திகள் கூற அதிக வாய்ப்புகள் உள்ளது. காப்பியம் என்பது வரலாற்றின் அடிப்படையோடு புனைவுகளும் கொண்டதாக அமையும் என்னும் கருத்துக்கு ஏற்ப இக்காப்பியம் படைக்கப்பட்டுள்ளது. அகப்பொருள் பெருங்காப்பியத்திற்கு முக்கியமான ஒன்றாகும். அறம்,

பொருள், இன்பம், வீடு என்னும் அகநெறி மரபுகளை உள்ளடக்கி, தமிழ்க் காப்பிய இலக்கணக் கோட்பாடுகளை முறையாகப் பின்பற்றிய கிறித்தவக் காப்பியம் இது ஒன்றே. இக்காப்பியம் தமிழுக்கும் கிறித்தவத்திற்கும் சிறப்பளிக்கும் வகையில் படைக்கப் பட்டுள்ளது.

காப்புச் செய்யுள்

காப்பு என்னும் சொல் காத்தல் என்னும் தொழிற்பெயராகும். தான் செய்யும் செயலுக்கு எவ்வித இடையூறும் வராமல் காத்தருள வேண்டும் என இறைவனை வேண்டிப் பாடுவது காப்புச் செய்யுள். இவ்வாறு நூலின் தொடக்கத்திலோ அல்லது காப்பியமாயின் ஒவ்வொரு காண்டத்தின் தொடக்கத்திலோ காப்புச் செய்யுள் பாடுவதும் பிள்ளைத் தமிழ் இலக்கியத்தில் காப்புப் பருவம் என பருவம் அமைத்து குழந்தையைக் காப்பாய் என வேண்டுவதும் மரபு. கம்பர் தமது இராமாயணத்தில் ஒவ்வொரு காண்டத்தின் தொடக்கத்திலும் காப்புச் செய்யுள் பாடியுள்ளார். இக்காப்பிய மரபினை அடிப்படையாகக் கொண்டு இன்னாசி அவர்களும் தமது காப்பியத்தின் ஒவ்வொரு படலத்திலும் காப்புச் செய்யுள் பாடியுள்ளார். அப்படலத்தில் விவரிக்கும் செய்தியினைக் கோடிட்டுக்காட்டி அது குறைவற நிறைவேற இறைவனை வேண்டுகிறார். தேவசகாயம் பிள்ளை சிறையில் பட்ட துன்பங்களைப் பொறுமையாக ஏற்றுக் கொண்டதைக் கூறும் பொறைகொள் படலத்தின் காப்புச் செய்யுள்,

சிறையிருப்புத் தலைவனுக்குத் தண்ட மாகச்
சீரழிந்து வதைபட்ட நிலையிற் கூட
இறைமைந்தன் இயேசுபிரான் தன்மை கொண்டான்
இன்னலெலாம் கன்னலென மாற்றிக் கொண்டான்
மறைதிருப்பி மற்றவரைக் கொணரு தற்கு
மறைமுகமாய் இறையருளும் வாய்ப்பாய்க் கொண்டான்
மறைசாட்சி யாவதற்காம் முந்த ளத்தை
மனங்கசியப் பாடவருள் வேண்டி நிற்போம் (பா.3132)

என அமைந்துள்ளது. வீரமாமுனிவர் தமது தேம்பாவணியின் ஒவ்வொரு படலத்திலுள்ள முதல் பாடலையும் முன்னுரை என்னும் தலைப்பில் படலத்தில் சொல்லப் போகும் செய்திகளைச் சுருக்கமாகச் சொல்லியுள்ளார். தேம்பாவணியின் மூன்றாம் காண்டத்திலுள்ள முதல்படலம் குழவிகள் வதைப் படலம் என்பதாகும். இப் படலம் குழந்தை இயேசுவைக் கண்டுபிடித்துக் கொல்ல முடியாத ஏரோது மன்னன், குழந்தைகளை யெல்லாம் வதைத்துக் கொன்றதைக் கூறுகின்றது. இப்படலத்தின் முன்னுரையாக,

செல்முகத்துஇடிச் சினத்து ஒலி முழங்கிய வெம்போர்
கொன்முகத்து எரிக் குணுக்கினம் இயற்றிய காலை
பொன்முகத்துஒளிப் புரிசைமா நகரில்ஆ யவை நாம்
சொல்முகத்து இவண் தொடையொடு தொடருதும் உரைத்தே

(குழவிகள் வதைப் படலம், பா. 1)

என்னும் செய்யுள் அமைந்துள்ளது. காப்புச் செய்யுள் என்பது முன்னுரை என்னும் பகுதியிலிருந்து முற்றிலும் மாறுபட்டதாகும். ஒவ்வொரு படலத்திலும் காப்புச் செய்யுள் இடம்பெற்றுள்ள ஒரே கிறித்தவக் காப்பியம் திருத்தொண்டர் காப்பியம். இது ஆசிரியரின் புலமைக்குச் சான்றாகவும், பிற கிறித்தவக் காப்பியங்களிலிருந்து உயர்வாகவும் அமைந்துள்ளது.

காண்ட வாழ்த்து

காப்புச் செய்யுள் ஒவ்வொரு படலத்திற்கும் இறைவனை வேண்டிப் பாடும் பாடல் போன்று, காண்ட வாழ்த்து என்பது ஒவ்வொரு காண்டத்தின் தொடக்கத்திலும் இறைவனை வாழ்த்திப் பாடுவதாகும். இந்தக் காண்ட வாழ்த்து முறை வேறு எந்தக் கிறித்தவக் காப்பியத்திலும் இடம்பெறவில்லை. திருத்தொண்டர் காப்பியத்தின் மூன்றாம் காண்டமான பொறுமைக் காண்டத்திலுள்ள காண்ட வாழ்த்துப் பாடல்,

பொருளுள் பெரிது பொறுமை யதுவாம்
அருளுடை வாழ்வின் அரணாம் - திருவின்
உருவினன் கொள்ளும் உணர்வினைப் பாட
அருவ! நின் தாளே அரண்   *(பா.2113)*

என அமைந்துள்ளது. இத்தகைய காண்டவாழ்த்து திருத்தொண்டர் காப்பியத்தைப் பிற காப்பியங்களிலிருந்து வேறுபடுத்திக் காட்டுகிறது.

வருணனைத் திறன்

காப்பியத்திற்கு இருக்க வேண்டிய கூறுகளில் வருணனையும் ஒன்று. இவ்வருணனைகள் ஆசிரியரின் கவித்திறனுக்கு ஏற்ப மாறுபடும். காப்பியத்தின் முதலில் அமைந்துள்ள நாட்டுப் படலம், நகரப் படலம் ஆகிய இரண்டு படலங்களும் ஆசிரியரின் கற்பனை வளத்திற்கும், வருணனைச் சிறப்பிற்கும் தக்க சான்றுகளாக அமைந்துள்ளன. கன்னியாகுமரி மாவட்டத்தினரே அதிசயிக்கும் வகையில் இவ்விரண்டு படலங்களும் உள்ளன. நாஞ்சில் நாடு செழிப்புடைய நாடு. மலை வளம், வயல் வளம் என நாஞ்சில் நாட்டு வளங்களை அடுக்கிக் கொண்டே போகலாம். பாயிரத்தை அடுத்து வரும் நாட்டுப் படல வருணனைகள்

காப்பியத்தின் நுழைவாயிலுக்கு அலங்காரமாகத் திகழ்கின்றன. நாட்டுப் படலத்தில் நாஞ்சில் நாட்டை,

சங்கமத்தின் மறுபெயர்தான் நாஞ்சில் நாடு
சாரல்வந்து தாலாட்டும் ஒருபு றத்தில்
சங்கமிக்கும் முக்கடலும் மறுபு றத்தில்
சங்கிலிபோல் ஏரிகளாம் வயற்பு றத்தில்
தங்கநிகர் மணற்பரப்பு கடற்பு றத்தில்
தாராள மலைவளங்கள் உட்பு றத்தில்
திங்களெதிர் கதிரவனை ஒன்றாய்க் காணத்
திசைமுகங்கள் இங்கன்றி வேறெங் குண்டு? (பா. 19)

என ஆசிரியர் வருணிக்கிறார். நாஞ்சில்நாடு என்பது சங்கமத்தின் மறுபெயராகும். அதன் ஒருபுறத்தில் மழைச்சாரல் வந்து தாலாட்டும். மறுபுறத்தில் முக்கடலும் சங்கமிக்கும். வயல் புறத்தில் சங்கிலி போல் தொடர்ச்சியாக ஏரிகள் காணப்படும். கடற்புரத்தில் மணற்பரப்பு தங்கம் போல் மின்னும். நாட்டின் உட்புறத்தில் ஏராளமான மலைவளங்கள் உண்டு. மறையும் கதிரவனையும் அவன் எதிர் தோன்றும் திங்களினையும் ஒருசேரக் காணும் வாய்ப்பு இவ்விடத்தைத் தவிர வேறு எங்கே உண்டு? என்னும் வருணனை நயமிக்கது.

நாஞ்சில் நாட்டு வளத்தை, நெற்பயிர்கள் எல்லாம் செம்பொன்னின் நிறத்தொடு விளங்கும்; நெற்றிவரை உயர்ந்து வளர்ந்த புற்கள் எல்லாம் மரகதம்போல் பசுமையோடு தோற்றம் நல்கும்; உலகம் குளிரும், பூக்கள் மலரும், புதுமையாகத் தோன்றும். அங்கே கற்கள் எல்லாம் மாணிக்கக் கற்கள் ஆகும்; அழகு ஒளிரும், கலைகள் மிளிரும், கண்கள் கூசும், பேசுகின்ற சொற்கள் எல்லாம் தேன்போல் இனிக்கும்; விருந்தினர்களைப் போற்றும் சோறெல்லாம் கனிகள்போல் இனியதாகும் என வருணிக்கிறார். இதை,

நெல்லெல்லாம் செம்பொன்னாம் நிறத்தைக் காட்டும்
நெற்றிவரை போட்டியிட்டு வளைந்து நிற்கும்
புல்லெல்லாம் மரகதமாய்ப் பசுமை போர்த்தும்
புவிகுளிரும் பூமலரும் புதுமை காட்டும்
கல்லெல்லாம் மாணிக்கக் கற்க ளாகும்
கவினொளிரும் கலைமிளிரும் கண்கள் கூசும்
சொல்லெல்லாம் தேனாகும் விருந்து போற்றும்
சோறெல்லாம் கனியாகும் சுவையே கூடும் (பா. 25)

எனப் பாடுகிறார். நாஞ்சில் நாடு தூய்மையுடையது. சுற்றுப்புறச் சூழலுக்குச் சிறப்பு அளித்து வரும் பகுதியாக கன்னியாகுமரி மாவட்டம் திகழ்கிறது என்றால் அது மிகையல்ல. இதை மனதில் கொண்டு பின்வரும் செய்யுளை ஆசிரியர் படைத்துள்ளார்:

> சுற்றுச் சூழல் சிந்தனைக்குச் சற்றும் அங்கே வேலை இல்லை
> சுற்றிச் சுற்றி வந்தாலும் தூய்மை யன்றி வேறே இல்லை
> கற்ற வர்கள் அறிவியலைக் காட்டு தற்குத் தேவை இல்லை
> மற்ற வர்கள் எல்லோரும் மாச றுக்கக் கற்ற வர்தாம்   (பா. 42)

கன்னியாகுமரி மாவட்டத்திலுள்ள அகஸ்தீசுவரம், தோவாளைத் தாலுகாக்கள் அடங்கிய பகுதியே நாஞ்சில் நாடாகும். நாஞ்சில் நாடு மலைகள் நிறைந்த ஒரு பகுதி. அங்குள்ள மலைகளை ஆசிரியர் வருணிக்கும் திறன் பாராட்டத்தக்கது. சான்றாக,

> கலைவடிவச் சிலைகளுக்குக் கருதான் என்ற
> கருவத்தால் தலையுயர்ந்து நிற்கும் தோற்றம்
> அலைக்கரத்தால் கடல்கூட அசைக்கா தென்ற
> அகம்பாவத் தலைக்கனத்தால் நிமிரும் தோற்றம்
> வலையகத்தில் அகப்பட்ட விலங்கு போல
> வான்தொட்டு மரம்போர்த்த மயங்கித் தோன்றும்
> மலைகூடத் தொடரெங்கும் பரந்து தோன்றும்
> மருதமகள் குறிஞ்சியினை முயங்கித் தோன்றும்   (பா. 58)

என்னும் செய்யுளைக் குறிப்பிடலாம். இச்செய்யுளில், கலைஞர்கள் வடிக்கின்ற சிலைகளுக்குத் தானே கருப்பொருள் என்ற செருக்கால் மலைகள் தலையுயர்ந்து நிற்கும்; கடல்கூட அலைகளைக் கொண்டு தங்களை அசைக்கமுடியாது என்று தலைக்கனம் கொண்டு நிமிர்ந்து நிற்கும்; வலையில் அகப்பட்ட விலங்குபோல வானளாவ உயர்ந்த மலை, மரங்களால் போர்த்தப்பட்டு மயங்கித் தோன்றும்; மலைகள் ஒன்றோடு ஒன்று சேர்ந்து தொடராகப் பரந்து விரிந்து நீண்டு நிற்கும்; அதனருகில் வாயிலாகிய மருத மகள் மலையாகிய குறிஞ்சியினைத் தழுவி நிற்பாள் என்கிறார். மேலும், நாஞ்சில் நாட்டிலுள்ள அருவியினை,

> வானத்துக் கரும்பலகை தன்னில் மாயன்
> வரைந்திட்ட வெண்கட்டிக் கோடா? இல்லை
> வானத்தில் விரைந்துசெலும் வான ஊர்தி
> வான்வெளியில் கக்கிவைத்த புகைதான் ஆமோ?

வானத்துப் பெருங்குளத்தின் கரையு டைத்து
 வழிகாணா தோடும்பெரு வெள்ளந் தானோ?
வானத்துப் பெருஞ்சட்டி உடைந்து போக
 வழிந்தோடும் பனிக்குழம்போ அருவித் தோற்றம்?

(பா. 62)

என வருணிக்கிறார். இம்மலையில் தோன்றும் அருவி வானம் என்னும் கரும்பலகையில் மாயன் வரைந்த வெள்ளைக் கோடோ? அல்லது வானத்தில் விரைந்து செல்லும் வான ஊர்தியானது வான் வெளியில் விட்டுச் சென்ற புகையோ? அல்லது வானம் என்னும் பெருங்குளத்தின் கரை உடைந்து பெருக்கெடுத்து ஓடிவரும் வெள்ளமோ? அல்லது வானம் என்னும் பெருஞ் சட்டி உடைந்து வழிந்து வரும் பனிக்குழம்போ? என்பது இச்செய்யுளின் கருத்தாகும்.

கடலின் தோற்றத்தை 12 செய்யுட்களின் மூலமும், கதிரவனின் தோற்றத்தை 16 செய்யுட்களின் மூலமும் வருணிக்கிறார். சான்றாக,

இரும்பதனை வளைப்பதற்காய் உலைக்கூ டத்தில்
 இட்டதனைப் பழுக்கும்வரை காய்ச்சும் போழ்தில்
இரும்பதனின் நிறமாறிச் சிவந்தாற் போல
 இருட்கடலாம் உலைக்களத்தில் பழுத்துச் சிவந்த
உருள்பெருந்தேர் சக்கரத்தின் பட்டை போல
 உருள்வட்ட வடிவத்தில் தணலாம் உலையில்
உருக்குங்கால் சுற்றியுள நெருப்பும் சிதறி
 உடன்தோன்றக் கதிரவன்தான் தோன்று கின்றான் (பா. 80)

என்னும் செய்யுளைச் சுட்டலாம். இச்செய்யுளில் இரும்பைத் துளைப்பதற்காக உலைக்கூடத்தில் இட்டு அதனை நன்றாகக் காய்ச்சும் போது தன் கருநிறம் மாறி சிவப்பதைப்போல, இருளாகிய உலைக் களத்தில் பழுத்துச் சிவந்து உருளுகின்ற பெரிய தேர்ச் சக்கரத்தின் பட்டைபோல உருள் வட்ட வடிவத்தில் உலையில் நெருப்புப் பொறி பறப்பதைப்போல கதிர்கள் தோன்ற கதிரவன் தோன்றினான் என வருணிக்கிறார்.

இதைப்போன்று நிலவின் தோற்றத்தை 21 செய்யுட்கள் மூலம் வருணிக்கிறார். சான்றாக ஒரு செய்யுள் பின்வருமாறு:

முத்தமிழாள் முகவடிவோ! முழங்கு கின்ற
 முழவதுவின் ஒருபுறமோ? இல்லை யென்றால்
மத்தளத்தின் மறுபுறமோ? குடமோ என்னும்
 மண்பாண்ட இசைக்குடமோ? இல்லை யென்றால்

சித்தந்தாள் திரிந்தவரைத் தெளிய வைக்கும்
சீதளமாம் மாத்திரையோ? இல்லை யென்றால்
வித்தகமாய்த் திட்டமிட்ட வானத் தச்சன்
விண்விளக்காய் வரைந்ததிரு உருவந் தானோ?

(பா. 107)

இச்செய்யுளில், வான நிலா முத்தமிழ் மங்கையின் முகவடிவமா? ஒலிக்கின்ற முழவின் ஒரு பக்கமா? அல்லது மத்தளத்தின் மறுபுறமா? குடம் என்னும் மண்பாண்ட இசைக்கருவியா? இல்லாவிட்டால் சித்தம் கலங்கியவரைத் தெளியவைக்கும் மாத்திரையா? அல்லாவிடில் வானத்துத் தச்சன் விண் விளக்காய் வரைந்த திரு உருவமா? என நிலவை வருணனை செய்யும் திறம் பாராட்டத்தக்கது. பாரதிதாசன், புரட்சிக்கவி என்னும் குறுங்காப்பியத்தில் நிலவை வருணிப்பது போன்று இச்செய்யுள் அமைந்துள்ளது. கிறித்தவக் காப்பியங்களிலேயே கதிரவனையும் நிலவையும் அதிகமாக வருணனை செய்த காப்பியம் திருத்தொண்டர் காப்பியம் என்று குறிப்பிடும் அளவிற்கு இதில் வருணனைகள் அதிகமாக உள்ளன.

நகரப் படலத்தில் நாட்டுப் படலத்தைவிட வருணனைப் பகுதிகள் குறைவாகவே உள்ளன எனலாம். நகரத்தின் சிறப்பை,

நலமெல்லாம் இங்கே உண்டு நானிலச் செல்வம் உண்டு
தலமெல்லாம் இங்கே உண்டு தண்டுறை வணிகம் உண்டு
புலமெல்லாம் விளைவே உண்டு புவிபுகழ் பெயரே உண்டாம்
உலகெலாம் உயர்த்திக் கூறும் ஊரெனில் இதுவே ஊராம்

(பா.140)

எனப் புகழ்ந்து பாடுகிறார். இவ்விரண்டு படலங்களும் காப்பியத்தின் வெற்றிக்குச் சான்றுகளாக அமைகின்றன. தேம்பாவணி, இரட்சணிய யாத்திரிகம் ஆகிய காப்பியங்களில் வருணனைகள் இருப்பினும், எளிமையான, சுவையான இவ்வருணனைகள் இக்காப்பியத்தின் அழகுக்குச் சிறப்புச் சேர்க்கின்றன.

கிளைக்கதைகள்

காப்பிய வளர்ச்சிக்குக் கிளைக்கதைகள் துணைபுரிவனவாகும். கிறித்தவக் காப்பியமான தேம்பாவணியில் இடமறிந்து வீரமாமுனிவர் பல கிளைக் கதைகளை இணைத்துள்ளார். எனினும், கிளைக்கதைகள் சிறப்பாக உடைய கிறித்தவக் காப்பியம் திருத்தொண்டர் காப்பியம். இக்காப்பியத்தில் மனமாறு படலம், கனவுகாண் படலம், திருக்குறுக்கைப் படலம்,

அருள்நீராட்டுப் படலம், இறைமொழிப் படலம், பரிசேயர் படலம், கதைபொதி படலம் என்னும் ஏழு படலங்களில் கிளைக்கதைகள் இடம் பெற்றுள்ளன.

இக்காப்பியத்தின் மனமாறு படலத்தில் சாலமோனின் ஞானம், ஆபிரகாம் தம் மகன் ஈசாக்கைப் பலியிட அழைத்த வரலாறு ஆகியவற்றை டிலனாய் நீலகண்டனிடம் விளக்குவதாக அமைந்துள்ளது. கனவு காண் படலத்தில் கனவின் பயனைக் கருவாகக் கொண்டு பழைய ஏற்பாட்டில் இடம்பெறும் யோசேப்பின் வரலாற்றை முழுவதுமாக விவரிக்கும் பகுதி இடம் பெற்றுள்ளது. திருக்குறுக்கைப் படலத்தில் நீலனுக்கு டிலனாய் இயேசு கிறித்துவின் பாடும் மரணமும் உயிர்த்தெழுதலும் பற்றிய செய்திகளை விரிவாக விவரிக்கும் பகுதி இடம்பெற்றுள்ளது. அருள்நீராட்டுப் படலம் யோபுவின் பற்றுறுதியினை டிலனாயின் மூலமாக விளக்குகிறது.

இறுதிக் காண்டமான இறைமைக் காண்டத்திலுள்ள இறைமொழிப் படலம், பரிசேயர் படலம், கதைபொதி படலம் என்னும் படலங்களில் விவிலிய புதிய ஏற்பாட்டு நிகழ்வுகள் கிளைக் கதைகளாக இடம் பெற்றுள்ளன. இறைமொழிப்படலம் சிறையில் உள்ளவர்களுக்கு தேவசகாயம் பிள்ளை இயேசு கிறிஸ்து அருளிய திருமொழிகளை எடுத்துக் கூறுகின்றது. இவற்றில் மலைப்பொழிவு, மறுகன்னம் காட்டல், மேலுலகச் செல்வம், விதை உவமை, கடுகு உவமை, புளிக்காத மா ஆகியவை குறிப்பிடத்தக்கன. பரிசேயர் படலத்தில் பரிசேயர் பற்றிய செய்திகள், தைலம் பூசிய பெண், நிக்கோதேம், பிறரைத் தீர்ப்பிடல் ஆகாது முதலிய செய்திகள் இடம் பெற்றுள்ளன. இச்செய்திகள் தேவசகாயம் பிள்ளை சிறையில் இருந்தவர்களுக்கு எடுத்துக் கூறுவதாக அமைந்துள்ளன. கதைபொதி படலத்தில் நல்ல சமாரியன் கதையும் கெட்ட குமாரன் கதையும் இடம் பெற்றுள்ளன. இக்கிளைக்கதைகள் அனைத்தும் காப்பிய ஓட்டத்திற்குச் சிறப்பாகத் துணைபுரிகின்றன. கதைகளின் சிறப்பினை ஆசிரியர்,

> கதையென்றால் குழந்தைகட்கே இன்ப மாகும்
> கல்லாத பெரியோர்க்கும் அமுத மாகும்
> கதைசொல்லல் வழிவழியாய் வந்த தொடர்பாம்
> கற்பனைக்கும் விலங்குகட்கும் எழுந்த தொடர்பாம்
> கதைகொண்டே அறங்கூறிப் பண்டை முன்னோர்
> கருத்துக்கள் தமைச்சொல்லி விளங்க வைத்தார்
> இதைத்தொடர்புக் கருவியெனக் கொண்ட இயேசு
> இயன்றவிடம் கதைசொல்ல மறந்தார் அல்லர் (பா. 3429)

எனப் பாடி கிளைக்கதை என்னும் உத்தியைச் சிறப்பாகக் கையாள்கிறார். திருத்தொண்டர் காப்பியம் தேவசகாயம் பிள்ளை என்னும் இறையடியவரைப் பற்றியதாக இருப்பினும், இயேசு கிறிஸ்து மக்களுக்குக் கூறிய அறிவுரைகளையும் அவரது பாடு மரணங்களையும் கிளைக்கதைகளாகக் காப்பியத்தில் இடம்பெறச் செய்திருப்பது ஆசிரியரின் காப்பியப் புலமையை வெளிப்படுத்துகிறது.

அகநெறிக் கோட்பாடுகள்

கிறித்தவக் காப்பியங்களிலே அகப்பொருளையும் சேர்த்துப் படைக்கப்பட்ட ஒரே காப்பியம் திருத்தொண்டர் காப்பியம். தேம்பாவணியில் வளனும் மரியும் இல்லறம் மேற்கொண்ட போதிலும், அவர்களின் தொடக்க வாழ்வு துறவற வாழ்வாகவே இருந்தது. அதுபோல, இரட்சணிய யாத்திரிகத்தில் நாயகன் நாயகி பாவம் என்னும் அடிப்படையில் கிறித்தியானின் உள்ளிருந்த அவனுடைய ஆத்துமா (ஆத்துமா என்னும் பெண்) விழித்துக் கொண்டு தன் தலைவராம் கிறிஸ்துவைச் சேர்தல் எக்காலமோ என்று ஏங்கிப் பல சொல்லிப் புலம்புகிறாள். இவ்விரண்டு காப்பியங்களிலுமுள்ளவற்றை ஆன்மிக அகநெறி எனலாம். ஆனால், திருத்தொண்டர் காப்பியத்திலுள்ள முதல் காண்டமான இளமைக் காண்டத்தின் அகநெறிப் படலம், பொழிலுறு படலம், திருமணப் படலம், ஊடலுவகைப் படலம் என்னும் நான்கு படலங்களும் களவு, கற்பு என்னும் அகப்பொருள் மரபைப் பின்பற்றி எழுதப்பட்டுள்ளன. இம்முயற்சி கிறித்தவக் காப்பியங்களில் முதல் முயற்சியாகும். அகநெறிப் படலம் விவிலியத்திலும் தமிழ் இலக்கியத்திலும் காணலாகும் அகப்பொருட் சிறப்பினை விரித்துரைக்கின்றது. மேலும், இப்படலத்தில் தலைவன் கூற்று, தலைவி கூற்று, கண்டோர் கூற்று, உடன்போக்கு ஆகிய பகுதிகள் அக இலக்கிய நயம் மிக்கனவாகும். சான்றாக, நலம் புனைந்துரைத்தல் என்னும் பகுதியில்,

> இதழேதான் தேனாக இனிக்கும் என்றான்
> இதுதானே பொய்சொல்ல வேண்டா மென்றாள்
> இதழூறும் எயிற்றின்நீர் இனிக்கும் என்றான்
> இருவரும்நாம் கூடும்போ துண்டே என்றாள்
> மதமூறும் வேழம்போல் என்னைப் பற்றி
> மடிமீது வைப்பதுவும் சரியோ என்றாள்
> இதமாகக் கண்வழியே அழைக்கும் போதே
> இதற்கேதான் காத்திருந்தேன் என்றான் அவனே (பா.456)

என்னும் செய்யுள் அகச்சுவையுடன் அமைந்துள்ளதைக் குறிப்பிடலாம். கதைத் தலைவன் குடும்பத் தலைவனாக இருப்பதால் அகக் கருத்துகளின் பின்னணியில் ஆசிரியர் இப்பகுதிகளை அமைத்துள்ளார். இதனால் இக்காப்பியம் முழுமையடைகிறது.

திருக்குறள் செல்வாக்கு

திருத்தொண்டர் காப்பியத்தின் பல்வேறு சிறப்புக்கூறுகளுள் திருக்குறளின் தாக்கமும் ஒன்றாகும். இரட்சணிய யாத்திரிகத்தில் சுமார் எழுபது இடங்களில் திருக்குறளின் தாக்கம் காணப்படுகின்றது. ஆனால் திருத்தொண்டர் காப்பியத்தில் சுமார் தொண்ணூற்றைந்து இடங்களில் திருக்குறளின் தாக்கம் உள்ளது. ஆசிரியர் தமது காப்பியத்தில் திருக்குறளிலுள்ள சொற்களை, தொடர்களை, உவமைகளை, கருத்துகளைப் பல்வேறு இடங்களில் கையாண்டுள்ளார். திருக்குறளில் கூடாவொழுக்கம் என்னும் அதிகாரத்தில் உலகம் பழிக்கும் தீயொழுக்கத்தை விட்டவர்க்கு மொட்டையடித்தலும் சடைவளர்த்தலுமாகிய புறக்கோலங்கள் வேண்டா என்னும் கருத்துப்பட,

மழித்தலும் நீட்டலும் வேண்டா உலகம்
பழித்தது ஒழித்து விடின் *(குறள், 280)*

என திருவள்ளுவர் பாடியுள்ளார். இன்னாசி அவர்கள் திருவள்ளுவரின் இக்கருத்தை,

மழித்தலுந்தான் நீட்டலுந்தான் வெளிவே டந்தான்
மனத்தூய்மை ஒன்றேதான் வேண்டும் என்று
வழிகாட்டி யாய்விளங்கி உலகோர் தம்மை
வான்சேர்க்க உரைகளைத்தாம் வழங்கி வந்தார் *(பா.3424)*

எனத் தம் திருத்தொண்டர் காப்பியத்தில் அழகுபட அமைத்துள்ளார். மேலும்,

உடுக்கை இழந்தவன் கைபோல ஆங்கே
இடுக்கண் களைவதாம் நட்பு *(குறள், 788)*

என்னும் குறளிலுள்ள செய்தியை,

கடுக்காயைக் கொடுத்தானே என்பார் உலகில்
காஞ்சிரத்தை யேகொடுத்தான் இவனே எனலாம்
உடுக்கைதனை இழந்தான்கை உதவும் என்பார்
உடுக்கைதனை யேஇழுத்தான் இவனே எனலாம்

மடுவாய்க்கால் நீர்ப்பாய்ச்சிப் பயிர்வ ளர்ப்பர்
மடுவெட்டி நமைப்புதைப்பான் வியப்பே இல்லை
தடுத்தவனை நாம்முடக்கிப் போடா விட்டால்
தாமாக மடுவின்மேல் வீழ்வார் ஆவோம் (பா.1845)

என்னும் செய்யுளில் எடுத்தாள்கிறார். இவ்வுலகினர் கடுக்காய் கொடுத்தான் என்று கூறுவார்கள். ஆனால் இவனோ பட்டவுடன் அரிக்கின்ற காஞ்சிரத்தையே கொடுத்தான் என்று சொல்லலாம். ஆடை நழுவும் போது கை உதவும் என்று சொல்வார்கள். ஆனால் இவனோ கட்டியிருந்த ஆடையையே இழுத்து உரிப்பவன் எனலாம். உலகோர் மடுவிலிருந்து வாய்க்கால் வெட்டி நீர் பாய்ச்சி வயலில் பயிர் வளர்ப்பர். ஆனால் இவனோ குழி வெட்டி நம்மைப் புதைப்பான். இவனை நாம் தடுத்து முடக்கா விட்டால் நாமாக வலியச் சென்று மடுவில் விழுந்தவர் ஆவோம் என்பது இச்செய்யுளின் கருத்தாகும். இது போன்ற சான்றுகள் ஏராளம் உள்ளன.

பிற இலக்கியத் தாக்கம்

திருத்தொண்டர் காப்பியமானது சங்க இலக்கியம், நாலடியார், பழமொழி நானூறு, மனோன்மணியம், பாரதியார் பாடல்கள், பாரதிதாசன் பாடல்கள் ஆகியவற்றிலிருந்து கருத்துகள் இடம்பெற்று கிறித்தவக் காப்பியங்களிலே புதுமைக் காப்பியமாகத் திகழுகின்றது. ஒருசில கிறித்தவக் காப்பியங்களில்தான் பிற இலக்கியத்தின் செல்வாக்கு இடம்பெற்றுள்ளது. இதற்குக் காப்பியப் புலவரின் பன்னூல் புலமையே காரணம்.

பழமொழிகள்

காப்பியப் புலவரின் படைப்புத்திறனுக்குச் சான்றாக அமைபவை களுள் பழமொழிகளைக் கையாள்வதும் ஒன்றாகும். தேம்பாவணியில் சில இடங்களிலும் இரட்சணிய யாத்திரிகத்தில் இருபத்தைந்திற்கும் மேற்பட்ட பழமொழிகளும் உள்ளன. பிற கிறித்தவக் காப்பியங்களில் பழமொழிகளைப் பயன்படுத்தியிருப்பது மிகமிகக் குறைவாகும். ஆனால் திருத்தொண்டர் காப்பியத்தில் இருநூற்றைம்பதிற்கும் மேற்பட்ட இடங்களில் பழமொழிகளும் மரபுத் தொடர்களும் பயின்று வந்துள்ளன என்பது இமாலய சாதனையாகும். ஒரு மனிதனின் வாழ்வைப் பாடும்போது பழமொழி, மரபுத் தொடர், உவமைகள் முதலியவற்றைப் பயன் படுத்துவதால் அவ்விலக்கியம் சிறப்புறுகிறது.

உவமைகள்

காப்பியத்தில் உவமைகள் தனித்துவம் பெறுகின்றன. திருத்தொண்டர் காப்பியம் உவமைகள் நிறைந்த காப்பியமாகத் திகழ்கின்றது. இக்காப்பியத்தில் ஏறத்தாழ இரண்டாயிரத்துக்கும் மேற்பட்ட உவமைகள் கையாளப்பட்டுள்ளன. இதுவரை வெளிவந்த கிறித்தவக் காப்பியங்களில் திருத்தொண்டர் காப்பியத்தில்தான் ஏராளமான உவமைகள் பயன்படுத்தப் பட்டுள்ளன. சாதாரண செய்திகளையும் ஆசிரியர் உவமைகளின் மூலம் மிகவும் எளிதாகக் கூறுகிறார். காப்பியத்தில் இடம் பெற்றுள்ள உவமைகளுள் சில பின்வருமாறு:

1. வளர்தெங்கின் கீற்றெல்லாம் வில்லைப் போல (பா. 27)
2. பொய்யொருநாள் வெளியாகும் தன்மைபோல (பா. 91)
3. புதிரதனை உணராமல் தவித்தல் போல (பா. 223)
4. புனுகுதனைப் புண்ணுக்குத் தடவி னாற்போல (பா.254)
5. இடிப்பதற்கு முன்மின்னல் தோன்றல்போல (பா.303)
6. தூவாது முளைக்கின்ற விதையைப்போல (பா. 536)
7. விண்ணோக்கி எறிந்தாலும் விழும்கல் போல (பா.573)
8. கண்விழிக்குள் பெருவடிவம் அடங்கல்போல (பா.604)
9. கருவானில் வெண்நிலவு தோன்றல்போல (பா.1234)
10. மகன்தந்தைக் குண்டாக்கும் புகழைப் போல (பா. 1608)
11. புண்ணதனில் வேலதனைச் சொருகி னாற்போல் (பா.1937)
12. நெல்லொழிய நீழ்களையைச் சேர்ப்பார் போல (பா. 1948)
13. முப்போகம் விளைகின்ற கழனி போல (பா. 2554)
14. கடமைதனைச் செவ்வனுறச் செய்தல் போல (பா. 2962)
15. குடித்தழித்த பின்னர்வரும் உணர்வு போலும் (பா. 3476)

இதுபோன்று ஏராளமான எளிய உவமைகள் காப்பியம் முழுவதிலும் உள்ளன. ஆசிரியர் பல செய்யுட்களை முழுவதுமாக உவமைகளின் மூலமே பாடியுள்ளார். சான்றுகளாக,

நெற்றிக்குத் திலகந்தான் மையம் போல
நேர்மைக்கே ஒழுக்கந்தான் கருவாம் போல
வெற்றிக்குக் களமேதான் சிறப்புப்போல
வேள்விக்கே ஆகுதிநெய் தேவை போல

நற்றிணைக்கே அகப்பொருளே நடுவண் போல
நானிலத்தில் மருதந்தான் ஊடல்போல
வெற்றிலைக்குப் பசுமைதான் நிறமே போல
வேய்தோட்குப் பொருப்பேதான் பொருத்தம் ஆனான்

(பா.624)

வானத்து மீனதனைப் பிடித்தாற் போலும்
வையத்துக் கடல்லையைத் தடுத்தாற் போலும்
கானகத்தில் கப்பல்வழி வகுத்தாற் போலும்
கறுமைதனை வெண்மையதாய்ச் செய்தாற் போலும்
ஊனத்தை யொழித்தழகாய் வடித்தாற் போலும்
ஊரெல்லாம் தன்வயமாய்க் கொண்டாற் போலும்
தானத்தின் முழுமுதலே அவன்றான் போலும்
தானுணர்ந்த மகிழ்வுக்கே அளவே இல்லை

(பா. 3229)

என்னும் செய்யுள்களைக் குறிப்பிடலாம். இவை ஆசிரியரின் புலமைத் திறனுக்குத் தக்க சான்றுகள்.

விவிலியக் கருத்துகள்

விவிலியச் செய்திகள் கிளைக்கதைகளின் வாயிலாகத் திருத்தொண்டர் காப்பியத்தில் இடம் பெற்றுள்ளன. 'பின்பு இயேசு இறையாட்சி எதற்கு ஒப்பாயிருக்கிறது? அதை நான் எதற்கு ஒப்பிடுவேன்? அது ஒரு கடுகு விதைக்கு ஒப்பாகும். ஒருவர் அதை எடுத்துத் தம் தோட்டத்தில் இட்டார். அது வளர்ந்து மரமாயிற்று; வானத்துப் பறவைகள் அதன் கிளைகளில் தங்கின என்று கூறினார்' (லூக்கா 13:18,19) என்னும் விவிலிய வசனங்களை,

காண்கின்ற விதைகளிலே மிகவும் சிறிய
கடுகுதனை விண்ணரசிற் குவமை சொன்னார்
வேண்டுகின்ற நிலமதனில் விதைத்து விட்டால்
வெளிப்படுமச் செடியதுவோ பெரிதாய் ஆகும்
காண்கின்ற பறவையதன் கிளையில் தங்கிக்
களைப்பதனைப் போக்குதற்காம் இடமாய் ஆகும்
ஆண்டவனின் விண்ணரசும் அதற்கு நிகராம்
அறிந்திடுவீர் உலகீரே! என்று சொன்னார்

(பா.3307)

என்னும் செய்யுளாக வடித்திருக்கிறார். மேலும் 'நீங்கள் பூமிக்கு உப்பாயிருக்கிறீர்கள்; உப்பானது சாரமற்றுப் போனால், எதினால்

சாரமாக்கப்படும்? வெளியே கொட்டப்படுவதற்கும், மனுஷரால் மிதிக்கப் படுவதற்குமே ஒழிய வேறொன்றுக்கும் உதவாது' (மத்தேயு 5: 13) என்னும் விவிலிய வசனத்தை,

> மண்ணுலகில் உப்பதுவே உவர்ப்பு நீங்கின்
> மறுபடியும் எதைக்கொண்டே உவர்ப்பாய் ஆகும்?
> கண்ணெதிரில் கொட்டப்படும் கால் மிதிக்கும்
> கருதுபயன் ஒன்றுக்கும் உதவா தாகும்
> கண்டுணர்வாய் நீயுந்தான் உலகின் உப்பாம்!
> கருத்தின்றிச் சாரமற்றுப் போனால் நீயும்
> மண்ணுலகில் மட்டுமன்றி விண்ணில் தானும்
> மதிப்பிழப்பாய்! உதவாத பொருளும் ஆவாய்!
>
> (பா. 3255)

என்னும் செய்யுளாகப் படைக்கிறார். கிளைக்கதைகளின் மூலம் இடம் பெற்றுள்ள விவிலியப் பகுதிகள் ஆசிரியரின் கைவண்ணத்தால் சிறப்புறுகின்றன.

காப்பிய முடிபு

இரத்த சாட்சியாக மரித்த தேவசகாயம் பிள்ளைக்கு கத்தோலிக்க ஒழுங்கின்படி இக்காப்பியம் வெளிவரும் வரையில் (2008) புனிதர் பட்டம் கொடுக்கப்படவில்லை. 2012 ஆம் ஆண்டு, டிசம்பர் மாதம் 2 ஆம் நாள், நாகர்கோவிலிலுள்ள கார்மல் மேனிலைப்பள்ளி வளாகத்தில் நடைபெற்ற சிறப்பு நிகழ்ச்சியின்போது தேவசகாயம் பிள்ளை 'மறைச்சாட்சி' (martyr) என்று அதிகாரப்பூர்வமாக அறிவிக்கப்பட்டார். அப்போது அவருக்கு 'முத்திப்பேறு பெற்றவர்' (Blessed) என்னும் பட்டமும் அளிக்கப்பட்டது. இச்சிறப்பு நிகழ்ச்சிக்குத் தலைமை தாங்கிய கர்தினால் ஆஞ்செலோ அமாத்தோ அவர்கள் உரோமையிலிருந்து கோட்டாற்றுக்கு வருகை தந்தார். அந்நிகழ்ச்சியில் தமிழகத்திலிருந்தும் இந்தியாவின் பிற பகுதிகளிலிருந்தும் பிற நாடுகளிலிருந்தும் பல கத்தோலிக்க சமயத் தலைவர்களும் ஒரு இலட்சத்திற்கும் மேற்பட்ட மக்களும் கலந்து கொண்டனர். (திருத்தொண்டர் காப்பியம் வெளிவந்து 14 ஆண்டுகளுக்குப் பின்னர் 2022 ஆம் ஆண்டு தேவசகாயம் பிள்ளைக்குப் புனிதர் பட்டம் கொடுக்கப் பட்டது).

தேவசகாயம் பிள்ளையின் சரித்திரத்தைக் காப்பியமாகப் புனைந்த ஆசிரியர் காப்பியத்தின் முடிவுப் படலமான முடிபுனைப் படலத்தில்

பாப்பரசரால் தேவசகாயம் பிள்ளைக்குப் புனிதர் பட்டம் அறிவிக்கப் பட்டதாகப் பாடுகிறார். இதனால் மக்கள் மகிழ்ச்சியடைந்து இச்சிறப்பை அலங்காரங்கள் அமைத்தும், திருவிழாக்கள், தேரோட்டம் முதலியவற்றின் மூலமும் கொண்டாடுகின்றனர். மேலும் இந்நூல் உருவாகி வெளிவரக் காரணமாயிருந்த பலருக்கும் தம் நன்றியினைப் பல செய்யுட்களில் வெளிப்படுத்துகிறார். குறிப்பாக கல்வித் தந்தை ஜேப்பியார் அவர்களின் சிறப்புகள் பலவற்றைக் குறிப்பிட்டு, அவரை இறைவன் காக்க வேண்டும் எனப் பாடுகின்றார். சான்றாக,

> ஆழிப் பேரலை அழித்த தாலே
> ஆதர வின்றி மக்கள் தவிக்கக்
> காழி வாழும் கைம்பெண் ணார்க்குக்
> கால ஊதியம் கொடுப்போன் காக்க!
> கோழி குஞ்சைக் காப்பது போலக்
> கோடியோர் காத்த சேப்பிஇயார் காக்க!
> நாழிப் பொழுதும் வீணாக் காமல்
> நற்றொழிற் பயிற்சி நல்குவோன் காக்க!

(பா. 4131)

என்னும் செய்யுளைச் சுட்டலாம்.

கிறித்தவக் காப்பியங்களில் சில தழுவல் காப்பியங்களாக இருந்த போதும் ஆசிரியரின் கைவண்ணத்தால் காப்பியத்தின் சில பொதுமைப் பண்புகளைப் பெற்றுள்ளன. பெரும்பாலான காப்பியங்கள் இயேசு கிறிஸ்துவின் வரலாற்றை விவரிப்பதில் குறிக்கோளாக இருப்பதால் காப்பியப் பண்புகள் முழுமையாகப் பின்பற்றப்படவில்லை. ஆனால் திருத்தொண்டர் காப்பியம் காப்பிய இலக்கணத்திற்கு உட்பட்டு எழுதப்பட்டுள்ளதால் தலைசிறந்த கிறித்தவக் காப்பியமாகத் திகழ்கின்றது. இதற்கு ஆசிரியர் இன்னாசி அவர்களின் கடின உழைப்பும் இலக்கண, இலக்கியப் புலமையும் அனுபவங்களும் காரணங்களாகும். வீரமாமுனிவர், கிருஷ்ணபிள்ளை என்னும் கிறித்தவக் காப்பியப் புலவர் வரிசையில் மூதறிஞர் இன்னாசி அவர்கள் சிறப்பிடம் பெற்றுள்ளது இருபத்தோராம் நூற்றாண்டு இலக்கிய உலகிற்குக் கிடைத்த பெருஞ்சிறப்பாகும்.

39. ஞான ஒளி தூய சவேரியார் காவியம்

இந்தியாவிற்கு முதன் முதலாக வந்த இறைத்தொண்டர் புனித சவேரியார் குறித்து பல நூல்கள் வெளிவந்துள்ளன. இந்நூல்களை மூலமாகக் கொண்டு இரண்டு காப்பியங்கள் படைக்கப்பட்டுள்ளன. அவற்றில் ஒன்று ஞான ஒளி தூய சவேரியார் காவியம். இக்காவியம் புலவர் நாஞ்சில் நாரண. தொல்காப்பியன் அவர்களால் இயற்றப்பட்டு, 2013 ஆம் ஆண்டு கு. ஹிட்லர் அவர்களால் ஹைரோஸ் பதிப்பகத்தின் மூலம் வெளியிடப்பட்டது. இக்காப்பியத்தில் புனித சவேரியாரின் வாழ்வும் இறைப்பணியும் தெளிவாகவும் இனிமையாகவும் தரப்பட்டுள்ளது.

புனித சவேரியார் வரலாறு

காண்க - அர்ச். சவேரியார் காவியம் - காவியக் கதை.

ஆசிரியர் வரலாறு

ஞான ஒளி தூய சவேரியார் காவியத்தின் ஆசிரியர் நாஞ்சில் நாரண. தொல்காப்பியன் ஆவார். இவரது இயற்பெயர் நா. அரிராம கிருட்டினன். இவர் 1943 ஆம் ஆண்டு ஜூலை மாதம் 9 ஆம் நாள் கன்னியாகுமரி மாவட்டத்திலுள்ள மகாதானபுரம் என்னும் ஊருக்கு அருகிலுள்ள நரிக்குளம் என்னும் ஊரில் பிறந்தார். இவர் தமது பள்ளிப் படிப்பைக் கொட்டாரத்திலுள்ள உயர்நிலைப் பள்ளியில் பயின்றார். அதன் பின்னர் மதுரைத் தமிழ்ச் சங்கத்தின் மூலம் புலவர் பட்டம் பெற்றார். பின்னர் மதுரை காமராசர் பல்கலைக்கழகத்தின் மூலம் இளங்கலை, முதுகலைப் பட்டங்களும் அண்ணாமலைப் பல்கலைக்கழகத்தின் மூலம் ஆசிரியர் பயிற்சிப் பட்டமும் பெற்றார். முதலில் செங்கல்பட்டு மாவட்டத்திலுள்ள செவ்வாய்ப்பேட்டை என்னும் ஊரிலுள்ள பள்ளியில் ஆசிரியராகப் பணியில் சேர்ந்தார். பின்னர் பதவி உயர்வு பெற்று கன்னியாகுமரி மாவட்டத்திலுள்ள பேச்சிப்பாறை, பத்துகாணி ஆகிய இடங்களில் ஆசிரியப்பணி புரிந்தார். பின்னர் பதவி உயர்வு பெற்று

சிதம்பரத்திலுள்ள, சிதம்பரம் நந்தனார் அரசு மேல்நிலைப் பள்ளியில் தலைமை ஆசிரியராகப் பணியாற்றி ஓய்வு பெற்றார். தற்போது ஆவடியில் தமது குடும்பத்தினருடன் வசித்து வருகின்றார். இவர் பத்து முறை தமிழக அரசின் தமிழ் வளர்ச்சித் துறையால் நிதியுதவியும் பரிசும் பட்டயமும் பெற்றுள்ளார். இவர் பல்வேறு அமைப்புகளின் மூலம் பல விருதுகளைப் பெற்றுள்ளார். இவர் எழுதிய நூல்கள் குமணன் காவியம், திருவள்ளுவர் காவியம், ஔவையார் காவியம், கரிகால் சோழன் காவியம், தகடூர் அதிகமான் காவியம், சங்கப்புலவர் மோசிகீரனார் காவியம், நாளைய புரட்சி (சமூக காவியம்), அம்பேத்கார் பிள்ளைத்தமிழ், அந்தணர் யார்? ஐயர் யார்? பார்ப்பனர் யார்?, நாஞ்சில் வள்ளுவன் காவியம், குறிஞ்சிக் கபிலன் காவியம், ஞான ஒளி தூய சவேரியார் காவியம், விடிவெள்ளி மகராசன் வேதமாணிக்கம் காவியம் என்பனவாகும்.

காவிய அமைப்பு

'ஞான ஒளி தூய சவேரியார் காவியம்' அறுசீர் ஆசிரிய விருத்தம் என்னும் மரபுக் கவிதை வடிவத்தில் வாசிக்கும்போதே முழுப் பொருளையும் புரிந்து கொள்ளும் விதத்தில் எளிமையாகவும், பா இலக்கணமும் அணி இலக்கணமும் மொழி இலக்கணமும் கமழ்வதாகவும் இந்நூல் படைக்கப்பட்டுள்ளது. இக்காவியத்தில் குமரி மண்ணின் தனித்தன்மைகளை, வரலாற்றுச் சுவடுகளை, சமூகப் பொருளாதார, பண்பாட்டுப் பின்னணிகளை தூய சவேரியாரின் வரலாற்றோடு சுவைபட ஆசிரியர் எடுத்தியம்பியுள்ளார். ஆசிரியர் பிற மதத்தைச் சார்ந்தவராக இருந்தாலும் சவேரியாரின் வரலாற்றிலும் இறைப்பணியிலும் தியாக மனப்பான்மையிலும் ஈர்ப்பு கொண்டமையால் சவேரியாரின் வரலாற்றைக் காவியமாகப் படைத்துள்ளார். இக்காவியம் இறைவணக்கம், மொழி வாழ்த்து, நாட்டு வாழ்த்து, நூற்பயன் உட்பட 11 உட்தலைப்புகளில் மொத்தம் 332 செய்யுட்களை உடையது.

தொடக்கப் பகுதிகள்

காப்பியத்தின் தொடக்கமாக இறைவணக்கம் அமைந்துள்ளது. அன்பே உலகின் பெரும் சக்தி என இறைவணக்கத்தைத் தொடங்கி, மனிதனின் ஐம்பொறிகளும் இறைவனின் புதுமையான கருவூலம் எனக் குறிப்பிட்டு, கடவுளின் உருவம் நேர்மை எனக் குறிப்பிடுகிறார். இரண்டாவது அமைந்துள்ள மொழி வாழ்த்தில், தமிழ் மொழியின் தொன்மையை,

குமரிக் கண்ட மாந்தனது
கருத்தில் உருவாய் சமைந்தவளே

என்கிறார். மேலும் காவியத்தின் கருத்தாவாகவும் கற்பனையின் ஊற்றாகவும் உள்ளத்தில் பதிந்துள்ள ஓவியமாகவும் ஆற்றலுக்கு உணவாகவும், மூவா மருந்தாகவும் மொழியைப் புகழ்கிறார். நாட்டு வாழ்த்து என்னும் மூன்றாவது பகுதியில் ஒன்றுபட்டு வாழ்வதுதான் உலகிலுள்ள உயர்ந்த வாழ்வாகும் என்னும் கருத்தின் பின்புலத்தில் நாட்டினை வாழ்த்துகிறார். நாட்டினை உருக்குலைக்கும் நஞ்சு உயர்வு தாழ்வு என்றும், அனைவரையும் வாழவைக்கும் உயர்ந்த செல்வம் அன்பு என்றும், நல்லவை செய்வதால் நாட்டின் நலன்கள் பெருகும் எனவும் இப்பகுதியில் குறிப்பிட்டு, நாம் வறுமை ஒழிய உழைக்க வேண்டும் என்னும் வேண்டுகோளினை விடுக்கிறார்.

1. உலகம் பிறந்தது

முதல் பகுதியான உலகம் பிறந்தது என்பதில் 1 முதல் 44 செய்யுட்கள் இடம்பெற்றுள்ளன. இப்பகுதியில் உலகம் தோன்றியதையும் அதன்பின் தாவரங்கள், விலங்கினங்கள் அதனைத் தொடர்ந்து மனிதன் தோன்றியதையும் குறிப்பிட்டு, மனிதன் கூட்டு வாழ்வைத் தொடங்கினான் என விவரிக்கிறார். அதனைத் தொடர்ந்து பேசும் சக்தியினைப் பெற்ற அவன், சமூக அமைப்பினை ஏற்படுத்தி வாழ்ந்தான். வசதிகள் பெருகியமையால் வாழ்க்கை முறை மாறியது. பெண், மண், பொன் மீது ஆசை கொண்டதால் பகைமை தோன்றியது. அனைத்து விதமான தீய செய்கைகளும் சமூகத்தில் புகுந்தது. பாசம், நேசம், கருணை அனைத்தும் சமூகத்தை விட்டு அகன்றது. மூடத்தனங்கள் தலைவிரித்தாடின, வேடம் தரித்தவர்கள் சமூகத்தை வேட்டைக் காடாக மாற்றினர். உலகம் பரந்து விரிந்தது. ஆனால் மனிதனின் உள்ளம் சுருங்கியது. இத்தகைய தீமைகளும் போராட்டங்களும் நிறைந்த உலகில் மனித நேயத்தின் வடிவமாக இயேசு கிறிஸ்து பிறந்தார். அவர் அன்புதான் இன்ப ஊற்று எனவும் ஒன்றுபட்டு இறைவனை உணர்வீர் எனவும் இறைவன் ஒருவரே எனவும் எடுத்துரைத்தார். இதை ஏற்றுக் கொள்ளாத சிலர், இயேசு கிறிஸ்துவின் அருளுரைகளால் மக்கள் கெட்டுவிட்டார்கள் எனக் கூறி இயேசு கிறிஸ்துவைக் கொலை செய்ய தேடி அலைந்தனர். வஞ்சகர்களின் சூழ்ச்சியால் இயேசு கிறிஸ்துவைத் திருடர்களின் நடுவில் சிலுவையில் அறைந்தனர். இயேசு கிறிஸ்துவின் கொள்கையை உலகமெங்கும் பறைசாற்ற வேண்டும் என்னும் உணர்வால் சவேரியார் இந்தியா வந்தார். மக்களுக்கு இயேசு பெருமானின் தியாகத்தையும் இறைவன் அன்பு வடிவானவன் என்றும் அமைதிதான் இறைவனின் வழி என்றும் இன்ப துன்பங்கள் அனைத்தும் இயற்கை வழியின் இயல்பு எனவும் இவற்றை உணர்ந்தால் இறைவன் மனிதர்களைக் காத்திடுவார் எனவும் விவரித்தார்.

புனித சவேரியாரைப் போற்றிப் பணிந்தால் துயர் விலகும் என்னும் கருத்துடன் முதல் பகுதி நிறைவடைகிறது.

2. சவேரியார் பிறந்தார்

இரண்டாம் பகுதியான சவேரியார் பிறந்தார் என்னும் பகுதியில் 45 முதல் 67 வரையிலான செய்யுட்கள் இடம்பெற்றுள்ளன. அன்பின் ஊற்றாகிய தெய்வத்தின் வடிவம் மனிதன் என்பதனை இப்பகுதியின் தொடக்கத்தில் குறிப்பிடுகிறார். மனிதனைத் திருத்துவதற்காக ஜீவ ஒளியாக வந்தவர்கள், ஆண்டவரின் அருளைப் பெற்ற புனிதர்களாவர். ஸ்பெயின் நாடு இயற்கையழகும் வயல்வெளி, ஆறு, அருவி போன்ற வளங்களும் கொண்ட பூமியாகும். மலைவளம் உடைய இப்பூமியில் பிரனேயன் என்னும் மலையினருகிலுள்ள அரண்மனையில் ஜான் டி ஜான்ஸு என்பவரின் மகனாக சவேரியார் பிறந்தார். அவரின் வாழ்க்கைப் பயணம் அவரை ஓர் அறிஞர் என அனைவருக்கும் அடையாளம் காட்டியது. பாரீசில் உள்ள பல்கலைக்கழகத்தில் படித்துப் பட்டம் பெற்றார். இறையியலைச் சிறப்பாகப் படித்து இயேசு பெருமானின் பணியைச் செய்ய வாழ்வை அர்ப்பணித்தார். இஞ்ஞாசியாரைச் சந்தித்து கருத்துகளைப் பெற்று மனிதகுலத்திலுள்ள தீமைகளைப் போக்க எண்ணம் கொண்டு துறவறத்தை மேற்கொண்டு இறைப்பணியைத் தொடங்கினார்.

3. இயேசு சபையும் இஞ்ஞாசியாரும்

மூன்றாம் பகுதியான இயேசு சபையும் இஞ்ஞாசியாரும் என்பதில் 68 முதல் 91 வரையிலான செய்யுட்கள் இடம்பெற்றுள்ளன. இப்பகுதியின் தொடக்கத்தில் இறையன்பினையும் அருட்பணியின் சிறப்பினையும் எடுத்துரைக்கின்றார். ஒழுக்கம் வாழும் உள்ளத்தில் இறைவன் எப்போதும் உறைந்திருப்பார், உழைத்து வாழ்தல் உயர்வாகும், பாடுபட்டு உழைப்பவர்கள் பரலோகத்தின் படியமைப்போர், மிஞ்சும் பொருளைச் சேர்க்காதே, இறைவன் படைப்பில் அனைத்துயிரும் ஒன்றுபோலானவை, கொலைகள் செய்வது பாவம், அடுத்தவர் பொருளைத் திருடாதே, பிறருக்குக் கொடுத்துதவத் தயங்காதே எனவும், செய்நன்றி மறவாதே எனவும் ஒன்றிணைந்து வாழ்வது உயர்ந்த வாழ்வு எனவும் இஞ்ஞாசியார் தமது சீடர்களுக்கு எடுத்துரைத்தார். மனிதர்கள் வாழ்வு பெற நாம் நம்மையே அர்ப்பணம் செய்வோம் எனக் கூறி, மோன்மார்த்ர என்னும் மலையில் சென்று ஜெபித்து, எருசலேம் நகருக்குச் சென்று பின்னர் உரோமிலுள்ள போப்பைச் சந்தித்தார். இயேசு சபைக்கு இஞ்ஞாசி தலைவரானார். இஞ்ஞாசியாரின் தலைமையில் இறைப்பணியாற்றுவதற்கு

சவேரியாரும் தெளிவடைந்தார். தமது நெடிய பயணத்தின் நோக்கம் புதுமை உலகை உருவாக்கி, குறைகள் இல்லாத மனிதரை உலகில் நிலைநிறுத்துவதே என நினைத்தார்.

4. புதிய ஒளி பிறந்தது

நான்காம் பகுதியான புதிய ஒளி பிறந்தது என்பதில் 92 ஆம் செய்யுள் தொடங்கி 147 ஆம் செய்யுள் வரை இடம்பெற்றுள்ளது. பல மொழிகள் உடைய இந்தியாவில் நான்கு வருணம் என்னும் பகுப்பு மனித நேயத்தை அழித்து, தீண்டாமை என்னும் தன்மையில் உருக்குலைத்தது. இந்தியாவின் வளம் சிலருடைய கைகளில் இருக்க, உழைப்பவனை அடிமைப்படுத்தி வதை செய்தது. போர்ச்சுக்கீசியர்கள் கடற்கரை கிராமங்களில் துன்பத்தில் வாழ்ந்து வந்த பரதவ மக்களுக்கு உதவினர். இதனால் துன்பத்தில், தொல்லையில் காணப்பட்ட மக்கள் நிம்மதியடைந்தனர். கிறித்தவத்தினை ஏற்றவர்கள் நல்ல நிலைமை பெற்றனர். எனினும் நிலையான பாதுகாப்பினை அவர்கள் பெறவில்லை. இதனால் பலரும் பழைய நிலமைக்கே திரும்பினர். இம்மக்களின் துன்பத்தை போர்ச்சுக்கல் அரசன் கேள்விப்பட்டு, போப் மூன்றாம் ஜான் அவர்களின் முயற்சியுடன் இஞ்ஞாசியாரின் பரிந்துரையுடன் சவேரியார் இந்தியாவிற்குப் புறப்பட்டார். சவேரியார் லிஸ்பன் துறைமுகத்திலிருந்து புறப்பட்டு கோவா வந்தடைந்தார். கோவாவில் மக்களுக்கு இறைப்பணியாற்றினார். சவேரியாரின் நல்லுரைகளால் பலர் மனிதர்களாயினர். நாடு முழுவதிலும் துன்பப்படும் மக்களுக்கு உதவி செய்ய வேண்டும் என்னும் நோக்கில் கப்பல் பயணத்தின் மூலம் மணப்பாடு வந்தடைந்தார். அருகிலுள்ள ஊர்களில் சென்று மக்களுக்கு இறைப்பணியாற்றினார். சவேரியார் தமது கையும் வாயும் வலிக்கும் வகையில் தொடர்ந்து மக்களுக்குத் திருமுழுக்குக் கொடுத்தார்.

5. பிராமணர் மதம் மாறினார்

ஐந்தாவது பகுதியான பிராமணர் மதம் மாறினார் என்னும் பகுதியில் 148 முதல் 210 வரையிலான செய்யுட்கள் இடம்பெற்றுள்ளன. இயற்கையின் சீற்றத்தால் உலகில் ஏற்பட்ட மாற்றங்கள், ஆரியர்கள் இந்தியாவை வந்தடைந்தது, நான்கு வருண அமைப்பு ஏற்படுத்தப்பட்டது, சாதி, சமய வேறுபாடுகள் ஏற்பட்டமை, திருச்செந்தூர் கோவிலிலுள்ள பிராமணர்களிடம் ஏற்பட்ட வாக்குவாதம், பிராமணர் ஒருவருக்கு புன்னைக்காயல் என்னுமிடத்தில் வைத்து திருமுழுக்குக் கொடுத்தது போன்ற செய்திகள் இடம்பெற்றுள்ளன.

6. மனித மாண்பின் மறுமலர்ச்சி

இப்பகுதியில் 211 ஆவது செய்யுள் முதல் 234 ஆவது செய்யுட்கள் வரை இடம்பெற்றுள்ளன. இப்பகுதியில் திருப்பலி நிறைவேற்றுவதன் தேவை, உபதேசிகர்கள், கணக்குப்பிள்ளைகள் நியமனம், கிறித்தவர்களை நெறிப்படுத்திய முறை, ஆலயம், குருசடிகள் கட்டிய முறை, சவேரியாரின் ஏழ்மையான வாழ்க்கை, அவரது அணுகு முறையால் பெரிய தகப்பன் என அழைக்கப்படல், சோர்வடையாமல் சவேரியாரின் பணி, கடற்கரை மக்கள் நலம் பெற்றவை, கருப்பு அங்கி அணிந்திருந்தது, நலிந்தவர்களின் குடிலில் உணவு உண்ட சவேரியார் போன்ற செய்திகள் இடம் பெற்றுள்ளன.

7. குமரியில் ஞான ஒளி

இப்பகுதியில் 235 ஆம் செய்யுள் முதல் 257 வரையிலான செய்யுட்கள் இடம்பெற்றுள்ளன. இதில் அன்றைய குமரி மாவட்டக் கிறித்தவர்களின் துன்பநிலை, வரிகளின் கொடுமை, தீண்டாமையின் கொடுமை, கீழ்க்குலப் பெண்கள் தமது மார்பை மறைக்க முடியாத அவல நிலை, அதைத் தவிர்க்கச் செய்த பணி, அதிகார வர்க்கத்தின் அராஜகம், ஏழை மக்களின் உழைப்பை உறிஞ்சியமை, ஜெபம் செய்யக் கற்பித்தல், பத்துக் கட்டளைகளைக் கற்றுக் கொடுத்தல், மறைக் கல்வி அறிமுகப்படுத்தல் போன்ற செய்திகள் விவரிக்கப்பட்டுள்ளன.

8. ஆன்மிகமும் அரசியலும்

இப்பகுதியில் 258 முதல் 270 வரையிலான செய்யுட்கள் இடம் பெற்றுள்ளன. கிறித்தவம் காலூன்றியதால் ஏற்பட்ட எதிர்ப்புகள், சவேரியார் அவற்றை எதிர்கொண்டமை, வடுகர்களின் தொல்லை, கேரள மன்னன் ரவிவர்மன் காலத்தில் ஏற்பட்ட நிகழ்வுகள், கிறித்தவர்களைக் கொன்று குவித்தல், சவேரியாரின் இறைவேண்டல், மணப்பாடிலிருந்த சவேரியார் கால்நடையாக கன்னியாகுமரிக்கு வந்து துன்பத்திலிருந்த பரதவ மக்களுக்கு உதவியது, அங்குள்ள மக்களைப் படகில் ஏற்றி மணப்பாடு, பெரியதாழை போன்ற இடங்களில் கொண்டு சேர்த்தது போன்ற செய்திகள் இடம்பெற்றுள்ளன.

9. மனித நேய மாண்பாளர்

இப்பகுதியில் 271 முதல் 294 வரையிலுள்ள செய்யுட்கள் இடம்பெற்றுள்ளன. பரதவர் முத்துக்குளிப்பதற்குச் செலுத்தி வந்த வரியைச் சவேரியார் நீக்கியமை, போர்ச்சுக்கீசியர்கள் முத்துக்குளிக்கும் பரதவர்களை

□ கிறித்தவக் காப்பியங்கள்   □ **443**

ஏமாற்றியது, போர்ச்சுக்கீசியர்களிடமிருந்து பரதவ இன மக்களைப் பாதுகாத்தமை, முக்குவர், நாடார் இன மக்களைப் பாதுகாத்தமை, யாழ்ப்பாணக் கிறித்தவர்களைக் காப்பாற்றல், திருமுழுக்கு வழங்கல், முத்துக்குளிக்க ஆண்கள் வெளியே சென்றபோது வீட்டிலிருக்கும் பெண்களுக்கு இழைத்த கொடூரம், ஆலஞ்சி, மணக்குடி, குளச்சல், குறும்பனை, மிடாலம், பள்ளம் போன்ற இடங்களில் சவேரியார் சென்றமை, ஒரே மாதத்தில் பத்தாயிரம் பேருக்கு திருமுழுக்குக் கொடுத்தமை, மணக்குடியில் திருமுழுக்குக்கு கொடுத்தமை போன்ற செய்திகள் கொடுக்கப்பட்டுள்ளன.

10. ஞான ஒளியானார் சவேரியார்

இப்பகுதியில் 295 முதல் 305 வரையுள்ள செய்யுட்கள் இடம் பெற்றுள்ளன. சவேரியார் சீனா நாட்டிற்குக் கப்பலில் சென்றமை, சான்சியன் என்னும் தீவில் வந்தடைந்தது, சவேரியாரைக் காய்ச்சல் நோய் தொற்றிக் கொண்டமை, காய்ச்சலினால் மரணமடைந்தது, சுண்ணாம்புக்கல் நிரப்பி கடற்கரையில் அவரைப் புதைத்தது, திரும்பி வரும்போது உடலைத் தோண்டி எடுத்தது, கோவாவில் அவரது உடலைக் கொண்டு வைத்தது போன்ற செய்திகள் உள்ளன.

11. கோட்டாறு புனித சவேரியார் ஆலயம்

இப்பகுதியில் 306 முதல் 320 வரையிலான செய்யுட்கள் இடம் பெற்றுள்ளன. திருவிதாங்கூர் அரசர் குலசேகரப் பெருமாள் கோயில் கட்டுவதற்கான அனுமதி கொடுத்தமை, சுவாமி புச்சேரி கோயில் கட்டியமை, உலகிலேயே சவேரியாரின் பெயரில் கட்டப்பட்ட முதல் ஆலயம், மதவேறுபாடின்றி மக்கள் ஆலயத்திற்கு வந்து கொண்டிருப்பது போன்ற செய்திகள் உள்ளன.

நூற்பயன்

காவியத்தின் இறுதியில் நூற்பயன் என்னும் தலைப்பில் மூன்று செய்யுட்கள் இடம்பெற்றுள்ளன. காவியத்தை உள்ளத்தில் பதித்தால் மோட்சம் கிடைக்கும் எனவும், என்றென்றும் இறைவன் இயேசு கிறிஸ்து இதயத்தில் நிலைத்திருப்பார் என்றும் கூறி காவியத்தை ஆசிரியர் நிறைவு செய்கிறார்.

உவமைகள்

இக்காவியத்தில் கருத்துகள் தெளிவுறும் வகையில் கையாளப் பட்டுள்ள உவமைகள், காவியத்திற்கு மெருகேற்றுவதாக அமைந்துள்ளன.

சில உவமைகள் சான்றாகக் கீழே தரப்பட்டுள்ளன:

1. கன்றைத் தேடும் மறிபோல (பா.47)
2. விண்ணில் தவழும் மேகத்தை
   விரித்துக் காய வைத்தாற் போல் (பா.51)
3. விடிவெள்ளி வழிகாட் டல்போல் (பா.115)
4. மலரைச் சுற்றும் வண்டேபோல் (பா.121)
5. நெருப்பின் கூட்டால் தீயவைகள்
   நெருங்கிப் பொசுங்கி அழிதல்போல் (பா.123)
6. ஆற்றில் வெள்ளம் பெருகியேதான்
   அலைகள் சூழ வருவதுபோல் (பா.137)
7. அனலில் விழுந்த புழுப்போல (பா.178)
8. மலையும் மடுவும் இருப்பதுபோல் (பா.189)
9. விழலுக் கிறைக்கும் நீர்போல (பா.190)
10. சுற்றிச் சுழலும் கதிர்போல (பா.235)
11. சுருண்டு விரையும் சுழல்போல (பா.235)

வருணனை

காப்பியங்களில் வருணனைகள் நிறைந்திருப்பது இயல்பு. எனினும் சில கிறித்தவக் காப்பியங்களில் வருணனைகள் மிகவும் குறைவாகவே உள்ளன. சவேரியாரின் ஊர் இயற்கையழகால் நிறைந்த மலைகளால் சூழப்பட்ட ஊராகும். இவ்வூரினை ஆசிரியர்,

தங்கம் வெள்ளி வைரமெல்லாம்
   தங்கும் தாயாய் மலையிருக்க
பொங்கிப் பாயும் அருவிகளைப்
   பொதியும் சோலை சூழ்ந்திருக்க
எங்கும் இறையின் மாட்சியினை
   இருவிழிக்கு விருந்தளிக்கும்
மங்கா தொளிரும் மலையழகே
   மனதைக் காக்கும் இறையருளாம்! (பா.52)

என வருணித்துள்ளார். இச்செய்யுளில் மலையினை தங்கம், வெள்ளி, வைரம் நிறைந்தது, அருவிகளும் சோலைகளும் நிறைந்தது, இறைவனின் படைப்பின் பெருமையினை மனிதர்களுக்குப் புலப்படுத்துவது என்றெல்லாம் வருணித்துள்ளார்.

காவியம் வழி அறிவுரைகள்

இலக்கியம் வாழ்க்கையைப் பிரதிபலித்துக் காட்டும் கண்ணாடி என்பர். மக்கள் வாழ்விலுள்ள நன்மைகளை அடைய கடைபிடிக்க வேண்டிய வழிகளை ஆசிரியர் இக்காவியத்தில் எடுத்துரைத்துள்ளார். இக்காவியம் கற்பதனாலுண்டாகும் நன்மைகளாகவும் இவற்றைக் கொள்ளலாம். இஞ்ஞாசியார் தமது சீடர்களுக்கு அறிவுரை வழங்கினார். இவ்வறிவுரை சீடர்களுக்கு மட்டுமன்றி இக்காவியத்தை வாசிக்கும் வாசகர்களுக்கும் பொருந்தும் எனலாம்.

இறைப்பணி என்பது தெரியாமல் செய்யும் தவறுகளை தவறு செய்தவருக்கு உணர்த்தி திருத்த வேண்டும்; தன்னை வெறுப்பவரிடத்தும் அன்பு செலுத்தல் வேண்டும்; நெஞ்சின் எண்ணங்கள் நஞ்சாக மாறினால் நீதியும் நியாயமும் மனதை விட்டு அகன்றுவிடும்; அடைக்கலம் என்று வருபவரைக் காப்பது இறையன்பாகும்; வஞ்சக எண்ணம் வாழ்வை அழித்துவிடும்; ஒருவனின் உள்ளத்தில் ஒழுக்கம் நிறைந்திருந்தால் அந்த உள்ளத்தில் இறைவன் வாழ்வான்; உழைத்து வாழ்வது வாழ்க்கையின் உயர்வாகும்; ஊருக்கு உழைத்து வாழ்வது சிறப்பானதாகும்; இனிமையாகப் பேசுவது இறைவன் அளித்துள்ள வேதமாகும்; வாழ்வின் இறுதிவரை கண்ணியத்தைக் காத்து வாழவேண்டும்; தேவைக்கு அதிகமான பொருளைப் பதுக்கி வைத்திருக்கக் கூடாது; இறைவனின் படைப்பில் எல்லா உயிர்களும் ஒன்றாகும்; சிறைக்குள் அடைத்து பிற உயிர்களை வதம் செய்யக் கூடாது; கொலைகள் செய்வது மிகப் பெரிய பாவம்; வேதத்தைப் படித்து உணர்வதால் மனம் தூய்மையடையும்; பிறர் பொருளைத் திருடக் கூடாது; எதனையும் ஆராய்ந்து செய்ய வேண்டும்; பிறருக்குத் தீங்கு செய்ய நினைக்க வேண்டாம்; பிறரைக் கெடுத்து வாழ நினைக்கக் கூடாது; உடலை மயக்கும் மதுவினை விலக்கி உடல் நலத்தைப் பேண வேண்டும்; செய்நன்றி மறக்கக் கூடாது; உண்மையே ஒருவருக்கு சிறந்த அணிகலனாகும் என்பன போன்ற அறிவுரைகள் இக்காவியத்தில் இடம்பெற்றுள்ளன.

தமிழகக் கடலோர மக்களின் வாழ்வுக்காக, தமது வாழ்வை அர்ப்பணித்த சவேரியார், இன்றும் அம்மக்கள் மனதில் நிலையான இடத்தைப் பெற்றுள்ளார். சவேரியாருடைய இறைப்பணியினால் மக்கள் சமய, சமூக, பொருளாதார மேம்பாடுகளைப் பெற்றுள்ளனர். இன்றும் கோவாவில் சவேரியாரின் உடலைக் காண முடிவது இறைவனின் அற்புதச் செயலாகும்.

40. காய பிரான்சிசு காவியம்

இயேசு கிறிஸ்துவின் நற்செய்தியினைச் சீடர்களுக்கு அடுத்த நிலையில் உலகெங்கும் எடுத்துரைத்தவர்கள் இறைத்தொண்டர்கள். கத்தோலிக்க சமயத்திலுள்ள இறைத்தொண்டர்கள் திருமணம் செய்யாமல் தங்கள் வாழ்வை இறைவனுக்காக அர்ப்பணித்தவர்கள். நமது நாட்டிற்கு வராமல் தமது நாட்டிலேயே இறைப்பணி செய்த உண்மையான திருத்தொண்டர் பிரான்சிசு அசிசியார் ஆவார். இயேசு கிறிஸ்துவின் ஐந்து காயங்களையும் தமது உடம்பில் பெற்றுக்கொண்டு, தனித்தன்மையுடன் திகழ்ந்தார். இத்தகைய புனிதத் தன்மையுடைய பிரான்சிசு அசிசியாரின் வாழ்வினை எடுத்தியம்பும் வகையில் காய பிரான்சிசு காவியம், அருட்தந்தை ஜாண் பேட்ரிக் அவர்களால் படைக்கப்பட்டு, 2016 ஆம் ஆண்டு இரண்டாம் பதிப்பாக வெளியிடப்பட்டது.

அசிசியாரின் வரலாறு

புனித பிரான்சிஸ் அசிசியார் இத்தாலி நாட்டில் பெரூசியா மாகாணத்தில் அசிசி என்னும் நகரில் 1181 ஆம் ஆண்டு பிறந்தார். இவரது பெற்றோர் மிகப் பெரும் செல்வந்தர்கள். அசிசியார் தமது தந்தையைப் போல வியாபாரத்தில் ஈடுபட்டிருந்தார். இவர் தமது இளமைப் பருவத்தில் பொறுப்பற்றவராக வாழ்ந்து வந்தார். இவர் 1201 ஆம் ஆண்டில் பெரூசியா நகருக்கு எதிராகப் போராடும்படி இராணுவத்தில் சேர்ந்தார். காலெஸ்ட்ராடாவில் நடந்த போரில் எதிரிகளிடம் பிடிபட்ட இவர், ஓராண்டு கைதியாக இருக்க நேரிட்டது. இந்த அனுபவத்திலிருந்தே பிரான்சிஸ் அசிசியாருக்கு ஆன்மிக மாற்றம் ஏற்பட்டதாகத் தெரிகிறது. இவரிடம் சாந்த குணமும் ஏழைகளை நேசிக்கும் பண்பும் அதிகமாக நிறைந்திருந்தன. பின்னர் தமது தவறுகளை உணர்ந்த இவர், மனந்திரும்பி ஏழைகளிடம் இரக்கம் கொண்டு, அவர்களுக்குத் தன்னிடமிருந்த செல்வங்களைக் கொடுத்து மகிழ்ந்தார். அசிசியாரின் இச்செயல்களைக் கண்ட தந்தையார் மகனைக் கடிந்து கொண்டார். எனினும் அசிசியார் தமது

கொள்கையிலிருந்து பின்வாங்கவில்லை. இதனால் அவரது தந்தையார் தம் மகனுக்குரிய பங்கைப் பிரித்துக் கொடுத்தார். ஆனால் அசிசியார் தமது மேலாடையையும் கழற்றிக் கொடுத்து விட்டு வெளியேறினார். இறைப்பணிக்குத் தம்மை முற்றிலும் ஒப்படைத்து ஏழைகளுக்கும் நோயாளிகளுக்கும் உதவினார். தம்மைப் பின்பற்றியவர்களுள் 11 சீடர்களை அழைத்துக் கொண்டு ரோம் நகர் சென்றார்.

ரோம் நகரில் பாப்பிறையின் உத்தரவுடன் புதிய துறவற சபையைத் தோற்றுவித்தார். மறைசாட்சியாக வேண்டும் என விரும்பி, முகமதியரின் நாட்டிற்குச் சென்றபோது, அங்கு இவர் நினைத்ததற்கு மாறாக, அவ்வரசர் இவரை மிகவும் மரியாதை செய்து பரிசு வழங்கினார். இவர் பல நாட்கள் ஒரு சந்தி உபவாசமாக இருப்பார். கர்த்தரின் பாடுகளை நினைத்து விம்மி அழுவார். தம்மை பாவி என்று நினைத்து, தம்மை மிகவும் தாழ்த்தி, எளிமையை மிகவும் நேசித்தார். தம் சபையின் ஒழுங்குகளை மீறுபவர்களைக் கண்டிப்பார். புதுமை வரமும் தீர்க்கதரிசன வரமும் பெற்றிருந்தார். இவரது சபை ஐரோப்பா முழுவதும் பரவியது. பல்லாயிரம் பேர் இதில் சேர்ந்தார்கள்.

அசிசியார் 1212 ஆம் ஆண்டில் கிளாரா என்னும் பெண்மணியோடு சேர்ந்து, பெண்களுக்காக ஒரு துறவற சபையையும் 1221 இல் மேலும் தவ முயற்சிகளை மேற்கொள்ளும் பொதுநிலை சகோதர சகோதரிகளுக்கென்று 'மூன்றாம் சபை' என்று அழைக்கப்பட்ட ஓர் அமைப்பையும் தொடங்கினார். அவரது வேண்டுதலால் அவரது உள்ளங்கைகளிலும் கால்களிலும் விலாவிலும் இயேசுவின் காயங்கள் போன்ற காயங்கள் தோன்றின என வரலாற்றாசிரியர்கள் குறிப்பிட்டுள்ளனர். விலாவில் இருந்த காயம் ஒரு ஈட்டியால் ஏற்பட்ட புண்போல இருந்தது. கைகளிலும் கால்களிலும் ஏற்பட்ட காயங்கள் கருப்பு நிறத்தில் தசையாலான ஆணிகள் வெளியே புறப்பட்டாற்போல பின்னோக்கி வளைந்து தோற்றமளித்தன. அசிசியாரின் உடலில் இயேசுவின் காயங்கள் பதிந்த பின், அவர் பெரும் வேதனை அனுபவித்தார். ஏற்கெனவே நோன்பினாலும் உபவாசத்தினாலும் மெலிந்து தளர்ந்துபோய் இருந்த அவருடைய உடல் மிகுதியாக வலிமை இழந்தது.

அசிசியார் பாவத்திற்காக வருந்துவோரின் இயக்கமாகவும் தம்மையே பொறுத்துக் கொள்ளும் இயக்கமாகவும் தமது சபையை நடத்தினார். இச்சூழலில் கர்த்தர் பாடுபட்ட வரலாற்றைப் படிப்பதைக் கேட்டுக் கொண்டிருக்கும்போது 1226 ஆம் ஆண்டு அக்டோபர் 3 ஆம் நாள் மாலை மரணமடைந்தார். அவரது சபை உலகெங்கிலும் பரவியுள்ளது. பிரான்சிஸ்

அசிசியாருக்கு 1228 ஆம் ஆண்டு அக்டோபர் மாதம் 16 ஆம் நாள் திருத்தந்தை ஒன்பதாம் கிரகோரி புனிதர் பட்டத்தை வழங்கினார்.

காவிய அமைப்பு

காய பிரான்சிசு காவியத்தில் பெரும்பாலான செய்யுட்கள் அறுசீர்க் கழிநெடிலடி ஆசிரிய விருத்தத்தில் அமைந்துள்ளன. இக்காவியம் கடவுள் வாழ்த்துடன் தொடங்குகிறது. இதனையடுத்து அவையடக்கம் இடம் பெற்றுள்ளது. கடவுள் வாழ்த்தில் நான்கு செய்யுட்களும் அவையடக்கத்தில் மூன்று செய்யுட்களும் உள்ளன. இதனைத் தொடர்ந்து நூல் தொடங்குகிறது. காவியத்தில் மொத்தம் 1001 செய்யுட்கள் உள்ளன. இதனைத் தவிர்த்து இறுதியில் மங்களம் என்னும் தலைப்பில் நான்கு செய்யுட்களும் நன்றி பண் என்னும் தலைப்பில் மூன்று செய்யுட்களும் அமைந்துள்ளன. ஆக இக்காவியத்தில் இடம்பெற்றுள்ள மொத்த செய்யுட்களின் எண்ணிக்கை (3+4+1001+4+3) 1015 ஆகும். இக்காவியத்திலுள்ள செய்திகள் 134 தலைப்புகளாகப் பிரித்து விளக்கப்பட்டுள்ளன.

கடவுள் வாழ்த்து

உள்மனதில் நினைப்பதை நிறைவேற்றும் கன்னிமரி பாலகனே, குறைவான குணங்களை நீக்கி, பிறைபோல் காணப்படும் எண்ணங்களை முழு மதியாக மாற்றுவாய், உனது ஒளியால் கறைகளைத் துடைத்திடுவாய், என்னை ஆண்டுவரும் இறைவனே, என்னுடைய செயலை நீ சிறப்பாக முடித்துத் தருவாய், என்னைக் கரை சேர்ப்பாய், உலக மக்களுக்கு அருளினைப் பொழிபவரே, இம்மைப் பற்றிக் கொண்டு ஐந்து காயம் அசிசியாரின் வரலாற்றை எழுதும்போது சிறியவனின் பிழையினைப் பொறுத்து, குறையிருந்தால் அதை நிறைவாக்குவாயே என கடவுளை வாழ்த்தி ஆசிரியர் வேண்டுகிறார்.

அவையடக்கம்

சிறுபிள்ளைகள் கிறுக்குவதைப்போன்று பெரிய செயல் செய்ய முயன்றதைப் பெரியோர்கள் பொறுத்திட, சிரம் தாழ்த்திக் கேட்கிறேன் என அவையடக்கமாக ஆசிரியர் தமது காவியம் எழுதும் முயற்சியினைக் குறிப்பிடுகிறார். இந்த உலகம் நலம்பெற அறிவை எனக்குத் தர வேண்டும் என ஆண்டவரிடம் பாதம் பணிந்து கேட்கிறேன்; கடந்த பல ஆண்டுகளில் ஏற்பட்ட சோதனைகளில் மடையனாகிய என்னைக் காத்த அசிசியே, என்னுடைய நெஞ்சம் உறுதியாய் அமைவதற்கு இறைவன் துணை செய்தார். இறைவனின் அருளால் தவறு இல்லாமல் நூலின் கருத்துகளை

□ கிறித்தவக் காப்பியங்கள் □ 449

உலகோர் புரிந்து கொள்ளும் வகையில் வெளிப்படுத்துவதே எனது ஆசையாகும் என அவையடக்கமாகக் குறிப்பிடுகின்றார்.

நாட்டு வருணனை

இக்காவியத்தின் முதல் தலைப்பு இத்தாலி நாட்டின் வருணனையாக அமைந்துள்ளது. இதில் இடம்பெற்றுள்ள ஒன்பது செய்யுட்களும் இத்தாலி நாட்டின் வளத்தினைப் படம்பிடித்துக் காட்டுகின்றன. உலகத்தில் தொன்றுதொட்டு சிறந்து விளங்கும் நாடு இத்தாலி. இந்தியாவின் நேச நாடு, பிற நாடுகளுக்குப் பல பொருள்களை விற்பனை செய்து தோழமையுடன் காணப்பட்டது. செல்வ வளம், நிலவளம், கடல்வளம், மலைவளம், உடல்வளம், ஆன்மவளம், கல்வி வளம் போன்ற பல வளங்கள் நிரம்பியதாக இத்தாலி விளங்கியது. தொன்மையான நகரங்களுள் ஒன்று இத்தாலி. இத்தாலியின் வளத்தில் மயங்கிய ஆசிரியர்,

    பொங்கிப்பொங்கிச் சிரித்தோடும்
    ஆறுகளைச் சொல்லவோ
    கொட்டிக்கொட்டி குதித்திடும்
    அருவிகளைச் சொல்லவோ
    விட்டுவிட்டே பொழிந்திடும்
    மழைக்கதை சொல்லவோ
    முட்டிமுட்டி சுகம்பெறும்
    மேகக்கதை சொல்லவோ
                              (பா.5)

எனப் பாடுகிறார். இயற்கையெழில் நிறைந்த இடம் இத்தாலி. கடற்கரையில் நண்டுகளின் ஓட்டமும் கடலில் மீன்களின் துள்ளலும் சிறப்பாக வருணிக்கப்படுகின்றன. இந்த நாட்டில் உள்ள மக்கள் நல்ல மனம் உடையவர்கள். அல்லும் பகலும் அமைதி நிலவும் இடமாகத் திகழும் இந்த நாட்டில் நல்ல பக்தியும் நல்ல அறிவும் உடையவர்கள் பிறப்பார்கள். அவர்களின் சொல்லும் செயலும் உலகம் முழுவதும் சிறப்பாகப் பேசப்படும் என இத்தாலியை வருணிக்கிறார்.

பிள்ளைச் சீராட்டு

பிள்ளைத்தமிழில் இடம்பெறும் தாலாட்டுப் பருவம் போன்று பிள்ளைச் சீராட்டு என்னும் பகுதி அமைந்துள்ளது. பிரான்சிசு பிறந்த பின் தாயின் அரவணைப்பில் வளருகின்றார். தாய் தன் மகனைக் கொஞ்சும் பகுதிகள் நலம்மிக்கனவாக உள்ளன. ஆசிரியர் தாயின் மூலமாக குழந்தையை பிள்ளை அமுதமே, செல்வக் குமுதமே, கிள்ளை அமலமே,

வெள்ளைக் கமலமே, செல்ல நயனமே, சிவந்த மதியமே, ஒளிரும் மேகமே என்றெல்லாம் புகழ்கின்றார். மேலும்,

>கைகள் உயர்த்தியே
>விரல்கள் மடக்கியே
>பிஞ்சுக் கால்களும்
>உயர்ந்து ஆடவே
>உதடு குவித்து நீ
>ஊ ஊ என்கையில்
>உள்ளம் களிப்பிலே
>உன்மத்தம் கொள்ளுதே (பா.20)

என்றெல்லாம் தன் மன உணர்வுகளை வெளிப்படுத்துகின்றார். திருவள்ளுவரின்,

>குழல்இனிது யாழ்இனிது என்பதம் மக்கள்
>மழலைச் சொல் கேளாதவர் (கு.66)

என்னும் குறளை மனதில் கொண்டு,

>மழலை மொழிகளைக்
>கேளாச் செவிகளே
>இகத்தில் வாழ்வதோ
>இழுக்கின் வடுக்களே
>தத்தித் தவழ்ந்திடும்
>முத்து மழலையை
>மெத்த எடுப்பதோ
>முத்தம் பொழியவே (பா.23)

எனப் பாடுகின்றார். இதனைத் தொடர்ந்து கொஞ்சி மகிழ்ந்திட குழந்தை இல்லையெனில் வாழ்வில் துயரம்தான் மிஞ்சும் என்று கூறுகின்றார். குழந்தையின் இன்பம் வைரத்துக்கோ, கோடி பணத்திற்கோ, மணிமுத்துக்கோ ஈடாகாது. குழந்தைப் பேற்றிலே வீடு பேறு கிடைக்கும் என முடிக்கின்றார். இப்பகுதி ஆசிரியரின் கவித்திறனுக்கும் கற்பனைத் திறனுக்கும் சான்றாக அமைகின்றது.

இயற்கை ஈடுபாடு

பிரான்சிசு இயற்கையில் ஈடுபாடு கொண்டவர் என்பதனை ஆசிரியர் காவியத்தின் பல்வேறு இடங்களில் சுட்டிக்காட்டியுள்ளார். சான்றாக,

> மயிலே ஆடக் களிப்பார்
>   குயிலே கூவச் சிரிப்பார்
> மலையைக் கண்டு மலைப்பார்
>   மேகம் கண்டு சிலிர்ப்பார்
> ஓடை அடைந்து இருப்பார்
>   அருவி நின்று உறுப்பார்
> தரையில் தவழும் எவையும்
>   தானும் தவழ்ந்து இரசிப்பார் (பா. 476)

என்னும் செய்யுளைச் சுட்டலாம். பிரான்சிசு மயில், குயில், மலை, மேகம், ஓடை, அருவி ஆகிய இயற்கையின் அசைவில் மனதைப் பறிகொடுப்பார். இயற்கை அவருக்கு இன்பத்தைக் கொடுத்தது.

வருணனை

பிரான்சிசு அசிசியாரின் இயற்கையின் ஈடுபாட்டை விவரிக்கும் இடங்களிலும் இளந்தளிர் கிளாராவைப் பற்றிக் கூறும் இடங்களிலும் ஆசிரியரின் வருணனை சிறப்பிடம் பெறுகிறது. காவியத்தில் வருணனைக்கு முக்கியத்துவம் உண்டு என்பதனை உணர்ந்த ஆசிரியர் சில இடங்களில் இவற்றைக் கையாண்டுள்ளார். கிளாரா என்னும் சகோதரியினை,

> அசிசி கிளாரா
>   அழகிய நறுமலர்
> நடுநிசி ஒளிரும்
>   வானத்து வெண்மலர்
> கடும்பசி வயிறும்
>   கண்டிட நிறைவுறும்
> தவசியின் அகமாய்
>   முகமே கனிவுறும் (பா.308)

என வருணிக்கிறார். நடுநிசியில் ஒளிரும் வானத்து வெண்மலர் என்னும் வருணனை சிறப்பாக உள்ளது. மேலும் கற்பினில் லீலி, கலையினில் வாணி, மனதில் தூய்மை, பக்தியில் புனிதம், பண்பில் பெருந்தகை என்றெல்லாம் இச்சகோதரியை ஆசிரியர் வருணிக்கிறார். இயற்கையின் மீது அசிசியார் கொண்ட பாசத்தை விவரிக்கும்போது, ஆசிரியரின் வருணனைத் திறன் மேம்படுகிறது.

புள்ளினங்கள் பாட்டுப்பாட மந்தியங்கு ஆட்டமாட
சொல்லவொண்ணா அழகும் துள்ளும் - வானில்
சந்திரனும் சூரியனும் மாறிமாறிசெய் யும்ஜாலம்
குன்றுகளில் நெஞ்சமே அள்ளும் (பா.60)

என்னும் இச்செய்யுளில் இயற்கையை வருணிக்கும் முறை நடப்பியல் தன்மையில் அமைந்துள்ளது. அசைந்தாடும் மென்கொடிகளையும் பச்சைப் புல்வெளிகளையும் கண்டு அசிசியார் மனம் மகிழ்ந்தார். மேலும் அவர் கண்ட இயற்கைக் காட்சிகளை,

சிலையன்ன முகடுகள் கிடுகிடு மடுவுகள்
கலைதின்னும் காட்சிகளாம் - அங்கு
அலைஅலை எனவரும் கரும்வெள்ளை முகில்களே
விலையென்ன எவர் தருவார் (பா. 62)

என வருணிக்கிறார்.

பறவைகள் மீது பாசம்

அசிசியார் பறவைகள் மீது பாசம் உடையவராக விளங்கினார். வெனிசு அருகிலுள்ள ஒரு தீவில் அசிசியார் அமர்ந்திருக்கையில், முட்செடியில் அமர்ந்து பறவைகள் சத்தமிட்டுக் கொண்டிருந்தன. அதைப் பார்த்த அசிசியார், அப்பறவைகளைப் பார்த்து, ‘இறைவனைப் பாடிப் புகழுகின்றீர்களோ‘ எனக் கேட்டு விட்டு, அவற்றுடன் தாமும் இணைந்து பாடலானார்.

ஒரு நாள் சாலையில் சென்று கொண்டிருக்கும்போது, ஒருவன் பறவைகளைப் பிடித்துக் கூண்டில் அடைத்து விற்பனைக்காகச் சென்று கொண்டிருந்தான். அசிசியார் அவனைப் பார்த்து, பறவைகள் அனைத்தையும் தமக்குத் தருமாறு கேட்டார். உடனே, அவ்வியாபாரி எவ்வித மறுப்பும் கூறாமல் பறவைகளைக் கூண்டோடு கொடுத்தான். அசிசியார் அப்பறவைகளைத் தாம் வாழும் குடில் அருகில் மாடம் அமைத்து அதில் வளர்த்தார்.

அசிசியார் இறுதிக் காலத்தில் ஓர் உயர்ந்த மலையில் தங்கி செபித்தார். அருகிலிருந்த அரசாளிப் பறவை தினந்தோறும் அசிசியாரைப் பார்த்ததால் இவரிடம் நட்பு கொண்டது. அசிசியார் பாடும்போது அதுவும் மெதுவாகக் குரல் கொடுக்குமாம். நள்ளிரவில் அவர் தூங்கிக் கொண்டிருக்கும்போது, அரசாளிப் பறவை குரல் கொடுக்குமாம். அசிசியார் பறவையின் குரல் கேட்டு விழிப்படைவதைப் பார்த்து அப்பறவை மகிழ்ச்சியடையுமாம்.

ஆடுகள் மீது பாசம்

அசிசியார் மார்ச்செசு என்னும் இடத்தின் வழியே பயணம் மேற்கொள்கையில், ஒருவன் செம்மறிக் குட்டிகளைச் சேர்த்துக் கட்டி சந்தையில் விற்பதற்காகக் கொண்டு சென்றான். இதைக் கண்டு வருத்தமடைந்து, அவ்வியாபாரியிடம் சென்று, இந்த செம்மறிக் குட்டிகளை ஏன் இப்படிக் கொடுமைப்படுத்துகிறாய்? எனக் கேட்டார். அதற்கு அவன், பணத்தேவைக்காக இவற்றை விற்கப் போகிறேன் எனக் கூறினான். உடனே அசிசியார் அவனிடம், இந்த ஆட்டுக் குட்டிகளை வாங்குபவர் என்ன செய்வர் என வினவினார். அதற்கு அவன், உணவாகச் சமைத்து உண்பர் எனப் பதிலிறுத்தான். உடனே அசிசியார் தமது மேலாடையை அவனுக்குக் கொடுத்து, அந்த ஆட்டுக் குட்டிகளை வாங்கினார். அந்த மேலாடை குளிரிலிருந்து தம்மைப் பாதுகாத்துக் கொள்வதற்காக அன்றுதான் நண்பர் ஒருவர் கொடுத்திருந்தார். பின்னர் அந்த ஆட்டுக் குட்டிகளையும் வாங்கியவரிடமே கொடுத்து, இவைகளை அன்புடன் வளர்த்துப் பராமரிக்கப் பரிந்துரை செய்தார்.

அசிசியார் செய்த அற்புதங்கள்

இக்காவியத்தில் அசிசியார் செய்த பல அற்புதங்கள் ஆசிரியரால் தொகுத்துத் தரப்பட்டுள்ளன. அரசெசோ என்னுமிடத்தில் வாழ்ந்து வந்த ஒரு பெண் பிரசவ காலத்தில் மிகவும் வேதனைப்பட்டாள். அசிசியார் அவ்வழியாக வருவதையறிந்த அப்பெண் எதிர் பார்த்திருந்தாள். ஆனால் அவ்வழியாக அசிசியார் வராமல் வேறு வழியாகச் சென்றார். அவர் பயணித்த குதிரையில் பீட்டர் என்னும் சகோதரர் அவ்வழியாக வந்தார். அடிகளார் பயணித்த குதிரையிலுள்ள வாரைத் தொட்டால் சுகம் கிடைக்கும் என்னும் விசுவாசத்தால் அப்பெண்ணின் மேல் அவ்வாரை வைத்தார்கள். உடனே சுகப் பிரசவம் நடைபெற்றது. இதனை ஆசிரியர்,

> அசிசியாரின் கரம்பட்ட
> பொருளெதுவும் கிடைக்குமோ
> ஆலோசித்து அலைக்கழிய
> அடிமனமே கிளர்ந்ததாம்
> ஆகாஅவர் வார்பிடித்தே
> அமர்ந்திருந்தா ரல்லவா
> அதனையெடுத்து அவளைத்தொட
> நலமேபிள்ளை பிறந்ததாம்
>
> (பா. 519)

என்னும் செய்யுளால் எடுத்துரைக்கிறார். டசுகேனல்லா என்னும் கிராமத்தில் கால்களால் நடக்க முடியாத சிறுவன் ஒருவன் இருந்தான். அவனது நிலையைக் கண்டு அவனது குடும்பத்தார் மிகவும் கவலை கொண்டனர். அச்சிறுவனின் தந்தையார் அசிசியாரிடம் தனது மகனின் காலை சுகமாக்கக் கேட்டுக்கொண்டார். அசிசியார் அச்சிறுவனின் முடமான காலைப் பிடித்துத் தரையில் வைத்தார். முடமான சிறுவனின் கால் நேரானது. அச்சிறுவன் அங்கும் இங்கும் நடந்தான், ஓடினான். இதைப் பார்த்தவர்களும் கேட்டவர்களும் மகிழ்ந்தனர்.

நரினி என்னும் ஊரில் பியட்ரோ என்னும் பெயருடைய மனிதர் முடக்கு வாதத்தினால் படுக்கையில் இருந்தார். அவருடைய கைகால்களில் இயக்கமும் இல்லை; மூளையின் செயல்பாடும் இல்லை. இதைக் கேள்விப்பட்ட அசிசியார், அவரது இல்லத்திற்குச் சென்றார். முடக்கு வாதத்தில் துன்புறும் பியட்ரோவின் அருகில் முழங்கால் படியிட்டு ஜெபம் செய்தார். வீட்டின் மேற்கூரையைப் பிரித்துக் கொண்டு வியாதிப்பட்ட மனிதனைக் கட்டிலுடன் இறக்கியபோது அவனைக் குணப்படுத்தினீர். அதேபோன்று, இவரையும் குணப்படுத்தும் என்று ஆண்டவரிடம் இறைவேண்டல் செய்தார். முடக்கு வாதத்தினால் துன்பப்பட்ட மனிதர் எழுந்து நடந்தார். கை சூம்பிய பெண்ணின் கையில் சிலுவை அடையாளமிட கை வளர்ந்தது. இதைப் போன்று பார்வையற்ற பெண்ணின் கண்களில் சிலுவை அடையாளமிட அவள் பார்வை பெற்றாள். இதனை ஆசிரியர்,

பண்புகருணை இரக்கம்கொண்ட
பரிசுத்தர் அண்ணலே
அன்புபாசம் அபலைக்காட்டி
ஆதங்கம் அடைந்தனரே
என்புபோலும் நமக்குஈந்த
இயேசுநாதன் சிலுவையை
கண்கள்மீது வரையஉடனே
கண்கள்திறந்து நோக்கினாள் *(பா.544)*

எனப் பாடுகிறார். இதுபோன்று அசிசியார் பல அற்புதங்களைச் செய்தார்.

அல்வியானோ என்னும் கிராமத்தில் இறைப்பணியாற்றிக் கொண்டிருக்கும்போது, அவர்களிடம் இயேசு கிறிஸ்துவின் போதனைகளை எடுத்துரைத்துக் கொண்டிருந்தார். அப்போது அசிசியாரின் உரையாற்றலுக்கு இடையூறாக அங்கிருந்த சிட்டுப் பறவைகள் சத்தமிட்டுக்

கொண்டிருந்தன. உடனே அசிசியார் அச்சிட்டுகளை நோக்கி அன்பாகச் 'சத்தமிடாதீர்கள்' எனக் கூறினார். அவரது உரை முடியும் வரை அச்சிட்டுகள் சத்தமிடவில்லை. இதனை,

> சத்தம்போட்ட பறவைகளை மெத்தஅன்பில் விளித்தவர்
> தத்தமிடமே அமைதிகாரும் தங்கைகளே குஞ்சுகாள்
> தித்தித்திட தலைவன்புகழும் திரும்பப்பாடக் கூடுமோ
> இத்தினமே வாய்த்ததிங்கே இருந்துநீவிர் கேட்பீரே

(பா. 465)

என ஆசிரியர் பாடுகிறார்.

ஐந்து காயம் பெற்றது

அசிசியார் இயேசு கிறிஸ்துவின் பாடுகளை நினைக்கும் போதெல்லாம் அழுதிடுவார். சிலுவை வடிவத்தினைப் பார்க்கும் போதெல்லாம் உணர்ச்சி வசப்படுவார். 1224 ஆம் ஆண்டு சிலுவைப்பாடு நாளில் அல்வெர்னா மலையிலுள்ள குகையினுள் ஜெபம் செய்யச் சென்றார். அப்போது பளிச்சென்ற ஒளியுடன் தேவதூதன் தோன்றி ஒளியைச் சிந்த, அசிசியாரின் உடலில் இயேசு கிறிஸ்துவின் ஐந்து காயங்களும் பதிந்தன. அசிசியார் வலியினால் மிகவும் துடித்தார். உடனிருந்த லியோ, அசிசியாருக்கு வலியிலிருந்து மீண்டுவர ஆறுதல் கூறினார். இயேசு கிறிஸ்துவின் உடலிலுள்ள ஐந்து தழும்புகளும் அசிசியாரின் உடலில் அப்படியே காணப்பட்டன.

இறப்பும் புனிதர் பட்டமும்

அசிசியார் இறந்த பின்னர் அவரது உடல் ஜார்ஜ் ஆலயத்தில் அடக்கம் செய்யப்பட்டது. இரண்டு ஆண்டுகளுக்குள் கிரகோரி ஒன்பதாம் பாப் அவர்கள், பிரான்சிஸ் அசிசியாருக்குப் புனிதர் பட்டம் வழங்கினார்.

உண்மையான இறைத்தொண்டராக வாழ்ந்த பிரான்சிஸ் அசிசியார், தமது வாழ்வை முற்றிலுமாக இயேசு கிறிஸ்துவுக்காக அர்ப்பணித்து, இயேசு கிறிஸ்துவின் காயங்களைத் தாங்க முடியாத வேதனையில் ஏற்றுக் கொண்டு வாழ்ந்தவர்.

41. விடிவெள்ளி மகராசன் வேதமாணிக்கம் காவியம்

அன்றையத் தென்திருவிதாங்கூரின் ஒரு பகுதியான இன்றைய கன்னியாகுமரி மாவட்டத்திற்குக் கிறித்தவத்தை ஜெர்மன் நாட்டைச் சேர்ந்த இறைத்தொண்டர் அருள்திரு. ரிங்கல்தெளபே மூலம் கொண்டு வந்தவரும், முதல் சீர்திருத்தத் திருச்சபைக் கிறித்தவருமான மகராசன் வேதமாணிக்கம் என்பவரின் வரலாற்றைக் காவியமாக இயற்றியிருப்பவர் புலவர் நாஞ்சில் நாரண. தொல்காப்பியன். இக்காப்பியம் ஏழு ஆண்டுகளாக அச்சுக்கு வராமல் கையெழுத்துப் படியாகவே காணப்பட்டது. இறுதியில் 2020 ஆம் ஆண்டு ஆசியவியல் நிறுவனத்தின் மூலம் முதல் பதிப்பாக வெளிவந்துள்ளது. இது சீர்திருத்தத் திருச்சபையைச் சார்ந்த ஓர் இறைத்தொண்டரின் இறைப்பணியை விவரிக்கும் முதல் காவியமாகும்.

ஆசிரியர் வரலாறு

காண்க - ஞானஒளி தூய சவேரியார் காவியம்

காப்பியக் கதை

தென்திருவிதாங்கூர் சீர்திருத்தத் திருச்சபையின் முதல் கிறித்தவர் எனப் பெருமையுடன் அழைக்கப்படும் மகராசன் வேதமாணிக்கம், நாகர்கோவிலிலிருந்து அஞ்சுகிராமம் செல்லும் வழியில் 10 கிலோ மீட்டர் தொலைவிலுள்ள மயிலாடி என்னும் ஊரில் பிறந்தார். இவர் ஆதி திராவிட வகுப்பிலுள்ள வள்ளுவன் என்னும் பிரிவினைச் சார்ந்தவர். வலங்கை மாற்றார் என்னும் புகழ் பெற்ற சோதிடரின் வம்சத்தில் பிறந்த இவர், மயிலாடியில் வசதி படைத்தவராகவும் திறமையானவராகவும் கல்வியறிவு உடையவராகவும் விளங்கினார்.

மகராசனின் முன்னோர்கள் இவருடைய காலத்திற்குப் பதின்மூன்று நூற்றாண்டுகளுக்கு முன்னர் சோழநாட்டிலுள்ள தஞ்சாவூரைச் சுற்றியுள்ள

கிராமங்களில் விவசாயம் செய்து வாழ்ந்து வந்தனர். பின்னர் இவர்களில் சிலர் பாளையங்கோட்டைக்குக் கிழக்கேயுள்ள வல்ல நாட்டில் வந்து குடியேறி, அங்கு நான்கு தலைமுறைகளாக வாழ்ந்தனர். இவர்களுக்கு அவ்விடத்தில் பலரால் நெருக்கடியும் துயரங்களும் ஏற்பட்டதனால், அங்கிருந்து புறப்பட்டு 18 ஆம் நூற்றாண்டில் தென்திருவிதாங்கூரிலுள்ள மயிலாடியில் வந்து குடியேறி மன நிறைவுடன் வாழ்ந்து வந்தனர். மகராசனின் இளமைப் பருவத்திலேயே அவரது தந்தையார் இறந்தமையால், தாயாரின் பராமரிப்பில் கண்டிப்புடன் வளர்க்கப்பட்டார். இவர் மயிலாடிக்கு அருகிலுள்ள இரவிபுதூருக்குச் சென்று அங்குள்ள திண்ணைப் பள்ளிக்கூடத்தில் கல்வி கற்றார்.

மகராசன் புண்ணிய இடமான சிதம்பரத்தை மனதில் கொண்டும் சிதம்பரத்திற்குச் சென்று சுவாமியை வழிபட்டால் பேரின்ப நிலையினை அடையலாம் என்னும் எண்ணத்தாலும் தமது மூத்த மகனுக்கு சிதம்பரம் எனப் பெயர் சூட்டினார். சிதம்பரம் சற்று பெரியவனான பின்னர், சிதம்பரத்திற்குச் செல்ல வேண்டும் என மகராசன் தீர்மானம் பண்ணியிருந்தார். மகராசன் சிதம்பரத்திற்குச் செல்ல முடிவானவுடன் தமது உறவினர்களுக்கு விருந்து கொடுத்தார். சிதம்பரம் சுமார் 300 மைல் தொலைவிலுள்ளதால், வழித்துணைக்குத் தம் அண்ணன் மகன் சிவகுருநாதனையும் அழைத்துக்கொண்டு 1799 ஆம் ஆண்டு சிதம்பரத்திற்குத் தங்கள் பயணத்தைத் தொடங்கினர்.

பல நாள் வழிப்பயணத்தின் பின்னர், இருவரும் இரவு நேரத்தில் சிதம்பரத்திலுள்ள நடராசர் கோவிலை அடைந்தனர். காலையில் இறைவனை வழிபட்டு காணிக்கைகளைச் செலுத்தலாம் என்னும் எண்ணத்துடன், அங்குள்ள கல்தூணில் சாய்ந்து ஓய்வெடுத்தனர். அப்பொழுது பயணக் களைப்பினால் சற்று கண் துஞ்சும் நேரத்தில், வெண்மை ஒளி வீச, வெண் அங்கி உடுத்தியிருந்த ஒருவர் மகராசனின் முன்னர் தோன்றி, 'நீ இங்கு ஏன் வந்தாய்? உன்னைக் கடிந்துகொண்டு உன் குற்றங்களை மன்னிக்க மனதுடையவனாக இருக்கிறேன். எனவே, தாமதம் செய்யாமல் இந்த இடத்தை விட்டு உடனடியாக வந்த வழியே சென்று விடு. நீ நடக்க வேண்டிய வழியை உனக்குக் காண்பிப்பேன்' என்று சொல்லி ஒரு கோலினால் அடித்ததாகத் தரிசனம் கண்டார். இந்தத் தரிசனம் கண்டவுடன் மகராசன் கண் விழித்துப் பார்த்தார். அங்கு ஒருவரையும் காணாததால் மிக்க ஆச்சரியமும் அச்சமும் அடைந்து இனிமேல் இங்கு இருக்கக் கூடாது என்னும் முடிவுக்கு வந்தார். ஆதலால், பொழுது விடிந்தவுடன் தன்னுடன்

வந்த சிவகுருநாதனை அழைத்துக் கொண்டு தம் உறவினர்கள் வாழும் தஞ்சாவூருக்குப் பயணமானார். மகராசன் தஞ்சாவூரில் தன்னுடைய தங்கையின் வீட்டிற்குச் சென்று தங்கையையும் மைத்துனரையும் கண்டு மிக்க மகிழ்ச்சியடைந்தார்.

மகராசனின் தங்கையும் மைத்துனரும் கிறித்தவர்கள். எனவே தஞ்சாவூரிலுள்ள கிறித்தவர்கள், கிறித்தவ இறைப்பணி, போதகர்கள், ஊழியர்கள், கிறித்தவ வழிபாடு, கிறித்தவ ஆலயம் குறித்து இருவரும் மகராசனிடம் விரிவாக விளக்கினர். ஞாயிற்றுக் கிழமையன்று அவ்விருவரும் தஞ்சாவூரிலுள்ள தேவாலயத்திற்குப் புறப்பட்டனர். இதைப் பார்த்துக் கொண்டிருந்த மகராசன், நாமும் சென்று அவர்களது இறை வழிபாட்டைப் பார்த்து வருவோம் என்னும் எண்ணத்துடன் சிவகுருநாதனையும் அழைத்துக் கொண்டு அவர்களுடன் தேவாலயத்திற்குச் சென்றார்.

அருள்திரு. கோலாப் போதகர் அருளுரையாற்றும்போது வாசலருகே நின்று கொண்டிருந்த இவர்கள் இருவரும் கிறித்தவரல்லர் என்பதை அவர்கள் தோற்றத்தின் மூலம் உணர்ந்து கொண்டார். எனவே அவர்களுக்குத் தக்கவாறு அருளுரையின் மூலம் சில செய்திகளைக் குறிப்பிட்டார். இந்த அருளுரையை மகராசனும் சிவகுருநாதனும் கவனமாகக் கேட்டனர். மகராசன் அவ்வுரையினைக் கேட்டபோது தனக்குள் ஏற்பட்ட உணர்வுகளை, 'என் ஜீவ காலத்தில் முதலாவது எனக்கு தேவன் தமது ஊழியக்காரரைக் கொண்டு வெளிப்படுத்தின ஜீவ வசனம் அருளுரையாற்றப்படுகையில், அதை நான் கேட்க என் இருதயம் பிளந்து கரைந்து உருகினதல்லாமலும், அதிலுள்ள விசேஷங்கள் இருட்டறையில் கிடந்தவனுக்குக் காண்பிக்கப்பட்ட வான ஜோதிகளைப் போலவும் இருந்தன. ஆதலால் அந்த இடத்தை விட்டுப் பிரிய மனமில்லாதிருந்தேன்' எனப் பின்னாளில் தெரிவித்தார்.

ஆலய ஆராதனை முடிந்தவுடன் கோலாப் போதகர், மகராசன் மற்றும் சிவகுருநாதனை நோக்கி வந்து, எங்கிருந்து வந்திருக்கிறீர்கள்? என வினவினார். அதற்கு மகராசன், "நாங்கள் தென்திருவிதாங்கூர் நாட்டிலிருந்து சிதம்பரம் நடராசர் கோவிலுக்குச் சென்றுவிட்டு இங்கு வந்துள்ளோம்; இறைவன் எங்களை இங்கு அழைத்து வந்துள்ளார்" எனப் பதிலுரைத்தார். உடனே கோலாப் போதகர் அவர்களது மனநிலையைப் புரிந்து கொண்டு, மெய்ஞானம் என்னும் நூலைக் கொடுத்துப் படிக்கச் சொன்னார். அவ்விடத்திலேயே மகராசன் அந்நூலில் இரண்டு பக்கங்களைப்

படித்தார். கோலாப் போதகர் அவரை நோக்கி, 'நீ இளமைப் பருவம் முதல் இதுவரையிலும் அநேகக் கட்டுக் கதைகளையும் புராணங்களையும் படித்திருப்பாயே. இப்பொழுது இந்தச் சின்னப் புத்தகத்தை முழுவதும் வாசித்துப் பார்த்து, மோட்சவழி காட்டுகிற வேதம் எதுவென்று எட்டு நாளைக்குள்ளே பதில் சொல்ல வேண்டும்' எனக் கேட்டுக் கொண்டார். மகராசன் அந்நூலை முழுவதும் படித்து, ஆறாவது நாளில் சத்திய வேதமே மோட்ச வழி காட்டும் என்று விளக்கம் அளித்தார். அப்பொழுது கோலாப் போதகர் மகராசனுக்கு கிறித்தவ மதத்தின் உண்மைகளை விளக்கமாக விவரித்துச் சொன்னதினால் மகராசன் மிகவும் தெளிவடைந்தார். கோலாப் போதகர் அவர்களது வேண்டுகோளின்படி மகராசனுக்கு வேதமாணிக்கம் என்றும், உடன் வந்த அண்ணன் மகன் சிவகுருநாதனுக்கு மாசிலாமணி என்றும் பெயரிட்டு ஞானஸ்நானம் கொடுத்தார்.

வேதமாணிக்கமும் மாசிலாமணியும் தஞ்சாவூரில் பல நாட்கள் தங்கியிருந்து விவிலியத்தைக் குறித்து ஓரளவு தெரிந்து கொண்டபின் தரங்கம்பாடிக்குச் சென்றனர். அங்கு டாக்டர் ஜான் என்னும் இறையியல் அறிஞரிடம், பல நற்போதனைகளைத் தெரிந்து கொண்டு விவிலியம், கிறித்தவ நூல்கள், கைப்பிரதிகள் ஆகியவற்றைப் பெற்றுக் கொண்டு அவர்களிடமிருந்து விடைபெற்று மயிலாடிக்குத் திரும்பினர்.

மயிலாடிக்குத் திரும்பி வந்த அவர்கள், தங்களின் பயண விவரங்களையும் சிதம்பரம் கோவிலில் கண்ட தரிசனத்தையும் இருவரும் கிறித்தவர்களாக மாறிய விதத்தையும் தங்களின் ஞானஸ்நானத்தையும் உறவினர்களிடமும் ஊராரிடமும் எடுத்தியம்பினர். பின்னர் வேதமாணிக்கம் அவர்களிடம் புதிய ஏற்பாட்டிலுள்ள வசனங்களைப் படித்துக் காட்டினார். அதில் 30 பேர் வேதமாணிக்கம் கூறிய செய்தியைக் கேட்டு, கர்த்தராகிய இயேசு கிறிஸ்துவை ஏற்றுக் கொண்டார்கள். வேதமாணிக்கம் இவர்களைத் தினமும் தன்னுடைய வீட்டிற்குக் காலை, மாலை அழைத்து ஆராதனை நடத்தி வந்தார். வேதமாணிக்கத்தின் இறைப்பணிகளுக்கு மிகவும் பக்க பலமாகத் திகழ்ந்தவர் அவரது மனைவி சத்தியாயி.

இரண்டாவது முறையாக வேதமாணிக்கம் தஞ்சாவூருக்குச் சென்றார். அப்போது கோலாப் போதகர் வேதமாணிக்கத்திடம், ஜெர்மனி நாட்டிலிருந்து ரிங்கல்தௌபே என்னும் இறைத்தொண்டர் தரங்கம்பாடியில் வந்து தமிழ் படித்துக் கொண்டிருக்கிறார் என்னும் நற்செய்தியை வேதமாணிக்கத்திடம் கூறினார். மேலும் கோலாப் போதகரின்

ஆலோசனையின்படி, தஞ்சாவூரைச் சேர்ந்த ஏசுவடியான் உபதேசியாரைத் துணைக்கு அழைத்துக் கொண்டு, ரிங்கல்தௌபே போதகரைக் காண வேதமாணிக்கம் தரங்கம்பாடிக்குச் சென்றார். தமிழ் படித்துக் கொண்டிருந்த ரிங்கல்தௌபேயை வேதமாணிக்கம் நேரடியாகச் சந்தித்து தங்கள் ஊரிலுள்ள கிறித்தவர்கள் பற்றியும் ஊர் இருக்கும் பகுதி பற்றியும் விரிவாக எடுத்துச் சொல்லி, தங்கள் ஊருக்கு வந்து இறைப்பணியாற்ற அழைத்தார். அதற்கு ரிங்கல்தௌபே போதகர் வேதமாணிக்கத்திடம், உங்கள் ஊருக்கு நான் வருகிறேன் என்றும் அதற்கு முன் அவர்களுக்கு கிறிஸ்துவைக் குறித்து இன்னும் அதிகமாகச் சொல்லிக் கொடுக்க வேண்டும் என்றும், கிறிஸ்துவுக்குள் அவர்களை நிலைநிறுத்தி இன்னும் அதிகமானவர்களைச் சபையில் சேர்க்க வேண்டும் என்றும் ஆலோசனை கூறி சில தமிழ் நூல்களைக் கொடுத்து அனுப்பி வைத்தார். கோலாப் போதகருடைய அனுமதியோடு ஏசுவடியான் உபதேசியாரையும் அழைத்துக் கொண்டு 1805 ஏப்ரல் மாதம் இறுதியில் மயிலாடிக்கு வந்து சேர்ந்தார்.

வேதமாணிக்கத்தின் அழைப்பை ஏற்றுக் கொண்ட ரிங்கல்தௌபே, 1806 ஏப்ரல் 25 ஆம் நாள் மயிலாடி வந்தடைந்தார். முதலில் ஆலயம் கட்டுவதற்குத் திவான் வேலுத்தம்பியின் இடையீட்டால் அனுமதி கிடைக்காத நிலையில், ரிங்கல்தௌபே பாளையங்கோட்டைப் பகுதிகளில் சென்று இறைப் பணியாற்றினார். அப்போது வேதமாணிக்கம், மயிலாடிக் கிறித்தவர்களை வழிநடத்தி வந்தார்.

1807 பெப்ரவரி 28 ஆம் நாள் ரிங்கல்தௌபே இரண்டாவது முறையாக மயிலாடிக்கு வருகை புரிந்தார். அப்போது முதன் முறையாக மயிலாடியில் 40 பேர்களுக்கு ஞானஸ்நானம் கொடுத்தார். மயிலாடி மக்களை வேதமாணிக்கம் ஆன்மிகப் பாதையில் நடத்தி வந்தார். 1808 ஆம் ஆண்டு டிசம்பர் மாதம் திருவிதாங்கூரில் ஏற்பட்ட கலவரத்தில் மயிலாடியிலுள்ள கிறித்தவர்கள் மிகவும் துன்புறுத்தப்பட்டனர். கலகத்தின் முடிவில் திவான் வேலுத்தம்பி கொல்லப்பட்டார்.

வேலுத்தம்பியின் மறைவிற்குப் பின்னர் ஆலயம் கட்டுவதற்கு அனுமதி கிடைத்தவுடன், வேதமாணிக்கம் எள் பயிரிடப்பட்டிருந்த தமது நிலத்தைக் கொடுத்து ஆலயம் கட்ட உதவினார். 1809 ஆம் ஆண்டு மே மாதம் ஆலயத்திற்கு அடிக்கல் நாட்டப்பட்டு, நான்கு மாதங்களில் வேலை முழுமையடைந்து, செப்டம்பர் மாதம் ஆலயம் ரிங்கல்தௌபே போதகரால் அர்ப்பணம் செய்யப்பட்டது. ரிங்கல்தௌபேயின் இறைப்பணிகளில் வேதமாணிக்கம் தம்மை முழுமையாக ஈடுபடுத்திக் கொண்டார். ரிங்கல்தௌபே வேதமாணிக்கத்தின் துணையுடன் மயிலாடி உள்ளிட்ட தாமரைகுளம், புத்தளம், ஆத்திக்காடு, ஈத்தாமொழி, கோயில்விளை,

பிச்சைக்குடியிருப்பு என்னும் ஏழு இடங்களில் ஆலயங்களும் அருகில் பாடசாலைகளும் கட்டி இறைப்பணியாற்றினார். *1809 ஆம் ஆண்டு இறுதியில் வேதமாணிக்கம் மயிலாடி சபையின் முதல் உபதேசியாராக நியமிக்கப்பட்டார்.* வேதமாணிக்கம் பல இடங்களுக்கும் சென்று தமது உறவினர்களையும் நண்பர்களையும் பிற மக்களையும் சந்தித்து, இயேசு கிறிஸ்துவைப் பற்றி அறிவித்து, அவர்களைக் கிறித்தவர்களாக மாற்றி வந்தார். *1816 ஆம் ஆண்டு ரிங்கல்தௌபே தமது சொந்த நாட்டிற்குப் புறப்பட்டபோது, தமது அதிகாரம் முழுவதையும் வேதமாணிக்கம் தேசிகரிடம் ஒப்படைத்துவிட்டுச் சென்றார்.* வேதமாணிக்கம் அடுத்த மிஷனெரி வரும்வரை கிறித்தவர்களைப் பாதுகாத்து வந்தார்.

இரண்டாவது மிஷனெரியாக அருள்திரு. சார்லஸ் மீட், குளச்சல் துறைமுகம் வந்தபோது, அவரைப் பலருடன் சென்று வேதமாணிக்கம் வரவேற்று, மயிலாடியில் தங்க வைத்தார். அவருக்கு மிஷன் குறித்த செய்திகளை விரிவாக விளக்கி, தம்மிடம் ரிங்கல்தௌபே கொடுத்திருந்த அனைத்துப் பொறுப்புகளையும் மீட் போதகரிடம் ஒப்படைத்து, அவருடைய பணிகளுக்கு மிக உதவியாகச் செயல்பட்டார். மீட் போதகர் தமது இறைப்பணியின் வசதிக்காக தலைமையிடத்தை மயிலாடியிலிருந்து நாகர்கோவிலுக்கு மாற்றினார். அவரைத் தொடர்ந்து வந்த அருள்திரு. சார்லஸ் மால்ட் போதகருக்கும் வேதமாணிக்கம் உறுதுணையாக இருந்தார். இச்சூழலில் வேதமாணிக்கத்தின் மனைவி சத்தியாயி அம்மையார் உடல் நலமின்மையால் காலமானார். பின்னர் வேதமாணிக்கத்தின் இளைய மகன் மோசே திடீரென மரணமடைந்தார். இவ்விருவரது இழப்புகளும் வேதமாணிக்கத்தைக் கடுமையாகப் பாதித்தன.

இத்துயரமான நிகழ்வுகளுக்குப் பின்னரும் வேதமாணிக்கம் தேசிகர், மீட் போதகருடனும் மால்ட் போதகருடனும் சபைகளுக்குச் சென்று இறைப்பணி செய்து வந்தார். இச்சூழலில் வேதமாணிக்கத்தின் முழங்காலில் ஒரு கட்டி ஏற்பட்டது. இதனால் அவர் வெளியே செல்ல முடியாமல் மிகவும் துன்பப்பட்டார். அவர் நின்றவாறே ஜெபம் செய்து வந்தார். மீட் போதகரும் மால்ட் போதகரும் அடிக்கடி மயிலாடி வந்து வேதமாணிக்கத்தைச் சந்தித்து ஜெபம் பண்ணி ஆறுதல் கூறிச் சென்றனர். இந்தச் சூழலில் சகோதரன் மகன் மாசிலாமணியும் விஷ பேதியினால் துன்பப்பட்டார். வேதமாணிக்கம் 1827 ஜனவரி 27 ஆம் நாள் மரணமடைந்தார். மாசிலாமணியும் சிகிச்சை பலனளிக்காமல் வேதமாணிக்கம் மரணமடைந்த அன்றே காலமானார். அவரது உடலும் வேதமாணிக்கத்தை அடக்கம் செய்த இடத்தின் பக்கத்தில் அடக்கம் பண்ணப்பட்டது.

காவிய அமைப்பு

விடிவெள்ளி மகராசன் வேதமாணிக்கம் காவியம் இறைவணக்கம், மொழி வாழ்த்து, நாட்டு வாழ்த்து நீங்கலாக 557 செய்யுட்களைக் கொண்டது. இறைவணக்கம், மொழிவாழ்த்து, நாட்டு வாழ்த்து ஆகியன தலா மூன்று செய்யுள்களைக் கொண்டன. இக்காவியம் நாஞ்சில்நாடு, வல்லநாடு வரவேற்றது, விடிவெள்ளி உதித்தது, இளமைப் பருவம் இனிதானது, மனமும் மணமும் இணைந்தது, சிவனைக் கண்டார் தில்லையிலே, புத்தொளி! புதிய வழி, மயிலாடியில் முதற் திருச்சபை, பகை புகைந்தது, நாஞ்சிலும் தஞ்சையும், வேலுத்தம்பியின் வெறியாட்டம், குமரியில் முதல் பேராலயம், குமரி மண்ணில் திருச்சபைகள், எது சமயப் பணி, உரிமை கொடி உயரப் பறந்தது, வெள்ளைப் புறா விண்ணில் பறந்தது, மன்றோ மனதில் மகராசன், துயரத்தைத் துரத்தியவர், மயிலாடியில் மாணிக்கமும் மரகதமும், திருச்சபையில் தேவன் அருளுரை, தியாகம் சிலையானது என்னும் 21 உட்தலைப்புகளை உடையது.

இறைவணக்கம்

காவியத்தின் தொடக்கமாக இறைவணக்கம் அமைந்துள்ளது. இப்பகுதியில் மூன்று செய்யுட்கள் இடம்பெற்றுள்ளன. இறைமைப் பண்பு எவரிடம் இருக்கிறதோ அவரே இறைவன் என்னும் கருத்தினை இறைவணக்கத்தில் ஆசிரியர் எடுத்துரைக்கின்றார். இந்த உலகத்தில் இல்வாழ்க்கை நெறியில் தவறாமல் வாழ்கின்றவன் விண்ணுலகத்தில் வாழும் தெய்வத்துக்கு இணையானவனாகக் கருதி எல்லோராலும் போற்றப்படுவான் என்னும் திருவள்ளுவரின் இக்கருத்தினை ஆதாரமாகக் கொண்டே இறைவனைக் காவிய ஆசிரியர் வாழ்த்துகின்றார். உலகம் போற்றுகின்ற நல்ல உள்ளம் இறைவன் வாழும் களஞ்சியமாகும். நற்செயலுக்கான காரணத்தை உணர்ந்து கொள்ளும் உள்ளம் அருளுள்ளமாகும். மரணத்தை எண்ணிக் கலங்காத மனமே உலகத்தில் உயர்ந்ததாகும். துயர்களைத் தாங்கும் நல்ல உள்ளமே பாவத்தைப் போக்குகின்ற மருந்தாகும். தன்னைச் சூழ்ந்துள்ள சமுதாயத்தில் பல்வகையிலும் வீழ்ச்சி பெற்றோரும் தாழ்த்தப் பெற்றோரும் உயர்வுபெறப் பாடுபடும் நெஞ்சமே அறத்தை நிலைநாட்டும் மன்றமாகும். உலகில் நிகழ்பவை அனைத்தையும் நுட்பமாக ஆராய்ந்து சரியானவற்றைக் காப்பவர்களே அறிவுடையோராவர். தன்னைச் சூழ்ந்துள்ளவர்கள் பகைவர்களேயாயினும் அவர்களை அழித்திட எண்ணாமல், அவர்களைத் திருத்தி, ஆன்ம ஈடேற்றத்துக்கு வழிவகுப்பதே உண்மையான சமயமாகும். வாழ்க்கையைச் சூழ்ந்து உணர்ந்து அதன் மெய்மையைக் கண்டடைந்து

மக்களுக்கு எடுத்துச் சொல்லுபவரே உலகைக் காக்கும் உயர்ந்தவராவர். எதனையும் எண்ணாமல் தன்னலத்தோடு பொதுநலமும் பேணுகின்றோர் தாயின் அன்பைப் போன்றவர்கள். உதவி செய்ய வேண்டும் என்னும் நோக்கில், தானாகச் சென்று, ஏழை எளியவர்களுக்கு உதவி செய்வோர் உயர்ந்த அருளாளர் ஆவர். இறைவன் உறையும் கோயில் என்பது மனித மனமே என்று உணர்ந்தவர்கள் மக்களால் போற்றப்படும் ஞானியராவர். தன்னிடம் இருப்பதை எல்லாம் பிறர் நலத்திற்காக வாரி வழங்குகின்றவர்கள் மக்களால் வணங்கத்தக்க தெய்வங்களாவர் என இறைவணக்கத்தில் ஆசிரியர் குறிப்பிட்டுள்ளார்.

மொழி வாழ்த்து

இரண்டாவதாக அமைந்துள்ள மொழி வாழ்த்தில் மூன்று செய்யுட்கள் இடம்பெற்றுள்ளன. நம்முடைய எண்ணங்கள் தேவையின் அடிப்படையில் ஏற்படுகின்றன எனக் குறிப்பிட்டு, தேவையைத் தாயாக உருவகித்து மொழி வாழ்த்தினைத் தொடங்குகிறார் ஆசிரியர். மொழி என்பது நாவினுடைய அசைவில் பிறக்கின்றது என்றும் இலக்கணம் என்பது வாழ்ந்து வரும் மொழியைக் காப்பவர்கள் வழங்கும் சட்டம் எனவும் செம்மொழி மனிதனைக் காக்கும் உயர்ந்த மொழி எனவும் முதல் செய்யுளில் குறிப்பிட்டுள்ளார். இரண்டாம் செய்யுளில் ஆதி மனிதன் பேசிய மொழி தமிழ் மொழி எனவும் அறிஞர்களால் வளர்க்கப்பட்ட தமிழ் மொழி செம்மொழி எனவும் பலரும் அழிக்க முயற்சி செய்தாலும் அழியாத இளமை உடையது தமிழ் மொழி எனவும் புகழ்கிறார். மூன்றாவது செய்யுளில் தமிழ் மொழி தன்னை வளர்க்கும் தாயாகவும் தனக்கு நற்புலமை தந்தவளாகவும் பல்வேறு அறிஞர்களின் முகத்தைத் தனக்குக் காட்டியவளாகவும் குறிப்பிட்டு இறுதியில் தமிழ் மொழியை அடிபணிந்து அவளைப் புகழ்ந்து பாடி வாழ்த்துகிறார்.

நாட்டு வாழ்த்து

இறைவனையும் மொழியினையும் வாழ்த்திய ஆசிரியர் மூன்றாவதாக நாட்டை வாழ்த்துகின்றார். மக்கள் வாழ விரும்பும் இடத்தை நாடு என்றனர். அனைவரும் ஒன்று சேரும் இடம் வீடாகும். மனிதர்கள் கூடும் இடங்களாகக் குடும்பங்கள், ஊர்கள், நகரங்கள் ஆகியவை விளங்குகின்றன. செழிப்பான சோலை, மலையருவி, கடல், வயல்வெளிகள் போன்றவை மனிதர்கள் மகிழும் இடங்களாகும். நாட்டைத் தாங்கும் தூண்களாகத் தொழிலாளர்கள் உள்ளனர். நாட்டில் அமைதியை நிலைநிறுத்தும் நல்லவர்கள் அறிஞர்களின் ஒளிவிளக்காகத் திகழ்கின்றனர். நாட்டில் சமத்துவத்தை ஏற்படுத்துவோர் உயிர் காப்பவர்களாக

விளங்குகின்றனர். நாட்டிலும் வீட்டிலும் தினமும் வேறுபாட்டை அழித்து வருவோர் நல்லரசர்களாக விளங்குகின்றனர். இத்தகையோர் நாட்டில் இருந்தால் நாம் விரும்பும் நாடு நம்முடைய நலனைக் காக்கும். இவற்றை நாட்டில் நிலைநிறுத்தி, நாட்டைப் போற்ற வேண்டும். நாட்டைக் காப்பதுடன் மனிதத்தையும் இணைந்தே காத்திட வேண்டும் என நாட்டு வாழ்த்தில் வேண்டுகோள் விடுக்கிறார் ஆசிரியர்.

நாஞ்சில் நாடு

கன்னியாகுமரி மாவட்டத்திலுள்ள அகஸ்தீஸ்வரம், தோவாளை வட்டங்களை உள்ளடக்கியது இன்றைய நாஞ்சில் நாடு. மலைகளைக் கோட்டையாகக் கொண்டதாலும் வயல்வெளிகள் (நன்செய்நாடு) நிறைந்த ஊர் என்பதாலும் உழவுத் தொழிலுக்கு கலப்பை (நாஞ்சில் = கலப்பை) முக்கியமானதாலும் நாஞ்சில் வள்ளுவன் என்னும் அரசன் ஆட்சி செய்ததாலும் இப்பகுதிக்கு நாஞ்சில் நாடு எனப் பெயர் வந்தது எனப் பல்வேறு கருத்துகள் அறிஞர்களால் வழங்கப்படுகின்றன.

விடிவெள்ளி மகராசன் வேதமாணிக்கம் காவியத்தின் கதைக் களம் நாஞ்சில் நாட்டிலுள்ள மயிலாடி என்னும் ஊராகும். எனவே ஆசிரியர் நாஞ்சில் நாட்டின் சிறப்பை, வளத்தைக் காவியத்தின் தொடக்கத்தில் 19 செய்யுட்களில் சிறப்பாக எடுத்தியம்பியுள்ளார். நாஞ்சில் நாடு வயல் பரப்பு, அருவி வீழும் மலை, காடு ஆகியவற்றை அரணாகக் கொண்டது; அழகிய மலர்கள் பூத்த கொடிகள் படர்ந்து அலங்கார வளைவு போல் காட்சியளிக்கும்; வயல் வெளிகளில் கால்வாய்கள் செல்லும்; அக்கால்வாய்களில் புற்கள் வளர்ந்திருக்கும்; புல்லுள் பாம்பு சுருண்டு படுத்திருக்கும்; வரப்பில் வளர்ந்துள்ள வெண்டைச் செடியின் தங்க நிறமான பூவில் சிட்டுகள் தேனைப் பருகும்; உழவன் நண்டால் தோண்டப்பட்ட வளைகளை மிதித்து, மண்வெட்டியால் சரிசெய்து வயலிலுள்ள நீரைப் பாதுகாப்பான்; வயலில் நீர் அதிகம் பெருகாமல் தத்து (மறுகால் / மறிகால்) வைத்துக் காப்பான்; வரப்பைக் குடைந்திடும் எலிகளை அழிப்பதற்கு உழவன் மருந்து வைப்பான்; நிலத்தைப் பண்படுத்தி, எருவைத் தூவி, தழைகள் இட்டு, களைகளைப் போக்கி, நன்செய் பயிரைக் காத்து நிற்பான்; பெண்கள் இராகத்துடன் பாடல்கள் பாடி களைகளைப் பறிப்பர்.

நாஞ்சில் நாட்டிலுள்ள வயல்களில் உவர் மண் இல்லை; உழவு மாடுகளின் கால்கள் புதையும் சேறு உடையனவாக வயல்கள் காணப்பட்டன. ஒன்றன் பின் ஒன்றாக ஏர்களால் உழவன் நிலத்தை உழுவான்; உழுத பின்னர் மரமடித்து வயலைச் சமப்படுத்துவான்; வயலில்

சூல் கொண்ட நெல்லை நோய் தொற்றாமல் தினமும் காத்து வருவான்; மேல் காற்று மெதுவாக வீசுவதைக் கண்டு அவன் மகிழ்ந்திருப்பான்; நெற்கதிர்கள் விளைந்தவுடன் இறைவனை வழிபட்டு, அறுவடை செய்து, களத்தில் கொண்டு வைத்து நெற்குவியலைக் கண்டு மகிழ்ச்சியடைவான் என நாஞ்சில் நாட்டு இயற்கை வளத்தையும் உழவனின் செயல்பாடுகளையும் இறுதியில் வயல் அறுவடையின் பலன்களையும் இயல்பாக இப்பகுதியில் முன் வைக்கிறார் ஆசிரியர். நாஞ்சில் நாட்டு உழவனின் பெருமையினை,

> நாஞ்சில் நாட்டு நிலமெல்லாம்
> நன்செய் நிலமாய் தினம்மணக்கும்
> வாஞ்சை கொண்டே உழவனவன்
> வளமாய் சேற்றில் தினம்நிற்பான்
> ஈஞ்சை நெஞ்சம் கண்டறியான்
> ஈதல் என்றும் மறந்தறியான்
> காஞ்ச னங்கள் எல்லாமும்
> கலந்தே அவனால் சேர்ந்திருக்கும் (பா.16)

என ஆசிரியர் படம்பிடித்துக் காட்டியுள்ளார்.

நாஞ்சில் நாட்டின் அன்றைய நிலை

தென்திருவிதாங்கூர் நாட்டின் ஆளுகைக்குட்பட்ட ஊர் மயிலாடி. அந்த ஊரில் வாழ்ந்த மகராசன் வேதமாணிக்கத்தின் வாழ்க்கையை விவரிக்கும் காவியமாகையால், அன்றைய தென்திருவிதாங்கூர் நாட்டின் சமுதாய நிலை, பொருளாதார நிலை, மனிதர்களின் ஏற்றத் தாழ்வுகள் போன்றவற்றை ஆசிரியர் நயமாக எடுத்துரைத்துள்ளார். இப்பகுதிகள் அன்றைய தென்திருவிதாங்கூரின் உண்மை நிலையைச் சிறப்பாகப் படம் பிடித்துக் காட்டுகின்றன. நாஞ்சில் நாட்டின் இயற்கை வளத்தை அறிமுகப்படுத்திய ஆசிரியர், அதனைத் தொடர்ந்து அப்பகுதி மக்களின் சமூக வாழ்வியலை விவரித்துள்ளார்.

திருவிதாங்கூர் நாட்டை மலையாள அரசர்கள் ஆண்டு வந்தனர். ஆனால் அங்கு மனித நேயம் இல்லை. உழைப்பவர்களுக்கு அந்நாட்டில் உயர்வில்லை. பெண்ணைப் போன்று நயந்து பேசுவோர் உயர்வடைந்தனர்; பயந்து நடுங்கியவர்கள் அடிமைகளாக மாறினர். இதனால் உயர்ந்தோர் தாழ்ந்தோர் என்னும் பாகுபாடு அதிகமாக நிறைந்திருந்தது. தினமும் உழைக்கும் மக்களை தீண்டத்தகாதவர்கள் என ஒதுக்கி வைத்தனர். ஆண்டான், அடிமை என்னும் நிலை எங்கும் காணப்பட்டது. மக்களுக்குச் சொல்ல முடியாத கொடுமைகளை அரசு செய்தமையால் அவர்கள் மனவேதனையில் வாழ்ந்து வந்தனர். மேலும் தாழ்த்தப்பட்ட மக்கள்

கோயிலுக்குள் செல்லக் கூடாது எனவும், பெரிய வீடுகள் கட்டக் கூடாது எனவும், சுவையான உணவுகளைச் சமைத்து உண்ணக் கூடாது எனவும், கரண்டைக் காலுக்கு மேலே தான் துணிகளை அணிய வேண்டும் எனவும் கட்டளையிட்டிருந்தனர். எவரேனும் மார்பில் துணி அணிந்தால் அவர்களுக்குக் கொடுமையான தண்டனையை வழங்கினர். தாழ்த்தப் பட்டோரின் மேல் தலை வரி, தாலி வரி, தறி வரி, செக்கு வரி எனப் பல வரிகளைச் சுமத்திக் கொடுமைப்படுத்தினர். இதனால் அம்மக்கள் நடைப் பிணமாக உரிமைகளை இழந்து துன்பமடைந்தனர். உயர்ந்தோர்கள் தங்களைப் பெரியவர்களாக எண்ணிக் கொண்டு, தங்களைத் தடுப்பதற்கு எவரும் இல்லை என்னும் அகந்தையோடு மண்ணின் மைந்தர்களான தாழ்த்தப்பட்ட இன மக்களின் வாழ்க்கையைச் சிதைத்தனர். நாஞ்சில் நாட்டில் தாழ்த்தப்பட்ட மக்களின் வாழ்வியல் நிலை, மிகவும் வருந்தத்தக்கதாகவும் சோகம் நிறைந்ததாகவும் காணப்பட்டது.

பழமொழிகளும் உவமைகளும்

காவியத்தில் ஆங்காங்கே பழமொழிகளையும் உவமைகளையும் ஆசிரியர் கையாண்டுள்ளார். சான்றாக,

1. கோயில் இல்லா ஊரில் குடிகள் இருக்க வேண்டாம் (314)
2. நாய் கடித்தால் திரும்பியதைக் கடிப்பாரில்லை (349)
3. பட்டகாலில் படுமென்பார் (539)
4. வாழை அடியில் வாழையென (539)

போன்ற இப்பழமொழிகள் காவியத்தின் சிறப்புக்கு மிகவும் உறுதுணையாக அமைந்துள்ளன. காவியத்தில் பழமொழிகள் இடம் பெற்றுள்ளதைப் போன்று உவமைகளையும் ஆசிரியர் ஏராளமாகப் பயன்படுத்தியுள்ளார். பின்வரும் சில உவமைகளைச் சான்றாகக் குறிப்பிடலாம்:

1. தேரை ஊரார் இழுத்தாற்போல (19)
2. நயந்தே பேசும் நாரியைப்போல் (21)
3. பட்டு மேனி தளிராகி பதமாய் முற்றும் இலைபோல (99)
4. உலகைக் காக்கும் மருந்தொன்றை
நன்றே பெற்ற மருத்துவன்போல் (185)
5. பாலை நிலத்தைக் கடந்துவந்து பனிநீர் சோலை
சேர்ந்தார்போல் (196)
6. சிங்கத்தின் காட்டிற் குள்ளே சினந்தெழுந்த
முயலைப் போல (246)
7. அணைவெள்ளம் பொங்கியேதான் பாய்தல் போல (302)

8. புனல்புதிதாய்ப் பாய்ந்துகுளம் நிரப்பல் போல (305)

9. தந்தையும் தாயும் இல்லாது தவிக்கும்
அனாதை குழவிகள்போல் (437)

இக்காப்பியத்தின் மூன்று இடங்களில் ஆசிரியர் ஒரே செய்யுளில் பல உவமைகளைப் படைத்து காவியத்திற்கு மெருகூட்டியுள்ளார். சான்றாக,

வான்நிலவு வீடுதேடி வந்தாற் போலும்
வைரவொளி வானொளியை விஞ்சல் போலும்
தேனாறு திரண்டுவந்து பாய்ந்தாற் போன்றும்
தேடாதே பொற்குவியல் கிடைத்தாற் போன்றும்
சான்றோர்கள் ஒருங்கிணைந்து தாங்கல் போலும்
சதுப்புநிலம் நன்னிலமாய் மாறல் போலும்
ஆன்றோராம் மகராசன் ஐயர் கூற்றால்
அளவற்ற மகிழ்வாலே துள்ள லானார் (பா.220)

என்னும் செய்யுளைக் குறிப்பிடலாம். இச்செய்யுளில் கோலாப் போதகர் சொன்னதைக் கேட்டு மகராசன் மகிழ்ச்சியடைந்ததை, பல உவமைகளை அடுக்கடுக்காக அமைத்து அந்த இன்பச் சூழலைப் படம் பிடித்துக் காட்டுகிறார். இதனைப் போன்று இன்னும் ஒரு செய்யுளைச் சான்றாகச் சுட்டலாம். கோலாப் போதகர் வேதமாணிக்கத்திடம் தரங்கம்பாடியில் தமிழ் படித்துக் கொண்டிருந்த ரிங்கல்தௌபே போதகரை நேரில் சென்று காண்பதற்காக ஓர் அறிமுகக் கடிதத்தை வழங்கியதுடன் அவருக்குத் துணையாக ஏசுவடியான் உபதேசியாரையும் அனுப்பி வைத்தார். இதனால் வேதமாணிக்கம் அடைந்த மகிழ்ச்சியைப் பலவிதமான உவமைகள் நிறைந்த பின்வரும் செய்யுள் மூலம் விவரிக்கிறார்:

அந்தகனும் அருளொளியைப் பெற்றார் போல
அடரிருட்டில் வாலொளியும் ஒளிர்தல் போல
சந்தமுடன் பொருள்பொதிந்த கவிதை போல
சாரலுமே தேன்மழையாய்ப் பொழிதல் போல
வெந்தபுண்ணும் மருந்தின்றி மறைதல் போல
வெங்காற்று தென்றலாகி வீசல் போல
மந்தபுத்தி மாஞானி ஆதல் போல
மகராசன் மகிழ்ந்திணைந்தே செல்ல லானார் (222)

இச்செய்யுளில், வேதமாணிக்கத்தின் மகிழ்ச்சியை விவரிப்பதற்கு ஏழு உவமைகளைப் பயன்படுத்தியுள்ளார். பார்வையற்றவன் பார்வையினைப் பெற்றது போன்று, கடுமையான இருட்டில் வெண்மை ஒளிவிடுதல் போன்று, ஓசை நயம் உடைய பொருள் பொதிந்த கவிதை போல, சாரல்

இனிமையான மழையாகப் பெய்வதுபோல, வெந்த புண் மருந்தில்லாமல் குணமடைவதுபோல, வெம்மையான காற்று தென்றல் காற்றாகி வீசுவதுபோல, அறிவில் குறைந்தவன் பெரிய ஞானியாக மாறுவது போல மகராசன் மிகவும் மகிழ்ச்சியடைந்தார். இத்தகைய உவமைகள் காவிய வளர்ச்சிக்கும் இனிமைக்கும் உறுதுணையாக உள்ளன.

திருக்குறள் தாக்கம்

ஆசிரியரின் திருக்குறள் புலமை காவியத்தில் ஆங்காங்கே இடம் பெற்றுள்ளது. சான்றாக,

> எப்பொருள் யார்யார்வாய்க் கேட்பினும் அப்பொருள்
> மெய்ப்பொருள் காண்பது அறிவு   (கு.423)

என்னும் குறளை மனதில் கொண்டு ரிங்கல்தௌபே மற்றும் வேதமாணிக்கத்தின் அருளுரைகளைக் கேட்ட மக்கள் கிறித்தவத்தில் இணைந்தனர் என்னும் கருத்தை விவரிக்கும் செய்யுளை ஆசிரியர் இயற்றியுள்ளார். அச்செய்யுளின் சில அடிகள் பின்வருமாறு:

> எச்சொல்லை யார்வாய்தான் கேட்ட போதும்
> ஏனெதற்காம் என்றாய்தல் அறிவாம் என்றே
> கச்சிதமாய் உரைகேட்ட மக்க ளெல்லாம்
> கலக்கமற்று கிறித்தவத்தில் சேர லானார்   (பா.328)

இதைப் போன்று திருக்குறளை உவமையாகப் பயன்படுத்தி தாம் சொல்ல வந்த கருத்தைப் புலப்படுத்தியுள்ளார்.

> சொல்வல்லான் அஞ்சான் என்ற
> சூத்திரத்தின் மகிமை போல   (பா.333)

என்னும் உவமை கலந்த செய்யுளை, திருக்குறளில் காணலாகும்,

> சொலல்வல்லன் சோர்வுஇலன் அஞ்சான் அவனை
> இகல்வெல்லல் யார்க்கும் அரிது   (கு.647)

என்னும் குறளை ஆதாரமாகக் கொண்டு படைத்துள்ளார். மேலும்,

> இன்னா செய்தாரை ஒறுத்தல் அவர்நாண
> நன்னயம் செய்து விடல்   (கு.314)

என்னும் குறளை அடிப்படையாகக் கொண்டு,

இன்னா செய்தார் நாணுகின்ற
இனிய செயலைச் செய்வோரின்
முன்னர் வீழ்ந்து தாழ்பணிவர்
முதியோர் உரைத்த இச்சொல்போல் (பா.337)

என்னும் அடிகளை திருவள்ளுவரை முன்னிறுத்தி படைத்துள்ளார். ரிங்கல்தெளபே தம்மை இழிவுபடுத்திய ஒருவரிடம் அன்பாக நடந்து கொண்டதை விவரிக்கும்போது இக்கருத்து எடுத்தாளப்பட்டுள்ளது. இதுபோன்று பல சான்றுகளை இக்காவியத்திலிருந்து எடுத்துக் காட்டலாம்.

வருணனை

காவியங்களில் நாட்டு வருணனை, நகர வருணனை, இயற்கை வருணனைகள் அமைவது இயல்பு. விடிவெள்ளி மகராசன் வேதமாணிக்கம் காவியத்தில் ஆசிரியர் நாஞ்சில் நாட்டினை நம்முன் படம்பிடித்துக் காட்டும்போது, சில வருணனைகளைப் பயன்படுத்தியுள்ளார். இவ்வருணனைகள் நாஞ்சில் நாட்டின் அன்றைய இயற்கை வளத்தை இன்று நம்முன் கொண்டுவரும் வகையில் உள்ளன. நாஞ்சில் நாடு வயல் வளமும் மலைவளமும் ஒருங்கே பெற்றது. இவ்வளங்களை அறிமுகம் செய்யும் பகுதிகளில் இடம்பெற்றுள்ள வருணனைகள் நயம் மிக்கனவாக உள்ளன. சான்றாக,

மலையழகைக் கண்டு மேகம்
மலையிறங்கி மோகம் கொள்ள
நிலைநிற்க முடியா வண்ணம்
நெடும்மழையாய்ப் பொழிவ தாலே
மலைகளுமே குளிர்ந டுங்கி
மனம்வெறுத்து துரத்தல் கண்டு
அலைமோத அலறி ஓடி
அருவியென ஓல மிட்டு (பா.10)

என்னும் செய்யுளில் மலையின் அழகில் மயக்கம் கொண்டு மேகம் மலையின் மேல் இறங்க, அதனால் மழை பெய்ய, மலைகள் குளிரால் நடுங்க, அருவிகளில் தண்ணீர் பெருக்கெடுத்து ஓடியது என மலையின் அழகை வருணிக்கிறார்.

வேதமாணிக்கத்தின் சிறப்பு

வேதமாணிக்கத்தின் சிறப்பை ஆசிரியர் பல செய்யுட்களில் வடித்துள்ளார். சான்றாக,

> தாழக் கிடந்த மக்களையே
> தட்டி எழுப்பி சத்தியத்தின்
> ஆழம் அகலம் கண்டுணர்ந்தே
> ஆற்றல் பெற்றே எழுந்துவர
> சூழ வந்த பகைகளையே
> துரத்தி ஓட்டி கொடிகட்டி
> வாழ வழிகள் காட்டியவர்
> வாழும் வேத மாணிக்கம்
>
> (பா.554)

என்னும் செய்யுளைக் குறிப்பிடலாம். வேதமாணிக்கத்தின் இறைப் பணியையும் சமூகப் பணியையும் ஆசிரியர் ஒரே செய்யுளில் அமைத்திருப்பது அவரது புலமைக்குத் தக்க சான்றாக விளங்குகிறது. ஆசிரியர் வேதமாணிக்கத்தை மனிதர்களுக்குள்ளே மாணிக்கம், வேதக்கருத்துகளை எடுத்தியம்பும் மாமனிதர், தாழ்த்தப்பட்ட நிலையிலிருந்த மக்களுக்கு இனிய வாழ்வைக் கொடுத்த பெரும் வள்ளல், புனிதர் என்னும் சொல்லிற்குப் பொருளாக விளங்குபவர், மண்ணில் வந்த வெண்ணிலவு என்றெல்லாம் புகழுகிறார்.

> மனிதம் மறைந்த இம்மண்ணில்
> மனிதம் விதைத்த விவசாயி
> தனியே நின்று சிங்கத்தைத்
> தரைமேல் சாய்த்தப் பெருவீரன்
> புனிதப் பாதை காட்டுவித்தப்
> புரட்சி வீரன்! புறங்கொடாதான்!
> கனிகள் கெஞ்சி இதழ்தடவும்
> கனிவாய் சொல்லின் பெரும்புலவன்!
>
> (பா.525)

என வேதமாணிக்கத்தின் பெருமையை எடுத்தியம்புகின்றார். மேலும் தெருவில் நுழைவதற்குப் பயந்தவர்களை அச்சமின்றி தலைநிமிர்ந்து நடக்கச் செய்தவர், உருவத்தில் கறுப்பு நிறத்தவர்களின் உள்ளங்களை வெள்ளையாக மாற்றியவர் என்றெல்லாம் வேதமாணிக்கத்தின் சிறப்புகளைப் பட்டியலிடுகிறார். வேதமாணிக்கத்தின் அர்ப்பணிப்பு மிக்க வாழ்க்கையினால் இன்று கன்னியாகுமரி மாவட்டத்தில் கிறித்தவம் தழைத்தோங்கியுள்ளது.

வேதமாணிக்கம் குறித்து மீட் போதகர்

அருள்திரு. சார்லஸ் மீட் தொடக்கத்தில் மயிலாடியைத் தலைமை யிடமாகக் கொண்டு இறைப்பணியாற்றினார். அப்போது அவர் மயிலாடி

மக்களிடம் வேதமாணிக்கத்தின் முன்னிலையில் உரையாற்றினார். அவ்வுரை மக்கள் மனதில் நீங்கா இடம்பிடித்திருந்தது. அவர் தமது உரையில் வேதமாணிக்கத்தைக் குறித்து,

> வேதக் கருத்தை உள்வாங்கி
> வேதி யராகத் தனைமாற்றி
> வேதம் எங்கும் பரவுதற்கு
> வேத னைகளைத் தினம்சுமக்கும்
> வேத மாணிக் கம்நமக்கு
> வேத னையின்நல் மருந்தாவார்!
> வேதம் தழைக்க உழைத்திடுவோம்!
> வீழ்ந்தோர் உயர ஒன்றிணைவோம்! *(பா.517)*

எனக் குறிப்பிட்டுள்ளார். இச்செய்யுளில் இந்து மதத்திலிருந்து கிறித்தவ மதத்தைத் தழுவியதுடன், வேதத்தைப் பிற இடங்களில் பரப்புவதற்கு மிகவும் உறுதுணையாகச் செயல்பட்டார் என்றும், இதனால் அவர் தினந்தோறும் பலவிதமான துன்பங்களை எதிர் கொண்டார் என்றும், இறுதியில் வேதனையின் மருந்தாக வேதமாணிக்கம் செயல்பட்டு வருகிறார் என்றும் வேதமாணிக்கத்தின் செயல்பாடுகளையும் பண்புகளையும் நயமாக எடுத்துரைத்துள்ளார். இச்செய்யுள் வேதமாணிக்கத்தின் மீது மீட் போதகர் உயர்ந்த எண்ணமும் மதிப்பும் உடையவராக விளங்கியதை எடுத்துணர்த்துகிறது. வேதமாணிக்கம் தேசிகரின் இறுதி நாட்களில் நாகர்கோவிலில் வாழ்ந்து வந்த மீட் போதகர், தன்னுடன் இணைந்து பணியாற்றிய மால்ட் போதகருடன் மயிலாடி வந்து, நலம் விசாரித்து, உரையாடிச் சென்றார். இது அவர்களிருவரும் வேதமாணிக்கத்தின் இறைப்பணி மீதும் அவரது தன்னிகரற்ற உழைப்பின் மீதும் கொண்ட மதிப்பை எடுத்துணர்த்துவதாக அமைந்துள்ளது.

வேதமாணிக்கம் இயேசு கிறிஸ்துவை ஏற்றுக் கொண்டதால் கிறித்தவம் அன்றையத் தென்திருவிதாங்கூர்ப் பகுதிகளில் பரவியது. மட்டுமன்றி, மக்கள் சமூக மேம்பாட்டையும் கல்வியையும் சாதீய அடிமைத்தனத்திலிருந்தும் ஒடுக்குமுறைகளிலிருந்தும் விடுதலை பெற்று சுதந்திரமான வாழ்க்கையை அனுபவித்தனர். இன்று கன்னியாகுமரி மாவட்டம் தன்னிறைவு உடைய பகுதியாக விளங்குவதற்கு வேதமாணிக்கமும், அவரது அழைப்பை ஏற்றுக் கொண்டு மயிலாடி வந்த ரிங்கல்தௌபேயும் முழுமுதற் காரணமானவர்கள்.

VII. தழுவல் காப்பியங்கள்

42. தேம்பாவணி

முதன் முதலாகத் தமிழில் இயற்றப்பட்ட கிறித்தவக் காப்பியம் தேம்பாவணி. கிறித்தவ சமயத்தைப் பரப்புவதற்காகத் தமிழகம் வந்த இத்தாலி நாட்டைச் சேர்ந்த பெஸ்கி, தமிழின் இனிமையை உணர்ந்து பல நூல்கள் எழுதியதுடன், தமிழில் பல எழுத்துகளைச் சீர்திருத்தமும் செய்தார். இவர் இயற்றிய தேம்பாவணி ஒரு தழுவல் இலக்கியமாக இருப்பினும் கிறித்தவ இலக்கியத்திற்கு மணிமகுடமாக விளங்குகிறது.

ஆசிரியர் வரலாறு

வீரமாமுனிவர் இத்தாலி நாட்டில் வெனிஸ் மாகாணத்தில், மாந்துவா வட்டத்திலுள்ள காஸ்திலியோனே டெல்லே ஸ்டிவியரே என்னும் ஊரில் 1680 ஆம் ஆண்டு நவம்பர் மாதம் 8 ஆம் நாள் பிறந்தார். இவருடைய தந்தையார் பெயர் கண்டல்போ பெஸ்கி, தாயாரின் பெயர் எலிசபெத் என்பதாகும். இவருக்குப் பெற்றோர் சூட்டிய பெயர் கான்ஸ்டன்டைன் ஜோசப் பெஸ்கி என்பதாகும். பெஸ்கி என்பது இவர்களது குடும்பப் பெயர். இவர் 1698 ஆம் ஆண்டு தமது பதினெட்டாம் வயதில் துறவு பூண்டு இயேசு சபையில் அடியவராய்ச் சேர்ந்து இறைப்பணிக்குத் தம் வாழ்க்கையை அர்ப்பணித்தார். 1706 ஆம் ஆண்டு வேதசாஸ்திரம் கற்கத் தொடங்கி, 1709 ஆம் ஆண்டு செப்டம்பர் மாதம் குருப் பட்டம் பெற்ற இவர் பிரெஞ்சு, இலத்தீன், கிரேக்கம், ஹீப்ரு, இத்தாலி, பாரசீகம், ஆங்கிலம் ஆகிய மொழிகளில் புலமை உடையவராக விளங்கினார்.

இயேசு கிறிஸ்துவின் நற்செய்தியைப் பரப்புவதற்காக 1710 ஆம் ஆண்டு தம் முப்பதாம் வயதில் லிஸ்பனிலிருந்து புறப்பட்டு கோவா வந்தடைந்தார். பின்னர் கொச்சித் துறைமுகத்தின் வழியாக அம்பலக்காடு என்னும் இடத்தை அடைந்தார். அதன் பின்னர் மதுரை வந்தார். 1711 ஆம் ஆண்டு மே மாதம் 8 ஆம் நாள் முதல் மதுரை மாவட்டத்திலுள்ள காமநாயக்கன் பட்டியைத் தலைமையிடமாகக் கொண்டு பணியாற்றத் தொடங்கினார்.

இவர் தன்னுடைய பெயரைத் தைரியநாதர் என மாற்றிக் கொண்டார். அப்பெயரே பின்னாளில் வீரமாமுனிவர் என மாறலாயிற்று. பழனியிலிருந்த சுப்பிரதீபக் கவிராயர் என்னும் நல்லாசிரியரிடம் தமிழ் கற்று, தமிழ் இலக்கிய இலக்கணங்களை ஆய்ந்து, தமிழ் மொழியில் காப்பியம், சிற்றிலக்கியம், உரைநடை முதலியன படைக்கும் புலமையினைப் பெற்றார். வீரமாமுனிவர் 1747 ஆம் ஆண்டு பிப்ரவரி மாதம் 4 ஆம் நாள் தமது 66 ஆவது வயதில் கேரள நாட்டில் அம்பலக்காட்டிலுள்ள சேசு சபை மடத்தில் இறைவனடி சேர்ந்தார். அவருடைய உடல் அம்மடத்தில் அடக்கம் பண்ணப்பட்டது.

தமிழ்ப் பணிகள்

வீரமாமுனிவர், தமிழ் எழுத்துகளில் குறில், நெடில் ஆகியனவற்றில் காணப்பட்ட குழப்பத்தைப் போக்கினார். இவர் வேதியர் ஒழுக்கம், வேதவிளக்கம், பேதகம் மறுத்தல், லூத்தர் இனத்து இயல்பு, ஞானக் கண்ணாடி, வாமன் சரித்திரம், திருச்சபைக் கணிதம், பரமார்த்தகுரு கதை ஆகிய உரைநடை நூல்களையும், திருக்காவலூர்க் கலம்பகம், அடைக்கல மாலை, அடைக்கல நாயகிமேல் வெண்கலிப்பா, கித்தேரி அம்மாள் அம்மானை, கருணாம்பரப் பதிகம், வண்ணம், அன்னை அழுங்கல் அந்தாதி ஆகிய நூல்களையும் இயற்றியுள்ளார். தமிழ் நீதி நூல்கள் சிலவற்றைத் தமிழ்ச் செய்யுள் தொகை என்னும் பெயரால் தொகுத்துள்ளார்.

இவர் 1728 இல் கொடுந்தமிழ் இலக்கணம் என்னும் இலக்கண நூலை எழுதினார். இந்நூல் பேச்சுத் தமிழைப் பற்றியதாகும். குட்டித் தொல்காப்பியம் என அழைக்கப்படும் தொன்னூல் விளக்கம் 1730 இல் இவரால் எழுதப்பட்டது. மேலும் இலக்கணத் திறவுகோல், செந்தமிழ் இலக்கணம், கொடுந்தமிழ் இலக்கணம் என்னும் நூல்களையும் எழுதியுள்ளார்.

வீரமாமுனிவரின் சதுரகராதி தமிழில் தோன்றிய முதல் அகராதி நூலாகும். இந்நூல் 1732 இல் எழுதி முடிக்கப்பட்டது. மேலும். 'தமிழ்-இலத்தீன் அகராதி', 'போர்த்துகீசியம்-தமிழ்-இலத்தீன் அகராதி' என்னும் இரு அகராதிகளையும் தொகுத்துள்ளார். திருக்குறளின் அறத்துப்பாலையும், பொருட்பாலையும், தொன்னூல் விளக்கத்தையும் இலத்தீனில் மொழிபெயர்த்துள்ளார். இவருடைய திருக்குறள் மொழிபெயர்ப்பு உலகப் புகழ் பெற்றது. அருள்திரு. சாண்ட்லர் 1901 இல் தொகுத்த ஞான கீதங்கள் என்னும் நூலில் வீரமாமுனிவர் இயற்றிய 'ஜகநாதா குருபரநாதா' என்னும் பத்து சரணங்களை உடைய கீர்த்தனை இரண்டு பாடல்களாக (88 , 89) இடம் பெற்றுள்ளது.

வீரமாமுனிவர் தமது A Grammar of Common Tamil என்னும் நூலை தரங்கம்பாடி சீர்திருத்தச் சபையின் மூலமாக வெளியிட்டார். வீரமாமுனிவர் தரங்கம்பாடி மிஷனுடன் கருத்து வேறுபாடுகள் உடையவராக இருந்தாலும், வீரமாமுனிவரின் நூலைத் தரங்கம்பாடி மிஷன் வெளியிட்டது. வீரமாமுனிவரின் காலத்தில் வெளிவந்த நூல் இது ஒன்றேயாகும்.

தேம்பாவணி

வீரமாமுனிவரால் எழுதப்பட்ட தேம்பாவணி மதுரைத் தமிழ்ச் சங்கத்தில் அரங்கேற்றப்பட்டது. அரங்கேற்றத்தின்போது வீரமாமுனிவர் தேம்பாவணிப் பாடல்கள் சிலவற்றை இசையோடு பாடிக்காட்டி அப்பாடல்களுக்கு விளக்கவுரையும் கூறினார். தமிழ்ச் சங்கத்தார் அந்நூலைப் பாராட்டி மகிழ்ந்ததோடு வீரமாமுனிவர் என்னும் பட்டத்தையும் அவருக்குச் சூட்டி மகிழ்ந்தனர்.

மூலநூல்

இசுபானிய நாட்டில் ஆகிருதம் என்னும் நகரில் வாழ்ந்த மரி அகிர்தாள் என்னும் கன்னிப் பெண்ணால் 1660 ஆம் ஆண்டு எழுதப்பட்ட கடவுளின் நகரம் என்னும் நூல் தேம்பாவணியின் மூல நூலாகும். இந்நூலைத் தழுவி 1726 ஆம் ஆண்டு முதல் 1728 ஆம் ஆண்டு செப்டம்பர் எட்டாம் நாள் வரை கோனான்குப்பம் என்னும் இடத்தில் வைத்து தேம்பாவணியை எழுதினார். இந்நூல் கடவுளின் நகரம் என்னும் நூலையும் விவிலியத்தையும் அடிப்படையாகக் கொண்டது. தேம்பாவணி, இயேசு கிறிஸ்துவின் வளர்ப்புத் தந்தையான சூசையின் வரலாற்றையும் அத்துடன் இயேசு கிறிஸ்துவின் வரலாற்றையும் அன்னை மரியின் புகழையும் விவரிக்கிறது.

தேம்பாவணிக்கு முதல் உரை 1729 ஆம் ஆண்டு வீரமாமுனிவரால் எழுதப்பட்டது. 1851 ஆம் ஆண்டு புதுவை சன்ம இராக்கினி மாதா அச்சுக் கூடத்தில் முதன் முதலாக தேம்பாவணியின் முதல் காண்டம் அச்சிடப்பட்டது. அதனைத் தொடர்ந்து 1852, 1853 ஆம் ஆண்டுகளில் இரண்டாம், மூன்றாம் காண்டங்கள் வெளியிடப்பட்டன. சிலப்பதிகாரம், சிந்தாமணி போன்ற காப்பியங்கள் அச்சு வடிவம் பெறுவதற்கு முன்னரே தேம்பாவணி அச்சு வடிவம் பெற்றது. சென்னையில் தமிழாசிரியராக விளங்கிய வித்துவான் ஏ.எஸ். ஜெகராவு முதலியார் 1901 ஆம் ஆண்டு முதற் காண்டத்திற்கு விருத்தியுரை எழுதி அச்சிட்டார். தமிழ் இலக்கியக் கழகம் 1961 இல் முதல் காண்டத்தையும், 1964 மே மாதம் இரண்டாம் காண்டத்தையும், 1964 டிசம்பர் மாதம் மூன்றாவது காண்டத்தையும் உரையுடன் வெளியிட்டது. முதல் காண்டம் புதிய ஏற்பாட்டையும் இரண்டாம் காண்டம் பழைய ஏற்பாட்டையும், மூன்றாம் காண்டம் இறையியல் கருத்துகளையும் அடிப்படையாகக் கொண்டது.

பாயிரம்

தேம்பாவணியில் அமைந்துள்ள பாயிரம் பதின்மூன்று செய்யுட்களை உடையது. இப்பாயிரத்தில் கடவுள் வணக்கம், காப்பியத் தலைவன் வளனின் பெருமை, அவையடக்கம், நூல் வரலாறு என்னும் பகுதிகள் இடம் பெற்றுள்ளன. கடவுள் வணக்கச் செய்யுள்,

சீரிய உலகம் மூன்றும் செய்து அளித்து அழிப்ப வல்லாய்
நேரிய எதிர் ஒப்பு இன்றி நீத்த ஓர் கடவுள் தூய
வேரிய கமல பாதம் வினை அறப் பணிந்து போற்றி
ஆரிய வளன் தன் காதை அறம் முதல் விளங்கச் சொல்வாம்

(பாயிரம், பா.1)

என அமைந்துள்ளது. இதைத் தொடர்ந்து வரும் செய்யுட்களில் காப்பியத் தலைவனான வளனின் தன்னேரில்லாச் சிறப்புகள் சுட்டப்படுகின்றன. அவையடக்கச் செய்யுட்களைத் தொடர்ந்து நூலின் வரலாற்றினைக் குறிப்பிடுகிறார்.

காப்பியக் கட்டமைப்பு

இயேசு கிறிஸ்துவின் வளர்ப்புத் தந்தையாகிய வளன் தேம்பாவணி காப்பியத்தின் தலைவர் ஆவார். இக்காப்பியம், நாட்டுப்படலம் தொடங்கி முடிசூட்டுப் படலம் ஈறாக 36 படலங்களையும் 3615 செய்யுட்களையும் கொண்டது. 'வேரியங் கொடியோன்' என வீரமாமுனிவரால் போற்றப்பட்ட சூசை மாமுனிவருக்கு ஒளிமுடி சூட்டியபோது, அவர் கையிலுள்ள நறுமணிக் கொடியிற்பூத்த மலர்கள் 3615 என்றும், அம்மலர்களால் தொடுக்கப்பட்ட மாலைகள் 36 என்றும் கணக்கிட்டு, அதற்கு ஏற்பவே நூலை அமைத்ததாக வீரமாமுனிவர் பின்வரும் செய்யுளின் மூலம் குறிப்பிட்டுள்ளார்.

வான்மேல் மகுடம் புனைநாளில் வரமா தவன்றன் கொடிபூத்த
தேன்மேல் தளம்புஆ றுநூறு சேர்ந்த மூவைந் திருமணிப்பூ
நூன்மேல் முறைநை யாத்தொடுத்த நுண்மண் ணாறாறு அணியிதென
மீன்மேல் விளங்கும் வளன்பதத்தில் விரும்பிச் சாத்தி மீண்டுரைத்தார்

(முடிசூட்டுப் படலம், பா. 131)

என வீரமாமுனிவரே கூறியிருப்பதால் இந்நூல் முப்பத்தாறு படலங்களால் இயற்றப்பட்டது என்பது தெளிவாகிறது. இச்செய்யுளில் ஆசிரியர் காண்டங்களைப் பற்றிக் குறிப்பிடாததால் பிற்காலத்தில் நூலைப் பதிப்பித்தவர்கள் காண்டங்கள் அமைத்துப் பெயரிட்டுள்ளனர். 1851, 1852, 1853 ஆம் ஆண்டுகளில் வெளிவந்த பதிப்பில் தேம்பாவணி முதல் காண்டம், இரண்டாம் காண்டம், மூன்றாம் காண்டம் என மூன்று காண்டங்களாக

வகைப்படுத்தப்பட்டுள்ளது. நூலைப் பதிப்பித்தவர்கள் முப்பத்தாறு படலங்களையும் முறையே காண்டத்திற்குப் பன்னிரண்டு படலங்கள் வீதம் மூன்று காண்டங்களாக வகுத்து அமைத்துள்ளனர் என ஊகிக்க முடிகிறது. ஆனால் ஜோசப் ராயர் என்னும் வசன நூலாசிரியரால் மூன்று காண்டங்களுக்கும் முறையே யூதேயா காண்டம், எசித்துசேர் காண்டம், முக்திக் காண்டம் எனப் பெயரிடப்பட்டுள்ளன.

காப்பியக்கதைச் சுருக்கம்

1. முதல் காண்டம்

காப்பியத் தலைவனான வளனின் நாடு யூதேயா. இந்நாட்டின் தலைநகரம் எருசலேம். தாவீது அரசனின் மரபில் தோன்றியவர் வளன். தாவீது சிறுவனாக இருக்கும்போது கடவுளின் துணையால் கோலியாத்தை வென்று, சவுல் மன்னனின் மகளை மணந்து அரச கட்டிலில் ஏறினான். வளனின் தந்தை சகோபு; தாய் நீப்பி. வளன் தமது பன்னிரெண்டாம் வயதில் அருந்தவம் செய்ய காட்டிற்குச் சென்றார். வழியில் ஒரு முதியவர் எதிர்ப்பட்டு சோதனைகளை வெற்றி காண்பதே தூய தவம் என அறிவுறுத்தி, நாட்டிலுள்ள அனைவரையும் அந்நெறியை மேற்கொள்ளச் செய்வதுதான் சிறந்தது எனக் கூறி மறைந்தார். தன்னுடன் உரையாடியது இறைவனின் தூதர் என்பதனை உணர்ந்த வளன் தன் வீட்டிற்குச் சென்றார். எருசலேம் நகரில் வாழ்ந்து வரும் மரியாளிடம் தேவதூதன் இறைவனின் மகன் மரியாளின் வயிற்றில் பிறப்பதைக் கூறுகிறான். கலக்கமடைந்த மரியாளுக்கு தூதன் சூசையின் சிறப்புகளை விவரிக்கிறான். திருமணத்திற்கு மணமகனைத் தேர்ந்தெடுக்க, சீமையோன் (சிமியோன்) என்பவர் கோயிலில் நின்ற இளைஞர்கள் கையில் ஒவ்வொருவருக்கும் ஒரு கோலைக் கொடுத்து, எவருடைய கையிலுள்ள கோல் தளிர்க்கிறதோ அவருக்கே மரியாள் எனக் கூறினார். வளனின் கையிலிருந்த கோல் தளிர்த்து பூத்தது. சீமையோன் வளனின் கை மேல் மரியாளின் கையை வைத்து நும் குலத்தில் இறைவன் தோன்றுவான் என்றார். சீமையோனின் அறிவுரைப் படி வளன் மரியாளுடன் அவரது ஊராகிய நாசரேத்துக்குச் செல்கிறார். இருவரும் இல்லற வாழ்வில் துறவறத்தை மேற்கொண்டு வாழ்ந்தனர்.

அரசனின் ஆணைப்படி குடிமதிப்பு எழுத பெத்லகேமுக்கு சூசையும் கருவுற்ற நிலையிலுள்ள மரியாளும் செல்கின்றனர். வழியில் காந்தரி என்னும் காமுகி மனம் மாறினாள். பெத்லகேம் சென்று அரசனின் கட்டளைப்படி தங்கள் பெயர்களைப் பதிவு செய்தனர். பெத்லகேமில் தங்குவதற்கு உறவினர்கள் வீடுகளில்கூட இடம் கிடைக்கவில்லை. இரவு மாட்டுக் கொட்டிலில் தங்க அங்கு இயேசு பிறந்தார். திருக்குழந்தையை

ஆயர்களும் அரேபியா, பெர்சியா, சபதே நாட்டு மன்னர்களும் வாழ்த்தி வணங்குகின்றனர். குழந்தை பிறந்த எட்டாம் நாள் விருத்தசேதனம் செய்து இயேசு என்னும் பெயரைச் சூட்டினர். இஸ்ரவேலர் ஒவ்வொருவரும் தம் முதல் மகனை எருசலேம் தேவாலயத்தில் ஒப்புக்கொடுப்பர். அம்மரபின் படி, குழந்தை பிறந்த நாற்பதாம் நாள் எருசலேம் தேவாலயத்திற்கு சூசையும் மரியும் இயேசு பாலகனை எடுத்துச் செல்கின்றனர். ஆலயத்தில் சீமையோன் குழந்தையை ஆசீர்வதித்தார். பின்னர் சூசையும் மரியும் இரண்டு புறாக்களைத் திருமகனுக்குப் பதிலீடாகக் கொடுத்துவிட்டு கோவிலுக்கு நேர்ந்து கொண்ட திருமகனை மீட்டுக் கொண்டனர்.

2. இரண்டாம் காண்டம்

சூசையும் மரியாளும் தூதர்களின் கட்டளைப்படி ஏரோதிடம் இருந்து தங்கள் குழந்தையைக் காக்கும் வண்ணம் எகிப்து நாட்டிற்குப் புறப்படுகின்றனர். பயணத்தின்போது மிக்காயேல் என்னும் தூதன் இறைவனின் சிறப்புகளைக் கூறினான். பின்னர் காபிரியேல் என்னும் தூதன் நோவாவின் கதையைக் கூறினான். மீண்டும் மிக்காயேல் என்னும் தூதன் இறைவன் ஐந்து நகரங்களை அழித்ததை விளக்கினான். மீண்டும் மிக்காயேல் தூதன் அவர்களுக்கு சோசுவனின் (யோசுவா) போர் வெற்றியினைக் கூறினான். காபிரியேல் தூதன் சேதையோன் (கிதியோன்) பகைவர்களை அழித்த முறையினை விளக்கினான். அறஞ்சயன் என்னும் தூதன் கஞ்சோனின் (சிம்சோன்) வீரத்தையும் பெண்ணின்பத்தால் அவன் வீழ்ந்ததையும் கூறினான். சட்சதன் என்னும் தூதன் இறைவன் மோயீசனுக்குப் பத்துக் கட்டளைகளை அருளிய இடமான சீனாயி மலையைப் பற்றி விவரித்தான். பின்னர் அவர்கள் சீனாயி மலையைக் கடந்து பேறசபை என்னும் பாலைவனத்தை அடைந்தனர். பின்னர் வழியில் சித்திரக்கூடத்தை அடைந்தனர். அங்குள்ள அதிட்டன் என்னும் முனிவர், ஆணரனின் (யோசேப்பு) வரலாற்றை சூசையிடம் கூறுகிறார். காபிரியேல் தூதன் கையாறு என்னும் ஆற்றின் சிறப்பையும் மோசேயின் பிறப்பு மற்றும் வளர்ப்பு பற்றிய செய்திகளையும் கூறினான். இறுதியில் எகிப்து நாட்டின் தலைநகரான இரவிமாபுரத்தை அடைந்தனர்.

3. மூன்றாம் காண்டம்

ஏரோது மன்னன் குழந்தைகளைக் கொன்று குவித்தான். இதில் கருணையன் யோவான் ஸ்நாபகனின் வரலாறு கூறப்படுகிறது. இயேசு கிறிஸ்துவிற்கு கொடையின் சிறப்பை விளக்க தொபீயனின் வரலாற்றை சூசை விவரிக்கிறார். சூசை வாமனிடம் அறிவுரைகள் கூறியதால் நல்லவனாக மாறுகிறான். சூசையின் அறிவுரைகளால் எகிப்து நாட்டில்

மறை செழித்தோங்கியது. அதுபொறுக்காத சுரமி என்பவள் சூசையைப் பழித்துரைத்தாள். நாவகன் திருந்தினான். இறுதியில் சுரமி நாக்கை அறுத்துக் கொண்டு நரகில் வீழ்ந்தாள். பின்னர் திருக்குடும்பத்தினர் எகிப்து நாட்டிலிருந்து தம் நாட்டிற்குத் திரும்பினர். இயேசு பாலகனுக்குப் பன்னிரெண்டு வயதானபோது சூசையும் மரியும் எருசலேம் நகரில் நடைபெறும் பஸ்கா பண்டிகைக்குப் புறப்பட்டுச் சென்றனர். பண்டிகைக் கூட்டத்தில் மகனைக் காணாமல் தத்தளித்தனர். மூன்று நாட்களாக மகனைக் காணாமல் இறுதியில் எருசலேம் தேவாலயத்தில் மகனைக் கண்டனர். பின்னர் நாசரேத்தூருக்குப் புறப்பட்டுச் சென்றனர். சூசைக்கு 52 வயதானபோது பலவிதமான நோய்களில் எட்டு ஆண்டுகள் துன்புற்று இறந்தார். விண்ணகம் சென்ற சூசைக்கு அங்கு முடி சூட்டப்பட்டது. விண்ணகம், மண்ணகம் என்னும் இரண்டு உலகங்களிலும் முடிசூட்டப் பட்டதாகக் காப்பியத்தை முடித்திருப்பது புதுமைத் தன்மையுடன் அமைந்துள்ளது.

முதல் காண்டப் படலங்கள்

முதல் காண்டமான யூதேயா காண்டத்தில் நாட்டுப் படலம், நகரப் படலம், வளன் சனித்த படலம், பால மாட்சிப் படலம், திருமணப் படலம், ஈறம் பொருத்து படலம், ஐயம் தோற்று படலம், ஐயம் நீங்கு படலம், மகிழ்வினைப் படலம், மகவருள் படலம், காட்சிப் படலம், மகன் நேர்ந்த படலம் என்னும் பன்னிரெண்டு படலங்கள் உள்ளன.

இரண்டாம் காண்டப் படலங்கள்

இரண்டாவது காண்டமான எசித்துசேர் காண்டத்தில் பைதிரம் நீங்கு படலம், இளவல் மாட்சிப் படலம், சோசுவன் வெற்றிப் படலம், சேதையோன் வெற்றிப் படலம், காசை சேர் படலம், சீனாயி மாமலை காண் படலம், பாலை புகு படலம், சித்திர கூடப் படலம், நீர் வரமடைந்த படலம், எசித்து சேர் படலம், குணுங்கு மந்திரப் படலம், சோகு தோர்வைப் படலம் என்னும் பன்னிரெண்டு படலங்கள் உள்ளன.

மூன்றாம் காண்டப் படலங்கள்

மூன்றாவது காண்டமான முக்திக் காண்டத்தில் குழவிகள் வதைப் படலம், கருணையன் மாட்சிப் படலம், ஞாபகப் படலம், வாமன் ஆட்சிப் படலம், வேதக் கெழுமைப் படலம், மீட்சிப் படலம், பிரிந்த மகவைக் காண் படலம், புரோகிதப் படலம், பிணி தோற்றுப் படலம், தூதுரைப் படலம், உத்தானப் படலம், முடிசூட்டுப் படலம் என்னும் பன்னிரெண்டு படலங்கள் உள்ளன.

தனித்தன்மைகள்

பல்வேறு தனித்தன்மைகளைக் கொண்ட தேம்பாவணி, சீவக சிந்தாமணியின் காப்பியநடையைத் தழுவி, திருக்குறளின் சிறந்த கருத்துகளில் தோய்ந்து, கம்பரின் கவிச்சுவை கனியப் பாடப்பட்ட அரிய நூல். நாலடியாரின் சில கருத்துகளும், கலிங்கத்துப் பரணியின் போர்க்கள வருணனைகளும் தேம்பாவணியில் இடம்பெற்றுள்ளன. தேம்பாவணி யிலுள்ள பாயிரப் பாடல்கள் கம்பராமாயணத்திலுள்ள முகவுரைப் பாடல்கள் போன்று அமைந்துள்ளன. சிலப்பதிகாரத்தில் கோவலனிடம் மாங்காட்டு மறையோன் மதுரைக்குச் செல்லும் மூன்று பாதைகளை விவரித்து, அதில் நடுப்பாதையில் பயணிக்குமாறு எடுத்துக் கூறுகிறான். இதைப்போன்று, வளனும் மரியாளும் பயணம் செய்யும்போது மைக்கேல் என்னும் தலைமைத் தேவதூதன் அவர்கள்முன் தோன்றி நடுவழியில் செல்லுமாறு அறிவுறுத்துகிறான். நாட்டு, நகர வர்ணனைகளிலும் வீரமாமுனிவர் சிந்தாமணியையும் கம்பராமாயணத்தையும் பின்பற்றியுள்ளார். இயற்கை வருணனையும் உவமைச் சிறப்பும் தேம்பாவணியில் செறிவாக நிறைந்துள்ளன. இந்நூலில் அரிய கற்பனைகளும் உவமை நயங்களும், சிந்தைக்கினிய சந்தச் செறிவும், தெவிட்டாத நடையழகும், தொடையழகும் மலிந்துள்ளன. வீரமாமுனிவர் தம் காவியத்தை மங்கலமான முறையில் முடித்து இன்பியற் காவியமாக்கியுள்ளார். இக்காவியத்தின் முடிவு சிலப்பதிகாரத்தின் முடிவைப் போன்று அமைந்துள்ளது. 'இந்நூலை உரைப்பவரும் கேட்பவரும் வானுலக வாழ்வு பெறுவர்; சூசையப்பரும் மரியம்மையாரும் அவர்கட்குத் தம் திருக்குமாரரோடு அருள் வழங்குவர்' என நூற்பயனைக் கூறி, வீரமாமுனிவர் தேம்பாவணியை முடிக்கின்றார்.

தலைமை மாந்தர் - வளன்

ஒரு காப்பியத்திற்குச் சிறந்த அமைப்பும் அழகும் தருவது தலைமை மாந்தர் படைப்பு. இயேசு கிறிஸ்துவின் வளர்ப்புத் தந்தையாகிய வளன் என்பவர் தான் காப்பியத்தின் தலைவராவார். பிற மொழியில் சூசை என்பர். ஆனால் அதற்கு இணையான சிறந்த தமிழ்ச்சொல்லாக வளன் எனக் கொள்ளலாம் என வீரமாமுனிவர் கூறியுள்ளார். சூசையின் வாழ்வு அன்னை மரியின் வாழ்வோடு பிரிக்க முடியாதபடி கலந்தது. ஆதலால் இருவர் சிறப்பும் இணைத்தே காப்பியத்தில் விவரிக்கப்படுகிறது. ஆதி மனிதனான ஆதாம் செய்த தீவினையால் உலக மக்கள் அனைவரும் கருவிலேயே பாவம் உடையவர்களாகப் பிறக்கின்றனர் என்பது கிறித்தவக் கோட்பாடு. அந்தப் பாவம் இல்லாதவராகத் தோற்றமெடுத்தது மரியின் சிறப்பென்பது

கத்தோலிக்கச் சமயக் கோட்பாடு. அதனைக் காப்பியத்தில் பல இடங்களிலும் கவிஞர் வெளிப்படுத்தியுள்ளார்.

சூசையப்பரைத் திருமணம் செய்து கொள்ள வேண்டிய சூழலும் இறைக்கட்டளையும் கன்னி மரியாளுக்கு ஏற்பட்டது. திருமணத்திற்கு முன், துறவு வாழ்வையே விரும்பிய கன்னி மரியாளுக்கு இதனால் கலக்கம் ஏற்பட்டது. அப்போது இறைவன், மரியாளுக்குக் காட்சி தந்து சூசையின் இயல்புகளை,

> அடை ஆரணம் நேர் அறம் நேர்வடிவான்
> கொடை ஆசையினால் குளிர் வான் அனைவான்
> உடை ஞான அறிவால் ஒளி மான அருள்
> கடை ஆவது இலால் கடல் நேரினன் ஆல்
>
> *(திருமணப் படலம், பா. 71)*

என விவரிக்கிறார். மனுக்குலம் பெற்ற வேத நூல்களுக்கு விளக்கமாவான்; தருமத்தின் வடிவிற்கு நிகராவான்; பிறருக்கு வாரி வழங்க வேண்டும் என்ற வேட்கையால் மழை மேகத்திற்கு ஒப்பாவான்; ஞானம் நிறைந்த அறிவால் ஞாயிறுக்கு இணையாவான்; பெருமைமிக்க எல்லையற்ற தெய்வீக அருள் உணர்வால் கடலுக்கே நேராவான் என்பது இச்செய்யுளின் கருத்து.

திருக்குறளின் தாக்கம்

வீரமாமுனிவர் திருக்குறளிலுள்ள அறத்துப் பாலையும், பொருட் பாலையும் இலத்தீன் மொழியில் மொழிபெயர்த்துள்ளார். வீரமாமுனிவர் திருக்குறளை நன்கு கற்றதனால் தமது தேம்பாவணியில் பல இடங்களில் திருக்குறள் கருத்துகளை எடுத்தாண்டுள்ளார். உழவுத் தொழிலின் சிறப்பை,

> உழுதுண்டு வாழ்வாரே வாழ்வார் மற்றெல்லாம்
> தொழுதுண்டு பின்செல் பவர்
>
> *(குறள், 1033)*

எனத் திருவள்ளுவர் பாடுகிறார். இக்கருத்தினை மனதில் கொண்டு வீரமாமுனிவர் மகிழ்வினைப் படலத்தில் சூசையப்பரும் மரியம்மையாரும் அறம் ஆற்றிய முறையைக் கூறியபோது,

> உழுதுண் பார்உயிர் வாழ்பவர் மற்றெலாம்
> தொழுதுண் பார்எனின், தாம்தொழில் செய்தபின்
> அழுதுண் பார்கொடை கோடல்இல் லாயின
> பொழுதுண் பாரிலி யார்எனப் பூசவே
>
> *(மகிழ்வினைப் படலம், பா.36)*

எனப் பாடுகிறார். திருவள்ளுவர் அன்பு குறித்து அன்புடைமை என்னும் அதிகாரத்தில் விவரிக்கிறார். அவ்வதிகாரத்தில் அன்பில்லாதவர் பிணத்தைப் போல்வர் என்னும் கருத்தமைந்த,

> அன்பின் வழிய துயிர்நிலை அஃதிலார்க்
> கென்புதோல் போர்த்த உடம்பு (குறள், 80)

என்னும் குறளை அடிப்படையாகக் கொண்டு,

> அன்பு வாய்ந்த உயிர்நிலை அஃதிலார்க்கு
> என்பு தோலுடல் போர்த்ததென் றன்புறை
> இன்பு தோய்ந்த நிலைஎனத் தானிவண்
> துன்பு காய்ந்த உயிர்த்துணை யாயினான் (பாலமாட்சி, பா. 65)

என்னும் செய்யுளை இயற்றியுள்ளார். காப்பியத்தின் தலைவரான சூசையப்பர் உலகிலுள்ள எல்லா உயிர்களுக்கும் துணைவராக, அன்புள்ளத்தோடு வாழ்ந்த வாழ்வை திருவள்ளுவரை அடிப்படையாகக் கொண்டு விவரித்துள்ளார். திருவள்ளுவர் கூடாவொழுக்கம் என்னும் அதிகாரத்தில் உலகம் பழிக்கும் தீயொழுக்கத்தை விட்டவர்க்கு மொட்டையடித்தலும் சடை வளர்த்தலுமாகிய புறக்கோலங்கள் தேவையில்லை என்னும் கருத்தினை,

> மழித்தலும் நீட்டலும் வேண்டா உலகம்
> பழித்த தொழித்து விடின் (குறள், 280)

என்னும் குறள் மூலம் எடுத்தியம்பியுள்ளார். இக்குறளின் கருத்தை வீரமாமுனிவர் தமது தேம்பாவணியில்,

> கோலமே வீண் அடா; குளித்தல் வீண் அடா;
> சூலமே வீண் அடா; துறவு வீண் அடா;
> காலமே மந்திரம் கதைத்தல் வீண் அடா;
> சீலமே கெட நசை செகுத்து இலால் என்பார்
> (சித்திரகூட படலம், பா.127)

என்னும் செய்யுள் மூலம் அறவாழ்வைக் கெடுக்கும் ஆசையை அடியோடு அழிக்கவில்லை என்றால் தவம் செய்வதாகப் பூணும் புறக் கோலமும் பொருள் அற்றதே; குளித்து எழுதலும் பயன் அற்றதே; சூலத்தைத் தூக்குவதும் அவமே; துறவு மேற்கொள்ளுவதும் வீணே; அதிகாலையில் எழுந்து மந்திரங்கள் ஓதுதலும் அர்த்தம் அற்றதே என விவரித்துள்ளார். மரங்கள் அடர்ந்த மண்டபத்தில் வளன் அமர்ந்திருந்து பலருக்கும் அறிவுரைகள் சொல்லிக் கொண்டிருந்தார். அப்போது வாமன் என்பவன் தான் செய்த குற்றங்களுக்காக வருந்தி வளனிடம் அறிவுரை கேட்டான்.

அப்போது வளன் அங்கிருந்த மக்களையும் வாமனையும் பார்த்து, நமது ஐம்பொறிகளையும் தீமையான வழிக்குச் செலுத்தாமல் துன்பம் வரும்போது ஆமை எவ்வாறு தன் தலை, கால்களைத் தன் ஓட்டிற்குள் இழுத்து மறைத்துக் கொள்ளுகிறதோ அது போன்று இருக்க வேண்டும் என்கிறார். இதனை,

ஐம்பொறிப் பகைகண்டு அஞ்சி
அடக்கலின் ஆமை போல்வாய்
வெம்பொறிப் புதவை ஓர்ந்து
விளைபகை சிறிதென்று எண்ணேல்
பைம்பொறிப் பாந்தள்தம் கூர்
பல்பட மதநீர்க் குன்றின்
செம்பொறிப் புகைக் கண் யானை
சிதைந்து உயிர் மாளும் அன்றோ

(வாமன் ஆட்சிப் படலம், பா. 150)

என்னும் செய்யுள் வாயிலாகப் புலப்படுத்துகிறார். இக்கருத்து,

ஒருமையுள் ஆமைபோல் ஐந்தடக்கல் ஆற்றின்
எழுமையும் ஏமாப்பு உடைத்து *(குறள், 126)*

என்னும் குறளின் கருத்துடன் ஒப்பு நோக்கத்தக்கது. இத்தகைய சான்றுகள் மூலம் வீரமாமுனிவரின் திருக்குறள் புலமையை அறிய முடிகிறது.

கம்பராமாயணத் தாக்கம்

எச்.ஏ. கிருஷ்ணபிள்ளைக்கு இரட்சணிய யாத்திரிகம் எழுத கம்பராமாயண அறிவு உறுதுணையாக இருந்ததைப் போன்று, தேம்பாவணியைப் படைக்க வீரமாமுனிவருக்கும் கம்பராமாயணம் பக்க பலமாக இருந்தது. கம்பராமாயணத்திலுள்ள,

ஓசை பெற்று உயர் பாற்கடல் உற்று, ஒரு
பூசை, முற்றவும் நக்குபு புக்கென
ஆசை பற்றி அறையலுற்றேன் மாற்று, இக்
காசு இல் கொற்றத்து இராமன் கதைஅரோ! *(பாயிரம், பா. 4)*

என்னும் அவையடக்கச் செய்யுளை ஆதாரமாகக் கொண்டு,

சூசையுற் றனவ ரங்கள் தூய்கடல், கடக்கல் இல்லா
ஓசையுற்றொழுகு அமிர்தம் உடைகட லென்ன நண்ணி
பூசையுற்று அதனை நக்கப் புக்கென, உள்ளத்தைத் தூண்டும்
ஆசையுற்று ஊம னேனும் அருங்கதை அறையல் உற்றேன்

(தேம்பாவணி, பாயிரம், 4)

என்னும் செய்யுளை இயற்றியுள்ளார். அமிர்தக் கடல் உடைபட்டு வேகமாகப் பாய்ந்து செல்லும்போது அதில் நக்கிக் குடிக்க வேண்டும் என்னும் விருப்பத்தால் ஓடிச் செல்லும் பூனையைப் போல உள்ளத்தைத் தூண்டும் ஆசையால் இக்கதையைப் பாடத் தொடங்குகிறேன் என்கிறார்.

அயோத்தி நகரைக் கம்பர் வருணிக்கும் திறம் பாராட்டத்தக்கது. அயோத்தி நகரில் முரசு முழங்குகின்றது; மேகமும் அலை கடலும் முரசின் ஓசைக்கு அஞ்சுகின்றன. அந்நகரில் திருடர்கள் இல்லை; அதனால் சேமித்த பொருளைக் காப்பவர்கள் இல்லை; இரப்பவர்கள் இல்லை; அதனால் கொடுப்பவர்களும் இல்லை என்பதை,

தெள் வார் மழையும், திரை ஆழியும் உட்க, நாளும்,
வள் வார் முரசம் அதிர் மா நகர் வாழும் மாக்கள்
கள்வார் இலாமைப் பொருள் காவலும் இல்லை; யாதும்
கொள்வார் இலாமைக் கொடுப்பார்களும் இல்லை மாதோ

(நகரப் படலம், பா. 73)

எனப் பாடுகிறார். இச்செய்யுளை மனதில் கொண்டு வீரமாமுனிவர் எருசலேம் நகரைப் பார்க்கிறார். அவர் காணும் எருசலேம் நகர், கம்பர் கண்ட அயோத்தி நகரமாகக் காட்சியளிக்கிறது.

தெள்வார் உரை முகிலும் கடல் திரையும் கெட முகியா
வள்வார் முரசு அதிர் மாநகர் வயின் வாழ்பவர் கொடையைக்
கொள்வார் இல குறை அல்லது குறை இல்லதும் எனவே
கள்வார் இல கடையார் இல கழிவார் இல நயவார்

(நகரப்படலம், பா. 64)

என எருசலேம் நகரை வீரமாமுனிவர் வருணிக்கிறார். அம்மாநகரில் தெளிவாக நீண்டு ஒலிக்கும் மேகத்தின் முழக்கத்தையும், கடல் அலைகளின் பேராரவாரத்தையும் வெல்லும் முறையில் வலியவாரால் கட்டப்பட்ட முரசின் ஓசை ஓயாமல் முழங்கும்; அத்தகைய நகரில் வாழும் மக்களுக்கோ, தாம் தரும் கொடையினைப் பெற்றுச் செல்ல ஆங்கு வருவார் யாருமில்லையே என்ற ஒரு குறையைத் தவிர அவர்களுக்கு வேறு குறையே இல்லை; அங்குக் கள்வர்களும் இல்லை; கயவர்களும் இல்லை; தீயோரும் இல்லை; எனவே அந்நகர மக்கள் அனைவரும் மிக்க மகிழ்ச்சியாகவே வாழ்வர் என வீரமாமுனிவர் எருசலேம் நகரை வருணிக்கிறார். இராமன் மிதிலை நகரில் வில்லை வளைத்து சீதையைத் திருமணம் செய்த காட்சியை,

தடுத்து இமையாமல் இருந்தவர், தாளில்
மடுத்ததும், நாண் நுதி வைத்ததும், நோக்கார்;
கடுப்பினில் யாரும் அறிந்திலர்; கையால்
எடுத்தது கண்டனர்; இற்றது கேட்டார்

(கார்முகப்படலம், பா. 34)

எனக் கம்பர் பாடுகின்றார். இராமன் வில்லை எடுத்ததற்கும் ஒடித்ததற்கும் இடையில் என்ன நடந்தது என ஒருவருமே அறியார். இச்செய்யுள் நயத்தை வீரமாமுனிவர் தேம்பாவணியில் பின்பற்றி,

கல்லை ஏற்றலும் கவணினைச் சுழற்றலும் அக்கல்
ஒல்லை ஓட்டலும் ஒருவரும் காண்கிலர் இடிக்கும்
செல்லை ஒத்தன சிலைநுதல் பாய்தலும் அன்னான்
எல்லை பாய்ந்திருள் இரிந்தென வீழ்தலும் கண்டார்

(வளன் சனித்த படலம், பா.29)

எனப் பாடியுள்ளார். கோலியாத்தைத் தாவீது என்னும் சிறுவன் எதிர்த்தான். தாவீது தன் கையிலிருந்த கவணின் மூலம் கல்லை கோலியாத்தின் நெற்றியில் வீசினான். கல் கோலியாத்தின் நெற்றியில் பட்டு கீழே வீழ்ந்தான். தாவீது எப்போது கல்லைக் கவணில் வைத்து வீசினான் என ஒருவரும் அறியவில்லை என வீரமாமுனிவர் பாடுகிறார்.

சீவகசிந்தாமணியின் தாக்கம்

சீவகசிந்தாமணிக்கு நிகரானது தேம்பாவணி என எம்.எஸ். பூர்ணலிங்கம் பிள்ளை குறிப்பிட்டுள்ளார். வீரமாமுனிவர் சிந்தாமணியை முழுமையாகக் கற்றதனால், தாம் படைத்த காப்பியத்தில் சீவக சிந்தாமணியின் கருத்துகளை எடுத்தாண்டுள்ளார். திருத்தக்க தேவர் ஏமாங்கத நாட்டு வளத்தை வருணனையின் மூலம் விவரிக்கிறார். அந்நாட்டிலுள்ள தென்னை மரத்திலிருந்து தேங்காய்கள் அருகிலுள்ள கமுக மரத்தில் வீழ்ந்து, அதிலுள்ள தேனிறாலைக் கீறி, பலா மரத்திலுள்ள பலாப்பழத்தைப் பிளந்து, மா மரத்திலுள்ள கனிகளைச் சிதறி, பின்னர் வாழைமரத்திலுள்ள பழங்களை நசுக்குமாம் எனப் பின்வருமாறு பாடுகிறார்:

காய்மாண்ட தெங்கின் பழம்வீழக் கமுகின் நெற்றிப்
பூமாண்ட தீந்தேன் தொடைகீறி வருக்கை போழ்ந்து
தேமாங் கனிசிதறி வாழைப் பழங்கள் சிந்தும்
ஏமாங் கதமென் இசையால் திசைபோய துண்டே.

(நாமகள் இலம்பகம், பா. 2)

கிறித்துவக் காப்பியங்கள்

இச்செய்யுளின் சுவையில் மனதைப் பறிகொடுத்த வீரமாமுனிவர், தேம்பாவணியிலுள்ள சூதேயா நாட்டின் வளத்தைக் குறிப்பிடும்போது,

> பாய்ந்த தெங்கதின் பழங்கள் வீழ்தலால்
> வாய்ந்த வாழைமா வருக்கை ஆசினி
> சாய்ந்த தீங்கனி சரிந்தே தேன்புனல்
> தோய்ந்த வாயெலாம் இனிமை தோய்ந்தன

(நாட்டுப் படலம், பா. 33)

எனப் பாடுகிறார். இச்செய்யுளில் சூதேயா நாட்டில் முக்கனிச்சாறும் ஆற்று நீரில் கலந்து, அந்நீரைப் பருகுவோர் வாயெல்லாம் இனிமை ஊட்டத் தொடங்கிவிட்டது என்னும் கருத்தினை நிலைநாட்டுகிறார்.

சோழநாடு வயல் வளம் மிக்கது. வயலிலுள்ள நெற்பயிரை அதன் மூன்று நிலைகளை ஆதாரமாகக் கொண்டு திருத்தக்கத் தேவர்,

> சொல்லருஞ் சூல்பசும் பாம்பின் தோற்றம்போல்
> மெல்லவே கருவிருந் தீன்று மேலலார்
> செல்வமே போல்தலை நிறுவித் தேர்ந்தநூல்
> கல்விசேர் மாந்தரின் இறைஞ்சிக் காய்த்தவே

(நாமகள் இலம்பகம், பா. 24)

எனப் பாடுகிறார். இச்செய்யுளில் நெற்பயிர் கதிர் வெளிவருவதற்கு முன்னர் அதன் இடை கனத்திருப்பதால் அது பச்சைப் பாம்பைப்போல் காட்சியளிக்கிறது என்றும், நெற்கதிர் முற்றாத நிலையில் தலை தூக்கி நிற்பதை பண்பாடு இல்லாத ஒருவனுக்குத் திடீரென செல்வம் வந்தால் செருக்குடன் தலை நிமிர்ந்து நிற்பதைப்போல் தோற்றமளிக்கிறது என்றும், நெற்கதிர் முற்றியவுடன் தலைசாய்ந்து நிற்பது கல்வியறிவு உடைய சான்றோர்கள் தலை வணங்கிப் பணிவுடன் நடப்பதைப்போல் காணப்படுகிறது என்றும் தேவர் விவரிக்கிறார். இப்பாடலின் கருத்தில் மனதைப் பறிகொடுத்த வீரமாமுனிவர், தேம்பாவணியிலும் இதுபோல ஒரு செய்யுளை அமைத்துள்ளார். அச்செய்யுள் பின்வருமாறு:

> பூரி யார்திருப் போல்தலை பசியகூழ் நிறுவி
> நீரி னார்தலை நேரநேர் வளைவொடு பழுத்த
> ஆர மானுநெல் லறுத்தரி கொண்டுபோ யங்கட்
> போரி தாமெனக் களித்தனர் போர்பல புனைவார்

(நாட்டுப் படலம், பா. 14)

இச்செய்யுளில் வளமாக வளர்ந்த காலத்தில் இளம் பயிர்கள் செல்வம் பெற்ற அற்பர்களின் செருக்குப் போலத் தலை நிமிர்ந்து செழிப்பாக நிற்கும். கதிர்

முற்றிய காலத்தில் சான்றோர்களின் தலையினைப்போல வளைந்து தாழ்ந்து விளங்கும். முற்றி முதிர்ந்த முத்துப் போன்ற நெற்கதிர்களை அறுத்துக் கட்டி களத்து மேட்டிலே கொண்டுபோய்க் குவித்து உழவர்கள் எம் நாட்டில் யாம் அறிந்த போர் இந்த நெற்போர், வைக்கோல்போர் அன்றி வேறில்லை எனக் களிப்போடு முழங்குவர் எனக் குறிப்பிடுகிறார்.

கிளைக் கதைகள்

தேம்பாவணியில் விவிலியத்திலுள்ள பல நிகழ்வுகள் இடம் பெற்றுள்ளன. இவை காப்பியச் சிறப்புக்கும் வளர்ச்சிக்கும் பல நிலைகளிலும் உறுதுணை புரிகின்றன. இக்கிளைக் கதைகள் சில நிகழ்வு களை வெளிப்படுத்தி, காப்பிய மாந்தரை சிறப்பிப்பதற்காகவே அமைக்கப் பட்டுள்ளன. சான்றாக, வளனும் மரியும் தெய்வக் குழந்தையாகிய இயேசு பாலகனை, ஏரோது அரசனுக்குப் பயந்து வேறு ஊருக்கு எடுத்துச் செல்லும்போது அவர்களுக்கு மனச்சோர்வு ஏற்படுகின்றது. அப்போது உடன்வரும் வானவர்கள் இறைவனின் பேராற்றலை விவிலியத்தில் காணப்படும் நிகழ்வுகள் மூலம் அவர்களுக்கு விளக்குகின்றனர்.

1. மோயீசன் கதை (மோசேயின் கதை)

எகிப்து நாட்டு அரசன் பார்வோன் என்பவன் இசுரவேல் மக்களைக் கொடுமைப்படுத்தினான். பார்வோனிடமிருந்து இசுரவேல் மக்களைக் காப்பதற்காக இறைவன் மோயீசன் என்னும் ஒரு தலைவனை உருவாக்கினார். பின்னர் மோயீசன் கையில் இறைவன் ஒரு கோலையும் தமது ஆற்றலையும் கொடுத்தார். எனினும் பார்வோன் அரசன் இசுரயேல் நாட்டு மக்களை எகிப்தை விட்டு அனுப்பவில்லை. அரசனைப் பணியவைக்க, இறைவன் அவர்களுக்கு வெப்பமிக்க இரத்தம், தவளை, உண்ணிகள், ஆலங்கட்டிமழை, செறிந்த இருள் முதலிய ஒன்பது துன்பங்களையும் இறுதியில் பத்தாவதாக எகிப்தியரின் தலைப் பிள்ளைகளின் இறப்பையும் கட்டளையிட்டார். அதன் பின்னரே பார்வோன் அரசன் அவர்களை விடுவித்தான். இந்த வரலாற்றை வானவர்கள் விரித்துரைத்து திருக்குடும்பத்தினருக்கு ஊக்கமளித்தனர்.

2. சேதையோன் கதை (கிதியோன் கதை)

இரண்டாம் காண்டத்திலுள்ள சேதையோன் வெற்றிப் படலத்தில் இக்கதை இடம்பெற்றுள்ளது. சேதையோன் என்ற மாவீரனின் வெற்றி வரலாற்றைச் சூசைக்கு வானவர்கள் விவரித்தனர். உழவனாகிய சேதையோன் என்பவன் இறைவனால் தெரிந்து கொள்ளப்பட்ட ஒரு தளபதி ஆவான். முதலில் இறைவனுடைய தூதனின் அழைப்பை

நம்பவில்லை. பின்னர் இறைவனின் கட்டளையை ஏற்றுக் கொண்டு, மக்களை ஒன்று சேர்த்து 32,000 வீரர்களைத் திரட்டினான். இதையறிந்த பகையரசர்களாகிய மதியான், அமலேக் ஆகியோர் ஒன்று சேர்ந்தனர். பகைவர்களின் படை அதிக எண்ணிக்கை உடையதாகவும் வலிமை உடையதாகவும் காணப்பட்டது. இதனைப் பார்த்த இறைவன் வெற்றிவாகைசூட இவ்வளவு படைதேவையா? என எண்ணினார். போர் குறித்து அச்சப்படுவோர் தவிர்த்து வீரம் உடைய வீரர்கள் மட்டும் நிற்கக் கட்டளையிட்டார். அவருள் 10,000 பேர் நின்றனர். மேலும் ஆற்றின் நீரை நாவால் நக்கிக் குடித்தோர் செல்லவும், கையால் அள்ளிக் குடித்தோரை நிற்கவும் கட்டளையிட்டார். அதில் 3000 பேர் எஞ்சினர். இவர்கள் ஒவ்வொருவருக்கும் ஓர் எக்காளம், ஒரு மண்பானை, ஒரு விளக்கு ஆகியவற்றைக் கொடுக்குமாறு கட்டளையிட்டார். மூவாயிரம் பேரும் மூன்று அணியாகப் பிரிந்து பகைவரிடம் சென்றனர். தீபத்தை மறைக்கப் பானையைப் பயன்படுத்தினர். பகைவரிடம் சென்று எக்காள ஒலி எழுப்பி, பானைகளை உடைத்ததும், திடுக்கிட்டெழுந்த பகைவர்கள் நிலை தடுமாறினர். தங்களைத் தாங்களே பகைவரெனக் கருதி, இரு படைத்தலைவரும் அழித்துக் கொண்டனர். ஏறக்குறைய 120000 வீரர்கள் இறந்தனர். இறைவனின் அற்புதத்தால் சேதையோனுக்கும் அவன் மக்களுக்கும் மிகப் பெரிய வெற்றி கிடைத்தது.

3. ஆணரன் கதை [யோசேப்பின் வரலாறு]

இரண்டாம் காண்டத்திலுள்ள சித்திரக்கூடப் படலத்தில் முனிவர்களுக்கு சூசை விளக்கிக் கூறிய ஆணரன் வரலாறு சிறந்த ஒரு கிளைக்கதையாகும். யாக்கோபு என்பவருக்கு இரண்டு மனைவியர். முதல் மனைவியின் மூலம் பத்து பிள்ளைகளும் இரண்டாவது மனைவியின் மூலம் இரண்டு பிள்ளைகளும் பிறந்தனர். இரண்டாவது மனைவியின் மூத்த மகன் ஆணரன் ஆவான். தான் கண்ட கனவைப் பற்றித் தன் சகோதரர்களிடம் கூறியதால் தண்ணீர் குறைந்த கிணற்றினுள் தள்ளித் துன்புறுத்தி, வணிகரிடம் விற்று விட்டனர். அவ்வணிகன் ஆணரனை புத்திபார் என்னும் செல்வந்தனிடம் விற்றான். புத்திபாரின் மனைவியால் சிறையில் அடைக்கப்பட்ட ஆணரன், சிறையில் அடைபட்டிருந்தோருக்குக் கனவின் பொருளுரைத்தான். மட்டுமன்றி, அரசன் கண்ட கனவின் பொருளையும் விவரித்தான். ஆதலால் அந்நாட்டின் செயல் தலைவனாக நியமிக்கப்பட்டான். வளமான நாட்களில் சேர்த்து வைத்திருந்த தானியத்தைப் பஞ்ச காலத்தில் வழங்கினான். அவனது உண்மை, நேர்மை, தூய்மை, இறைப்பற்று முதலியவற்றால் சிறந்த நிலையை அடைந்தான். இறுதியில் தன்னை அழிக்க முயன்ற சகோதரர்களையே காப்பாற்றினான்.

4. சஞ்சோன் கதை [சிம்சோன் கதை]

இரண்டாம் காண்டத்திலுள்ள காசை சேர் படலத்தில் சஞ்சோனின் கதை இடம்பெற்றுள்ளது. சஞ்சோன் தன் எதிரியான பிலித்தையரின் பயிர்களிடையே வால் கட்டப்பட்ட தீப்பந்தம் பிணைக்கப்பட்ட நரிகளைத் துரத்தி விட்டான். பயிர்கள் அனைத்தும் அழிந்தன. ஒருநாள் சஞ்சோன் தனியாக இருக்கும்போது பெலித்தியர்கள் சஞ்சோனைச் சூழ்ந்து கொண்டனர். இறந்த கழுதை ஒன்றின் வாய்த்தாடை எலும்பை வைத்து அவர்களைச் சிதறி ஓடச் செய்தான். சஞ்சோனை அவன் மையல் கொண்ட பெண்ணான தாலிலை என்பவள் மூலம் அழிக்க நினைத்தனர். சஞ்சோனின் வீரம் அவன் தலை முடியில் இருப்பதை அறிந்த அவர்கள், தாலிலை மூலம் அதைக் கத்தரித்தனர். வலிமை இழந்த சஞ்சோனின் கண்களைக் குடைந்தனர். பல நாட்கள் அவனைச் சிறையிலடைத்தனர். பல நாட்களில் அவனது தலைமுடி வளர்ந்து பலம் திரும்பியது. பகைவர்கள் சிறையிலிருந்து ஒரு மண்டபத்திற்கு அவனைக் கொண்டு வந்தனர். சஞ்சோன் தன் வலிமையினால் அம்மண்டபத்தின் தூண்களை அசைத்து மண்டபத்தின் மேல்புறத்தைக் கீழே விழச் செய்தான். பகைவர்களும் சஞ்சோனும் அழிந்தனர்.

தமிழ் மரபு

காப்பியக் கதைத் தலைவர் சூசை வாழ்ந்தது தமிழ் நாட்டில் இல்லை. அதுபோன்று வீரமாமுனிவரும் தமிழ் நாட்டைச் சேர்ந்தவர் இல்லை. எனினும், காப்பியம் முழுக்கத் தமிழ் மணம் வீசும் வகையில் தேம்பாவணி படைக்கப் பெற்றுள்ளமைக்குப் பல சான்றுகளைச் சுட்டலாம். பிற தமிழ்க் காப்பியங்களைப் போலவே, சீரிய உலகம் மூன்றும் என மங்கலச் சொற்களைப் பயன்படுத்தியே காப்பியத்தைத் தொடங்குகிறார். இறைவனை வணங்கும்போது, அயல்நாட்டுக் கிறித்தவ மரபுகளைச் சாராது, தமிழ் மரபையே சார்ந்து நின்று, இறைவனது பாதங்களையே முதலில் வணங்குவதையும், இறைவனது பாதங்களை மலராகக் காண்பதையும் தேம்பாவணியில் காணமுடிகிறது. இறைவனுக்கு வாகனங்களையும் கொடிகளையும் குறிப்பது தமிழகத்திலுள்ள சமய மரபு. இதனைப் பின்பற்றி வீரமாமுனிவரும் திருமகன் இயேசுவை மேக வாகனத்தில் வருபவராகவும், அவரது முன்னோரான தாவீது அரசனைச் சிங்கக் கொடியோன் என்றும் பாடுகிறார்.

மேலும், இறைவனுடைய திருமேனிக்கு வண்ணம் (நிறம்) குறித்துப் பாடுவதும், இறைவனைத் தரையில் வீழ்ந்து வணங்குவதும், கை கூப்பி வணங்குவதும், மலர்கள் தூவி வழிபடுவதும், விளக்குகளை ஆலயங்களில் ஏற்றுவதும், தேர்த்திருவிழா காண்பதும் போன்ற பல தமிழ்ச் சமய

மரபுகளைத் தம் காப்பியத்தில் வீரமாமுனிவர் இணைத்துள்ளார். ஓரிரு இடங்களில் தாம் கூறவரும் செய்திகளுக்கு உவமையாகத் தமிழ்நாட்டில் வழங்கும் புராணச் செய்திகளையும் வீரமாமுனிவர் பயன்படுத்தியுள்ளார். தமிழகத்தில் தான் கண்ட மயிலையும் குயிலையும் தேம்பாவணிச் செய்யுட்களில் கொண்டு வருகிறார்.

ஆலை யார்புகை முகிலென் றார்ப்பெழச்
சோலை யார்மயில் துள்ள மாங்குயில்
மாலை யாரிருள் விரும்பு மாக்கள்காண்
மேலை யாரென மெலிந்து தேம்புமால் (நாட்டுப் படலம், பா.19)

என்னும் செய்யுளில் சூதேயா நாட்டிலுள்ள ஆலைகளிலிருந்து வெளி வரும் கருமையான புகையைப் பார்த்த மயில்கள் கருமேகம் திரண்டது என நினைத்து தோகையை விரித்து ஆடுகின்றன. குயில்கள் தீயாரைக் கண்ட நல்லாரைப்போல் வாடுகின்றன என்கிறார். சூதேயா நாட்டில் நடக்கும் நிகழ்வுகளை தமிழகத்தில் நடப்பதாகவே வீரமாமுனிவர் காண்கிறார். இவ்வாறு வீரமாமுனிவர் தமிழக மண்ணின் மணம் வீசும் வகையிலும், தமிழ் மரபுக் கேற்பவும் தம் காப்பியத்தைப் படைத்துள்ளார்.

உவமைத்திறன்

தேம்பாவணியில் ஏறத்தாழ 1275 உவமைகளை வீரமாமுனிவர் கையாண்டுள்ளார். மனத்தில் பாவக்கறை சேர்ந்துவிட்டால், அந்த மனமே அதற்காக வருந்தினால் ஒழிய அக்கறைகள் அகலா. இதனை கால்களில் மண் ஒட்டிக் கொள்வதில்லை, ஆனால் அந்த மண்ணுடன் தண்ணீர் கலந்து சேறாகிவிட்டால், அச்சேறு கால்களில் மிக எளிதாக ஒட்டிக் கொள்கிறது. பின்னர், அச்சேற்றைக் கழுவி கால்களைத் தூய்மை செய்யவும் நீர்தான் தேவைப்படுகிறது. ஆகவே பாவத்துக்குக் காரணமாகிய மனமே, பாவத்தைப் போக்கிக்கொள்ளவும் துணை செய்வதால், மனம் நீர் போன்றது என உவமை நயம்படப் பாடுகிறார். இதனை,

புனம் செயும் பங்கமே புனம்ஒ ழித்தென
மனம் செயும் பங்கமும் மனநொந்து ஆற்றலின்
தினம் செயும் புகர்வினை தெரிகிலார் அறத்து
இனம் செயும் பயன்பட ஈட்டல் ஏலுமோ?

(வாமன்ஆட்சிப் படலம், பா. 37)

என்னும் செய்யுளின் வாயிலாக அறிந்து கொள்ள முடிகின்றது.

வீரமாமுனிவர் வானம் கறுத்து மழை பெய்து உலகை வளப்படுத்துவதைப் பல உவமைகளால் விளக்குகிறார். ஒருவனது புகழ்

அவன் படைத்த நூல் வழியாகப் பரவுவதைப் போல, மலையிலே சிறிதாகப் படிந்த மேகம் நொடிப் பொழுதிலே எங்கும் பரந்து விரிந்தது; அவ்வாறு வானத்தில் பரவிய மேகம் வேலாயுதம் ஒளி விடுவதைப்போல மின்னி, இறைவனின் அருளைப் போன்று மழை பெய்தது. அதனால் இப்பூமி ஓர் ஓவியத் தூரிகையால் தீட்டப்பட்ட சித்திரம் போலப் பொலிவு பெற்றுத் தோன்றியது எனக் கூறுகிறார். இக்கருத்தை விளக்கும்,

நூல்வழிப் புகழே போன்று நொடிப்பினில் பரந்த மேகம்
வேல்வழி ஒளியே போன்று மின்னியார்த் திறைவன் அன்பின்
பால்வழிப் பயனே போன்று பகல்இரா அளவிற் றூவிக்
கோல்வழிப் படமே போன்று கூவெலாம் கேழ்த்தது என்றான்

(மகன் நேர்ந்த படலம், பா. 18)

என்னும் இச்செய்யுள் வீரமாமுனிவரின் உவமைத்திறனுக்குச் சிறந்த சான்று.

உருவகத்திறன்

தேம்பாவணியில் பல உருவகச் செய்யுட்கள் உள்ளன. உலக மக்களிடையே பேய்கள் ஆசைகளை வளர்த்து அழிவுப் பாதைக்கு இழுத்துச் செல்கின்றன என்னும் கருத்தை உருவகமாக ஞாபகப் படலத்தில் விவரிக்கிறார். இதை,

ஆசைஏ ராகப் பூட்டி அறிவழித் துளம்சே ருக்கி
ஓசையே கலங்க வீக்கி உழுதுபல் புரையே வித்தி
மாசையே முதற்பல் வாழ்வின் வளர்பயிர் முகத்தைக் காட்டி
காசையே உதவா பூதி கனல்விளைவு இயற்றும் பேயே

(ஞாபகப் படலம், பா. 12)

என்னும் உருவக வடிவில் பாடுகிறார். இச்செய்யுளில் பாவத்தை விளைவிப்பது பேயெனவும், அறிவினை அழித்து உள்ளத்தைச் சேறாக்கி, ஆசை என்னும் ஏர் பூட்டி, பாவம் என்னும் விதையை விதைத்து, முதலில் திரவியம் போல் வளர்பயிர் முகத்தைக் காட்டிப் பின்னர் ஒன்றுக்கும் உதவாப் புல்லாகிய விளைவினைத் தரும் என்பதை உருவகமாக விவரிக்கும் திறன் போற்றத்தக்கது.

தற்குறிப்பேற்றம்

உலகில் இயல்பாக நடைபெறும் நிகழ்ச்சிகளின் மேல் கவிஞர்கள் தம் குறிப்பை ஏற்றி வைத்து, காரணம் கற்பித்துப் பாடுவதனைத்

தற்குறிப்பேற்றம் என்பர். பொதுவாகக் கதிரவன் தோற்றம், மறைவு, நிலவின் இயக்கம், கொடிகளின் அசைவு போன்றவற்றை இவ்வடிப்படையில் பாடுவர். தமிழ் இலக்கிய மரபுகளை நன்குணர்ந்த வீரமாமுனிவரும் இவ்வணியை நன்கு பயன்படுத்தியுள்ளார். தேம்பாவணியில் பல இடங்களில் தற்குறிப்பேற்ற அணி காணப்படுகிறது. எகிப்து நாட்டிலிருந்து மரியாள், சூசையப்பர், குழந்தை இயேசு ஆகிய மூவரும் செல்கின்றனர். இவர்கள் எருசலேம் நகரை அடைந்தபோது அந்நகர மாளிகையில் இருந்த கொடிகள், இவர்களை இந்நகருக்குள் வராதீர்கள் அங்கேயே நின்று விடுங்கள் என்று கூறுவது போல் ஆடுகின்றனவாம். இயேசு பாலகனுக்கு அந்நகர அரசன் இழைக்கக் கருதும் தீமையை எண்ணி அவ்வாறு கூறுகின்றனவாம். அத்துடன், அந்த மாளிகைக் கொடிகள், ஆடுகின்ற ஆலயக் கொடிகளை நோக்கி வருகின்றவர் எட்டுத் திசைகளையும் காக்க வல்லவர். ஆதலின் அவர் வருவதைத் தடைசெய்யாமல் நில்லுங்கள் என்று அமர்த்தியதாகவும் பாடுகிறார். இப்பகுதியில் கொடிகள், பிற கொடிகளை நோக்கிக் கூறுவதாகப் பாடுவது வீரமாமுனிவர் செய்த புதுமையாகும். சிலப்பதிகாரத்திலும், கம்பராமாயணத்திலும் கொடி அசைவதை வைத்து தற்குறிப்பேற்ற அணியில் செய்யுட்கள் இடம்பெற்றுள்ளன.

கற்பனை

வீரமாமுனிவர் கற்பனை நயத்துடன் பல செய்யுட்களை இயற்றி யுள்ளார். இச்செய்யுட்கள் அனைத்தும் வீரமாமுனிவரின் புலமைக்குச் சான்றாதாரமாக விளங்குகின்றன. சான்றாக,

பெடைநாணின தென நாள்நறை பிளிர்தாமரை நெடுங்காக்
கடைநாணின அன்னம் மேவுபு கரவாயின முறைகண்டு
இடையாயின பலபூமுகை இனம்நக்கென மலர
நடையாடின பறவைக்குலம் நனி ஆர்த்தன நகவே

(நீர் வரமடைந்த படலம், பா. 31)

என்னும் செய்யுளைச் சுட்டலாம். திருக்குடும்பத்தினர் செல்லும் வழியிலுள்ள தடாகத்தில் நீரை அருந்தினர். அந்தத் தடாகத்தில் நிகழும் காட்சிகளைக் கற்பனை நயத்துடன் ஆசிரியர் விவரிக்கிறார். தடாகத்திலுள்ள ஓர் அரச அன்னம் தாமரை இதழைத் தன் அலகால் பறித்தது. அதனால் அதன் தேன் துளி தனக்கு முன் ஓடிய ஒரு பெட்டை அன்னத்தின் உச்சியில் பட்டது. அது மணநீரை பெண்கள் ஒருவர் மீது ஒருவர் பாய்ச்சி விளையாடுவதைப் போல இருந்தது. அப்பெட்டை அன்னம் அதனால்

நாணம் அடைந்தது. அதைப்பார்த்த ஆண் அன்னமும் நாணமடைந்து தாமரைக் கூட்டத்தினிடையே சென்று மறைந்து கொண்டது. இவற்றைக் கண்ட கணக்கற்ற பூ மொட்டுகள் சிரிப்பது போல் மலர்ந்தன எனக் கற்பனையுடன் பாடுகிறார்.

அறிஞர்களின் கருத்துகள்

தேம்பாவணியில் 90 வகை சந்தங்களும், ஏறத்தாழ 105 விவிலியக் குறிப்புகளும் இடம் பெற்று காப்பியத்திற்கு மெருகூட்டுகின்றன. டாக்டர் ஜி.யு. போப், 'கிறித்தவ நற்செய்திகளின் வரலாற்றுச் சுருக்கத்தைத் தரும் நோக்கில் இது எழுதப்பட்டதால் பல பழங்கதைகள் இதில் உள்ளன. நடையழகில் இது தமிழின் முழு இயல்பும் கொண்டது. இதனைக் கற்கும் மாணவன் சில அழகிய பகுதிகளைச் சந்திப்பான். எனினும் முழுமையாகப் பார்த்தால் இந்நூல் சோர்வூட்டுகிறது (The Sacred Kural, Preface, P.v) எனக் குறிப்பிட்டுள்ளார். சென்னையின் கலெக்டராக இருந்த எல்லீசர் என்பவர் தேம்பாவணியின் சிறப்புகளை உணர்ந்து, இந்நூலை அகில உலகிற்கும் அறிமுகம் செய்து வைத்தல் அவசியம் என்று கருதி, இந்நூலிலுள்ள செய்யுள்களுள் சிலவற்றை ஆங்கிலத்தில் மொழிபெயர்த்தார். மேனாட்டுக் கலை ஆறும் தமிழ் நாட்டுக் கலை ஆறும் கலக்கும் ஏரி தேம்பாவணி என தனிநாயக அடிகள் பாராட்டியுள்ளார்.

மேலை நாட்டவர்களால் இயற்றப்பட்ட மூன்று கிறித்தவக் காப்பியங்களுள் தேம்பாவணி அளவில் பெரியதாகவும் சிறப்பில் மேம்பட்டதாகவும் அமைப்பு முறையில் உயர்வானதாகவும் திகழ்கின்றது. வீரமாமுனிவர் பல இலக்கியங்களைப் படைத்திருப்பினும் அவருக்கு தேம்பாவணி உயர்வான புகழினை ஈட்டிக் கொடுத்துள்ளது.

43. இரட்சணிய யாத்திரிகம்

தேம்பாவணியும் இரட்சணிய யாத்திரிகமும் கிறித்தவ இலக்கியத்தின் இரு கண்களாகப் போற்றப்படுவன. கிறித்தவக் காப்பியங்களுள் முதன்மையான இரட்சணிய யாத்திரிகத்தைக் கிருஷ்ண பிள்ளை இயற்றியதன் காரணமாக கிறித்தவக் கம்பர், வீரமாமுனிவரின் வழித் தோன்றல் என்னும் சிறப்புப் பெயர்களைப் பெற்றார். கிருஷ்ண பிள்ளை இளம் வயதில் இலக்கண நூல்களையும் கம்பராமாயணம், சீவகசிந்தாமணி போன்ற இலக்கிய நூல்களையும் கற்று புலமை பெற்றிருந்ததால் மக்கள் போற்றும் காப்பியத்தை அவரால் படைக்க முடிந்தது. அவரது காப்பியம் வெளிவர பாளையங்கோட்டையிலிருந்து வெளிவந்த 'நற்போதகம்' என்னும் கிறித்தவ மாத இதழ் பெருந்துணை புரிந்தது.

ஆசிரியர் வரலாறு

தென்பாண்டி நாடான திருநெல்வேலியிலுள்ள பாளையங் கோட்டைக்கு அருகிலுள்ள கரையிருப்பு என்னும் கிராமத்தில் சங்கரநாராயண பிள்ளை - தேவகியம்மாள் தம்பதியினருக்கு 1827 ஆம் ஆண்டு ஏப்ரல் மாதம் 23 ஆம் நாள் கிருஷ்ணபிள்ளை பிறந்தார். சங்கர நாராயண பிள்ளை கம்பராமாயணச் சொற்பொழிவு நிகழ்த்தும் போது கிருஷ்ணபிள்ளையையும் உடன் வைத்துப் பழக்கினார். இதனால் கிருஷ்ணபிள்ளை பதினான்கு வயதினராக இருக்கும்போது கம்பராமாயணத்திலுள்ள செய்யுட்களை மனப்பாடமாக அறிந்ததுடன் அவற்றிற்குப் பொருள் கூறவும் புலமை பெற்றிருந்தார்.

தந்தையாரின் வேண்டுகோளுக்கிணங்க, திருச்செந்தூரைச் சேர்ந்த முத்தம்மாளை 1842 ஆம் ஆண்டு ஆகஸ்டு 22 ஆம் நாள் கிருஷ்ணபிள்ளை திருமணம் செய்தார். சங்கரநாராயண பிள்ளை தம் 47 ஆவது வயதில் காலமானார். 1845 ஆம் ஆண்டு நவம்பரில் கிருஷ்ணபிள்ளையும் குடும்பத்தாரும் பாளையங்கோட்டையிலுள்ள முருகன்குறிச்சியில் குடியேறினர். திருநெல்வேலிப் பகுதிகளில் இறைப்பணியாற்றி வந்த

பேராயர் கால்டுவெல் 1853 ஆம் ஆண்டு மே 27 ஆம் நாள் கிருஷ்ண பிள்ளையைத் திருமறைக் கல்லூரியில் தமிழாசிரியராக நியமித்தார். எனவே பாளையங்கோட்டையிலிருந்து 37 கி.மீ. தொலைவிலுள்ள சாயர்புரத்திற்குக் கிருஷ்ணபிள்ளை தம் குடும்பத்தினருடன் குடியேறினார்.

தன்னுடன் கல்லூரியில் பணியாற்றும் ஆசிரியர் ஒருவரிடம் தமிழ் வேதாகமத்தை வாங்கி ஆதியாகமம் முதல் யாத்திராகமம் இருபதாம் அதிகாரம் வரை படித்தார். வேதாகமம் படிக்கத் தொடங்கியபின் இவரது பழைய சமயப் பற்று குறையத் தொடங்கியது. கிருஷ்ணபிள்ளையின் தம்பி முத்தையா பிள்ளை இவரது குடும்பத்தில் முதன்முதலாகக் கிறித்தவராக மாறினார். கிருஷ்ணபிள்ளையின் நெருங்கிய நண்பர்கள் சண்முகநாதக் கவிராயரும் தனுஷ்கோடி ராஜூவும் கிறித்தவர்களாக மாறினர். இரண்டு நண்பர்களும், தன் ஒரே தம்பியும் கிறித்தவர்களாக மாறியது கிருஷ்ணபிள்ளையின் வாழ்வில் பல மாற்றங்களை ஏற்படுத்தியது. கிருஷ்ணபிள்ளையின் நண்பரான தனுஷ்கோடி ராஜூ பரதேசியின் மோட்சப் பிரயாணம், ஆத்தும விசாரந் தீர்த்தல், இருதயக் காவல், இளமைப் பக்தி என்னும் நூற்களைப் படிக்கக் கொடுத்தார். கிருஷ்ணபிள்ளை பின்னாளில் இந்நூற்களுள் ஒன்றான மோட்சப் பிரயாணம் என்னும் நூலை அடிப்படையாகக் கொண்டே கிறித்தவக் காப்பியமான இரட்சணிய யாத்திரிகத்தைப் படைத்தார்.

கிறித்தவக் கோட்பாடுகளை ஏற்றுக் கொண்ட கிருஷ்ணபிள்ளை திருமுழுக்குப் பெற வேண்டும் என்னும் நோக்கத்துடன் சென்னை சென்றார். அவர் நினைத்தபடி உடனடியாகத் திருமுழுக்குப் பெற முடியவில்லை. அப்போது அருள்திரு. பீட்டர் பெர்சிவல் (Peter Percivel) சென்னை மாநில உயர்நிலைப் பள்ளியின் (Presidency School) பதிவாளராகப் பணிபுரிந்து வந்தார். கிருஷ்ணபிள்ளையின் தமிழ்ப் புலமையை அறிந்த பெர்சிவல், தனக்குத் தமிழ் கற்றுக் கொடுப்பதுடன், தான் நடத்தி வந்த ''தினவர்த்தமானி'' என்னும் இதழுக்குத் துணை ஆசிரியராகப் பொறுப்பும் கொடுத்து, உயர்நிலைப் பள்ளியின் துணைத் தமிழ் ஆசிரியராகவும் அமர்த்தினார். பின்னர் புகழ்பெற்ற வேதாகம மொழிபெயர்ப்பாளர் ஹென்றி பவருக்குத் (Hentry Bower) தமிழ்க் கற்றுக் கொடுத்ததுடன் அவரது மொழி பெயர்ப்புப் பணிக்கும் உதவினார்.

1858 ஆம் ஆண்டு ஏப்ரல் 18 ஆம் நாள் தம்முடைய முப்பதாவது வயதில் அருள்திரு. ஜான் கஸ்ட்டுவிடம் (Rev. John Guest) மயிலாப்பூரிலுள்ள தூய தாமசு திருச்சபையில் ஹென்றி ஆல்பர்ட்

கிருஷ்ணபிள்ளை எனத் திருமுழுக்குப் பெற்றார். ஹென்றி பவர் என்னும் பெயரிலுள்ள ஹென்றி என்னும் பெயரையும் திருமுழுக்குப் பெற்ற அன்று செய்தி வழங்கிய ஆல்பிரட் ஆர். சிமாண்ட்ஸ் (Alfred R. Symonds) என்னும் பெயரிலுள்ள ஆல்பிரட் என்னும் பெயரையும் சேர்த்து வைத்த பெயரே ஹென்றி ஆல்பர்ட் கிருஷ்ணபிள்ளை என்பதாகும். அன்று முதல் இவரை எச்.ஏ. கிருஷ்ணபிள்ளை என அழைப்பது வழக்கமாயிற்று. பின்னர் தம் குடும்பத்தினரையும் கிறித்தவர்களாக மாற்ற வேண்டும் என்னும் எண்ணத்துடன் ஊருக்குத் திரும்பினார்.

கிருஷ்ணபிள்ளை கிறித்தவரானதை அறிந்து அவரது மனைவி முத்தம்மாள் தம் தாய் வீட்டுக்குச் சென்றுவிட்டார். இச்சூழலில் அருள்திரு. சார்ஜெண்டு அவர்கள் கிருஷ்ணபிள்ளையைத் திருச்சபைத் தொண்டர் கழகக் கல்விச் சாலையில் தமிழ் ஆசிரியராகப் பணியாற்றவும், திருமதி சார்ஜெண்டு அம்மையாருக்குத் தமிழ்க் கற்பிக்கவும் ஏற்பாடு செய்தார். இவ்வம்மையார் மூலம் கிறிஸ்துவைப் பற்றி அதிகமாக அறிந்து கொண்டார். தாய் வீட்டிலிருந்து திரும்பி வந்த முத்தம்மாள் தாமாகவே கிறித்தவராக மாற விரும்பினார். 1860 ஆம் ஆண்டு செப்டம்பரில் கிருஷ்ணபிள்ளையின் குடும்பத்தார் பாளையங் கோட்டையிலுள்ள திரித்துவ சபையில் திருமுழுக்குப் பெற்றனர்.

கிருஷ்ணபிள்ளை மீண்டும் 1864 ஆம் ஆண்டு சாயர்புரத்திலுள்ள திருமறைக் கல்லூரியில் தலைமைத் தமிழாசிரியராகப் பொறுப்பேற்றார். 1876 இல் திருச்சபைத் திருத்தொண்டர் கல்லூரியில் (C.M.S. College) தமிழ்ப் பேராசிரியர் பொறுப்பை ஏற்றார். 1887 இல் திருவனந்தபுரம் மகாராசர் கல்லூரியில் தமிழ்ப் பேராசிரியராகப் பொறுப்பேற்றுக் கொண்டார். தமது நண்பர் டாக்டர் தனுஷ்கோடி ராஜூவின் வேண்டுகோளுக்கிணங்க 1890 ஆம் ஆண்டின் தொடக்கத்தில் திருவனந்தபுரத்திலுள்ள கல்லூரிப் பணியை விட்டுவிட்டு குலசேகரன் பட்டினம் வந்து தமது நண்பரின் உப்பளத்தை மேற்பார்வையிடும் பணியை ஏற்றுக் கொண்டார். 1891 இல் குலசேகரன் பட்டினத்தில் இவருடைய மனைவி காலமானார். 1892 ஆம் ஆண்டு சென்னையில் டாக்டர் ஜான் மர்டாக்கின் தலைமைப் பொறுப்பில் இயங்கி வந்த கிறித்தவ இலக்கியச் சங்கத்தின் தமிழ்ப் பிரிவுக்கு ஆசிரியராகப் பொறுப்பேற்றுக் கொண்டார்.

1899 ஆம் ஆண்டு டிசம்பர் மாதம் கிருஷ்ணபிள்ளை நோயுற்றார். 1900 பெப்ரவரி மூன்றாம் நாள் பகல் ஒரு மணிக்கு தம் 73 ஆவது வயதில் காலமானார். அடுத்த நாள் காலையில் எச்.ஏ. கிருஷ்ணபிள்ளையின் உடல்

பாளையங்கோட்டைக்கு அருகில் சமாதானபுரத்திலுள்ள திருச்சபைத் திருத்தொண்டர்கழகப் பொதுக் கல்லறைத் தோட்டத்தில் அடக்கம் செய்யப்பட்டது.

படைப்புகள்

கிருஷ்ணபிள்ளை இலக்கண சூடாமணி, எச்.ஏ. கிருஷ்ணபிள்ளை கிறித்தவரான வரலாறு, இரட்சணிய சமய நிர்ணயம் என்னும் உரைநடை நூல்களையும் இரட்சணிய யாத்திரிகம், இரட்சணிய மனோகரம், போற்றித் திருஅகவல் என்னும் செய்யுள் நூல்களையும் படைத்துள்ளார். மேலும் காவிய தரும சங்கிரகம் என்னும் தொகுப்பு நூலையும், பேராயர் இராபர்ட் கால்டுவெல் எழுதிய பரத கண்ட புராதனம் என்னும் நூலைப் பதிப்பித்தும், வேதமாணிக்கம் நாடார் இயற்றிய வேதப் பொருள் அம்மானை என்னும் நூலைப் பிழை திருத்தியும் வெளியிட்டார்.

இரட்சணிய யாத்திரிகத்தின் மூல நூல்

இரட்சணிய யாத்திரிகத்தின் மூல நூலான 'பில்கிரிம்ஸ் புராகிரஸ்' (Pilgrims Progress) இறவாப் புகழ்பெற்ற ஆன்மிக இலக்கியங்களுள் ஒன்றாகும். இந்நூலினை இங்கிலாந்து நாட்டினரான ஜான்பனியன் (1628 - 1688) எழுதியுள்ளார். ஜான்பனியன் அறுபதிற்கும் மேற்பட்ட நூல்கள் படைத்திருந்தாலும் இவரது நூல்களில் தலை சிறந்த நூல் 'பில்கிரிம்ஸ் புராகிரஸ்' என்பதாகும்.

பில்கிரிம்ஸ் புராகிரசின் முதல் பாகம் 1678 ஆம் ஆண்டும், இரண்டாம் பாகம் 1684 ஆம் ஆண்டும் வெளியிடப்பட்டன. உரைநடை வடிவிலான இரு பாகங்களும் சேர்ந்ததே 'பில்கிரிம்ஸ் புராகிரஸ்' என்பதாகும்.

மூல நூல் பெயர்ப்பு

'பில்கிரிம்ஸ் புராகிரசின்' இரண்டு பாகங்களையும் சேர்த்து முதன் முதலாகத் தமிழில் மொழிபெயர்த்து வெளியிட்டவர் அருள்திரு. எல்.ஸ்பால்டிங்கு (L. Spalding). இந்நூல் யாழ்ப்பாண சமய நூல் கழகத்தால் (Jaffna Tract Society) 1853 ஆம் ஆண்டு வெளியிடப்பட்டது. பின்னர் திருநெல்வேலி மெய்ஞானபுரத்திற்கு அருகிலுள்ள பாட்டக்கரையைச் சார்ந்த அருள்திரு. சாமுவேல் பவுல் (1844-1900) 'பில்கிரிம்ஸ் புராகிரசின்' இரண்டு பாகங்களையும் தமிழில் சிறப்பாக மொழி பெயர்த்து 1882 ஆம் ஆண்டு கிறித்தவ இலக்கியச் சங்கத்தின் மூலம், 'பரதேசியின் மோட்சப் பிரயாணம்' என்னும் தலைப்பில் வெளியிட்டார். பனியனின் உள்ளுணர்வு வெளிப்படும் வகையில் இம்மொழிபெயர்ப்பு அமைந்துள்ளது.

1857 ஆம் ஆண்டு தனுஷ்கோடி ராஜு மூலம் ''திருப்பயணியின் முன்னேற்றம்'' என்னும் தமிழ் நூல் கிருஷ்ணபிள்ளைக்குக் கிடைத்தது. இந்நூலே கிருஷ்ணபிள்ளை கிறித்தவராக மாறுவதற்கும் இரட்சணிய யாத்திரிகம் எழுதுவதற்கும் மூலமாக அமைந்தது.

பதிப்பு வரலாறு

தம் காலத்தில் கிடைத்த மொழி பெயர்ப்பு நூல்களை அடிப்படையாகக் கொண்டு இரட்சணிய யாத்திரிகத்தைக் கிருஷ்ண பிள்ளை எழுதத் தொடங்கினார். 1878 ஏப்ரல் முதல் நற்போதகம் என்னும் இதழில் இரட்சணிய யாத்திரிகம் வெளிவரத் தொடங்கியது. பாராட்டுதல்களினால் உந்தப்பட்ட கிருஷ்ணபிள்ளை அதை ஒரு காப்பியமாகப் படைக்கும் பணியை மேற்கொண்டார். சுமார் 13 ஆண்டுகளாக எழுதி 1891 ஆம் ஆண்டில் காப்பியத்தை நிறைவு செய்தார்.

1894 ஆம் ஆண்டு மே மாதம் இரட்சணிய யாத்திரிகம் முழுமையாகக் கிறித்தவ இலக்கியச் சங்கத்தால் வேப்பேரி எஸ்.பி.சி.கே. அச்சகத்தில் ஆயிரம் படிகளாக வெளியிடப்பட்டது. இதில் அருள்திரு. T. *உவாக்கர்* (Rev. T. Uwalker) *ஆங்கிலத்திலும் கிருஷ்ணபிள்ளை தமிழிலும் எழுதிய முன்னுரை, முகவுரைகள் இதன் வரலாற்றை அறிவதற்குப் பேருதவியாக உள்ளன. அருள்திரு.* T. *உவாக்கர் எழுதிய ஆங்கில முன்னுரை பின்வருமாறு:*

> தமிழ்க் கிறித்தவத் திருச்சபைகளில் உயர்தரப் பாடல்கள் மக்களின் மொழியில் போதுமான அளவு இல்லை என்பது எவரும் ஏற்றுக் கொள்ளுகின்ற வருத்தமான உண்மை. இன்றைக்கிருக்கும் பாடல்கள் பல மொழி பெயர்ப்புகளே. இவையும் சொல்லுக்குச் சொல் மொழிபெயர்க்கப் பெற்றவையே. இப்பாடல்கள் புகழ்பெற்ற ஆங்கிலப் பாடல் நூல்களிலிருந்து மொழிபெயர்க்கப் பெற்றவை. மேலும் தமிழ்ச் சமுதாயத்தில் கற்றறிந்த மக்களுக்கு இப்பாடல்கள் எல்லாம் புரிய கூடியவைதாம். ஆனால் ஈர்க்கக் கூடியவையாக இல்லை. இலக்கியத் தரமற்றவையாகவும் உள்ளன. எனவே நமக்கு முன் வைக்கப் பெற்றிருக்கின்ற நூலின் ஆசிரியர் மிகுந்த ஆர்வத்துடனும், மிகுந்த கடினப்பாடுடனும், மிகுந்த உண்மைத் தன்மையுடனும் இந்த நூலை ஆக்கித் தந்துள்ளார். இலக்கியத்தரம் வாய்ந்த பாடல்களை உருவாக்கும் நோக்கில் வாழ்த்தப் பெற்ற கடவுளின் மாட்சி மிக்க நற்செய்தியை வெளிக்கொண்டு வந்துள்ளார். இந்த முயற்சி எந்த அளவுக்கு வெற்றி கண்டுள்ளது என்பதை இந்த நூலைப் படிக்கும் பசுமையும் அறிவுடைமையும் கொண்ட நேயர்தாமே திறனறிந்து பார்த்திட வேண்டும்.
>
> பொதுமக்களின் முன் முதன் முதலாக வைக்கப்பெறுகின்ற இப்பாடல்களின் நோக்கம், இயல்பு போன்றவற்றை விளக்கிட சில குறிப்புகளைத் தர வேண்டிய தேவை உள்ளது. இது இந்த நூலுக்கான அறிமுகமாகவும் அமையும்.

1. நூலாசிரியரின் இலக்கு

ஜான் பனியன் எழுதியுள்ள 'பில்கிரிம்ஸ் புராகிரஸ்' (மோட்சப் பயணம்) என்கின்ற முற்றுருவகமாக அமைந்த இறவாக் காவியத்தின் பொது வரைவுத் திட்டத்தையும் வடிவமைப்பையும் மீண்டும் அதைப்போலச் செய்துவிட முடியாத முறையில், கதைத் திட்டத்துக்குத் தமிழ் மரபு சார்ந்து புத்தாடை புனைவதுதான் இந்தப் படைப்பின் நோக்கமாகும். தமிழ் மொழியில் அமைந்த செய்யுட்களையும் அவற்றுக்கான விதிமுறைகளையும் ஒழுங்கு முறைகளையும் அறிந்திருப்பவர், இவை தவிர்க்கப்பெற முடியாதவை என்று கொள்வர். இம்முறைமைகள், உண்மைகள் அனைத்தும் மிகுந்த நேர்மையுடன் காக்கப் பெற்றுள்ளன. கிறித்தவ மெய்மை, தூய்மை ஆகியவற்றுடன் பொருந்தி வராதவை மட்டுமே தவிர்க்க பெற்றுள்ளன. இந்நூலாசிரியரின் கடின உழைப்பின் பரப்பு பதினான்கு ஆண்டுகளுக்கும் குறையாதது. கவின்மிகு செய்யுட்களைக் கொண்டு ஐந்து தொகுதிகள் நாற்பத்தேழு பிரிவுகள் என்று ஏறத்தாழ நான்காயிரம் செய்யுட்களைக் கொண்டு இந்நூல் திகழ்கின்றது.

2. இந்து சமயச் செய்யுட்களுடன் மாறுபட்ட கருத்துகள்

இந்து சமயத்துச் செய்யுட்களிலிருந்து எங்கெல்லாம் வேறுபடுவதற்குத் தேவையுள்ளதோ அங்கெல்லாம் மாறுபடுகின்றார். தமிழ்ச் செய்யுள் இலக்கண மரபுகளைப் பின்பற்றுகிறார். சில இடங்களில் அவர் வேறுபட்டு இருப்பதையும் பார்க்க முடிகின்றது. நற்செய்தியின் உயரிய தேவைகளின் அடிப்படையில் எழுகின்ற இடங்களில் பெரும்பாலும் வேறுபடுவதைக் காணலாம். இந்து சமய நூல்களின் பக்கங்களை மாசுபடுத்துகின்ற தூய்மையற்ற உருவகங்களும் பொருத்தமற்ற உவமைகளும் கிறித்தவ நூல்களில் இடம்பெறாமையை வெளிப்படையாகக் காணலாம். மிதமிஞ்சிய மிகைபடக் கூறுதலும் தவிர்க்கப் பெற்றுள்ளது. கவின் தன்மை கொண்ட, பெருமிதம் கொண்ட செய்திகளைச் சொல்வதற்கான ஆர்வமும் தவிர்க்கப் பெற்றுள்ளது. இவையெல்லாம் புகழ்மிகுந்த இந்திய இலக்கியங்களில் குறிப்பிடத்தக்க அளவுக்கு உள்ளன. இலக்கியங்களைப் படிப்பாரின் எண்ணம் இங்கு முழுவதுமாக மெய்யான, நேர்மையான, தூய்மையான, இனிமையான, மேன்மையான செய்திகள் மீது செல்கின்றது. இலக்கியத்தின் நடையிலும் மொழியிலும் படைப்பாளர் தெளிவற்றத் தன்மையை தவிர்க்க வழி நடத்தப் பெறுகின்றார்.

இந்து சமய இலக்கியங்களில் படைப்பு ஆசிரியரோ மெய்யான பொருளைக் கடினமான வகையில் தெளிவின்றி விளக்கிட செய்யுட்களைத் தெளிவின்றி அமைத்து விடுவதைப் பார்க்க முடிகின்றது. இதற்கு மாறாக நம் படைப்பாசிரியரோ நோக்கத்தை மிகத் தெளிவாக முன்னுரையில் எழுதுகின்றார். நல்ல செம்மாந்த மொழிநடையில் அவர்தம் படைப்பை அமைக்கின்றார். அதே வேளையில் மிக எளிதாக விளங்கிக் கொள்ளும் வகையிலும் படைப்பு அமைந்துள்ளது. மொழியைப் பற்றிய போதுமான தெளிவுடையோர் யாவருமே இந்தப் படைப்பைப் புரிந்து கொள்ளமுடியும். இப்போது நாம் சொல்லி வருகின்ற படைப்பில் தரமான நடைமுறையிலுள்ள தமிழ் இலக்கியங்களில் வகை தொகையின்றி வடமொழிச் சொற்களை எடுத்துப் பயன்படுத்தும் முறைமையிலிருந்து இப்படைப்பு

வேறுபட்டுள்ளது. மரபு சார்ந்த தமிழிலக்கியச் செய்யுள் படைப்பில் அயல்மொழிச் சொற்களைக் கலந்து படைப்புகளை உருவாக்குவது தவிர்க்கப் பெற்றிருந்தது. ஆனால் இக்காலத்தில் சமஸ்கிருதச் சொற்களைத் தமிழ்ப் படைப்புகளில் பயன்படுத்துவது என்பது முழுவதுமாக ஏற்கப் பெற்றுள்ளது. தமிழ் மொழியில் உள்ள செறிவான தேன் மதுரத் தமிழ்ச் சொற்களை மதிப்பார்ந்த வகையில் எடுத்துப் பயன்படுத்துவதில் இந்த நூலாசிரியர் உரிமையுடன் செயல்பட்டுள்ளார்.

3. சிறப்பாகக் குறிக்க வேண்டிய இயல்புகள்

பில்கிரிம்ஸ் புராகிரஸ் என்கின்ற மூலநூலின் வரைவுச் சட்டகத்தை எடுத்துப் பயன்படுத்திய போதிலும், நம் முன்னே இருக்கும் படைப்பு நிலைகள் முன்மைத் தரம் வாய்ந்தவையாக உள்ளன என்பதை உணரமுடியும். நற்செய்தியின் உயர் விழுமியங்கள் எங்கெல்லாம் இந்து சமயத்திலிருந்து உள்ளதோ அங்கெல்லாம் கதையின் தொடர்ச்சிக்கான வாய்ப்புகள் நிறுத்தப்படுகின்றன. இந்த இடங்களில் நற்செய்தியின் சிறப்பான பண்புகள் தெளிவாக விளக்கம் பெறுகின்றன. எதிர்கால வாழ்வான விண்ணுலக வாழ்வு, நரக வாழ்வு பற்றிய விவிலிய மறையின் செய்தி, இந்து சமயத்தின் செய்தியிலிருந்து வேறுபட்டது. இவ்வுலகில் ஒருவர் நிறைவேற்றும் நற்செயல்கள், தீய செயல்கள் இவற்றின் அடிப்படைக்கு ஏற்ப விண்ணக வாழ்வு, நரக வாழ்வு அமையும் என்று கற்பிக்கிறது. நற்செய்தியின் திட்டமோ தெய்வீக நீதியும் கனிவும் முழு நிறைவுடன் சந்திப்பது, கிறிஸ்துவின் திருச்சபையுடன் நடப்பு வாழ்வில் பொருந்தி நிற்பது, தூயோரின் கூட்டுறவில் நிலைப்பது பற்றியதாகும்.

கிறித்தவத்தின் இந்த ஆன்மிகப் பயிற்சி இந்து சமயத்தின் சடங்காகக் கைக்கொள்வதிலிருந்து வேறுபட்டது. அருள் வழியாக இவ்வுலகில் நம்மை செயல்படகூடியவராக ஆக்குகின்றது; மறுமையின் அருளை, மாட்சிமையை நமக்குத் தருகின்றது. இத்தகைய கருப்பொருள்களையும் இந்த தலைப்புகளையும் நூலாசிரியர் சிறப்பாகக் கையாள்கிறார். செய்யுள் வழியாக அருளுரைகள் பலவும் விளக்கவுரைகள் பலவும் இப்படைப்பில் இடம்பெற்றுள்ளன. தமிழில் அற வாழ்வு பற்றி எழுதியுள்ள புலவர்களின் செய்திகள், படைப்புகள் முழுவதுமே உயர் பண்புடன் எடுத்தாளப்படுகின்றன. பொறுமை என்பதை எடுத்துக்காட்டாகக் கூறலாம். நற்செய்தியின் ஒளியிலும் இயேசு கிறிஸ்துவின் முகத்தில் இருந்து வீசும் ஒளியின் மாட்சி அவற்றின் மீது ஒளிர்ந்ததன் அடிப்படையிலும் அவை மறு உருப் பெற்றுள்ளன. மிகுந்த கருத்துடன் இப்படைப்பைப் படிக்கும் ஒருவர், செழுமையான விளங்கக்கூடிய கதைகளும், மேற்கோள்களும், உள்ளுதல் பெற்ற புனித நூல்களில் பக்கங்களிலிருந்தும், தரமான தமிழ்ப் படைப்புகளிலிருந்தும் எடுத்தாளப் பெற்றுள்ளமையைத் தவறவிட மாட்டார்.

தமிழ் மொழியை அன்பு செய்வோர் அனைவரின் நன்றியும் குறிப்பாக வட்டார மொழியில் கிறித்தவ இலக்கியம் அதன் உயர் விழுமியங்களோடு வெளிவந்திருப்பது கண்டு நன்றி கூறுவோரின் நன்றியும், கனிவுடன் நம்முன்னே இப்படைப்பைக் கொண்டு வந்திருக்கும் டாக்டர் மர்டாக்கையும், கிறித்தவ இலக்கியச் சங்கத்தையுமே சாரும். இவ்விருவரின் வள்ளன்மையும், ஆதரவும் பாராட்டுக்குரியன. இந்நூலை அருட்பணியாளர் நடத்தும் கல்லூரிகளிலும்

பள்ளிகளிலும் பாடநூலாக்கிட பெரிதும் பரிந்துரைக்கிறேன். வகுப்பில் படிக்கும் நூலாக இதனை அறிமுகம் செய்திடலாம். இது மாணாக்கர் மனதில் நற்செய்தியை எடுத்துச் செல்லும் ஊடகமாக அமையும். இந்து சமயத்தின் மாணாக்கர் இந்நூலிலுள்ள நற்செய்தியின் பல்வேறு வடிவங்களைக் காண்பர். இவை இந்நூலைப் படிக்கும் ஈர்ப்பையும் ஆர்வத்தையும் ஏற்படுத்தும். இந்த நூலினை மிகுந்த கருத்துடன் படித்த எனக்கு, இந்த நூலின் மிகுந்த இன்பத்தையும் நன்மையையும் என்னால் அறிந்துகொள்ள முடிகின்றது. கடவுள் இந்த நூல் படைப்பாளரின் உண்மையான முயற்சியை வாழ்த்துவார் என்ற உள்ளார்ந்த எதிர்பார்ப்புடனும், தம் திருப்பெயருக்கு மாட்சிமையைக் கொண்டுவர இதனைப் பயன்படுத்துவார் என்ற நல்ல எதிர்நோக்குடனும், இந்த நூலைத் தடையின்றி உடனடியாகப் பரிந்துரைக்கின்றேன்.

பாளையங்கோட்டை — டி. உவாக்கர்

மார்ச் 31, 1894 — சி. எம். எஸ். அருட்பணியாளர்

(இரட்சணிய யாத்திரிகம், பக். V-Vii)

இரண்டாம் பதிப்பு

இரட்சணிய யாத்திரிகத்தின் இரண்டாம் பதிப்பு இரண்டு பகுதிகளாக கிறித்தவ இலக்கியச் சங்கத்தால் வெளியிடப்பட்டது. முதல் பகுதி முதல் இரண்டு பருவங்களையும் இரண்டாம் பகுதி ஏனைய மூன்று பருவங்களையும் உள்ளடக்கியது. இவற்றுள் முதற்பகுதி 1927 ஆம் ஆண்டும் இரண்டாம் பகுதி 1931 ஆம் ஆண்டும் வெளிவந்தன. பசுமலை அருள்திரு. J.S. *மாசிலாமணி அவர்களின் மேற்பார்வையில் இவ்விரு பகுதிகளும் பதிப்பிக்கப்பட்டன. அருள்திரு.* H.A. *பாப்லி* (H.A. Popley) *இரண்டாம் பதிப்பிற்கு ஆங்கிலத்தில் எழுதிய முன்னுரை பின்வருமாறு:*

வித்வான் எச்.ஏ. கிருஷ்ணபிள்ளை நூற்றாண்டு விழா ஆண்டு (1927) இது. எனவே இந்த ஆண்டில் அவர் தமிழ் மொழியில் படைத்தளித்துள்ள இலக்கியத்தினை இரண்டாவது பதிப்பாக வெளிக்கொண்டு வருவது பொருத்தமானது. பல்வேறு இடர்ப்பாடுகளினால் இந்தப் படைப்பை ஆண்டுகள் பலவாக மறுபதிப்பு செய்வது முடியாமல் போயிற்று. எனினும் இப்போது அந்த இடர்ப்பாடுகள் யாவும் அகற்றப் பெற்றுவிட்டன. காலஞ்சென்ற எச்.ஏ. கிருஷ்ணபிள்ளையின் படைப்புகளுக்கு உரிமையானோரின் கனிவான செயலினால் இருந்த தடைகள் அகற்றப்பட்டன. இப்போது புதுப்பதிப்பாக இரட்சணிய யாத்திரிகம் வெளிவந்துள்ளது. பாளையங்கோட்டையைச் சேர்ந்த திருவாளர் தாஸ் கிருஷ்ணய்யா அவர்களுக்கு சிறப்பான நன்றி. படைப்புகளின் உரிமையாளர் சார்பில் இங்கே இப்படைப்பை வெளிக்கொண்டுவர இவர் ஒப்புதல் அளித்துள்ளார்.

கிருஷ்ணபிள்ளை நினைவாக செல்வி எமி வில்சன் கார்மிக்கேல் எழுதியுள்ள செய்தியில், கிருஷ்ணபிள்ளை தம் படைப்பிலே தம்முடைய உயிரையே ஊற்றி உள்ளார் என்று குறிப்பிடுகின்றார். இந்தப் படைப்பு முதன் முதலாக 1894 ஆம் ஆண்டு வெளிவந்தது. இந்த நூலினை இந்து சமயத்தவரும் கிறித்தவரும்

பெரிதும் பாராட்டினர். இப்படைப்பின் உயர்ந்த மொழிநடையும், கற்பனை வளமும், பாவியல் நுட்பத்தைக் கையாண்டுள்ள முறையும் தமிழ் இலக்கிய வரிசையில் உள்ள மாபெரும் செவ்வியல் படைப்புகளுள் ஒன்றாகும் இடத்தைப் பெற்றுத் தந்துள்ளன. ஜான் பனியன் எழுதியுள்ள பில்கிரிம்ஸ் புராகிரஸ் என்ற படைப்பின் தமிழ் வடிவமாகவே அமைந்து, அதன் முதன்மைக் கதைமாந்தர் உரையாடல்கள் மூல நூலில் உள்ளவாறு அப்படியே எடுத்துக் கையாளப் பெற்றுள்ளன என்ற போதும், இந்தப் படைப்பு படைப்பாளரின் உள்ளார்ந்த வாழ்வையும் அவர் கிறிஸ்துவின் மீது வைத்திருந்த இறையன்பையும் படம் பிடித்துக் காட்டுவதாக அமைந்துள்ளது. இந்த நூல் முழுவதும் கவின்மிகு செய்திகள் இழையோடுகின்றன. கிறித்தவ வாழ்வில் அவர் எந்த அளவுக்குத் திளைத்திருந்தார் என்பதையும், இந்து சமயத்தின் புனித இலக்கியங்களில் அவருக்கு இருந்த அகலமான, ஆழமான அறிவுத் தெளிவினால் எந்த அளவுக்கு பயன் பெற்றிருந்தார் என்பதனையும் எடுத்துக் காட்டுகின்றன.

இத்தொகுதியை அச்சிற்கு ஆயத்தப்படுத்தியவர் பசுமலைப் பண்டிதர் அருள்பணி. ஜே. எஸ். மாசிலாமணி ஆவார். இப்படைப்பினை வெளிக்கொண்டுவர தம் பெருமளவு நேரத்தையும் எண்ணங்களையும் பங்களித்துள்ளார். செய்யுட்கள் சிலவற்றுக்கு உரை வகுத்துள்ளார்; அருஞ்சொற்களுக்குப் பொருள் தந்துள்ளார். இப்போது வெளிக் கொணர்ந்திருக்கும் திருத்திய பதிப்பு, தமிழ்த் திருச்சபைக்கு மிகுந்த பயனுடையதாக இருப்பதோடு நில்லாது, கிறித்தவ பட்டறிவின் பொருளை ஆழமாக விளங்கிக் கொள்ள விரும்புகின்ற இந்து சமயத்தவருக்கும் பயனுடையதாக அமையும் என்பது எதிர்பார்ப்பு.

இரண்டு தொகுதிகளாக இந்த நூலினை வெளிக் கொண்டு வர முடிவு செய்துள்ளோம். மிக விரைவில் பொதுமக்கள் கைகளில் இப்படைப்பு முழுவதும் வந்துசேரும் என்று நம்புகின்றோம். இந்த நூலினை வெளியிடுகின்ற பொறுப்பை ஏற்றுள்ள கிறித்தவ இலக்கியச் சங்கத்தாருக்கு நாம் மிகவும் நன்றி கூறுகின்றோம்.

சூலை, 1927 எச். ஏ. பாப்லி

(இரட்சணிய யாத்திரிகம், ப.ix)

இரண்டாவது பதிப்பில் இரட்சணிய யாத்திரிகத்தின் சிறப்புப் பாயிரம், பதிகம், ஆதிபருவத்திலுள்ள வரலாற்றுப் படலம், மெய்யுணர்ச்சிப் படலம், குருதரிசனப் படலம், பரமராஜ்யப் படலம் ஆகியவற்றிற்குப் பொழிப்புரையும் விரிவுரையும் அருள்திரு. J.S. மாசிலாமணி அவர்களால் எழுதப்பட்டது. இரண்டாவது பருவமாகிய குமார பருவத்திலுள்ள இரட்சணிய சரிதப்படலத்தின் முதல் 130 பாடல்களுக்கு புதுக்கோட்டை P.S. கடம்பவன சுந்தரநாயனார் உரை எழுதினார். இவற்றைப் பதிப்பாசிரியரின் குறிப்பால் அறியமுடிகின்றது.

பிற பதிப்புகள்

P.S. கடம்பவன சுந்தரநாயனார் 1933 ஆம் ஆண்டில் இரட்சணிய சரிதப் படலம் முழுவதற்கும் உரை எழுதி 'இரட்சணிய சரிதம்' என்னும்

பெயருடன் அதைத் தனி நூலாக வெளியிட்டார். இரட்சணிய யாத்திரிகத்தின் மூன்றாம் பதிப்பாக முதல் பாகம் மட்டும் 1958 ஆம் ஆண்டு கிறித்தவ இலக்கியச் சங்கத்தாரால் வெளியிடப்பட்டது. இப்பதிப்பில் இரட்சணிய யாத்திரிகத்தின் முதல் உரையாசிரியரான கிருஷ்ணபிள்ளை எழுதிய அரும்பதவுரை முதலியவற்றுடன் இரண்டாம் பதிப்பில் அருள்திரு. J.S. மாசிலாமணி, புதுக்கோட்டை P.S. கடம்பவன சுந்தரநாயனார் ஆகிய இருவர் எழுதிய உரைகளும், ஆதிபருவம் ஐந்து முதல் பன்னிரெண்டு படலங்களுக்கும், குமாரபருவம் 3,4 படலங்களுக்கும் பேராசிரியர் பொன்னு ஆ.சத்தியசாட்சி எழுதிய உரைகளும், ஏனைய படலங்களுக்கு வித்துவான் வ.தங்கையா, வித்துவான் J. மாசிலாமணி ஆகியோர் எழுதிய உரைகளும் சேர்க்கப்பட்டுள்ளன. இரட்சணிய சரிதப்படலத்தில் இடம் பெற்றுள்ள 50 செய்யுட்களைக் கொண்ட சிலுவைப்பாடு என்னும் பகுதி மட்டும் வீ.ப.கா. சுந்தரம் அவர்களின் விரிவுரையுடன் 1972 ஆம் ஆண்டு சைவ சித்தாந்த நூற்பதிப்புக் கழகத்தால் வெளியிடப்பட்டது. மதுரை வீ.ப.நடராசன் நிதான பருவத்திலுள்ள இரட்சணிய நிவநீதப் படலத்திற்கு உரை எழுதி 1972 இல் வெளியிட்டுள்ளார்.

கிருஷ்ணபிள்ளையின் 150 ஆவது பிறந்த நாள் விழா 1977 ஆம் ஆண்டு சென்னையில் கொண்டாடப்பட்ட போது பேராசிரியர் பொன்னு ஆ.சத்தியசாட்சி, இரட்சணிய யாத்திரிகத்திலுள்ள முக்கியமான 874 செய்யுட்களைத் தேர்ந்தெடுத்து சுருக்கமானப் பதிப்பை வெளியிட்டார். இரட்சணிய யாத்திரிகம் மக்களுக்குக் கிடைக்காத சூழலில் இச்சுருக்க வெளியீடு மிகவும் உதவியாக இருந்தது. 1981 ஆம் ஆண்டில் அருள்திரு. சி.வி. சவரிமுத்து இரட்சணிய சரிதத்திற்கு உரை எழுதி தனி நூலாக வெளியிட்டார். 1998 மற்றும் 2018 ஆம் ஆண்டுகளில் ஆசியவியல் நிறுவனம் இரட்சணிய யாத்திரிகத்தின் மூலத்தை சிறப்பாக வெளியிட்டது. 1998 ஆம் ஆண்டில் உரையுடன் இரட்சணிய யாத்திரிகத்தின் இரட்சணிய சரிதப் படலம், ஆரணிய பருவம், இரட்சணிய பருவம் ஆகிய மூன்று தொகுதிகளை பொன்னு ஆ. சத்தியசாட்சி அவர்களின் உரையுடன் கிறித்தவ இலக்கியச் சங்கமும் உலகக் கிறித்தவத் தமிழ்ப்பேரவையும் இணைந்து வெளியிட்டுள்ளது. 2014 ஆம் ஆண்டு புலவர் சுந்தரராசன் உரையுடன் இரட்சணிய யாத்திரிகம் முழுவதும் பாரி நிலையத்தின் மூலம் வெளியிடப் பட்டது. இதனைத் தொடர்ந்து இரட்சணிய யாத்திரிகம் 2019 ஆம் ஆண்டு சாயர்புரத்திலுள்ள போப் கல்லூரியின் மேனாள் தமிழ்த்துறைப் பேராசிரியர் ஆ. விசுவாசம் அவர்கள் உரையுடன் சாராள்தக்கர் கல்லூரித் தமிழ்த்துறையின் மேனாள் தலைவர் திருமதி நகோமி ஜாண்சன் அவர்களால் பதிப்பித்து வெளியிடப்பட்டது.

கிறித்தவக் காப்பியங்கள்

காப்பியக் கதை

பாவி ஒருவன், தான் வாழ்ந்துவரும் நாடு, மக்களுடைய பாவத்தின் காரணமாக அழிக்க நியமிக்கப்பட்டுள்ளது என்பதை வேதநூலைப் படித்ததன் மூலம் அறிந்து கொள்கிறான். பாவச்சுமையால் வருந்தும் கிறித்தவன் என்னும் மனிதன், பாவம் நிறைந்த நாட்டிலிருந்து பேரின்ப நாட்டிற்குச் செல்ல விரும்புகிறான். நிலைத்த தன்மையுடைய பேரின்ப நாட்டிற்குச் செல்வதற்கான வழியைத் தேடும்போது குருவானவரைச் சந்திக்கின்றான். குருவின் ஆற்றுப்படுத்தலால் வேதாகம நூலின் துணையுடன் பேரின்ப நாட்டிற்குப் பயணத்தைத் தொடங்குகிறான். கிறித்தவனின் பயணத்தில் பலவிதமான சோதனைகள் வருகின்றன. அச்சோதனைகளை வெற்றி கொண்டு பயணத்தைத் தொடர்ந்து இறுதியில் மரண ஆற்றைக் கடந்து வீடு பேற்றினை அடைகிறான். இதுவே காப்பியத்தின் மையக் கருத்து ஆகும். கிறித்தவன் பாவம் நிறைந்த நாட்டிலிருந்து பேரின்ப நாட்டிற்குச் செல்லும் பயணத்தைக் கிருஷ்ணபிள்ளை ஐந்து பருவங்களில் விவரிக்கிறார்.

1. ஆதி பருவம்

கிறித்தவன், குருவின் ஆற்றுப்படுத்தலைத் தொடர்ந்து தன் இரட்சணிய யாத்திரையைத் தொடங்குகிறான். அவனது முடிவை அறிந்த மனைவியும் மக்களும் பிறரும் அப்பயணத்தைத் தடுத்து நிறுத்த முயலுகின்றனர். மேலும் கிறித்தவனைத் தடுத்து நிறுத்த வன்னெஞ்சன், மென்னெஞ்சன் ஆகிய இருவரும் முயற்சி செய்கின்றனர். கிறித்தவன் உலக நிலையாமையைக் கூறித் தன் பயணத்தைத் தொடர்கிறான். கிறித்தவன் பேச்சில் மனம் மாறிய மென்னெஞ்சன் கிறித்தவனுடன் இரட்சணிய யாத்திரை செய்ய முடிவு செய்து பயணத்தை மேற்கொள்கிறான்.

வழியில் நம்பிக்கை உழவு (அவ நம்பிக்கை) என்னும் சேற்றில் இருவரும் விழுந்து விடுகின்றனர். மென்னெஞ்சன் தப்பிப் பிழைத்தால் போதும் என்னும் எண்ணத்தில் மீண்டும் நாச நாட்டிற்குக் கிறித்தவனை விட்டுச் சென்று விடுகிறான். கிறித்தவன் அவநம்பிக்கை என்னும் சேற்றை (உளை), சகாயன் என்னும் தொண்டனது உதவியால் கடந்து தனது யாத்திரையைத் தொடர்கிறான். லௌகிகன் என்பவன் வழியில் கிறித்தவனிடம் குறுக்கிட்டு, குறுக்கு வழி காட்டி, பயணத்தைத் திசை திருப்புகிறான். குருவானவர் இரண்டாவது முறை கிறித்தவனைச் சந்தித்துக் கடிந்துரைத்து மீண்டும் இரட்சணிய பாதையில் திருப்பி விடுகிறார். கிறித்தவன் இடுக்கவாயில் (திட்டி வாயில்) என்னும் இடத்தைக் கடந்து வியாக்கியானி என்பவன் வீட்டை அடைகிறான். வியாக்கியானி கிறித்தவ

வாழ்வின் பல்வேறு நிலைகளை உதாரணங்களுடன் அவனுக்கு உணர்த்துகிறான். விசுவாசத்தில் உறுதியடைந்த கிறித்தவன் பரிசுத்த ஆவியானவரின் துணையுடன் தன் ஆன்மிகப் பயணத்தைத் தொடர்கிறான். கிறித்தவன் சிலுவைக் குன்றை அடைந்தவுடன் அவனது கொடிய பாவச் சுமை அறுந்து விழுகிறது. சுமை நீங்கியவுடன் இறைவனை வாழ்த்தி வணங்குகிறான். புண்ணிய நகர் வாயிலோனிடம் காட்ட வேண்டிய பயணப் பத்திரத்தைப் பெற்றுக் கொண்டு வெள்ளுடை அணிந்து கொண்டு பயணத்தைத் தொடர்கிறான். உபாதி மலையைக் கடந்து (துன்பமலை) எழிற் சத்திரத்தை அடைகிறான்.

2. குமார பருவம்

எழிற் சத்திரத்தின் வாயிற்காவலன் கிறித்தவனைச் சத்திரத்திற்குள் வர அனுமதிக்கிறான். இச்சத்திரத்தில் கிறித்தவன் அங்கிருந்த விவேகி, யூகி, பக்தி, சிநேகி என்னும் நான்கு நற்பெண்மணிகளைச் சந்தித்து அவர்களுடன் உரையாடுகின்றான். பக்தி என்னும் பெண் இயேசு கிறிஸ்துவின் சிலுவைப் பாடுகள் குறித்து விவரிக்கின்றாள். சிங்கார மாளிகையில் உள்ள பெண்கள் அங்குள்ள நூல்அரங்கு, ஆயுதசாலை, மாளிகையையொட்டிக் காணப்படும் ஆனந்த மலைத்தொடர் முதலியவற்றைக் காண்பிக்கின்றனர்.

3. நிதான பருவம்

எழிற்சத்திரத்திலிருந்து கிறித்தவன் தன் பயணத்தை மீண்டும் தொடர்ந்து, வழியில் தாழ்மை என்னும் பள்ளத்தாக்கினை அடைகின்றான். பின்னர் தொடரும் பயணத்தைத் தடை செய்யவரும் காலனைப் போன்ற அழிம்பன் என்னும் அரக்கனைச் சந்திக்கிறான். அழிம்பன் கிறித்தவனைத் தன் வசப்படுத்த முயலுகின்றான். ஆனால் கிறித்தவன் தன்னிடத்திலுள்ள விசுவாசம் என்னும் கேடயத்தால் அழிம்பன் தொடுத்த அம்புகளை எல்லாம் பயனற்றுப் போகச் செய்து விடுகிறான். இறுதியில் திருமறை என்னும் வாளால் அழிம்பனை அழிக்கின்றான். பின்னர் சீயோன் மலை அதிபதியின் உதவியால் மரணச் சூழல் என்னும் பள்ளத்தாக்கினைக் கடக்கிறான்.

கிறித்தவன் தனக்கு முன்னால் சென்று கொண்டிருக்கும் நிதானனை வழியில் சந்தித்து, இருவரும் ஒன்று சேர்ந்து பயணத்தைத் தொடர்கின்றனர். அலப்பனை வழியில் சந்தித்து அவனுடைய வஞ்சக அறிவுரைகளைத் தவிர்த்து யாத்திரையைத் தொடர்கின்றனர். குருவை வழியில் சந்தித்து அவருடைய அருளுரையைக் கேட்டுச் செல்கின்றனர். இருவரும் மாயாபுரி

என்னும் நகரினை அடைந்து, இயேசு கிறிஸ்துவைக் குறித்து உபதேசம் செய்தனர். ஆனால் அம்மக்கள் உலக வாழ்வை எதிர்த்துரைக்கும் இவர்களைக் குற்றவாளிக் கூண்டில் நிறுத்துகின்றனர். மாயாபுரி நீதிமன்றம் நிதானனுக்கு மரண தண்டனையும் கிறித்தவனுக்குச் சிறைத் தண்டனையும் விதிக்கிறது. நிதானன் உயிருடன் சுட்டெரிக்கப்பட்டு இரத்த சாட்சியாய் மரித்து விண்ணுலகை அடைகின்றான்.

4. ஆரணிய பருவம்

மாயாபுரியில் நிதானனும் கிறித்தவனும் சொன்ன சாட்சியின் விளைவாக நம்பிக்கை என்பவன் தோன்றுகிறான். நிதானியின் கொலைக்களமே நம்பிக்கையை தோன்றச் செய்கிறது. கிறித்தவன் சிறைச்சாலையிலிருந்து இறைவனின் அருளால் தப்பிக்கின்றான். நம்பிக்கையை வழியில் சந்தித்து இருவரும் ஒன்று சேர்ந்து பயணத்தைத் தொடருகின்றனர். தன்னயன் என்பவனை வழியில் சந்திக்கின்றனர். அவன் மூலம் உலகன், காமுகன், பேயன் என்ற மூவரும் அறிமுகமாயினர். அவர்களிடமிருந்து தப்பி கிறித்தவனும் நம்பிக்கையும் பயணத்தைத் தொடருகின்றனர். பொருளாசைத் திடர் என்னும் இடத்தை வழியில் அடைகின்றனர். பின்னர் சோலையை அடைந்து அதில் ஓய்வெடுத்து, பின்னர் பாலை நிலத்தைச் சென்று சேர்கின்றனர். இரவானதால் விடாதகண்டன் என்பவனுக்குச் சொந்தமான சந்தேக துர்க்கம் என்னும் இடத்திலுள்ள பாறையில் படுத்து உறங்குகின்றனர். உறங்கிக் கொண்டிருந்த இருவரையும் விடாதகண்டன் சிறைப்படுத்திப் பல துன்பங்களைக் கொடுக்கிறான். கிறித்தவன் தன் பிழையினை நினைந்து இரங்கி இறைவனிடம் வேண்டி, அவரது பாதங்களைப் பற்றிக் கொண்டதால் அவனிடம் தெளிவு பிறக்கிறது. அதன் விளைவாகச் சிறையிலிருந்து விடுதலை பெறுவதற்குரிய திறவுகோல் தன்னிடத்தில் இருப்பது நினைவிற்கு வரவே அதன் உதவியால் தப்பிச் செல்கின்றனர்.

சில நாள் பயணத்திற்குப்பின் ஆனந்தமலையினை அடைகின்றனர். அங்குள்ள மக்களுடன் சில நாட்கள் தங்கிய பின்னர் பயணத்தைத் தொடர்கின்றனர். முகஸ்துதியில் வல்லவனான கார்வண்ணன் மூலம் வழியில் துன்பமடைகின்றனர். இயேசு கிறிஸ்து அவர்களுக்கு ஐந்து காயங்களுடன் காட்சி கொடுத்து, பயணிகளுக்குச் சிறு தண்டனையும் கொடுத்து நெறிப்படுத்தி நன்னெறியில் செலுத்துகின்றார். அறிவீனன், நிலைகேடன், ஆதியர் என்னும் இவர்கள் குறுக்கிட்டும் வழிதவறாது சென்று தர்மசேத்திரம் என்னும் இடத்தை அடைகின்றனர்.

5. இரட்சணிய பருவம்

தருமசேத்திரத்தில் இருவரும் சில நாட்கள் இளைப்பாறிய பின்னர் நம்பிக்கையின் துணையுடன் மரண ஆற்றைக் கடந்து, இருவரும் சீயோன் மலையை அடைகின்றனர். தேவதூதர்கள் இருவர் இவர்களை இயேசு கிறிஸ்துவிடம் அழைத்துச் செல்கின்றனர். இராஜகிரீடம் அணிந்து கிறித்தவனும் நம்பிக்கையும் மோட்சப் பெருவாழ்வில் சேர்கின்றனர். கிறித்தவனின் இரட்சணிய யாத்திரை வெற்றியாக முடிகிறது.

பகுப்பு

இரட்சணிய யாத்திரிகம், சிறப்புப் பாயிரம், பதிகம் என்னும் இவற்றை முதலிலே கொண்டு ஆதி பருவம், குமார பருவம், நிதான பருவம், ஆரணிய பருவம், இரட்சணிய பருவம் என்னும் ஐந்து பருவங்களையும், 47 படலங்களையும், 3776 செய்யுட்களையும் கொண்டது. இச்செய்யுட்களில் *2190 செய்யுட்கள் விருத்தப்பாவால் அமைந்தவை.* நூலின் பெரும்பிரிவு பருவம் என்றும், சிறு பிரிவு படலம் என்றும் பெயர் பெற்றுள்ளன. இந்நூலின் இடையிடையே ஆசிரியர் தேவாரச் செய்யுட்களைச் சேர்த்து இக்காப்பியத்திற்குத் தனிச் சிறப்பை அளித்துள்ளார்.

1. ஆதி பருவம்

விவிலியத்தின் (Bible) முதல் புத்தகம் ஆதியாகமம் எனத் தொடங்குவதைப் போல இரட்சணிய யாத்திரிகமும் ஆதி பருவம் எனத் தொடங்குகிறது. இப்பருவம் வரலாற்றுப் படலம், மெய்யுணர்ச்சிப் படலம், குருதரிசனப் படலம், பரமராஜ்யப் படலம், அரசியற் படலம், சிருஷ்டிப் படலம், இராஜ துரோகப் படலம், பூர்வபாதைப் படலம், சுவிசேஷ மார்க்கப் படலம், யாத்திராரம்பப் படலம், அவநம்பிக்கைப் படலம், லௌகீகப் படலம், கடைதிறப்புப் படலம், வியாக்கியானி யரமனைப் படலம், சுமை நீங்கு படலம், துயிலுணர்த்து படலம், அமார்க்கப் படலம், ஜீவபுஷ்கரிணிப் படலம், உபாதிமலைப் படலம் என்னும் 19 படலங்களையும் 1106 செய்யுட்களையும் உடையது. கிறித்தவனுடைய பயணத்தின் பெரும் பகுதி இப்பருவத்தில் கூறப்பட்டுள்ளது. ஆதி பருவத்தை இரட்சணிய யாத்திரிகத்தின் உயிர்நிலைப் பருவம் என்பர்.

2. குமார பருவம்

இரண்டாம் பருவம் பிதாவுடைய குமாரனைப் பற்றிய செய்திகள் மிகுதியும் கூறப்படுவதால் குமார பருவம் என்னும் பெயரைப் பெற்றது. இப்பருவம் சம்பாஷனைப் படலம், இரட்சணிய சரிதைப் படலம்,

□ கிறித்தவக் காப்பியங்கள்   □ 507

விசிராந்தைப் படலம், காட்சிப் படலம் என்னும் நான்கு படலங்களையும் 714 செய்யுட்களையும் கொண்டது.

3. நிதான பருவம்

மூன்றாம் பருவம் கிறித்தவனின் நண்பன் நிதானனின் இரத்த சாட்சி விவரிக்கப்படுவதால் நிதான பருவம் என்னும் பெயரைப் பெற்றது. இப்பருவம் வனம்புகு படலம், அழிம்பன் தோல்விப் படலம், மரணச் சூழலிறுத்த படலம், நிதானி நட்புப் படலம், அலப்பனை வரைந்த படலம், ஞானாசிரியனைக் கண்ணுற்ற படலம், மாயாபுரிப் படலம், நகர்புகு படலம், இரட்சணிய நவநீதப் படலம், சிறைப்படு படலம், நிதானி கதிகூடு படலம் என்னும் 11 படலங்களையும் 803 செய்யுட்களையும் உடையது.

4. ஆரணிய பருவம்

இறையடியார்களின் பக்தி வாழ்வில் ஏற்படும் பல சோதனைகளை நான்காம் பருவமாகிய ஆரணிய பருவம் விவரிக்கின்றது. பொருளாசை, முகஸ்துதி, உறக்கம் போன்றவை பக்தி வாழ்வின் தடைகளாகும். இதனைப் பயணத்தின் இடையேயுள்ள காடும் மேடும் பாழ்வெளியுமான ஆரணியத்தின் வழியாகக் காட்டுகிறார். இப்பருவத்தில் நம்பிக்கை நன்னெறி பிடித்த படலம், கிறித்தவன் கதிவழி கூடிய படலம், சுரங்கப் படலம், விடாத கண்டப் படலம், ஆனந்த சைலப் படலம், விசுவாச விளக்கப் படலம், கார் வண்ணப் படலம், சோகபூமிப் படலம், அறிவீன வர்ச்சிதப் படலம், நிலைகேடனாதியர் விவரணப் படலம் என்னும் 10 படலங்களும் 739 செய்யுட்களும் உள்ளன.

5. இரட்சணிய பருவம்

இரட்சணிய யாத்திரிகத்தின் ஐந்தாவது பருவம் இரட்சணிய பருவமாகும். இரட்சணியம் என்பது இரட்சிப்பாகும். முக்தி நெறியில் சென்று கொண்டிருந்த கிறித்தவனும் அவனது நண்பன் நம்பிக்கையுமாகிய இருவரும் ஈடேற்றம் பெறுவதைக் கூறுவதே இப்பருவத்துச் செய்தியாகும். இப்பருவம் தர்ம சேத்திரப் படலம், இகபர சந்திப் படலம், சுவர்க்காரோகணப் படலம் என்னும் மூன்று படலங்களையும் 250 செய்யுட்களையும் உடையது.

காப்பிய மாந்தர்கள்

இரட்சணிய யாத்திரிகத்தில் இலக்கிய நயத்துடன் படைக்கப்பட்டுள்ள காப்பிய மாந்தர்கள் அனைவரும், முன் மாதிரி மாந்தர்களாக, நடப்பியல் தன்மையுடன் உள்ளனர். இவர்கள் நல்லவர்களாகவும், பண்பிற்குப்

பொருத்தமானவர்களாகவும் விளங்குகின்றனர். கிருஷ்ணபிள்ளை காப்பிய மாந்தர்களின் பெயர்களை மொழியாக்கத்தில் உள்ளது போன்று படைக்காமல் காப்பியக் கதைக்கு ஏற்ற வகையிலும் தமிழ் மண்ணுக்கு உரிய முறையிலும் உருவகமாகப் படைத்துள்ளார். காப்பிய மாந்தர்களின் பெயர்கள் அனைத்தும் உருவக அடிப்படையில் மக்களின் பல்வேறு பண்புகளை வெளிப்படுத்தும் வகையில் உள்ளன. இரட்சணிய யாத்திரிகத்திலுள்ள மாந்தர்களைத் தலைமை மாந்தர், இன்றியமையா மாந்தர், துணை மாந்தர் எனப்பகுக்கலாம். இவர்களில் நல்லவர்களும், தீயவர்களும் அடங்குவர்.

1. தலைமை மாந்தர்

இரட்சணிய யாத்திரிகத்தில் கிறித்தவன் தலைமை மாந்தராகப் படைக்கப்பட்டுள்ளான். இக்காப்பியத்தில் இயேசு கிறிஸ்து மைய இடம் பெறுகிறார். கிறித்தவன் அவருடைய அடிச் சுவடுகளைப் பின்பற்றி யாத்திரை செய்கிறான். பாவ வாழ்க்கையில் சிக்கிய ஒருவனே கிறித்தவனாக உருவகம் செய்யப்பட்டுள்ளான். காப்பியத் தலைவனான கிறித்தவன் தனக்கு ஏற்பட்ட சோதனைகள் அனைத்தையும் வென்று மீட்பினைப் பெற்றுத் தன்னிகரில்லாத் தலைவனாக விளங்குகிறான். கிறித்தவன் என்னும் மாந்தர் இம்மண்ணுலகில் வாழும் உண்மை மனிதன். தனது யாத்திரையில் தன்னை எதிர்த்த சக்திகளை எதிர்த்துப் போராடுகிறான். சாத்தானுக்கு இணையான அழிம்பன் என்னும் அரக்கனை எதிர்த்துப் போராடி இறைவனுடைய வல்லமையால் வெற்றி பெறுகின்றான். மேலும் தன்னுடன் பயணம் செய்பவர்களில் ஆன்மிக அனுபவத்தில் முயற்சி உள்ளவனாகவும் படைக்கப்பட்டுள்ளான். கிருஷ்ணபிள்ளை மெய்யுணர்ச்சிப் படலத்தில் கிறித்தவனை,

வாடிய முகத்தன் சென்னி வணக்கியோன் மலங்கி வார்நீர்
ஓடிய விழியன் கந்தை யுடையின னொருங்கு பாவங்
கூடிய சும்மை தாங்கிக் கூனுறு முதுகன் பல்கால்
வீடிய னெறியை நாடும் விருப்பினன் வெருண்ட நெஞ்சன்

(மெய்யுணர்ச்சிப் படலம், பா. 3)

என அறிமுகப்படுத்துகிறார். கிறித்தவன் வாடிய முகமும் வணங்கிய சென்னியும் கண்ணீர் வழியும் கண்களும் கந்தை ஆடையும், பாவபாரமாகிய முதுகுச் சுமையும் கொண்டு விளங்குபவன் என கிருஷ்ணபிள்ளை கிறித்தவனைப் படம் பிடித்துக் காட்டுகிறார். மேலும் கிறித்தவனின் அவலநிலையைக் காற்றிடைப்பட்ட சருகைப்போலச் சுழல்பவன், உள்ளம் கசந்து அழுபவன் என்று குறிப்பிடுகிறார்.

இரட்சணிய யாத்திரிகத் தலைவனான கிறித்தவனுக்குக் காப்பியத்தில் ஆன்மிகன், ஆத்துமவிசாரி, வேதியன், நிவர்த்தன், வித்தகன், மறைக்கிழவன், பனவன், ஆரியன், மெய்விசுவாசி, ஆரணக் கிழவன், செஞ்சொலாரணன், வேதியர் திலகன், மறைவலாளன் என்னும் பல உருவகப் பெயர்கள் உள்ளன. இப்பெயர்கள் மூலம் கிறித்தவனின் அனைத்துப் பண்புகளும் தெரியலாகின்றன.

2. இன்றியமையா மாந்தர்கள்

காப்பியத்தில் வரும் குரு, நிதானி, நம்பிக்கை ஆகியோர் இன்றியமையா மாந்தர்கள். நாச நாட்டை விட்டு வெளியேறி புண்ணிய பூமி நோக்கிச் செல்ல நினைத்துப் பாதை தெரியாமல் கிறித்தவன் திகைக்கும்போது குரு வழி காட்டுகிறார். யாத்திரையின்போது கிறித்தவனின் மனம் சோர்வுறும் போதெல்லாம் அவனிடம் தோன்றி அவனுக்கு நம்பிக்கையூட்டி நெறிப்படுத்துபவராகக் குரு படைக்கப்பட்டுள்ளார்.

கிறித்தவனுக்கு முன்னால் யாத்திரை செய்து கொண்டிருப்பவனாக நிதானி படைக்கப்பட்டுள்ளான். நிதானி என்பவன் கிறித்தவனுடன் யாத்திரையில் சேர்ந்து கொள்கின்றான். அதன் பின்னர் இருவரும் வழி விலகாமல் மாயாபுரியைச் சென்றடைகின்றனர். வேத சத்தியத்தை இருவரும் கூறுவதால் சிறைப்படுகின்றனர். நிதானி, மாயாபுரியில் கொலைத் தண்டனை பெற்று இரத்த சாட்சியாகிறான். காப்பியத்தில் அவன் தொடர்புடைய பகுதிக்கு 'நிதான பருவம்' எனப் பெயர் வைத்துள்ளார்.

நிதானியின் மறைவுக்குப் பின்னர் நம்பிக்கை என்பவன் கிறித்தவனின் வழித்துணையாக வருகிறான். இருவரும் யாத்திரையில் முன்னேறுகின்றனர். கிறித்தவன் மனம் தளரும் இடங்களிலெல்லாம் நம்பிக்கை நெறிப்படுத்தி வழி விலகாமல் அழைத்துச் செல்கிறான். இறுதியில் மரண ஆற்றைக் கடந்து வீடுபேற்றை அடைகின்றனர்.

3. துணை மாந்தர்கள்

காப்பியக் கதையின் வளர்ச்சிக்கு துணை மாந்தர்களின் பங்கும் இன்றியமையாதது. கிருஷ்ணபிள்ளை மூல நூலிலுள்ள சில மாந்தர்களை விட்டு விட்டார். சில மாந்தர்களைப் புதிதாகப் படைத்துள்ளார். சில மாந்தர்களை மாற்றியமைத்துள்ளார். குருவின் நற்செய்தியைக் கேட்டு கிறித்தவன் தன் மோட்சப் பிரயாணத்தைத் தொடருகின்றான். கிறித்தவனை அவனது மனைவி, மக்கள், உறவினர்கள் தடுத்து நிறுத்த முயற்சி செய்கின்றனர். வன்னெஞ்சன், மென்னெஞ்சன் என்னும் இருவரும் கிறித்தவனின் பயணத்தைத் தடை செய்ய முற்படுகின்றனர்.

கிறித்தவனது வார்த்தைகளில் மனம் மாறிய மென்னெஞ்சன் கிறித்தவனுடன் யாத்திரை செய்யத் தொடங்கி நம்பிக்கை இழவு சேற்றில் இருவரும் விழுந்து விடுகின்றனர். மென்னெஞ்சன் கரையேறுவதற்கு முற்படும் போது பிரபஞ்சன், தூர்த்தன், காமமோகிதன் ஆகிய மூவரும் கைகொடுத்துத் தூக்கி விடுகின்றனர். மென்னெஞ்சன் நம்பிக்கை இழந்து தனது ஊரான நாசபுரிக்குத் திரும்பிச் செல்கிறான். கிறித்தவன், சகாயன் என்பவனது உதவியைப் பெற்றுத் தன் பயணத்தைத் தொடருகின்றான்.

குறுக்கு வழியில் யாத்திரை செய்து விண்ணுலகை அடைய முற்படும் மாந்தர் அலப்பன். யாத்திரிகர்களை வழியிலிருந்து திசை திருப்பி விடுபவர்கள் லௌகீகன், அறக்கிழவோன் என்பவராவர். லௌகீகன் என்பவன் இச்சாபுரத்தைச் சேர்ந்தவன். இவனுக்காக லௌகீகப் படலத்தைக் கிருஷ்ணபிள்ளை அமைத்துள்ளார். கிறித்தவனுக்குப் பரிசுத்த ஆவியின் வல்லமையைக் கூறியவன் வியாக்கியானி என்பவன். எழில் சத்திரத்தில் நிலைத்து வாழும் நற்பண்புடைய மகளிர்களாக பக்தி, சிநேகி, விவேகி, யூகி ஆகியோர் படைக்கப்பட்டுள்ளனர். வேத சத்தியத்தைச் சொல்லி சாட்சி கூறிய கிறித்தவனையும் நிதானியையும் கடுமுகன் என்னும் நீதிபதி விசாரித்து மாயாபுரி நீதிமன்றத்திற்கு இருவரையும் அனுப்புகிறான். மாயாபுரி நீதிமன்றத்தின் தலைமை நீதிபதி அறப்பகை என்பவன். இருவர் மீதும் குற்றம் சாட்டியவன் தூர்த்தன். தலைமை நீதிபதியின் கீழ் பன்னிரு நீதிபதிகள் விசாரணை செய்கின்றனர். அவர்கள் கண்ணிலி, நன்றிலி, குரோதி, காமி, வீணன், துணிகரன், வம்பன், விரோதி, சழக்கன், நிட்டூரன், இருட்பிரியன், முழுப்பொய்யன் என்பவர்களாவர்.

நன்மைக்கும் தீமைக்கும் இடைப்பட்ட மாந்தர்களாக இணங்கு நெஞ்சன், மாயசாலகன், மாய வேடன், அறிவீனன் ஆகியோர் படைக்கப் பட்டுள்ளனர். இவர்களுக்கு இரட்சணியம் பற்றிய ஆசை இருந்தாலும் இடுக்கமான வழியில் சென்று அதனை அடைய விரும்பாது பின்வாங்கியவர்கள். அச்சன், சந்தேகி என்போர் சிங்கம் துரத்த ஓடித் தாழ்மைப்பள்ளத்தாக்கில் விழுந்து அழிகின்றனர். கிறித்தவன் நந்தவனத்துச் சுனையில் நீர் அருந்திவிட்டு உறங்குகிறான். இவ்வாறு உறங்குவது பயணத்திற்குத் தடையாக அமைவதாகும். அச்சூழலில் புண்ணியன் என்பவன் கிறித்தவனைத் தூக்கத்திலிருந்து எழுப்பி விடுகிறான். இரட்சணியத்திற்கு நேராக யாத்திரை செய்பவர்களைத் தடுப்பவர்களாக அழிம்பன், விடாதகண்டன் போன்ற தீமையே உருவான மாந்தர்கள் படைக்கப்பட்டுள்ளனர். கிறித்தவன் யாத்திரையில் அழிம்பன் என்னும் அரக்கனை எதிர் கொள்ளுகின்றான். நச்சுத் தன்மை, அறியாமை, பாவஇருள், நாசம், வஞ்சகம், கொடுமை, தீமை முதலான கொடிய பண்புகள் ஓர் உருவு கொண்டதைப் போன்று அழிம்பன் தோன்றினான் என

கிருஷ்ணபிள்ளை அழிம்பனை அறிமுகப்படுத்துகிறார். கிறித்தவன் தன்னிடத்திலுள்ள விசுவாசம் என்னும் கேடயத்தால் அழிம்பன் தொடுத்த அம்புகளைப் பயனற்றுப்போகச் செய்கிறான். இறுதியில் திருமறை என்னும் மந்திர வாளால் அழிம்பனை அழிக்கிறான். அழிம்பனின் மனைவி பாவம்; அவர்களது குழந்தையின் பெயர் பழி என்பதாகும். விடாத கண்டனின் மனைவியின் பெயர் நீலி.

சுமை நீங்கப்பெற்ற கிறித்தவன் மலையுச்சியிலிருந்து இறங்கி அடிவாரத்திற்கு வந்த போது வழியில் ஒரு பக்கத்தில் பேதை, சோம்பன், துணிகரன் என்னும் பெயருடைய மூவர் அயர்ந்து தூங்கிக் கொண்டிருப்பதைக் கண்டான். அவர்கள் கால்களில் விலங்குகள் மாட்டப்பட்டிருந்தன. அவன் அவர்கள் நிலைக்கு இரங்கி அவர்களைத் தட்டி எழுப்பினான். இறைவனது வருங்காலக் கோபத்தினின்றும் அவர்கள் தப்பி, நன்னெறி படர்ந்து நிலையான முக்தியின்பத்தை அடைவதற்கான வழிகளை அவன் அவர்களுக்குக் கூறினான். ஆனாலும் அவர்கள் அவன் அறிவுரைகளைப் பொருட்படுத்தாமல் மீண்டும் துயின்றனர். அதனால் அவன் அவர்களுடைய அறியாமைக்கும், ஆர்வமின்மைக்கும், தகுதி யின்மைக்கும் வருந்தித் தன் வழியே சென்றான். பேதை, சோம்பன், துணிகரன் ஆகிய மூவருக்கும் கூறிய அறிவுரைகள் இக்காலக் கிறித்தவர்களுக்குக் கூறும் நற்போதனைகளாக அமைந்துள்ளன.

கிறித்தவன் மலையின் அடிவாரத்தை விட்டு நடந்து செல்லும் போது மாயசாலகன், மாயவேடன் என்னும் இருவரும் அவனுடன் சேர்ந்து கொள்கின்றனர். கிறித்தவன் அவர்களைப் பார்த்துக் குறுக்கு வழியாக வரும் உங்களுக்குத் தேவ கோபாக்கினை உண்டாகும் எனக் கூறினான். மோகாதுரி என்பவள் நிதானன் பயணம் செய்தபோது அவனை மயக்க முயன்றவள். ஆனால் நிதானன் அவளிடமிருந்து தப்பித்துத் தன் பயணத்தைத் தொடர்ந்தான். வெட்கன் என்பவன் நிதானனை வழியில் தடுத்து நிறுத்த முயன்றவன்.

நிதானனை இழந்த கிறித்தவனின் பயணத்தில் நம்பிக்கை என்பவனின் அறிமுகமும் நட்பும் கிடைக்கின்றது. இவர்கள் இருவரின் பயணத்தின்போது தன்னயன், உலகன், காமுகன், பேயன் என்போர் அறிமுகமாகின்றனர். இவர்கள் நால்வரும் பக்தி வேடத்தினைப் பயன்படுத்திப் பொருள் சேர்க்கும் தன்மையினர். தன்னயனின் மனைவி போலி என்பவளின் மகள் காமி. பயணிகளின் முன்னேற்றத்தைத் தடை செய்யும் வஞ்சக எண்ணம் உடையவன் கார்வண்ணன். கிறித்தவனுக்கு மாத்திரன், சாந்தன் என்னும் இரு சகோதரர்களின் இயல்பை வியாக்கியானி

சுட்டிக் காட்டினார். ஜான் பனியன் மாத்திரனை புழுங்கு நெஞ்சன் எனவும் சாத்தனை இணங்கு நெஞ்சன் எனவும் குறிப்பிடுவார். இறுதிக் காலத்தைப் பற்றிக் கனவு கண்டு நடுங்குபவனாகக் கடினச்சித்தன் படைக்கப் பட்டுள்ளான்.

வீண் நம்பிக்கை என்பவன் கிறித்தவன் பயணம் செய்து கொண்டிருக்கும்போது முன்னால் சென்று கொண்டிருந்தவன். நம்பிக்கையும் கிறித்தவனும் தம் பயணத்தில், பின்வாங்கி என்பவனையும் அற்ப விசுவாசி என்பவனையும் சந்திக்கின்றனர். பின்வாங்கியைப் பேய்கள் பாதாளத்தில் தள்ளிவிட்டன. அற்ப விசுவாசியின் செல்வம் கொள்ளையடிக்கப்பட்டதால் பிச்சை எடுக்கும் நிலைக்கு உள்ளானான். பயணத்தில் அறிவீனன் என்பவனைச் சந்தித்து உரையாடுகின்றனர். கிறித்தவனும் நம்பிக்கையும் பயணத்தின்போது நிலைகேடன், தன்மீட்சி, பின்வாங்கி என்னும் மூவரின் இயல்புகள் குறித்து உரையாடிக் கொண்டு சென்றனர். மென்னெஞ்சன், நம்பிக்கை என்னும் இருவரும் இழவுச் சேற்றிலிருந்து வெளியே வரத் துணை செய்த பிரபஞ்சன், தூர்த்தன், காமமோகிதன் என்னும் மூவரும் கிருஷ்ணபிள்ளையால் படைக்கப் பட்டவர்கள். ஜான் பனியன் படைப்பில் இவர்கள் இல்லை. யாத்திரை செய்யும் கிறித்தவன் ஆனந்த சைலத்தின் பேரின்ப அனுபவத்திற்குப் பின்பு நாத்திக சாஸ்திரியைச் சந்தித்து அவனுடன் உரையாடுவதாக பனியன் அமைத்துள்ளார். இம்மாந்தரை கிருஷ்ணபிள்ளை தம் படைப்பில் கொண்டு வரவில்லை. இதுபோன்று பனியன் படைத்துள்ள போப், பாகன் என்னும் இரு அரக்கர்களின் பெயர்களைத் தமது நூலில் கிருஷ்ணபிள்ளை குறிப்பிடவில்லை.

மூவகை மாந்தர்கள்

இரட்சணிய யாத்திரிகத்தில் நன்மை விளக்க மாந்தர்களும் தீமை விளக்க மாந்தர்களும் நன்மைக்கும் தீமைக்கும் இடைப்பட்ட மாந்தர்களும் படைக்கப்பட்டுள்ளனர். மேலும் இவர்களை யாத்திரைத் திருநெறியில் செல்வோர், யாத்திரிகர்களுக்கு உண்மையில் உதவுபவர்கள், பக்தி யுள்ளவர்கள் போல் நடித்து அவர்களை வழி தப்பச் செய்பவர், யாத்திரிகர்களை முற்றிலும் எதிர்த்து அவர்களை நாச நாட்டிலேயே இருக்க முற்படுவோர், குறுக்கு வழியில் யாத்திரை செய்து முக்தி நகர் அடைய முயலுவோர் என்னும் ஐந்து வகையாகவும் பகுக்கலாம்.

இடங்கள்

இரட்சணிய யாத்திரிகத்தில் இடம் பெற்றுள்ள இடங்களின் பெயர்கள் அனைத்தும் உருவக அடிப்படையில் அமைந்துள்ளன. எழிற் சத்திரம்,

நாசபுரி, மாயாபுரி, தருமபுரி, மரண நிழலின் பள்ளத்தாக்கு, துன்பமலை, அவநம்பிக்கை உளை, வருத்தமெனும் மலை, ஈடேற்றமதில், மரண ஆறு, உபாதிமலை, ஆனந்தமலை, தாழ்மைப் பள்ளத்தாக்கு, சோகபூமி, அவமார்க்கபுரம், தருமசேத்திரம், சீயோன் மலை, திட்டிவாயில், அறமலை, சந்தேக துர்க்கம், பொருளாசைத் திடர், சீவகங்கை போன்றன பல்வேறு இடங்களின் பெயர்களாகும். கிறித்தவன் மோட்சப் பிரயாணம் செய்யும் போது இவ்விடங்களின் வழி சென்று இறுதியில் இரட்சணியத்தை அடைகிறான்.

காப்பியத்தில் இடம் பெறுகின்ற இந்த இடங்களின் பெயர்களை, கவிஞர் பல்வேறு நிலைகளில் அமைத்துள்ளார். சீயோன் மலை விவிலியத்தில் உள்ளது போன்றே இடம் பெற்றுள்ளது. ஆனால் பெரும்பான்மையாக மீட்புப் பயணம் மேற்கொள்ளும் கிறித்தவன் தன்வாழ்வில் கைக்கொள்ள வேண்டிய பண்புகளையும் தவிர்க்க வேண்டிய பண்புகளையும் சந்திக்க வேண்டிய சோதனைகளையும் கவிஞர் சில இடங்களில் உருவகித்துச் சொல்லும் போக்கைக் காணமுடிகின்றது. இதற்குச் சான்றாக துன்பமலை, அவநம்பிக்கை உளை, உபாதிமலை, ஆனந்தமலை, தாழ்மைப் பள்ளத்தாக்கு, சோகபூமி ஆகியவற்றைக் குறிப்பிடலாம். இவ்வாறின்றி எல்லா மனிதர்களின் வாழ்விலும் இடம் பெறும் நிகழ்வுகளும், மாயாபுரி, மரண நிழலின் பள்ளத்தாக்கு, மரண ஆறு போன்றவையாக உருவகிக்கப்பட்டுள்ளதையும் காணலாம். தமிழ்ச்சமய இலக்கியங்களில் இடம் பெறும் சில இடங்களைப் பிரதிபலிப்பனவாகவும் யாத்திரிகத்தில் சில இடங்கள் அமைந்துள்ளன. சான்றாக சீவகங்கை, திட்டிவாயில் போன்றவற்றைக் குறிப்பிடலாம். இவ்வாறு தமது முற்றுருவகக் காப்பியத்தில் ஊர்கள் மற்றும் இடங்களின் பெயர்களைக் கூட அற்புதமான உருவகப் பெயர்களாக அமைத்துள்ளமை காப்பியக் கவிஞனின் கவித்திறனுக்குச் சிறந்த சான்றுகள்.

தேவாரங்கள்

தேவாரம் என்பது தெய்வத்தைப் பற்றிய இசையொழுக்கமும், சொல்லொழுக்கமும் நிறைந்த செய்யுள். இத்தகைய செய்யுட்கள் பத்து அல்லது பதினொன்று அமைந்த தொகுதியைப் பதிகம் என்று அழைப்பர். சிலப்பதிகாரத்தின் இடையிடையே இசைப்பாடல்கள் வருவது போன்று இரட்சணிய யாத்திரிகத்திலும் இசையுடன் பாடும் தேவாரங்கள் இடம் பெற்றுள்ளன. ஜான்பனியன் நூலில் 19 இடங்களில் கடவுளை நினைத்துப் பாடும் பாடல்கள் வருகின்றன. சாமுவேல் பவுலின் தமிழ் மொழி பெயர்ப்பிலும் இப்பாடல்களின் மொழிபெயர்ப்பு இடம்பெற்றுள்ளது.

இதை அடியொற்றி கிருஷ்ணபிள்ளை காப்பியப் போக்கிற்குத் தக்கவாறு தேவாரங்களை நூலின் பல்வேறு பகுதிகளில் பொருத்தமான இடங்களில் அமைத்துள்ளார். ஜான்பனியன் படைத்திருக்கும் இடச் சூழலை கிருஷ்ணபிள்ளை பின்பற்றவில்லை. இரட்சணிய யாத்திரிகத்திலுள்ள இத்தேவாரச் செய்யுட்கள் ஜான்பனியனின் பாடல்களை விட இசை, பொருள், நுட்பம், பக்தி ஆகியவற்றில் சிறப்புடையனவாக விளங்குகின்றன.

இரட்சணிய யாத்திரிகத்திலுள்ள தேவாரங்களின் மொத்த கவிகள் 144. இத்தேவாரங்கள் இரட்சணிய மனோகரத்தில் 'இரட்சணிய தேவாரம்' என்னும் தலைப்பில் தொகுக்கப்பட்டுள்ளன. இச்செய்யுட்கள் அனைத்தும் கிறித்தவன் பக்தியுடன் இறைவனைத் துதித்துப் பாடும் வகையில் அமைந்துள்ளன. கிருஷ்ணபிள்ளை இச்செய்யுட்களில் பாடுவதற்குரிய பண்களையும் குறிப்பிட்டுள்ளார். ஆதி பருவத்தில் 3 இடங்களிலும் குமார பருவத்தில் இரண்டு இடங்களிலும் நிதான பருவத்திலும் ஆரணிய பருவத்திலும் ஒவ்வோர் இடத்திலும் இரட்சணிய பருவத்தில் நான்கு இடங்களிலுமாகப் பதினொரு சூழல்களில் இத்தேவாரச் செய்யுட்கள் இடம் பெற்றுள்ளன. இத்தேவாரங்களுக்கு காந்தாரம், இந்தளம், தக்கராகம், திருத்தாண்டகம், திருநேரிசை, திருவிருத்தம், பழம்பஞ்சுரம் என்னும் பண்களை அமைத்துள்ளார்.

முற்றுருவகம் (Allegory)

ஜான் பன்யன் தமது நூலை உருவக வடிவில் படைத்துள்ளார். இதை அடிப்படையாகக் கொண்டு கிருஷ்ணபிள்ளையும் இரட்சணிய யாத்திரிகத்தை உருவகக் காப்பியமாகப் புனைந்துள்ளார். இரட்சணிய யாத்திரிகம் மேலோட்டமான பொருளில் ஒருவன் உலகத்தில் செய்யும் யாத்திரையை விவரிக்கின்றது. ஆனால் உள்ளுறைப் பொருளில் ஒரு கிறித்தவனது வாழ்விலுள்ள ஆன்மிகச் செலவைச் சொல்லுகின்றது. அதாவது கிறித்தவ வாழ்க்கையே யாத்திரையாய் உருவகம் செய்யப் பட்டுள்ளது. உருவகத்தைப் பயன்படுத்தி மெய்ப்பொருளை விளக்குவது கிருஷ்ணபிள்ளையின் இலக்கியக் கொள்கையாகும். நூலின் தலைப்பும் உருவக அடிப்படையில் அமைந்து முற்றுருவகத் தன்மைக்குச் சிறப்பினை அளிக்கின்றது. உலகம் நாசதேசம் என உருவகிக்கப் பட்டுள்ளது. நிதான பருவம், இரட்சணிய பருவம் என்னும் பெயர்களும் உருவக நிலையில் அமைக்கப்பட்டுள்ளன.

இரட்சணிய யாத்திரிகத்தில் படைக்கப்பட்டுள்ள மாந்தர்கள் உண்மை வாழ்வில் உள்ளவர்களாவர். இவர்களில் நல்லவர்களும் தீயவர்களும், நடுநிலையில் உள்ளவர்களும் உள்ளனர். இவர்களது பெயர்கள் அனைத்தும்

மக்களின் பண்புகளை அடிப்படையாகக் கொண்டு உருவகங்களாகப் படைக்கப்பட்டுள்ளன. கிருஷ்ணபிள்ளை மாந்தர்களின் பெயர்களை மொழியாக்கத்தில் உள்ளதுபோல் படைக்காமல், காப்பியக் கதைக்கு ஏற்றவகையில் உருவகமாகப் பெயர் சூட்டிப் படைத்துள்ளார். பாவத்தில் உழன்ற ஒருவனே கிறித்தவனாக உருவகம் செய்யப்பட்டுள்ளான். கிறித்தவனின் பல்வேறு பெயர்கள் அனைத்தும் மக்களின் பல்வேறு பண்புகளைக் குறிக்கும் வண்ணம் உருவகமாகப் படைக்கப்பட்டுள்ளது.

கிறித்தவன் அழிம்பனுடன் செய்யும் போர் நன்மை, பரஞானம், ஒளி, நல்லறம் ஆகியவற்றைத் தீமை, அறியாமை, இருள், பாவம் என்பன எதிர்த்துப் போரிடுதல் போன்றதாகும் என்கிறார். இவ்வாறு காப்பியமே முற்றுருவகமாக அமைந்திருப்பதோடு பாடல்களிலும் உருவக அணி பயன்படுத்தப்பட்டுள்ளது. உதாரணமாக, பரிசுத்த ஆவியின் செயல்களை, உழவுத் தொழில் முறைமை மாறுபடாமல் உருவக முறையில்,

கோட்ட மற்று உளம் திருத்திக் குலவுமெய்ப் பக்தி வித்தி
நாட்டம் வைத்து அருள்நீர் பாய்ச்சி நலிவெலாம் அகற்றி யாதும்
வாட்டம் இன்றாக ஓம்பிவரகதி விளைவித்து அன்பர்
ஈட்டம் ஆர்த்து உய்த்துய்ப்பிக்கும் இதயநாயகனே போற்றி

(இகபர சந்திப் படலம், பா. 36)

எனப் பாடியுள்ளார். இச்செய்யுளில் பரிசுத்த ஆவி மனம் என்னும் வயலை உழுது, மெய்ப்பக்தி என்னும் விதைவிதைத்து, அதனைப் பாதுகாத்து, அன்பு என்னும் நீர்ப்பாய்ச்சி, நலிவு என்னும் களையகற்றி, முளைத்த பயிரை வாடாமற் காத்து, நற்கதி என்னும் விளைச்சலை விளைவித்து, அடியவர்களை வாழச் செய்யும் என்று உருவக நிலையில் கூறப்பட்டுள்ளது.

நடை

கம்பரின் செய்யுள் நடையானது காப்பிய நடைக்கு இலக்கணமாகத் திகழ்கின்றது. இந்த காப்பிய நடையை கிருஷ்ணபிள்ளை தமது இரட்சணிய யாத்திரிகத்தில் பின்பற்றியுள்ளார். விருத்தப்பாவில் காப்பியம் பாடும் தன்மையை திருத்தக்கத் தேவர் தொடங்கினார். அவரைத் தொடர்ந்து கம்பரும், கம்பரைத் தொடர்ந்து கிருஷ்ணபிள்ளையும் விருத்தப்பாவிற்குச் சிறப்பு செய்துள்ளனர். இரட்சணிய யாத்திரிகத்திலுள்ள 3766 செய்யுட்களுள் விருத்தப்பாக்கள் 2190. கிருஷ்ணபிள்ளை தமது காலச் சூழலுக்கேற்ப வடமொழிச் சொற்கள் கலந்த நடையைக் கையாண்டுள்ளார். எனினும் வடமொழிச் சொற்கள் கலந்துள்ள போக்கு தனித்துத் தெரியாமல் செய்யுட்கள் ஆற்றொழுக்குபோல் இனிய ஓசையுடன் அமைந்துள்ளன. தாம் பயன்படுத்தியுள்ள நடையைக் குறித்து கிருஷ்ணபிள்ளை,

> **உலகத்துக்குப் பெரும்பாலும் பிரயோஜனமாயிருக்க வேண்டுமென்பதை யுத்தேசித்தே கூடியவரை இயற் சொற்களைக் கொண்டும், எவரும் முன்பின் சம்பந்தத்தைக் கவனித்துத் தெளிவாய்ப் பொருளறிந்து கொள்ளத்தக்க திரிசொற்களைக் கொண்டும், தற்கால வழக்கத்தை அனுசரித்து இடைக்கிடை சாமான்யமான வடசொற்களைக் கொண்டும் இயற்றப்பட்டிருக்கிறது**
>
> *(இரட்சணிய யாத்திரிகம், முகவுரை, பக். XIV-XV)*

எனச் சுட்டியுள்ளார். கிருஷ்ணபிள்ளை தம் காப்பியத்தில் பேச்சு வழக்குச் சொற்களையும் பயன்படுத்தியுள்ளார். கிருஷ்ணபிள்ளையின் நடையில் காணப்படும் இன்னொரு கூறு தமிழ் விவிலிய நடையின் பாதிப்பாகும். வைணவத்திலிருந்து கிறித்தவம் தழுவிய கிருஷ்ணபிள்ளை, தாம் இயேசு கிறிஸ்துவை ஏற்றுக்கொண்ட சில ஆண்டுகளிலேயே, விவிலியத்தை மிக ஆழமாகப் பயின்றுள்ளமை அவரது நூலில் வெளிப்படுகிறது. விவிலியத் தொடர்களும் சிறப்புப் பெயர்களும் விவிலிய மொழிபெயர்ப்புகளில் குறிப்பாக, கவிஞரது காலத்தில் பெரிதும் போற்றப்பட்ட தமிழ் விவிலியத்தின் நடையும் இவரது பாடல்களிலும் உரைநடை நூல்களிலும் இடம்பெற்றுள்ளன.

வருணனை

இலக்கியத்தைச் சிறப்பிக்கும் கூறுகளுள் வருணனையும் ஒன்று. பெருங்காப்பியத்திற்கு மலை, கடல், நாடு, நகர், ஞாயிற்றின் தோற்றம், திங்களின் தோற்றம், சிறுபொழுது, பெரும்பொழுது ஆகியவற்றின் வருணனை இன்றியமையாதது. கிருஷ்ணபிள்ளை இரட்சணிய யாத்திரிகம் சிறக்கும் வகையிலும் காப்பியத்தின் கதைப் போக்கிற்கு ஏற்ற வகையிலும் சூழலுக்குத் தக்கவாறும் வருணனையை ஆங்காங்கே அமைத்துள்ளார்.

1. நாட்டு, நகர வருணனை

ஆதிபருவத்தில் பரமராஜ்யப் படலத்திலுள்ள 66 செய்யுட்களிலும் நாட்டு வருணனை, நகர வருணனையைச் சிறப்பாக அமைத்துள்ளார். நாட்டின் வளத்திற்கு அடிப்படையாக அமைவது ஆற்று வளம். பூமியிலுள்ள திருநாட்டின் சிறப்பை விளக்கும் கிருஷ்ணபிள்ளை, நாட்டில் ஜீவகங்கையைப் பாயவிடுகிறார். அதனுடைய தோற்றம், அதன் வெள்ளம், அது கொண்டு வரும் மலர், அது விளைவிக்கும் நன்மை ஆகியவை அதனை வேறுபடுத்திக் காட்டுகின்றது. அருளாகிய மேகம் புறப்பட்டு, அன்பாகிய கடலில் அமிழ்தமாகிய நீரை எடுத்துக் கொண்டு, இரட்சணிய மலையில் கருணை மழை பொழிகின்றது. இதனால் ஏற்பட்ட புண்ணிய வெள்ளம் ஜீவகங்கையாய் திருநாட்டில் எங்கும் ஓடியது. இவ்வாறு ஓடி வரும் போது மாமேரு மலையிலிருந்து இறங்கிய ஜீவகங்கை, உலகமானது செழிப்புற ஜீவகற்பக மலரை ஏந்தியும், விண்ணுலக ஞானமாகிய இரத்தினங்களை

இரு கரைகளிலும் வரிசை வரிசையாக ஒதுக்கிக் கொண்டும் உலகம் செழிக்குமாறு பெருக்கெடுத்து ஓடியது. இவ்வருணனை பின்வரும் செய்யுட்களில் சிறப்பாக அமைந்துள்ளது:

அருண்முகில் கிளம்பி யன்பி னார்கலி யமுத மொண்டு
திருமலி தருர ரட்சணிய திவ்விய சிகரி போர்த்துப்
பொருவருங் கருணை மாரி பொழிந்த புண்ணியமா நீத்தம்
ஒருமுக மாகி ஜீவ கங்கையா யுலாய தன்றே

சேணுற நிவந்த மேருச் சிகரிநின் றிழிந்து மண்ணோர்
காணரும் புனித ஜீவ கற்பக மலரை யேந்தி
மாணுறு பரம ஞான மணியணிக் குவைவ ரன்றி
நீணிலஞ் செழிப்புற் றுய்ய நீத்தமாய்ப் பரந்த மாதோ

(பரமராஜ்யப் படலம், பா. 2, 3)

2. நில வருணனை

ஆதிபருவத்தில் உபாதிமலைப் படலத்திலும், ஆரணியப் பருவத்தில் ஆனந்த சைலப் படலத்திலும் குறிஞ்சி நில வருணனை இடம்பெற்றுள்ளது. சான்றாக,

மாலுறு கொடுமுடி மணியணி என விழுமருவிகள் பொருவன தடம்
வாலிய திருவருள் பொருபெரு வள நனி மருவிய பெருவரநதி
கோரிய செபதப விரதரும் வரதரும் வரன் முறை குடைவன துறை
பாலடை மலைமிலை பரிசென விரசுவ பருவர லொருவுறை பனி

(ஆனந்த சைலப் படலம், பா. 6)

என்னும் செய்யுளைக் குறிப்பிடலாம். இச்செய்யுளில் மிக உயர்ந்த உச்சியினையுடைய மலையானது அணிந்து கொண்டிருக்கின்ற மணிமாலையைப் போல அதன் மேலிருந்து அருவிகள் கீழே விழுகின்றன; தரையிலுள்ள நீர் நிலைகளில் அவற்றுடன் போராடுவது போல் மேலிருந்து அருவிகள் கீழே விழுகின்றன; இறைவனின் அருள் நிறைந்து பாய்வதைப்போல நதிகள் ஓடுகின்றன; உண்ணா நோன்பிருந்து செபம் செய்கின்றவர்களும் தவமிருந்து ஆவியின் வரம் பெற்றவர்களும் அவரவர்களுக்குரிய வரிசைகளில் மூழ்கி மகிழ்கின்ற நீர்த்துறைகள் பல அங்குள்ளன; மலைகளின் மீது பாலாடை உறைந்து கிடப்பதைப் போல மக்களின் துயரங்களைத் தீர்த்து வைக்கின்ற அழகான காட்சியினை உடைய உறைபனி எங்கும் பரவியிருந்தது என வருணனை அமைந்துள்ளது.

3. சூரியோதய வருணனை

இரட்சணிய சரிதப் படலத்தில் இடம்பெற்றுள்ள சூரியோதய வருணனையில், இவ்வுலகினை மூடியிருந்த இருட்படலத்தில்

விண்மீன்கள் பக்கத்தில் இருப்பதைக் கருதி, தூய தண்ணொளி தரும் நிலவு என்னும் சுறாமீன் நீந்தி வருவதால் அழகாக விளங்கும் விண்மீன்களின் ஒளிமழுங்கி அவைகள் ஒளிந்து கொள்ள சூரியன் என்னும் வலைஞன் கண்களுக்குத் தோன்றாமல் மறைவாக நின்று விடியல் என்னும் வலையை வீசினான் என்பதனை,

> வையகம் புனைத்த கங்குல் வாருணி யற்ற நோக்கித்
> துய்யதண் மதிய மென்னுந் துயல்வரு சுறவத் தோடு
> மையற விளங்கும் வான மீனொளி மழுங்கி மாய
> வெய்யவ வலைஞன் றோன்றான் விடிவலை வீசினானால்

(இரட்சணிய சரிதப் படலம், பா.431)

என்னும் இச்செய்யுள் மூலம் விவரிக்கிறார். இவ்வருணனைகள் சொல்லும் நிகழ்வைத் தெளிவாகச் சொல்வதற்கும் நயத்துடன் சொல்வதற்கும் பயன்படுகின்றன. இவ்வருணனைகள் மூலம் கவிஞரின் புலமையை அறிய முடிகின்றது.

கற்பனை

கவிதைக்கு உணர்ச்சி, கற்பனை, வடிவம் என்னும் மூன்றும் அடிப்படைகள். கற்பனை என்பது கருத்தைப் புதிய வகையில் உருவகம், உவமை, உள்ளுறை முதலிய நயங்களுடன் சுவைபட வெளியிடுவதாகும். கவிதையின் அழகினை கற்பனை வெளிப்படுத்துகின்றது. கற்பனை இல்லாத கவிதையைப் புனையா ஓவியம் என்பர். கிருஷ்ணபிள்ளை தம் காப்பியத்தில் பல்வேறு இடங்களில் கற்பனைத் திறனுடன் செய்யுட்கள் படைத்துள்ளார்.

1. சோலை

சோலையில் மரங்கள் அதிகமாக இருப்பதால் கோடைக் காலம் அச்சோலையை நாடுவதில்லை எனக் கூறும்போது தமது கற்பனைச் சிறகை விரித்து,

> தெளிபுனற் றரங்கமுஞ் செறிந்த மேகமும்
> வளர்தருக் குலங்களும் வசந்த வாடையும்
> உளைபரி யாதியா யுவந்திச் சோலைவாய்க்
> குளிரர சிருத்தலாற் கோடை நாடலா

(இரட்சணிய சரிதப் படலம், பா. 90)

எனப் பாடுகின்றார். தெளிவான நீர் அலைகளும், செறிந்து இறங்கியுள்ள மேகங்களும், வளமுடன் வளர்ந்துள்ள பலவகையான மரங்களும், தென்றல் காற்றும் ஆகிய இவற்றை, குதிரை முதலிய தன் பரிவாரங்களாக

ஏற்று மகிழ்ந்து, குளிர்ச்சி அரியாசனத்தில் வீற்றிருக்கின்ற அச்சோலையில் கோடை நாடுவதில்லை எனக் கற்பனையாற்றலில் விவரிக்கிறார்.

2. மலர்கள்

இயேசு கிறிஸ்து தாம் காட்டிக் கொடுக்கப்படுவதற்கு முன் கெத்சமனே தோட்டத்தில் சென்று சிலுவை மரணம் குறித்து வேதனை அடைகின்றார். அப்போது இயேசு கிறிஸ்துவின் துன்பத்தினைப் பார்த்து, சோலையிலுள்ள மலர்கள் கண்ணீர் விட்டு அழுதன எனக் கற்பனை நயத்துடன்,

செழுமலர்ச் சோலை யோங்கு சினைதொறு நிறையப் பூத்த
கொழுமுகை யவிழ்ந்து செந்தேன் குளிர்நறுந் துளிவார் காட்சி
அழகிய மணவா ளன்றன் அகத்துவந் தடையும் ஆன்மக்
கழிதுயர்க் கிரங்கிச் சிந்துங் கண்ணினீர்த் தாரை போலும்

(இரட்சணிய சரிதப் படலம், பா. 102)

எனப் பாடுகின்றார். இச்செய்யுளில் மலர்களின் அரும்புகள் அவிழ்ந்து நறுமணம் வீசிச் சிந்துகின்ற குளிர்ச்சியான தேன் துளிகளின் காட்சி, இயேசு கிறிஸ்துவின் மனதில் தோன்றிய ஆன்மிகத் துயரத்திற்கு இரங்கி அவர் சிந்தும் கண்ணீர்த் துளிகளைப் போன்றிருந்தது எனக் கற்பனைத் திறனுடன் விவரிக்கின்றார்.

3. சிலுவை

சிலுவையின் பாரத்தை, மக்களின் பாவம் இறைவனால் சுமக்க முடியாத அளவு பெருகியுள்ளது; சிலுவை மரத்தில் கோடிக்கணக்கான அணுக்கள் உள்ளன; ஒவ்வொரு அணுவும் நூறாயிரம் கோடி யானைப்பலம் உடையன என்கிறார். ஓர் அணு இவ்வளவு பலம் என்றால் கோடிக்கணக்கான அணுக்களின் பலம் எவ்வளவு என நினைத்துப் பார்க்க முடியவில்லை. அந்த அளவு மக்களின் பாவம் பாரமுடையதாகக் காணப்படுகின்றது. மக்களின் அனைத்துப் பாவங்களும் சிலுவையாகி இயேசு கிறிஸ்துவை வருத்துகிறது. மக்களின் பாவத்தை இறைவனாலும் சுமக்க முடியவில்லை எனக் கற்பனைத் திறத்துடன்,

நோக்கில் அணு ஒவ்வொன்றும் நூறு ஆயிரம் கோடி
மாக்கயத்தின் சும்மை மலித்த பாவம் திரட்டி
ஆக்கு சிலுவை அமலன் சிரத்து ஏந்தி
காக்கை கடனாகக் கல்வாரி நோக்கினார்

(இரட்சணிய சரிதப் படலம், பா. 308)

என்னும் செய்யுளில் விளக்கியுள்ளார்.

4. சூரியன்

இயேசு கிறிஸ்து உலக மக்களின் பாவங்களுக்காகத் தன்னைச் சிலுவையில் ஒப்புக் கொடுத்தார். உயிர்நீத்தபின் கல்லறையில் அடக்கம் பண்ணப்பட்டார். இதைப் பொறுக்க முடியாத சூரியன் மனம் வருந்தி மேற்குத் திசையில் கடலிற்கு அப்பால் சென்று வீழ்ந்தான் என சூரியனின் மறைவை,

> பொங்கரு ணாதன் பூதல ரட்சை புரிவான் வந்(து)
> அங்கம்வ ருந்தி யாருயிர் நல்கி யவனிக்குள்
> மங்கிய டங்கக் கண்டுச கிக்கமாட்டான் போல்
> வெங்கதி ருட்கிக் குடகட லிற்குப் புற வீழ்ந்தான்

(இரட்சணிய சரிதப் படலம், பா. 415)

எனக் கற்பனையுடன் பாடியுள்ளார்.

5. நிலம்

உயிர்த்தெழுந்த இயேசு பெருமானை நிலம் என்னும் பெண் மகிழ்ச்சியுடன் வணங்கினாள் என்னும் கருத்தைக் கூறுவதில் ஆசிரியரின் கற்பனைத் திறன் வெளிப்படுகிறது. நிலம் என்னும் பெண்ணின் முகம் மலர்ந்த செந்தாமரை மலர்கள்; குளிர்ந்த சோலைகள் பெண்ணின் தலை; விரிந்த மரக்கிளைகளாகிய கைகளால் மலர்களைத் தூவித் துதித்தாள்; பலவகைப் பறவைகளைக் கொண்டு இசை அரங்கு நடத்தினாள். இவ்வாறு இவ்வுலகமாகியப் பெண்மணி கடவுளின் மைந்தனாகிய இயேசு கிறிஸ்துவை வணங்கினாள். இக்கற்பனையை,

> வண்டுண விரிந்த செந்தாமரை முகமலர்ச்சி காட்டித்
> தண்டலை தாழ்த்தி மென்பூத் தடஞ்சினைக் கரத்தால் நல்கி
> எண்தகு புள்ளினாய இன்னிசை எடுத்துப் போற்றி
> மண்டல மடந்தை ஈசன் மைந்தனை வணக்கம் செய்தாள்

(இரட்சணிய சரிதப் படலம், பா. 441)

எனக் கிருஷ்ணபிள்ளை செய்யுளாக வடித்துள்ளார். இயேசு கிறிஸ்துவை நிலமங்கை பணிந்து போற்றும் கற்பனை பாராட்டத்தக்கது.

6. இயற்கை

இயற்கையுடன் இயைந்துபாடும் கிருஷ்ணபிள்ளை தமது கற்பனைத் திறம் மூலம் இயற்கையைச் சிறப்பாக விவரிக்கிறார். சோலையைக் காணும் கவிஞர் அங்கு இயல்பாக நடைபெறும் நிகழ்வைத் தம் கற்பனை ஆற்றலின் மூலம் ஒரு நடன அரங்காகக் காணுகின்றார். கானகம், தான் வீற்றிருக்கும் அவையாகக் காட்சி தருகின்றது; மேகங்கள் தண்ணுமையாக ஒலிக்கின்றது;

வண்டுகள் பாட்டிசைக்கின்றன; மயில்கள் நடனம் ஆடுகின்றன; தாமரை மலர்கள் தம் கண்களால் மகிழ்ச்சியுடன் பார்க்கின்றன; கொன்றை மலர்களின் பொன்னிறத்தாது பொன்னணிப் பரிசாக வழங்கப்படுகிறது. இதனை,

வானந்தண் ணுமையா வண்டு பாண் செய மயில்களாடக்
கானந்தன் னவையாச் செய்ய கமலக் கண் களித்து நோக்கிப்
பூநந்து நறுந்தண் கொன்றைப் பொன்னணிப் பரிசு நல்கி
ஆனந்த சைல வேந்த னரசுவீற் றிருப்பன் மாதோ

(ஆனந்த சைலப் படலம், பா. 31)

என இயற்கை நடன அரங்கில் மலைமன்னன் (ஆனந்த சைல வேந்தன்) அரசு வீற்றிருக்கிறான் எனக் கற்பனை கலந்து பாடியுள்ளார்.

கம்பராமாயணத் தாக்கம்

கிருஷ்ணபிள்ளை இரட்சணிய யாத்திரிகத்தின் கதையை ஜான்பனியனிடமிருந்தும், காப்பிய அமைப்பு, கவிதைப் பாங்கு ஆகியவற்றைக் கம்பரிடமிருந்தும் பெற்று படைத்துள்ளார். கிருஷ்ண பிள்ளை இளமைப் பருவத்திலிருந்தே கம்பராமாயணத்தில் புலமை யுடையவராக விளங்கியதால் கம்பராமாயணத்தின் பாதிப்பு அவரது படைப்பில் இயல்பாகவே அமைந்துள்ளது.

இராமாயணத்தின் நகர்நீங்கு படலத்தில் இராமன் காட்டுக்குச் செல்கிறான். இராமனின் நிலையைக் கண்ட அயோத்தி மக்கள் மனம் வேதனைப்பட்டு புலம்புகின்றனர்; பெண்கள் மயங்கி விழுந்தனர்; சிலர் விம்மி அழுதனர்; கண்ணீர் வெள்ளத்தில் மூழ்கினர்; கூந்தலில் தீ பற்றியது போலப் பதைபதைத்துத் துயரடைந்தனர். இந்த அவலக் காட்சியினைக் கம்பர்,

விழுந்தனர் சிலர்; சிலர் விம்மி விம்மி மேல்
எழுந்தனர்; சிலர் முகத்து இழி கண்ணீரிடை
அழுந்தினர்; சிலர் பதைத்து, அளகவல்லியின்
கொழுந்து எரி உற்றென, துயரம் கூர்கின்றார்

(நகர்நீங்கு படலம், பா. 169)

எனப் பாடியுள்ளார். கிருஷ்ணபிள்ளை இது போன்ற காட்சியை இரட்சணிய சரிதப்படலத்தில் அமைத்துள்ளார். இயேசு கிறிஸ்து முள் முடி சூடி, போர்ச்சேவகர்களால் அடிக்கப்பட்டு உடல் சோர்ந்து சிலுவையைச் சுமந்து கொண்டு கல்வாரி மலை நோக்கிச் செல்கின்றார். இயேசு கிறிஸ்துவின்

இந்நிலையைக் கண்டு எருசலேம் நகரப் பெண்கள் மனமுடைந்தவர்களாக, கண்ணீர்விட்டுக் கதறி அழுகின்றனர்; கொடிய விடத்தை உண்டவர் போல ஏங்கினர்; பலவாறு சொல்லிப் புலம்பினர். இவ்வாறு மக்களின் துயரக் கோலத்தினை, மன உணர்வுகளைக் கிருஷ்ணபிள்ளை பின்வருமாறு படம் பிடித்துக் காட்டுகிறார்:

கண்டார்ப தைத்தார்க லுழ்ந்தார்க ரைந்தழுதார்
கொண்டார்து ணுக்கங்கொ தித்தார்க டுவிடத்தை
உண்டார்போ லேங்கியு யங்கிநெ டிதுயிர்த்துத்
திண்டாடி நின்றினைய செப்புவா ராயினார்

(இரட்சணிய சரிதப் படலம், பா. 319)

இதைப்போன்று மேலும் சில செய்யுட்களில் கம்பராமாயணத்தின் நகர்நீங்கு படலத்திலுள்ள சில செய்யுட்களின் தாக்கம் இடம் பெற்றுள்ளது. மேலும், இரட்சணிய யாத்திரிகத்தின் பெரும்பிரிவு சிறு பிரிவுகளின் பெயரமைப்பிலும் கம்பராமாயணத்தின் தாக்கம் உள்ளது. கம்ப ராமாயணத்தின் ஆரணிய காண்டம் என்னும் பெயரைப் போன்று யாத்திரிகத்தின் மூன்றாவது பருவம் ஆரணியப் பருவம் எனப் பெயரிடப்பட்டுள்ளது. கம்பராமாயணத்தில் பாலகாண்டத்தின் அரசியற் படலம் யாத்திரிகத்தின் ஆதி பருவத்தில் அரசியற்படலம் என்னும் பெயராலே அமைந்துள்ளது.

திருக்குறளின் தாக்கம்

இரட்சணிய யாத்திரிகத்தில் திருக்குறளின் செல்வாக்கு அதிக அளவில் உள்ளது. சுமார் 70 திருக்குறள் கருத்துகள் இரட்சணிய யாத்திரிகத்தில் இடம் பெற்றுள்ளன. கிறித்தவன் தம் உறவினர்களுக்காக இரக்கம் கொண்டு அவர்களுக்கு வரும் பேரழிவிலிருந்து அவர்கள் தப்ப வேண்டும் என்னும் நோக்கத்தில் பின்வருமாறு அறிவுரை கூறுகிறான்:

வருமுன்னர்க் காவாதார்க்கு வாழ்க்கையெத் துணைய வேனும்
எரிமுன்ன ருற்றவைத்தூ றெனக்கெடு மென்ப ரின்னல்
பொருமுன்னர் விலகி யோடிப் புகலிடமாய கோமான்
திருமுன்ன ரடையி னித்ய ஜீவனை யடைதல் திண்ணம்

(மெய்யுணர்ச்சிப் படலம், பா. 36)

கிருஷ்ணபிள்ளையின் இச்செய்யுள் கருத்து திருவள்ளுவரின்,

வருமுன்னர்க் காவாதான் வாழ்க்கை எரிமுன்னர்
வைத்தூறு போலக் கெடும் *(குறள், 435)*

என்னும் குறளை ஆதாரமாகக் கொண்டது.

தேவாரத் தாக்கம்

சைவ சமயக் குரவர்களுள் அப்பர், சம்பந்தர், சுந்தரர் ஆகிய மூவரும் பாடிய செய்யுட்களே தேவாரம் என அழைக்கப்படுகின்றது. தேவாரத்திலும் கிருஷ்ணபிள்ளை புலமையுடையவராக விளங்கியதால் பல தேவாரச் செய்யுட்களின் தாக்கத்தினை இரட்சணிய யாத்திரிகத்தில் காணமுடிகின்றது. சம்பந்தர், ஒளி வடிவாகக் காட்சியளித்த இறைவனை,

காதலாகிக் கசிந்து கண்ணீர் மல்கி
ஓதுவார் தமைநன் னெறிக்கு உய்ப்பது
வேதம் நான்கினும் மெய்ப்பொருளாவது
நாதன் நாம நமச்சி வாயவே

(ஞானசம்பந்தர் தேவாரம்,
மூன்றாம் திருமுறைப்பதிகம், பா. 397 - 1)

எனப்பாடி உள்ளம் மகிழ்கின்றார். கிருஷ்ணபிள்ளை தமது காப்பியத்தில் இச்செய்யுளை மனதில் கொண்டு,

நன்னெறி புகுத்திடும் நவையின் நீக்கிடும்
இன்னலை அகற்றிடும் இகல்செ குத்திடும்
உன்னதத்து உய்த்திடும் ஒருங்கு காத்திடும்
எந்நலத்தையும் தரும் யேசு நாமமே

(சுமை நீங்கு படலம், தேவாரம், பா. 6)

எனப் புகழ்ந்துள்ளார். நல்ல வழிகளில் செலுத்துவது, தீய வழிகளிலிருந்து விலக்குவது, துன்பத்தை அகற்றுவது, சாத்தானின் பகையை அழிப்பது, மோட்ச உலகில் கொண்டு சேர்ப்பது, எல்லோரையும் ஒன்றாகப் பாதுகாப்பது, எல்லா நன்மையும் தருவது இயேசு என்னும் திருப்பெயராகும் என கிருஷ்ணபிள்ளை பட்டியலிடுகிறார்.

திருவாசகத் தாக்கம்

'திருவாசகத்திற்கு உருகார் ஒரு வாசகத்திற்கும் உருகார்' என்னும் பாராட்டைப் பெற்றது மாணிக்கவாசகரின் திருவாசகம். கண்டபத்து என்னும் பகுதியில் இடம் பெற்றுள்ள செய்யுட்கள் 'தில்லை அம்பலத்தே கண்டேனே' என முடிவுறும் தன்மையன. தில்லையம்பலத்திலுள்ள பெருமானின் கோலத்தைக் கண்டு,

பாங்கி னொரு பரிசொன்றும் அறியாத நாயேனை
ஓங்கியுளத் தொளிவளர உவப்பிலா வன்பருளி
வாங்கிவினை மலமறுத்து வான்கருணை தந்தானை
நான்குமறை பயில்தில்லை அம்பலத்தே கண்டேனே

(திருவாசகம், கண்டபத்து, பா. 9)

எனப் பாடி மகிழ்கின்றார். மாணிக்கவாசகரின் இச்செய்யுள், 'அம்பலத்தே கண்டேனே' என முடிவுறுகின்றது. இத்தன்மையில் ஈர்க்கப்பட்ட கிருஷ்ணபிள்ளை, இயேசுபெருமானைச் சிலுவையில் கண்ட காட்சியை,

துன்னெறி புக்குழல் கின்ற தூர்த்தரிலும் தூர்த்தனாய்
பன்னெறி கொள் பரசமயப்படு குழிவீழ்ந்து அழிவேற்கு
நன்னெறி யின் துணிபு உணர்த்தி நயந்திதயக் கண்திறந்த
செந்நெறி காட்டிய குருவைச் சிலுவைமிசைக் கண்டேனே

(ஜீவபுஷ்கரிணிப் படலம், தேவாரம், பா. 6)

என மனம் உருகிப் பாடுகிறார். இப்பகுதியிலுள்ள பத்து தேவாரச் செய்யுட்களும் 'சிலுவைமிசைக் கண்டேனே' என முடிவுறுவது நோக்கத்தக்கது.

தாயுமானவரின் தாக்கம்

தாயுமானவர் சைவ சமயத்தின் பெருமைகளைப் பாட முற்படும் பொழுது 'செகத்தீரே' என உலக மக்களை விளித்து தம் கருத்துகளைக் கூறிடக் காணலாம். சான்றாக ஒரு செய்யுளில்,

சைவ சமயமே சமயம் சமையா தீதப்பழம் பொருளைக்
கைவந்திடவே மன்றுள் வெளிக்காட்டும் இந்த கருத்தை விட்டுப்
பொய் வந்து உழலும் சமயநெறி புகுதவேண்டாம் முத்தி தரும்
தெய்வ சபையைக் காண்பதற்குச் சேரவாரும் சகத்தீரே

(தாயுமானவர் திருப்பாடல் திரட்டு, காடும் கரையும், பா. 2)

எனப் பாடியுள்ளார். இதே நடையில் 'செகத்தீரே' என விளித்து கிறித்தவ மறையின் மாண்புகளைக் கிருஷ்ணபிள்ளையும் பல செய்யுட்களில் பாடியுள்ளர். சான்றுக்கு ஒரு செய்யுள் வருமாறு:

வேதம் ஒன்றேமெய் உள்ளங்கை நெல்லிக்கனிபோல் விளங்குவது இதோ
நாதன் ஒருவர் உளருலகம் நவிலும் சான்று நற்கதியின்
பாதை ஒன்றுண்டு அது கிறித்து மார்க்கம் இதனைப்பகுத் துணர்ந்து
கோதில் பரமகுரு பாதம் கும்பிட்டு ஏத்தும் செகத்தீரே

(இரட்சணிய நவநீதப் படலம், பா. 34)

'உள்ளங்கையில் உள்ள நெல்லிக்கனி போல வேதம் ஒன்றே என்பது மெய்யாகும். கடவுள் ஒருவரே என்பதற்கு இவ்வுலகமே சாட்சி சொல்லும். நல்ல நிலையினை அடைய விரும்புபவர்களுக்கு கிறித்தவ மதமே வழியாகும். இதை அனைவரும் நன்கு உணர்ந்து இயேசு பெருமானின் திருப்பாதத்தை வணங்க உலக மக்களே வாருங்கள்' என கிருஷ்ணபிள்ளை இச்செய்யுளில் குறிப்பிடுகிறார். தாயுமானவர் செய்யுட்களில் காணலாகும்

சொல், பொருள் ஆகியவற்றை கிருஷ்ணபிள்ளை தம் காப்பியத்தில் மரபு மாறாத நிலையில் பயன்படுத்தியுள்ளார்.

உவமைகள்

இலக்கிய ஆசிரியரின் உள்ளத்து உணர்வுகளைத் தெளிவாகவும் சிறப்பாகவும் காட்டுவதுடன் கவிதை இன்பத்தைப் பிறர் அனுபவிக்கவும் உறுதுணையாக உவமை அமைகின்றது. இரட்சணிய யாத்திரிகத்தில் சிறந்த உவமைகள் 250க்கும் மேல் உள்ளன. இவ்வுவமைகள் கருத்துச் செறிவுடன் உணர்ச்சிமயமாக விளங்குவதால் காவியம் பொலிவு பெறுகின்றது. கிறித்தவன் தன் பாவத்தை உணர்ந்து துன்பப்படுகிறான். அவனது மனத் தவிப்பினை,

> இருதலைக் கொள்ளியுற்ற எறும்பு என ஏகும் மார்க்கம்
> ஒருதலையானும் காணாது வணங்கியோன் உலவையுற்ற
> சருகு எனச் சுழல்வன், யாண்டும் தரிக்கிலன் மேலும் கீழும்
> கருதி நோக்கிடுவன், உள்ளம் கசந்து அழுதிடுவன் மன்னோ

(மெய்யுணர்ச்சிப் படலம், பா. 5)

என்னும் செய்யுள் மூலம் வெளிப்படுத்துகிறார். கிறித்தவனின் நிலை இருதலைக் கொள்ளிக்கு நடுவில் அகப்பட்டுக் கொண்ட எறும்பின் நிலையாக உள்ளது. மேலும் தான் செல்ல வேண்டிய வழியினை அறியாததால் மயங்கி வருந்தி புயற்காற்றில் அகப்பட்ட சருகைப்போல இவ்வுலக வாழ்வில் துன்புறுகிறான். இவ்வுவமை எளிமையாகவும் இயல்பாகவும் அமைந்துள்ளது. இவைபோன்ற ஏராளமான உவமைகள் இரட்சணிய யாத்திரிகம் முழுவதும் நிரம்பியுள்ளன. கிருஷ்ணபிள்ளையின் கருத்துமிக்க உவமைகள் பொருளை அழகாகவும் தெளிவாகவும் நயமாகவும் எடுத்தியம்புகின்றன. எளிய உவமைகளின் மூலம் சிறந்த கருத்துகளை விளக்குவது கிருஷ்ணபிள்ளையின் இலக்கியக் கொள்கையாகும்.

இரட்சணிய யாத்திரிகம் சொல் இனிமையாலும் அணி நயங்களாலும் பொருளழகாலும் ஆன்மிக உண்மைகளாலும் சிறந்து திகழ்வதன் வாயிலாக, கிறித்தவத் தமிழ்க் காப்பியங்களின் மணி மகுடமாகவும், தமிழ்க் காப்பியங்களின் வரிசையில் தன்னிகரற்றதொரு வைரமணியாகவும் ஒளி வீசுகிறது.

44. திருச்செல்வர் காவியம்

தமிழ்க் கிறித்தவ இலக்கியங்களுக்கு இலங்கை நாட்டவரின் பங்களிப்புகள் ஏராளமாக உள்ளன. ஆனால் இன்றைய கிறித்தவ இலக்கிய உலகினருக்கு இதுபற்றி அதிக அளவில் தெரியவில்லை. கிறித்தவ இலக்கியத்தின் எல்லா வகைமைகளையும் இலங்கைத் தமிழர்கள் படைத்துள்ளனர். இலங்கையிலுள்ள தமிழ்க் கிறித்தவ இலக்கியம் நீண்டகால வரலாற்றினை உடையது. கிறித்தவக் காப்பியங்களுள் பழமையான திருச்செல்வர் காவியம் 19 ஆம் நூற்றாண்டின் முற்பகுதியில் பூலோக சிங்க முதலியார் என்ற அருளப்ப நாவலர் என்பவரால் இயற்றப்பட்டது.

ஆசிரியர் வரலாறு

திருச்செல்வர் காவியத்தின் ஆசிரியரான பூலோகசிங்க முதலியார் யாழ்ப்பாணத்திலுள்ள தெல்லிப்பழையைச் சார்ந்தவர். இவருக்கு அருளப்ப முதலியார் என்ற மற்றொரு பெயரும் உண்டு. காப்பியத்தில் இவரது பெயர் பூலோகசிங்க அருளப்ப நாவலர் எனக் குறிக்கப்பட்டுள்ளது. அருளப்ப நாவலர் 1902 ஆம் ஆண்டு அருளப்ப நாவலரின் தேம்பாவணிக் கீர்த்தனை என்னும் பெயரில் தேம்பாவணியின் இரண்டாம் காண்டத்தை கீர்த்தனை நாடக வடிவிலும், 1911 ஆம் ஆண்டு திருச்செல்வர் அம்மானை என்னும் சிற்றிலக்கியத்தையும் படைத்துள்ளார்.

திருச்செல்வர் காவியம்

திருச்செல்வர் காவியம் 1896 ஆம் ஆண்டு முதல் பதிப்பாக வெளிவந்தது. இந்நூலின் முதல் பக்கத்தில்,

> இஃது யாழ்ப்பாணம் தெல்லியம்பதியில் வசித்திருந்த பூலோகசிங்க அருளப்ப நாவலரால் இயற்றப்பட்டு முற்பாகத்திற் சில பாக்களுக்குப் பொழிப்புரையும் தர்க்க சாஸ்திரப் படலத்திற்குப் பதவுரையுஞ் செய்து சேர்த்து, கத்தோலிக்க மிசியோன் தமிழ்ப் பண்டிதராகிய நல்லூர் ஸ்ரீ கா. தியாகராசபிள்ளை அவர்களால் பார்வையிடப்பட்டு, அதிசிரேஷ்டர் அனுமதியுடன், யாழ்ப்பாணம், அச்சுவேலி ஞானப்பிரகாச இயந்திரசாலையிற் பிரசுரிக்கப்பட்டது

என எழுதப்பட்டுள்ளது. இக்காப்பியத்தின் இரண்டாம் பதிப்பு, யாழ்ப்பாணப் பல்கலைக்கழகத்திலுள்ள கிறித்தவ-இசுலாமிய நாகரிகத் துறைகளின் தலைவர் அருட்திரு. கலாநிதி ஏ.ஜே.வி. சந்திரகாந்தன் அவர்களால், யாழ்ப்பாணத்திலுள்ள திருமறைக் கலாமன்றத்தின் வாயிலாக, 1995 ஆம் ஆண்டு வெளியிடப்பட்டது.

தழுவல் காப்பியம்

கி.பி. எட்டாம் நூற்றாண்டில் சிந்து தேசத்தில், அபினோ என்னும் அரசனின் மகனாகப் பிறந்தவர் திருச்செல்வராயன். இவர் தான் கிறித்தவராக மாறியது மட்டுமன்றி, தம் தந்தை மற்றும் உறவினர்களையும் கிறித்தவராக மாற்றினார். இறுதியில் தவம் செய்து வீடு பேற்றினை அடைந்தார். பெரியோர்கள் கூறிய திருச்செல்வராயரின் வரலாற்றை கி.பி. 733 ஆம் ஆண்டு தமசேனு அருளப்பர் எழுதி வைத்தார். அச்சரித்திரத்தை இறைத்தொண்டர்கள் தமிழில் மொழி பெயர்த்துக் கொடுத்தனர். திருச்செல்வராயரின் வரலாற்றை பூலோகசிங்க முதலியார் என்னும் பெயருடைய அருளப்ப நாவலர் காப்பிய வடிவில் படைத்தார்.

சாற்றுகவிகள்

திருச்செல்வர் காவியத்தில் பதினாறு சாற்றுகவிகள் உள்ளன. அவற்றுள் ஒன்று சென்னை, அர்ச். சவேரியார் கலாசாலை தலைமைத் தமிழ்ப் பண்டிதர் மகாஸ்ரீ வித்துவான் கண்ணுசாமி முதலியாரவர்கள் எழுதியதாகும். நிலைமண்டில ஆசிரியப்பாவிலமைந்த அச்சாற்றுகவி பின்வருமாறு:

திருநிறைந் தெங்கணுஞ் சிறப்புற் றோங்கும்
மருநிறைந் தொளிரு மதுமலர்க் காசூழ்
சொல்லருங் கீர்த்தி சூழியாழ்ப் பாணத்
தெல்லிமா நகரிற் றிகழு பூலோக
சிங்க முதலியா ரெனுமிகு சீர்சூழ்
இங்கித முறையரு ளப்பநா வலன்றான்
சொற்சுவை பொருட்சுவை தோன்றத் தெளிந்த
நற்சுவை பொருத்தி நன்னயம் பெறவே
திருச்செல்வ ராயர் திருவுறை சரிதையைப்
பெருத்தகா வியமாய்ப் பேசிட வதனை
அன்பு பொறுமை யடக்க மின்சொ
லின்புறு மணியா யேற்றசற் குணத்தோன்
இத்தகைப் பெருஞ்சீ ரிலகுற வாய்ந்த
வித்தகப் புலமை வித்துவ மணியாம்
தருதகை மருவுந் தம்பிமுத் தண்ண
லருளணி துலங்க அச்சியற் றினனே.

காப்பியக் கட்டமைப்பு

திருச்செல்வராயரின் வரலாற்றை எடுத்துரைப்பதாக இக்காப்பியம் இயற்றப்பட்டுள்ளது. திருச்செல்வர் காவியம் நாட்டுப் படலம், நகரப் படலம், அரசியற்கைப் படலம், செருச்செய் படலம், மணவினைப் படலம், திருச்செல்வன் உற்பவப் படலம், புத்திர சேமப் படலம், அவினேர் திருச்செல்வனைக் கண்ணுறு படலம், வீதிகாண் படலம், நீர் விளையாட்டுப் படலம், வறலாம் வரவுப் படலம், உபதேசப் படலம், திருஅவதாரப் படலம், ஞானஸ்நானப் படலம், தர்க்க சாஸ்திரப் படலம், நக்கோர் துறவுப் படலம், தேவுதன் சூழ்ச்சிப் படலம், தேவுதன் துறவுப் படலம், முடிசூட்டுப் படலம், அவினேர் மறைதெளி படலம், அவினேர் துறவுப் படலம், திருச்செல்வன் துறவுப் படலம், வறலாங் கதிபெறு படலம், திருச்செல்வன் கதிபெறு படலம் என்னும் 24 படலங்களையும், 1947 விருத்தச் செய்யுட்களையும் உடையது.

காப்பியக் கதை

சிந்து நாடு பல்வகை வளங்களும் அனைத்துவகைச் செல்வங்களும் ஒருங்கே பெற்ற நாடு. அகரம் எழுத்தை முதலாகக் கொண்டது போன்று, இந்த நகரம் கடலால் சூழப்பட்ட உலகில் முதலானது. இந்த மாநகரில் அவினேர் என்னும் அரசன் செங்கோலாட்சி புரிந்து வந்தான். அவனது ஆட்சி மூவுலகத்தாராலும் புகழப்பட்டது. அவனது நாட்டில் மாதம் மும்மாரி மழை பெய்தது. தன்னைப் பணிந்து கப்பம் கட்டாத மன்னர்களை வென்று வீழ்த்தினான்.

அவினேர் மன்னனுக்குக் கோலாகலமாகத் திருமணம் நடை பெற்றது. மணமக்கள் தீயை வலம் வந்து அருந்ததி பார்த்தனர். இல்லற வாழ்க்கையில் தங்களுக்குக் குழந்தைப் பேறு இல்லாமல் மிகவும் கவலை கொண்டனர். இதனால் தான தருமங்கள் செய்தும் கோவில்களில் சென்று வழிபாடு செய்தும் வந்தனர். இதன் பயனாக அத்தம்பதியினருக்கு ஓர் அழகான மகன் பிறந்தான். அரசன் தனக்கு மகன் பிறந்தவுடன் சோதிடர்களை அழைத்து, மகனின் எதிர்காலத்தைக் கணிக்க ஆணையிட்டான். சோதிடக் கலைஞர்கள் பலரும் அனைத்து விதமான செல்வங்களும் பெற்று இளவரசன் உயர்வடைவான் என்றனர். ஆனால் அவர்களுள் இறையருள் பெற்ற ஒருவர் மட்டும் குழந்தைக்கு சூசேப்பா என்று பெயர் சூட்ட வேண்டும் என்றும், சூசேப்பா என்பதற்கு திருச்செல்வம் என்பது பொருளாகும் என்றார். பின்னர் அமைச்சர்கள் மூலம் திருச்செல்வம் என்பதன் பொருளை உணர்ந்து தன் மகன் பிற சமயத்தினரைக் காண, அவர்கள் போதனைகளைக் கேட்க முடியாதவாறும் ஏற்பாடு பண்ணக் கட்டளையிட்டான். எனவே மகனை ஒருவரும் பார்க்காதவாறு வளர்ப்பதற்காக மாளிகை ஒன்றைக்

கட்டினான். பிற சமயத்தினர் நாட்டினுள் வராதவாறு தடுக்கவும் ஆணையிட்டான்.

இளவரசன் வாழும் மாளிகையின் நாற்புறங்களிலும் காவலர்கள் நியமிக்கப்பட்டனர். கிறித்தவ இறைத்தொண்டர்கள் மாறுவேடத்திலும் வந்துவிடா வண்ணம் காவல் காக்க காவலர்களுக்கு ஆணையிடப்பட்டது. அரசனின் ஆணையை மீறுபவர்களுக்கு கொடூரமான தண்டனை அளிக்கப்படும் என முரசு அறிவிக்கப்பட்டது. இளவரசனுக்குப் பல கலைகளும் பயிற்றுவிக்கப்பட்டன. ஒருநாள் இளவரசன் சூசேப்பா, தான் அடைபட்டு வாழ்வதை உணர்ந்து ஏவலன் ஒருவனிடம் உண்மைப் பொருளான இறைவனைப் பற்றிக் கூறுவாயாக என்றான். அதற்கு ஏவலன், இளவரசே உங்களது தந்தையார், அமைச்சர்கள் மற்றும் சோதிடர்களுடன் ஆராயும்போது ஓர் அறிஞர் எழுந்து அரசனிடம் 'உங்கள் மகன் இயேசு கிறிஸ்துவின் உண்மையான வேதத்தை நாடுவார்' எனக் கூறினார். இதனால் கிறித்தவ இறைத் தொண்டர்களை நீங்கள் பார்த்துவிடாதபடி உங்களைப் பாதுகாப்பாக மறைத்து வருகிறார் என்றான். உடனே இளவரசன் ஏவலனைப் பார்த்து கிறித்தவர்கள் யார்? அவர்களது வேதநெறி யாது எனக் கேட்டான். அதற்கு ஏவலன், இறைவன் இந்த உலகைப் படைத்தார்; பூவுலகில் பாவங்கள் மிகுந்ததனால் அதனைப் போக்குவதற்காக கன்னித்தாய் மரியாளின் மகனாகப் பிறந்தார்; அவருடைய பெயர் இயேசு கிறிஸ்து; அவரது உண்மைநெறிகளைப் பின்பற்றுவோர் கிறித்தவர்களாவர் எனவும் கூறினான். ஏவலன் தன்னிடம் கூறியதன் முழுமையான பொருளை அறிந்து கொள்ள முடியாமல் இளவரசன் தவித்தான்.

இச்சூழலில் அரசன் இளவரசனைக் காண்பதற்காக மாளிகைக்குச் சென்றான். மகனைத் தழுவி ஆனந்தமடைந்து உனக்கு ஏதாவது குறை இங்கு உள்ளதா எனக் கேட்டான். உடனே இளவரசன், ஏன் என் மழலை மொழியைக் கேட்க விருப்பமில்லாமல் இங்கு என்னைக் கூண்டில் பறவையை அடைத்து வைத்திருப்பதைப் போன்று அடைத்து வைத்துத் துன்புறுத்துகிறீர்கள் என வினவினான். இளவரசனின் மனக்குறையை உணர்ந்து கொண்ட அரசன், இளவரசன் நகரில் பவனிவர ஆவன செய்தான். ஆனால் கிறித்தவ இறைப்பணியாளர்கள் எவரும் இளவரசன் பவனி வரும் வழியில் வரக்கூடாது எனவும் ஆணையிட்டான். மறுநாள் முரசு வாத்தியங்கள் முழங்க இளவரசன் வீதியில் பவனி வந்தான். அப்போது வீதியில் மக்கள் கூட்டங்களுக்கு நடுவில் கூன், குருடு, முடவர்களும் காணப்பட்டனர். இதனைப் பார்த்த இளவரசன், பல பொருள்களை ஏழைமக்களுக்கு வாரிவழங்கினான். தனது மாளிகைக்குச் சென்ற பின்னர்

வீதியில் கண்ட நிகழ்ச்சிகளால் மனம் சோர்வடைந்தான். நிலையில்லாத, துன்பம் நிறைந்த வாழ்வை வருத்தத்துடன் நினைத்தான்.

இச்சூழலில் சிந்துபதி மன்னனால் சமய விரோதிகள் என்று கொலை செய்யப்பட்டவர்களில் தப்பிப் பிழைத்தவர்கள் சிலர் சந்தனக் காட்டில் மறைந்து வாழ்ந்து வந்தனர். அவர்களில் ஒருவர் வறலான் முனிவர் என்பவர். ஒருநாள் அதிகாலை ‘சிந்துபதி மன்னனின் மகன் மாளிகையினுள் அடைபட்டுக் கிடக்கின்றான். அவன் என்னைக் கண்டடைய விருப்பத்துடன் உள்ளான். அவனுக்குத் துணைபுரிவாயாக‘ என்னும் அசரீரி கேட்டது. உடனே வறலான் முனிவர் ஒரு நவமணி வியாபாரி போன்று வேடம் புனைந்து கொண்டு இளவரசனைக் காணப் புறப்பட்டார். மாறுவேடத்தில் இருக்கும் வறலான் முனிவர் மாளிகையின் ஏவலாளர்களிடம் தான் ஒரு வியாபாரி என அறிமுகப்படுத்திக் கொண்டு உள்ளே சென்று இளவரசனைக் கண்டார். வறலான் முனிவர் தான் ஒரு கிறித்தவ இறைத்தொண்டர் எனவும், உமது தந்தையால் சித்திரவதைப் பட்ட கிறித்தவர்கள் அபாயத்தை உணர்ந்து காட்டில் வாழ்ந்து வருகின்றனர் எனவும், அவ்வாறு மறைந்து வாழ்ந்து வருபவர்களுள் தானும் ஒருவன் எனத் தன்னை அறிமுகப்படுத்திக் கொண்டார். மேலும் அசரீரி ஒலி கேட்டதன் அடிப்படையில் உன்னைக் காண வந்தேன் என்றார்.

இளவரசனின் ஆர்வத்தை உணர்ந்து கொண்ட வறலான் முனிவர் இந்த பூமியையும், வானத்தையும், எண்ணிலா இயற்கைப் பொருட்களையும் உயிர்களையும் படைத்தவர் ஒருவரே. அவர்தான் தேவாதி தேவன் என விவரித்தார். மீண்டும் மறுநாள் இளவரசனிடம் சென்று இறைவன் உலகத்தைப் படைத்தது, ஆதாம் ஏவாளைப் படைத்தது முதலான வரலாறுகளை இளவரசனுக்கு விளக்கமாக விவரித்தார். மேலும் இயேசுவின் தாய் மரியாளின் வரலாறு, மரியாளின் உறவினளான எலிசபெத் வயதான காலத்தில் குழந்தைப்பேறு பெற்ற விதம், இயேசு கிறிஸ்துவின் பிறப்பு, அவரது திருப்பணிகள், சீடர்கள், போதனைகள், அற்புதங்கள், பாடுகள், மரணம், உயிர்த்தெழுதல் முதலான நிகழ்வுகளைக் கோர்வையாக இளவரசனிடம் முனிவர் விவரித்தார். இறுதியில் இளவரசனின் மனஉறுதியை உணர்ந்து கொண்ட முனிவர் உமக்குத் திருமுழுக்குத் தருகிறேன் என்றார். இளவரசனும் அதற்கு மிகுந்த விருப்பம் தெரிவித்ததன் அடிப்படையில் முனிவர் இளவரசனுக்குத் திருமுழுக்கு அளித்தார். இதையறிந்த துர்க்குணம் கொண்ட ஏவலாளன் ஒருவன் அரசனிடம் சென்று, இளவரசன் கிறித்தவ மறையை மாறுவேடம் பூண்டு வரும் முனிவர் மூலம் தெரிந்து மனம் மாறியதைத் தெரிவித்தான். அரசன் மிகுந்த

கோபமடைந்து முனிவரைக் கொல்ல ஆணையிட்டான். முனிவரைக் கண்டுபிடிக்க இயலாமையால் காட்டில் தவம் புரியும் தவ முனிவர்கள் பதினேழு பேரைப் பிடித்து சித்திரவதைப் படுத்திக் கொன்றான்.

இந்நிகழ்ச்சியைக் கேள்விப்பட்டதனால் திருச்செல்வனின் இறைவன் மீதுள்ள விசுவாசமும் பற்றும் மேலும் அதிகரித்தது. இச்சூழலில் தன் மனதை மாற்ற வந்த நக்கோரது இருண்ட இதயத்தினை நல்வழிப்படுத்தி, இயேசு கிறிஸ்துவின் திருமறையினை இளவரசன் போதித்தான். நக்கோர் கிறித்தவராக மாறியதைக் கேள்விப்பட்டு அரசன் அவினேர் மிக்க சினம் கொண்டான். அரசன் அவினேர் தன் மகன் கிறித்தவனாக மாறியதை நினைத்து மிகத் துன்பம் அடைந்தான். ஆதலால் அரசன் சூழ்ச்சியில் வல்ல தேவுதன் என்பவனை அழைத்து, தன் மகனை மனம் மாற்ற வேண்டினான். தேவுதன் சூழ்ச்சிகள் பல புரிந்தும் இளவரசன் திருச்செல்வனின் மனதை மாற்ற இயலவில்லை. இதைக் கேட்ட அரசன் மனம் வருந்தினான். இச் செயல் எனது பாவத்தினால் வந்ததா? அல்லது எனது முன்னோர்கள் செய்த தீய வினைகளின் பயனாக வந்ததா? எனக் கதறினான். உடனே அரசன் மந்திர முதியோர்கள் சூழ திருச்செல்வனிடம் சென்று, அவனைத் தழுவி உன் வேதனை தீராத காரணம் என்ன என ஒரு வறியவனைப் போல இரந்து கேட்டான். அதற்கு இளவரசன் திருச்செல்வன், 'ஐயனே, என்னைக் கெடுக்க வந்த மையலார் புரிந்த வேதனைகள், நெய் வீழ்ந்த நெருப்புப் போன்று வேதாளங்கள் செய்த சோதனைகள் பலப்பல. பாவப் படுகுழியில் நான் விழாதபடி காவல் செய்த தேவன் இன்னருளால், தூய மோட்ச பேரின்பத்தையும், பேய் நரகத்தையும் டீல் கனவிற் காண்பித்தார்' என்றான்.

அரண்மனைக்குச் சென்ற அரசன் தனக்கு சந்ததிகள் இல்லாது துன்புறுவேனோ எனக் கவலை கொண்டு தேவுதன் என்பவனை அழைத்தான். தேவுதன் வந்தவுடன் அரசன் தன் மனவேதனையை 'நான் புத்திரச் செல்வமில்லாது தத்தளித்தேன். சிலகாலம் சென்ற பின்னர் மகப் பாக்கியம் பெற்றேன்; மிகுந்த பாதுகாப்பில் வளர்த்தேன். செட்டி ஒருவன் மூலம் மகன் கிறித்தவன் ஆனான். கானகத்து முனிவர்களைக் கடுஞ்சித்திரவதைக்குள்ளாக்கினேன். தருக்க சாஸ்திரம் மூலம் வெற்றி காண முயன்று தோற்றேன். சூழ்ச்சிகளைப் புரிந்தும் வீழ்ச்சியடைந்தேன்' என விவரித்தான். இதனைக் கேட்ட தேவுதன் அரசனிடம், 'அரசே, நெஞ்சக் கவலை நீங்குக; யான் புரிந்த வஞ்சனைகள் எல்லாம் ஊமை கண்ட கனவாயின; இனி நானே செல்வேன்; என் அறிவின் பலத்தால் வசப்படுத்தி வருவேன்' என்றான்.

தேவுதனின் வார்த்தைகளைக் கேட்ட அரசன் மிக்க மகிழ்ச்சி யடைந்தான். உடனே அரசன் தேவுதனுடன் திருச்செல்வன் தங்கியுள்ள மாளிகைக்குச் சென்றான். அரசன் தன் மகனைப் பார்த்து, 'என்னுடன் வந்திருக்கும் தேவுதன் வேத விதிகளை ஆய்ந்தறிந்த மாமேதை; மந்திர தந்திரங்கள் தெரிந்தவர்; இவருக்கு நிகராக இவ்வுலகில் ஒருவரும் இல்லை; இவரது அறிவுரைகளைக் கேட்பாயாக' எனக் கூறினார். தேவுதனின் உரைகளை இளவரசன் செவிமடுக்கவில்லை. இதனைக் கண்ணுற்ற அரசன் வருந்தினான். அனுபவம் நிறைந்த அமைச்சர் ஒருவர் அரசனிடம், 'நாட்டில் பாதியை இளவரசனுக்குக் கொடுத்து மணிமுடி சூட்டி அன்போடு அவன் செல்லும் வழியை ஆதரிப்பதே தகுந்த நெறியாகும்' எனக் கூறினான். இக்கருத்தை அரசன் ஏற்றுக் கொண்டு மகனைப் பார்த்து, 'மகனே, குற்றம் கடிந்து கொற்றம் புரப்பதே மன்னர் கடன் என்பதால் இதுவரை உனக்கும் இன்னல் செய்ய நேர்ந்தது. எல்லாம் எண்ணாது மறந்துவிடு. என் நாட்டின் பாதியை நீயே ஆட்சி புரிதல் வேண்டும். எனது இறுதி ஆசை இதுவேயாகும்' என்றான். தந்தையின் கட்டளையை ஏற்றுக் கொண்டு மணிமுடி சூட்டி ஆண்டு வந்தான். கிறித்தவ மதத்தின் சிறப்புகளை உணர்ந்து கொண்ட அவினேர் அரசனும் திருமுழுக்குப் பெற்று கிறித்தவனாக மாறினான்.

சிறப்புப் பாயிரம்

தொல்காப்பியத்திற்குப் பனம்பாரனார் பாயிரம் அருளியது போன்று திருச்செல்வர் காவியத்திற்கு யாழ்ப்பாணத்திலுள்ள பத்திராதிபர் வீ.எவ். தம்பு அவர்கள் நிலைமண்டில ஆசிரியப்பாவில் சிறப்புப் பாயிரம் பாடியுள்ளார். இச்சிறப்புப் பாயிரம் 43 அடிகளால் ஆனது.

பாயிரம்

கடவுள் வாழ்த்துடன் இப்பகுதியை ஆசிரியர் தொடங்குகிறார். கடவுள் வாழ்த்துப் பகுதியில் ஆறு செய்யுட்கள் இடம்பெற்றுள்ளன. அவற்றுள் முதல் செய்யுள் பின்வருமாறு:

ஆதியீ றில்லா னன்மை யானந்த னமலன் ஞானச்
சோதியா னனைத்தும் வல்லன் சுருதியான் றூயன் றொல்லோன்
நீதியா னிலமும் வானு நிலவுமெப் பொருளுந் தந்து
பேதியா நிறைந்து நின்ற பிதாவடி பேணித் தாழ்வாம் (பா.1)

இச்செய்யுளின் கருத்தானது முதலும் முடிவில்லாதவரும், நன்மையாகிய ஆனந்தமுடையவரும், குற்றமில்லாதவரும், ஞானசூரியரும், சர்வ

வல்லமை உடையவரும், வேதமுடையவரும், பரிசுத்தரும், பூர்வமான வரும், நீதியையுடையவரும், பூவுலகையும் வானுலகையும் அவைகளில் காணப்படும் சகல பொருட்களையும் படைத்து எவ்விடத்தும் வேற்றுமையில்லாது நிறைந்திருக்கின்றவருமாகிய பிதாவாகிய கடவுளின் திருவடிகளை வணங்குவோம் என்பதாகும். கடவுள் வாழ்த்தைத் தொடர்ந்து வரும் பாயிரப் பகுதியிலுள்ள அவையடக்கம் கம்பராமாயணச் சாயலில் காணப்படுகின்றது. இப்பகுதியில் 11 செய்யுட்கள் உள்ளன. இதைத் தொடர்ந்து வரும் பாயிரப்பகுதி 17 செய்யுட்களால் ஆனது. இப்பகுதி சிலப்பதிகார மரபையொட்டி அமைந்துள்ளது. சிலப்பதிகாரப் பாயிரத்தில் காப்பியத்தின் கதைச் சுருக்கம் உள்ளது. அதுபோன்று திருச்செல்வர் காவியத்திலுள்ள பாயிரத்திலும் காவியத்தின் கதைச் சுருக்கம் இடம் பெற்றுள்ளது.

சந்தங்கள்

விருத்தப்பாதான் பலவித சந்தங்களில் பாடுவதற்கு உதவியாக இருக்கும். சந்தம் என்பதை வண்ணம் எனக் கூறுவர். தொல்காப்பியர் 20 வண்ணங்களைக் கூறினார். ஆனால் கம்பர் 96 வகையான சந்தங்களில் பாடியுள்ளார். திருச்செல்வர் காவியத்தில் இடம்பெற்றுள்ள வேறு என்னும் உட்தலைப்புகள் சந்த வேறுபாட்டினைக் குறிப்பனவாகும். அவ்வகையில் பூலோகசிங்க முதலியாரும் பல வகைச் சந்தங்களை இக்காவியத்தில் பயன்படுத்தியுள்ளார்.

அந்தாதி

ஒரு செய்யுளின் இறுதி சொல் அல்லது அசை அடுத்து வரும் செய்யுளின் முதலில் வருவது அந்தாதி எனப்படும். அந்தாதி என்னும் இலக்கியம், சிற்றிலக்கிய வகையினைச் சார்ந்தது. திருச்செல்வர் காவியத்தின் சில இடங்களில் அந்தாதி முறை பின்பற்றப்பட்டுள்ளது. சான்றாக,

> முன்புயர்ந்து முழங்களொ ரேழதாய்ப்
> பின்பணிந்து பிறைநிறக் கோடுவாய்ந்
> தொன்பதுமுழ நீண்டொருபத் துமூன்
> றென்பசுற்றுறுப் பேழ்நிலந் தோயவே
>
> தோயு மும்மதத் தாரை துளிப்பது
> காயுந் தீயுமிழ் கண்ணின காரிடை
> மேயு மின்னிமிர் வென்ன விளங்கொளி
> யேயு மோடை யெறிப்பன நெற்றியே

நெற்றிச் சிந்துர நின்றொளிர் கின்றது
கற்றைத் தூவிக் கவின்படங் கட்டிமென்
முற்றக் கைசெய்த மூரிக் களிற்றின்மேன்
மற்றச் செல்வன் மகிழ்வுட னேறினான்

(வீதிகாண் படலம், பா.14-16)

என்னும் பகுதியைச் சுட்டலாம்.

உவமைகள்

திருச்செல்வர் காவியத்தில் ஆசிரியர் பல உவமைகளைப் பயன்படுத்தியுள்ளார். காப்பியத்தின் தனித்தன்மைக்கு இவ்வுவமைகள் தக்க சான்றுகளாக அமைகின்றன. சான்றுகளாக, மதிப்பற வுழக்கலின் வளைத்து வீசல்போற் (ப.13), பலன்வருந் திடத்தினைப் பகுத்துக் காட்டல்போல் (ப. 16), அகரமே யெழுத்தினத் தாதியான போன் (ப. 19), பொன்னைவிரித் ததின் மின்னை யிருத்திய வாபோல (ப.27), வேடர்கைப் படுமென் பிணைமஞ்ஞைபோல் (ப. 37), ஓடங்களி ரண்டிற்பாத மிரண்டையு முய்த்தாற்போல (ப.65), பொங்கிமேற்றன்னை மொய்த்த பூழிபோக்குறுவான் போல (ப. 72), சேனைப்பெருக்கி னரண் சிந்திடு மென்பபோல (ப.78), வெய்யோனத்தமப் புகுந்து மீண்டுமுதையத்து தித்தமேன்மையென்ன (ப.120), சற்றிடம் விடாது தேடிச் சல்லடை யரிப்பிட் டென்ன (ப. 125), கார்வுறத் தகுங்கொலிவ் விடை யூறென் றனலிடு மலரென (ப. 130), கொல்லுலை யினாராசங் கொடி தேறிட்டென (ப. 133), தேனகத் திருக்க வேம்பின் றீயகைப் புவப்பார் போல (ப. 162), கற்றவன் கலையும் புந்தியுந் திறனும் கலங்கியுங் கலங்குறாதவர்போற் (ப. 190), புன்றொழின் மாசுபோகக் கழுவுதல் பரிவான்போல (ப. 221), கைகளா னெருங்கப் புல்லிக் கமலங் கட்டுளிப்பதேபோற் (ப. 257) என்னும் உவமைகளைச் சுட்டலாம்.

வருணனைகள்

கம்பரைப் பின்பற்றி பூலோகசிங்க முதலியார் தமது காவியத்தில் நாட்டுப் படலத்திலும், நகரப்படலத்திலும் வருணனைகள் பலவற்றைக் கையாண்டுள்ளார். இவ்வருணனைகள் காப்பிய அமைப்பிற்கு முழுமையைக் கொடுக்கின்றன.

ஆர்ந்துவா னரமா வாழை வருக்கையூ டடருந் தாக்கால்
வார்ந்துவீழ் கனியின் றேனும் மலரளி குடையுந் தேனும்
ஊர்ந்துலாங் கரிவான் குன்றத் தூன்றுகோட் டிறாலின் றேனுஞ்
சேர்ந்துலாய்ச் சிந்துஞ் சிந்து சிந்துசேர் சிந்து நாடே

(நாட்டுப் படலம், பா. 2)

எனச் சிந்து நாட்டின் வளமையை வருணனை செய்கிறார். வானரங்கள் குதித்துக் கொண்டு வாழை, பலாப் பழங்களை எடுத்து உண்கின்றன. கீழே விழும் அப்பழங்களிலிருந்து வரும் தேன், வண்டுகள் மலரில் குடையும்போது அதிலிருந்து சிந்தும் தேன், யானையின் தந்தங்கள் பட்டு சிந்தும் தேன் என எல்லா வகையான தேனும் சேர்ந்து ஓடும் வளமுடைய நாடு சிந்து நாடு என வருணிக்கிறார். சோலைகளில் மலர்களை உண்ட பசுக்கள் தம் இளமையான கன்றுகளை நினைத்ததால் பால் சுரந்தன. அப்பால் ஒன்றாய் திரண்டு பொய்கையில் சென்று கலந்தன. பொய்கையில் உள்ள பால் சுவையுடைய தண்ணீரை, தாயை நினைத்துக் கொண்டே உண்ட கன்றுகள் தங்கள் தாய்ப்பசுவை நினைத்து அரற்றுகின்றன. இவ்வருணனை பின்வரும் செய்யுளில் அமைந்துள்ளது:

மாவினங்க ளுண்டசெம்மல் வயினிரப்பி மலர்மிடை
காவினந்த ணிழறுயின்று கன்றுளிக் கலுழ்ந்தபால்
பூவினங்க ணிறையுவாவி புக்கநீர் குடித்தகன்
றாவினங்கள் சென்றுமாட மூடுநின் றரற்றுமே

(நாட்டுப் படலம், பா. 65)

பெண்டிர் நறுமணமிக்க தங்கள் கூந்தலுக்கு மேலும் நறுமணப் புகையூட்டினர். அப்புகையைக் கண்ட உயர்ந்த மாடத்தின் மேல்நின்ற மயில்கள் மேகமென நினைத்து ஆடின. அவை மகிழ்ச்சியில் அகவின. அந்த அகவலோசை இதுபோன்ற வளம் எங்கும் இல்லை என்று சொல்லுவதைப் போலவும் இங்கு வந்து பெற்றுக் கொள்ளுங்கள் எனச் சொல்லுவதைப் போலவும் இருந்தது என்பதை,

பொங்குகந்த வாசவோதி மாதரூட்டு பூம்புகைத்
துங்கமாட மீதினாடு தோகைமஞ்ஞை கூவொலி
யெங்குமிந்த வண்மையில்லை யில்லையென்ப தில்லையா
லிங்குவந்து கொள்ளுமென் றியம்புகின்ற தொத்ததே

(நாட்டுப் படலம், பா. 74)

என்னும் செய்யுள் மூலம் வருணனை செய்கின்றார். மேலும் பொய்கையை இளம் பெண்ணாக வருணிக்கிறார். அதாவது,

கவிதா மரைவிழி வதனங் காரற
லாவிதோய் குழல்கிடை யதரமாம் பல்வாய்
மேவிமான் மதநறு விரைநெய் வீசலால்
வாவியா வையும்மட வாரை நேருமே *(நகரப் படலம், பா.4)*

என்னும் செய்யுளில் தாமரைகள் விழிகள் போலிருக்க, வதனம் போல இதழ், பல், வாய் முதலியன பெற்று கஸ்தூரி மணம், நெய் மணம் வீசுவதால் பொய்கைகள் யாவும் இளம் பெண்களைப் போலக் காணப்படுகின்றன என வருணிக்கிறார்.

> திரைபொரு கருங்கடற் செவ்வியா டையைத்
> தரையெனும் பெண்கொடி தழுவி னாளது
> புரையவோர் துகிலினை நகரப் பூவையும்
> விரையவே யணிந்தென விளங்கு கின்றதே (நகரப் படலம், பா.26)

என்னும் செய்யுளில் அலைகளை உடைய கருங்கடலாகிய சிறந்த ஆடையை பூமி என்னும் பெண்கொடி அணிந்திருப்பதைப் போல நகரமாகிய பெண்ணும் துகிலினை அணிந்திருப்பதைப் போல விளங்குகிறது என நகரை வருணனை செய்கிறார். மணவினைப் படலத்தில் பெண்களின் ஆடை அலங்காரத்தை வருணனை செய்யும் தன்மை தனிச் சிறப்புடையதாக விளங்குகிறது.

> குண்டல மிருகாதிற் சிலர்குளை யொருகாதிற்
> றண்டைக ளிருகாலிற் றமனிய வளைகையிற்
> புண்டர மொளிர்முண்ட மிசைபொலி பூஞ்சூட்டுக்
> கண்டவர் மகிழ்வெய்தக் கவினுற வணிவாரும்
>
> (மணவினைப் படலம், பா.25)

என்னும் செய்யுளில் சிலர் காதுகளில் குண்டலங்களையும், சிலர் ஒரு காதில் குழையையும், இரு கால்களில் தண்டையும், கைகளில் வளையையும், பார்ப்பவர் மகிழும் வண்ணம் புண்டரம் ஒளிர்கின்ற மார்பின் மீது பூ மாலையினையும் காண்பவர் மகிழும் வண்ணம் அழகுற அணிந்தனர் என வருணனை செய்கிறார். மேலும்,

> பட்டுடை புனைவாரும் பனிமதி சுடராரம்
> விட்டொளி தரமார்பின் வெயிலெழ வணிவாரும்
> மட்டுடை மதுமாலை மான்மத மவைமல்க
> கட்டுடை வளர்பங்கி காசறை திமிர்வாரும்
>
> (மணவினைப் படலம், பா. 32)

என்னும் செய்யுளில் பட்டு உடை அணிகின்றவர்களும், குளிர் நிலா போல ஒளி வீசும் ஆரம் அணிவாரும், மார்பில் விளங்குகின்ற அணிகளை அணிவாரும், தேன் பொருந்திய மாலையை அணிகின்றவர்களும், கஸ்தூரி நறுமணம் புனைகின்றவர்களும் இருந்தனர் என்றும் வருணிக்கிறார்.

மணவினைப் படலத்தில் காணப்படும் வருணனைச் செய்யுட்கள் நயமிக்கனவாக உள்ளன.

கம்பராமாயணத் தாக்கம்

பூலோகசிங்க அருளப்ப நாவலரின் கம்பராமாயணப் புலமையை அவரது திருச்செல்வர் காவியத்தின் மூலம் அறிய முடிகின்றது. கம்பராமாயணத்திலுள்ள நாட்டுப் படலம், நகரப் படலம், நீர் விளையாட்டுப் படலம், திருஅவதாரப் படலம் என்னும் நான்கு படலத்தின் பெயர்களை திருச்செல்வர் காவியத்தில் பூலோகசிங்க அருளப்ப நாவலர் அப்படியே பயன்படுத்தியுள்ளார். மேலும் கம்பர் அரசியற் படலம் என்பதை பூலோகசிங்கர் அரசியற்கைப்படலம் என்றும், கம்பர் திருமுடி சூட்டுப் படலம் என்பதை இவர் முடிசூட்டுப் படலம் என்றும், கம்பர் கடிமணப் படலம் என்பதை பூலோகசிங்கர் மணவினைப் படலம் என்றும் சில மாற்றங்களுடன் எடுத்தாண்டுள்ளார்.

கம்பர் ஆற்றுப் படலம், நாட்டுப் படலம் எனத் தனித்தனியாக இரண்டு படலங்களைக் கூறுகிறார். ஆனால் பூலோகசிங்கர் நாட்டுப் படலத்தினுள் ஆற்றுப் படலச் செய்திகளைக் கூறியுள்ளார். கம்பரின் ஆற்று வளத்திலுள்ள செய்யுட்களைப் போன்று பூலோகசிங்கரின் ஆற்று வளச் செய்யுட்கள் அமைந்துள்ளன. கம்பரின்,

எயினர் வாழ் சீறூர் அப்பு மாரியின் இரியல் போக்கி,
வயின் வயின், எயிற்றி மாதர், வயிறு அலைத்து ஓட, ஓடி,
அயில் முகக் கணையும் வில்லும் வாரிக் கொண்டு, அலைக்கும் நீரால்,
செயிர் தரும் கொற்ற மன்னர் சேனையை மானும் அன்றே

(ஆற்றுப் படலம், பா. 14)

என்னும் செய்யுளை அடிப்படையாகக் கொண்டு,

இறைவற் கைதொழ வேனைய மன்னர்தந்
திறைகள் கைக்கொடு வந்திடு சேனைபோற்
கறைய டித்தொகை கந்தச்சந் தாதிய
நிறைய வாரி யெழுந்தது நீத்தமே

(திருச்செல்வர் காவியம், நாட்டுப் படலம், பா.9)

என்னும் செய்யுளை அருளப்ப நாவலர் இயற்றியுள்ளார். இச்செய்யுளில் யானைக் கூட்டங்களையும் சந்தனம், அகில் முதலியவைகளையும் வாரி எடுத்துக் கொண்டு வரும் வெள்ளம், பேரரசருக்குச் செலுத்துவதற்காகத்

திறைகளோடு வருகின்ற மன்னர்களின் பெருக்கம் போலக் காணப் படுகின்றது எனப் பாடுகிறார்.

சேக்கிழார் மரபைப் பின்பற்றியமை

சேக்கிழார் தமது பெரியபுராணத்தில் ஒவ்வொரு படலத்தின் முடிவிலும் அடுத்த படலம் பற்றிச் சொல்வது மரபு. அதைப்போன்றே பூலோகசிங்க அருளப்ப நாவலரும் தமது காவியத்திலுள்ள ஒவ்வொரு படலத்தின் முடிவிலும் அடுத்த படலம் பற்றிய செய்திகளை எடுத்தியம்புகிறார். சான்றாக, நகரப் படலத்தின் முடிவுச் செய்யுள்,

உரைசெயல் பெற்றவிவ் வொளிபொழி பொற்புறை யுயர்கோயிற்
கரைசெய லற்றயல ரசர்கண் மொய்த்திரு கழல்வீழத்
திரைசெய் கடற்புவி யுலைவுதொலைத்துயர் செங்கோன்மை
யரசியலைச் சிறிதறைய மனத்தின மைக்கின்றாம்

(நகரப் படலம், பா. 82)

என்பதாக உள்ளது. இச்செய்யுளில் அடுத்த படலமான அரசியற்கைப் படலம் குறித்துச் சொல்லியிருப்பது சேக்கிழாரின் மரபைப் பின் பற்றுவதாக உள்ளது. அதுபோல திருஅவதாரப் படலத்தின் முடிவுச் செய்யுளான,

ஓதியவந் நாண்முதலாய் மூப்பாகு மலையப்ப னிடத்து றோமை
தீதின கரத்திருந்து திருச்சபைக்குச் செங்கோன்மை செலுத்து சேட்ட
வாதிகுரு வர்ச்யசிட்டப் பாப்பவரின் கட்டளைக்கீ ழமைய வேண்டும்
போதுமெனிற் றுணிநின்னை ஞானஸ்நா னம்புரிவன் புந்தி மிக்கோய்

(திருஅவதாரப் படலம், பா. 108)

என்பதில் அடுத்த படலமான ஞானஸ்நானப் படலம் குறித்து குறிப்பிட்டுள்ளார்.

திருக்குறள் கருத்துகள்

திருச்செல்வர் காவியத்தை முழுமையாகப் படிக்கும்போது ஆசிரியரின் திருக்குறள் புலமையினை அறிந்து கொள்ள முடிகிறது. சான்றாக,

ஈன்ற பொழுதிற் பெரிதுவக்கும் தன்மகனைச்
சான்றோன் எனக்கேட்ட தாய் (குறள், 69)

என்னும் திருக்குறளை ஆதாரமாகக் கொண்டு,

ஈன்றபொழு துதனினு மினிதா யுவக்கு மகவைச்
சான்றோ ரென்னக் கேட்டதாய் தந்தைய ரென்பதுபோற்
றோன்றல் குணங்கள் கேட்டுத் தொல்வேந் துள்ளமகிழ்ந்தான்
வான்றான் பெறவே வளருமக வைமகிழா ரெவரோ

(புத்திரசேமப் படலம், பா. 44)

என்னும் செய்யுளைப் படைத்துள்ளார்.

விவிலியச் செய்திகள்

திருச்செல்வர் காவியத்தில் கதைத்தலைவனாகிய திருச்செல்வருக்கு வறலாம் என்னும் போதகர் இயேசு கிறிஸ்துவைப் பற்றி கூறும் பகுதிகளில் விவிலியச் செய்திகள் இடம்பெற்றுள்ளன. குறிப்பாக உபதேசப் படலம், திருஅவதாரப் படலம் ஆகியவற்றில் விவிலியச் செய்திகள் உள்ளன. உபதேசப் படலத்தில் இறைவன் ஆதாம், ஏவாளைப் படைத்தமை, இறைவன் மோசேயின் மூலம் பத்துக் கட்டளைகளை அருளியது, நோவாவின் கதை, பாபிலோன் கோபுரம் கட்ட முற்பட்டது போன்ற செய்திகள் விவரிக்கப்பட்டுள்ளன. திருஅவதாரப்படலத்தில் ஆபிரகாமின் நாற்பத்து நான்காம் தலைமுறையில் மரியாள் பிறந்தது, எலிசபெத் குழந்தை பாக்கியம் பெற்றது, கன்னி மரியாளிடம் இயேசு பிறந்தது, இயேசு கிறிஸ்துவின் திருப்பணிகள், சீடர்களைத் தெரிந்தெடுத்தமை, இயேசு கிறிஸ்துவின் அருளுரைகள், அற்புதங்கள், இயேசு கிறிஸ்துவின் பாடுகள், சிலுவையில் அறையுண்ட நிகழ்வுகள், உயிர்த்தெழுதல் ஆகிய செய்திகள் எடுத்தியம்பப்பட்டுள்ளன.

ஆதியாகமம் 11 ஆம் அதிகாரத்திலுள்ள முதல் எட்டு வசனங்களை ஆதாரமாகக் கொண்டு பின்வரும் இரண்டு செய்யுட்கள் உள்ளன. மக்கள் வானத்தைத் தொடும் அளவுக்கு உயரமுள்ள கோபுரம் ஒன்றைக் கட்ட முற்பட்டனர். கடவுள் அவர்களது முயற்சியைக் கைவிடும் பொருட்டு அவர்களுக்குள் பலவித மொழிகளை உண்டாக்கினார். இதனால் அவர்கள் கோபுரம் கட்டும் திட்டத்தை விட்டுவிட்டு பூமியெங்கும் சிதறிப் போயினர். ஒரு மொழி அவ்விடத்தில் பல மொழிகளானபடியினால் அந்த இடம் பாபேல் எனப்பட்டது. இந்நிகழ்வை,

இங்கதற் பின்னர் நூறாண்ட தெல்லையி
னங்கவர நேகமிக் காகிப் பூமிசை
மங்குறோய் தரப்பபி லோனியென் றொரு
துங்கவான் கோபுரஞ் செயத்தொ டங்கினார்

அப்பெருங் கோபுரமமைக்கு மாயிடை
மெய்ப்பர னங்கதை விலக்கு வானவர்
செப்புறு பாடையைச் சிதைக்கச் செய்தொழி
றப்பியங் கதுசெய றவிர்ந்திட் டார்களே

(உபதேசப் படலம், பா.103, 104)

என்னும் செய்யுட்கள் வாயிலாக பூலோகசிங்கர் விவரிக்கிறார். ''அப்பொழுது கர்த்தர் மோசேயை நோக்கி, நீ மலையின் மேல் என்னிடத்திற்கு ஏறிவந்து, அங்கே இரு; நான் உனக்குக் கற்பலகைகளையும், நீ அவர்களுக்கு உபதேசிப்பதற்கு, நான் எழுதின நியாயப்பிரமாணத்தையும் கற்பனைகளையும் கொடுப்பேன் என்றார்'' (யாத்திராகமம் 24:12) என்னும் வசனத்தை ஆதாரமாகக் கொண்டு,

அப்பெருங் காட்சி யுளவனி தாம்வரு
மொப்பரு மானுட வுருவுங் காட்டிப்பின்
றப்பருங் கற்பனை பத்துட் டம்மறை
செப்பருங் கற்பல கையினுந் தீட்டினார்

(உபதேசப் படலம், பா. 113)

என்னும் செய்யுளைப் படைத்துள்ளார். இயேசு கிறிஸ்து பிறந்ததை உணர்ந்த மூன்று சாஸ்திரிகளும் நட்சத்திரம் வழிகாட்டியதன் மூலம் பிள்ளையையும் அதின் தாயாகிய மரியாளையும் கண்டு பணிந்து, தங்கள் பொக்கிஷங்களைத் திறந்து, பொன்னையும் தூபவர்க்கத்தையும், வெள்ளைப்போளத்தையும் காணிக்கையாக வைத்தார்கள் என்னும் கருத்தை ஆதாரமாகக் கொண்டு,

சிறந்தபூரு வதிக்கினிற் கலைதெரி செங்கோ
லறந்தவாத மூவரசர் தம்மாகமத் தமலன்
பிறந்தகால மோர்தா ரகைபெரிது தித்திடுமென்
றறிந்துதீட் டியபடியடைந் தடிபணிந் தகன்றார்

(திருஅவதாரப் படலம், பா.42)

என்னும் செய்யுள் இயற்றப்பட்டுள்ளது. இயேசு பாலகனை யோசேப்பும், மரியாளும் எருசலேம் தேவாலயத்திற்குள் கொண்டு சென்றனர். அப்போது அங்கிருந்த சிமியோன் என்னும் கடவுளுடைய மனிதன் குழந்தையைத் தன் கைகளினால் ஏந்திக் கொண்டு இறைவனை வாழ்த்தினார். இதை,

அன்னகா லையிலா கமவழி தெளிசிமியா
னென்னையா ளுடைநாதனை யிருகரத் தேந்தித்
தொன்மைவா னகம்வசுந் தரையுயிர்த் தொகையெவைக்கு
மன்னுதா பரநீயெனப் போற்றிவாழ்த்தி னனால்

(திருஅவதாரப் படலம், பா. 44)

என்னும் செய்யுள் வடிவில் பூலோகசிங்க முதலியார் வெளிப்படுத்துகிறார். இயேசு கிறிஸ்துவைக் கொலை செய்யும் வகையில் மக்கள் பிலாத்துவிடம் கூக்குரலிட்டனர். பிலாத்து அவர்களுக்கு முன்னர் தண்ணீரில் கைகளைக் கழுவி, இயேசு கிறிஸ்துவை சிலுவையில் அறைவதற்கு ஒப்புக் கொடுத்தான் என்னும் செய்தியை,

யேசுவைநீர் விடுத்தீரே லெம்பரதோர்க் குத்தரிப்பீர்
மோசமில்லை யென்றுரைத்த சத்தமாய் மொழிந்ததுகேட்
டாசுமென்மேற் குற்றமில்லை யென்றுதன்கை யகங்கழுவிக்
கூசாதிங் குமக்குவப்ப புரிமின்க ளெனக்கொடுத்தான்

(திருஅவதாரப் படலம், பா. 80)

எனப் பாடுகிறார். இயேசு கிறிஸ்து சிலுவையில் அறையப்பட்டு ஏழு வார்த்தைகளைக் கூறிய பின்னர் தன் உயிரை விட்டார். அவர் இறந்து போனதை உறுதிப்படுத்துவதற்காகப் போர்ச்சேவகர்களில் ஒருவன் ஈட்டியினாலே அவருடைய விலாவில் குத்தினான். அதிலிருந்து இரத்தமும் தண்ணீரும் வந்தது என்னும் நிகழ்வை,

மரித்ததுபோற் காட்டியுயிர் பிரிந்துசென்று பாதலத்தின் மருவவிப்பாற்
றரைக்குமருந் தாயுதித்த தற்பரன்றன் விலாவினொரு தறுகண்ணாள
னிரக்கமற வீட்டிகொடு குத்திடவற் புதரூப விரத்தநன்னீர்
புரைத்தெமது பிழைப்பினுக்கே காரணமாய்ப் பாய்ந்துபுறம் போயிற்றாமால்

(திருஅவதாரப் படலம், பா. 87)

என்று பூலோகசிங்க முதலியார் பாடுகிறார்.

முனிவரின் கூற்று

இயேசு கிறிஸ்துவின் பிறப்பு முதல் பாடு, மரணங்கள் வரையிலான நிகழ்வுகளை திருச்செல்வரிடம் முனிவர் கூறிய பின்னர்,

செப்புமிவ ரேசருவலோகபர திவ்வியரா சாதிராச
முப்பெயரொன் றாமகிமைப் பிரதாப மோட்சரூ பகவானந்த
ரெப்பொழுது மர்ச்சித்தும் பூசித்து மிறைஞ்சுபவ ரிவரேயாகுந்
தப்பறவே யநுபவிப்பவிச் சிக்குமோக்ஷ மதுந்தாமேயாமே

(திருஅவதாரப் படலம், பா. 106)

என்று கூறி, ஞானஸ்நானம் கொடுப்பதற்குத் தயாராகிறார். இச்செய்யுள் இயேசு கிறிஸ்துவின் மகிமையை விளக்குவதாக அமைந்துள்ளது.

திருச்செல்வரின் இறைப்பற்று

திருச்செல்வருக்கும் நக்கோருக்கும் தங்களது சமயங்களைப் பற்றியும் தங்கள் கடவுளர்களைப் பற்றியும் விவாதம் ஏற்படுகிறது. அவ்விவாதத்தில் திருச்செல்வன் இயேசு கிறிஸ்துவின் வரலாற்றை ஐந்து செய்யுட்களின் வாயிலாக விவரிக்கிறார். அச்செய்யுட்கள் வருமாறு:

தந்தைபால் விடைகொண் டருட்சுத பரன்றனது பேரிரக்கத்தோ
டிந்தமாநிலத் தொருதிருக் கற்புடையிறைவி தன்னுதரத்து
மைந்தர்கூட் டரவின் றியற்புதவித் தேவமா னுடனாகி
வந்துதித் துயர்திவ்விய குருத்துவ மருவிமாண் டவம்பூண்டே.

பூணுதற்கருந் தவசினால்வருந் தியும்பொருப்பு வெஞ்சுரஞ்
சேணுறத்திரிந் தும்விழிநீருகச் செபத்தியா னஞ்செய்து
மூணுறக்கநீத் துபவாசங்களு ஞற்றிமெய் வருந்துற்றுங்
காணுறப்பல தவங்கள்செய் திரந்தவர்கன்ம வெம்பவந்தீர்த்தும்.

ஈதுநீவிரும் மிதயமுள் ளுருகிடவியற்று மின்களென் றெவர்க்கு
நாதனும்ப டிப்பித்திதுபுரி விரேனரகில் வீழ்குவதின்றித்
தீதின்முத் தியின்பாக்கியஞ் சேர்ந்துநீ டூழியுஞ்செழிப்பீரென்
றோதிமூ வொருபத்து மூன்றாண்டு மிவ்வுலகில் வாழ்ந்தனரின்னும்.

சாததேவனித் தரைக்கருண் மறைப்பொருடன் னைநன்னிலை யாக்கி
யோதருஞ்சுவி சேடத்தினுட் பொருளுண்மையை யுபதேசித்
தேதமொன்றறநின் றறம்வளர்த்திடு மெம்பிரானெ மக்காகத்
தாதையாம்பரன் முனிவுகடன்னை மெய்தாங்கி யீங்கிறந்திட்டார்.

இறந்துபாதாலத் திறங்சியங் குறைந்தவபி ராமீசாக்கியக் கோவா
மறந்தவாத மூதாதையர் முதலினோ ராருயி ரீடேறச்
சிறந்ததிவ்விய காயத்தோ டுயிர்த்தெழில் சேர்ந்துவான கத்தெய்தி
யிறந்தயாவர்க்குந் திருநடுத்தீர்த் திடலின்னு மெய்துவர் மன்னோ.

(தர்க்கசாஸ்திரப் படலம், பா. 99-103)

இந்த ஐந்து செய்யுட்களின் கருத்து பின்வருமாறு:

கிருபையுடைய குமாரனாகிய கடவுள், பிதாவாகிய சர்வேசுரனிடத்து விடை கொண்டு தமது பேரிரக்கத்தினால் இந்தப் பெரிய பூமியிலே ஒரு பரிசுத்த கற்புடைய தலைவியாகிய மரியாளின் வயிற்றில் ஆடவர் சேர்க்கை யின்றி, அதிசயப்படும்படி தேவ மனிதனாய்ப் பிறந்து அதிமேன்மையான

☐ கிறித்தவக் காப்பியங்கள் ☐ 543

குருத் தொழிலிற் பிரவேசித்து, மகத்தாகிய தவத்தைச் செய்து, செய்தற்கரிய தவங்களினால் வருத்தமடைந்தும், மலைகள், வெம்மையுடைய பாலைநிலங்கள், தூர தேசங்களில் திரிந்தும், கண்ணீரொழுகச் செபத்தியானங்களைப் புரிந்தும், ஆகாரம் நித்திரையின்றி உபவாசமிருந்து உடல் வருத்தமடைந்தும், பலர் காணும்படி பல அற்புதங்களைப் புரிந்தும், தம்மிடத்தில் இரந்து கேட்டவர்களது பாவங்களை அகற்றியும், இவற்றை நீங்களும் உங்களிருதயம் சந்தோஷிக்கச் செய்யுங்களென்று எவர்க்கும் நாதனாகிய கிறிஸ்து நாதர் கற்பித்து இங்ஙனங் கூறியவற்றைச் செய்வீர்களேல் நரகில் வீழாது குற்றமில்லாத பேரின்ப பாக்கியத்தில் சேர்ந்து நெடுங்காலஞ் சந்தோஷமாக இருப்பீர்களென்று கூறி முப்பத்து மூன்று ஆண்டுகளாக இவ்வுலகத்தில் வாழ்ந்தார். மேலும், உண்மையுள்ள தேவன் இப்பூமியிலுள்ளவர்க்குக் கொடுத்த வேதப் பொருளை நன்மையாய் வரச் செய்து ஓதப்படும் அருமையான சுவிசேடத்தின் உட்பொருள் சத்தியத்தைப் போதித்து, ஒரு குற்றமின்றித் தருமத்தை வளர்க்கும் எம் தலைவராகிய கிறிஸ்து இரட்சா பெருமான், பாவிகளாகிய எமக்காகப் பிதாவாகிய சர்வேசுரனது கோபத்தைத் தம் உடலில் தாங்கி இவ்விடத்து உயிர் துறந்தார். நம் இரட்சா பெருமான் இவ்வாறு மரித்துப் பாதாளத்தில் இறங்கி அவ்விடம் வாழ்ந்த தருமநெறி தவறாத ஆபிரகாம், ஈசாக்கு, யாக்கோபு முதலானவர்களது நிறைவுற்ற ஆன்மா ஈடேறச் சிறப்புற்ற தெய்வீக சரீரத்தோடு உயிர்த்தெழுந்து அழகு பொருந்தி, வானுலகத்தை அடைந்து இறந்த ஆன்மாக்களெல்லாருக்கும் பரிசுத்த நடுத்தீர்வை கொடுத்திட இன்னும் ஒருமுறை பூமியில் வருவார்.

திருச்செல்வர் காவியம் தழுவல் காப்பியம் என்னும் உணர்வு ஏற்படா வண்ணம் படைக்கப்பட்டு, பூலோகசிங்க முதலியாரின் புலமைக்கு ஒரு சிறந்த சான்றாக அமைந்துள்ளது. இறைவனின் சித்தப்படி இறையடியவர்களின் வழிநடத்துதலினால் திருச்செல்வர் இயேசு கிறிஸ்துவை ஏற்றுக் கொண்டது மட்டுமன்றி, அவரைச் சார்ந்தவர்களும் மனம் திரும்பியது காப்பியத்திற்கு அழகு சேர்ப்பதாக விளங்குகிறது. காப்பியத்தின் மணிமகுடமாக அதன் இன்பியல் முடிவு அமைந்துள்ளது.

45. மோட்சப் பயணக் காவியம்

இங்கிலாந்து நாட்டினரான ஜான் பனியன் எழுதிய பில்கிரிம்ஸ் புராகிரஸ் 200 க்கும் மேற்பட்ட மொழிகளில் பெயர்க்கப்பட்டு, இறவாப் புகழ் பெற்ற ஆன்மிக இலக்கியங்களுள் ஒன்றாக விளங்குகின்றது. தமிழ் உரைநடை வடிவில் அருள்திரு. சாமுவேல் பவுல் அவர்கள் பரதேசியின் மோட்சப் பிரயாணம் என்னும் தலைப்பில் மொழி பெயர்த்து வெளியிட்டார். இதனை ஆதாரமாகக் கொண்டு முத்திவழி அம்மானை, இரட்சணிய யாத்திரிகம், மோட்சப் பயணக் காவியம் என்னும் நூல்கள் செய்யுள் வடிவில் வெளிவந்துள்ளன. மோட்சப் பயணக் காவியம் முனைவர் ஏ.த. சோதி நாயகம் அவர்களால் எழுதப்பட்டு, பூம்புகார் பதிப்பகத்தின் வாயிலாக 1991 ஆம் ஆண்டு வெளியிடப்பட்டது.

ஆசிரியர் வரலாறு

மோட்சப் பயணக் காவியத்தின் ஆசிரியரான முனைவர் ஏ.த. சோதி நாயகம் 1948 ஆம் ஆண்டு சூலை மாதம் 23 ஆம் நாள் கன்னியாகுமரி மாவட்டத்திலுள்ள தோட்டவாரம் என்னும் ஊரில் அருள்திரு. ஏசுதாஸ் - ராஜம்மாள் தம்பதியினருக்கு நான்காவது மகனாகப் பிறந்தார். மார்த்தாண்டத்திலுள்ள அரசினர் பள்ளியில் 1963 ஆம் ஆண்டு பள்ளிப் படிப்பை முடித்தார். பின்னர் ஸ்காட் கிறித்தவக் கல்லூரியில் பயின்று 1968 ஆம் ஆண்டு இளங்கலைப் பட்டமும் அண்ணாமலைப் பல்கலைக் கழகத்தின் மூலம் 1971 இல் முதுகலைப் பட்டமும் பெற்றார். 1974 ஆம் ஆண்டு மிருதுலா அம்மையாரைத் திருமணம் செய்தார். சென்னைப் பல்கலைக்கழகத்தின் மூலம் முனைவர் பட்டம் பெற்ற இவர், இந்திய விலங்கியல் துறையில் நிபுணராகப் பணியாற்றியவர். இவர் விலங்கியல் துறையில் பல ஆராய்ச்சிக் கட்டுரைகளை எழுதியுள்ளார்.

நூல் அமைப்பு

மோட்சப் பயணக் காவியம் தனிவழிக் காண்டம், உண்மைத் துணைக் காண்டம், திட நம்பிக்கைத் துணைக் காண்டம் என்னும் மூன்று காண்டங்

கிறித்தவக் காப்பியங்கள்

களை உடையது. இம்மூன்று காண்டங்களில் 43 படலங்கள் உள்ளன. இக்காப்பியத்திலுள்ள செய்யுட்களின் மொத்த எண்ணிக்கை 600 ஆகும்.

1. தனிவழிக் காண்டம்

முதல் காண்டமான தனிவழிக் காண்டமானது காவியச்சுட்டுப் படலம், கிறித்தியான் அலம்வந்த படலம், சுவிசேடர் முதலாம் சந்திப்புப் படலம், பிடிவாதன் இணங்கு நெஞ்சன் குறுக்கீட்டுப் படலம், நாசவுழை உறு படலம், லோக ஞானி சந்திப்புப் படலம், சுவிசேடர் இரண்டாம் சந்திப்புப் படலம், திட்டிவாசல் உறு படலம், வியாக்கியானி வீட்டுக் காட்சிப் படலம், பாரம் அகல் படலம், வழி புரண்டார் சந்திப்புப் படலம், இழந்த சுருள் பெறு படலம், சிங்கார மாளிகைப் படலம், தாழ்மைப் பள்ளப் படலம், மரண நிழல் பள்ளப் படலம், ராட்சதர் குகை கடர் படலம் என்னும் 16 படலங்களை உடையது.

2. உண்மைத் துணைக் காண்டம்

இரண்டாம் காண்டமான உண்மைத் துணைக் காண்டமானது உண்மை சந்திப்புப் படலம், வாயாடி குறுக்கீட்டுப் படலம், சுவிசேடர் மூன்றாம் சந்திப்புப் படலம், மாயாபுரி சந்தை உறு படலம், சந்தை அமளிப் படலம், நீதி விசாரணைப் படலம், உண்மை முடிவுப் படலம் என்னும் 7 படலங்களைக் கொண்டது.

3. திடநம்பிக்கைத் துணைக் காண்டம்

மூன்றாவது காண்டமான திட நம்பிக்கைத் துணைக் காண்டமானது திட நம்பிக்கை சந்திப்புப் படலம், உபாயி துணையோர் குறுக்கீட்டுப் படலம், திரவிய கிரி உறு படலம், லோத் இல்லாள் சிலைப் படலம், பக்க வழி புகு படலம், சந்தேகத் துருக்கத் துயர் படலம், ஆனந்தமலை இடையர் சந்திப்புப் படலம், அறிவீனன் முதலாம் சந்திப்புப் படலம், அற்ப விசுவாசி சரித்திரப் படலம், முகத்துதியாரால் வழி இடறிய படலம், நாத்திகன் சந்திப்புப் படலம், மயக்கப்புவி உறு படலம், திட நம்பிக்கை இயக்கம் பெற்ற வகைப் படலம், அறிவீனன் இரண்டாம் சந்திப்புப் படலம், சொற்ப காலம் கதைப் படலம், வாழ்க்கை நாடு படலம், ஆறு கடர் படலம், மோட்ச மகிமை அறி படலம், பயணிகள் மோட்சம் அடைதல் படலம், அறிவீனன் முடிவுப் படலம் என்னும் 20 படலங்களை உள்ளடக்கியது.

காவியச் சிறப்பு

'இக்காப்பியம் திரிபு எதுவுமின்றி மூலநூலில் காணப்படும் மோட்சம் பற்றிய செய்திகளையும், பலதரப்பட்ட மாந்தர்களையும், மோட்சப்

பயணியின் அனுபவங்களையும் உரைநடையில் இருப்பது போலவே கவிதை நடையில் படித்து இன்புறும் வண்ணம் உருவாக்கப்பட்டுள்ளது' என இந்நூலின் ஆசிரியர் முன்னுரையில் குறிப்பிட்டுள்ளார். இக்காப்பியத்தை வழிநூல் என்னும் உணர்வு தோன்றாத முறையில் இயல்பான கவிதையோட்டத்தில் ஆசிரியர் படைத்துள்ளார். சில சொற்களுக்கு அடிக்குறிப்பின் மூலம் விளக்கங்கள் கொடுத்திருப்பது மிக்கப் பயனுள்ளதாக உள்ளது.

காவியத்தின் நோக்கம்

மோட்சப் பயணக் காவியம் இயற்றப்பட்டதன் நோக்கத்தை ஆசிரியர்,

நரவுலகு வாழ்ந்திடினும் நல்லொழுக்க மேற்றவனாய்
பரவுலகாம் மோட்சமதன் பாதையுறப் பாடேற்றும்
இரவகல எழுஞ்சுடராய் இறுதியினில் குறியடைந்த
புரவலனின் நல்லடியான் பயணமது பகர்ந்திடுவேன் (பா.3)

எனக் குறிப்பிட்டுள்ளார். மனிதர்கள் வாழும் இம்மண்ணுலகில் வாழ நேர்ந்திடினும், நல்லொழுக்கங்கள் ஏற்று நடப்பவனாய் வாழ்ந்து இறைஉலகாம் மோட்சத்தின் பாதையில் செல்லவேண்டி பாடுகளை ஏற்று, காரிருள் நீங்க எழும் கதிரவனாய் எழுந்து இறுதியில் இலக்கினை அடைந்த இயேசுபிரானின் நல்லடியான் கிறித்தியானின் பயணத்தை நான் சொல்லுகிறேன் எனக் காவியத்தின் நோக்கத்தை வெளிப்படுத்துகிறார்.

உவமைகளும் பழமொழிகளும்

முற்றுருவகக் காப்பியமான மோட்சப் பயணக் காவியத்தில் உவமைகளால் ஏராளமான செய்திகளை ஆசிரியர் விவரிக்கிறார். காவியத்தில் பயின்று வந்துள்ள சில உவமைகள் பின்வருமாறு:

1. வேடனவன் கண்ணியினில் விழுந்திட்ட புள்ளினமாய்
2. கரும்பனைய சுவையினொடு
3. கடிவாளப் பூட்டிட்ட குதிரையென
4. வண்டியதன் பளுவதனால் வதையுற்ற மாடனையோன்
5. கூண்டதனுள் மிருகமென
6. புழுத்தபழப் புழுவதுவாய்
7. உழுத்தமரக் கட்டையென
8. நரம்பற்ற வீணையென நலிவுற்று

□ கிறித்தவக் காப்பியங்கள்

9. நுகந்திரிந்த மாடிணையாய் நழுவினையே
10. சக்கரத்தின் திருகற்ற சகடமெனத் தடுமாறி
11. வீச்சுவலை இடந்தெரிந்து வீசுகின்ற மீனவன்போல்

கொடுமை நிறைந்த சாத்தானின் இயல்புகளை விரித்துரைக்கும் செய்யுள் முழுவதிலும் உவமை நயம் அமைந்துள்ளது. சாத்தானின் விலங்குப் பண்புகளையே விலங்குகளின் பெயரால் அமைத்திருப்பது நயமுடன் உள்ளது. சான்றாக,

கோலமதாய் உரைத்திடிலோ கொடுஞ்சாத்தான் உடம்பதனின்
தோலதுவாய் மீன்செதிளாய் தலைநிகர்வான் சிங்கமதாய்க்
காலதுவாய்க் கரடிநிகர் கொடுநாகச் செட்டையொடு
ஓலமதாய்க் குரலனவன் உள்ளிருந்து நெருப்புமிழ்வான்   (பா. 156)

என்னும் செய்யுளில், கொடுமை மிக்க சாத்தானின் உடம்புதனில் தோலும் மீன் செதிலும் தலை நிமிர்ந்த சிங்கமாய் கால்களும் அதுவாக கரடியைப் போன்று கொடுநாகச் சட்டை அணிந்து ஓலம் மிகுந்த குரலோடு உள்ளிருந்து நெருப்பு உமிழ்ந்தான் என விவரித்துள்ளார். இதனைப் போன்று கவிஞர் சோதிநாயகம் தம் காவியத்தில் வழக்கில் பயன்படுத்தப்படும் 'எட்டாத கொம்புத்தேன் எடுத்துண்ண முனைவானேன்', 'பிடித்தமுயல் மொத்த மதும் கால்மூன்றாய் முடித்துரைப்பான்' போன்ற பழமொழிகளையும் கையாண்டுள்ளார்.

வருணனைகள்

காப்பியங்களில் வருணனை இன்றியமையாத கூறாகும். இவ்வருணனை மாந்தர்களையோ, நிகழ்ச்சிகளையோ, இடத்தையோ வருணனை செய்யும் வகையில் காப்பியங்களில் அமைந்துள்ளன. கிறித்தியானைக் காப்பியத்தில் அறிமுகப்படுத்தும்போது கந்தை உடை அணிந்தவனாய், முதுகில் மிக்க பளுவைச் சுமந்தவனாய், பக்கங்களில் நிந்தை முகம் சூழ புத்தகத்தைத் தன் கரத்தில் கொண்டவனாய், ஆனிரை மந்தையை விட்டு நீங்கிய கன்று தனியே தவித்து இடர்படுவதைப் போல கிறித்தியான் தன் மனதில் அடைந்த வேதனையால் அலைந்து திரிந்து வந்தான் என வருணிக்கிறார்.

உடைகந்தை கனப்பளுவை உடையவனாய்ப் புறமுதுகில்
புடைநிந்தை முகஞ்சூழப் புத்தகந்தன் கரமுளதாய்
இடைமந்தை யகல்கன்று இடருறலாய்க் கிறித்தியானும்
அடைசிந்தை வேதனையால் அலம்வருதல் கண்டுணர்ந்தேன்   (பா. 5)

என நூலின் தொடக்கத்தில் கிறித்தியானை அறிமுகப்படுத்துவதில் வருணனை நயம் மிக்கதாக உள்ளது.

காவிய மாந்தர்கள்

பில்கிரிம்ஸ் புராகிரசில் ஜான் பனியனால் படைக்கப்பட்ட கதைமாந்தர்கள் எவ்வித மாற்றமும் செய்யப்படாமல் இக்காவியத்திலும் படைக்கப்பட்டுள்ளனர். கிறித்தியான், சுவிசேடர், பிடிவாதன், இணங்கு நெஞ்சன், சகாயர், லோகஞானி, பட்சபாதன், வியாக்கியானி, துணிகரன், பேதை, தலைச் சோம்பன், மாயக்காரன், வேடக்காரன், அச்சன், சந்தேகி, விழிப்பாளன், யூகி, நேசமணி, பயபக்தி, விவேகி, அப்பெல்யோன், பப்பு, பலதேவ பக்தன், உண்மை, வாயாடி, நன்மை வெறுப்போன், வன்கண்ணன், அவபக்தி, இச்சகன், திடநம்பிக்கை, உபாயி, கட்சிமாறி, இருநாக்கு, நயவசனி, பணவாஞ்சை, பிசினாறி, வீணுலகப் பற்று, தோமாசு, வீணுறுதி, ராட்சதன், கூச்சம், கபடின்மை, ஞானவழி, விழிப்பாளி, நல்லறிஞன், இம நேயம், பிலேத், அறிவீனன், அற்ப விசுவாசி, அதைரியன், சந்தேகி, பாவபழி, அருளாதிக்கன், முகத்துதி, சவுக்குடையார், நாத்திகன், உண்மை, சொற்ப காலம், பின்வாங்கி, வீண் நம்பி ஆகியோர் இக்காவியத்தின் மாந்தர்களாவர். இம்மாந்தர்களின் பெயர்கள் அனைத்தும் முற்றுருவகத் தன்மையில் அமைந்தவையாகும்.

இடங்கள்

இக்காவியத்தில் இடம்பெற்றுள்ள நாசபுரி, நல்லறம், சமாதானம், மரணநிழல் பள்ளம், நயவசனபுரி, முசிப்பாற்றி, திரவியகிரி, தேவந்தி, ஆனந்தமலை, தப்பறைப் பறம்பு, சாவதானமலை, தெளிசிகரம், அலங்கார வாசல், மயக்கப் புவி, ஏமாப்பு, இறந்தவரின் சந்து, சீர்கேடு, வாழ்க்கை நாடு என்னும் இடங்களின் பெயர்களும் முற்றுருவக அடிப்படையில் அமைந்துள்ளன.

இரட்சணிய யாத்திரிகம் - மோட்சப் பயணக் காவியம்

கிருஷ்ணபிள்ளை தான் எழுதிய இரட்சணிய யாத்திரிகத்தில் மூல நூலிலுள்ள சில மாந்தர்களை மாற்றியும், சில புதியவர்களைப் படைத்தும் உள்ளார். மேலும் இவர்களது பெயர்களை மொழி மாற்றத்தில் உள்ளதுபோல் பின்பற்றவில்லை. தமது கற்பனையில், உருவகத் தன்மையில் பெயர்களைச் சூட்டியுள்ளார். மொழிபெயர்ப்பில் உண்மை என்னும் பெயர் கொண்டவனை நிதானி எனத் தம் படைப்பில் கொணர்கிறார். இதைப்போன்று பிடிவாதன், இணங்கு நெஞ்சன்

என்பவர்களுக்கு வன்னெஞ்சன், மென்னெஞ்சன் எனப் புதிய பெயரைப் புனைகிறார். இரட்சணிய யாத்திரிகத்தில் காணலாகும் இரட்சணிய சரிதப் படலம் என்னும் பகுதி மூல நூலில் இல்லாதது என்பது சுட்டத்தக்கது. இப்பகுதி இயேசு கிறிஸ்துவின் பாடு மரணங்களை விவரிப்பதாக அமைந்து, காப்பியத்திற்கு மெருகூட்டுகின்றது.

இரட்சணிய யாத்திரிகத்தில் அழிம்பன் தோல்விப் படலத்தை கிருஷ்ணபிள்ளை 109 செய்யுட்களில் பாடியுள்ளார். ஆனால் அதே செய்தியை தாழ்மைப் பள்ளப் படலம் என்னும் பெயரில் சோதி நாயகம் 14 செய்யுட்களில் பாடியுள்ளார். சோதி நாயகம் மூல நூலின் மொழிபெயர்ப்பில் உள்ளது போன்று அப்பொல்யோன் என்னும் பெயரைப் பின்பற்றுகிறார். ஆனால் கிருஷ்ணபிள்ளை அழிம்பன் என்னும் பெயரைச் சூட்டுகிறார். ஏழு செய்யுட்களில் அழிம்பனை வெகு சிறப்பாகப் படம் பிடித்துக் காட்டுகிறார் கிருஷ்ணபிள்ளை. ஆனால் சோதி நாயகம் அப்பொல்யோனை,

கோலமதாய் உரைத்திடிலோ கொடுஞ்சாத்தான் உடம்பதனின்
தோலதுவாய் மீன்செதிளாய் தலைநிகர்வான் சிங்கமதாய்க்
காலதுவாய்க் கரடிநிகர் கொடுநாகச் செட்டையொடு
ஓலமதாய்க் குரலனவன் உள்ளிருந்து நெருப்புமிழ்வான் *(பா. 156)*

என அறிமுகப்படுத்துகிறார். கிருஷ்ணபிள்ளையின் ஏழு செய்யுட்களுள் சான்றாக ஒன்று பின்வருமாறு:

பேயுமஞ் சுறுபெரும் பேய்மு கத்தினன்
காயெரி பங்கியன் கடுத்து றுங்கொடு
வாயினன் வக்கிர தந்தன் வன்கணன்
தீயெழு புகையென வுயிர்க்குந் தீயவன்

(அழிம்பன் தோல்விப் படலம், பா. 5)

இச்செய்யுளில் பேயும் அஞ்சும் பேய் முகத்தினன், நெருப்பு வடிவினன், கொடுவாயினன், வக்கிரமான பல்லன், கொடுங்கண்ணன், நெருப்புப் புகையென பெருமூச்சுவிடும் தீயவன் என அழிம்பனை அறிமுகப் படுத்துகிறார். அழிம்பனை வதைத்ததைச் சோதி நாயகம்,

கத்தியுடன் அக்கொடியோன் கொன்றிடவே குறிவைக்கத்
தத்தியிவன் கேடயத்தைத் தானெடுத்துச் சத்துருவைக்
குத்தியவன் புவிசாய்க்கக் கதிகலங்கி மறுகணமே
கத்தியவன் சிறகடித்துக் கடந்தேகக் கண்டேன்யான் *(பா. 166)*

எனக் குறிப்பிடுகிறார். இதனைக் கிருஷ்ணபிள்ளை, மந்திர வாளை ஓங்கி அவன் அகன்ற மார்பிடத்துப் புகுத்தினான். தலை சாய்ந்து, அந்தரம் பட அலறினான். குருதி பொங்கி வடிந்து அவனுடைய தீத்தழலை அணையச் செய்தது. மார்பில் புண் வந்து அழிம்பன் நீள் நிலத்து விழுந்து துன்புற்றான். வேதியன் அவ்வரக்கனின் பருத்த சிறகுகள் இரண்டையும் வெட்டி எறிய, வேதநாயகன் மந்திர வாளைக் கையில் எடுத்தான். அரக்கன் அஞ்சி மேலே எழுந்து அதோகதியடைந்தான் எனப் பாடுகின்றனர்.

மூலநூலின் முழுமை

மூலநூலின் ஆசிரியர் ஜான் பனியன் சொப்பனப் போக்காக நூலைப் படைத்திருப்பதை மோட்சப் பயணக் காவியத்தின் நான்காம் செய்யுளும், இறுதிச் செய்யுளும் சுட்டிச் செல்கின்றன.

நனவுலகில் நாற்றிசையும் நானலைந்த நாளொன்றில்
வனவுலகில் துயில்கொள்ள வன்மலையின் கெபி யகத்தே
கனவுலகில் கண்டவற்றைக் கரிசனையாய் நானிலத்தோர்
மனவுலகில் நிலைபெறவே முனைந்திங்கு இயம்பிடுவேன் *(பா. 4)*

என்பதும்,

கேடதனின் உறைவிடமாம் கொடுநாச புரியகன்று
ஈடதனின் வழியொன்று இருப்பறிந்தேன் நரகினுக்கு
வீடதனின் வாயிலிலும் விடுக்கென்று விழித்திடவே
ஏடதனின் குறிப்பெல்லாம் என்கனவு என்றுணர்ந்தேன் *(பா. 600)*

என்பதும் அவ்விரண்டு செய்யுட்களாகும். மூலநூலைப் பின்பற்றி சோதி நாயகம் இந்நூலைப் படைத்துள்ளமையை மேற்குறிப்பிட்ட இரண்டு செய்யுட்களின் மூலம் அறியமுடிகிறது. 'பூவுலகில் நான் (ஜான் பனியன்) மனிதனாய் வாழ்ந்த காலத்தில் ஒரு நாள் கானகத்தின் மலையடிவாரத்தில் அமைந்த குகையினுள் அயர்ந்து நித்திரை செய்து கொண்டிருந்தபோது ஒரு கனாக் கண்டேன். கிறித்தியான் என்னும் பெயருள்ள ஒரு மனிதன் கந்தையான உடையுடன் முதுகில் பாரமான சுமை ஏற்று கையில் புத்தகம் தாங்கிச் சோர்வுற்று நின்று கொண்டிருந்தான்' என நூல் தொடங்குகிறது. 'நாசபுரியிலிருந்து மட்டுமன்றி மோட்ச வாசலிலிருந்தும் நரகினுக்கு வழியிருப்பை நான் அப்போது அறிந்து கொண்டேன். திடீரென தூக்கத்திலிருந்து விழிக்கவே நான் கண்ட குறிப்பெல்லாம் கனவு என்று உணர்ந்தேன்' என ஜான் பனியன் முடிக்கிறார்.

அடிக்குறிப்புகள்

மூலநூலை அடிப்படையாகக் கொண்டு தமது நூலிலுள்ள செய்திகளை விரிவான முறையில் வாசகர்கள் அறிந்து கொள்ளும் விதத்தில் ஏராளமான அடிக்குறிப்புகளை ஆசிரியர் கொடுத்துள்ளார். மோட்சப் பயணக் காவியத்திலுள்ள 600 பாடல்களிலும் பனியனின் கருத்துகளைத் தரமுடியாத காரணத்தால் இவ்வடிக்குறிப்பு பலவிதங்களில் பயனுள்ளதாக அமைகின்றது. சான்றாக, உண்மை முடிவுப் படலத்திலுள்ள,

> பெருமுடிவாய் நடுவனவன் பேச்சிணங்கிப் பன்னிருவர்
> திருவடிவாம் உண்மைக்குத் தாழ்வான மரணமதைத்
> தருமுடிவாய்க் குரலெழுப்பத் தாழ்த்தாது காலமது
> தெருமுடிவாய் நிறைவேற்றத் தீர்ப்பதுவாய் ஈந்தனரே!   (பா.299)

என்னும் செய்யுளில் பன்னிருவர் என்னும் சொல் வருகிறது. ஆசிரியர் மூலநூல் அடிப்படையில் பன்னிருவர் பற்றி அடிக்குறிப்பின் மூலம் விளக்கம் தருகிறார்.

பன்னிருவர்: நடுவன் நன்மை வெறுப்போனின் ஆலோசனைக்குழு. கபோதி, நலமில்லான், குரோதி, காமி, நெறிகேடன், குறும்புத்தனன், மனமேட்டிமை விரோதி, பொய்யன், நிட்டூரன், சோதிப்பகை, தீராப்பகை என்பவர்கள் அதன் உறுப்பினர்கள் என்னும் மூலநூல் குறிப்பறிக   (ப.294)

என்னும் பகுதியின் மூலம் இம்முறையையும் அதன் பயன்களையும் அறிந்து கொள்ள முடிகிறது. இம்முறை இந்நூலைப் படிப்பவர்களுக்கு மிகுந்த பயனளிக்கும் வகையில் உள்ளது. இதுபோன்ற அடிக்குறிப்புகள் நூல்முழுவதும் ஏராளம் காணப்படுகின்றன.

சாமுவேல் பவுல் போதகரின் தமிழ் மொழிபெயர்ப்பான பரதேசியின் மோட்சப் பிரயாணம் என்னும் நூலை அனைவரும் எளிதில் படித்துப் புரிந்து கொள்ள வேண்டும் என்னும் நோக்கில் மாணவர் பதிப்பு வெளிவந்ததைப் போன்று, செய்யுள் வடிவில் சுருக்கமாக, எளிய முறையில் மக்கள் இலக்கியமாக மோட்சப் பயணக் காவியம் படைக்கப்பட்டுள்ளது.

VIII. மொழிபெயர்ப்புக் காப்பியங்கள்

46. பூங்காவனப் பிரளயம்

கிறித்தவக் காப்பியங்களுள் மொழிபெயர்ப்பு வடிவில் வெளிவந்த இரண்டு காப்பியங்களுள் ஒன்று பூங்காவனப் பிரளயம் என்பதாகும். இக்காப்பியம் சாமுவேல் வேதநாயகம் தாமஸ் அவர்களால் முதல் பதிப்பாக 1887 ஆம் ஆண்டிலும், இரண்டாவது பதிப்பாக கிறித்தவ இலக்கியச் சங்கத்தின் மூலம் 1978 ஆம் ஆண்டிலும் வெளிவந்துள்ளது.

மூல நூல்

ஜான் மில்டன் (John Milton) எழுதிய Paradise Lost (சுவர்க்க நீக்கம்), Paradise Regained (சுவர்க்க மீட்சி) ஆகிய நூல்கள் உலகில் பல்வேறு மொழிகளில் மொழிபெயர்க்கப்பட்டுள்ளன. ஆதாமும் ஏவாளும் ஏதேன் தோட்டத்தில் மகிழ்ச்சியாக வாழ்ந்து வந்தனர். இறைவனால் உண்ணக் கூடாது என்று தடுக்கப்பட்டிருந்த மரத்திலுள்ள கனியை சாத்தானின் வஞ்சக வலையில் அகப்பட்டு இறைவனின் கட்டளையை மீறி உண்டனர். அதனால் ஆதாமும் ஏவாளும் சுவர்க்கத்திலிருந்து நீக்கப்பட்டனர். இதை விவரிப்பது சுவர்க்க நீக்கம் என்னும் முதல் நூலாகும். இந்நூல் 12 பாகங்களைக் கொண்டது. இந்நூலின் மொத்த அடிகள் 10565 ஆகும். இந்நூல் 1667 ஆம் ஆண்டு வெளிவந்தது. மனிதர்களின் பாவத்தை நீக்கும் பொருட்டு இறைவன் தன் மகனை பூமியில் மனிதனாகப் பிறக்கச் செய்தார். இயேசு கிறிஸ்து இவ்வுலகில் சாத்தானின் சோதனைகளுக்கு உள்ளாகி, அவனை வென்று, பாவ நிவாரணம் செய்து மனிதர்கள் இழந்திருந்த சுவர்க்க வாழ்வை அவர்களுக்கு மீட்டுக் கொடுத்ததைக் கூறுவது சுவர்க்க மீட்சி என்னும் இரண்டாவது நூலாகும். நான்கு பாகங்களாலான இந்நூலின் மொத்த அடிகள் 2070 ஆகும். இந்நூல் 1671 ஆம் ஆண்டு வெளிவந்தது.

வழிநூல்கள்

ஜான் மில்டனின் Paradise Lost , Paradise Regained (சுவர்க்க நீக்கம், சுவர்க்க மீட்சி) என்னும் இரண்டு நூல்களும் தமிழில் அருள்திரு.

அ. வேதக்கண் அவர்களால் ஆதிநந்தாவனப் பிரளயம், ஆதிநந்தாவன மீட்சி என்னும் கீர்த்தனை நாடக நூல்களாகத் தழுவல் அடிப்படையில் வெளிவந்துள்ளன. சாமுவேல் வேதநாயகம் தாமஸ் Paradise Lost என்னும் முதல் நூலின் முதலிரு காண்டங்களையும் தமிழில் பூங்காவனப் பிரளயம் என மொழிபெயர்த்து 1887 ஆம் ஆண்டு வெளியிட்டார். அருள்திரு. யோவான் சாமுவேல் Paradise Lost நூலின் முதல் காண்டத்தை வசன நடையில் பரதீசு உத்தியான நாசம் என்னும் பெயரில் 1880 ஆம் ஆண்டு மொழிபெயர்த்தார். இந்நூல் 1895 ஆம் ஆண்டு அல்பீனியன் அச்சுக்கூடத்தினால் வெளியிடப்பட்டது. 1895 ஆம் ஆண்டு வெள்ளக்கால் ப. சுப்பிரமணிய முதலியார் சுவர்க்க நீக்கம் என்னும் பெயரில் முதல் காண்டத்தை 241 விருத்தப்பாவிலே பாடி அதற்கு விளக்க உரையும் எழுதியுள்ளார். கதையின் தொடர்பு விட்டுப் போகாத முறையில் செய்யுளில் இடம் பெற்றுள்ள கருத்துகள் வசனப் பகுதியிலும் தொடர்ச்சியாகத் தரப்பட்டுள்ளன. தமிழில் மட்டும் இத்தனை நூல்கள் வெளிவந்துள்ளமை மில்டனின் புலமைக்கும் அவரது நூல்களின் சிறப்பிற்கும் சான்றுகளாக அமைகின்றன.

ஆசிரியர் வரலாறு

பூங்காவனப் பிரளயம் நூலின் ஆசிரியர் சாமுவேல் வேதநாயகம் தாமஸ் ஆவார். இவர் 1855 ஆம் ஆண்டு மே 17 ஆம் நாள் திருநெல்வேலி மாவட்டத்திலுள்ள மெய்ஞ்ஞானபுரத்தில் பிறந்தார். திருச்சிராப்பள்ளி எஸ்.பி.ஜி. கல்லூரியில் 1874 ஆம் ஆண்டு மெட்ரிக்குலேசன் தேர்வில் தேர்ச்சி பெற்றார். 1880 ஆம் ஆண்டு இளங்கலைப் பட்டமும், அதன் பின்னர் ஆங்கிலம் மற்றும் சமஸ்கிருதத்தில் முதுகலைப் பட்டமும் பெற்றார். இவர் மன்னார்குடியிலுள்ள இந்து கலாசாலை மற்றும் மன்னார்குடியிலுள்ள வெஸ்லின் கலாசாலையில் தலைமை ஆசிரியராகவும் மதுரைக் கல்லூரியில் ஆசிரியராகவும் பணியாற்றினார். 1888 ஆம் ஆண்டு மதுரை அமெரிக்கன் கலாசாலையின் தலைமை ஆசிரியராக நியமிக்கப்பட்டார். 1889 ஆம் ஆண்டு டிசம்பர் மாதத்தில் தலைமை ஆசிரியர் பதவியைத் துறந்து, சென்னையிலுள்ள ராயப்பேட்டைக் கல்லூரியின் தலைமைப் பொறுப்பேற்றார். ஆனால் 1890 ஆம் ஆண்டு ஜனவரி மாதம் குளிர் சுரம் கண்டு மூச்சுத் திணறலால் காலமானார்.

காப்பிய அமைப்பு

பூங்காவனப் பிரளயம் என்னும் காப்பியம் பாயிரம் நீங்கலாக பாதாள காண்டம், யாத்திரை காண்டம் என்னும் இரு காண்டங்களையும், 2626 அடிகளையும் உடையது.

பாயிரம்

பாதாள காண்டத்தின் முதலில் அமைந்துள்ள பாயிரத்தில் நூற்பொருள், திருவருள் வணக்கம், நூல்வழி, வேதாளக் கூட்டம் விண்ணிழந்தது என்னும் பகுதிகள் உள்ளன. நூற்பொருள் என்னும் தலைப்பில் 24 அடிகள் உள்ளன. இதில் ஆசிரியர் இறைவனிடம் கவிதை பாட அருள் புரிய வேண்டுகிறார். திருவருள் வணக்கம் என்னும் தலைப்பில் 15 அடிகள் உள்ளன. 'நான் சொல்லக் கருதும் கதை முழுவதையும் நீ அறிவாய்; ஆதலின் அதை நான் கூறும்படி, கவித்தேவியினும் விசேடமாக நீ எனக்குத் தெரிவித்தல் வேண்டும். யாதொன்றும் தோன்றியிராத காலந்தொட்டுப் பேதம் அடையாமல் நீ இருக்கிறாய். அடைகாக்கும் புறா தனது முட்டையின் மேல் சிறகு வைத்திருக்குமாப்போல அகண்ட பாதாளத்தின் மேல் அற்புதமான உனது சிறகுகளை விரித்திருந்து அதிலே உயிர்கள் தோன்றும்படி செய்தாய். இறைவனது திருவுளச் செயல்களையும் மனிதர் திறத்தில் அவன் செலுத்தும் நீதியையும் பராமரிப்பையும் நான் கூறும் சிறந்த கதையின் மகத்துவத்துக்குத் தகுதியாக மெய்ப்பிக்கும்படி, எனது மனத்தின் இருளைப் போக்கி, விளங்காததை விளங்கச் செய்வாய்; தளர்வுற்றுத் தாளாதபடி எனது மனோ சக்திகளைக் காப்பாய்' என இப்பகுதியில் ஆசிரியர் வேண்டுகிறார்.

நூல் வழி என்னும் தலைப்பில் 14 அடிகள் இடம்பெற்றுள்ளன. பாம்பின் உருவெடுத்த சாத்தான், தன் அகந்தை காரணமாக பரமண்டலத்திலிருந்து துரத்தப்பட்டு வாழ்ந்து வருகிறான். அப்போது ஆதாம், ஏவாளின் ஆனந்த வாழ்வைக் கண்டு பொறாமை கொண்டு ஏவாளை வஞ்சித்தான் என்னும் செய்தி இப்பகுதியில் இடம் பெற்றுள்ளது.

வேதாளக் கூட்டம் விண்ணிழந்தது என்னும் பகுதி 14 அடிகளைக் கொண்டது. கடவுளுடைய சிங்காசனத்திலும் அவருடைய ஆட்சியிலும் விருப்பம் கொண்ட சாத்தான், இறைவனுக்கு எதிராகப் போர் செய்தான். இறைவன் சாத்தானை அடியற்ற பாதாளத்தில் முடிவற்ற துன்பம் அடைந்து அக்கினிச் சிறையிலே முறியாத விலங்கு பூண்டு கிடக்கும் படியாக, இடிகளால் தாக்கி பரமண்டலத்திலிருந்து தலைகீழாய் பயங்கர வேகத்தோடு விழ வீசி எறிந்தார் என்பது இப்பகுதியிலுள்ள செய்தியாகும்.

1. பாதாள காண்டம்

பாதாள காண்டமானது நரகப் படலம், சாத்தான் எழுச்சிப் படலம், நரக வாழ்த்துப் படலம், சாத்தான் படையெழுப்பும் படலம், படை எழுச்சிப் படலம், நாமப் படலம், அணிவகுத்த படலம், அரண்மனை கட்டும் படலம், பறைசாற்றுப் படலம் என்னும் ஒன்பது படலங்களையும் 1047 அடிகளையும் உடையது.

2. யாத்திரை காண்டம்

யாத்திரை காண்டத்திலுள்ள ஒரே படலமான மந்திரப் படலத்தில் 28 உட்தலைப்புகள் இடம் பெற்றுள்ளன. ஒரு காண்டத்தில் ஒரு படலத்தின் பெயரை மட்டும் சுட்டியிருப்பதன் காரணம் என்னவென்று தெரியவில்லை. இக்காண்டத்தில் இடம்பெற்றுள்ள அடிகளின் மொத்த எண்ணிக்கை 1579 ஆகும்.

பாதாள காண்டம் - கதைச் சுருக்கம்

பேய்களின் தலைவனாகிய சாத்தானும் அவனுடைய தூதர்களும் வானுலகில் இருக்கும் போது இறைவனுக்குச் சமமாக இருக்க வேண்டும் என விரும்பினர். ஆதலால் அகந்தை கொண்டு கலகம் விளைவித்தனர். இறைவன் அவர்களை நரக பாதாளத்தில் வீழ்த்தினார். நரகத்தில் சாத்தான் தன் அருகில் தீயுளையில் நெளிந்து கொண்டிருந்த பேயல்செபுலை எழுப்பி, தங்களுக்கு வந்த துன்பத்தைப் பகிர்ந்து கொண்டான். பின்னர் சாத்தான் தலைமைப் பேய்களகிய மோளோக், காமோஸ், தம்முஸ், தாகோன், ரிம்மோன், பேலியாள் மற்றும் பிற பேய்களை அழைத்து தைரியத்தை ஊட்டினான். சாத்தான் தன்னுடைய சருவபேய்புரம் என்னும் பட்டணத்தில் மம்மோன் என்னும் பேய் சிற்பாசிரியர் கட்டிய மண்டபத்தில் அனைத்துப் பேய்களுடனும் ஆலோசனை செய்தான்.

யாத்திரை காண்டம் - கதைச் சுருக்கம்

அப்போது மோளோக் என்னும் பேய் பரமண்டலத்தைச் சிதறடிக்கச் செய்து விண்ணுலகத்தைக் கைப்பற்ற வேண்டும் அல்லது சர்வ வல்லவராகிய இறைவனுக்குக் கோபமூட்டி அவர் நம்மை அழித்துவிட வேண்டும்; இவ்விரண்டும் நடைபெறாதபோது பரலோகத்தின்மேல் படையெடுத்துப் பழி தீர்த்துக் கொள்ள வேண்டும் என்றான். உடனே பேலியாள் என்னும் சிற்றின்பப் பேய் எழுந்து இறைவனை எதிர்ப்பது கூடாத காரியம். அவருக்கு இன்னமும் கோபமூட்டினால் நம்மைச் சித்திரவதை செய்வார். எனவே இருக்கிற இடத்தில் சும்மா இருப்பதே நல்லது எனக் கூறினாள்.

உடனே மம்மோன் என்னும் பேய் பாதாளத்தைப் பரலோகமாக மாற்றி மகிழ்ச்சியுடன் இங்கு இருக்கலாம் என்றது. உடனே பேயல்செபுல் என்னும் இரண்டாவது பேய்த்தலைவன் பரலோகத்தை வெற்றி பெறுவதும் முடியாத செயல்; அதுபோல் நரகத்திலே இருப்பதும் முடியாத காரியம். எனவே, மண்ணுலகிற்குச் சென்று மக்களைக் கெடுத்து அவர்களை நமது பக்கத்தில் சேர்த்துக் கொண்டால் மண்ணுலகில் வாழ்வது நமக்கு எளிதாக இருக்கும்

எனச் சொல்ல அனைவரும் இக்கருத்துக்கு ஆதரவு தெரிவித்தனர். மண்ணுலகிற்கு யார் செல்வது என விவாதிக்கும்போது சாத்தான் நான் செல்கிறேன் எனப் புறப்படுகிறான்.

அப்போது நரக வாசலைக் காணாமல் நீண்ட நேரம் தவித்தான். இறுதியில் நரக வாசலை அடைந்த போது அங்கு காவல் நின்ற பாவி என்ற தேவியையும், அவள் மகன் மரண மகாராஜனையும் அவனுடைய பரிவாரப் படைகளாய் நின்ற நரக நாய்களையும் பாதாள மீளிகளையும் மீறி நரக வாயிலிருந்து வெளியேறினான். பின்னர் பூமியின் அரசனாகிய இருளப்ப சிங்கருடைய உதவியால் அண்ட கோளத்தின் கடைக்கோடி முனைக்கு வழி கேட்டுச் சென்றான். பின்னர் சூரிய கதிர் பட்டும் படாமலும் அந்தரத்தில் தொங்கிக் கொண்டிருந்த பூமியைச் சாத்தான் பார்த்தான்.

பெயர்க் காரணம்

ஜான் மில்டன் தமது காப்பியத்திற்கு Paradise Lost எனப் பெயரிட்டார். இதைத் தமிழில் சுவர்க்க இழப்பு அல்லது சுவர்க்க நீக்கம் எனப் பொருள் கொள்ளலாம். ஆனால் இதிலிருந்து மாறுபட்டு சாமுவேல் வேதநாயகம் தாமஸ் பூங்காவனப் பிரளயம் என மொழிபெயர்த்துள்ளார். ஏதேன் தோட்டம் (பூங்காவனம்) சுவர்க்கமாகக் காட்சியளித்தது. இந்த பூங்காவனத்தில் மகிழ்ச்சியாக வாழ்ந்து வந்த ஆதாம் ஏவாளின் மனதில் பிரளயம் போல் நிகழ்ந்த அதிகோரமான மாறுபாடுகளைக் கருதி, சாமுவேல் வேதநாயகம் தாமஸ் இக்காப்பியத்திற்குப் பூங்காவனப் பிரளயம் எனப் பெயர் வைத்துள்ளார் எனலாம்.

மொழிபெயர்ப்புக் காப்பியம்

மொழிபெயர்ப்பு என்பது தங்கத்தைப் பித்தளையாக மாற்றுவதைப் போன்றதாகும் என்பர். தழுவல் முறையில் இக்காப்பியத்தினைப் படைத்தால் மில்டனின் உண்மையான உணர்வுகளை வெளிப்படுத்துவதில் முழுமை இருக்காது என்னும் எண்ணம் இருந்தமையாலும், மில்டனின் காப்பியத்தைத் தமிழில் மக்கள் படிக்க வேண்டும் என்னும் அவாவினாலும் சாமுவேல் வேதநாயகம் இக்காப்பியத்தை மொழி பெயர்த்துள்ளார். ஆங்கிலக் கவிதையைத் தமிழில் மொழிபெயர்ப்பது என்பது சாதாரண காரியம் அல்ல. எனினும் ஆசிரியர் எவ்விதமான மாற்றமும் இல்லாமல் மில்டனின் உணர்வுகளை மனதில் கொண்டு இக்காப்பியத்தை மொழிபெயர்த்துள்ளார். சான்றாக ஜான் மில்டன் பாடிய,

கிறித்தவக் காப்பியங்கள்

> Is this the region, this the soil, the clime,
> Said then the lost archangel, this the seat
> That we must change for heaven, this mournful gloom
> For that celestial light? Be it so, since he
> Who now is sovereign can dispose and bid
> What shall be right: furthest from him is best
> Whom reason hath equalled, force hath made supreme
> Above his equals. Farewell happy fields
> Where joy for ever dwells: hail horrors, hail
> Infernal world, and thou profoundest hell
> Receive thy new possessor: one who brings
> A mind not to be changed by place or time.
> The mind is its own place, and in itself
> Can make a heaven of hell, a hell of heaven.
> What mattere where, if I be still the same,
> And what I should be, all but less than he
> Whom thunder hath made greater? Here at least
> We shall be free; the almighty hath not built
> Here for his envy, will not drive us hence:
> Here we may reign secure, and in my choice
> To reign is worth ambition though in hell:
> Better to reign in hell, than serve in heaven.
> But wherefore let we then our faithful friends,
> The associates and copartners of our loss
> Lie thus astonished on the oblivious pool,
> And call them not to share with us their part
> In this unhappy mansion, or once more
> With railled arms to try what may be yet
> Regained in heaven, or what more lost in hell?

(John Milton, Paradise Lost, Book I, Lines 242-270)

என்னும் அடிகளை, சாமுவேல் வேதநாயகம் தாமஸ் அவர்கள்,

> இந்நாடோ இப்புலமோ யாம் வான் கொடுத்து வாங்குமிடம்?
> இவ்வழுகைப் புதையிருளோ இன்னொளிக்கு மாறொளியாம்?
> இருக்கட்டும், என் செயலாம்? இற்றை ராஜன் நன்றெனவே

செய்யும் சட்டமெல்லாம் செல்வது திட்டந்தானே.
புத்தி சமமாக்கியும் போர்ப்பலத்தால் பெரியோனாய்
அனைவருக்கும் மேலாக ஆதிக்கம்கொள் வோனைவிட்டு
தூரா தொலையிலே தொலைதலே மிகநன்றாம்.
வந்தனம் ஆனந்த மண்டலங்காள் வந்தனம்!
சந்ததமும் மகிழுறையும் சதாநந்தமே வந்தனம்!
வாழ்க பயங்களே வாழ்கநீ பயங்கரமே!
வாழ்க பாதாள மண்டலமே வாழ்கநீ!
வாறேன் உன்நவ அரசன் வரம்பிறந்த ஆழமே!
பெற்றுக் கொள் உன் மன்னவனைப் பெருநரகப் பள்ளமே!
காலஇட பேதமாற்றா கன்மனத்தோன் உன்கோன் நான்.

மனத்தின் நிலையேதான் மனமிருக்கும் இடமேயாம்
நரகமதில் சுவர்க்கமாம் நரகமாம் சுவர்க்கமுமே,
மாறாது நானிருப்பின் மற்றெங்கே இருந்தாலென்?
எங்கிருந்தால் ஆவதென்ன என்னவிதம் இருந்து ஆவதென்ன
இடியால் பெரியோனில் ஏதோசற்று சிறியோனே
இவ்விடத்திலாயினும் இஷ்டம்போல் வாழ்ந்திடலாம்
இதில் நம்மேல் பொறாமைகூர இறைவன் இதை வகுத்ததில்லை
இங்கிருந்து நம்மை விரட்டான், இடரற்று இங்கு ஆளலாம்
என் கருத்தைக் கேட்பாயோ எரிநரகக் கடல் இதிலும்
அரசாளும் மாட்சிமை ஆசிக்கத் தகுந்ததேயாம்
வானுலகில் சேவைசெய்து வாழ்வதிலும் அரசுபூண்டு
பட்டும் கெட்டும் நரகில் பட்டம்கட்டி ஆளல்நன்று.

(பாதாள காண்டம், அடி. 290-315)

என மொழிபெயர்த்துள்ளார். இப்பகுதி அவரது மொழிபெயர்ப்புக்கு ஒரு சிறந்த சான்று.

கவிதை நடை

மொழிபெயர்ப்பில், மொழிபெயர்ப்பு ஆசிரியரின் கவிதை நடையைக் காணுதல் இயலாது. இக்காப்பியத்தில் ஆசிரியர் கையாண்டுள்ள கவிதை நடையானது எதுகை இல்லாமல் வெண் செந்துறை யாப்பில் அமைந்துள்ளது. எளிமையான இம்மொழிபெயர்ப்பு நடையில் சொற்சுவையும் பொருட்சுவையும் கலந்துள்ளது. எதுகை அமைதி காப்பியங்களுக்குத் தேவையில்லை என்பது சாமுவேல் வேதநாயகம் தாமஸின் கருத்தாகும்.

உவமைகள்

கவிஞரின் புலமையை அவர் பயன்படுத்தியுள்ள உவமைகளின் வாயிலாக அறியமுடிகிறது. உவமையைச் சிறப்பாகத் தம் கவிதைகளில் பயன்படுத்தும் மேல்நாட்டுக் கவிஞர்களுள் முதல் இடம் ஹோமருக்கும் இரண்டாவது இடம் ஜான் மில்டனுக்கும் உரியது. இவர்கள் பயன்படுத்தியுள்ள உவமைகள் Homeric Style என்றும் Miltonic Smile என்றும் புகழப்படுகின்றன. ஜான் மில்டன் பயன்படுத்திய உவமைகளையே சாமுவேல் வேதநாயகம் தாமஸ் அவர்களும் மொழிபெயர்ப்பின் அடிப்படையில் பெயர்த்துள்ளார். சான்றாக,

கொதித்துருகி நிற்கின்ற குகைநின்று ஒடுதங்கம்
என்னமட மாற்றாலோ இடையிலாமல் எங்கும்பாய
மடைதிருப்பி நிரப்பிவைத்தார்; வகையையும் கேட்டாலோ
கின்னரத்தில் ஓர்விசையில் கிளம்புகின்ற இசைவாயு
வரிகுழல்கள் வழிபாய்ந்து வத்திக்கும் நாதம்போலும்

(பாதாள காண்டம், அடி. 912-916)

எனப் பாடுகிறார். இப்பகுதியில் சுரமண்டலம் என்னும் துருத்தி போன்ற வாத்தியத்திலே ஒரு தடவை ஊதிய காற்று, அதன் தொனிவிருத்தி உறுப்பானது பல வரிசைகளாய் உள்ள இசைக்குழல்களிலே பரவச் செய்வது போல, உருக்கிய உலோகத்தை ஆச்சரியமாகவும் தந்திரமாகவும் பலவகை அச்சுகளிலே செலுத்தினான் என மில்டனை அடியொற்றி சாமுவேல் வேதநாயகம் தாமஸ் குறிப்பிடுகிறார். இதைப்போன்று இன்னொரு இடத்தில்,

இடப வீதிமார்க்கமாக இயங்க அரக்கன் ஏறுகின்ற
வசந்தருது காலத்தில் வண்டுகள் கூண்டின் அண்டை
குப்பங் குப்பமாகக் குஞ்சுகளைப் பொறித்துத் தள்ளி
நாள் மலர்ந்த பனிப்பூவை நாடியிங்கு அங்குமோடி
தாளாலும் துரும்பாலும் சமைத்ததம் அருநகரின்
சுற்றுப்பட்டியாக நிற்கும் சுள்ளிக் கொம்பில் உட்கார்ந்து
நவமதுத் தேனாடி நாட்டு வர்த்த மானங்களை
விஸ்தரித்து நடந்து விளம்புகின்ற தன்மைபோல்

(பாதாள காண்டம், அடி. 1005-1012)

என்னும் பகுதியில் சூரியன் இடப ராசியில் சஞ்சரிக்கும் வசந்த காலத்தில் தேனீக்கள் தங்கள் குஞ்சுக் கூட்டங்களைத் தேன்கூட்டைச் சுற்றியும் உலாவும்படி திரள் திரளாக வெளியே செல்லவிட, அக்குஞ்சுகள் புதுப் பனி

தங்கிய புல்லிலும் பூவிலும் மாறி மாறித் திரிந்து தேன் நாடுவதுபோல, ஆகாச வாசிகளாகிய தேவதூதர்கள் தங்கள் இரகசியங்களைக்கூடிப் பேசுகிறவர்களாய் நெருக்கமாய் மொய்த்து நின்றனர் எனப் பாடுகிறார். இதுபோன்ற பல உவமைகள் காப்பியத்தில் ஆங்காங்கே இடம் பெற்றுள்ளன.

வருணனை

ஜான் மில்டனின் வருணனைகளை சாமுவேல் வேதநாயகம் தாமஸ் அப்படியே மொழிபெயர்த்துள்ளார். இக்காப்பியத்தில் சாத்தான் மற்றும் பிற பேய்களின் வருணனையையே அதிகமாகக் காணமுடிகிறது. சாத்தான் நின்ற தரையைப் பின்வருமாறு வருணிக்கிறார்:

நிறத்தில் அத்தரையோ நிலம் நின்று பூகம்பம்
கிளப்ப பெலொரஸ் நின்று கிழிந்தோடும் குன்றுபோலும்,
இடியிடிக்கும் எட்னாவின் இடுப்பொடிந்த பாரிசத்தில்
குடர்க்குள் தீக்குஉணவாய்க் கொதிக்கின்ற தாதுவர்க்கம்
குப்பென்று தீப்பிடிக்கக் குபீரென்று மேல்எழுந்து
பூவசைவோடு இசைந்து அதிர்ந்து புகைக்காடாய் எங்கும் மண்ட
தீகக்கி அடிகருக்கி திசைநாறும் திட்டைபோலும்
அவ்வித ஆறும்இடம் அடைந்ததம்மா பாவியடி.

(பாதாள காண்டம், அடி. 277-284)

சாத்தான் நின்ற தரையானது, காற்று வேகத்தால் பிலோரசினின்று ஒரு சிகரம் பறிபட்டபோது, பறிபட்ட பாகம் தோன்றும் தோற்றத்தை ஒத்திருந்தது. மேலும், இடிபோல முழங்கும் எரிமலை ஆகிய எத்தினா என்னும் மலையின் ஒரு சிகரம் காற்று விசையால் பறிபட, அம்மலையின் தீப்பற்றும் தன்மையுடைய குடல்கள் அவ்விசையினால் தீப்பற்றி எரிந்து எழுப்பும் தாதுப் பொருள்களின் வேகத்தால் அக்காற்று அதிவேகம் கொண்டு அந்த எத்தினா மலையின் தகருண்ட பக்கத்தில் எஞ்சியிருக்கும் கந்தகம் நாறிக் கருகிய அடிப்பாகத்தை ஒத்திருந்தது. இந்த இடமே இறைவனின் அருள்பெறாதவனுடைய பாதங்கள் இளைப்பாறும்படித் தேடிக் கண்டு பிடித்த இடமாகும் என்று வருணிக்கிறார்.

அடுத்து, சாத்தானின் உடலை வருணிக்கும் திறம் புதுமையாக உள்ளது. ஜூப்பிட்டரோடு (Jupiter) போர் செய்த பூதேவி புத்திரர் ஆகிய டயிட்டன் (Titan), பூர்வீகமான தர்சுஸ் (Tarsus) நகருக்கு அருகே உள்ள குகையில் வாழ்ந்த தைப்பான் (Typhon) ஆகிய இவர்களை உடலின் தோற்றத்தில் ஒத்திருந்தான். மேலும் வலிமை உடைய லெவியதன்

(Leviathan) என்னும் கடல் பிராணியையும் ஒத்திருந்தான். இது குறித்துக் கடற் பிரயாணிகள் சொல்லும் கதை: நார்வே கடலிலே இது உறங்கும் போது, இரவு வர இருள் சூழ்ந்ததால், பிரயாணம் செய்ய முடியாத கப்பல் மாலுமிகள் இதை ஒரு தீவு என்று நினைத்து, இதன் செதில் செறிந்த உடலின் ஒரு பக்கம் காற்றுக்கு ஒதுக்கமாக நங்கூரம் போட்டு, எப்போது விடியும் என்று உதயகாலம் வரை தூங்குவார்களாம். இக்கடற்பிராணி கிடந்ததைப் போலவே சாத்தான் தனது பிரம்மாண்டமான நீண்ட உடலோடு விலங்கு பூட்டப்பட்டு, அழல் கடல் மேலே கிடந்தான் என வருணனை அமைந்துள்ளது.

காப்பிய மாந்தர்கள்

பூங்காவனப் பிரளயம் என்னும் காப்பியத்தில் சாத்தான், பேயல்செபுல், மோளோக், காமோஸ், அஸ்தரோத், தம்முஸ், தாகோன், ரிம்மோன், பேலியாள், மம்மோன் என்னும் பேய்கள் படைக்கப்பட்டுள்ளனர். எனினும் இறைவன் இக்காப்பியத்தின் தலைவராக விளங்குகிறார். இறைவன் எங்கும் இருப்பார்; கண்களுக்குப் புலப்படமாட்டார் என்பதைப் போன்று இக்காப்பியம் முழுவதும் இறைவன் இருக்கிறார். இறைவனை மையமாகக் கொண்டே இக்காப்பியம் வளர்கிறது. இறைவன் மீதுள்ள கோபத்தினால் தான் சாத்தான் மற்றும் பிற பேய்கள் சதியாலோசனை செய்கின்றனர்.

சாத்தானுக்கு அடுத்த நிலையிலுள்ளவன் பெயல்செபு என்பவன். மோளோக் பயங்கரமானவன்; நரபலியைப் பெரிதும் விரும்புபவன். மோவாபி என்பவன் கந்தக மக்களால் பயபக்தியோடு வழிபடப்பட்டு வந்தவன். அஸ்தரோத் என்பவள் பிறை போலும் உருவம் கொண்ட கொம்புகளை உடையவள். இவளை வான் அரசி என்றும் அழைப்பர். தம்முஸ் என்பவன் லிபனோன் மலையிலே காட்டுப் பன்றியால் கொல்லப்பட்ட காமதேவதை. தாகோன் என்பவன் மேற்பாகம் மனித உருவமும் கீழ்ப்பாகம் மச்ச உருவமும் உள்ள கடல் தெய்வம். ரிம்மோன் என்பவன் ஆபனா, பர்பார் என்னும் நதிக்கரையில் உள்ள தமஸ்கு நகரைத் தனக்கு இடமாகக் கொண்டவன். பேலியாள் மோக விகாரமுள்ளவன். இவர்கள் அனைவரும் காப்பிய மாந்தர்களாகப் படைக்கப்பட்டுள்ளனர். ஆனால் இவர்கள் மனிதர்கள் அல்லர்; பேய்கள்.

முழுமையுறாக் காப்பியமா?

பூங்காவனப் பிரளயம் முழுமையான காப்பியமா? அல்லது முழுமையுறாக் காப்பியமா? என்பது குறித்து திடமான முடிவுக்கு வர

இயலவில்லை. இதற்கான காரணங்கள் பல. மில்டனின் முதல் நூல் 12 பகுதிகளை (காண்டங்கள்) உடையது. ஆனால் சாமுவேல் வேதநாயகம் தாமஸ் மொழிபெயர்த்துள்ள காப்பியத்தில் இரண்டு காண்டங்கள் மட்டுமே உள்ளன. இது எதனால் என்பது சிந்திக்க வேண்டியுள்ளது.

பூங்காவனப் பிரளயம் 1887 ஆம் ஆண்டு ஆசிரியரால் வெளியிடப் பட்டது. நூலின் ஆசிரியரான சாமுவேல் வேதநாயகம் தாமஸ் தமது 35 ஆவது வயதில் 1890 ஆம் ஆண்டு உடல் சுகவீனத்தால் காலமானார். ஆசிரியர் இளம் வயதிலேயே காலமானதால் இக்காப்பியத்தை முழுமையாக முடிக்கவில்லை என்று எண்ணுவதற்கு இடம் உள்ளது. அதற்குக் காரணம் ஆசிரியரே பூங்காவனப் பிரளயத்தை தாம் காலமாவதற்கும் மூன்று ஆண்டுகளுக்கு முன்னர் அதாவது 1887 ஆம் ஆண்டில் வெளியிட்டுள்ளார். பிற காண்டங்களைப் பின்னர் வெளியிடலாம் என நினைத்திருக்கலாம். ஆனால் அதற்குள் காலமாகி விட்டார். மில்டனின் முதல் நூலை முழுமையாக வெளியிட வேண்டும் என்பது தான் சாமுவேல் வேதநாயகம் தாமஸ் அவர்களின் எண்ணம். இதற்குத் தக்க சான்றாக இருப்பது நூலின் தலைப்பான பூங்காவனப் பிரளயம் என்பதாகும். முதல் இரு காண்டங்களிலும் ஏதேன் தோட்டமான பூங்காவனத்தைப் பற்றிய எவ்விதக் குறிப்பும் கிடையாது. அப்படியிருக்க பூங்காவனப் பிரளயம் என்னும் பெயரினை நூலுக்குச் சூட்டியதற்கான காரணம், மில்டனின் முதல் நூலான Paradise Lost முழுவதையும் மொழிபெயர்க்க வேண்டும் என்பதுதான். ஆனால் காலம் அதற்கு உறுதுணையாக இருக்கவில்லை.

மேலும் இதை வேறுவிதமாகவும் நினைத்துப் பார்க்கலாம். மில்டனின் முதல் நூலில் முதல் இரண்டு பாகங்களிலுள்ள செய்திகள் வேறு நூல்களில் இல்லாததால் மக்கள் இவற்றை அறிந்து கொள்ள வேண்டும் என்னும் நோக்கத்தில் இரண்டு காண்டங்களை மட்டும் மொழிபெயர்த்திருக்கலாம். அல்லது முழுமையாக மொழி பெயர்க்க வேண்டும் என்னும் எண்ணத்தில் மொழிபெயர்ப்புப் பணியைத் தொடங்கியிருக்கலாம். ஆனால் இரண்டு காண்டங்களை மொழி பெயர்த்தவுடன் இரண்டு காண்டங்களும் சிறப்பாக உள்ளதால் தன் எண்ணத்தை மாற்றியிருக்கலாம்.

எனினும் தமிழ்க் கிறித்தவ இலக்கிய உலகிற்கு, காப்பிய வடிவில் மில்டனின் முதல் நூலின் இரண்டு பகுதிகளும் கிடைத்தது மகிழ்ச்சியான வரவு என்பதில் ஐயமில்லை. மில்டனின் Paradise Lost மற்றும் Paradise Regained என்னும் இரண்டு நூல்களும் மொழி பெயர்க்கப்பட்டிருந்தால் தமிழ்க் கிறித்தவ இலக்கியத்திற்கு சிறந்ததொரு அணிகலனாக விளங்கியிருக்கும்.

47. சுவர்க்க நீக்கம்

ஜான் மில்டன் இயற்றிய Paradise Lost என்னும் காப்பியத்தை தமிழில் இருவர் மொழிபெயர்த்துள்ளனர். ஒருவர் வேதநாயகம் தாமஸ்; இவர் மில்டனது காப்பியத்தின் முதல் இரு காண்டங்களை பூங்காவனப் பிரளயம் என்னும் பெயரில் மொழிபெயர்த்தார். மற்றொருவர் வெள்ளகால் ப. சுப்பிரமணிய முதலியார்; இவர் மில்டனின் முதல் காண்டத்தை மட்டும் தமிழில் சுவர்க்க நீக்கம் என்னும் பெயரில் மொழிபெயர்த்தார். தமிழில் வெளிவந்த இவ்விரு காப்பியங்களும் கிறித்தவ இலக்கிய உலகில் தனியிடம் பிடித்துள்ளன. வெள்ளகால் ப. சுப்பிரமணிய முதலியார் கிறித்தவரல்லாதவராக இருந்தபோதும், மில்டனின் காப்பியத்தின் மீது கொண்ட ஈடுபாட்டால் தமிழில் சுவர்க்க நீக்கம் என்னும் காப்பியத்தைப் படைத்துள்ளார். இந்நூல் 1895 ஆம் ஆண்டு வெளியிடப்பட்டது.

ஆசிரியர் வரலாறு

வெள்ளகால் ப. சுப்பிரமணிய முதலியார் 1857 ஆகஸ்டு 14 ஆம் நாள் பழநியப்ப முதலியாரின் மூத்த மகனாக ஆழ்வார்குறிச்சியில் பிறந்தார். இவர் திருநெல்வேலி அரசரடிப் பாலத் தெருவிலிருந்த மிஷன் பள்ளியில் கல்வி பயின்றார். தமது ஒன்பதாம் வயதில் அல்லி அரசாணி மாலை, பவளக்கொடி மாலை ஆகிய சிறு நூல்களையும் பன்னிரண்டாம் வயதில் திருக்குற்றாலத் தலபுராணம், வரகுணாதித்தன் மடல், விறலிவிடு தூது போன்ற நூல்களையும் பதிநான்காம் வயதில் கூளப்ப நாயக்கன் காதல் நூலையும் கற்றார். இளமையிலேயே பெற்ற இலக்கியப் பயிற்சி பிற்காலத்தில் இவரது தமிழ்ப்புலமைக்குத் துணையாக இருந்தது. இவர் மிஷன் பள்ளிப் படிப்பை முடித்த பின்னர் திருநெல்வேலி சந்திப்பிலுள்ள இந்துக் கலாசாலைப் பள்ளியில் மெட்ரிகுலேசன் வகுப்பில் சேர்ந்தார். பள்ளிப்படிப்பை முடித்த பின்னர் நண்பர் சி.என். சிவஞானத்தின் துண்டுதலாலும் உதவியாலும் சென்னைக் கிறித்தவக் கல்லூரியில் சேர்ந்தார். ஆனால் கல்லூரிப் படிப்பில் தேர்ச்சியடையவில்லை. அவர் தேர்ச்சியடையாவிடினும் சென்னைக் கிறித்தவக் கல்லூரி வாழ்க்கையைப் பெருமையாகவும் மறக்க முடியாத

ஒன்றாகவும் கருதினார். அங்கு டாக்டர் வில்லியம் மில்லர், கூப்பர், அலெக்சாண்டர் போன்ற வெளிநாட்டைச் சேர்ந்த ஆசிரியர்களிடமும் சுப்பராமையர், ரெங்கையச் செட்டி, சின்னசாமிப் பிள்ளை, ரெங்கசாமி ராசா போன்ற உள்நாட்டு ஆசிரியர்களிடமும் கல்வி கற்கக் கிடைத்த வாய்ப்பைப் பெரும் பேறாகக் கருதினார்.

இதனைத் தொடர்ந்து சென்னை சைதாப்பேட்டையிலுள்ள வேளாண்மைக் கல்லூரியில் பயின்று 1884 ஆம் ஆண்டு பட்டம் பெற்றார். பின்னர் கால்நடை மருத்துவத் துறையில் 1885 முதல் 1887 வரைப் பணியாற்றினார். இதனைத் தொடர்ந்து மும்பை கால்நடைக் கல்லூரியில் பட்டம் பெற்றார். 1895 இல் கால்நடை மருத்துவத்துறையில் முதுநிலை கால்நடை மருத்துவ உதவியாளராகப் பணியில் சேர்ந்து, 1911 ஆம் ஆண்டில் துணைக் கண்காணிப்பாளராக உயர்வு பெற்று, 1915 இல் பணியிலிருந்து ஓய்வு பெற்றார். இவர் 1926 ஆம் ஆண்டு இராவ்சாகிப் பட்டத்தினைப் பெற்றார். இவர் உ.வே. சாமிநாத ஐயர், பேராசிரியர் சுந்தரம் பிள்ளை, நாவலாசிரியர் அ. மாதவையா, இருதாலய மருதப்பத் தேவர், முத்துசாமிப் பிள்ளை, மு.ரா. அருணாசலக் கவிராயர், ரா.பி. சேதுப்பிள்ளை ஆகியோரிடம் நெருங்கிய நட்புடையவராக விளங்கினார். வெள்ளகால் சுப்பிரமணிய முதலியார் அகலிகை வெண்பா, இராமாயண உள்ளுறை பொருளும் தென்னிந்திய சாதி வரலாறும், கம்பராமாயண சாரம் (7 காண்டங்கள்), கல்வி விளக்கம், கோம்பி விருத்தம், சருவசன செபம், சுவர்க்க நீக்கம், தனிக்கவித் திரட்டு, நெல்லைச் சிலேடை வெண்பா என்னும் நூல்களைப் படைத்துள்ளார். இவர் 1946 ஆம் ஆண்டு அக்டோபர் 12 ஆம் நாள் காலமானார்.

நூலின் அமைப்பு

சுவர்க்க நீக்கம் என்னும் காப்பியமானது சிறப்புப் பாயிரம், முகவுரை, ஜான்மில்டனார் சரித்திரம், சுவர்க்க நீக்கக்கதை, மொழிபெயர்ப்புப் பாயிரம், நூல், சுவர்க்க நீக்க வசனம் (முதற் காண்டம்), சுவர்க்க நீக்க வியாக்கியானங்கள், அரும்பத விளக்கம் என்னும் பகுதிகளைக் கொண்டது. இக்காப்பியம் பாயிரம் நீங்கலாக 241 விருத்தச் செய்யுட்களாலானது.

சிறப்புப் பாயிரம்

சுவர்க்க நீக்கம் நூலின் முதலில் சிறப்புப் பாயிரம் இடம் பெற்றுள்ளது. இச்சிறப்புப் பாயிரத்தை யாழ்ப்பாணம் சி.வை. தாமோதரம் பிள்ளை இயற்றியுள்ளார். அப்பாயிரம் பின்வருமாறு:

வெள்ளக்காற் பழனியப்பன் வியன்சுதன்சுப் பிரமணிய விபுதன் றீஞ்சொற்
கொள்ளைக்கோ ருறையுளெனக் குலவுதமி ழினில்மிலிட்ட குசல னிங்லிஷ்
அள்ளிக்கூட் டுணமேனா ளறைசுவர்க்க நீக்கமதை அளித்தான் விள்ள
விள்ளக்கா தினிற்கஃதுது விளைக்கு மின்பப் பெருக்கெவர்க்கும் விளம்பற் பாற்றோ.

மொழிபெயர்ப்புப் பாயிரம்

மொழிபெயர்ப்புப் பாயிரம் 17 விருத்தச் செய்யுட்களாலானது.

கதை நாயகன் கடவுளே; கதைநிகழ் களனோ
மீத லத்தொடு பாதலம் பூதலம்; விடயம்
பேதம் இன்றி, மாந் தருக்கெலாம் உரித்தெனப் பெரிதும்
ஓத நின்றகாப் பியத்திறன் அளியனோ உரைக்கேன்.

நரியை எய்தகோல் உருவினும் நாண்தரும், கரிகொல்
அரியை எய்தது பிழைப்பினும் இழுக்கன்றென் றான்றோர்
கரைவ துன்னிஎற் கெளியன கழறுதல் தவிர்த்துப்
பெரிய இன்னகாப் பியமொழி பெயர்த்திடல் பெட்டேன்.

(பாயிரம், 8,9)

மேற்குறிப்பிட்ட செய்யுட்களில் காப்பியத்தின் நாயகன் கடவுள்; கதை நிகழுமிடம் பாதாளமும் உலகமும்; விருப்பு வெறுப்பின்றி காப்பியத்தின் சிறப்பைக் கூறுகிறேன் என்கிறார். மேலும் நரியை எய்த அம்பு தவறினால் அச்செயல் வெட்கத்தைத் தருவதாகும். ஆனால் சிங்கத்தை எய்த அம்பு தவறினால் அச்செயல் குற்றமன்று என சான்றோர்கள் குறிப்பிடுவர். இவ்வாறு உரைப்பதைத் தவிர்த்து சிறப்பு பெற்ற பெரிய காப்பியத்தை மொழிபெயர்க்கின்றேன் எனக் குறிப்பிடுகிறார். இப்பாயிரத்தில் தன் தகப்பனாராகிய பழனியப்பன் அவர்களுக்கு இந்நூலைச் சமர்ப்பிக்கிறார். மில்டன் நூலின் சிறப்புகளைக் குறிப்பிட்டு, சமண சமயத்தைச் சார்ந்த சீவகசிந்தாமணியை அனைத்து பிரிவினரும் ஏற்றுக் கொள்வது போல, கிறித்தவ சமயத்தைச் சார்ந்த இந்நூலைப் பிற சமயத்தினரும் ஏற்றுக் கொள்வர் என உரைக்கின்றார்.

கதைச் சுருக்கம்

ஆதியில் பேய்களின் தலைவனாகிய சாத்தானும் அவனுடைய தூதர்களும் வானுலகில் சம்மனசோராய் வாழ்ந்து கொண்டிருக்கும் போது, துன்மனசு பூண்டு, தெய்வத்துக்குச் சமமாக இருக்க வேண்டும் என விரும்பி அகந்தை கொண்டு கலகமெழுப்பினர். இதனால், சருவ வல்லவர் அவர்களை அந்தகாரச் சங்கிலிகளாலும் வச்சிர வடங்களாலும் கட்டிச்

செந்தூக்காய்த் தூக்கித் தலையைச் சுற்றி வீசி விண்ணிலிருந்து விட்டெறிந்தார். அவர்கள் எரிதழலாய் எரிந்துகொண்டே வந்து நரக பாதாளத்தில் விழுந்தனர். அவர்கள் விழுந்த அதிர்ச்சியில், திக்குமுட்டிச் சொரணை தப்பிக் கிடந்து, அத்தீக்கடலில் ஒன்பது நாள் உழன்றனர். பின்புமுதலில் சாத்தான் மதிதெளிந்து கண்ணையுருட்டிச் சுற்றும் முற்றும் பார்க்கையில், தானும் தன் வேதாள கணங்களும் அக்கினிப் பிரளயத்தில் அடியுண்டு, உருண்டதைக் கண்டான். அவன் தன் பக்கத்தில் தீயுளையில் நெளிந்து கொண்டிருந்த பேயல்செபுலை எழுப்ப, பின் அவர்கள் இருவரும் தங்களுக்கு வந்த நிலையையும் துன்பத்தையும் சொல்லி, ஒருவரோடொருவர் கலந்து ஆலோசனை செய்தனர்.

அதன்பின் காளி, கூளி, காட்டேரிப் பேய்ப் படைகள் அனைத்தையும் சாத்தான் எழுப்பினான். அவர்கள் அனைவரும் எழுந்தவுடனே ஒவ்வொரு பேய்ப் பவிஞ்சிலும் பட்டாளத்திலுமிருந்து தலைமைப் பேய்களாகிய மோளோக், காமோஸ், தம்முஸ், தாகோன், ரிம்மோன், பேலியாள் முதலியோரும் இவர்களுக்குள்ளிட்ட மற்றும் அநேகரும் சாத்தானாகிய தங்கள் அரசன் அருகில் வந்தனர். அவனும் உடனே சேனைகளை அணிவகுத்துத் தன்முன் நிறுத்தும்படி கட்டளையிட்டு, அந்தப் பேய்கள் திடனடையும் வண்ணமாக அவர்களைத் தைரியப் படுத்தினான். இறுதியாக இனிமேல் நடத்த வேண்டிய செயல்களைப் பற்றி மந்திராலோசனை செய்யும்படி, சாத்தானுடைய தலைமை இடமான சருவ பேய்புரம் என்னும் பட்டணத்தில், மம்மோன் என்ற பேய்ச் சிற்பாசாரியார் கட்டிய ஆஸ்தான மண்டபத்தில் அனைவரும் வந்துகூடினர்.

ஆசிரியர் நோக்கம்

வெள்ளகால் ப. சுப்பிரமணிய முதலியார் இந்நூலின் மொழியாக்கம் தொடர்பாக தமது கருத்துகளைப் பின்வருமாறு முகவுரையில் குறிப்பிட்டுள்ளார்:

> இந்நூல், காந்தம் இராமாயணம் பாரதம் போன்ற பெருங்காவிய மாயிருத்தலால் அவைகள் எழுதப்பட்டுள்ள விருத்தப்பாவே தகுதியுடையதென்று, அந்தப்பாவிலேயே இதை மொழி பெயர்க்கலாயினேன். மூலநூல் விஷயத்துக்கேற்ப, அதிகெம்பீரமான உன்னத நடையில் எழுதப்பட்டிருத்தலால், அதற்கிணங்க இம்மொழிபெயர்ப்பும் (கம்பர், சிவஞான யோகிகள், கச்சியப்ப முனிவர், குமரகுருபர சுவாமிகள், அதிவீரராம பாண்டியன் முதலிய உரைநடைக் கவிஞர் செய்யுட்களை முன்மாதிரியாகக் கொண்டு) எனது புன்சக்திக்கியன்ற அளவு உயர்ந்த நடையில் எழுதப்பட்டிருக்கின்றது.

இம்மொழிபெயர்ப்பில் எனது நோக்கம் என்னுடைய மனோதருமத்தைக் காட்டுவதாகச் சிறிதுமில்லாது, மூல நூற்கருத்தை உள்ளபடியே வெளியிடுவதாயிருந்ததனால், சிரமத்தையாயினும், காலதாமதத்தை யாயினும் கருதாதுழைத்து எனது மனோசக்திக்கும் பயிற்சிக்கும் இயன்ற அளவு தமிழ் யாப்பமைதியும் நடையமைதியும் இடங்கொடுத்த மட்டும், ஆதி நூலாசிரியர் கருத்துகளைக் கூட்டலும் குறைத்தலும் மாற்றலும் தவிர்த்து, அவற்றின் யதார்த்த நிலையோடு வெளியிட்டிருக்கிறேன். இவ்வாறன்றி, மொழிபெயர்ப்போன், மூலநூற் கதாசாரத்தை மட்டும் கைக்கொண்டு, அதைத் தன் சொந்தக் கற்பனை அலங்கார முதலியவற்றோடு கலந்து வெளிப்படுத்தலே தகுதியென்பது சில தமிழ்ப் பண்டிதர் கொள்கை. இம்மொழி பெயர்ப்பில் யான் அவர் கொள்கையை அனுசரித்திலேன். (பக். iii, iv)

காப்பியத் தொடக்கம்

மில்டனின் கவிதையை ப. சுப்பிரமணிய முதலியார் சிறப்பாக மொழி யாக்கம் செய்துள்ளார். மில்டன் காப்பியத்தின் தொடக்கம் பின்வருமாறு:

> OF Mans First Disobedience, and the Fruit
> Of that Forbidden Tree, whose mortal tast
> Brought Death into the World, and all our woe,
> With loss of Eden, till one greater Man
> Restore us, and regain the blissful Seat,
> Sing Heav'nly Muse, that on the secret top
> Of Oreb, or of Sinai, didst inspire
> That Shepherd, who first taught the chosen Seed,
> In the Beginning how the Heav'ns and Earth
> Rose out of Chaos: or if Sion Hill
> Delight thee more, and Siloa's brook that flow'd
> Fast by the Oracle of God; I thence
> Invoke thy aid to my adventrous Song,
> That with no middle flight intends to soar
> Above th' Aonian Mount, while it pursues
> Things unattempted yet in Prose or Rhime

இத்தொடக்கப் பகுதியை வெள்ளகால் ப. சுப்பிரமணிய முதலியார்,

> மானுடன் முனாட் பரன்பணி கடந்ததும், மரணம்
> ஆன வெம்பயன் தரும்எதன் நுகர்ச்சியால் அவனிக்

கூன வன்துயர் யாவையும் உடனுற மிருத்துத்
தான் அடைந்தது? அத்தவிர் மரக்கனி தனையும்,

பிழைத்த அம்முதல் நரனின்ஓர் பெருந்தகை நரன்யாம்
இழத்த லுற்றநித் தியத்துவம் சுவர்க்கம் என்பனநம்
உழைத் தரூஉந்துணை ஒருவும்இன் பதவியுங் குறித்துத்
தழைத்த பாடலால் என்னுடை நாநின்று சாற்றாய்,

ஆதி ஆய்ந்தெடுத் தாண்டசா தியருக்கா தியினே
சோதி வானமும் பூமியும் தோன்றுரு வில்லாப்
பூதி யச்சமட் டியினின்றும் போந்தவா முதற்கண்
ஓது வித்தஅவ் இடைத்தொழில் உடையமோ சேக்கு,

மோடு யாவருங் காண்டகா வகைதெய்வ முகிலான்
மூட லுற்றோ ரேப்புசீ னாய்என மொழியும்
பீடு மேவிய சிகரமேற் பெரிதருள் சுரந்து
கேடு தீர் அருள் வாக்கருள் செய்தவா கீசாய்! (பா. 1-4)

என்னும் விருத்தச் செய்யுட்களாக மொழிபெயர்த்துள்ளார். ஆதியில் மனிதன் கடவுளுடைய கற்பனையைக் கடந்தான். இதற்குக் காரணமான விலக்கி வைக்கப்பட்ட மரத்தின் கனியை உண்டதனால், பூமியிலே சகல துன்பங்களும் சாவும் வந்து சேர்ந்தனவோ? அந்த விலக்குவினை மாக்கனியையும் பிழை செய்த முதல் மனிதனிலும் உயர்ந்த வேறொரு மானுடனாக கிறிஸ்து நாதர் அவதரித்தார். அம்முதல் மனிதன் பிழையினால் நாம் இழந்திருந்த சாகாத் தன்மையையும் சுவர்க்க வாழ்வையும் எமக்கு மீட்டுக் கொடுக்கும் வரையும் யாம் நீங்கியிருந்த ஆனந்த பதவியையும் குறித்து எனது நாவினின்று கூறுவாயாக. கடவுளால் பல ஜாதிகளிலும் சிறந்தவர்களென்று தெரிந்தெடுத்து ஆட்கொள்ளப்பட்டவர்கள் இசரவேலர். இந்த மக்களுக்கு, ஆதியிலே வானமும் பூமியும் எவ்வாறு தோன்றின என்பதை முதலில் கற்றுக் கொடுத்தவர் மோசே. அவருக்கு உச்சியானது யாவர் கண்ணுக்கும் புலப்படாதபடி தெய்வீகமான மேகத்தால் மூடப்பட்ட ஓரேப்பு சீனாய் என்று பெயர் பெற்ற மலைச் சிகரத்தின் மேலிருந்து கிருபை கூர்ந்து அருள்வாக்குக் கொடுத்த இறைவனே என்பது இச்செய்யுட்களின் கருத்துச் சுருக்கமாகும். காப்பியத்தின் தொடக்கப் பகுதியான இதை, பூங்காவனப் பிரளய ஆசிரியர் சாமுவேல் வேதநாயகம் தாமஸ் பின்வருமாறு மொழிபெயர்க்கிறார்:

மனுகுலத்தோர் முன்பிழைத்த வன்பிழையைப் பொருளாயும்
நம்முலகில் சாக்காடும் நம்துயரக் கேடு யாவும்
கொண்டுவந்து சேர்த்த அந்தக் கொடுமரணச் சுவைகனிந்த
விலக்கு வினைமரத்தின் வினைக்கனியைப் பொருளாயும்,

ஆதிபரன் நரனாகி ஆனந்த நிலை அகத்தை
மீளவும் நாம் அடைய மீட்டுத் தரும் அளவும்
பறிபோன ஏதேனைப் பாட்டுப் பொருளாயும்,
தெய்வக் கவித் தேவி! செப்புவாய் இக்கவியாய்.
ஓரேப்பு சீனாய் எனும் உயர்ந்தமலை மறைசிகரில்
முன்னாளில் நீ தோன்றி மூட்டிவிட்ட திருவருளால்
தெரிந்துகொண்ட வித்தார்க்குத் தீட்சைதந்த அக்கோனார்
தட்டுமுட் டாடிநின்று தலைதடுமாற்றங் கொண்ட
பூதியத் தெற்றுவிட்டுப் பூமியொடு வான்யாவும்
ஆதிவந்த சூட்சமதை அறிவித்தது உண்டலவோ?

இப்பகுதியில் ஆசிரியர், ஆதியிலே மனிதன் கடவுளுடைய கற்பனையைக் கடந்ததையும் விலக்குமரக் கனியையும் கிறிஸ்து நாதர் அவதரித்து, அம்முதல் மனிதன் செய்த பிழையினால் நாம் இழந்திருந்த சாகாத் தன்மையையும் சுவர்க்க வாழ்வையும் நமக்கு மீட்டுத் தரும் வரையும் தேவி, என் நாவில் நின்று நீ கவியாய்ச் செப்புவாய் என வேண்டுகிறார்.

மில்டனின் உவமைகள்

மில்டன் தமது நூலில் பயன்படுத்தியிருக்கும் உவமைகளை, வெள்ளகால் சுப்பிரமணிய முதலியார் எவ்வித மாறுபாடும் இல்லாமல் பயன்படுத்தியுள்ளமை அவரது மொழிபெயர்ப்புத் திறனுக்குத் தக்க சான்று. சாத்தானுடன் இருந்தோரின் ஒளி மழுங்கி நின்ற நிலைமையினை ஆசிரியர் உவமை மூலம் விவரிக்கும் விதம் சிறப்புமிக்கது. அவர்கள் உயர்ந்த வளர்ச்சி உடையவராயிருப்பது போல் காடுகளிலும் மலைகளிலும் உன்னதமாக வளர்ந்தவைகளாய் அவர்கள் மின்னலினால் கருக்குண்டு அழிந்தும், முழுமையாக நாசம் அடையாதது போல மின்னலினால் பசிய இலை முதலியவைகளை இழந்து சேதமடைந்து மொட்டையாகியும், முற்றும் அழிந்து போகாத உச்சியை உடையவைகளாய் அவர்கள் நின்ற தீயினாற் கருக்குண்ட பாழடைந்த நிலம் போல, மின்னலினால் புல்லெல்லாம் கருகிப்போன பாழ்வெளியில் நிற்கின்ற மரங்களைப் போன்றிருந்தார்கள் என வருணிக்கிறார். இதனை வெள்ளகால் சுப்பிரமணியம் பின்வருமாறு பாடுகிறார்:

ஒளிகுன்றி நின்றவர் வனத்தெனினும் நகத்தெனினும் உயர்ம ரங்கள்
கிளர்மின்னின் அழிவுற்ற போதிலைநீங் கியும்முழுதும் கெடாத உச்சி
களினொடுபாழ் வெளியில்நிற்ப கடுத்தனர்கோன் பேசமுயல கையுறப் பாதி
வளையமெனஇருசிறையும் வளைந்தன்னா னோடுதலை வரையுஞ் சூழ்ந்தார்

(பா. 165)

இதனைப் போன்று பல உவமைகளை நூலில் ஆங்காங்கே காணமுடிகிறது.

மில்டனின் வருணனைகள்

மில்டன் தம் காவியத்தில் பல வருணனைகளைப் பயன் படுத்தியுள்ளார். சாத்தானின் தோற்றத்தினை மில்டனை அடியொற்றி சுப்பிரமணிய முதலியார் வருணிக்கிறார். சாத்தான் வடிவத்திலும் சாயலிலும் மற்றவர்களிலும் மிகக் கெம்பீரமான உயர்ச்சியுடையவனாய் ஒரு கோபுரம் போல விளங்கி நின்றான். அவன், பழைய ஒளியை முழுதும் இழக்காதவனாய், முன், கண் கூசும்படி பிரகாசித்துக் கொண்டிருந்த ஒளியின் மிகுதி குறைந்தவனும், ஆபத்தடைந்தவனுமான ஒரு தேவர் கோனிலும் குறைவில்லாதவனாக விளங்கினான். அடிவானில் மூடுபனி மூட, அப்பனியால் பிரகாசம் குறைந்து, அப்பனியூடு தோன்றும் உதயகாலத்துச் சூரியன் போலத் தோன்றினான். அன்றியும் சந்திரனுக்குப் பின்னே நின்று, பூரண கிரகணமடையும்போது காலமல்லாத காலத்து மாலை நேரம் வந்ததுபோலப் பொழுது மயக்கமுண்டாக, பறவைகள் கலங்கிக் கூடுதேடி அடையவும், மிருகங்கள் வெருண்டு தங்கள் வழக்கமான இராத்தங்குமிடம் நாடிச் செல்லவும் மழுக்கமடைந்து, அபசகுனமான கெடுகுறிகாட்டா நின்ற ஒளியைப் பூமியிலே அக்கிரகணம் தோன்றாத பாதிப்பாகம் போகத் தோன்றுகின்ற பாதிப் பாகத்திலே வாழும் மனிதர்கள்மேலே வீசி, அரசர்கள் தங்கள் இராச்சியத்தில் கலகம் விளையுமென்று கலங்கிக் கவலைகூரும்படி செய்கின்ற கிரகண காலத்துச் சூரியன் போலவும் தோன்றினான். அத்தேவதூத சிரேட்டன் இவ்வாறு மழுக்கமடைந்தும் மற்றெல்லாத் தூதரிலும் சிறந்த பிரகாசமுடையவனாயிருந்தான். ஆயினும் அவன் முகத்தில் இடி உழுத தழும்புகளிருந்தன. தன் தோழருக்கு நேர்ந்த விபத்தை நினைந்து வாட்டமுற்ற கன்னத்தில் கவலை குடியிருந்தது. ஆனால் அஞ்சாத ஆண்மையும் பழிவாங்கத் தருணம் பார்த்துக் கொண்டிருக்கும் பதற்றமற்ற அகங்காரமும் புருவப் பிரதேசத்தில் விளங்கிக் கொண்டிருந்தன. கண்கள் கொடூரமுடையவைகளாகத் தோன்றின எனச் சாத்தானை வருணிக்கிறார்.

உருவொடுசாயலின்அவன்மற் றோரினுமே லாகவீறுறு யர்ந்து
பொருவுசிகரியெனநின்றான்தொல்லொளிமுற் றிழந்திலன்முன்பொலிவு விஞ்சி
மருவொளியின் மிகைதவிர்ந்த அழிவடைஓர் உத்மர்தலை வனிற்சற் றானும்
அருகிவிளங் கினனல்லன் அடிவானில் மூடுபனி அமருங் காலை

அவ்வானூ டொளிகுறைந்து தோன்றுதய ஞாயிறுபோல் அவிர்ந்தான் அன்றி
ஒவ்வாலோன் பின்நின்று மழுங்கியதுன் னிமித்தங்காட் டொளிகள் பாதிக்
குவ்வாணர் மிசைவீசி அரசர்இராச் சியகலகம் கூடுமென்று
வெவ்வாகு லங்கொளச்செய் கிரகணசூரியன் போன்றும் விளங்கினானால்

(பா. 191, 192)

என ஆசிரியரின் வருணனை மொழிபெயர்ப்புத் தொடருகிறது.

நடை நயம்

வெள்ளகால் சுப்பிரமணிய முதலியார் மில்டனின் காவியத்தை ஆங்கிலத்திலிருந்து தமிழுக்குக் கொண்டுவரும் போது, திருத்தக்கத் தேவர், சேக்கிழார் போன்றோர் பின்பற்றிய விருத்தப்பாவினைப் பின்பற்றியுள்ளார். இம்மொழிபெயர்ப்பு விருத்தத்தை எளிய நடையில் அமைத்திருப்பது சுப்பிரமணிய முதலியாரின் தனித்தன்மை. சான்றாக,

இன்ன நாடோ இந்நிலமோ இவ்வெங்குளிரும் வெப்பும் உறும்
இன்ன இடங்கொல் லோ துறக்கத் தீடா யாமேற்றிடக்கடவேம்
இன்னல் தரும்இவ் விருளோஅவ் வெல்லுக் கிணையா ஏற்பதும்என்
றின்ன காலை அழிந்துளதூதுவர்கோன் இயம்பிப் பினும் இசைப்பான்

(பா.96)

என்னும் செய்யுளைச் சுட்டலாம். இச்செய்யுள் சாத்தான் தான் வந்தடைந்த நரகத்தைப் பற்றிய ஐயங்களை வினவுவதாக உள்ளது. இச்செய்யுள் சந்த நயமுடையதாகவும், எளிய சொற்கள் உடையதாகவும் அமைந்துள்ளது. சுப்பிரமணிய முதலியாரின் விருத்த நடையைப் பல அறிஞர்கள் பாராட்டியுள்ளனர். மேலும்,

மனமே தனக்கு வாழிடமாம் மனம்தன் னுள்ளே பவர்க்கத்தைத்
தனுவான் சுவர்க்க மதுவாக்கச் சுவர்க்கம் பவர்க்கம் ஆக்கவல்லும்
தனிவான் உருமின் எனின்உயர்ந்தோன் தனக்குத் தாழ்வாம் தாழ்வொழிய
எனவாற்றானும் குறையில்லா திருக்கும் முறையே உளென்என்னில்

(பா. 99)

என்னும் செய்யுளில் அழகியல் உணர்வுடன் சுவர்க்கம், பவர்க்கம் என்னும் சொல்லாட்சிகளை அமைத்து மொழிபெயர்ப்பு என்னும் கலைக்கு உயிரூட்டியுள்ளார். இத்தகைய உணர்வினைப் பல செய்யுட்களில் காணலாம்.

பாராட்டுரைகள்

சுப்பிரமணிய முதலியாரின் மொழிபெயர்ப்புத் திறனையும் செய்யுள் படைப்பாற்றலையும் வியந்து அருள்திரு. அறிவர் ஜி.யு. போப் மற்றும் அருள்திரு. T. உவாக்கர் ஆகியோர் தங்கள் கருத்துகளைப் பகிர்ந்துள்ளனர்.

அறிவர் ஜி.யு. போப்பின் கருத்து

மொழிபெயர்ப்புக் காப்பியமான சுவர்க்க நீக்கம் குறித்து ஜி.யு. போப்பின் கருத்து பின்வருமாறு:

இந்த நூற்றாண்டின் இறுதியில் கிறித்தவர் அல்லாதவர்களின் பயன் பாட்டிற்காக, ஆங்கிலேயக் கிறித்தவக் காப்பியம் தமிழில் மீண்டும் உருவாக்கப்பட வேண்டும் என்பதும், மொழிபெயர்ப்பவர் கிறித்தவர் அல்லாதவராக இருப்பதும் ஒரு

வினோதமான விஷயம். இந்தியாவில் புத்தக வாசகர்களில் ஒருவர் இதை ஒரு கிறித்தவ புராணம் என்று அழைத்தார். அது உண்மையுங் கூட.

மொழிபெயர்ப்பாளரின் கடினமான பணிக்கான தகுதியை நிரூபிக்கும் வகையில் எந்த சான்றையும் இங்கு தர இயலாது. ஆனால் பல நிமிடத்திற்குப் பின்னர், நாம் நுணுக்கமாகவும் கவனமாகவும் ஆய்ந்து சொல்லக் கடமைப்பட்டிருக்கிறோம். மிகச் சிறந்த தூய்மைவாதிகள் கம்பீரமான கவிதைகளிலிருந்து, சரளமான மற்றும் இனிமையான தமிழ் செய்யுட்களை உருவாக்குவதில் மிகவும் வியக்கத்தக்க அளவிற்கு வெற்றி பெற்றுள்ளார். எழுத்தாளரின் தமிழ் நடை குறிப்பிடத்தக்க வகையில் நன்றாக இருக்கிறது என்றும், 28 முதல் 60 வரையுள்ள செய்யுட்கள் மிகவும் ஊக்கம் நிறைந்தன என்றும் முடிவாகச் சொல்லலாம்.

தமிழ் அறிஞர்கள் விழித்துக் கொண்டிருக்கிறார்கள் என்பது உண்மை. மேலும் மேலும் அவர்களால் மொழிபெயர்ப்பைச் செயல்படுத்தவும், தங்கள் சொந்த செவ்வியல் பதிப்புகளை வெளியிடவும், மற்றும் வரும் தலைமுறைகளுக்குப் பயன்தரக்கூடிய சொந்தப் படைப்புகளைப் படைக்கவும் முடியும் என்று நாங்கள் நம்புகிறோம்.

அருள்திரு. T. உவாக்கர் கருத்து

29-12-1896 அன்று அருள்திரு. T. உவாக்கர் தனது கடிதத்தில் எழுதிய செய்தி பின்வருமாறு:

மில்டனின் கவிதைகளுடைய விளக்கங்கள் அற்புதமாகத் துல்லியமாக அமைந்துள்ளன. இதற்காக நீங்கள் பெருமுயற்சி எடுத்துள்ளீர்கள் என்பதை இவ்விளக்கங்கள் காட்டுகின்றன. உங்கள் செய்யுள்கள் சரியானது என்பதில் ஐயமில்லை. மில்டனின் பாரடைஸ் லாஸ்ட் பற்றி அறிந்தவர்கள், உங்கள் படைப்பாக்கம் எவ்வளவு உண்மையாக அமைந்துள்ளது என்பதனை அறிந்து கொள்ள முடியும்.

முழுமையுறாக் காப்பியம்?

ஜான் மில்டனின் காப்பியமான Paradise Lost 12 காண்டங்களை உடையது. இவற்றுள் முதற் காண்டத்தை மட்டும் வெள்ளகால் ப. சுப்பிரமணிய முதலியார் சுவர்க்க நீக்கம் என்னும் பெயரில் மொழிபெயர்த்துள்ளார். பிற காண்டங்களை மொழிபெயர்க்காததன் காரணத்தை ஆசிரியர் நூலில் குறிப்பிடவில்லை. காப்பியத்தின் முதற்காண்டம் மிகுந்த முக்கியத்துவம் வாய்ந்ததால் இதனை மட்டும் மொழிபெயர்த்திருக்கலாம். அதற்கான காரணம் தெரியவில்லை. எனினும் இதனை முழுமையுறாக் காப்பியம் என்றே குறிப்பிட வேண்டியதாகிறது. வாசகர்கள் எளிதில் காப்பியத்தின் கதையைப் புரிந்து கொள்ளும் வகையில் கதையின் சுருக்கத்தை உரைநடையில் கொடுத்திருப்பது இந்நூலின் சிறப்புக்கு மற்றுமொரு காரணம். எவ்வாறாயினும் கிறித்தவக் காப்பியங்கள் வரிசையில் குறிப்பாக, மொழிபெயர்ப்புக் காப்பியங்களில் சுவர்க்க நீக்கம் தனியொரு இடத்தைப் பெற்றுள்ளது.

IX. மக்களினக் காப்பியம்

48. பரவர் புராணம்

பரவர் புராணம் பரவர் குலத்தின் வரலாற்றைக் கிறித்தவப் பின்புலத்தில் எடுத்துரைக்கின்றது. இக்காப்பியம் பரவர் குலம் சாராத த.அருளப்ப முதலியாரால், உவரியின் அருகிலுள்ள மணப்பாடு என்னும் ஊரிலுள்ள சூசை லூவிஸ் கோஸ்த அடப்பனார் மற்றும் ஜோசப் சல்வதோர் விக்டோரியா ஆகியோர்களின் வேண்டுகோளுக்கிணங்க இயற்றப்பட்டது. இவ்விருவரும் இலங்கையில் வணிகம் செய்து புகழ் பெற்றவர்களாவர். ஜோசப் சல்வதோர் விக்டோரியா என்பவர் கொழும்புவில் டெல் மேஜ்ரீட்ஜ் அன்ட் கம்பெனியின் நிர்வாகியாவார். இந்நூல் 1909 ஆம் ஆண்டு மதுரை விவேக பானு அச்சகத்தில் பதிப்பிக்கப்பட்டது. இப்புராணத்தில் 807 செய்யுட்கள் இடம்பெற்றுள்ளன. இச்செய்யுட்களுக்கான உரையும் ஆசிரியராலேயே தரப்பட்டிருப்பது இந்நூலின் சிறப்பாகும்.

புராணத்தின் அமைப்பு

பரவர் புராணம் கடவுள் வாழ்த்துப் பதிகத்துடன் தொடங்குகிறது. இதனைத் தொடர்ந்து சிருட்டி இலம்பகம், ஜலப்பிரளய இலம்பகம், பல பாஷை இலம்பகம், இந்து மதம் வந்த இலம்பகம், சந்திர வம்சம் பரத வம்சமான இலம்பகம், சந்திர வம்சத்தார் பாண்டியரான இலம்பகம், பாண்டியர் பரவரான இலம்பகம், பரவர் கிறிஸ்துவரான இலம்பகம், ஜாதித் தலைவர் இலம்பகம் என்னும் ஒன்பது இலம்பகங்கள் இடம்பெற்றுள்ளன. தொடக்கத்தில் அமைந்த சேசுநாதர் வணக்கச் செய்யுள், ''ஒருகருணை யீரியல்பு மூன்று வேத முயர் நான்கு சுவிசேஷ மைந்து காயம்'' எனத் தொடரும் எண்ணலங்காரத்துடன் அமைந்து கவிச்சுவையூட்டுகிறது. நூலின் இறுதியில் ''பரிசோதனாபத்திரம்'' என்னும் தலைப்பில் பிழைதிருத்தம் இடம்பெற்றுள்ளது.

சாத்துகவிகள்

இப்புராணத்தில் புதுவை உபாத்தியாயர் சுப்பு இராமசாமி முதலியார், புதுவை சாமி பொன்னு உபாத்தியாயர், புதுவை உபாத்தியாயர் பு.க. சுப்பராய முதலியார் ஆகியோர் முறையே பதினான்கு சீரடியாசிரிய விருத்தம், கட்டளைக் கலித்துறை, நேரிசையாசிரியப்பா என்னும் செய்யுளமைப்பில் எழுதிய மூன்று சாத்து கவிகள் இடம்பெற்றுள்ளன.

சிறப்புப் பாயிரம்

பரவர் புராணத்தில் இடம்பெற்றுள்ள சிறப்புப் பாயிரத்தை இயற்றியவர் மனுவேல் ஜான் டையாஸ் அவர்கள் புத்திரரும், கீழக்கரை ஆர்.சி.மிஷன் ஏஜண்டும், மதுரைத் தமிழ்ச் சங்க வித்துவான்களில் ஒருவருமாகிய மரிய ஜோசேப் டையாஸ் ஆவார். சாத்துகவிகளிலும் சிறப்புப் பாயிரத்திலும் ஆசிரியரின் பெயரும், இப்புராணம் இயற்றப்படுவதற்குக் காரணமாக இருந்தவர்களின் பெயர்களும் இடம்பெற்றுள்ளன. நேரிசை ஆசிரியப்பாவிலமைந்த சிறப்புப் பாயிரம் பின்வருமாறு:

பூமலி வாவியும் பொருநையுங் குளனும்
காமலி தேறல் கால்விசைத் தோடும்
ஈண்டிய வளஞ்சால் பாண்டிய னாட்டில்
வேண்டிய நலமெலா மேதக வமைந்து
மங்கலப் பெருமை மல்கி நாடொறும்
துங்க மேவித் துலங்கும் பண்பால்
மணப்பா டென்னும் மாண்பதி வாழும்
குணப்பா டமைந்த கொற்றவர் திலகன்
இலங்கைப் பதியில் எய்துவர்த் தகத்தால்
நலங்கைக் கொண்டு நாளுந் துலங்குவோன்
மாசை நீத்த மாமதி முகத்துச்
சூசை லூவிஸ் கோஸ்த அடப்பனார்
என்னும் பெரியரும் இசைத்தவந் நகரில்
மன்னிய செல்வமும் வாழ்வுங் கொண்டு
செந்தமிழ் வளர்க்குஞ் செயலிற் சிறந்து
சந்தத மகிழ்ச்சி தழைப்புற மரீஇக்
கொழும்புடெல் மேஜ்ரீட்ஜ் அன்ட் கம்பெனி
கெழும்புக ழுறுபுரோக் கெருமாய் நிலவிக்
காசேற் பவர்க்குக் கைந்நிறை யத்தரூஉம்
ஜோசேப் சல்வ தோர்விக் டோரியா
அவர்களுந் தம்முளத் தன்புமீக் கூரக்

குவலயஞ் செங்கை கூப்புதங் குலமாம்
பரவர் புராணம் பாடித் தருகென
விரவிய நண்பால் வேண்டுதற் கிசைந்து
தன்பெயர்ப் பொருட்கோர் தவறுறா வண்ணம்
இன்புறத் தமிழி லியல்விருத் தத்தால்
அத்தகு புராணம் அணிகொள இயற்றி
மெய்த்ததோர் உரையும் விரித்தினி தளித்தனன்
செந்தமி ழூண்டு தேக்கேறி புலமையோன்
சுந்தர மிகுந்த சோடசாவ தானி
மருளப் படாத வாக்கி
அருளப்ப முதலி யாரெனுங் கவியே.

கடவுள் வாழ்த்துப் பதிகம்

நூலின் முதலில் அமைந்துள்ள கடவுள் வாழ்த்துப் பதிகத்தில் 18 செய்யுட்கள் இடம்பெற்றுள்ளன. இந்நூலாசிரியருக்குக் கிடைத்த பரவர் புராணத்தில் கடவுள் வாழ்த்துப் பதிகம் இல்லை.

1. சிருட்டி இலம்பகம்

பரவர் புராணத்தின் முதல் இலம்பகமான சிருட்டி இலம்பகம் 25 செய்யுட்களை உடையது. இந்நூலாசிரியருக்கு சிருட்டி இலம்பகம் கிடைக்கவில்லை. சிருட்டி இலம்பகத்திலுள்ள செய்யுட்கள் விவிலியத்திலுள்ள முதல் நூலான ஆதியாகமத்திலுள்ள முதல் அதிகாரத்தை ஆதாரமாகக் கொண்டு இறைவன் உலகத்தைப் படைத்த நிகழ்வுகளை எடுத்துரைப்பதாக அமைந்திருக்கலாம்.

2. ஜலப்பிரளய இலம்பகம்

இரண்டாவதான ஜலப்பிரளய இலம்பகம் 28 செய்யுட்களைக் கொண்டது. இவ்விலம்பகத்தில் ஆதாம் ஏவாள் தொடங்கி அவர்களது வம்சம் பலுகிப் பெருகிய வரலாறு எடுத்துரைக்கப்பட்டுள்ளது. அதனைத் தொடர்ந்து இறைவனின் கட்டளைப்படி நோவா பேழையைக் கட்டியது; அதில் நோவாவும் அவரது குடும்பத்தாரும் பிரவேசித்தது; ஊர்வன, பறப்பன, மிருகங்கள் ஆணும் பெண்ணுமாக வகைக்கொரு ஜோடிகளைப் பேழைக்குள் சேர்த்தது; தொடர் மழையினால் அனைத்து உயிரினங்களும் அழிந்தது; நோவாவின் பேழை ஆருமேனி நாட்டிலுள்ள உயர்ந்த மலையுச்சியில் நின்றது; மழை நின்று நீர் வடியத் தொடங்கியது; நோவாவும் பிறரும் வெளியில் வந்து இறைவனைத் துதித்தது; இறைவன் இனிமேல் இவ்வுலகத்தில் மழையால் இத்தகைய தீங்கு வராது என்பதற்கு

அடையாளமாக வானவில் தோன்றும்படி செய்வேன் என அவர்களிடம் சொன்னது போன்ற செய்திகள் இடம்பெற்றுள்ளன.

3. பல பாஷை வந்த இலம்பகம்

மூன்றாவதான பல பாஷை வந்த இலம்பகம் 16 செய்யுட்களைக் கொண்டது. முதலில் நோவாவின் வம்ச வரலாறு எடுத்துரைக்கப் பட்டுள்ளது. அக்காலத்தில் அனைவரும் ஒரே மொழியில் பேசி வந்தனர். அவர்கள் பிற இடங்களுக்குச் சிதறுண்டு செல்லாமல் ஒரே இடத்தில் இருக்க வேண்டும் என்னும் எண்ணத்தில் பட்டணத்தையும் வானத்தைத் தொடும் சிகரமுள்ள அழகிய பெரிய கோபுரத்தையும் கட்ட வேண்டும் எனத் தீர்மானித்தனர். அதன்படி செங்கல் அறுத்துச் சிவக்கச் சுட்டெடுத்துக் கொண்டும், பிசினைச் சாந்தாக்கிக் கொண்டும், பட்டணத்தோடு கோபுரத்தையும் மேக மண்டலத்தின் மேல் உயரும்படி கட்டி வந்தார்கள். இதைப் பார்த்த இறைவன் இவர்களுடைய செயலை முறியடிக்க வேண்டும் என நினைத்து, அவ்விடத்தில் இவர்கள் பேசிய மொழியைத் தாறுமாறாக்கினார். ஆதலால் ஒருவர் பேசுவது மற்றவர்களுக்குப் புரியவில்லை. கோபுரத்தைக் கட்டும்போது செங்கல் கேட்டவர்களுக்குப் பிசினைக் கொடுப்பார்கள், ஒட்டும் பிசினைக் கேட்டால் செங்கல்லைக் கொடுப்பார்கள், கட்டுவதற்குக் கயிறு கேட்டால் கல்லைக் கொண்டு போவார்கள், நடுவதற்கு மரம் எடுத்து வாருங்கள் எனக் கேட்டால் கயிற்றினை எடுத்துக் கொண்டு போவார்கள். இதனை ஆசிரியர்,

> இட்டிகை கேட்டவர்க் கீகுவார் பயின்
> ஒட்டிடு பிசினெனி னுதவுஞ் செங்கலைக்
> கட்டுவான் கயிறெனிற் கற்கொண் டேகுவார்
> நட்டிட மரமெனினார் கொண் டோடுவார்   (பா.14)

எனப் பாடியுள்ளார். இப்படி ஒருவர் சொல்வதை ஒருவர் அறியாமல், ஒன்றைக் கேட்க மற்றொன்றைக் கொடுத்தமையால் வேலை தடைபட்டது. அவர்கள் சிதறிப்போய் பூமியில் பல இடங்களில் சேர்ந்தார்கள். கடவுள் பூமியில் வழங்கும் பல மொழிகளை அங்கே தாறுமாறாக்கினதாலும், அங்கிருந்து அவர்களை நாற்றிசையிலும் சிதறுண்டு போகப் பண்ணியதாலும் அது பாபிலோன் எனப்பட்டது. இப்படி அவர்கள் பலவிடத்துக்கும் சிதறிப்போன காலத்திலே, சேமின் புத்திரருடைய சந்ததியார், பூமியில் ஒரு கண்டமாகிய மேலான ஆசியாவென்று

சொல்லப்படுகின்ற இடத்திலிருந்து, நட்சத்திரங்களைப் போலப் பெருகினார்கள் என்பது போன்ற செய்திகள் விவரிக்கப்பட்டுள்ளன.

4. இந்துமதம் வந்த இலம்பகம்

நான்காவதாக இடம்பெற்றுள்ள இந்துமதம் வந்த இலம்பகம் 77 செய்யுட்களைக் கொண்டது. ஆரியர்கள் இந்து தேசத்திற்கு வந்ததைப் பற்றி எடுத்துரைக்கும் பகுதியாக இவ்விலம்பகம் அமைந்துள்ளது. இவ்விலம்பகத்தில் இடம்பெற்றுள்ள முதல் செய்யுள் பின்வருமாறு:

ஆயமனிதர்க் குளசலங் களொடு வாசத்
தூயமலர் வாவிகளுஞ் சோலைகளு நல்ல
தீயவறலா றுகளுஞ் சீருமலி யிந்து
தேயமதி லார்ந்தவர் திறத்தையினிச் சொல்வாம் (பா.1)

இச்செய்யுளின் பொருளாவது, அப்படி நட்சத்திரங்களைப்போலப் பலுகிப் பெருகி வந்தவர்க்குள்ளே மலைகளும், பரிமள மலர்களுள்ள தடாகங்களும், சோலைகளும், இனிய தண்ணீருடைய ஆறுகளும், எல்லாச் சீரும் நிறைந்த இந்து தேச மக்களுடைய வரலாற்றை இனிச் சொல்வோம் என்பதாகும்.இவ்விலம்பகத்திலுள்ள சில செய்யுட்களே இந்நூலாசிரியருக்குக் கிடைத்துள்ளமையால் விரிவான செய்திகளைத் தர இயலவில்லை.

5. சந்திர வம்சம் பரத வம்சமான இலம்பகம்

இவ்விலம்பகத்தில் 161 செய்யுட்கள் இடம்பெற்றுள்ளன. இந்து தேசத்தில், சூரிய குலத்து அரசர்கள், சந்திர குலத்து அரசர்கள் என்னும் இருகுல அரசர்கள் இருந்தார்கள். சந்திர குலத்து அரசர்கள் அஸ்தினாபுரியை ஆண்டு வந்தார்கள். இந்தக் குலத்தில் நீலன் என்னும் அரசன் இரத்தின மாலை என்னும் பெண்ணை மணந்து துஷ்யந்தன் என்னும் மகனைப் பெற்றான். சந்திர வம்சமானது துஷ்யந்தனால் மேன்மையடைந்தது. துஷ்யந்தன் வேட்டையாடச் சென்றபோது, கண்ணுவ முனிவரைப் பார்க்க அவருடைய வனத்திற்குள் சென்றான். அங்கு சகுந்தலையைச் சந்தித்தான். சகுந்தலையின் அழகில் மயங்கிய துஷ்யந்தன் அவளிடம், ''நீயே என் மனைவி, உன் வயிற்றில் பிறக்கும் மகனே ராஜ பட்டத்திற்கு உரியவன்'' எனக் கூறி அவளுடன் கலந்துவிட்டு, தன் சேனைகளுடன் நகரத்திற்குச் சென்றான். சகுந்தலை நடந்ததைக் கண்ணுவ முனிவரிடம் தெரிவித்தாள். சகுந்தலைக்குக் குழந்தை பிறந்தது. கண்ணுவ முனிவர் அவனுக்கு பரதன் என்று பெயரிட்டு, கலைகளைப் பயிற்றுவித்தார். கண்ணுவ முனிவரின்

அறிவுரைப்படி, சகுந்தலை தன் மகனுடன் அஸ்தினாபுரத்தினுள் நுழைந்தாள். துஷ்யந்தன் சகுந்தலையையும் மகன் பரதனையும் கண்டு மகிழ்ந்தான். அமைச்சர்களின் ஆலோசனைப்படி அவர்களை ஏற்றுக் கொண்டான். ஆண்டுகள் பல கடந்த பின்னர், பரதனுக்கு மணிமுடி சூட்டி, துஷ்யந்தன் தன் மனைவியுடன் காட்டிற்குத் தவம் செய்யச் சென்றான். பரதச் சக்கரவர்த்தி சுனந்தை என்னும் பெண்ணை மணந்து செங்கோல் ஆட்சி செய்து வந்தான். இவன் நற்பெயர் பெற்றதினாலேயே சந்திர வம்சத்தைப் பரத வம்சம் என்றும் சொல்வார்கள். இக்கருத்தை விவரிக்கும் செய்யுள் பின்வருமாறு:

> பரதமன்னவர்கோன் மனுநெறி பிறழாப் பண்பு செங்கோலினைச் செலுத்திப்
> பரிவொடெவ்வுயிருந் தன்னுயிரேபோற் பாதுகாத்தறநெறி நடத்தித்
> துரிசில்கேகயமன்றவம் புரிந்தீன்ற சுனந்தையைவேட்டு வாழ்ந்தனனிவ்
> வரசனாலே சந்திரவமிசத்தை யறைகுவர் பரதவம்ஸமென (பா. 160)

மேலும் நன்மை மிகுந்த இவனால் எல்லாரும் சந்திர வம்சத்தாருடைய சரித்திரத்தைப் பாரதம் என்பார்கள். அக்காலத்தில் அவன் ஆட்சி செய்த பூமியை இவ்வுலகத்தில் எல்லாரும் இப்போதும் பரத கண்டம் என்று சொல்லுவார்கள்.

6. சந்திர வம்சத்தார் பாண்டியரான இலம்பகம்

ஆறாவது இலம்பகத்தில் 305 செய்யுட்கள் உள்ளன. அதிக எண்ணிக்கையில் செய்யுட்கள் இடம்பெற்றுள்ள இலம்பகம் இதுவாகும். பரத மகாராஜனுக்கும் சுனந்தைக்கும் பவுமன் என்னும் மகன் பிறந்தான். பவுமன் வழியில் வந்த அரசன் சந்தனு ஆவார். சந்தனுவுக்கும் கங்கைக்கும் பிறந்தவன் காங்கேயன். சந்தனுவின் மனைவி கங்கை பிரிந்து சென்றமையால் இளவரசன் காங்கேயனிடம் முக்கிய பொறுப்புகளை ஒப்படைத்துவிட்டு அரசனாக வாழ்ந்து வந்தான். ஒரு நாள் வேட்டையாடச் சென்றிருக்கும்போது, நெய்தல் நிலத்துப் பரதர் வம்சத்து அரசனாகிய தாசராசனுடைய மகள் பரிமளகந்தியைப் பார்த்து விருப்புற்று அவள் தகப்பனிடம் பெண் கேட்டான். அதற்கு தாசராசன், ‘‘எங்கள் குலம் இழிந்த குலம், இந்தக் குலத்திலே வந்த பெண்ணை சந்தனு ராஜா மணம் செய்து புத்திரர் பிறந்தால், அந்தப் பிள்ளைகளுக்குப் பட்டாபிஷேகம் பண்ண, சந்தனு ராஜா குலத்தவரும் அமைச்சர்களும் மக்களும் ஒப்புக்கொள்ள மாட்டார்கள், இதற்கு வழிவகை சொன்னால் திருமணம் செய்து கொள்ளட்டும்'' என்றான். சந்தனு ராஜா சோர்வாக இருப்பதையறிந்த இளவரசன் காங்கேயன், தந்தையின் சோர்வுக்கானக் காரணத்தை அறிந்து

கொண்டு தந்தையிடம், ''நான் திருமணம் செய்து குழந்தை பெற்றால்தானே என் மகன் பட்டத்திற்குப் போட்டியாக வருவான். ஆதலால் நான் திருமணம் செய்ய மாட்டேன், நீர் திருமணம் செய்து பிறக்கும் மகனுக்குப் பட்டத்தைக் கொடும்'' என்றான். அதைக் கேட்ட அனைவரும் அதிசயித்தனர். காங்கேயன் தம்முடைய தந்தையின் நிமித்தமாய், தம்முடைய பட்டத்தையும் மனைவியையும் முழுவதுமாக வெறுத்து, வீஷ்மஞ் செய்து கொண்டதால் இனி இவர் வீஷ்மாசாரி எனப் புகழப்படுவார் என அங்கிருந்தோர் பாராட்டினர். இளவரசன் காங்கேயன் தன் தந்தைக்கும் பரிமளகந்திக்கும் திருமணம் செய்து வைத்தான். முன்னர் மிகுந்த வல்லமை கொண்ட யயாதி அரசனுடைய மகன் தன் தந்தையின் சாபத்தினால் மீன் விற்கிறவனானதினாலும், இப்போது இந்த சந்தனு அரசனுக்குத் தங்கள் குலத்துப் பெண்ணைக் கொடுத்துச் சம்பந்தமானதினாலும், நெய்தல் நில மக்கள் முன் பெருமை பொருந்திய பரதச் சக்கரவர்த்தியினால் சந்திர வம்சத்தவர்கள் பரதரென்று பெயர் கொண்டது போலவே, இந்தச் சம்பந்தம் கொண்ட நாள் முதல் பரதரென்றும் பரதவரென்றும் பெயர் கொண்டார்கள்.

சந்தனு மகாராஜாவின் மகன் சித்திரவீரியன் அரசனானான். இவன் அம்பிகை, அம்பாலிகை என்னும் இரண்டு பெண்களைத் திருமணம் செய்தான். அம்பிகை என்பவள் திரிதராஷ்டிரனையும், அம்பாலிகை பாண்டுவையும் பெற்றனர். திரிதராஷ்டிரன் காந்தார தேசத்து சுவேத ராஜனுடைய குமாரத்தியாகிய காந்தாரியை மணம் செய்து, துரியோதனன் முதலான நூறு புத்திரர்களையும் துர்ச்சடை என்னும் பெண்ணையும் பெற்றான். பாண்டு, குந்திதேவியையும் மந்திரா தேவியையும் திருமணம் புரிந்தான். குந்தியானவள் தருமன், வீமன், அர்ச்சுனன் என்பவர்களையும், மந்திராதேவி நகுலன், சகாதேவன் என்பவர்களையும் பெற்றனர். தருமனுக்குப் பட்டம் சூட்டினர். துருபதராஜாவின் மகள் திரௌபதியை இந்த ஐந்து பேருக்கும் மணம் செய்தனர்.

அர்ச்சுனன் பல நாடுகளைக் கடந்து பாண்டி நாட்டிலுள்ள மணலூர்ப் பட்டிணத்தை வந்தடைந்தான். அங்கு சித்திரவாகன மாறன் என்னும் பாண்டிய நாட்டரசனின் மகளாகிய சித்திராங்கதை என்பவளைக் கண்டு மயங்கி, அவளைத் திருமணம் செய்தான். அவர்களுக்கு பப்புருவாகனன் என்னும் குழந்தை பிறந்தது. பாண்டு இராசாவினுடைய பிள்ளைகள் அனைவரும் பாண்டவர்கள் என்று சொல்வதுபோல, பாண்டவராகிய அர்ச்சுனனுடைய குமாரனாகிய பப்புருவாகனனும் அவன் சந்ததியாரும் பாண்டியர்கள் என்று அது முதல் சொல்லப்பட்டார்கள்.

7. பாண்டியர் பரவரான இலம்பகம்

ஏழாவது இலம்பகத்தில் 36 செய்யுட்கள் இடம்பெற்றுள்ளன. இவ்விலம்பகத்திலுள்ள செய்திகளின் சுருக்கம் வருமாறு: சந்திர வம்சத்தாராகிய பரதரில் சுரா ராஜா என்பவன் சக்கரபுரி என்னும் பட்டணத்தில் ஆட்சி செய்து வந்தான். இவன் மகன் அமிர்தராஜா. இவனுக்கு 7 மகன்கள். மூத்தவன் காந்தவீரியன். அரசனாகப் பட்டம் சூட்டிய பின்னர் தம்பிமாரோடு வேட்டைக்குச் சென்றான். காட்டில் அண்ணனுக்கும் தம்பிக்கும் ஏற்பட்ட கோபமான விவாதத்தால், தன் தம்பி குலசேகரராஜாவைத் தங்களை விட்டு நீங்கிப் போகச் சொன்னான். எனவே குலசேகர ராஜா அவ்விடத்தை விட்டு நீங்கி, தென்பகுதியிலுள்ள மணவூரில் மீன் பிடித்து வாழ்க்கை நடத்தி வந்தான். அவ்விடத்திலுள்ள அரசன், இந்தக் குலசேகரராஜாவின் வரலாற்றைக் கேட்டறிந்து, தனது மகள் சுலோதையைத் திருமணம் செய்து கொடுத்து, தனக்கு வேறு குழந்தைகள் இல்லாததால் அரசனாக முடிசூட்டினான். இந்தக் குலசேகர மாறனாகிய பரதன், அந்த ஊரிலே முன்னர் மீன் பிடித்து விற்றுக் கொண்டிருந்ததாலே, தனக்கு மீன் கொடியையே கொடியாக வைத்துக் கொண்டான். இவரது மகன் சித்திரவாகன மாறன்.

இந்த வம்சத்தில் தோன்றிய வீர பாண்டியன் என்பவன் தன் ராஜாங்கத்தை உறுதிப்படுத்திக் கொள்ளும்படி, சந்திரகுல பரத பாண்டியராய் உள்ளவர்களை அழித்துப்போடத் தொடங்கினான். இதையறிந்த சந்திர குல பரதர் மற்றும் சந்திர குல பரத வீரர்கள் அனைவரும் பயந்து ஓடி ஒளிந்தனர். இவர்கள் மணப்பாடு, வீரபாண்டியன் பட்டணம், காயற்பட்டணம், பின்னைக் காயல், வேம்பாறு, நரிப்பூர், கீழக்கரை, முத்துப்பேட்டை, தாழை, ஆற்றங்கரை தேவிப் பட்டணம் முதலிய இடங்களில் சென்று தங்கி, பரத பாண்டியரிடம் சென்று வீரபாண்டியனின் வஞ்சனையைக் கூறினர். பரத பாண்டியரின் ஆலோசனைப்படி நாம் மீன் பிடித்து வாழ்க்கை நடத்தினால், நம்மை சந்திர குலத்தவரென்று அறிந்து கொள்ள முடியாது. நம்முடைய குல சரித்திரம், சந்திர வம்சத்தவனாகிய யயாதி ராஜாவுக்குப் பிறந்த மகன்கூட, அந்தத் தகப்பனுடைய சாபமடைந்து மீன் விற்றுக் கொண்டிருந்தான் எனக் கூறுகிறது என்பதைத் தெளிவுறுத்தினான். மேலும் பாண்டியர்களுக்கெல்லாம் முதல்வனாகிய குலசேகர மாறன் மணவூரில் மீன் பிடித்துக் கொண்டிருந்ததையும் நினைவுறுத்தினான். எனவே, மீன் பிடிக்கும் தொழில் இழிவானதல்ல. பரதர் என்னும் பெயர் இனி நமக்கு சாதாரணமாய் வழங்காமல், நமக்கேயுரிய பௌரவர் என்னும் பெயரைச் சிறிது மாற்றிப் பரவரென்னும் பெயரை

கிறித்தவக் காப்பியங்கள்

நமக்கு வைத்துக் கொள்வோம் என்றும் மனந்துணிந்தவராகி, அப்போது குற்றமற்ற பாண்டியர்கள் மச்சம் பிடிக்கும் தொழிலையும் பரவரென்னும் பெயரையும் கொண்டார்கள்.

8. பரவர் கிறிஸ்தவரான இலம்பகம்

பரவர் கிறிஸ்தவரான இலம்பகத்தில் 100 செய்யுட்கள் உள்ளன. ஆனால் இந்நூலாசிரியருக்கு 50 செய்யுட்கள் மட்டுமே கிடைத்துள்ளன. இவ்விலம்பகத்தில் புனித பிரான்சிஸ் சவேரியாரின் வாழ்வும் இறைப்பணிகளும் விவரிக்கப்பட்டுள்ளன. அச்செய்திகள் வருமாறு: மதுரை அரசாட்சியானது நாயக்கர்களிடமும் முகமதியர்களிடமும் இருந்த காலத்திலும் அவர்களின் கொடுங்கோலாட்சியினால் சந்திர குலத்தவராகிய பரதவர்கள் மிகுந்த துன்பத்தில் வாழ்ந்தார்கள். ஒரு முகமதியன் பரவன் அணிந்திருந்த கடுக்கனைக் காது அறுந்து போகும்படி அபகரித்துச் சென்றான். இதனால் பரவன் அவனை அடித்துக் கொன்றான். அதனால் முகமதியர்கள் ஒன்று திரண்டு சந்திரகுல பரவர்களுக்குத் துன்பம் கொடுத்துத் தங்கள் எதிர்ப்பைத் தெரிவித்து வந்தனர்.

பரவர்களுக்குப் பாதுகாப்பு இல்லாத சூழலில், போர்ச்சுக்கீசியர்களின் ஆதரவைப் பெற்றிருந்த யொவாந்தெக்குருசப் பிரபு என்பவர், எழுபது பரவர்களைக் கொச்சிக்கு அழைத்துச் சென்றார். இவர்கள் போர்ச்சுக்கீசியர்களால் ஞானஸ்நானம் பெற்றுக் கொண்டனர். பரவர்களுக்கு உதவும் நோக்கில் போர்ச்சுக்கீசியர்கள் கப்பலையும் சேனைகளையும் அனுப்பி முகமதியர்களைச் சிதறிப் போகும்படி நாசம் பண்ணினர். மேலும் முப்பது கிராமங்களிலுள்ள இருபதாயிரம் பரவர்கள் ஞானஸ்நானம் பெற்றுக் கொண்டனர். பரவர்கள் தங்களுக்குப் பாதுகாப்புக் கிடைத்தவுடன் வேதத்தைக் கைவிட்டு தங்கள் பழைய மார்க்கத்தை மீண்டும் பின்பற்றினர். இச்சூழலில் புனித பிரான்சிஸ் சவேரியார் இந்தியாவிலுள்ள கோவாவையடைந்து இறைப்பணியாற்றத் தொடங்கினார். இவர் தமிழகம் வந்து காயல் மற்றும் தூத்துக்குடியைச் சுற்றியுள்ள இடங்களில் பழையக் கிறித்தவர்களை நிலைபெறச் செய்தார். பின்னர் கோவா சென்றார். அங்கு நோயுற்றவர்களின் மீது சிலுவை அடையாளமிட்டு அவர்களின் நோயைத் தீர்த்தார். ஒரு மாதத்திற்குள்ளே 45 கோயில்களைக் கட்டி, பதினாயிரம் பேருக்கு ஞானஸ்நானம் கொடுத்தார். பின்னர் அன்றையத் திருவிதாங்கூர் பகுதிகளுக்குச் சென்று இறைப்பணியாற்றினார். கோவளத்தில் ஒரு நாளுக்கு முன்னர் புதைத்த பிணத்தைத் தோண்டியெடுத்துவரச் செய்து உயிரோடு எழுப்பினார். முட்டம் என்னும் ஊரில் ஓர் இளைஞனையும் இரண்டு பெண்களையும் உயிரோடு எழுப்பினார். மன்னார் தீவில் சென்று பலரைக்

கிறித்தவர்களாக மாற்றினார். மயிலாப்பூரில் இறைப்பணியாற்றினார். மலாக்கா மற்றும் அதனையடுத்த தீவுகளில் தவறிப் போயிருந்த அநேக கிறித்தவர்களை நன்னெறியில் திருப்பி, பலரை சத்திய வேதத்தைக் கைக்கொள்ளச் செய்தார். தெர்நாடு என்னும் தீவில் சென்று அநேகம் சிறு பிள்ளைகளுக்கு ஞானஸ்நானம் கொடுத்தார். பின்னர் அருகிலுள்ள அம்போயினா என்னும் தீவிற்குச் சென்று அங்குள்ளவர்களைக் கிறித்தவர்களாக்கி, அவ்விடத்தில் ஒரு சிலுவையை ஊன்றினார்.

9. ஜாதித் தலைவர் இலம்பகம்

ஒன்பதாவதான ஜாதித் தலைவர் இலம்பகம் 59 செய்யுட்களைக் கொண்டது. இந்நூலாசிரியருக்கு இவ்விலம்பகம் முழுவதும் கிடைக்க வில்லை. ஆதலால் காப்பியத்தின் முடிவினை அறிந்துகொள்ள முடியவில்லை.

உவமைச் சரம்

காப்பிய ஆசிரியர் அருளப்ப முதலியார் தமது நூலில் பல இடங்களில் உவமைகளை நயம்படக் கையாண்டுள்ளார். ஒரு மாலையில் ஏராளமான பூக்கள் இருப்பது போன்று ஒரு செய்யுளில் ஏராளமான உவமைகள் இடம்பெற்றிருப்பதை உவமைச் சரம் எனலாம். ஆறாவதான சந்திர வம்சத்தார் பாண்டியரான இலம்பகத்திலுள்ள பின்வரும் இரண்டு செய்யுட்களில் 20 உவமைகளைப் பயன்படுத்தி ஒரு பெண்ணை உவமைகளால் வருணித்துள்ளது கேசாதிபாத வருணனையைப் போன்று உள்ளது:

அப்பொழுது சைவலம்போற்குழலும் வில்லை
யன்னபுருவமுங்குவளைக்கண்ணும்வள்ளை
ஒப்பமிளிர்காதுமணிக்குமிழ்நேர்மூக்கு
மொளிர்பவளநேரிதழுமாம்பல்வாயுஞ்
செப்புமுல்லைமுகையனையவெயிறுஞ்சாணைச்
செயித்தகபோலமும்பிறைநேர்நுதலும்வாச
ஒப்புரவிந்தத்தை நிகர் முகமுஞ் சங்கை
யொத்த கழுத்தும் பசும்வேயனைய தோளும்

காந்தளலர் நிகர் காமுங்கிளி மூக்கன்ன
கவினுகிருமாந்தளிர்நேர்விரலுமின்னேர்
ஆந்துடியிடையு மொளிர்கஞ்சத்தாளு
மழகிய சண்பகப்பூ மேனியுமோர் மஞ்ஞை
ஏய்ந்த வெழிற்சாயலுங் கொண்டொருமா தாங்கோ

ரீகமரத்தருகினினின்றிருக்கக் கண்டு
வேந்தனதிபிரமை கொண்டு மயலாயந்த
மின்போன்றாளருகணைந்து விளம்புகின்றான். *(பா. 16, 17)*

இவ்விரண்டு செய்யுட்களின் பொருள் வருமாறு: அப்போது அங்கிருந்த ஒரு சந்தன மரத்தருகே கொடிப்பாசியைப் போன்ற கூந்தலையும், வில்லைப் போன்ற புருவத்தையும், கருங்குவளை மலரைப் போன்ற கண்களையும், வள்ளையிலைபோல் விளங்கும் காதையும், குமிழைப் போன்ற மூக்கையும், நல்ல பவளத்தைப் போன்ற உதட்டையும், செவ்வாம்பல் மலரைப் போன்ற வாயையும், முல்லையரும்பைப் போன்ற பற்களையும், சாணையை வென்ற கன்னத்தையும், பிறையைப் போன்ற நெற்றியையும், தாமரை மலரைப் போன்ற முகத்தையும், சங்கைப் போன்ற கழுத்தையும், பசிய மூங்கிலைப் போன்ற தோளையும், செங்காந்தள் மலரைப் போன்ற கைகளையும், கிளியின் மூக்கைப் போன்ற நகத்தையும், மாந்தளிரைப் போன்ற விரலையும், உடுக்கையைப் போன்ற இடையையும், தாமரை மலரைப் போன்ற பாதத்தையும், சண்பக மலரைப் போன்ற மேனியையும், மயிலைப் போன்ற அழகிய சாயலையும் கொண்டு ஒரு பெண் நிற்கக் கண்டு, சந்தனு மகாராஜா மிகுந்த பிரமை கொண்டு மயங்கி, அந்த மின்னலைப் போன்ற பெண்ணின் அருகே சென்றான். இதனைப் போன்று காப்பியத்தின் பல பகுதிகளில் உவமைகளைக் காணமுடிகின்றது.

மக்களினக் காப்பியம்

பரவர் புராணம் என்னும் இக்காப்பியம், பிற காப்பியங்களைப் போன்று மக்களிடம் பேசப்படவில்லை என்பது கேள்விக்குறியாக உள்ளது. இறைவன் உலகத்தைப் படைத்ததில் தொடங்கி, பரவர் இன மக்களின் வரலாற்றினையும் அவர்கள் கிறித்தவரான வரலாற்றையும் இக்காப்பியம் எடுத்தியம்புகின்றது. முதல் மூன்று இலம்பகங்களும் விவிலியத்தை அடிப்படையாகக் கொண்டுள்ளன. இந்தியாவிற்கு வந்த முதல் இயேசு சபைத் துறவியான புனித பிரான்சிஸ் சவேரியாரின் இறைப்பணிகளை இக்காப்பியம் தெளிவாக்குகின்றது. காப்பியத்தின் முடிவினை அறிய இயலவில்லை. இக்காப்பியத்தை முழுமையாகக் கண்டுபிடித்துப் பதிப்பித்தால், ஒரு மக்களினத்தின் வரலாற்றை முழுமையாக அறிந்து கொள்ளலாம்.

X. கிறித்தவக் காப்பியங்களின் தனித்தன்மைகள்

கிறித்தவத் தமிழ் இலக்கியத்தின் சிறப்புறு வகைமையான காப்பியம், காலந்தோறும் படைக்கப்பட்டு, புதுப்பொலிவுடன் வளர்ந்து வருகின்றது. வீரமாமுனிவரால் காலடியெடுத்து வைக்கப்பட்டு பலராலும் வெற்றி நடை போட்டு வரும் இவ்விலக்கிய வகையானது, புது வளர்ச்சி பெற்று புதுச் சாயலாய்ப் பரிணமித்துள்ளது. நவீன காலத்தில் புதுக்கவிதை வளர்ச்சி பெற்றிருந்தாலும், இன்றும் மரபிலக்கியத் தன்மையுடைய காப்பியங்கள் வெளிவந்து கொண்டிருப்பது கிறித்தவக் காப்பியங்களின் வளர்ச்சிக்கும் தனித்தன்மைக்கும் கிறித்தவ வாசகர்களின் ஆர்வத்திற்கும் சிறந்த உதாரணம். தனித்தன்மைகள் பலவற்றைக் கொண்டதாகக் கிறித்தவக் காப்பியங்கள் படைக்கப்பட்டாலும், எல்லாவற்றிற்கும் கிறித்தவர்களின் புனித நூலான விவிலியமே அடிப்படை. விவிலியப் புலமையும் இலக்கணப் புலமையும் காப்பியப் புலமையும் இறைவனின் அருளும் கலக்கும்போது கிறித்தவக் காப்பியம் படைக்கப்படுகிறது.

படைப்பாளர்கள்

வீரமாமுனிவரைத் தொடர்ந்து கிறித்தவ இலக்கியங்கள் படைத்தவர்களுள் பெரும்பாலானோர் தமிழ் நாட்டைச் சார்ந்தவர்கள். அதற்கடுத்த நிலையில் இலங்கைக் கிறித்தவர்களும், அமெரிக்கன் திருச்சபையைச் சார்ந்தவர்களும் கிறித்தவ இலக்கியத்திற்குத் தங்கள் பங்களிப்பினை ஆற்றியுள்ளனர். அமெரிக்கன் திருச்சபையைச் சார்ந்தோர் படைத்த கிறிஸ்து மான்மியம், சுவிசேட புராணம் என்னும் இரண்டு கிறித்தவக் காப்பியங்கள் முதல் பதிப்பிற்குப் பின்னர் வெளிவரவில்லை. இலங்கை நாட்டினர் கிறித்தவ இலக்கியத்தின் பல வகைமைகளைப் படைத்துள்ளனர். குறிப்பாக இவர்கள் ஏழு கிறித்தவக் காப்பியங்களைப் படைத்துள்ளனர். இந்த ஏழு காப்பியங்களுள் ஒருசில இரண்டாம் பதிப்பைப் பெற்றுள்ளன; கிறித்தவக் காப்பிய வரிசையில் திருவாக்குப்

புராணம் முழுமையடையாத காப்பியம்; யோசேப்புப் புராணம், ஞானானந்த புராணம் ஆகியவற்றின் சில செய்யுட்கள் மட்டுமே கிடைத்துள்ளன.

படைப்பாளர்களின் பன்முகத் தன்மை

கிறித்தவக் காப்பியப் படைப்பாளர்கள் இறைத்தொண்டர்கள், கல்லூரிப் பேராசிரியர்கள், பள்ளி ஆசிரியர்கள், அரசு ஊழியர், கவிஞர்கள், புலவர்கள் என்னும் பன்முகத் தன்மை உடையவர்களாகத் திகழ்கின்றனர். இவர்களுள் ஈழத்துப் பூராடனார், இறையரசன், வாகரைவாணன், நாரணத் தொல்காப்பியன் போன்றோர் தமது புனைபெயர்களில் காப்பியங்கள் படைத்துள்ளனர். இவர்களுள் வெ.ப. சுப்பிரமணிய முதலியார், கண்ணதாசன், சுத்தானந்த பாரதியார், பார்த்தசாரதி, நாரண தொல்காப்பியன் ஆகியோர் கிறித்தவரல்லாதோர். காப்பியப் புலவர்களுள் மூவர் இரண்டிரண்டு காப்பியங்களைப் படைத்துள்ளனர். இந்நூலில் இடம் பெற்றுள்ள 48 காப்பியப் படைப்பாளர்களுள் அன்பம்மாள் ஏசுதாசன் மட்டுமே பெண்.

வேதநாயக சாஸ்திரியார்

தமிழ் நாட்டைச் சார்ந்தவர்களுள் தொடக்க நிலையில் குறிப்பிடத் தக்கவர் வேதநாயக சாஸ்திரியார். இவரது படைப்புகள் கீர்த்தனைகள் மற்றும் சிற்றிலக்கியங்கள். இவர் காப்பியம் படைத்திருந்தால் அது கிறித்தவ இலக்கியத்திற்கு மேலும் பெருமை சேர்த்திருக்கும். எனினும், இவருடைய படைப்புகளைப் பற்றி இன்னும் கிறித்தவர்கள் பெருமையுடன் பேசிக் கொள்வதும், இவரது கீர்த்தனைகளை உற்சாகத்துடன் பாடிக் கொள்வதும் சாஸ்திரியாரின் படைப்புத் திறனுக்குக் கிடைத்த மாபெரும் வெற்றி. சாஸ்திரியார் காப்பிய வடிவில் இலக்கியம் படைக்காவிடினும், அவரது ஞானப்பதக் கீர்த்தனைகள் என்னும் நூலிலுள்ள கீர்த்தனைகளைத் தெரிந்தெடுத்து பொருள் முறைப்படி வரிசைப்படுத்தினால், சாஸ்திரியார் இயேசு கிறிஸ்துவின் வரலாற்றைக் காப்பியமாகப் பாடியுள்ளது புலப்படும். இந்நூலின் முதல் கீர்த்தனையான 'மங்கள மங்கள நமோ நமோ' என்னும் கீர்த்தனை காப்பியத்திற்குக் கடவுள் வாழ்த்துப் பாடலாக அமையத்தக்கது. இதனைத் தொடர்ந்து இயேசு கிறிஸ்துவின் பிறப்பு, ஊழியம், பவனி, பாடும் மரணமும், உயிர்த்தெழுதல், பரமேறல், இரண்டாம் வருகை, மாட்சிமை போன்றவற்றை உள்ளடக்கிய கீர்த்தனைகள் காப்பியத்தின்

உள்ளடக்கமாகும். 'சீரேசு நாதனுக்கு செய மங்களம் ஆதி திரியேக நாதனுக்கு சுப மங்களம்' என்ற கீர்த்தனையை, காப்பியத்தின் நிறைவுப் பாடலாகக் கொள்ளலாம். எனவே சாஸ்திரியாரை ஒரு காப்பியப் புலவர் எனலாம். இதற்கு டாக்டர் ஜி.யு.போப் அவர்கள் சாஸ்திரியாரின் புலமையினை கிரேக்கக் காப்பியப் புலவரான ஹோமரோடு ஒப்பிட்டுப் பேசியுள்ள கருத்து அரண் செய்யும். சுருங்கக் கூறின் சாஸ்திரியாரின் கீர்த்தனைகள், தொகுப்பு நூலுக்குள் இருக்கும்போது அவை கீர்த்தனைகள். ஆனால் அவற்றை வெளியே எடுத்து வகைப்படுத்தும் போது காப்பியம்.

தழுவலும் மொழிபெயர்ப்பும்

கிறித்தவக் காப்பியங்கள் சிலவற்றிற்கு மேலைநாட்டு இலக்கியங்கள் அடிப்படையாக இருந்துள்ளன. குறிப்பாக, கிறித்தவ இலக்கியத்தின் இரு கண்களாகப் போற்றப்படும் தேம்பாவணி, இரட்சணிய யாத்திரிகம் என்னும் இரு காப்பியங்களும் தழுவல் காப்பியங்கள். தேம்பாவணி, மரி அகிர்தாள் என்னும் கன்னிப் பெண் எழுதிய கடவுளின் நகரம் என்னும் நூலையும், இரட்சணிய யாத்திரிகம் ஜான் பனியன் எழுதிய பில்கிரிம்ஸ் புராகிரஸ் என்னும் உரைநடை நூலையும் தழுவி எழுதப்பட்டன. மேலும் திருச்செல்வர் காவியம், மோட்சப் பயணக் காவியம் ஆகியனவும் தழுவல் இலக்கியங்கள்; பூங்காவனப் பிரளயம் என்னும் காப்பியம் ஆங்கில மொழியில் ஜான் மில்டனால் எழுதப்பட்ட Paradise Lost நூலின் முதலிரு பாகங்களின் மொழிபெயர்ப்பு. சுவர்க்க நீக்கம் Paradise Lost முதல் பாகத்தின் மொழிபெயர்ப்பு.

நாட்டு, நகரப் படலங்கள்

கிறித்தவக் காப்பியங்களில் நாட்டுப் படலம் மற்றும் நகரப்படலம் மிகக் குறைவான காப்பியங்களிலேயே இடம்பெற்றுள்ளன. சான்றாக தேம்பாவணி, பவுலடியார் பாவியம், அர்ச். சவேரியார் காவியம், ஞானாதிக்கராயர் காப்பியம், திருச்செல்வர் காவியம், திருத்தொண்டர் காப்பியம் ஆகிய நூல்களை சுட்டலாம். இவ்விரண்டு படலங்களில் வருணனை காப்பிய ஆசிரியர்களால் சிறப்பாகக் கையாளப்பட்டுள்ளது. இரட்சணிய யாத்திரிகத்தில் நாட்டுப் படலம், நகரப் படலம் எனத் தனித்தனியாகப் படலங்கள் அமைக்காமல் ஆதிபருவத்தில் இடம் பெற்றுள்ள பரமராஜ்யப் படலத்திலுள்ள 66 செய்யுட்களில் நாட்டு, நகர வருணனையைச் சிறப்பாக அமைத்துள்ளார்.

☐ கிறித்தவக் காப்பியங்கள் ☐ 587

கிறிஸ்துவின் வாழ்க்கை வரலாறு

காப்பிய ஆசிரியர்களில் சிலர் இயேசு கிறிஸ்துவின் வாழ்வைக் காப்பிய வடிவில் கொடுக்க விழைந்ததின் காரணமாக உவமை, பழமொழி, வருணனை, அணி போன்றவற்றை அதிகமாகக் கலக்க விரும்பவில்லை. சான்றாக கிறிஸ்தாயனம், திருஅவதாரம், கிறிஸ்து மான்மியம், சுவிசேட புராணம், இயேசு புராணம், நசரேய புராணம் போன்ற காப்பியங்களைக் குறிப்பிடலாம். இக்காப்பிய ஆசிரியர்கள் கற்பனையைக் கலந்தால் இயேசு பெருமானின் வாழ்வைக் கூறும் மைய நோக்கத்திலிருந்து காப்பியம் தடம் மாறிவிடும் என எண்ணியிருக்கலாம்.

காப்பியப் பகுப்பு முறை

காப்பியங்களில் காண்டம், படலம் என்னும் பகுப்பு பின்பற்றப் பட்டுள்ள முறை சிறப்பிற்குரியது. இரட்சணிய யாத்திரிகம், இயேசு புராணம் என்னும் காப்பியங்களில் காண்டம் என்பதற்குப் பதிலாகப் பருவம் என்னும் சொல் பின்பற்றப்பட்டுள்ளது. மீட்பதிகாரம், அருளவதாரம் என்னும் காப்பியங்கள் சிலப்பதிகாரத்தைப் போன்று காண்டங்கள், காதைகளாகவும், பரவர் புராணம் இலம்பகங்களாகவும் பகுக்கப் பட்டுள்ளன. இயேசு புராணத்தில் பருவம் சுருக்கங்களாகவும், சுருக்கம் படலங்களாகவும், படலங்கள் அடங்கன்களாகவும் பகுக்கப்பட்டுள்ளன. அருட் காவியத்தில் காண்டமானது சாரல் என்னும் பகுப்புகளால் ஆனது. கிறித்தவக் காப்பியங்களில் இயேசு புராணத்தில் அடங்கன் என்னும் பகுப்பு முறையும், அருட்காவியத்தில் சாரல் என்னும் பகுப்பு முறையும், சுவிசேட புராணத்தில் மூர்த்தி என்னும் பகுப்பு முறையும் பின்பற்றப்பட்டுள்ளமை புதிய முறை. சில காப்பியங்கள் காண்டம் என்னும் பகுப்புமுறையின்றி படலம் என்னும் பகுப்பு முறையில் மட்டும் அமைந்துள்ளன. ஆதியாகம காவியத்தில் காண்டம் என்பதற்குப் பதிலாகப் பாகம் என்னும் முறை பின்பற்றப்பட்டுள்ளது.

தமிழிலக்கியத் தாக்கம்

வீரமாமுனிவர் தொடங்கி நாஞ்சில் நாரண தொல்காப்பியன் வரையுள்ள காப்பிய ஆசிரியர்களில் பலர், தமிழ் இலக்கியங்களில் நல்ல புலமை மிக்கவர்களாக விளங்கியுள்ளனர் என்பதை அவர்களது படைப்புகளின் வாயிலாக அறிந்து கொள்ள முடிகிறது. குறிப்பாக திருக்குறள், சிலப்பதிகாரம், சீவகசிந்தாமணி, கம்பராமாயணம், தேவாரம், திருவாசகம், நாலாயிர திவ்யபிரபந்தம், திருவருட்பா ஆகிய நூல்களில் மிக்க

புலமை உடையவர்கள். தேம்பாவணியிலும் இரட்சணிய யாத்திரிகத்திலும் கம்பராமாயணத்தின் தாக்கம் அதிகமாகவே காணப்படுகிறது. இரட்சணிய யாத்திரிகத்தில் சுமார் எழுபது இடங்களிலும் திருத்தொண்டர் காப்பியத்தில் சுமார் தொண்ணூற்றைந்து இடங்களிலும் திருக்குறளின் தாக்கம் உள்ளது.

கிளைக் கதைகள்

காப்பியங்களில் கிளைக்கதைகள் இடம்பெறுவது காப்பியத்தின் தனிச் சிறப்பாகும். தேம்பாவணி, ஞானாதிக்கராயர் காப்பியம், திருச்செல்வர் காவியம், தெய்வசகாயன் திருச்சரிதை, திருத்தொண்டர் காப்பியம் ஆகியவற்றில் கிளைக்கதைகள் இடம்பெற்றுள்ளன. இக்கிளைக் கதைகள் காப்பிய வளர்ச்சிக்குப் பெரிதும் பயனளிப்பன. தேம்பாவணியைத் தவிர்த்துள்ள பிற காப்பியங்களில் இயேசு கிறிஸ்துவின் வரலாறு கிளைக்கதையாக இடம்பெற்றுள்ளது. ஆனால் தேம்பாவணியில் மட்டும் பழைய ஏற்பாட்டிலுள்ள மோயீசன் கதை, சேதையோன் கதை, ஆணரன் கதை, சஞ்சோன் கதை ஆகியன கிளைக்கதைகளாக உள்ளன. தெய்வ சகாயன் திருச்சரிதை என்னும் காப்பியத்தில் யோபுவின் வரலாறு கிளைக்கதையாக இடம் பெற்றுள்ளது. திருத்தொண்டர் காப்பியத்தில் கிளைக்கதைகளாக ஆபிரகாம் தம் மகன் ஈசாக்கைப் பலியிட அழைத்துச் சென்ற வரலாறு, யோசேப்பின் வரலாறு, யோபுவின் வரலாறு, சாலமோனின் ஞானம், இயேசு கிறிஸ்துவின் பாடு மரணம் உயிர்த்தெழுதல் போன்றன இடம்பெற்றுள்ளன.

மண் மணம்

இயேசு கிறிஸ்துவின் வரலாறு பாலஸ்தீன நாட்டில் நடந்தது. எனினும் அவரது வாழ்வை தமிழ்க் கவிஞர்கள் காப்பியமாகப் படைக்கும்போது தமிழ் மரபிலிருந்து மாறாமல் தமிழ் நாட்டின் மண்ணின் மணம் மாறாமல் உருவாக்கியுள்ளனர். பாலஸ்தீன நாட்டில் நடந்த நிகழ்வுகளைக் கூறும் போது தமிழகத்தில் நடந்தது போன்ற உணர்வினை ஆசிரியர் கொணர்வது, அவரது இலக்கியப் படைப்பின் சிறப்பினை எடுத்துக் காட்டுகிறது. இரட்சகராகிய இயேசுநாதர் என்னும் காப்பியத்தில் நாசரேத்துக்கும் எருசலேமுக்கும் இடையிலுள்ள வழியின் இயல்புகளை விளக்கும்போது, தமிழகத்திலுள்ள கிராமங்களுக்கு நடுவிலுள்ள வழிகளை வருணிப்பது போன்ற தோற்றத்தைக் கொடுக்கும் அளவிற்குத் தமிழ் மரபிலிருந்து மாறாமல் காப்பிய ஆசிரியர் படைத்துள்ளார். இதுபோன்று பல சான்றுகளைச் சுட்டலாம்.

இலக்கிய நயங்கள்

கிறித்தவக் காப்பிய ஆசிரியர்கள் கவித்துவமும் கற்பனைத்திறனும் நிறைந்தவர்கள். இவர்களது படைப்புகள் சொல்லாட்சி, அணிநயம், வருணனை, எதுகை, மோனை நயம், இலக்கண நயம் கொண்டனவாக உள்ளன. குறிப்பாக பல காப்பியங்களில் வருணனை சிறப்பாக அமைந்துள்ளது. திருத்தொண்டர் காப்பியம், விடிவெள்ளி மகராசன் வேதமாணிக்கம் காவியம் ஆகியனவற்றில் இடம்பெற்றுள்ள நாஞ்சில் நாட்டின் வருணனை அப்பகுதியின் இயற்கையழகினைக் கண்முன்னே கொண்டு வந்து நிறுத்துகிறது.

தேம்பாவணியில் சில இடங்களிலும் இரட்சணிய யாத்திரிகத்தில் இருபத்தைந்திற்கும் மேற்பட்ட இடங்களிலும் திருத்தொண்டர் காப்பியத்தில் இருநூற்றைம்பதிற்கும் மேற்பட்ட இடங்களிலும் பழமொழிகள் இடம்பெற்றுள்ளன. பிற கிறித்தவக் காப்பியங்களில் பழமொழிகளைப் பயன்படுத்தியிருப்பது மிகக் குறைவாகவே உள்ளது. காப்பிய ஆசிரியர்கள் பழமொழிகளைப் போன்று உவமைகளையும் அதிகமாகக் கையாண்டுள்ளனர். திருத்தொண்டர் காப்பியத்தில் சூ. இன்னாசி ஏறத்தாழ 2000 உவமைகளைப் பயன்படுத்தியுள்ளார்.

விவிலிய அடிப்படை

கிறித்தவக் காப்பியங்கள் பல்வேறு சிறப்புத் தன்மைகளுடன் படைக்கப்படுவதற்கு அடிப்படை விவிலியம். விவிலியத்தைக் கசடறக் கற்றவர்கள் தான் கிறித்தவ இலக்கியங்கள் படைக்க முடியும். கிறித்தவக் காப்பிய ஆசிரியர்கள் அனைவரும் விவிலியத்தில் ஆழ்ந்த புலமை மிக்கவர்கள் என்பதை அவர்களது படைப்புகளின் வாயிலாக அறிய முடிகிறது. இக்காப்பிய ஆசிரியர்களுள் சிலர் விவிலியம் முழுவதின் அடிப்படையிலும், சிலர் புதிய ஏற்பாட்டின் அடிப்படையிலும், சிலர் புதிய ஏற்பாட்டிலுள்ள மத்தேயு, மாற்கு, லூக்கா, யோவான் என்னும் நான்கு நற்செய்தி நூல்களின் அடிப்படையிலும், சிலர் விவிலியத்தில் இடம் பெற்றுள்ள ஏதாவது ஒருவரை அல்லது ஒரு நூலை அடிப்படையாகக் கொண்டும் காப்பியங்கள் படைத்துள்ளனர்.

கத்தோலிக்கப் படைப்பாளர்கள் கத்தோலிக்கத் திருச்சபையினரின் விவிலியத்தை அடிப்படையாகக் கொண்டும், சீர்திருத்தத் திருச்சபை சார்ந்த படைப்பாளர்கள் சீர்திருத்தத் திருச்சபையினர் பயன்படுத்தும்

விவிலியத்தை ஆதாரமாகக் கொண்டும் கிறித்தவ இலக்கியங்களைப் படைத்து வருகின்றனர்.

வெண்பாக் காப்பியங்கள்

கிறித்தவக் காப்பியங்கள் பல்வேறு வகையான யாப்பு வடிவங்களில் படைக்கப்பட்டுள்ளன. குறிப்பாக கிறிஸ்து வெண்பா 1000, அருட் காவியம், அருள் மைந்தன் மாகாதை, இயேசுநாதர் வெண்பா, தெய்வ சகாயன் திருச்சரிதை, அன்பு மலர் அன்னை தெரேசா என்னும் ஆறு கிறித்தவக் காப்பியங்கள் வெண்பாவினால் படைக்கப்பட்டுள்ளன. இவற்றுள் இரண்டு காப்பியங்களின் பெயரிலேயே வெண்பா என்னும் சொல் இடம் பெற்றுள்ளது. வெண்பாவில் கிறித்தவக் காப்பியங்கள் படைக்கப் பெற்றிருப்பது கிறித்தவத் தமிழ் இலக்கியத்திற்குப் பெருமை.

பிற காப்பியங்களிலிருந்து மாறுபாடு

கிறித்தவத் தமிழ்க் காப்பியங்கள் பிற காப்பியங்களிலிருந்து மாறுபட்ட தன்மை உடையவைகள். காப்பிய இலக்கணங்களுள் ஒன்றான இன்பம் என்பது கிறித்தவக் காப்பியங்களில் சிற்றின்பத்தைத் தவிர்த்துப் பேரின்பத்தைக் குறிப்பனவாக அமைந்துள்ளன. கிறித்தவக் காப்பியங்களின் மையத் தலைவர் இயேசு கிறிஸ்து; அடிப்படை நூல் விவிலியம். எனவே பேரின்பமே நிலைபெற்றுள்ளது. இதைக் கிறித்தவச் சிற்றிலக்கியங்களிலும் காணமுடிகிறது.

நிறைவாக . . .

கிறித்தவக் காப்பியங்களில் சில இன்னும் நம் கைகளில் கிடைக்க வில்லை என்பது வருத்தத்திற்குரியதே. அத்தகைய காப்பியங்கள் கண்டுபிடிக்கப்பட்டு மறுபதிப்பு செய்யப்பட்டால், கிறித்தவத் தமிழ் இலக்கிய வரிசையில் காப்பியங்களின் உயர்வினை அறிய முடியும். கிறித்தவக் காப்பியம் மட்டுமன்றி ஏராளமான கிறித்தவச் சிற்றிலக்கியங்களும் இன்றைய தலைமுறையினருக்குத் தெரியாமல் போய்விடும் அபாய நிலையில் உள்ளது. இவைகளையெல்லாம் தேடிக் கண்டுபிடித்துப் பதிப்பிக்கும்போது கிறித்தவத் தமிழ் இலக்கியத்தின் பெருமை மட்டுமன்றி, தமிழ் இலக்கிய வரலாற்றின் சிறப்பினையும் பரப்பினையும் அனைவரும் தெரிந்து கொள்ளலாம்.

XI. துணைநூல் பட்டியல்

முதன்மை ஆதாரங்கள்

1. அந்தோனி முத்து, **அர்ச். சவேரியார் காவியம்,** இந்தியன் அச்சுக்கூடம், சென்னை, முதல் பதிப்பு, 1882.

2. அருளப்ப முதலியார், த., **பரவர் புராணம்,** விவேக பானு அச்சகம், மதுரை, முதல் பதிப்பு, 1909.

3. அருள்சாமி, ம., **அன்புமலர் அன்னை தெரேசா,** தனலட்சுமி பதிப்பகம், சென்னை, முதலாம் பதிப்பு, 2006.

4. அருள்சாமி, ம., **இதோ மானுடம்,** தனலட்சுமி பதிப்பகம், சென்னை, இரண்டாம் பதிப்பு, 2012.

5. அன்பம்மாள் ஏசுதாஸ், **மகிமையின் மைந்தன்,** மெய்ப்பொருள் பதிப்பகம், சென்னை, முதற்பதிப்பு, 1986.

6. ஆபிரகாம் கிரி, **இயேசு நாதர் வெண்பா,** சர்மாஸ் பிரஸ், புதுக்கோட்டை, முதற்பதிப்பு, 2016.

7. ஆரோக்கியசாமி, **சுடர்மணி,** கமலா பதிப்பகம், திருச்சிராப்பள்ளி, இரண்டாம் பதிப்பு, 1987.

8.	ஆழ்வார் பிள்ளை, ஜே.எஸ்.,	**கிறிஸ்தவ அருட்பாக்கள்,** கிறித்தவ இலக்கியச் சங்கம், சென்னை, முதலாம் பதிப்பு, 1992.
9.	இராபின்சன் குருசோ,	**எஸ்தர் காவியம்,** சோபியாராணி பதிப்பகம், உதகை, முதலாம் பதிப்பு, 1986.
10.	இறையரசன்,	**உலகஜோதி,** ஜேசுராஜா நினைவு அறக்கட்டளை, மதுரை, முதலாம் பதிப்பு, 2005.
11.	இன்னாசி, சூ.,	**திருத்தொண்டர் காப்பியம்,** காவ்யா, சென்னை, முதல் பதிப்பு, 2007.
12.	ஈழத்துப் பூராடனார்,	**இயேசு புராணம்,** ஜீவா பதிப்பகம், கனடா, முதலாம் பதிப்பு, 1986.
13.	கண்ணதாசன்,	**இயேசு காவியம்,** கலைக்காவிரி, திருச்சிராப்பள்ளி, முதல் பதிப்பு, 1982.
14.	கனகசபைப் புலவர்,	**திருவாக்குப் புராணம்,** ரிப்லி - ஸ்ட்ராங் அச்சகம், யாழ்ப்பாணம், முதலாம் பதிப்பு, 1866.
15.	கிருஷ்ணபிள்ளை, எச்.ஏ.	**இரட்சணிய யாத்திரிகம்,** முதலாம் பாகம், கிறித்தவ இலக்கியச் சங்கம், சென்னை, இரண்டாம் பதிப்பு, 1927.
16.	கிருஷ்ணபிள்ளை, எச்.ஏ.	**இரட்சணிய யாத்திரிகம்,** ஆசியவியல் நிறுவனம், செம்மஞ்சேரி, சென்னை, 1998.

17. சந்தோசம், வி.ஜி., **இயேசு அருட்காவியம்,** *சந்தனம்மாள் பதிப்பகம், சென்னை, முதற்பதிப்பு, 1997.*

18. சாமுவேல் வேதநாயகம் தாமஸ், **பூங்காவனப் பிரளயம்,** *கிறித்தவ இலக்கியச் சங்கம், சென்னை, இரண்டாம் பதிப்பு, 1978.*

19. சாமிநாதபிள்ளை, **ஞானாதிக்கராயர் காப்பியம்,** *வாணிநிகேதன் அச்சுக்கூடம், சென்னை, முதல் பதிப்பு, 1865.*

20. சாமிமுத்து, **ஆதியாகம காவியம்,** *கிளாரா பதிப்பகம், திருச்சிராப்பள்ளி, முதலாம் பதிப்பு, 2008.*

21. சுகாத்தியர், **சுவிசேட புராணம்,** *கிளக்ஹார்ன் அச்சாபீஸ், மதுரை, முதலாம் பதிப்பு, 1891.*

22. சுத்தானந்த பாரதியார், **ஏசுநாதர் சரிதை,** *கிறித்தவ இலக்கியச் சங்கம், சென்னை, இரண்டாம் பதிப்பு, 1963.*

23. சுப்பிரமணிய முதலியார், வெ.ப. **சுவர்க்க நீக்கம்** *அல்பினியன் அச்சுக்கூடம், சென்னை, முதற்பதிப்பு, 1895.*

24. ஞானாபரணம் பண்டிதர், **இரட்சகராகிய இயேசுநாதர்,** *இலண்டன் மிஷன் அச்சகம், நாகர்கோவில், இரண்டாம் பதிப்பு, 1951.*

25. தாமஸ், சூ., **ஏசுவின் அன்னைக்கு ஏற்றிய தீபங்கள்,** *வெளியீடு இல்லை, முதலாம் பதிப்பு, 1995.*

26. தாவீது, இரா., **எபிரேயப் பேரழகி எசுத்தார்,** சிவசக்தி பதிப்பகம், நாகப்பட்டினம், முதற்பதிப்பு, 2002.

27. தினகரன், பொன்., **அருள்மைந்தன் மாகாதை,** முத்தமிழ் வெளியீடு, மதுரை, முதலாம் பதிப்பு 2002.

28. நாரண தொல்காப்பியன், (பு.பெ.) **ஞான ஒளி தூய சவேரியார் காவியம்,** ஹைறோஸ் பதிப்பகம், முளகுமூடு, கன்னியாகுமரி மாவட்டம், முதற் பதிப்பு, 2013.

29. நாரண தொல்காப்பியன், (பு.பெ.) **விடிவெள்ளி மகராசன் வேதமாணிக்கம் காவியம்,** ஆசியவியல் நிறுவனம், சென்னை, முதற் பதிப்பு, 2020.

30. பத்திநாதன், த., **கன்னிமரி காவியம்,** நாதன் நிலையம், சென்னை, முதலாம் பதிப்பு, 1987.

31. பவுல் இராமகிருட்டிணன், **மீட்பதிகாரம் என்னும் பேரின்பக் காப்பியம்,** மோரியா ஊழியங்கள் வெளியீடு, அரும்பாக்கம், சென்னை, முதல் பதிப்பு, 2016.

32. பார்த்தசாரதி, இரா., **உலகின் ஒளி,** பிரியா பதிப்பகம், திருநெல்வேலி, முதற்பதிப்பு, 1995.

33. பூலோகசிங்க முதலியார், **திருச்செல்வராயர் காவியம்,** திருமறைக் கலாமன்றம், யாழ்ப்பாணம், இரண்டாம் பதிப்பு, 1995.

34.	மதலை முத்து, பா.,	**அருட்காவியம்,** குறிஞ்சி நிலையம், ஓசூர், முதலாம் பதிப்பு, 1999.
35.	மரிய அந்தோனி, வி.,	**அருளவதாரம்,** கதிரவன் பதிப்பகம், பாளையங்கோட்டை, முதலாம் பதிப்பு, 2006.
36.	மரியந்தோனி, கி.மு.ம.,	**கிறிஸ்து வெண்பா 1000,** பூம்புகார் பதிப்பகம், சென்னை, முதற்பதிப்பு, 1979.
37.	மாணிக்கவாசகம் ஆசீர்வாதம்,	**திருஅவதாரம்,** திருநெல்வேலி, முதலாம் பதிப்பு, 1979.
38.	மாலிறையன், துரை.,	**அருள்நிறை மரியம்மைக் காவியம்,** மரியம்மை பதிப்பகம், புதுச்சேரி, முதலாம் பதிப்பு, 1996.
39.	மாலிறையன், துரை.,	**அருள் ஒளி அன்னை தெரேசா காவியம்,** கிறித்தவ ஆய்வு மைய வெளியீடு, தூய வளனார் தன்னாட்சிக் கல்லூரி, திருச்சி, விரிவாக்கப்பட்ட இரண்டாம் பதிப்பு, 2012.
40.	யோவேல், ம.,	**பவுலடியார் பாவியம்,** மணிப் பதிப்பகம், பாளையங்கோட்டை, முதலாம் பதிப்பு, 2003.
41.	லோட்டஸ் எடிசன்,	**மீட்பரசி,** திரேசா நூல் ஆலயம், திக்கணம்கோடு, முதலாம் பதிப்பு, 2003.

42. வாகரைவாணன், (பு.பெ.) **கிறிஸ்து காவியம்**,
அன்னை அச்சகம்,
யாழ்ப்பாணம்,
முதற்பதிப்பு, 1995.

43. வீரமாமுனிவர், **தேம்பாவணி**,
வர்த்தமானன் பதிப்பகம்,
சென்னை, 1992.

44. ஸ்தொஷ் ஐயர், **கிறிஸ்து மான்மியம்**,
லுத்தரன் மிஷன் அச்சகம்,
தரங்கம்பாடி, முதலாம் பதிப்பு,
1891.

45. ஜான் பால்மர், **கிறிஸ்தாயனம்**,
ஆசியவியல் நிறுவனம்,
செம்மஞ்சேரி, சென்னை,
இரண்டாம் பதிப்பு, 2008.

46. ஜாண் பேட்ரிக், **காய பிரான்சிசு காவியம்**,
டுடே பிரிண்டர்ஸ், சென்னை,
இரண்டாம் பதிப்பு, 2016.

47. ஜோதிநாயகம், ஏ.த., **மோட்சப் பயணக் காவியம்**,
பூம்புகார் பதிப்பகம், சென்னை,
முதல் பதிப்பு, 1991.

துணைமை ஆதாரங்கள்

48. ஆரோக்கியசாமி, இர., **கிறித்தவ இலக்கிய வரலாறு**,
பூரண ரீத்தா பதிப்பகம்,
தஞ்சாவூர்,
முதலாம் பதிப்பு, 2010.

49. இன்னாசி, சூ., **கிறித்தவத் தமிழ்க் கொடை**,
தொகுதி I,
மெய்யப்பன் தமிழாய்வகம்,
சிதம்பரம், முதலாம் பதிப்பு,
2001.

50. இன்னாசி, சூ., **கிறித்தவத் தமிழ்க் களஞ்சியம்**,
காவ்யா வெளியீடு, சென்னை,
முதலாம் பதிப்பு, 2007.

51. கிரேஸ் செல்வராஜ், **வளரும் கிறித்தவத்தில் மலரும் தமிழ்,**
கிறித்தவ இலக்கியச் சங்கம்,
சென்னை,
முதலாம் பதிப்பு, 1985.

52. சண்முகசுந்தரம், (தொ.ஆ.), **திருத்தொண்டர் காப்பியத் திறன்,**
காவ்யா வெளியீடு, சென்னை,
முதலாம் பதிப்பு, 2008.

53. சதாசிவம் பிள்ளை, அ., **பாவலர் சரித்திர தீபகம்,**
ஏசியன் எடியூகேசனல் சர்வீசஸ்,
புது தில்லி, ஆறாம் பதிப்பு, 2004.

54. சிவலிங்கராஜா, எஸ்., **ஈழத்துத் தமிழ் இலக்கியம்,**
தனலட்சுமி புத்தகசாலை,
யாழ்ப்பாணம், 2001.

55. சுப்பிரமணியன், ச.வே., **காப்பியப் புனைதிறன்,**
தமிழ்ப் பதிப்பகம்,
சென்னை, முதற்பதிப்பு, 1979.

56. சுப்பிரமணியன், ச.வே., **தமிழ் இலக்கிய வகையும் வடிவும்,**
தமிழ்ப் பதிப்பகம்,
சென்னை, முதற்பதிப்பு, 1984.

57. சுப்பிரமணியன், சி., **வெள்ளகால் ப. சுப்பிரமணிய முதலியார்,**
சாகித்திய அகாதெமி,
சென்னை, முதற்பதிப்பு, 2005.

58. சீனிச்சாமி, து., **தமிழில் காப்பியக் கொள்கை, பகுதி 1,**
தமிழ்ப் பல்கலைக்கழக
வெளியீடு, தஞ்சாவூர்,
முதற்பதிப்பு, 1985.

59. ஞான சந்திர ஜாண்சன், யோ., **எச்.ஏ. கிருஷ்ணபிள்ளை,**
சாகித்திய அகாடமி வெளியீடு,
சென்னை, முதலாம் பதிப்பு,
2008.

60. ஞான சந்திர ஜாண்சன், யோ.,	**கிறிஸ்தவக் கீர்த்தனைக் கவிஞர்கள்,** கீர்த்தனா பதிப்பகம், சென்னை-59, இரண்டாம் பதிப்பு, 2009.
61. ஞான சந்திர ஜாண்சன், யோ., (தொ. ஆ.),	**கிறித்தவ இலக்கிய வளம்,** முல்லை நிலையம், சென்னை, முதலாம் பதிப்பு, 2009.
62. ஞான சந்திர ஜாண்சன், யோ., (ப. ஆ.),	**கிறித்தவ இலக்கியத் திறன்,** கீர்த்தனா பதிப்பகம், சென்னை, முதலாம் பதிப்பு, 2012.
63. ஞான சந்திர ஜாண்சன், யோ.,	**வேதநாயக சாஸ்திரியார்,** சாகித்திய அகாடமி வெளியீடு, சென்னை, முதல் பதிப்பு, 2020.
64. ஞானசிகாமணி, வீ.,	**எ.ஆ. கிருஷ்ணபிள்ளையின் நூல்கள் - ஓர் ஆராய்ச்சி,** வேதாகம மாணவர் பதிப்பகம், சென்னை, இரண்டாம் பதிப்பு, 2001.
65. ஞான ராபின்சன்,(ப.ஆ.),	**தமிழ்க் கிறித்தவ மரபு,** தமிழ் இறையியல் நூலோர் குழு, மதுரை, முதலாம் பதிப்பு, 1985.
66. தயானந்தன் பிரான்சிஸ், தி.,	**கிறிஸ்தவ அருட் கவிஞர்கள்,** கிறித்தவ இலக்கியச் சங்கம், சென்னை, முதலாம் பதிப்பு, 1984.
67. தயானந்தன் பிரான்சிஸ், தி.,	**கிறிஸ்தவத் தமிழ் இலக்கியம்: சில செய்திகள்,** கிறித்தவ இலக்கியச் சங்கம், சென்னை, முதலாம் பதிப்பு, 2000.

68.	தயானந்தன் பிரான்சிஸ், தி., ஞான சந்திர ஜாண்சன், யோ., (ப.ஆ.),	**கிறித்தவத் தமிழ் இலக்கியம் ஓர் அறிமுகம்,** ஆசியவியல் நிறுவனம், செம்மஞ்சேரி, சென்னை, முதலாம் பதிப்பு, 2008.
69.	ராம்போலா மாஸ்கரேனஸ்,	**கிறிஸ்தவத் தமிழ்த் தொண்டர்கள்,** தமிழ் இலக்கியக் கழகம், திருச்சி, முதல் பதிப்பு, 1972.
70.	ஜகந்நாதன், கி.வா.,	**தமிழ்க் காப்பியங்கள்,** முல்லை நிலையம், சென்னை, முதலாம் பதிப்பு, 2012.
71.	ஜான் சாமுவேல், ஜி.,	**பண்பாட்டுக் கலப்பும் இலக்கிய ஒருமையும்,** ஆசியவியல் நிறுவனம், சென்னை, முதல் பதிப்பு, 1986.
72.	ஜான் சாமுவேல், ஜி.,	**கிறித்தவத் தமிழிலக்கியம் பார்வைகள்,** ஹோம்லாண்ட் பதிப்பகம், சென்னை, மூன்றாம் பதிப்பு, 2005.
73.	ஜான் சாமுவேல், ஜி.,	**கலையும் கலைக் கோட்பாடுகளும்,** ஹோம்லாண்ட் பதிப்பகம், சென்னை, மூன்றாம் பதிப்பு, 2010.
74.	**AMY CARMICHAEL,**	**H.A. Hrishna Pillai,** Christian Literature Society, Chennai, Second edition, 1998.
75.	**APPASAMY, A.J.,**	**Tamil Christian Poet,** Lutterworth Press, London, 1966.
76.	**JOHN SAMUEL, G.,**	**On Tamil Poems and Poets,** Institute of Asian Studies, Chennai, First Edition, 2006.
77.	**SIMON CASIE CHITTY,**	**The Tamil Plutarch,** Asian Educational Services, New Delhi, 1982.

ஆசிரியரின் பிற நூல்கள்

1. கிறித்தவக் கீர்த்தனைக் கவிஞர்கள் (2003, 2009, 2017)
2. எச்.ஏ. கிருஷ்ணபிள்ளை (2008, 2021) சாகித்திய அகாடமி வெளியீடு
3. கிறித்தவத் தமிழ் இலக்கியம் - ஓர் அறிமுகம் (2008) பதிப்பாசிரியர்
4. கிறிஸ்தாயனம் (2008, 2020) பதிப்பாசிரியர்
5. கிறித்தவத் தமிழியல் ஆய்வுக்கோவை, இரண்டு தொகுதிகள், (2008), பதிப்பாசிரியர்
6. ம.பொ.சி. யின் வாழ்க்கை வரலாற்று இலக்கியங்கள் (2009) உலகத் தமிழாராய்ச்சி நிறுவன வெளியீடு
7. கிறித்தவ இலக்கிய வளம் (2009) பதிப்பாசிரியர்
8. நம்பி அகப்பொருள் விளக்கம் (2010)
9. மில்லர் என்னும் மாமனிதர் (2012) மொழிபெயர்ப்பு, சென்னைக் கிறித்தவக் கல்லூரி வெளியீடு
10. கிறித்தவ இலக்கியத் திறன் (2013) பதிப்பாசிரியர்
11. கிறித்தவச் சிற்றிலக்கியத் திரட்டு (2015) பதிப்பாசிரியர், ஆசியவியல் நிறுவன வெளியீடு
12. கிறித்தவ பஜனைக் கீதங்கள் (2015) பதிப்பாசிரியர்
13. சென்னைக் கிறித்தவக் கல்லூரியின் வாழ்வும் வளமரபும் (2016) மொழிபெயர்ப்பு
14. ஜெர்மானிய இறைத்தொண்டர் ரிங்கல்தௌபே (2016, 2023)
15. அமைதிக் கல்வி (2017) மொழிபெயர்ப்பு, சென்னைக் கிறித்தவக் கல்லூரி வெளியீடு
16. ஆய்வுச் சுவடுகள் (2019) பதிப்பாசிரியர்
17. அருட்பணியாளர் இராபர்ட் கால்டுவெல் (2019) மோரியா ஊழியங்கள் வெளியீடு
18. வேதநாயக சாஸ்திரியார் (2020) சாகித்திய அகாடமி வெளியீடு
19. கிறித்தவத் தமிழ்க் கீர்த்தனைகள் - ஓர் ஆய்வுப் பதிப்பு, மூன்று தொகுதிகள், (2021) ஆசியவியல் நிறுவன வெளியீடு
20. Dr. William Miller (2023) Editor